ഗ്രീൻ ബുക്സ്

കഥയില്ലാത്തവന്റെ കഥ

എം.എൻ. പാലൂർ

കവി, എഴുത്തുകാരൻ.
1932 ജൂൺ 22ന് എറണാകുളം ജില്ലയിലെ
പറവൂരിനടുത്ത് പാറക്കടവിൽ ജനനം.
അച്ഛൻ: പാലൂർ മാധവൻ നമ്പൂതിരി.
അമ്മ: ശ്രീദേവി അന്തർജ്ജനം.
പാരമ്പര്യവിദ്യാഭ്യാസത്തോടൊപ്പം വേദവും പഠിച്ചു.
പട്ടിക്കാംതൊടി രാമുണ്ണിമേനോന്റെ കീഴിൽ
പതിമൂന്നാംവയസ്സിൽ കഥകളി അഭ്യസിക്കാൻ തുടങ്ങി.
മൂന്നുകൊല്ലം അദ്ദേഹത്തിന്റെ കീഴിലും ഒരു കൊല്ലം
വാഴേങ്കട കുഞ്ചുനായരുടെ കീഴിലും കഥകളി അഭ്യസിച്ചു.
ഉപജീവനത്തിനു വേണ്ടി മോട്ടോർ മെക്കാനിസവും
ഡ്രൈവിങ്ങും പഠിച്ചു. 1951 മുതൽ നാലു വർഷം
കെ.പി. നാരായണപ്പിഷാരോടിയുടെ അടുത്ത് സംസ്കൃതം പഠിച്ചു.
1957ൽ ബോംബെയ്ക്കു പോയി. 1959 മുതൽ ഇന്ത്യൻ
എയർലൈൻസിൽ ജോലിചെയ്തു. 1990 ജൂൺ 30 ന് വിരമിച്ചു.
തുടർന്ന് കോഴിക്കോട്ട് സ്ഥിരതാമസമാക്കി.

കവിതാസമാഹാരങ്ങൾ: *പേടിത്തൊണ്ടൻ, തീർത്ഥയാത്ര, സുഗമസംഗീതം, കലികാലം, കവിത, സർഗ്ഗധാര, ഒളിച്ചുകളി, ഭംഗിയും അഭംഗിയും, പച്ചമാങ്ങ.*

ഭാര്യ: ശാന്തകുമാരി. മകൾ: സാവിത്രി. പൗത്രൻ: നാരായണൻ.

മേൽവിലാസം: *പാലൂർ മന, ചേവായൂർ പോസ്റ്റ്, കോഴിക്കോട് - 673 017*

ആത്മകഥ

കഥയില്ലാത്തവന്റെ കഥ

എം.എൻ. പാലൂർ

ഗ്രീൻ ബുക്സ്

green books private limited
little road, ayyanthole, thrissur- 680 003
ph: 0487-2361038
website: www.greenbooksindia.com
e-mail: info@greenbooksindia.com

(malayalam)
kathayillathavante katha
(biography)
by
m.n.paloor

first published june 2011
reprinted february 2016

illustration: namboothiri
cover photos & design : rajesh chalode

branches:
thrissur 0487-2422515
palakkad 0491-2546162
kannur 0497-2763038
Thiruvananthapuram 9846670899

isbn : 978-93-80884-20-2

GBPL/370/2011/X003

മുഖക്കുറി

കേരളീയ ഗന്ധമുള്ള കവിതകളിലൂടെ മലയാളിയുടെ മനസ്സിൽ സ്ഥിരപ്രതിഷ്ഠ നേടിയ കവിയാണ് എം.എൻ. പാലൂർ. കഥകളിയും സംസ്കൃതവും പഠിച്ചിട്ടും ദാരിദ്ര്യവിമുക്തിക്കായി മുംബൈ നഗരത്തിൽ ഒരു സാധാരണ ഡ്രൈവറായി ജീവിതം തുടങ്ങി. പെരിയാറിന്റെ തീരത്ത് പാലൂർമനയിൽ ജനിച്ചിട്ടും ആഢ്യത്വത്തിന്റെയും ബ്രാഹ്മണ്യത്തിന്റെയും മേദസ്സുകളില്ലാതെ നിർമ്മലനായി ജീവിച്ചു. കവിയുടെ കർമ്മനിരതമായ ജീവിതത്തിലേക്ക് നടന്നുകയറുന്ന കൽപ്പടവുകളാണ് ഈ ആത്മകഥയിലെ ഓരോ ഏടും. പോസിറ്റീവ് തിങ്കിങ്ങിന് ഏറെ പ്രസക്തി കണ്ടെത്തുന്ന പുതിയ കാലഘട്ടത്തിൽ ഈ പുസ്തകം അമൂല്യമായ ഒരു നിധിയത്രെ. കാലുഷ്യങ്ങളില്ലാതെ തെളിഞ്ഞ നൈർമ്മല്യത്തോടെ പാലൂർ കുറിച്ചിട്ട ഓരോ സ്മരണയും സാത്വികമായ വിശുദ്ധിയുടെ രേഖകളാണ്. കവിത തുളുമ്പുന്ന ഗദ്യത്തിൽ പാലൂർ ഒരു ജീവിതം പകർത്തിവെച്ചിരിക്കുന്നു, വെളിച്ചത്തിന്റെ ഒരു പ്രകാശഗോപുരമായി.

കൃഷ്ണദാസ്
മാനേജിങ് എഡിറ്റർ

അവതാരിക

മഹാകവി വൈലോപ്പിള്ളി 'കിളിയും മനുഷ്യനും' എന്ന പേരിൽ ഒരു കവിത എഴുതിയിട്ടുണ്ട്. കവി എം.എൻ.പാലൂരാണ് അതിലെ കഥാനായകൻ. തെരുവിലിട്ട് കാക്ക കൊത്തുന്ന ചിറകറ്റൊരു പഞ്ചവർണ്ണക്കിളിയെ രക്ഷിച്ചെടുത്ത് തന്റെ വാടകമുറിയിലേക്ക് കൊണ്ടുവന്ന് നോക്കിവളർത്തുകയാണ് പാലൂർ. നാട്ടിൽ ശാന്തിയും കഥകളിയും മോട്ടോർമെക്കാനിസവും ഡ്രൈവിങ്ങും മറ്റും പരീക്ഷിച്ചിട്ടും കരപറ്റാനാവാതെ മറുനാട്ടിലേക്ക് ജീവിത മാർഗം തേടി പലായനം ചെയ്യാൻ തിരുമാനിച്ചപ്പോൾ തന്റെ കിളിയെ പരിപാലിയ്ക്കാൻ അദ്ദേഹം ജ്യേഷ്ഠകവിയായ വൈലോപ്പിള്ളിയെ ഏല്പിയ്ക്കുന്നു. പാലൂരിനെപ്പറ്റി കവിതയിൽ വൈലോപ്പിള്ളി ഇങ്ങിനെയാണ് പറയുന്നത്.

"ഒരുദുർമണമേറ്റാൽ
ചുളിയും മൂക്കാണെനി-
യ്ക്കൊരു ദൂനത കണ്ടാ-
ലുരുകും മിഴികളും
ഒരു സൗഹൃദം തൊട്ടാ-
ലലിയും ഹൃദയവും
ഇരുമ്പായ് ചമയേണ്ടു-
മീയന്ത്രയുഗത്തിങ്കൽ."

ആർദ്രതയുള്ള എല്ലാ കവികൾക്കും പൊതുവേ ബാധകമാണ് മേൽപ്പറഞ്ഞ വരികളെങ്കിലും പരമശുദ്ധനും തരളഹൃദയനുമായ പാലൂരിന് അവ പ്രത്യേകിച്ചും യോജിക്കുന്നു.

താൻ ജീവിതത്തിലനുഭവിച്ച ദുർമണങ്ങളും കണ്ടറിഞ്ഞ ദൂനതകളും തൊട്ടറിഞ്ഞ സൗഹൃദങ്ങളുമൊക്കെത്തന്നെയാണ് അരനൂറ്റാണ്ടിലേറെക്കാലമായി കവിതകളായി പാലൂർ എഴുതുന്നത്. വിവേകാനന്ദദർശനങ്ങളും മഹാഭാരതവും ഉപനിഷത്തുക്കളും മറ്റും ദീർഘകാലമായി നിതിധ്യാസം ചെയ്കയാൽ ജ്ഞാനകർമ്മോപാസനയിൽ അധിഷ്ഠിതമായ ഉന്നതമായൊരാത്മീയതയും അദ്ദേഹത്തിന്റെ കവിതകൾക്ക് കൈവന്നിട്ടുണ്ട്.

പാലൂർ എന്ന കവിയുടെ ആത്മകഥയാണ് 'കഥയില്ലാത്തവന്റെ കഥ.' ഇരുപതാംനൂറ്റാണ്ടിന്റെ ആദ്യദശകങ്ങളിൽ ദരിദ്രമായ ഏതു നമ്പൂതിരിയില്ലത്തു ജനിച്ച കനിഷ്ഠനും കഥയില്ലാത്തവൻതന്നെ. ബ്രഹ്മചാരിയായിരിക്കുമ്പോൾ അർത്ഥമറിയാതെ ഓത്തുമാത്രം പഠിച്ച അയാൾ സമാവർത്തനത്തിനുശേഷം ആഢ്യഗൃഹങ്ങളിൽ ദേഹണ്ണമോ അമ്പലങ്ങളിൽ ശാന്തിയോ ചെയ്ത് കഴിഞ്ഞു കൂടുന്നു. യുവത്വത്തിൽ ഏതെങ്കിലും നായർ-അമ്പലവാസി ഗൃഹങ്ങളിൽ സംബന്ധമോ കോവിലകത്ത് ഇരിപ്പോ തരമാക്കുന്നു. തന്റേതായ ഒരു മുദ്രയും കാലത്തിനോ ലോകത്തിനോ സമർപ്പിക്കാനാവാതെ ഉണ്ടുമുറങ്ങിയും പകിടകളിച്ചും ജീവിതം മുഴുവൻ കഴിച്ചുകൂട്ടി ഒരുനാൾ ഈ ലോകത്തുനിന്ന് നിശ്ശബ്ദനായി കടന്നുപോവുകയും ചെയ്യുന്നു.

കഥയില്ലാത്ത ഈ അപ്ഫൻ നമ്പൂതിരി സ്വപ്രയത്നത്താൽ വിദ്യ അഭ്യസിയ്ക്കുകയും ആത്മാഭിമാനത്തോടെ ജോലി ചെയ്ത് ജീവിയ്ക്കുകയും ഉൽബുദ്ധമായൊരു പുതിയ തലമുറയെ നിർമിയ്ക്കുകയും കവിതയിലൂടെയും കലയിലൂടെയും സ്വയം പ്രകാശനം കണ്ടെത്തുകയും ചെയ്ത കഥയാണ് 'കഥയില്ലാത്തവന്റെ കഥ.' കഥയില്ലാത്തവൻ കർമ്മത്തിലൂടെ കഥയുണ്ടാക്കുകയും സ്വയം കഥയായി മാറുകയും ചെയ്ത കഥ.

അച്ഛനമ്മമാർക്ക് ഒമ്പതാമത്തെ പുത്രനായി ജനനം. ഗർഭാധാനം ചെയ്ത കാലത്തുതന്നെ ബുദ്ധിഭ്രമം തുടങ്ങിയ അച്ഛൻ. ഒരു ജ്യേഷ്ഠനു ഭ്രാന്ത്. കുടിയാന്മാർ പാട്ടം കൊടുക്കാത്തതിനാൽ ഇല്ലത്ത് നിത്യദാരിദ്ര്യം. നിർബന്ധിത സാഹചര്യത്തിൽ പല ഓതിയ്ക്കൻ ഗൃഹങ്ങളിലുമായി വേദാഭ്യാസം. ഒട്ടും താത്പര്യമില്ലാത്തതിനാലും ശിക്ഷയുടെ കാഠിന്യത്താലും മുഴുമിയ്ക്കാൻ കഴിയാത്ത ഓത്ത്. സമാവർത്തനത്തിനുശേഷം ആനപ്പുറം കേറിയും അമ്പലങ്ങളിൽ നിരങ്ങിയും ഒരിലച്ചോറിനും തലചായ്ക്കാനൊരിടത്തിനും വേണ്ടിയുള്ള അലച്ചിൽ. കഥകളിയോടുള്ള കഠിനമായ ഭ്രമം മൂത്ത് അതു പഠിയ്ക്കാനായി സാക്ഷാൽ പട്ടിയ്ക്കാംതൊടിയുടെ കീഴിൽ മൂന്നുകൊല്ലത്തെ അഭ്യാസം. ഗുരുവിന്റെ മരണം. വീണ്ടും അനാഥത്വം. ജീവിയ്ക്കാനായി മോട്ടോർമെക്കാനിസവും ഡ്രൈവിങ്ങും പഠിച്ചിട്ടും എവിടെയും എത്താഞ്ഞ് ജോലിതേടി ബോംബെയിലേയ്ക്കുള്ള ചാടിപ്പോക്ക്. ബോംബെയിലെ തെരുവുകളിലൂടെ അനാഥനായി തെണ്ടൽ. പട്ടിണി. വഞ്ചനകൾ, തിരസ്ക്കാരങ്ങൾ. അവമാനങ്ങൾ, അവഗണനകൾ. വസൂരി പിടിച്ചപ്പോൾ സ്വന്തം സുഹൃത്തുക്കളാൽ പോലും ഉപേക്ഷിക്കപ്പെട്ട് പാർക്കിലും കടത്തിണ്ണകളിലും

കഴിയേണ്ടുന്ന അവസ്ഥ. അവസാനം ഇന്ത്യൻ എയർലൈൻസിൽ ഡ്രൈവറായും ഓപ്പറേറ്ററായും ചീഫ് ഓപ്പറേറ്ററായുമുള്ള ജീവിതം. റിട്ടയർമെന്റ്. മടക്കം. കോഴിക്കോട്ടെ വിശ്രമജീവിതം. ഇത് പാലൂർ എന്ന കവിയുടെ ജീവിതകഥയല്ല. പാലൂർ എന്ന പച്ച മനുഷ്യന്റെ കഥ.

സാമൂഹ്യരാഷ്ട്രീയനവോത്ഥാനപ്രസ്ഥാനങ്ങളുടെ പ്രവർത്തനങ്ങളാൽ ജാത്യധിഷ്ഠിതമായ ജന്മിനാടുവാഴിത്തസമ്പ്രദായം തകരാൻ തുടങ്ങിയ സംക്രമണകാലഘട്ടത്തിലാണ് പാലൂർ ജനിയ്ക്കുന്നത്. സ്വാഭാവികമായും പാലൂരിന്റെ കഥ അന്നത്തെ നമ്പൂതിരിസമൂഹത്തിന്റെ കഥകൂടിയാണ്. നമ്പൂതിരിയെ മനുഷ്യനാക്കാൻ ശ്രമിച്ച വി.ടിയുടെ ശിഷ്യനാണ് താനെന്നതിൽ പാലൂർ അഭിമാനംകൊള്ളുന്നുണ്ട്. നമ്പൂതിരി അജ്ഞതയും അസ്വാതന്ത്ര്യവും അന്ധവിശ്വാസങ്ങളും അനാചാരങ്ങളുമെല്ലാം കുടഞ്ഞെറിഞ്ഞ് ആധുനികവിദ്യാഭ്യാസത്തിലൂടെയും ജാതിമതദേശാതീതമായ മനോവികാസത്തിലൂടെയും വിശ്വമാനവനായി മാറിയതെങ്ങനെയെന്ന് പാലൂരിന്റെ ആത്മകഥ പരോക്ഷമായി നമ്മോടു പറയുന്നു. മനുഷ്യനായി മാറാൻ നമ്പൂതിരി എന്തൊക്കെ പരീക്ഷണങ്ങളെ അതിജീവിയ്ക്കണമെന്നുകൂടി അതു നമുക്ക് കാണിച്ചുതരുന്നു.

ജീർണ്ണമായ ആചാരനീതിസംഹിതകളാൽ എത്ര ക്രൂരമായാണ് പ്രഭുത്വവും പൗരോഹിത്യവും തങ്ങളുടെ സഹജീവികളെ ദ്രോഹിച്ചിരുന്നതെന്ന് 'അമ്മ പറഞ്ഞ കഥ' എന്ന ആദ്യ അധ്യായം തന്നെ വ്യക്തമാക്കുന്നു. പട്ടിണി കിടക്കുന്ന കുടുംബാംഗങ്ങൾക്ക് കുറച്ചു ദിവസമെങ്കിലും ഭക്ഷണത്തിനു വകയാകുമല്ലോ എന്നാശിച്ചാണ് പാലൂരിന്റെ ജ്യേഷ്ഠൻ 'വിലക്കപ്പെട്ട' മുറജപത്തിനു പോയത്. മടങ്ങി വന്നപ്പോൾ പ്രഭുക്കളുടെ തിട്ടൂരം അനുസരിയ്ക്കാത്തതിന്റെ പേരിൽ കുടുംബം മുഴുവൻ ഭ്രഷ്ടിന് വിധേയമാകുന്നു. അതിനിടയിലാണ് ഒരോപ്പോൾ കോളറ പിടിച്ചുമരിയ്ക്കുന്നത്. തറവാട്ടിലെ സ്ത്രീകളെല്ലാം കാലുപിടിച്ചപേക്ഷിച്ചിട്ടും പ്രായശ്ചിത്തം ചെയ്യാതെ ശവം സംസ്ക്കരിയ്ക്കാൻ പ്രഭുക്കൾ അനുവദിച്ചില്ല. രണ്ടു ദിവസം മൃതദേഹം സംസ്കരിക്കപ്പെടാതെ കിടന്നു. വിഷ്ണു ഓതിയ്ക്കൻ ശുദ്ധഹൃദയനും ഉള്ളിൽ ഉൽപതിഷ്ണുവുമായിരുന്നതിനാൽ മൂന്നാംനാൾ എല്ലാ വിലക്കുകളും അതിലംഘിച്ച് ശവസംസ്ക്കാരക്രിയകൾ നടത്താൻ ധൈര്യംകാണിച്ചു. ഇന്നത്തെ ആളുകൾക്ക് ഇതൊരു കെട്ടുകഥയായി തോന്നാം. എന്നാൽ അന്ന് ജന്മിപുരോഹിതക്കൂട്ടുകെട്ട് ഇതും ഇതിലപ്പുറവും ദുഷ്ടകൃത്യങ്ങൾ യാതൊരു ലജ്ജയുമില്ലാതെ ചെയ്തിരുന്നു.

ഈ ആത്മകഥയിലൂടെ എത്രയെത്ര ദേശങ്ങൾ, കാലങ്ങൾ, കഥകൾ, ചരിത്രങ്ങൾ, ഐതിഹ്യങ്ങൾ, ആചാരങ്ങൾ, അനാചാരങ്ങൾ, ഗ്രാമങ്ങൾ, നഗരങ്ങൾ, സംസ്കൃതികൾ നമ്മുടെ മുമ്പിൽ അനാവരണം ചെയ്യപ്പെടുന്നു! പാലൂർ ജനിച്ചുവളർന്ന പെരിയാറിന്റെ തീരത്തുള്ള ഗ്രാമം മുതൽ വള്ളുവനാട്, തൃശ്ശൂർ, തിരുവനന്തപുരം, കോഴിക്കോട്, ബോംബെ എന്നീ പ്രദേശങ്ങൾ. ജന്മിനാടുവാഴിത്ത സമ്പ്രദായങ്ങൾ കൊടികുത്തിനിന്ന ഇരുപതാം നൂറ്റാണ്ടിന്റെ ആദ്യപാദം. മുതലാളിത്തത്തിലധിഷ്ഠിതമായ വാണിജ്യവ്യവസായ സംസ്കൃതിയുടെ വരവ്. ജനാധിപത്യം, കമ്മ്യൂണിസം, അടിയന്തിരാവസ്ഥ, ആഗോളീകരണം എന്നിവയുടെ കാലഘട്ടങ്ങൾ. വിഷ്ണുഓതിയ്ക്കൻ, വലിയപൂരാടം, പരീക്ഷിത്തുതമ്പുരാൻ, വിദ്വാൻ മാന്തട്ട എന്നീ സാത്വികരായ മഹത്തുക്കൾ. കെ.പി. നാരായണപ്പിഷാരോടി, പട്ടിയ്ക്കാന്തൊടി രാമുണ്ണിമേനോൻ മുതലായ ആചാര്യന്മാർ. എൻ.വി, ജി, വൈലോപ്പിള്ളി, ഒളപ്പമണ്ണ, കക്കാട് എന്നീ കവികൾ. ബഷീറിനെയും ഉറൂബിനെയും പോലുള്ള കാഥികന്മാർ. വാഴേങ്കട കുഞ്ചുനായർ, കലാമണ്ഡലം കൃഷ്ണൻനായർ, രാമൻകുട്ടി നായർ, പത്മനാഭൻനായർ എന്നീ കഥകളി പ്രതിഭകൾ. വി.ആർ. മേനോൻ, കൃഷ്ണയ്യർ, തൈക്കാട് മൂസത് എന്നീ ഭിഷഗ്വരന്മാർ. ടി.എം.പി. നെടുങ്ങാടി, ജോസഫ് ജോൺ, ശ്രീകുമാരൻ മുതലായ സുഹൃത്തുക്കൾ. ഒടിയനേയും വെൺമണിയേയും സ്വർണ്ണത്തെ സ്വർണ്ണമഴയേയും പോലുള്ള ഐതീഹ്യങ്ങൾ- എല്ലാം ചേർന്ന് ഈ ആത്മകഥ മറ്റൊരിതിഹാസം തന്നെയായി മാറുന്നു.

പാലൂരിന് തന്റെ ജീവിതത്തെ സംബന്ധിച്ചിടത്തോളം അനുഭവങ്ങളെപ്പോലെത്തന്നെ പ്രധാനമാണ് മഹാഭാരതം. പതിനെട്ടു പ്രാവശ്യം അദ്ദേഹം മഹാഭാരതം വായിച്ചുകഴിഞ്ഞു. പത്തൊമ്പതാമത്തെ തവണ വായിച്ചുകൊണ്ടിരിക്കുകയാണിപ്പോൾ. മഹാഭാരതത്തെപ്പറ്റി അദ്ദേഹം പറയുന്നു:

"വെളുത്തവാവുന്നാളിലെ കടലുപോലെയാണ് മഹാഭാരതം...

ഒന്നിനേയും നിഷേധിയ്ക്കാനല്ല, എല്ലാറ്റിനോടും ഇണങ്ങിപ്പോകാനാണ് വ്യാസൻ പറയുന്നത്. നൂറുകൊല്ലം ചന്ദ്രനെപ്പോലെയും സൂര്യനെപ്പോലെയും ജീവിയ്ക്കുക. യശസ്സ് നിലനിർത്തുക....

എല്ലാവരും അവരവരുടെ ഇഷ്ടമനുസരിച്ച് പാകത്തിനു വളരട്ടെയെന്നാണ് വ്യാസന്റെ മതം...

ഇത്ര ഉദാരമായ ദർശനം ഞാൻ മറ്റെങ്ങും കണ്ടിട്ടില്ല."

മഹാഭാരതത്തിന്റെ ദർശനം പാലൂർ തന്റെ ജീവിതത്തിലും കവിതയിലും സ്വാംശീകരിച്ചിട്ടുണ്ട്.പാലൂരിന്റെ പിൽക്കാല

കവിതകളുടെ ശക്തിയ്ക്ക്(ഒപ്പം പരിമിതിയ്ക്കും) നിദാനം മഹാഭാരതം അദ്ദേഹത്തിൽ ചെലുത്തിയ സ്വാധീനം തന്നെ.

ആത്മാർത്ഥത, ആർജ്ജവം, സത്യസന്ധത- ഇവയാണ് എല്ലാ മഹത്തായ ആത്മകഥകളിലും പൊതുവേ കാണുന്ന ഗുണങ്ങൾ. എഴുതിയതു സത്യമായാൽ മാത്രം പോരാ, മുഴുവൻ സത്യവും എഴുതാനുള്ള ധൈര്യവും ആത്മകഥാകാരൻ കാണിയ്ക്കേണ്ടതുണ്ട് എന്നു വി.ടി. തന്റെ വിജയങ്ങളെപ്പോലെത്തന്നെ പരാജയങ്ങളും തുറന്നെഴുതാൻ പാലൂരിനൊരു മടിയുമില്ല. അവനവനോട് പൂർണ്ണമായും സത്യസന്ധത കാണിയ്ക്കുന്നതിനാൽ പാലൂരിന്റെ ആത്മകഥ ഒരിയ്ക്കലും പൊങ്ങച്ചം പറച്ചിലോ ആത്മപ്രശംസയോ ആയി മാറുന്നില്ല.

ജീവിതം പാലൂരിനെ സംബന്ധിച്ചിടത്തോളം ആത്മാഭിമാനമുള്ള മനുഷ്യനായി ജീവിയ്ക്കാനുള്ള സമരം തന്നെയായിരുന്നു ഏറിയ കൂറും. ഇന്ത്യൻ എയർലൈൻസിൽ ജോലികിട്ടി സുരക്ഷിതനായി കഴിഞ്ഞപ്പോൾ ആ സമരം അവസാനിച്ചു. പിന്നീടുള്ളത് ഒരു സാധാരണ ജീവിതം മാത്രം. പക്ഷേ ജീവിതത്തിലുടനീളം വൈകാരികതലത്തിലും ചിന്താതലത്തിലും അദ്ദേഹം മറ്റൊരു സമരത്തിലായിരുന്നു. കവിതയ്ക്കുവേണ്ടിയുള്ള അവനവനോടു തന്നെയുള്ള സമരം. തീർച്ചയായും മലയാളത്തിൽ എണ്ണം പറഞ്ഞ ചില കവിതകൾ പാലൂരിൽനിന്നു നമുക്കു ലഭിച്ചിട്ടുണ്ട്. ഉഷസ്സ്, ബാഹുകൻ, തീർത്ഥയാത്ര, പച്ചമാങ്ങ, പാലൂരിന്റെ പാട്ട്.... തന്റെ പ്രധാനപ്പെട്ട കവിതകളെങ്കിലും വാർന്നു വീണ സാഹചര്യങ്ങളും സന്ദർഭങ്ങളും അവയുടെ ചോദനകളും പാലൂർ എഴുതിയിരുന്നെങ്കിൽ ഈ ആത്മകഥ സാഹിത്യവിദ്യാർത്ഥികൾക്ക് കുറേക്കൂടി ഉപകാരപ്രദമായേനെ.

വ്യാസന്റെയും വാത്മീകിയുടെയും സി.വിയുടെയും വി.ടിയുടെയും മറ്റും പൈതൃകത്തിന്റെ ജൈവവീര്യമാർന്ന ഭാഷയിലാണ് പാലൂർ തന്നെയും തന്റെ ദേശത്തേയും കാലത്തെയും ആവിഷ്ക്കരിക്കുന്നത്. കവിയുടെ കാല്പാടുകൾ, ജീവിതപ്പാത, അരങ്ങു കാണാത്ത നടൻ എന്നിങ്ങനെയുള്ള മലയാളത്തിലെ ശ്രേഷ്ഠമായ ആത്മകഥാഗ്രന്ഥങ്ങളുടെ ശ്രേണിയിൽതന്നെയാണ് പാലൂരിന്റെ ഈ രചനയുടെയും സ്ഥാനം.

വളരെ സന്തോഷത്തോടെ ഈ വലിയ കൃതി ഞാൻ സഹൃദയരായ വായനക്കാർക്കുമുമ്പിൽ സമർപ്പിക്കുന്നു.

കോഴിക്കോട് **പി.എം. നാരായണൻ**

1.2.2011

കഥയില്ലാത്തവന്റെ കഥ

"നശിക്കേണ്ടതെല്ലാം നശിച്ചാലൊരിക്കൽ
നരക്കാത്തതെന്തെങ്കിലും കണ്ടുകിട്ടാം
മരിക്കാത്ത ജീവന്റെ ചൈതന്യമേ
സംസ്കരിക്കാതിരിക്കില്ല നാളെ പ്രഭാതം"

- എം.എൻ. പാലൂർ

അമ്മ പറഞ്ഞ കഥ

വലിയേട്ടന്റെ സമാവർത്തനം കഴിഞ്ഞു. വലിയവരെപ്പോലെ മുണ്ടു ചുറ്റി നടക്കാറായി. എന്നാൽ ഒന്നും പഠിച്ചിട്ടില്ല. ഇനി എന്തു വേണം?

മാനസികാസ്വാസ്ഥ്യമുള്ള അച്ഛൻ. നാല് ആൺകുട്ടികളും ഏഴ് പെൺകുട്ടികളും. അമ്മ, ചെറിയമ്മ, മുത്തശ്ശി. പാട്ടം കിട്ടാൻ കുറച്ചൊക്കെയുണ്ട്. പക്ഷേ കിട്ടുന്നത് വളരെ കുറവ്. നിത്യനിദാനത്തിനാണെങ്കിൽ വേറെ ഉപായങ്ങളൊന്നുമില്ലതാനും.

വലിയ ഇല്ലപ്പറമ്പുണ്ട്. മാവും പിലാവും തുടങ്ങി നിറയെ ഫലവൃക്ഷങ്ങൾ. വാഴകൾ. ധാരാളം അടയ്ക്കാമരം. തൊട്ടുകിഴക്കുഭാഗത്ത് ജലസമൃദ്ധിയുള്ള ചാലക്കുടിപ്പുഴയും. നേരം വെളുത്താൽ അബദ്ധമായി. കാരണം ആർക്കും ഒന്നും ചെയ്യാനുണ്ടായിരുന്നില്ല.

ആചാരങ്ങളെല്ലാം കടുകട്ടി. ആഭിജാത്യത്തിനാണെങ്കിൽ കുറവുമില്ല.

സമയത്തിന് എന്തെങ്കിലും വെച്ചുണ്ടാക്കേണ്ട പരിഭ്രമത്തിലാണ് അമ്മമാർ. പാട്ടം കിട്ടിയാലേ അരിയുണ്ടാവൂ. യഥാസമയം പിരിച്ചെടുക്കാൻ ഉത്തരവാദപ്പെട്ട ആരുമില്ലതാനും.

അപൂർവ്വം ചില ശുദ്ധഗതിക്കാരെയൊഴിച്ചാൽ, പാട്ടം തരാതിരിക്കലിലായിരുന്നു പൊതുവെ എല്ലാവർക്കും നിഷ്കർഷ.

അപ്ഫൻ (അച്ഛന്റെ അനുജൻ) ഇല്ലത്തെ ആശാകേന്ദ്രമായിരുന്നു. തൃശൂര് ബ്രഹ്മസ്വംമഠത്തിൽ ദേഹണ്ഡമായിരുന്നു അദ്ദേഹത്തിനു പണി. കൊല്ലത്തിലൊരിക്കലെങ്ങാനും ഇല്ലത്തു വന്നാലായി. അക്കാലത്ത് അദ്ദേഹം വിവാഹം കഴിച്ചിരുന്നില്ല.

വലിയേട്ടന്റെ സമാവർത്തനത്തിന് ക്രിയയ്ക്കു കൂടാനും മറ്റുമായി എത്തിയ നമ്പൂതിരിമാരുടെ വർത്തമാനത്തിൽനിന്ന് പദ്മനാഭസ്വാമി ക്ഷേത്രത്തിൽ (തിരുവനന്തപുരത്ത്) മുറജപം തുടങ്ങാറായി എന്ന് ഏട്ടൻ എങ്ങനെയോ കേട്ടു. അതോടുകൂടി മുറജപത്തിനു പോകാനുള്ള മോഹം ഏട്ടനെ കലശലായി പിടികൂടി.

എന്നാലൊരു ബുദ്ധിമുട്ട്: മഹാരാജാവ് പദ്മനാഭസ്വാമിക്ഷേത്രം തീണ്ടിപ്പൊട്ടിച്ചിരിക്കുന്നു. (അക്കാലത്താണ് തിരുവിതാംകൂറിൽ ക്ഷേത്രപ്രവേശന വിളംബരം പുറപ്പെടുവിച്ചത്.)

ഇടയ്ക്കുണ്ടാകുന്ന മുറജപം കേരളത്തിലെ മുഴുവൻ നമ്പൂതിരിമാരുടെയും ആശാകേന്ദ്രമായിരുന്നു.

മുറജപത്തിന് പോയവരാരും വെറും കയ്യോടെ മടങ്ങിവന്നിട്ടില്ല. ധാരാളം വസ്ത്രവും കുറെ പണവുമായിട്ടാണ് നമ്പൂതിരിമാർ തിരികെയെത്തിയിരുന്നത്. ആ ദിവസങ്ങളിലെ, തിരുവനന്തപുരത്തെ താമസമാണെങ്കിൽ രാജപദവിയിലും.

ആറു കൊല്ലം കൂടുമ്പോഴാണ് മുറജപം പതിവ്. ഒരു മുറജപം കഴിഞ്ഞാൽ പിന്നത്തെ മുറജപംവരെ അത് എവിടെയും എല്ലാവർക്കും സംസാരിക്കാനുള്ള വിഷയവുമായിരുന്നു.

എന്നാലിപ്പോൾ നമ്പൂതിരിമാരെങ്ങനെ പോകും?

പോയാൽ പ്രായശ്ചിത്തം ഉറപ്പാണ്. അതിനു കൂട്ടാക്കാഞ്ഞാൽ സമുദായം ഒറ്റപ്പെടുത്തും. അവർക്കു പിന്നെ കേരളത്തിൽ കഴിയാനെളുപ്പമല്ല.

വരാൻ പോകുന്ന മുറജപത്തിനെക്കുറിച്ചായി നാട്ടിലെവിടെയും സംസാരം. രണ്ടുമാസം കഴിഞ്ഞാൽ തുടങ്ങും.

അങ്ങനെയിരിക്കെയാണ്, ആരും മുറജപത്തിനു പോകാൻ പാടില്ലെന്ന് നമ്പൂതിരിസമുദായത്തിലെ ചില പ്രമാണിമാരും പ്രഭുക്കളും യോഗം കൂടി തീരുമാനിച്ചത്. "നിയമം മഹാരാജാവുണ്ടാക്കിയാലും അനുസരിക്കണമോ എന്ന് തീരുമാനിക്കേണ്ടത് പ്രജകളാണല്ലോ"- അവർ വാദിച്ചു.

അയൽവക്കത്തെ ഇല്ലങ്ങളിലും ക്ഷേത്രങ്ങളിലും അഞ്ചാറു നാഴിക അകലെ നായത്തോട്ടുള്ള അമ്മാത്തു(അമ്മയുടെ ജന്മഗൃഹം)മല്ലാതെ ഏട്ടനെങ്ങും പോയി പരിചയമില്ല. കൈയിലാണെങ്കിൽ കാശുമില്ല. പിന്നെ എങ്ങനെ പോകും!

"നിങ്ങളെന്നെ അനുഗ്രഹിക്കണം. ഞാൻ മുറജപത്തിനു പോകാൻ തീരുമാനിച്ചു" - ഏട്ടൻ അമ്മമാരെ നമസ്കരിച്ച് പറഞ്ഞുവത്രേ!

ഏട്ടന്റെ തീരുമാനം കാട്ടുതീ പോലെ നാട്ടിലെങ്ങും പരന്നു. നമ്പൂതിരിമാർ മുക്കിലും മൂലയിലും ഇരുന്ന് കുശുകുശുക്കാൻ തുടങ്ങി.

"ഇന്നലെ സമാവർത്തനം കഴിഞ്ഞതേയുള്ളൂ. കഷ്ടിച്ച് പതിന്നാലു വയസ്സ്. പാലൂരെ നാരായണന് ഇപ്പത്തന്നെ ഇത്ര ധിക്കാരോ! പോയി വരട്ടെ; അപ്പക്കാണാം" - നല്ലവണ്ണം മുറുക്കിത്തുപ്പി പ്രമാണിമാർ ഭീഷണിപ്പെടുത്തി.

ഏട്ടനെപ്പോലെയുള്ള ഒരു ചെറുപ്പക്കാരന്, ആ പ്രായത്തിൽ വരും വരായ്കളെകുറിച്ച് ആലോചിക്കാൻ വകതിരിവുണ്ടാവുക സ്വാഭാവികമല്ലല്ലോ. ആവശ്യമില്ലെങ്കിൽ പോലും ധിക്കരിക്കുക എന്നതാണേറെ സ്വാഭാവികം.

മുറജപം തുടങ്ങുന്നതിന്റെ ഒരാഴ്ച മുമ്പ് ഏട്ടൻ ഇല്ലത്തുനിന്ന്, 'ചാടിപ്പോയി'. എവിടെപ്പോയെന്ന് ആരും തിരക്കിയില്ല. എങ്ങനെ പോയെന്നും. പക്ഷേ എല്ലാമറിയുന്ന അമ്മമാർ തീ തിന്നുകയായിരുന്നു.

സുമാർ മൂന്നുമാസത്തിനു ശേഷം, ഒരു ദിവസം ഉച്ചയ്ക്ക് ഏട്ടൻ ഇല്ലത്ത് മടങ്ങിയെത്തി. ചാലിയന്മാരെ(നെയ്ത്ത് കുലത്തൊഴിലായ ഒരു സമുദായം)പ്പോലെ ഒരു കെട്ടു വസ്ത്രവും കുറെ പണവുമായിട്ടാണ് വന്നത്.

അമ്മമാർക്ക് സമാധാനമായി. ഓപ്പോളുമാർക്ക് സന്തോഷവും. ഇല്ലത്തെല്ലാവർക്കും നാലഞ്ചുകൊല്ലം ഉടുക്കാൻ വേണ്ട വസ്ത്രങ്ങളായി. അത്യാവശ്യത്തിന് കാശും.

"നീയ്യ് ഇതൊക്കെ മോഷ്ടിച്ചതല്ലല്ലോ?" അമ്മമാർ ചോദിച്ചുവത്രേ!

കൊണ്ടുവന്ന അദ്ഭുതവസ്തുക്കൾ അവരുടെ മുൻപിൽ നിരത്തി വെച്ച് ഏട്ടൻ കഥകളെല്ലാം വിസ്തരിച്ചു: എറണാകുളം വരെ നടന്നു. അവിടുന്ന്

ബോട്ടിൽ ആലപ്പുഴയ്ക്ക്, ആലപ്പുഴ നിന്ന് കൊല്ലത്തേയ്ക്കും തിരുവനന്തപുരത്തേയ്ക്കും. നാലഞ്ചുദിവസം കൊണ്ടാണത്രേ ഏട്ടൻ തിരുവനന്തപുരത്തെത്തിയത്. ബോട്ടിറങ്ങിയ ഏട്ടൻ പദ്മനാഭസ്വാമിക്ഷേത്രം അന്വേഷിച്ചു. വടക്കുനിന്ന് മുറജപത്തിന് എത്തിയതാണെന്ന് കേട്ട ഒരു രാജഭക്തൻ, തിരുമേനിയെ വേഗം വേണ്ട ദിക്കിൽ എത്തിച്ചുവത്രേ!

പിന്നെ എല്ലാം പതിവുപോലെ. അത് വർണ്ണിക്കാൻ ആയിരം നാവുള്ള അനന്തനെക്കൊണ്ടുപോലും സാധിക്കില്ലെന്നാണ് അമ്മ പറഞ്ഞത്.

ഏട്ടൻ തിരികെവന്ന് രണ്ടു ദിവസം കഴിഞ്ഞപ്പോൾ സ്ഥലത്തെ നമ്പൂതിരി പ്രഭുകുടുംബത്തിലെ ഒരംഗം, അദ്ദേഹത്തെ ചെന്നു കാണാൻ പറഞ്ഞ് ഏട്ടന് ഒരു കുറിപ്പ് കൊടുത്തയച്ചു. കുറിപ്പു കൊണ്ടുവന്ന ആളോട് കാര്യം ചോദിച്ചറിഞ്ഞ ഏട്ടൻ ലേശം പരിഭ്രമിച്ചെങ്കിലും അയാളുടെ കൂടെ പോകാൻ ഒരുങ്ങിയില്ല.

ഒന്നുരണ്ടുതവണ പിന്നെയും ആളെ അയച്ചുവത്രേ. അല്പം ഭയവും ധാരാളം ധിക്കാരവും കയ്യിൽ കുറച്ചു കാശുമുണ്ടായിരുന്നതുകൊണ്ട് ഏട്ടൻ ഇല്ലത്തുനിന്ന് അനങ്ങിയില്ല. അത് പിന്നീട് എല്ലാവർക്കും വലിയ വിഷമവുമുണ്ടാക്കി.

അമ്മമാരെ വിളിച്ചുവരുത്തി, സമുദായത്തിലെ ചില പ്രമാണിമാർ ഏട്ടനോട് പ്രായശ്ചിത്തം ചെയ്യാൻ പറയാൻ ഉപദേശിച്ചു. അവർ അങ്ങനെയാകാമെന്ന് ഏറ്റു മടങ്ങുകയും ചെയ്തു.

മാസങ്ങൾ നീങ്ങിക്കൊണ്ടിരിക്കെ, ഏട്ടന് ഇല്ലത്ത് ഭക്ഷണം കൊടുക്കാൻ പാടില്ലെന്ന് കല്പന വന്നു. "പെറ്റതള്ളയായ എന്നോട് അത് പറയരുതെ"ന്ന് അമ്മ ചെന്നു കരഞ്ഞുപറഞ്ഞപ്പോൾ പന്തിതിരിച്ചുവെച്ച് ചോറുകൊടുത്തോളാൻ സമ്മതിച്ചുവത്രേ! അക്കൊല്ലത്തെ ഓണക്കാലം അങ്ങനെ കഴിഞ്ഞു.

ഏട്ടനാണെങ്കിൽ ആരു പറഞ്ഞാലും കേൾക്കില്ല. പ്രായശ്ചിത്തത്തിന്റെ കഥ പറയുകയേ വേണ്ട. അമ്മമാർ കഷ്ടത്തിലായി.

കൂനിന്മേൽ കുരു എന്നപോലെ അക്കാലത്ത് ഞങ്ങളുടെ നാട്ടിൽ തലേത്തട്ടി (കോളറ)എന്ന ദീനം പരക്കാൻ തുടങ്ങി. എന്റെ ഒരു ഓപ്പോൾ ആ പകർച്ചവ്യാധിക്ക് ഇരയാവുകയും കാര്യമായ ചികിത്സയൊന്നുമില്ലാതെ രണ്ടുമൂന്നു ദിവസത്തിനകം മരിക്കുകയും ചെയ്തു.

മരണവിവരം വേണ്ടവരെയെല്ലാം അമ്മമാർ യഥാസമയം അറിയിച്ചു. എന്നാൽ സമുദായത്തിലെ പ്രമാണിമാരുടെ സ്വാധീനം നിമിത്തം നാട്ടുകാർ ആരും സഹകരിച്ചില്ല. നമ്പൂതിരിമാരുടെ കഥ പറയാനുമില്ലല്ലോ!

മൃതദേഹം സംസ്കരിക്കാൻ ഉപായം കാണാതെ ആകാവുന്ന എല്ലാ ബന്ധുക്കളേയും അമ്മമാർ സമീപിച്ചുവത്രേ! എന്നാൽ സമുദായത്തെ പേടിച്ച് ആരും തന്നെ ആ ദയനീയാവസ്ഥയിൽ ഇല്ലത്തേയ്ക്ക് തിരിഞ്ഞു നോക്കുവാൻ പോലും ധൈര്യപ്പെട്ടില്ല!

രണ്ടുമൂന്നു നാഴിക കിഴക്കുള്ള വടക്കുംകര മനക്കാരായിരുന്നു ഞങ്ങളുടെ ഓതിക്കൻമാർ(പുരോഹിതർ). മരണം കഴിഞ്ഞ് രണ്ടാം ദിവസം അസ്തമിക്കുന്നതിന് മുമ്പായി അമ്മമാർ ഓതിക്കന്റെ ഇല്ലത്തുചെന്ന് കുട്ടിയുടെ മൃതദേഹം എങ്ങനെയെങ്കിലും സംസ്കരിച്ചുതരണമെന്ന് അപേക്ഷിച്ചു. പക്ഷേ, അപ്പോൾ അവിടെയുണ്ടായിരുന്ന ആരും തന്നെ അതിന് മറുപടിയൊന്നും പറഞ്ഞില്ല.

വിഷ്ണു ഓതിക്കനായിരുന്നു അക്കാലത്ത് അവിടത്തെ കാരണവർ. നല്ല സഹൃദയനും മർക്കടമുഷ്ടിയില്ലാത്തവനും കുറച്ചൊക്കെ പുരോഗമനാശയങ്ങൾ ഉൾക്കൊള്ളുന്നവനുമായിരുന്നു അദ്ദേഹം.

പിറ്റേദിവസം രാവിലെ വിഷ്ണു ഓതിക്കൻ സമുദായത്തിലെ പ്രമാണിമാരിൽ ചിലരെ ചെന്നു കണ്ട് കാര്യം സംസാരിച്ചു. അവരാരും സഹകരിക്കില്ലെന്നും ഏട്ടൻ പ്രായശ്ചിത്തം ചെയ്യാതെ മൃതദേഹം സംസ്കരിക്കാൻ പാടില്ലെന്നും അദ്ദേഹത്തോട് അവർ തീർത്തു പറഞ്ഞു.

ഒരു വ്യക്തി ചെയ്ത അപരാധത്തിന് ആ സാധുകുടുംബത്തിലെ അന്തർജ്ജനങ്ങളെ ഇങ്ങനെ ദണ്ഡിപ്പിക്കാൻ പാടില്ലെന്ന് ഓതിക്കൻ ശാന്തനായി പറഞ്ഞു നോക്കി.

“അതു ഞങ്ങളാണ് തീരുമാനിക്കാൻ. ഞങ്ങളുടെയൊക്കെ വാദ്ധ്യാർ പ്രവൃത്തിയാണ് ഓതിക്കനുള്ളത്. സമുദായത്തിന്റെ കാര്യമാണ് ഇത്. ഓതിക്കൻ അത് മറക്കരുത്” - അവർ ശഠിച്ചു.

“ഊണു കഴിച്ചു പോകാം” എന്ന സൽക്കാരവാക്കിന്, “എനിക്കു വിശപ്പില്ല. എന്നെ ഉപദേശിക്കുന്നതിന് മുമ്പ് നിങ്ങളെന്റെ ശിഷ്യൻമാരാണെന്ന കാര്യം ഓർക്കേണ്ടതായിരുന്നു” എന്നും പറഞ്ഞ് അദ്ദേഹം ഇറങ്ങി നടന്നു.

നല്ലവനായ വിഷ്ണു ഓതിക്കൻ തന്റെ ഇല്ലത്തു ചെന്ന് കുളിച്ച് ഭക്ഷണം കഴിച്ച് ഒരു വാല്യക്കാരനെയും കൂട്ടി ഞങ്ങളുടെ ഇല്ലത്തേയ്ക്ക് പുറപ്പെട്ടു. ഏതാണ്ട് നാലു നാഴിക അസ്തമിക്കാനുള്ളപ്പോൾ പുഴയ്ക്കക്കരെ നിന്ന് ഓതിക്കൻ വിളിച്ചു ചോദിച്ചു. “അവിടെ തോണി വല്ലതുമുണ്ടോ?”

“തോണിയില്ലല്ലോ” എന്ന് ആരോ ചെന്ന് മറുപടി പറഞ്ഞു.

ചുറ്റിയ മുണ്ടഴിച്ച് തലയിൽകെട്ടി ഓതിക്കനും വാലിയക്കാരനും പുഴ നീന്തിക്കടന്ന് ഇല്ലത്തെത്തി.

“ഒന്നുകൊണ്ടും പരിഭ്രമിക്കേണ്ട. എന്റെ ശിഷ്യപ്രവൃത്തിയുള്ള ഒരു കുടുംബത്തിൽ മൃതദേഹം സംസ്ക്കരിക്കാതെ കിടക്കാൻ ഞാൻ സമ്മതിക്കില്ല. എന്റെ വാദ്ധ്യാർപ്രവൃത്തി പോവുകയാണെങ്കിൽ പോവട്ടെ.” അദ്ദേഹം അമ്മമാരെ സമാധാനിപ്പിച്ചു.

“നാരായണൻ (വലിയേട്ടൻ) എവിടെ?” ഓതിക്കൻ ചോദിച്ചു.

“രണ്ടു ദിവസമായി അത് എവിടെയാണെന്ന് ഞങ്ങൾക്കറിയില്ല. കാണാനില്ല” അമ്മമാർ പറഞ്ഞു.

അയൽവക്കത്തുള്ളവരെ വിളിച്ച് സംസ്ക്കരിക്കാനുള്ള മാവു വെട്ടാൻ ഓതിക്കൻ നിർദ്ദേശിച്ചു. അവർ സംശയിച്ചു നിൽക്കുന്നതു കണ്ടപ്പോൾ താൻ ഒപ്പം കൊണ്ടുവന്ന വാലിയക്കാരനോട് മാവു വെട്ടാൻ അദ്ദേഹം കല്പിച്ചു. കാര്യത്തിന്റെ ഗൗരവം മനസ്സിലാക്കിയ നാട്ടുകാർ ഓതിക്കൻ ഒപ്പം കൊണ്ടുവന്ന വാലിയക്കാരനെ മാറ്റി നിർത്തി മാവു വെട്ടാൻ തുടങ്ങുകയും ചെയ്തു.

സംസ്കരിക്കാനുള്ള വിറകും മറ്റു സാധനങ്ങളും ഒരുങ്ങിക്കഴിഞ്ഞപ്പോഴേയ്ക്കും നേരം പാതിരാവോടടുത്തിരുന്നു.

പെട്ടെന്ന് കടവിൽ നല്ല വെളിച്ചം! ചെന്നുനോക്കിയപ്പോൾ വലിയ ഒരു തോണി നിറയെ സ്ഥലത്തെ പ്രമാണിമാരായ നമ്പൂതിരിമാരും, സമുദായ നേതാക്കൻമാരും വിളക്കുമായി എത്തിയിരിക്കുന്നു! ഓതിക്കൻ അപ്പോൾ അവരെ കണ്ടതായിപ്പോലും നടിച്ചില്ല.

അവർ എല്ലാവരും കൂടിച്ചെന്ന് വിനയപൂർവ്വം ഏതാണ്ട് എഴുപതിനോടടുത്ത ഓതിക്കനോട് "ഞങ്ങൾ പറഞ്ഞതെല്ലാം മറക്കണം. ഞങ്ങളുടെ വാദ്ധ്യാർ പ്രവൃത്തി മേലിലും അങ്ങുതന്നെ നടത്തിത്തരണം. എല്ലാ കാര്യത്തിലും ഞങ്ങൾ അങ്ങയോട് സഹകരിച്ചോളാം" എന്ന് താണപേക്ഷിച്ചുവത്രേ!

"എന്നാൽ ആദ്യം സംസ്ക്കാരം നടക്കട്ടെ"

വിഷ്ണു ഓതിക്കൻ ചെല്ലമെടുത്ത് മുറുക്കാൻ തുടങ്ങി.

ഉർവ്വശിയെ കാണാനില്ല

വൈകിയാണുർന്നത്. നല്ലവണ്ണം വെളിച്ചായി. ഉടനെ ഉർവ്വശിയെ നോക്കാനാണ് തോന്നിയത്. ചെന്നു നോക്കിയപ്പോൾ അവളെ കാണാനില്ല. എവിടെപ്പോയി?

ഇന്നലെ സന്ധ്യയ്ക്കു മുൻപ് ഊണു കഴിക്കുമ്പോൾ, നാലുകെട്ടിലെ പടിഞ്ഞാറെ ഇറയത്തു വിരിച്ച ഒരു പായയിൽ ഞാനവളെ കണ്ടതാണ്. അവൾക്ക് നാലഞ്ചുദിവസമായി നല്ല സുഖമില്ലായിരുന്നു. അമ്മയുണ്ടാക്കിക്കൊടുക്കുന്ന ഒരു കഷായമാണ് ചികിത്സ. അതുകൊണ്ടാശ്വാസവും കണ്ടിരുന്നു. എന്നാലും അവൾ തീരെ അവശയും എപ്പോഴും കിടപ്പുമായിരുന്നു.

തൊട്ടതിനെല്ലാം ഞാനൊപ്പം വേണം. ഞാനില്ലെങ്കിൽ എല്ലാത്തിനും അവൾ വാശിപിടിക്കും. എന്നാൽ ഞാനുണ്ടായാൽ അവളെല്ലാമനുസരിക്കും. മാധവേട്ടനെ (എന്നെ) അവൾക്കും, എനിക്കവളേയും അത്ര ഇഷ്ടമായിരുന്നു.

ഞാനുണ്ടായ ശേഷം അമ്മ പ്രസവിച്ചത് ഇരട്ടയാണ്. ഇന്നും ജീവിച്ചിരിക്കുന്ന അനുജനും ഒപ്പം ഉർവ്വശിയും. ആദ്യം ഉണ്ടായത് അനുജനാണെന്നുള്ളതു കൊണ്ട് കാർന്നോസ്ഥാനം അനുജനായി. പോരാത്തതിന് ഉർവ്വശി പെൺകുട്ടിയുമാണല്ലോ!

അന്നെനിക്ക് മൂന്ന് വയസ്സായിരുന്നു. ചെറിയമ്മ കൊണ്ടുപോയി അനുജനേയും അനുജത്തിയേയും കാട്ടിത്തന്നപ്പോൾ ഞാൻ കരഞ്ഞുവത്രേ! അതെന്തിനാണെന്ന് ആർക്കും മനസ്സിലായില്ല. മൂന്നുവയസ്സായ എനിക്ക് എന്താണപ്പോൾ കരയാൻ തോന്നിയതെന്ന് ആർക്കറിയാം!

"വാക്കുകൾ കൂട്ടിച്ചൊല്ലാൻ വയ്യാത്ത കിടാങ്ങളേ
ദീർഘദർശനം ചെയ്യും ദൈവജ്ഞരല്ലോ നിങ്ങൾ"

എന്ന്, വലുതായതിനു ശേഷം വൈലോപ്പിള്ളിയുടെ 'മാമ്പഴ'മെന്ന കവിതയിൽ നിന്ന് ഞാൻ വായിച്ചിട്ടുണ്ട്.

അനുജന് പരമേശ്വരൻ എന്നാണ് പേരിട്ടത്. ഉർവ്വശിക്ക് ഇട്ടിച്ചിരി (ശ്രീദേവി) എന്നും.

അതിഭംഗിയുള്ള അനുജത്തിക്ക് ഉർവ്വശി എന്നു പേരിട്ടത് ഞാനാണ്. അതിനു കാരണമുണ്ട്.

"ഉർവ്വശി മേനക രംഭ തിലോത്തമ" എന്നു തുടങ്ങുന്ന ഒരു നാമം ചെറിയമ്മ ഇടയ്ക്ക് ചൊല്ലാറുണ്ട്. നല്ല രസമുണ്ട് ആ നാമം കേൾക്കാൻ.

കുട്ടികളില്ലാത്ത ചെറിയമ്മയുടെ മക്കളായിട്ടാണ് ഞങ്ങളെല്ലാവരും വളർന്നത്. എനിക്ക് പ്രത്യേകിച്ചും ചെറിയമ്മയെ ഏറെ ഇഷ്ടമായിരുന്നു. ചെറിയമ്മയ്ക്കെന്നേയും.

ഉർവ്വശി ആരാണെന്ന് ഒരു ദിവസം ഞാൻ ചെറിയമ്മയോട് ചോദിച്ചു. അതിന് ചെറിയമ്മ "നിനക്കതൊന്നും പറഞ്ഞാൽ മനസ്സിലാവാറായിട്ടില്ല. വലുതായാൽ പറഞ്ഞുതരാം. വേഗം വലുതായിക്കോ" എന്നു പറഞ്ഞു.

ഞാനുണ്ടോ വിടുന്നു!

വിടാതെ ഓരോന്നു ചോദിച്ച് ബുദ്ധിമുട്ടിച്ചപ്പോൾ സ്വർഗ്ഗത്തിലെ അതിസുന്ദരിമാരുടെ പേരാണ് അവയെല്ലാമെന്ന് ചെറിയമ്മ പറഞ്ഞു. അപ്പോൾ എനിക്കു മറ്റൊരു സംശയമായി. "അനുജത്തിയും സ്വർഗ്ഗത്തിലെ ഉർവ്വശിയെപ്പോലെ സുന്ദരിയല്ലേ?"

"എന്താത്ര സംശയം? ഉർവ്വശിയേക്കാൾ സുന്ദരിയാണ് നിന്റെ അനുജത്തി." ചെറിയമ്മ പറഞ്ഞു.

ഉടൻതന്നെ നിലത്ത് ഒരു ശീല വിരിച്ചതിൽ കിടന്നുകൊണ്ട് കൈകാലുകൾ കുടഞ്ഞു ചിരിക്കുന്ന അനുജത്തിയുടെ അടുത്തു ചെന്ന് ഞാൻ അവളെ ഉർവ്വശീ, ഉർവ്വശീ എന്ന് പലവട്ടം നീട്ടി വിളിച്ചു.!

ചിരി നിർത്തിയ അവൾ എന്നെ സൂക്ഷിച്ചു നോക്കി പെട്ടെന്ന് കരയാൻ തുടങ്ങി. എന്താണങ്ങനെ!

അതെന്തായാലും അന്നുമുതൽ ഞാൻ അനുജത്തിയെ 'ഉർവ്വശി' എന്ന് വിളിക്കാൻ തുടങ്ങി. അവളാണെങ്കിൽ എന്റെ വിളിയും കളികളും നല്ലവണ്ണം രസിക്കുന്ന മട്ടിൽ തൊണ്ണുകാട്ടി ചിരിക്കുകയും ചെയ്തിരുന്നു.

പത്തുമാസമായപ്പോഴേയ്ക്കും ഉർവ്വശി കുറേശ്ശെ നടന്നു തുടങ്ങി. അത്യാവശ്യം ചിലതു പറയാനും.

അക്കാലത്ത് അവൾക്ക് എല്ലാത്തിനും ഞാൻ വേണമെന്ന് വാശിയായിരുന്നു. ഉർവ്വശിയൊപ്പമുണ്ടായാൽ എന്നെക്കൊണ്ട് ആർക്കും ഒരു ശല്യവുമില്ലായിരുന്നുവെന്ന് പിന്നീട് അമ്മമാർ പറയുന്നത് ഞാൻ കേട്ടിട്ടുണ്ട്.

അങ്ങനെയുള്ള ഉർവ്വശിയെ തലേന്ന് സന്ധ്യയ്ക്ക് ഉറങ്ങാൻ പോകുമ്പോൾ ഞാൻ കണ്ടതാണ്. നേരം വെളുത്ത് ഉണർന്നു നോക്കുമ്പോൾ അവളെ കാണാനില്ല. എവിടെപ്പോയി?

'ഉർവ്വശീ, ഉർവ്വശീ' എന്ന് ഉറക്കെ വിളിച്ചുകൊണ്ട് ഞാൻ മുറ്റത്തും പറമ്പിലുമൊക്കെ നടക്കാൻ തുടങ്ങി. പുഴവക്കത്തേക്കു ചെന്നപ്പോൾ ചെറിയമ്മ ഓടി വന്ന് എന്നെയെടുത്തു പറഞ്ഞു "ഉർവ്വശി പോയി. നീയിനി അവളെ വിളിച്ച് തൊണ്ട വറ്റിയ്ക്കേണ്ട."

അവൾ എവിടേയ്ക്ക് പോയി എന്നായി കരഞ്ഞുകൊണ്ടുള്ള എന്റെ പിന്നത്തെ ചോദ്യം. എനിക്ക് വല്ലാതെ സങ്കടം വന്നു.

ചെറിയമ്മ കഷ്ടത്തിലായെന്നല്ലേ പറയേണ്ടൂ. എനിക്ക് ഉർവ്വശിയെ കാണണമെന്നു പറഞ്ഞ് നിലവിളിച്ചു കൊണ്ട് ഞാൻ ചെറിയമ്മയെ പിച്ചാനും മാന്താനും തുടങ്ങി.

അപ്പോൾ ചെറിയമ്മ എന്നെ താഴത്തുവെച്ച് കൈപിടിച്ചു നടത്തിക്കൊണ്ട് പതുക്കെ കടവിലേയ്ക്കു പോയി. മാവിലകൊണ്ട് പല്ലു തേപ്പിച്ചു. എന്നെ

ഒക്കത്തെടുത്ത് മുങ്ങിക്കുളിച്ചു. ആ സമയത്ത് ചെറിയമ്മ ഒന്നും പറഞ്ഞില്ല. ഞാനും.

തലയും മേലും തോർത്തിച്ച് എന്നെ കരയ്ക്കു നിർത്തി, ചെറിയമ്മ മുണ്ടു മുക്കിപ്പിഴിഞ്ഞ് തോർത്താൻ തുടങ്ങിയപ്പോൾ ഞാൻ വീണ്ടും ഉർവ്വശിയെ വിളിച്ച് കരഞ്ഞ് ബഹളം കൂട്ടി. അതും ആകാവുന്നത്ര ഉറക്കെ.

എന്തു പറഞ്ഞിട്ടും കരച്ചിൽ നിർത്തില്ലെന്നായപ്പോൾ വാത്സല്യത്തോടെ ചെറിയമ്മ എന്നോടു പറഞ്ഞു "കരഞ്ഞാൽ ഉർവ്വശി വരില്ല്യ. ഉമ്പാട്ടി(ഈശ്വരൻ)യാണ് ഉർവ്വശിയെ കൊണ്ടുപോയത്. അവളെ ഇനി നമുക്ക് കാണാൻ പറ്റില്ല. കരഞ്ഞാൽ ഉർവ്വശി ഒരിക്കലും നിന്നെ കാണാൻ വരില്ല."

ഞാൻ പതുക്കെ കരച്ചിൽ നിർത്തി. എന്നാലും സങ്കടം വല്ലാതെ വന്നിരുന്നു.

'ഉമ്പാട്ടി ഉർവ്വശിയെ കൊണ്ടുപോയതെന്തിനാണ്? അവൾക്ക് ഉമ്പാട്ടിയെ ഇഷ്ടമാണോ? എന്നേക്കാൾ ഇഷ്ടം ഉമ്പാട്ടിക്കവളോടുണ്ടോ? ആരാണവളെ കുളിപ്പിക്കുകയും ചോറു കൊടുക്കുകയും ചെയ്യുക?' എന്റെ സംശയങ്ങൾ പലതായിരുന്നു.

"ഉർവ്വശിക്ക് ഉമ്പാട്ടിയെ നിന്നേക്കാളും ഇഷ്ടമാണ്. ഉമ്പാട്ടിക്കാണെങ്കിൽ ഉർവ്വശിയെ കാണാതിരിക്കാനും വയ്യത്രേ! അതുകൊണ്ടല്ലേ ഉമ്പാട്ടി വിളിച്ചപ്പോൾ നിന്നോടുപോലും മിണ്ടാതെ ഉർവ്വശി പോയത്. അവളിനി നിന്നെ കാണാൻ വരില്ല. നീയ്യ് ഉർവ്വശിയെ വിചാരിച്ച് കരയേം വേണ്ട." ചെറിയമ്മ പറഞ്ഞു.

കാര്യം നല്ല പന്തിയല്ലെന്ന് എനിക്ക് തോന്നിയതുകൊണ്ടാകാം ഞാൻ ചെറിയമ്മയോട് ഉർവ്വശിയെ കാണാൻ പിന്നെ വാശി പിടിച്ചില്ലത്രേ!

കഷ്ടിച്ച് നാലര വയസ്സായ എനിക്ക് അനുജത്തി മരിച്ചുപോയി എന്ന് പറഞ്ഞാൽ അന്നു മനസ്സിലാകുമായിരുന്നില്ല. അതുകൊണ്ട് ചെറിയമ്മയുടെ വിദ്യ നല്ലവണ്ണം ഫലിച്ചു.

ഞാൻ അന്നുമുതൽ ഉർവ്വശിയോട് ലേശം ദേഷ്യത്തിലുമായി. സങ്കടവും ദേഷ്യവും ഒപ്പമാണ് വന്നിരുന്നത്.

എന്നേക്കാൾ അധികം ഉമ്പാട്ടിക്ക് അവളെ ഇഷ്ടമാണെന്നത് എനിക്ക് തീരെ ദഹിച്ചില്ല. അതിലധികം വിഷമം ഉണ്ടാക്കിയത് അവൾക്കും ഉമ്പാട്ടിയെ വലിയ ഇഷ്ടമാണെന്നും അതുകൊണ്ടാണ് അവൾ ആരോടും പറയാതെ ഉമ്പാട്ടി വിളിച്ചപ്പോൾ പോയതെന്നുമുള്ള ചെറിയമ്മയുടെ വിസ്താരമാണ്.

അന്നുവരെ ഞാൻ തീരെ അവഗണിച്ചിരുന്ന അനുജനോടായി, പിന്നീടുള്ള ദിവസങ്ങളിൽ, മുൻപ് ഉർവ്വശിയോടുണ്ടായിരുന്ന എന്റെ സ്നേഹപ്രകടനങ്ങളും കളിയും ചിരിയുമെല്ലാം.

ഞാനും അനുജനുമായിട്ട് മൂന്നു വയസ്സിന്റെ വ്യത്യാസമേയുള്ളൂ. എന്നിട്ടും വലിയ ഉത്തരവാദിത്തബോധത്തോടെയാണ് ഞാൻ അനുജനെ നോക്കിയിരുന്നത്. അനുജന്റെ എല്ലാ കാര്യങ്ങൾക്കും ഞാനാണ് മുൻപിൽ എന്നായി.

ഏട്ടനായ ഞാൻ അനുജനെ രസിപ്പിക്കാനായി കളികളിൽ എന്നും തോറ്റു കൊടുക്കും. ശുദ്ധഗതിക്കാരനായ അനുജൻ ജയിച്ചെന്നു കരുതി സന്തോഷിക്കുകയും ചെയ്യും. അനുജന്റെ ആ സന്തോഷം എനിക്ക് ആഹ്ലാദമായിരുന്നു.

ഒരിക്കൽ ഞങ്ങൾ ഒരു കളി കളിച്ചത് ഇന്നും നല്ല ഓർമ്മയുണ്ട്.

നായത്തോട്ടെ അമ്പലത്തിലെ ഉത്സവം കഴിഞ്ഞിട്ടധികം നാളായിരുന്നില്ല. അവിടെയുണ്ടായിരുന്ന കഥകളിയിലെ കഥകൾ മിക്കതും നല്ല ഓർമ്മയുണ്ടായിരുന്നു. കഥകളി കാണാൻ അനുജൻ ഒപ്പം വരുമെങ്കിലും കളി കാണുന്നതിനു പകരം ഉറങ്ങുകയാണ് മിക്കപ്പോഴും പതിവ്. അത് എനിക്കൊരു സങ്കടമായിരുന്നു.

ഇടയ്ക്ക് ഞാൻ ശുണ്ഠിയെടുത്ത് പിടിച്ചുകുലുക്കി ഉണർത്തും. അനുജനപ്പോൾ എന്നെ ശകാരിക്കുകയും ചിലപ്പോൾ അടിക്കുകയും ചെയ്യും. ഞാനതെല്ലാം സഹിക്കും. കാരണം, കഥകളിയിലെ ചില നല്ല ഭാഗങ്ങളെങ്കിലും അനുജനെ കാണിക്കണമെന്ന് എനിക്ക് വലിയ മോഹമായിരുന്നു.

കഥ ദുര്യോധനവധം. കളി നടക്കുന്നത് ഇല്ലത്തെ തെക്കേ വളപ്പിൽ. രൗദ്ര ഭീമൻ ഞാനാണ്. ദുശ്ശാസനൻ അനുജനും.

കൊട്ടും പാട്ടും ഞങ്ങൾ തന്നെയാണ് നടത്തിയിരുന്നത്. കാണികളായി ധാരാളം വാഴകളും കവുങ്ങുകളും മാവും പിലാവുമൊക്കെ.

കളി പൊടിപൊടിയ്ക്കുകയാണ്!

ദുശ്ശാസനന് ഉശിര് കൂട്ടാനായി ഭീമൻ തന്റെ ആട്ടങ്ങൾ അല്പം താഴ്ത്തിയിട്ടു. ആ തക്കം നോക്കി ദുശ്ശാസനൻ ഭീമനായ എന്നെ തള്ളിയിട്ട് അലറിക്കൊണ്ട് നെഞ്ഞത്തു കയറിയിരുന്ന് ഇടിക്കാൻ തുടങ്ങി. ഭീമനാണ് ദുശ്ശാസനന്റെ മാറു കീറി രക്തം കുടിക്കുകയും കുടൽമാല കഴുത്തിലിടുകയും വേണ്ടതെന്ന്, കളിയുടെ ലഹരിയിൽ അനുജൻ തീരെ മറന്നുപോയി.

നാലഞ്ച് ഇടി ഞാൻ സഹിച്ചു. കളിയാണ് എന്ന കഥയെല്ലാം മറന്നുകഴിഞ്ഞിരുന്ന അനുജൻ അടുത്തുകണ്ട ഒരു കല്ലെടുത്ത് എന്റെ നെഞ്ഞത്തിടിക്കാൻ തുടങ്ങി. കളി കാര്യമായി മാറുന്നതായിട്ട് എനിക്കപ്പോൾ കുറേശ്ശെ തോന്നുകയും ദേഷ്യം വരികയും ചെയ്തു.

കല്ലുകൊണ്ടുള്ള ഇടി നാലഞ്ചായപ്പോൾ ഭീമനായ ഞാൻ അലറിക്കൊണ്ട് ചാടിയെഴുന്നേറ്റ് ദുശ്ശാസനന്റെ നെഞ്ഞത്ത് ഒരിടി കൊടുത്തു. പാവം ദുശ്ശാസനൻ ഇടി കൊണ്ട് അക്ഷരാർത്ഥത്തിൽ വീണു.

എനിക്ക് പരിഭ്രമമായി.

അവിടെ കിടന്ന് കരയാൻ തുടങ്ങിയ അനുജനെ ഏട്ടനായ ഭീമൻ, കാര്യത്തിന്റെ ഗൗരവം മനസ്സിലാക്കി, എഴുന്നേല്പിച്ച് മടിയിലിരുത്തി സമാധാനിപ്പിക്കാൻ നോക്കി. എന്റെ സൂത്രത്തിന് വഴങ്ങാൻ അനുജനത്ര വിഡ്ഢിയൊന്നുമായിരുന്നില്ല.

ദുശ്ശാസനനായ അനുജൻ ഉറക്കെ കരയുകയാണ്. നിലവിളി കേട്ട് ആരെങ്കിലും എത്തിയാൽ ഏട്ടനായ ഭീമന് അടി ഉറപ്പ്. അനുജന്റെ കരച്ചിൽ എങ്ങനെയെങ്കിലും നിർത്തിയേ പറ്റൂ. ഞാനങ്ങോട്ടു പറയുന്നതൊന്നും അയാൾ കേൾക്കുന്നില്ല. കാര്യം കുഴപ്പത്തിലായി.

“ഭീമൻ തോറ്റു. ദുശ്ശാസനൻ ജയിച്ചു. പോരേ?” ഞാൻ അനുജനോട് ചോദിച്ചു.

അതനുജന് സമ്മതമായി. അയാൾ കരച്ചിൽ നിർത്തി.

“എന്നാൽ കളി മുഴുമിക്കണം.” അനുജൻ വാശിപിടിച്ചു.

ഞാനതിനു വഴങ്ങി, ഒരു മാറ്റത്തോടെ. അനുജൻ ഭീമനും ഞാൻ ദുശ്ശാസനുമായി. ഉടനെ, ഭീമനായ അനുജൻ ദുശ്ശാസനനായ എന്നെ മലർത്തി കിടത്തി നെഞ്ഞത്തു കയറിയിരുന്ന് ചോര കുടിക്കാൻ തുടങ്ങി. ആ ഉത്സാഹത്തിലനുജൻ എന്നെ എട്ടുപത്തിടി വേഗം വേഗമിടിച്ചു. അനുജനല്ലേ

എന്നോർത്തും ആരെങ്കിലും അറിഞ്ഞുവന്നാൽ ഏട്ടനായ എനിക്ക് തല്ലു മേടിക്കേണ്ടി വരുമെന്നു കരുതിയും എല്ലാറ്റിലും ഉപരി ഇനിയും അനുജനെ കളിക്കാൻ കിട്ടാൻ തോൽക്കുകയല്ലാതെ ഉപായമില്ലെന്ന് ബോദ്ധ്യമുള്ളതു കൊണ്ടും ഞാനതെല്ലാം സഹിച്ചു.

തളരുന്നതുവരെ ഭീമൻ കളിച്ചു.

എനിക്കാവശ്യം അനുജന്റെ സ്നേഹവും അല്പം സമാധാനവുമായിരുന്നു.

കളി കളിയല്ലാതാകുന്നത് എവിടെയായാലും കഷ്ടമാണ്.

ഒന്നര വയസ്സിൽ ഉമ്പാട്ടിയെ കാണാൻ പോയ ഉർവ്വശി ഇന്നു ജീവിച്ചിരിപ്പുണ്ടെങ്കിൽ വയസ്സ് എഴുപത്.

ഞാനിപ്പോഴും, ഇടയ്ക്ക് എന്റെ ഉർവ്വശിയെ സ്വപ്നം കാണാറുണ്ട്. ഉണർന്നിരിക്കുമ്പോൾ അവൾ പലപ്പോഴും വല്ലാതെ തളർത്തുന്ന ഒരോർമ്മയും.

ഇരട്ടകൾ തൊട്ടുഴിയുന്നത് ഉളുക്കു മാറാൻ നല്ലതാണെന്ന് ചില ദിക്കിൽ ഒരു വിശ്വാസമുണ്ട്. പ്രത്യേകിച്ചും അക്കാലത്ത് ഞങ്ങളുടെയിടയിൽ അത്തരം വിശ്വാസങ്ങൾക്ക് ധാരാളം പ്രചാരമുണ്ടായിരുന്നു.

ഒരിക്കൽ ഞാൻ വികൃതി കാട്ടുന്ന തിരക്കിൽ തട്ടിൻപുറത്ത് കയറാനൊരു ശ്രമം നടത്തിയിരുന്നു. മൂന്നാമത്തേയോ നാലാമത്തേയോ പടിയിലെത്തിയപ്പോഴേയ്ക്കും കോണിയും ഞാനും കൂടി ചടപടാന്ന് ഇടിഞ്ഞു പൊളിഞ്ഞു വീണു. നല്ലവണ്ണം പരിക്കു പറ്റിയ ഞാൻ ഉറക്കെ കരയാൻ തുടങ്ങി. നിലവിളി കേട്ട് ഓടിയെത്തിയ അമ്മമാർ എന്നെയെടുത്ത് പുഴയിൽ കൊണ്ടുപോയി വെള്ളത്തിലിട്ട് അങ്ങോട്ടുമിങ്ങോട്ടും പലവട്ടം ഉലമ്പി. പിന്നെ തോർത്തിച്ച് എന്തോ ഒരെണ്ണ കൈയിലും കാലിലുമെല്ലാം പുരട്ടി അനുജനോട് ഏട്ടനെ ഒന്നുഴിയൂ എന്ന് പറഞ്ഞു. അനുജൻ അതുകേട്ട ഭാവം പോലും നടിക്കാതെ അറപ്പോടെ നോക്കിക്കൊണ്ട് മാറി നിന്നതേയുള്ളൂ. അപ്പോൾ അമ്മമാർ ഉർവ്വശിയോട്, മാധവേട്ടൻ വീണുവെന്നും നീയുഴിഞ്ഞാൽ വേഗം മാറുമെന്നും പറഞ്ഞു. അതു കേൾക്കേണ്ട താമസം ഉർവ്വശി അമ്മമാരോടൊപ്പം എന്നെ ഉഴിയാൻ തുടങ്ങി. 'കരയണ്ട, ആവു വേഗം മാറും' എന്ന് അവളെന്നെ സമാധാനിപ്പിക്കുകയും ചെയ്തു.

അവളുടെ കുഞ്ഞിക്കയ്യുകൊണ്ടുള്ള ഉഴിച്ചിലും സമാധാനിപ്പിക്കലും കൂടിയായപ്പോൾ എന്റെ വേദന പകുതി മാറിയ മട്ടായി.

ഇരട്ട പ്രസവിച്ചുണ്ടായ കുട്ടികളുടെ മഹത്ത്വം കൊണ്ടായാലും അല്ലെങ്കിലും പിറ്റേദിവസത്തേയ്ക്ക് എന്റെ വീഴ്ചയുടെ വേദന മിക്കവാറും മാറി. ഉർവ്വശിയുടെ സ്നേഹോപഹാരം!

ഇന്ന്, ഈ വിശ്വത്തിൽ ഒന്നും തന്നെ ഉണ്ടാവുകയോ ഇല്ലാതാവുകയോ ചെയ്യുന്നില്ലെന്നും സ്ഥൂലസൂക്ഷ്മങ്ങളിലൂടെയുള്ള യാത്രയാണ് ജീവിതമെന്ന പ്രഹേളികയെന്നും പ്രസംഗിക്കാൻ തക്കവണ്ണം കേമനായ ഞാൻ,

ജനിച്ചതൊക്കെയും ചാവും
ചത്തതൊക്കെജ്ജനിച്ചിടും.

എന്ന് കവിതയെഴുതാൻ പോലും തുടങ്ങിയിരിക്കുന്നു.

പറഞ്ഞിട്ടെന്താകാര്യം! ഒന്നരവയസ്സിൽ പിരിഞ്ഞു പോയ ഉർവ്വശിയെക്കുറിച്ചുള്ള ഓർമ്മകൾ നാലരവയസ്സുകാരനായ മാധവേട്ടന്റെ തലയിലിന്നും നീറുകയാണ്. വയസ്സ് എഴുപത്തിമൂന്നായിട്ടും!

എന്റെ ബാല്യം

എന്റെ ഇല്ലത്തുനിന്ന് ഏതാണ്ട് ഒന്നര കിലോമീറ്റർ വടക്കോട്ടുപോയാൽ പൂവത്തുശ്ശേരി ക്ഷേത്രമായി. അത്, ഒരു കാലത്ത് സമ്പത്ത് ധാരാളമുള്ള ക്ഷേത്രമായിരുന്നു. മതിലകവും മറ്റും ചെറുതാണെങ്കിലും വലിയ ക്ഷേത്രങ്ങളിലെപ്പോലെ ഗോപുരവും ആനക്കൊട്ടിലും എല്ലാം ഉണ്ടായിരുന്നു. കൊല്ലത്തിലൊരിക്കൽ, എട്ടുപത്തുദിവസം നീണ്ടുനിൽക്കുന്ന പൊടിപൊടിച്ച ഉത്സവവും.

ക്ഷേത്രത്തിലെ പ്രതിഷ്ഠ എന്തായിരുന്നുവെന്ന് ഞാനോർക്കുന്നില്ല. തേവര് ഭക്തപ്രിയനും സാത്വികനുമായിരുന്നു എന്നാണ് നാട്ടുകാർ പറഞ്ഞു കേട്ടിട്ടുള്ളത്. അവർക്ക് അവരുടെ ക്ഷേത്രത്തിനെക്കുറിച്ചും അതിലെ പ്രതിഷ്ഠയെക്കുറിച്ചും വലിയ മതിപ്പായിരുന്നു.

അക്കാലത്ത് ആ ക്ഷേത്രത്തിലെ ഊരാഴ്മസ്ഥാനം ചുറ്റുവട്ടത്തിലുള്ള നാലു നമ്പൂതിരികുടുംബത്തിനായിരുന്നു. ആ നാലു കുടുംബത്തിൽ ഒന്ന് പാലൂര് മനയുമായിരുന്നു.

ക്ഷേത്രങ്ങളെപ്പറ്റി വഴക്കും സൗന്ദര്യപ്പിണക്കവും ഇക്കാലത്തെന്നപോലെ അന്നും പതിവായിരുന്നു. ചിലപ്പോൾ ആ വഴക്കു മൂത്ത് കോടതിയിലും എത്താറുണ്ട്.

കോടതി കേറുന്നവർ ആരായാലും കഷ്ടപ്പാടുകളും ചെലവും ധാരാളം കൂടെയുണ്ടാകും. എന്നാൽ വാശികൊണ്ട് നാശകാലമടുത്ത കോടതിയാത്രക്കാർ അതൊന്നും ഓർക്കാറില്ല.

ഒരു കൊല്ലം ഉത്സവത്തിന് ഊരാഴ്മക്കാർ തമ്മിൽ എന്തോ വഴക്കുണ്ടായി. ഉത്സവം കഴിഞ്ഞ ഉടനെ അവരിൽ ചിലർ കോടതിയിൽ കേസു കൊടുത്തു. കോടതിയിൽ പോയാൽ, സാമ്പത്തികശക്തിയുള്ളവരാണ് സാധാരണ ജയിക്കാറ്. എന്നാൽ ആ കേസിന്റെ വിധി, സാമ്പത്തികശേഷിയില്ലാത്തവർക്ക് അനുകൂലമായിരുന്നു.

വിധിയെന്തായാലും, ഉള്ളവർ മിണ്ടാതിരിക്കാൻ തയ്യാറായിരുന്നില്ല. അവർ വിചിത്രമായ മറ്റു മാർഗ്ഗങ്ങളിലൂടെ (മന്ത്രവാദവും കൂടോത്രവും) ജയിച്ചവരെ പുറത്താക്കാൻ രാവും പകലും ശ്രമിച്ചുകൊണ്ടിരുന്നു. അതു നടക്കുകയും ചെയ്തു. കഷ്ടിച്ച് നിത്യനിദാനത്തിനു വേണ്ട സാമ്പത്തികശേഷിയേ പാലൂർമനക്കാർക്ക് അക്കാലത്തുണ്ടായിരുന്നുള്ളൂ. ക്ഷേത്രത്തിലെ ഊരാഴ്മ നഷ്ടപ്പെട്ടപ്പോൾ പാലൂർ മനക്കാർ നാട്ടുകാർക്കെല്ലാം നോട്ടപ്പുള്ളികളായി.

ശേഷിച്ച ഊരാഴ്മക്കാരിൽ നിന്ന് പലവിധ ഉപദ്രവങ്ങൾ ഉണ്ടായിട്ടും പോകാൻ വേറെ സ്ഥലങ്ങളൊന്നുമില്ലാത്തതുകൊണ്ട് പാലൂർ കുടുംബം അവിടെത്തന്നെ പിടിച്ചുനിന്നു.

ഊരാഴ്മ നഷ്ടപ്പെട്ടപ്പോൾ, അംഗങ്ങൾ കുറവായിരുന്ന പാലൂര് മനക്കാർക്ക് ശാരീരികഭീഷണി പോലും ഉണ്ടായിരുന്നത്രേ!

കാലം അധികം കഴിയുന്നതിന് മുൻപ്, പാലൂര് മന അന്യം നിൽക്കുമെന്ന നിലയായി. അവിടെ വിവാഹപ്രായമായ ഒരു പെൺകുട്ടിയും അതിന്റെ അമ്മയും മാത്രമേ ഉണ്ടായിരുന്നുള്ളൂ.

അടുത്തുള്ള പൂവത്തുശ്ശേരി ക്ഷേത്രത്തിൽ അക്കാലത്തെ ശാന്തിക്കാരൻ, മലബാറിൽ വള്ളുവനാട് താലൂക്കിലുള്ള വെള്ളിനേഴിയിൽ, പുഴയ്ക്ക്

(കുന്തിപ്പുഴ) അക്കരെയുള്ള ചെത്തല്ലൂർ എന്ന ദിക്കിലെ എടമന ഇല്ലത്തെ ഒരു ചെറുപ്പക്കാരനായിരുന്നു. അദ്ദേഹം അവിവാഹിതനുമായിരുന്നു.

നാട്ടുകാരിൽ നല്ലവരായ ചിലരുടെ ഉത്സാഹഫലമായി, ആ ഉണ്ണിനമ്പൂരിയെക്കൊണ്ട്, അന്യം നിൽക്കാറായ പാലൂർമനയ്ക്കലെ പെൺകിടാവിനെ വേളി കഴിപ്പിച്ചു. അതാകട്ടെ, സർവ്വസ്വദാനമായിട്ടും!

അന്ന് അങ്ങനെയെല്ലാം നടന്നില്ലായിരുന്നെങ്കിൽ ഇന്ന് ഈ ലേഖനമെഴുതാൻ ഞാൻ ഉണ്ടാകുമായിരുന്നോ എന്ന് പറയാൻ പറ്റില്ല.

എടമനക്കാരും പാലൂർമനക്കാരും തമ്മിൽ അടുത്തകാലംവരെ 'ആശൗച' ആചാരങ്ങൾ തുടർന്നുവന്നിരുന്നു. എന്നാൽ ഇപ്പോൾ അതെല്ലാം അവസാനിപ്പിച്ചുവെന്നാണ് തോന്നുന്നത്.

എടമനക്കാരുടെ പരദേവത നാഗകന്യകയാണ്. സർവ്വസ്വദാനം കഴിഞ്ഞതോടുകൂടി പാലൂർമനയ്ക്കലെ പരദേവതയും നാഗകന്യകയായി. അത് ഇപ്പോഴും തുടർന്നു വരുന്നു. പരദേവത നാഗകന്യകയായതോടെ പാലൂർ മനക്കാർക്ക് ചില പുതിയ അവകാശങ്ങൾ ഉണ്ടായി. സർപ്പക്കാവ് മാറ്റുക, സർപ്പങ്ങൾക്ക് നൂറും പാലും കൊടുക്കുക തുടങ്ങിയ നാട്ടിലെ പ്രവൃത്തികൾ പാലൂർ മനക്കാരുടെ അവകാശമായി.

എന്റെ കുട്ടിക്കാലത്തും അത് തുടർന്നുവന്നിരുന്നു. സമാവർത്തനം കഴിഞ്ഞ ആ കാലത്ത് ഒരിക്കൽ ഞാനും കാലടിക്കടുത്തുള്ള പനമനയ്ക്കൽ സർപ്പങ്ങൾക്ക് നൂറും പാലും കൊടുക്കാനായി പോയിട്ടുണ്ട്.

ഞങ്ങളുടെ ഇല്ലം ഐരാണിക്കുളം ഗ്രാമത്തിലാണ്. ഇല്ലത്തുനിന്ന് ഏതാണ്ട് അഞ്ചു നാഴിക പടിഞ്ഞാറായിട്ടാണ് ഐരാണിക്കുളം ക്ഷേത്രം. അവിടെ തിങ്കൾ തൊഴാൻ അമ്മമാർ പോകാറുണ്ട്. അമ്മമാരൊന്നിച്ച് അനുജനും ഞാനും ഒരിക്കൽ തൊഴാൻ പോയതിന്റെ ഓർമ്മ ഇന്നും മനസ്സിൽ പച്ചപിടിച്ചു നിൽക്കുന്നു!

ഇല്ലത്തെ പടികടന്നാൽ നീണ്ട പാടമാണ്. പടിഞ്ഞാട്ടു പോകുന്ന ആ പാടത്തിലൂടെ രണ്ടരനാഴിക പോയാൽ കുഴൂർ എന്ന പ്രദേശമായി. പാടത്തുനിന്ന് കയറിയാൽ ചെറിയ റോഡ് തുടങ്ങും. ആ റോഡ് കുഴൂർ ചിറ വഴി, കുഴൂരമ്പലത്തിന്റെ കിഴക്കേനടയ്ക്കലെത്തും.

കുഴൂരമ്പലം കൊച്ചിരാജ്യത്തിലെ പ്രധാനപ്പെട്ട ക്ഷേത്രങ്ങളിൽ ഒന്നായിരുന്നു. കൊല്ലംതോറും അവിടെ പതിനൊന്നാനയായിട്ടുള്ള ഉത്സവവും സദ്യയും കഥകളിയുമൊക്കെ പതിവുണ്ട്. കുഴൂരമ്പലത്തിൽ നിന്ന് ഐരാണിക്കുളം ക്ഷേത്രത്തിലേക്ക് രണ്ടു വഴിയിലൂടെ പോകാം. റോഡുവഴിക്ക് പോയാൽ ദൂരം കൂടും. എന്നാൽ പടിഞ്ഞാറേ നട കടന്ന് ചില ചെറിയ പാടങ്ങളും കുന്നുകളും കടന്നുപോവുകയാണെങ്കിൽ വഴി വളരെ കുറവാണ്.

അന്ന്, ഇല്ലത്തുനിന്ന്, കഷ്ടിച്ച് കാണാറായപ്പോൾ ഞങ്ങൾ പുറപ്പെട്ടു. അമ്മയും ചെറിയമ്മയും അനുജനും ഞാനും തുണക്കാരത്തിയായിട്ട് കുഞ്ഞിപ്പെണ്ണും ഉണ്ടായിരുന്നു. ഇല്ലത്തുനിന്ന് പുറപ്പെട്ടപ്പോൾ തന്നെ കുറേശ്ശെ മഴ ചാറിയിരുന്നു. പാടത്തെ വരമ്പുകൾക്ക് നല്ല വഴുക്കലുമുണ്ടായിരുന്നു. എനിക്കും അനുജനും കുടയില്ലാതിരുന്നതുകൊണ്ട് ഞങ്ങൾ ആദ്യംതന്നെ ഒരോട്ടം വച്ചുകൊടുത്തു. അമ്മമാർ ഓരോന്നു പറഞ്ഞു കൊണ്ട് പതുക്കെ പിന്നിൽ നടന്നുവരുന്നുണ്ടായിരുന്നു.

പാടത്തിലൂടെ ഏതാണ്ട് ഒരു നാഴിക ചെന്നാൽ ഒരു തോടുണ്ട്. ഏതു കാലത്തും വെള്ളം ഒഴുകിക്കൊണ്ടിരിക്കുന്ന ഒന്ന്! എന്നാൽ, ആ തോട് എപ്പോഴും ഇറങ്ങിക്കടക്കാം. മുതിർന്നവർക്ക് കഷ്ടിച്ച് അരവരെ വെള്ളമേ ഉണ്ടാവുകയുള്ളൂ. അവിടെ എത്തുന്നതിനു മുമ്പാണ് തിരുവിതാംകൂറും കൊച്ചിയും തമ്മിലുള്ള അതിർവരമ്പ്. ആ വരമ്പിന് കഷ്ടിച്ച് മൂന്നടി വീതിയുണ്ട്. നിറയെ കറുകപ്പുല്ല് പൊടിച്ചുനിൽക്കുന്നു. കണ്ടാൽ ആർക്കും അതിൽ കിടന്ന് ഉരുളാൻ തോന്നും. ഞാൻ ആ നനുത്ത പുല്ലിൽകിടന്ന് അങ്ങോട്ടുമിങ്ങോട്ടും പലതവണ ഉരുണ്ടു. മേലൊക്കെ ചൊറിച്ചിലുണ്ടായെങ്കിലും കിടന്നുരുളാൻ ബഹുരസം. അനുജനോടു പറഞ്ഞപ്പോൾ അയാൾ കൂട്ടാക്കിയില്ല. എനിക്കതു കണ്ടപ്പോൾ ദേഷ്യം വന്നു.

അമ്മമാർ വരുന്നതേയുള്ളൂ. സമയം ധാരാളമുണ്ട്. ഞാൻ അനുജനോട് പുല്ലിൽകിടന്നുരുളുന്നതിന്റെ രസത്തിനെക്കുറിച്ച് ഒരു പ്രസംഗം തന്നെ നടത്തി. എന്നിട്ടും അനുജൻ വഴങ്ങിയില്ല.

ആ സമയത്ത് മുട്ടുവരെയുള്ള കാൽസ്രായിയും കുപ്പായവും തൊപ്പിയുമായിട്ട് ഒരൊത്ത ആൾ അവിടെ പ്രത്യക്ഷപ്പെട്ടു. അയാളെ കണ്ട ഉടനെതന്നെ അനുജൻ അമ്മമാരുടെ അടുത്തേയ്ക്ക് ഓടി. പുല്ലിൽ കിടക്കുകയായിരുന്ന എനിക്ക് എഴുന്നേറ്റോടാൻ സമയം കിട്ടിയില്ല.

അടുത്ത് വന്ന്, അയാൾ എന്നോട് എഴുന്നേൽക്കാൻ പറഞ്ഞു. എന്നിട്ട്, നീ ഏതാണ് എന്നു ചോദിച്ചു. പ്രായം കഷ്ടിച്ച് ആറുവയസ്സേ ആയിട്ടുള്ളൂവെങ്കിലും അയാൾ എന്നെ നീ എന്നു പറഞ്ഞത് എനിക്ക് ഒട്ടും പിടിച്ചില്ല. പേടി നല്ലവണ്ണം ഉണ്ടായിരുന്നെങ്കിലും ധൈര്യം കാണിച്ച് ഞാൻ അയാളോട് ഇങ്ങനെ പറഞ്ഞു. “പാലൂര് മനയ്ക്കലെയാണ്. അന്റെ അനുജനാണ് ഓടിയത്. ആ വരുന്നത് അമ്മമാരാണ്. ഞങ്ങൾ ഐരാണിക്കുളത്ത് തിങ്കൾ തൊഴാൻ പോവുകയാണ്. എന്നെ നീ എന്ന് ആരും പറയാറില്ല. അമ്മമാരോടു ചോദിച്ചു നോക്കൂ.”

എല്ലാം കേട്ട അയാൾ ചിരിച്ചുകൊണ്ട്, “കുഞ്ഞുണ്ണി നല്ല വികൃതിയാണല്ലോ” എന്ന് പറഞ്ഞ് നടന്നുപോവുകയും ചെയ്തു. അക്കാലത്തെ തിരു-കൊച്ചി അതിർത്തിയിലെ കാവൽക്കാരിൽ ഒരാളായിരുന്നു അത്.

അടുത്തെത്തിയ അമ്മമാരോട് ഞാൻ ഉണ്ടായതെല്ലാം പറഞ്ഞു. അമ്മമാർ അതുകേട്ടിട്ട് മറുപടിയൊന്നും പറയുകയുണ്ടായില്ല.

മുട്ടോളം പൊക്കത്തിലുള്ള നെല്ല് പാടം നിറയെ പൊടിച്ചുനിൽക്കുകയാണ്. കതിരിട്ടു തുടങ്ങിയിട്ടില്ല. കണ്ടങ്ങളിൽ പാകത്തിനു വെള്ളമുണ്ട്. നെല്ലിന്റെ തല കാറ്റത്ത് ആടുന്നുമുണ്ട്. വാഴാറത്തോടുവരെ (അല്പം അകലെയാണെങ്കിലും നോക്കിയാൽ കാണാം.) ഞങ്ങൾ വീണ്ടും ഓടി. തോട്ടിലൂടെ വെള്ളം ഒഴുകുന്നതു കാണാൻ എന്തു രസമാണെന്നോ! കൈയിൽ കിട്ടിയതെല്ലാം ഞാൻ തോട്ടിലെ ഒഴുക്കിലേക്ക് എടുത്തെറിഞ്ഞു. അത് അനുജന് നന്നേ പിടിച്ചു. എന്നെപ്പോലെതന്നെ അയാളും തോട്ടിലേക്ക് ഓരോന്നെടുത്ത് എറിയാൻ തുടങ്ങി.

തോടിന്റെ അക്കരെയും ഇക്കരെയും നിറയെ മുള്ളുകളുള്ള കൈതയാണ് വരിവരിയായി നിൽക്കുന്നത്! ഓപ്പോളുമാർ ശീലയോടൊപ്പം പെട്ടിയിൽ വയ്ക്കാറുള്ള കൈതപ്പൂവ് ഈ കൈതയുടേതാണത്രേ! അദ്ഭുതം തന്നെ! നല്ലവാസനയുള്ള ആ പൂവ് മുള്ളുനിറഞ്ഞ ഈ കൈതയിലാണല്ലോ ഉണ്ടാകുന്നത്! എന്താണങ്ങനെ!

അപ്പോഴുണ്ടൊരു നീർക്കോലി ഒഴുക്കിനോടൊപ്പം നീന്തിവരുന്നു. നീർക്കോലി കടിക്കില്ലെന്നാണ് കേട്ടിട്ടുള്ളത്. കടിച്ചാലും വിഷമില്ലത്രേ!

വള്ളിപോലുള്ള അതിന്റെ വളഞ്ഞുപുളഞ്ഞ നീന്തൽ നോക്കി ഞാൻ കുറച്ചുനേരം നിന്നു. എന്താണത് അന്വേഷിക്കുന്നത്? വല്ലതിനെയും പിടിച്ചു തിന്നാനാകുമോ? നീർക്കോലിക്ക് വിശക്കുന്നുണ്ടാകും.

അമ്മമാർ അടുത്തെത്തിയപ്പോൾ തോടു കടക്കുന്നതിന്റെ തിരക്കായി. അനുജനെ കുഞ്ഞിപ്പെണ്ണ് എടുത്തു. എന്നെ എടുക്കേണ്ടെന്ന് ഞാൻ പറഞ്ഞു. എന്നാൽ ചെറിയമ്മ എടുക്കാതെ പറ്റില്ലെന്നായി. ഒഴുക്കിലെങ്ങാനും ഒലിച്ചു പോയാലോ എന്നു ചെറിയമ്മ ചോദിച്ചപ്പോൾ എനിക്ക് ലേശം ഭയവുമായി.

നീന്തലറിയാമെങ്കിലും ഒലിച്ചുപോകുന്നത് എനിക്ക് ഓർക്കാൻ തന്നെ വയ്യ. നീന്തുന്ന നീർക്കോലി അടുത്തുവന്നാലോ! വിശക്കുന്നുണ്ടെങ്കിൽ നീർക്കോലി കടിക്കാതിരിക്കില്ല. ഞാൻ ചെറിയമ്മയോട് എടുത്തോളാൻ പറഞ്ഞു.

തോടിന് വീതി നന്നേ കുറവാണ്. കഷ്ടിച്ച് നാലഞ്ചു കോലുണ്ടാകും. ഒഴുക്ക് നല്ലവണ്ണമുണ്ട്.ഇറങ്ങിക്കടന്നപ്പോൾ അമ്മമാരുടെ ശീല നനഞ്ഞു.

ചെറിയമ്മ, തോട്ടിനക്കരെ എന്നെ താഴത്തുവെച്ചപ്പോൾ എനിക്ക് നല്ലവണ്ണം സന്തോഷമായി. അപകടമൊന്നുമുണ്ടായില്ലല്ലോ!

അമ്മമാർ പിഴിഞ്ഞുടുത്തുവരുന്നതേയുള്ളൂ. ഞാനൊരോട്ടം കൊടുത്തു. മടിയനായ അനുജൻ എന്റെയൊപ്പം ഓടിയില്ല.

പാടം കഴിഞ്ഞ് റോഡിലേക്ക് എത്താറായി. അവിടെയുണ്ട് ഒരു തവള യിരുന്ന് അലറുന്നു. എനിക്ക് അതിന്റെ ശബ്ദം ഒട്ടും രസിച്ചില്ല. കണ്ടത്തിലെ വെള്ളം തടഞ്ഞുനിർത്താൻ വച്ചിരുന്ന ഒരു വെട്ടുകല്ലിന്റെ പകുതി എന്റെ കണ്ണിൽ പെട്ടു. ഞാനതൊന്ന് പിടിച്ച് ഇളക്കിനോക്കി. നല്ലവണ്ണം ഇളകുന്നുണ്ട്. കനം കുറച്ചധികമുണ്ടെങ്കിലും മുക്കിമൂളിയെടുത്ത് ആ കല്ല് ഞാൻ തവള യുടെ മേലേയ്ക്കിട്ടു. പാവം! ആ തവള പിന്നെ മിണ്ടിയില്ല.

തവള ചത്തോ! എനിക്കു പേടിയായി. അത്രയൊന്നും വിചാരിച്ചില്ല. കേൾക്കാൻ സുഖമില്ലാത്ത അതിന്റെ പരുക്കൻ ശബ്ദം കേട്ടപ്പോൾ എന്നെ കളിയാക്കുകയാണെന്നു തോന്നി. അതു പറ്റില്ല. കല്ലെടുത്ത് തവളയുടെ മീതെ യിട്ടു. അത് മിണ്ടാതെയുമായി. ചത്തിട്ടുണ്ടാകുമോ!

അമ്മമാർ അടുത്തെത്തിയപ്പോൾ ആരോടും മിണ്ടാതെ ഞാൻ അവരൊ ന്നിച്ചു നടന്നു. അമ്മമാർ തവളയെ കണ്ടതേയില്ല. ആരും അറിയാഞ്ഞത് ഭാഗ്യം!

ഐരാണിക്കുളം ക്ഷേത്രം പാറകളുള്ള ഒരു കുന്നിന്റെ മുകളിലാണ്. ആ കുന്നിന്റെ തെക്കുഭാഗത്തായി വലിയ ഒരു കുളവുമുണ്ട്.

കുളത്തിൽ ധാരാളം പെണ്ണുങ്ങൾ കുളിക്കുന്നുണ്ടായിരുന്നു. ഞങ്ങൾ ഒതുങ്ങി, ഒരരികത്തിറങ്ങി കുളിച്ചു. 'കലപിലോ' എന്നു സംസാരിക്കുന്ന അവ രാരും തന്നെ ഞങ്ങൾ പാലൂര് മനയ്ക്കലെയാണെന്ന് മനസ്സിലാക്കുകയോ ആദരവു കാണിക്കുകയോ ചെയ്തില്ല. എനിക്കാണെങ്കിൽ അതൊട്ടും ഇഷ്ട മായതുമില്ല.

പ്രായമായ ഒരു നമ്പൂതിരിയായിരുന്നു അമ്പലത്തിലെ പൂജക്കാരൻ. വളരെ ഭവ്യതയോടെയാണ് അദ്ദേഹം ഞങ്ങളോട് പെരുമാറിയത്. തൊഴുതു നിൽക്കുന്ന ഞങ്ങളോട് വിശേഷങ്ങൾ അന്വേഷിച്ചു. എന്നിട്ട് തീർത്ഥവും പ്രസാദവും തന്നു. അമ്മമാർക്ക് അദ്ദേഹം തീർത്ഥപ്പാത്രത്തിലാണ് തീർത്ഥം

കൊടുത്തത്. ഒപ്പം 'കുട്ടികൾക്ക് കഴിക്കാം' എന്നു പറഞ്ഞുകൊണ്ട് കുറച്ചു മലരും പഴവും കൂടി കൊടുത്തു.

പുറത്തിറങ്ങിയ ഞങ്ങൾക്ക് അമ്മമാർ മലരും പഴവും തന്നു. അതു തിന്നപ്പോൾ എനിക്കു ലേശം ഉശിരുവച്ചു.

നേരം ഏതാണ്ട് ഒൻപതുമണിയായിട്ടുണ്ടാകണം. മതിലകത്തിലൂടെ പ്രദക്ഷിണം വയ്ക്കുമ്പോൾ തെക്കുഭാഗത്തുള്ള ഒരു കല്ലിന്മേൽ ഞാൻ ചെവിവച്ച് വല്ലതും കേൾക്കുന്നുണ്ടോ എന്നു ശ്രദ്ധിച്ചു. എന്നാൽ എനിക്കൊന്നും കേൾക്കാൻ കഴിഞ്ഞില്ല.

അത് ഒരു കഥയാണ്.

ഐരാണിക്കുളം ക്ഷേത്രത്തിൽ നിന്ന് സമുദ്രം വരെ(നാലു നാഴിക ദൂരമുണ്ട്) ഒരു തുരങ്കമുണ്ട്. തുരങ്കത്തിന്റെ മുഖം വലിയ ഒരു പാറകൊണ്ട് അടച്ചിരിക്കുകയാണ്. ആ പാറയിൽ ചെവിവച്ചുനോക്കിയാൽ കടലിന്റെ ഇരമ്പം കേൾക്കാമെന്നാണ് നാട്ടിലെ ശ്രുതി. ഞാൻ ചെവിവച്ചു നോക്കിയത് ആ പാറമേലാണ്.

പരമഭക്തനായ ഒരു രാജാവിനെ യുദ്ധത്തിൽ ശത്രുക്കൾ തോൽപിച്ചു. ഓടിരക്ഷപ്പെട്ട രാജാവ് തന്റെ പരദേവതയായ ഐരാണിക്കുളത്തെ തേവരെ ശരണം പ്രാപിച്ചു. എന്നാൽ ശത്രുക്കൾ രാജാവിനെ പിൻ തുടർന്ന് അവിടെയുമെത്തി. ഗതികെട്ട രാജാവ് തേവരെ കെട്ടിപ്പിടിച്ചുകൊണ്ട് ആത്മരക്ഷാർത്ഥം കരയാൻ തുടങ്ങിയത്രെ! അപ്പോൾ ഒരശരീരി ഉണ്ടായി. അത് ഇങ്ങനെയാണ്: "തെക്കെ മതിലകത്ത് ഒരു തുരങ്കം കാണാം. അതിലേ രക്ഷപ്പെട്ടോളൂ."

രാജാവ് ഉടനെ തന്നെ തെക്കുഭാഗത്തു ചെന്നുനോക്കിയപ്പോൾ തുരങ്കത്തിന്റെ മുഖം കണ്ടു. അതിലെ ഇറങ്ങിയ അദ്ദേഹം രക്ഷപ്പെടുകയും ശത്രുക്കൾ രാജാവിനെ അന്വേഷിച്ച് കണ്ടെത്താതെ മടങ്ങിപ്പോകുകയും ചെയ്തു. കഥ ഇങ്ങനെയൊക്കെയാണ്.

വെയില് നല്ലവണ്ണം ചൂടായിത്തുടങ്ങി. എങ്ങോട്ടാണു പോകേണ്ടത്, അമ്മമാർ ആലോചിക്കാൻ തുടങ്ങി.

അര നാഴികയേ 'ഒറവങ്കര'യ്ക്കുള്ളു. 'മേയ്ക്കാട്ടെ'യ്ക്കാണെങ്കിൽ നല്ലവണ്ണം ഒരു നാഴികയുണ്ട്.

ഒറവങ്കരയുള്ളവർ പ്രഭുക്കളൊന്നുമല്ല. എന്നാലും എല്ലാവർക്കും ആദരണീയരാണ്. ആർക്കും അവിടെ എപ്പോഴും സ്വാഗതമുണ്ട്.

മേയ്ക്കാട്ട് അങ്ങനെയല്ല. വളരെ സ്വത്തുള്ളവരും പ്രഭുക്കളും തന്ത്രിമാരും ഒക്കെയാണ്. എങ്കിലും വളരെ നല്ല കൂട്ടത്തിലുമാണ്.

അമ്മമാർ, ആലോചനയുടെ ഒടുക്കം മേയ്ക്കാട്ടെക്ക് പോകാനാണ് തീരുമാനിച്ചത്. കുഞ്ഞിപ്പെണ്ണ്, ശ്രദ്ധിച്ച് ഒച്ചയാട്ടിക്കൊണ്ട് മുമ്പിൽ നടന്നാൽ ഒരു നാഴിക വഴിയുണ്ടെങ്കിലും ശുദ്ധം മാറാതെ എത്താം.

മേയ്ക്കാട്ട് എത്തിയപ്പോഴേയ്ക്കും എനിക്ക് നല്ലവണ്ണം വിശന്നിരുന്നു. മേയ്ക്കാട്ടമ്മ സന്തോഷത്തോടെ ഞങ്ങളെ സ്വീകരിച്ചു. ഐരാണിക്കുളത്ത് തിങ്കൾ തൊഴാൻ വന്നതാണെന്നും, അയിത്തമാവാതെ അവിടുന്ന് എത്താൻ കഴിഞ്ഞു എന്നും അറിഞ്ഞപ്പോൾ മേയ്ക്കാട്ടമ്മ, "കുട്ടികളുടെ വയറ് കായുന്നുണ്ടാകും; ആദ്യം അവർക്കെന്തെങ്കിലും കൊടുക്കട്ടെ" എന്നു പറഞ്ഞുകൊണ്ട് ഞങ്ങളെ കൈയും കാലും കഴുകിച്ച് അടുക്കളയിലേക്കു കൊണ്ടുപോയി.

അടുക്കളയിൽ എത്തിയ ഞങ്ങൾ അവിടെ ഉണ്ണാൻ ഇലവച്ചിട്ടുള്ളതാണു കണ്ടത്. മേയ്ക്കാട്ടമ്മ ഞങ്ങൾക്ക് ഇളം ചൂടുള്ള വെളുത്ത നല്ല ചോറും നെയ്യും പഞ്ചസാരയും വിളമ്പി.

“കുട്ടികൾ നെയ്യും പഞ്ചസാരയും കൂട്ടി ഊണുകഴിക്കൂട്ട്വോ” എന്നുപറഞ്ഞു കൊണ്ട് മേയ്ക്കാട്ടമ്മ മറ്റ് ഉപദംശങ്ങൾ എടുക്കാൻപോയി. ആ സമയത്ത്, നെയ്യും പഞ്ചസാരയും കൂട്ടിക്കുഴച്ച് ഉണ്ണാൻ തുടങ്ങിയ ഞാൻ അനുജനെന്തു ചെയ്യുന്നു എന്നുനോക്കി. അയാൾ ചോറ് തൊട്ടിട്ട്വേയില്ല. നെയ്യ് പഞ്ചസാര കൂട്ടി കഴിക്കുകയാണ്.

എനിക്കതു കണ്ടപ്പോൾ അയാളുടെ മണ്ടയ്ക്ക് ഒരു കിഴുക്കു കൊടുക്കാനാണു തോന്നിയത്. ഒട്ടും വകതിരിവില്ലാതെ ഓരോന്നിങ്ങനെ കാണിക്ക്യാച്ചാലോ! എന്നാൽ ഞാനൊന്നും ചെയ്തില്ല. കാരണം, മേയ്ക്കാട്ടമ്മ അപ്പോഴേക്കും വിളമ്പാനുള്ള മറ്റു സാധനങ്ങളുമായി എത്തിക്കഴിഞ്ഞിരുന്നു. ആദ്യം നെയ്യും പഞ്ചസാരയും കൂട്ടി ഉണ്ടു. പിന്നെ മാമ്പഴക്കൂട്ടാനും മെഴുക്കുപുരട്ടിയും കൂട്ടി. ഒടുക്കം ഒന്നാംതരം ഉറത്തൈരാണ് മേയ്ക്കാട്ടമ്മ വിളമ്പിയത്! ഊണ് വിശേഷായി! എണീക്കാൻ ഭാവിക്കുമ്പോഴാണ് ശർക്കരപ്പായസം ഉണ്ടെന്ന് മേയ്ക്കാട്ടമ്മ പറഞ്ഞത്. അതുകൊണ്ട്, പായസം അപ്പോൾ എനിക്ക് നന്നേ കുറച്ചേ ഉണ്ണാൻ പറ്റിയുള്ളൂ.

അനുജന് മേയ്ക്കാട്ടമ്മ കുഴച്ചുവച്ചുകൊടുത്തെങ്കിലും അയാൾ സാമാന്യം പോലെ ഉണ്ണാതെ വാരിത്തിന്നുകയാണ് ചെയ്തത്. എനിക്കതുകണ്ടപ്പോൾ വല്ലാതെ ദേഷ്യം വന്നു.

ഊണുകഴിഞ്ഞ ഞങ്ങൾ പറമ്പിലും മുറ്റത്തുമൊക്കെ കളിക്കാൻ പോയി. ധാരാളം കുട്ടികളുമുണ്ടായിരുന്നു. എന്നാൽ, കളിയുടെ തിരക്കിൽ അവരെ വിടുത്തെയാണെന്നോ, പേരെന്താണെന്നോ ചോദിക്കാൻ മറന്നു.

നേരം തിരിഞ്ഞേടിയായപ്പോൾ അമ്മമാർ മടങ്ങുവാൻ ഒരുങ്ങി. മാമ്പഴം നുറുക്കിയതും പായസവും മേയ്ക്കാട്ടമ്മ ഞങ്ങൾക്ക് അപ്പോഴും വയറുനിറയെ കഴിക്കാൻ തന്നു. അമ്മമാരും കുഞ്ഞിപ്പെണ്ണും മുമ്പുതന്നെ ധാരാളം കഴിച്ചിരുന്നുവത്രെ!

അമ്മമാർ യാത്രപറഞ്ഞിറങ്ങുമ്പോൾ മേയ്ക്കാട്ടമ്മ,“ഐരാണിക്കുളത്ത് തിങ്കൾതൊഴാൻ വരുമ്പോൾ ഇങ്ങട്ടു വന്നാൽ മതി. കുട്ടികളെയും കൊണ്ടു വരണം. ഇവിടെ ഒന്നിനും ബുദ്ധിമുട്ടുണ്ടാവില്ല.” എന്നു പറഞ്ഞു. ഞങ്ങളോട്, “ഇനിയും വരണട്ട്വോ”എന്നും.

എനിക്ക് അപ്പോൾ അവിടുന്നു പോരാൻ തീരെ താല്പര്യം തോന്നിയില്ല. ഒന്നാമതായി, നെയ്യും പഞ്ചസാരയും കൂട്ടി ഉണ്ടതിന്റെ രുചി! പിന്നെ മേയ്ക്കാട്ടമ്മയുടെ സ്നേഹവും!

അമ്മമാരൊന്നിച്ച് മടങ്ങുന്ന ഞാൻ ഓരോന്നോർക്കാൻ തുടങ്ങി. ഒരു രസികത്തവുമില്ലാത്ത അനുജൻ വങ്കനാണ്. ഒന്നിനും ഒരു വകതിരിവില്ലതാനും.

അമ്മമാർ പറയുന്ന കഥകൾ കേട്ട് നടന്നതുകൊണ്ട് വഴിനീങ്ങിയത് അറിഞ്ഞില്ല. ചില സദ്യകളുടെയും, പല വിവാഹങ്ങളുടെയും പ്രസവത്തിന്റെയും മരണത്തിന്റെയും ഒക്കെ കഥകളായിരുന്നു അവർ പറഞ്ഞിരുന്നത്. എല്ലാത്തിന്റെയും ഒടുക്കം ഒരു മൗനവുമുണ്ടായിരുന്നു.

അമ്മമാരും അനുജനും കുഞ്ഞിപ്പെണ്ണും മുന്നിലാണ് നടന്നിരുന്നത്. മനോരാജ്യത്തിലായിരുന്ന ഞാൻ നടത്തം പതുക്കെയായതറിഞ്ഞില്ല. പെട്ടന്നാണ്

രാവിലെ പോകുമ്പോൾ ഞാൻ കല്ലെടുത്തിട്ട തവളയുടെ ശവം കണ്ണിൽ പ്പെട്ടത്. അതു ചത്തുമലച്ചിരിക്കുന്നു! മലർന്നുകിടക്കുന്ന തവളയുടെ വെളു പ്പിന് അറപ്പും പേടിയുമുണ്ടാക്കുന്ന എന്തോ ഒരു മട്ടുണ്ടായിരുന്നു!

എനിക്ക് വല്ലാത്ത സങ്കടമായി. തവളയ്ക്ക് അമ്മയും ചെറിയമ്മയുമുണ്ടാ കില്ലേ? അനുജനും ചങ്ങാതിമാരുമുണ്ടാകില്ലേ?

സങ്കടം സഹിക്കവയ്യാതെയായപ്പോൾ ഞാൻ പതുക്കെ കരഞ്ഞു. എന്നിട്ട് ആ തവളയുടെ ശവശരീരം വീണ്ടും വീണ്ടും അല്പം ഭയത്തോടെ നോക്കി.

അപ്പോഴേയ്ക്കും അമ്മമാർ ദൂരെയെത്തിയിരുന്നു. ഞാനൊരോട്ടം വച്ചു കൊടുത്തു. വാഴാറത്തോട് കടന്നത് എങ്ങനെയാണെന്ന് ഒട്ടും ഓർമ്മയില്ല.

ഇല്ലത്ത് മടങ്ങിയെത്തിയപ്പോൾ ഒക്കെക്കൂടി ഒരു മൗഢ്യം! ഒന്നിനും ഉത്സാഹമില്ലാതെയായി. കുളിച്ച്, ജപിച്ച്, ഭക്ഷണം കഴിച്ച് ഉറങ്ങാൻ കിടന്ന ഞാൻ ഓരോന്നോർത്തുകൊണ്ട് ഉറങ്ങാതെ കിടന്നു.

ആ തവളയിപ്പോൾ എവിടെയാകും! ചാവുക എന്നുവച്ചാൽ എന്താണ്! ഞാൻ കല്ലെടുത്തിട്ടിട്ടല്ലേ അത് ചത്തത്! അങ്ങനെ ചെയ്താൽ പാപമില്ലേ! പാപം എന്നുവച്ചാൽ എന്താണ്? എനിക്കൊന്നും മനസ്സിലാകുന്നില്ല. ഒന്നും അറിയില്ല!

അനുജൻ കൂർക്കം വലിച്ചുറങ്ങാൻ തുടങ്ങി. എല്ലാവരും അവരവരുടെ സ്ഥലങ്ങളിൽ കിടപ്പുമായി. എനിക്കാണെങ്കിൽ ഉറക്കത്തിനു പകരം കരച്ചി ലാണ് വരുന്നത്. എന്താ ചെയ്യ്വാ!

ഞാൻ, കിടക്കുന്ന തെക്കിനിയിൽ നിന്ന് എഴുന്നേറ്റ് നാലുകെട്ടിലെ കിഴക്കേ ഇറയത്തു കിടക്കുന്ന ചെറിയമ്മയുടെ അടുത്തുചെന്നു കിടന്നു! ചെറിയമ്മ എന്നെ കെട്ടിപ്പിടിച്ചുകൊണ്ട് മുഖത്തൊക്കെ തലോടി. അപ്പോൾ ചെറിയ മ്മയ്ക്ക് എന്റെ കണ്ണീരുകൊണ്ട് കൈ നനഞ്ഞതു മൂലം ഞാൻ കരയുകയാ ണെന്നു മനസ്സിലായി. എന്നെ ചെറിയമ്മ ഒന്നുകൂടി മുറുക്കെ കെട്ടിപ്പിടിച്ചു കൊണ്ട് കരയുന്നതെന്തിനാണെന്നു ചോദിച്ചു. അപ്പോൾ ഞാൻ തവളയെ കല്ലെടുത്തിട്ടു കൊന്ന കഥ ചെറിയമ്മയോട് വിസ്തരിച്ചു പറഞ്ഞു. കഥയെല്ലാം കേട്ട ചെറിയമ്മ, എന്നെ സമാധാനിപ്പിക്കാനായി മറ്റൊരു കഥ പറഞ്ഞു. അത് മഹാഭാരതത്തിലെ അണിമാണ്ഡവ്യന്റെ കഥയായിരുന്നു. കുട്ടികൾക്ക്, പന്ത്രണ്ടു വയസ്സുവരെ എന്തു ചെയ്താലും പാപമില്ലെന്നാണ് അതിൽ പറഞ്ഞി രിക്കുന്നത്!

എനിക്ക് സമാധാനമായി. ഞാൻ നല്ലവണ്ണം ഉറങ്ങി.

അപ്ഫനും അപ്പപ്പിറന്നാളും

മഹാകവി ജി.ശങ്കരക്കുറുപ്പിന്റെ നാട്ടിലാണ് എന്റെ അമ്മയുടെ ജന്മഗൃഹം. നായത്തോട്ടമ്പലത്തിന്റെ രണ്ടു ഫർലോങ്ങ് തെക്കുപടിഞ്ഞാറായി അമ്മയുടെ ഇല്ലവും, ക്ഷേത്രത്തിന്റെ തൊട്ടുപടിഞ്ഞാറുഭാഗത്ത് ശങ്കരക്കുറുപ്പിന്റെ ഭവനവും സ്ഥിതിചെയ്യുന്നു. ശങ്കരക്കുറുപ്പിനേക്കാൾ നാലു വയസ്സു മൂപ്പുള്ള അമ്മ, കുട്ടിക്കാലത്ത് നായത്തോട്ടമ്പലത്തിൽ തൊഴാൻ പോകുമ്പോൾ, അന്ന്

കഷ്ടിച്ചൊരുവയസ്സായിരുന്ന ശങ്കരക്കുറുപ്പുമായി പരിചയം തുടങ്ങിയത്രേ. എന്നാൽ, ആ പരിചയം അമ്മ ഋതുമതിയായതോടെ അവസാനിക്കുകയും ചെയ്തു.

അമ്മയ്ക്ക് പതിനാലു വയസ്സായപ്പോൾ, കൃത്യം പതിനെട്ടു വയസ്സായിരുന്ന അച്ഛൻ അമ്മയെ വിവാഹം ചെയ്തു. അച്ഛനും അമ്മയും തമ്മിൽ പാലും പഞ്ചസാരയും പോലെയായിരുന്നുവത്രേ.

അമ്മയുടെ അഞ്ചാമത്തെ പ്രസവത്തിനു ശേഷം, അച്ഛന്റെ സഹോദരിയെ വേളി കഴിച്ചുകൊടുക്കുവാൻ വേണ്ടി, മാറ്റമായി അദ്ദേഹത്തിന് ഒന്നുകൂടി വിവാഹം ചെയ്യേണ്ടിവന്നു. അതും സുന്ദരിയും ചെറുപ്പക്കാരിയുമായ ചെറിയമ്മയെ.

സ്തീധനം കൊടുക്കാൻ പണമില്ലാത്തതുകൊണ്ടാണ് അച്ഛന്, സ്വന്തം സഹോദരിയെ വിവാഹം കഴിച്ചുകൊടുക്കുവാൻ വേണ്ടി രണ്ടാമതും വേളി കഴിയ്ക്കേണ്ടിവന്നത്.

വിവാഹം കഴിയാതെ, മുതിർന്ന പെൺകുട്ടികൾ കുടുംബത്തിലിരിക്കുന്നത് ഏറ്റവും വലിയ ദോഷമായിട്ടാണ് 'മഹാഭാരത'ത്തിൽ പറയുന്നത്. ഋതുവായശേഷം നാലു കൊല്ലത്തിനകം അച്ഛനമ്മമാർ വിവാഹം കഴിച്ചുകൊടുത്തില്ലെങ്കിൽ, പെൺകുട്ടികൾക്ക് സ്വയം ഭർത്താവിനെ തിരഞ്ഞുകണ്ടെത്താമെന്ന് വേദവ്യാസൻ തന്റെ ഇതിഹാസത്തിൽ നിർദ്ദേശിക്കുന്നുമുണ്ട്.

അതെന്തായാലും സംസ്കരിയ്ക്കാതെ (വിവാഹിതയാകാതെ) കന്യകമാർ കുടുംബത്തിലിരിക്കുന്നത് മോശമായിട്ടാണ് കുടുംബവും സമുദായവും അക്കാലത്ത് കണ്ടിരുന്നത്.

ചെറിയമ്മയുടെ വരവോടുകൂടി, ഇല്ലത്തെ അന്തരീക്ഷം ആകെ കുഴഞ്ഞു. അതിന്റെ ഫലമായി അച്ഛൻ അത്യന്തം അസ്വസ്ഥചിത്തനായി. ഒടുവിൽ ആ വിഷമം അദ്ദേഹത്തെ ചിത്തഭ്രമത്തിലും എത്തിച്ചു.

അമ്മ ഒന്നരയിട്ട കൊല്ലങ്ങളിൽ പ്രസവിച്ചുകൊണ്ടേയിരുന്നു. ചെറിയമ്മയാണെങ്കിൽ പ്രസവിച്ചതുമില്ല.

അമ്മയുടെ ഒമ്പതാമത്തെ പ്രസവത്തിലാണ് ഞാനുണ്ടായതെന്നു കേട്ടിട്ടുണ്ട്.

എനിക്ക് ഏതാണ്ട് ആറുവയസ്സായപ്പോഴേയ്ക്കും അച്ഛന്റെ അസ്വാസ്ഥ്യം നിമിത്തം നീണ്ടകാലമായി തുടർന്നുവന്നിരുന്ന അമ്മയുടെ കുടുംബഭരണം ആകെ അവതാളത്തിലായി. ഇല്ലത്ത് മിക്കവാറും പട്ടിണി എന്ന നിലയുമായി.

വലിയേട്ടനാണെങ്കിൽ ഒരു മനോരാജ്യക്കാരനാണ്. കൂടിയാട്ടവും കഥകളിയും കാണുന്നതിലും ഉത്സവങ്ങളിൽ ഉത്സാഹമായി പങ്കെടുക്കുന്നതിലും, അവിടെവെച്ചു നടക്കുന്ന അക്ഷരശ്ലോകസദസ്സുകളിൽ ഭംഗിയുള്ള ശ്ലോകങ്ങൾ ഉറക്കെച്ചൊല്ലി പ്രസിദ്ധിയാർജ്ജിക്കുന്നതിലും ഒക്കെയായിരുന്നു താത്പര്യം.

തീരെ ഗതികെട്ടപ്പോൾ അമ്മമാർ (അമ്മയും ചെറിയമ്മയും), തൃശൂർ ബ്രഹ്മസ്വം മഠത്തിൽ ദേഹണ്ഡമായി കൂടിയിരുന്ന അഫ്ഫന്(അച്ഛന്റെ അനുജൻ), 'ഇവിടെവന്ന് ഞങ്ങളെ രക്ഷിക്കണം' എന്ന കുറിപ്പുമായി ഒരു വാലിയക്കാരനെ അയച്ചു.

കുറിപ്പുകിട്ടിയ ഉടനെതന്നെ, ഇല്ലത്തെ കഥകളെല്ലാമറിയുന്ന അഫ്ഫൻ, ബ്രഹ്മസ്വം മഠത്തിലെ ജോലി രാജികൊടുത്ത് വാലിയക്കാരനോടൊപ്പം മടങ്ങി.

അപ്ഫൻ സൂക്ഷിച്ചു ചെലവഴിക്കുന്ന സ്വഭാവക്കാരനായിരുന്നു. അതുകൊണ്ട് ഇല്ലത്തേയ്ക്കു വരുമ്പോൾ അദ്ദേഹത്തിന്റെ കൈയിൽ ലേശം കാശുമുണ്ടായിരുന്നു.

ഇല്ലത്തെത്തിയ അപ്ഫൻ കുടുംബഭരണം ഏറ്റെടുത്തു. കുറവുകൾ എന്തൊക്കെ ഉണ്ടായിരുന്നാലും, 1957-ൽ ഇല്ലത്ത് ഭാഗം നടക്കുന്നതുവരെ ഞങ്ങളെല്ലാവരും മുടങ്ങാതെ വയറുനിറയെ ഭക്ഷണം കഴിച്ചിരുന്നു.

അപ്ഫന്റെ വരവ് ഞങ്ങൾക്കെല്ലാം ഉത്സവം പോലെയായി. എല്ലാത്തിനും അച്ചടക്കവും നിയമങ്ങളുമുണ്ടായി. മാസത്തിൽ പതിനഞ്ചുദിവസത്തോളം കോടതി കേറിയിറങ്ങിയിട്ടാണെങ്കിലും അദ്ദേഹം ഞങ്ങളുടെ വീട്ടിലെ സാമ്പത്തികനില മെച്ചപ്പെടുത്തി. പാട്ടം കിട്ടാൻ തുടങ്ങി. ഓണത്തിന് പാട്ടക്കാർ, പാട്ടശ്ശീട്ടുപ്രകാരം തരേണ്ടതായ പഴക്കുലകളും തൈർക്കുടങ്ങളും എത്തിക്കാനും തുടങ്ങി.

എന്നാൽ, അന്ന് എനിക്ക് അപ്ഫന്റെ നിർബന്ധം പലതും ഇഷ്ടമായില്ല.

ഒന്നാമതായി, കഷ്ടിച്ച് ആറു വയസ്സായ എനിക്ക് ചില ചിട്ടകളൊക്കെ അദ്ദേഹം നിശ്ചയിച്ചു. അതിലൊന്ന് ഞങ്ങളുടെ ജാതിക്കാർ അറിഞ്ഞിരിക്കേണ്ട ആചാരങ്ങളെക്കുറിച്ചുള്ള പഠനരീതികളായിരുന്നു. ഒപ്പം അമരകോശം ഉരുവിട്ടു പഠിക്കണമെന്നതും.

എന്നെ എഴുത്തിനുവെച്ചത് ആരാണെന്ന് എനിക്കോർമ്മയില്ല. എങ്ങനെയോ, കൂട്ടിവായിക്കാനും അത്യാവശ്യം എഴുതാനും ഞാൻ അന്നേയ്ക്ക് പഠിച്ചുകഴിഞ്ഞിരുന്നു. അമരകോശം പഠിപ്പിക്കുന്നതിന്റെ മേൽനോട്ടം വഹിച്ചിരുന്നത് അപ്ഫൻ തന്നെയായിരുന്നു. അത് മറ്റൊരു കഥ.

ഞങ്ങളുടെ പരദേവതയായ നാഗകന്യകയുടെ പിറന്നാളാഘോഷം മകരമാസത്തിൽ ആയില്യം നക്ഷത്രത്തിലാണ്. പണ്ട് അത് ഗംഭീരമായി നടത്തിയിരുന്നു. നാട്ടുകാരും ബന്ധുക്കളും എല്ലാം ഒത്തുകൂടിയിരുന്ന ആഘോഷത്തിന്റെ മുഖ്യഘടകം കാരോലപ്പമായിരുന്നു.

അപ്ഫൻ വന്ന് കുടുംബഭരണം ഏറ്റെടുത്ത കൊല്ലംതന്നെ നാഗകന്യകയുടെ പിറന്നാൾ പഴയപോലെ ആഘോഷിക്കാൻ തീരുമാനിച്ചു. നാട്ടിൽ പശുക്കറവുള്ള എല്ലാ സവർണ്ണ കുടുംബങ്ങളിലും ഉണ്ടാക്കുന്ന നെയ്യ് മുഴുവൻ ഇല്ലത്തേയ്ക്ക് എത്തിക്കാൻ ഏർപ്പാടു ചെയ്തു.

എന്റെ ഓർമ്മ ശരിയാണെങ്കിൽ, ഏതാണ്ട് പത്തുപതിനഞ്ചിടങ്ങഴി നെയ്യ് നാഗകന്യകയുടെ പിറന്നാളാകുമ്പോഴേയ്ക്ക് ഉണ്ടാക്കാൻ കഴിഞ്ഞു. അതും കുളിച്ച് ശുദ്ധമായി കറന്ന്, ഉണ്ടാക്കിയ നെയ്യ്!

നാഗകന്യകയുടെ അപ്പപ്പിറന്നാൾ വിസ്തരിച്ചിട്ടുണ്ടെന്ന് നാട്ടിലൊക്കെ പാട്ടായി. പിറന്നാളിന്റെ തലേന്നാൾ തന്നെ, ബന്ധുക്കളായിട്ടുള്ള കുടുംബങ്ങളിലെ സ്ത്രീകളും കുട്ടികളും ഇല്ലത്തെത്താൻ തുടങ്ങി. ഞങ്ങളുടെ സന്തോഷം എല്ലാ അതിരുകളും കടന്നു.

മുളകൾ കൊണ്ടുവന്ന് നാഗകന്യകയെ പ്രതിഷ്ഠിച്ചിരിക്കുന്ന തറയുടെ മുകളിലും ചുറ്റുവട്ടത്തിലും പന്തലിട്ടു. വരുന്ന അതിഥികൾക്ക് ഇരിയ്ക്കാനും കിടക്കാനുമായി അയൽപക്കത്തുള്ള ബ്രാഹ്മണഗൃഹങ്ങളിൽനിന്ന് പായയും തലയിണയും എത്തിച്ചു. പുറത്തളത്തിൽ കിടക്കുന്ന ഒരേ ഒരു കട്ടിലുള്ളത് എടുത്ത് ഇരിക്കാൻ വേണ്ടി മുറ്റത്തിട്ടു. ആ കട്ടിലിൽ ഒരു വലിയ ചെല്ലം നിറയെ മുറുക്കാൻ തയ്യാറാക്കി വെച്ചു.

പന്തലിന്റെ ഒരു ഭാഗത്ത് നിലം കിളച്ച്, മൂന്നു വെട്ടുകല്ല് വെച്ച് ഒരു വലിയ അടുപ്പുണ്ടാക്കി. ധാരാളം വിറകും തയ്യാറാക്കി. ഏതാണ്ട് അഞ്ചാറുപറ ഉണക്കലരിയും നിവേദ്യത്തിനായി കരുതി.

ആയില്യത്തിൻനാൾ പ്രകാശമായപ്പോഴേയ്ക്കും അടുത്തുള്ള ചില നമ്പൂതിരി ഗൃഹങ്ങളിൽ നിന്ന് അപ്ഫനെ സഹായിക്കാനായി നാലഞ്ചു പേരെത്തി. അപ്ഫൻ കുളിച്ച് തറ്റുടുത്ത് നാഗകന്യകയ്ക്കുവേണ്ട പൂജയ്ക്കും മറ്റും ഒരുങ്ങി.

രാവിലെ അഞ്ചെട്ടുനാഴിക പുലർന്നപ്പോഴേയ്ക്കും രണ്ടുപറ അരിയുടെ നിവേദ്യം വെച്ചുണ്ടാക്കി. നാഗകന്യകയുടെ പൂജ കഴിഞ്ഞ ഉടനെ, സഹായത്തിനു വന്ന നമ്പൂതിരിമാരെല്ലാം തൊഴുതുവന്ന് കാപ്പി കുടിച്ചു.

കാപ്പികുടിച്ച്, ഒന്നുമുറുക്കി, കുളിച്ചുവന്ന നമ്പൂതിരിമാർ ശുദ്ധമായി കാരോലപ്പം ഉണ്ടാക്കാനുള്ള ശ്രമം തുടങ്ങി. അപ്ഫന് ഉപവാസമാണ്. അതുകൊണ്ടദ്ദേഹം ഒന്നും കഴിച്ചില്ല.

വലിയ ഒരു ചരക്കിൽ അരിപ്പൊടിയും ഉരുക്കിയ ശർക്കരയും നാളികേരം കുനുകുനെ നുറുക്കിയതും കൂട്ടി കാരോലപ്പമുണ്ടാക്കുവാനുള്ള 'കളി' അവർ തയ്യാറാക്കി.

ഇല്ലത്ത് രണ്ടു കാരയുണ്ട്. ഒന്നിൽ പതിനൊന്നു കുഴിയും മറ്റേതിൽ ഇരുപത്തൊന്നു കുഴിയുമാണുള്ളത്.

ഇല്ലത്തിന്റെ തെക്കേ ഇറയത്ത് അടുപ്പുകൂട്ടി തീയിട്ട് കാരകൾ അടുപ്പത്തു വെച്ചു. നാഗകന്യകയെ നല്ലവണ്ണം ധ്യാനിച്ചുകൊണ്ട് (അപ്പപ്പിറന്നാൾ കൊല്ലങ്ങളായി മുടങ്ങിക്കിടക്കുകയായിരുന്നു) അപ്ഫൻ കാരകളിൽ നെയ്യൊഴിച്ചു. നെയ്യു ചൂടായതോടുകൂടി അപ്പമുണ്ടാക്കാനുള്ള കോലും എടുത്തുവെയ്ക്കാനുള്ള കൊട്ടയുമായി നമ്പൂതിരിമാർ തയ്യാറായി.

കാരയിൽ ആദ്യം ആര്'കളി'യൊഴിക്കണം എന്നായി പിന്നെ. 'നാഗകന്യകയുടെ അപ്പപ്പിറന്നാൾ വളരെക്കാലമായി മുടങ്ങിക്കിടക്കുകയായിരുന്നു. ഇപ്പൊ, നമ്പ്യാത്തൻ പാലൂര്, (അപ്ഫൻ) വന്നതുകൊണ്ടാണ് എല്ലാം വീണ്ടും സാമാന്യംപോലെ നടത്താൻ തുടങ്ങിയത്. അതുകൊണ്ട് പാലൂര് തന്നെയാണ് ആദ്യം അപ്പമുണ്ടാക്കാൻ.' അവർ ഉറപ്പിച്ചു പറഞ്ഞു.

സന്തോഷംകൊണ്ട് കണ്ണുനിറഞ്ഞ അപ്ഫൻ വീണ്ടും നാഗകന്യകയുടെ നടയ്ക്കൽ പോയി തൊഴുതു നമസ്കരിച്ചുവന്ന് കാരയിൽ 'കളി'യൊഴിച്ചു. രണ്ടുകാരയിലെ അപ്പവും അത്തവണ അപ്ഫൻ തന്നെ വാങ്ങിയെടുക്കുകയും ചെയ്തു.

'ഇനി ഞാനൊന്നു മുറുക്കി, കുളിച്ചുവരാം. അപ്പത്തിന്റെ പണി നിങ്ങൾ തന്നെ നോക്കൂ,'. അപ്ഫൻ തല്ക്കാലം ഒഴിഞ്ഞു.

ഉച്ചയായപ്പോഴേയ്ക്കും അമ്മമാർ വലിയ ഒരു പാത്രം നിറച്ച് കൂട്ടാനും ഇല്ലത്തെ ചീനച്ചട്ടി നിറച്ച് 'മെഴുക്ക്പുരട്ടിയും' ഉണ്ടാക്കി. മുത്തശ്ശി നാക്കില തുടയ്ക്കുന്ന തിരക്കിലായിരുന്നു. ഓപ്പോളുമാരാകട്ടെ കടുമാങ്ങ നുറുക്കുകയും ബാക്കിവേണ്ട കാര്യങ്ങൾ ഒരുക്കുകയുമായിരുന്നു.

അമ്മമാർ കുട്ടികൾക്ക് തിരക്കിട്ട് ഇലവെച്ചു. ഏതാണ്ട് പത്തിരുപത്തഞ്ച് ഇല! എല്ലാവർക്കും അന്നുണ്ണാൻ നാഗകന്യകയ്ക്ക് നിവേദിച്ച ഉണക്കലരിച്ചോറാണ്. കൂട്ടാനും ഉപ്പേരിയും ഉപ്പിലിട്ടതും കൂട്ടി നല്ലവണ്ണം ഉണ്ടു. ഒടുക്കം സംഭാരം കൂട്ടിയും.

ഞങ്ങളുടെ ഊണു കഴിഞ്ഞതിനു ശേഷം നമ്പൂതിരിമാർക്ക് ഇലവെച്ചു. തുടർന്ന് അന്തർജ്ജനങ്ങൾക്ക്. പിന്നീട് അയൽപക്കങ്ങളിൽ നിന്നെത്തിയ അമ്പലവാസികൾക്ക്. ഒടുവിൽ ബാക്കിയുള്ള എല്ലാവർക്കും.

വൈകുന്നേരമായപ്പോഴേയ്ക്കും അയൽപക്കത്തുള്ള ഇല്ലങ്ങളിലെ നമ്പൂതിരിമാർ എത്തിക്കഴിഞ്ഞു. താമസിയാതെ അന്തർജ്ജനങ്ങളും കുട്ടികളും.

ഏതാണ്ട് ഒരു നൂറ്റമ്പത് ആൾക്കാർ. എല്ലാവരും ഉത്സാഹത്തിൽ സംസാരിക്കുന്നതിന്റെ തിരക്കിലായിരുന്നു. അമ്മമാരാണെങ്കിൽ അന്തർജ്ജനങ്ങളെ സ്വീകരിക്കുന്നതിന്റെയും.

ചിലർക്ക് കുടിക്കാൻ ചുക്കുവെള്ളം വേണം. മറ്റു ചിലർക്ക് സംഭാരവും. ഞങ്ങൾ(കുട്ടികൾ) ചുക്കുവെള്ളവും സംഭാരവും കൊണ്ടുവന്നു കൊടുത്തു തോറ്റു.

ഇതിനിടയ്ക്ക് വലിയ ഒറവങ്കര (അദ്ദേഹം ചതുരംഗം വയ്ക്കുകയായിരുന്നു.) എന്നെ അടുത്തേയ്ക്കു വിളിച്ച്, 'കവിതയ്ക്ക് വാസനയുണ്ടെന്ന് കേട്ടല്ലോ, ഒരു ശ്ലോകം ചൊല്ലാമോ' എന്നു ചോദിച്ചു.

നാണംകൊണ്ട് ഇല്ലാതായ ഞാൻ, ഇത്രയധികം ആളുകളുടെ മുൻപിൽ വെച്ച് എങ്ങനെയാണു ശ്ലോകം ചൊല്ലുക!

എന്നാൽ ഒറവങ്കര വിടുന്ന മട്ടല്ല. 'താനൊരു ശ്ലോകം ചൊല്ലൂ, മിടുക്കനല്ലേ, കേൾക്കട്ടെ.' അദ്ദേഹം ഉത്സാഹിപ്പിച്ചു.

പരിഭ്രമത്തിനിടയിൽ ഞാൻ എങ്ങനെയോ, നാമം ജപിക്കുമ്പോൾ ചൊല്ലാറുള്ള,

"ലംബാളകം ലംബിത ഹാരയഷ്ടിം
ശൃംഗാര ലീലാങ്കുര ദന്തപംക്തിം
ബിംബാധരം ചാരുവിശാല നേത്രം
ബാലം മുകുന്ദം മനസാസ്മരാമി"

എന്ന ശ്ലോകം ചൊല്ലി.

അക്ഷരസ്ഫുടതയുള്ള എന്റെ ചൊല്ലൽ കേട്ട് ഒറവങ്കര എന്നെ അഭിനന്ദിച്ചു; ഒപ്പം അവിടെയുണ്ടായിരുന്ന 'ദാമോദരൻ മുതലക്കോട്ടവും.'

നേരം സന്ധ്യയാവാറായി. എല്ലാവരും കുളിക്കാൻ പോയി. ഉള്ളത്ര മാടമ്പി വിളക്കുകളും നിലവിളക്കുകളും ചില കോലുവിളക്കുകളും കൊളുത്തിവെച്ചു. മണ്ണെണ്ണ ഒഴിക്കുന്ന കമ്പിവിളക്ക് ഒന്നേ ഉണ്ടായിരുന്നുള്ളൂ.

അപ്പം ഉണ്ടാക്കൽ അവസാനിച്ചു. വലിയ കുട്ടകളിലും ഉരുളികളിലുമായി ആയിരക്കണക്കിന് അപ്പം! എനിക്ക് അതു വിശ്വസിക്കാൻ തന്നെ വയ്യാതായി!

നാഗകന്യകയ്ക്കിട്ട പന്തലിന്റെ അകത്ത് അപ്ഫൻ പൂജ തുടങ്ങി. അപ്പോഴേയ്ക്കും നിവേദിക്കാനുള്ള മൂന്നു പറ അരിയുടെ നിവേദ്യം കുളി കഴിഞ്ഞു വന്ന ആരൊക്കെയോ കൂടി തയ്യാറാക്കി.

നല്ലവണ്ണം ഇരുട്ടായതോടു കൂടി ആളുകൾ, സന്ധ്യാവന്ദനവും തേവാരവും കഴിഞ്ഞ് നാഗകന്യകയെ തൊഴുവാൻ എത്തിത്തുടങ്ങി. ആ നേരത്തേയ്ക്ക് പൂജയും ഏതാണ്ടവസാനിച്ചമട്ടായി.

തുടർന്ന് കുട്ടികളുടെ ഭക്ഷണമാണ്. നാലുകെട്ടിന്റെ നാലിറയത്തും തെക്കിനിയിലും വടക്കിനിയിലും കിഴക്കിനിയിലും നിറയെ ഇല വെച്ചു. എനിക്കപ്പോൾ ഒരു മോഹം തോന്നി: "അപ്പം വിളമ്പണം."

അമ്മമാർ വിളമ്പിക്കോളാൻ പറഞ്ഞു. ഈരണ്ട് അപ്പമായി നാലോ അഞ്ചോ ഇലകളിൽ ഞാൻ വിളമ്പി. അപ്പം വിളമ്പാനുള്ള വിഷമം കൊണ്ടും തിന്നാനുള്ള ധൃതി കൊണ്ടും ഞാൻ തൽക്കാലം വിളമ്പൽ നിർത്തി ഒരിലയ്ക്കു മുൻപിൽ ചെന്നിരുന്നു.

രണ്ടപ്പം കഴിച്ചപ്പോഴേയ്ക്കും വയറു നിറഞ്ഞു. ഇനി എന്താ കാട്ട്വാ! ലേശം ഉണ്ടു എന്നു വരുത്തി എഴുന്നേറ്റ് കയ്യു കഴുകി. ഈ തിരക്കിലൊന്നും ഞാൻ അനുജനെ ശ്രദ്ധിച്ചതേയില്ല.

പിന്നീടൊരു ബഹളമായിരുന്നു.

നമ്പൂതിരിമാർക്ക് ഇല വെച്ചു.'ആദ്യം അപ്പം, പിന്നെ ഊണ്; ഇന്നെല്ലാവർക്കും അങ്ങനെയാണ്. ഞാനാണ് തീരുമാനിക്കാൻ" എന്നു പറഞ്ഞു കൊണ്ട് അപ്ഫൻ അപ്പമെടുത്ത് വിളമ്പാൻ തുടങ്ങി.

അതിനിടയ്ക്കാരോ അപ്ഫനോടായി, 'പാലൂരിന് ഉപവാസമായിരുന്നില്ലേ, ആദ്യം പാലൂര് ഇരിയ്ക്ക്യ, ഞങ്ങളേക്കാൾ ക്ഷീണം പാലൂരിനാകും.' എന്നു പറഞ്ഞു.

എന്നാൽ അപ്ഫനത് കേട്ടതായിപ്പോലും നടിച്ചില്ല. അപ്പം വിളമ്പിക്കൊണ്ടേയിരുന്നു.

രണ്ടാംവട്ടം ഇലവെച്ചപ്പോൾ സുമാർ പത്തിരുപത് നമ്പൂതിരിമാരേ ഉണ്ടായിരുന്നുള്ളൂ. അപ്ഫനും അവരോടൊപ്പം ഊണു കഴിച്ചു.

തുടർന്ന് അന്തർജ്ജനങ്ങളുടെ ഭക്ഷണമായി. അതു കഴിഞ്ഞ് അമ്പലവാസികളുടെ. ഒടുക്കം ബാക്കി എല്ലാവരുടെയും.

എല്ലാവർക്കും ധാരാളം അപ്പം വിളമ്പി. നല്ല പശുവിൻ നെയ്യിൽ ഉണ്ടാക്കിയ അപ്പമായിരുന്നതു കൊണ്ട് മിക്കവർക്കും നാലഞ്ചപ്പത്തിലധികം തിന്നാൻ സാധിച്ചില്ല.

സാധനങ്ങളെല്ലാം ബാക്കി. പ്രത്യേകിച്ച് ചോറും കൂട്ടാനും. അമ്മമാർ 'ഇനി എന്തു വേണം' എന്നായി.

അപ്ഫനോട് ചോദിച്ചു.

"കൊണ്ടു പോകാൻ തയ്യാറുള്ളവർക്കെല്ലാം പകർന്നു കൊടുക്കു; കുറേശ്ശെ അപ്പവും." അപ്ഫൻ പറഞ്ഞു.

പടിഞ്ഞാറേ മുറ്റത്ത് വിളക്ക് ഒന്നോ രണ്ടോ മാത്രമേ ഉണ്ടായിരുന്നുള്ളൂവെങ്കിലും അവിടെ നമ്പൂതിരിമാരുടെ തിരക്കായിരുന്നു. ചിലർ മുറുക്കുന്നു. പലരും അപ്ഫനെ പുകഴ്ത്തിപ്പറയുന്നു. വേറെ ചിലർ, അപ്ഫൻ ഇല്ലത്തേയ്ക്ക് വരുന്നതിനുമുൻപുള്ള കഷ്ടതകളെക്കുറിച്ചു സംസാരിക്കുന്നു. ഇനിയും ചിലർ അക്ഷരശ്ലോകം ചൊല്ലുന്നു. ഒക്കെക്കൂടി തിരക്കോടു തിരക്ക്!

ഏതാണ്ട് പാതിരാവായപ്പോഴേയ്ക്കും വന്ന നമ്പൂതിരിമാരിൽ മിക്കവരും മടങ്ങി. എനിക്കാണെങ്കിൽ ഉറക്കം വന്നിട്ട് വയ്യാതെയുമായി.

അപ്പോൾ ഞാൻ ഒന്നും ഓർത്തില്ല. എവിടെയാണ് കിടന്നതെന്നുപോലും ഓർമ്മയില്ല.

നേരം വെളുത്തപ്പോൾ ബന്ധുക്കളൊഴിച്ച് മറ്റെല്ലാവരും പൊയ്ക്കഴിഞ്ഞിരുന്നു. ചാർച്ചക്കാരായ അവർ വേണമെങ്കിൽ രണ്ടോ നാലോ ദിവസം താമസിച്ച് തിന്നാൽപോലും തീരാത്തത്ര അപ്പം ബാക്കിയുണ്ടായിരുന്നു.

എന്നാൽ, അന്നുച്ചയ്ക്ക് ഊണു കഴിഞ്ഞതോടു കൂടി ഏതാണ്ടെല്ലാവരും മടങ്ങി. അപ്ഫൻ, അയിത്തമാകാതെ എത്തിക്കാവുന്ന നമ്പൂതിരിഗൃഹങ്ങളിലേക്കെല്ലാം ധാരാളം അപ്പം കൊടുത്തയച്ചു. പിന്നെയും ഒന്നൊന്നരക്കൊട്ട അപ്പം ബാക്കി.

ഇതിനിടയ്ക്ക്, അടുത്തുള്ള അമ്പലവാസിഗൃഹങ്ങളിലെ ചിലരും നായർ കുടുംബങ്ങളിലെ പലരും ഇല്ലത്ത് അപ്ഫനെ കാണാനായി വന്നു കൊണ്ടിരുന്നു.

വന്നവരെല്ലാം, കുശലപ്രശ്നവും അന്വേഷണങ്ങളും കഴിഞ്ഞശേഷം മടങ്ങാൻ തുടങ്ങുമ്പോൾ അപ്ഫൻ ഞങ്ങളെ വിളിച്ചുപറയും: "ഒരഞ്ചപ്പം എടുക്കാൻ അമ്മയോട് പറയൂ."

ഞങ്ങൾ അകത്തുചെന്ന് അമ്മമാരോട് അതു പറയും. അമ്മമാർ പറഞ്ഞത്ര അപ്പം കൃത്യമായി പൊതിഞ്ഞുതരികയും അപ്ഫൻ അതുകൊടുത്ത് അവരെ യാത്രയാക്കുകയും ചെയ്യും.

ഇങ്ങനെ രണ്ടോ മൂന്നോ ദിവസം കഴിഞ്ഞപ്പോഴേയ്ക്കും അപ്പമെല്ലാം തീരാറായി. എല്ലാവർക്കും അപ്പം മടുക്കുകയും ചെയ്തു.

എങ്ങും അപ്പത്തിന്റെ ഗന്ധം മാത്രം! അപ്പം തിന്നാനെന്നല്ല, ഉണ്ണാൻ പോലും രുചിയില്ലാതായി.

അങ്ങനെ നീണ്ടകാലത്തിനു ശേഷം അപ്ഫന്റെ കാര്യസ്ഥതയിൽ നാഗകന്യകയ്ക്ക് അപ്പപ്പിറന്നാൾ ഉണ്ടായി. അതും ഗംഭീരമായിട്ട്.

നാഗകന്യകയുടെ, ഇത്തരത്തിലുള്ള അപ്പപ്പിറന്നാളാഘോഷം പിന്നീട് ഏതാണ്ട് രണ്ടു ദശാബ്ദക്കാലം മുടങ്ങാതെ നടന്നു. ആ കാലമത്രയും ഇല്ലത്തുള്ളവരാരും തന്നെ ഉണ്ണാനോ ഉടുക്കാനോ ബുദ്ധിമുട്ടിയിരുന്നുമില്ല.

കുടുംബകാര്യങ്ങളിൽ നല്ലവണ്ണം ശ്രദ്ധിച്ചിരുന്ന അപ്ഫന് ചില ദൗർബല്യങ്ങളുമുണ്ടായിരുന്നു.

അച്ഛന്റെ അസുഖം കളവായിരുന്നു എന്നാണ് ശുദ്ധഗതിക്കാരനായ അപ്ഫൻ കരുതിയിരുന്നത്! തത്ഫലമായി അച്ഛന്റെ അസുഖം വർദ്ധിക്കുകയും അത് ചിലപ്പോൾ ശാരീരിക അക്രമങ്ങളിലേയ്ക്കു നീങ്ങുകയും ചെയ്തിരുന്നു.

ഭക്ഷണവും മുറുക്കാനും യഥേഷ്ടം ലഭിച്ചാൽ സാധാരണനിലയിൽ അച്ഛനെക്കൊണ്ട് ആർക്കും ഉപദ്രവമില്ല. എപ്പോഴെങ്കിലും ശുണ്ഠിയെടുക്കുകയാണെങ്കിൽത്തന്നെ അത് അമ്മമാരോട് മാത്രമായി ചുരുങ്ങും.

കുട്ടികളായ ഞങ്ങളോടെല്ലാം അച്ഛന് വലിയ സ്നേഹമായിരുന്നു.

ഒരിക്കൽ ഞാൻ ഇല്ലത്തെ തെക്കേവളപ്പിലുള്ള വലിയ പുളിയിൽ കയറി 'ഹനുമാൻ' കളിക്കുകയായിരുന്നു. കൊമ്പിൽ നിന്ന് കൊമ്പിലേയ്ക്കുള്ള എന്റെ പഴുത്ത പുളിഞ്ഞ തിന്നുകൊണ്ടുള്ള സാഹസയാത്ര അച്ഛനെ വേദനിപ്പിച്ചു. അദ്ദേഹം എന്നോട് താഴത്തിറങ്ങാൻ പറഞ്ഞു. ഞാനത് കേട്ടതായിപ്പോലും നടിച്ചില്ല. അപ്പോൾ അച്ഛൻ ശാന്തമായി, 'എങ്ങാനും വീണാൽ പരുക്കു പറ്റില്ലേ? താഴത്തേക്കിറങ്ങി വാ' എന്നു പറഞ്ഞു. എന്നിട്ടും ഞാൻ കൂട്ടാക്കിയില്ല. അപ്പോൾ, സങ്കടവും ശുണ്ഠിയും വന്ന അച്ഛൻ എന്നോട്, 'താഴത്തിറങ്ങിയില്ലെങ്കിൽ നിന്നെ ഞാൻ കല്ലെറിഞ്ഞ് ഇറക്കും' എന്നു പറഞ്ഞു. അതു കേട്ട ഉടൻതന്നെ ഞാൻ പേടിച്ച് താഴത്തിറങ്ങി.

അച്ഛൻ, അടുത്തുവിളിച്ച് എന്റെ പുറത്തു തലോടിക്കൊണ്ട് ഇങ്ങനെ ചോദിച്ചു: "വീണ് കയ്യോ കാലോ ഒടിഞ്ഞാൽ ആരാണ് നിന്നെ നോക്ക്വാ? അഞ്ചാറു വയസ്സല്ലേ ആയുള്ളൂ. എത്രകാലം ജീവിക്കേണ്ടതാ!"

അപ്ഫൻ എനിക്ക് ഒരു പേടിസ്വപ്നമായിരുന്നു. അത്, അദ്ദേഹത്തിന്റെ പഠിപ്പിക്കുന്നതിലുള്ള നിഷ്കർഷയും ആചാരാനുഷ്ഠാനങ്ങളിലുള്ള ശ്രദ്ധയും ഇടയ്ക്ക് അദ്ദേഹത്തിൽ നിന്നു കിട്ടുന്ന അടിയും കാരണമായിരുന്നു. എന്നാൽ ഇന്നും അദ്ദേഹത്തിന്റെ അസാധാരണമായ അച്ചടക്കനിഷ്ഠയുടെ സത്ഫലം ഞാൻ അനുഭവിക്കുകയാണ്!

ഒരു ദിവസം പുറത്തളത്തിലെ ചാരുപടിയിൽ ഇരുന്ന് ഞാൻ അമരസിംഹന്റെ അമരകോശത്തിലെ 'മനുഷ്യവർഗ്ഗം' ഉരുവിടുകയായിരുന്നു.

"മനുഷ്യാ മാനുഷാ മർത്ത്യാ മനുജാ മാനവാനരാഃ" എന്നു ഞാൻ ചൊല്ലിയതും അപ്ഫന്റെ പൊള്ളുന്ന അടി എന്റെ തുടയിൽ വീണതും ഒപ്പമായിരുന്നു. സംഗതിയെന്തെന്നു മനസ്സിലാവാതെ ഞാൻ വീണ്ടും ഉരുവിട്ടു. അടി വീണ്ടും വീണു. ഞാൻ കരയാനും തുടങ്ങി.

ഇങ്ങനെ, ഉരുവിടലും അടിയും കരച്ചിലുമായി ആറേഴുതവണ കഴിഞ്ഞപ്പോഴേയ്ക്കും ഞാൻ തീരെ അവശനായി. എന്നിട്ടും അപ്ഫനെ പേടിച്ച് അമരം ഉരുവിട്ടുകൊണ്ടിരുന്നു. അപ്പോൾ അപ്ഫൻ ശുണ്ഠിയെടുത്ത് കലി തുള്ളിക്കൊണ്ട് എന്നെ അഞ്ചാറടി ഒരുമിച്ചടിച്ചു.

അപ്ഫന്റെ ശുണ്ഠിയും അടിയും എന്റെ ഉരുവിടലും കരച്ചിലും ഒക്കെക്കൂടി കേട്ട്, അമ്മ നാലുകെട്ടിലെ പുറത്തളത്തിലെ വാതിൽക്കൽ വന്ന് ഇങ്ങനെ പറഞ്ഞു: "ഇനി അതിനെ തല്ലാൻ പാടില്ല. അതിനഞ്ചാറു വയസ്സേ ആയിട്ടുള്ളൂ എന്ന് മറന്നാലോ!"

അപ്ഫൻ ശാന്തനായി.

കരഞ്ഞുകൊണ്ട് ഞാൻ പിന്നീടു ചൊല്ലിയത് ഇങ്ങനെയായി:

"മനുഷ്യാ മാനുഷാ മർത്ത്യാ മനുജാ മാനവാ നരാഃ" ഇത് കരച്ചിലിന്റെ ഇടയ്ക്ക് ശ്വാസം വിട്ടപ്പോൾ സംഭവിച്ചതാണ്. ഞാനറിഞ്ഞുകൊണ്ടല്ല.

ഉടനെ അപ്ഫൻ, "അങ്ങനെ ചൊല്ല് കൊശവ" എന്ന് പറഞ്ഞുകൊണ്ട് രണ്ടടി കൂടി തന്നു.

കുടുംബസ്നേഹിയും സത്യസന്ധനും അച്ചടക്കമുള്ളവനുമായ എന്റെ അപ്ഫൻ അത്രമാത്രം ശുദ്ധഗതിക്കാരനായിരുന്നു.

ഇന്ന്, ഭഗവദ്ഗീതയിൽ 'ശ്രദ്ധാവിരഹിതം യജ്ഞം താമസം' എന്നു വായിക്കുമ്പോൾ ഞാൻ പരേതനായ എന്റെ അപ്ഫനെ ഓർത്തുപോവുകയാണ്.

തിങ്കൾ തൊഴൽ

മുത്തശ്ശിയുടെ ഗുരുവായൂർ തിങ്കൾ ഭജനം എന്നാണ് തുടങ്ങിയതെന്നറിയില്ല. ഒരുപക്ഷേ, മുത്തച്ഛൻ മരിച്ചതിന്റെ ദീക്ഷ കഴിഞ്ഞ ഉടനെത്തന്നെ തുടങ്ങിയിട്ടുണ്ടാകാം. ഏതായാലും മുത്തശ്ശിയുടെ എല്ലാ മാസവുമുള്ള ഗുരുവായൂർ യാത്ര ഞങ്ങൾക്ക് ഒരു വലിയ സംഭവമായിരുന്നു.

ഇല്ലത്തുനിന്ന് പുറപ്പെടുമ്പോൾ ഒരു തുണക്കാരത്തിയും മുത്തശ്ശിയും ഒന്നോ രണ്ടോ അന്തർജ്ജനങ്ങളും മാത്രമേ ഉണ്ടാകൂ. പുറപ്പെട്ടുകഴിഞ്ഞാൽ വഴിക്ക് ഓരോരോ സ്ഥലത്തുവെച്ച് ഓരോരുത്തരായി ചേരും. തൃശ്ശൂരെത്തുമ്പോഴേയ്ക്കും ആ സംഘത്തിൽ ഏതാണ്ട് അമ്പതോളം അന്തർജ്ജനങ്ങളുണ്ടാകും. അങ്ങനെ ചേരുന്ന സംഘത്തിലെ ആദ്യത്തെ കൂട്ടർ, ഇല്ലത്തുനിന്ന് സുമാർ രണ്ടു നാഴിക വടക്കുള്ള ഒരു മനയ്ക്കലെ അന്തർജ്ജനങ്ങളാണ്.

ആ മനയുടെ കഥ, അക്കാലത്ത് നാട്ടിലെങ്ങും വളരെ പ്രസിദ്ധമായിരുന്നു. അന്തർജ്ജനങ്ങളുടെ സംസാരത്തിൽ എവിടെയും ആ വിഷയം എപ്പോഴും പൊന്തിവരികയും ചെയ്തിരുന്നു.

ബുദ്ധിമുട്ടില്ലാതെ കഴിഞ്ഞുകൂടുവാൻ മാത്രം സാമ്പത്തികശേഷിയുള്ള ആ കുടുംബത്തിലെ കാരണവർ നാലുവേളി കഴിച്ചിരുന്നു. ഇരുപതിനും നാല്പതിനും ഇടയ്ക്കു പ്രായമുള്ള കുലീനകളായ നാല് അന്തർജ്ജനങ്ങൾ!

ആ മനുഷ്യൻ തന്റെ ഭാര്യമാരോട് ക്രൂരമായിട്ടാണ് പെരുമാറിയിരുന്നതത്രേ! തൊട്ടതിനും പിടിച്ചതിനുമെല്ലാം അദ്ദേഹം ശുണ്ഠിയെടുത്ത് അന്തർജ്ജനങ്ങളെ അടിക്കും. എന്നാൽ ആരോഗ്യവതികളായ ആ അന്തർജ്ജനങ്ങൾ അതൊന്നും കാര്യമായെടുത്തിരുന്നില്ല. “ഞങ്ങളുടെ വിധി ഇങ്ങനെയാണ്” എന്നു പറഞ്ഞ് സമാധാനിക്കുകയായിരുന്നു പതിവ്.

അങ്ങനെയിരിക്കെ, അദ്ദേഹം സാമ്പത്തികമായി അനുദിനം വളർന്നു വന്നു. അസാധാരണമായ ആ വളർച്ച കണ്ട് അസൂയാലുക്കളായ ചില കുടുംബക്കാർ രഹസ്യമായി അതിന്റെ കാരണം അന്വേഷിച്ചു തുടങ്ങി. അന്വേഷണത്തിന്റെ ഒടുക്കം അവർ അതിനുള്ള അടിസ്ഥാനം കണ്ടെത്തി. പ്രത്യക്ഷത്തിൽ ആരും തന്നെ ഒന്നും തുറന്നു പറഞ്ഞില്ലെങ്കിലും അദ്ദേഹത്തിന് നിയമവിരുദ്ധമായ എന്തൊക്കെയോ ഇടപാടുകളുണ്ടെന്ന് അവർ നിർണ്ണയിച്ചു.

കൊച്ചിരാജ്യത്തിലെ അക്കാലത്തെ മഹാരാജാവ് ഒരു നമ്പൂതിരിയുടെ മകനായിരുന്നു. വലിയ ബ്രാഹ്മണഭക്തനായിരുന്ന ആ മഹാരാജാവ് തീരുമാനങ്ങളെന്തും ബ്രാഹ്മണർക്കനുകൂലമായേ എടുക്കൂ എന്ന് നാട്ടുകാരിൽ ചിലർ കരുതിയിരുന്നു. ആ അവസരം ഉപയോഗിച്ച് മറ്റു സമുദായത്തിലെ ചില മിടുക്കൻമാർ ഈ നമ്പൂതിരിയെയും അദ്ദേഹത്തിന്റെ ഇല്ലത്തെയും സമർത്ഥമായി ഉപയോഗിക്കുകയായിരുന്നു.

സംഭവം പാട്ടായതോടെ ഗവൺമെന്റിന് അന്വേഷിക്കാതെ പറ്റില്ലെന്നായി. അതിനു നിയുക്തനായ വലിയ പൊലീസ് ഓഫീസർ ഒരു അയ്യരായിരുന്നു.

അന്വേഷണത്തിനു വരുന്നുണ്ടെന്നറിഞ്ഞ അന്തർജ്ജനങ്ങൾ തെളിവുകളെല്ലാം എങ്ങനെയോ നശിപ്പിച്ചു. പൊലീസിന്റെ അന്വേഷണത്തിൽ അവർക്കു വേണ്ടതൊന്നും കണ്ടെത്തിയതുമില്ല. എല്ലാത്തിനും പുറമെ, നമ്പൂതിരി മഹാരാജാവിനെ നേരിൽക്കണ്ട് തനിക്കെതിരെ ആക്ഷേപം ബോധിപ്പിക്കുമോ എന്ന ഭയം ആ പോലീസുദ്യോഗസ്ഥനുമുണ്ടായിരുന്നുവത്രേ!

പിന്നീട്, സംഭവങ്ങളെല്ലാം നാട്ടുകാർ പതുക്കെ മറന്നു. നമ്പൂതിരി ക്രമത്തിൽ വലിയ കാശുകാരനുമായി. അതിനുണ്ടായ കാരണം, ഈ കേസ്സിൽ ഉൾപ്പെട്ടിരുന്ന മറ്റു സമുദായക്കാരെ, “ഞാൻ എല്ലാ വിവരങ്ങളും മഹാരാജാവിനെ നേരിൽകണ്ട് അറിയിക്കു”മെന്ന് അദ്ദേഹം ഭീഷണിപ്പെടുത്തിയതാണത്രേ!

ഒടുക്കം അവർ എല്ലാവരും കൂടി വലിയൊരു സംഖ്യ നമ്പൂതിരിക്ക് കൊടുക്കാമെന്നു പറഞ്ഞ് കാര്യങ്ങളെല്ലാം ഭദ്രമാക്കി. നമ്പൂതിരി അത് സ്വീകരിക്കുകയും ചെയ്തു.

കഥ ഇങ്ങനെയൊക്കെയാണ്.

എന്നാൽ അദ്ദേഹത്തിന്റെ ഭാര്യമാരോടുള്ള പെരുമാറ്റം പ്രതിദിനം മോശമായി വന്നിരുന്നു. വഴക്കും വക്കാണവും ആ കുടുംബത്തിൽ നിത്യസംഭവങ്ങളായി. സഹനശക്തിയുടെ എല്ലാ അതിർത്തികളും കടന്നപ്പോൾ ആ നാല് അന്തർജ്ജനങ്ങളും കൂടി അദ്ദേഹത്തിനെ നിയന്ത്രിക്കാൻ തന്നെ തീരുമാനിച്ചു. അതും ഒരു പ്രത്യേകതരത്തിൽ.

അന്ന് കർക്കിടകമാസത്തിൽ കറുത്തവാവായിരുന്നു. കോരിച്ചൊരിയുന്ന മഴ! രാത്രി ഭക്ഷണം കഴിച്ച് കിടക്കാൻ പോകുന്നതിനു മുൻപ് എന്തോ കശപിശയുണ്ടായി. തുടർന്ന് അദ്ദേഹം അന്തർജ്ജനങ്ങളുമായി കയ്യാംകളി തുടങ്ങി. കയ്യാംകളി മൂത്തപ്പോൾ, മൂത്ത അന്തർജ്ജനം, "ഞങ്ങളെ ഇങ്ങനെ തല്ലാൻ പാടില്ല." എന്നു പറഞ്ഞു. അതു കേൾക്കേണ്ട താമസം അദ്ദേഹം വീണ്ടും അടിക്കാനായി അവരുടെ നേർക്ക് തിരിഞ്ഞു. അടികൊള്ളുമെന്ന് തീർച്ചയായപ്പോൾ ആ സാധു അന്തർജ്ജനം അദ്ദേഹത്തെ പിടിച്ച് ഒരു തള്ളു കൊടുത്തു. നേരെ വീണത് നടുമുറ്റത്തേക്കായിരുന്നു.

നടുമുറ്റത്തുനിന്ന് കേറാൻ ഭാവിച്ച അദ്ദേഹത്തെ ആ അന്തർജ്ജനം ഒരു തെങ്ങിൻചൂലുമായി വീണ്ടും ഉന്തിയിട്ടു. അപ്പോഴേയ്ക്കും ബാക്കി മൂന്ന് അന്തർജ്ജനങ്ങളും, മൂന്ന് ഇറയത്തും കയറാൻ സമ്മതിക്കാതെ അദ്ദേഹത്തെ തള്ളിയിടാൻ തയ്യാറായി നിന്നു. ഒരാളുടെ കൈയിൽ ഒരു വിറകുകൊള്ളിയും മറ്റൊരാളുടെ കൈയിൽ ഒരു അവണപ്പലകയും മൂന്നാമത്തെ അന്തർജ്ജനത്തിന്റെ കൈയിൽ കടലാസിൽ വരയിടാനുപയോഗിക്കുന്ന ഒരു റൂൾത്തടിയും ഉണ്ടായിരുന്നു!

മഴ കോരിച്ചൊരിയുകയാണ്! നാലുകെട്ടിന്റെ നാലുമൂലയ്ക്കൽ നിന്നും വെള്ളം കുതിച്ചു ചാടിക്കൊണ്ടിരിക്കുന്നു! സുമാർ പത്തടി നീളവും എട്ടടി വീതിയുമുള്ള നടുമുറ്റത്തിന് മൂന്നു മൂന്നരയടി താഴ്ചയുണ്ടായിരുന്നു. വെള്ളം ഒഴിഞ്ഞുപോകാൻ ഒരു ഓവു മാത്രമേ നടുമുറ്റത്തുണ്ടായിരുന്നുള്ളൂ.

റൂൾത്തടി കൈയിലുള്ള ചെറുപ്പക്കാരിയായ അന്തർജ്ജനം നിൽക്കുന്ന ഭാഗത്തു കൂടി അദ്ദേഹം നാലുകെട്ടിലേക്ക് കയറാൻ ശ്രമിച്ചപ്പോൾ അവർ, "ഞാൻ ഈ റൂൾത്തടി കൊണ്ട് ഒന്നു തന്നാൽ തല പൊളിയും. അതു മറക്കണ്ട. ഞങ്ങളെ സാമാന്യത്തിലധികം ഉപദ്രവിക്കുന്നുണ്ടല്ലോ. മഴയത്ത് അവിടെ കുറച്ച് നിന്നു നോക്കൂ. ഞങ്ങൾ നടുമുറ്റത്തുനിന്ന് കയറാൻ സമ്മതിക്കില്ല" എന്നു പറഞ്ഞു.

മഴ തുമ്പിക്കൈ കനത്തിൽ പെയ്യുകയാണ്. എങ്ങനെയെങ്കിലും നടുമുറ്റത്തുനിന്ന് ഒന്നു കയറാൻ ശ്രമിക്കുന്ന അദ്ദേഹത്തെ, നാല് ഇറയത്തും നിൽക്കുന്ന അന്തർജ്ജനങ്ങൾ അതു സമ്മതിക്കാതെ നടുമുറ്റത്തേയ്ക്കു തന്നെ തള്ളിയിട്ടുകൊണ്ടിരുന്നു!

നേരം പാതിരയാകാറായി. മഴ നില്ക്കുന്ന മട്ടുമില്ല. അദ്ദേഹം വല്ലാതെ ക്ഷീണിച്ചു. പലതവണയുണ്ടായ വീഴ്ചകൊണ്ടും കഠിനമായ തണുപ്പുകൊണ്ടും അദ്ദേഹത്തിന്റെ ശരീരം വിറയ്ക്കാൻ തുടങ്ങി. തണുപ്പു സഹിയ്ക്ക

വയ്യാതായ അദ്ദേഹം ഒടുക്കം അവരോട്,"മേലിൽ ഞാൻ നിങ്ങളെ ഉപദ്രവിക്കുകയില്ല" എന്നു പറഞ്ഞു.

ഇത്തരത്തിലുള്ള പറച്ചിൽ പലതവണ കേട്ടിട്ടുള്ള അവർ അതു വിശ്വസിച്ചില്ല. ഒടുക്കം ദയതോന്നിയ ചെറുപ്പക്കാരിയായ അന്തർജ്ജനം പൂണൂൽ പിടിച്ച് സത്യം ചെയ്യാൻ പറഞ്ഞു.

"ഏഠെ, നീയെന്നോട് പൂണൂല് പിടിച്ച് സത്യം ചെയ്യാനാണോ പറയുന്നത്" എന്ന് അദ്ദേഹം അപ്പോൾ അവരോട് തട്ടിക്കയറി.

"എന്നാൽ അവിടെ മഴയും കൊണ്ട് അങ്ങനെ നിന്നോളൂ" എന്ന് ആ അന്തർജ്ജനം മറുപടിയും പറഞ്ഞു.

കാര്യങ്ങൾ തന്റെ നിയന്ത്രണത്തിൽ നിന്നുപോയെന്ന് മനസ്സിലായ അദ്ദേഹം അവസാനം പൂണൂലു പിടിച്ചുതന്നെ സത്യം ചെയ്തു. തുടർന്ന് അവർ, തണുപ്പുമാറാൻവേണ്ടി ചൂടുവെള്ളമുണ്ടാക്കി അദ്ദേഹത്തെ കുളിപ്പിക്കുകയുമൊക്കെ ചെയ്തുവത്രേ!

ഈ മനുഷ്യൻ വളരെ താമസിയാതെ പക്ഷവാതം പിടിച്ച് കിടപ്പിലായി. അനങ്ങാൻ പോലും പരസഹായമില്ലാതെ പറ്റില്ലെന്ന നിലയിൽ പിന്നീട് പത്തിരുപത്തഞ്ച് കൊല്ലം ജീവിച്ചു. അക്കാലത്തെല്ലാം ആ സാധു അന്തർജ്ജനങ്ങൾ അദ്ദേഹത്തെ ഊണും ഉറക്കവുമുപേക്ഷിച്ച് ശുശ്രൂഷിക്കുകയും ചെയ്തിരുന്നു.

മുത്തശ്ശിയുടെ ഗുരുവായൂർ യാത്രയിൽ ആദ്യം കൂടുന്നത് ഈ മനയ്ക്കലെ, മേൽപ്പറഞ്ഞ അന്തർജ്ജനങ്ങളിലെ ഒന്നോ രണ്ടോ പേരായിരിക്കും.

എന്നും പ്രകാശമാകുമ്പോഴാണ് ഇല്ലത്തുനിന്ന് മുത്തശ്ശി പുറപ്പെടാറ്. മുത്തശ്ശിയുടെ രണ്ടാമത്തെ മകളെ കൊടുത്തിട്ടുള്ള, ചാലക്കുടിയിലെ ഭവനമാണ് ആദ്യത്തെ ലക്ഷ്യം. ഇല്ലത്തുനിന്ന് മൂന്നര നാഴിക പോയാൽ അന്നമനടയായി. അവിടെ 'പുളിക്കക്കടവ്' കടത്തു കടക്കണം. വേനൽക്കാലത്താണെങ്കിൽ പുഴ ഇറങ്ങിക്കടക്കാം. വർഷക്കാലത്ത് തോണി കൂടിയേ പറ്റൂ. അതുകൊണ്ട് ചിലപ്പോൾ കടത്തുകടവിൽ കുറച്ചുനേരം കാത്തുനിൽക്കേണ്ടതായും വരും.

തുടർന്ന് ഒരൊറ്റ നടത്തമാണ്. വഴിക്ക് രണ്ടുമൂന്നു ദിക്കിൽനിന്ന് ചില അന്തർജ്ജനങ്ങൾ ഒപ്പം കൂടും. അങ്ങനെ ഏഴെട്ടാൾക്കാരായിട്ട്, അവർ കാലത്തു പത്തുമണിയാകുമ്പോഴേയ്ക്കും ചാലക്കുടിയിൽ മുത്തശ്ശിയുടെ രണ്ടാമത്തെ മകളെ കൊടുത്ത ഭവനത്തിലെത്തും.

എല്ലാ മാസത്തിലും ഉള്ളതാവുക കാരണം എല്ലാം എല്ലാവർക്കുമറിയാം. ഒക്കെ ഒരുങ്ങിയിരിക്കും.

ഉടനെ കുളി, പിന്നെ, നേദിക്കാനുള്ളവർക്ക് നേദിക്കലും മറ്റത്യാവശ്യം തേവാരങ്ങളും. അതിനു ശേഷം ഊണ്.

വേഗം ഊണു കഴിച്ച് പുറപ്പെടും. കാരണം, സന്ധ്യയാകുമ്പോഴേയ്ക്കും ഇരുപത് നാഴിക ദൂരെയുള്ള തൃശ്ശൂരെത്തണം.

രണ്ടുമൂന്ന് തുണക്കാരത്തികളും അഞ്ചെട്ടന്തർജ്ജനങ്ങളുമായിട്ടുള്ള ആ യാത്ര പിന്നെ വളരെ വേഗത്തിലാണ്. നെല്ലായ, പുതുക്കാട്, ഒല്ലൂർ തുടങ്ങിയ പല സ്ഥലങ്ങളിൽനിന്നും അന്തർജ്ജനങ്ങൾ അവരുടെ സംഘത്തിൽ ചേരും. അല്പം വിഷമിച്ചിട്ടാണെങ്കിലും തിരക്കിട്ടു നടന്ന് ഏതാണ്ട് അമ്പതോളം അന്തർജ്ജനങ്ങളുടെ ഒരു സംഘം ഇരുട്ടാകും മുൻപ് ബ്രഹ്മസ്വം മഠത്തിലെത്തും.

ബ്രഹ്മസ്വംമഠത്തിൽ, തുണക്കാരത്തികളെ മുൻനിർത്തി, എത്രപേരുണ്ടെന്നും ഓരോരുത്തരും ഏതെല്ലാം ഇല്ലങ്ങളിലെയാണെന്നും പറയും. അപ്പോൾ അവർക്കെല്ലാവർക്കും (തുണക്കാരത്തികൾക്കും) ബ്രഹ്മസ്വം മഠത്തിൽനിന്ന് അരിയും കോപ്പും കൊടുക്കും.

അരിയും കോപ്പും കിട്ടിയ അവർ, ബ്രഹ്മസ്വം മഠത്തിന്റെ അടുത്തുള്ള നാലഞ്ച് ഇല്ലങ്ങളിലേയ്ക്കായി വേർതിരിഞ്ഞു പോകും. കിട്ടിയ അരിയും കോപ്പും ആ ഇല്ലങ്ങളിൽ കൊടുക്കും. അതു കഴിഞ്ഞ് കുളിക്കാൻ പോകും. അപ്പോഴേയ്ക്കും നാലഞ്ചുനാഴിക ഇരുട്ടിയിട്ടുണ്ടാകും.

ഊണുകഴിഞ്ഞ് താമസിയാതെ കിടക്കും. കാരണം, പിറ്റേ ദിവസം രാവിലെ എഴുന്നേറ്റുനടന്ന് ഉച്ചയാവുമ്പോഴേയ്ക്കും അവർക്കെല്ലാം ഗുരുവായൂരെത്തണം.

കാലത്ത്, തൃശ്ശൂരിൽ ഇന്നിന്ന സ്ഥലത്ത് നിൽക്കുക എന്ന നിയമമുണ്ട്. എല്ലാവരും ഒത്തുകൂടിയാൽ പിന്നെ ഒരു നടത്തമാണ്.

തൃശ്ശൂരു കഴിഞ്ഞാൽ അവരുടെ സംഘത്തിൽ അധികമാരും ചേരാറില്ല. കാരണം തൃശ്ശൂരിനപ്പുറത്തുള്ളവർക്ക് ഗുരുവായൂർക്കു പോകാൻ ഇതു പോലെ വേറെയും സംഘങ്ങളുണ്ടായിരുന്നു.

ഗുരുവായൂരിൽ എത്തിയ അവർ അടുത്തുള്ള രണ്ടുനാല് അമ്പലവാസിഭവനങ്ങളിലായി സാധനങ്ങളെല്ലാം വച്ച് കുളിക്കാൻ പോകും. കുളികഴിഞ്ഞു വന്നാൽ, ദേവസ്വത്തിൽ അവരെത്തിയ വിവരം അറിയിപ്പിക്കും. ദേവസ്വക്കാർ അവർക്ക് ഭക്ഷണത്തിനാവശ്യമായ ഏർപ്പാടുകളെല്ലാം ക്ഷേത്രച്ചെലവിൽതന്നെ നടത്തുകയും ചെയ്യും.

പിന്നീട് എല്ലാവരും കൂടി പ്രദക്ഷിണം വയ്ക്കലും തൊഴലും എല്ലാമായി ഒരുത്സവമാണ്.

പിറ്റേദിവസം ഉച്ചയ്ക്ക് ഊണുകഴിച്ചിട്ടേ ആ സംഘം മടങ്ങുകയുള്ളൂ. ഗുരുവായൂരിലെ കഥകൾ, കുട്ടികളായ ഞങ്ങൾക്ക് മുത്തശ്ശിയിൽ നിന്ന് കേൾക്കുക വലിയ രസമുള്ള കാര്യമായിരുന്നു.

മുത്തശ്ശി പറയാറുള്ള ഒരു കഥ ഞാൻ ഇന്നും ഓർക്കുന്നു. അത് ദീപാരാധന കഴിഞ്ഞ് നട തുറക്കുമ്പോൾ, തൊഴുതുനിൽക്കുന്ന മുത്തശ്ശിക്കു തോന്നാറുള്ള ഭാവം പറയുവാൻ വാക്കില്ലാതെ പറയുന്ന ഒന്നാണ്.

"എന്റെ കുഞ്ഞിക്കുട്ടാ!" (എന്നെ ഇല്ലത്തെല്ലാവരും കുഞ്ഞിക്കുട്ടൻ എന്നാണ് വിളിക്കാറ്) "ദീപാരാധന കഴിഞ്ഞ് നട തുറക്കുമ്പോൾ എനിക്ക് കാണാനൊന്നും വയ്യേ.....! സങ്കടാവും!"

ഈ സങ്കടം പറഞ്ഞറിയിക്കാൻ പറ്റാത്ത സന്തോഷമാണെന്ന് മനസ്സിലാവാൻ എനിക്ക് ഏറെക്കാലം വേണ്ടിവന്നു.

പ്രായമായപ്പോൾ, എല്ലാ മാസവും നടക്കാൻ വയ്യാത്തതുകൊണ്ട്, ഗുരുവായൂരിൽ തിങ്കൾ തൊഴാനുള്ള ഈ യാത്ര മുത്തശ്ശി മാസാവസാനത്തിൽ ആക്കി. അപ്പോൾ, രണ്ടു മാസത്തെ തൊഴൽ ഒരു യാത്ര കൊണ്ട് കഴിക്കാൻ പറ്റുമല്ലോ!

മുത്തശ്ശിയുടെ കൂടെ ഗുരുവായൂർക്കുപോകാൻ ഞാൻ പലതവണ വാശി പിടിച്ചിട്ടുണ്ട്. എന്നാൽ ഒരിക്കലും എന്നെ കൊണ്ടുപോയിട്ടില്ല. മാത്രമല്ല, അവർ

കുട്ടികളെ ആരെയും കൊണ്ടുപോകാറുമില്ല. കാരണം കുട്ടികൾക്ക് ഇത്ര ദൂരം ഒന്നരദിവസം കൊണ്ട് നടന്നെത്തുവാൻ പറ്റില്ലല്ലോ!

പിന്നീട് ചെറിയമ്മയും ഇടയ്ക്ക് ഗുരുവായൂർക്ക് പോയിരുന്നു. എന്നാൽ ചെറിയമ്മയ്ക്ക് മുടങ്ങാതെ തിങ്കൾ തൊഴലൊന്നുമുണ്ടായിരുന്നില്ല. ഞങ്ങളെയൊക്കെ നോക്കിയിരുന്നത് ചെറിയമ്മയായിരുന്നതുകൊണ്ട് ചെറിയമ്മയ്ക്ക് അതിനു സമയവും കഷ്ടിയായിരുന്നു.

ഒരു ദിവസം ഞാൻ രാവിലെ ഉണർന്നപ്പോൾ അച്ഛൻ ബഹളം കൂട്ടി ഇല്ലത്തിനു ചുറ്റും ഓടിനടക്കുകയായിരുന്നു! എന്തിനാണെന്നെനിക്കു മനസ്സിലായില്ല. അച്ഛൻ അമ്മമാരോട് ലഹളയ്ക്കു വട്ടം കൂട്ടുകയായിരിക്കുമോ? വാതിലുകളെല്ലാം അടച്ചിട്ടുണ്ട്.

ഇത്തരം സന്ദർഭങ്ങളിൽ അമ്മമാർ, അച്ഛൻ കാണാതെ എങ്ങോട്ടെങ്കിലും രക്ഷപ്പെടുകയാണു പതിവ്. അഞ്ചാറു നാഴിക കഴിയുമ്പോഴേയ്ക്കും അച്ഛന്റെ ശുണ്ഠിയൊക്കെ മാറും. അപ്പോൾ അമ്മമാർ മടങ്ങിവരികയും ചെയ്യും.

ഓടിപ്പോകാനുള്ള തിരക്കിൽ, ശബ്ദമുണ്ടാക്കാതെ എങ്ങനെ രക്ഷപ്പെടേണ്ടൂ എന്ന് ആലോചിക്കുന്ന അമ്മമാർ എന്നോട്, അച്ഛൻ ശുണ്ഠിയെടുത്തിരിക്കുന്നു എന്നും, നീ മിണ്ടാതിരിക്കണമെന്നും അച്ഛന്റെ ശുണ്ഠി മാറുമ്പോഴേയ്ക്കും ഞങ്ങൾ മടങ്ങിയെത്തിക്കോളാമെന്നും പറഞ്ഞു. എന്നാൽ ഞാൻ അപ്പോൾ, അമ്മമാർ അച്ഛനെ പറ്റിച്ച് രക്ഷപ്പെടുവാൻ പോകയാണെന്ന് അച്ഛനോടു പറയുമെന്ന് അവരോടു പറഞ്ഞു. അതുകേട്ടിട്ട്, "എന്റെ കുഞ്ഞിക്കുട്ടനല്ലേ, നീ വാശി പിടിക്കരുത്" എന്നു പറഞ്ഞുകൊണ്ട് ചെറിയമ്മ എവിടുന്നോ വെള്ളമൊലിക്കുന്ന, ശർക്കരയുടെ ഒരു ചെറിയ കഷ്ണം എനിക്കു തന്നു.

ശർക്കരപ്പൊട്ടു കണ്ട എനിക്ക് നല്ലവണ്ണം ദേഷ്യം വന്നു. "ഒരു മുഴുവൻ അച്ച് ശർക്കര തരാമെങ്കിൽ മിണ്ടാതിരിക്കാം; അല്ലെങ്കിൽ ശബ്ദമുണ്ടാക്കും." ഞാൻ ചെറിയമ്മയോടു പറഞ്ഞു.

"എന്റെ കൈയിലില്ലാഞ്ഞിട്ടല്ലേ തരാത്തത്" എന്ന് ചെറിയമ്മ പറഞ്ഞപ്പോൾ, ശുണ്ഠിയും സങ്കടവും കാരണം ഞാൻ ചെറിയമ്മ തന്ന ആ ശർക്കരപ്പൊട്ട് നടുമുറ്റത്തേയ്ക്കു വലിച്ചെറിഞ്ഞ് അവിടെക്കിടന്നു കരയാൻ തുടങ്ങി. കരഞ്ഞുകരഞ്ഞ് ഉറങ്ങുകയും ചെയ്തു.

പിന്നീട് ഞാൻ ഉണർന്നപ്പോൾ എല്ലാം ശാന്തമായിരിക്കുന്നു. അമ്മമാർ മടങ്ങിയെത്തിയിട്ടുണ്ട്. അച്ഛൻ, മുറുക്കിക്കൊണ്ട് പടിഞ്ഞാറേ ഇറയത്ത് ഇരിക്കുന്നു. നടുമുറ്റത്തേയ്ക്ക് വെയില് കുറേശ്ശേ ഇറങ്ങിത്തുടങ്ങി. ഞാൻ കണ്ണു തിരുമ്മി നോക്കി. നടുമുറ്റത്തു കിടക്കുന്ന ആ ശർക്കരയുടെ ചെറിയ കഷ്ണം അലിഞ്ഞ് ഇല്ലാതായിരിക്കുന്നു. എന്നാൽ ആ ശർക്കര വീണ സ്ഥലത്തും ചുറ്റുവട്ടത്തിലും ധാരാളം ചോണനുറുമ്പ് അരിക്കുന്നുണ്ടായിരുന്നു.

ചെറിയമ്മ വന്ന് എന്നെ പിടിച്ചെഴുന്നേല്പിച്ചു കൊണ്ടുപോയി കാലും മുഖവും കഴുകിപ്പിച്ചു. ലേശം ഭസ്മം കുറിയിടീപ്പിച്ചു എന്നു കാണിച്ച്, ഇല വച്ച് ചോറു വിളമ്പി. ഉണ്ടുകൊണ്ടിരിക്കുമ്പോൾ നടുമുറ്റത്ത് അരിക്കുന്ന ചോണനുറുമ്പുകൾ വീണ്ടും എന്റെ കണ്ണിൽപ്പെട്ടു. എനിക്ക് സങ്കടമായി. ഇല്ലാഞ്ഞിട്ടല്ലേ ചെറിയമ്മ വലിയ ശർക്കര അച്ച് തരാതിരുന്നത്! ഞാൻ ബഹളം കൂട്ടിയിരുന്നെങ്കിൽ അച്ഛൻ അവരെ ഉപദ്രവിക്കുമായിരുന്നില്ലേ!

ഊണു കഴിഞ്ഞ് എഴുന്നേറ്റ ഞാൻ കൈ കഴുകി ചെറിയമ്മയുടെ ചുറ്റും പറ്റിക്കൂടി നിൽക്കാൻ തുടങ്ങി. അപ്പോൾ ചെറിയമ്മ, "നീയെന്തിനാണ് വലിയ സ്നേഹം നടിച്ചുകൊണ്ട് അടുത്തു കൂടിയിരിക്കുന്നത്?" എന്നു ചോദിച്ചു.

ഞാനപ്പോൾ നടുമുറ്റത്ത് ഉറുമ്പ് അരിക്കുന്നതു ചൂണ്ടിക്കാണിച്ച് കരയാൻ തുടങ്ങി.

അപ്പോൾ "നീയെന്തിനാ കരയണ്?" എന്നായി ചെറിയമ്മ.

ഞാനെന്റെ സങ്കടമെല്ലാം ചെറിയമ്മയോടു പറഞ്ഞു."വലിയ ശർക്കര പ്പൊട്ടു തരാഞ്ഞത് ഇവിടെ വേറെ ഇല്ലാഞ്ഞിട്ടാണല്ലോ. എന്നിട്ടും ഞാൻ ചെറി യമ്മ തന്ന ശർക്കരപ്പൊട്ട് വലിച്ചെറിഞ്ഞില്ലേ! എനിക്കു വയ്യ. സങ്കടം കൊണ്ട് ഒന്നും വയ്യ" എന്നു പറഞ്ഞുകൊണ്ട് ഞാൻ ചെറിയമ്മയെ കെട്ടിപ്പിടിച്ചു.

ചെറിയമ്മ എന്നെ എടുത്ത്, എന്റെ കണ്ണുനീരു തുടച്ചുകൊണ്ട്, "അതൊന്നും സാരല്യ, നീയിങ്ങനെ വിഡ്ഢികളെപ്പോലെ കരഞ്ഞാലോ" എന്നു പറഞ്ഞു. എനിക്കു സമാധാനമായി.

അക്കാലത്താണ് ഞങ്ങൾ സ്വർണ്ണത്തുമനയ്ക്കലെ കുടിവെപ്പിനെപ്പറ്റി കേട്ടത്.

കുടിവെപ്പ്

സ്വർണ്ണത്തുമന, ഒരു കാലത്ത് നിത്യവൃത്തിക്കുപോലും ഉപായമില്ലാത്ത അവസ്ഥയിലായിരുന്നുവത്രേ! അങ്ങനെയിരിക്കെ ഒരിക്കൽ അവധൂതനായ ആചാര്യസ്വാമികൾ (ശങ്കരാചാര്യർ) ഭിക്ഷയ്ക്കായി സ്വർണ്ണത്തുമനയ്ക്കൽ ചെന്നു. സ്വാമിജിക്ക് ഭിക്ഷ കൊടുക്കുവാൻ ഒന്നും കാണാതെ സങ്കടത്തിലായ, സ്വർണ്ണത്തുമനയ്ക്കലെ അമ്മ അവസാനം ഭരണിയിൽ കിടന്നിരുന്ന ഒരു നെല്ലിക്ക കണ്ടെത്തി! ആ അമ്മ ശങ്കരാചാര്യരോട്, "ഇവിടുത്തെ നിലയെല്ലാം സ്വാമികൾക്ക് അറിയുന്നതാണല്ലോ. ഞാൻ എല്ലാ ദിക്കിലും തപ്പിനോക്കിയിട്ടും ഇതേ കിട്ടിയുള്ളൂ. ഇതു സ്വീകരിച്ച് ഞങ്ങളെ അനുഗ്രഹിക്കണം" എന്ന് അപേ ക്ഷിച്ചു.

ആചാര്യസ്വാമികൾ സ്വർണ്ണത്തമ്മ കൊടുത്ത ആ നെല്ലിക്ക സ്വീകരിക്കു കയും അദ്ദേഹത്തിന്റെ യോഗശക്തികൊണ്ട് സ്വർണ്ണനെല്ലിക്കയുടെ ഒരു വർഷം തന്നെ അവിടെ അപ്പോൾ ഉണ്ടാക്കുകയും ചെയ്തുവത്രെ!

അതെന്തായാലും സ്വർണ്ണത്തുമനക്കാർ അന്നു മുതൽ വലിയ ധർമ്മി ഷ്ഠരും സമ്പന്നരുമായി.

ആ സ്വർണ്ണത്തുമനയ്ക്കലാണ് കുടിവെപ്പ്. സദ്യയ്ക്ക് ആയിരം പറ അരിയാ ണത്രെ! പുറമെ, ഓണപ്പുടവയും പ്രതിഗ്രഹവും ഉണ്ടുപോലും!

എല്ലാ നമ്പൂതിരിഗൃഹങ്ങളിലും പ്രധാന സംസാരവിഷയം സ്വർണ്ണത്തു മന യ്ക്കലെ കുടിവെപ്പിനെക്കുറിച്ചായി.

കേട്ടറിഞ്ഞ അമ്മമാർ സ്വർണ്ണത്തുമനയ്ക്കലേയ്ക്ക് കുടിവെപ്പിനു പോകാ നുള്ള ആലോചനകൾ തുടങ്ങി. ഇല്ലത്തെ കാര്യങ്ങൾ മുത്തശ്ശിയും മുത്തശ്ശി യുടെ രണ്ടാമത്തെ മകളും കൂടി നാലഞ്ചുദിവസത്തിന് നോക്കിക്കൊള്ളാ മെന്നേറ്റു.

ഇതുകേട്ട ഞാൻ "സ്വർണ്ണത്തേയ്ക്ക് എന്നേയും കൊണ്ടുപോകണ"മെന്ന് വാശിപിടിയ്ക്കാൻ തുടങ്ങി. ഒടുക്കം അമ്മമാർ എന്നെയും അനുജനെയും ഓരോപ്പോളെയും ഒപ്പം കൊണ്ടുപോകാമെന്ന് സമ്മതിച്ചു.

പിന്നെ, എന്റെ ആലോചന മുഴുവൻ സ്വർണ്ണത്തുമനയ്ക്കലെ കുടിവെപ്പിനെക്കുറിച്ചും അവിടെനിന്നു കിട്ടിയേക്കാവുന്ന ഓണപ്പുടവയെക്കുറിച്ചും ഒക്കെയായി.

നാട്ടിലെ മിക്ക നമ്പൂതിരി കുടുംബങ്ങളിൽ നിന്നും ഏതാണ്ടെല്ലാവരും തന്നെ സ്വർണ്ണത്തെ കുടിവെപ്പിന് പോകുന്നുണ്ടായിരുന്നു. മറ്റു സമുദായത്തിലെ പ്രമാണിമാർക്കും അന്ന് സ്വർണ്ണത്തുമനക്കാർ ക്ഷണപത്രം കൊടുത്തിരുന്നുവത്രെ.

കുടിവെപ്പിന്റെ നാലുദിവസം മുമ്പേ, ഞങ്ങൾ അഞ്ചുപേരും ഒരു തുണക്കാരത്തിയും കൂടി ഇല്ലത്തുനിന്ന് പുറപ്പെട്ടു. നായത്തോട്ടുള്ള അമ്മാത്തേയ്ക്കാണ് ആദ്യം പോയത്. അവിടെ നിന്ന് ചിലരും കൂടെ കൂടി. അങ്ങനെ ഞങ്ങൾ പത്തുപതിനഞ്ചാളുകൾ, കുടിവെപ്പിന്റെ തലേദിവസം വെളുപ്പാൻ കാലത്ത് നാലുമണിയോടുകൂടി അമ്മാത്തുനിന്ന് പുറപ്പെട്ടു. ചെങ്ങൽത്തോടു കടന്ന് ഇന്നുള്ള ആലുവ-പെരുമ്പാവൂർ റോട്ടിൽ കയറി. നേരം ഒട്ടും തന്നെ പ്രകാശമായിട്ടില്ല. വലിയ വെളിച്ചമുള്ള വണ്ടികൾ ദൂരെ നിന്ന് വരുന്നതു കണ്ടു. വെളിച്ചം കണ്ണിൽ തട്ടിയാൽ കണ്ണു മഞ്ഞളിക്കും. വണ്ടികൾ വരുമ്പോൾ ഞങ്ങൾ എല്ലാവരും റോഡിന്റെ അരികിലേക്ക് ചേർന്നുനിൽക്കും. വണ്ടിപോയിക്കഴിഞ്ഞാൽ സമാധാനമായി.

എനിക്ക് നല്ല പേടിയുണ്ടായിരുന്നുവെങ്കിലും ആദ്യമായി ഇത്ര വലിയ വെളിച്ചമുള്ള വണ്ടികൾ ഓടിപ്പോകുന്നതുകണ്ടപ്പോൾ അദ്ഭുതമായി. എങ്ങനെയാണ് ഈ വണ്ടികൾ ഓടുന്നത്?

ഏതാണ്ട് ഉച്ചയായപ്പോഴേയ്ക്കും ഞങ്ങൾ പത്തുപതിനഞ്ചു നാഴിക നടന്ന് സ്വർണ്ണത്തുമനയ്ക്കൽ എത്തി. അവിടെ മറ്റൊരു ലോകമായിരുന്നു! കണ്ണിനും കാതിനും വിശ്വസിക്കാൻ കഴിയാത്ത ഒരു ലോകം!

വന്നവരെയെല്ലാം സ്വീകരിച്ച് സൽക്കരിക്കാൻ വേണ്ട എല്ലാ ഏർപ്പാടുകളും കൃത്യമായി അവിടെ ഉണ്ടായിരുന്നു. കുടിവെപ്പിന്റെ തലേദിവസം ഉച്ചയ്ക്കു തന്നെ അവിടെ ഏതാണ്ട് ആയിരത്തിലധികം ആളുകൾ എത്തിക്കഴിഞ്ഞിരുന്നു.

സാധനങ്ങളെല്ലാം സൂക്ഷിക്കാൻവേണ്ട ഏർപ്പാടുകളുണ്ട്. അന്തർജ്ജനങ്ങൾക്ക് എല്ലാ സൗകര്യങ്ങളും എത്രയും ഭംഗിയായി ഏർപ്പാടു ചെയ്തിട്ടുണ്ടായിരുന്നു. തുണക്കാരത്തികൾക്ക് ഇരിക്കാനും കിടക്കാനും മറ്റുമായി പ്രത്യേകം സ്ഥലം തന്നെയുണ്ടായിരുന്നു. എല്ലാറ്റിനും പുറമേ കുടിവെപ്പിനു വേണ്ടി സ്വർണ്ണത്തുമനക്കാർ കറന്റുവെളിച്ചവും ഉണ്ടാക്കിയിരുന്നു!

കുളികഴിഞ്ഞു വന്ന ഞങ്ങൾ(കുട്ടികൾ) ഉണ്ണാനിരുന്ന പന്തലിൽ സുമാർ രണ്ടായിരം ആൾക്കാർക്ക് ഒന്നിച്ചിരുന്ന് ഊണുകഴിക്കാൻ പറ്റും! എവിടെ നോക്കിയാലും പന്തല്! പന്തലുകളെല്ലാം വർണ്ണക്കടലാസുകൊണ്ട് അലങ്കരിച്ചവ. രാത്രിയായാൽ കത്തിക്കാൻ വേണ്ടിയുള്ള കറന്റുവിളക്കിന്റെ ബൾബുകൾ എല്ലാദിക്കിലും തൂങ്ങിനിൽക്കുന്നു. എനിക്ക് ഉണ്ണുന്നതിലധികം താത്പര്യം അവിടെയുള്ള സംഗതികൾ കാണാനും കേൾക്കാനുമായിരുന്നു.

ഞങ്ങളുടെ ഊണുകഴിഞ്ഞ്, ആ പന്തലിൽ തന്നെയാണ് അന്തർജ്ജനങ്ങൾക്ക് ഇല വച്ചത്. അമ്മമാർ ഉണ്ണുന്ന സമയത്ത് ഞാൻ പന്തലിൽ നിന്ന്

പുറത്തുകടന്ന് അപ്പുറത്തൊന്നുപോയി നോക്കി. അവിടെയും പന്തലുകളാണ്. എല്ലാ പന്തലും അലങ്കരിച്ചവ. അവയിലൊരു വലിയ പന്തലിൽ നൂറുകണക്കിന് നമ്പൂതിരിമാർ ഇരുന്ന് ഊണുകഴിക്കുന്നു. എന്നാൽ മറ്റു സാധാരണ ദിക്കു കളിൽ കാണുന്നപോലെ നമ്പൂതിരിമാർ ഊണുകഴിക്കുമ്പോൾ ഉറക്കെ സംസാ രിച്ചിരുന്നില്ല.

അമ്മമാരുടെ അടുക്കലേയ്ക്ക് ഞാൻ അധികം വൈകാതെ തന്നെ മടങ്ങി. എനിക്കു പേടിയായി. ഈ തിരക്കിൽ അമ്മമാരെ കാണാൻ കഴിയാതെ വന്നാലോ?

നേരം വൈകുന്നേരമായത് അറിഞ്ഞതേയില്ല. വർത്തമാനം പറഞ്ഞു കൊണ്ടിരിക്കുന്ന അന്തർജ്ജനങ്ങളുടെ ഇടയിൽ അമ്മമാരോടൊപ്പം ഞങ്ങളും ഇരുന്നു.

അതിനിടയ്ക്ക് എല്ലാവർക്കും കാപ്പിയും പലഹാരവുമെത്തി. ഞാൻ അപ്പോൾ തിന്ന പലഹാരങ്ങൾ അതിനു മുമ്പു കണ്ടിട്ടുപോലുമില്ലായിരുന്നു!

സന്ധ്യയാകാറായപ്പോഴേയ്ക്കും കൈയും കാലും കഴുകാനും മേൽ കഴുകാ നുമായി എല്ലാവരും കൂടി എഴുന്നേറ്റു. അപ്പോഴാണ് എനിക്കു ഭയമായത്. ഇത്രയധികം ആളുകളോ? അമ്മമാരുടെ കൈ മുറുക്കെ പിടിച്ചുകൊണ്ട് ഞാനൊപ്പം കൂടി.

കഷ്ടിച്ച് സന്ധ്യകഴിഞ്ഞപ്പോഴേയ്ക്കും കുട്ടികൾക്ക് ഇലവച്ചു. ചെറിയ മ്മയും ഒപ്പം വരണമെന്നു പറഞ്ഞ് ഞാൻ വാശിപിടിച്ചു. ചെറിയമ്മ ഒപ്പം വന്നതുകൊണ്ട് ഞാൻ പരിഭ്രമിക്കാതെ നല്ലവണ്ണം ഉണ്ടു.

എന്നാൽ ഊണു കഴിഞ്ഞ് എഴുന്നേൽക്കാൻ ഭാവിച്ചപ്പോഴേയ്ക്കും പെട്ടെന്ന് എല്ലാ ദിക്കിലും ഇരുട്ടായി. എല്ലാവർക്കും അത് ഒരു ഞെട്ടലായിരുന്നു.

ആയിരക്കണക്കിനാളുകൾ! ഒരൊറ്റ വിളക്കുമില്ല! എങ്ങും കൂരിരുട്ട്!

ഇതിനിടയ്ക്ക് ആരെല്ലാമോ "വിളക്ക് ഇപ്പോൾ വരും, ആരും പരിഭ്രമി ക്കേണ്ട, എല്ലാവരും നിന്ന ദിക്കിൽതന്നെ നിൽക്കണം" എന്ന് ഉറക്കെ വിളിച്ചു പറയുന്നുണ്ടായിരുന്നു.

പറഞ്ഞപോലെ തന്നെ, പത്തുമിനിട്ടു കഴിഞ്ഞപ്പോഴേയ്ക്കും വിളക്കു കളെല്ലാം കത്തി. എന്റെ പേടിയും മാറി.

അമ്മമാരുടെ ഊണുകഴിഞ്ഞപ്പോൾ ഞങ്ങൾ കിടക്കാനുള്ള സ്ഥലത്തേ യ്ക്കു പോയി. അവിടെ എല്ലാവർക്കും പായയും തലയിണയുമുണ്ടായിരുന്നു. ഞാൻ അമ്മയുടെയും ചെറിയമ്മയുടെയും ഇടയ്ക്കു കിടന്നു. അനുജനും ഓപ്പോളും രണ്ടുഭാഗത്തായിട്ടും.

ഉണർന്നപ്പോഴേയ്ക്കും നേരം പ്രകാശമാകാറായി. പിന്നെ നിത്യകർമ്മ ങ്ങളെല്ലാം കഴിക്കാനുള്ള തിരക്കായി. കുളിയും കുറിയും എല്ലാം കഴിഞ്ഞെ ത്തിയപ്പോഴേയ്ക്കും ഇഡ്ഡലിയും കാപ്പിയും തയ്യാർ! ഞാൻ ഇഡ്ഡലി ആദ്യം കഴിക്കുകയായിരുന്നു. അതുകൊണ്ടുതന്നെ, രണ്ടുമൂന്നെണ്ണം കഴിച്ച് വയറ് 'ശംഭോ' എന്നാക്കി.

പത്തുമണിയോടുകൂടി കുടിവെപ്പിന്റെ തിരക്കായി. എനിക്ക് അമ്മമാരുടെ ഒക്കത്തു കയറിയിരുന്നിട്ടുപോലും തിരക്കിനിടയിൽ അതൊന്നും നേരെ കാണാൻ കഴിഞ്ഞില്ല.

കുടിവെപ്പുകഴിഞ്ഞ് സദ്യ! അതിന്റെ കഥ ആയിരം നാവുള്ള അനന്തനെ കൊണ്ടുപോലും വിസ്തരിക്കാൻ പറ്റില്ല എന്നാണ് അമ്മമാർ പറഞ്ഞത്.

ഓണപ്പുടവ കൊടുക്കുന്നതിന്റെ തിരക്കുതുടങ്ങി. ചെല്ലുന്നവരുടെയെല്ലാം ഇല്ലപ്പേരും പേരും ഒരാൾ ചോദിക്കും. അവ വേറൊരാൾ കടലാസ്സിൽ എഴുതും. ഇനിയും ഒരാൾ ഓണപ്പുടവയും മറ്റും കൊടുക്കുകയും ചെയ്യും.

ഏറെനേരം കാത്തുനിന്നിട്ടാണ് എനിക്കും അനുജനും അവ മേടിക്കാൻ കഴിഞ്ഞത്!

ഓണപ്പുടവ കൊടുക്കൽ അന്തിയായിട്ടും കഴിഞ്ഞിരുന്നില്ല. കാരണം അത്രയധികം ആളുകൾ ഉണ്ടായിരുന്നു. അമ്മമാർക്കും മറ്റും ഓണപ്പുടവ കൊടുക്കുന്നതിന്റെ ഏർപ്പാടു വേറെയായിരുന്നു. അവിടെയും തീരാത്തത്ര തിരക്കായിരുന്നു.

ആയിരം പറ അരി സർവ്വാണി സദ്യയ്ക്കാണത്രെ! വലിയ പനമ്പുകളിൽ ചോറ് കുന്നുപോലെ കൂട്ടിയിരിക്കുന്നു. വന്നവർക്കെല്ലാം കൊടുത്താലും കൊടുത്താലും തീരാത്തത്ര ചോറും മറ്റു വിഭവങ്ങളും! അമ്മമാർ പറഞ്ഞത് അന്ന് അവിടെ അരലക്ഷംപേരെങ്കിലും ഭക്ഷണം കഴിച്ചിട്ടുണ്ടാകും എന്നാണ്.

സന്ധ്യയായതോടുകൂടി ഞാൻ കറന്റുവെളിച്ചത്തിന്റെ ഭംഗിയും നോക്കി ഇരിക്കുകയായിരുന്നു. അപ്പോൾ കുട്ടികളെ ഊണുകഴിക്കാൻ നിർബന്ധിച്ചു. എനിക്ക് വലിയ വിശപ്പൊന്നുമുണ്ടായിരുന്നില്ല. അതുകൊണ്ട് ഞാൻ ഉണ്ടുവെന്നു വരുത്തി എഴുന്നേറ്റു.

“നമുക്ക് നാളെ പ്രകാശത്തിനുതന്നെ മടങ്ങണം” അമ്മമാർ പറഞ്ഞു. എനിക്കും അപ്പോൾ അവിടെനിന്നുപോരാൻ തിടുക്കമായിരുന്നു. ഓണപ്പുടവാദികൾ കിട്ടിയപ്പോൾത്തന്നെ മടങ്ങണമെന്നു പറഞ്ഞ് ഞാൻ വാശിപിടിച്ചും തുടങ്ങിയിരുന്നു.

പ്രകാശത്തിനെഴുന്നേറ്റ്, നിത്യകർമ്മങ്ങൾ കഴിഞ്ഞപ്പോഴേക്കും “എല്ലാവരും കാപ്പിയും പലഹാരവും കഴിച്ചേ പോകാവൂ” എന്ന് ആരൊക്കെയോ വന്നു പറഞ്ഞു.

ഞങ്ങളുടെ കാപ്പിയും പലഹാരവും കഴിഞ്ഞപ്പോഴേയ്ക്കും തുണക്കാരികൾക്കും വേറൊരു ഭാഗത്ത് കാപ്പി കൊടുത്തു കഴിഞ്ഞിരുന്നു.

രണ്ടു നാഴിക പുലർന്നപ്പോൾ ഞങ്ങൾ അവിടെനിന്നു പുറപ്പെട്ടു. വന്ന വഴിയേ തന്നെ മടങ്ങി. വണ്ടികൾ കാണുന്ന വലിയ വഴിയിൽ എത്തിയപ്പോഴേയ്ക്കും നേരം ഏതാണ്ട് പതിനൊന്ന് മണിയായിരുന്നു. പിന്നെയും രണ്ടുരണ്ടരനാഴിക നടന്നാലേ അമ്മാത്തെത്തൂ.

എനിക്ക് ആ വഴി വിട്ടുപോരാൻ തീരെ മനസ്സുണ്ടായിരുന്നില്ല. അതിനു കാരണം ഇടയ്ക്കിടയ്ക്ക് ഓടിവരുന്ന വണ്ടികൾ കാണാമെന്നുള്ളതായിരുന്നു. അങ്ങോട്ടുപോകുമ്പോൾ, വണ്ടികളുടെ കണ്ണു മഞ്ഞളിപ്പിക്കുന്ന വെളിച്ചം മാത്രമാണ് ശ്രദ്ധയിൽ പെട്ടിരുന്നത്. ഇപ്പോൾ വെളിച്ചമില്ല. പകൽവെളിച്ചത്തിൽ വണ്ടികൾ നല്ലവണ്ണം കാണുകയും ചെയ്യാം.

അമ്മമാർക്ക് അമ്മാത്തേയ്ക്ക് വേഗം എത്തേണ്ട തിരക്കാണ്. എനിക്കാണെങ്കിൽ വണ്ടി കണ്ട് മതിയായിട്ടുമില്ല. എന്നാലും വിശപ്പ് കുറേശ്ശെ തുടങ്ങിയിരുന്നതുകൊണ്ട് ഞാൻ അധികം ലഹള കൂട്ടാതെ അമ്മമാരോടൊപ്പം നടന്നു. അമ്മാത്തെത്തിയപ്പോഴേയ്ക്കും നേരം ഉച്ചതിരിഞ്ഞു.

കുളിച്ചുവന്ന് ഭക്ഷണം കഴിച്ച എല്ലാവർക്കും അവരവർക്കു കിട്ടിയ ഓണപ്പുടവ അന്യോന്യം കാട്ടിക്കൊടുക്കുന്ന തിരക്കും ബഹളവുമായിരുന്നു. എനിക്ക് ഓണപ്പുടവയ്ക്കു പുറമെ കിട്ടിയ പ്രതിഗ്രഹം ഞാൻ ചെറിയമ്മയ്ക്കു

കൊടുത്തു. അനുജൻ അമ്മയുടെ കൈയിലും. അതെത്രയായിരുന്നുവെന്ന് എനിക്ക് ഇന്നും അറിയില്ല.

പിറ്റേദിവസം ഉച്ചയ്ക്കൂണു കഴിഞ്ഞ് അമ്മാത്തുനിന്ന് ഞങ്ങൾ പുറപ്പെട്ടു. ഞാനും അനുജനും വേഗം നടന്നു. അതിനു കാരണം 'കരിയാറ്റിൽ' പള്ളിയുടെ അടുത്തായി തീവണ്ടി പോകുന്ന റെയിൽപ്പാതയുണ്ട് എന്നതാണ്. അവിടെ നിന്നാൽ, ഭാഗ്യമുണ്ടെങ്കിൽ വണ്ടി കാണാം.

ഞങ്ങളേതായാലും വേഗം വേഗം നടന്നു. റെയിൽവേ ഗേറ്റിന്റെ അടുത്തു നിന്നാൽ ഏതാണ്ട് ഒരു നാഴിക ദൂരത്തായി അമ്മമാർ വരുന്നതു കാണാം. വേഗമെത്തിയ ഞങ്ങൾ റെയിൽവേഗേറ്റിന്റെ അടുത്തുനിന്ന് അമ്മമാർ വരുന്നത് നോക്കിക്കൊണ്ടിരിക്കെ തെക്കുനിന്ന് ഒരു ചൂളംവിളി കേട്ടു. വണ്ടി വരുന്നുണ്ടെന്ന് ഞാൻ പറഞ്ഞു. അനുജൻ ഇല്ലെന്നും.

അങ്ങനെ വാദിച്ചു നിൽക്കുമ്പോൾ കഷ്ടിച്ച് ഒരു നാഴിക തെക്കുഭാഗത്തുള്ള മൂത്തമന ഭട്ടതിരിയുടെ ഇല്ലത്തിന്റെ പടിഞ്ഞാറു വശത്തുകൂടി തീവണ്ടി വരുന്നതു ഞാൻ കണ്ടു. അനുജന് ഞാൻ വണ്ടി ചൂണ്ടിക്കാണിച്ചു കൊടുത്തു. അത് അയാൾക്ക് വിശ്വസിക്കാൻ പോലും വിഷമമായിരുന്നു.

വലിയ ധൈര്യത്തിൽ റെയിലിന്റെ അടുത്തു നിന്നിരുന്ന എന്നെ, വണ്ടി അടുത്തെത്താറായപ്പോൾ ആരോ കൈപിടിച്ച് ദൂരത്തേയ്ക്കു മാറ്റി. അത് ആ വഴിയേ വന്ന യാത്രക്കാരിൽ ഒരാളായിരുന്നു.

ഭൂമി കുലുക്കിക്കൊണ്ടുള്ള വണ്ടിയുടെ ഓട്ടം എനിക്ക് സന്തോഷവും ലേശം ഭയവും ഉണ്ടാക്കി. എന്നാൽ ഈ വണ്ടിയും മനുഷ്യൻ തന്നെയാണ് ഓടിക്കുന്നത് എന്ന് ഓർത്തപ്പോൾ ആശ്ചര്യവും തോന്നി.

പിന്നെയും കുറച്ചുനേരം കഴിഞ്ഞിട്ടേ അമ്മമാർ എത്തിയുള്ളൂ. അവർ വന്ന ഉടനെ തന്നെ ഞാൻ വണ്ടി കണ്ടതിന്റെ വിശേഷങ്ങളെല്ലാം അവരോടു പറഞ്ഞു തുടങ്ങി.

"കഥയൊക്കെ പിന്നെപ്പറയാം. വൈകിയാൽ സന്ധ്യയ്ക്കു മുമ്പ് ഇല്ലത്തെത്താൻ പറ്റില്ല." - അമ്മമാർ ശാസിച്ചു.

ഞാൻ അവരുടെ താത്പര്യക്കുറവിനെക്കുറിച്ചോർത്തു ദുഃഖിച്ചുകൊണ്ട് ഒപ്പം നടന്നു. തിരിഞ്ഞോടിയാകുന്നതിനു മുമ്പ് തന്നെ ഞങ്ങൾ 'ചൂണ്ടാന്തുരുത്തി' കടവ് കടന്നു.

ഇനി മൂഴിക്കുളം കടത്തുകൂടി കടക്കണം. അതിന് കഷ്ടിച്ച് രണ്ടു നാഴിക നടക്കണം.

മൂഴിക്കുളത്തു ചെന്നപ്പോൾ കടത്തുവഞ്ചി കടവിൽത്തന്നെയുണ്ടായിരുന്നു. അതുകൊണ്ട് ഞങ്ങൾ വേഗം പുഴ കടന്നു. പുഴകടന്നാൽ കഷ്ടിച്ച് ഒരു നാഴികയെ ഇല്ലത്തേയ്ക്കുള്ളൂ. അസ്തമിയ്ക്കാൻ നാലഞ്ചു നാഴികയുള്ളപ്പോൾത്തന്നെ ഞങ്ങളെല്ലാവരും ഇല്ലത്തെത്തിക്കഴിഞ്ഞു.

പിന്നെ എല്ലാം പതിവുപോലെ.

എന്നാൽ, സ്വർണ്ണത്ത് കുടിവെപ്പിന് ഞങ്ങൾക്കെല്ലാം കിട്ടിയ ഓണപ്പുടവയും മറ്റും അമ്മമാർക്ക് ഒരു വലിയ സംഭവമായിരുന്നു. അതിനെക്കുറിച്ചുള്ള സംസാരം ഏറെക്കാലം നീണ്ടുപോയി.

അതിനിടയിൽ ഒരിക്കലാണ്, അമ്മമാർ ശങ്കരാചാര്യരെക്കുറിച്ചും അദ്ദേഹം സ്വർണ്ണത്തുമനയ്ക്കൽ സ്വർണ്ണമഴ പെയ്യിച്ചതിനെക്കുറിച്ചും ഞങ്ങളോടു പറഞ്ഞത്.

പപ്പു

പപ്പു ഇല്ലത്തെ വാലിയക്കാരനാണ്. എന്നാണ് പപ്പു ഇല്ലത്തെത്തിയതെന്ന് ആർക്കും അറിയില്ല; ഏതു നാട്ടുകാരനാണെന്നും. അച്ഛനമ്മമാർ ജീവിച്ചിരിപ്പുണ്ടോ എന്നു ചോദിച്ചവരോടെല്ലാം 'അറിയില്ലെ'ന്നാണ് പപ്പുവിന്റെ മറുപടി. ആകെ അറിയുന്നത് പപ്പുവിന് ഒരു ഭാര്യയുണ്ട് എന്നുള്ളതാണ്. അവരുടെ വീട് ഇല്ലത്തടുത്തുതന്നെയാണ്. അവർക്ക് പപ്പുവിനെക്കാൾ എട്ടുപത്തു വയസ്സ് കൂടുമത്രേ! കുട്ടികളൊന്നും ഇല്ല. കുട്ടികളെക്കുറിച്ചോ കുടുംബത്തിനെക്കുറിച്ചോ ചിന്തിക്കുന്ന സ്വഭാവവും പപ്പുവിനില്ല.

പപ്പുവിന്റെ ഭാര്യയുടെ പേര് കല്യാണി എന്നാണ്. അവർക്ക് ആരോടെങ്കിലും പ്രത്യേക സ്നേഹമോ, പരിഭവമോ, വഴക്കോ ഉള്ളതായിട്ട് ആർക്കും അറിയില്ല. പപ്പുവിനെക്കുറിച്ചും അവർക്ക് വലിയ താത്പര്യമൊന്നുമില്ല.

എനിയ്ക്കോർമ്മവയ്ക്കുമ്പോൾ തന്നെ പപ്പുവിന് ഏതാണ്ട് അറുപതിന്റെ മീതെയായിക്കാണണം പ്രായം. ചെറുപ്പത്തിൽതന്നെ ഇല്ലത്തെ വാലിയക്കാരനായി ചേർന്ന പപ്പുവിന് ഞങ്ങളെയൊക്കെ ശാസിക്കാൻപോലും അധികാരമുണ്ടായിരുന്നു!

ഞങ്ങളുടെ കുടുംബത്തിനുവേണ്ടി പപ്പു എന്തിനും ഒരുക്കമായിരുന്നു. ആരോടും ഒറ്റയ്ക്കു നിന്ന് ഞങ്ങൾക്കുവേണ്ടി അടിയുണ്ടാക്കാനും പപ്പുവിന് തീരെ കൂസലില്ലായിരുന്നു. തനി ശുദ്ധഗതിക്കാരനും സ്നേഹശീലനുമായ പപ്പു തൊട്ടതെല്ലാം പൊന്നാക്കുന്ന സ്വഭാവക്കാരനാണ്. പ്രത്യേകിച്ചും പപ്പു ചെയ്യുന്ന കൃഷി! അതെന്തായാലും പത്തിരട്ടി വിളയും!

ഇല്ലത്തെ ചെറിയ ചെറിയ കാര്യങ്ങൾക്കുപോലും പപ്പുവുണ്ടാകും. അതുകൊണ്ട് ഞങ്ങൾക്കെല്ലാവർക്കും പപ്പു ഒഴിച്ചുനിർത്താൻ വയ്യാത്ത ഒരാളായിരുന്നു.

എന്നും സന്ധ്യയായാൽ പപ്പുവിന് അല്പം കള്ളുകുടിക്കണം. 'വെള്ളം കുടിക്കുക' എന്നാണ് പപ്പു അതിനു പറയുക. അതുകഴിഞ്ഞാൽ ഇല്ലത്തു വന്ന് തെക്കുഭാഗത്തുള്ള ഇറയത്ത്, കൊടുത്തതെന്തായാലും മേടിച്ചുകഴിച്ച് ഒരു കിടപ്പാണ്. പുരാണങ്ങളിലെയും എഴുത്തച്ഛന്റെ കൃതികളിലെയും മറ്റും ചില ഭാഗങ്ങൾ പപ്പു അവിടെ കിടന്നുകൊണ്ട് നല്ല ഈണത്തിൽ പാടും. എല്ലാവരും ഉറങ്ങുമ്പോഴും പപ്പു പാടിക്കൊണ്ടിരിക്കും. രാവിലെ എല്ലാവർക്കും മുമ്പേ ഉണർന്ന് പുഴയിൽ പോയി കുളിച്ച് ഭസ്മക്കുറിയിട്ട് തയ്യാറായി നിൽക്കുന്നുമുണ്ടാവും. പണിയെന്തായാലും പപ്പു തയ്യാർ.

പപ്പുവിനെക്കുറിച്ച് ഏതോ അജ്ഞാതകവി എഴുതിയ ഒരു ശ്ലോകം ഞാൻ അഞ്ചാറുവയസ്സുള്ള കാലത്തുതന്നെ പഠിച്ചിട്ടുണ്ടായിരുന്നു. അത് (എന്റെ ഓർമ്മ ശരിയാണെങ്കിൽ) പപ്പുതന്നെ ചൊല്ലുന്നതുകേട്ടിട്ടാണ്. ആ ശ്ലോകം ഇങ്ങിനെയാണ്:

"ആളല്പം ചെറുതാ,ണിരുണ്ട നിറമാ-
ണൊട്ടേറെ വാർദ്ധക്യമായ്
തോളിൽ കീറിയ മുണ്ടിടത്തു പുറമായ്
ചുറ്റിപ്പുതച്ചങ്ങനെ

നീളെത്തുപ്പി നടന്നിട്ടും പടിയഹോ
കള്ളേറെ മോന്തി തല-
യ്ക്കോളം തള്ളിവരുന്ന നായരിവനെ
താനങ്ങറിഞ്ഞീടുമോ.”

ഒരിയ്ക്കൽ, തെക്കേവളപ്പിൽ പപ്പു കിളച്ചുകൊണ്ടിരിക്കുമ്പോൾ ഞാൻ അടുത്തുചെന്നുകൂടി. ആ സമയത്ത് എവിടെനിന്നോ അഞ്ചാറു പക്ഷികൾ അധികം ദൂരത്തല്ലാതെ പറന്നുവന്നിറങ്ങി ഓരോന്ന് കൊത്തിതിന്നാൻ തുടങ്ങി. അതുകണ്ട ഞാൻ പപ്പുവിനോട് ആ പക്ഷികളുടെ പേരെന്താണെന്നും അതിലൊരെണ്ണത്തിനെ പിടിക്കാനുള്ള ഉപായമെന്തെന്നും ചോദിച്ചു. അപ്പോൾ പപ്പു, അവ തത്തകളുടെ വർഗ്ഗത്തിൽപെട്ടവയാണെന്നും പിടിക്കാൻ പാടില്ലെന്നും പറഞ്ഞു. എന്നിട്ട് തത്തകളെക്കുറിച്ച് ഒരു ഉപദേശപ്രസംഗംതന്നെ ചെയ്തു.

പപ്പുവിന്റെ പ്രസംഗം കേട്ടുമടുത്ത ഞാൻ, കുറച്ചുദൂരെ കുറ്റിക്കാട്ടിൽ എന്തൊക്കെയോ തപ്പിയിരുന്ന തത്തകളെ ഒരു കുഞ്ഞിക്കല്ലെടുത്ത് എറിഞ്ഞു. അതുകണ്ട് ശുണ്ഠിയെടുത്ത പപ്പു, തത്തകളെ കല്ലെറിയാൻ പാടില്ലെന്നും അവയ്ക്കും വേദനയുണ്ടെന്നും പരിക്കുപറ്റിയാൽ തത്തകളുടെ അച്ഛനമ്മാർ ദുഃഖിക്കുമെന്നും ഒക്കെ പറഞ്ഞു. ഞാൻ അതു കൂട്ടാക്കാതെ മറ്റൊരു കല്ലെടുത്ത് വീണ്ടും എറിഞ്ഞു. കഠിനമായ ശുണ്ഠിയോടെ പപ്പു ഓടിവന്ന് എന്റെ കൈ രണ്ടും കൂട്ടിപ്പിടിച്ച്, “ഇനി കുഞ്ഞുണ്ണി അവയെ എറിഞ്ഞാൽ അടിയൻ കുഞ്ഞുണ്ണിയെയും എറിയും; വേദനയുണ്ടോ എന്ന് നോക്കാമല്ലോ” എന്നു പറഞ്ഞു.

കുറച്ചുനേരം കഴിഞ്ഞപ്പോൾ പപ്പു പറഞ്ഞത് ശരിയാണെന്നെനിക്കും തോന്നി. എന്നാൽ ആ ഭംഗിയുള്ള പക്ഷികളിൽ ഒന്നിനെ പിടിക്കണമെന്ന മോഹം എനിക്ക് പിന്നെയുമുണ്ടായി.

വളരെ രഹസ്യമായി ഞാൻ പപ്പുവിനോട് തത്തയെ പിടിക്കാൻ എന്താണുപായം എന്നുചോദിച്ചു. അപ്പോൾ പപ്പു, “അടിയൻ പറഞ്ഞു തരാം. കുഞ്ഞുണ്ണി പോയി അമ്മയോട് പറഞ്ഞ്, ചോറ് വാർത്തു എങ്കിൽ കുടിക്കാൻ കുറച്ചു കഞ്ഞി മേടിച്ചുകൊണ്ടുവരൂ” എന്നു പറഞ്ഞു.

അകത്തുചെന്ന്, പപ്പുവിന്റെ ആവശ്യം അമ്മയോട് പറഞ്ഞപ്പോൾ അമ്മ വാർത്തുവച്ച കഞ്ഞിയിൽ നിന്ന് ഒരു ചെറിയ പിച്ചളപാത്രത്തിൽ ഇരുനാഴി കഞ്ഞിയെടുത്ത് അതിൽ രണ്ടു ചട്ടുകം ചോറും ലേശം ഉപ്പും ഇട്ട് എന്റെ കൈയിൽ തന്നു.

കഞ്ഞി കിട്ടിയ പപ്പു അതങ്ങനെത്തന്നെ കുടിച്ച് കടവിൽപോയി പാത്രം കഴുകി കിഴക്കുഭാഗത്തെ ഇറയത്ത് കൊണ്ടുചെന്നു കമിഴ്ത്തിവച്ചിട്ട് വീണ്ടും പണിസ്ഥലത്തേയ്ക്കുതന്നെ വന്നു.

പപ്പു വന്ന ഉടൻതന്നെ തത്തയെ പിടിക്കാനുള്ള ഉപായം ഞാൻ ചോദിച്ചു. അപ്പോൾ, അത് അല്പം ബുദ്ധിമുട്ടുള്ള കാര്യമാണെന്നും കുഞ്ഞുണ്ണിപോയി അച്ഛന്റെ ചെല്ലത്തിൽ നിന്ന് ഒന്നു കടിച്ചു ചവയ്ക്കാൻ (മുറുക്കാൻ) കൊണ്ടുവന്നു തരാമെങ്കിൽ പറയാമെന്നും പറഞ്ഞു.

ഞാൻ ചെന്നുനോക്കിയപ്പോൾ അച്ഛന്റെ ചെല്ലം അവിടെയെങ്ങും കണ്ടില്ല. ഇനിയെന്തുവേണം എന്നാലോചിച്ചു നിൽക്കുമ്പോൾ, “നിനക്കെന്താ വേണ്ടത്?” എന്ന് അച്ഛൻ ചോദിച്ചു. “ഒരിക്കൽ മുറുക്കാനുള്ളത് കൊണ്ടുവരൂ എന്ന് പപ്പു എന്നോടു പറഞ്ഞു.” ഞാൻ അച്ഛനെ അറിയിച്ചു. ഉടൻ തന്നെ അച്ഛൻ

ചെല്ലത്തിൽ നിന്ന് മുറുക്കാൻ എടുത്തുതന്നു. മുറുക്കാനും കൊണ്ടോടിച്ചെന്ന ഞാൻ അത് പപ്പുവിന്റെ കൈയിൽകൊടുത്തപ്പോൾ തത്തയെ പിടിക്കാനുള്ള മാർഗ്ഗം പപ്പു മറന്നു എന്നുപറഞ്ഞു.

പപ്പു നുണപറയുകയാണെന്നും എന്നെ പറ്റിക്കാൻ നോക്കണ്ടാ എന്നുമായി ഞാൻ.

നല്ലവണ്ണം മുറുക്കിയതിനുശേഷം പണി തുടർന്നുകൊണ്ടിരുന്ന പപ്പു എന്നോട് വേറെ എന്തൊക്കെയോ കഥകൾ പറഞ്ഞു. അത്, ഈ ഭൂമിയിൽ കാണുന്ന സകല ജീവജാലങ്ങളും ഈശ്വരന്റെ സൃഷ്ടിയാണെന്നും ശക്തിയുണ്ടെന്നുവച്ച് ആരും ആരെയും പിടിക്കാനോ ഉപദ്രവിക്കാനോ പാടില്ലെന്നും ഒക്കെയായിരുന്നു.

വല്ലാതെ ശുണ്ഠിവന്ന ഞാൻ, "തത്തയെ പിടിക്കാനുള്ള വഴി എന്താണെന്നു പറയാതെ എന്നെ പറ്റിക്കാൻ നോക്കണ്ട" എന്ന് പപ്പുവിനോട് തട്ടിക്കയറി. അതു കേട്ട് പപ്പു നല്ലവണ്ണം ചിരിച്ചു. എന്നിട്ട് വളരെ സാവധാനത്തിൽ, തത്തയെ പിടിക്കാനുള്ള വിദ്യ പറഞ്ഞു തുടങ്ങി.

"തത്തയെ പിടിക്കണമെങ്കിൽ, ആദ്യമായി കുറച്ചു നല്ല വെണ്ണ സമ്പാദിക്കണം. അത് പശുവിനെ ശുദ്ധമായി കറന്നെടുത്ത പാലിൽ നിന്ന് എടുത്തതു തന്നെയാവണം. പശു കറുമ്പിയാവണം എന്ന് നിർബന്ധം. ഇതൊന്നും അടിയൻ വെറുതെ പറയുന്നതല്ലേയ്.... ഒക്കെ ശാസ്ത്രത്തിലുള്ളതാണ്.

പിന്നീട് നല്ല തെളിഞ്ഞ ദിവസം നോക്കി ഒരു പാത്രത്തിൽ കുറച്ചു വെള്ളമെടുത്ത് ആ വെള്ളത്തിൽ വെണ്ണയിട്ട് തത്തകൾ വരുന്നതും നോക്കി കാത്തിരിക്കണം. അങ്ങനെ പല ദിവസങ്ങൾ കാത്തിരുന്നാൽ ഏതെങ്കിലും ഒരു ദിവസം ഇന്നു തത്തകൾ വന്നപോലെ അവ പറന്നുവരാതിരിക്കില്ല.

തത്തകൾ വന്നു താഴത്തിരുന്നാൽ, ഞാനൊന്നും അറിഞ്ഞില്ല എന്ന ഭാവത്തിൽ അവയ്ക്കു തിന്നാനായി അരിയോ മറ്റു വല്ല ധാന്യങ്ങളോ കുറേശ്ശെ ഇട്ടു കൊടുക്കണം. പേടി മാറിയാൽ തത്തകൾ അത് കുറേശ്ശെ കൊത്തിത്തിന്നാൻ തുടങ്ങും. അപ്പോൾ അരി കൂടുതൽ കൂടുതൽ അടുത്തടുത്തായി തൂവിക്കൊടുക്കണം.

അരി തിന്നുന്ന തിരക്കിൽ തത്തകൾ ക്രമത്തിൽ അടുത്തടുത്ത് എത്തിത്തുടങ്ങും. അങ്ങനെ കൈയെത്താവുന്ന ദൂരത്തെത്തിയാൽ സാവധാനത്തിൽ വെണ്ണയെടുത്ത് തത്തയുടെ നെറ്റിയിൽ പുരട്ടണം.

വെയിലിന്റെ ചൂടുകൊണ്ട് ഉരുകുന്ന വെണ്ണ പതുക്കെ ഒലിച്ച് തത്തയുടെ കണ്ണിലേക്കിറങ്ങും. നെയ്യ് കണ്ണിലേക്കിറങ്ങിയാൽ മുഖത്തെണ്ണ തേയ്ക്കുമ്പോൾ എണ്ണ കണ്ണിൽപോയി കുഞ്ഞുണ്ണിക്ക് കണ്ണു തുറക്കാൻ വയ്യാതാകുന്നതുപോലെ തത്തയ്ക്കും കണ്ണുതുറക്കാൻ പറ്റാതാകും. അപ്പോൾ തത്തയെ പിടിക്കാം. കണ്ണു കാണാതെ പറന്നുപോയാൽ വല്ലദിക്കിലും ചെന്നു മുട്ടില്ലേ? അതുകൊണ്ട് തത്ത പറക്കില്ല."

ഇത്രയും കേട്ടപ്പോൾ പപ്പു പറഞ്ഞതൊന്നും നല്ല പന്തിയല്ല എന്നെനിക്കു തോന്നി. ഞാൻ സങ്കടത്തോടുകൂടി പറഞ്ഞു: "എന്നാലും പപ്പു എന്നെ ഇങ്ങനെ പറ്റിയ്ക്കണ്ടായിരുന്നു. മുറുക്കാൻ കിട്ടാൻ വേണ്ടി പപ്പു എന്നോട് നുണ പറഞ്ഞതാണ്, അല്ലേ?"

"ഏയ്..........യ്.......യ് അടിയൻ കുഞ്ഞുണ്ണിയോട് നുണ പറയേ.....? എന്തേ അങ്ങനെ തോന്നാൻ? ഏതായാലും വലിയ കഷ്ടായി."

"ആട്ടെ, അടിയനൊന്നു ചോദിക്കട്ടെ. കുഞ്ഞുണ്ണിക്കെന്തിനാ തത്ത?"

"വളർത്താൻ" ഞാൻ പറഞ്ഞു.

"അപ്പോൾ തത്തയെ പിടിച്ചാൽ അതിന്റെ ബന്ധുക്കൾക്ക് സങ്കടാവില്ലേ?"

"ആയിക്കോട്ടെ"

"അതു ശരി. എന്നാൽ അടിയൻ കുഞ്ഞുണ്ണിയെ പിടിച്ച് ഈ അടയ്ക്കാ മരത്തിൽ കെട്ടിയിടട്ടേ?" പപ്പു ചോദിച്ചു.

കാര്യങ്ങൾ ഒന്നുംതന്നെ നേരെയാകുന്നില്ല എന്നു തോന്നിയ ഞാൻ, വിശന്നു തുടങ്ങിയതുകൊണ്ട് തത്തയെ പിടിക്കുന്ന കഥ നിർത്തി അകത്തേയ്ക്കു പോയി.

കുറച്ചു ദിവസം കഴിഞ്ഞ്, ഒരിക്കൽ ഇല്ലത്തെ തെക്കേവളപ്പിൽ മറ്റൊരു സംഭവമുണ്ടായി.

രാത്രി തെക്കേ ഇറയത്ത് കാവൽ കിടക്കുന്ന പപ്പു ഒന്നു കണ്ണടച്ചപ്പോൾ അസാധാരണമായ എന്തോ ഒരു തോന്നൽ മൂലം ഉണർന്നുവശായി. നോക്കുമ്പോൾ നല്ല നിലാവ്! പപ്പു എഴുന്നേറ്റ്, മുറ്റത്ത് അങ്ങോട്ടുമിങ്ങോട്ടും നടക്കാൻ തുടങ്ങി.

എന്തോ നല്ല പന്തിയല്ലാത്ത ചില ശബ്ദങ്ങൾ തെക്കേവളപ്പിൽനിന്ന് കേൾക്കുന്നതുപോലെ പപ്പുവിന് തോന്നി. അങ്ങോട്ടു നടന്ന പപ്പു അടയ്ക്കാ മരത്തിൽ നിന്ന് ഒരാൾ പഞ്ഞ പറിക്കുന്നതാണു കണ്ടത്. ഉടനെ ആ അടയ്ക്കാ മരത്തിന്റെ ചുവട്ടിൽ ചെന്നു നിന്ന് "കള്ളൻ, കള്ളൻ" എന്ന് പപ്പു ഉറക്കെ ബഹളമുണ്ടാക്കി. "ഇങ്ങോട്ട് എറങ്ങിവാടാ. നിന്നെ ഞാനൊരു പാഠം പഠിപ്പിക്കും" എന്ന് ഒപ്പം പറയുന്നുമുണ്ടായിരുന്നു.

ലഹള കേട്ട് ഇല്ലത്തെല്ലാവരും ഉണർന്നു. അപ്ഫനും വലിയേട്ടനും പപ്പുവിന്റെ ശബ്ദം കേട്ട ദിക്കിലേക്കു കയ്യിൽക്കിട്ടിയ വടിയുമായി ഓടിച്ചെന്നു.

പിടിയ്ക്കപ്പെടുമെന്നുറപ്പായപ്പോൾ അടയ്ക്കാമരത്തിന്റെ മുകളിൽ ഇരുന്നുകൊണ്ട് കള്ളൻ ദയനീയമായി ഇങ്ങനെ പറഞ്ഞു: "അടിയനെ തല്ലരുതേ...... ഒന്നുമില്ലാഞ്ഞിട്ട് ചെയ്തതാണേ.........ക്ഷമിക്കണേ........"

അപ്ഫൻ അയാളോട് താഴെയിറങ്ങിവരാൻ പറഞ്ഞു. "അടിയനെ തല്ലില്ലെന്ന് വാക്കു തന്നാൽ അടിയനിറങ്ങി വരാം" എന്നായി കള്ളൻ.

"നിന്നെ ആരും തല്ലില്ല. ഇറങ്ങി വാ" അപ്ഫൻ പറഞ്ഞു.

അപ്പോഴേയ്ക്കും അമ്മമാരും കുട്ടികളായ ഞങ്ങളും ബഹളം കേട്ട് കാര്യമെന്തെന്നറിയാൻ വേണ്ടി പുറത്തളത്തിന്റെ പടിഞ്ഞാറേ വാതിൽ തുറന്ന് മുറ്റത്തേയ്ക്കു നോക്കാൻ തുടങ്ങി.

താഴത്തിറങ്ങി വന്ന കള്ളനെ പപ്പു പിടികൂടാൻ ഭാവിച്ചു. അപ്പോൾ അപ്ഫൻ പപ്പുവിനോട് "തൊടരുത്" എന്നു പറഞ്ഞു.

നല്ല പൊക്കവും ഒത്ത തടിയും കൊമ്പൻ മീശയുമുള്ള കള്ളൻ അപ്ഫനോടു കരഞ്ഞുകൊണ്ട് എന്തൊക്കെയോ പറയുന്നുണ്ടായിരുന്നു.

"നീ ഇങ്ങോട്ടു വാ" എന്നു പറഞ്ഞുകൊണ്ട് അപ്ഫൻ പടിഞ്ഞാറേ മുറ്റത്തേയ്ക്കു നടന്നു. കലിതുള്ളിക്കൊണ്ട് പപ്പുവും കള്ളനെ പിടിച്ച സന്തോഷത്തോടെ വലിയേട്ടനും അപ്ഫന്റെ പുറകെ മുറ്റത്തേയ്ക്കു വന്നു.

"ആ വിളക്കൊന്നു കൊളുത്തൂ" അപ്ഫൻ അമ്മമാരോട് പറഞ്ഞു. മണ്ണെണ്ണ ഒഴിക്കുന്ന കമ്പിവിളക്ക് കൊളുത്തിക്കൊണ്ടുവന്ന് പുറത്തളത്തിന്റെ

പടിയിൽ വെച്ചപ്പോൾ, വിളക്കെടുത്ത് നാടയൊന്നു നീട്ടിക്കൊണ്ട് കള്ളന്റെ മുഖത്തിനടുത്തു കാണിച്ച് അപ്ഫൻ നല്ലവണ്ണം നോക്കി. അപ്പോൾ അപ്ഫനും അമ്മമാരും ഞങ്ങളെല്ലാവരും ഒരുമിച്ച്, "ഇത് നമ്മുടെ അബ്ദുള്ളയല്ലേ!" എന്നു പറഞ്ഞു.

അപ്ഫൻ, വിയർക്കുന്ന അബ്ദുള്ളയോട് അവിടെ ഇരിക്കാൻ പറഞ്ഞു. എന്നിട്ട് അമ്മമാരോട് "ഒരു കിണ്ടി സംഭാരം എടുക്കാ...." എന്നായി.

സംഭാരം കൊണ്ടുവന്ന കിണ്ടിയെടുത്ത് അബ്ദുള്ളയുടെ മുൻപിൽ വച്ചു കൊടുത്തിട്ട് "ആദ്യം നീയിതു കുടിക്ക്" എന്ന് അപ്ഫൻ പറഞ്ഞു.

നിലത്ത് കുന്തിച്ചിരുന്നുകൊണ്ട് ഏതാണ്ട് മൂന്നുനാഴി കൊള്ളുന്ന കിണ്ടിയിലെ സംഭാരം മുഴുവൻ അബ്ദുള്ള ഒരൊറ്റ ശ്വാസത്തിൽ കുടിച്ചുതീർത്തു.

അപ്ഫൻ അബ്ദുള്ളയോട് "എന്തേ നിനക്കിങ്ങനെ തോന്നാൻ? എന്തു പറ്റി?" എന്നു ചോദിച്ചു.

കരഞ്ഞുകൊണ്ട് അബ്ദുള്ള അപ്ഫനോട് അപ്പോൾ ഏതാണ്ടിങ്ങനെയൊക്കെ പറഞ്ഞു:

"നാലഞ്ചു നാളായി അടുപ്പിൽ തീ പൂട്ടിയിട്ട്. അടിയന് ആറു കുട്ടികളുണ്ടെന്ന് അവിടുത്തേയ്ക്കറിയുമല്ലോ. കുട്ടികളുടെ വാടിയ മുഖം കാണാൻ വയ്യാതെ അടിയൻ പലരോടും നാണം കെട്ട് ഇരന്നുനോക്കി. ആരും ഒന്നും തന്നില്ല. നാഴി അരി പോലും കുട്ടികൾക്ക് കഞ്ഞിവെച്ചു കൊടുക്കാൻ കിട്ടിയില്ല. ദിവസങ്ങൾ നീണ്ടുപോയപ്പോൾ അടിയന് ബോധം നഷ്ടപ്പെട്ടു. രണ്ടും കല്പിച്ച്, പത്തിരുപതുകുല പഞ്ഞ പറിച്ചുകൊണ്ടു പോയി കൊടുത്ത് വല്ലതും വാങ്ങിക്കാമെന്നു കരുതി ഈ സാഹസം ചെയ്തതാണ്." അബ്ദുള്ള കരച്ചിൽകൊണ്ട് കൂടുതലൊന്നും പറയാൻ വയ്യാതെ പെട്ടെന്നു നിർത്തി.

ഉറക്കപ്പിച്ചോടു കൂടിയാണെങ്കിലും അബ്ദുള്ള പറയുന്നതെല്ലാം ഞാൻ കേട്ടു. അമ്മമാർ കണ്ണു തുടയ്ക്കുന്നതും കണ്ടു. എനിയ്ക്കതെന്തിനാണെന്നു മനസ്സിലായില്ല.

അപ്ഫൻ അപ്പോൾ അമ്മമാരോട് മൂന്നിടങ്ങഴി അരി എടുത്തുകൊണ്ടു വരാൻ പറഞ്ഞു. ഒരു തുണിസ്സഞ്ചിയിൽ അരി കൊണ്ടുവന്ന് അമ്മമാർ പടിയിന്മേൽ വച്ചപ്പോൾ അപ്ഫൻ അതെടുത്ത് അബ്ദുള്ളയ്ക്ക് കൊടുത്തുകൊണ്ട് "വേഗം പോയി കുട്ടികൾക്ക് വച്ചുകൊടുക്ക്" എന്നു പറഞ്ഞു.

അബ്ദുള്ള ആ അരി മേടിച്ച്, ദൈവത്തിനോടുപോലും നന്ദി പറയാൻ നിൽക്കാതെ പോകാൻ പുറപ്പെട്ടു. അപ്പോൾ അമ്മമാർ, "നീ എന്തെങ്കിലും വിഷമം വരുമ്പോൾ അവളെ(അബ്ദുള്ളയുടെ ഭാര്യ) ഇങ്ങോട്ടയച്ചാൽ മതി. അരുതാത്തതൊന്നും ചെയ്യരുത്" എന്നു പറഞ്ഞു.

എല്ലാ നാടകവും കണ്ടു നിന്ന പപ്പു "അവനെ രണ്ടു പൊട്ടിച്ച് അടിയൻ കൈത്തരിപ്പു തീർക്കുമായിരുന്നു. എന്താ കാട്ട്വാ.... ഈ കുഞ്ഞുമ്പിരീടെ ഓരോ തോന്നലേയ്" എന്നു പറഞ്ഞുകൊണ്ട് വീണ്ടും കിടക്കാൻ പോയി.

അങ്ങനെയിരിക്കെ ഒരു ദിവസം അബ്ദുള്ളയുടെ രണ്ടാമത്തെ മകൻ (എന്നേക്കാൾ നാലഞ്ചുവയസ്സു കൂടും) ഇല്ലത്തു വന്നു. അവന്റെ പേര് മൊയ്തീൻ എന്നോ മറ്റോ ആണ്. അവൻ എന്റെ ഒരു 'ഹീറോ' ആയിരുന്നു. എന്നേക്കാൾ വലിപ്പവും ശക്തിയും അവനുണ്ടായിരുന്നു. പുഴയുടെ ഇക്കരെ നിന്ന് മുങ്ങാംകുളിയിട്ടാൽ അക്കരെച്ചെന്നേ അവൻ പൊങ്ങുള്ളു. തൊടാൻ

പാടില്ലെങ്കിലും ഞങ്ങൾ വലിയ സുഹൃത്തുക്കളായിരുന്നു. ഭക്ഷണസമയത്താണെങ്കിൽ, ഞാൻ അമ്മമാരോടു പറഞ്ഞ് അവന് പ്രത്യേകം ഉരുള വാങ്ങിക്കൊടുക്കുമായിരുന്നു. വിശേഷദിവസങ്ങളാണെങ്കിൽ (പിറന്നാളാദികൾ) ഞാൻ അവനെ നന്നായി ഊട്ടും. എന്റെ സുഹൃത്തിന് മുറ്റത്തില വച്ച് ചോറു വിളമ്പിക്കൊടുക്കുന്നതിൽ എനിക്ക് വലിയ വിഷമമുണ്ടായിരുന്നു.

ഞങ്ങളുടെ കൂട്ടുകെട്ട് ആർക്കും അത്ര ഇഷ്ടമായിരുന്നില്ല. എന്നാൽ ഞാൻ അത് തീരെ കൂട്ടാക്കിയതുമില്ല. ഉപനയിക്കുന്നതുവരെ, തൊട്ടാൽ കുളിക്കണമെന്നല്ലാതെ മറ്റു നിബന്ധനകളൊന്നും ഇല്ലായിരുന്നു. അതുകൊണ്ടു തന്നെ അവൻ ഇല്ലത്തു വരുമ്പോഴൊക്കെ ഞാൻ ശുദ്ധം മാറി അവനുമായി കളിച്ച് തിമിർക്കാറുണ്ട്.

ഒരിക്കൽ മൊയ്തീൻ ഇല്ലത്തുവന്നപ്പോൾ അവന്റെ മടിയിൽ ബീഡിയും തീപ്പെട്ടിയുമുണ്ടായിരുന്നു. നേരം ഏതാണ്ട് പകൽ മൂന്നുമണി. ഞാൻ അവനൊന്നിച്ച് തെക്കേ വളപ്പിന്റെ പടിഞ്ഞാറേ മൂലയിലേക്കു പോയി. സാധാരണ നിലയിൽ പകൽപോലും തെക്കേ വളപ്പിലേക്കു പോകാൻ ഞങ്ങൾ ഭയപ്പെട്ടിരുന്നു. കാരണം, ഇല്ലത്ത് ആരു മരിച്ചാലും ദഹിപ്പിക്കുക തെക്കേ വളപ്പിലാണ്. അതുകൊണ്ട് അവിടെ എപ്പോഴും പ്രേതങ്ങൾ ഉണ്ടാകുമെന്നാണ് എല്ലാവരുടെയും വിശ്വാസം.

എനിക്ക് ഉള്ളിൽ പേടിയുണ്ടായിരുന്നുവെങ്കിലും അവന് അശേഷം ഭയമുണ്ടായിരുന്നില്ല. വളപ്പിന്റെ മൂലയ്ക്കലെത്തിയ ഞങ്ങൾ ഒരു മരത്തിന്റെ മറവിൽപോയി നിന്ന് ഓരോ കാര്യങ്ങൾ സംസാരിക്കാൻ തുടങ്ങി. അതിനിടയിൽ അവൻ, എന്നെ അദ്ഭുതപ്പെടുത്തിക്കൊണ്ട് ബീഡിയും തീപ്പെട്ടിയും പുറത്തെടുത്തു. എന്നിട്ട് ബീഡിക്ക് തീ പിടിപ്പിച്ച് വലിച്ചുകൊണ്ട് മൂക്കിലൂടെ പുക വിടാൻ തുടങ്ങി.

ഇടത്തേ കൈ മരത്തിന്മേൽ വച്ചുകൊണ്ട് വലത്തേ കൈയിലെ വിരലിന്നിടയിൽ ബീഡിയുമായി നിൽക്കുന്ന അവന്റെ ആ നില്പ് ഞാനിന്നും ഓർക്കുന്നു.

ബീഡി എനിക്ക് വലിക്കാൻ തരാമോ എന്നു ഞാൻ ചോദിച്ചു. അപ്പോൾ അവൻ തരില്ലെന്നു പറഞ്ഞു. ഞാൻ, നീ തന്നതായി ആരോടും പറയില്ലെന്നു വാദിച്ചു നോക്കി. അവൻ അതു കേട്ടതായിപ്പോലും നടിച്ചില്ല. ഞാൻ വീണ്ടും വീണ്ടും നിർബന്ധിച്ച് ശല്യപ്പെടുത്താൻ തുടങ്ങിയപ്പോൾ അവൻ വിഷമത്തോടുകൂടി എന്നോടിങ്ങനെ പറഞ്ഞു: "കുഞ്ഞുണ്ണിക്ക് ഞാൻ ബീഡി വലിക്കാൻ തന്നു എന്നറിഞ്ഞാൽ വാപ്പ എന്നെ കൊല്ലും."

കൊല്ലുമെന്ന് കേട്ടപ്പോൾ എനിക്കു ഭയമായി. അബ്ദുള്ളയ്ക്ക് അവന്റെ മകനെ കൊല്ലാൻ പറ്റുമോ! അതുണ്ടാവില്ല. അവൻ തല്ക്കാലം രക്ഷപ്പെടാൻ വേണ്ടി എന്നോട് അങ്ങനെ ഒരു സൂത്രം പറഞ്ഞതാണെന്ന് ഞാൻ വിശ്വസിച്ചു.

എന്നാൽ, ബീഡി വലിക്കാനുള്ള എന്റെ മോഹം അനുദിനം വർദ്ധിച്ചുകൊണ്ടേയിരുന്നു. എവിടുന്നാണൊരു ബീഡി കിട്ടുക! എന്താകാം അതു വലിച്ചാലുണ്ടാകുന്ന രസം! അബ്ദുള്ളയുടെ മകന്റെ ബീഡി വലിച്ചുകൊണ്ടുള്ള ആ നില്പ് അത്യന്തം അസൂയയോടെ ഞാൻ ഓർക്കാൻ തുടങ്ങി. ഒരു ബീഡി കിട്ടുവാനെന്തു വേണം!

ഗതികെട്ട ഞാൻ ഒരു ദിവസം, പറമ്പിൽ കിളച്ചുകൊണ്ടിരുന്ന പപ്പുവിന്റെ അടുത്തുചെന്ന് ഓരോരോ വർത്തമാനങ്ങൾ പറഞ്ഞ് അങ്ങനെ കൂടി. നല്ല

സമയം നോക്കി, വർത്തമാനത്തിനിടയിൽ ഞാൻ എന്റെ മോഹം വളരെ രഹസ്യമായി പപ്പുവിനോടു പറഞ്ഞു.

അതുകേട്ട പപ്പു, "കുഞ്ഞുണ്ണി അതിനെക്കുറിച്ച് വിചാരപ്പെടേണ്ട. എല്ലാം അടിയൻ ശരിയാക്കാം. എന്നാൽ ബീഡിക്ക് കാശു വേണം. കാശ് എവിടുന്നാണുണ്ടാവുക! കാശു കിട്ടിയാൽ പിന്നെയെല്ലാം അടിയനേറ്റു" എന്നു പറഞ്ഞു.

വലിയ തലവേദനയായി എനിക്ക്. എവിടുന്ന് കാശുണ്ടാക്കും! ബീഡി വലിക്കാതെ വയ്യെന്നായി. അതിന്റെ രസം ഓർക്കുന്തോറും എനിക്ക് ഇരിക്കപ്പൊറുതിയില്ലാതായി. ഒടുക്കം ഒരു ദിവസം ഞാൻ രഹസ്യമായി പപ്പുവിനോട് എത്ര കാശു വേണമെന്നു ചോദിച്ചു. കേൾക്കേണ്ട താമസം, "നാലണയുണ്ടായാൽ ബീഡി കിട്ടുമെന്നാണ് തോന്നുന്നത്" എന്നായി പപ്പു.

നാലണയ്ക്ക് ഞാനെന്തു ചെയ്യും! തിരിച്ചും മറിച്ചും ആലോചിക്കാൻ തുടങ്ങി. കാശുണ്ടാക്കാൻ ഉപായമൊന്നും തോന്നിയില്ല.

ഒരു ദിവസം ചെറിയമ്മയൊന്നിച്ച് തട്ടിൻപുറത്തേയ്ക്കു പോയപ്പോൾ ചെറിയമ്മയുടെ ശീലകൾ വയ്ക്കുന്ന കാൽപ്പെട്ടിയിൽ ഒരു തുണിക്കഷ്ണത്തിൽ ഉറപ്പുള്ള എന്തോ ഒന്ന് തൊട്ടതുപോലെ എനിക്കു തോന്നി. എന്താണതെന്ന് ഞാൻ ചോദിച്ചപ്പോൾ "അതു ലേശം കാശാണ്" എന്ന് ചെറിയമ്മ മറുപടി പറഞ്ഞു.

ചെറിയമ്മയുടെ പെട്ടിയിൽ കാശുണ്ട് എന്നു മനസ്സിലായെങ്കിലും കളവായിട്ട് അതിൽനിന്ന് എടുക്കുക എന്നോർത്തപ്പോൾ എനിക്ക് ശ്വാസംമുട്ടുന്നതുപോലെ തോന്നി.

ബീഡിവലി വേണ്ടെന്നു നിശ്ചയിച്ചു. ചെറിയമ്മയെ പറ്റിച്ച് കാശെടുക്കാൻ ഞാനാളല്ല.

എന്നാൽ അബ്ദുള്ളയുടെ മകന്റെ നില്പും ബീഡിവലിയും ഗാംഭീര്യവും അതിന്റെ രസവും എന്റെ മനസ്സിൽക്കിടന്ന് വീണ്ടും വീണ്ടും തിളയ്ക്കാൻ തുടങ്ങി.

ഒരു ദിവസം ഉച്ചതിരിഞ്ഞ് വടക്കിനിയിലിരുന്ന് ചെറിയമ്മ ചരടുപിടിച്ചു ജപിക്കുന്ന സമയത്ത് ഞാൻ സൂത്രത്തിൽ തട്ടിൻപുറത്തു കയറി. തീരെ ശബ്ദമുണ്ടാക്കാതെ ചെറിയമ്മയുടെ പൂട്ടില്ലാത്ത പെട്ടി വിറയ്ക്കുന്ന കൈകളോടെ തുറന്നു. കൈ ചെന്നു തൊട്ടതുതന്നെ കാശുകെട്ടിവച്ച തുണിക്കഷ്ണത്തിൽ!രണ്ടും കല്പിച്ച് ഞാൻ അതഴിച്ച് ആദ്യം കിട്ടിയ നാണയം, കൈയിലെടുത്ത്, തുണിക്കഷ്ണം പഴയപോലെതന്നെ കെട്ടിവച്ച്, പെട്ടി അടച്ച് ഇറങ്ങിപ്പോന്നു. ജപിച്ചുകൊണ്ടിരിക്കുന്ന ചെറിയമ്മയെ നോക്കിയപ്പോൾ എനിക്കു വീണ്ടും ശ്വാസംമുട്ടാൻ തുടങ്ങി.

താമസിയാതെ തന്നെ ഞാൻ ആ നാണയം, വടക്കേവളപ്പിൽ ചെറുകിഴങ്ങിന് തടം കോരിയിരുന്ന പപ്പുവിന്റെ കൈയിൽ കൊണ്ടുപോയിക്കൊടുത്ത് ബീഡി വാങ്ങിക്കൊണ്ടുവരാൻ അപേക്ഷിച്ചു.

പപ്പു പണം വാങ്ങിയിട്ട് "എവിടുന്നാണിതു കിട്ടിയത്?" എന്നു ചോദിച്ചു. ഞാനതു പറയില്ലെന്നായി. "എന്നാൽ അടിയൻ ബീഡി വാങ്ങിക്കൊണ്ടു വരില്ലെ"ന്ന് പപ്പു പറഞ്ഞു. ഒടുക്കം പപ്പു എന്നെക്കൊണ്ട് ആ നാണയം ചെറിയമ്മയുടെ പെട്ടിയിൽ നിന്ന് കട്ടെടുത്തതാണെന്നു പറയിപ്പിച്ചു.

അപ്പോൾ, "അടിയനിത് കുഞ്ഞാത്തോലോട്(ചെറിയമ്മയോട്) പറയും" എന്നായി പപ്പു.

അതു കേട്ടതോടുകൂടി ഞാൻ പപ്പുവിന്റെ മുന്നിൽനിന്ന് കരയാൻ തുടങ്ങി. പല നയങ്ങളും പറഞ്ഞുനോക്കിയെങ്കിലും എന്റെ കരച്ചിൽ നിൽക്കുന്നില്ലെന്നു കണ്ടപ്പോൾ പപ്പു, "അടിയൻ ഒരു ബീഡി വാങ്ങിത്തരാമെന്നും ബാക്കി കാശ് അന്തിക്ക് വെള്ളം കുടിയ്ക്കാനെടുക്കു"മെന്നും എന്നോടു പറഞ്ഞു. കരച്ചിൽ നിർത്തിയ ഞാൻ അതു സമ്മതിച്ചു.

പക്ഷേ, ദിവസങ്ങൾ പലതു കഴിഞ്ഞിട്ടും പപ്പു പണവും തന്നില്ല. ബീഡിയും തന്നില്ല.

ഒരു ദിവസം ഞാൻ പപ്പുവിനോട് ബീഡി തന്നില്ലെങ്കിൽ മേലിൽ മിണ്ടി ല്ലെന്നു പറഞ്ഞു. അതു കേട്ട പപ്പു ചിരിച്ചുകൊണ്ട്, "കുഞ്ഞുണ്ണിയുടെ പിണക്കം എത്ര നേരമുണ്ടാകുമെന്നെല്ലാം അടിയനറിയാം" എന്നു പറഞ്ഞു.

"ഇതങ്ങനെയല്ല" ഞാൻ പറഞ്ഞു. "ബീഡി തരാത്തപക്ഷം ഞാനിനി മിണ്ടില്ല."

"അങ്ങനെ പിണങ്ങാൻ വരട്ടെ. എല്ലാം അടിയൻ ശരിയാക്കാം" എന്നായി പപ്പു.

പിറ്റേദിവസം ഉച്ചയ്ക്കൂണു കഴിഞ്ഞ് വിശ്രമിക്കുന്ന സമയത്ത് പപ്പു എന്നെ അടുത്തേയ്ക്കു വിളിച്ചു. എന്നിട്ട് എവിടുന്നോ സമ്പാദിച്ച ഒരു ബീഡി തന്നു. "ഇതടിയൻ തന്നതാണെന്ന് ആരോടും മിണ്ടിപ്പോകരുത്" എന്ന് ഒപ്പം ഒരു താക്കീതും.

ബീഡി കിട്ടിയ ഞാൻ ഇതെങ്ങനെ കൊളുത്തണമെന്ന ചിന്തയിലായി. ഇല്ലത്ത് തീപ്പെട്ടിയുണ്ട്. അത് എവിടെയാണിരിക്കുന്നത് എന്നെനിക്കറിയില്ല. കാര്യം കുഴപ്പമായല്ലൊ!

ഒടുക്കം അടുപ്പിൽ നിന്ന് ലേശം തീയ് ഒരു ചിരട്ടയിൽ എടുത്ത് ഞാൻ പുഴവക്കത്തേയ്ക്കു പോയി. അവിടെ പുഴമ്പള്ളത്ത് പപ്പു കൃഷിചെയ്തിരുന്ന കായ്ക്കറിത്തോട്ടത്തിന്റെ മറവിലിരുന്നുകൊണ്ട് എങ്ങനെയോ ബീഡിക്ക് തീ കൊളുത്തി. ഒന്നുരണ്ടുതവണ വലിച്ചുനോക്കിയെങ്കിലും ചുമ വന്നതല്ലാതെ ഒരു രസവും തോന്നിയില്ല. അതുകൊണ്ട് ഞാൻ ആ ബീഡി അവിടെ വലി ച്ചെറിഞ്ഞു.

ബീഡി അവിടെ കരിയിലകൾക്കിടയിൽ കിടന്ന് പുകയാൻ തുടങ്ങി. വെള്ള മൊഴിച്ച് ഞാനതു കെടുത്തിയെങ്കിലും അത് ആരെങ്കിലും തിരിച്ചറിഞ്ഞെ ങ്കിലോ എന്ന് എനിക്കു ഭയമായി.

വൈകുന്നേരം കൈയും കാലും കഴുകി ജപിക്കാനിരുന്നപ്പോൾ അമ്മമാർ "നിനക്കെന്താണൊരു നാറ്റം?" എന്നായി.

കാര്യത്തിന്റെ അപകടം മനസ്സിലാക്കിയ ഞാൻ സൂത്രത്തിൽ മാവില കൊണ്ട് പല്ലുതേച്ച് ബീഡിവലിച്ചതിന്റെ ഗന്ധം ഇല്ലാതാക്കി. എന്നാലും എനിക്ക് ആകെക്കൂടി സ്വൈരമില്ലാതായി.

ഞാൻ ചെറിയമ്മയുടെ പെട്ടിയിൽനിന്ന് മോഷ്ടിച്ചില്ലേ! അതും ബീഡി മേടിക്കാൻ വേണ്ടി! എന്നിട്ടോ! കാശു മുഴുവൻ പപ്പു കൊണ്ടുപോയി കള്ളു കുടിച്ചു! നിർബന്ധിച്ച് പല ദിവസം ശല്യപ്പെടുത്തിയിട്ടാണ് ഒരു ബീഡി എനിക്ക് പപ്പു എവിടെനിന്നോ കൊണ്ടുവന്നു തന്നത്.

ബീഡി കളഞ്ഞ ദിക്കിൽ കരിയിലയ്ക്കു തീ പിടിയ്ക്കുമെന്ന് ഞാൻ തീരെ കരുതിയിരുന്നില്ല. അത് ആരും കണ്ടെത്തിയില്ലെങ്കിലും അമ്മമാർ നാറുന്നു എന്നുപറഞ്ഞത് എന്നെ വല്ലാതെ പേടിപ്പെടുത്തി.

സങ്കടം സഹിയ്ക്കവയ്യാതായ ഞാൻ രാത്രി ഊണുകഴിഞ്ഞ് തിരിഞ്ഞും മറിഞ്ഞും കിടന്നുകൊണ്ട് പലതും ഓർക്കുവാൻ തുടങ്ങി. നേരം ധാരാളമായി. എന്നാൽ എന്റെ സ്വഭാവത്തിലുള്ള പന്തികേട് കണ്ടതുമൂലം ചെറിയമ്മ ഓരോന്നാലോചിച്ച് ഉറങ്ങാതെ കിടക്കുകയായിരുന്നു. ഞാനത് തീരെ അറിഞ്ഞില്ല.

ഒരിക്കൽ ഞാൻ തിരിഞ്ഞുകിടക്കുമ്പോൾ ചെറിയമ്മ, "എന്താ നീയുറങ്ങീല്ല്യേ" എന്നു ചോദിച്ചു. ചോദ്യം കേട്ട ഞാൻ എല്ലാ നിയന്ത്രണവും വിട്ട് പൊട്ടിപ്പൊട്ടിക്കരയാൻ തുടങ്ങി.

സംഗതി ഏതാണ്ടൊക്കെ ഊഹിച്ച ചെറിയമ്മ എന്നോട് അടുത്തുചെന്നു കിടക്കാൻ പറഞ്ഞു. അടുത്തുചെന്നു കിടന്ന എന്നെ തൊട്ടുനോക്കിയ ചെറിയമ്മ, "അല്ലാ, ഇതെന്തുപറ്റി? നിനക്ക് നല്ല പനിയുണ്ടല്ലോ!" എന്നു പറഞ്ഞു.

ചെറിയമ്മയുടെ സ്നേഹവാത്സല്യങ്ങൾ കണ്ടപ്പോൾ ഞാൻ ചെറിയമ്മയോട്, എനിക്കൊരു സങ്കടം പറയാനുണ്ട് എന്നു പറഞ്ഞു.

"നീയെന്താച്ചാ പറഞ്ഞോ" ചെറിയമ്മ എന്നെ ആശ്വസിപ്പിച്ചു.

അപ്പോൾ, ബീഡി വലിച്ച കഥ വല്ലാത്ത പേടിയോടെ ഞാൻ ചെറിയമ്മയോടു പറഞ്ഞു. "അതു സാരമില്ലെ"ന്നും "ഞാനാരോടും പറയുന്നില്ലെ"ന്നും ചെറിയമ്മ എനിക്കുറപ്പു തന്നു.

എന്നാൽ പണം കട്ടെടുത്ത കഥ പറയാൻ ധൈര്യമില്ലാതെ മിക്കവാറും ഉറക്കെത്തന്നെ ഞാൻ കരയാൻ തുടങ്ങി.

ഒന്നും സാരമില്ലെന്നു പറഞ്ഞ് ചെറിയമ്മ പലതവണ എന്നെ സമാധാനിപ്പിച്ചപ്പോൾ ഞാൻ, ചെറിയമ്മയുടെ പെട്ടിയിൽനിന്ന് ബീഡി മേടിക്കാൻ പണം മോഷ്ടിച്ച വിവരം വിസ്തരിച്ചുതന്നെ പറഞ്ഞു.

എല്ലാം കേട്ട ചെറിയമ്മ, "കഴിഞ്ഞത് കഴിഞ്ഞു. ഇനി നീയ്യ് ഒരിക്കലും ഇങ്ങനെ ചെയ്യാഞ്ഞാൽ മതി" എന്നു പറഞ്ഞ് എന്നെ സമാധാനിപ്പിച്ചു.

അപ്ഫൻ തോറ്റു

ഒരു കാലത്ത് ഭാരതത്തിൽ 'ഉപനയനം' എല്ലാവർക്കുമുണ്ടായിരുന്നു. എന്നു മാത്രമല്ല, പെൺകുട്ടികൾക്ക് ഇരുപത്തഞ്ചു വയസ്സുവരെയും ആൺകുട്ടികൾക്ക് മുപ്പത് വയസ്സുവരെയും നിർബന്ധവിദ്യാഭ്യാസവുമുണ്ടായിരുന്നു. വിദ്യാഭ്യാസകാലത്ത് ബ്രഹ്മചര്യം എല്ലാവരും കർക്കശമായി ശീലിക്കുകയും ചെയ്തിരുന്നു. എന്നാൽ അതെല്ലാം ഇന്ന് ഒരു പഴങ്കഥ മാത്രമായി.

ആചാരങ്ങളുടെ ആന്തരാർഥം വിസ്മരിപ്പിക്കുകയും അനുഷ്ഠാനങ്ങളെ മുറുകെപ്പിടിക്കുകയും ഏതുകാലത്തും അവസരവാദികൾ തുടർന്നു വരാറുണ്ട്. പുരോഗമനപരമായ എന്തുണ്ടായാലും അതിനെ എതിർത്തു തോല്പിക്കുക എന്നത് അവരുടെ സ്വഭാവമാണ്. പൊതുവെ ഭിന്നിച്ചു നിൽക്കുന്നവരാണെങ്കിലും ഭരണകൂടവും പുരോഹിതവർഗ്ഗവും സമുദായവും ഒരു പൊതുശത്രു

ഉണ്ടാകുമ്പോൾ ഒന്നിച്ചുചേർന്ന് എതിർത്തു തോല്പിക്കുക എന്നുള്ളത് ചരിത്രത്തിലെ ഒരു നിത്യസത്യവുമാണ്.

ഞങ്ങളുടെ സമുദായം (നമ്പൂതിരിമാരുടെ) ആചാരങ്ങളുടെ ആന്തരാർത്ഥം മറക്കുകയും അനുഷ്ഠാനങ്ങളെ മുറുകെപ്പിടിക്കുകയും ചെയ്തിരുന്ന ഒരു കാലഘട്ടത്തിലായിരുന്നു എന്റെ ജനനം.

എനിക്ക് അഞ്ചെട്ടു വയസ്സായപ്പോഴേയ്ക്കും ഭാരതത്തിലെ സ്വാതന്ത്ര്യപ്രസ്ഥാനത്തെക്കുറിച്ചും കേരളത്തിലെ പുരോഗമനപരമായ ആശയങ്ങളെക്കുറിച്ചും ധാരാളം കേൾക്കുവാൻ അവസരമുണ്ടായി. പ്രത്യേകിച്ചും നമ്പൂതിരിയോഗക്ഷേമസഭയുടെ ഉദാത്തമായ ആശയങ്ങളെക്കുറിച്ച് അക്കാലത്ത് പഴയവരും പുതിയവരുമായുള്ള വാദകോലാഹലങ്ങൾ എവിടെയും കേൾക്കാമായിരുന്നു.

ഇതിന്റെയൊക്കെ ഫലമായി എനിക്ക് പഴയ ആചാരങ്ങളോട് ഏതാണ്ടൊരു വെറുപ്പുതന്നെ ഉണ്ടായി. അങ്ങനെയിരിക്കുന്ന കാലത്താണ് എന്റെ ഉപനയനം അടുത്തമാസത്തിലുണ്ട് എന്ന് ഞാൻ അറിഞ്ഞത്.

അക്കാലത്ത്, നമ്പൂതിരിമാർക്കിടയിൽ ഉപനയനം നല്ലവണ്ണം ആഘോഷിക്കേണ്ട ഒരു ചടങ്ങായിരുന്നു. എനിക്ക് ആഘോഷങ്ങളിൽ താത്പര്യക്കുറവില്ലെങ്കിലും ഉപനയനം കഴിഞ്ഞാലുണ്ടാകുന്ന വേദാഭ്യാസത്തെക്കുറിച്ച് വേണ്ടതിലധികം വെറുപ്പും പരിഭ്രമവുമുണ്ടായിരുന്നു. അർത്ഥമുണ്ടെന്നുപോലും മറന്നുകൊണ്ടുള്ള, അക്കാലത്തെ വേദാഭ്യാസരീതി ക്രൂരവും ബാലിശവുമായിരുന്നു. എന്നാൽ എനിക്ക് അതിൽനിന്ന് രക്ഷപ്പെടാനുള്ള മാർഗ്ഗങ്ങൾ അടഞ്ഞാണു കിടന്നിരുന്നത്.

വലിയ ആഘോഷങ്ങളൊന്നുമുണ്ടായില്ലെങ്കിലും എന്റെ ഉപനയനവും നടന്നു. അതിനർത്ഥം ഞാനും 'ദ്വിജത്വ'ത്തിലേക്ക് ഉയർത്തപ്പെടുകയായി എന്നാണ്.

എന്താണീ ദ്വിജത്വം! ഇന്നെനിക്ക് ആ ശബ്ദത്തിനെക്കുറിച്ച് ഏതാണ്ടൊരു അർത്ഥബോധമുണ്ട്. എന്നാൽ അന്ന്, വേദാഭ്യാസത്തിനു ശേഷം സമാവർത്തനം കഴിഞ്ഞാൽ മുണ്ടുചുറ്റി വലിയവരെപ്പോലെ പുറത്തിറങ്ങി നടക്കാം എന്നുമാത്രമായിരുന്നു അതിനർത്ഥം.

ആദ്യമായി എന്നെ ഓത്തുചൊല്ലാൻ കൊണ്ടുപോയി ആക്കിയത് ഞങ്ങളുടെ ഓതിക്കന്റെ ഇല്ലത്തായിരുന്നു. 'കുന്നപ്പള്ളി തൃക്ക'യുടെ വടക്കുഭാഗത്തായിട്ടാണ് ഓതിക്കന്റെ ഇല്ലം. അക്കാലത്ത് വിഷ്ണു ഓതിക്കനും അദ്ദേഹത്തിന്റെ മകനായ മഹനോതിക്കനും വിഷ്ണു ഓതിക്കന്റെ അനുജനായ ഒരു അപ്ഫനോതിക്കനും ഉണ്ടായിരുന്നു. പുരുഷോത്തമൻ എന്നായിരുന്നു അപ്ഫനോതിക്കന്റെ പേര്.

മേൽപ്പറഞ്ഞ അപ്ഫനോതിക്കനാണ് ആദ്യമായി എന്നെ ഋഗ്വേദം അഭ്യസിപ്പിച്ചത്.

ഞാൻ ചെല്ലുമ്പോൾ അറുപതിലധികം പ്രായമുള്ള അദ്ദേഹത്തിന് ഓത്തു ചൊല്ലിപ്പിക്കാനൊഴികെ മറ്റൊന്നും അറിയുമായിരുന്നില്ല. അദ്ദേഹം എങ്ങനെ ഓത്തുചൊല്ലിപ്പഠിപ്പിച്ചുവോ, അതുപോലെതന്നെ ശിഷ്യൻമാരെയും ഓത്തു ചൊല്ലിപ്പിച്ചിരുന്നു. വേദാഭ്യാസകാലത്ത് ശിഷ്യന്മാരെ കഠിനമായി ശിക്ഷിച്ചിരുന്ന അദ്ദേഹം ഉള്ളുകൊണ്ട് ഒരു കൊച്ചുകുട്ടിയെപ്പോലെ നിർമ്മലഹൃദയനായിരുന്നു.

ഈ അപ്ഫനോതിക്കന്റെ കാൽമുട്ടിനു മീതെയായി വിരലിന്റെ രൂപത്തിൽ തെളിഞ്ഞ ഒരു പാടുണ്ടായിരുന്നു. അതിന്റെ കഥ ഇങ്ങനെയാണ്.

സുമാർ നാല്പതുവയസ്സുള്ള കാലത്ത് ഈ ഓതിക്കന് കഠിനമായ വസൂരി പിടിച്ചു. ഓതിക്കന്റെ ഇല്ലപ്പറമ്പ് എട്ടുപത്ത് ഏക്കറോളം പരന്നു കിടക്കുന്ന വലിയ സ്ഥലമായിരുന്നു.

വസൂരിയാണെന്നു തീർച്ചയായപ്പോൾ ഇല്ലപ്പറമ്പിന്റെ വടക്കുപടിഞ്ഞാറേ മൂലയിൽ ഒരു മാടംകെട്ടി അദ്ദേഹത്തെ അവിടെ കൊണ്ടുപോയി കിടത്തി. ഒരാളെ ശുശ്രൂഷിക്കാനുമാക്കി. പിന്നത്തെ കഥയൊന്നും ആർക്കും നല്ല നിശ്ചയമില്ലായിരുന്നു.

എന്നാൽ പത്തിരുപതുദിവസം കഴിഞ്ഞപ്പോൾ ഓതിക്കൻ മരിച്ചുവത്രെ! എല്ലാവരെയും ദുഃഖിപ്പിച്ച ഒരു സംഭവം.

വസൂരിപിടിച്ചു മരിച്ചാൽ, അക്കാലത്ത് ശവം കൊണ്ടുപോയി കുഴിച്ചിടാനുള്ള ചുമതല ഒരു പ്രത്യേക സമുദായക്കാർക്കായിരുന്നു. അതിന്ന്, മരിച്ച ആളുടെ കുടുംബക്കാർ അവർക്ക് ചില നിശ്ചിത അവകാശങ്ങളും കൊടുത്തിരുന്നു.

ഓതിക്കൻ മരിച്ച വിവരം അവകാശികളെ അറിയിക്കുകയും അവർ ശവം കൊണ്ടുപോയി മറവു ചെയ്യാനുള്ള കുഴി കുത്താൻ തുടങ്ങുകയും ചെയ്തു.

അപ്പോഴാണ് ഓതിക്കന്റെ പഴയ ഒരു ശിഷ്യൻ ഈ വിവരം അറിഞ്ഞത്.

ശുദ്ധഗതിക്കാരനായ ആ ശിഷ്യൻ, താൻ പകർച്ചവ്യാധി പിടിച്ച് മരിച്ചാലും വേണ്ടില്ല. ഗുരുനാഥനെ ഒന്നു കാണണം എന്ന് ഓതിക്കന്റെ ഇല്ലത്തുചെന്ന് വാശിപിടിക്കാൻ തുടങ്ങി. കാര്യത്തിന്റെ ഗൗരവം ശിഷ്യനെ പറഞ്ഞു മനസ്സിലാക്കാൻ പലരും ശ്രമിച്ചിട്ടും ഫലമില്ലെന്നു കണ്ടപ്പോൾ ഓതിക്കന്റെ ഇല്ലത്തുള്ളവർ, “എന്നാൽ താൻ വേഗം പോയി നമസ്കരിച്ചു പോന്നോളൂ” എന്നു പറഞ്ഞു.

രാത്രി ഏതാണ്ട് എട്ടുമണിയായ ആ സമയത്ത്, ഓടിച്ചെന്ന് ഗുരുനാഥന്റെ ശവശരീരം കണ്ട അദ്ദേഹത്തിന് തന്റെ നിസ്സഹായത ഓർത്ത് വിഷാദിച്ചു നിൽക്കുമ്പോൾ എന്തുകൊണ്ടോ ഓതിക്കന്റെ ശ്വാസം നിന്നിട്ടില്ലേ എന്നറിയാൻ മൂക്കിന്റെ താഴെ ലേശം പഞ്ഞിവച്ച് നോക്കുവാൻ തോന്നി.

പെട്ടെന്ന്, ഓതിക്കന് ശ്വാസമുണ്ടോ എന്ന് അദ്ദേഹത്തിന് സംശയമായി. പുതപ്പിച്ച മുണ്ടുമാറ്റി മാറത്തു കൈവച്ചു നോക്കിയപ്പോൾ ഓതിക്കൻ മരിച്ചിട്ടില്ലെന്ന് ആ വത്സലശിഷ്യന് ഉറപ്പായി. തന്മൂലം അയാൾ ഉറക്കെ നിലവിളിച്ചു പോയി!

അപ്പോഴേക്കും ശവമെടുക്കാനുള്ള ആളുകൾ പന്തം കത്തിച്ചുകൊണ്ട് അവിടേക്ക് എത്തുന്നുണ്ടായിരുന്നു. അവരെല്ലാവരും നല്ലവണ്ണം കള്ളും കുടിച്ചിരുന്നു.

കഠിനമായ സങ്കടവും ശുണ്ഠിയും മൂലം മിണ്ടാൻ വയ്യാതായ ശിഷ്യൻ ശവമെടുക്കുവാൻ വന്ന ആൾക്കാരെ കല്ലെടുത്തെറിഞ്ഞ് ഓടിച്ചുവത്രേ! അവരാണെങ്കിൽ ഏതോ പിശാചിന്റെ വിദ്യയാകാം ഇതെല്ലാം എന്നുകരുതി തൽക്കാലം മാറിനിൽക്കുകയും ചെയ്തു.

സംഗതിയെല്ലാം അറിഞ്ഞ ഓതിക്കന്റെ ഇല്ലത്തുകാർ ഇനിയെന്തുവേണം എന്നായി.

ആദ്യംതന്നെ ശവമെടുക്കാൻ വന്നവർക്ക് വേണ്ടതു കൊടുത്ത് അവരെ പറഞ്ഞയച്ചു.

ആരു ശുശ്രൂഷിക്കും ഓതിക്കനെ എന്നായി പിന്നത്തെ ആലോചന.

അദ്ദേഹത്തിന്റെ പ്രിയപ്പെട്ട ശിഷ്യൻ, "ഗുരുനാഥനെ ശുശ്രൂഷിക്കാൻ ഞാനിനി മറ്റാരെയും അനുവദിക്കില്ല" എന്നു പറഞ്ഞുകൊണ്ട് ആ ചുമതല സ്വയം ഏറ്റെടുത്തു. ഓതിക്കന്റെ ഇല്ലത്തുകാർ "പകർച്ചവ്യാധിയാണ് വസൂരി"യെന്ന് പലതവണ പറഞ്ഞുനോക്കിയെങ്കിലും ഗുരുഭക്തനായ ശിഷ്യൻ അതൊന്നും തീരെ ശ്രദ്ധിച്ചില്ല.

ഏതാണ്ട് ഒരു മാസം കഴിഞ്ഞപ്പോഴേയ്ക്കും ശിഷ്യന്റെ ശുശ്രൂഷ കൊണ്ട് നല്ലവണ്ണം സുഖപ്പെട്ട ഓതിക്കൻ സാധാരണ ജീവിതത്തിലേക്കു മടങ്ങിവന്നു. എന്നാൽ അപ്പോൾ അദ്ദേഹത്തിന്റെ വലതുകാലിന്റെ മുട്ടിനുമീതെ വിരലിന്റെ രൂപത്തിൽ ഒരു പാടുണ്ടായിരുന്നു. അത് പോത്തിന്റെ പുറത്ത് കയറിവന്ന യമധർമ്മരാജാവ് കയറിട്ടു വലിച്ചതിന്റെ പാടാണെന്നാണ് എല്ലാവരും പറഞ്ഞിരുന്നത്.

പ്രഭാതത്തിൽ അഞ്ചുമണിക്കെഴുന്നേൽക്കുന്ന ഞങ്ങൾ (വേറെയും രണ്ടു സതീർത്ഥ്യരുമുണ്ടായിരുന്നു) ഓതിക്കനൊന്നിച്ച് കുളിക്കാൻ പോകും.കുളി കഴിഞ്ഞുവന്നാൽ 'അന്തിമുടിക്കൽ'. അതിനുശേഷം ഞങ്ങൾക്ക് ചമതയിടണം. അത് ഒരു ചെറിയ ഹോമമാണ്.

ഉദിച്ചുപൊങ്ങുമ്പോഴേയ്ക്കും അന്തിമുടിക്കൽ കഴിഞ്ഞ ഞങ്ങൾ ഓതിക്കന്റെ ഇല്ലത്തേയ്ക്ക്, ചമതയിടാൻ വേണ്ടി മത്സരിച്ച് ഓടിയെത്തും. ആദ്യം എത്തിയ ആൾ ആദ്യവും പിന്നത്തെ ആൾ പിന്നെയും. അതാണ് ചമതയിടാനുള്ള ക്രമം.

ഓതിക്കന്റെ ഇല്ലത്തെ അമ്മ (മഹനോതിക്കന്റെ ഭാര്യ) അപ്പോഴേക്കും ഞങ്ങൾക്ക് ചമതയിടാൻ വേണ്ടതെല്ലാം ഒരുക്കിയിട്ടുണ്ടാകും. അവർക്ക് അഞ്ചോ ആറോ പെൺകുട്ടികളായിരുന്നു അന്നുണ്ടായിരുന്നത്. അവരിൽ ചിലരും ഞങ്ങളുടെ ചമതയിടുന്ന ഘോഷം കാണാനായി മുമ്പിൽ വന്നിരിക്കും.

ചമതയിട്ടു കഴിഞ്ഞാൽ കുന്നപ്പിള്ളിതൃക്ക എന്ന അമ്പലത്തിലേക്ക് മടങ്ങിപ്പോകണം. അതിന് ഞങ്ങൾക്ക് മടിയും പേടിയുമാണ്. അഞ്ചു മിനിട്ടു വൈകിയാൽ ഓതിക്കൻ അതുപറഞ്ഞ് ശകാരിക്കും. അധികം വൈകിയാൽ അടി ഉറപ്പും. അതുകൊണ്ട് ഞങ്ങളെല്ലാവരും ഒട്ടും താത്പര്യമില്ലാതെയാണെങ്കിലും സമയത്തിനു തന്നെ കുന്നപ്പിള്ളിതൃക്കയിലെത്തും.

വലിയമ്പലത്തിൽ, ചുറ്റുന്ന തോർത്തുമുണ്ട് ഉണങ്ങാൻ വിരിച്ച് വേദം ചൊല്ലി നമസ്കരിക്കുന്ന ഓതിക്കൻ ഞങ്ങളോടെല്ലാം ഓരോരുത്തർക്കും നിശ്ചയിച്ച അതതു സ്ഥലങ്ങളിൽ പോയി നമസ്കരിക്കാൻ പറയും. വേദം പഠിക്കൽ പുരോഗമിച്ചവർ അതു ചൊല്ലിയാണ് നമസ്കരിക്കേണ്ടത്.

ഞാൻ ആദ്യം ചെന്നപ്പോൾ, "നമസ്കരിക്കേണ്ടത് ആർക്കാണ്?" എന്നു ചോദിച്ചു. "തനിക്കതറിയില്ലേ?" എന്നായി ഓതിക്കൻ. ഇല്ലെന്നു ഞാൻ പറഞ്ഞു. അപ്പോൾ ഗായത്രി ജപിച്ച് സൂര്യന് നമസ്കരിക്കാൻ അദ്ദേഹം പറഞ്ഞു.

സഹപാഠികൾ നമസ്കരിക്കുന്നതു നോക്കിക്കൊണ്ട്, തീരെ താത്പര്യമില്ലാതെ ഗായത്രി ചൊല്ലി നമസ്കരിക്കുന്ന ഞാൻ തലയ്ക്കു പിന്നിലായി ഒരടി കിട്ടിയപ്പോഴാണ് ഓതിക്കനെന്റെ പിന്നിലുണ്ടെന്നു മനസ്സിലാക്കിയത്. തുടർന്ന് നല്ലവണ്ണം ഗായത്രി ജപിച്ചുകൊണ്ട് ഞാൻ സൂര്യഭഗവാനെ നമസ്കരിച്ചു തുടങ്ങി.

ഏതാണ്ട് പത്തുനാഴിക പുലരുന്നതു വരെ അമ്പലത്തിൽ തേവാരമായി കഴിയും. തേവാരം കഴിഞ്ഞ ഓതിക്കൻ കുളത്തിൽ പോയി ശൗചം കഴിച്ച് ഉപസ്ഥാനവും ചെയ്ത് ഓതിക്കന്റെ ഇല്ലത്തേയ്ക്കു മടങ്ങുമ്പോൾ ഞങ്ങളും ഒപ്പം മടങ്ങും.

പിന്നെ ഊണാണ്. അതിന് ഓതിക്കൻ ഒപ്പമുണ്ടാകും. പുറമെ ഓതിക്കന്റെ ഇല്ലത്തെ പെൺകിടാങ്ങളും.

ഒട്ടും താമസിയാതെ ഓതിക്കനും ഞങ്ങളും വീണ്ടും അമ്പലത്തിലേക്കു പോകും. അപ്പോഴേയ്ക്കും ഞങ്ങൾ നമസ്കരിച്ച സ്ഥലമെല്ലാം ചാണകം മെഴുകി വൃത്തിയാക്കി അമ്പലത്തിലെ കഴകക്കാർ പോയിട്ടുണ്ടാകും.

ഓതിക്കനും ശിഷ്യൻമാരും മാത്രമായാൽ ഉടൻ വേദാഭ്യാസം തുടങ്ങുകയായി.

ആദ്യത്തെ ദിവസം തലപിടിച്ച് സ്വരത്തിനൊപ്പം ഇടത്തോട്ടും വലത്തോട്ടും മേല്പ്പോട്ടും കീഴ്പ്പോട്ടും ഇളക്കിക്കൊണ്ട് ഓതിക്കൻ എന്നെ,

"അഗ്നി മീളേ പുരോഹിതം

യജ്ഞസ്യദേവ മൃത്വിജം.

ഹോതാരം രത്നധാതമം" എന്നു തുടങ്ങുന്ന, ഋഗ്വേദത്തിലെ ആദ്യത്തെ മന്ത്രം ചൊല്ലിപ്പിച്ചതിന്റെ 'രസം' എനിക്ക് ഇപ്പോഴും ഓർമ്മയുണ്ട്.

ഒന്നാം ദിവസം ചൊല്ലിയത് രണ്ടാം ദിവസം പത്തുവട്ടം ഉരുവിടണം. അന്നും മേൽപ്പോട്ട് കുറച്ചുഭാഗം ഓതിക്കും. അങ്ങനെയാണ് നിയമം.

മൂന്നാം ദിവസമാകുമ്പോൾ, രണ്ടാം ദിവസം പഠിപ്പിച്ച ഭാഗം പത്തു തവണയും ഒന്നാം ദിവസം പഠിപ്പിച്ചത് അഞ്ചു തവണയും ഉരുവിടണം.

ഇങ്ങനെ പത്ത്, അഞ്ച്, മൂന്ന്, ഒന്ന് എന്ന ക്രമത്തിൽ പഠിച്ചവ ഉരുവിട്ടു കൊണ്ടിരിക്കണം. നാലാം ദിവസമാകുമ്പോഴേയ്ക്കും ആദ്യത്തെ ഭാഗം മനഃപാഠമായിരിക്കണം. മനഃപാഠമായില്ലെങ്കിൽ ഗുരുനാഥൻ ചുട്ട അടി തരും. പറഞ്ഞുതരില്ല. ഓർമ്മവരുന്നതുവരെ അടി ഉറപ്പാണ്.

എനിക്ക് മൂന്നാം ദിവസമാകുമ്പോഴേക്കും മിക്കപ്പോഴും മനഃപാഠമായിരുന്നു. അല്പസ്വല്പം സ്വരഭംഗമോ, ദീർഘവിസർഗ്ഗങ്ങളിലെ വ്യതിയാനമോ ഉണ്ടായാലും അവയെല്ലാം ഗുരുനാഥൻ ക്ഷമയോടെ ആവർത്തിച്ച് തിരുത്തിത്തന്നിരുന്നു. മനഃപാഠമായില്ലെങ്കിൽ മാത്രമായിരുന്നു അടി.

കൊല്ലത്തിലൊരിക്കൽ, കുന്നപ്പിള്ളിതൃക്കയിൽ എട്ടു ദിവസം നീണ്ടു നിൽക്കുന്ന വാരമുണ്ട്. ആ എട്ടു ദിവസങ്ങളിൽ മൂന്നു ദിവസം, വലിയ പ്രഭുവായ 'ഭദ്രകാളി മറ്റപ്പിള്ളി' നമ്പൂതിരിയുടെ വകയാണ് സദ്യ. രണ്ടുദിവസം ഇടപ്രഭുവായ 'ചെത്തിയാട്ടു' മനക്കാരുടെയും ഒരു ദിവസം പൂരാടത്തിന്റെയും ഒരു ദിവസം ഓതിക്കന്റെ ഇല്ലത്തുകാരുടെയും വകയാണ്. എട്ടാംദിവസം നാട്ടുകാരുടെയും.

എട്ടുദിവസത്തെ വാരത്തിന്, അക്കാലത്ത് കേരളത്തിലെ മിക്ക ബ്രാഹ്മണ ഗൃഹങ്ങളിലെയും പുരുഷന്മാർ വരാറുണ്ട്. പ്രത്യേകിച്ചും ഓത്തന്മാർ.

മലബാറിൽനിന്ന് അധികം ആളുകളെ കണ്ടിട്ടില്ല. എന്താണതിന് കാരണമെന്നറിയില്ല. ഒരുപക്ഷേ, സായിപ്പ് ഭരിക്കുന്ന രാജ്യത്തുള്ളവരായതുകൊണ്ടായേക്കാം.

എട്ടു ദിവസവും ഉച്ചയ്ക്കും വൈകുന്നേരവും വലിയ സദ്യ തന്നെയാണ്. വൈകുന്നേരത്തെ പഞ്ചാരപ്പായസം, ചിലപ്പോൾ ഇരുന്നൂറ്റമ്പതും മുന്നൂറും പറ പാലുകൊണ്ടാണ് പതിവ്.

ഞാൻ ഓതിക്കന്റെ ഇല്ലത്തു പാർത്ത് ഓത്തുചൊല്ലുന്ന കാലത്ത്, കുന്നപ്പിള്ളിതൃക്കയിൽ ഒരു 'തേവരസ്സേവ' (എട്ടു ദിവസത്തെ വാരം) ഉണ്ടായി. അന്ന് അവിടേക്ക് ഓത്തന്മാരുടെ ഒപ്പം വന്ന ഉണ്ണികൾ (ഓത്തു ചൊല്ലുന്ന ബ്രഹ്മചാരികൾ) ഏതാണ്ട് അമ്പതോളമുണ്ടായിരുന്നു. എല്ലാവർക്കും ചമതയിടൽ ഓതിക്കന്റെ ഇല്ലത്തുവച്ചു തന്നെയായിരുന്നു. തേവാരത്തിനെല്ലാം, ആ എട്ടു ദിവസങ്ങളിൽ സ്വല്പം വിട്ടുവീഴ്ചയുമുണ്ടായിരുന്നു.

ഉച്ചയ്ക്ക്, സദ്യകഴിഞ്ഞ് മുറുക്കിക്കൊണ്ടിരിക്കുന്ന വേദപണ്ഡിതൻമാർ ബ്രഹ്മചാരികളായ ഞങ്ങൾക്കുവേണ്ടി ഒരു പരീക്ഷ നടത്താറുണ്ടായിരുന്നു. അതിങ്ങനെയാണ്:

പത്തുനൂറു വേദപണ്ഡിതൻമാരുടെ മുൻപിൽ ഏതാണ്ടമ്പതോളം ബ്രഹ്മചാരികൾ ചമ്രം പടിഞ്ഞിരിക്കും. എന്നിട്ട് ബ്രഹ്മചാരികൾ പഠിച്ച വേദഭാഗങ്ങളിൽ നിന്ന് ചില ചോദ്യങ്ങൾ ചോദിക്കും. ഇന്ന അട്ടത്തിൽ, ഇന്ന ഓത്തിൽ, ഇന്ന സൂക്തത്തിൽ, ഇത്രാമത്തെ അന്തം ഏത് എന്നാണു ചോദ്യം. ആദ്യം മറുപടി പറയുന്ന ബ്രഹ്മചാരിക്ക് അന്ന് ആദ്യം ചമതയിടാമെന്നും ഉണ്ണാൻ ആദ്യത്തെ ഇലയ്ക്ക് ഇരിക്കാമെന്നുമാണ് നിയമം.

ഈ പരീക്ഷ എട്ടുദിവസവും ഉണ്ടായിരിക്കും. കേരളത്തിലെ അതിപ്രസിദ്ധരായ ഓത്തൻമാരെല്ലാം സന്നിഹിതരായിരിക്കുന്ന ആ സന്ദർഭത്തിൽ നേടുന്ന വിജയം കൊല്ലങ്ങളോളം ഓത്തൻമാരുടെയിടയിൽ സംസാരവിഷയമാകാറുണ്ട്. പിന്നീട് എവിടെയെങ്കിലും വച്ച് കണ്ടുമുട്ടിയാൽ ആ ഓത്തൻമാർ, "അന്നുണ്ടായ പരീക്ഷയിൽ ആദ്യം ഉത്തരം പറഞ്ഞത് താനല്ലേ" എന്നും "തന്റെ ഇല്ലപ്പേര് ഇന്നതല്ലേ" എന്നും ചോദിച്ച് ഉള്ളഴിഞ്ഞ് അഭിനന്ദിക്കാറുമുണ്ട്.

മേൽപ്പറഞ്ഞ പരീക്ഷകളിൽ രണ്ടുതവണ ഞാൻ ജയിച്ചിട്ടുണ്ടെന്നാണ് ഓർമ്മ.

ഓത്തൻമാർക്കും പരീക്ഷയുണ്ട്. അത് ജട,രഥ,വാരം എന്ന പേരിലറിയപ്പെടുന്ന മൂന്നുതരം വേദാഭ്യാസപ്രകടനങ്ങളിലൂടെയാണ്. അത്തരം സന്ദർഭങ്ങളിലെ ശ്രദ്ധയും നിശ്ശബ്ദതയും ഇന്നും ഞാൻ സ്വപ്നം കാണാറുണ്ട്.

"ശ്രദ്ധാവാൻ ലഭതേ ജ്ഞാനം
തല്പരഃ സംയതേന്ദ്രിയഃ"

എന്നാണല്ലോ ഭഗവദ്ഗീത പറയുന്നത്.

കാര്യങ്ങൾ ഇങ്ങനെയൊക്കെയാണെങ്കിലും കലശലായ അച്ചടക്കവും അടിയും വിശ്രമമില്ലാത്ത വേദാഭ്യാസരീതിയും ആയിട്ട് ഇണങ്ങിപ്പോകുവാൻ എനിക്ക് വിഷമമായിരുന്നു. ഇതിനിടയിൽ ആകെക്കൂടി ഉണ്ടായിരുന്ന ആശ്വാസം ഓതിക്കന്റെ ഇല്ലത്തെ അമ്മയുടെ വാത്സല്യം മാത്രമായിരുന്നു.

കഷ്ടിച്ചൊന്നരക്കൊല്ലം കഴിഞ്ഞപ്പോൾ, ഒരിക്കൽ ഇല്ലത്തേയ്ക്കുപോയ ഞാൻ മടങ്ങാൻ കൂട്ടാക്കിയില്ല. ഓതിക്കന്റെ ഇല്ലത്തേയ്ക്ക് ഓത്തുചൊല്ലാനായി മടങ്ങിപ്പോകാൻ പറഞ്ഞ അപ്ഫനോട് "ഞാൻ പോവില്ലെ"ന്ന് മുഖത്തു നോക്കിത്തന്നെ പറഞ്ഞു. അതുകേട്ട അപ്ഫൻ എന്നെ അഞ്ചെട്ടടി തൽക്കാലത്തെ ശുണ്ഠിയിൽ അടിച്ചുവെങ്കിലും അഞ്ചുമിനിട്ടു കഴിഞ്ഞപ്പോൾ "നീ

പോകില്ലെന്നു പറഞ്ഞതിന്റെ കാരണമെന്താണ്?" എന്നു ചോദിച്ചു. കാരണം ഞാൻ പറയില്ലെന്നായി. അതുപറയാതെ പറ്റില്ലെന്ന് അപ്ഫനും. ഒടുക്കം ഞാൻ, "എനിക്ക് ഓത്തു ചൊല്ലേണ്ട." എന്നു പറഞ്ഞു. അതു കേട്ട അപ്ഫൻ, "നിനക്കിത്രയ്ക്കായോ?" എന്നു ചോദിച്ചുകൊണ്ട് എന്നെ ഒരുപാട് തല്ലി. എന്നിട്ട് വലിയ മുണ്ടെടുത്ത് ചുറ്റി എങ്ങോട്ടോ പോവുകയും ചെയ്തു.

പിറ്റേദിവസം മടങ്ങിവന്ന അപ്ഫൻ എന്നോട് ഉടൻ പുറപ്പെടാൻ പറഞ്ഞു. പുറപ്പെടാൻ പ്രത്യേകിച്ചൊന്നുമില്ലാത്തതുകൊണ്ട് ഞാൻ ഉടൻ തയ്യാറായി. എന്നെ അപ്ഫൻ അപ്പോൾ ഇല്ലത്തു നിന്ന് ഏതാണ്ട് ഒരു നാഴിക ദൂരത്തുള്ള 'ചെത്തിയാട്ടുമന'യ്ക്കലേക്കാണ് കൊണ്ടുപോയത്. അവിടെ എന്റെ പ്രായക്കാരായ രണ്ടു സഹോദരൻമാർ ബ്രഹ്മചാരികളായി ഉണ്ടായിരുന്നു.

ചെത്തിയാട്ടു കൊണ്ടുചെന്നാക്കിയ എന്നെക്കുറിച്ച് എല്ലാ വിവരങ്ങളും അപ്ഫൻ അവിടുത്തെ ഓത്തൻമാരോട് (നാലുപേരുണ്ട്) പ്രത്യേകം പറഞ്ഞിരുന്നു. ഞാൻ ചെന്ന ഉടനെത്തന്നെ അവരിൽ ഒരാൾ എനിക്ക് ചില നിർദ്ദേശങ്ങൾ തന്ന്, അവിടുത്തെ കുട്ടികളോടൊപ്പം ഓത്തുചൊല്ലാനായിട്ടാണ് എന്നെ കൊണ്ടുവന്നിട്ടുള്ളത് എന്നു പറഞ്ഞു.

അതുകേട്ട ഞാൻ എന്റെ വിസമ്മതം പറഞ്ഞുനോക്കിയെങ്കിലും ഫലമുണ്ടായില്ല. "ഓത്തു ചൊല്ലേണ്ട എന്നു തീരുമാനിക്കേണ്ട പ്രായം തനിക്കായിട്ടില്ല. ഇപ്പോൾ ഞങ്ങൾ പറയുന്നത് കേട്ടാൽമതി" എന്ന് അവർ എന്നെ ശാസിച്ചു.

ഇല്ലത്തുനിന്ന്, പുഴയിലൂടെ സുമാർ ഒരു നാഴിക മേല്പോട്ടു പോയാൽ ചെത്തിയാട്ടെ കടവിലെത്തും. കുളപ്പുര (പുഴക്കടവ്)യിൽ വച്ചാണ്, ഉച്ചയ്ക്കൂണു കഴിഞ്ഞാലുള്ള ഓത്തുചൊല്ലിക്കൽ. അടി ധാരാളം. എന്നേക്കാൾ കൂടുതൽ ശിക്ഷ കിട്ടിയിരുന്നത് അവിടുത്തെ കുട്ടികൾക്കാണ്. അത് ചില സന്ദർഭങ്ങളിൽ എല്ലാ അതിർത്തികളും കടന്നിരുന്നു.

എന്നാൽ, ചെത്തിയാട്ടെ കാരണവരായ ചെത്തിയാടും അദ്ദേഹത്തിന്റെ പത്നിയും വലിയ വാത്സല്യനിധികളായിരുന്നു. പുറമെ, എനിക്ക് അവിടുത്തെ താമസം ആകെക്കൂടി സുഖവുമായിരുന്നു. നല്ല ഭക്ഷണം, സമൃദ്ധമായ എണ്ണതേച്ചുകുളി, പ്രായമായവരുടെ വാത്സല്യം, കുറുമ്പു കാണിക്കാൻ ഏതാണ്ട് സമപ്രായക്കാരായ രണ്ടു മൂന്നു പെൺകിടാങ്ങളും.

കഷ്ടിച്ചൊരു കൊല്ലം കഴിഞ്ഞപ്പോൾ കാരണവരായ ചെത്തിയാട്, ഒരു ദിവസം രാത്രി ഉറങ്ങാൻ കിടന്നിട്ട് രാവിലെ ഉണർന്നില്ല. അദ്ദേഹത്തിന്റെ പത്നി, തന്റെ കുളി കഴിഞ്ഞുവന്നിട്ടും എഴുന്നേൽക്കാതെ കിടക്കുന്ന അച്ഛൻ ചെത്തിയാടിനെ "ഇന്നെന്താ എഴുന്നേൽക്കാത്തത്?" എന്നു ചോദിച്ചുകൊണ്ട് തൊടാതെ വിളിച്ചു. വിളിച്ചിട്ടും ഉണരുന്നില്ലെന്നു കണ്ടപ്പോൾ അവർക്ക് പരിഭ്രമമായി. തുടർന്ന് മറ്റുള്ളവർ വന്ന് പരിശോധിച്ചപ്പോഴാണ് അച്ഛൻ ചെത്തിയാട് ഉറക്കത്തിൽ മരിച്ചിരിക്കുന്നു എന്നു മനസ്സിലായത്.

പുലയായ (അശുദ്ധമായ) അവിടെ, ബ്രഹ്മചാരികളായ ഞങ്ങൾക്ക് പാർക്കാൻ പാടില്ലാത്തതുകൊണ്ട് ഞാൻ എന്റെ ഇല്ലത്തേയ്ക്കും മറ്റു രണ്ടുപേർ അടുത്തേതോ ഇല്ലത്തേക്കും പോയി. പുല കഴിഞ്ഞതിനുശേഷം ചെത്തിയാട്ടേക്കു പോകാൻ പറഞ്ഞപ്പോൾ ഞാനത് നിഷേധിച്ചു. അപ്ഫന്റെ കൈയിൽനിന്നും അടി ധാരാളം കിട്ടിയെങ്കിലും ഞാനതൊന്നും കാര്യമാക്കിയില്ല. ഉറച്ചുതന്നെ നിന്നു.

തുടർന്ന് ഒരാഴ്ച കഴിഞ്ഞപ്പോൾ അപ്ഫൻ എന്നെ ബലമായി ഇല്ലത്തിനടുത്തുള്ള 'പട്ടം തേയ'ത്തിന്റെ ഇല്ലത്ത് ഓത്തുചൊല്ലാൻ കൊണ്ടുപോയാക്കി. അവിടെയും ഒന്നുരണ്ടു സഹപാഠികളുണ്ടായിരുന്നു. ഒന്ന് അവിടുത്തെ മരുമകനായിരുന്നു.

ഏതാണ്ട് ഏഴെട്ടുമാസം ഞാൻ അവിടെയും ഓത്തുചൊല്ലി താമസിച്ചു. ഇതിന്നിടയിൽ എന്റെ വേദപഠനം മിക്കവാറും മുക്കാൽഭാഗത്തിലധികമായിരുന്നു.

അവിടുന്ന് ഓത്തുചൊല്ലൽ നിർത്തിപ്പോന്നത് എങ്ങനെയാണെന്ന് നല്ല ഓർമ്മയില്ല. ഞാൻ അപ്പോഴേയ്ക്കും കഠിന വേദവിദ്വേഷിയായിക്കഴിഞ്ഞിരുന്നു.

പക്ഷേ, അപ്ഫൻ തോൽക്കുന്ന മട്ടല്ല. രണ്ടാഴ്ച കഴിഞ്ഞപ്പോഴേയ്ക്കും വീണ്ടും എന്നെ ഓത്തുചൊല്ലാനായി, ഇല്ലത്തുനിന്ന് രണ്ടു നാഴിക കിഴക്കുള്ള' കുത്തേക്കാവ് മേയ്ക്കാട്ട്' കൊണ്ടുപോയാക്കി. അവിടെ ഞാൻ ഒരാഴ്ചയേ പിടിച്ചുനിന്നുള്ളൂ. അതിനു പ്രധാന കാരണം അവിടുത്തെ അന്നത്തെ സാമ്പത്തികസ്ഥിതി കുറച്ചൊക്കെ എനിക്ക് മനസ്സിലായതും കൂടി ആകാമെന്ന് ഇപ്പോൾ തോന്നുന്നു.

പിന്നീട് ഏതാണ്ട് ഒരു മാസത്തിനു ശേഷമാണ് എന്നെ ചാലക്കുടിയിലുള്ള 'ചെറ്റാരി മേയ്ക്കാട്ട്' ഓത്തുചൊല്ലാൻ കൊണ്ടുപോയാക്കിയത്. അതിന് അപ്ഫൻ എന്നെ എങ്ങനെയോ സമ്മതിപ്പിച്ചു. ഇല്ലത്തെ വാലിയക്കാരനായ പപ്പുവൊന്നിച്ചാണ് ചെറ്റാരി മേയ്ക്കാട്ടേക്ക് അന്നു ഞാൻ പോയത്.

ഇല്ലത്തുനിന്ന് കൃത്യം പത്തുനാഴിക, പുഴയിലൂടെ മേല്പോട്ടു പോയാൽ ചെറ്റാരി മേയ്ക്കാട്ടെ കടവിലെത്താം. ചാലക്കുടി പാലത്തിന്റെ അടുത്തുനിന്ന് അരനാഴിക മേല്പോട്ടു പോയാൽ ചെറ്റാരി മേയ്ക്കാട്ടെ കടവായി.

അവിടെ ഓത്തുചൊല്ലാൻ എനിക്ക് ആരും കൂട്ടുണ്ടായിരുന്നില്ല. വലിയ സാമ്പത്തികക്ലേശങ്ങളൊന്നുമില്ലാതെ കഴിഞ്ഞുകൂടുന്ന ആ കുടുംബത്തിൽ ഞാൻ എല്ലാവരുടെയും കണ്ണിലുണ്ണിയായിരുന്നു. വിശേഷിച്ചും അവിടുത്തെ അമ്മമാരെക്കുറിച്ചുള്ള ഓർമ്മകൾ എനിക്ക് ഇന്നും മറക്കാൻ സാധിക്കാത്ത മധുരസ്മരണകളാണ്.

വെളുപ്പാൻകാലത്ത് അഞ്ചുമണിക്ക് എഴുന്നേൽക്കുന്ന ഞാൻ കുളിയും മറ്റും പതിവ് എന്നെ ഓത്തുചൊല്ലിക്കുന്ന മേയ്ക്കാടൊന്നിച്ചാണ്. അകത്തുപോയി ചമത കഴിഞ്ഞുവന്നാൽ വേദാഭ്യസം തുടങ്ങും. പഠിച്ചതു ചൊല്ലിക്കൊണ്ടുള്ള സൂര്യനമസ്കാരമാണ് ആദ്യം. അത് എട്ടൊമ്പതു നാഴിക പുലരുന്നതുവരെയുണ്ടാകും. പിന്നീട് ഭക്ഷണമായി. അവിടുത്തെ അമ്മമാർ എന്നെ മത്സരിച്ച് ഊട്ടുമായിരുന്നു. ഊണുകഴിഞ്ഞാൽ എന്നെ ഓത്തുചൊല്ലിക്കുന്ന മേയ്ക്കാടിന് കുറച്ച് സമയം വിശ്രമിക്കണം. അതുകൊണ്ട് ആ സമയത്തെല്ലാം എനിക്ക് വികൃതി കാട്ടി നടക്കാം. ഉച്ചതിരിഞ്ഞ് മൂന്നുമണിയോടുകൂടി അദ്ദേഹം വേദാഭ്യാസം വീണ്ടും തുടങ്ങും. അതാണെങ്കിൽ കഷ്ടിച്ച് ഒന്നൊന്നര മണിക്കൂർ മാത്രവും!

ഒന്നിനും നിർബന്ധമില്ല. അടി ഇല്ലേയില്ല. ധാരാളം സ്വാതന്ത്ര്യം! അമ്മമാരുടെ വാത്സല്യം ശ്വാസം മുട്ടിക്കുന്നതാണ്. ചുരുക്കത്തിൽ എനിക്ക് അവിടെ പരമസുഖമായിരുന്നു.

പ്രദോഷത്തിൻനാൾ ഉച്ചതിരിഞ്ഞും വാവ്, പ്രതിപദം ദിവസങ്ങളിലും വേദാഭ്യാസമില്ല.

പറഞ്ഞിട്ടെന്തു കാര്യം! നാലഞ്ചുമാസം കഴിഞ്ഞപ്പോൾ എനിക്കവിടെയും മടുത്തു തുടങ്ങി. അത് എന്റെ വേദാഭ്യാസത്തിന്റെ അവസാനവുമായി. ഋഗ്വേദം അവസാനിക്കാൻ (മനഃപാഠമാക്കാൻ) വളരെക്കുറച്ചേ ബാക്കിയുണ്ടായിരുന്നുള്ളൂ.

ചാലക്കുടിപ്പുഴ അന്ന് കിഴക്കൻമലകളിൽനിന്നു വരുന്ന വെള്ളപ്പാച്ചിൽ കൊണ്ട് നിറഞ്ഞൊഴുകുകയായിരുന്നു. വലിയ വലിയ മരങ്ങളും സർക്കാരിന്റെ മുദ്രയുള്ള തടികളും പുഴ നിറഞ്ഞ് ഒഴുകി വരികയാണ്. ചെറ്റാരി മേയ്ക്കാട്ടെ കടവിന്റെ മുകളിലെ കല്പടവു വരെ വെള്ളം എത്തിയിരിക്കുന്നു!

രാവിലെ ഗുരുനാഥനൊന്നിച്ച് കുളിക്കാൻ പോയ ഞാൻ ഗുരുനാഥനോട് "എനിക്ക് ഇല്ലത്തേയ്ക്കു പോകണം" എന്നു പറഞ്ഞു. അദ്ദേഹം അതിന് "പോകാമല്ലോ" എന്നായി. തീരെ പ്രതീക്ഷിക്കാത്ത ഗുരുനാഥന്റെ മറുപടി കേട്ടപ്പോൾ പെട്ടെന്ന് സ്തംഭിച്ചുപോയെങ്കിലും തീരുമാനത്തിൽത്തന്നെ ഉറച്ചു നിൽക്കാൻ ഞാൻ നിശ്ചയിച്ചു.

"ഇല്ലത്തേയ്ക്കു പോകണമെന്നു പറഞ്ഞത് വെറുതെയല്ല. എനിക്ക് ഓത്തു ചൊല്ലാൻ വയ്യ"- ഞാൻ അദ്ദേഹത്തോട് വിനയപൂർവ്വം പറഞ്ഞു.

"ഓത്തുചൊല്ലാൻ വയ്യെങ്കിൽ വേണ്ട. ഇല്ലത്തേയ്ക്കു പോകാമല്ലോ. എപ്പോഴാണ് പോകേണ്ടത്?"

അദ്ദേഹം എന്നോടു ചോദിച്ചു.

"എനിക്കിപ്പൊത്തന്നെ പോണം. എന്നെ പറഞ്ഞയച്ചില്ലെങ്കിൽ ഞാനീ പുഴയിലേക്കെടുത്തു ചാടും. എന്നിട്ട് ഇല്ലത്തെ കടവിൽചെന്ന് കേറും." ഞാൻ വാശി പിടിച്ചു.

"ഏയ്.......താനങ്ങനെ സാഹസമൊന്നും ചെയ്യണ്ട. ഇപ്പൊത്തന്നെ പറഞ്ഞയക്കാമല്ലോ" എന്നായി ഗുരുനാഥൻ.

കുളിച്ചുചെന്ന് ചമതയിട്ട എനിക്ക് അന്തർജ്ജനങ്ങൾ എന്തൊക്കെയോ കുശുകുശുക്കുന്നതു കേട്ടപ്പോൾ സങ്കടമായി.

അഞ്ചെട്ടു നാഴിക പുലർന്നപ്പോഴേക്കും അവിടുത്തെ ഒരമ്മ എന്നെ ഉണ്ണാൻ വിളിച്ചു. നെയ്യും പഞ്ചസാരയും രുചിയുള്ള കൂട്ടാനും ഉപ്പേരിയും ഒക്കെ വിളമ്പി എന്നെ അവർ നല്ലവണ്ണം ഊട്ടി.

ഊണുകഴിഞ്ഞ് കൈ കഴുകിയ എന്നോട് അവർ, "ഓത്തു ചൊല്ലൽ നിർത്തിപ്പോവുകയാണെന്ന് ഞങ്ങൾക്കൊക്കെ മനസ്സിലായി. അതൊക്കെ മാധവന്റെ ഇഷ്ടം. എടയ്ക്കെടയ്ക്ക് ഇവിടെ വരണം. ഞങ്ങൾക്കൊക്കെ മാധവനെ കാണണം" എന്നു പറഞ്ഞു.

അതുകേട്ട ഞാൻ അവരോട് "നിങ്ങളെ വന്നു കണ്ടുകൊള്ളാം. എന്നെ അനുഗ്രഹിക്കണം" എന്നു പറഞ്ഞു.

അവർ അതിന് മറുപടിയൊന്നും പറഞ്ഞില്ല. ഉടുത്ത ശീലയുടെ തുമ്പുകൊണ്ട് കണ്ണുതുടയ്ക്കുന്നതാണ് ഞാൻ നോക്കിയപ്പോൾ കണ്ടത്.

ഊണുകഴിഞ്ഞുവന്ന എന്നെ ഒരു വാലിയക്കാരന്റെ ഒപ്പം ഗുരുനാഥൻ "താൻ എടയ്ക്ക് ഇതിലേ വരണം. ഞങ്ങൾക്കൊക്കെ തന്നെ കാണാൻ സന്തോഷേള്ളൂ" എന്നു പറഞ്ഞുകൊണ്ട് യാത്രയാക്കി.

എന്റെ വേദാഭ്യാസവും അതോടുകൂടി അവസാനിച്ചു.

ആലുവാ ശിവരാത്രി

ഏതാണ്ട് പന്ത്രണ്ടുവയസ്സു കഴിഞ്ഞ എന്റെ സമാവർത്തനം വലിയ ആഘോഷങ്ങളൊന്നുമില്ലാതെ അപ്ഫൻ നടത്തി. എന്നാൽ അദ്ദേഹം അത്യാവശ്യം ചാർച്ചക്കാരെയും അയൽപക്കത്തുള്ളവളെയും ക്ഷണിക്കാൻ മറന്നതുമില്ല. അതുകൊണ്ട് ക്രിയയ്ക്കു കൂടാനുള്ള നമ്പൂതിരിമാർ ധാരാളമെത്തി. അന്തർജ്ജനങ്ങളുടേയും കുട്ടികളുടെയും കഥ പറയാനുമില്ല.

ചെറിയ തോതിലാണെങ്കിലും സദ്യ പൊടിപൊടിച്ചു. എല്ലാവർക്കും സന്തോഷമായി.

ചിലർ പോകുംമുൻപ് പല നേരമ്പോക്കുകളും പൊട്ടിച്ചു. അവയിലൊന്ന് ഏതാണ്ടിങ്ങനെയായിരുന്നു.

"മാധവൻ ജാതകവശാൽ സർവ്വലക്ഷണസമ്പന്നനാണ്. എന്നാൽ വിട്ടുവീഴ്ചയില്ലാത്ത ആദർശനിഷ്ഠയും കടുംപിടുത്തവും നിമിത്തം ഒന്നിലും വേണ്ടത്ര ശോഭിക്കില്ല. ചന്ദ്രനെപ്പോലെ കേറിയും ഇറങ്ങിയും കഴിയാനാണ് യോഗം. എങ്കിലും ഗുണഭാഗത്തിന് മുൻതൂക്കമുണ്ട്."

ഇത് ആരാണു പറഞ്ഞതെന്ന് ഞാൻ ഓർക്കുന്നില്ല. ഇത്തരം മുൻവിധികളിലൊന്നും എനിക്ക് താത്പര്യവുമില്ലായിരുന്നു. പ്രത്യേകിച്ചും അന്ന് എന്റെ സമാവർത്തനം കഴിഞ്ഞ ദിവസമാണ്. മുണ്ടുചുറ്റി വലിയവരെപ്പോലെ സ്വതന്ത്രനായി നടക്കാം. എന്റെ തലയിൽ നിറച്ചും അപ്പോൾ അങ്ങനെ പല ലഹരികളായിരുന്നു.

ഉച്ചതിരിഞ്ഞ് നാലുമണിയായപ്പോഴേക്കും സമാവർത്തനത്തിനു വന്ന അതിഥികൾ മിക്കവരും മടങ്ങി. എന്നാൽ കാളത്തിമേയ്ക്കാടും വളവല്ലൂരും അമ്മേടമ്മാത്തെ ഏട്ടനും പോയിക്കഴിഞ്ഞിരുന്നില്ല.

അമ്മേടമ്മാത്തെ ഏട്ടനെ അമ്മാത്തുനിന്ന് 'ദത്തെ'ടുത്തതാണ്. അമ്മാമനുണ്ടായിരുന്ന അഞ്ച് ആൺമക്കളിൽ നാലാമത്തെ മകനാണ് ഏട്ടൻ. ആ ദത്തെടുക്കൽ കഴിഞ്ഞിട്ട് പത്തുപതിനഞ്ചു കൊല്ലമേ ആയിരുന്നുള്ളൂ. ഏട്ടനാണെങ്കിൽ എന്നേക്കാൾ എട്ടുപത്തുവയസ്സേ അധികമുള്ളുതാനും.

സാമ്പത്തികമായി അത്ര മോശമല്ലാത്ത അമ്മേടമ്മാത്തെ ഏട്ടൻ, തലേന്ന് ഇല്ലത്തേയ്ക്കു വന്നപ്പോൾ എനിക്ക് ഒരു സമ്മാനം കൊണ്ടുവന്നിരുന്നു. ഞാനത് തീരെ അറിഞ്ഞിരുന്നില്ല. അത്, സമാവർത്തനം കഴിയുന്ന എനിക്ക് ചുറ്റാനൊരു മുണ്ടും, ഷർട്ടും ആയിരുന്നു. അതിന്ന് ഒന്നേകാലുറുപ്പികയായി വിലയെന്ന് അദ്ഭുതത്തോടെ അപ്ഫൻ പറയുന്നത് പിന്നീട് ഞാൻ കേൾക്കുകയുണ്ടായി.

രണ്ടു കൈയും നീട്ടി ഏട്ടനിൽനിന്ന് സമ്മാനം വാങ്ങിയ എനിക്ക് ആ മുണ്ടു ചുറ്റി, ഷർട്ടിട്ട് അങ്ങോട്ടുമിങ്ങോട്ടും ഒന്നു നടക്കാനാണ് ആദ്യം തോന്നിയത്. കുപ്പായം ഇട്ടു നോക്കിയപ്പോൾ വലിപ്പം ബഹുപാകം. ആദ്യമായി ഷർട്ടിട്ടപ്പോൾ എനിക്കാകെ കോരിത്തരിച്ചു. ഉടൻ തന്നെ ഞാനകത്തുപോയി അമ്മമാരെ എന്റെ വേഷം കാട്ടിക്കൊടുത്തു. അമ്മ, ഷർട്ടിട്ട എന്നെ കണ്ടപ്പോൾ നല്ലവണ്ണം ചിരിച്ചുവെങ്കിലും ചെറിയമ്മ നോക്കിയതല്ലാതെ ഒന്നും പറഞ്ഞില്ല. അതുകണ്ടപ്പോൾ, എനിക്കെന്തുകൊണ്ടോ സങ്കടമാണു വന്നത്.

ഏട്ടന്റെ അമ്മാത്ത് കാളത്തിമേയ്ക്കാട്ടാണ്. ഏതാണ്ടൊന്നര നാഴിക ദൂരമേ ഇല്ലത്തുനിന്ന് അങ്ങോട്ടുള്ളൂ. വളവല്ലൂരിന്റെ ഇല്ലം ചെങ്ങമനാട്ടാണ്. വളവല്ലൂര് വേളി കഴിച്ചത് മേയ്ക്കാട്ടുനിന്നും മേയ്ക്കാട് വേട്ടത് വളവല്ലൂരിൽ നിന്നു മാണ്.

"താനിനി എന്താ ഭാവം? ഞങ്ങളുടെ കൂടെ വരുന്നുണ്ടോ? ഇന്ന് ആലുവാ ശിവരാത്രിയാണ്. ഞങ്ങൾ അങ്ങോട്ടാണു പോകുന്നത്. വേണമെങ്കിൽ താനും വന്നോളൂ. മടക്കം, രണ്ടുനാലു ദിവസം ഇല്ലത്തും അമ്മാത്തുമൊക്കെ കൂടിയി ട്ടാകാം. സമാവർത്തനം കഴിഞ്ഞതല്ലേ?" ഏട്ടനെന്നെ ഉത്സാഹപ്പെടുത്തി.

ഏട്ടൻ പറഞ്ഞതു കേട്ടപ്പോൾ എനിക്ക് നല്ലവണ്ണം സന്തോഷമായി. അപ്പോൾത്തന്നെ അവരൊന്നിച്ച് പോകാൻ തീരുമാനിച്ച ഞാൻ അകത്തു പോയി അമ്മമാരോട് വിവരം പറഞ്ഞ് അനുവാദം വാങ്ങി. അമ്മാത്തു ചെന്നാൽ അമ്മാമനെയും അമ്മായിയെയും അഭിവാദ്യംചെയ്യാൻ മറക്കരുതെന്ന് അമ്മ അപ്പോൾ ഓർമ്മപ്പെടുത്തി. ഒപ്പംതന്നെ അമ്മേടമ്മാത്തെ അമ്മായിയെയും അഭിവാദ്യം ചെയ്യണമെന്ന് ഞാൻ മനസ്സുകൊണ്ട് ഉറയ്ക്കുകയും ചെയ്തു.

കോടിമുണ്ടു ചുറ്റി, കോടി ഷർട്ടിട്ട് പുറപ്പെട്ട എന്നോട് അപ്ഫൻ ഒന്നും പറഞ്ഞില്ല. എന്നാലദ്ദേഹം മനസ്സിൽ എന്നെ അനുഗ്രഹിക്കുകയായിരുന്നുവെന്ന് ഇന്നെനിക്കുറപ്പുണ്ട്. പുറത്തേയ്ക്ക് അല്പം പരുക്കനായിരുന്നുവെങ്കിലും ഉള്ളു കൊണ്ട് നല്ല 'നാളികേര' പാകക്കാരനായിരുന്നു അദ്ദേഹം!

വളവല്ലൂരും മേയ്ക്കാടും ഏട്ടനും ഞാനും കൂടി പുറപ്പെട്ടപ്പോൾ, 'നാലാളു കൂടിയാൽ നാടുപിടിയ്ക്കാം' എന്ന് ആരോ തട്ടിവിട്ടു. അതു കേട്ട് മറ്റുള്ളവർ ഉള്ളുതുറന്നു ചിരിച്ചപ്പോൾ ആ രസത്തിൽ ഞാനും നല്ലവണ്ണം പങ്കുകൊണ്ടു.

പടിയ്ക്കലെത്തിയ ഞാൻ ഇല്ലത്തേയ്ക്ക് ഒന്നു തിരിഞ്ഞുനോക്കി. എന്നാൽ ആരും ഞങ്ങളെ ശ്രദ്ധിക്കുന്നില്ലെന്നു കണ്ടപ്പോൾ എനിക്ക് വല്ലാത്ത ദുഃഖം തോന്നി.

മുണ്ടുചുറ്റി, ഒരാളായി ആദ്യമായി ഞാൻ ഈ ലോകത്തിലേക്കിറങ്ങുക യാണ്. ഇനിയെന്തെല്ലാം വേണം! വിശാലമായ ഈ ലോകം എനിക്ക് അത്യന്തം അപരിചിതമാണല്ലോ! ഞാൻ സംഭ്രമത്തോടെ എന്തെല്ലാമോ ഓർത്തുപോയി. അമ്മമാരെങ്കിലും ഞങ്ങളെ ശ്രദ്ധിക്കുന്നുണ്ടാകുമെന്നാണ് ഞാൻ കരുതിയത്.

മുമ്പിൽ നടക്കുന്ന മൂന്നുപേരും വർത്തമാനം പൊടിപൊടിയ്ക്കയാണ്. എല്ലാം ശ്രദ്ധിച്ചുകേട്ടുകൊണ്ട് പുറകെ നടക്കുന്ന ഞാൻ വഴിനീങ്ങുന്നത് ഒട്ടും തന്നെ അറിഞ്ഞില്ല. ഒന്നൊന്നര നാഴികദൂരം വെറും അഞ്ചുമിനിട്ടു കൊണ്ട് കഴിഞ്ഞപോലെ എനിക്കു തോന്നി. അപ്പോഴേയ്ക്കും ഞങ്ങൾ കാളത്തി മേയ്ക്കാട്ടെ പടിയ്ക്കലെത്തിക്കഴിഞ്ഞിരുന്നു.

കാളത്തിമേയ്ക്കാട്ടെ എല്ലാവരെയും ഞാൻ നല്ലവണ്ണം അറിയും. വൈശാഖമാസത്തിൽ ദാനം വാങ്ങാനായി മുൻപുതന്നെ പലതവണ ഞാൻ അവിടെ പോയിട്ടുണ്ടായിരുന്നു.

സന്ധ്യയോടെ ഞങ്ങൾ കുളിക്കാൻ പുഴക്കടവിലേക്കു പോയി. തോർത്തു മുണ്ട് എടുക്കാത്തതിന്റെ അബദ്ധം അപ്പോഴാണ് ഞാൻ നന്നായറിഞ്ഞത്. കുളിച്ചാൽ തോർത്തേണ്ടേ! എന്നാലെന്റെ വിഷമം അറിഞ്ഞ ഏട്ടൻ സഹായ ത്തിനെത്തി. ചുറ്റിയ കോടിമുണ്ട് അഴിച്ചുവെച്ച് കുളിച്ച ഞാൻ ഏട്ടന്റെ

തോർത്തുകൊണ്ട് തോർത്തി. എന്നിട്ട് സ്വന്തം കോടിമുണ്ടുതന്നെ എടുത്തു ചുറ്റുകയും ചെയ്തു. (കോടി ശുദ്ധം മാറില്ല.)

സന്ധ്യാവന്ദനവും അന്തിമുടിയ്ക്കലും കഴിഞ്ഞ ഞങ്ങൾ മേയ്ക്കാട്ടെ നാലുകെട്ടിലെ കിഴക്കേ ഇറയത്ത്, ഒരു കമ്പിവിളക്കിന്റെ മുമ്പിലായി ഉണ്ണാനിരുന്നു. കാളത്തിമേയ്ക്കാടിന്റെ അകത്തുള്ളാള് വിളമ്പിത്തന്നു. "മാധവന്റെ സമാവർത്തനം ഇന്നല്ലെ കഴിഞ്ഞുള്ളു. എനിയ്ക്കതിനെ കണ്ടാൽ ഒന്നും വരില്ല", കാളത്തിമേയ്ക്കാട്ടമ്മ പറഞ്ഞു.

സമാവർത്തനം കഴിഞ്ഞ് നമ്പൂരിയായാൽ, അന്യ അന്തർജ്ജനങ്ങൾക്ക് കാണാൻ പാടില്ലാത്തവനാകും എന്നകാര്യം അപ്പോഴാണ് എനിക്ക് ഓർമ്മ വന്നത്. എന്നേക്കാൾ പത്തു പന്ത്രണ്ടു വയസ്സു കൂടുന്ന കാളത്തിമേയ്ക്കാട്ടമ്മയെ എനിക്കും, അവർക്കെന്നേയും കാണാൻ പാടില്ലപോൽ! ഇങ്ങനെയുമുണ്ടല്ലോ ചില ആചാരങ്ങൾ എന്നോർത്ത് എനിക്ക് സങ്കടവും ശുണ്ഠിയും വന്നു.

ഊണുകഴിഞ്ഞ ഞങ്ങൾ ആലുവാ ശിവരാത്രിക്കു പുറപ്പെട്ടു. നാലുപേരും ഓരോ ചൂട്ട് കൈയിലെടുത്തു. മുമ്പിൽ നടന്നിരുന്ന വളവല്ലൂർ ചൂട്ടുകത്തിച്ച്, അക്ഷരശ്ലോകം ചൊല്ലിക്കൊണ്ട് വേഗം വേഗം നടക്കാൻ തുടങ്ങി.

ചെങ്ങമനാട്ടുള്ള വളവല്ലൂരിന്റെ ഇല്ലത്തേയ്ക്ക് നാലുനാഴിക വഴിയുണ്ട്. അദ്ദേഹത്തിനവിടെ പറഞ്ഞിട്ടുവേണം ആലുവായ്ക്കു പോരാൻ. അതുകൊണ്ട് നടത്തം വേഗം തന്നെയായിരുന്നു.

ശ്ലോകം ചൊല്ലുന്നതിൽ എന്റെ ഊഴം വന്നപ്പോൾ, "താനും ശ്ലോകം തോന്നുമെങ്കിൽ ചൊല്ലിക്കോളൂ" എന്ന് ആരോ പറഞ്ഞു. അല്പം ലജ്ജയോടെയാണെങ്കിലും, 'ത' എന്ന അക്ഷരത്തിന്, എനിക്ക് പെട്ടെന്നോർമ്മ വന്ന ശങ്കരക്കുറുപ്പിന്റെ,

"തലപോലുമഹോ പരാർത്ഥമായി
ചിലവാക്കാൻ മടിയാത്ത സാധുനെല്ലേ
തവചേവടിയിൽ പണിഞ്ഞിടട്ടേ
പടുവാം സ്വാർത്ഥപരായണൻ മനുഷ്യൻ"എന്ന ശ്ലോകം ചൊല്ലി.

ശ്ലോകം ചൊല്ലിക്കഴിഞ്ഞപ്പോൾ എന്റെ ശബ്ദവും ഉച്ചാരണശുദ്ധിയും എല്ലാവർക്കും നന്നായി പിടിച്ചെന്നു തോന്നി. അതുകൊണ്ടാവാം അവരെല്ലാവരും എന്നെ നന്നായഭിനന്ദിക്കുകയും ചെയ്തു.

വളവല്ലൂരെത്തുന്നതുവരെ ഞങ്ങൾ ശ്ലോകം ചൊല്ലിക്കൊണ്ടാണു നടന്നത്. രണ്ടുമൂന്നു തവണയേ, അതിനിടയിൽ ശ്ലോകം തോന്നാതെ ഞാൻ ബുദ്ധിമുട്ടിയുള്ളൂ എന്നു തോന്നുന്നു. അതെന്തായാലും അന്നത്തെ ശ്ലോകം ചൊല്ലൽ എനിക്ക് എന്തെന്നില്ലാത്ത ആത്മവിശ്വാസം ഉണ്ടാകാൻ സഹായിച്ചു.

നാലു ചൂട്ടും കത്തിക്കഴിഞ്ഞപ്പോഴേയ്ക്കും ഞങ്ങൾ വളവല്ലൂരെത്തി. അവിടെനിന്ന് പിന്നെയും മൂന്നാലു ചൂട്ടെടുത്ത് ഞങ്ങൾ യാത്ര തുടർന്നു.

നടക്കുന്നതിനിടയിൽ കാളത്തിമേയ്ക്കാട്, "ഞാനൊരു ശ്ലോകം ചൊല്ലിയാൽ താനത് പഠിക്കാമോ?" എന്നു ചോദിച്ചു. ഒപ്പം തന്നെ വളവല്ലൂരും അതേ ചോദ്യം ആവർത്തിച്ചു.

"നോക്കട്ടെ"യെന്നു പറഞ്ഞ എന്നോട് മേയ്ക്കാട് അദ്ദേഹത്തിന്റെ പുറകിലായി നടക്കാൻ പറഞ്ഞു. രണ്ടാമനായി നടക്കാൻ തുടങ്ങിയ എന്റെ

പുറകിൽ വളവല്ലൂരും അദ്ദേഹത്തിന്റെ പുറകിൽ ഏട്ടനും നടക്കുന്നുണ്ടായിരുന്നു.

അപ്പോൾ മേയ്ക്കാടും വളവല്ലൂരും എനിക്കു ചൊല്ലിത്തന്ന അവരവരുടെ ശ്ലോകം വലിയേട്ടന്റെ (ഇല്ലത്തെ) വേളികഴിഞ്ഞുള്ള കുടിവെയ്പിന് മംഗളപത്രമായി അവർ സമർപ്പിച്ചിട്ടുള്ളതായിരുന്നു. രണ്ടും ഞാൻ കേട്ടിട്ടുണ്ടായിരുന്നുവെങ്കിലും പഠിച്ചിരുന്നില്ല.

മേയ്ക്കാട് ശ്ലോകം ചൊല്ലാൻ തുടങ്ങി:

"കുന്നിയ്ക്കും കുതുകത്തൊടൊത്തു തരസാ
ഗൃഭ്ണാമിതേയെന്നിതാ-
കുന്നിശ്രേഷ്ഠ സുമന്ത്രമോതിയഴകിൽ
പാണിഗ്രഹം ചെയ്തുടൻ
ഇന്നിപ്പോൾ സ്വഗൃഹത്തിലേയ്ക്കണയുമീ
നാരായണൻ തന്നെയ-
ക്കുന്നിൻ നന്ദിനിയായ പാർവ്വതി
രസാലെന്നും കടാക്ഷിക്കണേ."

വലിയേട്ടന്റെ പേര് നാരായണൻ എന്നും, ഏട്ടൻ വേട്ട അന്തർജ്ജനത്തിന്റെ പേര് പാർവ്വതി എന്നുമാണെന്ന് പ്രത്യേകം പറയേണ്ടതില്ലല്ലോ!

നാലഞ്ചുതവണ ചൊല്ലിയപ്പോഴേക്കും മേയ്ക്കാടിന്റെ ശ്ലോകം പഠിച്ച ഞാൻ, തൊട്ടു പുറകിലുള്ള വളവല്ലൂരോട് അദ്ദേഹത്തിന്റെ ശ്ലോകം ചൊല്ലിത്തരാൻ പറഞ്ഞു. ആ ശ്ലോകം ഇങ്ങനെയായിരുന്നു:

"വാണീമാതും വണങ്ങും സുഗുണകൃതി
ചമച്ചുദ്രസമ്മുത്തു വിദ്വൽ
ശ്രേണീചിത്തത്തിനേകും ദ്വിജമണിഗുണി
പാലുരു നാരായണാഖ്യൻ
ഏണീശാബാക്ഷീ പാറക്ഷിതിസുര
സുതയാം പാർവ്വതീദേവിയൊത്തി-
ക്ഷോണീഭാഗേ ദ്വിതീയാശ്രമവിധി
വഴിപോലാർന്നു വാഴേണമെന്നും."

വളവല്ലൂരിന്റെ ശ്ലോകം കുറച്ചധികം പ്രശംസയുള്ളതാണെങ്കിലും ഒന്നുരണ്ടു തവണ കേട്ടപ്പോഴേയ്ക്കും പഠിക്കാൻ കഴിഞ്ഞു. വലിയേട്ടൻ ചില ശ്ലോകങ്ങളെഴുതിയിട്ടുണ്ടെന്ന് കേട്ടിട്ടുണ്ട്. നാരായണീയം, വൃത്താനുവൃത്തമായി മലയാളമാക്കിയിട്ടുണ്ടെന്ന് വലിയേട്ടൻ തന്നെ എന്നോട് നേരിൽ പറഞ്ഞിട്ടുമുണ്ട്. എന്നാൽ ഞാനതു കണ്ടിട്ടില്ല.

അങ്ങു ദൂരത്തായി ആലുവ മണൽപ്പുറത്ത് ആയിരക്കണക്കിന് പെട്രോമാക്സ് വിളക്കുകൾ തെളിഞ്ഞുകത്തുന്നു. പതിനായിരക്കണക്കിനാളുകൾ ഉത്സാഹത്തോടെ അങ്ങോട്ടുമിങ്ങോട്ടും നടക്കുന്നു. പുഴയുടെ ഇക്കരെ തോണിക്കായി കാത്തുനിൽക്കുമ്പോൾ കണ്ട ഘോഷം എന്റെ സങ്കല്പങ്ങൾക്കെല്ലാം ഉപരിയായിരുന്നു. അതുകൊണ്ടുതന്നെ കടത്തുകടന്ന് ആ മഹാബഹളത്തിലലിയാൻ എനിക്ക് തിടുക്കമായി.

തോണികൾ ധാരാളമുണ്ടെങ്കിലും കടത്തുകാർ വലിയ കൂലിയാണു വാങ്ങിച്ചിരുന്നത്. മേയ്ക്കാടും വളവല്ലൂരും കൂലിയുടെ കാര്യം പറഞ്ഞ് കടത്തുകാരോട് പിശകുകയായിരുന്നു.

ഒടുവിൽ, ഞങ്ങളെ നാലുപേരെയും ഒരാൾക്ക് ഒരു ചക്രം വീതം കൊടുത്താൽ പുഴ കടത്താമെന്ന് അവർ സമ്മതിച്ചു. (ഇരുപത്തെട്ടു ചക്രം ഒരു തിരുവിതാംകൂർ രൂപയും ഇരുപത്തെട്ടര ചക്രം ഒരു ബ്രിട്ടീഷ് രൂപയുമാണ്).

നാലു ചക്രം കൊടുത്ത് ഞങ്ങൾ നാലുപേരും തോണിയിൽ കയറിയെങ്കിലും തോണി നിറയാതെ കടത്തുകാരൻ തോണിനീക്കാൻ കൂട്ടാക്കിയില്ല. അവർ ആളെ വിളിയ്ക്കുന്ന തിരക്കിൽ ഞങ്ങൾ പറയുന്നതൊന്നും ശ്രദ്ധിക്കുന്നുമുണ്ടായിരുന്നില്ല. ഏതാണ്ട് ഇരുപത്തഞ്ചുപേർക്ക് കയറാവുന്ന തോണിയിൽ എഴുപത്തഞ്ചോളം പേർ കയറിയിട്ടും തോണി നീക്കുന്നില്ലെന്നു കണ്ടപ്പോൾ ചിലർ പണം തിരികെ ചോദിക്കാൻ തുടങ്ങി. പലരും, "കാശുതന്നില്ലെങ്കിൽ തന്റെ കയ്യിൽ ബലമായി മടക്കിവാങ്ങു"മെന്ന് പറഞ്ഞപ്പോൾ എനിക്കു പേടിയായി.

വാദകോലാഹലം മൂത്ത് ആളുകൾ തോണിയിൽ നിന്ന് ഇറങ്ങാൻ തുടങ്ങിയപ്പോൾ കടത്തുകാരൻ കഴുക്കോലെടുത്ത് പതുക്കെ തോണിനീക്കാൻ തുടങ്ങി. അപ്പോൾ പലരും തിരക്കിട്ട് തോണിയിൽ കയറാൻ ശ്രമിക്കുകയും തത്ഫലമായി തോണി ചെരിഞ്ഞ് വെള്ളം കയറുകയും ചെയ്തു. ഭാഗ്യം കൊണ്ട് തോണി മുങ്ങിയില്ലെന്നേ പറയേണ്ടൂ. കടത്തുകാരന്റെ ശകാരം എല്ലാവർക്കും വേണ്ടത്ര കിട്ടി.

ഇതൊന്നുമല്ല എന്നെ അദ്ഭുതപ്പെടുത്തിയത്. ആ കടവിൽ ഇറങ്ങിക്കിടക്കാനുള്ള വെള്ളമേ ഉള്ളുവത്രേ! എന്നാൽ ശിവരാത്രി പ്രമാണിച്ച് തോണിക്കാർ കാശുണ്ടാക്കാനായി സംഘം ചേർന്ന് പുഴയ്ക്ക് ആഴം കൂട്ടുകയാണത്രെ പതിവ്! കടത്തുകാരുടെ ഈ അതിസാമർത്ഥ്യമോർത്തപ്പോൾ ശങ്കരക്കുറുപ്പിന്റെ "പടുവാം സ്വാർത്ഥപരായണൻ മനുഷ്യൻ" എന്ന പ്രയോഗം എത്ര അർത്ഥവത്താണെന്ന് എനിക്കു തോന്നി.

രണ്ടുമിനിട്ടുകൊണ്ട് ഞങ്ങൾ കയറിയ തോണി മറുഭാഗത്ത് മണലിലുറച്ചു. ഉടൻ തോണിക്കാരൻ എല്ലാവരോടുമിറങ്ങാൻ പറഞ്ഞു. തോണിയിൽനിന്ന് ഇറങ്ങിയ ദിക്കിൽ എനിക്ക് അരയ്ക്കു വെള്ളമുണ്ടായിരുന്നു. കോണകം കൂടി നല്ലവണ്ണം നനഞ്ഞ ഞാൻ മുണ്ടു നനയാതെ പൊക്കിപ്പിടിച്ച് മുന്നിൽ നടക്കുന്നവരുടെ പിന്നാലെ നടന്നു.

പത്തുമിനിട്ട് പിന്നെയും നടന്നിട്ടേ വെള്ളമില്ലാത്ത സ്ഥലത്ത് ഞങ്ങൾ എത്തിയുള്ളൂ. അവിടെനിന്ന് ഏതാണ്ടൊരു നാഴിക മണൽപ്പുറത്തുകൂടി നടന്നാലേ ശിവരാത്രി മണൽപ്പുറത്തെത്തുള്ളു.

ആളുകളുടെ തിരക്കിൽ കൂട്ടം തെറ്റാതിരിക്കാൻ ഞാൻ മേയ്ക്കാടിന്റെ കൈ പിടിച്ചു. ഒപ്പം മേയ്ക്കാടും എന്റെ കൈ മുറുകെപ്പിടിച്ചു.

അവിടെയെങ്ങും വലിയ തിരക്കും ബഹളവുമായിരുന്നു. ഒരു ഭാഗത്ത് കച്ചവടക്കാരുടെ ഘോഷങ്ങൾ. മറുഭാഗത്ത് പലഹാരങ്ങൾ (വറുത്തവയും മറ്റും) ധാരാളം വിറ്റുപോകുന്നു. സിന്ദൂരം, ചീർപ്പ്, സോപ്പ്, കണ്ണാടി, തലമുടി കെട്ടാനുള്ള റിബ്ബൺ തുടങ്ങിയവ നിരനിരയായിട്ടാണ് വിൽക്കാൻ വച്ചിട്ടുള്ളത്.

ചിലർ പെട്രോമാക്സ് പമ്പു ചെയ്യുന്നു. വേറെ ചിലർ പിന്നുകൊണ്ടുകുത്തി വിളക്കിലെ കരടു കളയുന്നു. കരടു കളയുമ്പോൾ വിളക്ക് അസ്സലായി തെളിഞ്ഞുകത്തും. അപ്പോൾ കാണുന്ന സാധനങ്ങളുടെ തിളക്കം കാണേണ്ട പൂരം തന്നെയാണ്.

വിളക്ക് കെടാൻ ഭാവിക്കുകയും പെട്ടെന്ന് വീണ്ടും തെളിയുകയും ചെയ്യുന്നതിന്റെ കാരണം ഞാൻ ഏട്ടനോടു തിരക്കി. ഏട്ടനപ്പോൾ പെട്രോമാക്സ് കത്തുന്നതിന്റെ വിവരങ്ങളെല്ലാം എനിക്കു വിശദീകരിച്ചുതന്നു.

മറ്റൊരു നിരയിൽ പലതരത്തിലുള്ള പുസ്തകങ്ങളാണ് വിൽക്കാൻ വച്ചിരിക്കുന്നത്. ശിവപുരാണം, പത്തുവൃത്തം, പതിനാലുവൃത്തം, സിദ്ധരൂപം, അമരകോശം തുടങ്ങിയ പുസ്തകങ്ങൾ എങ്ങും സുലഭം. എഴുത്തച്ഛന്റെ രാമായണഭാരതാദികളും ചില സംസ്കൃതഗ്രന്ഥങ്ങളും ആ നിരയിൽത്തന്നെ വിൽക്കാൻ വച്ചിരുന്നു.

വേറൊരു ഭാഗത്ത് ഒരു പുസ്തകം ധാരാളം വിറ്റു പോകുന്നതു കണ്ടപ്പോൾ ഞങ്ങൾ അങ്ങോട്ടു നീങ്ങി. അവിടെ തിരക്കുണ്ടാക്കിയിരുന്നത് അധികവും പെണ്ണുങ്ങളാണ്. അടുത്തുചെന്നു നോക്കിയ, ഞാനൊഴികെയുള്ളവർ പൊട്ടിപ്പൊട്ടിച്ചിരിക്കാൻ തുടങ്ങി. വിറ്റുപോയിരുന്നത് 'സരോജിനിയുടെ കടുംകൈ അഥവാ ശങ്കരന്റെ സന്ന്യാസം' എന്ന, ഒരു ചക്രം വിലയുള്ള പാട്ടുപുസ്തകമായിരുന്നു.

ഞാണിൻമേൽ കളിയാണ് മറ്റൊരിടത്ത്. സർക്കസുകളി അതിനപ്പുറത്ത്. വളച്ചുകെട്ടിയ ഒരു ടെന്റിന്റെ മുന്നിൽ 'അദ്ഭുതമനുഷ്യൻ' എന്ന ബോർഡ് കണ്ടു. ചത്ത മനുഷ്യനെ വീണ്ടും ജീവിപ്പിക്കുമെന്ന ഒരു പരസ്യം മറ്റൊരു ടെന്റിന്റെ മുന്നിലും കണ്ടു.

ചിലതിനെല്ലാം കാശു കൊടുക്കണം. കാശു കൊടുക്കേണ്ടാത്തത് മിക്കതും ഞങ്ങൾ നടന്നു കണ്ടു. എങ്ങും തിരക്കാണ്. പലരും പലതും ഉറക്കെ വിളിച്ചു പറയുന്നുണ്ട്. എന്നാൽ ശബ്ദങ്ങളുടെ ബഹളം കൊണ്ട് ഒന്നും വ്യക്തമല്ല. ആകെക്കൂടി ഒരിരമ്പലാണ്. കുറച്ചകലെ ഇരുട്ടിലേക്ക് പലരെയും ചിലർ ക്ഷണിക്കുന്നതു കണ്ടു. അതെന്താണെന്ന് ഞാനാരാഞ്ഞപ്പോൾ "താനതൊന്നും ചോദിയ്ക്കേണ്ട" എന്നായി വളവല്ലൂർ. പിന്നീട് അവിടെ മദ്യപാനവും വ്യഭിചാരവുമാണ് നടക്കുന്നതെന്ന് ഏട്ടൻ പറഞ്ഞറിഞ്ഞു. ഞാനതപ്പോൾ അത്ര വിശ്വസിച്ചില്ല. ഏട്ടനോട് വീണ്ടും തിരക്കിയപ്പോൾ, ലോകത്തിൽ അങ്ങനെ പലതുമുണ്ടാകുമെന്നും, നല്ലവരാരും ആ ഭാഗത്തേക്കു തിരിഞ്ഞു നോക്കാറില്ല എന്നും, താനിപ്പോൾ അത്രയൊക്കെ അറിഞ്ഞാൽ മതി എന്നും പറഞ്ഞ് ഏട്ടൻ വിഷയം മാറ്റുകയാണുണ്ടായത്. ക്ഷേത്രത്തിന്റെ അടുത്ത് ഞങ്ങൾ എത്തിയപ്പോഴേയ്ക്കും സമയം ഏതാണ്ട് രണ്ടുമണിയായിക്കഴിഞ്ഞിരുന്നു. മണൽപ്പുറത്തുള്ള ആ ക്ഷേത്രപരിസരത്ത് വലിയ തിരക്കൊന്നുമുണ്ടായിരുന്നില്ല. ഒരാനയെ എഴുന്നള്ളിച്ച് മേളം നടക്കുന്നുണ്ടായിരുന്നു. 'ശിവരാത്രിവിളക്ക്' എന്നാണ് ആ എഴുന്നള്ളിപ്പിന് പറയാറത്രെ! ആലുവാ ശിവരാത്രിക്ക് കച്ചവടമാണ് മുഖ്യം. അത് ആഴ്ചകൾതന്നെ നീണ്ടുനിൽക്കും. എന്നാൽ ക്ഷേത്രസംബന്ധമായ ആചാരങ്ങൾ ഒരു ദിവസം മാത്രമേയുള്ളൂ. പാത്രം വിൽക്കുന്ന ദിക്കിലേക്ക് നീങ്ങിയ ഞങ്ങൾ പതിനായിരക്കണക്കിന് അടുക്കിവെച്ച കൽച്ചട്ടികളാണ് ആദ്യം കണ്ടത്. ചെമ്പുപാത്രങ്ങളും പിച്ചളപ്പാത്രങ്ങളും ഓട്ടുപാത്രങ്ങളും ധാരാളം. പൂജാപാത്രങ്ങൾ വിൽക്കുന്ന ദിക്കിൽ തിരക്ക് തീരെ കണ്ടില്ല. എന്നാൽ മൺപാത്രം വിൽക്കുന്ന സ്ഥലത്ത് നല്ല തിരക്കും ബഹളവുമായിരുന്നു. ഇതിനിടയ്ക്ക് ഞങ്ങൾ വലിയ ഒരു സാഹസം ചെയ്തു. ആർക്കാണ് ആ ബുദ്ധി ആദ്യം തോന്നിയതെന്ന് എനിക്കിന്നുമറിയില്ല.

“താനിത് കുടിച്ചോളൂ” എന്നു പറഞ്ഞുകൊണ്ട് ഏട്ടൻ ഒരു കുപ്പിഗ്ളാസ് കൈയിൽ തന്നപ്പോൾ ഞാനക്ഷരാർത്ഥത്തിൽത്തന്നെ ഞെട്ടിപ്പോയി. പുറത്തു നിന്ന് എന്തെങ്കിലും വാങ്ങിക്കഴിക്കുന്നതിനെക്കുറിച്ച് എനിക്കോർക്കാൻപോലും വിഷമമായിരുന്നു.

ആ ഗ്ലാസ്സിൽ നിറച്ച് നല്ല ചക്കരക്കാപ്പിയായിരുന്നു. അവർ മൂന്നുപേരും കുടിക്കുന്നതു കണ്ടപ്പോൾ ഞാനും ധൈര്യം പിടിച്ച് ലേശം കഴിച്ചുനോക്കി. ഞാൻ ചക്കരക്കാപ്പി കുടിക്കുന്നതാദ്യമായാണ്.

“തന്നെ ഞങ്ങൾ മാർഗ്ഗം കൂട്ടി എന്ന് ആരോടും പറയാതിരുന്നാൽ മതി. വേഗം കുടിച്ച് ഗ്ലാസ് മടക്കിക്കൊടുക്കൂ” എന്ന് ഏട്ടൻ എന്നോടു പറഞ്ഞു.

നേരം ഏതാണ്ട് നാലുമണിയായിട്ടുണ്ടാവണം. നടന്ന് വല്ലാതെ ക്ഷീണിച്ചിരുന്നതുകൊണ്ടും ഏട്ടൻ ധൈര്യപ്പെടുത്തിയതുകൊണ്ടും ഞാൻ ആ രസികൻ ചൂടുചക്കരക്കാപ്പി ഊതിയൂതിക്കുടിച്ചു. നല്ല ഉന്മേഷമുണ്ടായി. ഉറക്കവും പോയി.

ഈ കാര്യം ഞാൻ ഇന്നോളം ആരോടും പറഞ്ഞിട്ടില്ല.

പഞ്ചസാരയ്ക്കുപകരം തെങ്ങിൻചക്കരയാണ് അതിലിട്ടിരുന്നത്. രുചിയുള്ള ചക്കരക്കാപ്പി വർഷങ്ങൾക്കു ശേഷം ആലപ്പുഴ ബോട്ടുജെട്ടിയിൽ നിന്ന് ഞാൻ കുടിച്ചിട്ടുണ്ട്. എന്നാൽ ആലുവാ മണൽപ്പുറത്തെ ചക്കരക്കാപ്പിയുടെ രുചി ഒന്നു വേറെയാണ്. അത് ഓർത്താൽ ഇന്നും നാവിൽ വെള്ള മൂറും.

ഇത്രയധികം രുചി തോന്നാൻ മറ്റൊരു കാരണവും ഇന്നോർക്കുമ്പോൾ തോന്നുന്നുണ്ട്. ഞാൻ ആദ്യം ‘മാർഗ്ഗം കൂടിയത്’ ആലുവാ മണൽപ്പുറത്തു വച്ചായിരുന്നല്ലോ! അരുതാത്തതു ചെയ്യാനുള്ള അസാധാരണമായ അന്തർദ്ദാഹമാകാമത്.

നേരം പ്രകാശമാകാറായി. ചിലർ കുളിക്കുന്ന തിരക്കിലാണ്. പലരും അപ്പുറത്ത് പിതൃക്കൾക്ക് ബലിയിടാൻ പോകുന്നു. എന്നാലെനിക്കതൊന്നും തീരെ പിടിച്ചില്ല. എല്ലാം ഒരുതരം തട്ടിപ്പായിട്ടാണു തോന്നിയത്.

കച്ചവടത്തിന്റെയും ശബ്ദങ്ങളുടെയും നടുക്ക് സാത്വികചിന്തകൾക്കെന്തു സ്ഥാനം! എന്റെ സംശയങ്ങൾ ഞാൻ ഏട്ടന്റെ മുന്നിൽ ഭംഗിയായി പറഞ്ഞു തീർത്തു.

“ഇങ്ങനെയൊക്കെയാണ് ഈ ലോകം” എന്നു പറഞ്ഞ് ഒരു ദാർശനികന്റെ ഭാവത്തിൽ ഏട്ടൻ അപ്പോൾ എന്നെ സമാധാനിപ്പിക്കുകയാണുണ്ടായത്. എന്നാൽ എനിക്കത് തീരെ ദഹിച്ചില്ല.

“പുഴയിലൊന്നു കുളിക്കണോ?” മേയ്ക്കാടിനൊരു സംശയം.“ഞാനീ കലങ്ങിയ വെള്ളത്തിൽ കുളിക്കാനില്ല” - വളവല്ലൂര് ഉറപ്പിച്ചു പറഞ്ഞു.

എനിക്ക് ഉറക്കം പോകാനൊന്നു കുളിക്കാമെന്നുണ്ടായിരുന്നുവെങ്കിലും ഏട്ടനും വളവല്ലൂരിന്റെ അഭിപ്രായത്തോടു യോജിച്ചപ്പോൾ കുളി വേണ്ടെന്നു തീരുമാനിച്ചു.

കൊടുങ്ങല്ലൂർ കൊച്ചുണ്ണിത്തമ്പുരാന്റെ ‘പ്രയോഗസമുച്ചയം’ എന്ന വിഷചികിത്സാവിവർത്തനത്തിന്റെ ഒരു കോപ്പി വളവല്ലൂരും ശങ്കരാചാര്യരുടെ ഏതോ ഒരു പുസ്തകം (വിവേകചൂഡാമണിയാണെന്നു തോന്നുന്നു) മേയ്ക്കാടും വാങ്ങി. ഏട്ടൻ ഹിന്ദിയിലുള്ള ഒന്നു രണ്ടു പുസ്തകമാണ്

വാങ്ങിയത്. അതിനു കാരണം ഏട്ടനക്കാലത്ത് ഡോക്ടർ ശ്രീകൃഷ്ണശർമ്മ യുടെ അടുത്ത് ഹിന്ദി പഠിക്കുന്നുണ്ടായിരുന്നു എന്നതാണ്.

നല്ലവണ്ണം വെളിച്ചമായപ്പോൾ വളവല്ലൂരും മേയ്ക്കാടും വന്ന വഴിക്കുതന്നെ അവരവരുടെ ഇല്ലത്തേയ്ക്കു മടങ്ങി. ഞാൻ ഏട്ടനൊന്നിച്ച് നായത്തോട്ടേ യ്ക്കും.

അമ്മേടമ്മാത്തു ചെന്ന ഞങ്ങളെ അമ്മായി സന്തോഷത്തോടെ സ്വീക രിച്ചു. അമ്മായി ചെറുപ്പക്കാരിയാണെങ്കിലും വിധവയായിരുന്നു. അമ്മായിയുടെ ഭർത്താവ് മരിച്ചപ്പോഴാണ് ഏട്ടനെ അവിടേയ്ക്കു ദത്തെടുത്തത്. അമ്മായിക്ക് ഒരു പെൺകുട്ടി മാത്രമേ ഉണ്ടായിരുന്നുള്ളൂ.

ഞങ്ങളവിടെ എത്തിയപ്പോഴേയ്ക്കും ശ്രീകൃഷ്ണശർമ്മ ഊണുകഴിഞ്ഞ് കാലടിയിലുള്ള ആഗമാനന്ദസ്വാമികളുടെ പള്ളിക്കൂടത്തിലേക്ക് പുറപ്പെട്ടു നിൽക്കുകയായിരുന്നു. “നേരം വൈകി, പോട്ടെ”എന്നു പറഞ്ഞു കൊണ്ട് മൂന്നു നാഴിക ദൂരത്തുള്ള കാലടിക്ക് അദ്ദേഹം വേഗം വേഗം നടന്നു.

ഏട്ടൻ അമ്മായിയോട്, “മാധവനൊരു തോർത്ത് കൊടുക്ക്വാ” എന്നു പറഞ്ഞുകൊണ്ട് കുളിക്കാൻ പോയി. അമ്മായി എനിക്ക് ഒരു തോർത്തുമുണ്ടു തന്നിട്ട്, അത് ചുറ്റി കോടിയായ ഷർട്ടും മുണ്ടും കളപ്പുരയിൽ കൊണ്ടുപോയി സ്റ്റാൻഡിൽ തൂക്കാൻ പറഞ്ഞു.

മടങ്ങിവന്ന എനിക്ക് അമ്മായി, തൊടാതെ തലയിൽ എണ്ണ ഒഴിച്ചുതന്നു. പിന്നീട് കുറച്ച് വാകയും താളിപ്പൊടിയും തന്നിട്ട്, “കണ്ടാൽ മതി ഒരു കോലം! ജനിച്ചതിൽപ്പിന്നെ എണ്ണതൊട്ടിട്ടില്ലെന്നാണു തോന്നുന്നത്” എന്നു പറഞ്ഞു കൊണ്ട് എന്നെ കുളത്തിലേയ്ക്ക് കുളിക്കാൻ പറഞ്ഞയച്ചു.

കുളി കഴിഞ്ഞുവന്ന ഞാൻ അമ്മായി തന്ന അലക്കിയ മുണ്ടും കോണ കവും വാങ്ങി ഈറൻ മാറ്റി. തേവാരമൊന്നും അപ്പോൾ ഉണ്ടായില്ല.

“ഇല വച്ചിട്ടുണ്ട്. ഉണ്ണാൻ വന്നോ” എന്ന് അമ്മായി പറഞ്ഞപ്പോൾ ഞാൻ അടുക്കളയിൽ ചെന്ന് ഉണ്ണാനിരുന്നു.

മാമ്പഴക്കൂട്ടാനും മെഴുക്കുപുരട്ടിയും കയ്പയ്ക്കക്കൊണ്ടാട്ടവും കൊണ്ടാട്ട മുളകും കൂട്ടി ഞാൻ രുചിയോടെ നല്ലവണ്ണം ഉണ്ടു. അമ്മായി പറഞ്ഞതു കൊണ്ട് ഒടുക്കം ഉറതയിരുകൂട്ടിയും ലേശം ഉണ്ടു.

ഊണുകഴിഞ്ഞപ്പോൾ വയറു വല്ലാതെ വീർത്തതുമൂലം എനിക്ക് ഒരു ഉണ്ണിഗ്ഗണപതിയുടെ ഛായയുണ്ടെന്ന് അമ്മായി ഫലിതം പറഞ്ഞു. അപ്പോ ഴേയ്ക്കും ഏട്ടൻ കുളിയും തേവാരവും കഴിഞ്ഞ് ഉണ്ണാൻ എത്തിയിരുന്നു.

ഊണു കഴിഞ്ഞ ഞാൻ തെക്കിനിപ്പടിയിലിരുന്ന് ഉറക്കം തൂങ്ങാൻ തുട ങ്ങിയപ്പോൾ. “മാധവനിന്നലെ ആദ്യമായി ഞങ്ങളൊന്നിച്ച് ശിവരാത്രിക്ക് പോന്നതാണ്. നല്ല ‘ശിവരാത്രി’ തന്നെയായിരുന്നു. കണ്ണിന്റെ പോളപോലും പൂട്ടിയില്ല. അയാൾക്ക് ഉറക്കം വരുന്നുണ്ടാവും. ചെറിയമ്മ കിടക്കാനെ ന്തെങ്കിലും കൊടുത്തേക്കൂ” എന്ന് ഏട്ടൻ അമ്മായിയോട് പറഞ്ഞു.

അമ്മായി, “ഞാനത് അന്ധാളിച്ചുപോയീട്ട്വോ” എന്നു പറഞ്ഞുകൊണ്ട് ഒരു മെത്തപ്പായ തെക്കിനിയിൽത്തന്നെ ഇട്ടുതന്നു. ആദ്യമായി മുണ്ടുചുറ്റി ക്കൊണ്ട് ഞാൻ അമ്മായി തന്ന ആ പായയിൽ കിടക്കുകയും ഉടൻ ഉറങ്ങു കയും ചെയ്തു.

ശാന്തി നഷ്ടപ്പെട്ട ശാന്തിക്കാരൻ

അമ്മാത്തുചെന്ന് നാലഞ്ചു ദിവസം കഴിഞ്ഞപ്പോഴേയ്ക്കും കാണേണ്ടവരെയെല്ലാം കണ്ടുകഴിഞ്ഞു. അഭിവാദ്യം ചെയ്യേണ്ടവർക്കെല്ലാം ചെയ്തു. ഒരു ദിവസം, അച്ഛന്റെ മൂത്തസഹോദരിയെ കൊടുത്ത 'കുറ്റിശ്ശ'യിലും താമസിച്ചു. ഇനി എന്തു വേണം!

നേരം വെളുത്താൽ അബദ്ധമായി. ആലോചന തുടങ്ങി. എത്ര ചിന്തിച്ചിട്ടും ഉപായമൊന്നും തോന്നിയില്ല. ഞാനെന്തു ചെയ്യും!

സമാവർത്തനം കഴിഞ്ഞതിന്റെ പുതുമയും മുണ്ടുചുറ്റി നടക്കുന്നതിലെ രസവും മങ്ങിത്തുടങ്ങി.

ഞാൻ മറ്റുള്ളവർക്ക് ഭാരമാകുന്നുണ്ടോ? എനിക്ക് സംശയം തുടങ്ങി.

എന്നാലെന്റെ സംശയം അസ്ഥാനത്തായിരുന്നുവെന്ന് ഒന്നുരണ്ടു നാൾക്കകം അറിഞ്ഞു.

അമ്മേടമ്മാത്തെ ഏട്ടനെ വിളിച്ച് അമ്മാമൻ രഹസ്യമായി എന്റെ ഭാവിയെക്കുറിച്ച് ആലോചിച്ചിരുന്നു. ഞാനതറിഞ്ഞത് ഏട്ടൻ പറഞ്ഞപ്പോൾ മാത്രമാണ്.

അമ്മേടമ്മാത്തെ വകയായി ഒരമ്പലമുണ്ട്. അമ്മാത്തെ വകയായും രണ്ടമ്പലമുണ്ട്. അവയിലൊന്നും പൂജയ്ക്കാരും ഉണ്ടായിരുന്നില്ല. പറയത്തക്കതായി ഒന്നും തന്നെ ആ അമ്പലങ്ങളിൽ നടന്നിരുന്നുമില്ല.

കാശില്ലാത്ത അമ്പലത്തിലെ ഈശ്വരന്റെ കഥയും നന്നെ പരുങ്ങലിലായിരുന്നു. എന്നാലത് മറ്റൊരു വിഷയമാണല്ലോ!

അന്നൊരു ദിവസം പകൽ നാലുമണിക്ക് അമ്മാമൻ അദ്ദേഹത്തിന്റെ അഞ്ച് ആൺമക്കളുടേയും (അമ്മേടമ്മാത്തെ ഏട്ടൻ ഉൾപ്പെടെ) രണ്ടു പെൺമക്കളുടേയും അമ്മായിയുടേയും വേറെ ചിലരുടേയും സാന്നിദ്ധ്യത്തിൽ എന്നോട് ഏതാണ്ടിങ്ങനെ ചോദിച്ചു: 'താനെന്താണിനി ഭാവം?'

എനിക്ക് എന്റെ ഭാവിയെക്കുറിച്ച് ചിന്തിക്കാനുള്ള വളർച്ചയൊന്നും ഉണ്ടായിരുന്നില്ല. എന്നാൽ അമ്മാത്തും അമ്മേടമ്മാത്തും വെറുതെ ഉണ്ടു കൂടുന്നതു ശരിയല്ലെന്ന് നല്ലവണ്ണം തോന്നിത്തുടങ്ങിയിരുന്നു.

സമാവർത്തനം കഴിഞ്ഞാലുള്ള ഭവിഷ്യത്തുകളെക്കുറിച്ച് മുൻപ് ഒട്ടും ഓർത്തിരുന്നില്ല. ഞാനെന്തുവേണം! സ്വയം ചിന്തിക്കാതെ വയ്യെന്നായി.

അമ്മേടമ്മാത്തെ ഏട്ടൻ അതിനിടയ്ക്ക് ഇങ്ങനെ പറഞ്ഞു: "മാധവനില്ലത്തു താമസിച്ചോട്ടെ. അമ്പലത്തിൽ ശാന്തി ചെയ്യട്ടെ. ഇവിടുത്തെ അമ്പലത്തിലും അയാളു തന്നെ നോക്കിക്കോളും. എല്ലാത്തിനും പുറമെ ചെറിയമ്മയ്ക്ക് (അമ്മേടമ്മാത്തെ അമ്മായി)മാധവനെ നല്ല ഇഷ്ടമാണ്. അയാൾക്ക് ചെറിയമ്മയേയും. ഇല്ലത്തു താമസിക്കുന്നതിനയാൾക്ക് ബുദ്ധിമുട്ടൊന്നുമുണ്ടാവില്ല. എനിക്ക് തോന്നുന്നത്, അയാൾ ഇപ്പോൾ അയാളുടെ ഇല്ലത്തേയ്ക്ക് പോകുന്നതിൽ ഭേദം എന്റെ കൂടെ താമസിക്കുകയാകും നല്ലതെന്നാണ്. അച്ഛനൊന്നു ചോദിച്ചു നോക്കൂ".

അമ്മാമൻ എന്നോട് വീണ്ടും ചോദിച്ചു: "പരമേശ്വരൻ (അമ്മേടമ്മാത്തേട്ടൻ) പറഞ്ഞത് താൻ കേട്ടില്ലേ? അയാളൊന്നിച്ച് സുഖമായി കൂടാം. രണ്ടു

നേരവും അയാളുടെ അമ്പലത്തിലും രാവിലെ ഇവിടുത്തെ അമ്പലങ്ങളിലും പോണം. പണിയൊന്നും കാര്യമായിട്ടില്ല. താനെന്തു പറയുന്നു?”

കേട്ട മാത്രയിൽതന്നെ ഞാനെന്റെ പൂർണ്ണസമ്മതം അറിയിച്ചു. ഞാനും അന്യർക്ക് ആവശ്യമുള്ളവനായല്ലോ!

ഇല്ലത്തേയ്ക്കു പോകാൻ എനിക്കു തീരെ താത്പര്യമുണ്ടായിരുന്നില്ല. എന്നാലെന്താണു വേണ്ടതെന്ന് നിശ്ചയവുമില്ലായിരുന്നു. അങ്ങനെയിരിക്കെയാണ് ഈ ഭാഗ്യം പൊട്ടിവീണത്! എന്റെ ആഹ്ളാദം വളരെ വലുതായിരുന്നു.

അമ്മേടമ്മാത്തെ അമ്മായിയോട് എനിക്കു വലിയ സ്നേഹമായിരുന്നു. അവിടെ ശ്രീകൃഷ്ണശർമ്മയുണ്ട്. രാത്രി ഒരു മണിക്കൂർ അദ്ദേഹം ഏട്ടനെ ഹിന്ദി പഠിപ്പിക്കും. പിന്നെ, മുഖ്യവിനോദം ചതുരംഗവും വായനയുമാണ്.

പകൽ ശ്രീകൃഷ്ണശർമ്മ ആഗമാനന്ദസ്വാമികളുടെ പള്ളിക്കൂടത്തിൽ പഠിപ്പിക്കാൻ പോകും. വൈകുന്നേരം മടങ്ങിയെത്തിയാൽ കാപ്പി, എണ്ണതേച്ച് വിസ്തരിച്ചുള്ള കുളി, കുളി കഴിഞ്ഞാൽ ഊണ്, ഊണു കഴിഞ്ഞാൽ ചതുരംഗം. (ചിലപ്പോളത് വെളുപ്പാൻ കാലം വരെയുണ്ടാകും. അവധി ദിവസങ്ങളിൽ പലപ്പോഴും ഒരേ കളിതന്നെ അടിയറവാവാതെ ദിവസങ്ങളോളം നീണ്ടുപോകാറുണ്ട്). വലിയ ചതുരംഗക്കമ്പക്കാരായിരുന്നു ഏട്ടനും ശ്രീകൃഷ്ണശർമ്മയും.

ശ്രീകൃഷ്ണശർമ്മ മഹാപണ്ഡിതനാണ്. ബഹുരസികനും.

അമ്മായി ശ്രീകൃഷ്ണശർമ്മയെ കാണാറുണ്ട്. പ്രായം ഏതാണ്ട് സമമാണെങ്കിലും ഏട്ടനതൊന്നും കാര്യമായെടുക്കാറില്ല.

പുരോഗമനചിന്താഗതിക്കാരനാണ് ശ്രീകൃഷ്ണശർമ്മ. പഴയ ആചാരങ്ങളിലെ ഗുണഭാഗങ്ങളോട് അദ്ദേഹത്തിന് വലിയ ആദരവാണ്. എന്നാൽ അനീതികളോട് അശേഷം ആഭിമുഖ്യമില്ലതാനും. അതാണദ്ദേഹത്തിന്റെ സ്വഭാവം.

പരസ്യമായി ആരേയും വിമർശിക്കാറില്ലെങ്കിലും അദ്ദേഹത്തിന് ഞങ്ങളുടെ സമുദായത്തിലെ അനാചാരങ്ങളോട് വെറുപ്പും പുച്ഛവുമായിരുന്നു.

കാലത്ത് എട്ടരയ്ക്ക് ഊണുകഴിച്ച് പോകുന്ന ശ്രീകൃഷ്ണശർമ്മ വൈകുന്നേരം അഞ്ചരയ്ക്കേ മടങ്ങിയെത്തുള്ളൂ. കാലടിയിലാണ് അദ്ദേഹം പണിയെടുത്തിരുന്ന ആഗമാനന്ദസ്വാമികളുടെ പള്ളിക്കൂടം.

എന്തൊക്കെയായിരിക്കും അദ്ദേഹം പഠിപ്പിക്കുന്നത്!

ഒരു ദിവസം ഞാൻ ഈ കാര്യം ശ്രീകൃഷ്ണശർമ്മയോട് നേരിട്ടുതന്നെ ചോദിച്ചു. അതദ്ദേഹത്തിന് നല്ലവണ്ണം ഇഷ്ടപ്പെട്ടു. വിസ്തരിച്ച് വിവരങ്ങൾ വിശദീകരിച്ച ശ്രീകൃഷ്ണശർമ്മ എന്നോട്, പഠിക്കാൻ മോഹമുണ്ടോ എന്നു ചോദിച്ചു. അത് അശേഷം ആലോചിക്കാത്ത ചോദ്യമായിരുന്നതുകൊണ്ട് ഞാനപ്പോൾ അദ്ദേഹത്തോട് മറുപടിയൊന്നും പറഞ്ഞില്ല.

കാലത്തുണർന്നാൽ കുളി. ഒരു തീപ്പെട്ടിയും ലേശം എണ്ണയും എടുത്ത് അമ്പലത്തിലേയ്ക്ക് ഒരോട്ടമാണ് പിന്നെ. നിവേദ്യത്തിന് ധൂപക്കുറ്റിയിലോ മറ്റോ ലേശം ഉണക്കലരി ഒന്നു ചൂടാക്കും. വിളക്കുവെയ്ക്കും. ഏഴരമണിയാകുമ്പോഴേയ്ക്കും ആദ്യം പോകേണ്ട അമ്മേടമ്മാത്തെ ക്ഷേത്രത്തിലെ പൂജ കഴിഞ്ഞ് ഞാൻ മടങ്ങും. സഹായത്തിനായി അമ്മാത്തടുത്തുള്ള വാരിയത്തെ അമ്മവാരസ്യാരോ മഹാപണ്ഡിതനായ രാമവാരിയരോ മറ്റോ ഉണ്ടാകും. പിന്നെയാണ് അമ്മാത്തമ്പലത്തിലെ പൂജ.

അമ്മാത്തെ പടിഞ്ഞാറെ വളപ്പിൽത്തന്നെയുള്ള അമ്പലത്തിലെ രാവിലത്തെ പൂജ മിക്ക ദിവസവും അവിടുത്തെ ഏട്ടന്മാരാരെങ്കിലും കഴിച്ചിരിക്കും. അരനാഴിക അകലെയുള്ള ഒരു ക്ഷേത്രത്തിൽ നറുക്കിലനേദ്യമേ പതിവുള്ളു. അത് മിക്കവാറും കാലത്ത് പത്തുമണിക്കു മുൻപ് ഞാൻ തന്നെ പോയി കഴിക്കും. വൈകുന്നേരം അമ്മേടമ്മാത്തെ അമ്പലത്തിൽ മാത്രമേ പൂജയുള്ളു. മതിലകവും ചുറ്റമ്പലവുമൊക്കെയുള്ള നല്ല അമ്പലമാണത്. ഒന്നാംതരം ഒരു കുളവുമുണ്ട്.

കാലത്ത് എട്ടരമണിയോടെ അമ്മേടമ്മാത്തെ അമ്മായി എന്നെ പ്രാതലിന് ഇലവെച്ച് വിളിക്കും. അപ്പോഴേയ്ക്കും ശ്രീകൃഷ്ണശർമ്മ ഊണു കഴിച്ച് കാലടിക്ക് പുറപ്പെട്ടിട്ടുണ്ടാകും. ഏട്ടനാണെങ്കിൽ കുളിയും തേവാരവും കഴിഞ്ഞെത്തും. ഏട്ടന് കാപ്പിയാണ് അപ്പോൾ പതിവ്.

ഞാൻ, അമ്മായി വിളമ്പിത്തരുന്ന ഭക്ഷണം നന്നായി കഴിക്കും. 'പ്രാത' ലെന്നാണ് പേരെങ്കിലും മൂക്കറ്റം ഉണ്ടേ ഞാൻ എഴുന്നേൽക്കാറുള്ളു. എന്നെ ഊട്ടുക അമ്മായിക്ക് ഒരുത്സവമാണ്. ചിലപ്പോൾ എന്നോടൊപ്പം ഉണ്ണാൻ അമ്മായിയുടെ മകളായ ഓപ്പോളുമുണ്ടാകും.

അമ്മാത്തെ അമ്പലത്തിലെ പൂജ കഴിഞ്ഞെത്തുമ്പോൾ, ചുറ്റിത്തിരിഞ്ഞു നടന്ന് നേരം നല്ലവണ്ണം വൈകും. പലപ്പോഴും അമ്മാമന്റെ ഒടുക്കത്തെ മകൾ നങ്ങതയുമായി കളിച്ചുനടന്ന് നേരം പോകുന്നതറിയാറുമില്ല.

നങ്ങതയ്ക്ക് എന്നേക്കാൾ രണ്ടുമൂന്നു വയസ്സ് കുറവാണ്. ഞങ്ങൾ തമ്മിൽ വലിയ സ്നേഹമായിരുന്നു. അതുകൊണ്ടുതന്നെ നങ്ങതയെ 'മാധവന്റെ വാല്' എന്നാണ് അമ്മാത്തെ അമ്മായി നേരംപോക്കായി പറയാറ്.

ഉച്ചയ്ക്ക് പതിനൊന്നര മണിയോടെ ഞാൻ വീണ്ടും അമ്മേടമ്മാത്തെത്തും. ഏട്ടനപ്പോൾ ഉണ്ണാനെത്തിയിട്ടുണ്ടാകും. ചിലപ്പോൾ എന്റെ കൂടെ നങ്ങതയുമുണ്ടാകും.

ഞങ്ങളെല്ലാവരും അമ്മായി വിളമ്പിത്തരുന്ന രുചിയുള്ള ഊണുകഴിച്ച് കളിക്കാൻ പോകും. പറമ്പിലും വഴിയിലും തെണ്ടി നടക്കും. ചിലപ്പോൾ ഒളിച്ചുകളിക്കും. ഉച്ചനേരത്തു മറ്റുള്ളവർ വിശ്രമിക്കുന്നതൊന്നും, ബഹളം കൂട്ടുമ്പോൾ ഞങ്ങൾ കണക്കാക്കാറില്ല.

അമ്മാമന്റെ ഒടുക്കത്തെ മകനും അദ്ദേഹത്തിന്റെ മൂത്ത രണ്ടുമക്കളുടെ മക്കളും ഏതാണ്ടെന്റെ സമപ്രായക്കാരാണ്. അമ്മാത്തെ പാപ്പുവോപ്പോളും (അമ്മാമന്റെ മൂത്തമകൾ) ചിലപ്പോൾ കളിക്കാൻ കൂടും. എന്നാൽ 'ഋതുമതി'യായിരുന്നതുകൊണ്ട് പാപ്പുവോപ്പോള് ഇല്ലപ്പറമ്പുവിട്ട് പുറത്തേയ്ക്ക് കളിക്കാൻ വരാറില്ല.

അമ്മാത്തടുത്തുള്ള വാരിയത്ത് മൂന്നാല് നല്ല പുളിമരമുണ്ട്. ഞാനും മറ്റു കുട്ടികളും കളിച്ചുതിമിർത്തുകൊണ്ട് ഒരു ദിവസം വാരിയത്തെ പറമ്പിൽ നിൽക്കുകയായിരുന്നു. അപ്പോൾ നങ്ങതയ്ക്ക് ഒരു മോഹം: "മാധവനേട്ടൻ ഈ പുളിയിൽ കേറി ഒന്നു കുലുക്കാമോ? നല്ല മധുരമുള്ള പുളിഞ്ഞ തിന്നാം" നങ്ങത എന്നെ പ്രോത്സാഹിപ്പിച്ചു.

പ്രായം കൊണ്ടും(പന്ത്രണ്ടരവയസ്സ്) ആളുവലിപ്പം കൊണ്ടും വികൃതി കൊണ്ടും മൂത്തവനായ ഞാൻ ഉടൻ തന്നെ പുളിയിൽ കയറി കുലുക്കാൻ തുടങ്ങി. 'ചടപടോ'ന്ന് പുളിഞ്ഞ വീണു തുടങ്ങിയപ്പോൾ എല്ലാവരും പേടി

ച്ചോടിപ്പോയി. പുളിയിൽ ഞാനും താഴത്തു നങ്ങതയും ചുറ്റും ധാരാളം പുളി ഞ്ഞയും മാത്രം.

ഈ പുളിഞ്ഞയൊക്കെ എന്തു ചെയ്യും? ഒരാന തിന്നാൽ പോലും തീരാ ത്തത്ര പുളിഞ്ഞയാണ് താഴത്തു വീണു കിടക്കുന്നത്.

ഉച്ചയുറക്കത്തിൽനിന്ന് ഉണർന്നുവന്ന രാമവാരിയർ ലേശം ശുണ്ഠിയെടു ക്കാൻ ഭാവിച്ചുവെങ്കിലും പുളിയിൽ എന്നെ കണ്ടതോടെ വളരെ ശാന്തനായി ഇങ്ങനെ പറഞ്ഞു: "നല്ലൊരു കുലത്തിൽ പിറന്നു. വേണ്ടത്ര ബുദ്ധിയും ആരോഗ്യവുമുണ്ട്. കുരങ്ങനെപ്പോലെ, ഇങ്ങനെ പുളിയിൽ കയറിയിരുന്ന് പുളി ഞ്ഞതിന്നും കൊമ്പുപിടിച്ചു കുലുക്കിയും ആരോഗ്യവും സമയവും പാഴാക്കി യാലോ! എത്ര ബുദ്ധിമുട്ടിയാണ് മനുഷ്യജന്മം കിട്ടുന്നതെന്ന് മറന്നാലോ!"

രാമവാരിയർ പറഞ്ഞതിന്റെ അർത്ഥമൊന്നും എനിക്ക് നല്ലവണ്ണം മനസ്സി ലായില്ല. എന്നാൽ അമ്മ വാരസ്യാർ വന്ന്, താഴത്തുവീണ് കൈയും കാലും ഒടിക്കാതെ ഇറങ്ങിവരാൻ പറഞ്ഞപ്പോൾ ഞാൻ പുളിയിൽ നിന്ന് ഇറങ്ങി. പഴുത്ത നാലഞ്ചു പുളിഞ്ഞ നങ്ങതയ്ക്ക് കൊടുത്തുകൊണ്ട് രാമവാരിയർ എന്താ പറഞ്ഞത് എന്നു ചോദിച്ചപ്പോൾ, "രാമവാരിയർ വലിയ യോഗ്യനാണ്" എന്നുമാത്രമേ നങ്ങത എന്നോട് മറുപടി പറഞ്ഞുള്ളൂ.

വലിയ കൊട്ടയിൽ, അമ്മവാരസ്യാർ താഴത്തു കിടക്കുന്ന പുളിഞ്ഞ വാരി നിറയ്ക്കാൻ തുടങ്ങിയപ്പോൾ നങ്ങതയും ഞാനും അതിന് അവരെ സഹാ യിച്ചു. ഏതാണ്ട് രണ്ടുകൊട്ട പുളിഞ്ഞയുണ്ടായിരുന്നു. 'ഒരു കൊല്ലത്തിനു വേണ്ട പുളിഞ്ഞയായി' എന്ന് അവർ ആത്മഗതമായി പറയുന്നതു കേട്ടപ്പോൾ എനിക്കദ്ഭുതം തോന്നി.

ദാഹിക്കുന്ന ഞങ്ങൾക്ക് അമ്മ വാരസ്യാർ വയറു നിറയെ സംഭാരം കുടി ക്കാൻ തന്നു. അതും ലേശം ഉപ്പിട്ട്. എന്തൊരു രുചിയായിരുന്നു ആ സംഭാര ത്തിന് എന്നോർക്കുമ്പോൾ എനിക്കിന്നും വായിൽ വെള്ളമൂറും.

ഇടയ്ക്ക് അമ്മാത്ത് രാമവാരിയർ വരും. അമ്മാമന്റെ ചെല്ലത്തിൽ നിന്ന് ഒന്നു മുറുക്കാനാണത്. അപ്പോൾ രാമവാരിയർ പല ശ്ലോകങ്ങളും ചൊല്ലി അമ്മാമനുമായി സംസാരിക്കും. വലിയ വിവരമൊന്നുമില്ലെങ്കിലും (കാര്യസ്ഥത യൊഴിച്ച്) അമ്മാമന് രാമവാരിയരുടെ രസം പിടിപ്പിക്കുന്ന സംസാരം വളരെ ഇഷ്ടമായിരുന്നു.

ഒരിക്കൽ രാമവാരിയർ ഗുരുവായൂർക്ക് ആരുടേയോ കൂടെ തൊഴാൻ പോയി. കൈയിൽ കാശൊന്നുമില്ലാതിരുന്ന അദ്ദേഹം എങ്ങനെയോ കുറെ പൂക്കൾ സമ്പാദിച്ച് തന്റെ കൈകൊണ്ട് ഒരു ഉണ്ടമാലയുണ്ടാക്കി ഗുരുവായൂ രപ്പന് കാഴ്ചവെച്ച് തൊഴുതുവത്രേ!

കണ്ണുനീരോടെ പുറത്തുകടക്കാൻ തുടങ്ങിയ രാമവാരിയരെ ആരോ വീണ്ടും അമ്പലത്തിലേയ്ക്കു വിളിപ്പിച്ചു.

അദ്ദേഹം കെട്ടിയുണ്ടാക്കിയ ഉണ്ടമാലയിൽ പൂക്കളെക്കൊണ്ട് മേല്പത്തൂ രിന്റെ നാരായണീയം അവസാനത്തിലെ, 'അഗ്രേപശ്യാമി' എന്നു തുടങ്ങുന്ന ശ്ലോകം മുഴുവൻ അതിഭംഗിയായി രേഖപ്പെടുത്തിയിരിക്കുന്നു പോൽ!

രാമവാരിയരുടെ ഈ കലാനൈപുണ്യം തിരിച്ചറിഞ്ഞ ഏതോ ഒരു സഹൃ ദയനാണ് അദ്ദേഹത്തെ മടക്കിവിളിപ്പിച്ചത്. വിവരങ്ങൾ ചോദിച്ചറിഞ്ഞ അദ്ദേഹം രാമവാരിയരെ യഥാവിധി സൽക്കരിച്ച്, കുറച്ചുദിവസങ്ങൾ കൂടി അവിടെ

താമസിപ്പിച്ച ശേഷമേ മടങ്ങാൻ സമ്മതിച്ചുള്ളുവത്രേ! നാട്ടിലേയ്ക്കു മടങ്ങുമ്പോൾ അത്യാവശ്യത്തിന് ധനവും ചില സമ്മാനങ്ങളും കൂടിക്കൊടുത്ത് സന്തോഷിപ്പിച്ചാണ് രാമവാരിയരെ മടക്കിയയച്ചതെന്നും കേട്ടിട്ടുണ്ട്.

ആ രാമവാരിയരാണ്, ഞാൻ മരത്തിൽ കയറി പുളിഞ്ഞ കുലുക്കി വീഴ്ത്തുന്നതു കണ്ടപ്പോൾ, മനുഷ്യജന്മത്തിന്റെ മഹത്ത്വത്തെക്കുറിച്ച് എന്തോ പറഞ്ഞത്. നല്ലവണ്ണം മനസ്സിലായില്ലെങ്കിലും എനിക്കദ്ദേഹത്തിന്റെ വാക്കുകൾ വല്ലാതെ ഉള്ളിൽക്കൊണ്ടു.

നല്ല ഭക്ഷണം, നല്ല ഉറക്കം, നല്ല വികൃതി, നല്ല കാര്യം മാത്രം പറയുന്ന ശ്രീകൃഷ്ണശർമ്മയുടെ കുസൃതി നിറഞ്ഞ ഫലിതങ്ങൾ, എല്ലാത്തിനും പുറമേ അമ്മേടമ്മാത്തെ അമ്മായിയുടെ വാത്സല്യവും നങ്ങതയുടെ കൂട്ടുകെട്ടും. സുഖമായിരുന്നു, ഏതാണ്ട് രണ്ടു മാസം നീണ്ട എന്റെ ശാന്തിവൃത്തി!

അക്കാലത്തു പഠിച്ച ഒരു ശ്ലോകം ഞാനിന്നും, ചിലപ്പോൾ അക്ഷരശ്ലോകസദസ്സിൽ തട്ടിമൂളിയ്ക്കാറുണ്ട്. അതിങ്ങനെയാണ്:

"ശാന്തിദ്വിജാ: പ്രകുരുതേ ബഹുദീപശാന്തിം
പക്വാദ്യ പായസഗുളൈർജഠരാഗ്നിശാന്തിം
തത്രേത്യ ബാലവനിതാ മദനാർത്തി ശാന്തിം
കാലക്രമേണ പരമേശ്വര ശക്തി ശാന്തിം."

ഞാനങ്ങനെ ശാന്തിക്കാരനായിരിക്കുന്ന കാലത്താണ്, അമ്മേടമ്മാത്തെ വാലിയക്കാരനായിരുന്ന ഗോപാലൻനായരുടെ മരുമകൾക്ക് അഞ്ചെട്ടുമാസം ഗർഭമായത്. അവർക്ക് ഞാൻ പൂജ ചെയ്യുന്ന ക്ഷേത്രത്തിൽ ഇരുപത്തൊന്നു ദിവസം ഭജനം വേണമെന്ന് ഒരു തോന്നൽ!

വിശേഷിച്ചൊന്നുമില്ല. വൈകുന്നേരം അവർ ക്ഷേത്രത്തിൽ വരും. കുളത്തിൽപോയി വന്ന് മതിലകത്ത് കുറെനേരം പ്രദക്ഷിണം വെയ്ക്കും. അന്തിക്ക് ഞാൻ മടങ്ങുന്നതോടൊപ്പം അവരും മടങ്ങും. ചിലപ്പോൾ അവരൊന്നിച്ച് വേറെയും ചില സ്ത്രീകളുണ്ടാകും.

മിക്ക ദിവസങ്ങളിലും എന്റെ കൂട്ടിനായി നങ്ങത ചാടിപ്പുറപ്പെടും. ഞാൻ വേണ്ടെന്നു പറഞ്ഞാലും അതൊന്നും കേൾക്കില്ല. എല്ലാം ഒരവകാശം പോലെയാണ് നങ്ങത പെരുമാറ്റ്.

ഗർഭിണിയായ സ്ത്രീയുടെ ഇരുപത്തൊന്നു ദിവസത്തെ ഭജനം കാലം കൂടുന്ന ദിവസം അന്തിക്ക് നാഴിയരി കൊണ്ടൊരു പായസമുണ്ടായിരുന്നു. അത് വെച്ചുണ്ടാക്കി നേദിച്ച് കൊടുക്കേണ്ട ഭാരം എനിക്കായിരുന്നുവെന്ന് പ്രത്യേകം പറയേണ്ടതില്ലല്ലോ.

അന്ന് പകൽ നാലുമണിയോടെ ഞാൻ ക്ഷേത്രത്തിൽ പോയി കുളിച്ച് പായസം വെയ്ക്കാൻ തുടങ്ങി. ഒരു ശാന്തിക്കാരനു വേണ്ട എല്ലാ പണികളും അറിയുമായിരുന്ന ഞാൻ, നാഴിയരികൊണ്ടുള്ള പായസം നന്നാവണേ എന്ന് ഉള്ളുചുട്ട് പ്രാർത്ഥിച്ചിരുന്നു.

നങ്ങതയ്ക്കന്ന് തിങ്കളാഴ്ച നോമ്പായിരുന്നു. അതെന്തിനുള്ളതായിരുന്നുവെന്ന് എല്ലാ പെൺകുട്ടികളും ഊഹിക്കുമെന്നുള്ളതു കൊണ്ട് ഞാൻ ഇവിടെ രേഖപ്പെടുത്തുന്നില്ല.

നേരം ഇരുട്ടാകാൻ ഏതാണ്ട് രണ്ടുനാഴികയുണ്ട്. തിടപ്പള്ളിയിൽ അടുപ്പത്ത് പായസം തിളക്കുകയാണ്. ഗർഭിണിയായ സ്ത്രീയും ഒന്നുരണ്ടു

സുഹൃത്തുക്കളും കൂടി പൂജയാകും വരെ മതിലകത്ത് പ്രദക്ഷിണം വയ്ക്കുന്നു. അമ്പലത്തിനുള്ളിൽ ഞാനും എന്റെ വാലായ നങ്ങതയും മാത്രമേ അപ്പോൾ ഉണ്ടായിരുന്നുള്ളൂ.

നോമ്പുകൊണ്ട് നല്ലവണ്ണം ക്ഷീണിച്ച നങ്ങതയെ കണ്ടപ്പോൾ എനിക്ക് സങ്കടമായി. 'എന്തിനാണീ നോമ്പ്' എന്ന് ഞാനപ്പോൾ നങ്ങതയോട് തട്ടിക്കേറി. എന്നാൽ നങ്ങത എന്റെ ചോദ്യങ്ങൾക്കൊന്നും മറുപടി പറഞ്ഞില്ല. വെറുതെ ചിരിച്ചുകൊണ്ടിരുന്നു.

'വിശപ്പില്ലേ നങ്ങതയ്ക്ക്' എന്നു ഞാനപ്പോൾ ചോദിച്ചു. അതിന് ആ കുട്ടി, 'നല്ലവണ്ണം വിശക്കുന്നു'ണ്ടെന്നു മറുപടി പറഞ്ഞു.

അത്രയൊന്നും ആലോചിക്കാതെ ഞാൻ അടുപ്പത്തുനിന്ന് വാങ്ങിവെച്ചിരുന്ന പായസത്തിൽ നിന്ന് ഒരു ചട്ടുകം പായസം തേക്കിലയിൽ വിളമ്പി നങ്ങതയോട് കഴിച്ചോളാൻ പറഞ്ഞ് കൊടുത്തു.

പാവം കുട്ടി, ക്ഷീണവും വിശപ്പും കാരണം ഞാൻ കൊടുത്ത പായസം ഒട്ടും മടിക്കാതെ വാങ്ങിക്കഴിക്കുകയും ചെയ്തു.

പായസം കൊടുത്ത തേക്കിന്റെ ഇല നങ്ങതയിൽ നിന്ന് ഞാൻ പിടിച്ചു വാങ്ങി കത്തുന്ന അടുപ്പിലിട്ടു. അതു കണ്ട കുട്ടി എന്നോട് എന്തിനാണങ്ങനെ ചെയ്തതെന്ന് അപ്പോൾത്തന്നെ ചോദിച്ചു.

'അതൊക്കെ എന്റെ ഇഷ്ടം. വേണ്ടാത്തതൊന്നും ചോദിയ്ക്കേണ്ട' എന്നു ഞാൻ ലേശം ഉരത്തുതന്നെ നങ്ങതയോടു മറുപടി പറഞ്ഞു.

"മാധവനേട്ടൻ തേവർക്ക് നേദിയ്ക്കാതെയാണ് പായസം തന്നതെന്ന് പായസമുണ്ടപ്പോൾ തന്നെ തോന്നിയതാണ്. ഇപ്പോൾ എനിക്കത് ഉറപ്പായി. എന്നോട് സത്യം പറഞ്ഞോളൂ: നേദിച്ചിട്ടാണോ എനിക്ക് പായസം തന്നത്?"

കരച്ചിലിന്റെ വക്കത്തെത്തിയ ഞാൻ, "നങ്ങതയുടെ വാടിയ മുഖം കണ്ടപ്പോൾ എനിക്ക് സങ്കടമായി. അതുകൊണ്ട് നേദിക്കുന്ന കാര്യം ഞാൻ മറന്നുപോയി. പായസം നന്നായിട്ടില്ലേ? നങ്ങതയ്ക്ക് കുറച്ചു കൂടി തരട്ടേ?"എന്നു ചോദിച്ചു.

പൊട്ടിത്തെറിച്ചുകൊണ്ട് നങ്ങത കരയാൻ തുടങ്ങി. ഒപ്പം തന്നെ ആവലാതി പറയാനും.

"എന്തിനാണെനിയ്ക്ക് മാധവനേട്ടൻ വഴിപാടിനുവെച്ച പായസം നേദിക്കാതെ കഴിയ്ക്കാൻ തന്നത്? ഞാനെന്റെ വിശപ്പുകൊണ്ട് അതു ചോദിക്കാനും മറന്നു. തേവർക്കു വെച്ച പായസം നേദിയ്ക്കാതെ ഉണ്ടാൽ എന്തെല്ലാം ആപത്താണുണ്ടാവുക എന്ന് എനിക്കറിയില്ല. മാധവനേട്ടനിങ്ങനെ എന്നെ പറ്റിച്ചത് വലിയ കഷ്ടമായി" നങ്ങത തേങ്ങിത്തേങ്ങി കരയാൻ തുടങ്ങി.

വഴിപാട് ഗർഭിണിയായ സ്ത്രീയുടേതാണ്. അവർ മതിലകത്ത് പ്രദക്ഷിണം വയ്ക്കുന്നുണ്ട്. നങ്ങത കരയുന്നത് അവരെങ്ങാനും കേട്ടാൽ കാരണം ചോദിയ്ക്കും. അപ്പോൾ കാര്യമെല്ലാം അവതാളത്തിലാകും. എനിക്ക് ഭയമായി. ഞാൻ നങ്ങതയോട്, "അങ്ങനെ നിഗ്രഹാനുഗ്രഹങ്ങൾ ചെയ്യുന്ന ഒരു തേവരുമില്ലെന്നും ശ്രീലകത്തുള്ളത് കരിങ്കല്ലുകൊണ്ടുള്ള ഒരു വലിയ ശിവലിംഗം മാത്രമാണെ"ന്നും പറഞ്ഞു നോക്കി.

നങ്ങത ഞാൻ പറയുന്നതൊന്നും കേൾക്കുന്നില്ല. കരച്ചിലിന് ശക്തി കൂടിക്കൂടിവരികയാണ്. ഒപ്പം എന്റെ ഭയവും വർദ്ധിച്ചു.

നങ്ങതയ്ക്ക് ഞാൻ പറയുന്നത് വിശ്വസിക്കാമെങ്കിൽ ഈ ലോകത്തിൽ ഒരീശ്വരനേ ഉള്ളൂവെന്നും, ആ ഈശ്വരൻ ഒരു ശക്തിയാണെന്നും ആ ശക്തി ലോകം മുഴുവൻ നിറഞ്ഞുനിൽക്കുന്നുണ്ടെന്നും അറിയാനോ പറയാനോ പറ്റാത്ത ഒന്നാണ് അതെന്നും ശ്രീകോവിലിൽ ഉള്ളത് ഒരു കരിങ്കല്ലിന്റെ കഷ്ണം മാത്രമാണെന്നും നങ്ങത ഒന്നുകൊണ്ടും പരിഭ്രമിക്കേണ്ടെന്നും തിരിച്ചും മറിച്ചും പലവട്ടം പറഞ്ഞുനോക്കി. നങ്ങത ഒന്നും കേൾക്കുന്നുണ്ടായിരുന്നില്ല.

നേരം നീങ്ങുകയാണ്. ഗർഭിണിയായ ആ സ്ത്രീ തൊഴാൻ അധികം താമസിയാതെ അകത്തേയ്ക്കുവരും. പൂജയ്ക്കുള്ള സമയവുമാകാറായി. ഞാൻ വല്ലാതെ പരിഭ്രമിച്ചു.

എന്റെ കൊച്ചുബുദ്ധിക്കിണങ്ങുന്ന മട്ടിൽ, ഒരു നിരീശ്വരവാദിയെപ്പോലെ ഈശ്വരനില്ലെന്നു പറഞ്ഞ് നങ്ങതയെ സമാധാനിപ്പിക്കാൻ പഠിച്ച പണി പതിനെട്ടും പയറ്റിനോക്കി. 'നങ്ങത കരയുന്നതെന്തിനാണെന്നു ചോദിച്ചാൽ ഞാനാ സ്ത്രീയോടെന്തു പറയും? അമ്മാത്തുള്ളവർ അറിഞ്ഞാലുണ്ടാകുന്നതെന്തായിരിക്കുമെന്ന് നങ്ങത ആലോചിക്കുന്നുണ്ടോ? എന്നെ രക്ഷിക്കാൻ താത്പര്യമുണ്ടെങ്കിൽ നങ്ങത കരച്ചിൽ നിർത്തണം. ഇങ്ങനെയൊരു സംഭവം ഉണ്ടായതായിട്ടിനി ആരും അറിയരുത്. നങ്ങത എന്നെ രക്ഷിക്കില്ലേ?' ഞാൻ കരഞ്ഞുകൊണ്ട് നങ്ങതയോട് കെഞ്ചി ചോദിച്ചു.

ഒരു നിമിഷം എല്ലാം കേട്ടുനിന്ന് അല്പം ആലോചിച്ച നങ്ങത എന്നോട് ഇങ്ങനെ പറഞ്ഞു: "ഈശ്വരനില്ലെന്ന് മാധവനേട്ടൻ പറഞ്ഞാൽ ഞാൻ വിശ്വസിക്കാം. അതിന് ഞാൻ പറഞ്ഞതു ചെയ്യാൻ മാധവനേട്ടന് ധൈര്യമുണ്ടോ?"നങ്ങത ചോദിച്ചു.

"നങ്ങത എന്തു പറഞ്ഞാലും ഞാൻ ധൈര്യമായി ചെയ്യാം. ദയവായി കരച്ചിൽ നിർത്തൂ. സാധാരണ നിലയിലാകൂ. പൂജയ്ക്കുമുൻപ് പായസം ഞാൻ നങ്ങതയ്ക്ക് തന്നുവെന്നറിഞ്ഞാലുണ്ടാകുന്ന ആപത്തുകളെക്കുറിച്ച് ഓർത്തുനോക്കൂ. ദയവു ചെയ്ത് നങ്ങതയ്ക്കു വേണ്ടതെന്താണെന്ന് വേഗം പറയൂ" ഞാൻ കെഞ്ചി.

"ശിവലിംഗത്തിന്റെ ശിരസ്സിൽ മൂത്രം വീഴ്ത്താൻ മാധവനേട്ടന് ധൈര്യമുണ്ടോ? എന്നെ പറ്റിക്കാമെന്ന് കരുതേണ്ട. ഞാൻ, പുറത്ത് ഓവിലൂടെ ഒലിച്ചു വരുന്നത് കൈയിലെടുത്ത് നാറ്റിനോക്കും. മാധവനേട്ടന്റെ മൂത്രമാണെന്ന് എനിക്ക് ബോദ്ധ്യപ്പെട്ടാൽ ഈശ്വരകോപമുണ്ടാകില്ലെന്ന് ഞാൻ വിശ്വസിക്കാം. ധൈര്യമുണ്ടെങ്കിൽ കാണട്ടെ" നങ്ങത എന്നെ വെല്ലുവിളിച്ചു.

ഒട്ടും താമസിയാതെ ഞാൻ ശ്രീലകത്തിനുള്ളിലേയ്ക്കു പോയി. എന്നിട്ട് അത്യന്തം ഭയത്തോടുകൂടി ലോകത്തുള്ള സകല ഈശ്വരന്മാരോടും എന്നെ രക്ഷിക്കണേ എന്നു പ്രാർത്ഥിച്ചു. നങ്ങതയുടെ കരച്ചിൽ നിർത്താനായിട്ടാണ് ഞാനീ മഹാസാഹസം ചെയ്യുന്നതെന്നും, ഈശ്വരകോപത്തിൽ എനിക്ക് വിശ്വാസമില്ലാഞ്ഞിട്ടല്ലെന്നും പലവട്ടം ഞാൻ കെഞ്ചി പറഞ്ഞു. ശിവലിംഗത്തിനെ കെട്ടിപ്പിടിച്ചുകൊണ്ട് നല്ലവണ്ണം കരഞ്ഞു. എന്നിട്ട് പതുക്കെ കോണകമഴിച്ച് ശിവലിംഗത്തിന്റെ ശിരസ്സിൽ തന്നെ മൂത്രം വീഴ്ത്തി. അതും ആകാവുന്നത്ര മുക്കി മുക്കി മുഴുവനും വീഴ്ത്തി.

പുറത്ത്, ഓവിലൂടെ ഒലിച്ചുവരുന്നത് നോക്കിക്കൊണ്ട് നാറ്റിനോക്കാനായി നങ്ങത കാത്തുനിൽക്കുന്നുണ്ടായിരുന്നു.

മൂത്രം വീഴ്ത്തിക്കഴിഞ്ഞ ഉടനെ ഞാൻ ശ്രീലകത്തു നിന്ന് പുറത്തുവന്ന് നങ്ങതയുടെ അരികിൽ ചെന്ന് സമ്മതമായോ എന്നു ചോദിച്ചു. രണ്ടുമൂന്നു വട്ടം, ഓവിലൂടെ ഒലിച്ചുവരുന്ന മൂത്രം കൈയിലെടുത്ത് നാറ്റിനോക്കിയ നങ്ങത ഒടുക്കം സ്വന്തം കൈയ് എന്റെ മൂക്കത്ത്‌വച്ച് മൂത്രം നാറുന്നില്ലേ എന്നു ചോദിച്ചു.

'ഉവ്വ്' എന്ന് ഞാൻ പറഞ്ഞപ്പോൾ നങ്ങത ഒന്നും സംഭവിക്കാത്ത മട്ടിൽ, 'മാധവനേട്ടൻ പേടിക്കണ്ട. ഈശ്വരനില്ലെന്ന് എനിക്ക് നല്ലവണ്ണം ബോദ്ധ്യപ്പെട്ടു. മാധവനേട്ടന്റെ കണ്ണ് പൊട്ടിത്തെറിച്ചില്ലല്ലോ! ശിവലിംഗത്തിന്റെ ശിരസ്സിൽ മൂത്രം വീഴ്ത്തിയാൽ കണ്ണുപൊട്ടിത്തെറിയ്ക്കുമെന്നാണ് ഞാൻ കരുതിയത്" എന്ന് ചിരിച്ചുകൊണ്ട് പറഞ്ഞു.

അധികം താമസിയാതെ ഗർഭിണിയായ സ്ത്രീയും മറ്റും ക്ഷേത്രത്തിനകത്ത് തൊഴാൻ വന്നു. നാലഞ്ചു പൂവ് പായസത്തിന്റെ മുകൾഭാഗത്ത് ഇട്ടതല്ലാതെ പൂജയൊന്നും ഞാൻ ചെയ്തില്ല.

പൂജ കഴിഞ്ഞുവെന്നും നിങ്ങൾ വന്നിട്ടുവേണം നടയടയ്ക്കാനെന്നു കരുതി കാത്തിരിക്കയായിരുന്നുവെന്നും ഞാനവരോട് പറഞ്ഞു. തീർത്ഥവും പ്രസാദവും കൊടുത്തശേഷം 'പായസം കൊണ്ടുപോകാം' എന്നും പറഞ്ഞു.

അവരതുകേട്ട് പരിഭ്രമിച്ചുകൊണ്ട് എനിക്ക് നാലണ ദക്ഷിണ തന്നു. പായസത്തിൽനിന്ന് കുറച്ചെടുത്ത് എന്നോടും നങ്ങതയോടും കഴിക്കാനും അവർ പറഞ്ഞു.

അതൊന്നും വേണ്ടെന്ന് ഞാൻ ഭംഗിവാക്കു പറഞ്ഞെങ്കിലും നിർബന്ധിച്ചപ്പോൾ ചെറിയ രണ്ടിലയിൽ ലേശം പായസം വിളമ്പി ഞങ്ങൾ രണ്ടു പേരും കഴിച്ചു. ശർക്കരപ്പായസമാണെങ്കിലും നന്നായിരുന്നു.

ഇരുട്ടായപ്പോഴേയ്ക്കും നങ്ങത അമ്മാത്തെത്തി. ഞാൻ അമ്മേടമ്മാത്തും.

എന്നാലധികം താമസിയാതെ ഞാൻ അമ്മേടമ്മാത്തുനിന്ന് രക്ഷപ്പെടുകയാണുണ്ടായത്. അതിനുള്ള പ്രധാന കാരണം എന്റെ ഭയം തന്നെയായിരുന്നു. അമ്മേടമ്മാത്തെ ഏട്ടനറിഞ്ഞാലെന്താണുണ്ടാവുക! ശ്രീകൃഷ്ണശർമ്മയോ! എനിക്കത് ഓർക്കാൻപോലും വയ്യായിരുന്നു.

ശാന്തിക്കാരനായ എന്റെ മനശ്ശാന്തി എന്നെന്നേയ്ക്കുമായി നഷ്ടപ്പെടുകയായിരുന്നു.

വിക്രാസുകൾ

കർണ്ണൻ തന്റെ ജ്യേഷ്ഠനാണെന്ന് കുന്തി പറഞ്ഞറിഞ്ഞപ്പോൾ, സങ്കടം സഹിയ്ക്കവയ്യാതെ, രഹസ്യം സൂക്ഷിക്കാനുള്ള കഴിവ് സ്ത്രീകൾക്കുണ്ടാകാതെ പോകട്ടെ എന്ന് യുധിഷ്ഠിരൻ ശപിച്ചതായി ഞാൻ ചെറുപ്പത്തിലെ തന്നെ അമ്മമാർ പറഞ്ഞുകേട്ടിട്ടുണ്ട്. എന്നാലത് ശരിയായിരിക്കില്ല എന്നാണ് അന്നു കരുതിയിരുന്നത്.

നങ്ങത, 'നേദിക്കാതെ പായസം ഉണ്ട' കഥ പാപ്പുവോപ്പോളോട്, ഈശ്വരകോപത്തെക്കുറിച്ചുള്ള സംഭാഷണത്തിനിടയ്ക്ക് തന്റെ വാദം ജയിക്കാനായി അധികം ആലോചിക്കാതെ തട്ടിവിട്ടു. പാപ്പുവോപ്പോളത് അമ്മായിയോട്

പറഞ്ഞു. അമ്മായി അമ്മാമനോടും അമ്മാവൻ മറ്റു പലരോടും പറഞ്ഞു. കൂട്ടത്തിലെങ്ങനെയോ, എന്റെ 'വിക്രാസ്' അമ്മേടമ്മാത്തെ ഏട്ടനും ശ്രീകൃഷ്ണശർമ്മയും അറിഞ്ഞിരുന്നു. എന്നാലത് ഞാനറിഞ്ഞത് വളരെ ദിവസം കഴിഞ്ഞശേഷമാണ്.

സംഭവം നടന്ന് രണ്ടുനാലുദിവസം ചെന്നപ്പോൾ, എന്നോടെല്ലാവരും പെരുമാറ്റത്തിൽ അല്പം അകലം കാട്ടിത്തുടങ്ങിയെന്ന് എനിക്കൊരു തോന്നലുണ്ടായി. അമ്മേടമ്മാത്തെ അമ്മായി എല്ലാമറിഞ്ഞിരുന്നുവെങ്കിലും അറിഞ്ഞതായി സംശയിക്കാനുള്ള പഴുതുകളെല്ലാമടച്ചാണ് പെരുമാറിയിരുന്നത്. അതുകൊണ്ട് ഞാൻ സാധാരണ നിലയിൽതന്നെ കാര്യങ്ങൾ നടത്തിക്കൊണ്ടിരുന്നു. ആരും ഒന്നും പറഞ്ഞില്ല. എന്റെ സംശയം നങ്ങതയോടുപോലും ചോദിക്കാൻ ഞാൻ ധൈര്യപ്പെട്ടതുമില്ല.

ഒരു ദിവസം നങ്ങത എന്നെ ഒറ്റയ്ക്കു വിളിച്ച്, പാപ്പുവോപ്പോളോട് സംസാരിച്ചുകൊണ്ടിരുന്നപ്പോൾ 'പായസരഹസ്യം'ചോർന്നുപോയതായി പേടിയോടെ പറഞ്ഞു. അതു കേട്ട ഞാൻ സാമാന്യത്തിലധികം ഭയപ്പെട്ടുവെങ്കിലും പുറത്തേക്കു കാട്ടാതെ ഒന്നുരണ്ടു ദിവസം കൂടി പിടിച്ചുനിന്നു.

അമ്മേടമ്മാത്തെ അമ്മായിയോട്, രണ്ടും കല്പിച്ച് ഉണ്ടായതെല്ലാം ഞാൻ വിസ്തരിച്ചു പറഞ്ഞു. അതുകേട്ട അമ്മായി വളരെ നിസ്സാരമായ ഒരു കാര്യം എന്ന നിലയിലാണ് എന്നോട് പെരുമാറിയത്. എന്നാൽ "നീയ്യ് ഇമ്മാതിരി വിഡ്ഢിത്തം ഇനി ആരോടും വിളമ്പരു"തെന്ന് കഠിനമായി ശാസിക്കുകയും ചെയ്തു.

കാര്യങ്ങളെല്ലാം അപകടത്തിലേയ്ക്കാണ് നീങ്ങിക്കൊണ്ടിരിക്കുന്നതെന്നറിഞ്ഞ ഞാൻ അവിടെനിന്ന് എങ്ങോട്ടെങ്കിലും രക്ഷപ്പെടുന്നതിനെക്കുറിച്ച് ആലോചിക്കാൻ തുടങ്ങി. നങ്ങതയോട് ഞാനാ കാര്യം തുറന്നുപറഞ്ഞു. അമ്മേടമ്മാത്തമ്മായിയോട് പറയണോ എന്നായി അപ്പോൾ സംശയം.

ഉച്ചയ്ക്കൂണു കഴിഞ്ഞ്, പുറയന്നൂർ നമ്പൂതിരിപ്പാടിന്റെ 'ദശമം കിളിപ്പാട്ട്' വായിച്ചുകൊണ്ടിരുന്ന അമ്മായിയോട് ഞാൻ പോവുകയാണെന്ന് പെട്ടെന്നു ചെന്നു പറഞ്ഞു. അതു കേട്ട അമ്മായി, 'നിനക്കെന്താണിവിടെ വിഷമം?' എന്നായി. എനിക്കിവിടെ വിഷമമൊന്നുമില്ലെന്നും എന്നെ പോകാനനുവദിക്കണമെന്നും നമസ്കരിച്ചുകൊണ്ട് ഞാൻ പറഞ്ഞപ്പോൾ വിധവയായ അമ്മായിയുടെ കണ്ണു നിറഞ്ഞു. എന്നെ കെട്ടിപ്പിടിച്ചനുഗ്രഹിച്ച് "എല്ലാം നിന്റെ ഇഷ്ടംപോലെ ചെയ്തോ" എന്ന് അമ്മായി പറഞ്ഞപ്പോൾ എനിക്ക് സമാധാനമായി.

പക്ഷേ, ഞാൻ എവിടെ പോകും?

നാട്ടിലുള്ള വലുതും ചെറുതുമായ ക്ഷേത്രങ്ങളിലെല്ലാം ഉത്സവക്കാലം തുടങ്ങിയിരിക്കുന്നു. വലിയ ക്ഷേത്രങ്ങളിൽ ഉത്സവക്കാലത്ത് സദ്യയും മറ്റും അക്കാലത്ത് പതിവാണ്. ഞാൻ അമ്മാത്തുനിന്ന് കുറച്ചകലെ ഒരു വലിയ ക്ഷേത്രത്തിൽ ഉത്സവത്തിന് ആരോടും പറയാതെ ഒരു ദിവസം പെട്ടെന്നു പോയി.

ഉച്ചയ്ക്കൂണുകഴിഞ്ഞ് പുറപ്പെട്ട ഞാൻ പത്തിരുപതു നാഴിക വേഗം വേഗം നടന്നിട്ടാണ് ആ ക്ഷേത്രത്തിൽ അന്തിമയങ്ങിയപ്പോഴേയ്ക്കും എത്തിയത്. ചെന്ന സമയം വളരെ നന്നായി. ഊട്ടുപുരയിൽ സദ്യ നടക്കുകയാണ്. അനവധി ആളുകൾ ഉണ്ണുന്നു. കുളിച്ചുചെന്ന് ഞാനും ഉണ്ണാനിരുന്നു. എന്നെ ആരെങ്കിലും ശ്രദ്ധിക്കുന്നുണ്ടോയെന്ന് ഞാൻ സൂക്ഷിച്ചുനാക്കിയിരുന്നു. എന്നാലത്

നൂറുശതമാനം എന്റെ സംശയം മാത്രമായിരുന്നു. ആരും ആരേയും ശ്രദ്ധിച്ചിരുന്നില്ല.

നല്ലവണ്ണം ഉണ്ട എനിക്ക് നടന്ന ക്ഷീണംമൂലം വല്ലാതെ ഉറക്കം വന്നിരുന്നു. അതുകൊണ്ട് അധികമൊന്നും ആലോചിക്കാതെ സ്ഥലം കിട്ടിയ ഒരു ദിക്കിൽ ഞാൻ കിടന്നു. അത് അമ്പലത്തിന്റെ കുളപ്പുരയിലായിരുന്നുവെന്ന് പിറ്റെ ദിവസം അഞ്ചാറു നാഴിക പുലർന്ന് ഉണർന്നപ്പോൾ മാത്രമേ ഞാനറിഞ്ഞുള്ളൂ.

ഉണർന്ന ഞാൻ കണ്ടത് ഉത്സവക്കാലത്തെ അമ്പലമാണ്. മതിലകത്ത് ശീവേലി തുടങ്ങാറായി. ഒരുപാട് ആളുകൾ! എല്ലാവരും എന്തിനാണിങ്ങനെ തിരക്കുപിടിക്കുന്നതെന്ന് എനിക്കു ചോദിക്കാൻ തോന്നിയെങ്കിലും ഞാൻ ഒന്നും മിണ്ടിയില്ല. എന്നോടാരെങ്കിലും വിവരങ്ങൾ ചോദിച്ചാലോ എന്നായിരുന്നു എന്റെ പേടി!

കുളിച്ച് അമ്പലത്തിനകത്തു ചെന്ന് നല്ലവണ്ണം തൊഴുത ഞാൻ അവിടെ പല ദിക്കിലായി ബ്രാഹ്മണർക്ക് ദാനം ചെയ്യുന്നതാണ് ആദ്യം കണ്ടത്. സൂക്ഷിച്ച് നോക്കിക്കൊണ്ടു നിൽക്കുന്ന എന്നോട്, അതിനിടയ്ക്ക് ആരോ, “ദാനം വാങ്ങിയോ” എന്നു ചോദിച്ചു. ഇല്ലെന്ന് മറുപടി പറഞ്ഞപ്പോൾ അടുത്തു കണ്ട സ്ഥലത്തുതന്നെ ഇരുന്ന് ദാനം വാങ്ങാൻ അദ്ദേഹം പറഞ്ഞു.

ദാനം വാങ്ങിയാൽ അനുഗ്രഹിക്കണം. സാധാരണ, നമ്പൂതിരിമാർ നമ്പൂതിരിമാരെ മാത്രമേ തൊട്ടനുഗ്രഹിക്കാറുള്ളൂ. ഇവിടെ എന്തുവേണമെന്ന് എനിക്കു സംശയമായി. ഒരു നിമിഷം ആലോചിച്ചു നിന്ന എന്നോട്, എനിക്കു ശേഷം ദാനം വാങ്ങാൻ കാത്തുനിന്ന ആൾ തൊടാതെ അനുഗ്രഹിച്ച് വേഗം സ്ഥലം ഒഴിവാക്കാൻ ശുണ്ഠിയോടെ പറഞ്ഞു. അതുകേട്ട ഞാൻ അയാൾ പറഞ്ഞപോലെ ചെയ്ത് വേഗം മാറിനിന്നു.

ചില സമർത്ഥൻമാർ പല സ്ഥലങ്ങളിലും മാറി മാറിയിരുന്ന് ദാനം വാങ്ങുന്നതു കണ്ടു. ഒരു ദിവസം ഒരാൾ ഒരിക്കലേ ദാനം വാങ്ങാവൂ എന്നാണ് നിയമം. അതെനിക്ക് നല്ലവണ്ണം അറിയാമായിരുന്നതിനാൽ ഞാനാ സാഹസത്തിനു പുറപ്പെട്ടില്ല. എന്നാലതുകൊണ്ട് എനിക്ക് ആത്മവിശ്വാസം വർദ്ധിക്കുകയാണുണ്ടായത്. ഓരോ ദാനത്തിനും വെറ്റിലയും അടക്കയും ഒരു മുറി വസ്ത്രവും നന്നെ മോശമല്ലാത്ത ഒരു ചെറു സംഖ്യയും ഉണ്ട്. പിന്നെ സദ്യ! അത് ഗംഭീരം തന്നെ! എല്ലാവർക്കും എത്രവേണമെങ്കിലുമുണ്ട്. ഉച്ചയ്ക്കും വൈകുന്നേരവും ഊട്ടുപുരയിൽ ആയിരക്കണക്കിനാളുകൾ ഉണ്ണുന്നുണ്ടായിരുന്നു. ആർക്കും ഒന്നിനും നേരമില്ലാതിരുന്നതുകൊണ്ട് ആരും ആരെയും ശ്രദ്ധിച്ചിരുന്നില്ല.

ആ ക്ഷേത്രത്തിൽ അന്നേയ്ക്ക് ഉത്സവം തുടങ്ങിയിട്ട് രണ്ടുമൂന്നു ദിവസമായിരുന്നു. ഞാൻ കാണുകയും കേൾക്കുകയും ചെയ്യാത്ത പല വിനോദങ്ങളും അവിടെയുണ്ടായിരുന്നു. എനിക്കാണെങ്കിൽ എല്ലാം പുതുമ! അതിനാൽ ത്തന്നെ, ഒന്നും ഒഴിവാക്കാതെ ഞാൻ ആവുന്നവയെല്ലാം ശ്രദ്ധിച്ചുകൊണ്ടിരുന്നു.

ഏഴോ, ഒമ്പതോ ദിവസമാണ് അവിടെ ഉത്സവം. ആറാട്ടു കഴിയുന്നതോടെ എല്ലാ ബഹളങ്ങളും അസ്തമിക്കും. ഊട്ടുപുരയിൽ അന്നത്തോടുകൂടി സദ്യയും കഴിയും.

ഉത്സവം കഴിഞ്ഞപ്പോഴേയ്ക്കും നന്നെ മോശമല്ലാത്ത ഒരു സംഖ്യയും അഞ്ചെട്ടുമുറി വസ്ത്രവും എനിക്ക് സമ്പാദ്യമായുണ്ടായി. ഞാനിതെല്ലാം എന്തു ചെയ്യും!

വസ്ത്രങ്ങൾ വാങ്ങാൻ ആരുമില്ല. എന്തു വിലകിട്ടിയാലും കൊടുക്കാൻ ഞാൻ തയ്യാറായിരുന്നു. പക്ഷേ, ആളു വേണ്ടേ! ആരോടു ചോദിക്കാനും ധൈര്യം കഷ്ടി.

ഒരു തുണിക്കട കണ്ടതിൽ കേറി പൂണൂലിട്ട കച്ചവടക്കാരനോട് ക്ഷേത്രത്തിൽനിന്ന് ദാനമായി കിട്ടിയ വസ്ത്രമാണെന്നു പറഞ്ഞുകൊണ്ട്, “വാങ്ങാമോ” എന്നു ചോദിച്ചു. സാരസ്വതബ്രാഹ്മണനായിരുന്ന അയാൾ എന്നോട് വിവരങ്ങളെല്ലാം ചോദിച്ചു. ഞാൻ ഉത്സവത്തിന് വന്നതാണെന്നും, മടങ്ങുമ്പോൾ ഇതു കാശാക്കാൻപറ്റുമോയെന്ന് ആലോചിച്ച് ചോദിച്ചതാണെന്നും മറുപടി പറഞ്ഞു.

എന്റെ കൈയിലുള്ള വസ്ത്രങ്ങൾക്കെല്ലാം കൂടി അഞ്ചുരൂപ തരാമെന്ന് അയാൾ പറഞ്ഞു. ഞാൻ വസ്ത്രങ്ങൾ കൊടുത്ത് അഞ്ചുരൂപ വാങ്ങി വേഗം അവിടെനിന്നു പോവുകയും ചെയ്തു. ഏതാണ്ട് ഇരുപതിലധികം രൂപയ്ക്കുള്ള വസ്ത്രമാണ് ഞാൻ അഞ്ചുരൂപയ്ക്ക് കൊടുത്തതെന്ന് പിന്നീടറിഞ്ഞപ്പോൾ ആ കച്ചവടക്കാരന്റെ സാമർത്ഥ്യത്തെക്കുറിച്ചോർത്ത് ലേശം വിഷമം തോന്നിയെങ്കിലും “കഴിഞ്ഞതു കഴിഞ്ഞു” എന്ന് സ്വയം സമാധാനിച്ച് തൃപ്തിപ്പെടുകയാണുണ്ടായത്.

ഇനിയെന്തു വേണം! വൈകുന്നേരം നാലുമണിയാകാറായി. അറിയുന്ന ഒറ്റ മനുഷ്യനുമില്ല. ഉത്സവമാണെങ്കിൽ കഴിയുകയും ചെയ്തു. ഒരു രാജ്യത്തിന്റെ തലസ്ഥാനത്താണ് ഞാൻ എത്തിയിരുക്കുന്നതെന്ന് അപ്പോളാണെനിക്ക് ഓർമ്മ വന്നത്, തൃപ്പൂണിത്തുറയിൽ!

എന്റെ അമ്മയുടെ ഒടുവിലത്തെ അനുജത്തിയെ വിവാഹം ചെയ്തു കൊടുത്തിട്ടുള്ളത് അവിടെ അടുത്തുള്ള ഒരു ഇല്ലത്തേക്കാണെന്ന് എനിക്കപ്പോൾ ഓർമ്മവന്നു. ഞാനന്നോളം അവിടെ പോയിട്ടില്ലെങ്കിലും അവിടത്തെ വർത്തമാനങ്ങളെല്ലാം നല്ലവണ്ണം കേട്ടിട്ടുണ്ട്. കവിയും വലിയ പണ്ഡിതനുമായിരുന്ന പിലാക്കുടി മധുസൂദനൻ ഭട്ടതിരിയാണ് എന്റെ ചിറ്റശ്ശിയെ വേളി കഴിച്ചിരുന്നത്. അദ്ദേഹമാണെങ്കിൽ സാക്ഷാൽ പരീക്ഷിത്തു തമ്പുരാന്റെ സഹപാഠിയും മിത്രവുമായിരുന്നു.

ചിറ്റശ്ശിയെ നായത്തോട്ടുത്സവകാലത്ത് അമ്മാത്തുവെച്ച് കണ്ടിട്ടുള്ള പരിചയമേ ഉള്ളു. ചിറ്റശ്ശിക്കുള്ള അഞ്ചാറുമക്കളിൽ ചില ഏട്ടൻമാരെയും ഓപ്പോളുമാരേയും കണ്ടിട്ടുണ്ടെന്നല്ലാതെ എനിക്ക് അധികം പരിചയമില്ലായിരുന്നു. അതെന്തെങ്കിലുമാകട്ടെ. ഒരു തീരുമാനമെടുക്കാതെ വയ്യെന്നായി. നേരം ഇരുട്ടുന്നതിനു മുമ്പ് രാത്രി കൂടാനൊരിടം കണ്ടെത്തണമല്ലൊ!

കഷ്ടി രണ്ടു നാഴിക അകലത്തുള്ള, ചിറ്റശ്ശിയെ കൊടുത്ത പിലാക്കുടി പട്ടേരിയുടെ ഇല്ലത്തേയ്ക്കു പോകാൻ തീരുമാനിച്ച ഞാൻ അങ്ങോട്ടു പോകാനുള്ള വഴി ചോദിക്കാൻ തുടങ്ങി. അപ്പോൾ ഒരാൾ ചിറ്റശ്ശിയെ വേട്ട മധുസൂദനൻ ഭട്ടതിരിയുടെ അനുജന്റെ വൈദ്യശാല എനിക്ക് കാട്ടിത്തന്നു.

വൈദ്യശാലയിൽ കേറിച്ചെന്ന എന്നോട് അവിടെയുള്ള ആൾ എന്താണു വേണ്ടതെന്ന് ചോദിച്ചു. അതിന് അദ്ദേഹത്തോട്, ഞാൻ പാലൂരെ മാധവനാണെന്നും ഉത്സവത്തിന് വന്നതാണെന്നും എന്റെ ചിറ്റശ്ശിയെ പിലാക്കുടി മധുസൂദനൻഭട്ടതിരിയാണ് വേട്ടിട്ടുള്ളതെന്നും അവിടെപ്പോയി ചിറ്റശ്ശിയെ കണ്ട് പോകണമെന്നാണ് വിചാരിച്ചതെന്നും ഒക്കെ പറഞ്ഞു.

സുമാർ അമ്പതിന്റെ അടുത്തു പ്രായമുള്ള ആ ഒത്ത മനുഷ്യൻ ചിറ്റശ്ശിയെ വേട്ട മധുസൂദനൻ ഭട്ടതിരിയുടെ അനുജനായിരുന്നു. അമ്പലത്തിന്റെ കിഴക്കേ നടയിൽ ഒരു ചെറിയ വൈദ്യശാലയുമായി കഴിയുന്ന അദ്ദേഹം, വൈദ്യശാല പൂട്ടിയാൽ ഒരുമിച്ച് ഇല്ലത്തേയ്ക്കു പോകാമെന്ന് പറഞ്ഞപ്പോൾ എനിക്ക് സമാധാനമായി.

രാത്രി എട്ടുമണിയോടെ അദ്ദേഹമൊന്നിച്ചു ചെന്ന എന്നെ കണ്ടപ്പോൾ ചിറ്റശ്ശിക്ക് അദ്ഭുതമായി. ഉത്സവത്തിന് വന്നതാണെന്നു പറഞ്ഞുവെങ്കിലും ചിറ്റശ്ശി അതൊന്നും വിശ്വസിച്ചില്ലെന്ന് പിന്നീട് എനിക്കു മനസ്സിലായി. അതിന് പ്രധാന കാരണം, എന്റെ അമ്മാത്തെ താമസവും ശാന്തിയുമൊക്കെ ചിറ്റശ്ശി അറിഞ്ഞിരുന്നുവെന്നതാണ്. ഒറ്റയ്ക്കു ഞാൻ തൃപ്പൂണിത്തുറ ഉത്സവത്തിനെത്തിയതിലെന്തോ 'ഒരപകടം' ഒളിഞ്ഞിരിപ്പുണ്ടെന്ന് ചിറ്റശ്ശി മണത്തറിയുകയായിരുന്നു.

സുമാർ രണ്ടാഴ്ച ഞാനവിടെ കൂടി. അതിന്നിടയ്ക്ക് ചിറ്റശ്ശിയുടെ ഭർത്താവായ മധുസൂദനൻ ഭട്ടതിരിയെ രണ്ടുമൂന്നു തവണ കണ്ടുവെന്നല്ലാതെ കാര്യമായൊന്നും അദ്ദേഹം ചോദിച്ചില്ല. പരീക്ഷിത്തുതമ്പുരാന്റെ അടുത്തായിരിക്കും അദ്ദേഹം മിക്കപ്പോഴും. കൂടാതെ, തമ്പുരാന്റെ അവിടെത്തന്നെ ചെറിയ ഒരു ജോലിയും പട്ടേരിപ്പാടിന് ഉണ്ടായിരുന്നു.

ചിറ്റശ്ശി തന്ത്രപരമായിട്ടെന്നെ അവിടെ താമസിപ്പിച്ചത്, അമ്മാത്തേയ്ക്ക് കത്തെഴുതി മറുപടി വരുത്താനായിരുന്നുവെന്ന് പിന്നീടേറെക്കഴിഞ്ഞാണ് ഞാൻ അറിഞ്ഞത്. അതിന്നിടയ്ക്ക് ചിറ്റശ്ശി എന്റെ എല്ലാ കഥകളും അറിഞ്ഞിരുന്നു.

ഏതാണ്ട് പത്തുമുപ്പതുറുപ്പിക കൈയിലുണ്ടായിരുന്ന ഞാൻ, അതിലെ കുറച്ചു കാശുകൊണ്ട് വസ്ത്രം വാങ്ങി ചിറ്റശ്ശിക്ക് കൊടുത്ത് അഭിവാദ്യം ചെയ്തു. അതിന് പകരമായിട്ടോ എന്തോ ഞാനവിടെനിന്ന് ഇറങ്ങുമ്പോൾ എനിക്ക് ചിറ്റശ്ശി അഞ്ചു രൂപ തന്നു.

എറണാകുളത്തുനിന്ന് അങ്കമാലിക്കുള്ള ടിക്കറ്റുകൂടി വാങ്ങിത്തന്ന് വണ്ടി കയറ്റി അയക്കാൻ മധുസൂദനൻ ഭട്ടതിരി ഏർപ്പാടു ചെയ്തിരുന്നുവെന്ന് ഞാൻ അറിഞ്ഞു. ഞാൻ നേരിട്ട് ഇല്ലത്തേയ്ക്കു മടങ്ങിക്കൊള്ളാമെന്ന് ചിറ്റശ്ശിയോട് ഏൽക്കുകയും ചെയ്തിരുന്നു.

അങ്കമാലിയിൽ വണ്ടിയിറങ്ങിയ ഞാൻ ഇല്ലത്തേയ്ക്കു പോയില്ല. മാണിക്കമംഗലം, എടാട്ട്, അവണംകോട് തുടങ്ങിയ പലസ്ഥലത്തും ഉത്സവക്കാലം തുടങ്ങുകയാണ്. നായത്തോട്ടെ ഉത്സവം കഴിഞ്ഞിരിക്കുന്നു.

കൈയിൽ കാശുള്ളതുകൊണ്ട് കുറച്ചൊക്കെ ധൈര്യമുണ്ടായിരുന്നു. ഉത്സവസ്ഥലങ്ങളിൽ പോയപ്പോൾ ആനപ്പുറത്ത് കേറാൻ ആളുകളെ ആവശ്യമുണ്ടെന്നാണ് ഞാനറിഞ്ഞത്. അല്പം ഭയമൊക്കെ ആദ്യം തോന്നിയെങ്കിലും ആനപ്പുറത്തു കയറി ആലവട്ടം പിടിക്കാൻ ഞാൻ ധൈര്യം കാണിച്ചു. തൽഫലമായി ആനയും ഉത്സവവുമൊക്കെയുള്ള സ്ഥലങ്ങളിൽ ഞാൻ ആവശ്യമുള്ള ആളുമായി.

നാലഞ്ച് ഉത്സവങ്ങൾക്ക് ആനപ്പുറത്ത് കയറിയപ്പോഴേയ്ക്കും ഞാൻ ആനപ്പുറം കയറുന്നതിലൊരു വിദഗ്ദ്ധനായി. നാട്ടിലുള്ള നാലഞ്ചു ക്ഷേത്രങ്ങളിൽ ഉത്സവക്കാലത്ത് ആനപ്പുറം കയറിയതിന്റെ ഫലമായി കൈയിൽ ധാരാളം പണവുമുണ്ടായി. ഒക്കെക്കൂടി ഒരുത്സാഹം തന്നെ!

ആ ഉത്സാഹത്തിന്റെ അവസാനമാണ് ഞാൻ തൃശ്ശിവപേരൂർ പൂരത്തിന് പോയത്. അതൊരനുഭവം തന്നെയായിരുന്നു.

തൃശ്ശിവപേരൂർക്ക് പോകാൻ ഉറയ്ക്കും മുമ്പ് ഞാൻ, അവിടെ ചെന്നാൽ താമസിക്കാനുള്ള സ്ഥലവും മറ്റും പലരോടായി ചോദിച്ചറിഞ്ഞു വെച്ചിരുന്നു. ബ്രഹ്മസ്വംമഠം എനിക്ക് ധാരാളം കേട്ടുകേൾവിയുള്ളതാണ്. ഞാനും ഒരു 'തൃശ്ശൂരോത്ത്'നാണ്. എന്റെ അപ്ഫൻ ഒരു കാലത്ത് ബ്രഹ്മസ്വംമഠത്തിൽ ദേഹണ്ഡക്കാരനുമായിരുന്നു. വലിയേട്ടനും കുറച്ചുകാലം അവിടെ താമസിച്ചിട്ടുണ്ട്.

പൂരത്തിന്റെ നാലു ദിവസം മുൻപു തന്നെ ഞാൻ തൃശ്ശൂരെത്തി. ബ്രഹ്മസ്വംമഠം ചോദിച്ചറിഞ്ഞ് കണ്ടെത്തി. അവിടെയെത്തിയ എനിക്ക്, വിവരങ്ങളെല്ലാം പറഞ്ഞപ്പോൾ ഊഷ്മളമായ സ്വീകരണം തന്നെയാണ് ലഭിച്ചത്. അക്കാലത്ത് എത്ര ദിവസം വേണമെങ്കിലും ബ്രഹ്മസ്വംമഠത്തിൽ ഉണ്ടുകൂടാമായിരുന്നു! തൃശ്ശൃരോത്തന്മാർക്കെല്ലാം മേൽപ്പറഞ്ഞ അവകാശമുണ്ട്.

കുളി, ഊണ്, ഉറക്കം, പിന്നെ നഗരത്തിൽ അലഞ്ഞു നടക്കലും! പൂരത്തിന്റെ തലേന്നാൾ ആയത് ഞാൻ തീരെ അറിഞ്ഞില്ല.

പടിഞ്ഞാറെ നടക്കാവിലുള്ള (ഇന്നത്തെ കറന്റ്ബുക്സിന്റെ അല്പം വടക്കു ഭാഗത്തായി) ഒരു ബ്രാഹ്മണാൾ ഹോട്ടലിൽ കയറി മോഹമുള്ളതൊക്കെ ധാരാളം ഞാൻ കഴിച്ചു. എന്നിട്ട് പണം കൊടുക്കാൻ ചെന്നപ്പോൾ അത് വാങ്ങുന്ന ഹോട്ടൽ മാനേജർ എന്നോട് വിവരങ്ങളെല്ലാം ചോദിച്ചു. തത്ത പറയുംപോലെ എല്ലാം തുറന്നു പറഞ്ഞ എന്നോട് പൂരം കഴിയും വരെ ജോലിക്ക് നിൽക്കാമോ എന്ന് ആ മനുഷ്യൻ ചോദിച്ചു. അതിന് ഞാൻ സമ്മതിക്കുകയും, ഭക്ഷണവും ദിവസം അഞ്ചു രൂപ പ്രതിഫലവും തരാമെന്ന് അയാൾ പറയുകയും ചെയ്തു.

ഒരു സഞ്ചിയും അതിൽ ഒരു ഷർട്ടും മുണ്ടും കുറച്ചു കാശും മാത്രമേ എന്റെ കൈയിലുണ്ടായിരുന്നുള്ളൂ.

അത് അകത്തൊരു ദിക്കിൽ കൊണ്ടുപോയി വെച്ച് എന്നോട് ജോലി തുടങ്ങിക്കോളാൻ അയാൾ പറഞ്ഞു. പണി കാപ്പിയും ചായയും പലഹാരങ്ങളുമൊക്കെ വരുന്നവർക്ക് വിളമ്പിക്കൊടുക്കലായിരുന്നു. നമ്പൂരിയാകക്കൊണ്ട്, അയ്യരായ മാനേജർ അന്തസ്സുള്ള പണിതന്നെയാണെനിക്കുതന്നത്.

നേരം ഏതാണ്ട് പകൽ നാലുമണിയായി. ആളുകളുടെ തിരക്ക് കൂടിക്കൂടി വരികയാണ്. ഹോട്ടലിൽ വരുന്നവരുടെ തിരക്കൊഴിഞ്ഞ സമയമില്ലെന്നായി. ഇരിക്കാനിടമില്ല. അത്രയധികം തിരക്ക്!

ഏതാണ്ട് രണ്ട് രണ്ടര മണിക്കൂർ ഞാൻ അവിടെ ജോലി ചെയ്തു. എനിക്കപ്പോഴേക്കും വയ്യാതായിത്തുടങ്ങി. അവിടെനിന്ന് രക്ഷപ്പെടാൻ പറ്റുന്ന നിലയല്ല അപ്പോൾ. മാനേജരെ പിണക്കാതെ പോകാൻ എന്താണു വേണ്ടതെന്ന് ഞാൻ ആലോചിക്കാൻ തുടങ്ങി.

രാത്രി ഏതാണ്ടെട്ടുമണിയായപ്പോൾ, ബ്രഹ്മസ്വംമഠത്തിലെന്നെ ഉണ്ണാൻ കാണാതിരുന്നാൽ അവിടെയുള്ളവർ പരിഭ്രമിക്കുമെന്നും, അതുകൊണ്ട് അവിടെപ്പോയി കൈയിലുള്ള സഞ്ചി വെച്ച് വിവരം പറഞ്ഞ് മടങ്ങി വരാമെന്നും ഞാൻ മാനേജരോടു പറഞ്ഞു. വയറു നിറച്ച് മസാലദോശാദികൾ കഴിച്ച് പുറപ്പെട്ട എന്നെ വേഗം പോയി വിവരം പറഞ്ഞ് മടങ്ങിവരാൻ മാനേജർ

അനുവദിച്ചു. കഴിച്ചതിനൊന്നും കാൽ കാശുപോലും കൊടുക്കാതെ ഞാൻ അവിടെനിന്ന് മുങ്ങി. പിന്നെ ആ ഭാഗത്തേക്ക് പോയതേയില്ല.

ബ്രഹ്മസ്വംമഠത്തിൽ ചെന്ന് കുളിച്ച് ഞാൻ കിടന്നുറങ്ങി. വയറുനിറച്ച് തിന്നിരുന്നതുകൊണ്ട് ഊണിന്റെ കാര്യം ഓർത്തതേയില്ല. നല്ലവണ്ണം കിടന്നുറങ്ങി. പിറ്റേ ദിവസം പൂരമാണല്ലോ!

വെളുപ്പിനഞ്ചുമണിയോടെ എഴുന്നേറ്റ് കുളികഴിച്ച ഞാൻ അടുത്തുള്ള ക്ഷേത്രങ്ങളിലെല്ലാം തൊഴുത് ഏതാണ്ട് ഏഴു മണിയോടെ 'പത്ത'ന്റെ ഹോട്ടലിൽ നിന്ന് പ്രാതൽ കഴിച്ച് പാറമേക്കാവിലേക്കു പോയി. പാറമേക്കാവ് ക്ഷേത്രത്തിൽ കൊലകൊമ്പൻമാരായ ആനകളെ നനയ്ക്കുകയും വെള്ളം കൊടുക്കുകയും, എന്നിട്ട് തലേക്കെട്ട് കെട്ടിക്കുകയുമൊക്കെയായിരുന്നു.

ഷർട്ടിടാതിരുന്ന എന്റെ പൂണൂൽ കാണാമെന്നുള്ളതുകൊണ്ട് ഞാനൊരു ബ്രാഹ്മണനാണെന്ന് എല്ലാവർക്കും അറിയാമായിരുന്നു. അക്കാലത്ത് ആനപ്പുറത്ത് കയറാൻ ബ്രാഹ്മണൻ വേണമെന്ന് ഏതാണ്ട് നിർബന്ധം തന്നെയുണ്ടായിരുന്നു.

എഴുന്നെള്ളിച്ചു നിരന്നപ്പോൾ ആനപ്പുറത്തു കയറാൻ നമ്പൂതിരി, എമ്പ്രാന്തിരി, അയ്യർ തുടങ്ങിയവരെ ഭാരവാഹികൾ തപ്പാൻ തുടങ്ങി. ഭഗവതിയെ എഴുന്നെള്ളിക്കുന്ന ആനക്ക് നാലും ബാക്കി ആനകൾക്ക് മുമ്മൂന്നും ആളുകൾ വീതം വേണം പുറത്തുകയറാൻ. ആനകളുടെ പിൻഭാഗത്തായി നിൽക്കുന്ന എന്നെ കണ്ട ഒരാൾ, 'മൂന്നു രൂപ തരാം. ആനപ്പുറത്തു കയറുന്നോ' എന്നു ചോദിച്ചു. "ആലവട്ടം പിടിക്കാനാണെങ്കിൽ ഞാൻ കേറാം. എന്നെക്കൊണ്ടതേ പറ്റൂ." ഞാൻ മറുപടി പറഞ്ഞു.

തൊട്ടുമുമ്പിൽതന്നെയുള്ള ആനപ്പുറത്ത് എന്നെ കയറ്റാൻ അയാളാനക്കാരനോട് പറഞ്ഞു. 'സാധുവാണ് ഈ ആന, നമ്പൂരി പേടിക്കേണ്ട' എന്നും അയാൾ അപ്പോൾ പറയാൻ മറന്നില്ല. അത് കൂടലാറ്റുപുറത്തെ ആനയായിരുന്നുവെന്നാണെന്റെ ഓർമ്മ.

പിറ്റെ ദിവസം പകൽ ഒരു മണി വരെ, പാറമേക്കാവുകാരുടെ മൂന്നു പൂരങ്ങൾക്കായി ഞാൻ ആനപ്പുറത്തു കയറി. ആനപ്പുറത്തിരിക്കുമ്പോൾ കുടിക്കാൻ സംഭാരം കിട്ടിയിരുന്നു. താഴത്തിറങ്ങുമ്പോൾ ഭക്ഷണവും ചായയും സമൃദ്ധമായിട്ടും.

പൂരം കഴിഞ്ഞ് പിറ്റെ ദിവസം പകൽ ഒരു മണിയോടെ ബ്രഹ്മസ്വംമഠത്തിലേക്ക് തിരിക്കുമ്പോൾ എനിക്ക് അവർ ഒക്കെക്കൂടി പതിനഞ്ചുരൂപ തന്നു. തന്നതു വാങ്ങി ഞാൻ സന്തോഷത്തോടെ മടങ്ങുകയും ചെയ്തു.

ബ്രഹ്മസ്വംമഠത്തിലെത്തിയ ഞാൻ ക്ഷീണംകൊണ്ട് തീരെ അവശനായിരുന്നു. ഒന്നര ദിവസത്തിനകത്ത് ആനപ്പുറത്തു കയറാതെ അഞ്ചെട്ടു മണിക്കൂറെ ഉണ്ടായിട്ടുള്ളു. വയ്യാതായതുമൂലം ഞാനൊന്നു കുളിച്ച് ലേശം ഭക്ഷണം കഴിച്ചെന്നുവരുത്തി പോയി കിടന്നു. അതൊരു ഗാഢനിദ്രതന്നെയായിരുന്നു. പിറ്റെദിവസം ഉണർന്നപ്പോൾ എനിക്കു തോന്നിയത് നേരം പ്രകാശമാവുകയാണെന്നാണ്. എന്നാൽ അപ്പോൾ പകലസ്തമിക്കുകയായിരുന്നു.

ഞാൻ എഴുന്നേറ്റ് പടിഞ്ഞാറെ ചിറയിൽ പോയി കുളിച്ചു. രാവിലെയാണെന്നു കരുതി ഭസ്മം നനച്ച് കുറിയിട്ട് കാലത്തെ സന്ധ്യാവന്ദനാദികൾ ചെയ്ത് തൊഴാൻ പോയി. അമ്പലങ്ങളിൽ ചെന്നപ്പോൾ ഒക്കെക്കൂടി നല്ല

പന്തിയല്ലെന്നു തോന്നി. സംഗതി മനസ്സിലാവാതെ ഞാനന്ധാളിക്കുമ്പോൾ നേരം നല്ലവണ്ണം ഇരുട്ടായിത്തുടങ്ങുകയും ചെയ്തു.

എന്നിട്ടും ഞാൻ കരുതിയത് നേരം പ്രകാശമാവുന്നേയുള്ളൂവെന്നാണ്. വടക്കേ മഠത്തിൽ രാത്രി ഭക്ഷണത്തിന് ഇല വെച്ചപ്പോഴാണ് ഞാൻ എന്റെ വങ്കത്തം മനസ്സിലാക്കിയത്.

ഞാൻ കിടന്നുറങ്ങിയിട്ട് ഏതാണ്ട് ഇരുപത്തെട്ടു മണിക്കൂർ കഴിഞ്ഞിട്ടാണ് ഉണർന്നത്.

രാവിലെയെന്നു കരുതിയത് പൂരം കഴിഞ്ഞ് പിറ്റെ ദിവസം വൈകുന്നേരമായിരുന്നുവെന്ന് പ്രത്യേകം പറയേണ്ടതില്ലല്ലോ.

നല്ലവണ്ണം ഉണ്ട ഞാൻ വടക്കേമഠത്തിലെ മാളികയിൽ തിരക്കുവരും മുമ്പ് ഒരു പായ സമ്പാദിച്ച് സ്ഥലം പിടിച്ച് കിടന്നു. പൂരക്കാലമായിരുന്നതുകൊണ്ട് പായയും സ്ഥലവും വൈകിച്ചെല്ലുന്നവർക്ക് ഉണ്ടാകില്ല. ഇത് അറിയാമായിരുന്ന ഞാൻ അന്നും സുഖമായുറങ്ങി. അങ്ങനെ തൃശ്ശിവപേരൂർ പൂരത്തിന് ആദ്യമായി പോകുകയും ആനപ്പുറത്തു കയറി കാശുകാരനാവുകയും ചെയ്തു. പിറ്റെദിവസം ഉച്ചയ്ക്കൂണ് കഴിഞ്ഞ് ഞാൻ ചില സുഹൃത്തുക്കളൊന്നിച്ച് നഗരം കാണാനിറങ്ങി. എനിക്ക്, പൂരത്തിന്റെ തലേ ദിവസം രണ്ടു മണിക്കൂറിലധികം പണിചെയ്ത ഹോട്ടലിലൊന്നു പോകണമെന്ന് മോഹം തോന്നി. കൈയിൽ കാശ് ധാരാളമുണ്ടായിരുന്നതുകൊണ്ട് കാപ്പി കുടിക്കാൻ ഞാനെല്ലാവരെയും ക്ഷണിച്ചു. എല്ലാവരും എന്നേക്കാൾ പ്രായം കൂടിയവരായിരുന്നുവെങ്കിലും കാശ് അധികം എന്റെ കൈയിലുണ്ടായിരുന്നതു കൊണ്ട് ഞാൻ പറഞ്ഞതെല്ലാവരും സമ്മതിക്കുകയും, ഹോട്ടലിലെ മാനേജർ എന്തെങ്കിലും വഴക്കുണ്ടാക്കിയാൽ അവരെന്നെ രക്ഷിക്കാമെന്ന് ഏൽക്കുകയും ചെയ്തു.

ഞങ്ങളെ കണ്ടപ്പോൾ ആദ്യംതന്നെ ആ മാനേജർ എന്നെ ഒറ്റക്കു വിളിച്ച് 'അന്ന് വരാമെന്ന് പറഞ്ഞ് പോയിട്ടെന്താ വരാഞ്ഞ'തെന്ന് ലേശം അധികാരത്തോടെ ചോദിച്ചു. ഞാനപ്പോൾ, ഇവരെല്ലാം എന്റെ നാട്ടുകാരായ നമ്പൂതിരിമാരാണെന്നും വിവരങ്ങൾ അറിഞ്ഞ ഇവർ 'ഹോട്ടലിൽ പണിക്കു പോകാൻ തന്നെ ഞങ്ങൾ അനുവദിക്കില്ലെന്നും' പറഞ്ഞ് തടഞ്ഞുവെന്നും അതുകൊണ്ടാണ് വരാതിരുന്നതെന്നും, ഇപ്പോൾ യാത്ര പറയാനും കാപ്പി കുടിക്കാനുമായി വന്നതാണെന്നും എല്ലാം വിസ്തരിച്ച് പറഞ്ഞു. പാവം അയ്യർ ഞാൻ പറഞ്ഞതെല്ലാം വിശ്വസിക്കുകയും ഞങ്ങളെയെല്ലാം സൽക്കരിക്കുകയും ചെയ്തു.

പണം വാങ്ങണമെന്ന് പലതവണ ഞാൻ നിർബന്ധിച്ചിട്ടും വാങ്ങാതിരുന്ന ആ മനുഷ്യനെ പിന്നീട് പലതവണ അന്വേഷിച്ചു നോക്കിയെങ്കിലും കാണുകയുണ്ടായില്ല. അഞ്ചെട്ടുകൊല്ലം കഴിഞ്ഞപ്പോഴേയ്ക്കും ആ സ്ഥലത്ത് അന്നുണ്ടായിരുന്ന ബ്രാഹ്മണാൾ ഹോട്ടൽ ഇല്ലാതായെന്ന് ഞാൻ മനസ്സിലാക്കുകയും ചെയ്തു.

ബ്രഹ്മസ്വംമഠത്തിൽ താമസിച്ചുകൊണ്ട് പിന്നെയും അഞ്ചാറു ദിവസം തൃശൂർ നഗരം ചുറ്റി നടന്ന് കാണുകയുണ്ടായി. എന്നെ സംബന്ധിച്ചിടത്തോളം അതൊരനുഭവമായിരുന്നു. നഗരമെന്നുവെച്ചാലിങ്ങനെയാണെന്ന് ആദ്യം ഞാനറിഞ്ഞത് തൃശൂരുനിന്നാണ്.

പലരും ഗുരുവായൂരെ കഥ പറഞ്ഞു കേട്ടിട്ടുണ്ട്. എന്റെ മുത്തശ്ശി നീണ്ട കാലം ഗുരുവായൂരിൽ തിങ്കൾ തൊഴാൻ പോയിട്ടുള്ളതാണ്. മേൽപ്പത്തൂരിനെക്കുറിച്ചും പൂന്താനത്തിനെക്കുറിച്ചും കുറൂരമ്മയെക്കുറിച്ചും കുറുമ്പനായ ഉണ്ണികൃഷ്ണനെ കുറൂരമ്മ കലത്തിലിട്ട് അടച്ചുവെന്ന കഥയെക്കുറിച്ചും ഒക്കെ ഞാൻ ഓർമ്മവച്ച കാലം മുതൽ കേട്ടിട്ടുള്ളതാണ്.

ഗുരുവായൂർക്ക് അന്ന് തൃശൂരിൽനിന്ന് ഇടയ്ക്കിടയ്ക്കു ബസ്സുണ്ട്. കുന്നംകുളം വഴിയാണ് പോവുക. ഏതാണ്ട് മൂന്നു മണിക്കൂർ നേരം ബസ്സിന് വേണ്ടിവരും. ബസ്സിന് കൊടുക്കാനും ബാക്കി ചെലവിനും ധാരാളം പണം എന്റെ കയ്യിലുണ്ടായിരുന്നു.

കുറച്ചുകൂടി വിവരങ്ങൾ അറിയാമെന്ന് കരുതി അവിടെ ചിലരോട് ഞാൻ തിരക്കി. ബ്രഹ്മസ്വംമഠത്തിലെ പലരും ഗുരുവായൂരിലെ കഥകൾ പൊടിപ്പും തൊങ്ങലും വെച്ച് പറയാൻ തുടങ്ങി. എല്ലാവർക്കും പറയാനുള്ളത് നല്ല കഥകളാണ്. ചിലർക്ക് ഉണ്ണിക്കണ്ണന്റെ പുരാണങ്ങൾ പറഞ്ഞാലും പറഞ്ഞാലും തൃപ്തി വരില്ല. പതുക്കെ പതുക്കെ എനിക്ക്, ചോദിച്ചതബദ്ധമായിപ്പോയി എന്നുപോലും തോന്നിത്തുടങ്ങി.

അതിനിടയ്ക്ക് ഒരു രസികൻ എന്റെ പോക്കറ്റിന്റെ കനം കണ്ട് എന്നോടിങ്ങനെ പറഞ്ഞു. 'താൻ തനിച്ച് ഗുരുവായൂർക്ക് പോകണ്ട. അവിടെ ബ്രഹ്മസ്വം മഠത്തിലെപ്പോലെ നല്ലവരൊന്നും ഉണ്ടാകില്ല. ചെലവ് താൻ എടുക്കാമെങ്കിൽ തന്നെ സഹായിക്കാൻ ഞാൻ ഒപ്പം വരാം. പോകയാണെങ്കിൽ ഇന്നുതന്നെ വേണം. എനിക്ക് അധികം സമയം കാത്തുനിൽക്കാനൊന്നും പറ്റില്ല. എന്തു പറയുന്നു?' അയാൾ എന്നോടു ചോദിച്ചു.

കേട്ടപ്പോൾ തന്നെ നല്ല പന്തിയല്ലെന്ന് തോന്നിയെങ്കിലും ആലോചിച്ച് പറയാമെന്ന് ഞാൻ പറഞ്ഞപ്പോൾ അയാൾ 'എന്താണിത്ര ആലോചിക്കാൻ' എന്ന് എന്നോട് തട്ടിക്കേറി.

മറ്റു ചില സുഹൃത്തുക്കളോട് ഈ മനുഷ്യനെക്കുറിച്ചന്വേഷിച്ചപ്പോൾ അവർ പറഞ്ഞതു കേട്ട ഞാൻ വല്ലാതദ്ഭുതപ്പെട്ടു. ഇയ്യാൾ ഒരു സാമർത്ഥ്യക്കാരനാണെന്നും, പൂരത്തിന് നടന്നു വന്ന ഇയ്യാൾ അന്യന്റെ ചെലവിൽ ബസ്സിൽ പോകാനുള്ള ഉപായം കണ്ടെത്തുകയാണെന്നും, ചതിയനായ ഇയ്യാൾ കുട്ടിയായ തന്റെ കയ്യിലുള്ള കാശു പിടുങ്ങിയാൽ താൻ വഴിയാധാരമാകുമെന്നും മറ്റും എന്നെ ഓർമ്മപ്പെടുത്തി.

ഇങ്ങനെയും ചിലരുണ്ടീ ലോകത്തിലെന്ന് ഞാൻ ആദ്യം വിശ്വസിച്ചില്ലെങ്കിലും, അയാളുടെ തുടർന്നുള്ള സംസാരവും പെരുമാറ്റരീതിയും എന്നെ പേടിപ്പെടുത്തി. അതുകൊണ്ട് ഗുരുവായൂർക്ക് പോവുകയാണെങ്കിൽതന്നെ എനിക്ക് നിങ്ങളുടെ സഹായം വേണ്ടെന്ന് ഞാൻ തുറന്നു പറഞ്ഞു. അയാൾക്ക് അതൊട്ടും രസിച്ചില്ല. അപ്പോൾ തന്നെ എന്നോടയാൾ യാത്ര പറഞ്ഞ് എങ്ങോട്ടോ പോവുകയും ചെയ്തു.

ഒന്നു രണ്ടു ദിവസം കഴിഞ്ഞപ്പോൾ ഞാൻ ഒറ്റയ്ക്ക് ഗുരുവായൂർക്ക് പോകാൻ തീരുമാനിച്ച്, പത്തുമണിയോടെ ബ്രഹ്മസ്വം മഠത്തിൽനിന്ന് ഊണു കഴിച്ച് പുറപ്പെട്ടു. ബസ്സു കാത്തുനിന്ന് മടുത്ത ഞാൻ, 'ഗുരുവായൂർക്ക് ഇന്ന് ബസ്സില്ലേ' എന്ന് അപ്പോൾ കണ്ട ഒരാളോടു ചോദിച്ചു. ആ മനുഷ്യൻ, ഞാൻ മറ്റേതോ സ്ഥലത്തേയ്ക്കു പോകുന്ന ബസ്സിന്റെ മാർഗ്ഗത്തിലാണ് കാത്തു

നിൽക്കുന്നതെന്നും, ഗുരുവായൂർക്ക് ധാരാളം ബസ്സുണ്ടെന്നും അത് വേറൊരു ദിക്കിൽ നിന്നാണ് പുറപ്പെടുന്നതെന്നും പറഞ്ഞു.

ഉടനെതന്നെ ഞാൻ ആ സ്ഥലത്ത് ചെന്നു നോക്കിയപ്പോൾ ഗുരുവായൂർക്കുള്ള ബസ്സ് ആളെ കയറ്റി പുറപ്പെട്ടു നിൽക്കുന്നതായാണ് കണ്ടത്.

ആദ്യമായി ബസ്സിൽ കയറിയ ഞാൻ, ഇത്ര വലിയ വണ്ടി ഓടുമെന്ന് വിശ്വസിക്കാൻപോലും ഞെരുങ്ങി. പിന്നീട് ഒരാൾ വന്ന് റൈറ്റ് എന്നു പറഞ്ഞപ്പോൾ ഡ്രൈവർ വണ്ടി ഓടിക്കാൻ തുടങ്ങി. എത്രവേഗമാണ് ബസ്സുകളോടുന്നതെന്ന് ഞാനദ്ഭുതപ്പെട്ടു. അതും ഞാൻ കയറിയ ബസ്സിന്റെ വേഗം വളരെ കൂടുതലാണെന്നാണ് എനിക്കപ്പോൾ തോന്നിയത്.

മൂന്നുമൂന്നര മണിക്കൂർകൊണ്ട് ബസ്സ് കുന്നംകുളം വഴി ഗുരുവായൂരെത്തി. വഴിക്കു നിൽക്കുന്നവർ കയ്യു കാണിച്ചാൽ ബസ്സു നിൽക്കുമെന്ന് എനിക്ക് പുതിയൊരറിവായിരുന്നു. ശീലക്കുട കാണിച്ചാലേ ബസ്സ് നിൽക്കുള്ളു എന്നാണ് ഞാൻ ധരിച്ചിരുന്നത്.

ഇടയ്ക്കൊക്കെ ആളുകൾ ഇറങ്ങുകയും കേറുകയും ചെയ്തിരുന്നു. കുന്നംകുളത്ത് ബസ്സ് ഏറെനേരം കാത്തു കിടന്നു. അവിടെയാണ് ഡ്രൈവറും കൂട്ടരും കാപ്പി കുടിച്ചിരുന്നത്.

ടിക്കറ്റ് തരാൻ വന്ന ദിവ്യനോട് 'ഗുരുവായൂർ അര' എന്ന് ഞാൻ പറഞ്ഞു. അപ്പോളയാൾ, 'തനിക്കര ടിക്കറ്റ് പോരാ' എന്നു പറഞ്ഞു. തീവണ്ടിക്ക് അര ടിക്കറ്റേ ഞാൻ വാങ്ങാറുള്ളൂ എന്ന് പറയാൻ തോന്നിയെങ്കിലും പറഞ്ഞില്ല. കാരണം മുഴുവൻ ടിക്കറ്റ് വേണമെന്നു പറഞ്ഞതോടെ അയാളെന്നെ ഒരു പൂർണ്ണമനുഷ്യനായി കരുതിയല്ലോ എന്നായി എന്റെ ആഹ്ലാദം.

എത്ര കാശാണ് അയാളന്ന് വാങ്ങിയതെന്ന് ഞാനോർക്കുന്നില്ല. അതെന്തായാലും സന്ധ്യക്കു മുമ്പായി ഞാൻ ഗുരുവായൂരെത്തി. ഗുരുവായൂരെവിടെക്കൂടണമെന്നത് ഒരു വിഷയമല്ല. ഗുരുവായൂരപ്പന്റെ സാന്നിദ്ധ്യത്തിൽ ആർക്കും എവിടെയും കൂടാമെന്നാണ് നിയമം.

കുളികഴിഞ്ഞെത്തിയപ്പോഴേയ്ക്കും ദീപാരാധന കഴിഞ്ഞ് നട തുറന്ന് കഴിഞ്ഞിരുന്നു. ആണുങ്ങളും പെണ്ണുങ്ങളും തൊഴാൻ വേണ്ടി തിക്കി തിരക്കുന്നതു കണ്ടാൽ ശർക്കര കണ്ട ഉറുമ്പിനെയാണ് ഓർമ്മ വരിക. വലിയ ഭക്തിയൊന്നുമില്ലാത്ത എനിക്ക് ഗുരുവായൂരപ്പനേക്കാൾ താത്പര്യം തോന്നിയത് ഗുരുവായൂരപ്പനെ തൊഴാൻ വന്ന ഭക്തജനങ്ങളിലാണ്. ഇത്ര വിലപിടിച്ച വസ്ത്രങ്ങളും സ്വർണ്ണപ്പണ്ടങ്ങളും ഞാനന്നേവരെ കണ്ടിട്ടുണ്ടായിരുന്നില്ല.

മത്സരിച്ച് നാമം ചൊല്ലുന്നതും പ്രാർത്ഥിക്കുന്നതും കേട്ടപ്പോൾ ഈശ്വരൻ ചെവിപ്പൊട്ടനല്ലല്ലോ എന്ന് ഞാനോർത്തുപോയി. ദരിദ്രവാസിയായ എന്റെ കാഴ്ചപ്പാട് അങ്ങനെയല്ലാതിരുന്നാലേ അദ്ഭുതപ്പെടേണ്ടൂ. പണത്തിന്റെ ധൂർത്തും ധിക്കാരവും ഈശ്വരസാന്നിദ്ധ്യത്തിൽ പ്രദർശിപ്പിക്കുന്നതിനോട് എനിക്ക് അന്നും ഇന്നും തീരെ യോജിക്കാൻ സാധിച്ചിട്ടില്ല.

ഏതോ ഒരു നമ്പൂതിരി, 'തന്റെ ഇല്ലപ്പേരെന്താ' എന്ന് ചോദിച്ചു. ഞാനാ തിരുമേനിയോട് പാലൂരെന്നാണ് ഇല്ലപ്പേരെന്നും, തൃശ്ശൂർപ്പൂരം കാണാൻ വന്നപ്പോൾ ഒന്ന് ഗുരുവായൂരപ്പനെയും തൊഴുതു പോകാമെന്നു കരുതി വന്നതാണെന്നും, എന്റെ മുത്തശ്ശി ഏതാണ്ടൊരമ്പതു കൊല്ലം ഇവിടെ തിങ്കൾ തൊഴാൻ വരാറുണ്ടായിരുന്നുവെന്നും പറഞ്ഞു.

എല്ലാം ശ്രദ്ധിച്ചുകേട്ട ആ തിരുമേനി ലേശം ആലോചിച്ചിട്ട്, ബ്രഹ്മസ്വം മഠത്തിൽ ദേഹണ്ഡക്കാരനായിരുന്ന ഒരു നമ്പ്യാത്തൻ പാലൂരെ അറിയുമെന്നും, പിന്നെയൊരു നാരായണൻ പാലൂരെ കണ്ടിട്ടുണ്ടെന്നും ഒക്കെ പറഞ്ഞു.

'താനെപ്പോഴാണ് മടക്കം' എന്നായി ആ തിരുമേനി. 'നാളെ തൃശൂർക്കു പോയി, അവിടുന്ന് മറ്റൊരു ദിവസം വണ്ടിക്ക് മടങ്ങണമെന്നാണ് കരുതുന്നതെ'ന്ന് ഞാൻ പറഞ്ഞു.

എന്റെ നാട്ടിലെ പല ഇല്ലങ്ങളെക്കുറിച്ചും, അവിടങ്ങളിലെ ആളുകളെക്കുറിച്ചും ചോദിച്ച അദ്ദേഹം അവസാനം, താനെവിടെയാണ് ഇന്ന് കൂടുന്നതെന്ന് ചോദിച്ചു. അതിന്, 'ഞാനങ്ങനെയൊന്നും വിചാരിച്ചില്ല' എന്ന് മറുപടി പറഞ്ഞു. 'എന്നാൽ എന്റെ സ്ഥലത്തു കൂടാം. അവിടെ ബുദ്ധിമുട്ടൊന്നുമില്ല.' എന്നു പറഞ്ഞ് എന്നെ അദ്ദേഹം അങ്ങോട്ട് ക്ഷണിക്കുകയും ചെയ്തു.

ഒന്നു രണ്ടു ദിവസം ഗുരുവായൂർ താമസിച്ചിട്ടേ ഞാൻ മടങ്ങിയുള്ളൂ. എന്നെപ്പോലെ പലരും അദ്ദേഹത്തിന്റെ സ്ഥലത്ത് വന്നു കൂടിയിരുന്നു. എന്നാലാ മനുഷ്യന്റെ പേരോ, ഇല്ലപ്പേരോ എനിക്കിപ്പോൾ എത്ര ആലോചിച്ചിട്ടും തോന്നുന്നില്ല.

ഗുരുവായൂരിൽനിന്ന് ഞാൻ പോന്ന ബസ്സ് പോയ വഴിയിലൂടെയല്ല മടങ്ങിയത്. എനിക്കത് അല്പം പേടിയുണ്ടാക്കിയെങ്കിലും സന്ധ്യയോടെ ഞാൻ ബ്രഹ്മസ്വം മഠത്തിലെത്തി. അവിടെനിന്ന് പിന്നെയും നാലഞ്ചു ദിവസം കഴിഞ്ഞേ ഞാൻ മടങ്ങിയുള്ളൂ.

ഇതിനിടയ്ക്ക് എന്റെ വിക്രാസുകൾ നാട്ടിലൊക്കെ പാട്ടായിക്കഴിഞ്ഞു. ചിറ്റശ്ശി ഇല്ലത്തേക്കു പോകാൻ പറഞ്ഞാണ് തൃപ്പൂണിത്തുറയിൽ നിന്നയച്ചത്. ഞാൻ ഇല്ലത്ത് പോകതന്നെയുണ്ടായില്ല. എല്ലാത്തിനും പുറമേ നാട്ടിലെ ഉത്സവങ്ങൾക്ക് ആനപ്പുറത്ത് കയറിയതും മറ്റു വീരസ്യങ്ങളും ധാരാളം വിമർശനങ്ങൾ വിളിച്ചുവരുത്തുകയും ചെയ്തു.

തൃശ്ശൂർപൂരത്തിന് ഞാൻ ആനപ്പുറത്തു കയറിയത്, പൂരത്തിനെത്തിയ ആരോ ചിലർ നാട്ടിലെല്ലാം കൊണ്ടുപോയി കൊളുത്തിയിരുന്നു.

എന്നാലിതിനൊരു ഗുണവുമുണ്ടായി. ഈ മഹാബഹളത്തിനിടയിൽ, ഞാൻ നേദിക്കാതെ നങ്ങതയ്ക്ക് പായസം കൊടുത്ത കഥ ഏതാണ്ടെല്ലാവരും മറന്നപോലെയായി. 'മറ്റേ' കഥയാണെങ്കിൽ, അമ്മാത്തുള്ളവർ ആരോടും പറഞ്ഞതേയില്ല.

സ്റ്റേഷനിൽ ചെന്ന് ടിക്കറ്റ് വാങ്ങുമ്പോൾ 'ചൊവ്വര'യെന്നാണ് നാവിൽ വന്നത്. അതുകൊണ്ട്, അര ടിക്കറ്റ് വാങ്ങി ഞാൻ തീവണ്ടിയിൽ യാത്ര ചെയ്ത് ചൊവ്വര സ്റ്റേഷനിൽ ഇറങ്ങി.

അവിടെനിന്ന് ഒരു നാഴിക നടന്നാൽ അവണംകോട്ടായി. ആ ക്ഷേത്രത്തിലെ പ്രതിഷ്ഠ സരസ്വതിയാണ്. കുട്ടികളെ എഴുത്തിനു വെക്കാനും മറ്റും തിരുവുള്ളക്കാവിലെപ്പോലെ ഇവിടെയും വിദ്യാരംഭത്തിന് ആളുകൾ കൊണ്ടുവരാറുണ്ട്.

മൂത്തമന പട്ടേരിയുടെയാണ് ആ ക്ഷേത്രം. എനിക്കവിടെ പതിന്നാലു ദിവസം ഭജിക്കണമെന്നു തോന്നി. മറ്റു മാർഗ്ഗങ്ങളൊന്നുമില്ലാത്തതുകൊണ്ട് അപ്പോൾ തോന്നിയ ഒരു സൂത്രമാണതെന്ന് ഇന്ന് തോന്നുന്നുണ്ട്! എന്നാലും മഹാപണ്ഠിതനും, മഹാത്യാഗിയും, ദീനദയാലുവുമായ മൂത്തമന വലിയ നാരായണൻ ഭട്ടതിരിപ്പാടിനോട് എനിക്ക് വലിയ ആദരവായിരുന്നു അന്ന്: ഇന്നും.

പട്ടേരിപ്പാടിന്റെ ദയ

അവണംകോട്ട് അമ്പലത്തിന്റെ ഉടമസ്ഥാവകാശം മൂത്തമന ഭട്ടതിരിയുടെ കുടുംബക്കാർക്കാണ്. ക്ഷേത്രവും ഇല്ലവും തമ്മിൽ ഏതാണ്ട് വിളിച്ചാൽ കേൾക്കുന്ന ദൂരമേയുള്ളൂ. വലിയ ക്ഷേത്രമാണ്. തെക്കുഭാഗത്ത് ഗംഭീരൻ ഊട്ടുപുരയുണ്ട്. കിഴക്കുഭാഗത്തായുള്ള സ്ഥലത്തിന് 'കൊട്ടാര'മെന്നാണു പറയാറ്. അവിടെ വലിയ പട്ടേരിപ്പാടിന്റെ രണ്ടു മക്കളാണ് താമസം. ചെറുപ്പക്കാരായ അവർ കമ്മ്യൂണിസ്റ്റ് അനുഭാവികളും പുരോഗമന ചിന്താഗതിക്കാരുമാണ്. രാവിലെ പ്രാതലിന്നും, ഉച്ചയ്ക്കും രാത്രിയും ഊണിനും മാത്രമേ അവർ ഇല്ലത്തേയ്ക്കു പോകാറുള്ളൂ. പരസ്യമായ രഹസ്യമാണെങ്കിലും, ഇടയ്ക്കവർക്ക് ചായയുണ്ടാക്കാനും മറ്റു സഹായത്തിന്നും അവിടെ ജോലിക്ക് നിന്നിരുന്നത് ഏതോ ഒരു സഖാവായ നായരാണ്. ചായയും ബീഡിയും സമൃദ്ധി. പിന്നെ ധാരാളം പത്രമാസികകളും അവിടെയുണ്ടാകും.

പകലെല്ലാം പട്ടേരിയുടെ ഇല്ലത്തു കഴിയുന്ന മുതിർന്നവർ രാത്രി ഊട്ടുപുരയിലാണ് കിടക്കാറ്. അപൂർവ്വം ചിലരേ ഇല്ലത്ത് പുറത്തുള്ള മാളികയിൽ കൂടാറുള്ളൂ. അവർ, മിക്കപ്പോഴും വലിയ പണ്ഡിതൻമാരും കാവ്യശാസ്ത്ര കുതുകികളുമായിരിക്കും. കാരണം, ഋഷിതുല്യനായ വലിയ പട്ടേരി മഹാപണ്ഡിതനും എല്ലാവരോടും എല്ലായ്പ്പോഴും ദയയുള്ളവനുമായിരുന്നു. നല്ല സഹൃദയനും.

അദ്ദേഹം പഴയ എല്ലാ ആചാരങ്ങളും കൃത്യമായി അനുഷ്ഠിച്ചിരുന്നുവെങ്കിലും ശരിയായ പുരോഗമനവാദിയായിരുന്നു. സ്നേഹം എന്നൊരു ഭാവമല്ലാതെ മറ്റൊന്നും അദ്ദേഹത്തിനുണ്ടായിരുന്നില്ല. ലക്ഷക്കണക്കിന് പാട്ടം പിരിയാനുള്ള കുടുംബമായതുകൊണ്ട് ഒന്നിനും പിശുക്കുണ്ടായിരുന്നില്ല. എന്നാൽ വലിയ പട്ടേരിക്ക് ചില വ്രതങ്ങളുണ്ടായിരുന്നു. അതിലൊന്ന്, അദ്ദേഹം രണ്ട് സാധാരണ വലിയമുണ്ടും തോർത്തു മുണ്ടും മാത്രമേ നിത്യോപയോഗത്തിന് കരുതുകയുള്ളൂ എന്നതാണ്. ഒരു സെറ്റ് കീറി, തീരെ ഉപയോഗിക്കാൻ വയ്യാതായാലേ മറ്റൊരു സെറ്റ് മുണ്ടു വാങ്ങൂ. അതും താൻ തന്നെയാണ് മുക്കിയിടാനും ഉണക്കാനും.

പിന്നെയൊന്നുള്ളത് കുട്ടികളോടുള്ള അസാധാരണമായ വാത്സല്യമാണ്. വലിയ ഓരോ സ്ഫടികഭരണി നിറയെ കൽക്കണ്ടവും മുന്തിരിയും (കിസ്മിസ്) അദ്ദേഹത്തിന്റെ അടുത്ത് മിക്കപ്പോഴും ഉണ്ടാവും. കുട്ടികൾ ആരായാലും - അയിത്തചിന്തകളൊക്കെ കഷ്ടിയാണ് അത്തരം സന്ദർഭത്തിൽ - അവരുടെ കുഞ്ഞിക്കൈ നിറച്ച് മുന്തിരിങ്ങയും കൽക്കണ്ടവും കൊടുക്കുകയാണ് അദ്ദേഹത്തിന്റെ മുഖ്യവിനോദം. പിന്നെ അതിശ്രദ്ധയോടെയുള്ള ഗ്രന്ഥപാരായണവും.

ഓത്തൻമാരുടെ ദൃഷ്ടിയിൽ അദ്ദേഹം ഒരു സാധാരണക്കാരനാണ്. കാരണം, അദ്ദേഹത്തിന് അവരുടെ വേദാഭ്യാസപ്രകടനങ്ങളിലൊന്നും വലിയ താത്പര്യമുണ്ടായിരുന്നില്ല. എന്നാൽ തർക്കം, വ്യാകരണം, അലങ്കാരം തുടങ്ങിയ വിഷയങ്ങളിലെ പണ്ഡിതൻമാരായി വലിയ കൂട്ടുകെട്ടായിരുന്നു. അവരെന്നും അദ്ദേഹത്തിനെ കാണാനും സംശയങ്ങൾ തീർക്കാനും, നേരംപോക്കു പറഞ്ഞ് രസിക്കാനും മറ്റുമായി കൂടെയുണ്ടാവും.

ആർക്കും എത്രകാലം വേണമെങ്കിലും അവിടെ താമസിക്കാമെന്നുള്ളതു കൊണ്ട് ധാരാളം ആളുകൾ വന്നുകൊണ്ടിരിക്കും. എത്രകാലം പാർത്താലും അദ്ദേഹത്തിന്റെ പെരുമാറ്റം ആരോടും അപ്പോൾ വന്ന അതിഥിയോടെന്ന പോലെയാണ്. പ്രസന്നവദനനായിട്ടല്ലാതെ അദ്ദേഹത്തെ കണ്ടവരുണ്ടാകാനിട യില്ലെന്നാണ് എനിക്കു തോന്നുന്നത്.

വലിയ സാഹിത്യപ്രിയനായ അദ്ദേഹത്തിന് മഹാകവി ജി. യുടെ കവിത നന്നെ പത്ഥ്യമായിരുന്നു. വെറും സാധാരണകവികളോടുപോലും പട്ടേരി പ്പാടിന് വലിയ ആദരവായിരുന്നു. അതിന്നദ്ദേഹം പറയുന്ന കാരണം, 'എനി ക്കിത് സ്വാധീനമല്ല' എന്നാണ്. 'നിറകുടം തുളുമ്പാറില്ല' എന്ന ചൊല്ല് അദ്ദേഹ ത്തിനെ അറിയുന്നവർ ആരും ഓർക്കാതിരിക്കില്ല.

ഇത്ര വലിയ, മഹർഷിതുല്യനായ ആ പട്ടേരിപ്പാട് അഞ്ചെട്ടു ദിവസത്തെ എന്റെ ഭജനം കഴിഞ്ഞപ്പോൾ ഒരു ദിവസം ഉച്ചയ്ക്ക്, പുറത്ത് മാളികയിൽ പലരുടേയും സാന്നിദ്ധ്യത്തിൽ എന്നെ അടുത്തു വിളിച്ച് വർത്തമാനങ്ങൾ ചോദിച്ചു. എന്റെ എല്ലാ വികൃതികളും നല്ലവണ്ണമറിയുന്ന അദ്ദേഹത്തിനോട് ചോദ്യങ്ങൾക്കെല്ലാം ഞാൻ മിതവും വ്യക്തവുമായ ഭാഷയിൽ കൃത്യമായി മറുപടി പറഞ്ഞു. എന്റെ വാക്കും നോക്കും നില്പും ശ്രദ്ധിച്ചിരുന്ന അദ്ദേഹം ഒടുവിൽ താൻ എന്തിനാണ് 'ഭജിക്കുന്ന'തെന്ന് ചോദിച്ചു. അതിന് എനിക്ക പ്പോൾ നാവിൽ വന്നത് 'കവിയാകാനാണ്' എന്നായിരുന്നു.

വലിയ വാത്സല്യത്തോടെ അദ്ദേഹം അതിനപ്പോൾ ആത്മഗതമായി ഇങ്ങനെ മറുപടി പറയുന്നതു കേട്ടു: 'കവിതയുണ്ടാകാൻ ഭജനം നല്ലതു തന്നെ. എന്നാൽ അതുമാത്രം പോര. ജന്മാന്തരസുകൃതം കൂടി വേണം. തന്റെ ഭജനം നടക്കട്ടെ. മതിയെന്ന് തോന്നുംവരെ ഇവിടെ താമസിച്ചോളൂ. ഭജനം കൊണ്ടാണ് കാളിദാസൻ കവിയായത് എന്ന് കേട്ടിട്ടുണ്ട്.' വാസ്തവത്തിൽ എനിക്ക് ഭജനത്തിന് വലിയ താത്പര്യമൊന്നും ഉണ്ടായിരുന്നില്ല.

'കൊട്ടാരത്തിൽ' പട്ടേരിയുടെ മക്കൾക്ക് എന്നെ കാര്യമായിരുന്നു. കാലത്ത് എട്ടുമണിവരെ അമ്പലത്തിലിരുന്ന് ചില തേവാരങ്ങൾ പതിവുണ്ടെ ങ്കിലും എനിക്കതിലൊന്നും അധികം കൂറുണ്ടായിരുന്നില്ല. നാളെ ഞാനെന്തു ചെയ്യും എന്നായിരുന്നു എന്റെ ചിന്ത മുഴുവൻ.

കാക്കശ്ശേരി ഭട്ടതിരിയുടെ കഥ ഞാൻ കേട്ടിട്ടുണ്ട്.

'ഹൃദാകാശേ ചിദാദിത്യ: സദാ ഭാതി നിരന്തരം
ഉദയാസ്തമയൗ ന. സ്ത: കഥം സന്ധ്യാമുപാസ്മഹേ.'

എന്നു ചോദിച്ച് സമുദായപ്രമാണിമാരെ കൊമ്പുകുത്തിച്ച അദ്ദേഹത്തിന് അവസാനം പ്രാണനും കൊണ്ട് നാടു വിടേണ്ടി വന്നു എന്നു കേട്ടിട്ടുണ്ട്.

എന്റെ നാളത്തെ കഥ എന്താകും! പട്ടിണി കിടന്ന് മരിക്കേണ്ടി വരുമോ! ഉള്ളു തുറന്നു സംസാരിക്കാനൊരാളുണ്ടായിരുന്നുവെങ്കിലെത്ര നന്നായിരുന്നു. ഞാനോർക്കാൻ തുടങ്ങി.

ഒരു ദിവസം കാലത്ത് കുളിക്കാൻ അമ്പലക്കുളത്തിലെത്തിയപ്പോൾ നല്ലവണ്ണം പ്രകാശമായിരുന്നു. അതുകൊണ്ട് വലിയ പട്ടേരിയെ കുളത്തിൽ വെച്ച് കാണാൻ കഴിഞ്ഞു. ഞാൻ ചെല്ലുമ്പോൾ അദ്ദേഹം പല്ലുതേയ്ക്കൽ കഴിഞ്ഞ്, കുളത്തിൽ കൽപ്പടകളിൽ കിടന്നിരുന്ന വൃത്തികേടുകൾ പെറുക്കി ക്കളയുകയായിരുന്നു. മറ്റുള്ളവർ വൃത്തികേടാക്കിയ സ്ഥലം ഇദ്ദേഹം

എന്തിനാണിങ്ങനെ വൃത്തിയാക്കുന്നതെന്ന് ആലോചിച്ചുകൊണ്ട് ഞാൻ കുളത്തിലേയ്ക്ക് ഇറങ്ങിയപ്പോൾ എന്നോട് ചിരിച്ചുകൊണ്ടദ്ദേഹം 'ഇന്നെന്താ എണീക്കാൻ വൈകിയോ' എന്നു ചോദിച്ചു.

അതിന്ന് ഞാനദ്ദേഹത്തോട്, 'പത്തറുപതുവയസ്സായ പട്ടേരിയെന്തിനാ മറ്റുള്ളവർ വൃത്തികേടാക്കിയ സ്ഥലം സ്വയം വൃത്തിയാക്കുന്നതെന്നു' ചോദിച്ചു. ഒപ്പം തന്നെ, 'ഇന്ന് ഈ പണി ഞാൻ ചെയ്യാം. നാളെ മുതൽക്ക് ആരെയെങ്കിലും ഏർപ്പാടു ചെയ്യാൻ പട്ടേരിക്ക് വിഷമവുമില്ല.' എന്നു പറഞ്ഞുകൊണ്ട് അദ്ദേഹത്തിനെ സഹായിക്കാൻ തയ്യാറായി ചെന്നു.

'എനിക്കിതൊക്കെ ഒരു സുഖമാണ്. ആരെയെങ്കിലും ഏല്പിക്കാൻ വയ്യാഞ്ഞിട്ടല്ല. താൻ ഏതായാലും എന്നെ സഹായിക്കാനൊന്നും വരേണ്ട' എന്നു വളരെ ലാഘവത്തോടെ ചിരിച്ചുകൊണ്ട് അദ്ദേഹം പറഞ്ഞു. പിറ്റേ ദിവസം മുതൽ ഞാൻ പട്ടേരി വരുന്ന നേരത്തേ കുളിക്കാൻ ചെല്ലൂ എന്നാക്കി.

പട്ടേരിയോട് എനിക്കെന്തെങ്കിലും അപ്പോൾ പറയാൻ പറ്റും. കടവിൽ പല നമ്പൂരിമാരും കുളിക്കാനുണ്ടാവുമെങ്കിലും അവരാരും ആ സമയത്ത് അദ്ദേഹത്തോട് സംസാരിക്കാറില്ല. എന്നോട് അദ്ദേഹത്തിനോ എനിക്ക് അദ്ദേഹത്തോടോ സംസാരിക്കാൻ അപ്പോൾ പ്രതിബന്ധം എന്റെ അജ്ഞത മാത്രമായിരുന്നു.

ഭജനം പതിനാലു ദിവസമാകാറായപ്പോൾ ഒരു ദിവസം ഞാൻ, കുളം വൃത്തിയാക്കുന്ന പട്ടേരിയോട് എനിക്ക് ഒരു കാര്യം പറയാനുണ്ടെന്ന് വിനയത്തോടെ പറഞ്ഞു. അതിന് അദ്ദേഹം 'ഇപ്പൊത്തന്നെ വേണോ, പിന്നെ മതിയോ' എന്ന് ചോദിച്ചു. 'പിന്നെ മതി' എന്നു പറഞ്ഞ ഞാൻ വേഗം കുളിച്ച്, അന്തിമുടിച്ച് അമ്പലത്തിനകത്തേയ്ക്കു ഭജിക്കുവാൻ പോയി.

അന്നുച്ചയ്ക്ക് മറ്റുള്ളവരുമായി സംസാരിച്ചുകൊണ്ടിരുന്ന പട്ടേരിപ്പാടിന്റെ അടുത്തേയ്ക്ക് ഞാൻ പേടിച്ചുകൊണ്ട് ചെന്നു. എന്നെ കണ്ട ഉടൻ അദ്ദേഹം അടുത്തു വിളിച്ച് ഭജനകാര്യം തിരക്കി. എന്നിട്ട് തനിക്ക് എന്താണ് പറയാനുള്ളതെന്ന് ചോദിച്ചു.

അതിന്ന് ഞാനദ്ദേഹത്തോട്, എന്റെ ഭജന കഴിയുകയായെന്നും, ഇനി എന്താണു വേണ്ടതെന്ന് എനിക്കറിയില്ലെന്നും, എനിക്കു വേണ്ടതെന്തെങ്കിലും പറഞ്ഞുതന്ന് സഹായിക്കണമെന്നും താഴ്മയോടെ അപേക്ഷിച്ചു.

വലിയ ശ്രദ്ധാലുവായ പട്ടേരിപ്പാട് എന്നെ സൂക്ഷിച്ചു നോക്കി. എന്തോ ചിന്തിച്ച് ചിരിച്ചുകൊണ്ട്, 'അതൊക്കെ ശരിയാക്കാം. താൻ ഒന്നുകൊണ്ടും വിഷമിക്കേണ്ട. കുറച്ചു ദിവസം കഴിയട്ടെ. താനിവിടെത്തന്നെ താമസിക്കൂ' എന്ന് മറുപടി പറഞ്ഞു.

തൽക്കാലം സമാധാനമായെന്നു പെട്ടെന്നു തോന്നിയെങ്കിലും, അതിനു ശേഷം എന്താണുണ്ടാവുക എന്നാലോചിച്ചപ്പോൾ എനിക്ക് വല്ലാതെ സങ്കടം വന്നു. അതൊന്നും പുറത്തുകാട്ടാതെ കഴിച്ചുവെങ്കിലും, പട്ടേരിപ്പാട് ഇതിന്നിടയ്ക്ക് എന്റെ രുചികൾ വളരെ രഹസ്യമായി നിരീക്ഷിച്ചും അന്വേഷിച്ചും അറിഞ്ഞുകൊണ്ടിരുന്നു.

ഒരു ദിവസം, മുതിർന്നവരിരുന്ന് കഥകളിയെക്കുറിച്ച് സംസാരിക്കുമ്പോൾ ഞാനെന്തോ ഇടയിൽ ചാടിക്കടന്ന് പറഞ്ഞു. അത് പലർക്കും ഇഷ്ടമായില്ലെങ്കിലും പട്ടേരിപ്പാട് പെട്ടെന്ന്, 'മാധവൻ പറഞ്ഞതു ശരിയാണ്' എന്നു പറഞ്ഞുകൊണ്ട് എന്നെ അരികിൽ വിളിച്ച് എന്റെ കഥകളിജ്ഞാനത്തെക്കുറിച്ച് വിസ്തരിച്ച് ചോദിച്ചു.

കിട്ടിയ അവസരം പാഴാക്കാതെ ഞാനെന്റെ കഥകളി വിജ്ഞാനം മുഴുവനും അദ്ദേഹത്തിന്റെ മുൻപിൽ വിളമ്പി. എല്ലാം ശ്രദ്ധയോടെ കേട്ട പട്ടേരിപ്പാട് മറുപടിയൊന്നും അപ്പോൾ പറഞ്ഞില്ല. എന്നാൽ ആ സദസ്സിൽ ഉണ്ടായിരുന്ന പലർക്കും അതു തീരെ പിടിച്ചില്ല. മാത്രമല്ല, എന്നെ ഒരു 'വായാടി' എന്നു വരെ ചിലർ കളിയാക്കുകയും ചെയ്തു.

ദിവസങ്ങൾ നീങ്ങിക്കൊണ്ടിരിക്കെ ഞാൻ ധിക്കാരിയാണെന്ന പ്രസ്താവം പാട്ടായി. കഥകളി പലതവണ കണ്ടിട്ടുണ്ടെങ്കിലും കഥകളിയുടെ സാങ്കേതികതയെക്കുറിച്ച് കാര്യമായിട്ടൊന്നും എനിക്കറിയില്ലായിരുന്നു. ചില പദങ്ങൾ ഞാൻ എങ്ങനെയോ ഓർമ്മ വെച്ചിരുന്നു. പല ശ്ലോകങ്ങളും.

ഒരിക്കൽ കൃമ്മീരവധത്തിലെ ധർമ്മപുത്രരുടെ,

> "മാർഗ്ഗേ തത്ര നഖംപചോഷ്മളരജഃ-
> പുഞ്ജേ ലലാടം തപ-
> ഗ്രീഷ്മോഷ്മദ്യുതിരമ്യകാനനസരോ
> ജാതാം വിലോക്യാദ്യരാൽ
> വാത്യോദ്ധൂളിതധൂളി ജാലമസൃണ
> ഛായാപിധർമ്മാത്മജോ
> മദ്ധ്യാഹ്നേ പരിദൂയമാനഹൃദയ-
> സ്താമബ്രവീൽ ദ്രൗപദീം."

എന്ന ശ്ലോകം ചൊല്ലുകയും പട്ടിയ്ക്കാംതൊടിയുടെ ധർമ്മപുത്രരുടെ മാഹാത്മ്യത്തെക്കുറിച്ച് നമ്പൂതിരിമാരുടെ ഇടയിൽ ഒരു ലഘുപ്രസംഗം നടത്തുകയും ചെയ്തു.

ഇതൊന്നും ഞാൻ വേണമെന്നുവെച്ച് ചെയ്തതല്ല. സന്ദർഭം വന്നപ്പോൾ സ്ഥലകാലൗചിത്യങ്ങൾ മറന്ന്, ചെറുപ്പംകൊണ്ട് എന്തൊക്കെയോ തട്ടിമൂളിച്ചു എന്നു മാത്രം.

എന്നാൽ പട്ടേരിപ്പാട് ഈ പ്രവൃത്തികളെല്ലാം സൂക്ഷ്മദൃഷ്ടിയോടെ ശ്രദ്ധിക്കുന്നുണ്ടായിരുന്നു. ഞാനതറിഞ്ഞത് അനവധി നാൾ കഴിഞ്ഞിട്ടാണ്. ഇതിനിടയ്ക്ക് മൂന്നാലു കഥകളി കാണാൻ എനിക്കവസരം ഉണ്ടായി. കളി മുമ്പും പല തവണ കണ്ടിട്ടുണ്ടെങ്കിലും ഇപ്പോൾ ഞാൻ കൂടുതൽ ശ്രദ്ധിക്കുന്നുണ്ടായിരുന്നു.

ഏതാണ്ട് മാസം ഒന്നു കഴിഞ്ഞപ്പോൾ (എന്റെ പതിന്നാലു ദിവസത്തെ ഭജനം കഴിഞ്ഞ്) ഒരു ദിവസം ഞാൻ പട്ടേരിപ്പാടിനോട് എനിക്ക് കഥകളി പഠിക്കാൻ കലശലായ മോഹമുണ്ടെന്നും അതിന് എന്തെങ്കിലും ഒരു ഉപായം ഉണ്ടാക്കിത്തരണമെന്നും പറഞ്ഞു.

'അപ്പോൾ, തനിക്ക് കവിയാകണ്ടേ' എന്ന് പട്ടേരിപ്പാട് വലിയ ഉത്തരവാദിത്വത്തോടെ എന്നോടു ചോദിച്ചു.

'കവിയാകണമെന്നുണ്ട്. എന്നാൽ അതിന് മുജ്ജന്മവാസന വേണം. എല്ലാത്തിനും പുറമെ നല്ല പഠിപ്പും വേണം. ഒന്നും പഠിക്കാത്ത ഞാൻ കവിയാകുന്നത് വിഷമമുള്ള കാര്യമാകും എന്നാണ് എനിക്കു തോന്നുന്നത്. കഥകളി വേഷം അങ്ങനെയല്ല. അഭ്യസിച്ചുണ്ടാക്കാൻ പറ്റുമെന്നാണ് എന്റെ പക്ഷം.' ഞാൻ പറഞ്ഞുനിർത്തി.

നല്ലവണ്ണം ശ്രദ്ധിച്ചു കേട്ടിരുന്ന അദ്ദേഹം മറ്റു പലരുമായി, ഇതിനിടയ്ക്ക് എന്നെക്കുറിച്ചു സംസാരിച്ചതായി ഞാൻ അറിഞ്ഞിരുന്നു. അതുകൊണ്ടുതന്നെ

കഥകളിവേഷക്കാരനാകാനുള്ള എന്റെ കമ്പം പൂർവ്വാധികം കത്തിജ്ജ്വലിക്കാനും തുടങ്ങി.

നാലഞ്ചുദിവസം കഴിഞ്ഞപ്പോൾ പട്ടേരിപ്പാട് എന്നെ ഒറ്റയ്ക്കു വിളിച്ചു. 'എന്താ തനിക്കു കഥകളി പഠിക്കണമെന്നുണ്ടോ' എന്നു ചോദിച്ചു.

ഉടൻതന്നെ ഞാൻ, 'വേണം' എന്ന് അദ്ദേഹത്തോട് ഉറപ്പിച്ചു പറഞ്ഞു. ദിവസങ്ങൾ നീങ്ങി. ഏതാണ്ടൊരാഴ്ച തന്നെ.

പെട്ടെന്നൊരു ദിവസം രാവിലെ കുളിക്കുമ്പോൾ, 'തനിക്ക് ഒറ്റയ്ക്ക് കലാമണ്ഡലം വരെ പോകാൻ പറ്റുമോ' എന്നു പട്ടേരിപ്പാട് ചോദിച്ചു.

വണ്ടിയിൽ തനിച്ചു സഞ്ചരിച്ചിട്ടുണ്ടെന്നും, പോകാമെന്നും, വണ്ടിക്ക് ടിക്കറ്റ് വാങ്ങാൻ കയ്യിൽ കാശില്ല എന്നും വിനയത്തോടെ ഞാൻ പറഞ്ഞു.

വെങ്കിച്ചസ്വാമിക്കൊരു കത്തും അഞ്ചുറുപ്പികയും തന്നിട്ട് പട്ടേരിപ്പാട് എന്നോട് കലാമണ്ഡലത്തിൽ ചെന്ന് സ്വാമിയെക്കണ്ട് കത്തുകൊടുക്കാൻ പറഞ്ഞ് യാത്രയാക്കി.

പിറ്റേദിവസം തന്നെ, ഉച്ചതിരിഞ്ഞപ്പോഴേയ്ക്കും ഞാൻ ചെറുതുരുത്തിയിലെ കലാമണ്ഡലത്തിൽ എത്തി വെങ്കിച്ചസ്വാമിക്ക് കത്തു കൊടുത്തു.

അപ്പോൾ സ്വാമി എന്നോട് ഊണുകഴിച്ചോ എന്നു ചോദിച്ചു. ഉവ്വ് എന്നു മറുപടി പറഞ്ഞ എന്നെയും കൊണ്ട് സ്വാമി, മഹാകവി വള്ളത്തോളിനെ കാണാൻ ഉടൻതന്നെ പുറപ്പെട്ടു. സമയം ഏതാണ്ട് മൂന്നുമൂന്നരമണി. വള്ളത്തോൾ ഉച്ചവിശ്രമത്തിലായിരുന്നു. സ്വാമി വന്ന വിവരം അറിഞ്ഞ വള്ളത്തോൾ ഉറക്കമുപേക്ഷിച്ച് താഴത്തേയ്ക്ക് ഇറങ്ങിവന്ന് വരാന്തയിൽ ഇരിക്കുന്ന വെങ്കിച്ചസ്വാമിയുടെ മുമ്പിലായിരുന്ന് കുശലപ്രശ്നം തുടങ്ങി.

പട്ടേരിപ്പാടിന്റെ കത്ത് വെങ്കിച്ചസ്വാമി അപ്പോൾ വള്ളത്തോളിന്റെ കയ്യിൽ കൊടുത്ത് വായിക്കാനപേക്ഷിച്ചു. കത്തു വായിച്ചു നോക്കിയ വള്ളത്തോൾ ലേശം ചിന്തിച്ചശേഷം, കഥകളി മുദ്രയിൽ എന്തൊക്കെയോ സ്വാമിയോടു സംസാരിച്ചു. സ്വാമിയും വള്ളത്തോളിനോട് മറുപടി പറഞ്ഞിരുന്നത് കഥകളി മുദ്രയിൽത്തന്നെയായിരുന്നു.

പന്തം കണ്ട പെരുച്ചാഴിയെപ്പോലെ, ആജാനുബാഹുവായ വള്ളത്തോളിനെ നോക്കി തെല്ലു മാറിനിന്നിരുന്ന എനിക്ക് വള്ളത്തോളിന് ചെവി കേൾക്കില്ലെന്ന് തീരെ അറിയില്ലായിരുന്നു.

അവസാനം സ്വാമി എന്നെ വിളിച്ച് വള്ളത്തോളിന്റെ മുമ്പിൽ നിർത്തി.

മഹാകവി എന്നെ അടിമുതൽ മുടി വരെ നല്ലവണ്ണം രണ്ടുമൂന്നു തവണ നോക്കി. എന്നിട്ട് സ്വാമിയോട് മുദ്രയിലെന്തോ പറഞ്ഞു.

കുറച്ചു മാറിനിൽക്കാൻ സ്വാമി എന്നോടു പറഞ്ഞപ്പോൾ ഞാൻ ഇറയത്തിന്റെ കല്പടകളിലേയ്ക്ക് മാറി നിന്നു.

ചിന്താധീനനായ വള്ളത്തോൾ അപ്പോൾ വരാന്തയിൽ നാലഞ്ചുവട്ടം അങ്ങോട്ടുമിങ്ങോട്ടും നടന്നു. എന്നിട്ട് സ്വാമിയോട്, 'കുട്ടിക്ക് കണ്ണു പോരാ' എന്ന് കഥകളിമുദ്രയിൽ പറഞ്ഞ് മുകളിലേയ്ക്ക് വീണ്ടും വിശ്രമിക്കാനായി പോവുകയും ചെയ്തു.

അവിടെനിന്ന് എഴുന്നേറ്റ് എന്റെ അടുക്കൽ വന്ന സ്വാമി, 'വള്ളത്തോൾ കണ്ണുപോരാ എന്നാണ് പറഞ്ഞത്. അതുകൊണ്ട്, വേഷത്തിന് കലാമണ്ഡലത്തിൽ ചേരാൻ വിഷമമാകും. ഇനിയെന്താണ് വേണ്ടത്?' എന്നു ചോദിച്ചു.

വള്ളത്തോളിനോട് എനിക്ക് കലശലായ ദേഷ്യം തോന്നിയെങ്കിലും ഞാനതൊന്നും പുറത്തുകാട്ടാതെ സ്വാമിയൊന്നിച്ച് റോട്ടിലേയ്ക്കിറങ്ങി.

സമയം ഏതാണ്ട് നാലുമണിയായിക്കാണും. പെരുവഴിയിലായ എന്നോട് സ്വാമി, 'ഇന്ന് മടങ്ങാൻ വണ്ടിയില്ല. നാളെ പോയാൽ മതി' എന്നു പറഞ്ഞു. ഒപ്പം തന്നെ, എന്തോ ഓർത്തുകൊണ്ട് വണ്ടിക്കാവശ്യമായ പണം കയ്യിലുണ്ടോ എന്ന് ചോദിച്ചു.

പണം പട്ടേരിപ്പാട് തന്നിട്ടുണ്ടെന്നും, ഇന്ന് എവിടെയാണ് താമസിക്കേണ്ട തെന്നും സ്വാമിയോട് ഞാൻ വീണ്ടും ചോദിച്ചപ്പോൾ, പരമകാരുണികനായ വെങ്കിച്ചസ്വാമി, കഷ്ടി രണ്ടു ഫർലോങ്ങ് ദൂരെയുള്ള തിരുവില്ലാക്കാട്ടുമനയി ലേക്കുള്ള വഴി പറഞ്ഞു തരികയും, അന്ന് അവിടെ താമസിച്ച് പിറ്റേന്ന് മടങ്ങി യാൽ മതി എന്ന് പറയുകയും ചെയ്തു.

സ്വാമിയോട് യാത്ര പറഞ്ഞ് പിരിയുമ്പോൾ അദ്ദേഹം പട്ടേരിപ്പാടിന് ഒരു കുറിപ്പെഴുതി, 'ഇതു പട്ടേരിപ്പാടിനു കൊടുത്തേയ്ക്കൂ' എന്നു പറഞ്ഞ് തന്നു. ഞാനതു വാങ്ങി തിരുവില്ലാക്കാട്ടു മനയ്ക്കലേയ്ക്ക് പോവുകയും ചെയ്തു.

ഒന്നു രണ്ട് ആളുകളോട് വഴി ചോദിച്ച് അറിഞ്ഞ ഞാൻ കഷ്ടിച്ച് അര മണിക്കൂറിനുള്ളിൽ തിരുവില്ലാക്കാട്ടുമനയ്ക്കലേയ്ക്കെത്തി.

അഞ്ചാറു നാഴിക പകലുള്ളപ്പോൾ തെക്കുനിന്ന് ഒരു നമ്പൂതിരിക്കുട്ടി വന്നു കേറിയതുകൊണ്ട് അവരെല്ലാം അദ്ഭുതത്തോടെ എന്റെ ചുറ്റും കൂടി ഓരോന്നു ചോദിക്കാൻ തുടങ്ങി. ഞാൻ എല്ലാ വിവരങ്ങളും നല്ലവണ്ണം പറഞ്ഞ് മനസ്സിലാക്കി. വള്ളത്തോൾ കഥകളി മുദ്രയിലാണ് സംസാരിച്ചതെന്നു പറഞ്ഞ പ്പോൾ അദ്ദേഹത്തിന് ചെവി കേൾക്കില്ലെന്ന് അവർ പറഞ്ഞു. എന്നാൽ മനു ഷ്യർക്കാവശ്യമായ സംസാരം പോലും കഥകളിമുദ്ര കൊണ്ട് സാധിക്കാ മെന്നത് എനിക്ക് പുതിയ ഒരു അറിവായിരുന്നു.

സന്ധ്യയോടെ, അവിടെയുള്ള ചെറുപ്പക്കാരായ ഉണ്ണിനമ്പൂതിരിമാരൊ ന്നിച്ച് കുളത്തിൽപോയി ഞാൻ നല്ലവണ്ണം എണ്ണതേച്ചുകുളിച്ചു. കുളികഴിഞ്ഞു വന്ന എനിക്ക് ഈറൻ മാറ്റാൻ വേണ്ടത് അവർ തന്നു. എന്റെ പ്രായത്തി ലുള്ള ഒരുണ്ണിനമ്പൂതിരി കണ്ണാടി നോക്കി തലമുടി ചീകുന്നതു കണ്ടപ്പോൾ എനിക്കല്പം അസൂയതന്നെ അയാളോടു തോന്നി.

ഊണു കഴിക്കാനിരിക്കുമ്പോൾ വർത്തമാനത്തിനിടയ്ക്ക് കുറൂർ ഉണ്ണി നമ്പൂതിരിപ്പാടിനെപ്പറ്റിയും യോഗക്ഷേമസഭയെപ്പറ്റിയും ഒക്കെ ഞാൻ നല്ലവണ്ണം വാചാലനായി. എല്ലാം കേട്ടുകൊണ്ട് അപ്പുറത്തുണ്ടായിരുന്ന സാക്ഷാൽ കുറൂർ ഉണ്ണിനമ്പൂതിരിപ്പാടിന്റെ മൂത്തമകൾ ഞങ്ങളുണ്ണുന്ന ദിക്കിലേയ്ക്ക്, അവരുടെ ഭർത്താവിന് വിളമ്പാനായി പെട്ടെന്ന് കടന്നുവന്നു. അപ്പോഴാണ് ഞാൻ 'തിരുവില്ലാക്കാട്' എന്ന് കേട്ടിട്ടില്ലെന്നും 'കാട്ടി'ലെന്ന് ധാരാളം കേട്ടിട്ടു ണ്ടെന്നും, സാക്ഷാൽ കുറൂർ ഉണ്ണിനമ്പൂതിരിപ്പാടിന്റെ മൂത്തമകളെ വിവാഹം ചെയ്തിട്ടുള്ളത് ഒരു 'കാട്ടി'ൽ നമ്പൂതിരിയാണെന്നും ഒക്കെ വിളമ്പിയത്.

എല്ലാം കേട്ടുകൊണ്ടിരുന്ന ആ അന്തർജ്ജനം ഏതാണ്ടെന്റെ അമ്മയുടെ പ്രായമുള്ള ഒരു സ്ത്രീ ആയിരുന്നു. എന്റെ ഒപ്പം ഉണ്ടായിരുന്നത് അവരുടെ ഭർത്താവും ആയിരുന്നു. കാര്യങ്ങളെല്ലാം വിശദമായറിഞ്ഞപ്പോൾ എനിക്ക് ഉത്സാഹമായി. മാത്രമല്ല സമപ്രായക്കാരുടെ മുൻപിൽ ഞാനൊരു 'ഹീറോ' പോലും ആയി. രാത്രി വളരെ വൈകും വരെ ഞങ്ങൾ പല കഥകളും പറഞ്ഞു

കിടന്നു. ഉറങ്ങിയത് വളരെ വൈകിയായതുകൊണ്ട് പിറ്റേന്ന് ഉണരാൻ വൈകി. ഉടൻ തന്നെ ഞാൻ ധിറുതി പിടിച്ച് ഷൊർണ്ണൂർക്ക് വണ്ടിക്കായി ഓടി. ടിക്കറ്റു വാങ്ങി, ചോദിച്ചറിഞ്ഞ് വണ്ടി കയറിയപ്പോഴേയ്ക്കും അത് കൂകിക്കൊണ്ട് പുറപ്പെട്ടു കഴിഞ്ഞിരുന്നു. എന്നാലും വണ്ടി കിട്ടിയല്ലോ എന്നു ഞാൻ സമാധാനിച്ചു.

തൃശ്ശൂരിൽ തീവണ്ടി ഏറെ നേരം നിന്നു. അപ്പോൾ തിന്നാൻ കൊണ്ടു വരുന്നവരിൽ നിന്ന് പലരും ചായയും പലഹാരങ്ങളും വാങ്ങിക്കഴിക്കുന്നത് ഞാൻ കണ്ടു. കാപ്പി കുടിച്ചാൽ പണം പോരാതെ വരുമോ എന്നു പേടിച്ച് ആദ്യം ഞാൻ എല്ലാം നോക്കിയിരുന്നതേയുള്ളൂ. മറ്റുള്ളവർ പണം കൊടുക്കുന്നതുകണ്ടപ്പോൾ എനിക്ക് നല്ല ധൈര്യം വന്നു. എന്റെ കയ്യിൽ കാപ്പികുടിക്കാൻ വേണ്ടതിലധികം പണമുണ്ടായിരുന്നു. നല്ല വിശപ്പുണ്ടായിരുന്നതു കൊണ്ട് കൊണ്ടുവന്ന പലഹാരങ്ങൾ പലതും ഞാൻ വാങ്ങിത്തിന്നു. കാപ്പിയും കുടിച്ചു. എല്ലാം കഴിഞ്ഞിട്ടും എന്റെ കയ്യിൽ കാശ് ഒരുപാട് ബാക്കി! അതെനിക്ക് സമാധാനവും സന്തോഷവും ഉണ്ടാക്കി.

വണ്ടിയോടുമ്പോൾ ചവിട്ടുപടിയിൽ നിൽക്കുക എന്റെ ഒരു സാഹസ വിനോദമായിരുന്നു. അങ്ങനെ നിൽക്കരുതെന്ന് യാത്രക്കാരിൽ ചിലർ പറഞ്ഞെങ്കിലും ഞാനതൊന്നും ശ്രദ്ധിച്ചില്ല. അതിനു കാരണം വേറെ പലരും അങ്ങനെ നിൽക്കുന്നുണ്ടായിരുന്നുവെന്നതാണ്. തിരക്കുകൂടാതെ ചവിട്ടുപടിയിൽ നിന്ന് കാറ്റുകൊള്ളാൻ ബഹുരസമായിരുന്നു.

ചൊവ്വര വണ്ടിയിറങ്ങിയപ്പോൾ എനിക്ക് തീരെ സമാധാനമില്ലാതായി. എന്റെ ഭാവിയുടെ അനിശ്ചിതത്വം തന്നെയാണ് അതിനു കാരണം. എന്നാലും പട്ടേരിപ്പാടിനെക്കണ്ട് വിവരങ്ങൾ പറയാതെ വയ്യ. വെങ്കച്ചസ്വാമി തന്ന കത്ത് കൊടുക്കുകയും വേണം.

അന്ന്, ധാരാളം സമയമുണ്ടായിരുന്നതുകൊണ്ട് ഞാൻ നേരിട്ടു ചെന്നത് പട്ടേരിപ്പാടിന്റെ മക്കളുടെ സ്ഥലത്തേയ്ക്കാണ്. ചെന്നു കയറിയതും ആളുകളെല്ലാവരുംകൂടി എന്നെ പൊതിഞ്ഞതും ഒപ്പം കഴിഞ്ഞു. എല്ലാവർക്കും അറിയേണ്ടത് എന്റെ തീവണ്ടിയാത്രയെക്കുറിച്ചാണ്. ചിലർക്ക് തിരുവില്ലാക്കാട്ടു മനയ്ക്കലെ വിശേഷങ്ങളും. ഇനി ചിലർക്ക് കലാമണ്ഡലത്തിൽ പോയതും വെങ്കിച്ചസ്വാമിയെക്കണ്ടതും വള്ളത്തോളായിട്ടുണ്ടായ കൂടിക്കാഴ്ചയുമൊക്കെയാണ് അറിയേണ്ടിയിരുന്നത്. ഞാനെല്ലാവരോടും എന്നാലാകും വിധം പൊടിപ്പും തൊങ്ങലും വെച്ച് മനോധർമ്മം ധാരാളം തട്ടിവിട്ടു. പറഞ്ഞുകഴിഞ്ഞപ്പോൾ എനിക്ക് കേൾവിക്കാരോട് ലേശം സഹതാപവും തോന്നുകയുമുണ്ടായി. മിക്കതും കല്ലുവെച്ച നുണയായിരുന്നു ഞാൻ പറഞ്ഞത്. അവയെല്ലാം വിശ്വസിക്കുന്ന കഥാകുതുകികളാണ് ചോദ്യകർത്താക്കളിൽ പലരുമെന്നത് എനിക്കു പുതിയ അറിവായിരുന്നു.

കഥകൾ പറഞ്ഞിരുന്ന് നേരം സന്ധ്യയായത് അറിഞ്ഞില്ല. അപ്പോഴേയ്ക്കും കൊട്ടാരത്തിലേയ്ക്ക് പലരും വരാൻ തുടങ്ങി. അതിൽ പറയരും പുലയരും തട്ടാനും, തണ്ടാനും, ക്രിസ്ത്യാനിയും, മുസൽമാനും തുടങ്ങി നാനാ ജാതിക്കാർ ഉണ്ടായിരുന്നു. സംഗതിയെന്താണെന്നറിയാതെ പോകാൻ പുറപ്പെട്ട എന്നോട് പട്ടേരിപ്പാടിന്റെ മക്കളിൽ മൂത്ത ആൾ, 'താനിന്ന് ഇല്ലത്തേയ്ക്ക് പോണ്ട. കാപ്പിയും പലഹാരങ്ങളും ഇവിടെ ധാരാളം ഉണ്ടാക്കണം. അടുക്കളയിൽ ചെന്ന് സഹായത്തിന് കൂടിക്കോളൂ. അച്ഛനെ നാളെ കണ്ടാൽ പോരായ്കയൊന്നുമില്ല' എന്നു പറഞ്ഞു. എനിക്ക് യാത്രാക്ഷീണം നല്ലവണ്ണം

ഉണ്ടായിരുന്നുവെങ്കിലും ഞാനത് സമ്മതിച്ചു. അപ്പോൾതന്നെ, തൽക്കാലം ഉണ്ടാക്കിയ അടുക്കളയിലേയ്ക്കു പോവുകയും ചെയ്തു.

ആരൊക്കെയാണ് അന്നവിടെ വന്നുപോയതെന്നോ, എന്താണവർ പറഞ്ഞതെന്നോ, എന്തിനെക്കുറിച്ചുള്ള മീറ്റിങ്ങായിരുന്നുവെന്നോ ഒന്നും എനിക്ക് അറിയാൻ കഴിഞ്ഞിരുന്നില്ല. കാരണം അടുക്കളയിൽ പിടിപ്പത് പണിയുണ്ടായിരുന്നു. ഏതാണ്ട് പാതിര ആയപ്പോഴേയ്ക്കും, എല്ലാം കഴിഞ്ഞ് ആളുകൾ പിരിഞ്ഞുപോയി. എന്നാലന്ന് അവിടെയുണ്ടായത് കമ്മ്യൂണിസ്റ്റ്പാർട്ടിയുടെ ഒരു മീറ്റിങ്ങായിരുന്നുവെന്നും ലേശം രഹസ്യസ്വഭാവമുള്ള കാര്യങ്ങളായിരുന്നതുകൊണ്ട് വന്നവർക്കുപോലും വ്യക്തമായിട്ട് ധരിക്കാൻ കഴിഞ്ഞിരുന്നില്ലെന്നും പിന്നീട് ഞാൻ അറിയുകയുണ്ടായി. പട്ടേരിപ്പാടിന്റെ മക്കളായ കുഞ്ഞുണ്ണിഭട്ടതിരിയും പരമേശ്വരൻഭട്ടതിരിയും വലിയ കമ്മ്യൂണിസ്റ്റുകാരായിരുന്നു. പണി അടുക്കളയിലായിരുന്നുവെങ്കിലും ഊണുണ്ടായിരുന്നില്ല. എന്നാൽ പലഹാരങ്ങൾ പലതും വയറു നിറയെ തിന്നു. കാപ്പിയും കുടിച്ചു. എല്ലാം കഴിഞ്ഞപ്പോഴേയ്ക്കും എനിക്ക് ഉറക്കം വന്നിട്ടു വയ്യാതായി. അതുകൊണ്ട് അവിടെ ഇറയത്തൊരു കിടക്കയിൽ കിടന്ന് ഞാൻ ഉറങ്ങി. ഉണർന്നതാവട്ടെ പിറ്റേദിവസം കാലത്ത് എട്ടുമണിക്കും.

ഉണർന്നപ്പോൾ ചായ കിട്ടി. അതു കുടിച്ച് പ്രാഥമിക ആവശ്യങ്ങൾ നിറവേറ്റിക്കഴിഞ്ഞപ്പോൾ പരമേശ്വരൻ പട്ടേരി 'താനിന്നലെ ഇവിടെ എത്തിയതായി ഇല്ലത്തുചെന്ന് അച്ഛനോട് പറയരുത്' എന്നു പറഞ്ഞു. അതുകൊണ്ട് വണ്ടിയുടെ നേരം കഴിഞ്ഞിട്ട് ഇല്ലത്തേയ്ക്ക് പോയാൽ മതിയെന്നു കൂട്ടിച്ചേർത്തു.

'അപ്പോൾ എനിക്കുണ്ണണ്ടേ' എന്നായി ഞാൻ.

'അതിന്ന് മാർഗ്ഗമുണ്ട്. ഇവിടെ ഒരാളുണ്ടെന്ന് പറഞ്ഞ്, ഇല്ലത്തുനിന്ന് ഞങ്ങൾ ഊണു കഴിഞ്ഞ് വരുമ്പോൾ പകർച്ച കൊണ്ടുവരാം. എന്നിട്ടുണ്ടാൽ മതി താൻ' അദ്ദേഹം പറഞ്ഞുനിർത്തി.

ഏതാണ്ട് നാലുമണിയായതോടെ വണ്ടിയിറങ്ങി വരുന്ന നാട്യത്തിൽ ഞാൻ പട്ടേരിപ്പാടിന്റെ അടുത്തുചെന്നു. നുണ പറയാൻ നല്ല ഭയമുണ്ടായിരുന്നുവെങ്കിലും തൽക്കാലം ഞാൻ എല്ലാം ഭംഗിയായി അഭിനയിച്ചു.

എന്നാലെനിക്ക് പട്ടേരിപ്പാടിനോട് നുണ പറയേണ്ടിവന്നില്ല. അതിന്നു കാരണം അദ്ദേഹം അത്തരം കാര്യങ്ങളൊന്നും ചോദിച്ചില്ലെന്നതാണ്. വെങ്കിച്ചസ്വാമിയുടെ കത്തുവായിച്ച പട്ടേരിപ്പാട് ഒന്നും തന്നെ എന്നോടു പറഞ്ഞില്ല. കത്തിലെന്താകുമെന്ന് എനിക്ക് ഊഹിക്കാവുന്നതേയുള്ളൂ. എന്നാൽ പട്ടേരിപ്പാട് എന്തായിരിക്കും പറയുക എന്ന് എനിക്കറിയേണ്ടിയിരുന്നു. പക്ഷേ അദ്ദേഹം കത്തുവായിച്ചതല്ലാതെ അതിനെക്കുറിച്ചൊന്നും പറഞ്ഞില്ല. എന്നോട് അധികം വിവരങ്ങൾ ചോദിച്ചതുമില്ല.

ഒന്നു രണ്ടു ദിവസം കഴിഞ്ഞപ്പോൾ കാലത്തു കുളക്കടവിൽ വെച്ച് ഞാനദ്ദേഹത്തോട്, എനിക്ക് കഥകളി അഭ്യസിക്കണമെന്നും അതിനു പട്ടേരിപ്പാടുതന്നെ എന്തെങ്കിലും ഉപായം കണ്ടെത്തണമെന്നും, പട്ടേരിപ്പാട് എന്നെ ഉപേക്ഷിച്ചാൽ ഞാൻ ആത്മഹത്യ ചെയ്യുമെന്നും തുറന്നു പറഞ്ഞു. എല്ലാം ശ്രദ്ധിച്ചുകേട്ട അദ്ദേഹം, 'താൻ അങ്ങനെ വാശിപിടിക്കാൻ വരട്ടെ; എന്തെങ്കിലും മാർഗ്ഗമുണ്ടാകാതെ വരില്ല.' എന്നുപറഞ്ഞ് എന്നെ സമാധാനിപ്പിച്ചു. 'താനിപ്പോൾ തിരക്കിട്ട് എങ്ങോട്ടും പോകണ്ട, ഞാനൊന്ന് ആലോചിക്കട്ടേ' എന്ന് അദ്ദേഹം കൂട്ടിച്ചേർത്തു.

ദയ എന്ന ഭാവത്തിന്റെ അവതാരമായിരുന്ന പട്ടേരിപ്പാടിന് എന്നെ ഉപേക്ഷിക്കാൻ പറ്റില്ല എന്നുറപ്പുണ്ടായിരുന്നതുകൊണ്ടാണ് ഞാനപ്പോൾ അങ്ങനെ വാശി പിടിച്ചത്. എന്റെ ഉറപ്പ് അസ്ഥാനത്തായിരുന്നില്ല എന്ന് ഒരാഴ്ചയ്ക്കുള്ളിൽ അദ്ദേഹം ബോദ്ധ്യപ്പെടുത്തുകയും ചെയ്തു.

വെള്ളിനേഴിയിൽ

വൈവിദ്ധ്യം ഒട്ടുംതന്നെയില്ലാത്ത ദിവസങ്ങൾ. അവ പലതും കടന്നുപോയി. എനിക്കൊന്നിനും താത്പര്യമില്ലാതായി. പട്ടേരിപ്പാട് എന്തു പറയുമെന്നാണ് ഭയം. ഭയമെന്നു വച്ചാൽ അത് ശരിക്കും ഭയമായിരുന്നോ? അറിയില്ല! ആകപ്പാടെ ഒന്നിനും ഉത്സാഹമില്ലാത്ത ഒരു മട്ട്!

ഇതിന്നിടയ്ക്ക് ഇല്ലത്തുനിന്നും അപ്ഫൻ അവിടെ വരികയുണ്ടായി. എന്നോട് കാര്യമൊന്നും പറഞ്ഞില്ല. വടക്കോട്ടു പോകുന്നുണ്ടെങ്കിൽ ഞങ്ങളുടെ മൂലകുടുംബമായ ചെത്തല്ലൂരിൽ ഒന്നു പോകണമെന്ന് അദ്ദേഹം പറഞ്ഞു. അവിടെയുള്ള 'എടമന' എന്നും 'മുണ്ടപ്പട്ടേരി' എന്നും പേരായ കുടുംബങ്ങളിൽനിന്നുള്ള ഒരു ചെറുപ്പക്കാരനാണല്ലോ പണ്ട് പാലൂർ മനയ്ക്കൽ 'സർവ്വസ്വ ദാന'മായി വേളി കഴിച്ചത്. ഇന്നുള്ള പാലൂർ കുടുംബം അങ്ങിനെയാണ് കുറ്റിയറ്റുപോകാതെ നിലനിൽക്കുന്നത്!

അപ്ഫൻ പറഞ്ഞതിന്റെ അർത്ഥം അപ്പോൾ എനിക്കൊട്ടും മനസ്സിലായില്ല. എന്നിട്ടും ഞാനെന്തെല്ലാമോ ആശിച്ചു. സംശയിച്ചു! അപ്ഫനെന്താണിങ്ങനെ വടക്കോട്ടു പോകുന്നതിനെക്കുറിച്ച് സംസാരിക്കാൻ! ഒന്നും വ്യക്തമായി അദ്ദേഹം പറഞ്ഞില്ല. ഞാൻ ചോദിച്ചതുമില്ല.

അന്ന് സുമാർ പകൽ നാലുമണി സമയം! വിശിഷ്ടമായ കുറെ മാമ്പഴം പട്ടേരിപ്പാടിന് ആരോ കാഴ്ചവെച്ച് മടങ്ങി. അയാൾ ആരായിരുന്നുവെന്നും, മാമ്പഴം കാഴ്ചവെച്ചതിന്റെ ഉദ്ദേശ്യം എന്തായിരുന്നുവെന്നും എനിക്ക് ഇന്നും അറിയില്ല. മാമ്പഴം കണ്ട ചിലർ അത് പൂണ്ടുതിന്നാൻ താത്പര്യം പ്രകടിപ്പിച്ചിട്ടുണ്ടാകണം. പട്ടേരിപ്പാട്, അതുകൊണ്ടാകാം അപ്പോൾതന്നെ അതിൽ പാതി അകത്തുകൊടുക്കാനും, ബാക്കി പൂളാനും പറഞ്ഞത്. അകത്ത് കൊടുക്കാൻ പറഞ്ഞത് സ്ത്രീകൾക്കുള്ളതാണ്. രണ്ടുമൂന്നു പേർ മാമ്പഴം കഴുകി പിശ്ശാംകത്തി എടുത്ത് പൂളാൻ തുടങ്ങി. വലിയൊരു നാക്കിലയിൽ മാമ്പഴം പൂളിയത് തയ്യാറായപ്പോൾ 'ഇതു കാണാനല്ല പൂളാൻ പറഞ്ഞത്. എല്ലാവർക്കും എടുക്കാം. നല്ല വർഗ്ഗമാണെന്നു തോന്നുന്നു' എന്നു പറഞ്ഞുകൊണ്ട് പട്ടേരിപ്പാടും പലരുടെയും കൂട്ടത്തിൽ ഒന്നു രണ്ടു പൂളു തിന്നു. മാമ്പഴം കഴിച്ച് കുലുക്കുഴിഞ്ഞ പട്ടേരിപ്പാട് എന്നോട് 'താൻ മാമ്പഴം തിന്നില്ലേ' എന്നു ചോദിച്ചുകൊണ്ട് മുറുക്കാൻ തുടങ്ങി. 'മാങ്ങ ഒന്നാംതരമാണ്. അഞ്ചാറു പൂള് ഞാനും തിന്നു' എന്നു ചിരിച്ചുകൊണ്ട് അദ്ദേഹത്തോട് ഞാൻ മറുപടി പറഞ്ഞു.

ഇതിനിടയ്ക്ക് തീരെ താത്പര്യമില്ലാത്ത മട്ടിൽ പട്ടേരിപ്പാട് 'തനിക്ക് കഥകളിക്കമ്പം എങ്ങനെയുണ്ടിപ്പോൾ' എന്നു ചോദിച്ചു.

കഥകളി 'കമ്പമല്ല' എനിക്ക് എന്ന് അല്പം പരിഭവത്തോടെ മറുപടി പറഞ്ഞ എന്നോട് 'അപ്പോൾ താനൊരു വേഷക്കാരനാകാൻ തീർച്ചയാക്കിയോ?' എന്ന്

പട്ടേരിപ്പാട് വീണ്ടും ചോദിച്ചു. 'ഉവ്വ്' എന്നുറപ്പിച്ചു പറഞ്ഞ എന്നെ അദ്ദേഹം അത്യന്തം വാത്സല്യത്തോടെ അടുത്ത് വിളിച്ച് ഒരു കത്തും അഞ്ചുരൂപയും തന്നിട്ട് 'വെള്ളിനേഴിയിൽ ഒളപ്പമണ്ണമനവരെ ഒന്നു പോയി നോക്കൂ'എന്ന് പറഞ്ഞു. വിനയപൂർവ്വം ഞാനവ വാങ്ങിച്ചുകൊണ്ട്, എപ്പോഴാണ് പോകേണ്ട തെന്നു ചോദിച്ചു. അദ്ദേഹം അപ്പോൾ 'അതൊക്കെ താൻ തീർച്ചയാക്കിയാൽ മതി' എന്നായി! 'നാളെത്തന്നെ ഞാൻ പോട്ടെ' എന്നു ചോദിച്ചപ്പോൾ അദ്ദേഹം 'ശരി, ഒക്കെ നന്നായി വരും' എന്ന് പറഞ്ഞുകൊണ്ട് ചിന്താധീനനായി!

എനിക്കപ്പോൾ ഏതാണ്ടൊരു നിധി കിട്ടിയ നിലയിലായിരുന്നു. എന്റെ സന്തോഷം ആരോടെങ്കിലും പറയണം. നേരെ, പട്ടേരിപ്പാടിന്റെ മക്കൾ താമ സിക്കുന്ന 'കൊട്ടാര'മെന്ന വീട്ടിലേയ്ക്കാണ് ഞാൻ ഓടിച്ചെന്നത്. എന്താഡൊ താനിങ്ങനെ കിതയ്ക്കണെ? എന്ന് ചോദിച്ചുകൊണ്ട് എന്നോട് കുഞ്ഞുണ്ണി പ്പട്ടേരി ഒരു കസേരയിലിരിക്കാൻ പറഞ്ഞു. ഞാൻ അദ്ദേഹത്തോട് കവറൊ ട്ടിക്കാതെ തന്ന ആ കത്തും അഞ്ചുറുപ്പികയും മുന്നിൽ വെച്ചുകൊണ്ട് 'ഇത് വലിയപട്ടേരി തന്നതാണ്, നാളെ ഞാനിതുംകൊണ്ട് വടക്കോട്ട് പോകും, വെള്ളി നേഴിയിൽ ഒളപ്പമണ്ണ മനയ്ക്കലേയ്ക്ക്'എന്നു പറഞ്ഞു. 'അച്ഛന്റെ കത്ത് എന്താണെന്ന് ഞാനൊന്ന് നോക്കട്ടെ' എന്ന് പറഞ്ഞുകൊണ്ട് കുഞ്ഞുണ്ണി പ്പട്ടേരി ആ കത്ത് നല്ലവണ്ണം സൂക്ഷിച്ചുവായിച്ചുനോക്കി. എന്നിട്ട് കവറിൽ ത്തന്നെയിട്ട് ലേശം പശവെച്ച് മടക്കിത്തന്ന് 'നാളെത്തന്നെ പൊക്കോളൂ. കത്തു പോകാതെ സൂക്ഷിക്കണം, ഒക്കെ ശരിയാകും' എന്ന് പറഞ്ഞുകൊണ്ട് വലിയ സന്തോഷത്തോടെ എന്നെ നോക്കി നല്ലവണ്ണം ചിരിച്ചു.

പിറ്റെ ദിവസം മാത്രമേ വണ്ടിയുള്ളൂ. അതുകൊണ്ട് ഞാനന്നു സമയം കഴിച്ചതെങ്ങനെയെന്ന് ഈശ്വരനേ അറിയാവൂ!

പിറ്റേന്ന് കാലത്ത് ചൊവ്വര സ്റ്റേഷനിൽച്ചെന്ന് ടിക്കറ്റ് കൊടുക്കുന്ന ആളോട് ഷൊർണ്ണൂർക്ക് ടിക്കറ്റ് ചോദിച്ചപ്പോൾ 'കുട്ടിക്കെവിടേയ്ക്കാണ് പോകേണ്ടത്' എന്നായി അദ്ദേഹം (ഞാനൊളിച്ചോടിപ്പോകയാണോ എന്ന് സംശയിച്ചിട്ടാകാം ആ മനുഷ്യൻ അപ്പോൾ എന്നോടങ്ങനെ ചോദിച്ചതെന്ന് ഇന്ന് എനിക്ക് തോന്നുന്നു). ജാടകളൊന്നുമില്ലാതെ സകലവിവരങ്ങളും തത്ത പറയുംപോലെ പറഞ്ഞ എന്നോട് ആ സ്റ്റേഷൻമാസ്റ്റർ 'ഒറ്റപ്പാലത്തേയ്ക്ക് ടിക്കറ്റ് വാങ്ങി ക്കോളൂ. ഷൊർണ്ണൂരിറങ്ങിയാൽ അധികം താമസിക്കാതെ ഒറ്റപ്പാലത്തേയ്ക്ക് അവിടുന്നുതന്നെ വണ്ടികിട്ടും' എന്നു പറഞ്ഞുകൊണ്ട് ടിക്കറ്റ് തന്നു.

വണ്ടിയിൽ കയറിയ ഞാൻ കേൾക്കാൻ തയ്യാറുള്ളവരോടെല്ലാം ഒളപ്പ മണ്ണ മനയ്ക്കലേയ്ക്ക് പട്ടേരിപ്പാടിന്റെ കത്തുകൊണ്ടു പോകയാണെന്ന് വിസ്ത രിച്ചു പ്രസംഗിച്ചുകൊണ്ടിരുന്നു. ഏതാണീ വായാടിക്കുട്ടി എന്ന് കൗതുകത്തോടെ പലരും പലതും തിരിച്ചും മറിച്ചും ചോദിച്ചു. ചോദിച്ചവരോടെല്ലാം ഞാൻ യാതൊരു വളച്ചുകെട്ടും ഇല്ലാതെ ഭംഗിയായി മറുപടി പറയാനും മടികാണി ച്ചില്ല.

എന്റെ പ്രസംഗത്തിന്റെ ഫലം വളരെ നന്നായിരുന്നു എന്ന് അധികം താമസിയാതെ മനസ്സിലായി. ഒട്ടും പരിചയമില്ലാത്ത ചിലർ വഴിക്ക് അവർ കഴിക്കുമ്പോൾ എനിക്കും ചായയും പലഹാരവും വാങ്ങിത്തന്നു. ഷൊർണ്ണൂ രിലെത്തിയപ്പോൾ യാത്രക്കാരിലൊരാൾ ഒറ്റപ്പാലത്തേയ്ക്കുള്ള വണ്ടി ഇന്ന ദിക്കിലാണ് വരികയെന്നും, ഏതാണ്ട് രണ്ടുമണിക്കൂർ താമസമുണ്ടാകാമെന്നും പറഞ്ഞുകൊണ്ടാണ് പിരിഞ്ഞുപോയത്.

വണ്ടിയിൽ നിന്നിറങ്ങിയ ഞാൻ വീണ്ടും തീവണ്ടിക്കമ്പനിയിലെ ചില ജോലിക്കാരോട് വിവരങ്ങൾ അന്വേഷിച്ചു. ഒറ്റപ്പാലത്തേയ്ക്കുള്ള വണ്ടി അധികം താമസിയാതെ വരുമെന്നും, ഞാൻ മുമ്പ് ധരിച്ചതെല്ലാം ശരിയാണെന്നും എനിക്കപ്പോൾ ഉറപ്പാവുകയും ചെയ്തു.

അഞ്ചാറുനാഴിക പകലുള്ളപ്പോൾ ഒറ്റപ്പാലം വഴി പോകുന്ന ഒരു വണ്ടി ഞാൻ കരുതിയ സ്ഥലത്തു തന്നെ വന്നുനിന്നു. അതിൽ കയറി സ്ഥലം പിടിച്ചെങ്കിലും തീവണ്ടി പുറപ്പെടാൻ പിന്നെയും ഒരുപാട് സമയമെടുത്തു. എനിക്കപ്പോൾ കുറെശ്ശെ ഭയവും തുടങ്ങി. ഓടാൻ തുടങ്ങിയ വണ്ടി നന്നെ പതുക്കെയാണ് നീങ്ങുന്നതെന്ന് എനിക്കു തോന്നി. ഏതായാലും കഷ്ടിച്ച് സന്ധ്യയായപ്പോഴേയ്ക്കും വണ്ടി ഒറ്റപ്പാലത്തെത്തി.

വണ്ടി ഇറങ്ങിയ ഞാൻ ഒരു ഭാഗത്ത് പുഴയാണു കണ്ടത്. ആ വഴിക്കാവില്ല പോകേണ്ടതെന്നു വിചാരിച്ച് മറ്റുള്ളവർ പോകുന്നതു നോക്കി നടക്കാൻ തുടങ്ങി. പത്തുപതിനഞ്ച് മിനിട്ട് നടന്ന ഞാൻ എത്തിയത് ധാരാളം അങ്ങാടികളും ഒരുപാട് മനുഷ്യരും ചില വാഹനങ്ങളുമൊക്കെയുള്ള ഒരു രാജപാതയിലാണ്. നേരം നല്ലവണ്ണം സന്ധ്യയായി. പരിചയമുള്ളവർ ആരുമില്ല. പീടികയിലെല്ലാം പെട്രോമാക്സ് വിളക്കുകൾ പ്രകാശിക്കാൻ തുടങ്ങി. എനിക്ക് കാലിൽനിന്ന് മേൽപ്പോട്ട് ഭയം അരിച്ചുകയറുന്നതുപോലെ തോന്നി. കരയാനൊരു മടി.

രണ്ടും കല്പിച്ച് മധ്യവയസ്ക്കനായ ഒരു മനുഷ്യനോട് 'ഞാൻ തെക്കുനിന്നു വരികയാണെന്നും, ബ്രാഹ്മണനാണെന്നും, ഒളപ്പമണ്ണ മനയ്ക്കലേയ്ക്ക് ഒരു കത്തുകൊണ്ടുപോകയാണെന്നും ഇന്ന് ഇവിടെ അടുത്തെങ്ങാനും കൂടാൻ പറ്റിയ ഇല്ലങ്ങൾ വല്ലതും ഉണ്ടോ' എന്നും വിനയപൂർവ്വം ചോദിച്ചു. എല്ലാം വിസ്തരിച്ചുകേട്ട് ആ മനുഷ്യൻ എന്നെ അടിമുടി ഒന്നുനോക്കി. എന്നിട്ട് അയാളോടൊപ്പം നടക്കാൻ പറഞ്ഞു. അരനാഴിക വഴി ചെന്നപ്പോൾ അദ്ദേഹം എന്നെ വലിയൊരു പ്രഭുകുടുംബത്തിലേയ്ക്കാണ് കൂട്ടിക്കൊണ്ടു പോയതെന്ന് മനസ്സിലായി. ആ മനുഷ്യൻ എന്നെ ഒരാളുടെ മുന്നിൽ നിർത്തി. മധ്യവയസ്ക്കനായ ആ ആൾ ചാരുകസേരയിൽ മലർന്നു കിടന്നുകൊണ്ട് പതിനാലാം നമ്പർ വിളക്കിന്റെ സമൃദ്ധമായ വെളിച്ചത്തിൽ എന്തോ വായിക്കുകയായിരുന്നു. തെക്കുനിന്നു വരുന്ന ഒരു ബ്രാഹ്മണക്കുട്ടിയാണെന്നും, ഒളപ്പമണ്ണ മനക്കലേയ്ക്കാണ് പോകേണ്ടതെന്നും അങ്ങാടിയിൽ വെച്ച് കണ്ടുമുട്ടിയതാണെന്നും, ബാക്കി വിവരങ്ങളെല്ലാം പറഞ്ഞുകൊണ്ടെന്നെ അയാൾക്ക് പരിചയപ്പെടുത്തി. എല്ലാം കേട്ട ആ വലിയ മനുഷ്യൻ എന്നെ കൊണ്ടു ചെന്ന ആളോട് പൊക്കോളാൻ പറഞ്ഞു. എന്റെ നേരെ തിരിഞ്ഞ്, വിസ്തരിച്ച്, വിവരങ്ങളെല്ലാം ചോദിച്ചു. ഞാൻ പറഞ്ഞ മറുപടി കേട്ട ആ മനുഷ്യൻ വളരെ സ്നേഹപൂർവ്വം എന്നെ സമാധാനിപ്പിച്ചു. എന്നിട്ട് ഒരു വാല്യക്കാരനെ വിളിച്ച് എന്നെ ഏല്പിച്ചുകൊണ്ട് വേണ്ടതെല്ലാം ചെയ്തുകൊടുക്കാൻ കല്പിച്ചു. നാളെ രാവിലെ ഇന്ന സമയത്ത് കരിമ്പുഴയ്ക്ക് ബസ്സുണ്ടെന്നും അതിൽപോയി മാങ്ങോട്ട് ഇറങ്ങി ഒന്നര നാഴിക നടന്നാൽ ഒളപ്പമണ്ണമനയ്ക്കൽ എത്താമെന്നും കൂടി അദ്ദേഹം എന്നോടു പറഞ്ഞു.

വലിയ ഒരു നായർ പ്രഭുകുടുംബത്തിലാണ് ഞാനെത്തപ്പെട്ടതെന്നല്ലാതെ കൂടുതൽ ഒന്നും എനിക്കു മനസ്സിലായില്ല. നമ്പൂരിയാണെന്നുള്ളതുകൊണ്ട് എന്നോടെല്ലാവരും വളരെ ആദരവോടെയാണു പെരുമാറിയത്. പിറ്റേന്ന്

പ്രഭാതത്തിൽ എഴുന്നേറ്റ് ദിനകൃത്യങ്ങൾ കഴിച്ച് പുറപ്പെട്ടപ്പോൾ ആരോ ഒരാൾ ഒന്നാംതരം ചൂടുചായ കൊണ്ടുവന്നു. അതും ഒരു 'ലോട്ട നിറയെ'. കഴിയുന്നത്ര വേഗം ഞാനത് മുഴുവൻ കുടിച്ച് ബസ് നിൽക്കുന്ന സ്ഥലത്തേയ്ക്ക് ഓടിപ്പോയി. ഏതാണ്ടര നാഴികയിലധികം ഓടിച്ചെന്ന എനിക്ക് പോകേണ്ട ബസ്സ് യന്ത്രം കൊണ്ട് കരിയൂതി തീ പിടിപ്പിക്കുന്നതേയുണ്ടായിരുന്നുള്ളൂ. മാങ്ങോട്ടേയ്ക്ക് പോകാനാണെന്നു പറഞ്ഞുകൊണ്ട്, ബസ്സിൽ കേറിയിരിക്കട്ടെ എന്നു ചോദിച്ചപ്പോൾ കാക്കിക്കുപ്പായമിട്ട ഒരാൾ കേറിയിരുന്നോളാൻ പറഞ്ഞു. ഞാനത്ര വലിയ ബസ്സ് അതിനുമുമ്പ് കണ്ടിട്ടില്ല. കരിമ്പുഴ വരെ പോകുന്ന ആ ബസ്സിൽ, ഞാൻ ചെല്ലുമ്പോൾതന്നെ എട്ടുപത്തു പേർ സ്ഥലം പിടിച്ചിട്ടുണ്ടായിരുന്നു.

പിന്നെയും കുറെ നേരം കഴിഞ്ഞ് പലരും കൂടി തള്ളിയപ്പോഴാണ് ബസ്സ് സ്റ്റാർട്ടായത്. കരിബസ്സ് അങ്ങിനെയാണത്രേ! പല മാറ്റിത്തങ്ങളുമുണ്ടതിന്.

എന്നെ അദ്ഭുതപ്പെടുത്തിയ മറ്റൊരു സംഭവം: കുറെ ദൂരം ചെന്നപ്പോൾ 'തൃക്കടീരി' എന്ന സ്ഥലത്തെ ഒരു കയറ്റത്തിൽ ബസ്സ് നിർത്തി. സ്ത്രീകളും കുട്ടികളുമൊഴിച്ച് എല്ലാവരും ഇറങ്ങി നല്ലവണ്ണം തള്ളണമെന്ന് ശീട്ടുകൊടുക്കുന്ന കാക്കിക്കുപ്പായക്കാരൻ കല്പിച്ചു. ആദ്യം, ഇറങ്ങേണ്ടെന്ന് കരുതി ഞാനനങ്ങാതിരുന്നു. മറ്റുള്ളവരെല്ലാം ഇറങ്ങി വലിയ ആദരവോടെ ബസ്സ് തള്ളുന്നതു കണ്ടപ്പോൾ ഞാനും ഇറങ്ങിച്ചെന്നു. 'അണ്ണാറക്കണ്ണനും തന്നാലായത്' എന്നുണ്ടല്ലൊ! എല്ലാവരും കൂടി നല്ലവണ്ണം തള്ളുകയും ഡ്രൈവർ ഓടിക്കുകയുംകൂടി ചെയ്തപ്പോൾ ഇഴഞ്ഞിഴഞ്ഞ് ആ ബസ്സ് കയറ്റം കയറി. തുടർന്ന് എല്ലാവരും ബസ്സിൽ കയറി സന്തോഷമായിരുന്നപ്പോൾ ഡ്രൈവർ നല്ലവണ്ണം 'മുറുക്കിമുറുക്കി' വണ്ടി ഓടിക്കാൻ തുടങ്ങി. ചെർപ്പുളശ്ശേരി എന്ന സ്ഥലത്ത് ബസ്സ് ഏതാണ്ട് രണ്ടു മണിക്കൂർകൊണ്ടാണ് എത്തിയത്. ധാരാളം സമയം ബസ്സ് അവിടെ നിൽക്കും. നേരം കാലത്ത് ഏതാണ്ട് പത്തുമണി. ബസ്സിലുള്ള മിക്കവരും ഇറങ്ങി ചായ കുടിക്കാൻ പോയി. അതുകൊണ്ട് ഞാനും ചായ കുടിക്കാൻ തീർച്ചയാക്കി. അന്നവിടെ ചായപ്പീടികയിൽ നിന്ന് കഴിച്ച പുട്ടും കടലയും പപ്പടം കാച്ചിയതുമായുള്ള പ്രാതലിന്റെ രുചി ഒന്നു വേറെത്തന്നെയായിരുന്നു. മാങ്ങോട്ടു ബസ്സിറങ്ങിയ ഞാൻ ഒളപ്പമണ്ണ മനയ്ക്കലേയ്ക്കു വഴി ചോദിച്ചു നടന്നു. കല്ലു വിരിക്കാത്ത ആ പാതയിലൂടെ സുമാർ രണ്ടു നാഴിക നടന്ന് ഞാൻ പതിനൊന്നു മണിയോടെ ഒളപ്പമണ്ണ മനയ്ക്കലെത്തി. അവിടെ മറ്റൊരു രീതിയായിരുന്നു. എല്ലാം എനിക്ക് ഉത്സാഹം തരുന്നവ!

വലിയ ഇല്ലം. തെക്കുഭാഗത്തും പടിഞ്ഞാറു ഭാഗത്തും കൂറ്റൻ മാളികകൾ! ഇനിയും അല്പം തെക്കുപടിഞ്ഞാറു ഭാഗത്തായി ഒരു വലിയ മാളിക. എന്നാൽ അതിനേതാണ്ടൊരൂട്ടുപുരയുടെ മട്ടുണ്ടായിരുന്നു. മുകളിലും താഴെയുമായി പലരും മേശയും കസാലയുമിട്ടിരുന്ന് ജോലി ചെയ്യുന്നു. ആപ്പീസാണെന്നാണു കേട്ടത്. ഈ ആപ്പീസിലെന്താണിത്ര പണിത്തിരക്കെന്ന് എനിക്ക് എത്ര ആലോചിച്ചിട്ടും പിടികിട്ടിയില്ല. ഉമ്മറത്തു ചെന്ന എന്നോട് പൂമുഖത്തിരുന്ന നമ്പൂതിരിമാരിലൊരാൾ എവിടെനിന്നാണു വരുന്നതെന്നും എന്താണ് വേണ്ടതെന്നും ചോദിച്ചു. അതിനുത്തരമായി പട്ടേരിപ്പാട് തന്ന കത്ത് ഞാനദ്ദേഹത്തിനു കൊടുത്തു. കത്ത് കണ്ട് സംഭ്രമിച്ച ആ നമ്പൂരി അവിടത്തെ കലവറ കാര്യസ്ഥനും, സാക്ഷാൽ കൃഷ്ണൻകുട്ടിപ്പൊതുവാളുടെ അച്ഛനുമായ തേലക്കാടായിരുന്നു. എഴുന്നേറ്റ് അടുത്തുവന്ന ആ ഒത്തമനുഷ്യൻ വളരെ ദയയോടെ

എന്നോട്, 'കത്ത് ഒളപ്പമണ്ണ മനയ്ക്കലെ കാരണവർക്കുള്ളതാണല്ലൊ' എന്നു പറഞ്ഞുകൊണ്ട് മറ്റൊരാളൊന്നിച്ച് അദ്ദേഹത്തിന്റെ അടുക്കലേയ്ക്കു പോയി. ഒപ്പം ഞാനും ചെന്നു. ആ മനുഷ്യൻ തെക്കുഭാഗത്ത് മുകളിലായുള്ള മാളിക യിലെത്തിയപ്പോൾ എന്നോട് അവിടെ കാത്തുനിൽക്കാൻ പറഞ്ഞുകൊണ്ട് അകത്തേയ്ക്കു പോവുകയാണുണ്ടായത്. ഏതാണ്ട് പതിനഞ്ചു മിനിട്ട് കഴിഞ്ഞ് മടങ്ങി വന്ന അവർ വളരെ ആദരവോടെ സാധനങ്ങൾ വെക്കാനുള്ള സ്ഥലം കാണിച്ചുതന്നു. തുടർന്ന് പോയി കുളിച്ച് വന്ന് വിശ്രമിക്കാനും, കാപ്പിയമൃതേ ത്തിന് ശേഷം കാണാം എന്ന് തമ്പുരാൻ കല്പിച്ചിട്ടുണ്ടെന്നും പറഞ്ഞു.

കിഴക്കുഭാഗത്തേയ്ക്ക് ലേശം നടന്നാൽ ഒരു വലിയ കുളം. അതിലെപ്പോഴും ഒരു നീരുറവുവന്ന് ചാടിക്കൊണ്ടിരുന്നു. ഒപ്പംതന്നെ കുളം നിറഞ്ഞൊഴുകുന്ന ഒരു തോടും കണ്ടു. ആ തോട് ചാടിക്കടക്കാൻ വയ്യാത്തത്ര വീതിയുള്ളതും രണ്ടുഭാഗവും വെട്ടുകല്ലുകൊണ്ടു പടുത്തതും ആയിരുന്നു. കഷ്ടി മുട്ടിന് വെള്ളമുണ്ടായിരുന്ന തോട്ടിൽ നല്ല ഒഴുക്കുണ്ടായിരുന്നു. തെളിഞ്ഞ ശുദ്ധ ജലത്തിന്റെ ആ ഓടിപ്പോക്കു കണ്ടപ്പോൾ എനിക്കെന്തെല്ലാമോ തോന്നി. എന്നാലപ്പോൾ അത്തരം ഭംഗികൾ കണ്ടു നിന്ന് നേരം കളയാതെ ഞാൻ വേഗം കുളിച്ച് ഉണ്ണാൻ പോയി.

തെക്കുനിന്നു വന്ന എനിക്ക് ഉണ്ണാൻ ഇല വെച്ചിരുന്നത് അടുക്കളയിലാണ്. കണ്ടപ്പോൾ എല്ലാവരുടെയും ഊണു കഴിഞ്ഞിട്ടുണ്ടാകുമെന്ന് തോന്നി. പ്രായ മായ ഒരന്തർജ്ജനമാണ് വർത്തമാനങ്ങൾ ചോദിച്ചുകൊണ്ട് വിളമ്പിത്തന്നത്. അവർ വിധവയാണെന്നും, വളരെക്കാലമായി ഒളപ്പമണ്ണമനയ്ക്കലാണ് താമസി ക്കുന്നതെന്നും എനിക്ക് സംസാരംകൊണ്ട് മനസ്സിലായി. ഊണു കഴിഞ്ഞ് ചെന്ന ഞാൻ ചില നമ്പൂതിരിമാർ പൂമുഖത്ത് വെറും നിലത്ത് പല ദിക്കി ലേയ്ക്കും തല വെച്ചുറങ്ങുന്നതാണു കണ്ടത്. വലിയ ഒരു ചെല്ലം ഒരു ഭാഗത്ത് ഒതുങ്ങിയിരിക്കുന്നതു കണ്ടു. ഒരു രസികൻ നമ്പൂതിരി 'മുറുക്ക് പതിവുണ്ടോ' എന്ന് ചോദിക്കുകയും ചെയ്തു. മുറുക്കാറില്ലെന്നു പറഞ്ഞ എന്നെ അദ്ദേഹം അധികമൊന്നും ബുദ്ധിമുട്ടിക്കാതെ ഉറങ്ങാൻ തുടങ്ങി. ഏതാണ്ടെല്ലാവരും ഉറക്കത്തിലായിരുന്നതുകൊണ്ട് ഒരു ഭാഗത്തു കിടന്ന് ഞാനും ഒന്നു കണ്ണടച്ചു.

'കാപ്പിയായി കഴിക്ക്യാ' എന്ന് പറഞ്ഞുകൊണ്ട് ആരോ വിളിച്ചപ്പോൾ തട്ടി പ്പിടഞ്ഞെഴുന്നേറ്റ ഞാൻ ഒരോട്ടുഗ്ലാസിൽ കിട്ടിയ കാപ്പി പതുക്കെ കുടിച്ചു. വലിയ ചൂടുള്ളതുകൊണ്ട് ഏറെ നേരംകൊണ്ടേ അതു കുടിച്ച് ഗ്ലാസ്സ് മടക്കി ക്കൊടുക്കാൻ കഴിഞ്ഞുള്ളൂ. മോന്തിക്കുടിക്കുന്ന സമ്പ്രദായം അക്കാലത്ത് നമ്പൂതിരിമാരുടെ ഇടയിൽ ഒട്ടും തന്നെ നടപ്പുണ്ടായിരുന്നില്ല. കാപ്പി കുടിച്ച് കഴിഞ്ഞശേഷം ഒന്നു കുളത്തിൽ പോയി വന്നപ്പോഴേയ്ക്കും ഒരു വാല്യക്കാരൻ അവിടെ കാത്തുനിന്നിരുന്നു. 'തമ്പുരാൻ കൽപ്പിച്ചിട്ടുണ്ട്, കാണാം, വരൂ' എന്ന് പറഞ്ഞുകൊണ്ടയാൾ മാളികയിലേക്കു നടന്നു. അയാളുടെ പിന്നിലായി ഞാനും നടന്നു. കോണി കയറിച്ചെന്ന ഞാൻ ഒളപ്പമണ്ണ കാരണവരുടെ സാന്നിദ്ധ്യത്തിലേയ്ക്കാണ് നയിക്കപ്പെട്ടത്. ഒരു വലിയ മുറിയിൽ നല്ലവണ്ണം പോളീഷ് ചെയ്ത ചാരുകസാലയിൽ അദ്ദേഹം ഉപവിഷ്ടനായിരുന്നു. ഏതാ ണ്ടറുപതു വയസ്സുള്ള അദ്ദേഹം സുഭഗനും നല്ല ഒത്ത ആളും വലിപ്പമുള്ള കൂട്ടത്തിലുമായിരുന്നു. അധികം ഉലയാത്ത മുണ്ടു ചുറ്റി തോളിൽ ഒരു തോർത്തുമുണ്ടും ഇട്ടിരിക്കുന്ന അദ്ദേഹത്തിന്റെ മുന്നിൽ രണ്ടു നാലുപേർ നിൽപ്പുണ്ടായിരുന്നു. അതിലൊന്നു തേലക്കാടായിരുന്നു.

'മൂത്തമന പട്ടേരിയുടെ എഴുത്തുമായിട്ട് വന്ന ആളാണ്. വള്ളത്തോൾ കണ്ണിന് വലിപ്പം പോരെന്ന് പറഞ്ഞ് കലാമണ്ഡലത്തിൽ ചേർക്കാതെ മടക്കി. രാമനൊന്നു നോക്കാമോ? ഒന്നുമില്ലാത്ത സാധു നമ്പൂതിരിയാണ്" എന്നു പറഞ്ഞുകൊണ്ട് ഒളപ്പമണ്ണ കാരണവർ എന്നോടടുത്തേയ്ക്കു ചെല്ലാൻ പറഞ്ഞു. പുളിയേർക്കരമുണ്ട് ചുറ്റി അരയിലൊരു തോർത്തുകെട്ടിക്കൊണ്ട് വിനയത്തോടെ നിന്നിരുന്ന 'രാമൻ' നമ്പൂരിപ്പാടിന്റെ അരികിലെത്തും മുമ്പ് എന്നോട് നിൽക്കാൻ പറഞ്ഞു. പെട്ടെന്ന് നിന്ന എന്നെ അടിമുതൽ മുടിവരെ ഒന്നു രണ്ടുവട്ടം ശ്രദ്ധിച്ചുനോക്കി. എന്നിട്ട് വലിയ തമ്പുരാനോട് 'അടിയനൊന്ന് നോക്കട്ടെ' എന്നു പറഞ്ഞുകൊണ്ട് എന്റെ തോളിൽ കൈവെച്ചു. അത് സാക്ഷാൽ നാട്യാചാര്യൻ പട്ടിക്കാംതൊടി രാമുണ്ണിമേനവനായിരുന്നു. എന്നോട് അദ്ദേഹം നേർത്തെ ഊണുകഴിച്ച് ഒളപ്പമണ്ണ മന വക കാന്തള്ളൂരഗ്ര ശാലയിലേക്ക് അന്നുതന്നെ വരാൻ പറഞ്ഞുകൊണ്ട് പൊക്കോളാൻ പറഞ്ഞു.

അതിനുശേഷം ഞാൻ എല്ലാവർക്കും ഒരു സംസാരവിഷയമായി. 'തെക്കു നിന്ന് വന്ന ഒരു നമ്പൂതിരി, രാമന്റെ അടുത്ത് നാളെ മുതൽ അഭ്യാസം തുടങ്ങുകയാണത്രെ! ഭക്ഷണവും മറ്റും ഇവിടെയാകാമെന്ന് കാരണവരും പറഞ്ഞു.' 'ഭാഗ്യവാൻ തന്നെയാണ് ആ നമ്പൂതിരി!' എല്ലാം കേട്ടുനിന്ന എന്നോട് പലരും പലതും ചോദിച്ചു. എനിക്കവരുടെ ചോദ്യങ്ങൾക്ക് മറുപടി പറയുന്നതലധികം താത്പര്യം ഊണു കഴിച്ച് കാന്തള്ളൂരമ്പലത്തിലേയ്ക്ക് പോകാനായിരുന്നു. അതുകൊണ്ട് അവർ ചോദിച്ചതെന്താണെന്നും, അതിന്ന് ഞാൻ അപ്പോൾ അവരോടു പറഞ്ഞ മറുപടികളെന്തെന്നും ഇപ്പോൾ തീരെ ഓർക്കുന്നില്ല. സന്ധ്യ മയങ്ങിയപ്പോൾ ഊണു കഴിച്ച് ഞാൻ ഒരു വാല്യക്കാര നൊന്നിച്ച് കാന്തള്ളൂർക്ക് പോയി. കഷ്ടിച്ചരനാഴിക വഴിയേ അങ്ങോട്ടുള്ളൂ. കാന്തള്ളൂരമ്പലത്തിലെത്തിയ എന്നെ ആ വാല്യക്കാരൻ അഗ്രശാലയുടെ മുകളിലേയ്ക്കുള്ള കോണി കാണിച്ചുതന്നിട്ട്, 'ആശാൻ മുകളിലുണ്ടാകും. അവിടെ ചെന്ന് കണ്ടോളൂ' എന്നു പറഞ്ഞുകൊണ്ട് പിരിഞ്ഞു.

ഒരു നിമിഷം ഞാനവിടെ ആ കോണിപ്പടികൾ നോക്കിക്കൊണ്ടു നിന്നു. എന്നിട്ട് പതുക്കെ മുകളിലേയ്ക്കു പോയി. പുതുതായി വന്ന എന്നെ ഒരു ചെറുപ്പക്കാരൻ (കലാമണ്ഡലം പത്മനാഭൻനായർ) സ്വീകരിച്ച് എന്തെല്ലാമോ ചോദിച്ചു. അതിന്നുശേഷം പട്ടിയ്ക്കാംതൊട്ടിയുടെ മുന്നിൽ ഹാജരാക്കുകയും ചെയ്തു. പട്ടിയ്ക്കാംതൊടി ലേശം ഇടിച്ച പുകല വായിലിട്ടുകൊണ്ട് ഒരാട്ടു കട്ടിലിൽ ഇരിക്കുകയായിരുന്നു. മുമ്പിൽ പത്തുപന്ത്രണ്ടു ചെറുപ്പക്കാർ 'റ' എന്നെ ഴുതിയ മട്ടിൽ ഇരുന്നുകൊണ്ട് അഭ്യസിച്ചിരുന്നു. എന്നോട് ഒരു ഭാഗത്ത് ഇരുന്നോ ളാൻ പറഞ്ഞു. എന്നിട്ട് 'ഉണ്ടില്ല്യേ' എന്ന് അദ്ദേഹം അന്വേഷിക്കുകയും ചെയ്തു.

സുമാർ ഒമ്പതുമണിയായപ്പോഴേയ്ക്കും അഭ്യാസം നിർത്തി എല്ലാവരും പിരിഞ്ഞുപോയി. ചിലർ ഭക്ഷണം കഴിച്ചവരായിരുന്നതുകൊണ്ട് കിടക്കാനുള്ള ഉത്സാഹത്തിലായി. ഞാനും അവരുടെ കൂടെ പോയി. പത്മനാഭൻ നായരാണ് എന്റെ ചുമതലകളെല്ലാം ഏറ്റിരുന്നതെന്ന് രണ്ടു നാലു ദിവസം കഴിഞ്ഞിട്ടേ ഞാൻ അറികയുണ്ടായുള്ളൂ. അഗ്രശാലയിൽ വിളക്കായിട്ടൊരു 'മാടമ്പി' മാത്രമേ ഉണ്ടായിരുന്നുള്ളൂ. പലരും പായ നിവർത്തിക്കിടക്കാൻ തുടങ്ങി. എല്ലാം കൂടി പത്തിരുപതു പേരുണ്ടായിരുന്നുവെന്നു തോന്നുന്നു. ചിലർ പുറ ത്തിറങ്ങി ബീഡി വലിക്കുന്നുണ്ട്. അവരുടെ നേതാവ് നമ്മുടെ സാക്ഷാൽ രാമൻകുട്ടിനായരായിരുന്നുവെന്ന് ഞാനിന്നും ഓർക്കുന്നു.

പുറത്ത് മഴ പെയ്യുന്നുണ്ട്. നല്ല തണുപ്പ്. കാര്യമായി പുതയ്ക്കാനൊന്നുമില്ല്യ. എന്നാലും എല്ലാവരും കിടന്നധികം കഴിയാതെ കൂർക്കംവലിച്ചുറങ്ങാൻ തുടങ്ങി. എന്റെ പായിൽ കിടന്നിരുന്ന പത്മനാഭൻനായരും നല്ല ഉറക്കത്തിലായിക്കഴിഞ്ഞു. എനിക്കാണെങ്കിൽ ഒട്ടും തന്നെ ഉറക്കം വരുന്നില്ല. നാളെ മുതൽക്ക് ഞാനൊരു കഥകളി വേഷക്കാരനാവുകയാണ്. എന്നെ അഭ്യസിപ്പിക്കുന്നതാകട്ടെ സാക്ഷാൽ പട്ടിക്കാംതൊടി രാമുണ്ണിമേനവനും. ആരോടെന്റെ ആഹ്ലാദം പറയും!

കഴിഞ്ഞ സംഭവങ്ങൾ പലതും ഞാനോർക്കുകയായിരുന്നു. എന്നെ ആർക്കെങ്കിലും മനസ്സിലാവുന്നുണ്ടോ? ഇല്ലത്തുള്ളവരാരും തന്നെ ഞാൻ കഥകളിക്കാരനാകുന്നത് അറിയാനിടയില്ല. അമ്മാത്തും തഥൈവ! എന്നാൽ, അമ്മായിമാർ ഈ വിവരം കുറച്ചുദിവസങ്ങൾക്കകം പട്ടേരിപ്പാടിന്റെ ഇല്ലത്തുപോയവരിൽനിന്ന് കേട്ടറിഞ്ഞേക്കാം. എന്നാലതിനും പട്ടേരിപ്പാടറിഞ്ഞിട്ടു വേണ്ടേ! അദ്ദേഹത്തെ ആരാണൊന്നറിയിക്കുക! ഒളപ്പമണ്ണ കാരണവർ പട്ടേരിപ്പാടിന്നെഴുതുന്നുണ്ടാകുമോ? എന്തായാലും നങ്ങതയെ ഞാനെന്റെ വേഷം എന്നെങ്കിലും ഒരു ദിവസം കാണിക്കും. അപ്പോൾ നങ്ങത എന്നെ എത്ര അദ്ഭുതത്തോടെയായിരിക്കും കാണുക?

പലതും ഓർത്തുകിടന്ന ഞാൻ പാതിരാവായത് അറിഞ്ഞില്ല. എങ്ങനെയോ ഉറങ്ങിപ്പോയി. എന്നാലെന്നെ പത്മനാഭൻനായർ കുലുക്കി വിളിച്ച് ഉണർത്തിയപ്പോൾ സമയം മൂന്നുമണി. അയാളെന്നെ ഇത്ര വെളുപ്പിന് വിളിച്ചുണർത്തുമെന്ന് എനിക്കറിയില്ലായിരുന്നു.

ഉറക്കച്ഛ്രാന്ത് മാറാതെ മടിപിടിച്ച് പിച്ചും പേയും പറയാൻ തുടങ്ങിയ എന്നെ പത്മനാഭൻനായർ നല്ലവണ്ണം ശകാരിച്ചു. അപ്പോൾ ഞാനൊഴിച്ചെല്ലാവരും പായ മടക്കിവെച്ച് മുകളിൽ ആശാന്റെ സാന്നിദ്ധ്യത്തിൽ കണ്ണഭ്യസിക്കുകയായിരുന്നു. എനിക്ക് സംഭവിക്കാൻ പോകുന്നതെന്തെന്ന് ഞാനൊട്ടും തന്നെ അറിഞ്ഞിരുന്നില്ല.

ഒരു മാടമ്പിവിളക്കു കത്തുന്നുണ്ട്. പട്ടിക്കാംതൊടി അവിടേയ്ക്കു വരികയാണ്. എല്ലാവരും നിശ്ശബ്ദമായി എന്തോ പ്രതീക്ഷിക്കുന്നു. 'ആ നമ്പൂരിയെവിടെ?' പട്ടിക്കാംതൊടി ആരോടെന്നില്ലാതെ ചോദിച്ചു. അപ്പോഴേയ്ക്കും പത്മനാഭൻനായരും വേറെ ചിലരുംകൂടി അദ്ദേഹത്തിന്റെ മുന്നിലേയ്ക്ക് എന്നെ കെട്ടിയെഴുന്നള്ളിച്ചു. ഇതിനിടയിൽ ആരോ ഒരാൾ എന്റെ കൈയിൽ ഒരു ചെറുനാണയവും വെറ്റിലയും അടക്കയും തന്നു. വേറെ ചിലർ അത് പട്ടിക്കാംതൊടിക്ക് കൊടുത്തു കാൽക്കൽ നമസ്കരിക്കാൻ പറഞ്ഞു. പേടിച്ച് സംഭ്രമിച്ച എന്നെ പലരും ചേർന്ന് നമസ്കരിപ്പിച്ചു. അവർ പറഞ്ഞതെല്ലാം ഞാൻ അനുസരിക്കുകയും ചെയ്തു. പട്ടിക്കാംതൊടി രാമുണ്ണിമേനവൻ എണ്ണയും കച്ചയും തന്നു. കച്ചയെന്ന് വച്ചാൽ മൂന്നാലു മീറ്റർ നീളവും വീതിയുമുള്ള ഒരു കോടിശ്ശീലയാണ്. എണ്ണ മേൽതേയ്ക്കാനും.

ഇത്രയൊക്കെയായപ്പോഴേയ്ക്കും മുകളിൽ കണ്ണുസാധകം ചെയ്തിരുന്നവരെല്ലാമെത്തി. അഭ്യാസങ്ങൾ തുടങ്ങുകയായി. അതിലും മുൻപന്തിയിൽ രാമൻകുട്ടിതന്നെയായിരുന്നു. പത്മനാഭൻ നായരെന്നെ കച്ചകെട്ടിച്ചു. എണ്ണ ഞാൻ തന്നെ തേച്ചുകൊള്ളാമെന്ന് പറഞ്ഞതൊന്നും അയാൾ ശ്രദ്ധിച്ചില്ല. ഇപ്പോൾ അതെല്ലാം ഓർക്കുമ്പോൾ എന്റെ അമാന്തമാകണം കാരണമെന്ന്

തോന്നുകയാണ്. പിന്നെ ചാട്ടമാണ്. കാലു രണ്ടും നെറ്റിവരെ ഉയരണം. അങ്ങനെ ഏതാണ്ട് പത്തുപതിനഞ്ചുപേർ ചാടുന്നു.

വിളക്കിന് പ്രദക്ഷിണമായിട്ടാണ് ചാട്ടം. പത്തുമുപ്പതു ചാട്ടം കൊണ്ട് വിളക്കിനെ പ്രദക്ഷിണമായി ചുറ്റി ചാട്ടം തുടങ്ങിയതിന്റെ എതിർവശത്ത് എത്തിയാലേ ഒരാൾക്ക് ചാട്ടം നിർത്താൻ പാടുള്ളൂ. ഒരാൾ ചാടി ലേശം മുന്നോട്ട് നീങ്ങുമ്പോഴേയ്ക്കും പുറകിൽ മറ്റൊരാൾ ചാടിത്തുടങ്ങും. അങ്ങനെ എല്ലാവരും ഒരു വട്ടം ചാടി മറുവശത്തെത്തിയാൽ ആദ്യം ചാടിയ ആൾ വീണ്ടും മറുവശത്തുനിന്ന് തുടങ്ങി മുൻപ്രസ്താവിച്ച പോലെ ചുറ്റി എതിർവശത്തെത്തുന്നു. ഇങ്ങനെയാണ് ചാട്ടത്തിന്റെ സാധാരണക്രമം. ഇത്തരത്തിലുള്ള ചാട്ടം ഏതാണ്ടൊരരമുക്കാൽ മണിക്കൂർ കാണും. എല്ലാവർക്കും എട്ടുപത്ത് ചുറ്റ് ചാടേണ്ടതായി വരും. ഇതിന്നൊരു രസമുള്ളതെന്തെന്നാൽ ഏതു നേരത്തും വിളക്കിനു ചുറ്റും വട്ടത്തിൽ ആളുകൾ ചാടിക്കൊണ്ടിരിക്കുമെന്നതാണ്. അതിന്റെ ഉശിരും രസവും ഭംഗിയും പറയാൻ പറ്റില്ല. കണ്ടുതന്നെ അറിയണം.

എന്റെ ഊഴം വന്നപ്പോൾ ഞാനും ചാടി നോക്കി. എന്നാൽ രണ്ടോ മൂന്നോ ചാട്ടം കഴിഞ്ഞപ്പോഴേയ്ക്കും താഴെ വീണുപോയി. ഉടൻതന്നെ എന്നെ ആരോ പിടിച്ചുമാറ്റി. അല്ലാത്തപക്ഷം എന്റെ പുറകിൽ ചാടിവരുന്ന ആൾക്ക് താൻ തടസ്സമാകുമല്ലോ! പിന്നീട് നാനാതരം ചുഴിപ്പുകളാണ്. അവയൊന്നും എളുപ്പമല്ല. പട്ടിക്കാംതൊടി, ഇരുപത്തിനാല് ഔൺസ് കുപ്പിയുടെ രൂപത്തിലുള്ള ഒരു പുളിമുട്ടി എപ്പോഴും കയ്യിൽ കരുതിയിരിക്കും. അത് താളം പിടിക്കാനും, തെറ്റിച്ചവരെ തല്ലാനുമുള്ളതാണ്. ആരുടെയെങ്കിലും ചാട്ടത്തിന് പൊക്കം കുറഞ്ഞാൽ അയാളുടെ കാലിന്റെ ഞെരിയാണിയിൽ നിന്ന് 'ട്ടെ' എന്നൊരു ശബ്ദം മാത്രമേ കേൾക്കൂ.

ഇത്തരം അഭ്യാസങ്ങൾ ഇക്കാലത്തും വടക്കെ മലബാറിൽ ചില 'കളരി' കളിലുണ്ടെന്നു കേൾക്കുന്നു. എനിക്കറിയില്ല. തുടർന്ന് കാൽ സാധകമാണ്. അതും പല തരത്തിലുണ്ട്. എല്ലാം എല്ലാവരും ചെയ്യണമെന്നാണ് നിയമം. ആരെങ്കിലും കബളിപ്പിക്കാൻ ശ്രമിച്ചാൽ ഗുരുനാഥനിൽ നിന്ന് പ്രഹരാദി കഷായം ധാരാളം സേവിക്കേണ്ടിവരും.

ഏറ്റവും ചെറിയ തെറ്റും കൂടി ഗുരുനാഥൻ കണ്ടെത്തും. ഫലം അദ്ദേഹത്തിന്റെ കുപ്പിപോലുള്ള പുളിമുട്ടികൊണ്ട് അടിതന്നെ. അതിന്റെ സ്വാദറിഞ്ഞവർ രണ്ടാമതൊന്ന് വാങ്ങാൻ ശ്രമിക്കാറില്ല. കഠിനമാണ് ആ ശിക്ഷ! കർക്കശമായ ഇത്തരം പല അഭ്യാസങ്ങൾ കഴിയുമ്പോഴേയ്ക്കും നേരം പുലരാറായിട്ടുണ്ടാകും. അവസാനത്തെ ഇനമാണ് 'ഉഴിച്ചിൽ'! അത് അത്യന്തം കഠിനമാണെന്നേ പറയാവൂ! നാലഞ്ചുപേരെയെങ്കിലും പട്ടിക്കാംതൊടി ഉഴിയും. ബാക്കിയുള്ളവർ തമ്മിൽത്തമ്മിലും. രണ്ടു നാഴിക പുലരുമ്പോഴേയ്ക്കും ഉഴിച്ചിലെല്ലാം കഴിഞ്ഞ് എല്ലാവരും അമ്പലക്കുളത്തിലേയ്ക്ക് കുളിക്കാൻ പോവുകയായി. അതൊരു രസമുള്ള, കാര്യമാണ്. കുളി കഴിഞ്ഞാൽ നെയ്യൊഴിച്ച് കഞ്ഞികുടിക്കണമെന്ന് നിർബന്ധമാണ്. അതും അഭ്യാസത്തിന്റെ ഭാഗമായിട്ടാണ് കണക്കാക്കിയിട്ടുള്ളത്. ഏതാണ്ടെട്ടരമണി കഴിയുമ്പോഴേയ്ക്കും ചൊല്ലിയാട്ടം തുടങ്ങുകയായി. അപ്പോൾ എല്ലാവരും ഹാജരുണ്ടാകണമെന്ന് ആശാന് നിർബന്ധമാണ്. ചൊല്ലിയാട്ടത്തിന്ന് പാകമാവാത്ത ശിഷ്യൻമാരെ മറ്റു മുതിർന്ന ശിഷ്യന്മാർ എന്തെങ്കിലും പഠിപ്പിച്ചുകൊണ്ടിരിക്കും. അവിടെയും ആശാന്റെ കണ്ണ് എപ്പോഴുമുണ്ടാകും. രാമൻകുട്ടിയും പത്മനാഭൻനായരുമാണ് മിക്കപ്പോഴും

അങ്ങനെ പഠിപ്പിക്കാറുള്ള മൂത്ത ശിഷ്യന്മാർ. ശുണ്ഠിയുടെ കാര്യത്തിൽ രണ്ടു പേരും മോശമില്ല.

കൃഷ്ണൻകുട്ടിപ്പൊതുവാളും അപ്പുക്കുട്ടിപ്പൊതുവാളും മേളത്തിന്. വേറെയും മൂന്നുനാലു ചെറുപ്പക്കാരുണ്ട്. രാമൻകുട്ടി തൊട്ടിങ്ങോട്ടുള്ളവർ ചൊല്ലിയാട്ടത്തിനുണ്ടാകും. നമ്പീശനും നെടുങ്ങാടിയും ഒന്നു രണ്ട് തുടക്കക്കാരും പാട്ടിന്. എന്നാലിവർക്കെല്ലാം ഗുരുനാഥനായിട്ടുള്ളത് പട്ടിക്കാംതൊടി മാത്രം! ഉച്ചയ്ക്ക് പന്ത്രണ്ടരയ്ക്ക് ചൊല്ലിയാട്ടം നിർത്തും. രണ്ടരയ്ക്ക് വീണ്ടും തുടങ്ങും. അത് സന്ധ്യവരെയുണ്ടാകും. ഉടൻതന്നെ എല്ലാവരും കുളിയും മറ്റും കഴിച്ച് രസാഭ്യാസത്തിന് തെയ്യാറായിക്കൊണ്ട് ഗുരുനാഥന്റെ മുറിയിലെത്തണം.

അന്നൊക്കെ ചൊല്ലിയാട്ടം കാണാൻ അഗ്രശാലയിൽ പത്തുനൂറുപേർ സാധാരണയുണ്ടാകും. പ്രായമായ സ്ത്രീകളും അപൂർവ്വമല്ല. നന്നെ ചെറുപ്പക്കാരായ പെണ്ണുങ്ങൾ വരാറില്ല. അവർക്കെന്തുപറ്റിയെന്ന് ഈശ്വരനേ അറിയൂ! കഥകളി അക്കാലത്ത് 'കളി'യല്ലായിരുന്നു. രാമുണ്ണിമേനവനാശാന് കഥകളിയിലെ ഏതു കാര്യവും (കൊട്ട്, പാട്ട് ആദി) കടുകട്ടി. കാഴ്ചക്കാരും ഉപായക്കാരല്ലായിരുന്നു. പലരും വലിയ പണ്ഡിതർപോലുമായിരുന്നു. എന്റെ അഭ്യാസത്തിന്റെ ആദ്യത്തെ കൊല്ലം രാമൻകുട്ടി തുടങ്ങിയവരുടെ അവസാന കൊല്ലമായിരുന്നുവെന്നു തോന്നുന്നു. ഇടവപ്പാതിയോടടുത്താണ് അഭ്യാസം തുടങ്ങിയത്. അക്കൊല്ലമത് ഓണം വരെ നീണ്ടു. നമ്പൂരിയായ എനിക്ക് ആ ഏകകാരണം കൊണ്ട് ശിക്ഷയിൽ ഇളവുണ്ടായിരുന്നുവെന്നു തോന്നുന്നു. പട്ടിക്കാംതൊടി വലിയ ബ്രാഹ്മണഭക്തനായിരുന്നു. എന്നിട്ടും ഗുരുനാഥന്റെ ശിക്ഷാരീതി കഠിനമായിരുന്നുവെന്ന് ഞാൻ ഓർക്കുന്നു. മനുഷ്യബുദ്ധിക്ക് സങ്കല്പിക്കാനാകാത്ത വിധം കഠിനമായിരുന്നു അത്.

അഭ്യാസം തുടങ്ങിയിട്ട് സുമാർ രണ്ടാഴ്ച കഴിഞ്ഞിട്ടുണ്ടാവണം. ചവിട്ടിയുഴിച്ചിലിന്റെ കാഠിന്യം നിമിത്തം നടക്കുമ്പോൾ എനിക്ക് ഇടതു കാലിന് വലിയ വേദനയുണ്ടായിരുന്നു. നടക്കാൻ തീരെ വയ്യ. നടക്കാതെയും വയ്യ. ഭക്ഷണത്തിന് ഒളപ്പമണ്ണ മനയ്ക്കലേയ്ക്കു പോകാതെ പറ്റില്ലല്ലൊ.

ഒരു ദിവസം ഒളപ്പമണ്ണ മനയ്ക്കലേയ്ക്ക് പ്രാതലിന് പോകുമ്പോഴും മടങ്ങുമ്പോഴും 'ഞൊണ്ടി'യാണ് നടന്നിരുന്നത്. കണ്ടവർ പലരും വിവരമറിഞ്ഞപ്പോൾ 'സാരമില്ല, രണ്ടു ദിവസംകൊണ്ട് ശരിയാകും' എന്ന് സമാധാനിപ്പിച്ചു. എന്നാലെനിക്ക് നടക്കാൻ തീരെ വയ്യായിരുന്നു. കരഞ്ഞുകൊണ്ടാണ് ഞാനന്ന് പ്രാതലിന് പോയതും മടങ്ങിയതും. നല്ലവണ്ണം 'ഞൊണ്ടി'യിരുന്നു.

ഇതെങ്ങനെയോ പട്ടിക്കാംതൊടി അറിഞ്ഞു. അന്നും അഗ്രശാലയിൽ ചൊല്ലിയാട്ടം കാണാൻ നൂറിലധികം ആൾക്കാരെത്തിയിരുന്നു. ഞാൻ പ്രാതലു കഴിഞ്ഞെത്തിയതും, എന്നെ പിടിച്ച് ഗുരുനാഥൻ തലങ്ങും വിലങ്ങും തല്ലിയതും ഒപ്പം കഴിഞ്ഞു. അതും ആ വടി കൊണ്ട്. പാടത്ത് കട്ട തല്ലുന്ന മട്ട്. തല്ലുകൊണ്ടിരുന്ന ഞാൻ വീണ് കരയാൻ തുടങ്ങി. അത് അദ്ദേഹത്തിനൊട്ടും പിടിച്ചില്ല. രൗദ്രഭീമനായി മാറിയ അദ്ദേഹം എന്നോടവിടെനിന്ന് എഴുന്നേൽക്കാൻ പറഞ്ഞു. എനിക്കെഴുന്നേൽക്കാൻ വയ്യാത്തതുകൊണ്ട് അവിടെത്തന്നെ കിടന്ന് കരഞ്ഞുകൊണ്ട് തല്ലുകൊണ്ടു.

ഉടൻ ഒരടി കിട്ടി. (അഗ്രശാലയിലുണ്ടായിരുന്ന സകലരും അടിയുടെ ആ ശബ്ദം കേട്ട് ഞെട്ടിയെന്നു തോന്നുന്നു). എന്നിട്ട് എന്നോടെഴുന്നേറ്റ് നടക്കാൻ

പറഞ്ഞു. എങ്ങനെയോ എഴുന്നേറ്റ് ഞൊണ്ടിക്കൊണ്ട് ഞാൻ നടക്കാൻ തുടങ്ങി. ഒപ്പം വന്ന അദ്ദേഹം എന്റെ ഓരോ ഞൊണ്ടലിനും ഓരോന്നു അടിച്ചുകൊണ്ടിരുന്നു. ആറേഴടി കഴിഞ്ഞപ്പോൾ ഞാനലറിക്കരഞ്ഞുകൊണ്ട് നേരെ നടക്കാൻ തുടങ്ങി. അന്ന് ഏതാണ്ടൊരു മണിക്കൂർ നേരം അഗ്രശാലയിൽ ഒരറ്റം മുതൽ മറ്റേ അറ്റം വരെ നടത്തിച്ചു. അതോടുകൂടി എന്റെ നടക്കുമ്പോഴുള്ള ഞൊണ്ടലും മാറി. (അതിശയോക്തി അശേഷം ഇല്ല). സംഗതി ഇങ്ങനെയൊക്കെയാണെങ്കിലും പട്ടിക്കാംതൊടിയുടെ ശിഷ്യവാത്സല്യത്തിന് അതിർത്തിയില്ലായിരുന്നു. ശിഷ്യരുടെ ഉന്നമനത്തിനായി അദ്ദേഹം എന്തു ത്യാഗവും സഹിക്കാനൊരുക്കമായിരുന്നു. ഒരുദാഹരണം പറയാം. ഒറ്റപ്പാലത്തുനിന്ന് പാലക്കാട്ടേക്കു പോകുന്ന വഴി റോഡിന്റെ അരികിലായി (വടക്കുഭാഗത്ത്) മാങ്കുറിശ്ശി എന്നു പേരായ ഒരു ക്ഷേത്രമുണ്ട്. ഒളപ്പമണ്ണമനക്കാരുടെയാണാ ക്ഷേത്രം. കൊല്ലംതോറും അവിടെ വിസ്തരിച്ച് കഥകളി പതിവുണ്ട്. എന്റെ അഭ്യാസം തുടങ്ങി രണ്ടുകൊല്ലത്തിനു ശേഷം ഒരിക്കൽ ഗുരുനാഥനൊന്നിച്ച് അവിടെ കഥകളിക്ക് ചെന്നപ്പോൾ ആശാനുമായി കഥയും വേഷങ്ങളും നിശ്ചയിക്കുന്ന കൂട്ടത്തിൽ നമ്പൂരിക്കുട്ടിയുടെ (എന്റെ), രുഗ്മിണീസ്വയംവരത്തിൽ കൃഷ്ണനായിക്കോട്ടേയെന്ന് ഗുരുനാഥൻ പറഞ്ഞു. ഒ.എം.സി. അത് സമ്മതിക്കുകയും ചെയ്തു.

എല്ലാം കഴിഞ്ഞ് ആശാൻ അണിയറയിലേയ്ക്ക് എത്തിയപ്പോൾ രുഗ്മിണീസ്വയംവരത്തിലെ കൃഷ്ണൻ കുഞ്ചുക്കുറുപ്പിന്റെ ശിഷ്യനായ ഒരു ചെക്കൻ വന്നിട്ടുള്ളതുകൊണ്ട് അവന്റെയായിക്കോട്ടെ എന്ന് ഒ.എം.സി. ഒരു ദൂതൻ വഴി ആശാനെ അറിയിച്ചു. അതു കേൾക്കേണ്ട താമസം ആശാൻ അണിയറയിൽ നിന്ന് പുറപ്പെട്ട് ഒ.എം.സി.യുടെ അടുത്ത് ചെന്ന് ഇപ്രകാരം പറഞ്ഞു. 'തമ്പുരാൻ പറഞ്ഞയച്ച വിവരം അടിയന് കിട്ടി. തമ്പുരാനൊന്നും തോന്നരുത്. ഒളപ്പമണ്ണമനയായിട്ട് അടിയനുള്ള ബന്ധം മറന്നുകൊണ്ടല്ല വിടകൊള്ളുന്നത്. അടിയനെ മടങ്ങാനനുവദിക്കണം. അടിയന്റെ ഒപ്പം വന്നവരെയും.'

രാമുണ്ണിമേനവന് ഒളപ്പമണ്ണ മനയുമായിട്ടുള്ള ബന്ധം അറിയുന്നവർക്കേ സംഗതിയുടെ ഗൗരവം മനസ്സിലാവുകയുള്ളൂ. പ്രത്യേകിച്ച് ഒ.എം.സി. അക്കാലത്ത് ആ നാട്ടിൽ മുടിചൂടാമന്നനായിരുന്നു. ആശാൻ പറഞ്ഞതു കേട്ട ഒ.എം.സി. തണുത്ത തലയോടെ അതിനുള്ള മറുപടിയായി ഇങ്ങനെ പറഞ്ഞു: 'രാമൻ പറഞ്ഞത് ശരിയാണ്. ഞാനത്ര ആലോചിച്ചില്ല. മാറ്റമൊന്നുമില്ല. രാമൻ പോകരുത്. നമ്പൂരിക്കുട്ടിയുടെ തന്നെയാണ് രുഗ്മിണീസ്വയംവരത്തിലെ കൃഷ്ണൻ. ഞാൻ പറഞ്ഞത് മറന്ന് രാമൻ അണിയറയിലേയ്ക്ക് കടന്ന് വേണ്ടപോലെ എല്ലാം നടത്തിത്തരണം.' അന്ന് രുഗ്മിണീസ്വയംവരത്തിലെ കൃഷ്ണൻ കെട്ടി ഞാൻ അരങ്ങു തകർത്തു. എന്റെ വേഷം കാണാൻ ഗുരുനാഥനും എത്തിയിരുന്നുവെന്ന് പിന്നീട് ഞാനറിഞ്ഞു.

ഓണക്കാലമാകാറായി. ഞാനിതിനകം തോടയം, പുറപ്പാട്, ഒന്നു രണ്ടു സ്ത്രീവേഷങ്ങൾ തുടങ്ങിയ ചിലതെല്ലാം പഠിച്ച് ഉറപ്പിച്ചിരുന്നു. കാന്തള്ളൂരഗ്രശാലയിൽ വെച്ചുള്ള അഭ്യാസം അവസാനിക്കുകയാണ്. എല്ലാവരും ഗുരുനാഥനെ വന്ദിച്ച് അനുഗ്രഹം വാങ്ങി മടങ്ങും. ആശാൻ അദ്ദേഹത്തിന്റെ ഭാര്യവീടുള്ള കുറുവട്ടൂർക്കു പോകും. ഇതിനിടയ്ക്ക് ഒരു ദിവസം; 'രാമനെ എനിക്കൊന്നു കാണണം, സൗകര്യംപോലെ വരൂ' എന്നൊരു സന്ദേശം ആശാന് ഒ.എം.സി.യിൽ നിന്ന് കിട്ടി. ഉടൻ തന്നെ ആശാൻ ഒ.എം.സി.യെ കാണാൻ പുറപ്പെട്ടു. ഒപ്പം പത്മനാഭൻനായരും ഞാനുമുണ്ടായിരുന്നു. ഞങ്ങൾ നേരെ

'നവോദയം' എന്ന പേരിൽ പുതിയതായി പണികഴിപ്പിച്ച ഒ.എം.സി. താമസിക്കുന്ന സ്ഥലത്തേയ്ക്കാണ് പോയത്. അപ്പോൾ അദ്ദേഹം അവിടെ ഞങ്ങളെ കാത്തിരിക്കുകയായിരുന്നു.

പൂമുഖത്തുതന്നെ ഉപവിഷ്ടനായിരുന്ന ഒ.എം.സി. ഗുരുനാഥനെ ഹാർദ്ദമായി സ്വാഗതംചെയ്തുകൊണ്ട് കാണണമെന്നു പറഞ്ഞതിന്റെ വിഷയം എടുത്തിട്ടു.

'അച്ഛൻ ധ്രുവചരിതം കഥകളിയുണ്ടാക്കിയത് രാമനറിയുമല്ലോ? (ഒ.എം.സി.യുടെ അച്ഛനും രാമുണ്ണിമേനോനും സമപ്രായക്കാരും സുഹൃത്തുക്കളുമായിരുന്നു.) ആ കഥ ഇവിടെവെച്ച് ഒന്ന് കളിച്ചാലോ എന്ന് ആലോചിക്കുകയാണ്. രാമനാണ് എല്ലാം തീർച്ചയാക്കാൻ.'

'ആദ്യമായി ഒന്ന് ചൊല്ലിയാടിപ്പിച്ച് ചിട്ടപ്പെടുത്തണം. പിന്നെ വേണ്ടാത്ത ഭാഗങ്ങൾ ഒഴിവാക്കണം. എല്ലാത്തിനും പുറമെ ആ കഥ അരങ്ങത്ത് ശോഭിക്കുമോ എന്ന് തീരുമാനിക്കേണ്ടത് രാമനാണ്.' ഒ.എം.സി പറഞ്ഞവസാനിപ്പിച്ചു.

'അരങ്ങത്ത് ശോഭിക്കാതെ വരില്ല. എന്നത്തേയ്ക്കാണ് വേണ്ടതെന്ന് അവിടുന്നു തന്നെ തീരുമാനിയ്ക്കുക. ബാക്കിയെല്ലാം അടിയനേറ്റു.' ഗുരുനാഥൻ മറുപടി പറഞ്ഞു.

അങ്ങനെ അക്കൊല്ലം ഓണത്തോടനുബന്ധിച്ച് ഒ.എം.സി.യുടെ അച്ഛനായ ഒ.എം.വാസുദേവൻ നമ്പൂതിരിപ്പാടു രചിച്ച ധ്രുവചരിതം ആട്ടക്കഥ നവോദയത്തിൽ വെച്ച് അരങ്ങേറാൻ തീർച്ചയാക്കി. പിരിയുന്നതിന്നു മുമ്പ് ഗുരുനാഥൻ അദ്ദേഹത്തിന്റെ ഒരു മോഹവും ഒ.എം.സി.യോടു പറഞ്ഞു. അത് എന്റെ അരങ്ങേറ്റത്തെക്കുറിച്ചായിരുന്നു.

'ഇക്കൊല്ലം, അടിയനു കിട്ടിയ ഈ നമ്പൂരിക്കുട്ടിയുടെ അരങ്ങേറ്റമൊന്ന് നടത്തണമെന്ന് മോഹമുണ്ട്', എന്നെ ചൂണ്ടിക്കാട്ടിക്കൊണ്ട് ഗുരുനാഥൻ പറഞ്ഞു. 'കഷ്ടിച്ച് പുറപ്പാട് ഒപ്പിയ്ക്കാം. അവിടുന്ന് കൽപിക്കും പോലെയാകാമെല്ലാം. പട്ടേരിപ്പാട് അടിയന്നയച്ചുതന്നതാണല്ലോ! വിവരങ്ങളൊക്കെ അവിടുത്തേയ്ക്കും അറിവുള്ളതാണ്' ആശാൻ പറഞ്ഞുനിർത്തി. 'അതിനെന്താ വിഷമം? പുറപ്പാട് തന്നെയായിക്കോട്ടെ. രാമന്റെ ഇഷ്ടം പോലെയാകാമെല്ലാം.' ഒ.എം.സി.യും മറുപടി പറഞ്ഞു.

തുടർന്ന് ഒരാഴ്ചക്കാലം കാന്തള്ളൂരഗ്രശാലയിൽ ധ്രുവചരിതം ചൊല്ലിയാട്ടമായിരുന്നു. എന്റെ പുറപ്പാടു ചൊല്ലിയാട്ടത്തിന്റെ ആവർത്തനങ്ങളും. ഓണം വന്ന് തലയിൽ കേറാറായി. എല്ലാവർക്കും ഉത്സാഹം. ഒളപ്പമണ്ണ മനയ്ക്കലാണെങ്കിൽ കഥകളിക്കുള്ള വട്ടംകൂട്ടൽ. ശിഷ്യൻമാർ ഓണത്തിന് അവരവരുടെ വീടുകളിലേയ്ക്ക് മടങ്ങുന്നു. ഇനി ഓണക്കാലത്ത് നടത്താൻ തീർച്ചയാക്കിയ ധ്രുവചരിതം കളിയ്ക്കേ അവർ തമ്മിൽ കാണുകയുള്ളൂ.

ഓണത്തിന് എന്റെ അരങ്ങേറ്റമുണ്ടെന്ന് ഞാൻ കണ്ടവരോടെല്ലാം പറഞ്ഞു. ഒപ്പം നവോദയത്തിൽ വെച്ച് നടക്കാൻ പോകുന്ന ധ്രുവചരിതം കഥകളിയെക്കുറിച്ചും. കേട്ടവരാരും അത് വിശ്വസിച്ചില്ലെന്നു തോന്നുന്നു. എന്നാലെനിക്ക് ഇരിക്കപ്പൊറുതിയില്ലാതായി. ഈ വിവരം ഇല്ലത്തറിയിക്കണം. പട്ടേരിപ്പാടിനെ അറിയിക്കണം. സാധിച്ചാലമ്മാത്തും. വിധവയായ അമ്മേടമ്മാത്തെ അമ്മായി അറിയുമ്പോളുണ്ടാവുന്ന സന്തോഷം എനിക്കോർക്കാൻപോലും വയ്യ.

ശ്രീകൃഷ്ണശർമ്മ എന്തു പറയും! ഏട്ടൻ കഥകളിക്കമ്പക്കാരനല്ല. എന്നാൽ പുച്ഛം ഒട്ടും തന്നെയില്ല.

അത്തം എത്തുകയായി. എല്ലാ ശിഷ്യൻമാരും തങ്ങളാലാകും വിധത്തിൽ ഗുരുനാഥന് ദക്ഷിണചെയ്തു യാത്ര പറയുകയാണ്. ഞാനെങ്ങോട്ട് പോകാനാണ്? എനിക്കൊരിടമില്ലല്ലോ പോകാൻ.

അരങ്ങേറ്റം നടത്തിത്തരാമെന്ന് ഗുരുനാഥൻ പറഞ്ഞതുകൊണ്ടും, ഒ.എം.സി. അതു സമ്മതിച്ചതുകൊണ്ടും ഞാൻ ഒളപ്പമണ്ണയിൽതന്നെ കൂടി. നവോദയത്തിൽ സമപ്രായക്കാരായ കുട്ടികൾ ഉള്ളതുകൊണ്ട് ഞാനെപ്പോഴും അവിടെ ചുറ്റിപ്പറ്റി നടന്നു. കഥകളിക്കാരനായ എന്നെ എല്ലാവർക്കും വളരെ ഇഷ്ടമായിരുന്നു. പ്രത്യേകിച്ച് ഒ.എം.സി.യുടെ അകത്തുള്ളാൾക്കും, അവരുടെ കുട്ടികൾക്കും. 'നമ്പൂതിരിക്കുട്ടി ഓണത്തിന് ഇല്ലത്തേയ്ക്ക് പോണില്ലേ?' ഒഎം.സി.യുടെ മൂത്തമകൾ എന്നോടൊരിക്കൽ ചോദിച്ചു. എന്റെ അവസ്ഥ നല്ലവണ്ണമറിയുന്നതുകൊണ്ടാകാം, അതിന്ന് ആ കുട്ടിയോട് മറുപടി പറഞ്ഞത് ഒ.എം.സിയുടെ അകത്തുള്ളാൾതന്നെയാണ്.

'നീയെന്തിനാണിങ്ങനെ വിഡ്ഢിത്തം ചോദിയ്ക്കുന്നത്? അതിന്നിപ്പോൾ പോകാൻ പറ്റ്വോ? ഓണത്തിനരങ്ങേറ്റം വേണമെന്നല്ലേ തീർച്ചയാക്കിയിട്ടുള്ളത്? കഥകളിയുടെ വർത്തമാനം നീ കേട്ടില്ലേ? കഥ ധ്രുവചരിതമാണ്. അത് നിന്റെ മുത്തച്ഛൻ ഉണ്ടാക്കിയതാണെന്ന് നിനക്കറിയില്ലെ? നമ്പൂരിക്കുട്ടി ഇപ്പോൾ എങ്ങോട്ടും പോണില്ല'; അവർ പറഞ്ഞുനിർത്തി. 'ഓഹൊ; നമ്പൂരിക്കുട്ടിയുടെ അരങ്ങേറ്റമുണ്ടോ? ഞാനതൊന്നും തീരെ അറിഞ്ഞില്ല.' ഇപ്പോൾ സുമംഗല എന്ന പേരിൽ അതിപ്രസിദ്ധയായ, കുട്ടികളുടെ കഥാകാരി പറഞ്ഞു നിർത്തി.

ഒളപ്പമണ്ണമനയ്ക്കൽ ഏതാണ്ടൊരുത്സവമായിരുന്നു. എല്ലാവരുടേയും സംസാരവിഷയം ധ്രുവചരിതം ആട്ടക്കഥയും, എന്റെ അരങ്ങേറ്റവും തന്നെ.

ഞാൻ എല്ലാവരുടെയും സംസാരത്തിൽ നിറഞ്ഞു നിന്നിരുന്നു. തെക്കുനിന്ന് ഒരു നമ്പൂരിക്കുട്ടി തനിച്ച് വന്ന് കാന്തള്ളൂരഗ്രശാലയിൽ പട്ടിയ്ക്കാംതൊടിയുടെ കീഴിൽ പഠിച്ച് ഓണത്തിന് അരങ്ങേറ്റം നടത്തുകയാണത്രേ! ഇതിൽപ്പരം ഒരദ്ഭുതമുണ്ടോ? 'എനിയ്ക്കും നമ്പൂരിക്കുട്ടിയെപ്പോലെ വേഷം കെട്ടാൻ മോഹമുണ്ട്', ഒരു ദിവസം സുമംഗല എന്നോട് വർത്തമാനത്തിനിടയ്ക്ക് പറഞ്ഞു. 'അയ്യയ്യേ! പെൺകുട്ടികള് വേഷം കെട്ട്വേ? കഷ്ടം കഷ്ടം! ഇങ്ങനെ ഓരോ വിഡ്ഢിത്തം പറയാതിരിക്കൂ കുട്ടി' ഞാൻ മറുപടി പറഞ്ഞു. 'അതെന്താ? പെൺകുട്ടികൾ വേഷം കെട്ടിയാൽ നന്നാവില്ലേ?' അവർ ചൊടിച്ചുകൊണ്ട് ചോദിച്ചു.

'അതൊന്നും എനിക്കറിയില്ല. എന്തായാലും കുട്ടിയെ വേഷം കെട്ടാൻ അച്ഛൻ സമ്മതിക്കുമെന്ന് തോന്നുന്നില്ല.' ഞാനെന്റെ അഭിപ്രായം പറഞ്ഞു. ഞങ്ങളുടെ വർത്തമാനം കേട്ട കുട്ടൻ (പരേതനായ ഡോ. ഒ.എം. വാസുദേവൻ) ഉറപ്പിച്ചുപറഞ്ഞു:'ഈ ഓപ്പോൾക്ക് ഓരോന്ന് തോന്നണതേയ്! പെൺകുട്ടികൾ വേഷം കെട്ടാറില്ല'.

ഞങ്ങളുടെ വർത്തമാനം കേട്ടുനിന്നിരുന്ന ഒ.എം.സി.യുടെ അകത്തുള്ളാൾ വള്ളത്തോളിന്റെ കവിതയിലെ ഏതോ ഒരു വരി ചൊല്ലിക്കൊണ്ട് മറ്റെന്തോ ആവശ്യത്തിനായി അപ്പോൾ അവിടെനിന്ന് പോവുകയും ചെയ്തു.

അരങ്ങേറ്റം

അത്തം എത്തുകയായി. കാന്തള്ളൂർ അഗ്രശാലയിൽനിന്ന് എല്ലാവരും മടങ്ങും. ഒളപ്പമണ്ണമനയ്ക്കലാണെങ്കിൽ ഓണത്തിന്റെ ഉത്സാഹവും തിരക്കുമാണ്. ഒപ്പം ധ്രുവചരിതം ആട്ടക്കഥ അരങ്ങേറുന്നതിന്റെ ബഹളവും. ചതയത്തുന്നാളാണ് ധ്രുവചരിതം കഥകളി നിശ്ചയിച്ചത്. എന്റെ അരങ്ങേറ്റവും അന്നു തന്നെ നടക്കും. കുട്ടികളെല്ലാവരും എന്നെ പൊതിഞ്ഞ് ഓരോന്നു ചോദിക്കുവാൻ തുടങ്ങി. എന്നെക്കുറിച്ചെന്നപോലെ കഥകളിയെക്കുറിച്ചും അവർക്കൊരു പാട് കാര്യങ്ങൾ അറിയാനുണ്ടായിരുന്നു. അത്തം പ്രത്യേകവിശേഷത്തോടെ തന്നെ കഴിഞ്ഞു. ഓണമാകാനിനി കുറച്ചു ദിവസങ്ങൾ മാത്രം. സമപ്രായക്കാരൊന്നിച്ച് കളിക്കാനും മറ്റും കൂടുമെങ്കിലും എനിക്കൊരു ദുഃഖം! ഒന്നിനും ഉത്സാഹമില്ല. അരങ്ങേറ്റത്തിനെക്കുറിച്ച് ഇല്ലത്തുള്ളവരെയും പട്ടേരിപ്പാടിനെയും അറിയിക്കാൻ കഴിഞ്ഞിട്ടില്ല. ഒരു പോസ്റ്റുകാർഡ് വാങ്ങാൻപോലും എന്റെ കൈയിൽ ഒന്നും ഉണ്ടായിരുന്നില്ല. ആരോടാണ് സങ്കടം പറയുക! ഇത്തരം പല ചിന്തകളാൽ ഞാൻ ഏതാണ്ടൊരു മനോരാജ്യക്കാരനായി കഴിഞ്ഞു.

കരയണമെന്ന് ചിലപ്പോൾ തോന്നും. കണ്ണിൽ വെള്ളം പൊടിയുകയും ചെയ്യും. എന്നാൽ നന്നെ ബുദ്ധിമുട്ടിയാണെങ്കിലും ഞാനെന്നെ നിയന്ത്രിക്കുകയായിരുന്നു. കരഞ്ഞാലത് മറ്റുള്ളവർ കാണും. അവരോരോന്ന് ചോദിക്കാൻ തുടങ്ങും. മറുപടി പറയാതെ പറ്റില്ല എന്ന നില വരും. അതൊരു മഹാശല്യം തന്നെ!

ഒരു ദിവസം ഉച്ചഭക്ഷണത്തിനു ശേഷം കുട്ടികളൊന്നിച്ച് മുറ്റത്തും തൊടിയിലും കളിച്ചുകൊണ്ടിരിക്കുകയായിരുന്നു. മനോരാജ്യക്കാരനായ ഞാൻ അവരിൽ നിന്നകന്ന് ഒരു മാവിന്റെ തണലിൽ എന്തെല്ലാമോ ആലോചിച്ചുകൊണ്ടു നിന്നു. എന്റെ അരികിലേയ്ക്ക് വന്ന ഒ.എം.സി.യുടെ മൂത്തകുട്ടിയെ ഞാൻ അതുകൊണ്ട് കണ്ടതേയില്ല. അടുത്തുവന്ന ആ കുട്ടി, “എന്താ നമ്പൂതിരിക്കുട്ടി ഒരു മന്ദബുദ്ധിയെപ്പോലെ മനോരാജ്യം വിചാരിക്കണേ” എന്ന് ചോദിച്ചു. എന്റെ സങ്കടം പറയാൻ ഒരാളെ കിട്ടിയപ്പോൾ ഞാൻ മനപ്രയാസങ്ങളെല്ലാം, കഷ്ടിച്ച് പത്തുവയസ്സായ ആ കുട്ടിയുടെ മുൻപിൽ കെട്ടഴിക്കുക തന്നെ ചെയ്തു. മുടിചൂടാമന്നനായിരുന്ന ഒ.എം.സി.യുടെ ആ മൂത്തകുട്ടി ഞാൻ പറഞ്ഞതെല്ലാം സഹാനുഭൂതിയോടെ കേട്ടതല്ലാതെ എന്നോടപ്പോൾ മറുപടിയൊന്നും പറഞ്ഞില്ല. പിന്നീട് ഏറെക്കാലത്തിന് ശേഷമാണ് ഒ.എം.സി. പട്ടേരിപ്പാടിന് സകലവിവരങ്ങൾക്കും എഴുതിയിരുന്നുവെന്ന് ഞാനറിയുന്നത്. അതും ‘ലീല’ എന്നുപേരായ ആ കുട്ടി ഒ.എം.സി. യോട് പറഞ്ഞിട്ടാണോ എന്ന് എനിക്കിന്നും അറിയില്ല.

ഓണത്തിന്റെ മൂലത്തുനാൾ ഉച്ചഭക്ഷണം കഴിഞ്ഞ് ഒ.എം.സി. ചില നമ്പൂരിമാരൊന്നിച്ച് പൂമുഖത്തിരുന്ന് സംസാരിക്കുകയായിരുന്നു. മടിയിൽ അദ്ദേഹത്തിന്റെ മൂന്നാമത്തെ മകളായ രമണിയിരുന്ന് കളിക്കുന്നുണ്ടായിരുന്നു. മുറ്റത്ത് കാറിടുന്ന ഷെഡ്ഡ് തുറന്നുകിടക്കുകയായിരുന്നു. ഒ.എം.സി.യുടെ ചില കുട്ടികളും ഞാനും കൂടി കാറിനുള്ളിൽ കേറി എന്തൊക്കെയോ വികൃതികൾ കാട്ടുവാൻ തുടങ്ങി. അതു കണ്ട ഒ.എം.സി. ‘പാറ’യെ വിളിച്ച് (ഒ.എം.സിയുടെ

ഡ്രൈവറുടെ ഇല്ലപ്പേര് 'പാറ' എന്നായിരുന്നു.) കുട്ടികൾ കാറ് കേടുവരുത്താതിരിക്കാൻ ഷെഡ്ഡ് പൂട്ടുകയാവും ഭേദം എന്ന് പറഞ്ഞു. അതു കേൾക്കേണ്ട താമസം, പാറ രൗദ്രഭീമനെപ്പോലെ ഷെഡ്ഡിലേയ്ക്ക് ഓടിയെത്തി. പാറയെക്കണ്ട കുട്ടികൾ എല്ലാവരും ഇറങ്ങിയോടി. പേടികൊണ്ട് ഓടാൻപോലുമാകാതെ ഞാൻ സ്തംഭിച്ചുനിന്നു. എന്നാൽ പാറ എന്നോടൊന്നും പറഞ്ഞില്ല. എന്റെ മാനസികാവസ്ഥ വികൃതികൾ കാട്ടാൻ പറ്റിയ നിലയിലല്ലായിരുന്നുവെന്ന് പാറയ്ക്ക് അറിയാൻ കഴിഞ്ഞിരിക്കാം.

തുറന്നുകിടന്നിരുന്ന കാറിന്റെ വാതിലുകളടച്ച് ഷെഡ്ഡ് പൂട്ടി പാറ പൂമുഖത്തേയ്ക്കു പോയി. പാറയുടെ പിന്നാലെ ഞാനുമപ്പോൾ പൂമുഖത്തേയ്ക്കു ചെന്നു. എന്നെ കണ്ട ഒ.എം.സി. അടുത്തു വിളിച്ച് എന്തൊക്കെയോ ചോദിച്ചു. ഞാൻ അതിനെല്ലാം മറുപടിയും പറഞ്ഞു. സംഭാഷണത്തിനൊടുവിൽ, അരങ്ങേറ്റം പൊടിപൊടിക്കണമെന്നും, ഇങ്ങനെ മനോരാജ്യക്കാരനായാൽ പറ്റില്ലെന്നും അദ്ദേഹം ഓർമ്മിപ്പിച്ചു. അതു കേട്ടുകൊണ്ട് പൂമുഖത്തേയ്ക്കു വന്ന ലീല 'ഈ നമ്പൂരിക്കുട്ടിക്ക് എപ്പോഴും ഓരോ വിചാരാണ്' എന്ന മുഖവുരയോടെ, എന്റെ കഥകൾ ചിലതെല്ലാം ഒ.എം.സി.യോട് പറഞ്ഞു. 'നമ്പൂതിരിക്കുട്ടി'യെന്ന് ലീല പറഞ്ഞു കേട്ടപ്പോൾ എല്ലാവരും നല്ലവണ്ണം ചിരിച്ചു. അപ്പോൾ ഒ.എം.സി. 'നീയ്യ് ഇയ്യാൾക്കൊരു പേരിട്ടത് നന്നായി. എല്ലാവർക്കും വിളിക്കാനൊരു പേരുണ്ടായല്ലോ' എന്ന് പറഞ്ഞുകൊണ്ട് മറ്റുള്ളവരുടെ ചിരിയിൽ നല്ലവണ്ണം പങ്കെടുക്കുകയും ചെയ്തു. അന്നുമുതൽ എല്ലാവരും എന്നെ 'നമ്പൂതിരിക്കുട്ടി' എന്നു വിളിക്കാൻ തുടങ്ങി. ലീല ഇട്ട പേരായതുകൊണ്ട് എനിക്കും അത് ഇഷ്ടപ്പെട്ടു. ഓണത്തിന് ഒളപ്പമണ്ണമനയ്ക്കൽ ചെന്നവർക്കെല്ലാം ഒ.എം.സി. ഓണപ്പുടവ കൊടുക്കും. അതിൽ ഉച്ചനീചത്വങ്ങളില്ലതന്നെ. ഒരു കാലത്ത് മിക്ക പ്രഭുകുടുംബങ്ങളിലും അത്തരം ചില പതിവുകളുണ്ടായിരുന്നു.

ഓണപ്പുടവ എനിക്കും കിട്ടി. ഞാനത് ലീലയെ കാട്ടിക്കൊടുത്തു. 'ഇത് ഓണത്തിന്ന് ചുറ്റിനടക്കാനാണ്.' എന്ന് ആ കൊച്ചുതമ്പുരാട്ടിയെന്നോട് കല്പിക്കുകയും ചെയ്തു. നാളുകൾ നീങ്ങുന്നത് ഞാനറിഞ്ഞതേയില്ല. ലീലയും ലീലയുടെ അനുജനായ കുട്ടനും എന്റെ ഉറ്റചങ്ങാതിമാരായിരുന്നതുകൊണ്ട് എനിക്കുണ്ടായിരുന്ന അപകർഷതാബോധം ഏതാണ്ട് മാറിക്കിട്ടി. അവിട്ടത്തുനാൾ ഉച്ചതിരിഞ്ഞപ്പോഴേയ്ക്കും നവോദയത്തിലേയ്ക്ക് ഒളപ്പമണ്ണമനയ്ക്കലെ ചാർച്ചക്കാരും ബന്ധുക്കളും കുറേശ്ശെ വരാൻ തുടങ്ങി. അതിൽ ധാരാളം അന്തർജ്ജനങ്ങളുമുണ്ടായിരുന്നു. എന്റെ അരങ്ങേറ്റമുണ്ടെന്നതുകൊണ്ട് എല്ലാവർക്കും ഞാനൊരു കാഴ്ചവസ്തുവായി. എല്ലാ ദിക്കിലും നല്ല തിരക്കുണ്ട്. ചതയത്തുനാളാണല്ലോ ഒ.എം.സി. യുടെ അച്ഛൻ എഴുതിയ ധ്രുവചരിതം ആട്ടക്കഥ അരങ്ങേറുന്നത്. പ്രധാന സംസാരവിഷയം സകലർക്കും കഥകളി തന്നെ. പിന്നെ നമ്പൂരിക്കുട്ടിയുടെ അരങ്ങേറ്റവും. ഞങ്ങൾ കുട്ടികൾ എങ്ങും ഓടിനടക്കും. കുട്ടനാണ് എല്ലാത്തിനും മുൻപിൽ. എന്നാലെനിക്കതത്ര സമ്മതമായില്ല. അരങ്ങേറ്റക്കാരനായ ഞാനല്ലേ പ്രമാണിയാകേണ്ടത്? എന്റെ അവകാശം കുട്ടൻ തട്ടിയെടുത്തതായി ഞാൻ കണക്കാക്കി.

പറഞ്ഞിരിക്കേ മൂന്നാമോണമായി. കുളിയും കുറിയും കഴിഞ്ഞ് നവോദയത്തിലും പരിസരത്തും, ഒ.എം.സി. തന്ന ഓണപ്പുടവ ചുറ്റിക്കൊണ്ട് വിലസിയിരുന്ന എന്നെ 'അരങ്ങേറ്റക്കാരനാണെന്ന് വെച്ച് ഞെളിയൊന്നും വേണ്ടാട്ടൊ'

എന്ന് ലീല കളിയാക്കി. എന്റെ സന്തോഷവും സങ്കടവും ആ കുട്ടിക്കുണ്ടോ മനസ്സിലാവുന്നു! പുറത്തേയ്ക്ക് ഞാൻ ചിരിച്ചുകൊണ്ടാണെങ്കിലും ഉള്ളിൽ തീ തിന്നുകയായിരുന്നു. അതെന്തിനാണെന്ന് കൃത്യമായി എനിക്ക് വിവരവുമില്ലായിരുന്നു. ഉച്ചയായപ്പോഴേയ്ക്കും നൂറിലധികം നമ്പൂതിരിമാർ നവോദയത്തിലെത്തി. അവരിൽ മിക്കവരേയും എനിക്ക് അശേഷം പരിചയമുണ്ടായിരുന്നില്ല. അങ്ങനെയിരിക്കയാണ് അരങ്ങേറ്റത്തിന് മുഖത്തു തേയ്ക്കും മുമ്പ് കഥകളിക്കാരായ എല്ലാവർക്കും 'ദക്ഷിണ' കൊടുക്കുക എന്നൊരു ചടങ്ങുണ്ടെന്ന് ഞാനറിഞ്ഞത്. എന്റെ കൈയിലാണെങ്കിൽ അപ്പോൾ ചില്ലിക്കാശുപോലും ഉണ്ടായിരുന്നില്ല. എന്റെ സങ്കടം ഞാനാരോട് പറയും! ഓർത്തോർത്ത് ഞാൻ ഏതാണ്ട് കരച്ചിലിന്റെ വക്കിലെത്തിക്കഴിഞ്ഞിരുന്നു. എന്റെ വിഷമം കണ്ട് മനസ്സലിഞ്ഞ ലീല 'അരങ്ങേറ്റക്കാരനെന്താ വിഷമം' എന്ന് ചോദിക്കുകയും ഞാനെന്റെ സങ്കടകാരണങ്ങളെല്ലാം ലീലയോട് വ്യക്തമായിപ്പറയുകയും ചെയ്തു. ആ കുട്ടിക്കപ്പോൾ പാവം പിടിച്ച ഈ അരങ്ങേറ്റക്കാരനോട് സഹതാപം തോന്നിയെങ്കിലും എന്തുവേണമെന്ന് ഒട്ടും തന്നെ നിശ്ചയമില്ലായിരുന്നു.

പകൽ മൂന്നു മൂന്നരയായി. മിക്കവരും കാപ്പി കുടിക്കുന്ന തിരക്കിലാണ്. എന്നോട് ദയ തോന്നിയ ലീല പൂമുഖത്തിരിക്കുന്ന അച്ഛനായ ഒ.എം.സി.യോട് 'അരങ്ങേറ്റക്കാരൻ നമ്പൂരിക്കുട്ടി അവിടെനിന്ന് കരയുകയാണച്ഛാ' എന്ന് എന്നെ ചൂണ്ടിക്കാട്ടി പറഞ്ഞു. 'നീ ചെന്ന് അയാളെ ഇങ്ങോട്ടു വിളിക്ക്' എന്ന് ഒ.എം.സി. ലീലയോട് പറയുകയും, ആ കുട്ടി എന്നെ ഒരുപാടാളുകളുടെ നടുവിലിരിക്കുന്ന ഒ.എം.സി.യുടെ മുന്നിലേയ്ക്ക് ബലമായി കെട്ടിയെഴുന്നള്ളിക്കുകയും ചെയ്തു. ഉടൻതന്നെ ഒ.എം.സി. 'താനെന്തിനാണ് കരയുന്നതെ'ന്ന് ചോദിച്ചു. അരങ്ങേറ്റത്തിന് തേയ്ക്കും മുമ്പ് കഥകളിക്കാർക്കെല്ലാം ദക്ഷിണ കൊടുക്കണമെന്ന് ഞാനറിഞ്ഞിരുന്നില്ല എന്നും, എന്റെ കയ്യിലതിന് ഒന്നും തന്നെയില്ലെന്നും പറഞ്ഞ് ഏതാണ്ടുറക്കെത്തന്നെ നല്ലവണ്ണം കരഞ്ഞു. 'താൻ കരയേണ്ട. ഒക്കെ നേരെയാക്കാം. അരങ്ങേറ്റം പൊടിപൊടിക്കണം' എന്നു പറഞ്ഞുകൊണ്ട് ഒ.എം.സി. എന്നെ സമാധാനിപ്പിച്ചു. എന്റെ കരച്ചിലും നിന്നു. ഉടൻ തന്നെ ഒ.എം.സി. പൂമുഖപ്പടിക്കൽ ബീഡിവലിച്ച് ഉറക്കെ സംസാരിച്ചുകൊണ്ടിരുന്ന ഒരാളെ വിളിച്ച് ,'ഇയാളുടെ കാര്യങ്ങൾ ചോദിച്ചറിഞ്ഞ് വേണ്ടതെന്താണെന്നുവെച്ചാലത് ഉടൻതന്നെ ഏർപ്പാടു ചെയ്യൂ' എന്നു പറഞ്ഞു.

സുമാർ ആറരയടി പൊക്കവും പത്തിരുപത് വയസ്സ് പ്രായവുമുള്ള ആ ചെറുപ്പക്കാരൻ എഴുന്നേറ്റ് എന്റെ കയ്യു പിടിച്ച് ലേശം തിരക്കൊഴിഞ്ഞ ഭാഗത്തേയ്ക്കു മാറിനിന്ന് തന്റെ കനത്ത കയ്യ് തോളിൽവെച്ചുകൊണ്ട് വിവരങ്ങളെല്ലാം ആരാഞ്ഞു. അത് നമ്മുടെ സാക്ഷാൽ കവി ഒളപ്പമണ്ണയായിരുന്നു. 'ഊണ് കഴിച്ച് തേയ്ക്കാൻ പോകേണ്ടതല്ലേ? നേരം ധാരാളമായി. വേഗം ഉണ്ടു വരൂ. ഒക്കെ ശരിയാക്കാം. വൈകിച്ചെന്നാൽ രാമൻ ശുണ്ഠിയെടുക്കും' എന്നു പറഞ്ഞുകൊണ്ട് ഒളപ്പമണ്ണ എന്നെ ഉണ്ണാൻ പറഞ്ഞയച്ചു. ഊണുകഴിഞ്ഞു വന്നപ്പോൾ പത്തുനൂറ് വെറ്റിലയും കുറേ കളിയടയ്ക്കയും ഒറ്റ രൂപയുടെ ധാരാളം നാണ്യങ്ങളും തന്നുകൊണ്ട് ഒളപ്പമണ്ണ എന്നെ അണിയറയിലേയ്ക്ക് പറഞ്ഞയച്ചു. ലീലയെ അപ്പോൾ ഞാൻ അവിടെയെങ്ങും കാണാഞ്ഞതുകൊണ്ട് വലിയ സന്തോഷത്തോടെ ആ കുട്ടിയെ സ്മരിച്ച് പട്ടിക്കാംതൊടി ആശാന്റെ അടുത്തേയ്ക്ക് ഓടിപ്പോവുകയും ചെയ്തു.

വെറ്റിലയും അടക്കയും പണവുമായിച്ചെന്ന ഞാൻ പട്ടിക്കാംതൊടിയുടെ അടുത്തുവെച്ച് ഉണ്ടായതെല്ലാം പറഞ്ഞു. അദ്ദേഹം ഉടൻതന്നെ മകൻ പത്മനാഭൻനായരെ വിളിച്ച് എന്നെക്കൊണ്ട് എല്ലാവർക്കും ദക്ഷിണ ചെയ്യിപ്പിച്ചു. അതിൽ കഥകളിയിലെ പെട്ടിക്കാർ വരെ ഉണ്ടായിരുന്നതായി ഞാൻ പിന്നീടറിഞ്ഞു. എല്ലാം കഴിഞ്ഞിട്ടും കാശും വെറ്റിലയും ഒരുപാട് ബാക്കി. അതെല്ലാം പിന്നീട് എന്തു ചെയ്തുവെന്ന് ഞാൻ നോക്കിയതുമില്ല.

നേരം സന്ധ്യയാകാറായി. കാന്തള്ളൂരമ്പലത്തിലേയ്ക്കു പോകുന്ന വഴിയുടെ അരികിലുള്ള പാറപ്പുറത്തുനിന്ന് 'കേളികൊട്ട്' കേൾക്കാൻ തുടങ്ങി. എന്റെ ഉള്ളിലും അപ്പോൾ എന്തെല്ലാമോ കേളികൊട്ടുകയായിരുന്നു. പട്ടിക്കാംതൊടി ആദ്യം ലേശം മനയോലയെടുത്ത് ധ്യാനിച്ചുകൊണ്ട് എന്നെ തേപ്പിച്ചു. പത്മനാഭൻ നായരോട് എനിക്ക് ചുട്ടിക്കുള്ള വളയം വെയ്ക്കാനും, വേഷം കെട്ടിക്കാനും ഏല്പിച്ചുകൊണ്ട് ആശാൻ അദ്ദേഹത്തിന്റെ പണികൾ തുടങ്ങി. അണിയറയിലപ്പോൾ ധാരാളം ആളുകളുണ്ടായിരുന്നു. ചുട്ടികുത്താൻ കിടക്കുന്ന എന്നെ കുട്ടനും ലീലയും ആ ബഹളത്തിനിടയിലും വന്ന് നോക്കുന്നത് ഞാൻ കാണുകയുണ്ടായി. നേരം ഏതാണ്ട് എട്ടുമണിയായിക്കാണും. കഥകളിക്കുള്ള വിളക്ക് വെച്ചു. അപ്പോൾ അണിയറയിൽ കേട്ടിരുന്നത് പുരുഷാരത്തിന്റെ ഇരമ്പം മാത്രമാണ്. ഒന്നും മനസ്സിലാകുന്നില്ല. കളിക്ക് ഒരുപാടാളുകൾ എത്തിയിട്ടുണ്ടാകുമെന്ന് ഞാനൂഹിച്ചു. അതു ശരിയുമായിരുന്നു.

'മാതംഗാനനമബ്ജവാസരമണീം
ഗോവിന്ദമാദ്യം ഗുരും
വ്യാസം പാണിനിഗർഗ്ഗനാരദകണാ-
ദാദ്യാൻ മുനീന്ദ്രാൻ ബുധാൻ
ദുർഗ്ഗാം ചാപി മൃദംഗശൈലനിലയാം
ശ്രീപോർക്കലീമിഷ്ടദാം
ഭക്ത്യാ നിത്യമുപാസ്മഹേ സപദി നഃ
കുർവ്വന്ത്വമീ മംഗളം'

എന്ന് വെങ്കിടകൃഷ്ണഭാഗവതരും നമ്പീശനും നെടുങ്ങാടിയും കൂടി 'മംഗള' ശ്ലോകം ചൊല്ലി. കൊട്ടാൻ സാക്ഷാൽ കൃഷ്ണൻകുട്ടിപ്പൊതുവാളും, അപ്പുക്കുട്ടിപ്പൊതുവാളും ഒരുങ്ങിനിന്നിരുന്നു. കഥകളി വിസ്തരിച്ചുള്ളതാകകൊണ്ട് അന്ന് തോടയവുമുണ്ടായി. എന്നിട്ടും ഏതാണ്ട് ഒമ്പതുമണിയോടെ എനിക്ക് അരങ്ങത്തേയ്ക്കു പോകേണ്ടിവന്നു. തികഞ്ഞ അച്ചടക്കത്തോടെ മേളത്തോടൊന്നിച്ച് ചൊല്ലിയാടിപ്പഠിച്ച എനിക്ക് പരിഭ്രമം ഒട്ടുമുണ്ടായില്ല. വെങ്കിടകൃഷ്ണഭാഗവതരൊഴിച്ച് എല്ലാവരും എന്റെ പരിചയക്കാരുമായിരുന്നു.

എന്നിട്ടും തിരശ്ശീല നീക്കിയപ്പോൾ ഞാൻ ലേശം പരിഭ്രമിക്കുക തന്നെ ചെയ്തു. സുമാർ ഏഴെണ്ണായിരം ആളുകളുടെ കണ്ണുകൾ എന്റെ മുഖത്തു തന്നെ നോക്കുന്നു. മുമ്പിലായി ഒരു ഈസിച്ചെയറിൽ ഒളപ്പമണ്ണ കാരണവർ. തൊട്ടടുത്ത് താഴത്ത് മെത്തപ്പായയിൽ ഒ.എം.സി.യും മറ്റു പല മാന്യൻമാരും. മറുഭാഗത്ത് സ്ത്രീകളാണ്. അവിടെ ആരൊക്കെയെന്ന് ഞാൻ ശ്രദ്ധിച്ചില്ല. എന്നാൽ കുട്ടനും ലീലയും കളിവിളക്കിന്റെ ചുവട്ടിൽത്തന്നെ സ്ഥലം പിടിച്ചിരുന്നു. അവരെന്നെ നല്ല അസൂയയോടെ നോക്കുന്നതും ഞാൻ ശ്രദ്ധിച്ചു! പെട്ടെന്നാണെനിക്ക് സങ്കടം വന്നത്. എന്റെ അരങ്ങേറ്റം കാണാൻ പട്ടേരിപ്പാടോ, അമ്മമാരോ ഇല്ലെന്നോർത്തപ്പോൾ തീരെ വയ്യാതാകുന്നതുപോലെ

തോന്നി. അപ്പോൾ കണ്ണു നിറയാതിരിക്കാൻ ഞാൻ സാമാന്യം ബുദ്ധിമുട്ടി! അതെന്തായാലും ഉടൻ തന്നെ ഞാനെന്നെ നിയന്ത്രിച്ചു. എന്റെ അരങ്ങേറ്റ മാണ് നടക്കുന്നത്. അരങ്ങത്താണ് ഞാൻ. എന്റെ ചുമതലയുടെ ഗൗരവവും പെട്ടെന്നെനിക്ക് ഓർമ്മ വന്നു. തുടർന്ന് ഞാനെന്റെ കർമ്മത്തിനെക്കുറിച്ചു മാത്രം ഓർത്തു. പഠിച്ചതെല്ലാം കടുകിട പിഴയ്ക്കാതെ ചൊല്ലിയാടി. എന്നെ സഹായിക്കാൻ എല്ലാവരും നല്ലവണ്ണം ശ്രദ്ധിച്ചിരുന്നു. പ്രത്യേകിച്ചും 'ഉണ്ണീ' എന്ന് വാത്സല്യത്തോടെ വിളിച്ചു തുടങ്ങിയ വെങ്കിടകൃഷ്ണഭാഗവതർ! പുറപ്പാടു കഴിഞ്ഞപ്പോൾ നല്ലവണ്ണം വിയർത്തുവെങ്കിലും എനിക്ക് കാര്യമായ ക്ഷീണമൊന്നും തോന്നിയില്ല. ആദ്യമായി മനയോല തേച്ച ഗന്ധംകൊണ്ട് ഛർദ്ദിച്ചതുമില്ല. കൃഷ്ണന്റെ മുടി നന്നെ കനം കുറഞ്ഞതായിരുന്നു. എനിക്ക് ഒന്നിനും അശേഷം വിഷമമുണ്ടായിരുന്നില്ല.

പുറപ്പാടു കഴിഞ്ഞ് തിരശ്ശീല പിടിച്ചപ്പോൾ ഒളപ്പമണ്ണമനയ്ക്കലെ വലിയ തമ്പുരാൻ തിരശ്ശീല നീക്കാൻ കല്പിച്ചു. എന്നിട്ട് അണിയറയിലേയ്ക്ക് മടങ്ങാൻ തുടങ്ങുന്ന എന്നെ വിളിപ്പിച്ച് സ്വന്തം തൃക്കയ്യുകൊണ്ട് തന്നെ രണ്ടു കസവുമുണ്ട് സമ്മാനമായി തന്നു. ഒ.എം.സി. യും കവി ഒളപ്പമണ്ണയും 'പുറപ്പാട്' ഗംഭീരമായെന്ന് എന്നെ നല്ലവണ്ണം അഭിനന്ദിച്ചു. ആശാൻ എന്റെ വേഷം കാണാൻ എവിടെയോ മറഞ്ഞുനിന്നിരുന്നതായി പിന്നീടാണ് ഞാൻ അറിഞ്ഞത്. തന്റെ ശിഷ്യൻമാരുടെ വേഷം കണ്ട് നിർവൃതിയടയുക അദ്ദേഹത്തിന്റെ ഒരു സ്വഭാവസവിശേഷതയാണ്. തെറ്റുപറ്റിയാൽ അഭിനയിക്കുന്നതാരായാലും അടിയും ഉറപ്പാണ്. മേളപ്പദം കഴിഞ്ഞപ്പോഴേയ്ക്കും മുഖം തുടച്ച് ഞാൻ പുറത്തു ചാടി. അരങ്ങിനരികിൽ നിന്ന് നോക്കിയപ്പോൾ എനിക്ക് സന്തോഷം കൊണ്ട് ശ്വാസം മുട്ടുന്നതു പോലെ തോന്നി. എത്ര വളരെ മനുഷ്യരാണ് കളി കാണാൻ എത്തിയിരിക്കുന്നത്! എന്നെ തിരിച്ചറിഞ്ഞവരെല്ലാം അഭിനന്ദിക്കാൻ മറന്നില്ല. എന്നാൽ ഞാനാരിൽ നിന്നാണോ അഭിനന്ദനം പ്രതീക്ഷിച്ചിരുന്നത്, ആ രണ്ടുപേരും (കുട്ടനും ലീലയും) ഇങ്ങനെ ഒന്നുണ്ടായ ഭാവം പോലും കാണിച്ചില്ല. അതിന്ന് കാരണം അവർക്കത്തരം നാട്യങ്ങളൊന്നും അറിഞ്ഞിരുന്നില്ലെന്നതാണ്. എന്നാലവരെന്നെ കണ്ടപ്പോൾ കളി കാണാൻ ഒപ്പം വേണമെന്ന് നിർബന്ധിച്ചു. കഥകളിമുദ്രകൾ എനിക്കവരേക്കാൾ കൂടുതൽ അറിയുമല്ലോ. നമ്പീശൻ ധ്രുവചരിതത്തിലെ ഉത്താനപാദന്റെ ശൃംഗാരപദത്തിനുള്ള ശ്ലോകം ചൊല്ലിത്തുടങ്ങി. ആ ശ്ലോകം ഞാനിന്നും നല്ലവണ്ണം ഓർക്കുന്നുണ്ട്.

'സുലളിതലതികാഭിർമ്മഞ്ജരീമണ്ഡിതാഭിർ-
മ്മുദിത മധുപമാലാചുംബിതോദ്യൽ സുമാഭിഃ
പരികലിതവിഹാരോദ്യാനമഭ്യേത്യഭൂപഃ
സ്മരശരവിവശാത്മാ പ്രേയസീം വാചമുചേ.'

ചുകന്നതാടിയും മറ്റുമുള്ള മറ്റൊരു കഥയും ധ്രുവചരിതത്തിന് പുറമെ അന്ന് കളിക്കുകയുണ്ടായി. ആ കഥ ഏതാണെന്ന് എനിക്ക് ഇപ്പോൾ അശേഷം ഓർമ്മയില്ല്യ. നല്ലവണ്ണം വെളിച്ചാകുംവരെ കഥകളിയുണ്ടായി. കുട്ടനും ലീലയും ഇടയ്ക്ക് ഉറങ്ങിയെങ്കിലും ഞാൻ കണ്ണിന്റെ പോള പൂട്ടാതെ കഥകളി മുഴുവൻ കണ്ടു. ഒളപ്പമണ്ണകാരണവർ, പെട്ടിക്കാരും ചുട്ടിക്കാരുമുൾപ്പെടെ സകല പ്രവൃത്തിക്കാർക്കും ഓണപ്പുടവ കൊടുത്തു. കളി കഴിഞ്ഞ് ഞാനെത്തിയപ്പോഴേയ്ക്കും നവോദയത്തിൽ നിന്നും ഏതാണ്ടെല്ലാവരുംതന്നെ മടങ്ങി

ക്കഴിഞ്ഞിരുന്നു. വേണ്ടപ്പെട്ട അപൂർവ്വം ചിലർ മാത്രമേ അപ്പോൾ അവിടെ ബാക്കിയുണ്ടായിരുന്നുള്ളൂ. നാലുകെട്ടിൽ പ്രാതലിന് കുട്ടികളൊന്നിച്ചിരുന്നപ്പോൾ ഒ.എം.സി.യുടെ അകത്തുള്ളാൾ എന്നെ നല്ലവണ്ണം അഭിനന്ദിച്ചു. നമ്പൂരിക്കുട്ടിയുടെ വേഷം അസ്സലായെന്ന് കുട്ടനും ലീലയും പറഞ്ഞത് എനിക്ക് നല്ലവണ്ണം ഇഷ്ടപ്പെടുകയും ചെയ്തു. കിടന്നുറങ്ങിയ എന്നെ ഏതാണ്ടൊരു മണിക്ക് ആരോ വിളിച്ചപ്പോഴാണ് ഉണർന്നത്. കാലും മുഖവും കഴുകിച്ചെന്ന് ഉണ്ണാനിരുന്നപ്പോൾ ഞങ്ങൾ കുട്ടികളല്ലാതെ ആരെയും അവിടെ കണ്ടില്ല. ഓണത്തിന്റെ പൂരുരുട്ടാതിയായിരുന്നതുകൊണ്ട് സദ്യയൊക്കെയുണ്ടായിരുന്നു. എന്നാലും ഉറക്കം കാരണം എനിക്ക് ഒന്നിനും ഉത്സാഹം തോന്നിയില്ല. ഊണു കഴിഞ്ഞെഴുന്നേറ്റ് കയ്യു കഴുകിയ ഞാൻ പിന്നെയും എവിടെയോ പോയി കിടന്നുറങ്ങുകയും ചെയ്തു. ഉണർന്നപ്പോൾ 'കുംഭകർണ്ണന് ഉറക്കം മതിയായില്ലേ?' എന്ന് ചോദിച്ചുകൊണ്ട് ലീലയുണ്ട് തലയ്ക്കൽ നിൽക്കുന്നു. നേരം സന്ധ്യയാകാറായിരുന്നു. കാപ്പിയുടെ സമയം കഴിഞ്ഞതുകൊണ്ട് അടുക്കളയിൽ പോയി ഞാനൊരു കിണ്ടി സംഭാരം വാങ്ങിക്കുടിച്ചു. പുറത്തിറങ്ങി നോക്കിയപ്പോൾ നവോദയത്തിലും പരിസരത്തും ആരുമുണ്ടായിരുന്നില്ല. കളി കഴിഞ്ഞ മുറ്റമൊക്കെ നല്ലവണ്ണം അടിച്ചുവാരി വൃത്തിയാക്കിയിരുന്നു. 'നാളെ പഴപ്പുളിശ്ശേരിയുണ്ട്. നമ്പൂരിക്കുട്ടിക്ക് ഇഷ്ടാണോ?' ലീല ചോദിച്ചു. പഴപ്പുളിശ്ശേരി എനിക്ക് നല്ലിഷ്ടമാണെന്ന് ഞാൻ ആ കുട്ടിയോട് മറുപടി പറഞ്ഞു. ധാരാളമുണ്ടെങ്കിൽ പ്രഥമൻ പോലെ ഉണ്ണാനും എനിക്കിഷ്ടമാണെന്ന് പറഞ്ഞപ്പോൾ ലീലയ്ക്ക് നല്ലവണ്ണം രസിച്ചു. ഓപ്പോള് പഴപ്പുളിശ്ശേരി 'ബുർർർ' എന്ന് നല്ലവണ്ണം കഴിക്കുമെന്ന് കുട്ടനപ്പോൾ ലീലയെ കളിയാക്കി. അങ്ങനെ ഓരോന്നു പറഞ്ഞ് സമയം പോയത് തീരെ അറിഞ്ഞില്ല.

എന്നാലെന്റെയുള്ളിൽ 'ഇനിയെന്ത്?' എന്ന ചോദ്യം വല്ലാതെ അലട്ടിയിരുന്നു. നാളെ ഓണം ഉത്രട്ടാതി. നാളത്തോടെ ഓണസദ്യയും തീരും. ഞാനെവിടെപ്പോകും! ആരെക്കാണും! ഇനി കഥകളിയഭ്യാസം തുടരാൻ പറ്റുമൊ! എന്റെ സങ്കടങ്ങൾ പറയാനൊരാളുമില്ലല്ലോ! കുട്ടനാണെങ്കിൽ പ്രഭുകുമാരന്റെ മട്ടാണ്. ഇല്ലാത്തവരെ പുച്ഛമാണ്. എന്റെ ചങ്ങാതിയാകക്കൊണ്ട് എന്നെ സഹിച്ചേക്കാം! എന്നാൽ ലീലയങ്ങനെയല്ല. അതിനോട് പറഞ്ഞാലോ! ഒ.എം.സി തന്ന ഓണപ്പുടവയൊഴിച്ച് സമ്പാദ്യമായിട്ടൊന്നും എന്റെ കൈയിലുണ്ടായിരുന്നില്ല. ആശാൻ കുറുവട്ടൂരിലുള്ള അദ്ദേഹത്തിന്റെ ഭാര്യാഗൃഹത്തിലേയ്ക്ക് പോയിക്കഴിഞ്ഞു. വെള്ളിനേഴിയിൽ നിന്ന് അവിടേയ്ക്ക് മൂന്നുനാലു നാഴിക ദൂരമുണ്ട്. ഒളപ്പമണ്ണമനയ്ക്കൽനിന്ന് ഭക്ഷണം കഴിച്ച് അവിടെപ്പോയി അഭ്യസിക്കുക പ്രായോഗികമല്ല. ഓരോന്നോർത്ത് ചിന്താമൂഢനായിരിക്കും. എന്നോട് കുട്ടനും ലീലയും എന്തൊക്കെയോ ചോദിച്ചു. എല്ലാ നിയന്ത്രണവും കൈമോശം വന്ന ഞാൻ ആ കുട്ടികളുടെ സാന്നിദ്ധ്യത്തിൽ തേങ്ങിത്തേങ്ങിക്കരഞ്ഞു. അതുകണ്ടവിടെ വന്ന ഒ.എം.സി.യുടെ അകത്തുള്ളാള് 'നമ്പൂരിക്കുട്ടി കരേണെന്തിനാ?' എന്ന് ചോദിച്ചു. അവരോട് മറുപടിയൊന്നും പറയാൻ പറ്റാത്ത മാനസികാവസ്ഥയിലായിരുന്ന എന്നോട് ലീല 'ആൺകുട്ടികൾ ഇങ്ങനെ കരയാൻ പാടില്ല' എന്നു പറഞ്ഞുകൊണ്ട് ഊണു കഴിച്ച് പോയി കിടന്നുറങ്ങാൻ പറഞ്ഞു. അപ്പോൾ എനിക്ക് ആ കുട്ടിയോട് എന്തെന്നില്ലാത്ത സ്നേഹവും ആദരവും തോന്നി.

ഉത്രട്ടാതിക്കും പഴപ്പുളിശ്ശേരിയുള്ളതുകൊണ്ട് ഉണ്ണാൻ പുറത്തുനിന്ന് ചിലരും ഉണ്ടായിരുന്നു. വേണ്ടതിലധികം പഴം കൊണ്ട് പുളിശ്ശേരിവെച്ചിരുന്നതിനാൽ അത് ധാരാളത്തിലധികമായി. നവോദയത്തിൽ അല്ലെങ്കിലും ഒന്നിനും പിശുക്കുണ്ടായിരുന്നില്ല. വൈകുന്നേരം ഏതാണ്ട് നാലു മണിയോടെ കുട്ടികളുടെ സാന്നിദ്ധ്യത്തിൽ പൂമുഖത്തുവെച്ച് ഒ.എം.സി. 'താനിങ്ങനെ കരഞ്ഞിട്ടെന്താ കാര്യം? വിവരം പറയൂ,' എന്ന് എന്നെ നിർബന്ധിച്ചു. അതും കൂടി കേട്ട ഞാൻ സ്ഥലകാലബോധമെല്ലാം മറന്നുകൊണ്ട് വീണ്ടും ഉറക്കെ കരഞ്ഞു. എനിക്കപ്പോൾ കരയാനല്ലാതെ മറ്റൊന്നുംതന്നെ വയ്യായിരുന്നു. എന്റെ നില കണ്ട ലീലയ്ക്ക് വല്ലാതെ വിഷമം തോന്നി. ആ കുട്ടി 'നമ്പൂരിക്കുട്ടി കരയേണ്ട, ഒക്കെ നേരെയാവും' എന്നു പറഞ്ഞുകൊണ്ട് എങ്ങോട്ടോ പോയി. കരയുന്ന എന്നെ നോക്കി കുട്ടൻ ലേശം പുച്ഛത്തോടെ അപ്പോഴും അവിടെത്തന്നെ നിൽക്കുന്നുണ്ടായിരുന്നു. ഒ.എം.സി 'തൽക്കാലം താൻ എങ്ങും പോണ്ട. ഇവിടെ താമസിച്ചോളൂ' എന്നു പറഞ്ഞുകൊണ്ട് അവിടെ നിന്ന് എഴുന്നേറ്റു പോവുകയും ചെയ്തു. ദിവസങ്ങൾ ഏതാണ്ടൊരാഴ്ച പിന്നെയും കടന്നുപോയി. തീ തിന്നുകൊണ്ടാണ് ഞാൻ ആ ദിനങ്ങൾ നീന്തിക്കടന്നത്. പടുവികൃതിയായ കുട്ടനൊന്നിച്ച് ലഹള കൂട്ടുമ്പോൾ ചിലപ്പോൾ എല്ലാം മറക്കാറുണ്ടെങ്കിലും എനിക്ക് വലിയ വിഷമംതന്നെയായിരുന്നു.

ഒരു ദിവസം ലീല, 'നമ്പൂരിക്കുട്ടിക്ക് ഇപ്പോൾ സന്തോഷാണല്ലോ. കഥകളി അഭ്യാസമൊക്കെ ഉപ്പിലിട്ടോ' എന്നു ചോദിച്ചു. ചെകിട്ടത്തടികൊണ്ട പോലെ വീണ്ടും ഞാൻ സങ്കടത്തിലേയ്ക്ക് ഇടിഞ്ഞുപൊളിഞ്ഞു വീഴുന്നതു കണ്ടപ്പോൾ 'അയ്യയ്യേ ഞാൻ നേരമ്പോക്ക് പറഞ്ഞതല്ലേ? നമ്പൂരിക്കുട്ടി എന്നോട് കട്ടിയാകേണ്ട' എന്നു പറഞ്ഞുകൊണ്ട് മിണ്ടാതായി. 'ഞാൻ കട്ടിയായാലും കുട്ടിക്കെന്താ? കുട്ടി വലിയ ഒളപ്പമണ്ണ മനയ്ക്കലെയല്ലെ? ഞാനൊരു തെക്കൻ നമ്പൂതിരിക്കുട്ടി.' എനിക്കപ്പോൾ സങ്കടം കൊണ്ട് ശ്വാസം മുട്ടുന്നുണ്ടായിരുന്നു. സംസാരം ഇത്രയൊക്കെയായപ്പോൾ ഞാൻ പിണങ്ങിയിരിക്കുന്നു എന്നു കരുതി ലീല അവിടുന്നെങ്ങോട്ടോ പോയി. എനിക്കാണെങ്കിൽ ആ കുട്ടി പോയപ്പോൾ കൂടുതൽ സങ്കടമാവുകയാണുണ്ടായത്. അപ്പോൾ എനിക്ക് ഓരോന്നു ചിന്തിക്കാതെ വയ്യെന്നായി. ഏതാണ്ട് പത്തുവയസ്സായ ഈ കുട്ടി ഒളപ്പമണ്ണ മനയ്ക്കൽ വന്നു പിറന്നത് അതിന്റെ കുറ്റംകൊണ്ടാണോ! ഞാൻ എന്തിനാണ് ഒന്നുമില്ലാത്ത പാലൂർമനയ്ക്കൽ വന്നു പിറന്നത്. ഈ ലോകത്തിലൊന്നും തന്നെ നാം വിചാരിച്ചപോലെ നടക്കുന്നില്ലെന്ന് എനിക്കു തോന്നി. ആരാണിതൊക്കെ തീരുമാനിക്കണത്! ഈശ്വരന് വേറെ പണിയില്ലേ? അവസാനം കുട്ടനൊന്നിച്ച് ഞാൻ ലീലയുടെ അടുത്തുചെന്ന് എന്നോട് 'കട്ടി'യാവരുതെന്ന് അപേക്ഷിച്ചു. അതിനാ കുട്ടി പറഞ്ഞത് 'കട്ടി'യാവാൻ ഞാൻ അത്ര വിഡ്ഢിയൊന്നുമല്ലെന്നാണ്. ദിവസങ്ങളങ്ങനെ നീങ്ങിക്കൊണ്ടിരിക്കെ ഒരു ദിവസം ഒ.എം.സി. അദ്ദേഹത്തിന്റെ പത്നിയുടേയും കിടാങ്ങളുടെയും സാന്നിദ്ധ്യത്തിൽ എന്നെ വിളിച്ച് ഇങ്ങനെ പറഞ്ഞു: 'രാമന്റെ (പട്ടിക്കാംതൊടി) വീടിന്റെ അടുത്താണ് തേനേഴിമന. നാളെ താൻ രാമനെ പോയി കാണൂ. ഭക്ഷണാദികളെല്ലാം തേനേഴിയിലാകാം. രാമന്റെ അടുത്തുതന്നെ അഭ്യാസവും തുടരാം.' പറഞ്ഞപോലെ പിറ്റേ ദിവസം ഒരു വാല്യക്കാരനൊന്നിച്ച് ഒ.എം.സി. എന്നെ ആശാന്റെ വീട്ടിലേയ്ക്കയച്ചു. അവിടെ പത്മനാഭൻനായരും വേറെ രണ്ടുപേരും അഭ്യാസം തുടങ്ങിയിരുന്നു. എല്ലാം യഥാസമയം വേണ്ടപോലറിഞ്ഞിരുന്ന

ഗുരുനാഥൻ 'തമ്പുരാന്റെ കാരുണ്യം' എന്നു പറഞ്ഞുകൊണ്ടാണ് എന്നെ സ്വീകരിച്ചത്.

ഇതെല്ലാം, എന്റെ അരങ്ങേറ്റം കഴിഞ്ഞ് പത്തുപതിനഞ്ചു നാളുകൾക്കുള്ളിലാണ് ഉണ്ടായത്. എന്നാൽ ഈ വിവരമെല്ലാം പട്ടേരിപ്പാടിനെ അറിയിച്ചതാരാണെന്ന് എനിക്കിന്നുമറിയില്ല. ഒ.എം.സി. എനിക്കഭ്യാസത്തിനും ഭക്ഷണത്തിനും ഏർപ്പാടാക്കിയ കഥ എന്റെ നാട്ടിലെല്ലാം പാട്ടായി. ആരെല്ലാമോ പറഞ്ഞ് ആ വിവരം ഇല്ലത്തമ്മമാരും അമ്മാത്തുള്ളവരും കൂടി അധികം താമസിയാതെ അറിഞ്ഞു. മാധവനെ 'നമ്പൂരിക്കുട്ടി' എന്നാണത്രെ വടക്കുള്ളവർ പറയുന്നത്. തേനേഴി എന്നൊരില്ലത്താണ് അതിന് ഭക്ഷണം പോലും! രാമുണ്ണിമേനവന്റെ ഭാര്യവീട്ടിൽ വെച്ച് മുറയ്ക്കഭ്യാസവും നടക്കുന്നു. നാലാളു കൂടുന്ന ദിക്കിലെല്ലാം എന്റെ നാട്ടുകാർക്ക് സംസാരിക്കാനൊരു വിഷയമായി. ഞാനിതെല്ലാം അറിഞ്ഞത് ഗുരുനാഥന്റെ ഭാര്യവീട്ടിൽവെച്ചുള്ള അഭ്യാസം തുടങ്ങി പല മാസങ്ങൾ പോയ ശേഷമാണ്. എന്നാൽ പൂർണ്ണമായും മനസ്സിലായത് അക്കൊല്ലം നായത്തോട്ടമ്പലത്തിൽ പട്ടിക്കാംതൊടിയൊത്ത് കഥകളി വേഷക്കാരനായി ചെന്നപ്പോളാണ്.

നാട്ടിലെ നമ്പൂരിമാർക്ക് എന്റെ കഥകളിയഭ്യാസം വിശ്വസിക്കാൻ തന്നെ വിഷമമായിരുന്നു. പട്ടിയ്ക്കാംതൊടിയെന്നുവെച്ചാൽ അവർക്ക് പ്രാണനാണ്. 'മാധവനാ മഹാന്റെ അടുത്തഭ്യസിക്കുകയോ! എല്ലാം ഭാഗ്യംതന്നെ', അവർ സന്തോഷത്തോടെ സമാധാനിച്ചു.

ഞങ്ങൾ വെളുപ്പിനഞ്ചുമണിക്ക് എഴുന്നേൽക്കും. ഗുരുനാഥന്റെ പത്നിയായ അമ്മുക്കുട്ടിയമ്മയും അപ്പോൾ ഉണരും. വർഷക്കാലത്തുമാത്രമേ ചവിട്ടിയുഴിച്ചിൽ പതിവുള്ളൂ. നല്ലവണ്ണം പുലർന്നാൽ ഞാൻ ആശാന്റെ വീട്ടിലുള്ള കുളത്തിൽ പോയി കുളിക്കും. ഭസ്മം നനച്ച് നന്നായി കുറിയിടും. പിന്നെ, ഏതാണ്ടരനാഴിക ദൂരമുള്ള തേനേഴിമനയ്ക്കലേയ്ക്ക് ഒരോട്ടമാണ്. ആശാന്റെ വീട്ടിൽനിന്ന് തേനേഴി മനയ്ക്കലേയ്ക്കു പോകാനുള്ള വഴി പാടത്തിലൂടെയാണ്. ഏതു കാലത്തും വെള്ളം ഒലിച്ചുകൊണ്ടിരിക്കുന്ന ഒരു തോടുണ്ട് കടക്കാൻ. ആ തോട് കടക്കാനായി ആശാന്റെ വീടിന്റെ പടിക്കലായിട്ട് ഒരു തേക്കിൻ കഴയുണ്ട്. അഞ്ചാറു മീറ്റർ വീതിയുള്ള ആ തോടിന് അവിടെ പത്തുപതിനഞ്ചടി താഴ്ചയുണ്ട്. മിക്കപ്പോഴും ശക്തിയായ ഒഴുക്കുണ്ടാകും. പിടിക്കാനാണെങ്കിൽ ഒന്നുമില്ല. ആ തേക്കിൻ കഴപ്പാലം കടക്കുക എളുപ്പമല്ല. ഞാനും രണ്ടുമൂന്നു ദിവസത്തിന് നല്ലവണ്ണം പേടിച്ചിരുന്നു. എന്നാൽ നഗ്നത മറയ്ക്കാൻ മാത്രം വസ്ത്രം ധരിച്ച പെണ്ണുങ്ങൾ തലയിൽ വലിയ കറ്റകളുമായി പാട്ടുപാടിയും തമാശപറഞ്ഞും ചിരിച്ചുകൊണ്ട് ആ പാലം കടക്കുന്നതു കണ്ടപ്പോൾ എനിക്കുണ്ടായിരുന്ന ഭയം കാശിക്കു പോയി. ആ തോട് തന്നെ മറ്റേ അറ്റത്ത് ഒന്നുകൂടി മുറിച്ചു കടക്കണം. അവിടെയാണ് കുറുവട്ടൂരമ്പലം. അവിടെ നല്ല കരിങ്കൽപ്പാലമുണ്ട്. അമ്പലത്തിന്റെ പടിഞ്ഞാറുഭാഗത്തായിട്ടാണ് ഞാൻ ഊണു കഴിച്ചിരുന്ന തേനേഴിമന.

തേനേഴിമനയ്ക്കലെല്ലാവർക്കും ഞാനൊരു കൗതുകവസ്തുവായിരുന്നു. 'തെക്കുനിന്ന് ഒരു നമ്പൂരിക്കുട്ടി ഒറ്റയ്ക്ക് വന്ന് ഇവിടെ രാമന്റെ അടുത്ത് അഭ്യസിക്കുന്നു! ഇതിലധികം അദ്ഭുതമുണ്ടോ!' പ്രാതലുകഴിഞ്ഞ് എട്ടരമണിയോടെ ഞാൻ ആശാന്റെ വീട്ടിൽ മടങ്ങിയെത്തും. വീടിന്റെ കിഴക്കുഭാഗത്തായി കെട്ടിയുണ്ടാക്കിയ ഒരു ഓലപ്പുരയിലാണ് അഭ്യാസം നടന്നിരുന്നത്. അമ്മുക്കുട്ടി

യമ്മയ്ക്ക് അക്കാലത്ത് ഏതാണ്ട് മൂന്നു വയസ്സായ ഒരു പെൺകുട്ടിയുണ്ടായിരുന്നു. എനിക്കേറെ പ്രിയപ്പെട്ട ആ കൊച്ചുമിടുക്കിയുടെ പേര് പത്മാവതി എന്നായിരുന്നു. ഉച്ചയ്ക്ക് പന്ത്രണ്ട് മണിവരെയാണ് ചൊല്ലിയാട്ടം. അതു കഴിഞ്ഞാൽ ഞാൻ ഉടൻ ഓടിപ്പോയി ഊണു കഴിച്ച് മടങ്ങിയെത്തും. ഉച്ചതിരിഞ്ഞും ചൊല്ലിയാട്ടമുണ്ട്. അതേതാണ്ട് സന്ധ്യ വരെ തുടരും. ഉടൻ കുളിച്ച് ഉണ്ണാൻ പോകുന്ന ഞാൻ കയ്യിലൊരു കല്ലുറാന്തലുമെടുക്കും. എട്ടുമണിക്ക് എനിക്കൂണുകഴിച്ച് മടങ്ങിയെത്തണം. നല്ല ഇരുട്ടായിരിക്കും അപ്പോൾ. എന്നാലും പേരിനൊരു വിളക്കുണ്ടെന്ന സമാധാനം എനിക്ക് നല്ല ധൈര്യം തന്നിരുന്നു. തുടർന്നും കുറച്ചഭ്യാസങ്ങളുണ്ട്. അതൊക്കെ ഉമ്മറത്തിരുന്നാണ് പതിവ്. പത്മനാഭൻനായരും അതിനെല്ലാം ഒപ്പമുണ്ടാകും. ആശാനൊരു കസേരയിൽ കിടന്നുകൊണ്ട് ഞങ്ങളുടെ രസാഭിനയാദി അഭ്യാസങ്ങൾ നല്ലവണ്ണം ശ്രദ്ധിക്കുന്നുണ്ടാകും. ഞാൻ നമ്പൂതിരിയായതുകൊണ്ട് അദ്ദേഹത്തിന് എന്നോട് വലിയ സ്നേഹമായിരുന്നു.

തേനേഴിയിൽ ചെന്നധികം കഴിയാതെ പതിനാറാം മകം വന്നു. അതിന് ഗുരുനാഥനും പത്മനാഭൻനായരുമൊന്നിച്ച് ഞാനും നവോദയത്തിലേയ്ക്ക് പോയി. ഒ.എം.സി.യെ കണ്ട ഞാൻ അകത്തു ചെന്ന് അദ്ദേഹത്തിന്റെ അകത്തുള്ളാളോട് സകല വർത്തമാനങ്ങളും പറഞ്ഞു. അവർ കൂടി ആവശ്യപ്പെട്ടതുകൊണ്ടാണ് ഒ.എം.സി. എന്റെ കാര്യത്തിലിത്ര താത്പര്യമെടുത്തതെന്ന് ഞാൻ വളരെ കഴിഞ്ഞാണറിയുന്നത്. എന്നാൽ ലീലയും കുട്ടനും എന്നോട് ലേശം ഗൗരവത്തിലാണു പെരുമാറിയത്. കാരണം, എന്റെ ഭാഗ്യം അവർക്കില്ലാത്തതുകൊണ്ട് പട്ടിയ്ക്കാംതൊടിയുടെ കീഴിൽ അഭ്യസിക്കാൻ പറ്റിയില്ലല്ലോ എന്ന അസൂയയായിരുന്നു. കഥകളിവേഷക്കാരനാകാനുള്ള എന്റെ ഭാഗ്യം അവർക്കില്ലാതായല്ലോ. ഇന്ന് അത് ഓർക്കുമ്പോൾ ചിരി വരും. എന്നാലന്ന് അങ്ങനെയല്ല. ഒളപ്പമണ്ണമനയ്ക്കലെ കുട്ടികൾ കഥകളിയഭ്യസിക്കുവാൻ പാടില്ല. തെക്കുനിന്ന് വന്ന ഒരു നമ്പൂരിക്കുട്ടി മട്ടല്ലവർ.

ഉച്ചതിരിഞ്ഞ് കാപ്പിയും കഴിച്ച് ഒ.എം.സി. പട്ടിയ്ക്കാംതൊടിയ്ക്ക് ഓണപ്പുടവ കൊടുത്തു. കുട്ടനും ലീലയും നമ്പൂരിക്കുട്ടി ഇന്ന് പോണ്ട എന്നു പറഞ്ഞ് സേവ കൂടിയെങ്കിലും എനിക്ക് ഗുരുനാഥനൊന്നിച്ച് മടങ്ങാതെ പറ്റില്ലല്ലൊ! വലിയ ദുഃഖത്തോടെയാണ് ഞങ്ങൾ അന്ന് പിരിഞ്ഞത്. കുട്ടികളുടെ ഹിതാഹിതങ്ങൾക്ക് വലിയവർ ഒരിക്കലും അർഹിക്കുന്ന പ്രാധാന്യം കൊടുത്തുകണ്ടിട്ടില്ല! ഒ.എം.സി.യുടെ അകത്തുള്ളാളും ദുഃഖിതയായിരുന്നു.

നായത്തോട്ടെ ഉത്സവം

മകരം ഒന്നിന് നായത്തോട്ടമ്പലത്തിൽ ഉത്സവത്തിന് കൊടി കയറും. പിന്നെ അഞ്ചെട്ടു ദിവസം നല്ല ഉത്സവം തന്നെയാണ്. വലിയ വിളക്കിന് ആന പതിനൊന്ന്. കേരളത്തിലെ പ്രസിദ്ധരായ സകല മേളക്കാരും അതിന്നവിടെ വരാറുണ്ട്. എല്ലാ കലകൾക്കും സ്വാഗതം പറയുന്ന ദേവസ്വക്കാർ ഉത്സവക്കാലത്ത് അഞ്ചുദിവസമാണ് കഥകളി നടത്താറ്. അത് എന്നും മികച്ച തരം തന്നെയാകും. രാത്രി 10 മണിയോടെ തുടങ്ങുന്ന കഥകളി നേരം വെളുക്കുംവരെയുണ്ടാകും.

പ്രധാനപ്പെട്ടവരെല്ലാം തന്നെ നായത്തോട്ടമ്പലത്തിലെ കഥകളിക്കു വരാറുണ്ട്. 'ക്ഷണമില്ലാത്തതുകൊണ്ട് ആരും വരാതിരുന്നുകൂടാ' എന്നാണത്രെ ദേവസ്വക്കാരുടെ അലിഖിതനിയമം. അതുകൊണ്ട് എല്ലാ കൊല്ലവും എല്ലാ പ്രധാനികളെയും അവർ ക്ഷണിക്കാറുമുണ്ട്.

ഊട്ടുപുരയിൽ രണ്ടു നേരവും ഗംഭീരൻ സദ്യ. ഉത്സവക്കാലത്തെ നിയമമാണത്. അതിലെത്ര പേരുണ്ട് എന്ന് ചോദ്യമില്ല. എന്നാൽ സവർണ്ണഹിന്ദുക്കൾക്കേ പങ്കെടുക്കാൻ പറ്റൂ. നായരിൽ നിന്ന് താഴോട്ടുള്ളവരുടെ കഥയൊക്കെ പരുങ്ങലാണ്. അത്തരക്കാരാരും എത്താറുമില്ല. കാലത്ത് അഞ്ചാനയായിട്ടുള്ള എഴുന്നള്ളിപ്പ്. അതു കഴിഞ്ഞാൽ 'തുള്ളൽ' തുടങ്ങുകയായി. അത് മൂന്നുതരവുമുണ്ടാകും. (തുള്ളലുകൾ-ഓട്ടൻ, ശീതങ്കൻ, പറയൻ എന്നിവയാണല്ലോ!). അമ്പലത്തിനുള്ളിൽ പാഠകം പറയലുമുണ്ട്. ഉച്ചതിരിഞ്ഞാണത് പതിവ്. അതിനെത്തുക അതിസമർത്ഥന്മാർതന്നെയാകും. പുരാണകഥാപരിചയമുള്ള മിക്കവരും കേൾക്കാനായി വലിയമ്പലത്തിൽ തിക്കിത്തിരക്കി കൂടും. കഴിഞ്ഞാൽ അതെന്നും വലിയ ചർച്ചാവിഷയമാകാറുണ്ട്.

ഗുരുനാഥൻ പട്ടിയ്ക്കാംതൊടിയെ അക്കൊല്ലവും നായത്തോട്ടുത്സവത്തിന് ക്ഷണിച്ചിരുന്നു. പലതവണ വേഷം കെട്ടാനായി അദ്ദേഹം നായത്തോട്ടുത്സവത്തിന് പോയിട്ടുണ്ടെങ്കിലും, കഴിഞ്ഞ ചില വർഷങ്ങളായി മുടങ്ങിയിരിക്കുകയായിരുന്നു. അതിനുള്ള കാരണം കളിക്കദ്ദേഹത്തിനെ ക്ഷണിക്കാഞ്ഞിട്ടല്ല. ദൂരവും പ്രായവും കണക്കിലെടുത്ത് കുറച്ചുകാലമായി പട്ടിയ്ക്കാംതൊടി നായത്തോട്ടുത്സവത്തിന് എത്തിയില്ലെന്നേയുള്ളൂ. ഇത്തവണ അദ്ദേഹം പോകാനുറച്ചതിന്റെ കാരണം മുഖ്യമായും ഞാനാണ്. പട്ടിയ്ക്കാംതൊടിക്ക് പട്ടേരിപ്പാട് തുടങ്ങി പലരേയും വളരെക്കാലമായിത്തന്നെ നല്ല പരിചയമുണ്ട്. ഞങ്ങൾ- ഗുരുനാഥൻ പട്ടിയ്ക്കാംതൊടിയും പത്മനാഭൻ നായരും തരകൻചെക്കനെന്ന പേരിലറിയപ്പെട്ടിരുന്ന എന്റെ ഒരു സഹപാഠിയും ഞാനും കൂടി-ധനുമാസം അവസാനത്തിൽ കലാമണ്ഡലത്തിലെത്തി പാർത്തു. മകരം ഒന്നിന് കാലത്ത് കൊച്ചിക്ക് ഞങ്ങൾ ഷൊർണ്ണൂരിൽനിന്ന് വണ്ടിയിൽ കയറി സ്ഥലം പിടിച്ചു. ഇടയ്ക്ക് കഴിയ്ക്കാൻ അവിലും പഴവും കരുതിയിരുന്നു. തിരക്കാണെങ്കിൽ തീരെയില്ല.

എല്ലാ സ്റ്റേഷനിലും നിൽക്കുന്ന ആ വണ്ടി അങ്കമാലിയിലെത്താൻ ഏതാണ്ടഞ്ചാറു മണിക്കൂർ എടുത്തിട്ടുണ്ടാകണം. മൂന്ന് നാഴിക പിന്നെയും നായത്തോട്ടേയ്ക്ക് നടക്കാനുണ്ട്. ഒട്ടും നേരം കളയാതെ 'വെച്ചു പിടിച്ച്' ഞങ്ങൾ ഏതാണ്ടഞ്ചു മണിയായി നായത്തോട്ടമ്പലത്തിൽ എത്താൻ.

അല്പം ക്ഷീണമൊക്കെ ഉണ്ടായിരുന്നെങ്കിലും അതെല്ലാം മറക്കാൻതക്ക വലിയ സ്വീകരണമാണ് പട്ടിക്കാംതൊടിക്കവിടെ ലഭിച്ചത്. നൂറിലധികം കഥകളിക്കമ്പക്കാരായ നമ്പൂതിരിമാർ അദ്ദേഹത്തിനെ കാത്തുനിൽക്കുകയായിരുന്നു. എല്ലാവർക്കും മുന്നിലായി വലിയ ഉത്സാഹത്തോടെ പട്ടേരിപ്പാടും. നായത്തോട്ടമ്പലത്തിൽ നാല് ഊരാഴ്മക്കാരാണുള്ളത്. അതിലെല്ലാംകൊണ്ടും പ്രാധാന്യം പട്ടേരിപ്പാടിനു തന്നെയാണ്. ക്ഷേത്രത്തിനാണെങ്കിൽ സ്വത്ത് എത്രയെന്ന് ആർക്കും അറിയില്ല. അതുമാത്രമല്ല പട്ടേരിപ്പാട് ഞങ്ങളെ സ്വീകരിക്കാൻ മുൻപന്തിയിൽ നിന്നതിന്റെ കാരണം. 'രാമൻ' നാലഞ്ചുകൊല്ലമായി നായത്തോട്ട് കളിക്ക് എത്താറില്ല. ആ കുറവ് നികത്താനവസരമുണ്ടാക്കിയത് പട്ടേരിപ്പാടാണല്ലോ! എന്നെ കൊണ്ടുവരാനും കൂടിയാണ് ഗുരുനാഥൻ അക്കൊല്ലം

നായത്തോട്ടേയ്ക്ക് പുറപ്പെട്ടത്. ഇതൊക്കെ നല്ലവണ്ണം എല്ലാവർക്കും അറിയുന്നതുമാണ്.

കുശലപ്രശ്നാദികൾക്കുശേഷം അന്ന് കളിക്കുവേണ്ട കഥകളെക്കുറിച്ചും വേഷങ്ങളെക്കുറിച്ചുമെല്ലാം പട്ടിയ്ക്കാംതൊടിയുമായി ആലോചിച്ച് പട്ടേരിപ്പാട് തീർച്ചയാക്കി. ഈ സമയത്തെല്ലാം ഒപ്പം ചെന്ന ഞങ്ങളും അവിടെയുണ്ടായിരുന്നു. ഒളപ്പമണ്ണമനയ്ക്കൽ നാല്പതു കൊല്ലം മുമ്പ് നിഷ്കർഷയോടെ പണിയിച്ച ഒരു കിരീടം പട്ടിയ്ക്കാംതൊടിയ്ക്ക് സമ്മാനം കൊടുക്കുകയുണ്ടായി. ഗുരുനാഥൻ അന്നുതൊട്ട് ആ കിരീടമല്ലാതെ മറ്റൊന്നും വയ്ക്കാറില്ല. എവിടെ കളിക്കുപോകുമ്പോഴും അത് അദ്ദേഹം കൊണ്ടുപോകും. ശിഷ്യൻമാരാണ് അതെടുക്കുക പതിവ്. ഇത്തവണ കിരീടം ചുമക്കുന്ന ഭാരം എനിക്കായിരുന്നു.

വലിയ ഭക്തനായ ഗുരുനാഥൻ ഒരിക്കൽ വെച്ച കിരീടം ആ വേഷം കഴിയാതെ അഴിക്കില്ലെന്ന് വ്രതമെടുത്തിട്ടുണ്ട്. സാധാരണ സകലവേഷക്കാരും അല്പം സമയം കിട്ടിയാൽ കിരീടം അഴിച്ചുവെയ്ക്കും. ഒരാശ്വാസവുമാണത്. ഗുരുനാഥന്റെ കിരീടം ഒരപൂർവ്വവസ്തുവായിരുന്നു. ധ്യാനിച്ചും പ്രാർത്ഥിച്ചും വെയ്ക്കുന്ന അത് മറ്റുള്ളവർക്ക് കാണാമെന്നല്ലാതെ തൊടുന്നതുപോലും അദ്ദേഹത്തിന് സമ്മതമല്ലായിരുന്നു. അദ്ദേഹം ഇത്തരത്തിൽ ചില പിടിവാശികൾ തുടങ്ങിയത് കൊടുങ്ങല്ലൂരിൽവെച്ചുള്ള അഭ്യാസം കഴിഞ്ഞ ശേഷമാണ്. പ്രാണായാമവും പ്രാർത്ഥനയും പഠിച്ചതുതന്നെ കൊടുങ്ങല്ലൂരിൽ പഠിക്കുന്ന കാലത്താണല്ലോ!

അന്ന് തോടയവും പുറപ്പാടും മേളപ്പദവുമൊക്കെ വിസ്തരിച്ചുതന്നെയുണ്ടായി. കഥയാണെങ്കിൽ കല്യാണസൗഗന്ധികവും ദുര്യോധനവധവുമായിരുന്നു. കല്ല്യാണസൗഗന്ധികത്തിലെ ഭീമൻ പട്ടിക്കാംതൊടിയുടെയാണെന്ന് പ്രത്യേകം പറയേണ്ടതില്ലല്ലോ. എനിക്ക് ഭീമന്റെ ശൃംഗാരപദത്തിനുള്ള പാഞ്ചാലിയായിരുന്നു വേഷം. ഹനുമാൻ കവളപ്പാറ നാരായണൻ നായരുടേയും. പാട്ടിന് വെങ്കിടകൃഷ്ണഭാഗവതരും സ്വർണ്ണത്തുമാണിയും കലാമണ്ഡലം നമ്പീശനും ഒന്നു രണ്ട് സഹായികളും. മേളത്തിന് മൂത്തമനയും വെങ്കിച്ചസ്വാമിയും കൃഷ്ണൻകുട്ടിപ്പൊതുവാളും അപ്പുക്കുട്ടിപ്പൊതുവാളും. വാഴേങ്കട കുഞ്ചുനായർ, കുടമാളൂർ കരുണാകരൻ, തേക്കിൻകാട്ടിൽ രാവുണ്ണിനായർ, കലാമണ്ഡലം ബാലകൃഷ്ണൻ തുടങ്ങി വേറെയും പല വേഷക്കാരും ഉണ്ടായിരുന്നു. എല്ലാറ്റിനും പുറമെ അപ്രശസ്തരായ മറ്റു ചിലരും.

അക്കൊല്ലവും കഥകളി അഞ്ചു ദിവസം തന്നെയായിരുന്നുവെങ്കിലും ഞങ്ങൾ (ആശാൻ മറ്റൊരിടത്ത് കളി ഏറ്റിരുന്നതുകൊണ്ട്) മൂന്നു ദിവസമേ നിന്നുള്ളൂ. അത് ചിലർക്ക് നസ്യം പറയാൻ ഒരു വിഷയമായെങ്കിലും ഗുരുനാഥൻ പട്ടേരിപ്പാടുമായി എഴുത്തുകുത്തുകൾ നടത്തിയശേഷമാണ് മൂന്നു ദിവസത്തിന് എന്നെയുംകൊണ്ടു ചെല്ലാമെന്ന് ഏറ്റിരുന്നത്. നസ്യം പറയുന്നവരാകട്ടെ ഇതൊന്നും അറിഞ്ഞിരുന്നില്ലതാനും.

കഷ്ടിച്ച് സന്ധ്യ മയങ്ങിയപ്പോൾതന്നെ എനിക്ക് (സദ്യ തുടങ്ങും മുമ്പ്) ഊട്ടുപുരയുടെ അടുക്കളയിൽ വെച്ച് ചോറു തന്നു. അന്ന് എനിക്കു നിശ്ചയിച്ചിരുന്നത് സ്ത്രീവേഷമാണെന്ന് പലർക്കുമറിയില്ലായിരുന്നു. അതുകൊണ്ടവർ ചുട്ടികുത്താനുള്ള സമയം കൂടി കണക്കിലെടുത്താണ് നേരത്തെത്തന്നെ ഇല വെച്ച് വിളമ്പിയത്. ഉണ്ണാൻ ചെന്ന എന്നെ പരിചയക്കാരും അല്ലാത്തവരുമായി

ഒരുപാട് നമ്പൂതിരിമാർ പൊതിഞ്ഞ് ഓരോന്നു ചോദിക്കാൻ തുടങ്ങി. എന്നാലാകും വിധം അവരോടു മറുപടി പറഞ്ഞെങ്കിലും അവർക്കത് തൃപ്തിയായില്ലെന്നു തോന്നി. കല്ല്യാണസൗഗന്ധികത്തിലെ ഭീമന്റെ ശൃംഗാരപദത്തിനുള്ള പാഞ്ചാലിയാണ് എന്റെ അന്നത്തെ വേഷമെന്ന് പറഞ്ഞത് മിക്കവരും വിശ്വസിച്ചില്ല. നാട്ടിൽ വെച്ചുള്ള എന്റെ ആദ്യവേഷം സ്ത്രീവേഷമാകുമെന്ന് അവരൊട്ടും കരുതിയിരുന്നില്ല. എന്നാലത് പട്ടേരിപ്പാട് ആലോചിച്ചുതന്നെ ഉറച്ചതായിരുന്നു. എന്റെ വേഷം മോശമായെന്ന് നാട്ടുകാർ പറയാനിടവരരുതെന്ന് കരുതി ഗുരുനാഥനൊന്നിച്ചു തന്നെയാകട്ടെ നാട്ടിൽ വെച്ചുള്ള ആദ്യവേഷമെന്ന് അദ്ദേഹം തീർച്ചയാക്കി. കഥ കല്യാണസൗഗന്ധികമായതുകൊണ്ട് ഗുരുനാഥനൊന്നിച്ച് എനിക്കു പറ്റിയത് പാഞ്ചാലി മാത്രമായിരുന്നു. ആ വേഷമാണെങ്കിൽ ഞാൻ പലതവണ ചൊല്ലിയാടി പഠിച്ചതിന്ന് പുറമെ, ഗുരുനാഥനൊന്നിച്ച് കെട്ടിയിട്ടുമുണ്ട്.

പട്ടിക്കാംതൊടി പറഞ്ഞതനുസരിച്ച് പത്മനാഭൻനായരും ബാലകൃഷ്ണൻ നായരും കൂടി എന്നെ പാഞ്ചാലിയുടെ വേഷം കെട്ടിച്ചു. ഏതാണ്ട് പതിനൊന്നു മണിയോടെ ഭീമനൊന്നിച്ച് ഞാൻ രംഗത്തും എത്തി. നാട്ടിൽ വെച്ച് ആദ്യം കെട്ടുന്ന വേഷമായതുകൊണ്ട് എന്നെ എല്ലാവരും ശ്രദ്ധിക്കുന്നുണ്ടായിരുന്നു. ഞാനാണെങ്കിൽ ആശാൻ പഠിപ്പിച്ചത് വള്ളിപുള്ളി വ്യത്യാസമില്ലാതെ ചൊല്ലിയാടുകയും ചെയ്തു.

ഗുരുനാഥനൊന്നിച്ചുള്ള എന്റെ സ്ത്രീവേഷം എല്ലാവരും തലകുലുക്കി സമ്മതിച്ചതായിട്ടാണ് ഞാനറിഞ്ഞത്; പക്ഷേ ആശാനിൽ നിന്ന് കണക്കിനു ശകാരമാണ് എനിക്ക് കിട്ടിയത്. ഞാനെന്തോ ചെറിയ തെറ്റുവരുത്തിയതാണ് അതിനു കാരണം. എന്റെ ഭാഗ്യം കൊണ്ട് ആ പിശക് ഗുരുനാഥനല്ലാതെ കാഴ്ചക്കാരാരും അറിഞ്ഞതുമില്ല.

വേഷം അഴിച്ചു ചെന്ന ഞാൻ എന്റെ അമ്മമാരും മറ്റും അമ്മാത്ത് എത്തിയിട്ടുണ്ടെന്ന് എങ്ങിനെയോ അറിഞ്ഞു. എന്നാലക്കാലത്ത് നായത്തോട്ടമ്പലത്തിൽ അന്തർജ്ജനങ്ങൾ തൊഴാനല്ലാതെ പോകാറില്ലെന്ന് ഞാനോർത്തു. അതെന്തായാലും നേരം വെളുത്താലാദ്യം അമ്മാത്ത് ചെന്ന് അവരെ കാണണമെന്നു തീർച്ചയാക്കി.

കഷ്ടിച്ചരനാഴികയേ അമ്മാത്തേയ്ക്ക് അമ്പലത്തിൽ നിന്നുള്ളൂ. അക്കാലത്ത് നായത്തോട്ടമ്പലത്തിലെ മുഖ്യകാര്യസ്ഥൻ എന്റെ അമ്മാമനായിരുന്നു. കളി കഴിഞ്ഞ് കുളിക്കാൻ പാകത്തിനു തന്നെ പിറ്റേന്നു പ്രഭാതത്തിൽ അമ്മേടമ്മാത്തു ചെന്നു. അമ്മാത്തെയപേക്ഷിച്ച് അമ്മേടമ്മാത്ത് സ്വത്ത് വളരെക്കൂടുതൽ ഉണ്ടായിരുന്നതുകൊണ്ട് ഉത്സവക്കാലത്തും മറ്റും ചാർച്ചക്കാരും വേഴ്ചക്കാരും അമ്മേടമ്മാത്താണ് തമ്പടിച്ചു കൂടാറ്. അവിടെയാണെങ്കിൽ ഏട്ടനും വിധവയായ അമ്മായിയും അവരുടെ ഒരു മകളും മാത്രമാണ് ഉണ്ടായിരുന്നതും. എന്നെ കണ്ട അമ്മായി സന്തോഷം കൊണ്ട് കരഞ്ഞില്ലെന്നു മാത്രം. എന്നാലെന്റെ അമ്മ ഒന്നും സംഭവിക്കാത്ത മട്ടിലാണ് പെരുമാറിയത്. വിശേഷിച്ചും കഥകളി പഠിക്കുന്നതിന്റെ പ്രാധാന്യം മനസ്സിലാകുന്നതുകൊണ്ടാകും ഒന്നും ചോദിക്കാതിരുന്നതെന്ന് ഞാൻ സമാധാനിക്കുകയും ചെയ്തു.

ഉച്ചയ്ക്കു മുമ്പ് സദ്യയ്ക്ക് അമ്പലത്തിലേയ്ക്ക് പുറപ്പെട്ട എന്നെ അമ്മായി പോകാനനുവദിച്ചില്ല. 'ഇന്ന് നീയ്യ് ഇവിടെ ഉണ്ടാൽ മതി, ഞാനാണ് നിശ്ചയിക്കാൻ' എന്നു പറഞ്ഞുകൊണ്ട് എന്നെ പിടിച്ചു നിർത്തി. ഉണ്ണാനിരിക്കുമ്പോൾ

ഉണ്ണിനമ്പൂരിയായ എനിക്ക് പെൺകുട്ടികളുടെ സാന്നിദ്ധ്യത്തിൽ ലേശം മേനി തന്നെ തോന്നുകയുണ്ടായി. ഞാനാണെങ്കിൽ അതൊട്ടും ഒളിച്ചതുമില്ല. 'ഒരു വേഷക്കാരന്റെ നാട്യം കണ്ടില്ലേ?' എന്ന് നങ്ങത എന്നെ ലേശം പരിഭവത്തോടെ കളിയാക്കുകയുണ്ടായി. എന്നാൽ ഞാനതൊന്നും കേട്ടതായിപ്പോലും ഭാവിച്ചില്ല. അമ്മേടമ്മാത്ത് കുട്ടികളും അമ്മമാരും എല്ലാംകൂടി നല്ല തിരക്കായിരുന്നു. എന്നിട്ടും ഊണ് കഴിഞ്ഞധികം വൈകാതെ ഉറങ്ങാനെന്നു നുണപറഞ്ഞുകൊണ്ട് ഞാൻ അമ്പലത്തിലേയ്ക്ക് മടങ്ങി.

അന്ന് കളിക്ക് പട്ടിയ്ക്കാംതൊടിയുടെ ഉത്ഭവത്തിലെ രാവണനായിട്ടാണ് പട്ടേരിപ്പാട് വേഷം നിശ്ചയിച്ചത്. എന്റെ കുട്ടിരാവണനും. പട്ടേരിപ്പാട് അങ്ങനെ കഥ നിശ്ചയിക്കാനുണ്ടായ കാരണം എന്റെ 'കത്തി' വേഷം കാണണമെന്ന് വെച്ചിട്ടായിരുന്നു. ഒന്നുരണ്ടുവട്ടം കാണുകയും ചൊല്ലിയാടുകയുമുണ്ടായിട്ടുണ്ടെങ്കിലും ഞാനത് തീരെ പ്രതീക്ഷിച്ചതല്ല. കാരണം ആശാന് മറ്റാരേക്കാളും എന്റെ കുട്ടിരാവണനെക്കുറിച്ചുള്ള ഉപസ്ഥിതി അറിവുള്ളതാണ്. വേണ്ടവണ്ണം പഠിക്കാത്ത ഒരു വേഷം കെട്ടാൻ അദ്ദേഹം പറയുമെന്നോ അനുവദിക്കുമെന്നോ ഞാനൊട്ടും കരുതിയില്ല. പകലൂണ് കഴിഞ്ഞ് അണിയറയിലേക്കു ചെന്ന എന്നെ ഗുരുനാഥൻ കണക്കിന് ശകാരിച്ചു. 'എവിടെയാണ് ഒളിച്ചോടിപ്പോയത്?' എന്നു ചോദിച്ചുകൊണ്ട് ഭേദ്യത്തിനും ഒരുങ്ങി. എന്നാൽ ഞാനൊരു ബ്രാഹ്മണകുമാരനും ആ നാട്ടുകാരനുമാണെന്ന് ഓർമ്മ വന്ന അദ്ദേഹം എന്നെ തല്ലിയില്ല. മറ്റുള്ളവരെല്ലാം ഞാൻ അദ്ദേഹത്തിന്റെ ശിക്ഷയിൽ നിന്നു രക്ഷപ്പെട്ടതുകണ്ട് അദ്ഭുതപ്പെടുകയും ചെയ്തു.

എനിക്ക് കുട്ടിരാവണനെപ്പറ്റി ഗുരുനാഥൻ ചിലത് അതിവേഗം പറഞ്ഞുതന്നു. എന്നിട്ടെന്നോട് അലറാൻ പറഞ്ഞു. അക്ഷരാർത്ഥത്തിൽത്തന്നെ ഞാനപ്പോൾ നക്ഷത്രമെണ്ണിപ്പോയി. എന്നാലാശാനുണ്ടോ വിടുന്നു! സ്വയം അലറിക്കാണിച്ചുതന്നുകൊണ്ട് എന്നോട് പിന്നെയും അലറാൻ പറഞ്ഞു. ഉടൻതന്നെ അടിയെ പേടിച്ച് ഞാനൊന്നലറി. ഒന്നും നേരെയാകില്ലെന്നുറപ്പായ അദ്ദേഹം വലിയ ദുഃഖത്തോടെയാണ് എന്നെ കത്തിയുടെ ചുട്ടികുത്താൻ അനുവദിച്ചത്. പാലൂരു മാധവന്റെ കുട്ടിരാവണൻ പൊടിപൊടിക്കുമെന്ന് പറഞ്ഞ് ചില കഥകളിഭ്രാന്തൻമാരായ നമ്പൂതിരിമാർ വാതുവെയ്ക്കുകപോലും ചെയ്തുവത്രേ! താൻ കെട്ടുന്ന വേഷത്തിന്റെ സ്ഥായീഭാവമായി താദാത്മ്യം പ്രാപിക്കാൻ ഗുരുനാഥൻ നന്നായി ശ്രമിക്കുമെന്ന് പൊതുവെ എല്ലാവർക്കുമറിയാം. കൃമ്മീരവധത്തിൽ ധർമ്മപുത്രരും മറ്റുമാകുമ്പോൾ 'ധ്യാന'വും 'യോഗ'വും അദ്ദേഹം ഉപയോഗപ്പെടുത്താറുണ്ട്. കൊടുങ്ങല്ലൂരിൽ വെച്ചുണ്ടായ അഭ്യാസകാലത്താണ് അദ്ദേഹം ധ്യാനയോഗങ്ങൾ അഭ്യസിച്ചത്.

എന്നോട് പിണങ്ങി ചുട്ടികുത്താൻ കിടന്ന ഗുരുനാഥനന്ന് എല്ലാറ്റിനും ശുണ്ഠിയായിരുന്നു. സ്വതവേതന്നെ അല്പം രൗദ്രഭാവമുള്ള അദ്ദേഹത്തിന്റെ മുഖത്തന്ന് ആരുംതന്നെ നോക്കാൻ ധൈര്യപ്പെട്ടിരുന്നില്ല. അന്നത്തെ വേഷം ഉത്ഭവത്തിലെ രാവണനാണെന്ന് കഥകളിക്കമ്പക്കാർക്ക് ആശാനെ കണ്ടാൽ തന്നെ അറിയാൻ പറ്റുമായിരുന്നു.

കുട്ടിരാവണന്റെ തുടക്കം അത്ര നന്നായില്ലെങ്കിലും അല്പം കഴിഞ്ഞതോടെ എല്ലാം മെച്ചപ്പെട്ടു. നല്ലവണ്ണം പേടിച്ചാണെങ്കിലും എന്റെ അലർച്ചകളൊന്നും മോശമായില്ല. എനിക്കെല്ലാംകൊണ്ടും അന്നൊരു നല്ല ദിവസമായിരുന്നു. കാഴ്ചക്കാർ എന്റെ കുട്ടിരാവണനെ അദ്ഭുതാഹ്ലാദങ്ങളോടെയാണ്

സ്വീകരിച്ചത്. പിറ്റേ ദിവസം ഗുരുനാഥൻതന്നെ ചില നമ്പൂതിരിമാരോട് നമ്പൂരിക്കുട്ടിയുടെ കുട്ടിരാവണനെക്കുറിച്ച് സംസാരിച്ചതായി ഞാൻ അറിയുകയുമുണ്ടായി.

മൂന്നാം ദിവസം ഉത്തരാസ്വയംവരത്തിലെ ദൂതനും വെളുപ്പിന് ഒരു പച്ചവേഷവുമായിരുന്നു. വെളുപ്പിനുണ്ടായ പച്ചവേഷം ഒട്ടും തന്നെ നന്നായില്ല. അതിനുള്ള കാരണങ്ങൾ പലതാണ്. എന്റെ ചുട്ടി ആദ്യം കയ്യു തട്ടി അടർന്നുപോയി. പിന്നെ, സാമാന്യം കനമുള്ള കൂട്ടത്തിലായിരുന്നു കിരീടവും. എന്നാൽ ദൂതൻ കാഴ്ചക്കാരെ ഞെട്ടിപ്പിക്കുകതന്നെ ചെയ്തു. കലാശമെടുക്കുന്നതിനുള്ള എന്റെ അച്ചടക്കവും ചുറുചുറുക്കും എല്ലാവരുടെയും പ്രശംസ പിടിച്ചു പറ്റി. ദൂതൻ ഞാൻ നല്ലവണ്ണം അഭ്യസിച്ചിരുന്നു. ചാടി തകർക്കാം. നമ്പൂരിമാർക്ക് ആ വേഷം നല്ലവണ്ണം ഇഷ്ടപ്പെട്ടു. കളികഴിഞ്ഞ് ഞങ്ങൾ മടങ്ങുകയായി. നമ്പൂരിക്കുട്ടിയായ എനിക്ക് പരിചയക്കാരോടു സംസാരിച്ചിട്ട് മതിയായില്ല. അമ്മമാരെ അമ്മേടമ്മാത്ത് വെച്ച് കണ്ടുവെന്നല്ലാതെ കാര്യമായൊന്നും അവരോടു സംസാരിക്കാൻ സമയം കിട്ടിയില്ല. അമ്മായിക്ക് എന്നെ പിരിയാൻ ഒരു മടി. എനിക്ക് ഗുരുനാഥനൊന്നിച്ച് പോകാതെ പറ്റില്ലെന്ന് പറഞ്ഞപ്പോൾ അവർ സമ്മതിച്ചെങ്കിലും ഏതാണ്ട് കരഞ്ഞ നിലയിലായി. ഞാനെന്തുചെയ്യും! എന്തു വേണമെന്നറിയാതെ ഞാനും അസാരം വിഷമത്തിലാണ് അമ്മായിയോടു പിരിഞ്ഞത്. പട്ടേരിപ്പാടിനോട് യാത്ര പറഞ്ഞപ്പോൾ എനിക്ക് വല്ലാതെ ശ്വാസംമുട്ടി. എന്നാലദ്ദേഹം വളരെ സമചിത്തനായി ചിരിച്ചുകൊണ്ടാണ് എന്നെ യാത്രയാക്കിയത്. അദ്ദേഹത്തിന്റെ കാരുണ്യമില്ലെങ്കിൽ ഇതൊന്നുമുണ്ടാകുമായിരുന്നില്ലല്ലോ!

അങ്കമാലി റെയിൽവെസ്റ്റേഷനിലേയ്ക്കു പോകാൻ പട്ടേരിപ്പാട് ഒരു കാളവണ്ടി ഏർപ്പാടു ചെയ്തിരുന്നു. അതുകൊണ്ട് ഞങ്ങൾ പോകാൻ കരുതിയ വണ്ടി എത്തുന്നതിന് അരമണിക്കൂർ മുമ്പ് തന്നെ സ്റ്റേഷനിലെത്തി. ഞങ്ങൾക്കന്ന് കളിക്കേണ്ടിയിരുന്നത് വടക്കാഞ്ചേരിക്കടുത്തുള്ള ഏതോ ഒരു ക്ഷേത്രസന്നിധിയിലായിരുന്നുവെന്നോർക്കുന്നു. ഗുരുനാഥനൊന്നിച്ച് എത്തിയ ഞങ്ങൾക്കും ഹാർദ്ദമായ സ്വീകരണമാണ് അവിടെ കിട്ടിയത്. ഉപായത്തിലൊരു വേഷം കെട്ടിയതല്ലാതെ എനിക്ക് പറയത്തക്ക പ്രാധാന്യമുള്ള വേഷമൊന്നും ഉണ്ടായിരുന്നില്ല. ആശാന്റെ വേഷം കൃമ്മീരവധത്തിൽ ധർമ്മപുത്രർ തന്നെയായിരുന്നു. പത്മനാഭൻ നായരുടെ കൃഷ്ണനും. ഏതോ ഒരു വേഷം കെട്ടിയ എനിക്കും തരകൻ ചെക്കനും പോകാൻ സമയത്ത് അവരൊന്നും തരികയുണ്ടായില്ല. ഗുരുനാഥന് അതൊട്ടും പിടിച്ചില്ല. എന്നാൽ കാശിന് വാശി പിടിക്കുന്ന ശീലം അദ്ദേഹത്തിന് അശേഷം ഇല്ലാതിരുന്നതുകൊണ്ട് ഒന്നും മിണ്ടാതെ മടങ്ങുകയാണുണ്ടായത്. അത് അദ്ദേഹത്തിന് വലിയ സങ്കടത്തിനും ലേശം ശുണ്ഠിക്കും കാരണവുമായി.

ബസ്സുകൾ പലതും മാറിക്കേറി സഞ്ചരിച്ച് ഞങ്ങൾ നല്ലവണ്ണം ഇരുട്ടായപ്പോഴേയ്ക്കും കുറുവട്ടൂരിലുള്ള അദ്ദേഹത്തിന്റെ ഭാര്യാഗൃഹത്തിലെത്തി. നേരം വൈകിയ കാരണം അന്ന് തേനേഴിക്ക് ഉണ്ണാൻ പോകാൻ പറ്റിയില്ല. പക്ഷേ ആശാനറിയാതെ അദ്ദേഹത്തിന്റെ പത്നി അമ്മുക്കുട്ടിയമ്മ എനിക്കു ചോറു തന്നു. നല്ല വിശപ്പുണ്ടായിരുന്ന എനിക്ക് അതിലപ്പോൾ അപാകതയൊന്നും തോന്നിയതുമില്ല.

നാല്പത്തഞ്ചോളം വയസ്സുള്ള അമ്മുക്കുട്ടിയമ്മയ്ക്ക് എന്നോട് വലിയ സ്നേഹമായിരുന്നു. പ്രത്യേകിച്ചും ഞാൻ ഗുരുനാഥന്റെ അവസാനശിഷ്യനും ബ്രാഹ്മണനുമായിരുന്നുവല്ലോ. എല്ലാത്തിനും പുറമേ ഏറെ ദൂരത്തുനിന്ന് വന്ന് ഒന്നുമില്ലാതെ ഗുരുനാഥനെ ആശ്രയിച്ചുകഴിയുന്ന ഒരു നമ്പൂരിക്കുട്ടിയും! പിറ്റേ ദിവസം തേനേഴിയിൽ ചെന്ന് വിവരങ്ങൾ പറയുന്ന കൂട്ടത്തിൽ ഞാനവിടുത്തെ കുഞ്ചുനമ്പൂതിരിയോട്, തലേന്നു രാത്രി ഗുരുനാഥന്റെ പത്നി അമ്മുക്കുട്ടി യമ്മ നിർബന്ധിച്ചപ്പോൾ ഞാൻ അവർ തന്ന ചോറ് ഉണ്ടതായിപ്പറഞ്ഞു. വലിയ പുരോഗമനവാദിയായ അദ്ദേഹം ഞാൻ പറഞ്ഞതിന്ന് ഒട്ടുംതന്നെ പ്രാധാന്യം കല്പിച്ചില്ല. (ഈ മനുഷ്യനാണ് എനിക്കാദ്യമായി രവീന്ദ്രനാഥ ടാഗോറിന്റെ കവിതകൾ വായിച്ചർത്ഥം പറഞ്ഞുതന്ന് എന്റെ സാഹിത്യാഭി രുചി വികസിപ്പിച്ചതെന്നും ഓർക്കട്ടെ). ഏറെ താമസിയാതെ ഗുരുനാഥന്റെ കാതിലും എങ്ങനെയോ ഈ വിവരം എത്തി. അദ്ദേഹം അമ്മുക്കുട്ടിയമ്മയെ വിളിച്ച് 'നീ ചെയ്തത് വലിയ സാഹസമായി' എന്ന് പറഞ്ഞുവത്രേ. അശുദ്ധ ഭക്ഷണത്തിന്റെ കഥയൊന്നും ഗുരുനാഥൻ എന്നോട് സൂചിപ്പിക്കുകപോലും ഉണ്ടായില്ല.

കുറെ ദിവസങ്ങൾക്കുശേഷം ഒരിക്കൽ, നല്ലവണ്ണം ശാന്തനായിട്ട് അദ്ദേഹം എന്നോട് എന്റെ പേര് ചീത്തയാക്കരുതെന്ന്' പറഞ്ഞു. പെട്ടെന്ന് കാര്യമെ ന്തെന്നറിയാതെ 'ഞാൻ അങ്ങിനെ ചിന്തിച്ചിട്ടുപോലുമില്ലെന്ന്' പറഞ്ഞ് ഒതുങ്ങി നിന്നു. അപ്പോൾ ഗുരുനാഥൻ, 'എന്നോട് നുണ പറയാനും തുടങ്ങിയോ?' എന്ന് പൊട്ടിത്തെറിച്ചു. 'അമ്മൂട്ടി തന്ന ചോറു തിന്നിട്ട് എന്റെ മുമ്പിൽ ഹരി ശ്ചന്ദ്രൻ ചമയുകയാണോ?' എന്നു ചോദിച്ചുകൊണ്ട് തല്ലാനായി വന്നു. 'വിശപ്പ് സഹിക്കാൻ വയ്യാത്തതുകൊണ്ട് ഞാനാവശ്യപ്പെട്ടിട്ടാണ് അമ്മുക്കുട്ടിയമ്മ ചോറ് തന്നതെന്ന്' ഞാൻ സാമർത്ഥ്യത്തോടെ അദ്ദേഹത്തോട് നല്ലവണ്ണം പേടിനടിച്ചുകൊണ്ട് മറുപടി പറഞ്ഞു. ശുദ്ധഗതിക്കാരനായ ഗുരുനാഥൻ ഞാൻ പറഞ്ഞതത്രയും വിശ്വസിച്ചുകൊണ്ട് 'ഞാൻ അമ്മൂട്ടീടെ വികൃതിയാണെ ന്നാണ് കരുതിയത്. എന്തായാലും ഇനി പറഞ്ഞിട്ട് കാര്യമില്ലല്ലോ. ഈ വിഡ്ഢിത്തം മേലിൽ ആരോടും വിളമ്പരുത്' എന്ന് എന്നെ താക്കീത് ചെയ്തു. എല്ലാം കേട്ടുനിന്നിരുന്ന അമ്മുക്കുട്ടിയമ്മ എന്നെ അപ്പുറത്തേയ്ക്ക് വിളിച്ച് 'തിരുമേനി പറഞ്ഞത് അദ്ദേഹം വിശ്വസിച്ചു. അതുകൊണ്ട് എനിക്ക് സമാധാന മായി. വാടിയ മുഖം കണ്ടപ്പോൾ എനിക്ക് സങ്കടം വന്നതുകൊണ്ട് ഞാൻ നിർബന്ധിച്ചിട്ടാണ് ഉണ്ടതെന്നല്ലല്ലോ തിരുമേനിക്ക് പറയാൻ തോന്നിയത്. ഞാൻ പ്രാർത്ഥിക്കുകയായിരുന്നു. ഭാഗ്യത്തിന് എല്ലാം ശാന്തമായി. ആശാൻ പുര മലർത്തിവെയ്ക്കുമായിരുന്നു,' എന്ന് ചിരിച്ചുകൊണ്ട് പറകയും എന്റെ പുറം തലോടുകയും ചെയ്തു. സംഗതിയെല്ലാം തീർന്നെന്നു കരുതി സമാ ധാനിച്ച് ഞാനതങ്ങു മറന്നു.

എന്നാൽ ഞാനാശാന്റെ വീട്ടിൽ നിന്ന് അദ്ദേഹം അറിയാതെ ഭക്ഷണം കഴിച്ചെന്ന വാർത്ത നാട്ടിലെങ്ങും കാട്ടുതീ പോലെ പടർന്നുപിടിച്ചു. ഗുരുനാഥന് സ്വൈരം തീരെ നഷ്ടപ്പെട്ടു. തേനേഴിയിലാരും എന്നോടിതിനെക്കുറിച്ച് ചോദി ക്കുകയുണ്ടായില്ല. പേടികൊണ്ട് ഈ വിവരം ഒ.എം.സി.യോട് അങ്ങോട്ടു പറ യുകയാണുണ്ടായത്. ആ നേരത്ത് അടുത്ത മുറിയിലോ മറ്റോ ഉണ്ടായിരുന്ന അദ്ദേഹത്തിന്റെ അകത്തുള്ളാൾ അങ്ങോട്ടുവരികയും അതൊന്നും സാരല്ല്യാ എന്ന് എന്നെ സമാധാനിപ്പിക്കുകയും ചെയ്തു. എല്ലാം കേട്ട ഒ.എം.സിയാകട്ടെ

ഒന്നും മിണ്ടിയതുമില്ല. ഒളപ്പമണ്ണ മനയ്ക്കലെ തമ്പുരാട്ടി പോലും സമാധാനിപ്പിച്ച സ്ഥിതിക്ക് ഞാനതങ്ങ് വിസ്മരിക്കേണ്ടതായിരുന്നു. പക്ഷേ നായരുടെ വീട്ടിൽനിന്ന് നമ്പൂതിരി ചോറുതിന്ന കഥ എന്റെ നാട്ടിലും ആരെല്ലാമോ എത്തിച്ചു. പട്ടേരിപ്പാടിനോട് 'മാധവൻ എല്ലാം തീണ്ടിപ്പൊട്ടിച്ചു' എന്ന് വരെ ചിലർ കൊണ്ടുപോയി കൊളുത്തിയത്രേ! പറഞ്ഞവരെ പട്ടേരിപ്പാട് നല്ലവണ്ണം ശ്രദ്ധിച്ചുവെങ്കിലും അദ്ദേഹം അവർ പറഞ്ഞതിന് വലിയ പ്രാധാന്യം കൊടുത്തു കണ്ടില്ല്യ.

എന്നാലെന്റെ നാട്ടുകാർ അങ്ങിനെ അടങ്ങുന്നവരായിരുന്നില്ല. അവർക്ക് കിട്ടിയ ഒരു അവസരമാണിത്. ധിക്കാരവും കഥകളിവേഷക്കാരനെന്ന തണ്ടും ഉള്ള എനിക്ക് നാട്ടിൽ ധാരാളം എതിരാളികളുണ്ടായിരുന്നു. ഒടുക്കം, ഒരു ദിവസം എന്റെ അപ്ഫൻ (അച്ഛന്റെ അനുജൻ) വടക്കോട്ട് പോവുക എന്ന വ്യാജേന ഗുരുനാഥന്റെ വീട്ടിലെത്തിയപ്പോഴാണ് ഞാനാകെ പരിഭ്രമിച്ച് വശായത്. എന്റെ ചൊല്ലിയാട്ടം കാണാനായിട്ടല്ല അദ്ദേഹമെത്തിയതെന്ന് എനിക്കുടൻ മനസ്സിലായി. ചെത്തല്ലൂരിൽനിന്നാണദ്ദേഹം വന്നതെന്ന് ശരിതന്നെ. മടങ്ങിയതും അങ്ങോട്ടുതന്നെയാണ്.

ഗുരുനാഥനോട് അദ്ദേഹം സംസാരിച്ചതെന്തെന്ന് എനിക്ക് കൃത്യമായിട്ട് അറിയാൻ കഴിഞ്ഞില്ല. എന്നാൽ തേനേഴിയിലും വെള്ളിനേഴിയിലും അപ്ഫന്റെ ആവലാതി കേൾക്കാൻ ആരും ചെവികൊടുത്തില്ലത്രേ! എല്ലാ ദിക്കിലും പാട്ടായ സ്ഥിതിക്ക് ഇനി ഒന്നും ചെയ്യാനില്ലെന്ന നിലയിലാണ് ഗുരുനാഥൻ കാര്യം വ്യാഖ്യാനിച്ചത്. ഏതാണ്ടൊരു കൊല്ലത്തിന് ശേഷം നാട്ടിലെത്തിയപ്പോഴാണ് സംഗതി തീരെ വഷളായിക്കഴിഞ്ഞെന്ന് ഞാനറിയുന്നത്. എന്നിട്ടും പ്രമാണിമാരാരും ഗുരുനാഥന്റെ വീട്ടിൽനിന്ന് ഭക്ഷണം കഴിച്ചതിനെക്കുറിച്ച് ചോദിക്കുകയുണ്ടായില്ല. ആള് പട്ടിക്കാംതൊടി ആയതുകൊണ്ട് അവർക്കാർക്കും അതിനുള്ള ധൈര്യവുമുണ്ടായിരുന്നില്ല. ഞാൻ ഭയപ്പെട്ടതെല്ലാം വെറുതെയായി. പതുക്കെപ്പതുക്കെ എല്ലാവരും മറക്കാൻ തുടങ്ങി. പട്ടിക്കാംതൊടിയോടുള്ള ആദരവുകൊണ്ടാണെങ്കിലും അല്ലെങ്കിലും കാലം എല്ലാവരേയും എല്ലാം മറപ്പിക്കും. മായ എന്ന് നാം ഇത്തരം മറവികളെക്കുറിച്ചാണല്ലോ സാധാരണ പറയാറ്.

ഗുരുനാഥന്റെ ചുമതലകൾ പലതാണ്. ഇത്തരം ഒരു കാര്യം മാത്രമോർത്തിരിക്കാൻ അദ്ദേഹത്തിനാകാറില്ല. എല്ലാം അറിയുന്ന അദ്ദേഹം ഒന്നുമറിഞ്ഞില്ലെന്ന് നടിക്കുകയാണെങ്കിലും അല്ലെങ്കിലും എനിക്കീ സംഭവം അനുഗ്രഹമാവുകയാണുണ്ടായത്. ഞാനേതാണ്ട് പരസ്യമായിത്തന്നെ അവിടെനിന്ന് ഭക്ഷണം കഴിക്കാൻ തുടങ്ങി. ആശാന് പത്മാവതി എന്നു പേരായി ഏതാണ്ട് മൂന്നു വയസ്സായ ഒരു പടുവികൃതിയുണ്ടായിരുന്നു. അതിന്റെ കുറുമ്പും തമാശകളും എല്ലാം മറക്കത്തക്ക തരത്തിലുള്ളതായിരുന്നു. എനിക്കാണെങ്കിൽ കൊച്ചുകുട്ടികളെന്നു വെച്ചാൽ പ്രാണൻ പോലെയാണ്. പത്മാവതിയുടെ കൂട്ടുകെട്ട് പാലൂരിന് ഒരുത്സവമായിരുന്നു. അതുകൊണ്ടുതന്നെ ഞാനെല്ലാം മറന്നുപോയിക്കഴിഞ്ഞിരുന്നു.

ഗുരുനാഥന് ഇടയ്ക്കെല്ലാം കളിയുണ്ടാവും. പോകുന്നിടത്തെല്ലാം ശിഷ്യൻമാരായ ഞങ്ങളേയും അദ്ദേഹം ഒപ്പം കൊണ്ടുപോകും. ഓരോരുത്തർക്ക് അവരർഹിക്കുന്ന വേഷവും അദ്ദേഹം ഉണ്ടാക്കും. അക്കാലത്ത് ആരും തന്നെ ഗുരുനാഥനോട് ആലോചിക്കാതെ കളിക്ക് വേഷം നിശ്ചയിക്കാറില്ല.

ഞങ്ങൾക്ക് ഓണപ്പുടവയും അത്യാവശ്യം കാശും സാധാരണ കിട്ടും. കിട്ടുന്ന കാശ് മുഴുവനും ഞങ്ങൾ ഗുരുനാഥനെത്തന്നെ ഏല്പിക്കും. ഞങ്ങളുടെയെല്ലാം ചെലവ് വഹിച്ചിരുന്നത് പട്ടിക്കാംതൊടിയാണെന്ന് പ്രത്യേകം പറയേണ്ടതില്ലല്ലോ! അതൊരു നല്ല കാലമായിരുന്നു. കഥകളിയിലെ മുടിചൂടാമന്നനായിരുന്ന പട്ടിക്കാംതൊടിയോട് ആലോചിക്കാതെ ആരും ഒന്നും ചെയ്തിരുന്നില്ല. അദ്ദേഹത്തിന് അഹിതമാകുംവണ്ണം ചിന്തിക്കാൻ പോലും ആരും ധൈര്യപ്പെട്ടിരുന്നില്ല. അദ്ദേഹത്തിന്റെ തണലിൽ ശിഷ്യരായ ഞങ്ങൾക്ക് പരമസുഖമായിരുന്നു. ഒന്നും അറിയേണ്ടതില്ലല്ലോ!

കേശിനി

അഭ്യാസം തുടങ്ങി ഏതാണ്ട് രണ്ടുകൊല്ലമായപ്പോഴേക്കും നല്ലൊരു സ്ത്രീവേഷക്കാരനെന്ന നിലയിൽ എല്ലാവരും എന്നെ അംഗീകരിക്കാൻ തുടങ്ങി. മിക്ക ചെറുകിട വേഷങ്ങളും ഇതിനകം പട്ടിക്കാംതൊടി ചൊല്ലിയാടിപ്പിച്ചിരുന്നു. സ്ത്രീവേഷങ്ങളിൽ പ്രാധാന്യമുള്ള കൃമ്മീരവധത്തിലെ ലളിതയും എനിക്ക് കടുകട്ടിയായി കഴിഞ്ഞിരുന്നു. ഒന്നുരണ്ടിടങ്ങളിൽ വെച്ച് ലളിതകളുടെ വേഷവും കെട്ടിയിരുന്നു.

എന്നാൽ പട്ടിക്കാംതൊടി പൂതന ചൊല്ലിയാടിച്ചിരുന്നില്ല. ആടാനത്രയൊന്നും ഇല്ലാത്തതെന്ന് കരുതിയിട്ടാണോ അദ്ദേഹം ചൊല്ലിയാടിക്കാതിരുന്നതെന്ന് അറിയില്ല. കലാമണ്ഡലം കൃഷ്ണൻനായരുടെ പൂതന അക്കാലത്ത് വളരെ പ്രസിദ്ധമായിരുന്നു. കൃഷ്ണൻനായരുള്ള കളികൾക്ക് പൂതന ഏതാണ്ട് ഒഴിച്ചുനിർത്താൻ വയ്യാത്ത ഒരിനമായിരുന്നു.

മിക്ക കൃഷ്ണവേഷങ്ങളും അപൂർവ്വം കിരീടം വെയ്ക്കുന്ന ചെറുകിട വേഷങ്ങളും ഞാൻ കെട്ടിയിട്ടുണ്ട്. കാര്യം അങ്ങനെയൊക്കെയാണെങ്കിലും ഞാനൊരു സ്ത്രീവേഷക്കാരനായിട്ടാണ് പൊതുവെ അറിഞ്ഞിരുന്നത്. നമ്പൂരിക്കുട്ടിയുടെ സ്ത്രീവേഷമാണ് നല്ലതെന്ന് കാഴ്ചക്കാർ എന്തുകൊണ്ടാണു തീരുമാനിച്ചതെന്ന് എനിക്കിന്നും ഒരു ചിന്താവിഷയമാണ്. മറ്റു വേഷങ്ങളും മോശമായിരുന്നില്ലെന്നാണ് ഞാൻ കരുതുന്നത്.

പട്ടിക്കാംതൊടി കളിക്കാൻ പോകുന്ന ദിക്കിലൊക്കെ ശിഷ്യരായ ഞങ്ങളേയും ഒപ്പം കൊണ്ടുപോകും. ആശാനാണെങ്കിൽ ധാരാളം കളികളുമുണ്ടായിരുന്നു. കഥകളിലോകത്തിലെ ഏകഛത്രാധിപനായ അദ്ദേഹം എല്ലാവർക്കും സമാരാധ്യനായിരുന്നു. ശുണ്ഠി മൂക്കത്താണെന്നൊരു പക്ഷമുണ്ടെങ്കിലും അതെല്ലാം തേച്ചുമാച്ചുകളയുന്നതായിരുന്നു പട്ടിക്കാംതൊടിയുടെ കഥകളിജ്ഞാനം. ശിഷ്യരായ ഞങ്ങൾക്ക് അദ്ദേഹത്തിന്റെ ശിഷ്യരാണെന്നുള്ള ഏക കാരണം കൊണ്ടുതന്നെ എല്ലാ ദിക്കിലും സ്വാഗതമുണ്ടായിരുന്നു. അതു ഞങ്ങൾക്ക് അരങ്ങത്തഭിനയിക്കാനും അംഗീകാരം നേടാനും അവസരങ്ങളുണ്ടാക്കി.

രാമപുരം ക്ഷേത്രത്തിലുത്സവത്തിന്ന് (പെരിന്തൽമണ്ണയ്ക്കടുത്തുള്ളത്) പട്ടിക്കാംതൊടി നിർബന്ധമായിരുന്നു. വലിയ കഥകളി പണ്ഡിതരായിരുന്നു ആ ദിക്കിലെ നമ്പൂതിരിമാരായ കാഴ്ചക്കാരും മറ്റും. ഗംഭീരമായിരുന്നു അവിടെ

കഥകളി. കേരളത്തിലെ പ്രസിദ്ധരായ ഏതാണ്ടെല്ലാ കഥകളിവേഷക്കാരും അവിടെ എത്താറുണ്ട്. രാമപുരത്തുകാർ തലകുലുക്കി സമ്മതിച്ചാൽ ജന്മ സാഫല്യമായെന്നാണ് അക്കാലത്തെ കഥകളിക്കാർ കരുതിയിരുന്നതും.

അന്ന്, കഥ നളചരിതം നാലാം ദിവസവും വേണമെന്ന് തീർച്ചയാക്കി. ബാഹുകൻ കുഞ്ചുനായരുടെ ദമയന്തിക്ക് കലാമണ്ഡലം ബാലകൃഷ്ണൻ നായർ മതി എന്നു വെയ്ക്കാം. എന്നാൽ കേശിനിക്ക് കൊള്ളാവുന്ന ഒരു സ്ത്രീവേഷക്കാരൻ അന്നവർക്ക് ഉണ്ടായിരുന്നില്ല. കേശിനി മോശമായാൽ ബാക്കി ഭാഗവും നന്നാകണമെന്നില്ല.

കാര്യം അർഹിക്കുന്ന ഗൗരവത്തോടെതന്നെ അവിടത്തെ ഉത്സാഹികൾ പട്ടിക്കാംതൊടിയുടെ മുമ്പിൽ വെച്ചു. അല്പം ആലോചിച്ച് ആശാൻ കേശിനിക്ക് സ്വന്തം ശിഷ്യനായ നമ്പൂതിരിക്കുട്ടിതന്നെ മതിയെന്ന് ഉറപ്പിച്ചു പറഞ്ഞു. "എന്റെ ശിഷ്യനായ ആ നമ്പൂരിക്കുട്ടിയെക്കൊണ്ട് കേശിനി കെട്ടിച്ചാൽ മോശമാകാനിടയില്ല. അതുകൊണ്ട് ഒന്നു പരീക്ഷിച്ചു നോക്കാമെന്നാണ് അടിയൻ കരുതുന്നത്." പട്ടിക്കാംതൊടി പറഞ്ഞു.

പട്ടിക്കാംതൊടി എന്നോട് കേശിനിയുടെ വേഷം കെട്ടാൻ പറഞ്ഞു. എന്നിട്ട് ചില കാര്യങ്ങൾ പറഞ്ഞുതരികയും ചെയ്തു. കുഞ്ചുനായരും ബാലകൃഷ്ണൻ നായരും പട്ടിക്കാംതൊടിയുടെ ശിഷ്യരാണെന്ന ധൈര്യമല്ലാതെ വാസ്തവത്തിൽ എനിക്ക് കേശിനിയെക്കുറിച്ച് അധികമൊന്നും അറിയില്ലായിരുന്നു.

ആശാൻ കേശിനി ചൊല്ലിയാടിച്ചിട്ടില്ല. നേരെയായില്ലെങ്കിൽ അദ്ദേഹത്തിൽ നിന്ന് കണക്കിന് കിട്ടും. നന്നായാൽ എനിക്ക് സ്ത്രീവേഷക്കാരനെന്ന നിലയിൽ ഒരംഗീകാരവുമാവാം ചിലപ്പോൾ!

രണ്ടും കല്പിച്ച് ഞാനാ വേഷം കെട്ടി. ആശാൻ പറഞ്ഞാൽ മറുവാക്കു പറയാൻ കഥകളിലോകത്തിലാരുമുണ്ടായിരുന്നില്ലെന്ന് ഓർക്കുക!

അന്നാദ്യമായി അരങ്ങത്തേക്കുപോകും മുമ്പ് എന്റെ വേഷം ശ്രദ്ധിച്ചു നോക്കിയിട്ട് പട്ടിക്കാംതൊടി ഒട്ടും പേടിക്കേണ്ടെന്നു പറഞ്ഞ് സമാധാനിപ്പിച്ചു. കുഞ്ചുവിനോടും ബാലകൃഷ്ണനോടും താൻ പറഞ്ഞിട്ടുണ്ടെന്നും കൂട്ടിച്ചേർത്തു.

കുഞ്ചുനായരെ എനിക്ക് വളരെ ബഹുമാനവും പേടിയുമായിരുന്നു. രാവുണ്ണിമേനോന്റെ കയ്യിലുള്ളതെല്ലാം ഇത്ര കൃത്യമായി കിട്ടിയിട്ടുള്ളവർ കഥകളിലോകത്ത് ആരുമുണ്ടായിരുന്നില്ല. പുറമെ കുഞ്ചുനായർ നല്ല വ്യുൽപത്തിയുള്ള ആളുമായിരുന്നു.

'പൂമാതിനൊത്ത ചാരുതനോ വൈദർഭീകേൾ നീ, പുരുഷരത്നമീബ്ബാഹുകനോ' എന്ന പദം കഴിഞ്ഞപ്പോഴേയ്ക്കും 'ഈ തെക്കൻ നമ്പൂരിക്കുട്ടി കൊള്ളാമല്ലോ' എന്നൊരഭിപ്രായം കാണികൾക്കിടയിലുണ്ടായി. തീർച്ചയായും അന്ന് എന്റെ ജീവിതത്തിലെ നല്ല കാലത്തിന്റെ തുടക്കമായിരുന്നെന്ന് പറഞ്ഞാൽ തെറ്റാകില്ല!

വെങ്കിടകൃഷ്ണഭാഗവതരും നമ്പീശനും ബാലകൃഷ്ണൻനായരും കുഞ്ചുനായരും അന്നു നല്ലവണ്ണം സഹായിച്ചിരുന്നുവെന്ന് ഞാനിന്നും കൃതജ്ഞതയോടെ ഓർക്കുകയാണ്!

അതോടുകൂടി എന്റെ ഭാഗ്യം തെളിയുകതന്നെ ചെയ്തു. നമ്പൂരിക്കുട്ടി യുടെ കേശിനിയെക്കുറിച്ച് എല്ലാവർക്കും നല്ല അഭിപ്രായമായിരുന്നു. പട്ടിക്കാം തൊടിയുടെ സന്തോഷം പറഞ്ഞറിയിക്കാൻ പറ്റുകയുമില്ല!

എന്നാലതൊന്നും ആശാൻ എന്റെ മുന്നിൽ ഒട്ടും തന്നെ കാണിക്കുകയു ണ്ടായില്ല.

പിറ്റേ ദിവസം, അപ്പോൾ അവിടെ ഉണ്ടായിരുന്ന പല കഥകളിക്കമ്പക്കാരും എന്നെ പരസ്യമായിത്തന്നെ അഭിനന്ദിച്ചു. ചില രസികന്മാർ എന്നെ 'കേശിനി' എന്നുപോലും പറഞ്ഞു ചിരിച്ചു. കുഞ്ചുനായരും ബാലകൃഷ്ണൻ നായരും ഞാനും കൂടിയാലുള്ള കൊഴുപ്പിനെക്കുറിച്ച് കഥകളിക്കമ്പക്കാരായ നമ്പൂതിരി മാർക്ക് എത്ര പറഞ്ഞാലും തൃപ്തിയില്ലെന്നായി.

അതൊരു തുടക്കം മാത്രമായിരുന്നു. നാടെങ്ങും നമ്പൂതിരിക്കുട്ടിയുടെ കേശിനി പ്രസിദ്ധമായി. എനിക്കാണെങ്കിൽ തീരെ ആഗ്രഹിക്കാത്ത ഒരംഗീ കാരമാണ് ലഭിച്ചത്. സ്ത്രീവേഷക്കാരനാകണമെന്നല്ലായിരുന്നു എന്റെ മോഹം.

'മുന്നേ ഗുണങ്ങൾ കേട്ടു തന്നെ മനമങ്ങു പോന്നു. പിന്നെ അരയന്നം വന്നു നിന്നെ സ്തുതി ചെയ്തു' എന്നു തുടങ്ങുന്ന ഭാഗം അഭിനയിക്കാൻ ബാലകൃഷ്ണൻനായർ കുടമാളൂർ കരുണാകരൻ നായരെക്കാൾ മെച്ചമാണെന്ന് വരെ പലരും പറഞ്ഞു. കണ്ണു നിറയാതെ കാണികൾക്ക് ആ രംഗം കാണാൻ കഴിഞ്ഞിരുന്നില്ലത്രേ!

ഫലം, കുഞ്ചുനായരും ബാലകൃഷ്ണൻ നായരും ഞാനും കൂടിയ 'കമ്പനി'യുടെ നളചരിതം നാലാംദിവസത്തിന്റെ ആവർത്തനങ്ങൾ തന്നെയാ യിരുന്നു. ഞങ്ങളെത്തുന്ന ദിക്കിലെല്ലാം നളചരിതം നാലാംദിവസം ഒരു പതി വായി. ഏതാണ്ട് നിർബന്ധമെന്നു പറഞ്ഞാൽ തെറ്റില്ല.

ഇതിനെത്തുടർന്ന്, പിന്നെ ഞാൻ കഥകളി നിർത്തുന്നതിനിടയിൽ ഏതാണ്ടൊരമ്പതു കേശിനി കെട്ടിയിട്ടുണ്ടാകും. ഓർമ്മയില്ല. കലാമണ്ഡലം ബാലകൃഷ്ണൻനായർ, കുടമാളൂർ കരുണാകരൻനായരെ കടത്തിവെട്ടുക തന്നെ ചെയ്തു. മധ്യകേരളത്തിലെങ്ങും ബാലകൃഷ്ണൻനായരായി, കഥകളി യിലെ സ്ത്രീവേഷം എന്നുവെച്ചാൽ. ആശാന്റെ ആഹ്ലാദം അദ്ദേഹം തുറന്നു പറയാൻ തുടങ്ങി. ഇതൊക്കെ എന്റെ സ്വഭാവരൂപികരണത്തിലും നല്ല പങ്കു വഹിച്ചു. എല്ലാ കാര്യത്തിലും എനിക്ക് ശ്രദ്ധയും ഉണർവ്വും ഉണ്ടായി. പ്രത്യേ കിച്ചും വായനയിലും കഥകളിയിലെ സ്ത്രീവേഷങ്ങളെ പഠിക്കുന്നതിലും താത്പര്യം വർദ്ധിച്ചു.

കഥകളിലോകത്ത് ഇതിലധികം പ്രസിദ്ധമായിരുന്നത് കലാമണ്ഡലം കൃഷ്ണൻനായരുടെ പൂതന മാത്രമായിരുന്നു. അതു നിമിത്തം ഞാനും രണ്ടു മൂന്ന് പൂതനകൾ കെട്ടിയിട്ടുണ്ട്. ഒന്നുംതന്നെ നല്ല പന്തിയായില്ല. പൂതനയ്ക്ക് നമ്പൂരിക്കുട്ടി പറ്റില്ല എന്നുവരെ പലർക്കും അഭിപ്രായമുണ്ടായിരുന്നു.

രണ്ടു കാര്യമാണ് ഇതിൽ പ്രധാനമായിട്ടുണ്ടായിരുന്നത്. ഒന്ന് കൃഷ്ണൻ നായരുടെ കെട്ടിക്കണ്ടാലുള്ള അസാധാരണഭംഗിതന്നെ. രണ്ടാമതായി ഞാൻ കൃഷ്ണൻനായരുടെ മട്ടിലെന്തെങ്കിലും കാണിച്ചാൽ പട്ടിക്കാംതൊടി എന്റെ തുടയിലെ തൊലി ബാക്കിവെയ്ക്കില്ലെന്നതാണ്.

അമ്പാടിയിലെ ഉണ്ണികൃഷ്ണൻ പൂതനയുടെ കയ്യിൽ വെച്ച് 'അപ്പി'യിട്ട തായും മറ്റും കൃഷ്ണൻനായർ അഭിനയിച്ചിരുന്നു. കാഴ്ചക്കാർക്ക് അത്തരം

ഗ്രാമ്യരീതികളും രസിച്ചിരുന്നു. എന്നാൽ കഥാപാത്രത്തിന്റെ സ്വഭാവത്തിനിണങ്ങാത്ത ചെറിയ ചലനംപോലും പട്ടിക്കാംതൊടി പൊറുത്തിരുന്നില്ല. പൂതന എന്ന ഹരിവംശത്തിലെ കഥാപാത്രത്തിനിണങ്ങുന്നതല്ലല്ലോ കൃഷ്ണന്റെ അപ്പിയിടലും മറ്റും.

ഇവിടെ ഒരു രസമുണ്ടായത് രേഖപ്പെടുത്തിവെയ്ക്കുന്നത് വായനക്കാർ ക്ഷമിക്കുമെന്ന് കരുതുന്നു. എന്റെ കേശിനി കണ്ടു മോഹിച്ച ഒരു ശുദ്ധബ്രാഹ്മണന്റെ കഥയാണത്.

കളികഴിഞ്ഞ് കുളിച്ച് വയർനിറച്ച് പ്രാതലും കഴിച്ച് ഞാൻ കിടന്നുറങ്ങുകയായിരുന്നു. ഏതാണ്ട് ഉച്ചയോടടുത്ത് ഉണർന്നുവശായ എന്നെ മദ്ധ്യവയസ്കനായ ഒരു ബ്രാഹ്മണൻ കെട്ടിപ്പിടിച്ചു കിടക്കുന്നതായിട്ടാണ് ഞാൻ കണ്ടത്. പിടുത്തം വിടുവിയ്ക്കാൻ ശ്രമിച്ച എന്നെ അദ്ദേഹം ഉറക്കം അഭിനയിച്ചുകൊണ്ട് ഒന്നുകൂടി മുറുകെ പുണരുകയാണുണ്ടായത്. അതെന്നെ വല്ലാതെ ശുണ്ഠിപിടിപ്പിച്ചു. എഴുന്നേറ്റുപോകാൻ തുടങ്ങിയ എന്നോട് ഇന്നലത്തെ കേശിനി അസ്സലായെന്ന് അഭിനന്ദിച്ചുകൊണ്ട് ഒന്നുകൂടി പുണരാൻ അദ്ദേഹം ശ്രമിച്ചു. മിണ്ടരുതെന്ന് ആംഗ്യം കാട്ടുകയും ചെയ്തു. സംഗതി അപകടത്തിലേയ്ക്കാണ് നീങ്ങുന്നതെന്നു തോന്നിയ ഞാൻ അദ്ദേഹത്തിന്റെ പിടിവിടുവിച്ച് ഊട്ടുപുരയിലേക്ക് ഓടിപ്പോയി. ഊണ് കഴിഞ്ഞെത്തിയപ്പോൾ ഞാൻ അദ്ദേഹത്തെ അവിടെയെങ്ങും കണ്ടില്ല. പല ദിക്കിലും തിരക്കിയെങ്കിലും ചങ്ങാതി പേടിച്ച് സ്ഥലം വിട്ടിട്ടുണ്ടാകാമെന്നാണ് അറിയാൻ കഴിഞ്ഞത്.

പട്ടിക്കാംതൊടിയുടെ അടുക്കൽ ഞാനീ വിവരം വിസ്തരിച്ച് വിളമ്പി. എന്നാൽ അതു കേട്ട അദ്ദേഹം എന്നെ ശകാരിക്കുകയാണുണ്ടായത്. ഞാനാ ശുദ്ധഗതിക്കാരൻ ബ്രാഹ്മണനെ വെറുതെ തെറ്റിദ്ധരിച്ചതാണെന്നാണ് പട്ടിക്കാംതൊടി ധരിച്ചുവശായത്. അതെന്നെ വല്ലാതെ അസ്വസ്ഥനാക്കി.

ഒട്ടും വൈകിക്കാതെ ഞാൻ എന്റെ ഗുരുനാഥനും ഉത്തമസുഹൃത്തുമായ പത്മനാഭൻനായരോടും ഇതെല്ലാമാവർത്തിച്ചു. എന്നോട് അതു മറക്കാൻ പറഞ്ഞുകൊണ്ട് 'ആ തിരുമേനി പ്രസിദ്ധനായ ഒരു സ്വവർഗ്ഗഭോഗിയാണെന്ന്' പത്മനാഭൻ നായർ എന്നെ സമാധാനിപ്പിച്ചു. അതോടുകൂടി ഞാൻ ആ കഥ തന്നെ മറന്നുപോയി.

പൊന്നാനിയിലുള്ള പൊൽപ്പാക്കര മനയ്ക്കൽവെച്ച് ഒരിയ്ക്കൽ ഒരു കളിയുണ്ടായി. പട്ടിക്കാംതൊടിയൊന്നിച്ചു ചെന്ന എന്നെ അന്ന് ഹാർദ്ദമായി സ്വീകരിച്ചത് സാക്ഷാൽ സഖാവ് പൊൽപ്പാക്കര കൃഷ്ണൻ നമ്പൂതിരി തന്നെയായിരുന്നു. രാഷ്ട്രീയത്തിൽ എന്റെ ആദ്യഗുരുവായിരുന്നു അദ്ദേഹം. പുറമെ, അടുത്ത കാലത്താണ് തേനേഴിമനയ്ക്കൽ നിന്ന് വേളികഴിച്ചതും. അന്നും എന്റെ കേശിനിയാണുണ്ടായതെന്നാണോർമ്മ. അംബരീഷചരിതവും ഉണ്ടായിരുന്നു. പട്ടിക്കാംതൊടിയുടെ ദുർവ്വാസാവ് പ്രസിദ്ധമാണല്ലോ എവിടെയും!

കാലത്ത് കളികഴിഞ്ഞ ഞങ്ങൾ കുളിയും പ്രാതലും കഴിച്ചാണ് നേരെ പുന്നയൂർകുളത്തേയ്ക്കു പോയത്. രണ്ടുമണിയോടെ ഞങ്ങൾ നാലപ്പാട്ട് എത്തി. ഇന്ന് മാധവിക്കുട്ടി എന്നപേരിൽ പ്രസിദ്ധയായ എഴുത്തുകാരി നാലപ്പാട്ടു കമലയുടെ വിവാഹം അന്നായിരുന്നു. അതു പ്രമാണിച്ചായിരുന്നു അന്നത്തെ കനത്ത കഥകളിയും.

ഊണ് കഴിഞ്ഞ ഞങ്ങൾ എല്ലാവരും കൂടി സാക്ഷാൽ വി.എം. നായരെ പോയി കണ്ടു. ഹാർദ്ദമായി സ്വാഗതംചെയ്ത അദ്ദേഹം പട്ടിയ്ക്കാന്തൊടിയുമായാലോചിച്ച് അന്നയ്ക്ക് വേണ്ട കഥകളും വേഷങ്ങളും നിശ്ചയിച്ചു. അന്നൊരു ഏകാദശിയായിരുന്നതിനാൽ രുഗ്മാംഗദ ചരിതം കഥകളിയുമുണ്ടായി. എന്റെ വേഷം ധർമ്മാംഗദനായിരുന്നുവെന്നാണോർമ്മ.

പിന്നീവിടെ കണ്ടത് വലിയ ഒരു ടീ പാർട്ടിയായിരുന്നു. വി.എം. നായർ നിർബന്ധിച്ചതുമൂലം ആശാനൊന്നിച്ച് ഞങ്ങളും ആ പാർട്ടിയിൽ പങ്കെടുത്തു. തെങ്ങിൻതോപ്പ് നിറച്ച് മേശയും കസേരയും. ഓരോ മേശയ്ക്കും നാല് കസേരകൾ. നാലാളിരിക്കണമെന്നാണ് നിയമമെന്ന് തോന്നുന്നു. അതെന്തായാലും നമ്പൂരിയായ എനിക്കുള്ള മേശയിൽ മറ്റാരും ഉണ്ടായിരുന്നില്ല. ബാക്കി വന്ന മൂന്ന് കസേരകളും കുറച്ചു കഴിഞ്ഞപ്പോൾ ആരോ വന്ന് എടുത്തുകൊണ്ടു പോയി.

വിളമ്പിയ വിഭവങ്ങളുടെ കഥ പറയാതിരിക്കുകയാണ് ഭേദം. എല്ലാം ഒന്നാം തരം. ഒക്കെ പുതിയതാണെനിക്ക്. ലഡ്ഡു എന്ന വിഭവം ഞാൻ ആദ്യമായി കഴിച്ചത് അന്നാണ്. ഇത്ര രുചിയുള്ള വിഭവങ്ങളും ഈ ലോകത്തിലുണ്ടെന്നത് എനിക്ക് വലിയ അദ്ഭുതംതന്നെയായിരുന്നു.

ഏതാണ്ട് മൂവ്വായിരം മാന്യന്മാർ ആ ടീ പാർട്ടിക്കുണ്ടായിരുന്നുവെന്ന് തോന്നുന്നു. ആരൊക്കെയാകാം ഈ പ്രമാണിമാർ എന്ന് ഞാൻ തിരക്കിയെങ്കിലും വ്യക്തമായിട്ടൊന്നും അറിയാൻ കഴിഞ്ഞില്ല. മഹാകവി വള്ളത്തോളും മറ്റും ഉണ്ടായിരുന്നുവെന്നാണ് തോന്നുന്നത്. വലിയ ഉദ്യോഗസ്ഥരുടെ ഒരു വൻപടതന്നെയുണ്ടായിരുന്നു.

കവിതക്കമ്പക്കാരനായ ഞാൻ ബാലാമണിയമ്മയുടെ ചില കവിതകൾ മുമ്പുതന്നെ വായിച്ചിരുന്നു. സാധിച്ചാൽ അവരെ ഒന്നു നേരിൽകണ്ട് സംസാരിക്കണമെന്നും മോഹമുണ്ടായിരുന്നു. അതൊന്നും സാധിച്ചില്ല. എന്നാൽ, ആരോ ചിലർ നടന്നുപോകുന്ന സ്ത്രീകളെ ചൂണ്ടിക്കാട്ടി അവരിൽ ഏതോ ഒരു സ്ത്രീ ബാലാമണിയമ്മയാണെന്ന് പറകയുണ്ടായി. എന്നാലത് ഞാനിന്നും വിശ്വസിക്കുന്നില്ല. ഞാൻ ധരിച്ചുവെച്ചിരുന്ന ബാലാമണിയമ്മയുടെയല്ല അവരുടെ വേഷസംവിധാനങ്ങൾ എന്നതുതന്നെയാണ് മുഖ്യകാരണം. ഈ വിവരം പിന്നീടൊരിക്കൽ ബാലാമണിയമ്മയോട് ഞാൻ തന്നെ പറഞ്ഞ് നല്ലവണ്ണം ചിരിച്ചിട്ടുണ്ട്. അപ്പോഴേയ്ക്കും പാലൂരും കവിയെന്ന പേരിൽ കുറേശ്ശെ അറിയപ്പെടാൻ തുടങ്ങിയിരുന്നു.

അന്ന് വിവാഹം കഴിഞ്ഞ നാലപ്പാട്ടു കമലയെയും ഞാൻ ദൂരെ നിന്ന് കാണുകയുണ്ടായി. ഒരു തടിച്ച പെൺകുട്ടി എന്നല്ലാതെ യാതൊരു സവിശേഷതയും എനിക്കന്ന് തോന്നുകയുണ്ടായില്ല.

'അമ്മ തൻ മടിയിൽ വെച്ചു നിൻ മകൻ ധർമ്മാംഗദനെ ചെമ്മേ വാളാൽ വെട്ടാമെങ്കിൽ ഇമ്മഹാവ്രതം നോറ്റാലും' എന്ന ഭാഗം മോഹിനി കെട്ടിയ ബാലകൃഷ്ണൻനായരഭിനയിച്ചത് ഇന്നും എനിക്കു കൺമുന്നിൽ കാണുംപോലെയുണ്ട്. എന്റെ അന്നത്തെ വേഷം ധർമ്മാംഗദനായിരുന്നല്ലോ.

എല്ലാവർക്കും ഓണപ്പുടവ തന്ന ശേഷം വി.എം. നായർ ഞങ്ങൾക്കായി നല്ലൊരു സംഖ്യയും പട്ടിക്കാംതൊടിയെ ഏല്പിക്കുകയുണ്ടായി. അതിന്നു ശേഷം ഞങ്ങൾ ആ വലിയ മനുഷ്യനെ തൊഴുതുകൊണ്ട് യാത്ര പറഞ്ഞു പിരിഞ്ഞു.

വി.എം. നായർ ഞങ്ങൾക്കായി കുന്നംകുളംവരെ ഒരു വാഹനം ഏർപ്പാടു ചെയ്തിരുന്നു. അത് 1931-മോഡൽ ഫോർഡ് ആയിരുന്നുവെന്ന് ഞാനിന്നും ഓർക്കുന്നു. മരം കൊണ്ടാണ് അതിന്റെ ചക്രങ്ങൾ. റോഡ് ഇല്ലാതിരുന്നതു കൊണ്ട് കാറ് പോയിരുന്നത് തെങ്ങിൻതോപ്പിലെ പൂഴിമണലിലൂടെയാണ്. എത്ര ആളെ കേറ്റിയാലും കൂസാത്ത ആ വണ്ടി പത്തിരുപതു നാഴികയിലധികം വേഗത്തിൽ ഓടില്ലായിരുന്നു. ചെർപ്പുളശ്ശേരിയിലും മറ്റും ഞാൻ അത്തരം കാറ് പത്തുമുപ്പതുകൊല്ലം മുമ്പു വരെ കണ്ടിട്ടുണ്ട്.

പതിനൊന്നു മണിയോടെ കുന്നംകുളത്ത് എത്തിയ ഞങ്ങൾ ഗുരുവായൂരിൽ നിന്ന് വരുന്ന ഒരു ബസ്സിൽ കേറി പട്ടാമ്പിയിലെത്തി. പുഴ കടന്ന് ചെർപ്പുളശ്ശേരിയിലേയ്ക്ക് മറ്റൊരു ബസ്സിൽ പോയി. അവിടെ നിന്ന് കരിമ്പുഴയ്ക്ക് പോകുന്ന ഒരു ബസ്സിൽ തിരുവാഴിയോട് ഇറങ്ങി. ഇരുട്ടായപ്പോഴേയ്ക്കും പട്ടിക്കാംതൊടിയുടെ ഭാര്യവീടായ ചെറുകണ്ടത്ത് തറവാട്ടിലെത്തി.

നല്ല ക്ഷീണമുണ്ടായിരുന്നതുകൊണ്ട് ഞാൻ കുളത്തിൽ പോയി ഭംഗിയായി കുളിച്ചു. ഭക്ഷണം 'രഹസ്യമായി' കഴിച്ച് കിടന്നുറങ്ങി. അമ്മുക്കുട്ടിയമ്മയ്ക്ക് അപ്പോഴേയ്ക്കും ആശാന്റെ മൗനാനുവാദത്തോടെതന്നെ നമ്പൂരിയായ എനിക്ക് ചോറു വിളമ്പിത്തരാമെന്നായിക്കഴിഞ്ഞിരുന്നു.

മൂന്നു രൂപയും പ്രോനോട്ടും

അരോഗദൃഢമായിരുന്നു പട്ടിക്കാംതൊടിയുടെ ശരീരം. (കഥകളിവേഷക്കാരുടെ ദേഹം സാധാരണ അങ്ങനെയാണ് ഉണ്ടാവുക). എന്നാൽ, പ്രത്യക്ഷത്തിൽത്തന്നെ അതു തളർന്നു കഴിഞ്ഞിരുന്നു. ആശാനാണെങ്കിൽ ഒരിക്കലുമത് സമ്മതിക്കുകയുമില്ല. ആരു പറഞ്ഞാലും ചികിത്സിക്കാൻ അദ്ദേഹം കൂട്ടാക്കുമായിരുന്നില്ല. അതിനു കാരണം അദ്ദേഹത്തിന്റെ മനക്കരുത്താണ്. അതാകട്ടെ അദ്ദേഹത്തിന്റെ സകലപ്രവൃത്തികളിലും പ്രത്യക്ഷവുമായിരുന്നു.

വയർ കുറേശ്ശെ വീർത്തുവരികയും തത്ഫലമായ ചെറിയ ശ്വാസംമുട്ടുമായിരുന്നു അന്യർക്കറിയാൻ കഴിഞ്ഞിരുന്ന ആശാന്റെ അസ്ഖിതകൾ. ആയുർവ്വേദത്തിൽ അതിന് 'മഹോദര'മെന്നാണ് പേരു പറയാറെന്ന് തോന്നുന്നു. ചികിത്സിച്ചാൽ മാറാത്ത നിലയൊന്നും അപ്പോൾ ആയിട്ടില്ലായിരുന്നു. എന്നാൽ പട്ടിക്കാംതൊടി ആരുപറഞ്ഞാലും ചികിത്സിക്കാൻ തീരെ കൂട്ടാക്കിയിരുന്നില്ല.

വർഷങ്ങളായി താൻ ശീലിച്ചുവരുന്ന പ്രാണായാമക്രിയകളുടെ എന്തോ തകരാറാണ് ഇതിനു കാരണമെന്ന് ആശാൻ ഉറച്ചുവിശ്വസിച്ചിരുന്നു. അത് പ്രാണായാമംകൊണ്ടുതന്നെ മാറിക്കിട്ടുമെന്ന് പറഞ്ഞുകൊണ്ട് ചില്ലറ ചില മാറ്റങ്ങളും പ്രാണായാമത്തിലദ്ദേഹം വരുത്തിയിരുന്നു. എന്നാലിതെല്ലാം ഞങ്ങളിൽ ചിലരല്ലാതെ അധികമാരും അറിഞ്ഞിരുന്നില്ല. അദ്ദേഹമാണെങ്കിൽ തന്റെ ദേഹാസ്വാസ്ഥ്യത്തെക്കുറിച്ച് മറ്റുള്ളവരറിയുന്നത് തീരെ ഇഷ്ടപ്പെട്ടതുമില്ല.

ഈ ഒളിച്ചുകളി കാര്യങ്ങൾ കൂടുതൽ വഷളാക്കുകയാണുണ്ടായത്. ദൈനംദിനജീവിതത്തിലൊരു മാറ്റവും അദ്ദേഹം വരുത്തിയിരുന്നില്ല. നല്ല ഭക്ഷണപ്രിയനായ അദ്ദേഹം അതിലൊട്ടും പിശുക്കും കാണിച്ചില്ല. അതിന്റെയെല്ലാം ഫലമായി ആശാന്റെ വയർ ക്രമത്തിൽ വളരാൻ തുടങ്ങി. അസുഖം

നിമിത്തം അദ്ദേഹത്തിന് നല്ല ക്ഷീണമുണ്ടായിരുന്നു. അന്യരെ തന്റെ നില അറിയിക്കുന്നതിൽ അദ്ദേഹം പിശുക്കനായിരുന്നു. അതുകൊണ്ട് തന്നെ അദ്ദേഹത്തോട് ഇതിനെക്കുറിച്ചെന്തെങ്കിലും പറയാൻ ആരും ധൈര്യപ്പെട്ടിരുന്നുമില്ല.

കയറ്റം കേറാൻ ഒട്ടും തന്നെ വയ്യെന്നായി അദ്ദേഹത്തിന്റെ നില. പത്തടി നടന്നാൽ ശ്വാസം മുട്ടിത്തുടങ്ങും. കുളത്തിൽ പോയി കുളിച്ചു വരാൻപോലും അദ്ദേഹത്തിന്ന് വയ്യാതായിത്തുടങ്ങി. ശിഷ്യവാത്സല്യം അതികലശലായുള്ള പട്ടിക്കാംതൊടിയുടെ അടുത്ത് പോകാൻപോലും ഭയം നിമിത്തം ശിഷ്യൻമാർ ശങ്കിച്ചിരുന്നു. അദ്ദേഹത്തിന്റെ സുഖക്കേടിനെക്കുറിച്ചറിയുന്ന ഞങ്ങൾക്കെല്ലാം ഇതു നിമിത്തം വല്ലാത്ത ധർമ്മസങ്കടമായി. ഒരിക്കൽ രണ്ടും കല്പിച്ച് ഞാൻ പട്ടിക്കാംതൊടിയോട്, പുലാമന്തോൾ അച്ഛൻ മൂസ്സിനെ എനിക്ക് നല്ല പരിചയമുണ്ടെന്നും അദ്ദേഹത്തിനെക്കണ്ട് എന്തെങ്കിലും ചികിത്സ തുടങ്ങുകയല്ലേ നല്ലതെന്നും വളരെ സൗമ്യമായി സമയം നോക്കി സംസാരിച്ചു. എല്ലാം ക്ഷമയോടെ കേട്ടിരുന്ന ആശാൻ അദ്ദേഹത്തിന്റെ അതിവാത്സല്യത്തിന് പാത്രമായിട്ടുള്ള എന്നോട് നല്ലവണ്ണം ഉരത്ത ഭാഷയിലാണ് മറുപടി പറഞ്ഞത്. 'ചികിത്സ വേണോ വേണ്ടയോ എന്ന് തീരുമാനിക്കേണ്ടത് ഞാനാണ്; വേണ്ടാത്ത കാര്യങ്ങളിൽ ഇടപെടേണ്ട.' ഭയചകിതനായ ഞാൻ പിന്നീടൊന്നും അദ്ദേഹത്തോടു പറഞ്ഞില്ല. എന്നാലെന്റെ അസാധാരണമായ സ്വാതന്ത്ര്യത്തിന് അദ്ദേഹം കർക്കശമായി കടിഞ്ഞാണിടുകയാണ് ചെയ്തതെന്ന് പിന്നീടുണ്ടായ പെരുമാറ്റങ്ങളിൽനിന്ന് ഞാൻ വ്യക്തമായിത്തന്നെ ധരിക്കാൻ തുടങ്ങി.

അദ്ദേഹത്തിന്റെ ചികിത്സയുടെ കാര്യം ഞാൻ ഒരിക്കൽ അമ്മുക്കുട്ടിയമ്മയോടു പറഞ്ഞുനോക്കി. അപ്പോഴാണ്, ഇത് അവരെന്നോ ഗുരുനാഥനോട് പറഞ്ഞുവെന്നും കേട്ടമാത്രയിൽതന്നെ അവരെ ശകാരിച്ച് ഓടിക്കുകയാണുണ്ടായതെന്നും അറിഞ്ഞത്. ഇതെല്ലാം അമ്മുക്കുട്ടിയമ്മ എന്നോടു പറയുമ്പോൾ അവർ കൊച്ചുകുട്ടിയെപ്പോലെ കരയുന്നുണ്ടായിരുന്നു.

അഭ്യാസം അക്കാലത്തും മുറയ്ക്ക് നടന്നിരുന്നു. അതിന്നദ്ദേഹമുണ്ടാകുമെങ്കിലും തീരെ വയ്യാതായിത്തുടങ്ങി എന്ന് ഞങ്ങൾ ഏതാണ്ട് മനസ്സിലാക്കി. പത്മനാഭൻ നായരോട് ഞാനെന്റെ അഭിപ്രായങ്ങൾ വ്യക്തമായിത്തന്നെ പറയുകയുണ്ടായി. അധികം താമസിയാതെ, ക്ഷണിച്ചിട്ടും ഗുരുനാഥൻ കളികൾക്ക് പോകാതായിത്തുടങ്ങി. എന്നാൽ പോകാൻ പറ്റാത്ത ദിക്കുകളിലേയ്ക്ക് പത്മനാഭൻനായരെക്കൊണ്ട് കത്തുകളെഴുതിക്കാൻ ഒരിക്കലുമദ്ദേഹം മറന്നില്ല. ഇതിന്നിടയിൽ സംഗതികൾ നാടെങ്ങും പ്രസിദ്ധവുമായിക്കഴിഞ്ഞു. ഞാനദ്ദേഹത്തിനൊരു ഭാരമാകുന്നുണ്ടോ എന്നായി എന്റെ ഭയം. അതിനുള്ള കാരണം എന്റെ സകല ചെലവുകളും ഗുരുനാഥനാണ് നടത്തിയിരുന്നതെന്നാണ്.

വീട്ടാവശ്യങ്ങൾക്കുള്ള സാമാനങ്ങൾ പത്മനാഭൻ നായരാണ് പെരാങ്ങോട്ട് ചന്തയിൽപോയി വാങ്ങി വരാറ്. ഇടയ്ക്കതും മുടങ്ങാൻ തുടങ്ങി. അതിനുള്ള കാരണം സാമ്പത്തികമായിരുന്നു. പട്ടിക്കാംതൊടിയുടെ കൈയിൽ പറയത്തക്ക സൂക്ഷിപ്പുകളൊന്നുമുണ്ടായിരുന്നില്ലെന്ന് പ്രസിദ്ധമാണല്ലോ! 'എന്നെക്കൊണ്ടിനി പഠിപ്പിക്കാൻ പറ്റുമെന്ന് തോന്നുന്നില്ല' എന്ന് ഗുരുനാഥൻ ഇതിന്നിടയിൽ ആരോടെന്നില്ലാതെ പറയാൻ തുടങ്ങി. ഞങ്ങളത് കേട്ട് അമ്പരന്നുപോയെങ്കിലും കാര്യം സത്യമായിരുന്നു.

എന്നോടൊഴിച്ച് ബാക്കിയെല്ലാവരോടും അദ്ദേഹം കാര്യം പറഞ്ഞു മനസ്സിലാക്കി. തുടർന്ന് അവരെല്ലാം അഭ്യാസം നിർത്തി സ്വന്തം വീടുകളിലേയ്ക്ക് മടങ്ങുകയും ചെയ്തു. ഞാനെവിടെപ്പോകും! പഠിക്കാനുപായവും മടങ്ങിപ്പോകാനൊരിടവും എനിക്കുണ്ടായിരുന്നില്ല. ഏതാണ്ട് മൂന്നു കൊല്ലമേ ഞാനദ്ദേഹത്തിന്റെ കീഴിലഭ്യസിച്ചിട്ടുള്ളൂ. ഞാനെന്തുചെയ്യും? പോയി ഒ.എം. സി.യെക്കണ്ട് പറഞ്ഞാലോ? ഒ.എം.സി കാര്യങ്ങളെല്ലാം ഇതിനകം വേണ്ട വിധം അറിഞ്ഞിരുന്നു. ഞാനനാഥനാവുകയാണെന്ന് അദ്ദേഹം ചിലരോട് പറയുകപോലുമുണ്ടായത്രേ! പട്ടിക്കാംതൊടി പരമസങ്കടത്തിലായിരുന്നു. എന്നെ സഹായിക്കാനാകാത്തവിധം അത്രയും വിവശനായിരുന്നു അദ്ദേഹം.

ഇതിനിടയ്ക്കൊരു ദിവസം ഒരദ്ഭുതമുണ്ടായി. അത് പട്ടിക്കാംതൊടിക്ക് എന്നോടുണ്ടായിരുന്ന വാത്സല്യത്തിന് തെളിവാണ്. ഞാനാണെങ്കിൽ തീരെ പ്രതീക്ഷിച്ചതുമല്ല. ആശാൻ, പത്മനാഭൻ നായർക്ക് സ്വയം പറഞ്ഞുകൊടുത്ത്, വാഴേങ്കട കുഞ്ചുനായർക്ക് ഒരു കത്തെഴുതിപ്പിച്ചു. എന്നിട്ട് ആ കത്ത് എന്റെ കൈയിൽ തന്നുകൊണ്ട് ഒട്ടും വൈകിക്കാതെ കോട്ടയ്ക്കൽ പോയി കുഞ്ചുനായരെക്കണ്ട് കൊടുക്കാൻ പറഞ്ഞു. മാധവവാരിയരോട് വിവരങ്ങളെല്ലാം പറയണമെന്നും. കോട്ടയ്ക്കലെത്താനാവശ്യമായ കാശ് എന്റെ കൈയിലുണ്ടായിരുന്നില്ല. കത്തിലെ വിവരങ്ങൾ പത്മനാഭൻ നായർ ഏതാണ്ടൊക്കെ പറഞ്ഞുവെങ്കിലും, ഒന്നും എന്നോടു പറയരുതെന്ന് പട്ടിക്കാംതൊടി ഏല്പിച്ചിട്ടുണ്ടെന്നും ഒപ്പം പറഞ്ഞു. പത്മനാഭൻ നായർ ഈ വിവരം എന്നോട് പറഞ്ഞത് വലിയ വേദനയോടെയാണ്.

കോട്ടയ്ക്കലെത്താൻ വഴിച്ചെലവിന് എന്റെ കൈയിൽ ഒന്നുമില്ലെന്ന് അന്ന് രാത്രി ഞാൻ അമ്മുക്കുട്ടിയമ്മയോട് പറഞ്ഞു. അതുകേട്ട ആ സ്ത്രീ എന്നെ കെട്ടിപ്പിടിച്ചുകൊണ്ട് ഏറെ നേരം കരഞ്ഞു. ഒടുക്കം അവരെങ്ങനെയോ സമ്പാദിച്ചിരുന്നതിൽനിന്ന് കോട്ടയ്ക്കലെത്താൻ വേണ്ട വഴിച്ചെലവിന് തന്നു. അധികമൊന്നും ആലോചിക്കാതെ പിറ്റേദിവസംതന്നെ പട്ടിക്കാംതൊടിയെ നമസ്കരിച്ച് ഞാൻ കോട്ടയ്ക്കലേയ്ക്ക് പോവുകയും ചെയ്തു.

പി.എസ്.വി. നാട്യസംഘം, കലാമണ്ഡലംപോലെത്തന്നെ കേരളത്തിലെങ്ങും പ്രസിദ്ധമായിരുന്നു. അഭ്യസിപ്പിക്കാൻ അവർ തിരഞ്ഞെടുത്തത് വാഴേങ്കട കുഞ്ചുനായരെയാണ്. പട്ടിക്കാംതൊടിയ്ക്കുശേഷം ആ പാരമ്പര്യം കൊണ്ടുനടക്കാൻ വാഴേങ്കട കുഞ്ചുനായരെപ്പോലെ പ്രാപ്തനായ വേറെയൊരാൾ ഉണ്ടായിരുന്നില്ല. പരേതനായ പി.എസ്. വാരിയർ തന്റെ നാട്യസംഘത്തിനും ഒസ്യത്തിൽ വകകൊള്ളിച്ചിരുന്നു. ആര്യവൈദ്യശാലയ്ക്ക് നാട്യസംഘം അതുകൊണ്ട് ഒട്ടുംതന്നെ ഭാരമായിരുന്നില്ല. മറിച്ച് അതൊരലങ്കാരമായിരുന്നു താനും.

കോട്ടയ്ക്കലെത്തിയ ഞാൻ പട്ടിക്കാംതൊടി തന്ന കത്ത് കുഞ്ചുനായരെക്കണ്ട് കൊടുത്തു. കാര്യങ്ങളേതാണ്ടൂഹിച്ചിരുന്ന കുഞ്ചുനായർ പട്ടിക്കാംതൊടിയുടെ ആരോഗ്യനിലയെക്കുറിച്ചാണാദ്യം ആരാഞ്ഞത്. കാര്യമായ ചികിത്സയ്ക്കൊന്നും ആശാൻ കൂട്ടാക്കുന്നില്ലെന്നു പറഞ്ഞത് കുറച്ചുനേരം കുഞ്ചുനായരെയും ചിന്താകുലനാക്കി. തുടർന്ന് എന്നോട് അന്ന് അവിടെ താമസിക്കാനും പിറ്റേദിവസം കാലത്തുതന്നെ മാധവവാരിയരെക്കണ്ട് വിവരം പറയാനും പറഞ്ഞു. 'കല്ലു വഴി ചീത്ത' എന്ന പേരിൽ ഏറെ പ്രസിദ്ധനായ ഒരു സകലകലാവല്ലഭൻ അക്കാലത്ത് ആര്യവൈദ്യശാലക്കാർ കഥകളിക്കാർക്കായി

ഒഴിഞ്ഞുകൊടുത്ത 'പടിയത്ത്' എന്ന വലിയ വീട്ടിൽ ഉപായത്തിൽ ഒരു മെസ്സ് നടത്തിയിരുന്നു. വാഴേങ്കട കുഞ്ചുനായർ കല്ലുവഴി ചീത്തയെ വിളിച്ച് എന്റെ കാര്യങ്ങളെല്ലാം അന്വേഷിക്കാനും, പിറ്റേദിവസം കാലത്ത് തന്നെ മാധവ വാരിയരെക്കാണാൻ വേണ്ട ഏർപ്പാടുചെയ്യാനും ഏല്പിച്ചു. അക്കാലത്ത് ആര്യ വൈദ്യശാലയുടെ മാനേജിങ് ട്രസ്റ്റി നമ്മുടെ പി.കെ.വാരിയരുടെ ജ്യേഷ്ഠനായ മാധവവാരിയരായിരുന്നു.

മാധവവാരിയരെക്കണ്ട ഞാൻ ചോദിച്ചതിനൊന്നും മറുപടി പറയാതെ കരയുകയാണുണ്ടായത്. എന്നാലദ്ദേഹം കല്ലുവഴി ചീത്തയിൽ നിന്ന് കാര്യ ങ്ങളെല്ലാം മനസ്സിലാക്കി വേണ്ടതെല്ലാം അപ്പോൾതന്നെ ചെയ്തു. ആദ്യം, അന്യർക്ക് ആര്യവൈദ്യശാലയുടെ കളിയോഗത്തിലഭ്യസിക്കാൻ നൽകേ ണ്ടുന്ന ഫീസ് റദ്ദാക്കുകയാണുണ്ടായത്. എന്നോട് കല്ലുവഴി ചീത്തയൊന്നിച്ച് പടിയത്ത് താമസിച്ചുകൊള്ളാനും, അഭ്യാസം പിറ്റേ ദിവസം തന്നെ തുട ങ്ങാനും പറഞ്ഞു. കുഞ്ചുനായരോട് വേണ്ടതെല്ലാം താൻതന്നെ പറഞ്ഞു കൊള്ളാമെന്നും മാധവവാരിയർ വ്യക്തമായി പറഞ്ഞു.

അതെന്തായാലും ഞാനന്നു മുതൽക്ക് കോട്ടയ്ക്കൽ കളിയോഗത്തിലെ ഒരു രാജകുമാരനായി. ഏതാണ്ടിടവം പതിനഞ്ചോടടുത്താണ് ഇതെല്ലാമുണ്ടായ തെന്നാണോർമ്മ. കോട്ടയ്ക്കലാണെങ്കിൽ മുറയ്ക്കുള്ള വർഷകാലാഭ്യാസം കുഞ്ചുനായരുടെ ശിക്ഷണത്തിൽ അപ്പോഴേയ്ക്കും തുടങ്ങിക്കഴിഞ്ഞിരുന്നു. കുഞ്ചുനായർ സാത്വികപ്രകൃതക്കാരനായിരുന്നു. പട്ടിക്കാംതൊടിയിലാണെ ങ്കിൽ രജോഗുണത്തിനാണ് മുൻതൂക്കം.

കുഞ്ചുനായർ എന്നെ ശിക്ഷിക്കുകയോ അപ്രിയമായിട്ടൊരു വാക്കു പറയു കയോ ഉണ്ടായിട്ടില്ല. പക്ഷേ പഠിപ്പിക്കുന്ന കാര്യത്തിൽ നിഷ്കർഷ നല്ലവണ്ണം ഉണ്ടായിരുന്നുതാനും.

ഒഴിവുള്ള സമയങ്ങളിലെല്ലാം ഒരു പുസ്തകപ്പുഴുവായിട്ടാണ് പലരും കുഞ്ചുനായരെ അറിഞ്ഞിരുന്നത്. അദ്ദേഹമാണെങ്കിൽ വായിച്ചിരുന്ന ഗ്രന്ഥങ്ങൾ അധികവും സംസ്കൃതഭാഷയിലുള്ളവയായിരുന്നു. അതുകൊണ്ടദ്ദേഹത്തിന് താൻ കെട്ടുന്ന കഥകളിലെ വേഷങ്ങളുമായി താദാത്മ്യം പ്രാപിക്കാൻ നല്ല കഴിവുണ്ടായിരുന്നു. കഥകളിക്കമ്പക്കാർക്കദ്ദേഹം ഒരദ്ഭുതമനുഷ്യനായിരുന്നു.

കൈലാസമന്ദിരത്തിൽ ഒന്നല്ലെങ്കിൽ മറ്റൊന്നായി മിക്ക ദിവസവും സദ്യ യുണ്ടാവും. അത്തരം ദിവസങ്ങളിലെല്ലാം എന്റെ ഉച്ചഭക്ഷണം അവിടെയാണ്. അത് നമ്പൂരിയാണെന്ന കാരണംകൊണ്ട് ഒരു പ്രത്യേകമുറിയിൽ വെച്ചായി രുന്നു. വിളമ്പിത്തന്നിരുന്നത് കസവുമുണ്ടുടുത്ത് ധാരാളം ആഭരണങ്ങള ണിഞ്ഞ സ്ത്രീകളും. അക്കൂട്ടത്തിൽ മാധവവാരിയരുടെ പത്നിയുണ്ടോ എന്ന് എനിക്കുറപ്പില്ല. എന്നാലവരും എന്റെ ഭക്ഷണത്തിൽ നല്ലവണ്ണം ശ്രദ്ധിച്ചിരു ന്നതായി കേട്ടിട്ടുണ്ട്. ആ സ്ത്രീകൾക്ക് പൊതുവെ എന്റെ കാര്യങ്ങളിലെല്ലാം വലിയ ശുഷ്കാന്തിയായിരുന്നു.

മൂന്നുമാസക്കാലം ഞാൻ കുഞ്ചുനായരുടെ കീഴിൽ കോട്ടയ്ക്കൽ നാട്യ സംഘത്തിൽ കഥകളി അഭ്യസിക്കുകയുണ്ടായി. നാട്യസംഘത്തിലെ അംഗ ങ്ങളെയല്ലാതെ ആരേയും അവർക്ക് കളിക്കു പോകുമ്പോൾ ഒപ്പം കൊണ്ടു പോകാൻ പറ്റില്ലെന്ന ഏകകാരണം കൊണ്ട് ഓണം കഴിഞ്ഞശേഷം ഞാൻ കോട്ടയ്ക്കലേക്ക് പോയില്ല. എന്റെ സാമ്പത്തികക്ലേശങ്ങളും ബുദ്ധിമുട്ടുകളു മായിരുന്നു അതിന്നുണ്ടായ മുഖ്യതടസ്സം.

അക്കാലത്ത് കലാമണ്ഡലം കൃഷ്ണൻനായർ ഒരു വാടകവീട്ടിൽ വെള്ളാരപ്പിള്ളിയിലാണ് പാർത്തിരുന്നത്. പട്ടിക്കാംതൊടിയുടെ ശിഷ്യനെന്ന നിലയിൽ മുമ്പുതന്നെ എനിക്ക് അദ്ദേഹത്തിനെ നല്ല പരിചയമുണ്ടായിരുന്നു. ചില വേഷങ്ങളും ഒപ്പം കെട്ടിയിട്ടുണ്ട്. പക്ഷേ വലിയ ഭക്തനും തേവാര പ്രിയനുമാണ് കൃഷ്ണൻനായരെന്ന് അറിഞ്ഞത്, ഞാൻ അദ്ദേഹത്തിനെ കാണാൻ വേണ്ടി അദ്ദേഹത്തിന്റെ വാടകവീട്ടിൽ ചെന്നപ്പോളാണ്.

അകവൂർമനയ്ക്കൽ അടുത്തുള്ള കൃഷ്ണൻനായരുടെ വീട്ടിൽ ചെന്നത് ഒരു ദിവസം രാവിലെ ഏതാണ്ട് എട്ടുമണിയോടെയാണ്. അപ്പോൾ അദ്ദേഹം തേവാരമുറിയിലായിരുന്നു. പത്തുമണിവരെ കാക്കാമെങ്കിലേ കൃഷ്ണൻനായരെ ക്കാണാൻ പറ്റൂ എന്ന് അദ്ദേഹത്തിന്റെ സഹധർമ്മിണി കലാമണ്ഡലം കല്യാണി ക്കുട്ടിയമ്മ എന്നോട് ഉറപ്പിച്ചുതന്നെ പറഞ്ഞു. ഞാനാണെങ്കിൽ ഏതു ദിക്കിലും എത്ര നേരവും കാത്തുനിൽക്കാൻ ഒരുങ്ങിയാണ് കൃഷ്ണൻനായരെക്കാണാൻ അന്ന് പുറപ്പെട്ടിരുന്നത്. അപകടത്തിലായ എന്നെ രക്ഷിക്കാൻ അദ്ദേഹമല്ലാതെ വേറെ ആരും ഉണ്ടായിരുന്നില്ല. എനിക്കാണെങ്കിൽ പട്ടിക്കാംതൊടിയുടെ ശിഷ്യ നെന്ന നിലയിൽ അദ്ദേഹത്തോട് പറയാനുള്ള സ്വാതന്ത്ര്യവുമുണ്ടായിരുന്നു.

ഏതാണ്ട് പത്തുമണിയോടെ പുറത്തുവന്ന കൃഷ്ണൻനായർ എന്നെ ക്കണ്ടബമ്പരന്ന് ഗുരുനാഥന്റെ ആരോഗ്യനിലയെക്കുറിച്ച് ആദ്യം ചോദിച്ചു. കല്യാണിക്കുട്ടിയമ്മ ഉണ്ടാക്കിത്തന്ന ചായ കുടിച്ചുകൊണ്ടിരിക്കുമ്പോൾ ഞാനെന്റെ ഭാണ്ഡം മുഴുവനും കൃഷ്ണൻനായരുടെ മുന്നിൽ അഴിച്ചു നിരത്തി. അപ്പോൾ ഗുരുഭക്തനായ കൃഷ്ണൻനായർ താൻ പോകുന്ന കളി കൾക്ക് എന്നെ ഒപ്പം കൊണ്ടുപോകാമെന്ന് സമ്മതിച്ചു. ഈ കാര്യത്തിലല്പം പോലും വിമുഖത കാട്ടാതിരുന്ന അദ്ദേഹം പട്ടിക്കാംതൊടിയുടെ ആരോഗ്യ നിലയിൽ വല്ലാതെ അസ്വസ്ഥനായിരുന്നു.

ഞാനാണെങ്കിൽ കോട്ടയ്ക്കൽ പോയശേഷം പട്ടിക്കാംതൊടിയെത്തന്നെ ഏതാണ്ട് മറന്ന മട്ടായിരുന്നു. അദ്ദേഹത്തിന്റെ ആരോഗ്യനിലയെക്കുറിച്ച് അറി യാതിരുന്നത് എന്റെ ഭാഗത്തുണ്ടായ തെറ്റായ നടപടിയായിരുന്നുവെന്ന് ഇന്നെ നിക്ക് തോന്നാറുണ്ട്.

ആ വേനൽക്കാലത്ത് കൃഷ്ണൻനായരൊന്നിച്ച് ഞാനും ചില കളികൾക്ക് പോകുകയുണ്ടായി. അതധികവും മധ്യതിരുവിതാംകൂറിലായിരുന്നു. എന്നാൽ കൃഷ്ണൻനായരെന്നെ ഒരിക്കലും സമനിലയിലല്ലാതെ കാണാൻ കൂട്ടാക്കി യില്ല. എനിക്കാണെങ്കിൽ ഒരു രക്ഷകനായിരുന്നു ആവശ്യം!

പോകുന്ന കളികൾക്ക് ഒപ്പം കൊണ്ടുപോകുമെന്നല്ലാതെ കൃഷ്ണൻനായർ എന്നോട് പ്രത്യേക പ്രതിപത്തിയൊന്നും കാട്ടിയില്ല. പണം കണക്കു പറഞ്ഞ് വാങ്ങിത്തരുന്ന കാര്യത്തിൽ അദ്ദേഹത്തിന് നല്ല നിഷ്കർഷയുണ്ടായിരുന്നു. തന്റെ ഉത്തരവാദിത്വം അതോടെ അവസാനിച്ചതായിട്ടാണ് അദ്ദേഹം കരുതി യിരുന്നതെന്നു തോന്നുന്നു.

ആ വേനൽക്കാലത്തുതന്നെ എനിക്ക് ആര്യവൈദ്യശാലക്കാരുടെ വിശ്വംഭര ക്ഷേത്രത്തിൽ ഉത്സവക്കാലത്തു നടത്തുന്ന കഥകളിക്ക് ക്ഷണം കിട്ടി. അവ രെന്റെ മേൽവിലാസം കിട്ടാതെ നന്നെ ബുദ്ധിമുട്ടി. അകവൂർ മനയ്ക്കലെ മേൽവിലാസത്തിൽ എഴുതുകയാണുണ്ടായത്. അതുകൊണ്ട് സമയം ലേശം വൈകിയാണ് ഞാൻ സംഗതിയറിഞ്ഞത്. കൃഷ്ണൻനായരില്ലാത്തതുകൊണ്ട് എനിക്കൊറ്റയ്ക്കുതന്നെ കോട്ടയ്ക്കലേയ്ക്ക് പോകേണ്ടിയിരുന്നു.

അകവൂർ മനയെ ചുറ്റിപ്പറ്റി കഴിഞ്ഞിരുന്ന എനിക്ക് കോട്ടയ്ക്കലെത്താൻ വഴിച്ചെലവിന് മാർഗ്ഗമൊന്നും ഉണ്ടായിരുന്നില്ല. കിട്ടുന്നതെല്ലാം ധൂർത്തടിച്ചു കളയുന്ന ഞാൻ അക്കാലത്ത് കഴിഞ്ഞിരുന്നത് അകവൂർ ഉണ്ണി നമ്പൂതിരിപ്പാടിന്റെ കാരുണ്യം കൊണ്ടു മാത്രമായിരുന്നുവെന്ന് പറയട്ടെ.

ഏതാണ്ടെന്റെ സമപ്രായക്കാരനായിട്ട്, സുഹൃത്തായ ഒരു വിദ്യാർത്ഥി എനിക്ക് അവിടെയുണ്ടായിരുന്നു. കാശിന് അശേഷം ബുദ്ധിമുട്ടില്ലാത്ത ആ ചങ്ങാതിയോട് കോട്ടക്കൽ പോകാനാവശ്യമായ കാശ് കടമായി ഞാൻ ആവശ്യപ്പെട്ടു. മടങ്ങിവന്നാലുടൻ മടക്കിത്തരുന്നതാണെന്ന് പറഞ്ഞു.

അയാളതിനെത്തുടർന്ന് എന്നോട് ഒരായിരം ചോദ്യം ചോദിക്കാൻ തുടങ്ങി. എനിക്കശേഷം താത്പര്യമില്ലാതിരുന്ന അയാളുടെ ചോദ്യങ്ങളെല്ലാം എന്റെ അഭിമാനത്തിനെ വ്രണപ്പെടുത്തുന്നതായിരുന്നു. എന്റെ ഉത്തരവാദിത്വമില്ലാത്ത ധൂർത്തിനെക്കുറിച്ചാണ് അയാളെന്നെ പ്രധാനമായും കുറ്റപ്പെടുത്തിയിരുന്നത്. ഇതെന്നെ ക്ഷോഭിപ്പിക്കുകതന്നെ ചെയ്തു.

തന്റെ ചോദ്യങ്ങൾക്ക് മറുപടി പറയാൻ എനിക്ക് മനസ്സില്ലെന്ന് ഞാൻ തുറന്നടിച്ചു. അതയാളെ രസിപ്പിക്കുകയാണുണ്ടായത്. ഞാനങ്ങനെയല്ല കരുതിയത്. എന്നാൽ അയാൾ അതിസമർത്ഥനായിരുന്നു. 'വാങ്ങുന്ന സംഖ്യ മടക്കിത്തരുമെന്ന് എനിക്കെന്തുറപ്പാണ്?' അയാൾ ചോദിച്ചു.

പൊട്ടിത്തെറിച്ച ഞാൻ സംഖ്യ മടക്കിത്തരാത്തപക്ഷം മരിക്കും വരെ അയാളുടെ ദാസനെന്ന നിലയിൽ പണിയെടുക്കുമെന്ന് സത്യം ചെയ്തു. അതിന്നപ്പോൾ നല്ല ഫലവുമുണ്ടായി. താമസിയാതെ മേശ തുറന്ന് ഒരു പായ കടലാസെടുത്ത് അയാളൊരു പ്രോനോട്ട് എഴുതിയുണ്ടാക്കി. എന്നോടതിൽ ഒപ്പിടാൻ പറഞ്ഞു. നന്നേ ചെറിയ ഒരു സംഖ്യക്ക് പോലും ഈ വിദ്വാനെന്നെ വിശ്വാസമില്ലല്ലോ എന്നോർത്തപ്പോൾ എനിക്ക് കലശലായ ദുഃഖം തോന്നി. എന്നാലും കാര്യഗൗരവം മറക്കാതെ പ്രോനോട്ട് ഒപ്പിട്ട് തിരികെക്കൊടുത്ത് മൂന്നു രൂപ ഞാനയാളിൽ നിന്ന് വാങ്ങി. എന്നെ സംബന്ധിച്ചിടത്തോളം മറ്റുപായങ്ങൾ ഒന്നും തന്നെ മുമ്പിലുണ്ടായിരുന്നുമില്ല.

കോട്ടയ്ക്കൽ പരിചയക്കാരനായ ഞാൻ ചെന്ന ഉടൻതന്നെ മാധവവാരിയരെക്കണ്ട് എന്റെ സാന്നിദ്ധ്യം അറിയിക്കാൻ ശ്രമിച്ചു. എന്നാലത് നടന്നില്ല. എനിക്ക് താമസിക്കാൻ ആര്യവൈദ്യശാലക്കാർ ഒരു മുറി തന്നെ ഒഴിച്ചുതന്നു. നമ്പൂരിയായ എനിക്ക് സകലകാര്യത്തിലും പരിഗണനയുണ്ടായിരുന്നു. അതുകൊണ്ട് എന്റെ ഭക്ഷണാദികൾ കൈലാസമന്ദിരത്തിൽ തന്നെയായിരുന്നു. ഒന്നുമല്ലാത്ത എനിക്ക് മാധവവാരിയർ ചെയ്ത ഏർപ്പാടുകൾ കണ്ടപ്പോൾ ഉത്സവം വിശ്വംഭരക്ഷേത്രത്തിലല്ലെന്നും, എനിക്കാണെന്നും തോന്നി.

മൂന്നുദിവസവും കളിക്ക് ഞാൻ വേഷം കെട്ടി. ഒരു ദിവസം കേശിനിയുമുണ്ടായെന്ന് തോന്നുന്നു. വേഷങ്ങളെല്ലാം നന്നായെന്നാണ് ഞാൻ പുറത്തുനിന്നറിഞ്ഞത്.

കളികഴിഞ്ഞ് പിറ്റേദിവസം മടങ്ങാൻ തുടങ്ങും മുമ്പ് ഞാൻ കൈലാസമന്ദിരത്തിൽ നിന്ന് നല്ലവണ്ണം പ്രാതൽ തട്ടി. ഊണു കഴിഞ്ഞു പോയാൽ മതിയെന്നു പറഞ്ഞ് അവർ ക്ഷണിച്ചുവെങ്കിലും തീവണ്ടിയുടെ കഥ പറഞ്ഞ് ഞാൻ ഒഴിയുകയാണുണ്ടായത്.

പോകുന്നതിന്നു മുമ്പ് എനിക്ക് ആരോ ഒരാൾ ഒരു കവർ തന്നു. ഞാനത് പൊളിച്ച് നോക്കിയത് തിരൂർ റെയിൽവേസ്റ്റേഷനിൽ എത്തിയശേഷമാണ്.

അദ്ഭുതപ്പെടുത്തുമാറ് ആ കവറിൽ പതിനഞ്ചു രൂപയാണുണ്ടായിരുന്നത്. അതെന്നെ അക്ഷരാർത്ഥത്തിൽ ഞെട്ടിച്ചു!

ഷൊർണ്ണൂര് വണ്ടിയിറങ്ങിയപ്പോഴാണ് ആ വണ്ടിക്കുതന്നെ കലാമണ്ഡലം ബാലകൃഷ്ണൻനായരും ഉണ്ടായിരുന്ന കഥ ഞാനറിഞ്ഞത്. അന്ന് കലാമണ്ഡലത്തിലൊ, തിരുവില്ലക്കാട്ട് മനയ്ക്കലൊ കൂടാമെന്ന് കരുതിയ എന്നെ ബാലകൃഷ്ണൻനായർ വിട്ടില്ല. സ്വന്തം വീട്ടിലേയ്ക്ക് അദ്ദേഹം എന്നെ കൂട്ടിക്കൊണ്ടുപോവുകതന്നെ ചെയ്തു.

ഞാനാദ്യമായിട്ടാണ് ബാലകൃഷ്ണൻനായരുടെ വീട്ടിൽ പോകുന്നത്. അദ്ദേഹത്തിന്റെ അമ്മ അതീവതൃപ്തിയോടെ എന്നെ സ്വീകരിച്ച് ഗംഭീരമായി സൽക്കരിച്ചു. അന്ന് രാത്രി അവിടെ കൂടിയ ഞാൻ പിറ്റേന്ന് നന്നേ നേർത്തേ പുട്ടും കടലയും കാച്ചിയ പപ്പടവും വയർ നിറയെ കഴിച്ചാണ് മടങ്ങിയത്. ഷൊർണ്ണൂരിൽ നിന്ന് വണ്ടി കയറിയ ഞാൻ ഇരുട്ടാകും മുമ്പ് ചൊവ്വരയിറങ്ങി അകവൂർ മനയ്ക്കലെത്തുകയും ചെയ്തു.

കളി കഴിഞ്ഞെത്തിയ എന്നോട് അവരോരുത്തരും മാറി മാറി കോട്ടയ്ക്കലെ വിശേഷങ്ങളന്വേഷിച്ചു. എണ്ണ തേച്ച് കുളിക്കുമ്പോഴും ഭക്ഷണം കഴിക്കുമ്പോഴും കിടന്ന് ഉറങ്ങുന്നതുവരേയും എനിക്ക് കോട്ടയ്ക്കലെ കഥകൾ വിസ്തരിക്കേണ്ടിവന്നു. ഇതൊന്നു തീർന്നു കിട്ടിയാൽ മതിയെന്ന് തോന്നിപ്പിക്കുംവരെ അവരെന്നെ ശല്യപ്പെടുത്തി.

പതിനഞ്ചു രൂപയാണ് എനിക്ക് പ്രതിഫലമായി കോട്ടയ്ക്കലിൽനിന്ന് കിട്ടിയതെന്നു പറഞ്ഞത് കേട്ടവരാരും വിശ്വസിച്ചില്ല. പാലൂരെന്നാണ് പൊളി പറയാൻ തുടങ്ങിയതെന്നുവരെ ചില ശുദ്ധഗതിക്കാരായ നമ്പൂതിരിമാർ എന്നോട് ചോദിക്കുകയുണ്ടായി. കാരണം പതിനഞ്ചു രൂപ അക്കാലത്ത് വലിയ സംഖ്യയായിരുന്നു.

കടം വാങ്ങിയ സംഖ്യ തന്നെ എനിക്ക് മടക്കം ഷൊർണ്ണൂർ വരെ എത്താനുണ്ടായിരുന്നു. അതും ഒട്ടും പിശുക്കില്ലാതെ ചായ കുടിച്ച് കണ്ടവയെല്ലാം വാങ്ങിത്തിന്ന് ധൂർത്തടിച്ചിട്ട്! ഉച്ചയൂൺ കഴിഞ്ഞ ഞാൻ കടം വാങ്ങിയ സുഹൃത്തിനെക്കണ്ട് വിവരങ്ങളെല്ലാം ഗംഭിരമായി വിസ്തരിച്ചു. എന്നിട്ട് എനിക്ക് കോട്ടയ്ക്കൽ നിന്ന് പതിനഞ്ചുരൂപയാണ് കിട്ടിയതെന്നു പറഞ്ഞപ്പോൾ അയാളും അത് ഭോഷ്ക്കാണെന്നാണ് വിചാരിച്ചത്.

കടം വാങ്ങിയ മൂന്ന് രൂപ തിരികെക്കൊടുത്ത് (അയാൾ പലിശ ചോദിച്ചില്ല, ഞാൻ കൊടുത്തുമില്ല). പ്രോനോട്ട് ഞാൻ തിരികെ വാങ്ങി അയാളുടെ മുമ്പിൽ വെച്ചുതന്നെ ചീന്തിക്കളഞ്ഞു. അപ്പോഴും അല്പം സമ്പന്നനായ എന്റെ പ്രവൃത്തികളെ ആ ശുദ്ധാത്മാവ് വിമർശനബുദ്ധിയോടെ നോക്കിക്കൊണ്ടിരുന്നു.

ആശാന്റെ അന്ത്യം

കലാമണ്ഡലം കൃഷ്ണൻനായരൊന്നിച്ച് ഞാനക്കൊല്ലം പല കളികൾക്കും പോയി. അവയധികവും മധ്യതിരുവിതാംകൂർ ഭാഗത്തായിരുന്നു. അക്കൂട്ടത്തിൽ എന്തുകൊണ്ടും പ്രാധാന്യമുള്ള ഒരു സ്ഥലമാണ് പൂഞ്ഞാറിൽ കോവിലകം. അവിടെ കളി മൂന്നു ദിവസമായിരുന്നുവെന്നാണോർമ്മ.

പൂഞ്ഞാറിലേയ്ക്കു പോകുന്നതിനെക്കുറിച്ച് കൃഷ്ണൻനായർ എനിക്ക് ആദ്യം തന്നെ സൂചന തന്നിരുന്നു. അതിനിടയിൽ കൃഷ്ണൻനായർ വൈക്കത്ത് ഒരു കളിക്ക് ഏല്ക്കുകയുണ്ടായി. പൂഞ്ഞാറ്റിൽ കളി തുടങ്ങുന്നതിന്റെ തലേ ദിവസമാകയാൽ അദ്ദേഹത്തിനത് സൗകര്യവുമായിരുന്നു. ഒപ്പം കൊണ്ടുപോയെങ്കിലും വേഷം കെട്ടേണ്ട എന്നാണ് എന്നോടു പറഞ്ഞത്. അതിനുണ്ടായ കാരണം വൈക്കത്തെ കളിയുടെ താഴ്ന്ന നിലവാരം തന്നെയായിരുന്നു. എല്ലാത്തിനും പുറമേ ഞാനവർക്ക് ഒരധികപ്പറ്റാവുമോ എന്ന കൃഷ്ണൻനായരുടെ സംശയവും ഉണ്ടായിരുന്നു.

കളി കഴിഞ്ഞ് കൃഷ്ണൻനായർ പതിവു കുളിയും തേവാരവും തീർന്ന ശേഷം പ്രാതലും കഴിച്ചാണ് ഏതാണ്ട് കാലത്ത് പത്തു പത്തരയോടെ പൂഞ്ഞാറ്റിലേയ്ക്ക് പുറപ്പെട്ടത്. പാലവരെ ഒരു ബസ്സ്. അവിടെ നിന്ന് ഭരണങ്ങാനത്തിന് മറ്റൊന്ന്. തുടർന്ന് ഭരണങ്ങാനത്തുനിന്ന് പൂഞ്ഞാറ്റിലേയ്ക്ക് മറ്റൊരു ബസ്സും. (തിരുവിതാംകൂറിൽ അക്കാലത്ത് ബസ്സുകൾ പെട്രോളിൽ ഓടാൻ തുടങ്ങിയിരുന്നു.)

മീനച്ചിലാറ് ഇറങ്ങിക്കിടക്കുന്ന ഒരു സ്ഥലമുണ്ട്. അത് ഭരണങ്ങാനത്താണെന്ന് തോന്നുന്നു. അതെന്തായാലും ഞങ്ങളവിടെയെത്തിയപ്പോൾ സമയം ഏതാണ്ട് പകൽ മൂന്നുമണി. എനിക്ക് നല്ല വിശപ്പുണ്ടായിരുന്നു. അതറിഞ്ഞ കൃഷ്ണൻനായർ ഞാനൊന്നിച്ച് അവിടെ ഒരു ഹിന്ദു ചായപ്പീടിക അന്വേഷിക്കാൻ തുടങ്ങി. ആ ദിക്കിലധികം ക്രിസ്ത്യാനികളാണെന്ന് തോന്നുന്നു. രണ്ടുമൂന്ന് ഹോട്ടലിൽ കയറി അന്വേഷിച്ചു. അദ്ദേഹം അവസാനം ഒരൊന്നാംതരം കിരിയത്തിൽ നായരുടെ ഹോട്ടൽ തന്നെ കണ്ടുപിടിച്ചു. ബ്രാഹ്മണനായ എന്നെ തീണ്ടിപ്പൊട്ടിച്ചാൽ പറ്റില്ലല്ലോ!

കിട്ടിയതെല്ലാം തട്ടിവിട്ട ഞാൻ വയർ നിറഞ്ഞിട്ടേ ഭക്ഷണം നിർത്തിയുള്ളൂ. കാശ് കൊടുക്കുന്നത് എന്തായാലും ഞാനല്ല. എന്റെ കൈയിൽ പണമുണ്ടായിരുന്നാലും കൃഷ്ണൻനായരതു സമ്മതിക്കുകയുമില്ലായിരുന്നു. തീറ്റയും കുടിയും കഴിഞ്ഞിറങ്ങിയ ഞങ്ങൾക്ക് അധികം താമസിയാതെ പൂഞ്ഞാറ്റിലേയ്ക്കുള്ള ബസ്സുകിട്ടി. കോവിലകത്തിന്റെ ഏതാണ്ടടുത്തുവരെ പോയിരുന്ന ആ ബസ്സിൽ കൃഷ്ണൻനായരെയറിയുന്ന ചില നമ്പൂതിരിമാരും കയറിയിരുന്നു. അവരാകട്ടെ പൂഞ്ഞാറ്റിൽ കോവിലകത്തേയ്ക്ക് കഥകളി കാണാൻ വേണ്ടി മാത്രം പോകുന്നവരുമായിരുന്നു.

ഞാനൊരു നമ്പൂരിയാണെന്നറിഞ്ഞപ്പോൾ ഒപ്പം കേറിയ തിരുമേനിമാർക്ക് ബഹു ഉത്സാഹമായി. ഇതിനിടയിൽ കൃഷ്ണൻനായർ അവരോട് എന്നെക്കുറിച്ച് പലതും പറഞ്ഞ് മനസ്സിലാക്കിയിരുന്നു. അവരാരും തന്നെ പട്ടിക്കാംതൊടിയെ കേട്ടിട്ടുണ്ടെന്നല്ലാതെ കണ്ടിട്ടില്ലായിരുന്നു. കൃഷ്ണൻനായരുടെ കൂടി ഗുരുവാണ് പട്ടിക്കാംതൊടി എന്നറിയുന്ന അവരിൽ മിക്കവർക്കും ആ ഏകകാരണംകൊണ്ടുതന്നെ ഞാൻ ഏറെ പ്രിയപ്പെട്ടവനായിക്കഴിഞ്ഞിരുന്നു.

സന്ധ്യക്കു മുമ്പ് കോവിലകത്തു ചെന്ന ഞങ്ങൾക്ക് അഭൂതപൂർവ്വമായ സ്വീകരണമാണ് അവിടെക്കിട്ടിയത്. കൃഷ്ണൻനായരാണെങ്കിൽ പട്ടിക്കാംതൊടിയുടെ ശിഷ്യനെന്ന മുഖവുരയോടെയാണ് എന്നെ എല്ലാവർക്കും പരിചയപ്പെടുത്തിയതും. ഒരുപാട് നമ്പൂതിരിമാർ കളി കാണാനായി അവിടെ എത്തിയിരുന്നു. അവിടെത്തന്നെ വിവാഹം ചെയ്ത ചില കൂട്ടരും അക്കൂട്ടത്തിലുണ്ടായിരുന്നുവെന്ന് തോന്നുന്നു.

അന്നത്തെ കളി ഗംഭീരമായിരുന്നു. ഞാനെന്തുവേഷമാണ് അന്നു കെട്ടിയതെന്ന് ഓർമ്മയില്ല. എന്നാൽ കൃഷ്ണൻനായരുടെ പൂതനയും വെളുപ്പാൻ കാലത്ത് ഒരു പച്ചവേഷവുമുണ്ടായതായി ഓർമ്മയുണ്ട്. തിരുവിതാംകൂറിലെ പ്രധാന നടന്മാരെല്ലാം സന്നിഹിതരായിരുന്നുവെങ്കിലും നമ്പൂതിരിമാരായിട്ടു ഞാനും മാങ്കുളവും മാത്രമേ ഉണ്ടായിരുന്നുള്ളൂ.

മാങ്കുളം അവിടങ്ങളിലൊക്കെ കൃഷ്ണൻനായരെപ്പോലെത്തന്നെ പ്രസിദ്ധനായിരുന്നു. സ്വഭാവഗുണംകൊണ്ടും വിനയശീലംകൊണ്ടും മാങ്കുളം കഥകളിക്കമ്പക്കാർക്കുമാത്രമല്ല, മറ്റേതു തരക്കാർക്കും അവിസ്മരണീയനായിരുന്നു. അദ്ദേഹത്തിനെ അറിയാത്തവരായി അവിടെ ഒരാളുമില്ലെന്നാണ് എനിക്കു തോന്നിയത്. എന്നാൽ, ഞാനൊരു വടക്കൻ നമ്പൂരിക്കുട്ടി മാത്രമായിരുന്നു. അവിടെയുള്ള ഒരൊറ്റ ജീവിയും എന്നെക്കുറിച്ച് സംസാരിക്കുകയോ കണ്ടതായി നടിക്കുകയോ ഉണ്ടായില്ല.

കളികഴിഞ്ഞ് കാലത്ത് എണ്ണ തേച്ച് കുളിക്കാൻ പുറപ്പെട്ട ഞങ്ങൾ മീനച്ചിലാറിന്റെ ഒരു കുതിച്ചുചാട്ടത്തിലേയ്ക്കാണ് പോയത്. മാങ്കുളത്തിന്റെ കയ്യിലെന്തെങ്കിലുമുണ്ടാകുമെന്ന് കരുതി എണ്ണ തേച്ച് കുളിക്കാൻ പുറപ്പെട്ട ഞാൻ മെഴുക്കിളക്കാൻ കയ്യിലൊന്നും കരുതിയിരുന്നില്ല. കുളി തുടങ്ങിയപ്പോഴാണ് അവിടെ കുളിക്കാൻ ചെല്ലുന്നവരാരും മെഴുക്കിളക്കാൻ കരുതാറില്ലെന്നറിഞ്ഞത്.

കോവിലകത്തുനിന്ന് മീനച്ചിലാറിന്റെ അസാധാരണമായ അലർച്ച കേൾക്കാം. കുളിക്കാനൊരു പ്രത്യേക സ്ഥലമുണ്ടായിരുന്നെങ്കിലും നല്ല ചങ്കുറപ്പില്ലാത്തവർക്ക് അവിടെയിറങ്ങി കുളിക്കുക അസാധ്യമായിരുന്നു.

എന്നാൽ മൂന്നുവയസ്സിൽതന്നെ നീന്താൻ പഠിച്ച എനിക്കുണ്ടോ ഭയം? വെള്ളപ്പാച്ചിൽ കണ്ട് പരിഭ്രമിക്കുന്നവനല്ലായിരുന്നു ഞാൻ. എന്നിട്ടും മീനച്ചിലാറിന്റെ അവിടുത്തെ അസാധാരണസ്വഭാവം ലേശം പരിഭ്രമിപ്പിക്കാതിരുന്നില്ല. അതു കണ്ടാലല്ലാതെ ആർക്കും മനസ്സിലാവുകയുമില്ല! മാങ്കുളം കുളിക്കാനിറങ്ങിയപ്പോൾ രണ്ടും കല്പിച്ച് ഒപ്പം ഞാനും ഇറങ്ങി. മേലാകെ കുളുകുളെ തേച്ചിരുന്ന എണ്ണ ഒരു മിനുട്ടുകൊണ്ട് ഓടിപ്പോയി. വെള്ളത്തിന് നല്ല തണുപ്പുമുണ്ടായിരുന്നു.

മാങ്കുളത്തിന് അല്പം തേവാരമുണ്ട്. അതുകൂടി കഴിഞ്ഞിട്ടേ അദ്ദേഹം അവിടുന്ന് മടങ്ങിയുള്ളൂ. ഞാനാ സമയം മുഴുവനും മീനച്ചിലാറിന്റെ ശക്തിപരാക്രമങ്ങളെക്കുറിച്ച് ഓർക്കുകയായിരുന്നു.

ആ വിധം കാട്ടാറ് കുതിച്ചുചാടുന്നത് ഞാനാദ്യമായാണ് കാണുന്നത്.

കുളി കഴിഞ്ഞ് കോവിലകത്തു ചെന്ന ഞങ്ങളെ ഒരുപാട് നമ്പൂതിരിമാർ ഒന്നിച്ച് സ്വാഗതം ചെയ്തു. പ്രാതലു കഴിച്ചശേഷമാകാം തമ്പുരാട്ടിമാരെ കാണുകയെന്ന് മാങ്കുളം പറഞ്ഞപ്പോൾ, അവിടെ അങ്ങിനെയും ഒരു ചടങ്ങുണ്ടെന്ന് ഞാൻ അറിഞ്ഞു. നമ്പൂതിരിമാർക്ക് ഒരുക്കിയിരുന്ന സ്ഥലത്ത് ചെന്ന് പ്രാതലു കഴിച്ചു. അതിനുശേഷം ചില മാന്യന്മാരൊന്നിച്ചു ഞങ്ങൾ തമ്പുരാട്ടിമാരെ കാണാനായി പോകുകയും ചെയ്തു.

നിൽക്കുകയും ഇരിക്കുകയും വായിക്കുകയുമൊക്കെയായിരുന്ന തമ്പുരാട്ടിമാർ ഞങ്ങൾ ചെല്ലുന്നത് കണ്ട് എഴുന്നേറ്റ് സ്വാഗതം പറഞ്ഞു. മാങ്കുളത്തിന് അവരെയെല്ലാം നന്നായറിയുന്നുമെന്ന് എനിക്കു തോന്നി. എന്നാൽ, പട്ടിക്കാംതൊടിയുടെ ശിഷ്യനും കൃഷ്ണൻനായരൊന്നിച്ച് ചെന്നവനുമായ ഞാൻ അവർക്കും അവരെനിക്കും അപരിചിതരും, ആശ്ചര്യമുണ്ടാക്കുന്നവരുമായിരുന്നു.

അവർ ഇരിക്കാൻ പറഞ്ഞപ്പോൾ, ഞാൻ പരുങ്ങി നില്ക്കുന്നത് കണ്ട് മാങ്കുളം എന്നോടായി 'താൻ ഇരുന്നാലേ അവർ ഇരിക്കൂ' എന്നു പറഞ്ഞു. അതു കേട്ട ഉടൻ തന്നെ ഞാൻ ഇരുന്നു. തമ്പുരാട്ടിമാരും സ്ത്രീകളും അവരവരുടെ ഇരിപ്പിടങ്ങളിൽ ഇരിക്കുകയും ചെയ്തു.

നമ്പൂതിരിമാർ ഇരുന്നാലേ ക്ഷത്രിയരിരിക്കൂ എന്ന ആചാരം അന്നെനിക്ക് അറിയില്ലായിരുന്നു. വർഷങ്ങൾക്കുശേഷം പരീക്ഷിത്തുതമ്പുരാനെ കാണാൻ അവസരമുണ്ടായപ്പോൾ അദ്ദേഹവും ഇതാവർത്തിച്ചു കണ്ടു. ഇത് എനിക്ക് എന്റെ ആഭിജാത്യത്തിനെക്കുറിച്ച് ഉറപ്പുതരികയും തത്ഫലമായി ഉത്സാഹവും ഉന്മേഷവും വർദ്ധിക്കുകയും ചെയ്തു.

ഒരു തമ്പുരാട്ടി എന്റെ ജന്മസ്ഥലം എവിടെയാണെന്നും, ആരൊക്കെ ഇല്ലത്തുണ്ടെന്നും ആരാഞ്ഞു. മറ്റൊരു തമ്പുരാട്ടി കഥകളി പഠിക്കാനുണ്ടായ കാരണവും പട്ടിക്കാംതൊടിയുടെ അരികിൽ എങ്ങനെ എത്തി എന്നും ചോദിച്ചു. ഇനിയും ഒരു തമ്പുരാട്ടി ഞാനേതു വേദക്കാരനാണെന്നാണ് ചോദിച്ചത്.

ഉടൻ തന്നെ ഞാൻ ഋഗ്വേദിയാണെന്ന് പറഞ്ഞപ്പോൾ 'വേദം പഠിച്ചിട്ടുണ്ടോ?' എന്നായി ആ തമ്പുരാട്ടി.

ഋഗ്വേദത്തിലെ ചെറിയ ഒരു ഭാഗമൊഴിച്ചെല്ലാം എനിക്ക് ഹൃദിസ്ഥമാണെന്നും, പലരുടെയും പ്രീതിക്ക് പാത്രമായെങ്കിലും, അർത്ഥമറിയാതെ അത് ചൊല്ലിപ്പഠിപ്പിക്കുന്നത് അർത്ഥശൂന്യമാണെന്നു ബോധ്യപ്പെട്ടതുകൊണ്ടാണ് ഓത്തുചൊല്ലൽ നിർത്തിയതെന്നും പറഞ്ഞപ്പോൾ 'എന്നാൽ ഒരു ഭാഗം ചൊല്ലൂ, കേൾക്കട്ടെ'എന്നായി തമ്പുരാട്ടി.

എനിക്ക് അസ്സലായിട്ടറിയുന്ന ഒരു വർക്കം ഞാനവരുടെ സാന്നിദ്ധ്യത്തിൽ ഭംഗിയായി ചൊല്ലി. അതു കേട്ട് അമ്പരന്ന ആ സ്ത്രീ ആ ഭാഗത്തിന്റെ അർത്ഥം പറഞ്ഞുതന്നു.

ഉപായക്കാരല്ലല്ലോ ഈ തമ്പുരാട്ടിമാരെന്ന് ഞാൻ അദ്ഭുതംകൊള്ളുമ്പോൾ മാങ്കുളം അവരുമായി സംസാരിക്കാൻ തുടങ്ങി. വലിയ പണ്ഡിതകളായിരുന്ന ആ തമ്പുരാട്ടിമാരിൽ പലരും നമ്മുടെ ഗാർഗ്ഗിയേയും മൈത്രേയിയേയും ഓർമ്മിപ്പിക്കുന്ന വിധം സംസ്കൃതചിത്തരും സഹൃദയകളുമായിരുന്നു.

ഇതിന്റെയെല്ലാം ഫലം പെട്ടെന്നുതന്നെ അനുഭവപ്പെട്ടു. ഞങ്ങളവിടെയുണ്ടായിരുന്നവർക്കെല്ലാം കണ്ണിലുണ്ണികളായി മാറി. പട്ടിക്കാംതൊടിയെക്കുറിച്ചും അദ്ദേഹത്തിന്റെ കൊടുങ്ങല്ലൂർ കോവിലകത്തുവെച്ചുണ്ടായ രസാഭ്യസനത്തിനെക്കുറിച്ചും എന്നോട് ചിലർ ചോദിച്ചു. ഇതിനിടയ്ക്ക് ഒരു തമ്പുരാട്ടി 'നമ്പൂരി ഒരു ശ്ലോകം ചൊല്ലാമോ?' എന്നായി!

'താരത്തിൽക്കണ്ടിടുന്നു ചില പെരിയജനം
നിത്യവും നിന്നെ മൂലാ-
ധാരത്തിൽപ്പിന്നെ വേറേ ചിലരപരജനം
താമരത്താരിനുള്ളിൽ
സാരത്തെത്തേടിടുന്നോരൊരുപൊഴുതുമഹോ
നിന്നെയല്ലാതൊരന്യാ-
കാരത്തെക്കണ്ടിടുന്നല്ലയിമധുര
സമുദ്രോത്ഭവേ ഭൂർഭവസ്വഃ

എന്ന് എന്റെ നാട്ടുകാരനായ ഒന്നാംതരം കവി ഒറവങ്കരയുടെ ശ്ലോകം ഞാൻ ചൊല്ലി.

അതുകേട്ട് അവിടെയുണ്ടായിരുന്ന സകലരും അദ്ഭുതപ്പെടുകയും എന്നെ ഹാർദ്ദമായഭിനന്ദിക്കുകയും ചെയ്തു. അതിനെത്തുടർന്ന് 'നാരായണീയ ത്തിലെ ഒരു ദശകം വായിക്കാമോ' എന്നായി ഒരു തമ്പുരാട്ടി. അവർ തന്നെ അതിനുള്ള പുസ്തകവും തന്നു. നാഗരക്ഷരം നന്നായറിയാവുന്ന ഞാൻ സംസ്കൃതത്തിലുള്ള ആ പുസ്തകത്തിൽ നിന്ന് അവസാനദശകം ഭംഗിയായി വായിച്ചു. അതവരെ വല്ലാതാകർഷിച്ചുവെന്നാണ് എനിക്കു തോന്നിയത്.

ഇതിന്നിടയിൽ ഒരു തമ്പുരാട്ടി സംസ്കൃതം ഏതുവരെ പഠിച്ചു എന്ന് ചോദിച്ചു. ഞാനൊട്ടും പഠിച്ചിട്ടില്ലെന്നു പറഞ്ഞത് അവരാരും തീരെ വിശ്വസി ച്ചില്ല. എന്നാൽ പോകുമ്പോൾ കാണണം എന്നുപറഞ്ഞ് അത്യന്തം വാത്സല്യ ത്തോടെയാണ് എന്നെ അവർ യാത്രയാക്കിയത്.

കഷ്ടകാലത്തിന്ന് കൃഷ്ണൻനായർ പുറപ്പെട്ടപ്പോൾ എനിക്ക് തമ്പുരാട്ടി മാരെ വീണ്ടും കാണാൻ കഴിഞ്ഞില്ല. ഞാനദ്ദേഹത്തിനെ അവർ കാണണ മെന്ന് പറഞ്ഞിട്ടുണ്ടെന്ന് ഓർമ്മിപ്പിച്ചുവെങ്കിലും വൈകിയാൽ ബസ്സ് തെറ്റു മെന്ന് കൃഷ്ണൻനായർ പറഞ്ഞപ്പോൾ എനിക്ക് പുറപ്പെടേണ്ടി വന്നു. വലിയ സങ്കടത്തോടെ ഞാനിന്നും അവരിലോരോരുത്തരുടേയും ഛായ ഓർത്തു പോകുന്നു. ഒന്നിനും വേണ്ടിയല്ലെങ്കിലും അവരെ രണ്ടാമതൊന്നു കാണാൻ കഴിയാത്തതിലുള്ള ദുഃഖം ബാക്കിയാണ്.

സ്വാമി വിവേകാനന്ദൻ കൊടുങ്ങല്ലൂരിൽ വെച്ച് കോവിലകത്തെ തമ്പു രാട്ടിമാരുമായി സംസ്കൃതത്തിൽ സംസാരിച്ച കഥ ഞാനദ്ദേഹത്തിന്റെ സമ്പൂർണ്ണസമാഹാരത്തിൽനിന്ന് വായിച്ചിട്ടുണ്ട്. കുലീനകളും പണ്ഡിത കളുമായ അത്തരം സ്ത്രീകൾ ഇക്കാലത്തപൂർവ്വമാണെങ്കിലും ഒരു കാലത്ത് ഭാരതത്തിലുടനീളം സംസ്കൃതവിദ്യാഭ്യാസം ലഭിച്ച സ്ത്രീകൾ ധാരാളമുണ്ടാ യിരുന്നുവെന്ന കാര്യം ഉറപ്പാണ്. ലോകം കണ്ട മഹാദ്ഭുതങ്ങളിലൊന്നായ മഹാഭാരതം ഗാന്ധിജിയുടെ അമ്മയ്ക്ക് കാണാപ്പാഠമായിരുന്നുവെന്ന് ഞാൻ കേട്ടിട്ടുണ്ട്.

മൂന്നുദിവസത്തെ കളി കഴിഞ്ഞ് മടങ്ങുമ്പോൾ ഉദാരമതികളായ കോവിലക ത്തുള്ളവരിൽ നിന്ന് എനിക്കുവേണ്ടിയും കൃഷ്ണൻനായർ പ്രതിഫലം വാങ്ങി യിരുന്നു. കൃഷ്ണൻനായർ എന്നോടത് പറയുകയും ചെയ്തു.

അമിതമായ ഭൗതികസൗകര്യങ്ങളും അത്യന്തം വാത്സല്യവും അനുഭവിച്ചു കൊണ്ട് പാർത്ത ആ മൂന്നുദിവസം എന്റെ ജീവിതത്തിലെ ഒരനുഭവം തന്നെ യായിരുന്നു. ഇന്നും പൂഞ്ഞാറ്റിൽ കോവിലകം എന്നു കേട്ടാൽ എന്റെ കൈകൾ കൂപ്പിപ്പോകും. (പിന്നീട് ഞാൻ സംസ്കൃതം പഠിച്ച പണ്ഡിതരാജൻ കെ.പി. നാരായണപ്പിഷാരൊടിയുടെ അച്ഛന്റെ സഹോദരനായിരുന്നു സാക്ഷാൽ കേണൽ ഗോദവർമ്മയുടെ പിതാവ്. കേണൽ പൂഞ്ഞാറ്റിൽ കോവിലകത്തെ യാണെന്ന് ഇന്ന് എത്ര പേർക്കറിയാം ആവോ!).

ഞങ്ങൾ അവിടെനിന്നു മടങ്ങിയത് പാല വഴിയാണ്. കൂത്താട്ടുകുളത്ത ടുത്ത് എവിടെയോ കൃഷ്ണൻനായർക്ക് ഒരു കളിയുണ്ടായിരുന്നു. ഒപ്പമുണ്ടാ യിരുന്ന ഞാൻ അന്ന് വേഷമൊന്നും കെട്ടിയില്ല.എന്റെ കാര്യം കൃഷ്ണൻ നായർ അവരോട് പറഞ്ഞുവെങ്കിലും അവർക്ക് ഞാനാവശ്യമുണ്ടായിരുന്നില്ല.

ഇതെന്നെ വലിയ ദുഃഖത്തിലാഴ്ത്തി. കൃഷ്ണൻനായരാണെങ്കിൽ ഒരി ക്കലും രക്ഷകർത്താവിന്റെ നിലകൈക്കൊള്ളാൻ കൂട്ടാക്കിയില്ല. ഭൗതികമായ

ചില നേട്ടങ്ങൾ കൃഷ്ണൻനായരൊന്നിച്ച് കളിക്കാൻ പോകുന്നതു കൊണ്ട് എനിക്കുണ്ടായെങ്കിലും ആന്തരികമായി ഞാൻ തളരുകയായിരുന്നു. എനിക്കാണെങ്കിൽ പട്ടിക്കാംതൊടിയെപ്പോലെയുള്ളൊരു രക്ഷകനെയാണ് വേണ്ടിയിരുന്നത്.

അക്കാലത്താണ് ഏറ്റുമാനൂർ കഥകളിക്ക് കൃഷ്ണൻനായരൊന്നിച്ച് ഞാൻ പോയത്. അതദ്ദേഹം എന്നോട് പറഞ്ഞിരുന്നില്ല. ഞാനങ്ങോട്ടു ചോദിക്കുകയാണുണ്ടായത്. അത് തീർച്ചയായും പറയാൻ കൃഷ്ണൻനായർ മറന്നിട്ടുണ്ടാകണം എന്നാണെന്റെ ഇന്നുമുള്ള വിശ്വാസം.

ഞാനദ്ദേഹത്തോട് അങ്ങോട്ടു ചോദിച്ചത് കൃഷ്ണൻനായർക്ക് ഇഷ്ടമായോയെന്ന് എനിക്കിന്നുമറിയില്ല. അദ്ദേഹം സാധാരണപോലെ 'വരൂ' എന്നു മാത്രമാണ് അതിനന്ന് മറുപടി പറഞ്ഞത്. ഏറ്റുമാനൂർ ഒരുപാട് നമ്പൂതിരിമാരുണ്ട്. അവരിൽ ചിലരെങ്കിലും നമ്പൂരിക്കുട്ടിയുടെ കേശിനിയെപ്പറ്റി കേട്ടിട്ടുണ്ടാകണം. അതിനുള്ള കാരണമാണെങ്കിൽ കുടമാളൂർ കരുണാകരൻ നായർ ആ നാട്ടുകാരനാണെന്നുള്ളതാണ്.

കരുണാകരൻ നായർക്ക് കലാമണ്ഡലം ബാലകൃഷ്ണൻനായരോട് അല്പം ഉരസലുണ്ടായിരുന്നുവെങ്കിലും എന്നോട് വലിയ സ്നേഹമുണ്ടായിരുന്നു. നമ്പൂതിരിമാർക്ക് കരുണാകരൻനായരെന്നുവെച്ചാൽ പ്രാണന്റെ പ്രാണനുമായിരുന്നു.

ഏറ്റുമാനൂരുത്സവത്തിന് കൃഷ്ണൻനായരൊന്നിച്ച് ചെന്ന എനിക്ക് ആദ്യ ദിവസംതന്നെ കൊള്ളാവുന്ന ഒരു സ്ത്രീവേഷമാണ് കിട്ടിയത്. ഞാനാണെങ്കിൽ കിട്ടിയ വേഷം മോശമാകരുതെന്നു കരുതി കെണഞ്ഞ് പരിശ്രമിക്കുകയും ചെയ്തു.

അന്നത്തെ എന്റെ വേഷം നന്ന് എന്ന അഭിപ്രായം ഉണ്ടായത് നമ്പൂതിരിമാരിൽ ചിലർക്ക് ഒട്ടും തന്നെ പിടിച്ചില്ല. പട്ടിക്കാംതൊടിയുടെ ശിഷ്യനായ ഈ വടക്കൻ നമ്പൂതിരിക്കുട്ടിയെ ഒന്നാംതരം ഒരു പാഠം പഠിപ്പിക്കണമെന്നവർ തീരുമാനിച്ചു.

ശുദ്ധഗതിക്കാരനായ മാങ്കുളത്തിനെ എങ്ങിനെയോ അവർക്ക് സ്വാധീനിക്കാൻ കഴിഞ്ഞു. സാധാരണ ആരുടെ വലയിലും വീഴാൻ കൂട്ടാക്കാത്ത ആ നല്ല മനുഷ്യൻ അന്ന് എങ്ങനെയോ ഈ നമ്പൂരിമാരുടെ പിണ്ടിപ്പണിയെടുക്കാൻ ഒരുങ്ങി. ഉർവ്വശീശാപം ഉപകാരം എന്നുപറയും പോലെ ഇന്നതൊരു ഗുണമായെന്നും തോന്നാറുണ്ടിടയ്ക്ക്.

കഥ നിശ്ചയിച്ചു വന്നപ്പോൾ മാങ്കുളത്തിന്റെ, പതിവില്ലാത്ത വിധം രാവണവിജയത്തിലെ രാവണനായിരുന്നു വേഷം. സാധാരണ പച്ചവേഷം മാത്രം കെട്ടുന്ന അദ്ദേഹം അന്നു കത്തികെട്ടാനുറച്ചത് എന്തോ ചില കുത്തിത്തിരിപ്പു മൂലമായിരുന്നുവെന്ന് ചിലർക്കെങ്കിലും അറിയാമായിരുന്നു. എന്നാൽ രംഭ കെട്ടിയ ഞാനാകട്ടെ ഇതൊന്നും ഒട്ടുംതന്നെ അറിഞ്ഞതുമില്ല.

ലേശം ധിക്കാരിയും പട്ടിക്കാംതൊടിയുടെ ശിഷ്യനുമായ എന്നെ ഒരു പാഠം പഠിപ്പിക്കാനൊരുങ്ങിയവർ അന്ന് അത്യുത്സാഹത്തോടെയാണ് കളി കാണാൻ എത്തിയത്. പതിവുപോലെ രംഭാപ്രവേശനമെന്ന ഭാഗം അപ്പോഴേയ്ക്കും അരങ്ങത്ത് ആടാനും തുടങ്ങിയിരുന്നു. കല്ലുവഴിസമ്പ്രദായത്തിന്റെ കെട്ടുറപ്പിനെക്കുറിച്ചും അസാധാരണമഹത്ത്വത്തെക്കുറിച്ചും ആരോടും പറയേണ്ട

ആവശ്യമില്ല. എനിക്കാണെങ്കിൽ ആ രീതിയൊഴിച്ച് മറ്റൊന്നും അറിയുകയുമില്ലായിരുന്നു. ഞാൻ മനസ്സിലാക്കിയേടത്തോളം മാങ്കുളം അദ്ദേഹത്തിന്റെ സമ്പ്രദായത്തിലല്ല ആടിയത്.

രാവണൻ രംഭയുടെ നാഭിയിൽ കൈവെച്ചപ്പോൾ ഞാൻ അക്ഷരാർത്ഥത്തിൽ ഞെട്ടിപ്പോയി. മഹാസാത്വികനായ മാങ്കുളം പിന്നീട് കാട്ടിക്കൂട്ടിയ ഗോഷ്ഠികൾ ഞാൻ വിശദീകരിക്കുകയില്ല. എനിക്കതിനുള്ള കഴിവുമില്ല. എന്നാൽ ഉടുത്തവസ്ത്രം പിടിച്ചഴിക്കുമെന്ന് ഒട്ടും തന്നെ കരുതിയില്ല.

വസ്ത്രം അഴിക്കാൻ തുടങ്ങിയ രാവണനിൽനിന്ന് രക്ഷപ്പെടാനായി ഞാൻ കാട്ടിക്കൂട്ടിയ പരാക്രമങ്ങൾ ആരേയും ധർമ്മസങ്കടത്തിലാക്കുംവിധമായിരുന്നു. അവസാനം അഴിഞ്ഞവസ്ത്രവുമായി ഞാനെങ്ങനെയോ രംഗത്തുനിന്ന് ഓടി രക്ഷപ്പെടുകയാണുണ്ടായത്.

അണിയറയിലെത്തിയ ഞാൻ കലശലായി കിതയ്ക്കുന്നുണ്ടായിരുന്നു. വള്ളിപുള്ളിവിടാതെ ഉണ്ടായതെല്ലാം കൃഷ്ണൻനായരോട് പറഞ്ഞു. പക്ഷേ കൃഷ്ണൻനായർ അപ്പോൾ പറഞ്ഞതെല്ലാം കേട്ടുവെന്നുപോലും നടിച്ചില്ല. അതാണെങ്കിൽ എന്നെ വല്ലാതെ ശല്യപ്പെടുത്താനും തുടങ്ങി. കളി കഴിഞ്ഞ് വെള്ളാരപ്പള്ളിക്കു മടങ്ങുമ്പോൾ എന്റെ ധർമ്മസങ്കടം വീണ്ടും കൃഷ്ണൻനായരോട് പറഞ്ഞു. അപ്പോൾ അദ്ദേഹം മാങ്കുളത്തിനെ സാധൂകരിച്ച് എന്നെ കുറ്റപ്പെടുത്തിയാണ് സംസാരിച്ചത്. ഞങ്ങളെങ്ങനെയാണ് മടങ്ങിയെത്തിയതെന്ന് ഈശ്വരനേ അറിയൂ.

അകവൂർ ഉണ്ണിനമ്പൂതിരിയോട് ഉണ്ടായതെല്ലാം ഞാൻ നല്ലവണ്ണം വിസ്തരിച്ച് പറഞ്ഞു. എല്ലാം താത്പര്യത്തോടുകൂടി കേട്ടിരുന്ന അദ്ദേഹം ഉപായങ്ങളൊന്നും തോന്നാതെ കൃഷ്ണൻനായരെത്തന്നെ ശരണം പ്രാപിക്കാനാണ് പറഞ്ഞത്. എന്നാൽ അത് ഞാൻ കൂട്ടാക്കിയില്ലെന്നു മാത്രമല്ല, കഥകളി വിടേണ്ടി വന്നാലും അതുണ്ടാകില്ലെന്ന് ഉറയ്ക്കുകയും ചെയ്തു.

ഇനിയെന്തു വേണമെന്നായി ആലോചന. എന്നാൽ ചിന്തിക്കാനധികമൊന്നും ഉണ്ടായിരുന്നില്ല. എന്റെ കദനഭാരം എനിക്ക് താങ്ങാവുന്നതിലധികമായിരുന്നു. അകവൂർ മനയ്ക്കൽ എത്രകാലം ഉണ്ടുകൂടിയാലും എന്നെ ഉപേക്ഷിക്കില്ലെന്ന് ഉണ്ണി നമ്പൂതിരി ഉറപ്പുതന്നു. പേരിനൊരു മാനേജർ തമ്പുരാനുണ്ടായിരുന്നെങ്കിലും മുഖ്യകാര്യസ്ഥൻ അക്കാലത്ത് അകവൂർമനയ്ക്കൽ ഉണ്ണിനമ്പൂതിരിതന്നെയായിരുന്നു.

മാനേജർതമ്പുരാൻ തനിശുദ്ധഗതിക്കാരനാണ്. കണ്ടാലാദ്യം ചോദിക്കുക താനുണ്ണാൻ കേറിവന്നതാണോ എന്നാണ്. എന്നാലാ വാക്കുകേട്ട് അവിടുന്ന് ആരെങ്കിലും ഉണ്ണാതെ പോയാൽ ഏറ്റവും സങ്കടപ്പെട്ടിരുന്നതും അദ്ദേഹം തന്നെയാണ്. തനിനാളികേരപ്രായക്കാരനായ അദ്ദേഹത്തിനെക്കുറിച്ച് എനിക്ക് അറിയാമായിരുന്നെങ്കിലും മുഖത്ത് നോക്കി നസ്യം പറയുന്നതിനെ നേരിടാൻ എനിക്ക് വയ്യായിരുന്നു.

കഥകളി നിർത്തുന്നതിനെക്കുറിച്ച് ആലോചിക്കുകതന്നെ എനിക്ക് വിഷമമായിരുന്നു. എന്നാൽ ഞാനെന്തു ചെയ്യും! ഉപായങ്ങളൊന്നും തോന്നിയില്ല. നേരിട്ടറിയാവുന്നവരായിട്ട് കഥകളിക്കമ്പക്കാരായ ഒരുപാട് നമ്പൂതിരിമാർ ഉണ്ടായിരുന്നു. കാര്യത്തോളം വരുമ്പോൾ കൈമലർത്തുന്ന ആ രസികന്മാരെ ഞാനെങ്ങനെ മുഷിപ്പിക്കും! വിവരങ്ങളെല്ലാം തുറന്നുപറഞ്ഞാൽ എന്റെ ഉത്തരവാദിത്വം ആരെങ്കിലും ഏറ്റെടുക്കുമോ! അറിയില്ല!

എനിക്ക് അസ്സലായിട്ടറിയാവുന്ന ചൊവ്വൂർനമ്പൂതിരിപ്പാടിനെ (പുലാമന്തോളിനടുത്തുള്ളത്) കണ്ടു കാര്യം പറഞ്ഞാലോ! അദ്ദേഹത്തിന് ധനവും ഒപ്പം മനുഷ്യത്വവുമുണ്ട്. നല്ലവനായ ആ മനുഷ്യനെ ചെന്നു കണ്ട് കാര്യം പറയാൻ എനിക്ക് വല്ലാതെ ലജ്ജതോന്നി.

കൂടല്ലൂർ കുഞ്ചുനമ്പൂതിരിപ്പാടിനെ കാണാനാണ് ഒടുവിൽ തീരുമാനിച്ചത്. കളി കാണാൻ മാത്രമായി കാറു വാങ്ങുന്ന ആ മനുഷ്യൻ എവിടെ കളിയുണ്ടായാലും അവിടെയെല്ലാം എത്തിയിരുന്നു. എനിക്ക് അദ്ദേഹത്തിനെ നല്ല പരിചയവുമുണ്ട്.

വെള്ളാരപ്പിള്ളിയിൽനിന്ന് പുറപ്പെട്ട ഞാൻ ചെന്നത് ആദ്യം തായങ്കുളങ്ങരയുള്ള ചിറ്റൂർ കുഞ്ഞൻ നമ്പൂതിരിപ്പാടിന്റെ സ്ഥലത്താണ്. രണ്ടുമൂന്നു ദിവസം ഉണ്ടുകൂടിയ ശേഷം ഞാൻ അദ്ദേഹത്തിനോട് കാര്യങ്ങളെല്ലാം വിശദമായി പറഞ്ഞു. പക്ഷേ സമ്പന്നനും നല്ലവനുമായ അദ്ദേഹം പത്തുരൂപ തന്ന് എന്നെ യാത്രയാക്കുകയാണ് ഉണ്ടായത്. അതെന്നെ കുറേക്കൂടി വിഷമത്തിലാക്കി.

കയ്യിൽ കിട്ടിയ പത്തുരൂപയും കൊണ്ട് കഥകളി പഠിക്കാൻ പണം പിരിക്കാനാണ് എനിക്കപ്പോൾ തോന്നിയത്. പലരേയും ചെന്നു കണ്ട് കാര്യം പറഞ്ഞ് ഇരന്നുനോക്കി. അല്പസ്വല്പം കാശ് ചിലർ തന്നുവെങ്കിലും എനിക്കാവശ്യം അതൊന്നുമല്ലായിരുന്നു. ചിലരുടെ പെരുമാറ്റം കണ്ടപ്പോൾ ഒരു നേരത്തെ ഭക്ഷണത്തിനുപോലും നിൽക്കാതെ ഇറങ്ങിപ്പോന്നിട്ടുമുണ്ട്. അങ്ങനെ കഥകളി പഠിക്കാൻ പണം പിരിക്കാനെന്നു പറഞ്ഞുകൊണ്ട് കേരളത്തിന്റെ (മുഖ്യമായും മലബാറിൽ) പല ഭാഗത്തും സഞ്ചരിച്ചു. അക്കാലത്ത് ഭക്ഷണം സമൃദ്ധമായിത്തന്നെ കിട്ടിയിരുന്നെങ്കിലും കാശൊന്നും കാര്യമായി കിട്ടിയില്ല. ഒടുവിൽ തോറ്റ് തൊപ്പിയിട്ട് കൂടല്ലൂർ മനയ്ക്കൽ ചെന്ന് കുഞ്ചുനമ്പൂതിരിപ്പാടിനോട് എന്റെ സങ്കടമെല്ലാം പറഞ്ഞ് അഭയം യാചിച്ചു.

എന്നോടവിടെ താമസിച്ചുകൊള്ളാനാണ് അദ്ദേഹം പറഞ്ഞത്. ഏതാണ്ടൊരു മാസക്കാലം ഞാനവിടെ പാർക്കുകയും ചെയ്തു. അക്കാലത്ത് അവിടത്തെ അന്തർജ്ജനങ്ങൾക്കും അദ്ദേഹത്തിനും കാണാനായി മനയ്ക്കലെ ഊട്ടുപുരയിൽവെച്ച് പല മുഖ്യസ്ത്രീവേഷങ്ങളും ചൊല്ലിയാടുകയും ഉണ്ടായി.

എന്നാലെനിക്ക് അതുകൊണ്ട് സമാധാനിക്കാൻ പറ്റിയ മാനസികനിലയല്ലായിരുന്നു. കഥകളി തുടർന്ന് പഠിക്കണം. അതാണ് ആവശ്യം. അതിനാവശ്യമായ സാമ്പത്തികസ്ഥിതിയും സൗകര്യങ്ങളും ഉണ്ടാക്കണം. അതാണെന്റെ അത്യാവശ്യം.

വിശാലഹൃദയനായ ഒ.എം.സി.യെതന്നെ പോയി കണ്ടാലോ! എന്റെ ചങ്ങാതിയായ അദ്ദേഹത്തിന്റെ മകനെ അവിടെ കാണാതിരിക്കില്ല. അയാളുടെ പരിഹാസം നിറഞ്ഞ ചോദ്യങ്ങളെ നേരിടുക എനിക്കസഹ്യമായിരുന്നു.

ലീല പഠിക്കാൻ അക്കാലത്ത് തേനേഴി ചിറ്റശ്ശിയമ്മയൊന്നിച്ചാണു പാർത്തിരുന്നത്. അവർക്കെന്നെക്കുറിച്ച് ഓർമ്മയുണ്ടോ എന്നുപോലും എനിക്കുറപ്പില്ല. സുമാർ ഒരു കൊല്ലത്തിലധികമായി ഞാനവരെ കണ്ടിരുന്നുമില്ല.

കൂടല്ലൂരിൽനിന്ന് രക്ഷപ്പെട്ട ഞാൻ കലാമണ്ഡലത്തിലാണ് എത്തിപ്പെട്ടത്. അവിടെവെച്ചാണ് പട്ടിക്കാംതൊടി കളികൾക്ക് പോകാതായെന്നും, കാര്യങ്ങൾ നന്നേ മോശമായി വരികയാണെന്നും, ശിഷ്യരിൽ ചിലരെല്ലാം ചേർന്നൊരു

പണക്കിഴി നല്കാൻ (ആയിരത്തൊന്നു രൂപ) തീരുമാനിച്ചിട്ടുണ്ടെന്നും അറിഞ്ഞത്. എങ്കിലെന്റെ വകയായും എന്തെങ്കിലും വേണമെന്ന് ഞാനുറച്ചു.

പണക്കിഴി കൊടുക്കുന്ന കാര്യത്തിൽ മുമ്പിൽനിന്നിരുന്നത് കലാമണ്ഡലം രാമൻകുട്ടിനായരാണ്. എന്റെ ഉറ്റ സുഹൃത്തായ അയാളോട് ഞാനും ആകുന്നപോലെ ശ്രമിക്കാമെന്നുറപ്പുകൊടുത്തു.

കുറച്ച് കടന്നകയ്യായെന്ന് പിന്നീടു തോന്നിയ ഈ സംഭവത്തിന് കാരണം എന്റെ ധിക്കാരവും ഗുരുഭക്തിയുംതന്നെയായിരുന്നു. രാമൻകുട്ടിനായർ ഒന്നും പറഞ്ഞില്ല. കാരണം, മൂപ്പർക്ക് എന്റെ കോശസ്ഥിതിയെക്കുറിച്ച് നല്ലവണ്ണം അറിയാമായിരുന്നു.

ഇത് കുറച്ചു ദിവസത്തിന് എനിക്ക് വീണ്ടും പണിയുണ്ടാക്കിത്തന്നു. പല പ്രഭുകുടുംബങ്ങളിലും പോയി ഇരന്നു. കെഞ്ചി നോക്കി. എല്ലാവരും കാര്യം വന്നപ്പോൾ ഒഴിവുകഴിവു പറയുകയാണുണ്ടായത്.

പണം പിരിക്കുക വിചാരിച്ചപോലെ എളുപ്പമായിരുന്നില്ല. എന്നെ നല്ലവണ്ണം അറിയുന്ന ചിലരൊഴിച്ച് ആരും തന്നെ ഗുരുനാഥനുള്ള പണക്കിഴിയിലേയ്ക്ക് സംഭാവന തന്നില്ല. ഏറെ ഇരന്നു നടന്നിട്ടും എനിക്ക് ഏതാണ്ട് എഴുപത്തഞ്ചു രൂപയേ ഉണ്ടാക്കാനായുള്ളൂ. ബാക്കി ഇരുപത്തഞ്ച് രൂപയ്ക്ക് ഞാനെന്തു ചെയ്യും! അവസാനം ഞാൻ ഒരാളുടെ അടുത്തു ചെന്ന് ഇരുപത്തഞ്ചുരൂപ ഈ ആവശ്യത്തിനായി കടം തരണമെന്ന് അപേക്ഷിച്ചു. എന്റെ ഭാഗ്യത്തിന് ആ നല്ല മനുഷ്യൻ പട്ടിക്കാംതൊടിയുടെ അവസ്ഥ പറഞ്ഞപ്പോൾ ആവശ്യപ്പെട്ട സംഖ്യ തരാമെന്ന് സമ്മതിച്ചു. അങ്ങനെ സമയത്തിനു തന്നെ ഞാൻ നൂറു രൂപയുണ്ടാക്കി.

കലാമണ്ഡലത്തിൽവെച്ച് ഒരു ദിവസത്തെ കളി. കഴിയുമെങ്കിൽ പട്ടിക്കാംതൊടി ഒരു വേഷം കെട്ടും. മഹാകവി വള്ളത്തോൾ ശിഷ്യരുടെ സാന്നിദ്ധ്യത്തിൽ അരങ്ങത്തുവെച്ച്തന്നെ ആ പണക്കിഴി പട്ടിക്കാംതൊടിക്ക് നല്കും. ഇതായിരുന്നു നിശ്ചയിച്ച ചടങ്ങ്. ഒരു രൂപകൂടി ഞാനെന്റെ കയ്യിൽ നിന്നെടുത്ത് നൂറ്റൊന്ന് രൂപയാക്കി ആ സംഖ്യ ഉത്തരവാദിത്തപ്പെട്ടവരെ ഏല്പിച്ചു. എനിക്കാണെങ്കിൽ അപ്പോൾ വലിയ സമാധാനവും തോന്നി.

സന്ധ്യയ്ക്ക് കലാമണ്ഡലത്തിലെ പടിഞ്ഞാറേ മുറ്റത്തുവെച്ച് കേളികൊട്ടുണ്ടായി. അതിന് കൃഷ്ണൻകുട്ടിപ്പൊതുവാളും അപ്പുക്കുട്ടിപ്പൊതുവാളും തന്നെയായിരുന്നു.

അന്ന് പട്ടിക്കാംതൊടി ഒരു വേഷംകെട്ടി എന്ന് വരുത്തിക്കൂട്ടി. അതു കഴിഞ്ഞ് മഹാകവി വള്ളത്തോൾ അരങ്ങത്തുവന്ന് തിരശ്ശീല മാറ്റാൻ കല്പിച്ചു. മഹാകവി ലേശം ഗൗരവത്തിലായിരുന്നു. അപ്പോൾ തിരശ്ശീല മാറ്റിയ ഉടനെ ഞങ്ങളോരോരുത്തരും ഉരലിലിരിക്കുന്ന (വേഷത്തോടെ) പട്ടിക്കാംതൊടിയെ കാല്ക്കൽ വീണു നമസ്കരിച്ചു. വികാരംകൊണ്ട് ശ്വാസംമുട്ടിയിരുന്ന ഗുരുനാഥൻ ഒന്നും മിണ്ടാനാകാതെ കണ്ണുനിറച്ചിരുന്നു. ഞാൻ നമസ്കരിച്ചപ്പോൾ എന്നെ അദ്ദേഹം ഒന്ന് സൂക്ഷിച്ചുനോക്കിയതായി എനിക്കു തോന്നി.

ചെറിയൊരു പ്രസംഗം മഹാകവി ചെയ്തു. എന്നിട്ട് ആ പണക്കിഴി ആശാന് സമർപ്പിച്ചു. ആശാനതപ്പോൾതന്നെ പത്മനാഭൻനായരെ ഏല്പിക്കുകയും ചെയ്തു. കളികഴിഞ്ഞ് വിശ്രമിക്കുന്ന അദ്ദേഹത്തിനെ ഞാൻ പോയി കണ്ടില്ല. പട്ടിക്കാംതൊടിയെ ആ നിലയിൽ കാണാൻ അശക്തനായിരുന്നു.

ഗുരുനാഥനെനിക്കുവേണ്ടി സഹായിച്ച ഓരോന്നും ഓർത്തുകൊണ്ട് ഞാന വിടെ പോയിക്കിടന്നു. കിടന്ന ഉടൻ തന്നെ മരിച്ചപോലെ ഉറങ്ങുകയും ചെയ്തു.

പിറ്റേന്ന് കാലത്ത് പത്മനാഭൻനായരെക്കണ്ട് എന്തോ പറയാനല്ലാതെ ഗുരുനാഥനെക്കണ്ട് സംസാരിക്കാൻ സങ്കടംകൊണ്ട് സാധ്യമായിരുന്നില്ല. എന്റെ നില ഗുരുനാഥനും മനസ്സിലായെന്ന് പത്മനാഭൻനായർ പറഞ്ഞറിയുകയുണ്ടായി.

അധികം താമസിയാതെ കലാമണ്ഡലം വാർഷികം നടക്കുകയുണ്ടായി. അതിന് മറ്റു പരിപാടികളോടൊപ്പം രണ്ടു ദിവസത്തെ ഗംഭീരൻ കഥകളിയും ഉണ്ടായിരുന്നു. കളി കാണാനും സുഹൃത്തുക്കളുമായി സൊള്ളാനും വേണ്ടി ഞാനും അന്ന് കലാമണ്ഡലത്തിലെത്തി.

ഒന്നാം ദിവസം, കളികാണാൻ വന്ന ഏതോ ഒരാൾ പറഞ്ഞാണ് ഗുരുനാഥൻ പട്ടിക്കാംതൊടി തീരെ അവശനിലയിലാണെന്നു ഞാനറിഞ്ഞത്. പിറ്റേന്ന് പ്രഭാതത്തിൽതന്നെ ഗുരുനാഥനെക്കാണാനായി കുറുവട്ടൂർക്ക് പുറപ്പെട്ടു. പട്ടിക്കാംതൊടിയുടെ ഭാര്യാഗൃഹം കുറുവട്ടൂരിലുള്ള ചെറുകണ്ടത്ത് എന്ന ഭവനമായിരുന്നല്ലോ. ഏതാണ്ട് ഉച്ചയോടെ ഞാനവിടെയെത്തി. അമ്മുക്കുട്ടിയമ്മയോടും പത്മനാഭൻനായരോടും ചോദിച്ച് വിവരങ്ങൾ അറിഞ്ഞ ഞാൻ മുകളിൽ ചെന്ന് അദ്ദേഹത്തിനെ ഒരു നോക്ക് കണ്ടു. ആ സമയത്ത് അദ്ദേഹത്തിന്റെ വയർ പത്തു പറ നെല്ല് നിറച്ച ചാക്കിനോളം വലിപ്പമുണ്ടായിരുന്നു. ബോധമില്ലാതായിട്ട് പല ദിവസങ്ങൾ തന്നെ കഴിഞ്ഞിരുന്നു.

പെട്ടെന്ന് എനിക്കു കുളത്തിൽ പോയി കുളിക്കാനാണ് തോന്നിയത്. കുളി കഴിഞ്ഞ് ഞാൻ ഒരു ചെറിയപാത്രത്തിൽ ലേശം തീർത്ഥമുണ്ടാക്കി. അതുമായി ആശാന്റെ അടുത്തു ചെന്നിരുന്ന് ആ തീർത്ഥം തൊട്ടുകൊണ്ട് വിഷ്ണുസഹസ്രനാമം ഗുരുനാഥന് കേൾക്കുവാൻ പാകത്തിന് ഉറക്കെ ചൊല്ലി. ഒടുക്കം ഞാനാ തീർത്ഥത്തിൽ നിന്ന് ലേശം എടുത്ത് ഗുരുനാഥന്റെ വായിലൊഴിച്ചുകൊടുത്തു. ആ തീർത്ഥം ആർത്തിയോടെ ഇറക്കുന്നത് ഞാൻ പ്രത്യക്ഷത്തിൽ തന്നെ കാണുകയുണ്ടായി.

ഉടനെ രണ്ടുമൂന്ന് ദീർഘശ്വാസം ഗുരുനാഥൻ വലിച്ചതായി ഞാൻ കണ്ടു. പിന്നെ ശ്വാസം നിലച്ചതായും തോന്നി. അതുകണ്ട ഞാൻ പത്മനാഭൻ നായരെ വിളിച്ച് വിവരം പറഞ്ഞു. അമ്മുക്കുട്ടിയമ്മ ഓടിവന്നപ്പോഴേയ്ക്കും ഗുരുനാഥൻ ഇഹലോകം വെടിഞ്ഞു കഴിഞ്ഞിരുന്നു.

എല്ലാറ്റിനും സാക്ഷിയായ എനിക്ക് പട്ടിക്കാംതൊടി കൂടുവിട്ടുപോയി എന്ന് വിശ്വസിക്കാൻ എളുപ്പമല്ലായിരുന്നു. അല്പനേരം നിശ്ശബ്ദനായി നോക്കിനിന്ന ഞാൻ പിന്നീട് വേണ്ട കാര്യങ്ങൾ എന്തെന്ന് ആലോചിച്ചു. എനിക്കുടൻ കലാമണ്ഡലത്തിൽ എത്താനാണ് തോന്നിയത്. പട്ടിക്കാംതൊടിയുടെ ശിഷ്യരിൽ മിക്കവരും അന്ന് കലാമണ്ഡലത്തിൽ ഉണ്ടായിരുന്നു. നന്നെ വിഷമിച്ച് നടന്നും ബസ്സിലും ഒക്കെയായി രാത്രി ഏതാണ്ട് പത്തുമണിയോടെ ഞാൻ കലാമണ്ഡലത്തിലെത്തി. കലാമണ്ഡലത്തിലെത്തിയപ്പോൾ ഗംഭീരമായ കഥകളി നടക്കുകയായിരുന്നു. പട്ടിക്കാംതൊടി മരിച്ച വിവരം ഞാൻ നന്നെ വിഷമിച്ച് അവിടെ ചിലരെ അറിയിച്ചു. അതുകേട്ട ആരോ ഒരാൾ ഓടിച്ചെന്ന് കഥകളി കാണുകയായിരുന്ന വള്ളത്തോളിനെയും വിവരങ്ങളെല്ലാം വേണ്ടും വണ്ണം ധരിപ്പിച്ചു.

ശാന്തനായ വള്ളത്തോൾ അവിടെനിന്ന് എണീറ്റ് നേരെ അരങ്ങത്തേയ്ക്കാണു ചെന്നത്. സമയം രാത്രി പത്തരമണി. മഹാകവി ഗംഭീരഭാവത്തിൽ വാദ്യക്കാരോട് അത് നിർത്താൻ കല്പിച്ചു. അതു കണ്ട്, സംഗതി എന്തോ ഊഹിച്ച തിരശ്ശീലക്കാർ അതു മാറ്റി. നിശ്ശബ്ദരായ സദസ്യരെ നോക്കി മഹാകവി വള്ളത്തോൾ പട്ടിക്കാംതൊടിയുടെ മരണവാർത്ത വ്യക്തമായ ഭാഷയിൽ ചുരുക്കം വാക്കുകളിൽ പറഞ്ഞു. എന്നിട്ട് കിടക്കാനായി വീട്ടിലേയ്ക്ക് മടങ്ങുകയും ചെയ്തു.

ഒന്നുമല്ലാതിരുന്ന എന്നെപ്പിടിച്ച് കളിയഭ്യസിപ്പിച്ച് കൊള്ളാവുന്ന സ്ത്രീവേഷക്കാരനാക്കി മാറ്റിയ പട്ടിക്കാംതൊടിയുടെ അഭാവത്തിൽ ഞാൻ തികച്ചും അനാഥനായി. ആ പുണ്യചരിതനില്ലാതെ കഥകളിലോകം എനിക്ക് അർത്ഥശൂന്യമായിരുന്നു. ഞാൻ കഥകളി നിർത്തി.

ആദ്യത്തെ ജോലി

മാറ്റങ്ങളൊന്നുമില്ലാത്ത പല ദിവസവും കടന്നുപോയി. എന്നെ ഉപേക്ഷിക്കില്ലെന്ന് അകവൂർ ഉണ്ണി നമ്പൂതിരിപ്പാട് ഉറപ്പുതന്നിട്ടുണ്ടെങ്കിലും ഉണ്ട് വെറുതെ കൂടുന്നതിന്റെ മടുപ്പ് എനിക്ക് അനുഭവപ്പെട്ടു തുടങ്ങി. പക്ഷേ, മറ്റു മാർഗ്ഗങ്ങളൊന്നും മുന്നിൽ കാണാനില്ല. ഞാനെന്തു ചെയ്യും? ഭക്ഷണം കൂടാതെ കഴിഞ്ഞുകൂടാൻ പറ്റുമോ?

കഥകളിയഭ്യാസം തുടരാൻ പറ്റില്ലെന്ന് എനിക്ക് ഉറപ്പായി. അത് നിർത്തുകയും ചെയ്തു. എന്നാലെന്തു വേണമിനി? ജീവിക്കേണ്ടേ? അത്യാവശ്യം വെച്ചുണ്ടാക്കാനെല്ലാം എനിക്കറിയാം. എന്നാലൊരു പ്രൊഫഷണൽ ദേഹണ്ണക്കാരനായി മാറാൻ പറ്റില്ലെന്ന് ഉറപ്പാണ്. കാരണം എന്റെ മനസ്സിന്റെ സവിശേഷത തന്നെ. വലിയ ചിന്തകളും വലിയ ആദർശങ്ങളും മാത്രമേ എനിക്കുണ്ടായിരുന്നുള്ളൂ. എന്താണീ ആകാശം? എന്താണീ ഭൂമി? എവിടുന്നാണിങ്ങോട്ടെത്തിയത്? എന്തിനുവേണ്ടിയാണീ ജീവിതം? അവസാനം എല്ലാം ഉപേക്ഷിച്ച് എങ്ങോട്ടാണീ പോക്ക്? ഒന്നിനും മറുപടിയില്ലായിരുന്നു. ഉണ്ണിനമ്പൂതിരിപ്പാട് എന്ന എന്റെ സുഹൃത്തിനെ ബുദ്ധിമുട്ടിപ്പിക്കുന്നതിനൊരു കണക്കില്ലേ? പലരും പലതും ചോദിക്കാൻ തുടങ്ങുമ്പോൾ അവരുടെയെല്ലാം വായ മൂടിയത് ഉണ്ണിനമ്പൂതിരിപ്പാടാണ്. എന്നാൽ ഞാൻ ഉണ്ണാൻവേണ്ടി മാത്രമാണ് അവിടെ കൂടിയിരിക്കുന്നതെന്ന് ഏതാണ്ടെല്ലാവർക്കും നന്നായറിയാം!

ഉണ്ണിനമ്പൂതിരിപ്പാടിന് വേണ്ടപ്പെട്ടവനെന്ന നിലയിൽ, ആളുകൾ എന്നെ ശല്യപ്പെടുത്തിയിരുന്നത് ക്രമത്തിൽ കുറഞ്ഞുതുടങ്ങി. അപ്പോഴേയ്ക്കും ഏതാണ്ടൊരു മാസം കഴിഞ്ഞിട്ടുണ്ടാകണം, ഞാൻ അവിടെ ഉണ്ട്കൂടാൻ തുടങ്ങിയിട്ട്.

പെട്ടെന്നാണ് അകവൂർ മനയ്ക്കലെ മാനേജർതമ്പുരാന് അത്യാവശ്യമായി ഹരിപ്പാട്ടുവരെ ഒന്നു പോകേണ്ടിവന്നത്. അവിടെ, അകവൂർ മനക്കാർക്ക് പതിനായിരക്കണക്കിന് പറ പാട്ടം കിട്ടുന്ന ഭൂസ്വത്തും ഒരു കളവും ചില സ്ഥിരം ശമ്പളക്കാരുമുണ്ട്. കളത്തിൽ ആരെങ്കിലും ചെന്നാൽ വെച്ചുണ്ടാക്കാനും മറ്റുമായി ഒരു ബ്രാഹ്മണനും ജോലിക്കുണ്ടായിരുന്നു. കാറോടിക്കാനാളില്ല.

പിശുക്കനായ മാനേജർ തമ്പുരാൻ ആനയെ വാങ്ങുമെങ്കിലും തോട്ടി വാങ്ങാറില്ല. വണ്ടിയോടിക്കാനറിയാവുന്ന പലരും അവിടെയുണ്ടായിരുന്നതുകൊണ്ട് കാര്യമൊക്കെ നടക്കുമായിരുന്നു. അന്ന് ഉണ്ണിനമ്പൂതിരിപ്പാടിനാണ് ആ ഭാരം ഏറ്റെടുക്കേണ്ടിവന്നത്.

ഉച്ചയ്ക്ക് ഊണു കഴിഞ്ഞ് മാനേജർതമ്പുരാന് വണ്ടിയോടിക്കാൻ ഉണ്ണിനമ്പൂതിരിപ്പാടും 'കുട്ടിപ്പട്ട'രായിട്ട് ഞാനുമായി പുറപ്പെട്ടു. ചൊവ്വരയും അരുക്കുറ്റിയും കടത്തുണ്ട്. ഉണ്ണിനമ്പൂതിരിപ്പാടിനാകട്ടെ അന്ന് രാത്രി തന്നെ മടങ്ങിയെത്തുകയും വേണം. അതുകൊണ്ട് യാത്ര വളരെ ധൃതിപിടിച്ചായിരുന്നു.

വൈകുന്നേരം ഏതാണ്ട് അഞ്ചുമണിയോടെ ഹരിപ്പാട്ടെത്തിയ ഞങ്ങൾ അല്പം കാപ്പി കുടിച്ച് മാനേജർതമ്പുരാനോട് യാത്ര പറഞ്ഞ് പിരിഞ്ഞു. ഹരിപ്പാട് ക്ഷേത്രത്തിന്റെ നടയിലെത്തിയപ്പോൾ ദീപാരാധന സമയം. ഉണ്ണിനമ്പൂതിരിപ്പാട് വണ്ടി നിർത്തി പുറത്തിറങ്ങി ഭംഗിയായി തൊഴുതു. എന്നിട്ട് ഒന്നു മുറുക്കി വീണ്ടും പുറപ്പെടുകയും ചെയ്തു.

ആലപ്പുഴയെത്തിയ ഞങ്ങൾ ഒരു ബ്രാഹ്മണ ഹോട്ടലിൽ നിന്ന് വയറു നിറച്ച് പലതും വാങ്ങിത്തിന്നു. പാതിര കഴിയും അകവൂർ മനയ്ക്കൽ എത്താൻ. ഊണു നല്ല പന്തിയാകാതിരിക്കാനാണ് സാധ്യത. അതുകൊണ്ട് തീറ്റ ഗംഭീരമായി.

അവിടന്ന് സുമാർ ഒമ്പതു മണിക്ക് പുറപ്പെട്ട ഞങ്ങൾ നേരെ അരൂക്കുറ്റിക്ക് വെച്ചടിച്ചു. അപ്പോഴാണ് ഉണ്ണിനമ്പൂതിരിപ്പാടിന് ഒരാശയമുദിച്ചത്. അതദ്ദേഹം ഉടൻ തന്നെ പരീക്ഷിക്കുകയും ചെയ്തു. മുൻസീറ്റിലിരിക്കുന്ന എന്നോട് അദ്ദേഹത്തോടു ചേർന്നിരുന്ന് സ്റ്റിയറിംഗ് പിടിച്ചു നോക്കാൻ പറഞ്ഞു. ഉണ്ണിനമ്പൂതിരിപ്പാട് വണ്ടിയോടിക്കുന്നതിന്റെ വേഗം കുറയ്ക്കുകയും നല്ലവണ്ണം ശ്രദ്ധിക്കുകയും ചെയ്തുതുടങ്ങി. എനിക്കിതെല്ലാം പുതുമയായിരുന്നു. അതും ഒരു പുതിയ വണ്ടിയിൽ ആദ്യമായി സ്റ്റിയറിംഗ് പിടിക്കുക. എല്ലാം എന്റെ ഭാഗ്യം തന്നെ. എന്നാൽ ഇതെന്റെ ജീവിതത്തിലൊരു വഴിത്തിരിവു തന്നെയായി മാറി. വളരെ സമർത്ഥമായിട്ടാണ് ഞാനന്ന് സ്റ്റിയറിംഗ് പിടിച്ചതത്രേ! 'താനിതിനു മുമ്പ് ഏതെങ്കിലും വണ്ടിയുടെ സ്റ്റിയറിംഗ് പിടിച്ചിട്ടുണ്ടോ?' എന്ന് അപ്പോൾ അദ്ദേഹം ചിരിച്ചുകൊണ്ട് ചോദിക്കുകയും, ഇല്ലെന്ന് ഞാൻ മറുപടി പറയുകയും ചെയ്തു.

ആലപ്പുഴ നിന്ന് അരൂക്കുറ്റിക്ക് അടുത്തുവരെ ഉണ്ണിനമ്പൂതിരിപ്പാട് എന്നെക്കൊണ്ട് സ്റ്റിയറിംഗ് പിടിപ്പിച്ചു. നേരം ധാരാളമായതുകൊണ്ട് പിന്നീട് ഞാനന്നു സ്റ്റിയറിംഗ് പിടിക്കുകയുണ്ടായില്ല. രാത്രി ഒരുമണിയോടെ അകവൂർ മനയ്ക്കൽ മടങ്ങിയെത്തിയ ഞങ്ങൾ കുളിച്ച് ഊണു കഴിച്ചു. ഉണ്ണി നമ്പൂതിരിപ്പാടിന്റെ അകത്തുള്ളാളാണ് അപ്പോൾ വിളമ്പിത്തന്നത്. അതുകൊണ്ട്, വളരെ ശാന്തനായി ഊണുകഴിക്കുമ്പോൾ 'ഇതാരോടും പറയണ്ട' എന്ന് ഉണ്ണിനമ്പൂതിരിപ്പാട് എന്നോടു പറഞ്ഞു.

ഏതാണ്ട് ഒരാഴ്ച കഴിഞ്ഞപ്പോൾ ഉണ്ണിനമ്പൂതിരിപ്പാട് അദ്ദേഹത്തിന്റെ അമ്മാത്തേയ്ക്ക് കുടുംബവുമായി പോകുന്നുണ്ടായിരുന്നു. അന്ന് അദ്ദേഹം എന്നോട് ഒപ്പം ചെല്ലാൻ പറഞ്ഞു. എന്നിട്ട്, 'തനിക്ക് ജീവിക്കാൻ ഞാനൊരു ഉപായം പറയാം. താല്പര്യമുള്ള പക്ഷം ഒന്നു ശ്രമിച്ചു നോക്കൂ' എന്ന് കൂട്ടിച്ചേർക്കുകയും ചെയ്തു.

ഉണ്ണിനമ്പൂതിരിപ്പാടിന് സ്വന്തം കാറുണ്ടായിരുന്നു. അതിൽ വല്ല പണിയും വേണ്ടി വന്നാൽ കൊണ്ടുപോകാറ് തൃശ്ശൂർ ശങ്കരയ്യ റോട്ടിലുള്ള 'ചൌരി' എന്ന മനുഷ്യന്റെ വർക്ക്ഷോപ്പിലേയ്ക്കായിരുന്നു. ഈ ചൌരി വലിയ കമ്മ്യൂണിസ്റ്റുകാരനായിരുന്നുവെങ്കിലും ഒന്നാന്തരം ക്രിസ്ത്യാനിയുമായിരുന്നു. പുറമെ നല്ല മോട്ടോർ മെക്കാനിക്കും. പോകുമ്പോൾ തന്നെ ചൌരിയുടെ വർക്ക്ഷോപ്പിൽ പോയി അയാളെ കണ്ട് ഉണ്ണിനമ്പൂരിപ്പാട് എന്തോ ചിലത് സംസാരിച്ചു. എന്നാൽ അതെന്താണെന്ന് എനിക്കൂഹിക്കാവുന്നതായിരുന്നില്ല. അമ്മാത്ത് എത്തിയ അദ്ദേഹത്തിന് മടങ്ങാൻ ഒന്നുരണ്ടു ദിവസത്തെ താമസ മുണ്ടായി. അതിനിടയിൽ എന്നെ ഒറ്റയ്ക്കു വിളിച്ച് അദ്ദേഹം ഇങ്ങനെ പറഞ്ഞു. 'താൻ തൽക്കാലം ചൌരിയുടെ വർക്ക്ഷോപ്പിൽ നിന്ന് പണി പഠിക്കൂ. ഒപ്പം ഓടിക്കാനും. കാശൊന്നും അയാൾ തരില്ല. പണി പഠിപ്പിക്കും. സൗകര്യം പോലെ വണ്ടിയോടിക്കാൻ പഠിപ്പിച്ചേക്കാം. എന്താ, സമ്മതമല്ലേ?' എനിക്ക് സമ്മതക്കേടിന്റെ കഥയില്ലായിരുന്നു. പക്ഷേ, ഭക്ഷണത്തിന് എന്തു ചെയ്യും! ഞാൻ അക്കാര്യം അദ്ദേഹത്തിന്റെ മുമ്പിൽ എടുത്തിട്ടു.

'അത് സാരമില്ല'. അദ്ദേഹം പറഞ്ഞു: 'കാലത്ത് ഒമ്പതരയ്ക്ക് ബ്രഹ്മസ്വം മഠത്തിൽ നിന്ന് ഊണു കഴിച്ച് വർക്ക്ഷോപ്പിൽ ചെന്നാൽ മതി. രാത്രി ഉണ്ണാനെത്താൻ തടസ്സവുമില്ലല്ലോ'! താമസിക്കുന്നതെവിടെ? അതിനൊരിടം വേണമല്ലോ. ഞാനെന്റെ വിഷമങ്ങൾ അദ്ദേഹത്തോട് വിസ്തരിച്ചുതന്നെ പറഞ്ഞു. ഒളപ്പമണ്ണ ഉണ്ണിനമ്പൂതിരിപ്പാടിനെ ഞാൻ പണ്ടു തന്നെ അറിയും. അദ്ദേഹത്തെ പോയിക്കണ്ട് ചോദിച്ചാലോ എന്നു തിരക്കി. ഉണ്ണിനമ്പൂതിരിപ്പാട് അത് സമ്മതിക്കുകയും പോയി നോക്കൂ എന്ന് എന്നെ ധൈര്യപ്പെടുത്തുകയും ചെയ്തു.

കോടനാട് (അകവൂർ ഉണ്ണിനമ്പൂതിരിപ്പാടിന്റെ അമ്മാത്ത്) നിന്നു മടങ്ങും വഴി എന്നെ ചൌരിയുടെ വർക്ക്ഷോപ്പിലിറക്കി. എന്നിട്ട് പത്തുരൂപകൂടി തന്നു കൊണ്ട് ഉണ്ണിനമ്പൂതിരിപ്പാടും കുടുംബാംഗങ്ങളും അകവൂർമനയിലേക്കു മടങ്ങി. ഞാനാണെങ്കിൽ പന്തം കണ്ട പെരുച്ചാഴിയെപ്പോലെ ആ വർക്ക് ഷോപ്പിൽ കുറേ നേരം നില്ക്കുകയും ചെയ്തു.

നാലു നാലര മണി സമയത്ത് ഞാൻ ധൈര്യമവലംബിച്ച് ചൌരിയോട്, നാളെ കാലത്ത് പത്തുമണിക്ക് എത്താമെന്നു പറഞ്ഞ് യാത്രയായി. അയാളപ്പോൾ എന്റെ രീതിയും മട്ടും കണ്ട് എന്തോ ആലോചിക്കുകയായിരുന്നു.

ഉടൻതന്നെ ഞാൻ നേരെ ഒളപ്പമണ്ണ ഉണ്ണിനമ്പൂതിരിപ്പാടിന്റെ വീട്ടിലേയ്ക്കു ചെന്ന് വിവരങ്ങൾ പറഞ്ഞു. അദ്ദേഹമാകട്ടെ യാതൊരു വിഷമവുമില്ലാതെ എന്നോട് അവിടെ താമസിച്ചുകൊള്ളാൻ പറഞ്ഞു. മാത്രമല്ല, നന്നായിട്ട് അഭിനന്ദിക്കുകയും ചെയ്തു.

അക്കാലത്ത് അവിടെ ദഹണ്ണക്കാരനായിട്ട് കറുത്തേടം വാസുദേവനുണ്ടായിരുന്നു. അയാളെന്റെ സുഹൃത്താണ്. പിന്നെ സാക്ഷാൽ എം.ആർ.ബി.യും. തൃശ്ശൂർ ഏതോ ഒരു പ്രസ്സിൽ എം.ആർ.ബിയ്ക്ക് പണിയുണ്ടായിരുന്നു എന്ന് തോന്നുന്നു. ബ്രഹ്മസ്വംമഠം എനിക്ക് പുതിയതല്ല. പലരേയും ഞാൻ നേരിട്ടറിയും. അതുകൊണ്ട് ഭക്ഷണമെന്ന പ്രശ്നത്തിന് സമാധാനമായി. എന്നാൽ ഒളപ്പമണ്ണ സ്ഥലത്ത് എങ്ങനെ കഴിയണമെന്നത് ഒരു വിഷമം തന്നെയായിരുന്നു.

അന്നു രാത്രി ഞാൻ ഒളപ്പമണ്ണ സ്ഥലത്ത് തന്നെ താമസിച്ച് കാര്യങ്ങൾ മനസ്സിലാക്കി. എനിക്കവിടെ ഉണ്ടു താമസിക്കുന്നതിനുപോലും തടസ്സമില്ലാത്ത

നിലയാണ് ഉള്ളതെന്നറിഞ്ഞ ഞാൻ വളരെ ആഹ്ലാദിച്ചു. എന്നിട്ടും അക്കാലത്തൊരു ചായയും താമസവുമല്ലാതെ ഞാനൊന്നും തന്നെ ആ മഹാമനസ്ക്കനിൽ നിന്ന് സ്വീകരിച്ചില്ല. കാലത്തൊരു ചായ. ഒമ്പതുമണിക്ക് ബ്രഹ്മസ്വം മഠത്തിൽ പോയി ഊണ്. തുടർന്ന് ചൌരിയുടെ വർക്ക്ഷോപ്പ്. പണി പഠിക്കൽ ക്രമമായിത്തന്നെ നടന്നു.

അന്തിയോടെ ഞാൻ ഒളപ്പമണ്ണ സ്ഥലത്തുചെന്ന് ഭംഗിയായി കുളിക്കും. തുടർന്ന് ഉണ്ണാനായി ബ്രഹ്മസ്വം മഠത്തിൽ പോകും. ഒമ്പതുമണിക്ക് മടങ്ങിയെത്തുന്ന ഞാൻ എം.ആർ.ബി. എന്ന അദ്ഭുതമനുഷ്യനെ ശ്രദ്ധിക്കും. ഊണുകഴിച്ച് അദ്ദേഹം ഒളപ്പമണ്ണ നമ്പൂതിരിപ്പാടുമായി പലവിധ രാഷ്ട്രീയകാര്യങ്ങൾ സംസാരിച്ചുകൊണ്ടിരിക്കയാകും. രണ്ടുപേർക്കും മുറുക്കുണ്ട്. അതുകൊണ്ട് അവരുടെ സംസാരം രാത്രി പതിനൊന്നു മണിവരെ സാധാരണ നീളും. ഞാനതിനിടയ്ക്ക് പോയിക്കിടന്ന് ഉറങ്ങുകയും ചെയ്യും.

ഇതിന്നിടയ്ക്ക് പലതും നടന്നു. അതിൽ മുഖ്യം ഞാനൊരു കമ്മ്യൂണിസ്റ്റ് അനുഭാവിയായിത്തുടങ്ങിയെന്നതാണ്. ഉണ്ണിനമ്പൂതിരിപ്പാടും എം.ആർ.ബി.യും കമ്മ്യൂണിസ്റ്റുകാരാണ്. അതുകൊണ്ടുതന്നെ സ്വാഭാവികമായി ഞാനും ഒരു കമ്മ്യൂണിസ്റ്റുകാരനായി മാറി.

അക്കാലത്ത് ഇന്ത്യയിലൊട്ടുക്കും കമ്മ്യൂണിസ്റ്റ് പാർട്ടി ബാൻ ചെയ്തിരുന്നു. പോലീസ് വളരെ മോശമായ നിലയിലാണ് കമ്മ്യൂണിസ്റ്റുകാരോട് പെരുമാറിയിരുന്നത്. അറസ്റ്റിന്റെയും പോലീസ്മർദ്ദനത്തിന്റയും വാർത്തകളായിരുന്നു പത്രങ്ങളിലധികവും. എനിക്കു നല്ല പേടിയുണ്ടായിരുന്നു. എന്നാലും കമ്മ്യൂണിസ്റ്റ് ആവുകയെന്നത് അക്കാലത്ത് ചെറുപ്പക്കാർക്ക് ഒരു കേമത്തമാണ്. വലിയ കമ്മ്യൂണിസ്റ്റുകാർ ഋഷിതുല്യരായിരുന്നു. എനിക്ക് സി. അച്യുതമേനോൻ, ഏ.കെ.ജി, ഇ.എം.എസ് തുടങ്ങിയ മഹാന്മാരെ കാണാനിടവന്നിട്ടുണ്ട്. എന്നാലവരാരെന്ന കാര്യം ഞാനൊട്ട് അറിഞ്ഞിരുന്നുമില്ല.

ഉണ്ണിനമ്പൂതിരിപ്പാട് വലിയ ഉദാരമനുഷ്യനായിരുന്നു. പണം വാരി ചെലവാക്കുന്നതു കണ്ടാൽ പേടിയാവും. കുട്ടികളുടെ പഠിപ്പ് പലതിന്നും ഒരു മറയായിട്ടുണ്ടാകണം. തൊട്ടടുത്തുള്ള ഒരു സ്ഥലത്താണ് ഇ.എം.എസിന്റെ അകത്തുള്ളാൾ പ്രസവത്തിനായി അക്കാലത്ത് താമസിച്ചിരുന്നത്. ഓരോ കാര്യങ്ങൾക്കായി പലവട്ടം ഞാനവിടെ പോയിട്ടുണ്ട്. ഒരു പുറയന്നൂർ നമ്പൂതിരിപ്പാടിന്റെ കുടുംബവുമൊന്നിച്ചാണ് അന്നവർ താമസിച്ചിരുന്നതെന്ന് തോന്നുന്നു.

ചുരുക്കത്തിലെന്റെ മോട്ടോർ മെക്കാനിസം പഠിപ്പ് ഭംഗിയായി നടന്നു. പെട്രോൾ എഞ്ചിന്റെ എല്ലാ പണികളും ഞാൻ മനസ്സിലാക്കി. സാധാരണ ഏതു കാറിന്റെ തകരാറുകളും കണ്ടെത്താനും, വേണ്ട പരിഹാരങ്ങൾ ചെയ്യാനും ഞാനേതാണ്ട് ഒരു കൊല്ലംകൊണ്ട് നന്നായി പഠിച്ചു.

പണികഴിഞ്ഞ് കാറ് കൊണ്ടുപോകുമ്പോൾ ചില കാറുടമകൾ അഞ്ചുരൂപ മുതൽ പത്തുരൂപവരെ എനിക്ക് തരാറുണ്ട്. അതായിരുന്നു അക്കാലത്തെ സമ്പാദ്യം. അന്ന് അതൊരു വലിയ സംഖ്യതന്നെയായിരുന്നു. ചില മാസങ്ങളിൽ പത്തമ്പത് രൂപവരെ കിട്ടിയിട്ടുണ്ടെന്നാണോർമ്മ.

അക്കാലത്ത് എനിക്ക് ചെലവ് കുറവായിരുന്നു. ബീഡിവലി കമ്മ്യൂണിസ്റ്റ് അനുഭാവികളുടെ ഒരു രോഗമായിരുന്നു. ചായ കുടിക്കാനും കാശു വേണം. എന്നാലും പണം ധാരാളമുണ്ടായിരുന്നു. എം.ആർ.ബി. ജോലി ചെയ്തിരുന്ന സ്ഥലത്തുനിന്ന് അദ്ദേഹത്തിന് പ്രതിമാസം കിട്ടിയിരുന്നത് പതിനഞ്ചോ ഇരു

പതോ രൂപയായിരുന്നുവെന്നു തോന്നുന്നു. അതെന്തായാലും കാശിന്റെ കാര്യത്തിൽ അക്കാലത്ത് ഞാൻ തീരെ ബുദ്ധിമുട്ടിയില്ല.

എന്നാൽ വണ്ടിയോടിക്കാനെനിക്കവസരം തീരെ കുറവായിരുന്നു. ചൌരിയാണെങ്കിൽ ആ കാര്യം മറന്നനിലയിലാണ് എപ്പോഴും പെരുമാറിയിരുന്നത്. വലിയ ഉത്തരവാദിത്വമുള്ള പണികൾ കൂടി എന്നെ ഏല്പിക്കാൻ ധൈര്യപ്പെട്ടിരുന്ന ചൌരി വണ്ടിയോടിക്കുന്ന വിഷയം വരുമ്പോൾ മിണ്ടാതാവുകയാണ് പതിവ്. പല ഒഴിവുകഴിവുകളും നിരത്തുകയും പതിവുണ്ട്. ഇതെന്നെ നല്ലവണ്ണം വിഷമിപ്പിച്ചു. അകവൂർ ഉണ്ണിനമ്പൂതിരിപ്പാടിനും ഇക്കാര്യത്തിലൊന്നും ചെയ്യാനുണ്ടായിരുന്നില്ല. ഞാനാണെങ്കിൽ ഇതിന്നിടയിൽ രണ്ടുമൂന്നു തവണയേ അദ്ദേഹത്തിനെ കാണുകയുമുണ്ടായിട്ടുള്ളൂ.

അങ്ങനെയിരിക്കുന്ന കാലത്താണ് തൃശ്ശൂർ മുനിസിപ്പാലിറ്റി, നഗരത്തിലെ ചില റോഡുകൾ കോൺക്രീറ്റ് ചെയ്യാൻ തീരുമാനിച്ചത്. അതിന്ന് അനവധി കരിങ്കല്ലു വേണം. ആനപ്പാറ എന്ന സ്ഥലത്തു നിന്നാണ് കരിങ്കല്ലു കൊണ്ടു വന്നിരുന്നത്. ഒരുപാട് ലോറികൾ അക്കാലത്ത് ഈ പണിയിൽ ഏർപ്പെട്ടിരുന്നു. എല്ലാവർക്കും നല്ല കാശും കിട്ടിയിരുന്നു.

ഒളപ്പമണ്ണ ഉണ്ണിനമ്പൂതിരിപ്പാട് അക്കാലത്ത് എന്റെ ഭാഗ്യത്തിന് ഒരു ലോറി വാങ്ങാൻ തീരുമാനിച്ചു. വണ്ടിയുണ്ടെങ്കിൽ പണിയുറപ്പാണ്. സകലചെലവും കഴിച്ച് ചുരുങ്ങിയത് ഒരമ്പതുരൂപയെങ്കിലും ദിവസേന ഉണ്ടാക്കാൻ പറ്റും. അതു ചില്ലറ കാര്യമല്ലല്ലോ!

ലോറി വാങ്ങി. ഒരു കള്ളുകുടിയൻ ഗോവിന്ദൻനായരെ ഡ്രൈവറായും വെച്ചു. എന്നാലൊരു ക്ലീനർ വേണം ലോറിക്ക്. അതിന്ന് പറ്റിയ ഒരാളെ അദ്ദേഹത്തിന് കിട്ടിയതുമില്ല. എം.ആർ.ബി പറഞ്ഞതനുസരിച്ച് ഞാൻ വണ്ടിയോടിക്കാനവസരമുണ്ടാക്കിത്തരുമെന്ന ഉറപ്പിൽ പെട്ടെന്നൊരു ദിവസം ചൌരിയുടെ വർക്ക്ഷോപ്പിൽ പോക്ക് നിർത്തി. കാറുകളുടെ പണികളെക്കുറിച്ച് എനിക്ക് അധികമൊന്നും പഠിക്കാനില്ലായിരുന്നു. വേണമെങ്കിൽ അവിടെത്തന്നെ ഒരു നല്ല മെക്കാനിക്കായിത്തുടരാം. എന്നാൽ വണ്ടിയോടിക്കാൻ ഒട്ടും തന്നെ അറിയില്ലായിരുന്നു.

ഗോവിന്ദൻനായർ കാലത്ത് ഏഴുമണിയോടെ എത്തും. ഞങ്ങൾ ലോറിയുമായി ആനപ്പാറയ്ക്കു പോകും. കരിങ്കല്ലുമായി മടങ്ങിവന്ന് നഗരത്തിൽ നിശ്ചിതസ്ഥലങ്ങളിൽ ഇറക്കും. കല്ലു കയറ്റുന്ന സ്ഥലത്തും ഇറക്കുന്ന ദിക്കിലും പണി ചെയ്യാൻ കരാറുകാർതന്നെ ആളുകളെ ഏർപ്പാടു ചെയ്തിട്ടുണ്ടായിരുന്നു.

ഇതിന്നിടയ്ക്ക് ഞാനും ഗോവിന്ദൻനായരുമായി എന്നും ബഹളമുണ്ടാകും. സാസ്കാരികനിലവാരങ്ങളുടെ വ്യത്യസ്തയാണ് മുഖ്യകാരണം. കുറ്റം എന്റെയാണെന്നാണ് ഞാനിന്നു കരുതുന്നത്. എനിക്കെല്ലാം സഹിക്കാമായിരുന്നു.

പെരുംകുടിയും മറ്റു ചില ചീത്തത്തങ്ങളുമുള്ള ഗോവിന്ദൻനായരുമായി ഇണങ്ങിക്കഴിയാൻ എനിക്ക് വയ്യാതായിത്തുടങ്ങി. കഷ്ടിച്ച് വണ്ടിയോടിക്കാൻ ഞാനതിനിടയിൽ പഠിച്ചുവെങ്കിലും ഗോവിന്ദൻനായരുടെ ചില അതിസാമർത്ഥ്യങ്ങൾ എനിക്ക് ഒളപ്പമണ്ണ ഉണ്ണിനമ്പൂതിരിപ്പാടിനോട് പറയേണ്ടി വന്നു.

വലിയ നഷ്ടത്തിലാണ് വണ്ടിയോടിക്കുന്നതെന്ന് ഞാനപ്പോഴാണ് അറിഞ്ഞത്. അധികം താമസിയാതെ തന്നെ ഒളപ്പമണ്ണ ഉണ്ണിനമ്പൂതിരിപ്പാട് വണ്ടി വിൽക്കുകയും, ഗോവിന്ദൻനായരെ പിരിച്ചുവിടുകയും ചെയ്തു.

ഇതിനിടയിൽ ഉണ്ണിനമ്പൂതിരിപ്പാട് തൃശ്ശൂരെ താമസം മാറ്റി നാട്ടിലേയ്ക്കുതന്നെ മടങ്ങി. മടങ്ങുമ്പോൾ ആ പുണ്യചരിതൻ എനിക്ക് നൂറു രൂപ തന്നു. എന്നിട്ട് തന്റെ കാര്യം താൻ തന്നെ നോക്കുക എന്നു പറഞ്ഞ്, എല്ലാ നന്മകളും നേർന്നുകൊണ്ട് പിരിയുകയാണുണ്ടായത്.

ക്ലീനറായിട്ട് അഞ്ചാറുമാസം ഞാൻ പണിയെടുത്തിട്ടുണ്ടാകണം. അക്കാലം കൊണ്ട് കഷ്ടിച്ച് വണ്ടിയോടിക്കാൻ പഠിച്ചു. എന്നാൽ ലൈസൻസ് ഇല്ല്യ. പൊതിക്കാത്ത തേങ്ങ കിട്ടിയ നിലയിലായി എന്നെസ്സംബന്ധിച്ചിടത്തോളം.

നൂറു രൂപ കിട്ടിയ ഞാൻ ഏ.കെ.ടി.കെ.എം.-ന്റെ സ്ഥലത്തു ചെന്ന് വിവരങ്ങളെല്ലാം വിസ്തരിച്ചു പറഞ്ഞു. വണ്ടിയോടിക്കാനുള്ള ലൈസൻസ് എടുപ്പിച്ചു തരണമെന്ന് കരഞ്ഞപേക്ഷിച്ചു. എന്നെ ശ്രദ്ധിച്ചുകേട്ട അദ്ദേഹം, വിപ്ലവകാരിയും സാഹിത്യകുതുകിയുമായ പാലൂരെ നല്ലവണ്ണം മുമ്പുതന്നെ അറിയുമായിരുന്നു. അതുകൊണ്ട് കിഴക്കുംപാട്ടുകരയിലുള്ള അദ്ദേഹത്തിന്റെ വസതിയിൽ ഒപ്പം താമസിച്ചുകൊള്ളാൻ പറഞ്ഞു. ലൈസൻസ് എടുക്കുന്ന കാര്യം പറഞ്ഞാൽ തിരക്കിടാതിരിക്കൂ എന്നു പറഞ്ഞ് സമാധാനിപ്പിക്കുമെന്നല്ലാതെ രണ്ടു മാസക്കാലത്തിനുള്ളിൽ ഒന്നും ചെയ്തില്ല.

നല്ല ഭക്ഷണം, ഉറക്കം, നല്ലവണ്ണം നമ്പൂതിരിപ്പാടിന്റെ കാറിനെ ശുശ്രൂഷിക്കൽ, ഒപ്പം അദ്ദേഹം പോകുന്ന സ്ഥലങ്ങളിലേയ്ക്കെല്ലാം യാത്രയും. പ്രത്യക്ഷത്തിൽ എനിക്ക് പരമസുഖമായിരുന്നു അവിടെ. എന്നാൽ നമ്പൂതിരിപ്പാടിന് ലൈസൻസ് എടുപ്പിച്ച് തരുന്ന കാര്യത്തിൽ തീരെ താത്പര്യം കണ്ടില്ല. എനിക്കാണെങ്കിൽ വണ്ടിയോടിക്കാനുള്ള ലൈസൻസ് എടുക്കുകയാണാവശ്യവും.

അക്കാലത്ത് മംഗളോദയത്തിൽ വെച്ച് ഞാൻ പല സാഹിത്യകാരന്മാരെയും കണ്ടിട്ടുണ്ട്. എന്നാൽ അടുത്തു പരിചയം ജോസഫ് മുണ്ടശ്ശേരിയോടു മാത്രമായിരുന്നു. ഞാൻ മുണ്ടശ്ശേരിയുടെ മുന്നിൽ എന്റെ കഥകൾ കെട്ടഴിച്ചിട്ടുണ്ട്. എ.കെ.ടി.കെ.എം-ന്റെ ഉത്തമസുഹൃത്തായിരുന്ന മുണ്ടശ്ശേരി ഒഴിവുള്ള സമയത്തെല്ലാം ചെല്ലപ്പെട്ടിയുമായി മംഗളോദയത്തിൽ വരും. ഞാനുമായി നല്ലവണ്ണം ബഡായി പറയും. അങ്ങനെയാണ് എനിക്ക് അദ്ദേഹവുമായി അടുത്ത പരിചയമുണ്ടായത്. മാസങ്ങൾ കഴിഞ്ഞിട്ടും കാര്യങ്ങൾ നടക്കാതിരുന്നത് നമ്പൂതിരിപ്പാട് ഞാനൊരു കമ്മ്യൂണിസ്റ്റ് ചാരനാകുമോ എന്നു സംശയിച്ചിട്ടാകാമെന്ന് ഞാനിന്ന് കരുതുന്നു. അദ്ദേഹത്തിന് രാഷ്ട്രീയകാര്യങ്ങളിലെല്ലാം താത്പര്യം കഷ്ടിയാണ്. ഖദർവസ്ത്രമാണ് സാധാരണ ധരിക്കാറെങ്കിലും അദ്ദേഹമൊരു കോൺഗ്രസ്സുകാരനായിരുന്നില്ല. കച്ചവടകാര്യങ്ങളിലായിരുന്നു അദ്ദേഹത്തിന് താത്പര്യം ഉണ്ടായിരുന്നത്.

ഒരു ദിവസം മുഷിപ്പിക്കാതെ ഞാൻ അദ്ദേഹത്തോട് യാത്ര പറഞ്ഞിറങ്ങി. കയ്യിൽ അത്യാവശ്യം കാശുണ്ടായിരുന്നതുകൊണ്ട് നേരെ ഇല്ലത്തേയ്ക്കാണ് പോയത്. ഇല്ലത്തേയ്ക്ക് പോയിട്ടും ഒരുപാട് നാളായിരുന്നു. രണ്ടു നാലു ദിവസം ഞാൻ ഇല്ലത്തുകൂടിയെങ്കിലും അവിടുത്തെ അന്തരീക്ഷം എനിക്കശേഷം പറ്റിയതല്ലായിരുന്നു. ചെറിയ ജ്യേഷ്ഠന്റെയും അച്ഛന്റെയും അസുഖം എനിക്ക് താങ്ങാവുന്നതിലധികം വേദനിപ്പിക്കുന്നതായിരുന്നു. രണ്ടു പേർക്കും ഏതാണ്ട് മനസ്സിന്റെ സമനില കൈവിട്ട മട്ടായിരുന്നു. ജ്യേഷ്ഠനെ വർഷങ്ങൾക്കുശേഷം കാണാതായി. ഇന്ന് ജീവിച്ചിരിപ്പുണ്ടോ എന്ന് ഈശ്വരനേ അറിയൂ.

ഇല്ലത്തടുത്തുള്ള താമരശ്ശേരി മേക്കാട്ടു നമ്പൂതിരിയുടെ ഇല്ലം അന്ന് കത്തി നിൽക്കുന്ന കാലമായിരുന്നു. സൗകര്യത്തിനായി ഭാഗം വേർതിരിച്ചുവെച്ചിട്ടുണ്ടെങ്കിലും, എല്ലാവരും വലിയ രമ്യതയിലായിരുന്നു. ഞാൻ അവിടുത്തെ അച്ഛൻനമ്പൂതിരിയെ പോയി കാണാൻ തീരുമാനിച്ച് ഒരു ദിവസം ചാടിപ്പുറപ്പെട്ടു. എന്നിട്ടും നേരെപോയത് മേക്കാടടുത്തുള്ള ഒറവങ്കരയുടെ ഇല്ലത്തേയ്ക്കായിരുന്നു.

അവിടുന്ന് പിറ്റേദിവസം തന്നെ ഞാൻ മേക്കാട്ടേക്ക് പോയി. അച്ഛൻ നമ്പൂതിരിയെക്കണ്ട് വിവരങ്ങൾ പറഞ്ഞു. അദ്ദേഹത്തിന് മൂന്ന് മുതിർന്ന മക്കളുള്ളതിൽ കാരണവർ തറവാട്ടിൽ തന്നെയായിരുന്നു താമസം. രണ്ടാമൻ വേറൊരു വീടുണ്ടാക്കി താമസിക്കുന്നു. മൂന്നാമത്തെ മകനൊന്നിച്ചാണ് അച്ഛൻ നമ്പൂതിരി പാർത്തിരുന്നത്. എല്ലാവർക്കും പ്രത്യേകം കാറുകളുണ്ട്. എന്നാൽ അവിടെ ആർക്കും തന്നെ ഡ്രൈവറുണ്ടായിരുന്നില്ല. ഏതാണ്ട് അമ്പത്തഞ്ചു വയസ്സുള്ള അച്ഛൻനമ്പൂതിരി എന്റെ വിഷമങ്ങളെല്ലാം കേട്ടപ്പോൾ, എന്നോട്, അദ്ദേഹത്തിനെ സഹായിക്കാനും, കാറിനെ ശുശ്രൂഷിക്കാനും മറ്റുമായി ഒപ്പം താമസിച്ചുകൊള്ളാൻ പറഞ്ഞു. വണ്ടിയോടിക്കാനുള്ള ലൈസൻസ് എടുപ്പിച്ചു തരാമെന്നേല്ക്കുകയും ചെയ്തു. എന്നാലതിനൊരു കാലാവധിയൊന്നും പറഞ്ഞതുമില്ല.

അധികം താമസിയാതെ ഞാൻ ആ കുടുംബത്തിലെ ഒരംഗമെന്ന നിലയിലേയ്ക്ക് വളർന്നുവശായി. അച്ഛൻനമ്പൂതിരിക്ക് എല്ലാ കാര്യത്തിനും ഞാൻ വേണം. എന്നെ അദ്ദേഹത്തിന് വലിയ സ്നേഹവും വിശ്വാസവുമായിരുന്നു. പട്ടിക്കാംതൊടിയുടെ ശിഷ്യനായ എന്നോട് പ്രത്യേകം പ്രതിപത്തിയുണ്ടായിരുന്നു. അധികം കഴിയാതെ എന്റെ വേഷം കാണാൻ വേണ്ടി മാത്രം മേക്കാട്ടു മനയ്ക്കൽ വെച്ച് ഗംഭീരകഥകളിയുണ്ടായി. രാമൻകുട്ടിനായരും നമ്പീശനും കൃഷ്ണൻകുട്ടിപ്പൊതുവാളുമൊക്കെ വന്ന ആ കഥകളിക്ക് ഞാൻ കെട്ടിയ വേഷം നരകാസുരവധത്തിലെ ലളിതയാണ്.

അച്ഛൻനമ്പൂതിരിയുടെ മക്കളിൽ രണ്ടുപേർ വലിയ സാഹിത്യരസികൻമാരും സഹൃദയരുമായിരുന്നു. അവിടെ നിന്നാണ് സഞ്ജയന്റെ സമ്പൂർണ്ണ സമാഹാരം ഞാനാദ്യമായി കണ്ടതും വായിച്ചതും.

എന്നാലിതിനെയെല്ലാം കവച്ചുവെയ്ക്കുന്ന ആനക്കമ്പക്കാരായിരുന്നു അച്ഛൻനമ്പൂതിരിതൊട്ടെല്ലാവരും. ആനകളെ വാങ്ങുകയും വിൽക്കുകയും അവർക്കൊരു വിനോദമായിരുന്നു. രണ്ടു മൂന്നാനകൾ അവിടെ സാധാരണയുണ്ടാകും. ആനക്കച്ചവടം പൊതുവെ നഷ്ടമായിരുന്നുവെങ്കിലും ചിലപ്പോൾ നല്ല ലാഭവുമുണ്ടായിരുന്നുവെന്നാണ് ധരിച്ചിട്ടുള്ളത്.

ഒരിക്കൽ അവിടെ രണ്ടാമത്തെ നമ്പൂതിരി ഒരാനക്കുട്ടിയെ വാങ്ങിച്ചു. ഏതാണ്ട് മൂന്നുവയസ്സ് പ്രായമുള്ള ആ ആനക്കുട്ടി എനിക്കേറെ പ്രിയപ്പെട്ടതായിരുന്നു. അതിനോടുള്ള അസാധാരണസ്നേഹംമൂലം ഞാൻ മഹാഭാരതത്തിലെ മഹർഷിയെപ്പോലെയായി. എന്നിട്ടും എനിക്ക് ഒരു ദിവസം ഒരമളി പറ്റി. ആനക്കുട്ടിയുടെ 'മൂഡ്' മനസ്സിലാക്കാതെ അവനുമായി കളിക്കാൻ പുറപ്പെട്ട എന്നെ അവൻ തുമ്പിക്കൈ നിവർത്തി ഒരസ്സല് തൊഴി വെച്ചു തന്നു. കുറച്ചു പരിക്ക് പറ്റിയ ഞാൻ അതോടെ ആനകളുടെ അടുത്ത് കളിക്കാതെയുമായി.

എന്നിട്ടും ആനയെന്നുവെച്ചാലെന്നും എനിക്ക് ഒരു ഹരമാണ്. വഴിയിൽ കണ്ടുമുട്ടുന്ന ആനകൾക്ക് നല്ലവണ്ണം കാശു ചിലവാക്കി നേന്ത്രപ്പഴവും മറ്റും വാങ്ങിക്കൊടുക്കുന്ന കമ്പം എനിക്കിന്നുമുണ്ട്.

സുമാർ രണ്ടു കൊല്ലത്തിലധികം ഞാനവിടെ താമസിച്ചു. കൃത്യം പതിനെട്ടു വയസ്സ് തികഞ്ഞപ്പോൾ വണ്ടിയോടിക്കാനുള്ള ലൈസൻസും എടുത്തു. അപ്പോഴേയ്ക്കും എനിക്കതൊരു വിഷമമുള്ള കാര്യമല്ലാതായി. അത്രയും കാലം ഞാനവിടെ, അവിടുത്തെ ഒരംഗമെന്ന നിലയിലാണ് കഴിഞ്ഞത്. അതൊക്കെ ശരിയാണെങ്കിലും എനിക്ക് അച്ഛൻനമ്പൂതിരിയുടെ സ്നേഹ വാത്സല്യങ്ങളിൽ നിന്ന് രക്ഷപ്പെട്ടേ പറ്റൂ എന്ന വിധമായി മാനസികാവസ്ഥ. ലൈസൻസ് കിട്ടിയതോടെ അതിനുള്ള ത്വര വർദ്ധിക്കുകയും ചെയ്തു.

എനിക്ക് ചെറിയ ശമ്പളവും അച്ഛൻ നമ്പൂതിരി തന്നിരുന്നു. എന്നിട്ടും അവിടുന്ന് രക്ഷപ്പെടാനാണ് ഞാൻ ആഗ്രഹിച്ചത്. ആ കഥ വലിയ സങ്കടമാണ്.

മാസം പത്തഞ്ഞൂറു മയിലിലധികം ഓട്ടമില്ല. വണ്ടിയെ കുളിപ്പിച്ച് തുടച്ചുവൃത്തിയാക്കി സൂക്ഷിക്കുക; രണ്ടു മൂന്നു ദിവസം കൂടുമ്പൊഴൊന്ന് സ്റ്റാർട്ട് ചെയ്യുക- എന്റെ ഉത്തരവാദിത്വം അത്രയൊക്കെയേ ഉള്ളൂ. കഴുകാനും മറ്റും എന്നെ സഹായിക്കാൻ മറ്റൊരു ജോലിക്കാരനുമുണ്ടായിരുന്നു. എനിക്കയാളെക്കൊണ്ട് പണിയെടുപ്പിയ്ക്കലും ഒരു പണിയായിരുന്നു. കാരണം അയാളുടെ ജോലി പോകാതെ നോക്കേണ്ടതും ഞാനായിരുന്നു. ഭക്ഷണത്തിലൊഴിച്ച് മറ്റൊന്നിലും താത്പര്യമില്ലാതിരുന്ന ആ മനുഷ്യൻ, പറഞ്ഞു കാണിച്ച് കൊടുത്താൽപോലും ചെയ്യാനറിയാത്ത സാധുവായിരുന്നു.

അന്ന് കാരണമൊന്നുമില്ലാതെ ഞാനൊരു വഴക്കുണ്ടാക്കി. അതിന്റെ ഫലമായി മക്കളിലൊരാളായി ലേശം പരിഭവത്തിലുമായി. ഇതെന്നെയും അദ്ദേഹത്തിനെയും സാമാന്യത്തിലധികം വേദനിപ്പിച്ചു.

വിവരങ്ങൾ പതുക്കെപ്പതുക്കെ പാട്ടായി. അച്ഛൻനമ്പൂതിരി, ഞാനൊരു കാരണവശാലും പോകരുതെന്നും ശമ്പളം എന്തുവേണമെങ്കിലും കൂട്ടിത്തരാമെന്നും വരെ പറഞ്ഞുനോക്കി. എന്നാൽ എനിക്കവിടെ നിന്ന് രക്ഷപ്പെടുകയാണ് വേണ്ടിയിരുന്നത്. ഞാനതിനൊരു കാരണമുണ്ടാക്കിയതാണെന്ന് ഇന്ന് വലിയ ദുഃഖത്തോടെ ഓർത്തുപോവുന്നു!

മേയ്ക്കാട്ട് നിന്ന് പോകാനുറച്ച എന്റെ കയ്യിൽ അസാധാരണമായ ധൂർത്തുനിമിത്തം വളരെ കുറച്ചു സംഖ്യയേ ഉണ്ടായിരുന്നുള്ളൂ. അച്ഛൻനമ്പൂതിരിയോടും മറ്റുള്ളവരോടും പറയാതെ, ഒരു സൂചനപോലും അവർക്ക് കൊടുക്കാതെ, ഞാനൊരു ദിവസം അവിടെനിന്ന് മുങ്ങി. ചെന്നു പൊങ്ങിയത് എന്റെ പരിചയത്തിൽ പെട്ട തൃശ്ശൂരിലാണ്.

സാക്ഷാൽ തയ്ക്കാട്ട് നീലകണ്ഠൻമൂസ്സിന്റെ ശിഷ്യനും, അവരുടെ തന്നെ തൃശ്ശൂർ ബ്രാഞ്ചിലെ മാനേജരുമായിരുന്ന രാമനാഥനെയാണ് ആദ്യം പോയി കണ്ടത്. തയ്ക്കാട്ടുമൂസ്സിന്റെ കുടുംബവുമായുള്ള എന്റെ ബന്ധം അസ്സലായറിയുന്ന രാമനാഥൻ ഉടൻ തന്നെ നീലകണ്ഠൻ മൂസ്സിനെ വിവരം അറിയിച്ചു. അതിന്റെ ഫലമായിട്ടോ അതോ രാമനാഥന്റെ സാമർത്ഥ്യം കൊണ്ടോ എന്നറിയില്ലെങ്കിലും രണ്ടുമൂന്നു ദിവസത്തിനുള്ളിൽ, എനിക്കു പണി കിട്ടി.

ഒരു ഡോക്ടറുടെ (ലേഡി) കൂടെയാണ് പണി. ശമ്പളം 90 രൂപ. കാലത്ത് അവരെ ആസ്പത്രിയിൽ കൊണ്ടുപോയാക്കണം. കുട്ടികളെ പള്ളിക്കൂടത്തിൽ

കൊണ്ടുപോവുകയും മടക്കിക്കൊണ്ടു വരികയും വേണം. എന്നാൽ അവരുടെ ഭർത്താവ് ഒരു നാലാംതരം രാഷ്ട്രീയക്കാരനായിരുന്നു. തറവാടിത്തം തൊട്ടു തീണ്ടാത്തവനും, കൃത്യമായി പറഞ്ഞാൽ ഒരു നീചനുമായിരുന്നുവെന്ന് ഞാൻ പറയും.

ഏതോ ഒരു തിരഞ്ഞെടുപ്പ് അടുത്തുവന്നിരുന്നു. അതുകൊണ്ട് എന്റെ പണി അയാളൊന്നിച്ചായി. രാവും പകലും ഈ തിരഞ്ഞെടുപ്പിനായി വണ്ടി യോടിക്കണം. തിരഞ്ഞെടുപ്പ് കഴിയുന്നതുവരെ മതിയല്ലോ എന്നു കരുതി ആ ലേഡിയും കാറ് ഭർത്താവിനു വിട്ടുകൊടുത്തിരിക്കയാണ്. എന്റെ കഥ കഷ്ടത്തിലായെന്നല്ലേ പറയേണ്ടൂ! ചങ്ങാതി അത്യാവശ്യം ഭക്ഷണത്തിന് കാശു തരും. അതിലധികമൊന്നും തരില്ല. എന്റെ കയ്യിലാണെങ്കിൽ കാശു മില്ല. കിടക്കാനിടമില്ല. കുളിക്കാൻ സ്ഥലമില്ല. വിസർജ്ജനസൗകര്യങ്ങൾ പോലുമില്ല. എന്നിട്ടും ഞാനേതാണ്ട് ഒരു മാസം ആ മനുഷ്യനോടു കൂടി ജോലി ചെയ്തു. വല്ലാതെ കഷ്ടത്തിലുമായി.

അവസാനം തിരഞ്ഞെടുപ്പും അതിന്റെ ഫലവും വന്നു. യാതൊരാൾക്കു വേണ്ടിയാണോ എന്റെ അന്നദാതാവ് ഇത്രയധികം വണ്ടിയോടിപ്പിച്ചത്, ആ മാന്യൻ തിരഞ്ഞെടുപ്പിൽ തോറ്റു. ആ ലേഡിഡോക്ടർക്ക് സമാധാനമായിട്ടു ണ്ടാകണം.

തിരഞ്ഞെടുപ്പ് ഫലം വന്നുകഴിഞ്ഞപ്പോഴേയ്ക്കും ഞാനവിടെ പണിക്കു ചേർന്നിട്ട് ഏതാണ്ട് രണ്ടു മാസം കഴിഞ്ഞുകാണും. എനിക്കാ മനുഷ്യൻ അതു വരെ ശമ്പളം തന്നിരുന്നില്ല. അതുകൊണ്ട് ഒരു ദിവസം കാലത്ത് പതിനൊന്നു മണിയോടെ ഞാനാ മാന്യനോട് എന്റെ ശമ്പളം ചോദിച്ചു. അതിനപ്പോൾ അയാളെന്നോട് പറഞ്ഞ മറുപടി തീരെ പ്രതീക്ഷിക്കാത്തതായിരുന്നു. സാധാരണ മനുഷ്യരെ അദ്ഭുതപ്പെടുത്തുന്നതും: "തനിക്ക് ഞാനൊന്നും തരാൻ പോണില്ല. ധൈര്യമുണ്ടെങ്കിൽ വാങ്ങാൻ നോക്ക്". കോടതി കയറാനും ലഹളയ്ക്ക് നിൽക്കാനും മറ്റും എന്നെ കൊള്ളില്ലെന്ന് അയാൾക്കസ്സലായ റിയാം. എന്നാൽ ഊണുകഴിച്ച വകയിൽ ഞാനൊരു ബ്രാഹ്മണഹോട്ടലിൽ പത്തുപതിനഞ്ചുരൂപ കൊടുക്കാനുണ്ടായിരുന്നു. അതിനെന്തു ചെയ്യും?

ആസ്പത്രിയിൽനിന്ന് ഡോക്ടറെ കൊണ്ടുവരുന്ന സമയത്ത് ഉണ്ടായ കാര്യങ്ങളെല്ലാം കൃത്യമായി പറഞ്ഞു. അതുകേട്ട അവർ സ്വന്തം കണ്ണു നിറ യ്ക്കുകയാണുണ്ടായത്. ഒരക്ഷരം പോലും എന്നോട് സംസാരിച്ചില്ല.

ഞാൻ കഷ്ടത്തിലായെന്നേ പറയേണ്ടൂ. ആരോടെന്റെ വിഷമങ്ങൾ പറയും? ഉടൻ തന്നെ രാമനാഥനെക്കണ്ട് ഉണ്ടായ വിവരങ്ങളെല്ലാം ഞാൻ വിസ്തരിച്ചു പറഞ്ഞു. രാമനാഥനപ്പോൾ ഹോട്ടലിൽ കൊടുക്കാനുള്ള സംഖ്യ സ്വന്തം പോക്കറ്റിൽനിന്ന് എടുത്തു തരികയാണുണ്ടായത്.

ഞാൻ ആ പണംകൊണ്ടുപോയി ഹോട്ടലിൽ കൊടുത്ത് കണക്കവസാനി പ്പിച്ച് പിരിഞ്ഞു. ഉണ്ണാനിനി ചിലപ്പോൾ വരാമെന്നല്ലാതെ ഉറപ്പില്ലെന്നും പറഞ്ഞു. നാണമില്ലാതെ ഞാൻ പിറ്റേദിവസം കാലത്ത് പതിനൊന്നുമണി യോടെ വീണ്ടും ആ മാന്യനോട് എന്റെ ശമ്പളം ചോദിച്ചു. അപ്പോൾ ആ മനു ഷ്യൻ എന്നോട് 'തനിക്ക് ഞാനൊരു പൈസയും തരാൻ പോണില്ലെന്നും, വാങ്ങാൻ കഴിയുമെങ്കിൽ നോക്കിക്കോളൂ' എന്നും മറുപടി പറഞ്ഞുകൊണ്ട് വാതിലടച്ചു. 'വിതച്ചത് കൊയ്യാതെ പറ്റില്ലെന്ന് മറക്കേണ്ട' എന്നു പറഞ്ഞു കൊണ്ട് ഞാനും സ്ഥലം വിട്ടു.

പിന്നീട് എന്തുണ്ടായി എന്ന് എനിക്കറിയില്ല. ആ സ്ത്രീ എന്റെ മുമ്പിൽ അതിസാമർത്ഥ്യം കാണിച്ചതാകുമോ? അതൊ, അയാളുടെ കയ്യിൽ കാശി ല്ലാത്തതു കൊണ്ടാകുമോ? അറിയില്ല.

അതെന്തായാലും രാമനാഥന്റെ സഹായംകൊണ്ട് ഞാൻ രക്ഷപ്പെട്ടു. ഇതൊക്കെ എനിക്ക് പുതിയ ചില അനുഭവങ്ങളുമായി.

ഒരു ദുഃഖകഥ

മനുഷ്യർക്ക് ഇങ്ങനെ പറയാനും പെരുമാറാനും കഴിയുമെന്ന് ഞാനാദ്യമാ യിട്ടാണു ധരിച്ചത്. പ്രതിമാസം തൊണ്ണൂറുരൂപ ശമ്പളം തരാമെന്നു സമ്മതി ച്ചിട്ട്, എനിക്ക് ഏതാണ്ടമ്പതുരൂപയാണ് രണ്ടുമാസത്തിനുള്ളിൽ ലഭിച്ചത്. അതും ഭക്ഷണാദികൾക്കായി ഗതികെട്ട് ചോദിച്ചപ്പോൾ മാത്രം.

ആ കഥയെല്ലാം തൽക്കാലം അങ്ങനെ അവസാനിച്ചുവെങ്കിലും ഞാനെ ങ്ങനെ ജീവിക്കുമെന്നത് പ്രശ്നമായി. ഏതാണ്ടൊരാഴ്ചക്കാലം ഞാൻ അവിടെ നിന്നും ഊണുകഴിച്ച് ജോലിയന്വേഷിച്ചു നടന്നു. എനിക്ക് പണിയൊന്നും കിട്ടി യില്ലെന്ന് മാത്രമല്ല, പുതിയ ഒരു ഡ്രൈവർക്ക് ജോലി കിട്ടുക എളുപ്പമല്ലെന്നും ഞാനറിഞ്ഞു. നമ്പൂരിയാണെന്ന ദോഷം കൊണ്ട്. എനിക്കറിവുള്ള കാറുടമ കളും നന്നെ പരിമിതമായിരുന്നു.

ഒരു ദിവസം തയ്ക്കാട്ട് മൂസ്സിന്റെ ഇല്ലത്തേയ്ക്ക് പോയി. വാത്സല്യനിധി യായ നീലകണ്ഠൻ മൂസ്സിന്റെ ഒരു മകളെ വിവാഹം ചെയ്തു കൊടുത്തിരി ക്കുന്നത് താമരശ്ശേരി മേയ്ക്കാട്ടേയ്ക്കാണ്. അതുകൊണ്ട് വിവരങ്ങളെല്ലാം നന്നായറിയുന്ന അദ്ദേഹം എന്നെ സഹായിക്കുന്ന കാര്യത്തിൽ ഉദാസീനനാ യിട്ടാണ് എനിക്ക് തോന്നിയത്. (ഇതെന്റെ വെറും തോന്നലായിരുന്നുവെന്ന് പിന്നീട് ഞാനറിയുകയുണ്ടായി.)

പുതിയ ഡ്രൈവറായ എന്നെ ജോലിക്ക് വെയ്ക്കാൻ ശിപാർശചെയ്യാൻ ബുദ്ധിമുട്ടാണെന്നാണ് നീലകണ്ഠൻ മൂസ്സ് പറഞ്ഞത്. എന്നു വെച്ച് അലഞ്ഞു നടക്കരുതെന്നും അവിടെ താമസിക്കുന്നത് അദ്ദേഹത്തിന് സന്തോഷമാ ണെന്നുംകൂടി എന്നെ ധരിപ്പിക്കാൻ മറന്നില്ല.

വലിയ അഭിമാനിയായ എനിക്ക് വെറുതെ ഉണ്ടുകൂടുന്നത് വയ്യാത്ത നിലയി ലായിക്കഴിഞ്ഞിരുന്നു. അതുകൊണ്ട് രണ്ടും കല്പിച്ച് ഞാൻ തൃശ്ശൂർക്കുത ന്നെയാണ് മടങ്ങിയത്. (അവിടെ ബ്രഹ്മസ്വം മഠമെങ്കിലുമുണ്ടല്ലോ).

മംഗളോദയം ബിൽഡിങ്ങിലുള്ള മൂസ്സിന്റെ വൈദ്യശാലയിൽ പോയി രാമനാഥനോട് ഞാൻ വിവരങ്ങളെല്ലാം പറഞ്ഞു. എന്നെ രക്ഷിക്കാൻ രാമ നാഥനല്ലാതെ ആരുമില്ലെന്നും പറഞ്ഞു.

സമയമപ്പോൾ സന്ധ്യയോടടുത്തതുകൊണ്ട് ബ്രഹ്മസ്വം മഠത്തിൽതന്നെ പോയി കുളിച്ച് ഭക്ഷണം കഴിച്ച് വിശ്രമിക്കാൻ രാമനാഥൻ എന്നോട് പറഞ്ഞു. ഒട്ടും പരിഭ്രമിക്കേണ്ടെന്നും, എല്ലാം നേരെയാകുമെന്നും അദ്ദേഹം എന്നെ സമാധാനിപ്പിക്കുകയും ചെയ്തു.

പിറ്റേദിവസം ഞാനയാളെ കണ്ടപ്പോൾ കുറച്ചുദിവസം കൂടി ബ്രഹ്മസ്വം മഠത്തിൽ താമസിച്ച് ജോലിയന്വേഷിക്കുകയല്ലേ നല്ലതെന്ന് ചോദിച്ചു. അല്പം

പരിഭവത്തോടെയാണെങ്കിലും ഞാനതു സമ്മതിച്ചു. എന്നാൽ ഏതാണ്ട് ഒരാഴ്ച കഴിഞ്ഞിട്ടും എനിക്ക് പണിയൊന്നും ലഭിച്ചില്ല.

പണിയൊന്നുമായില്ല എന്നു പറയാനായി ഞാൻ പിന്നീട് രാമനാഥനെ ക്കണ്ടപ്പോൾ, എനിക്ക് പറ്റിയ നല്ലൊരു പണി രാമനാഥൻ കണ്ടുവെച്ചിട്ടു ണ്ടെന്നും, അത് തിരുവനന്തപുരത്താണെന്നും എന്നെ പ്രതീക്ഷിച്ച് രാമനാഥൻ കാത്തിരിക്കുകയായിരുന്നുവെന്നും പറഞ്ഞു. തിരുവനന്തപുരത്തേയ്ക്ക് പോകാൻ ഒരുക്കമാണോ എന്നു ചോദിച്ച രാമനാഥനോട് ഞാൻ എവിടെ പോകാനും തയ്യാറാണെന്നും രാമനാഥൻ കണ്ടുവെച്ച പണി നഷ്ടപ്പെടാതെ വേണ്ടത് ഉടൻ ചെയ്യണമെന്നും അഭ്യർത്ഥിച്ചു. വിവരങ്ങളെല്ലാം ചോദിച്ച റിഞ്ഞ ഞാൻ രാമനാഥന്റെ സാമർത്ഥ്യത്തെ വാഴ്ത്തുകയും പിറ്റേദിവസം തന്നെ തിരുവനന്തപുരത്തേയ്ക്കു പോകാൻ തയ്യാറാവുകയും ചെയ്തു. എനിക്ക് ഓടിക്കുവാനുള്ള വണ്ടി പഴയൊരു ബ്യൂക്ക് കാറായിരുന്നു. എട്ടു പത്തു കൊല്ലത്തെ പഴക്കമുള്ളതാണ് ആ വണ്ടിയെങ്കിലും എല്ലാംകൊണ്ടും അത് പുതിയതുപോലെത്തന്നെയായിരുന്നു. നേരെ എട്ടു സിലിണ്ടറുള്ള അത്തരം വലിയ വണ്ടി അതിനു മുമ്പ് ഞാൻ ഓടിച്ചിരുന്നില്ല. വലിയ ഒരു ഉദ്യോഗസ്ഥനായിരുന്നു എന്റെ അന്നദാതാവെന്നതിന്നു പുറമെ അദ്ദേഹം എല്ലാ അർത്ഥത്തിലും ഒരു മാന്യനുമായിരുന്നുവെന്നാണ് ഞാൻ അറിഞ്ഞത്.

അദ്ദേഹത്തിന്റെ സഹധർമ്മിണി അപ്പോൾ തൃശ്ശൂരിലുള്ള തന്റെ തറവാട്ടി ലുണ്ടായിരുന്നു. തൃശ്ശൂർക്കാരിയായ അവർ വലിയ പണക്കാരിയായിരുന്നു. തിരുവനന്തപുരത്തുനിന്ന് വന്നതാണെങ്കിലും അദ്ദേഹം പിറ്റേ ദിവസംതന്നെ മടങ്ങിയത്രേ. അവർക്കൊരു നല്ല ഡ്രൈവറെ കിട്ടിയിട്ടേ തിരുവനന്തപുര ത്തേയ്ക്ക് വരുന്നുള്ളൂ എന്നാണത്രേ ആ സ്ത്രീ ഭർത്താവിനോട് പറഞ്ഞത്.

രാമനാഥന്റെ വാഗ്വിലാസംകൊണ്ടാകണം ആ സ്ത്രീക്ക് കണ്ട മാത്രയിൽ ത്തന്നെ എന്നെ നല്ലവണ്ണം ബോധിച്ചു. സകലചെലവും കഴിച്ച് മുപ്പതു രൂപ ശമ്പളം നിശ്ചയിച്ച് അവരെന്നെ സ്വീകരിക്കുകയും കാറിന്റെ താക്കോൽ എനിക്കു തരികയും ചെയ്തു. താമസിയാതെ തിരുവനന്തപുരത്തേയ്ക്കു പോകണമെന്ന് അവർ പറഞ്ഞപ്പോൾ ഞാൻ അതിന് എപ്പോഴും ഒരുക്കമാ ണെന്ന് പറയുകയും മിക്കവാറും നാളെത്തന്നെ നമുക്കു പോകാമെന്ന് അവരെ ന്നോട് സൂചിപ്പിക്കുകയും ചെയ്തു.

മദിരാശിയിൽ ഏതോ ഒരു കോളേജിൽ പഠിക്കുന്ന മകളും മന്ദബുദ്ധി യായ ഒരു മകനും അവർക്കുള്ളതായി ഞാനറിഞ്ഞു. അമ്മയെ വിട്ട് താമസി ക്കാൻ കൂട്ടാക്കാത്ത പത്തുപതിനാറു വയസ്സായ ആ ചെറുപ്പക്കാരൻ അവരുടെ കൂടെത്തന്നെയുണ്ടായിരുന്നു. പ്രത്യക്ഷത്തിൽ ഒന്നും തോന്നില്ലെങ്കിലും അടുത്തു പെരുമാറിയാൽ ആ ചെറുപ്പക്കാരന്റെ വളർച്ചക്കുറവ് എല്ലാവർക്കും ബോദ്ധ്യപ്പെടും. ഈ വക കാര്യങ്ങളെല്ലാം രഹസ്യമായി രാമനാഥനിൽ നിന്നാണ് അറിഞ്ഞത്.

ഒരു ദിവസം ഉച്ചതിരിഞ്ഞ് മൂന്നരയ്ക്ക് പുറപ്പെട്ട ഞങ്ങൾ അവരുടെ ഒരു ബന്ധുവൊന്നിച്ച് എറണാകുളത്താണ് അന്നു രാത്രി താമസിച്ചത്. തിരുമേനി യെന്നേ അവരെന്നെ വിളിച്ചിട്ടുള്ളൂ. എനിക്കാണെങ്കിൽ ആ സ്ത്രീയുടെ തിരു മേനിവിളി കേൾക്കുന്നതുപോലും പരമാനന്ദമായിരുന്നു.

അന്ന് ഞാൻ എറണാകുളത്ത് ആ വീട്ടിൽ നിന്ന് നല്ലവണ്ണം ഒന്നു കുളിച്ചു. പ്രത്യേകം ഇലവെച്ച് വിളമ്പിത്തന്ന രുചിയുള്ള ഭക്ഷണവും കഴിച്ച് സുഖമായി

കിടന്നുറങ്ങി. പിറ്റേന്ന് കാലത്ത് ഏഴരയ്ക്ക് പുറപ്പെട്ട് അന്തിയാകും മുമ്പ് തിരുവനന്തപുരത്ത് എത്തണമെന്നും ഒരുപാട് ദൂരമുണ്ടെന്നും ആ സ്ത്രീ എന്നെ ഓർമ്മിപ്പിച്ചിരുന്നു.

കാലത്ത് കൃത്യം ഏഴരയ്ക്ക് പുറപ്പെട്ട വണ്ടിയിൽ ഒരു കാര്യസ്ഥനും ആ സ്ത്രീയും അവരുടെ മകനും മാത്രമേ എന്നെ കൂടാതെ ഉണ്ടായിരുന്നുള്ളൂ. വിചാരിച്ചതിലും എളുപ്പം എനിക്ക് ആ വണ്ടിയായിട്ട് ഇണങ്ങാൻ സാധിച്ചു. ഓടിക്കാനാണെങ്കിൽ പരമസുഖം. വലിയ ആ കാറിലിരുന്നാൽ ചെറിയ ഒരു എലിക്കുഞ്ഞെന്ന് തോന്നിയിരുന്ന എനിക്ക് പെഡലിൽ കാലെത്താൻ ഒന്നു രണ്ടു തലയിണകളുടെ സഹായം വേണ്ടിവന്നു. എന്നാലും ആ കാറോടിക്കാൻ സുഖമായിരുന്നു.

ഞങ്ങൾ പകലേതാണ്ട് മൂന്നുമൂന്നരയോടെ തിരുവനന്തപുരത്തെത്തി. വഴിക്ക് ഭക്ഷണത്തിന് വേണ്ടതെല്ലാം ഒപ്പം കരുതിയിരുന്നു. ഒന്നുരണ്ടു ദിക്കിൽ പത്തുപതിനഞ്ചു മിനിട്ട് വീതം നിർത്തിയിട്ടും ഞങ്ങളുടെ വാഹനം അതിവേഗംതന്നെ എത്തി.

അന്നൊരു ഞായറാഴ്ചയായിരുന്നു. വഴുതക്കാട്ടുള്ള ആ വലിയ വീട്ടിൽ ഞങ്ങളെത്തിയപ്പോൾ കുടുംബനാഥൻ ഉച്ചഭക്ഷണം കഴിഞ്ഞ് അല്പം വിശ്രമിക്കുകയായിരുന്നു. എന്നെക്കണ്ട് പരിചയപ്പെട്ട അദ്ദേഹത്തിന്, എല്ലാംകൊണ്ടും നല്ലവണ്ണമിഷ്ടപ്പെട്ടു. അദ്ദേഹമാണെങ്കിൽ തൃപ്പൂണിത്തുറകോവിലകത്തെ ഏതോ ഒരു തമ്പുരാന്റെ പുത്രനുമായിരുന്നു.

തിരുവനന്തപുരത്തെ വലിയ വീട്ടിൽ നാലഞ്ചു ജോലിക്കാരുണ്ടായിരുന്നു. ദഹണ്ണത്തിന് ഒരു സ്ത്രീയും പുരുഷനും. ആ കുടുംബനാഥയുടെ കാര്യങ്ങൾ നോക്കാൻ ചെറുപ്പക്കാരിയായ ഒരു ജോലിക്കാരി എപ്പോഴും ഒപ്പമുണ്ടാകും. ഇതിനെല്ലാം പുറമെ വീട്ടാവശ്യത്തിനുള്ള സാമാനങ്ങൾ പുറത്തുപോയി വാങ്ങിക്കൊണ്ടു വരാൻ മറ്റൊരു വാല്യക്കാരൻ. ഞങ്ങളുടെ ഒപ്പം കാറിലുണ്ടായിരുന്ന മനുഷ്യൻ, അവരുടെ കാര്യസ്ഥനായിരുന്നു.

ഇടയ്ക്കിടയ്ക്ക് അയാൾ തൃശ്ശൂരിൽ പോയി മടങ്ങിവരും. മാസത്തിൽ രണ്ടുമൂന്നു തവണയുണ്ടീ യാത്ര. അവരുടെയെന്നപോലെ അദ്ദേഹത്തിന്റെയും കാര്യസ്ഥനായിരുന്നു ആ മനുഷ്യൻ.

എനിക്ക് താമസിക്കാൻ വലിയൊരു മുറിതന്നെ ആ സ്ത്രീ ഏർപ്പാടു ചെയ്തിരുന്നു. നല്ല കാറ്റും വെളിച്ചവും കിട്ടുന്ന ആ മുറിയിൽ ഒന്നാംതരം ഒരു കട്ടിലും കിടയ്ക്കയുമുണ്ടായിരുന്നു. വായിക്കാനാണെങ്കിൽ രണ്ടു മൂന്നു ദിനപത്രവും മാസികകളും.

ഭക്ഷണക്കാര്യം പറയാതിരിക്കയാണ് നല്ലതെന്നു തോന്നുന്നു. അതിവിശിഷ്ടം എന്നല്ലാതെ ഭക്ഷണപ്രിയനായ എനിക്ക് കൂടുതലൊന്നും പറയാനില്ല. ഇത്രയൊക്കെ ഞാൻ ഒട്ടും പ്രതീക്ഷിച്ചതല്ലെന്ന് ഇവിടെ രേഖപ്പെടുത്തിവെയ്ക്കട്ടെ. രാമനാഥനോടാണ് ഇതിനെല്ലാം കടപ്പെട്ടതെന്ന കാര്യം ഞാൻ ഒട്ടും മറന്നതുമില്ല. പ്രഭാതത്തിലുണരുന്ന എനിക്ക് പല്ലുതേച്ചു കഴിഞ്ഞയുടൻ ഒന്നാംതരം ചായ കിട്ടും. കുളിച്ചെത്തുമ്പോൾ ഗംഭീരമായ പ്രാതൽ. അതിന് മിക്കപ്പോഴും ഇഡ്ഡലിയോ ദോശയോ ആകും. ഇവയെല്ലാം എത്ര വേണമെങ്കിലും എനിക്ക് തിന്നാം. ഞാൻ നല്ലവണ്ണം ഭക്ഷണം കഴിച്ചിരുന്നതായും ഇന്നോർക്കുന്നു.

ഒമ്പതു മണിയോടെ അവരുടെ മകനെ സ്ക്കൂളിൽ കൊണ്ടുപോയാക്കണം. ഉടൻ മടങ്ങിയെത്തുമ്പോഴേയ്ക്കും ആപ്പീസിൽ പോകാറായി. അദ്ദേഹം ഉച്ചയ്ക്കു ഭക്ഷണശേഷം ഒരു മണിക്കൂർ വിശ്രമിച്ചിട്ടേ പോകാറുള്ളൂ. തുടർന്ന് എനിക്ക് സ്ക്കൂളിലേയ്ക്കാണ് പോകേണ്ടത്.

മകനെ വീട്ടിലെത്തിക്കുന്ന ഞാൻ പിന്നെ കാപ്പി കുടിച്ച് സാവധാനത്തിലേ പുറപ്പെടൂ. സാധാരണ അഞ്ചരയ്ക്ക് അദ്ദേഹം ആപ്പീസിൽ നിന്ന് മടങ്ങും. അപൂർവ്വം ചിലപ്പോൾ എട്ടുമണിവരെ വൈകാറുമുണ്ട്.

വൈകുന്നേരങ്ങളിൽ, ആ സ്ത്രീക്ക് വേണമെങ്കിൽ എന്നോടു വണ്ടി കൊണ്ട് പൊക്കോളാൻ അദ്ദേഹം പറയും. ചില വൈകുന്നേരങ്ങളിൽ അവർക്ക് എവിടെയെങ്കിലും പോകാനുണ്ടാവും. പലപ്പോഴും ഷോപ്പിങ്ങിനാണ് അവർ പോകാറ്.

മടക്കം ഞങ്ങളാപ്പീസു വഴിയാക്കും. അപ്പോൾ പോർട്ടിക്കോവിൽ അദ്ദേഹത്തിന്റെ ഒരു ശിപായി നിൽക്കുന്നുണ്ടാവും. വണ്ടിയെത്തിയ വിവരം ശിപായി പോയറിയിച്ചാൽ ഉടൻ തന്നെ അദ്ദേഹം എത്തും. പിന്നെ നേരെ വീട്ടിലേയ്ക്കാണ് യാത്ര.

എട്ടരയ്ക്ക് വീട്ടിൽ എത്തുന്ന ഞങ്ങൾ അന്നത്തെ പണികളെല്ലാം ഭംഗിയായി അവസാനിപ്പിച്ച ഉത്സാഹത്തിലായിരിക്കും. ഞാൻ നന്നായിട്ടൊന്ന് കുളിക്കും. അതിന്നു ശേഷം ഭക്ഷണം കഴിച്ച് സുഖമായുറങ്ങും. രാത്രി പത്തരയ്ക്ക് ഞാൻ നല്ല ഉറക്കമായിട്ടുണ്ടാകും.

തിരുമേനിയായ എന്റെ കാര്യത്തിൽ എല്ലാവർക്കും നല്ല ശുഷ്കാന്തിയുണ്ടായിരുന്നു. ആ കാരണംകൊണ്ടു തന്നെ ഞാൻ ആദരണീയനുമായിരുന്നു. ആ സ്ത്രീ വലിയ വിലാസവതിയായിരുന്നു. നല്ല കുടവയറും മുറുക്കുമുള്ള അദ്ദേഹം ആ സ്ത്രീക്ക് ഇണങ്ങുന്ന ഭർത്താവായിരുന്നില്ലെന്ന് എനിക്കു തോന്നാറുണ്ട്.

രണ്ടു പ്രസവം കഴിഞ്ഞ നാല്പത്തഞ്ചുവയസ്സുള്ള ആ സ്ത്രീ അവിവാഹിതയാണെന്നു പറഞ്ഞാലാരും വിശ്വസിക്കും. വലിയ സുന്ദരിയും നല്ലവണ്ണം വേഷം കെട്ടാനറിവുമുള്ള ആ സ്ത്രീയെ കണ്ടാലാർക്കും പത്തിരുപത്തഞ്ചു വയസ്സിലധികം തോന്നില്ല. അവരുടെ ചലനസംസാരരീതികൾ പോലും അക്കാലത്തെ ചെറുപ്പക്കാരുടെ മട്ടിലായിരുന്നു. പ്രത്യേകിച്ചും അന്യരുടെ മുമ്പിൽ.

കുറച്ചു ദിവസം കഴിഞ്ഞതോടെ അവരുടെ യാത്രകൾ വർധിച്ചു തുടങ്ങി. ഏതാണ്ടെല്ലാ ദിവസവും മകനെ പള്ളിക്കൂടത്തിൽ നിന്ന് മടക്കിക്കൊണ്ടു വന്നാൽ അവർക്ക് എങ്ങോട്ടെങ്കിലും പോകാനുണ്ടാവും.

എവിടെപ്പോയാലും എട്ടുമണിക്ക് ഞങ്ങൾ ആപ്പീസിലെത്തും. അദ്ദേഹമാണെങ്കിൽ ആ സമയത്ത് വീട്ടിലേയ്ക്കു മടങ്ങാൻ തയ്യാറായിട്ടുമുണ്ടാവും.

ഭക്ഷണസമയത്ത് ആരുണ്ടായാലും ആഹാരം കഴിച്ചല്ലാതെ മടങ്ങാൻ അവരെ അദ്ദേഹം അനുവദിച്ചിരുന്നില്ല. തിരുവനന്തപുരത്തെ ചില രസികന്മാർ ആ തക്കം നോക്കി ഊണിന്റെ സമയത്ത് കേറിവരാറുണ്ട്. എന്നാലിതും എന്റെ ചീത്ത ചിന്തകളിലൊന്നായിക്കൂടായ്കയില്ല.

നാളുകൾ പോയ്ക്കൊണ്ടിരിക്കെ ആ സ്ത്രീ വൈകുന്നേരം ക്ഷേത്രങ്ങളിൽ പോകാൻ തുടങ്ങി. തീരെ ഭക്തിയില്ലാത്ത ഞാൻ അവരുടെ സഹായത്തിനായി ഷർട്ടൂരി കാറിൽ വെച്ച് ഒപ്പം തൊഴാൻ പോയിട്ടുണ്ട്. ഡ്രൈവർ ഒരു തിരുമേനിയാണെന്നു അവർ പലരോടും പറയുന്നത് ഞാൻ കേട്ടിട്ടുണ്ട്.

അവരുടെ ഭർത്താവ് അപ്രിയമായിട്ടൊരു വാക്കുപോലും ആരോടും പറയുന്നതായി ഞാൻ കേട്ടിട്ടില്ല. കുടുംബകാര്യങ്ങളിലൊന്നും ഇടപെടുകയേ ഇല്ല. ആ സ്ത്രീയാണ് അത്തരം കാര്യങ്ങളെല്ലാം നോക്കിയിരുന്നത്.

അവരെല്ലാവരും കാശിന്റെ കാര്യത്തിൽ ഉദാരമതികളായിരുന്നു. അവിടെ വന്നവരാരായാലും അഭീഷ്ടം സാധിക്കാതെ മടങ്ങിയിട്ടില്ല. ആ സ്ത്രീ പണം വാരിക്കൊടുക്കുന്നത് കണ്ടാൽ എനിക്ക് ഭയമാകാറുണ്ട്. കാശിന് വിലയുണ്ടെന്ന ചിന്തപോലും അവർക്കില്ലെന്ന് തോന്നും, ചിലപ്പോൾ അവരുടെ പ്രവൃത്തി കണ്ടാൽ. അവരുടെ എന്നോടുള്ള പെരുമാറ്റം ചിലപ്പോഴെങ്കിലും താഴ്ന്ന നിലവാരത്തിലാകാറുണ്ടോ എന്ന് എനിക്കു സംശയം തോന്നാറുണ്ട്. എന്നാലപ്പോഴെല്ലാം, എന്റെ പരിചയക്കുറവുകൊണ്ടുള്ള തോന്നലാണതെന്ന് ഞാൻ സമാധാനിക്കും. ഉള്ളവരുടെ ജീവിതരീതികളും ചിന്തകളും എനിക്കശേഷം പരിചയമുണ്ടായിരുന്നില്ല. അവരും ഞാനും ജീവിച്ചിരുന്നത് അക്ഷരാർത്ഥത്തിൽത്തന്നെ രണ്ടു ലോകങ്ങളിലാണ്.

ഉച്ചഭക്ഷണശേഷം വിശ്രമിക്കുമ്പോൾ ഒരുദിവസം അവരെന്നെ വിളിച്ച് "തിരുമേനിക്ക് കാരംബോർഡ് കളിക്കാൻ അറിയുമോ?" എന്നു ചോദിച്ചു. പേരുപോലും അധികം കേട്ടു പരിചയമില്ലാത്ത ആ കളി കളിക്കാനെനിക്കൊട്ടുമറിയില്ലെന്ന് ഞാനവരോടു പറഞ്ഞു.

എന്റെ മറുപടി കേട്ട അവർ എന്നെ സൂക്ഷിച്ചു നോക്കിക്കൊണ്ട് അത് രസമുള്ളൊരു കളിയാണെന്നും, 'തിരുമേനിയെ ഞാൻ പഠിപ്പിക്കുന്നുണ്ട്' എന്നും പറഞ്ഞു. ചെറുപ്പക്കാരനായ ഞാൻ എന്റെ നമ്പൂതിരി വിഡ്ഢിത്തം മൂലം എനിക്കും ആ കളി പഠിക്കാൻ മോഹമുണ്ടെന്ന് പറഞ്ഞു. എന്റെ മറുപടി അവരെ നല്ലവണ്ണം സന്തോഷിപ്പിച്ചുവെന്ന് എനിക്കവരുടെ മുഖഭാവംകൊണ്ട് അപ്പോൾതന്നെ മനസ്സിലായി.

ഒഴിവുള്ള സമയത്തെല്ലാം അവരെന്നെ കാരംബോർഡ്കളി പഠിപ്പിക്കാൻ തുടങ്ങി. തീർച്ചയായും അതൊരു രസമുള്ള കളി തന്നെയായിരുന്നു. ഞാനാകട്ടെ വേഗം തന്നെ കാരംബോർഡ്കളിയിൽ ഒരു വിദഗ്ധനായി. അതവർക്കും വേറെ ചിലർക്കും പറയാനൊരു വിഷയവുമായിത്തീർന്നു, പതുക്കെ.

ഒരിക്കൽ അദ്ദേഹം തന്നെ 'അങ്ങു കാരം കളിക്കാൻ പഠിച്ചുവെന്നു കേട്ടല്ലോ, ഒന്നു കളിക്കാമോ' എന്ന് എന്നോട് ചോദിച്ചു. അതിന്ന് മറുപടിയായി ആ സ്ത്രീ 'തിരുമേനി നന്നായി കാരം കളിക്കും' എന്നും 'പഠിപ്പിച്ചത് ഞാനാണ്' എന്നും മറുപടി പറഞ്ഞു. 'ഒന്നു കളിക്കരുതേ' എന്ന് ചോദിച്ചുകൊണ്ട് അവർ കാരംബോർഡ് കൊണ്ടുവന്നപ്പോൾ ഞാൻ സമ്മതിക്കുകയും ചെയ്തു.

ചുരുക്കത്തിൽ എനിക്കന്ന് അദ്ദേഹത്തിന്റെ സാന്നിദ്ധ്യത്തിൽ ആ സ്ത്രീയുമായി കാരം കളിക്കേണ്ടിവന്നു. നല്ല വാശിയോടെ കളിച്ച ഞാൻ അന്ന് അവരെ കളിയിൽ തോല്പിക്കുകയും ചെയ്തു.

മുറുക്കിക്കൊണ്ട് ഞങ്ങളുടെ കളി നല്ലവണ്ണം ശ്രദ്ധിച്ചിരുന്ന അദ്ദേഹം ഞാൻ ജയിച്ചപ്പോൾ നന്നായാഹ്ലാദിക്കുകയും എന്നെ അഭിനന്ദിക്കുകയും ചെയ്തു. ഇങ്ങനെ പരസ്യമായിത്തന്നെ ധാരാളം തുടങ്ങിയപ്പോൾ ഭക്തയായ ആ സ്ത്രീ ഒരു ദിവസം എന്നോട് 'തിരുമേനിക്ക് പൂജയറിയുമോ?' എന്ന് ചോദിച്ചു. അതുകേട്ട ഞാൻ അവരോട് ഭക്തിയെക്കുറിച്ചും പൂജാദികളെക്കുറിച്ചും പൊടിപ്പും തൊങ്ങലും വെച്ച് വാചാലനായി.

മിക്ക പൂജകളും പഠിച്ചിരുന്ന എനിക്ക് അവയോടെല്ലാം അന്തരാ പുച്ഛമായിരുന്നു. എന്നാൽ എന്റെ പ്രസംഗം ശ്രദ്ധിച്ചു കേട്ടിരുന്ന അവരോട് ഞാനാ ഭാഗം ഒട്ടും തന്നെ സൂചിപ്പിച്ചില്ല. എന്തിനധികം, എനിക്കവരുടെ വികാരങ്ങളെ വ്രണപ്പെടുത്തുംവിധം ചിന്തിക്കുന്നതുപോലും അസാധ്യമായിത്തുടങ്ങിയിരുന്നു. കൂടുതലൊന്നും പറയാൻ ഞാനാളല്ല!

'എനിക്കൊരു ഗണപതിഹോമവും ഭഗവതിസേവയും ഇവിടെവെച്ച് നടത്തണമെന്നുണ്ട്. എന്നാണ് തിരുമേനിക്ക് സൗകര്യം എന്നു പറയൂ'. വാങ്ങേണ്ട സാധനങ്ങളുടെ ഒരു ലിസ്റ്റും ഉണ്ടാക്കിക്കൊടുക്കണമെന്ന് എന്നോടവർ പറഞ്ഞു.

ചെറുപ്പക്കാരനായ ഞാൻ അവരുടെ മുഖത്തുനോക്കി ഒന്നുംതന്നെ വയ്യെന്ന് പറയാൻ പറ്റാത്ത ഇന്നതെന്ന് വ്യവച്ഛേദിച്ചു പറയാനാകാത്ത ഒരു മാനസികാവസ്ഥയിലേയ്ക്ക് മെല്ലെ മെല്ലെ നീങ്ങുകയായിരുന്നു. അതിനുള്ള മുഖ്യകാരണം അവരീ നാല്പത്തഞ്ചുകാലത്തും അതിസുന്ദരിയും ഇരുപത്തഞ്ചു വയസ്സുമാത്രം തോന്നിക്കുന്ന ഒരു സ്ത്രീയുമായിരുന്നുവെന്നതാണ്.

സത്യത്തിൽ ഞാൻ അവരുടെ സാന്നിധ്യം നല്ലവണ്ണം ഇഷ്ടപ്പെട്ടിരുന്നു. അപ്പോഴെല്ലാം അവരെന്റെ അന്നദാതാവാണെന്ന കാര്യം അശേഷം ഓർത്തതുമില്ല. അവർതന്നെ നിശ്ചയിച്ച ഒരു ദിവസം ഞാൻ പൂജ നടത്താൻ തീരുമാനിച്ചു. എന്നിട്ട് അത്യാവശ്യം വേണ്ട സാധനങ്ങളുടെ ഒരു ലിസ്റ്റു കുറിച്ചുകൊടുക്കുകയും ചെയ്തു.

വലിയ ഉത്സാഹത്തോടെ ആ സ്ത്രീ വേണ്ടതും വേണ്ടാത്തതുമായി ഒരുപാട് സാധനങ്ങൾ വാങ്ങിക്കൂട്ടി. അവയെല്ലാം കണ്ടമ്പരന്ന ഞാനാകട്ടെ, ഒരു ദിവസത്തെ ഗണപതിഹോമത്തിനും ഭഗവതിസേവയ്ക്കുമായി ഈ സാധനങ്ങളെല്ലാം എങ്ങനെ ഉപയോഗിക്കേണ്ടൂ എന്ന് അല്പം പരിഭ്രമിക്കുകയും ചെയ്തു.

എനിക്കൊഴിവില്ലാത്ത ദിവസങ്ങളിൽ അദ്ദേഹത്തിന്റെ ആവശ്യത്തിനായി ആപ്പീസിലെ കാറും ഡ്രൈവറും എത്താൻ തുടങ്ങി. അതാകട്ടെ എന്നെ ലേശം വിഷമിപ്പിക്കുകയും ചെയ്തു.

വണ്ടിയോടിക്കാൻ നിയമിതനായ ഞാൻ നമ്പൂതിരിയാണെന്ന കാരണം കൊണ്ട് മറ്റു ചില പണികൾക്ക് വിധേയനാവുകയായിരുന്നു. ആ വിധേയത്വം ഒരു അതിർത്തിവരെ ഞാനിഷ്ടപ്പെടുകയും ചെയ്തിരുന്നുവെന്ന് പറയണം. ഒരിക്കൽ എല്ലാം ഭംഗിയായി കലാശിച്ചതോടെ, ഗണപതിഹോമവും ഭഗവതിസേവയും പിന്നെയും അവർക്ക് വേണമെന്നായി. ഗംഭീരമായിട്ടല്ലാതെ ഒരു കാര്യവുമില്ല. ചിലപ്പോൾ ആ സ്ത്രീയുടെ ചില സുഹൃത്തുക്കളും എത്താറുണ്ട്. എന്നാലദ്ദേഹത്തിന് ആപ്പീസ്പണിനിമിത്തം ഒരിക്കലും അത്തരം സന്ദർഭങ്ങളിൽ വീട്ടിലെത്താൻ കഴിയാറില്ല.

ചില മാസങ്ങളിൽ രണ്ടും മൂന്നും ഭഗവതിസേവകൾ ഉണ്ടായി. അതിനെല്ലാം ഞാൻ ഒന്നാന്തരം നെയ്പായസം ഉണ്ടാക്കും. പല പെണ്ണുങ്ങളും നെയ്പ്പായസത്തിൽ മാത്രം കണ്ണുവെച്ചുകൊണ്ട് ആ ദിവസങ്ങളിൽ തൊഴാനെത്താറുണ്ട്. അവരാണെങ്കിൽ വരുന്നവരെയെല്ലാം സ്വീകരിച്ച് സൽക്കരിക്കുന്നതിൽ വിമുഖത കാട്ടിയിരുന്നുമില്ല. ഞാനൊട്ടും തന്നെ വിചാരിക്കാതെ ഭഗവതിസേവ നടക്കുന്ന ദിവസങ്ങളിൽ എനിക്ക് പെണ്ണുങ്ങളിൽ നിന്ന് മോശമല്ലാത്ത ദക്ഷിണയും കിട്ടിയിരുന്നു. എല്ലാവരേയും വേണ്ടതാണെങ്കിലും, ആ

സ്ത്രീയെങ്കിലും അവരുടെ വാർകുന്തളത്തിൽ തൊട്ട് അനുഗ്രഹിക്കേണ്ട തുണ്ടായിരുന്നു.

അനുഗ്രഹിക്കുന്ന എന്റെ കരങ്ങൾ അവരുടെ ശിരസ്സിൽ അധികം നേരം വെയ്ക്കുകയും കൂടുതലമരുകയും ചെയ്യുന്നുണ്ടോ എന്ന് ഞാൻ ഭയപ്പെട്ടിരുന്നു. പക്ഷേ, തുടർന്നുള്ള പെരുമാറ്റത്തിൽനിന്ന് ഞാനെന്റെ ഭയം അസ്ഥാനത്താണെന്ന് നല്ലവണ്ണം വിശ്വസിച്ചു. അത്യന്തം സാധാരണനിലയിലാണവരെന്റെ സ്പർശനങ്ങളെ സ്വീകരിച്ചിരുന്നതെന്ന് സംശയം കൂടാതെ പറയാൻ കഴിയും.

എന്നിട്ടും, ചില ദുർബ്ബലനിമിഷങ്ങൾ എന്നെ കീഴ്പ്പെടുത്തുന്നുണ്ടോ എന്ന് ഞാൻ സംശയിച്ചിരുന്നു. കാരണം ഓരോ അനുഗ്രഹവും എനിക്ക് രോമാഞ്ചമുണ്ടാക്കുകയും അരുതാത്തതെന്തോ ചെയ്യുന്നു എന്ന ഭയം എന്നെ പിടികൂടുകയും ചെയ്തിരുന്നു.

ദക്ഷിണ തരുന്നതിനോടൊപ്പം അവർ ഒരിക്കൽ ഒന്നാംതരം കസവുമുണ്ടും സമ്മാനിക്കുകയുണ്ടായി. അസാധാരണമായ സ്പർശത്തോടെയാണ് അവരെനിക്ക് അന്ന് മുണ്ട് തന്നത്. ഞരമ്പുകളിൽക്കൂടി ഇടിമിന്നൽ പോലെ ഒരനുഭവമാണ് അപ്പോൾ ഉണ്ടായത്. പെട്ടെന്ന് എനിക്ക് ഭയം തോന്നിയെങ്കിലും, അവരുടെ വാക്കിലോ പെരുമാറ്റങ്ങളിലോ സംശയിക്കേണ്ടതായി ഒന്നുമുണ്ടായിരുന്നില്ല. ആഹ്ലാദപൂർവ്വകമായ ആ അനുഭവം ഞാനും ആസ്വദിക്കുകയായിരുന്നുവെന്ന് ഇന്ന് ഞാൻ സമ്മതിക്കട്ടെ.

അരോഗദൃഢമായ ശരീരവും പത്തൊൻപതു വയസ്സ് പ്രായവുമുള്ള ഞാൻ അക്ഷരാർത്ഥത്തിൽത്തന്നെ ഒരു പുരുഷനായിരുന്നു. അതുകൊണ്ട് എനിക്ക് ആ സ്ത്രീ ഒരു നല്ല തലവേദനയായി മാറി. എന്നിട്ടും അവരെയോ അവരുടെ ചാപല്യങ്ങളെയോ എനിക്ക് വെറുക്കാൻ കഴിഞ്ഞിരുന്നില്ല.

പത്തിരുപത്തഞ്ച് വയസ്സ് കൂടുതലുള്ള ആ സ്ത്രീയോട് മനസ്സുകൊണ്ട് അടുപ്പം വർദ്ധിക്കുകയും വല്ലാത്തൊരു സുഖാസ്വാസ്ഥ്യം ഞാനനുഭവിക്കുകയും ചെയ്തു. എന്റെ നില കഷ്ടത്തിലുമായി!

എന്നാൽ പരമശുദ്ധനും അത്യന്തം സാത്വികനുമായ അവരുടെ ഭർത്താവിനെക്കുറിച്ചോർക്കുമ്പോൾ ഞാൻ ഞെട്ടിപ്പോകാറുണ്ട്. നേരെ വാ, നേരെ പോ എന്നല്ലാതെ ഒന്നും ചിന്തിക്കാത്ത ആ ശുദ്ധഹൃദയൻ അസാധാരണമായ എന്റെ ചിത്തവൃത്തികളെപ്പറ്റി സ്വപ്നത്തിൽപോലും വിചാരിച്ചിട്ടുണ്ടാകാനിടയില്ല.

സ്വന്തം മകനോടെന്നപോലെയാണ് തിരുമേനിയായ എന്നോട് അദ്ദേഹം പെരുമാറിയിരുന്നത്. അത് എനിക്കു തീർത്താൽ തീരാത്ത സങ്കടമായി. വലിയ മനുഷ്യനായ അദ്ദേഹത്തെ ചതിക്കാൻ ഒരു നിമിഷം മതി എന്ന നിലവരെ ചിലപ്പോൾ കാര്യങ്ങൾ നീങ്ങാറുണ്ട്. എന്നാൽ ഞാൻ ഒരിക്കലും (നമ്പൂരിവിഡ്ഢിത്തംകൊണ്ടാകാം) ആ പ്രചോദനത്തിൽ വീഴാതെ അവരിൽനിന്നു രക്ഷപ്പെടുകയാണുണ്ടായിട്ടുള്ളത്. ഒടുക്കം പണക്കാരുടെ രീതികളങ്ങനെയൊക്കെയാകാമെന്നുകരുതി സമാധാനമായി കിടന്നുറങ്ങുകയും ചെയ്യും.

എന്നാൽ അവരെന്റെ ഉറക്കം പിന്നെയും കെടുത്താൻ തുടങ്ങി. അതിനർത്ഥം അവരുടെ വിലാസചാപല്യങ്ങൾ ഞാനും ഇഷ്ടപ്പെട്ടിരുന്നുവെന്നു തന്നെയാണ്. അത് പ്രതിദിനം വർദ്ധിക്കുകയല്ലാതെ ഒട്ടുംതന്നെ കുറഞ്ഞിരുന്നില്ല.

ഇക്കാലത്ത് കാരംകളി ഒഴിവുള്ളപ്പോളെല്ലാം എന്ന നിലയിലേക്ക് വർദ്ധിച്ചു. അറിയാതെ എന്ന മട്ടിൽ പലപ്പോഴും കളിക്കിടയിൽ അവരെന്റെ കയ്യ് സ്പർശിക്കും. ഞാൻ കയ്യു വലിച്ചാൽ "തിരുമേനി ഞാൻ തൊട്ട് ശുദ്ധം മാറ്റി എന്നു വിചാരിച്ച് പേടിക്കയൊന്നും വേണ്ട" എന്നു പറഞ്ഞ് ഭംഗിയായി ചിരിക്കും. എനിക്കാണെങ്കിൽ അത്തരം ദുർബ്ബലനിമിഷങ്ങൾ ആസ്വദിക്കുന്നതിൽ അസാധാരണമായ രസവും തോന്നിത്തുടങ്ങി.

ഒരു ദിവസം ഒറ്റയ്ക്കു കിട്ടിയ സമയത്ത് ഞാൻ അദ്ദേഹത്തോട് ഡ്രൈവറായിട്ട് അദ്ദേഹത്തിന്റെ പരിചയത്തിൽപ്പെട്ട ആരുടെയെങ്കിലും അടുക്കൽ ജോലി വാങ്ങിത്തരണമെന്ന് അപേക്ഷിച്ചു. ഇവിടെ എന്റെ പണി ഡ്രൈവറായിട്ടാണെങ്കിലും, അദ്ദേഹമെന്നെ സ്വന്തം മകനെപ്പോലെയാണ് കരുതുന്നതെന്നും, ഇതിങ്ങനെ തുടർന്നുപോകാൻ എനിക്ക് വയ്യാതായിത്തുടങ്ങി എന്നും വിനയപൂർവ്വം പറഞ്ഞു.

ക്ഷാത്രതേജസ്സും ബ്രാഹ്മണഹൃദയവുമുള്ള ആ മനുഷ്യൻ 'തിരുമേനിക്ക് ശമ്പളം കൂടുതലെത്രയാണ് വേണ്ട'തെന്നാണ് മറുപടിയായി ചോദിച്ചത്. എന്റെ ധർമ്മസങ്കടം എനിക്ക് പുറത്തു പറയാൻ പറ്റുന്നതല്ലല്ലോ!

കാര്യം ഇത്രയൊക്കെയായിട്ടും ആ സ്ത്രീയുടെ ചാപല്യം ഞാനിഷ്ടപ്പെട്ടിരുന്നുവെന്ന് ലജ്ജയില്ലാതെ സമ്മതിക്കട്ടെ. ആ ഏകകാരണം നിമിത്തം എനിക്കവരിൽ നിന്ന് ഓടിപ്പോകാനും അസാധ്യമായിരുന്നു! തിരുവനന്തപുരം നഗരം എനിക്ക് തികച്ചും മറുനാടാണ്. എന്നെ അറിയുന്നവരായിട്ട് അവിടെയുണ്ടായിരുന്നത് അദ്ദേഹത്തിന്റെ വണ്ടി എന്തൊ ചെറിയ പണിക്കായി ഒന്നുരണ്ടു തവണ കൊണ്ടുപോയ ഒരു വർക്ക്ഷോപ്പിന്റെ ഉടമയും അവിടത്തെ ജോലിക്കാരനും മാത്രമായിരുന്നു. ഇതും രക്ഷപ്പെടുവാൻ എനിക്കൊരു പ്രതിബന്ധമായിരുന്നു.

ഇതിനിടയിൽ വൈകുന്നേരങ്ങളിൽ പാർക്കുകളിലേയ്ക്കും ശംഖുമുഖത്തേയ്ക്കും കാറ്റുകൊള്ളാനായി ഞാൻ പോകാൻ തുടങ്ങി. അപ്പോഴെല്ലാം എന്റെ ഇടതുവശത്തായി കാറിന്റെ മുൻസീറ്റിലാണ് അവർ ഇരിക്കാറ്. അസ്വാഭാവികമായിട്ടൊന്നുംതന്നെ ഞാനതിൽ കണ്ടതുമില്ല.

എന്റെ തുടയിലും കയ്യിലും അറിയാതെ എന്ന നാട്യത്തിൽ ആ സ്ത്രീ ഇത്തരം സന്ദർഭങ്ങളിൽ പലതവണ സ്പർശിച്ചിട്ടുണ്ട്. ഭയത്തോടുകൂടിയ ഒരു സുഖം ഞാൻ ആ നിമിഷങ്ങളിൽ അനുഭവിച്ചിട്ടുമുണ്ട്. എന്നാലും അടുത്ത നിമിഷംതന്നെ എന്നിലെ സാത്വികവൃത്തി സടകുടഞ്ഞെഴുന്നേൽക്കും. അതുകൊണ്ട് കാര്യങ്ങൾ ഒട്ടുംതന്നെ അപകടമേഖലയിലേയ്ക്ക് നീങ്ങിയതുമില്ല.

ഒരിക്കൽ അവർ 'തിരുമേനിക്കെന്നെ ഇഷ്ടമില്ലേ?' എന്ന് ശുദ്ധമലയാളത്തിൽത്തന്നെ ചോദിച്ചു. 'അതിനെന്താണിത്ര സംശയം?' എന്നാണ് എനിക്കപ്പോൾ നാവിന്മേൽ വന്ന വികടസരസ്വതി. 'എനിക്കും വണ്ടിയോടിക്കാനറിയാമെന്ന് തിരുമേനിക്കറിയില്ലേ' എന്നായിരുന്നു അടുത്ത ചോദ്യം.

വിസ്മയത്തോടെ അവരിൽനിന്നുതന്നെ ആ വിവരമറിഞ്ഞ ഞാൻ ഓടുന്ന വണ്ടി നിർത്തി ഇറങ്ങി. എന്നിട്ട് 'നിങ്ങളൊന്നോടിയ്ക്കു, കാണട്ടെ' എന്നു പറഞ്ഞുകൊണ്ട് ഞാൻ മുൻസീറ്റിന്റെ ഇടതുഭാഗത്തെ വാതിൽ തുറന്ന് വണ്ടിക്കുള്ളിൽ കയറി. അവർ ഒട്ടും സംശയിക്കാതെ വലത്തോട്ട് നീങ്ങിയിരിക്കുകയും തുടർന്ന് ഭംഗിയായി ആ വണ്ടി ഓടിക്കുകയും ചെയ്തു.

ഞാനപ്പോൾ അവരുടെ വണ്ടി ഓടിക്കുന്നതിന്റെ ലാഘവം കണ്ട് നല്ലവണ്ണം വിസ്മയിക്കുകതന്നെ ചെയ്തു. തുടർന്ന് 'ഇപ്പോൾ എന്തു പറയുന്നു തിരുമേനി' എന്ന് എന്നോട് ചോദിക്കുകയും, 'ഇതൊക്കെ ലേശം ധൈര്യമുണ്ടായാൽ ആർക്കും ആകാവുന്നതാണ്.' എന്നു പറയുകയും ചെയ്തു.

അന്ന് ശംഖുമുഖത്ത് പ്രകൃതിഭംഗി അയവിറക്കിക്കൊണ്ട് ഞങ്ങൾ ഏതാണ്ടര മണിക്കൂർ കാറിലിരുന്നിട്ടുണ്ടാകണം. മടങ്ങുമ്പോൾ അവരെന്നോടു തന്നെ വണ്ടി ഓടിക്കാൻ പറഞ്ഞു. നേരെ ആപ്പീസിലേയ്ക്കു ചെന്ന ഞങ്ങളെ അദ്ദേഹം പോർട്ടിക്കോവിൽത്തന്നെ കാത്തുനിൽക്കുന്നുണ്ടായിരുന്നു. കഷ്ടി പത്ത് മിനുട്ട് വൈകിയെത്തിയ ഞങ്ങൾ അദ്ദേഹത്തിനെയും കൂട്ടി വീട്ടിലേയ്ക്ക് മടങ്ങുകയും ചെയ്തു.

ഇതിന്നിടയിൽ ഒന്നുരണ്ടു തവണ പത്മനാഭസ്വാമിക്ഷേത്രത്തിൽ തൊഴാൻ പോവുകയുണ്ടായി. ഒരിക്കലദ്ദേഹവും കുടുംബാംഗങ്ങളും ആപ്പീസിലെ ഒരു ശിപായിയുമൊന്നിച്ച് ഞങ്ങൾ കന്യാകുമാരിക്കും പോകയുണ്ടായി.

ശുചീന്ദ്രത്തുവെച്ച് ഹനുമാന്റെ വലിയ വിഗ്രഹവും സപ്തസ്വരം പുറപ്പെടുവിക്കുന്ന കരിങ്കൽത്തൂണും കാട്ടിത്തന്ന് എന്നെ അത്ഭുതപ്പെടുത്തിയതും ഈ സ്ത്രീ തന്നെയായിരുന്നു. ഒരാഴ്ച കഴിഞ്ഞപ്പോൾ 'നമുക്കൊന്ന് തൃശ്ശൂർക്ക് പോണം, എന്നാണ് വേണ്ടത്?' എന്ന് അവരെന്നോടു ചോദിച്ചു. ഞാനതിന്ന് 'നിങ്ങളെന്നോട് എന്താണിങ്ങനെ ചോദിക്കുന്നത്, നിശ്ചയിക്കേണ്ടത് നിങ്ങൾ തന്നെയല്ലേ?' എന്നു പകരം ചോദിച്ചു.

ഇതിനിടയിൽ പുറത്തുപോയപ്പോൾ എന്തോ ചിലത് അവരെനിക്കു വേണ്ടിയും വാങ്ങുകയുണ്ടായി. എന്നിട്ട് തുന്നൽക്കാരനെ വീട്ടിലേയ്ക്കു വരുത്തി എന്റെ അളവെടുപ്പിക്കുകയും ചെയ്തു.

ഒരാഴ്ചയ്ക്കുള്ളിൽ പകലേതാണ്ട് മൂന്നുമണിയോടെ ഒരു ജോഡി ഷർട്ടും മുണ്ടും തന്നിട്ട് 'തിരുമേനി ഇതൊന്നിട്ടു നോക്കൂ. എങ്ങനെയുണ്ടെന്ന് ഞാനൊന്നു കാണട്ടെ' എന്നു പറഞ്ഞു.

ഞാനപ്പോൾ, 'എനിക്കിതൊന്നും വേണ്ട. ശമ്പളം കിട്ടുമ്പോൾ വേണ്ടതെല്ലാം വാങ്ങിക്കോളാം' എന്നു പറഞ്ഞുനോക്കിയെങ്കിലും അവരതൊന്നും കേട്ട ഭാവംപോലും നടിച്ചില്ല. എന്നിട്ട് അല്പം അധികാരത്തോടെ 'തിരുമേനി ആ ഷർട്ടൊന്നിടൂ, ഞാനൊന്നു കാണട്ടെ' എന്ന് എന്നോട് കല്പിച്ചു.

തുന്നിയ ഷർട്ടുകൾ ബഹുപാകം. ഞാനത്തരം മികച്ച തുണികൊണ്ടുള്ള ഷർട്ട് അന്നാദ്യമായിട്ടാണ് കാണുന്നതുതന്നെ. അല്പം ലജ്ജയോടെ ഞാൻ ഷർട്ടിട്ട് അവരുടെ മുന്നിൽ നിന്നുകൊടുത്തു. എന്നെ സൂക്ഷിച്ചുനോക്കിയ അവർ 'ഇപ്പോൾ തിരുമേനിയെക്കണ്ടാൽ ഒരു രാജകുമാരനാണെന്നു തോന്നും' എന്നു പറഞ്ഞുകൊണ്ട് നന്നായി ചിരിച്ചു.

തുടർന്ന് ഒന്നുരണ്ടു ദിവസം അവരുടെ നേരം പോക്കുകൾ അതിർത്തി ലംഘിക്കുന്നതിന്റെ അടുത്തുവരെ അനുവദിച്ചുകൊണ്ട് ഞാൻ രസിച്ചു കഴിഞ്ഞു. എനിക്കാ സ്ത്രീയോട് ഏതാണ്ട് അനുരാഗം പോലെ എന്തോ തോന്നിത്തുടങ്ങിയിരുന്നു. അവർ തന്ത്രപൂർവ്വം എന്നെ കുടുക്കിൽപ്പെടുത്താൻ ഉത്സാഹിക്കുകയും ചെയ്തിരുന്നു.

അന്ന് വൈകുന്നേരം അഞ്ചരയ്ക്ക് അവരെന്നോട് പുറത്തുപോകണമെന്നു പറഞ്ഞു. വണ്ടി തയ്യാറാക്കി നിർത്തിയപ്പോഴേക്കും ഒരു സുന്ദരിയായ

ചെറുപ്പക്കാരിയെപ്പോലെ അവർ അതിഭംഗിയായി വസ്ത്രം ധരിച്ച് ഒരുങ്ങി വന്നു. ഉടൻതന്നെ ഇടതുഭാഗത്തെ മുൻവാതിൽ തുറന്ന് അവർ കാറിൽ കയറി. എന്നിട്ട് എന്നോട് വണ്ടി ഓടിക്കാനായി പറഞ്ഞു.

ഏതാണ്ട് അരനാഴിക പോയപ്പോൾ അവർ വണ്ടി നിർത്താൻ പറഞ്ഞു. എന്നിട്ട് വലതുഭാഗത്തേയ്ക്ക് നീങ്ങിയിരുന്ന് വണ്ടിയോടിക്കാൻ തയ്യാറെടുത്തു. മറുഭാഗത്തൂടെ ഞാൻ വണ്ടിയിൽ കയറിയതും അവർ ഓടിക്കാൻ തുടങ്ങി യതും ഒപ്പമായിരുന്നു. അതിഭംഗിയായി പതുക്കെ കാറോടിച്ചിരുന്ന അവർ അന്ന് എനിക്കു പരിചയമില്ലാത്ത ചില വഴികളിലൂടെയാണ് പോയിരുന്നത്.

അങ്ങനെ തമാശ പറഞ്ഞും വിഡ്ഢിച്ചിരി ചിരിച്ചും കഷ്ടിച്ചിരുട്ടായപ്പോഴേ യ്ക്കും ഞങ്ങൾ ശംഖുമുഖത്തെത്തി. എന്നാലാ സമയത്ത് അവിടെ ഒരുപാട് കാറുണ്ടായിരുന്നു. കുറച്ചുസമയം ആ ബഹളത്തിൽ അവർ കാർ നിർത്തി യെങ്കിലും 'ഇവിടെ തിരക്കാണല്ലോ' എന്ന് പറഞ്ഞു കൊണ്ട് ഒട്ടും ബഹളമി ല്ലാത്ത സ്ഥലത്തേയ്ക്ക് വണ്ടിയോടിച്ച് പോയി. ഞാനപ്പോഴെല്ലാം ഇതൊക്കെ വീക്ഷിച്ചുകൊണ്ട് ഒന്നും മിണ്ടാതിരിക്കുകയാണുണ്ടായത്.

ഏതാണ്ട് രണ്ടുനാഴിക ദൂരത്തെത്തിയപ്പോൾ തീരെ വെളിച്ചമില്ലാത്ത സ്ഥലത്ത് അവർ വണ്ടി നിർത്തി. എന്നിട്ട് 'ഇവിടെ ഒരു ജീവി പോലും ഇല്ലെന്നു തോന്നുന്നു' എന്ന് പറഞ്ഞു.

എല്ലാം ശ്രദ്ധിച്ചിരുന്ന എനിക്ക് കാര്യങ്ങളുടെ പോക്ക് അപകടത്തിലേ യ്ക്കാണല്ലോ എന്ന് കുറേശ്ശെ ഭയം തുടങ്ങി. എന്നാൽ ഒരു എടുത്തുചാട്ട മുണ്ടാകുമെന്ന് ഞാൻ തീരെ കരുതിയിരുന്നില്ല.

കുറച്ചൊക്കെ ഞാനും അവരുടെ കിറുക്കുകളിൽ ഒരു തരം സുഖം കണ്ടെ ത്തിയിരുന്നില്ലേ എന്ന് ഇന്ന് ആലോചിക്കുമ്പോൾ തോന്നാറുണ്ട്. അന്നെനിക്ക് കഷ്ടിച്ച് മീശ മുളച്ചുവരുന്നേ ഉണ്ടായിരുന്നുള്ളൂ.

പെട്ടെന്നാണവരെന്നെ കേറി കെട്ടിപ്പിടിച്ചത്. അതും നല്ലവണ്ണം മുറുക്കെ. എന്നിട്ടവർ എന്റെ കവിളിലും കഴുത്തിലും ചുണ്ടത്തുമൊക്കെ മാറിമാറി ചുംബിച്ചു. ആ സമയത്തെല്ലാം കയ്യുകൾ മുറുകുകയല്ലാതെ ഒട്ടുംതന്നെ അവർ അയച്ചിരുന്നില്ല.

ഒരു മാത്ര ഞാൻ അവരുടെ അതിസാഹസത്തിന് വഴങ്ങിയെങ്കിലും, പെട്ടെന്ന് എന്നിലെ ധാർമ്മികൻ ഉണരുകയും ബലമായിത്തന്നെ അവരെ തള്ളി മാറ്റി കാറിൽ നിന്ന് പുറത്തിറങ്ങുകയും ചെയ്തു. ഞാനപ്പോൾ വല്ലാതെ കിത യ്ക്കുന്നുണ്ടായിരുന്നു.

നല്ല ഇരുട്ടായിരുന്നതുകൊണ്ട് എനിക്കവരുടെയും അവർക്കെന്റെയും മുഖ ഭാവങ്ങൾ കാണാൻ കഴിഞ്ഞിരുന്നില്ല. ശ്വാസഗതി വർദ്ധിച്ച ഞാൻ അപ്പോൾ ഒരീറ്റപ്പുലിയെപ്പോലെ പുറത്തുനിന്ന് അമർഷം കൊള്ളുകയും, വായിൽ തോന്നിയതെന്തെല്ലാമോ അവരോട് പറയുകയും ഉണ്ടായി. എന്നാലവയൊന്നും ഞാനിന്നോർക്കുന്നില്ല.

അപ്പോൾ ആ സ്ത്രീ നല്ല സമചിത്തതയോടെ എന്നോടെന്തോ ചിലതു പറഞ്ഞു. അവർ പറയുന്നതൊന്നും ഞാൻ ശ്രദ്ധിക്കുന്നില്ലെന്ന് ഉറപ്പായപ്പോൾ ഒട്ടും താമസിയാതെ കാറോടിച്ചു പോവുകയും ചെയ്തു.

അവരോടിച്ചുപോവുന്ന കാറിന്റെ വെളിച്ചം നോക്കി കുറച്ചുനേരം ഞാനന ങ്ങാതെ നിന്നു. എന്നാൽ, എനിക്ക് അപ്പോൾ നല്ല സമാധാനമാണു തോന്നിയത്.

ശംഖുമുഖത്തുനിന്നും രണ്ടുനാഴികയകലെ ഏതോ ഒരു സ്ഥലത്ത് നല്ല ഇരുട്ടിലാണ് ഞാൻ അകപ്പെട്ടിരിക്കുന്നതെന്ന് ഓർമ്മ വന്നപ്പോൾ ആദ്യം കരച്ചിലാണ് വന്നത്. എന്നാൽ ഞാനപ്പോൾ കരയാൻ കൂട്ടാക്കിയില്ല.

ഉടൻതന്നെ ക്ഷമാപൂർവ്വം ശംഖുമുഖത്തേയ്ക്കു നടന്നു. അവിടുന്ന് തിരുവനന്തപുരത്തേയ്ക്കുള്ള മാർഗ്ഗം എനിക്ക് പരിചയമുള്ളതാണ്.

ഒട്ടും സമയം കളയാതെ നടക്കാൻ തുടങ്ങിയ എനിക്ക് അധികം വൈകാതെ നഗരം വഴി പോകുന്ന ഒരു ബസ്സ് കിട്ടി. ആ ബസ്സ് എന്നെ സ്റ്റാച്യു എന്ന സ്ഥലത്തിറക്കുകയും കിഴക്കേക്കോട്ടയിലേക്കോ മറ്റോ പോവുകയും ചെയ്തു.

അവിടുന്ന് നേരിട്ടു പോയത് എനിക്ക് പരിചയമുള്ള വർക്ക്ഷോപ്പിലേക്കാണ്. ആ വർക്ക്ഷോപ്പുകാരന്റെ വീടും അവിടെത്തന്നെയായിരുന്നു. അസാധാരണമായി ആ നേരത്ത് എന്നെ കണ്ട അയാൾ ലേശം അമ്പരന്നുവെങ്കിലും, പരിഭ്രമം മാറിയപ്പോൾ ഞാൻ പറയുന്നതെല്ലാം കേൾക്കാൻ അയാൾ താത്പര്യം കാണിച്ചു. അതെനിക്ക് അനുഗ്രഹവുമായി.

പറഞ്ഞതെല്ലാം ക്ഷമയോടെ കേട്ട ആ നല്ല മനുഷ്യൻ നാട്ടിലേയ്ക്ക് മടങ്ങാൻ വരട്ടേയെന്നും, ഏതെങ്കിലും പണികണ്ടെത്തുവാൻ പറ്റുമോ എന്ന് നോക്കട്ടെ എന്നും എന്നെ സമാധാനിപ്പിച്ചു.

തികച്ചും ശാന്തനായ എന്റെ പ്രശ്നം അന്ന് രാത്രി ഞാനെവിടെക്കൂടും എന്നുള്ളതായി. നേരം വെളുക്കുംവരെ കഴിയണമല്ലോ! പിറ്റേന്നു കാലത്ത് അയാൾ ഞാൻ ജോലി ചെയ്തിരുന്ന സ്ഥലത്തു പോയി സാമാനങ്ങളെല്ലാം കൊണ്ടുവരാൻ പറഞ്ഞു. എന്നാലത് എനിക്ക് താങ്ങാവുന്നതിലേറെയായിരുന്നു. കുടുംബനാഥന്റെ മുഖത്തു നോക്കാൻ എനിക്ക് ധൈര്യമില്ലായിരുന്നു. ആ സ്ത്രീയെ കാണാതെ സാമാനങ്ങൾ കൊണ്ടുപോരാനും കഴിയുമായിരുന്നില്ല. എല്ലാം ഉപേക്ഷിച്ച ഞാൻ ആ വർക്കുഷാപ്പുകാരനെത്തന്നെ ശരണം പ്രാപിക്കുകയാണുണ്ടായത്. ആ നല്ല മനുഷ്യനാകട്ടെ, എനിക്ക് രണ്ടു ദിവസത്തിനുള്ളിൽ ഒരു ജോലി കണ്ടെത്തിപ്പിടിച്ച് തരികയും ചെയ്തു.

തിരുവനന്തപുരത്തോട് വിട

വലതും ചിന്തിച്ചുകിടന്ന ഞാൻ ഉറങ്ങിയതറിഞ്ഞില്ല. നേരം നല്ലവണ്ണം വെളുത്തതും. പ്രഭാതത്തിൽ ഉണർന്നാൽ വിസർജ്ജനാദികൾ നടത്തേണ്ടതുണ്ടായിരുന്നു. അതിനൊരുപായം ചിന്തിച്ചുകൊണ്ടുനില്ക്കുമ്പോൾ ഭാഗ്യത്തിന് ആ വർക്ക്ഷോപ്പുകാരൻ കുളിയും മറ്റും കഴിച്ച് എന്റെ മുമ്പിൽ സുസ്മേരവദനനായി എത്തി. അയാൾ ജന്മംകൊണ്ട് ഒരു ഈഴവനായിരുന്നുവെന്ന് മുമ്പുതന്നെ ഞാൻ ധരിച്ചിട്ടുണ്ട്. അയാളൊരു സാത്വികപ്രകൃതിയായിരുന്നുവെന്ന് ഞാനശേഷം അറിഞ്ഞിരുന്നില്ല.

നമ്പൂരിയായ എന്നോട് ഈഴവനായ അദ്ദേഹം തന്റെ കുടുംബത്തിൽ തന്നെ എന്റെ പ്രാഥമികാവശ്യങ്ങൾ നിറവേറ്റാൻ പറഞ്ഞു. കുളികഴിഞ്ഞെത്തിയ എനിക്ക് പ്രാതലിനും ഊണിനുമായി അടുത്തുള്ള ബ്രാഹ്മണാൾ ഹോട്ടലിൽതന്നെ ആ മനുഷ്യൻ ഒപ്പം വന്ന് ഏർപ്പാടാക്കിയത് എന്നെ നല്ലവണ്ണം

അദ്ഭുതപ്പെടുത്തി. ജാതിക്കുശുമ്പ് കത്തിനിന്നിരുന്ന അക്കാലത്ത് തിരുവനന്തപുരം നഗരം അതിന്റെ സംഹാരതാണ്ഡവംതന്നെ നടത്തിയിരുന്നതായി ഞാനോർക്കുന്നു.

അതെന്തായാലും ആ വർക്ക്ഷോപ്പുകാരൻ എനിക്ക് ഈശ്വരനെപ്പോലെയായിരുന്നു. അദ്ദേഹമില്ലായിരുന്നുവെങ്കിൽ ഇന്ന് ഇതെഴുതാൻ ഞാൻ ബാക്കിയുണ്ടാകുമെന്ന് എന്താണൊരുറപ്പ്!

പുട്ടും കടലയും ചായയും കഴിച്ച് മടങ്ങി വർക്ക്ഷോപ്പിലെത്തിയ ഞാൻ എന്റെ ഓട്ടോമൊബൈൽവിജ്ഞാനം മുഴുവൻ അയാളുടെ മുമ്പിൽ വിളമ്പി. എന്നാൽ അതൊന്നും അയാൾ ശ്രദ്ധിച്ചതായി തോന്നിയില്ല. ഏതാണ്ട് പത്തുമണിയായപ്പോൾ "തിരുമേനി പോയി ഒന്നു നടന്നു വരൂ, ഇവിടടെത്തന്നെ ഒരു ജോലി കണ്ടെത്താൻ ഞാൻ നോക്കട്ടെ" എന്നു പറഞ്ഞുകൊണ്ട് ആ മനുഷ്യസ്നേഹി എന്നെ സമാധാനിപ്പിച്ചു. അതപ്പോൾ എനിക്ക് കിട്ടിയ ഒര മൃതവർഷവുമായിരുന്നു.

കൃത്യം മൂന്നാംദിവസം അയാളെനിക്കൊരു ജോലി കണ്ടെത്തി. അതയാളുടെ വർക്കുഷോപ്പിൽ പണിക്ക് കൊണ്ടുവന്നിരുന്ന ഒരു കാറുടമയുടെ കൂടെയായിരുന്നു. എനിക്ക് ജോലി ചെയ്യേണ്ടത് വലിയ ഒരു ഉദ്യോഗസ്ഥന്റെ 'ഹിൽമാൻ' എന്ന കാറിലായിരുന്നു. അദ്ദേഹം ഞാൻ നമ്പൂരിയാണെന്നറിഞ്ഞതോടെ താമസഭക്ഷണാദികളും നല്ല ശമ്പളവും തരാൻ തയ്യാറായി. തുടക്കത്തിലെന്നോടു കാണിച്ച ഭവ്യത അദ്ദേഹം തുടർന്നു കൊണ്ടിരുന്നു. എന്നാലതിന്റെ ഉദ്ദേശ്യം മറ്റു ചിലതാണെന്നു ഞാനറിഞ്ഞത് കാര്യങ്ങൾ വളരെ മുന്നോട്ടു നീങ്ങിയ ശേഷമാണ്.

നഗരത്തിൽനിന്ന് നാലഞ്ചുനാഴിക ദൂരെ ഒന്നാംതരം ഒരു ബംഗ്ലാവിലാണ് അദ്ദേഹം താമസിച്ചിരുന്നത്. ഭാര്യ മരിച്ച അദ്ദേഹത്തിന് രണ്ട് പെൺകുട്ടികളുണ്ടായിരുന്നു. മൂത്തവൾ എം.എ.യ്ക്ക് പഠിക്കുകയായിരുന്നു. അവളുടെ അനുജത്തി പഠിച്ചിരുന്നത് പത്തിലാണെന്നാണ് എന്റെ ഓർമ്മ! കുട്ടികളെ സ്ക്കൂളിലേയ്ക്കും കോളേജിലേയ്ക്കും കൊണ്ടുപോവുകയാണ് ദിവസത്തിലെ എന്റെ ആദ്യ പണി. അതുകഴിഞ്ഞ് മടങ്ങിവരുമ്പോൾ ഓഫീസിലേയ്ക്ക് പോകാൻ അദ്ദേഹം തയ്യാറായിരിക്കും. ഓഫീസിലെത്തിയാൽ പിന്നെ എനിക്ക് കാത്തിരിക്കുകയാണ് മുഖ്യമായ പണി. കൃത്യം ഒരു മണിക്ക് വീട്ടിലേക്കു പുറപ്പെടുന്ന അദ്ദേഹം ഭക്ഷണാനന്തരം അല്പം വിശ്രമിച്ച് മൂന്നുമണിയോടെ ഓഫീസിലെത്താൻ പാകത്തിനേ പുറപ്പെടൂ.

തുടർന്ന് കോളേജിലും സ്ക്കൂളിലും പോയി കുട്ടികളെ മടക്കി വീട്ടിൽ കൊണ്ടുപോയാക്കണം. പിന്നീട് എനിക്ക് പതുക്കെ പുറപ്പെട്ടാൽ മതി. എട്ടുമണിക്കു മുമ്പ് ഒരിക്കലും അദ്ദേഹം ഓഫീസിൽനിന്ന് ഇറങ്ങാറില്ല. എനിക്ക് അതുവരെ മറ്റെന്തെങ്കിലും ചെയ്യാം.

അഞ്ചഞ്ചരയോടെ ഓഫീസിൽ പണിയെടുക്കുന്ന മുന്നൂറോളം ജോലിക്കാർ മടങ്ങും. അദ്ദേഹത്തിന് പണി തുടങ്ങുക പിന്നീടാണെന്നു പറയാം. എട്ടുമണിവരെ പണിയെടുക്കുന്ന അദ്ദേഹത്തിന് സഹായത്തിനായി ഓഫീസിൽ ഒരു സെക്രട്ടറിയും, സ്റ്റെനോഗ്രാഫറും, ഒന്നു രണ്ട് ശിപായിമാരും മാത്രമേ ഉണ്ടാകൂ.

ഏതോ ഒരു വലിയ തറവാട്ടിൽ പിറന്ന മേനവനായിരുന്നു അദ്ദേഹം. അച്ഛൻ ഒരു ക്ഷത്രിയനാണത്രേ! അമ്മ അന്നും തറവാട്ടിൽ ജീവിച്ചിരിപ്പുണ്ടായിരുന്നു. ഭാര്യ മരിച്ചിട്ട് എട്ടുപത്തുകൊല്ലത്തിലധികം കഴിഞ്ഞിരുന്നു.

അദ്ദേഹത്തിനെക്കുറിച്ച് ഞാനറിഞ്ഞത് അത്ര നല്ല കഥകളല്ലായിരുന്നു. ആ സ്ത്രീയുടെ മരണത്തിനെക്കുറിച്ചും ധാരാളം അപഖ്യാതികളുണ്ട്. കഷ്ടിച്ച ക്ഷരാഭ്യാസം മാത്രമുള്ള ആ സ്ത്രീയെ വിവാഹം ചെയ്തതുതന്നെ തറവാട്ടു മഹിമയും കാശും കണ്ടിട്ടാണത്രേ! കൂടുതലൊന്നും അറിയാത്ത ഞാൻ എഴുതുന്നതെന്തും അധികപ്പറ്റാകാനാണിട!

അതിസുന്ദരിയായ ഒരു ചെറുപ്പക്കാരിയായിരുന്നു അവിടെ ദഹണ്ണത്തിന്. അവരെ അദ്ദേഹംതന്നെ നാട്ടിൽനിന്നു കൊണ്ടുവന്നതാണത്രേ! പുറമെ മന്തനായ ഒരു വാല്യക്കാരനുമുണ്ട്. അയാൾ ഓഫീസിലെ തന്നെ ഒരു ശിപായി യായിരുന്നുവെന്ന് പിന്നീട് ഞാൻ അറിഞ്ഞു.

സുമാർ മൂന്നുമാസത്തോളം അവിടെ പണിയെടുത്ത എനിക്ക് ആദ്യത്തെ കുറച്ചു ദിവസങ്ങൾക്കുള്ളിൽ പല പുതിയ അനുഭവങ്ങളുമുണ്ടായി. അവയി ലധികവും ഞാൻ കാണരുതാത്തവയായിരുന്നുവെന്ന് ഇന്നോർക്കുന്നു. എന്നാ ലന്ന് ഞെട്ടലാണുണ്ടായത്.

നല്ല ഭക്ഷണം, വിശ്രമം, ശമ്പളം- ഞാനെന്റെ ഭാഗ്യത്തിനെക്കുറിച്ചോർ ക്കുകയായിരുന്നു. മിക്കവാറും അവകൊണ്ട് തന്നെ മുമ്പുണ്ടായ അനുഭവം ഞാൻ മറന്നുകഴിഞ്ഞിരുന്നു.

പഴയ യജമാനനെക്കുറിച്ചോർക്കുമ്പോൾ മാത്രം ഇന്നും എന്റെ കണ്ണു നിറയാറുണ്ട്. വലിയ മാന്യനും തറവാടിയുമായ അദ്ദേഹം എന്തിനാണിങ്ങനെ ഒരു സ്ത്രീയെ വിവാഹം ചെയ്തതെന്ന് ചിന്തിച്ചുപോകാറുണ്ട്. എല്ലാം കർമ്മ ഫലമാണെന്ന് ആശ്വസിക്കാനേ വഴിയുള്ളൂ.

എന്നെക്കുറിച്ചും എന്റെ പെരുമാറ്റങ്ങളെക്കുറിച്ചും എല്ലാവർക്കും നല്ല മതി പ്പായിരുന്നു. എന്നാലാ സുന്ദരിയായ ദഹണ്ണക്കാരിക്ക് മാത്രം ഞാനൊരു ശനി യായിരുന്നുവെന്ന് തോന്നുന്നു. അതിനാകട്ടെ അവരും ഞാനും ഒട്ടും ഉത്തര വാദികളുമായിരുന്നില്ല.

പറയത്തക്ക പണിയൊന്നുമില്ലാത്ത എനിക്ക് അക്കാലത്ത് പല നല്ല പുസ്തകങ്ങളും വായിക്കാൻ കഴിഞ്ഞു. അവയിലിന്നും ഓർക്കുന്നത് കൃഷ്ണ പ്പാട്ടും, തുള്ളൽപ്പാട്ടും, എഴുത്തച്ഛൻകൃതികളുമാണ്.

ഞാൻ കഥകളി പഠിച്ചവനാണെന്നുള്ളത് അദ്ദേഹത്തിന്റെ മക്കൾക്ക് വലിയ കൗതുകമായിരുന്നു. എന്നാലത് അദ്ദേഹം എന്നോടു കൂടുതലടുക്കാനും, അവസാനം അപകടത്തിൽ ചെന്നു കലാശിക്കാനും കാരണമാവുകയാണു ണ്ടായത്.

മധ്യവയസ്കനായ അദ്ദേഹം മരുന്നുകളെക്കൊണ്ടാണ് ജീവിച്ചിരുന്നതെന്ന് പറഞ്ഞാൽ ഒട്ടും അതിശയോക്തിയാകില്ല. ഇത്രയധികം ഗുളികകൾ തിന്നുന്ന ഒരാളെ ഞാൻ അതിനു മുമ്പ് കണ്ടിട്ടില്ല.

പ്രത്യക്ഷത്തിൽ ആരോഗ്യത്തിന് അപകടമുണ്ടെന്നു തോന്നില്ലെങ്കിലും, ഒരു രോഗിയായിരുന്നു അദ്ദേഹം. രോഗം ശരീരത്തിനെന്ന പോലെ മനസ്സിനു മുണ്ടല്ലോ? വലിയ വിഷയലമ്പടനായിരുന്ന അദ്ദേഹം അക്ഷരാർത്ഥത്തിൽ ത്തന്നെ ഒരു സ്വവർഗ്ഗഭോഗിയും കൂടിയായിരുന്നുവെന്ന് ഞാനറിഞ്ഞു. എന്നെ തിരുവനന്തപുരം വിട്ട് ഓടാൻ പ്രേരിപ്പിച്ചത് ആ വലിയ ഓഫീസറുടെ അസാ ധാരണമായ ചില പെരുമാറ്റങ്ങൾകൂടിയായിരുന്നു. ഞാൻ കഥകളി പഠിച്ചിട്ടു ണ്ടന്നറിഞ്ഞ അദ്ദേഹം രാത്രി ഭക്ഷണശേഷം അതിനെക്കുറിച്ചുള്ള കഥകൾ

ഓരോന്ന് ചോദിക്കുവാൻ തുടങ്ങി. അവയിലധികവും ഉഴിച്ചിലാദികളുടെ കാര്യമായിരുന്നു.

ഒരു ദിവസം ഉഴിച്ചിലെങ്ങനെയൊക്കെയാണു പതിവെന്നും, പട്ടിക്കാംതൊടി അതിലൊരു വിദഗ്ധനാണോ എന്നും അദ്ദേഹം അന്വേഷിച്ചു. ശുദ്ധഗതിക്കാരനായ ഞാൻ അപ്പോൾ ഒട്ടും ആലോചിക്കാതെ പട്ടിക്കാംതൊടിയെക്കുറിച്ച് നീണ്ട ഒരു വിവരണം തന്നെ വിളമ്പുകയുണ്ടായി.

ഇതെന്നെ കൂടുതൽ അപകടത്തിലേയ്ക്കാണു നയിച്ചത്. കാരണം ഞാനത്രയും വലിയ വങ്കനായിരുന്നു. ഒരു ദിവസം എന്നോടദ്ദേഹം സ്വന്തം പരാധീനതകളെക്കുറിച്ച് പറഞ്ഞു. എന്നെ സംബന്ധിച്ചിടത്തോളം അത് തീരെ താത്പര്യമില്ലാത്ത വിഷയമായിരുന്നതുകൊണ്ട് അദ്ദേഹം പറഞ്ഞതിന്റെ ഗൂഢാർത്ഥങ്ങളെക്കുറിച്ച് ഒട്ടും ചിന്തിച്ചില്ല.

പതുക്കെപ്പതുക്കെ, താനൊരു രോഗിയാണെന്നും, അതിന് ഉഴിച്ചിൽ നന്നായിരിക്കുമെന്നും, എന്നോട് ആ കർമ്മം നിറവേറ്റിത്തരാമോ എന്നും വരെ അദ്ദേഹം ചോദിച്ചു. നേരെ വാ, നേരെ പോ എന്ന് മാത്രം ചിന്തിച്ചിരുന്ന ഞാനാകട്ടെ അപ്പോൾ എന്റെ ദൗർബല്യം നിമിത്തം അതങ്ങു സമ്മതിക്കുകയാണുണ്ടായത്.

അടുത്തദിവസം ഓഫീസിൽ നിന്നെത്തിയ അദ്ദേഹം എന്നെ വിളിച്ച് കുളിമുറിയിലേയ്ക്കു കൊണ്ടുപോയി കുഴമ്പുപുരട്ടി ഉഴിഞ്ഞുകൊടുക്കാൻ പറഞ്ഞു. ഒട്ടുംതന്നെ പ്രതീക്ഷിക്കാതിരുന്ന ഞാൻ അപ്പോൾ അദ്ദേഹം പറഞ്ഞത് വള്ളിപുള്ളി അനുസരിക്കുകയാണുണ്ടായത്.

തുടർന്ന് എനിക്കിതൊരു തലവേദനയായി. ഞാനെന്നും കുഴമ്പു തേപ്പിച്ച് അദ്ദേഹത്തിനെ കുളിപ്പിക്കണമെന്നായി നില! ഞാനീ വേലയിൽനിന്ന് രക്ഷപ്പെടുവാൻ പല വഴികളും ആലോചിച്ചുനോക്കി. പറ്റിയ ഉപായമൊന്നും തോന്നിയില്ല. എന്നാൽ അദ്ദേഹത്തിന്റെ എന്റെ മേലുള്ള ശരീരസ്പർശം അതിരു കടക്കുന്നുണ്ടോ എന്നായി എന്റെ സംശയം!

എന്റെ സംശയം 'നമ്പൂരിസംശയ'മാകാം എന്ന് ഞാനെന്നെ വിശ്വസിപ്പിക്കാൻ പലവട്ടം ശ്രമിച്ചുനോക്കി. എന്നാൽ ദിവസങ്ങൾ നീങ്ങുന്നതോടെ സംശയം സംശയമല്ലെന്ന് എനിക്കു നല്ലവണ്ണം ബോധ്യമാവുകയും ചെയ്തു.

ഒരു ദിവസം ഞാൻ അദ്ദേഹത്തോട് നാളെ മുതൽ കുളിപ്പിക്കാൻ വരില്ലെന്നും, നിങ്ങളൊരു ദുഷിച്ച സ്വഭാവമുള്ളവനാണെന്ന് എനിക്കുറപ്പായെന്നും വെട്ടിത്തുറന്നു പറഞ്ഞു. എന്നാലതും അദ്ദേഹം ക്ഷമയോടെ കേട്ടു!

ഇത്രയൊക്കെ എന്നിൽനിന്നും കേട്ടിട്ടും ഓഫീസറായ ആ മനുഷ്യൻ സമചിത്തത കൈവിടാതെ എന്നെ സാന്ത്വനപ്പെടുത്തുവാനാണ് ശ്രമിച്ചത്. അതെന്നെ സാമാന്യത്തിലധികം ക്ഷോഭിപ്പിച്ചു. പകുതി കുളിയായിക്കഴിഞ്ഞിരുന്ന അദ്ദേഹത്തിനെ ഞാനന്ന് കുളിമുറിയിൽ ഉപേക്ഷിച്ച് രക്ഷപ്പെടുകയാണുണ്ടായത്.

ഒന്നും സംഭവിക്കാത്ത നിലയിൽ എല്ലാവരും എന്നോടു പെരുമാറിയ അന്നു രാത്രി സുന്ദരിയായ ആ ദഹണ്ണക്കാരി അടുത്തുവന്ന് പലതും പറഞ്ഞു കരഞ്ഞു. അവർക്ക് അനുഭവിക്കേണ്ടിവന്ന ദുരിതങ്ങളെക്കുറിച്ചാണധികവും. അച്ഛനമ്മമാരില്ലാത്ത ആ ഇരുപത്തിരണ്ടുകാരിയെ രക്ഷിക്കാനാരുമില്ലെന്നും, വലിയ ഉദ്യോഗസ്ഥനായ അദ്ദേഹത്തിനെപ്പറ്റി ആരെന്തു പറഞ്ഞാലും ഫലം മറിച്ചാണുണ്ടാവുകയെന്നും കൂടി അവരെന്നോടു പറഞ്ഞു.

തീരെ ഉറങ്ങാതെ നേരം വെളുപ്പിച്ച ഞാൻ അദ്ദേഹത്തിനെ തോല്പിക്കുന്ന സമചിത്തതയോടെ എന്റെ പണികൾ മാത്രം ശ്രദ്ധിച്ചുകൊണ്ട് പിന്നെയും ചില ദിവസങ്ങൾ ഉന്തിനീക്കി. എന്നിട്ടും ഒരു ദിവസം കാറിലൊറ്റയ്ക്കു കിട്ടിയ സമയത്ത് ഞാൻ എം.എ.യ്ക്ക് പഠിക്കുന്ന അദ്ദേഹത്തിന്റെ മകളോട് സകല വിവരങ്ങളും വിസ്തരിച്ചുപറഞ്ഞു.

കരഞ്ഞുകരഞ്ഞ് കഷ്ടത്തിലായ ആ പെൺകുട്ടി അവസാനം 'തിരുമേനി പറഞ്ഞതെല്ലാം ഞാനും കുറച്ചൊക്കെ ധരിച്ചിട്ടുണ്ടെന്നും, എന്നെക്കൊണ്ടീ കാര്യത്തിൽ ഒന്നും ചെയ്യാനാകില്ലെന്നും, തിരുവനന്തപുരത്തുനിന്ന് തിരുമേനി പോകുന്നതാകും നല്ലതെന്നും' കൂടി കരച്ചിലിനിടയിൽ പറഞ്ഞു. (ഞാനപ്പോൾ ആ കുട്ടിയുടെ അമ്മയെക്കുറിച്ചാണ് ഓർത്തുകൊണ്ടിരുന്നത്).

അപ്പോഴേയ്ക്കും ഏതാണ്ട് മൂന്നുമാസം കഴിഞ്ഞിരുന്നു. പണത്തിന്റെ കാര്യത്തിൽ ഉദാരശീലനായ അദ്ദേഹം എനിക്ക് സമയത്തിനുതന്നെ ശമ്പളവും തന്നു. എല്ലാത്തിനും പുറമെ അദ്ദേഹത്തിന്റെ മൂത്തമകൾ എനിക്ക് നൂറു രൂപ വേറെയും തന്നു.

കാശിന്റെ കാര്യത്തിൽ സമ്പന്നനായ ഞാൻ തിരുവനന്തപുരത്തോട് യാത്ര പറയാൻതന്നെ തീരുമാനിച്ചു. എം.എ.യ്ക്ക് പഠിക്കുന്ന ആ കുട്ടിയോട് മാത്രം പറഞ്ഞുകൊണ്ട് ഒരു ഞായറാഴ്ച ഞാൻ അവിടം വിട്ടുപോന്നു. ഏറ്റവും വലിയ സങ്കടം എനിക്കവിടെ ഒരു ജോലിയാക്കിത്തന്ന ആ വർക്ക്ഷോപ്പു കാരനോട് ഒരക്ഷരം മിണ്ടിയില്ലെന്നതാണ്.

എം.എ.യ്ക്ക് പഠിച്ചിരുന്ന ആ കുട്ടി ഇന്ന് ജീവിച്ചിരിപ്പുണ്ടോ എന്ന് എനിക്കറിയില്ല. ഉള്ളപക്ഷം അവർ ഈ ലേഖനം കാണാനിടയായാൽ എനിക്ക് മാപ്പു തരുമെന്ന് ഞാൻ വിശ്വസിക്കുന്നു. കാരണം ആ കുട്ടി എന്നോട് ദുഃഖിക്കരുതെന്നും, ഈ ലോകം ഇങ്ങനെയൊക്കെയാണെന്നും കൂടി അന്നു പറയുകയുണ്ടായി. (പിന്നെ വിവേകാനന്ദസാഹിത്യസർവ്വസ്വത്തിൽ ഏതാണ്ടിതേ ആശയം ഞാൻ കാണുകയും ചെയ്തു.) തീർച്ചയായും ആദ്യമായെന്റെ കണ്ണു തുറപ്പിച്ചതവരാണ്.

തിരുവനന്തപുരത്തുനിന്ന് മുങ്ങിയ ഞാൻ പൊങ്ങിയത് തൃശ്ശൂരാണ്. അവിടെ നമ്പൂതിരിമാർക്ക് ഉണ്ടുകൂടാൻ ബ്രഹ്മസ്വംമഠമെങ്കിലുമുണ്ടല്ലോ! എന്നെപ്പോലുള്ളവർക്ക് തൃശ്ശൂരുള്ള ഏകാശ്രയം ബ്രഹ്മസ്വംമഠം തന്നെയായിരുന്നു.

എന്നെ കണ്ട പലരും 'താനെവിടെയായിരുന്നു'വെന്ന് വിസ്തരിച്ചു ചോദിച്ചുവെങ്കിലും ഞാനാരോടും എന്റെ ദുരിതങ്ങൾ കെട്ടഴിക്കുകയുണ്ടായില്ല. എന്നാൽ തയ്ക്കാട്ട് ഏട്ടൻ മൂസ്സിന്റെ ശിഷ്യനും, അദ്ദേഹത്തിന്റെ തൃശ്ശൂരിലുള്ള വൈദ്യരത്നം ഔഷധശാലയിലെ മാനേജരുമായിരുന്ന രാമനാഥനോട് സകല വിവരങ്ങളും നാണം കൂടാതെ തുറന്നുപറഞ്ഞു. 'അതൊന്നും സാരമില്ല' എന്നാണ് അദ്ദേഹം എന്നെ സമാധാനിപ്പിച്ചത്.

കാശ് കയ്യിൽ ധാരാളമുണ്ടായിരുന്നതുകൊണ്ട് ബ്രഹ്മസ്വം മഠത്തിൽ താമസിച്ചുകൊണ്ട് ഞാൻ ഏതാണ്ട് ഒരു മാസം ചെലവഴിച്ചു. അങ്ങനെയിരിക്കെ ഡോ.കൃഷ്ണയ്യർ പറഞ്ഞതുമൂലം ഡോ. വി.ആർ. മേനോനെ കാണാൻ പോകാനിടയായി. അത് എന്റെ ജീവിതത്തിലെ മറ്റൊരനുഭവമായിരുന്നു.

ഡോ.വി.ആർ. മേനോൻ അക്കാലത്ത് തായങ്കുളങ്ങര നടയിൽ ഒരു വീട് വാടകയ്ക്കെടുത്ത് പ്രാക്ടീസ് ചെയ്യുകയായിരുന്നു. അടുത്ത് മെയിൻ റോഡിലായി ഒന്നാന്തരം ഒരു ഡിസ്പൻസറിയും അദ്ദേഹത്തിന്റെ വകയായുണ്ടായിരുന്നു.

കമ്മ്യൂണിസ്റ്റ് അനുഭാവിയും നല്ല മനുഷ്യനുമായിരുന്ന അദ്ദേഹം വള്ളത്തോൾകുടുംബത്തിലെ ഒരംഗമായിരുന്നു. മഹാകവി വള്ളത്തോളിന്റെ ഒരു സഹോദരിയായിരുന്നു വി.ആർ. മേനോന്റെ അമ്മയെന്ന് തോന്നുന്നു.

കാറുള്ള അദ്ദേഹത്തിന് ഡ്രൈവറുണ്ടായിരുന്നില്ല ആ സമയത്ത്. പണിത്തിരക്കു നിമിത്തം കൊള്ളാവുന്ന ഒരു ഡ്രൈവറെ അദ്ദേഹം തിരക്കിക്കൊണ്ടിരിക്കുകയായിരുന്നു.

അങ്ങനെയിരിക്കെയാണ് കൃഷ്ണയ്യർ എന്നോട് വി.ആർ.മേനോനെ പോയി കാണാൻ പറഞ്ഞത്. ചെന്നുകണ്ട എനിക്കദ്ദേഹത്തിനെയും അദ്ദേഹത്തിന് എന്നെയും നന്നെ പിടിച്ചു. അതുകൊണ്ടപ്പോൾതന്നെ ജോലിക്കു ചേരുകയും ചെയ്തു.

രാവും പകലുമില്ലാത്ത പണിയായിരുന്നു അദ്ദേഹത്തിന്. എപ്പോൾ ആരു ചെന്നു വിളിച്ചാലും അദ്ദേഹം വയ്യെന്നു പറയില്ല. അതുകൊണ്ടു തന്നെ എല്ലാവർക്കും പ്രിയപ്പെട്ടവനായിരുന്നു അദ്ദേഹം. കാശു കൊടുത്താൽ വാങ്ങിക്കുമെന്നല്ലാതെ ചോദിച്ചാരോടും വാങ്ങാറില്ല. എന്നെ അദ്ദേഹം എന്റെ ഇല്ലത്തുള്ളവർ വിളിച്ചിരുന്നതുപോലെ കുഞ്ഞിക്കുട്ടൻ എന്നുതന്നെയാണ് വിളിച്ചിരുന്നത്.

അഞ്ചുമിനിട്ട് ഒഴിവുസമയം കിട്ടിയാൽ അദ്ദേഹമെന്നെ ചതുരംഗം കളിക്കാൻ വിളിക്കും. ചതുരംഗം ഞങ്ങൾക്ക് ഏറെ പ്രിയപ്പെട്ട വിനോദമായിരുന്നു. തോൽക്കുക ഞാനാണധികമെങ്കിലും ജയിക്കാറുമുണ്ട് ചിലപ്പോൾ. എന്നാൽ എന്നേക്കാൾ എത്രയോ കൂടുതൽ വാശിയുണ്ട് കളിയിലദ്ദേഹത്തിന്.

ആദ്യഭാര്യയിൽ അദ്ദേഹത്തിന് നാലു കുട്ടികളുണ്ടായിരുന്നു. രണ്ട് ആൺകുട്ടിയും രണ്ട് പെൺകുട്ടിയും. അവരിൽ മൂത്തവൻ ഹൈസ്ക്കൂളിൽ മുതിർന്ന ക്ലാസിലായിരുന്നു. പത്തിലായിരുന്നുവെന്നാണോർമ്മ.

ആ സ്ത്രീയാണ് ഡോക്ടറുടെ സകലശ്രേയസ്സിനും നിദാനമെന്ന് പറഞ്ഞു കേട്ടിട്ടുണ്ട്. അത്യന്തം സാത്വികപ്രകൃതിയായിരുന്ന അവർ നാലാമത്തെ പ്രസവത്തിലാണു മരിച്ചതെന്ന് തോന്നുന്നു.

പെരിന്തൽമണ്ണയിൽ താമസിച്ചിരുന്ന വി.ആർ. മേനോൻ ഭാര്യയുടെ കാലശേഷം തൃശ്ശൂർക്ക് താമസം മാറ്റി. അവിടുന്നാണദ്ദേഹം ചേർപ്പിലേയ്ക്കു വന്നത്. എന്നിട്ട് തായങ്കുളങ്ങര നടയിൽ വീടെടുത്തു താമസിച്ച് പ്രാക്ടീസ് ചെയ്യുകയായിരുന്നു.

തൃശ്ശൂരിലുള്ള കാലത്ത് (അതധികമില്ല) കൃഷ്ണയ്യരുടെ നിർദ്ദേശപ്രകാരം അദ്ദേഹം മറ്റൊരു വിവാഹവും ചെയ്തു. ആ സ്ത്രീയിൽ അദ്ദേഹത്തിന് രണ്ട് ആൺകുട്ടികൾ അക്കാലത്തുണ്ടായിരുന്നു. അവർക്കന്ന് കഷ്ടിച്ച് ഒരു വയസ്സേ പ്രായമായിരുന്നുള്ളൂ.

തനി നമ്പൂതിരി മട്ടിലുള്ള അദ്ദേഹത്തിന്റെ പെരുമാറ്റം എല്ലാവരേയും ആകർഷിക്കുന്നതാണ്. നാട്യങ്ങളും മേനികളും തീണ്ടാത്ത ആ മനുഷ്യൻ വളരെ നല്ലവനും, ദയാവാനുമായിരുന്നു. അതുകൊണ്ടുതന്നെ അദ്ദേഹത്തിനു ലഭിച്ചിരുന്ന പണത്തിന് കണക്കൊന്നുമുണ്ടായിരുന്നില്ല.

എന്നും കാലത്തെഴുന്നേറ്റ് ചായ കുടിച്ച് അദ്ദേഹം എണ്ണ തേയ്ക്കും. തോർത്തു ചുറ്റിക്കൊണ്ട് മേലെണ്ണ തേച്ചുകഴിഞ്ഞാൽ ഞാനായിട്ടൊരു ചതുരംഗം നിർബന്ധം. അതില്ലെങ്കിൽ അദ്ദേഹത്തിന് ശോധനയുണ്ടാകില്ലെന്നാണ് ഞാൻ അദ്ദേഹത്തോട് ഫലിതം പറയാറ്. കുളിയും പ്രാതലും കഴിഞ്ഞ് അദ്ദേഹം കൃത്യം എട്ടരമണിക്ക് ഡിസ്പൻസറിയിലെത്തും. ഏതാണ്ട് മൂന്നു മൂന്നരവരെ അദ്ദേഹം അവിടെ വരുന്ന രോഗികളെ പരിശോധിച്ച് ചികിത്സ നിശ്ചയിക്കും. ചിലപ്പോൾ ഇരുനൂറിലധികമാളുകൾ ഉണ്ടാകാറുണ്ട്.

അത്യാസന്നമായ കേസുകളാണെങ്കിൽ മാത്രമേ ഇടയ്ക്കദ്ദേഹം പുറത്തുപോകൂ. അതും നിവൃത്തിയുണ്ടെങ്കിൽ ഒഴിവാക്കാൻ ശ്രമിക്കും. കാരണം അദ്ദേഹത്തിന്റെ സ്നേഹശീതളമായ പെരുമാറ്റത്തിനും ചികിത്സയ്ക്കും കാത്തുനിൽക്കുന്നവരെ നിവൃത്തിയുള്ള പക്ഷം അദ്ദേഹം നിരാശരാക്കില്ല. അദ്ദേഹംതന്നെ വേണമെന്ന് നിർബന്ധമുള്ളവർ (നൂറുശതമാനവും അത്തരക്കാരാകും) കാത്തുനിൽക്കുകയാണു പതിവ്.

എവിടെപ്പോയാലും മടങ്ങിവന്ന് കാത്തുനിൽക്കുന്നവരെ പറഞ്ഞയച്ചല്ലാതെ അദ്ദേഹം ഭക്ഷണത്തിന് വീട്ടിലേയ്ക്കു പോകാറില്ല. അത് നിർബന്ധമാണ്. വീട്ടിലെത്തുന്ന ഞങ്ങൾ ഉണ്ണുന്നത് ഒരു മേശയിൽവെച്ചാണ്. അദ്ദേഹത്തിന്റെ പത്നിക്ക് അത്ര സമ്മതമല്ലെന്ന് ഞങ്ങൾക്ക് നന്നായറിയാമായിരുന്നു. പക്ഷേ മേനോൻ കൂട്ടാക്കിയില്ല. നമ്പൂതിരിയായ എന്നോടൊപ്പമേ അദ്ദേഹം ഉണ്ണുക പതിവുള്ളൂ.!

ഞാൻ ആ സ്ത്രീയുടെ കണ്ണിൽ തന്മൂലം ഒരു കരടായെന്ന് പറഞ്ഞാൽ തെറ്റില്ല. എല്ലാമറിയുന്ന ഞാൻ അവരെ പ്രീതിപ്പെടുത്താൻ എന്നാലാകുന്നതെല്ലാം ചെയ്യാൻ മടിക്കാറുമില്ല.

ഉച്ചതിരിഞ്ഞ് നാലരയോടെ രോഗികളുടെ വീട്ടിലേയ്ക്കുള്ള യാത്ര തുടങ്ങും. സാധാരണ പത്തുപതിനഞ്ചു വീടുകളിലേയ്ക്കെങ്കിലും അതുണ്ടാവും. മടങ്ങി വീട്ടിലെത്തിയാൽ വിസ്തരിച്ച് ചായ. അപ്പോൾ കടിക്കാനെന്തെങ്കിലും വേണമെന്ന് അദ്ദേഹത്തിന് നിർബന്ധമാണ്. രാത്രി എട്ടരയോടെ മിക്ക ദിവസവും തൃശ്ശൂരിലുള്ള പത്നിയുടെ വീട്ടിലേയ്ക്ക് അവരും കുട്ടികളുമായി പോകും. ആദ്യഭാര്യയിലെ കിടാങ്ങൾ പലപ്പോഴും ആ സമയത്ത് കൂടെ വരാറില്ല.

രാത്രി പന്ത്രണ്ടിനു മുമ്പ് തിരിച്ചെത്തുന്ന ഞങ്ങൾ ഭക്ഷണം കഴിക്കും. അപ്പോൾ അദ്ദേഹത്തിന്റെ പത്നി തന്നെയാണ് എല്ലാവർക്കും വിളമ്പുക! ഒപ്പം അവരും ഊണു കഴിക്കും.

തുടർന്ന് വായിക്കാനും കിടക്കാനുമായി ഞാൻ ഡിസ്പെൻസറിയിലേക്കു പോകും. എന്നാൽ പ്രഭാതത്തിൽ ആറുമണിക്ക് ഞാൻ ചായ കുടിക്കാൻ വീട്ടിലെത്തണമെന്ന് അദ്ദേഹത്തിന് നിർബന്ധമാണ്. ഏതാണ്ട് അഞ്ചരയ്ക്കു തന്നെ അദ്ദേഹം ഉണരും. ഇത്തരത്തിൽ എന്റെ ദിനചര്യ ഏതാണ്ട് രണ്ടു കൊല്ലമുണ്ടായെന്ന് തോന്നുന്നു. അക്കാലത്ത് പല തമാശകളും കുസൃതികളും ഞാനൊപ്പിച്ചിട്ടുണ്ട്. വി.ആർ. മേനോനും ഒട്ടും പുറകിലല്ല.

അവസാനം പിരിഞ്ഞത് കുടുംബകലഹത്തിന് ഞാൻ കാരണമാകുമെന്ന് തോന്നിത്തുടങ്ങിപ്പോയപ്പോളാണ്. അപ്പോഴും വി.ആർ. മേനോൻ തന്റെ സഹജമായ നിഷ്കളങ്കതയും സമചിത്തതയും സകലകാര്യങ്ങളിലും മുറുകെപ്പിടിച്ചിരുന്നു.

ദുഃഖസ്യാനന്തരം സുഖം

ഇങ്ങനെയും ചിലർ ഈ ലോകത്തിൽ ബാക്കിയുണ്ടെന്നറിയുന്നത് ജീവിക്കാൻ താത്പര്യമുണ്ടാക്കുന്നതാണ്. വലിയ മനുഷ്യസ്നേഹിയും പരോപകാരിയുമായിരുന്ന ഡോക്ടർ വി.ആർ. മേനോൻ ഒന്നാന്തരം പുരുഷോത്തമനായിരുന്നു. കൊടുത്തത് വാങ്ങുമെന്നല്ലാതെ രോഗികളോട് അദ്ദേഹം ഒരിക്കലും പണം ചോദിക്കാറില്ല. ഏതാണ്ട് രണ്ടുകൊല്ലം നീണ്ട അദ്ദേഹമൊന്നിച്ചുള്ള സഹവാസത്തിനിടയ്ക്ക് പല പുതിയ അനുഭവങ്ങളുമുണ്ടായി. അവയിലധികവും എല്ലാവരേയും അദ്ഭുതപ്പെടുത്തുന്നവയായിരുന്നു. എത്ര പറഞ്ഞാലും തീരാത്ത അവയിലൊന്നുമാത്രം ആ മഹാമനുഷ്യനെ തിരിച്ചറിയാൻ വേണ്ടി ഞാനിവിടെ രേഖപ്പെടുത്തുകയാണ്.

ജാനകി എന്ന പേരിലറിയപ്പെടുന്ന അത്യന്തം കുലീനയായ ഒരു 'വൈറ്റാട്ടി' യില്ലാതെ മേനോൻ പ്രസവകേസുകൾക്ക് സാധാരണ പോകാറില്ല. അതിനുള്ള കാരണം ജാനകിയമ്മയ്ക്ക് പ്രസവസംബന്ധമായ കാര്യങ്ങളിൽ അറിയാത്ത വിദ്യകളൊന്നുമില്ലായിരുന്നു എന്നതാണ്. പത്തമ്പതു വയസ്സു തോന്നിക്കുന്ന അവരുടെ സേവനം ഉള്ളവർക്കും ഇല്ലാത്തവർക്കും ഒരുപോലെയാണ്. ജാനകിയമ്മയുണ്ടെങ്കിൽ എത്ര അപകടം പിടിച്ച പ്രസവവും വിഷമം കൂടാതെ നടക്കുമെന്നാണ് എല്ലാവരുടെയും ഉറച്ച വിശ്വാസം.

അവരുടെ വീട് മേനോൻ താമസിക്കുന്ന സ്ഥലത്തുനിന്ന് അധികം ദൂരെയല്ലായിരുന്നു. അതുകൊണ്ട് അവരെ വിളിക്കാൻ ഏതു സമയത്തായാലും എനിക്ക് എളുപ്പമായിരുന്നു. വീട്ടിൽ ധാരാളം ആളുകൾ ഉണ്ടായിരുന്നെങ്കിലും സമ്പാദിക്കുന്നത് അവർ മാത്രമായിരുന്നു. അവിവാഹിതയായ അവർക്കാണെങ്കിൽ താൻ നിമിത്തം വലിയൊരു കുടുംബം കഴിഞ്ഞുകൂടുന്നു എന്ന സംതൃപ്തിയും ഉണ്ടായിരുന്നു. അവരുടെ ജീവിതമാകട്ടെ, അക്ഷരാർത്ഥത്തിൽതന്നെ ആതുരശുശ്രൂഷയ്ക്കായി സമർപ്പിച്ചിട്ടുള്ളതുമായിരുന്നു.

ഒരു ദിവസം രാത്രി ഏതാണ്ട് രണ്ടുമണിക്ക് ഒരു ചെറുമൻ ഓടിവന്ന് ഡോക്ടറെ വിളിച്ച് കരയാൻ തുടങ്ങി. അയാളുടെ വീട്ടിൽ ഒരു സ്ത്രീക്ക് പ്രസവവേദന തുടങ്ങിയിട്ട് നാലുദിവസമായത്രേ! എല്ലാവരും മരിച്ചു എന്നാണു പറയുന്നത് എന്ന് പറഞ്ഞുകൊണ്ടാണ് ആ സാധുമനുഷ്യൻ കുട്ടികളെപ്പോലെ തേങ്ങിത്തേങ്ങി കരഞ്ഞിരുന്നത്.

ഉടൻതന്നെ ഡോക്ടർ എന്നെ വിളിച്ചുവരുത്തി ജാനകിയമ്മയെ കൊണ്ടുവരാൻ പറഞ്ഞു. തിരക്കുപിടിച്ചു ചെന്ന എന്നെ അദ്ഭുതപ്പെടുത്തിക്കൊണ്ട് ഉറക്കത്തിൽനിന്ന് ഉണർന്ന് ജാനകിയമ്മ ഒന്നു മുഖം കഴുകാൻപോലും നിൽക്കാതെ ഒരു സാരി വാരിയുടുത്ത് എന്റെ ഒപ്പം പോന്നു. സഹായത്തിന് ചില ഉപകരണങ്ങളോടുകൂടിയ ഒരു പെട്ടിയും അവരുടെ കയ്യിലുണ്ടായിരുന്നു.

പത്തുപതിനഞ്ചു മിനിട്ടിനുള്ളിൽ ഞങ്ങളോടൊപ്പം ആ ചെറുമനും മേനോനും കാറിൽ കയറി. ഏതാണ്ട് രണ്ട് നാഴിക ചെന്നപ്പോൾ റോഡ് കഴിഞ്ഞു. പിന്നീടു പോകേണ്ടത് ഒരു കോൾപാടത്തിലൂടെയാണ്. ആ ചെറുമന്റെ കയ്യിൽ ഒരു ചൂട്ടാണുണ്ടായിരുന്നത്. അതു വീശിക്കാണിച്ചുകൊണ്ട് അയാൾ മുന്നിൽ നടന്നു. പല സ്ഥലത്തും ചേറും ചെളിയും കടന്നു

പോകേണ്ടിയിരുന്നു. അവസാനം ഞങ്ങൾ ആ ചെറുമന്റെ കുടിലിലെത്തി. വെളിച്ചത്തിന് അവിടെ ഒരു മൂട്ടവിളക്കു മാത്രമേ ഉണ്ടായിരുന്നുള്ളൂ.

മുളംകാലു നാട്ടി ഓല മേഞ്ഞ ഒരു കുടിലായിരുന്നു അത്. പത്തുപതിനഞ്ചു ആണുങ്ങളും പെണ്ണുങ്ങളും അപ്പോൾ അവിടെയുണ്ടായിരുന്നു. മിക്കവരു ടെയും കൈകളിലും തോളിലും ഉറങ്ങുന്ന കുട്ടികളും.

അരയോളം പൊക്കത്തിൽ ഓലകൊണ്ടു മറച്ചിരുന്ന ഒരു ഭാഗത്ത് കിട ക്കുന്ന ഒരു പെണ്ണിനെ ഡോക്ടർ ഒന്നു നോക്കി. നിന്ന് തിരിയാൻ പോലും സ്ഥലമില്ലാത്ത ആ വീട് ഡോക്ടർ ആകെ ഒന്നു പരിശോധിച്ചു. എന്നിട്ട് ജാനകിയമ്മയോട് എന്തോ ചിലത് പറഞ്ഞു. അവരാണെങ്കിൽ കേൾക്കേണ്ട താമസം, സ്വന്തം പ്രവൃത്തിയിൽ മുഴുകി.

നാലു ദിവസമായി പേറ്റുനോവുതിന്ന് ബോധംകെട്ടു കിടക്കുന്ന ഒരു ഗർഭിണിയാണ് ഞങ്ങളുടെ മുമ്പിൽ. ആ ചെറുമന് അപ്പോൾ ഡോക്ടർക്കായി ഒരു വിളക്കുപോലും ഉണ്ടാക്കാൻ കഴിവില്ലായിരുന്നു. മരിച്ചുവെന്നു കരു തിയോ, മരണമുറപ്പിച്ചോ എത്തിയവരായിരുന്നു അവിടെ കണ്ടവരെല്ലാം.

'കുഞ്ഞിക്കുട്ടാ' എന്ന് ഡോക്ടറെന്നെ ഗൗരവത്തിൽ ഒന്നു വിളിച്ചു. എന്നിട്ട് അദ്ദേഹത്തിന്റെ ടോർച്ച് കാട്ടിക്കൊടുക്കാൻ പറഞ്ഞു. ഞാനുടൻ അദ്ദേഹം തന്ന ടോർച്ച് കെടാതെ കത്തിച്ചു പിടിച്ച് കാട്ടിക്കൊടുത്തു.

ഞാൻ കാണിച്ചു കൊടുത്ത ആ ടോർച്ചിന്റെ വെളിച്ചത്തിൽ ജാനകി യമ്മയും ഡോക്ടറും കൂടി രണ്ടുമൂന്നു മിനിട്ടിനുള്ളിൽ ഒന്നാംതരം ഒരു ആൺകുട്ടിയെ പുറത്തെടുത്തു. എന്നിട്ട് ലേശം ചൂടുവെള്ളത്തിൽ ജാനകി യമ്മ ആ കുഞ്ഞിനെ കുളിപ്പിച്ചു. കരയാൻ കൂട്ടാക്കാതിരുന്ന ശിശുവിനെ തല കീഴായി പിടിച്ചുകൊണ്ട് ജാനകിയമ്മ ഒന്നു രണ്ടു തട്ടു കൊടുത്തു. അപ്പോൾ ആ നവാഗതൻ ഉറക്കെ കരയാനും തുടങ്ങി.

കുട്ടിയുടെ കരച്ചിൽ കേട്ട അമ്മ ബോധംവന്ന് കണ്ണുമിഴിച്ചു നോക്കി. ഞാൻ കാട്ടിക്കൊടുക്കുന്ന ടോർച്ചിന്റെ വെളിച്ചത്തിൽ അനങ്ങരുതെന്ന് ശാസിച്ചുകൊണ്ട് ഡോക്ടർ അപ്പോഴും ആ സ്ത്രീയുടെ ഗുഹ്യഭാഗത്ത് ചില തുന്നൽപ്പണികൾ ചെയ്യുകയായിരുന്നു.

ജാനകിയമ്മ കുഞ്ഞിനെ ആ തള്ളയ്ക്ക് കാട്ടിക്കൊടുത്തു. കിടന്ന കിടപ്പിൽ തന്നെ ആ പെറ്റ തള്ള കുഞ്ഞിനായി കൈനീട്ടി. പക്ഷേ, അനങ്ങരുതെന്ന് ജാനകിയമ്മ അവരെ ശാസിക്കുകയാണപ്പോൾ ഉണ്ടായത്. ഒരു വിളറിയ ചിരി യോടെ അവർ മിണ്ടാതെ കിടക്കുകയും ചെയ്തു.

ഏതാണ്ട് വെളുപ്പിനഞ്ചുമണിയോടെ ഡോക്ടർ തന്റെ പണികളെല്ലാം അവസാനിപ്പിച്ച് സോപ്പുകൊണ്ട് നല്ലവണ്ണം കൈയ്യു കഴുകി. എന്നിട്ട് ഒരു ഇഞ്ചക്ഷൻ അവർക്കു കൊടുത്തു. ചില ഗുളികകളും പൊടിയുമായി മൂന്നാലു ദിവസത്തിനുള്ള മരുന്നും കൊടുത്തു. ഒപ്പം അനങ്ങാതെ കിടക്കണമെന്ന് പ്രത്യേകം പറയുകയും ചെയ്തു.

ഞങ്ങളോടൊപ്പം വന്ന ആ ചെറുമൻ ഡോക്ടർക്ക് മൂന്നു രൂപ കൊടുത്തു. അദ്ദേഹം അതു വലിയ സന്തോഷത്തോടെ സ്വീകരിച്ച ശേഷം 'നീ ഇതും കൂട്ടി രണ്ട് ഇഞ്ചക്ഷനുള്ള മരുന്നുവാങ്ങി നടക്കാറായാൽ അവളെയും കൂട്ടി ഡിസ്പൻസറിയിലേയ്ക്ക് വാ' എന്നു പറഞ്ഞുകൊണ്ട് ആ മൂന്നു രൂപ തിരികെ

കൊടുത്തു. വണ്ടി നിൽക്കുന്ന സ്ഥലം വരെ ഒപ്പം വന്ന ചെറുമനെ പറഞ്ഞയക്കുമ്പോൾ 'അനങ്ങാതെ കിടന്നാൽ നാലു നാൾ കൊണ്ട് നിനക്ക് അവളെയും കൂട്ടി ഡിസ്പൻസറിയിലേക്ക് വരാറാകും' എന്ന് ഡോക്ടർ സമാധാനിപ്പിച്ചു. പ്രകാശത്തിനു മുമ്പായി ജാനകിയമ്മയെ അവരുടെ വീട്ടിൽ ഇറക്കി ഞങ്ങൾ മടങ്ങുകയും ചെയ്തു.

വലിയ സന്തോഷത്തിലായിരുന്നു ജാനകിയമ്മ. കുട്ടി മരിച്ചിട്ടുണ്ടാകുമെന്നാണ് അവർ കരുതിയിരുന്നതത്രേ! വാശി പിടിച്ചു കരയുന്ന ആ ഇത്തിരിപ്പൂവിനെ അവർ മടങ്ങും മുമ്പ് ഒരു നിമിഷം ശ്രദ്ധിച്ചു നോക്കിയെന്നു തോന്നുന്നു. അതെന്തായാലും നാലുദിവസം കഴിഞ്ഞപ്പോൾ ആ സ്ത്രീയും കുട്ടിയുമായി ചെറുമൻ ഡിസ്പൻസറിയിൽ വന്ന് ഡോക്ടറെ കണ്ടു. ഭാഗ്യത്തിന് ആ സമയത്ത് ജാനകിയമ്മ അവിടെയുണ്ടായിരുന്നു. ഡോക്ടർക്കും ജാനകിയമ്മയ്ക്കും അപ്പോൾ ഉണ്ടായ സന്തോഷം എന്നെക്കൊണ്ട് എഴുതി ഫലിപ്പിക്കാൻ പറ്റില്ല. കുട്ടിയും തള്ളയും മരിച്ചിട്ടുണ്ടാകുമെന്നാണ് ഡോക്ടർ പോലും കരുതിയിരുന്നതത്രേ!

ജാനകിയമ്മ ആ കുട്ടിയെ ഒരു തുണിയിൽ പൊതിഞ്ഞുകെട്ടിയാണ് തിരികെയേല്പിച്ചത്. ആ സമയത്ത് അവർക്ക് ആ തുണി എവിടെനിന്നാണ് ലഭിച്ചതെന്ന് ഈശ്വരനെ അറിയൂ. ജാനകിയമ്മ കൈയ്യിൽ കുട്ടിയുമായി അടുത്തു ചെന്നപ്പോൾ ഡോക്ടറും നല്ലവണ്ണം ശ്രദ്ധിച്ചുനോക്കി ഭംഗിയായി ചിരിച്ചു.

ഇതിനിടയിൽ പണം ബാങ്കിൽകൊണ്ടുപോയി ഡെപ്പോസിറ്റ് ചെയ്യുന്ന പണിയും ഡോക്ടറെന്നെ ഏല്പിക്കാൻ തുടങ്ങി. മിക്ക ദിവസവും ഇരുനൂറും മുന്നൂറും ഒക്കെയുണ്ടാകും. ചില്ലറ എണ്ണി കണക്കാക്കുക എനിക്ക് വലിയ തലവേദനയായിരുന്നു. എത്ര എണ്ണിയാലും നേരെയാകാത്ത ചില്ലറ മുഴുവൻ ഞാൻ ബാങ്കുകാരെ ഏല്പിക്കുകയാണ് പതിവ്. അവരാണെങ്കിൽ കൃത്യമായി എണ്ണി കണക്കാക്കി ഇത്ര സംഖ്യയെന്ന് എന്നോടു വേഗം പറയുകയും ചെയ്യും.

ഏതാണ്ട് അഞ്ചാറുമാസം കഴിഞ്ഞപ്പോൾ ഒരു ദിവസം ഡോക്ടർ എന്നോട് ഒരു പുതിയ കാറു വാങ്ങുന്നതിനെക്കുറിച്ച് സംസാരിച്ചു. അതും അംബാസിഡർ ഫോട്ടീൻ കാറ്. എന്റെ സന്തോഷത്തിന് അതിരില്ലായിരുന്നു. പുതിയ കാറിലെ ഡ്രൈവറാവുക നിസ്സാരകാര്യമല്ല. കാശിന് നല്ല വിലയുണ്ടായിരുന്ന അക്കാലത്ത് പുതിയ കാറ് വാങ്ങാൻ പലർക്കും സാധിച്ചിരുന്നില്ല. വലിയ പണക്കാർ പൊതുവെ കുറവായിരുന്നു. ഉള്ളവരാകട്ടെ വലിയ പിശുക്കന്മാരുമാണല്ലോ!

മദിരാശിയിൽ നിന്നു വാങ്ങിയ കാറ് കമ്പനിക്കാർ തന്നെ തൃശ്ശൂര് വരെ എത്തിച്ചു. വണ്ടി കൊണ്ടുവന്ന ഡ്രൈവർക്ക് കടലാസുകൾ പലതും ഡോക്ടർക്കു വേണ്ടി ഞാനാണ് ഒപ്പിട്ടുകൊടുത്തത്. കൊണ്ടുവന്ന വണ്ടി ഓടിച്ചുനോക്കി പരിശോധിച്ച ശേഷം ഞാനയാൾക്ക് നല്ല ദക്ഷിണയും കൊടുത്ത് ആർക്കോണം വഴി പോകുന്ന ഒരു വണ്ടിയിൽ കയറ്റി പറഞ്ഞയച്ചു.

തായങ്കുളങ്ങരയെത്തിയ ഞാൻ പുതിയ കാറ് കാട്ടിക്കൊടുത്തു വിവരിച്ചു കൊണ്ട് അദ്ദേഹത്തിന്റെ പത്നിയെ സന്തുഷ്ടയാക്കി. കുട്ടികൾക്കാണ് കൂടുതൽ താത്പര്യം. എന്നാൽ ഡോക്ടറുടെ നിസ്സംഗത ആരെയും അദ്ഭുതപ്പെടുത്തുന്നതായിരുന്നു. എല്ലാം ഒരു സാധാരണസംഭവം പോലെയാണ് അദ്ദേഹം കണ്ടിരുന്നത്.

ആ കാലത്ത് ഒരിക്കൽ അദ്ദേഹത്തിന്റെ ഒരു ബന്ധു തന്റെ മകളുമായി അവിടെ വന്നു. അവർക്ക് തിരുവനന്തപുരം വരെ ഒന്നു പോകണം. സഹായ ത്തിന് ഒന്നിച്ചു പോകാൻ ആരുമുണ്ടായിരുന്നില്ല.

വിധവയായ ആ നാല്പത്തഞ്ചുകാരിയുടെ പത്തുപന്ത്രണ്ടുവയസ്സായ മകൾക്ക് ഏതോ ഒരു സിനിമയിലഭിനയിക്കാൻ ടി.എൻ. ഗോപിനാഥൻ നായർ ഏർപ്പാട് ചെയ്തിട്ടുണ്ട്. അദ്ദേഹത്തിന്റെയും ഒരകന്നബന്ധുവായിരുന്നു അവരെ ന്നാണ് ഞാൻ ധരിച്ചുവശായത്.

വള്ളത്തോൾ കുടുംബമായി ബന്ധമുണ്ടായിരുന്ന ആ സ്ത്രീയോട് ഡോക്ടർക്ക് പറ്റില്ലെന്നു പറയാൻ വയ്യായിരുന്നു. അതുകൊണ്ടദ്ദേഹം എന്നെ വിളിച്ച് തിരുവനന്തപുരം വരെ ഒന്നു പോകാമോ എന്ന് ചോദിച്ചു. രണ്ടു ദിവസം കാറില്ലാതെ ഡോക്ടർ കഴിയാമെന്നും, അവരെ തിരുവനന്തപുരത്ത് ചെന്ന് ടി.എൻ. ഗോപിനാഥൻനായരെ ഏല്പിച്ചു കൊടുക്കുന്നതുവരെയുള്ള ഉത്തര വാദിത്വം ഞാനേറ്റെടുക്കണമെന്നും, ഞാനതു നിഷേധിച്ചാൽ ഡോക്ടർക്കു തന്നെ പോകേണ്ടിവരുമെന്നും അദ്ദേഹം കൂട്ടിച്ചേർത്തു.

സഹായത്തിന് അദ്ദേഹത്തിന്റെ മൂത്തമകനായ രാധാകൃഷ്ണനെക്കൂടി അയയ്ക്കാമെന്ന് അദ്ദേഹം പറഞ്ഞപ്പോൾ, ഒരു ഡ്രൈവറെന്ന നിലയിൽ വേണ്ടതല്ലങ്കിലും അദ്ദേഹം പറഞ്ഞതെല്ലാം ഞാൻ സമ്മതിക്കുകയാണു ണ്ടായത്. പിറ്റേ ദിവസം കാലത്തു തന്നെ തിരുവനന്തപുരത്തേയ്ക്കു പോകാ മെന്ന് തീർച്ചയാക്കി വണ്ടി നിറച്ച് പെട്രോളടിച്ചു വന്നു. ഡോക്ടർക്ക് എന്നിട്ടേ സമാധാനമായുള്ളൂ. പിറ്റേദിവസം കാലത്ത് ഏഴു മണിക്ക് ഞങ്ങൾ പുറപ്പെട്ടു. ഉച്ചഭക്ഷണത്തിന് ആലപ്പുഴ എത്തി. അതിനുശേഷം ഞങ്ങൾ താമസിക്കാതെ തിരുവനന്തപുരത്തിന് പുറപ്പെട്ടു. എട്ടുമണിക്കു മുമ്പായി തിരുവനന്ത പുരത്ത് വഴുതക്കാട്ടുള്ള ടി.എൻ. ഗോപിനാഥൻനായരുടെ വീട്ടിൽ എത്തുകയും ചെയ്തു.

വഴുതക്കാട് എനിക്ക് നല്ല പരിചയമുള്ള സ്ഥലമാണ്. അതുകൊണ്ട് ഗോപി നാഥൻനായരുടെ വീട് കണ്ടെത്താൻ ഒരു വിഷമവുമുണ്ടായില്ല.

വഴിവക്കത്തുള്ള ഗോപിനാഥൻനായരുടെ വീട്ടിലേയ്ക്ക് കാറ് കടത്തി നിർത്താൻ വഴിയില്ലായിരുന്നു. അതുകൊണ്ട് അദ്ദേഹത്തിന്റെ വീട്ടിന്നു മുന്നി ലായി റോഡിലാണ് കാറു നിർത്തിയത്. ആ ഭാഗത്താണെങ്കിൽ വേണ്ടത്ര വെളിച്ചം പോലും കഷ്ടിയായിരുന്നു.

എല്ലാവരും അകത്തേയ്ക്കു പോയപ്പോൾ രാധാകൃഷ്ണനെങ്കിലും എന്നെ ക്കുറിച്ച് ഓർക്കുമെന്നാണ് ഞാൻ കരുതിയത്. എന്നാലയാളും (സുമാർ 16 വയസ്സ്) എന്നെ മറക്കുകയാണുണ്ടായത്. എനിക്കാണെങ്കിൽ അത്യാവശ്യമാ യിട്ടൊന്നു കുളിക്കണമെന്നുണ്ടായിരുന്നു. രാവിലെ പുറപ്പെടും മുമ്പ് ഞാൻ കുളിച്ചിരുന്നില്ല.

രാത്രി ഏതാണ്ടൊമ്പതരമണിക്ക് അവിടുത്തെ ദഹണ്ണക്കാരൻ വന്ന് എന്നോട് ഉണ്ണാൻ വരാൻ പറഞ്ഞു. ഞാനൊപ്പം ചെന്ന് കുളിയുടെ കാര്യം പറഞ്ഞപ്പോൾ അയാളതു കേട്ടതായിപ്പോലും നടിച്ചില്ല. അടുക്കളയുടെ പുറത്ത് ഇറയത്ത് ഒരിലവെച്ച് എനിക്കതിൽ ചോറും കൂട്ടാനുമൊക്കെ വിളമ്പി യിരുന്നു. എന്നോടയാൾ അവിടെ ചെന്നിരുന്ന് ഭക്ഷണം കഴിക്കാൻ പറഞ്ഞ പ്പോൾ, നമ്പൂതിരിയായ എനിക്ക് അതു താങ്ങാവുന്നതിലധികമായിത്തോന്നി.

പെട്ടെന്ന് എനിക്ക് വയറിനു നല്ല സുഖമില്ലെന്ന് പറയാനാണ് തോന്നിയത്. അതിനാൽ ഊണു വേണ്ടെന്ന് ഞാൻ ഉറപ്പിച്ചു പറഞ്ഞു. സാധുവായ ആ ദഹണ്ണക്കാരൻ ഞാൻ പറഞ്ഞത് വിശ്വസിച്ച് ശരിയെന്ന് പറഞ്ഞുകൊണ്ട് അകത്തേയ്ക്കു പോവുകയും ചെയ്തു.

അയാളീ വിവരം ആരോടും പറഞ്ഞിട്ടുണ്ടാകാൻ വഴിയില്ല. പ്രത്യേകിച്ച് ഞാനൊരു നമ്പൂതിരിയാണെന്ന് ആരും ധരിച്ചതുമില്ല. തല്ഫലമായി എനിക്ക് പടിക്കു പുറത്ത് റോഡിൽ കാറിന്റെ ഉള്ളിൽതന്നെ കിടക്കേണ്ടിവന്നു. അന്നു ഞാൻ എന്റെ അവസ്ഥയോർത്ത് ധാരാളം കരഞ്ഞു. നല്ല ക്ഷീണമുണ്ടായിട്ടും ബുദ്ധിമുട്ടിയാണ് വെളുപ്പാൻകാലത്ത് കണ്ണൊന്നടച്ചത്.

നേരം വെളുത്ത ഉടൻ ഞാനെന്റെ പ്രഭാതകൃത്യങ്ങളെല്ലാം നിറവേറ്റി. അടുത്തുള്ള ഹോട്ടലിൽനിന്ന് എന്തോ കഴിച്ച് ഒന്നാംതരം ഒരു ഡ്രൈവറെപ്പോലെ അഭിനയിച്ചു. എന്നാൽ നല്ലവനായ ഗോപിനാഥൻനായർ ഞാനെന്താണ് ഭക്ഷണം കഴിക്കാതിരുന്നത് എന്ന് അന്വേഷിക്കുകയും, എന്നോട് നേരിട്ടു ചോദിക്കുകയും ചെയ്തു. വയറിന്റെ അസുഖത്തെപ്പറ്റി ഞാനദ്ദേഹത്തോട് പച്ച നുണ പറഞ്ഞെങ്കിലും ആ മനുഷ്യൻ അതൊന്നും വിശ്വസിച്ചില്ലെന്നാണ് എനിക്ക് തോന്നിയത്.

ഇതിനിടയ്ക്ക് രാധാകൃഷ്ണൻ എന്റെ സ്വഭാവങ്ങളും, അയാളുടെ അച്ഛൻ എന്നോട് എങ്ങനെയാണു പെരുമാറാറെന്നും പറഞ്ഞു എന്നു തോന്നുന്നു. ഗോപിനാഥൻനായരാണെങ്കിൽ ഞാനൊരു നമ്പൂതിരിയാണെന്ന് അതുവരെ ഒട്ടും അറിഞ്ഞിരുന്നില്ലെന്ന് തീർച്ച!

ഉടൻതന്നെ ഗോപിനാഥൻനായർ എന്നെ അവരെല്ലാം പ്രാതൽ കഴിച്ചിരുന്ന മേശയിലേയ്ക്ക് വിനയപൂർവ്വം ക്ഷണിച്ചു. ഞാനൊപ്പം ചെന്ന് അവരൊന്നിച്ച് പ്രാതൽ കഴിക്കുകയും, ഇറയത്തുവെച്ച് ചോറുതരാൻ ശ്രമിച്ച കഥ തമാശയായി പറയുകയും ചെയ്തു. എല്ലാം കേട്ട അദ്ദേഹം 'താനത് അപ്പോൾ മാത്രമാണ് അറിഞ്ഞതെന്ന്' പറഞ്ഞുകൊണ്ട് ചിന്താമഗ്നനായി.

തുടർന്ന് വിനയപൂർവ്വം അദ്ദേഹം എനിക്ക് ഇറയത്തുവെച്ച് ചോറുതന്നതിന് മാപ്പു പറഞ്ഞു. എന്നിട്ട് രാധാകൃഷ്ണനോട് ഡ്രൈവർ തിരുമേനിയാണെന്ന് എന്താണ് പറയാതിരുന്നതെന്നു പരിഭവം പറഞ്ഞു. രാധാകൃഷ്ണനാണെങ്കിൽ ബഹളങ്ങൾക്കിടയിൽ അത് മറന്നുവെന്നല്ലാതെ ഒന്നും കരുതിയല്ല പറയാതിരുന്നത്. പ്രത്യേകിച്ചും തിരുമേനിയായിട്ടാണ് അച്ഛൻ ചതുരംഗം വെയ്ക്കാറെന്ന് രാധാകൃഷ്ണൻ പറഞ്ഞപ്പോൾ ഗോപിനാഥൻ നായർ നല്ല വണ്ണം ചിരിച്ചു. തുടർന്ന് അദ്ദേഹം തന്റെ അച്ഛനെക്കുറിച്ചും, അവരുടെ കുടുംബത്തിലുണ്ടായിരുന്ന ബ്രാഹ്മണഭക്തിയെക്കുറിച്ചുമെല്ലാം നല്ലവണ്ണം വാചാലനായി. അതാകട്ടെ, എനിക്ക് പിടിക്കുകയും ചെയ്തു.

സാഹിത്യത്തിൽ എനിക്ക് താത്പര്യമുണ്ടെന്നും, കവിയാണെന്നും അറിഞ്ഞ അദ്ദേഹം അതിനെക്കുറിച്ചും ധാരാളം സംസാരിച്ചു. നേരം അപ്പോഴേയ്ക്കും ഏതാണ്ട് ഒമ്പതുമണിയായി കഴിഞ്ഞിരുന്നു.

പ്രാതൽ കഴിഞ്ഞ് എഴുന്നേറ്റ ഞങ്ങൾ എല്ലാവരും കൂടി ഫിലിംസ്റ്റുഡിയോവിലേയ്ക്ക് പുറപ്പെട്ടു. അവിടെയെത്തിയ ഞങ്ങൾക്ക് ഊഷ്മളമായ സ്വീകരണമാണ് ലഭിച്ചത്. അവരും ആ കുട്ടിയെ പ്രതീക്ഷിച്ച് കാത്തിരിയ്ക്കയായിരുന്നുവെന്നു തോന്നി. താമസം ഗോപിനാഥൻനായരുടെ വീട്ടിൽ. പോകാനും

വരാനും സ്റ്റുഡിയോക്കാർ വാഹനമയയ്ക്കും. ഏതാണ്ടൊരു മാസം സമയമെടുക്കുമെന്നാണവർ പറഞ്ഞത്.

അവരപ്പോൾതന്നെ ഞങ്ങളുടെ സാന്നിദ്ധ്യത്തിൽ ആ കുട്ടിയുടെ അമ്മയെക്കൊണ്ട് ഏതോ ചില രേഖകളിൽ ഒപ്പു വെയ്പ്പിച്ചു. കാര്യങ്ങൾക്കെല്ലാം മേൽനോട്ടം വഹിച്ചത് ടി.എൻ. ഗോപിനാഥൻനായരായിരുന്നു. പത്തുപത്തരയോടെ കാര്യങ്ങളെല്ലാം തീരുമാനിച്ച് ഞങ്ങൾ ഗോപിനാഥൻ നായരുടെ വീട്ടിലേയ്ക്കു മടങ്ങി. എല്ലാ കാര്യങ്ങളും മംഗളമായി കലാശിച്ചതോടെ എന്റെ തലവേദനയും ഇല്ലാതായി.

പിന്നീട് ഞാൻ ഡോക്ടർ പറഞ്ഞ കാര്യങ്ങളെല്ലാം ഗോപിനാഥൻ നായരോട് ഒരു രക്ഷിതാവിന്റെ ഉത്തരവാദിത്വത്തോടെ പറഞ്ഞു മനസ്സിലാക്കി. എല്ലാം ശ്രദ്ധിച്ചുകേട്ട അദ്ദേഹം 'ശരി'യെന്ന് പറഞ്ഞപ്പോൾ ഞങ്ങൾക്കുടൻ മടങ്ങേണ്ടതിന്റെ കാര്യം ഞാനദ്ദേഹത്തോടു പറഞ്ഞു. പോകുന്ന കാര്യം കേട്ട അദ്ദേഹം തിരുമേനി ഉച്ചക്കൂണു കഴിഞ്ഞേ മടങ്ങാവൂ എന്ന് കഠിനമായി നിർബന്ധിച്ചു. ഞങ്ങളപ്പോൾ പുറപ്പെട്ടാൽ പോലും രാത്രി പന്ത്രണ്ടിനു മുമ്പ് തായങ്കുളങ്ങരയെത്തില്ലെന്ന് ഞാൻ വിശദീകരിച്ചപ്പോൾ, അദ്ദേഹം ഉടൻ പുറപ്പെട്ടുകൊള്ളാൻ സമ്മതം നൽകി.

ഉടൻ തന്നെ ചായ വന്നു. ചായകുടി കഴിഞ്ഞ ഞങ്ങൾ ഏതാണ്ട് പതിനൊന്നരമണിയോടെ എല്ലാവരോടും യാത്രപറഞ്ഞ് പുറപ്പെട്ടു. കൊല്ലത്തു വെച്ച് ഹോട്ടലിൽ നിന്ന് വിസ്തരിച്ച് ഊണുകഴിച്ചു. വേഗം തന്നെ പുറപ്പെട്ട ഞങ്ങൾക്ക് ആ കാരണം കൊണ്ടുതന്നെ ചായകുടിക്കാൻ ആലപ്പുഴയിലെത്താൻ കഴിഞ്ഞു. എന്നാൽ ഞാനെന്റെ ചെറുപ്പത്തിന്റെ ഊക്കുകൊണ്ട് വലിയ വേഗത്തിലാണ് അതുവരെ കാറോടിച്ചത്. വണ്ടിയെക്കുറിച്ച് രാധാകൃഷ്ണന് കാര്യമായിട്ടൊന്നുമറിയാതിരുന്നത് ഭാഗ്യം. അല്ലാത്തപക്ഷം അയാളെന്റെ സാഹസത്തിന് കടിഞ്ഞാണിടുമായിരുന്നു. ഏതായാലും അതൊന്നും ഉണ്ടാകാതെ കഴിഞ്ഞു.

മടങ്ങുമ്പോൾ എന്റെ കയ്യിൽ ഗോപിനാഥൻനായർ ഡോക്ടർക്ക് ഒരു കത്തെഴുതിത്തന്നിരുന്നു. ആ കത്തിലദ്ദേഹം ഞാനൊരു നമ്പൂതിരിയാണെന്നറിയാതെ കണ്ടാണ് പെരുമാറിയതെന്നും, ക്ഷമിക്കണമെന്നും ഡോക്ടർക്ക് വിശദമായിട്ടെഴുതിയിരുന്നുവത്രേ. ഈ വിവരം എന്നോടു പറഞ്ഞത് ഡോക്ടർ തന്നെയാണ്. ഞാനാണെങ്കിലതെല്ലാം അപ്പോഴേക്കും മറന്നുകഴിഞ്ഞിരുന്നു.

അരൂക്കുറ്റിയിലും ചൊവ്വരയിലും കടത്തിന് ധാരാളം സമയമെടുത്തമൂലം ഞങ്ങൾ തായങ്കുളങ്ങരെ മടങ്ങിയെത്തിയപ്പോൾ സമയം പാതിരാകഴിഞ്ഞിരുന്നു. ഡോക്ടർ അപ്പോഴും ഞങ്ങളെ പ്രതീക്ഷിച്ച് എന്തോ വായിച്ചുകൊണ്ട് ഉറങ്ങാതെ കാത്തിരിക്കുകയായിരുന്നു.

കാറു പൂട്ടി താക്കോൽ പതിവുസ്ഥലത്തു വെച്ച് ഉടൻ നന്നായൊന്ന് കുളിച്ചു. എന്നിട്ട് ഭക്ഷണം കഴിച്ച് പോയി കിടന്നുറങ്ങി. മരിച്ചപോലെ ഉറങ്ങിപ്പോയ എന്നെ കാലത്ത് ചായയ്ക്ക് കാണാതെ ഡോക്ടർ അയച്ച ആളു വന്ന് വിളിച്ചപ്പോഴാണ് ഞാനുണർന്നത്. സമയമപ്പോൾ ഏതാണ്ട് ഏഴരമണിയായി കഴിഞ്ഞിരുന്നു. 'കുംഭകർണ്ണന് ഉറക്കം മതിയായില്ലേ' എന്ന ഡോക്ടറുടെ നേരംപോക്ക് എന്റെ തിരുവനന്തപുരം യാത്രയുടെ സകല ക്ഷീണവും തുടച്ചുമാറ്റി. തുടർന്ന് ഞാൻ കർമ്മനിരതനാവുകയും ചെയ്തു.

അമ്മയെന്ന ദൗർബ്ബല്യം

ഇടയ്ക്കിടക്ക് ഡോക്ടർക്ക് ചേന്നരയുള്ള വള്ളത്തോൾ തറവാട്ടിലേയ്ക്ക് ഒരു പോക്കുണ്ട്. സാധാരണ ഒന്നുരണ്ടുമണിക്കൂറെ അവിടെ തങ്ങാറുള്ളൂ.

വൈകുന്നേരം അഞ്ചുമണിയോടെ പുറപ്പെടുന്ന ഞങ്ങൾ രാത്രി ഒരു മണിക്കെങ്കിലും മടങ്ങിയെത്തും. പുലാമന്തോളിൽനിന്ന് കോട്ടയ്ക്കലെത്തി തിരൂർ വഴിയാണ് ചേന്നരയ്ക്കു പോകാറ്. പത്തെൺപതു നാഴികദൂരമുണ്ടെങ്കിലും വഴി നല്ലതായിരുന്നു. സമയത്തിന് നല്ല പിശുക്കും. അതുകൊണ്ട് അതിവേഗമാണ് യാത്ര. ഡോക്ടറാണെങ്കിൽ ഞാനെങ്ങനെ വണ്ടിയോടിച്ചാലും ഒന്നും പറയാറുമില്ല.

പ്രായമായ അദ്ദേഹത്തിന്റെ അമ്മ വള്ളത്തോളിന്റെ സഹോദരിമാരിൽ ഒരാളാണ്. അവർക്ക് നല്ല സുഖമില്ലായിരുന്നു. എന്നു വെച്ച് കിടപ്പിലായിട്ടൊന്നുമില്ല്യ.

അമ്മയെ കാണാൻ വേണ്ടിയുള്ള യാത്രകളിൽ സാധാരണ ഞാനും അദ്ദേഹവും മാത്രമേ ഉണ്ടാകാറുള്ളൂ. ഒരിയ്ക്കലോ മറ്റോ അദ്ദേഹത്തിന്റെ പത്നിയുമുണ്ടായിരുന്നു.

പിന്നീടൊരിക്കൽ ഞങ്ങൾ പോകുമ്പോൾ ഡോക്ടർ കൃഷ്ണയ്യരേയും ഒപ്പം കൊണ്ടുപോവുകയുണ്ടായി. അത് അദ്ദേഹത്തിനെക്കൊണ്ട് അമ്മയെ പരിശോധിപ്പിക്കാനായിരുന്നു. അന്ന് അവിടെ വിസ്തരിച്ച് സദ്യയൊക്കെയുണ്ടായി. കൃഷ്ണയ്യരും വി.ആർ.മേനോനും വലിയ സുഹൃത്തുക്കളായിരുന്നു.

ഇതിനിടയ്ക്ക് ഡോക്ടറുടെ ചേന്നര യാത്ര കൂടിക്കൂടി വന്നു. പതിവുകളൊന്നും മുടങ്ങാതെ തന്നെ ആഴ്ചയിലൊരിയ്ക്കലെന്ന നിലവരെ അതെത്തി. അമ്മയുടെ ക്ഷീണവും വർദ്ധിച്ചുകൊണ്ടിരുന്നു.

ക്രമത്തിൽ ഒന്നിടവിട്ട ദിവസങ്ങളിലായി ഞങ്ങളുടെ യാത്ര. ഒടുക്കം എട്ടുപത്തു ദിവസം ഞങ്ങൾ എന്നും പോയിവന്നിരുന്നു. അക്കാലത്ത് രാത്രി എട്ടുമണിയോടെ അവിടെയെത്തുന്ന ഞങ്ങൾ പിറ്റേദിവസം വെളുപ്പിന് നാലുമണിയ്ക്കേ മടങ്ങാറുള്ളൂ.

അവസാനം അദ്ദേഹത്തിന്റെ അമ്മ ഡോക്ടറുടെ സാന്നിദ്ധ്യത്തിൽത്തന്നെ നിര്യാതയായി. അമ്മ പോയപ്പോൾ അമ്പത്തഞ്ചുവയസ്സായ അദ്ദേഹം കൊച്ചുകുട്ടിയെപ്പോലെ കരഞ്ഞു. എന്നാൽ ആ ദൗർബ്ബല്യം അല്പം ചില മണിക്കൂറുകൾ മാത്രമേ ഉണ്ടായുള്ളൂ.

എന്നോട് നാലുദിവസം വീട്ടിൽപോയി വെറുതെയിരിക്കാൻ അദ്ദേഹം പറഞ്ഞു. എന്നാലത് ഏതാണ്ട് മൂന്നാഴ്ചയോളം നീണ്ടുവെന്നാണെന്റെയോർമ്മ! അക്കാലത്ത് വണ്ടിയോടിച്ചിരുന്നത് അദ്ദേഹം തന്നെയാണ്. മടങ്ങാറായപ്പോൾ ഞാൻ ചേന്നരയ്ക്ക് ചെല്ലുകയും ചെയ്തു.

വലിയ കമ്യൂണിസ്റ്റ് അനുഭാവിയായ ഡോക്ടർ അമ്മയുടെ ശേഷക്രിയകളെല്ലാം ചെയ്തുവെന്നാണ് ഞാൻ കേട്ടത്. മടങ്ങുമ്പോൾ അതുപറഞ്ഞ് ഞാൻ നല്ലവണ്ണം അദ്ദേഹത്തെ കളിയാക്കി. എന്നാൽ അപ്പോഴെല്ലാം ഡോക്ടർ തികഞ്ഞ മൗനം ദീക്ഷിക്കുകയാണുണ്ടായത്. ചെറുപ്പക്കാരനായ എനിക്ക് അപ്പോൾ അദ്ദേഹത്തിന്റെ മനസ്സിൽ നടക്കുന്ന സംഘട്ടനങ്ങളെക്കുറിച്ച് ചിന്തിക്കാൻ തക്ക വകതിരിവുണ്ടായിരുന്നില്ല എന്ന് ഇന്നു ഞാനറിയുന്നു.

ഇതിനിടയ്ക്ക് തയ്ക്കാട്ട് മൂസ്സിന്റെ ഇല്ലത്തിനടുത്തുള്ള ഒരെമ്പ്രാന്തിരിയ്ക്ക് ടൈഫോയ്ഡ് പിടിച്ചു. ആദ്യമൊക്കെ മൂസ്സിന്റെ ചികിത്സ തന്നെയാണുണ്ടായത്. എന്നാൽ അവസാനം മൂസ്സ് തന്നെ രോഗിയെ ഒരലോപ്പതി ഡോക്ടറെ കാട്ടുകയാകും നല്ലതെന്ന് അഭിപ്രായപ്പെട്ടു. അങ്ങനെയാണ് കൃഷ്ണയ്യരെ മൂസ്സ് ശിപാർശ ചെയ്തപ്പോൾ അദ്ദേഹം പറഞ്ഞതനുസരിച്ച് വി.ആർ. മേനോൻ ആ എമ്പ്രാന്തിരിയെ കാണാനിടയായത്.

എമ്പ്രാന്തിരിയുടെ ഭവനത്തിൽ പോകുംമുമ്പ് മൂസ്സിനെയാണ് ഡോക്ടർ ആദ്യം പോയികണ്ടത്. എന്നിട്ട് മൂസ്സിൽ നിന്ന് രോഗിയെക്കുറിച്ചറിയേണ്ടതെല്ലാം അറിഞ്ഞശേഷമാണ് അവിടെ പോയത്. ഒരു മാസത്തിലധികമായി അവശനായി കിടന്നിരുന്ന ആ എമ്പ്രാന്തിരിയെ മൂസ്സ് കയ്യൊഴിഞ്ഞതോടെ അയാൾ മരണം മുന്നിൽ കണ്ടുകൊണ്ട് കിടക്കുകയായിരുന്നു.

ഡോക്ടർ ചെന്ന് പരിശോധിച്ചശേഷം 'ഇതൊരു രോഗം പോലുമല്ലെ' ന്നാണ് അവശനായ ആ എമ്പ്രാന്തിരിയോട് ആദ്യം പറഞ്ഞത്. താമസിയാതെ ഒന്നുരണ്ടു കുത്തിവെയ്പ്പുകൾ നടത്തി. ചില മരുന്നുകൾ കുറിച്ചു. അവ കഴിയ്ക്കേണ്ട ക്രമം പറഞ്ഞു. ഒരാഴ്ചയെങ്കിലും മുടങ്ങാതെ കുത്തിവെയ്പ്പ് വേണ്ടിവരുമെന്നും, അതിന് താൻ തന്നെ വന്നുകൊള്ളാമെന്നും പറഞ്ഞാണ് അദ്ദേഹം മടങ്ങിയത്.

എമ്പ്രാന്തിരിയുടെ പത്നി ഒരു സംഖ്യ ഡോക്ടറുടെ കയ്യിൽ കൊടുത്തു. ഡോക്ടറപ്പോൾ, പണമെല്ലാം താൻ പിന്നീട് വാങ്ങിക്കോളാമെന്നും ചികിത്സ നടക്കട്ടെ എന്നും പറഞ്ഞ് പിരികയാണുണ്ടായത്. അത് ആ സ്ത്രീക്ക് വലിയ ആശ്വാസമായെന്നു തോന്നി.

എന്നും ഞങ്ങൾ എമ്പ്രാന്തിരിയ്ക്ക് കുത്തിവെയ്പു നടത്താൻ പോയിക്കൊണ്ടിരുന്നു. ഒപ്പം മൂസ്സിന്റെ ഇല്ലത്തും കയറും. ചിലപ്പോൾ വർത്തമാനം പറഞ്ഞിരുന്ന് ഒരു മണിക്കൂർ വരെ വൈകും. എനിക്ക് മൂസ്സിന്റെ കുടുംബവുമായുള്ള ബന്ധം ഡോക്ടറോട് ഞാൻതന്നെ പറഞ്ഞിട്ടുണ്ട്. അതുകൊണ്ടവിടെ എത്ര താമസിച്ചാലും എനിക്ക് സന്തോഷമായിരുന്നു.

ചായയും മറ്റും കഴിച്ചേ ഞങ്ങളെന്നും മടങ്ങാറുള്ളു. ഉദാരശീലനായ മൂസ്സ് വലിയ അതിഥിപ്രിയനുമായിരുന്നു. പ്രത്യേകിച്ചും ഡോക്ടറെപ്പോലുള്ള ഒരതിഥിയെ കിട്ടിയാൽ മൂസ്സുണ്ടോ സൽക്കരിക്കാതെ വിടുന്നു!

ഡോക്ടർ പറഞ്ഞപോലെ രണ്ടാഴ്ചകൊണ്ട് എമ്പ്രാന്തിരിയുടെ രോഗം ഏതാണ്ടാശ്വാസമായി. അത് മൂസ്സിനെന്നപോലെ ഡോക്ടർക്കും അദ്ഭുതമായിരുന്നു. കാരണം മൂസ്സ് കയ്യൊഴിച്ച ഒരു രോഗി സാധാരണ രക്ഷപ്പെടാറില്ല.

വിചിത്രമായ ഒരു രസമുള്ളത് മൂസ്സിന്റെ ഇല്ലത്തെ ചികിത്സ ഡോക്ടർ കൃഷ്ണയ്യരും കൃഷ്ണയ്യരുടെ കുടുംബത്തിലെ ചികിത്സ മൂസ്സുമാണെന്നുള്ളതായിരുന്നു. അങ്ങനെയുള്ള കൃഷ്ണയ്യർ പറഞ്ഞിട്ടാണ് വി.ആർ. മേനോൻ എമ്പ്രാന്തിരിയെ പരിശോധിക്കാനിടയായത്.

ഈ സംഭവം വി.ആർ. മേനോന് വലിയ പ്രശസ്തി നേടിക്കൊടുത്തു. തുടർന്ന് അദ്ദേഹം നാട്ടുകാരുടെ കണ്ണിലുണ്ണിയും അവരുടെ ഒരാളുമായി മാറി. ഉപ്പുതൊട്ട് കർപ്പൂരം വരെ എല്ലാ കാര്യത്തിനും അന്നാട്ടുകാർക്ക് ഡോക്ടർ കൂടാതെ പറ്റില്ലെന്നായി.

ഊരകത്ത് മറ്റൊരു ഡോക്ടർ ഉണ്ടെങ്കിലും അദ്ദേഹമൊരു ഞായറാഴ്ച വക്കീലായിരുന്നു. ഏതു സമയത്തും എല്ലാവർക്കും വേണ്ടി വാതിൽ തുറന്നു വെച്ചിരുന്ന ഡോക്ടർ വി.ആർ. മേനോൻ അദ്ദേഹത്തിന്റെ സ്വഭാവവൈശി ഷ്ട്യം നിമിത്തം ഊരകത്തെ ഡോക്ടർക്ക് തലവേദന പോലുമായി. എന്നാൽ അവർ രണ്ടുപേരും ചങ്ങാതികളായിരുന്നു.

ഇതിനിടയ്ക്ക് ചിറ്റൂർ കുഞ്ഞൻ നമ്പൂതിരിപ്പാടിന്റെ കാര്യസ്ഥനും മരുമകനുമായ വാസുദേവേട്ടൻ ഡോക്ടറുടെ വീട്ടിൽ നിത്യനായി. ചെറുപ്പക്കാരനായ ആ സുഹൃത്തിന് വണ്ടിയോടിക്കാനറിയില്ല. ഡോക്ടറുമായി പരിചയത്തിലായപ്പോൾ അദ്ദേഹത്തിന്റെ പുതിയ വണ്ടിയിൽ ഡ്രൈവിങ്ങ് പഠിക്കാൻ അയാളൊരു ശ്രമം നടത്തി. എന്നാൽ പഠിപ്പിക്കാൻ എന്നെക്കൊണ്ടാകില്ലെന്ന് ഉറപ്പിച്ചുതന്നെ ഞാൻ പറഞ്ഞു.

പുതിയ വണ്ടിയിൽ പഠിപ്പിക്കുന്നത് എനിക്ക് ആരായാലും സമ്മതമല്ലായിരുന്നു. ഞാൻ ആ കാര്യം ഡോക്ടറോട് തുറന്നു പറയുകയും ചെയ്തു. എന്റെ ഭാഗ്യത്തിന് ഡോക്ടറും വിചാരിച്ചിരുന്നത് അങ്ങനെയൊക്കെത്തന്നെയായിരുന്നുവെന്ന് ഞാനപ്പോളറിഞ്ഞു.

നിവൃത്തിയില്ലാതെ വരുമ്പോൾ മാത്രമേ ഡോക്ടർ വണ്ടി ഓടിക്കാറുള്ളു. അതും ശ്രദ്ധിച്ച് നന്ന സാവധാനത്തിൽ. എല്ലാത്തിനും പുറമെ എന്റെ നിർദ്ദേശങ്ങൾ അദ്ദേഹം അതേപടി സ്വീകരിക്കുകയും ചെയ്യും. അതിനു കാരണം എന്റെ വർക്കുഷാപ്പ് ജീവിതത്തെക്കുറിച്ച് അദ്ദേഹത്തിന് അറിയാമായിരുന്നുവെന്നതാണ്. ഞാൻ കഥകളെല്ലാം അദ്ദേഹത്തോട് പറഞ്ഞിരുന്നുവല്ലോ.

എന്നാൽ വാസുദേവേട്ടൻ ഉപായക്കാരനല്ലായിരുന്നു. ഇഷ്ടൻ ഡോക്ടറുടെ അഭിപ്രായത്തിനേയും മറികടന്ന് അദ്ദേഹത്തിന്റെ സഹധർമ്മിണിയെ പിടിച്ചു. 'തിരുമേനി ഒന്നു ശ്രമിച്ചുനോക്കു' എന്നു വരെ വാസുദേവേട്ടൻ അവരെക്കൊണ്ട് എന്നോട് പറയിപ്പിച്ചു.

ഞാനപ്പോൾ ആ സ്ത്രീയോട് കാര്യം തുറന്നുപറഞ്ഞു. ഞാൻ പൊന്നുപോലെ ശ്രദ്ധിക്കുകയും ശുശ്രൂഷിക്കുകയും ചെയ്യുന്ന കാറിൽ വേറൊരാൾ പഠിക്കുന്നത് പോയിട്ട് ഓടിയ്ക്കുന്നതുപോലും എനിക്ക് സമ്മതമല്ലെന്ന് വെച്ചടിച്ചു. എന്റെ അഭിപ്രായംതന്നെയാണ് ഡോക്ടർക്കും എന്ന് കൂടി പറയുകയും ചെയ്തു.

ചെറുപ്പക്കാരിയായ അവർക്ക് എന്റെ ധിക്കാരവും അധികാരവും ഒട്ടും പിടിച്ചില്ലെന്ന് തീർച്ച. അവരെന്തൊക്കെയാകാം ഡോക്ടറെ പറഞ്ഞുപിടിപ്പിക്കുന്നതെന്ന് ഞാൻ ഊഹിക്കുകയുണ്ടായി. എന്നാൽ ഡോക്ടർ അങ്ങനെയൊന്നുണ്ടായതായിപ്പോലും എന്നോടുള്ള പെരുമാറ്റങ്ങളിൽ കാണിച്ചില്ല.

പതുക്കെപ്പതുക്കെ വാസുദേവേട്ടൻ ഞങ്ങളുടെ കൂടെ തൃശൂരുള്ള അവരുടെ വീട്ടിലേയ്ക്കു വരാൻ തുടങ്ങി. മടങ്ങിയെത്തുമ്പോൾ മിക്കപ്പോഴും രാത്രി പന്ത്രണ്ടുമണിയാകും. അത്തരം ദിവസങ്ങളിൽ വാസുദേവേട്ടൻ ഡോക്ടറുടെ വീട്ടിൽ നിന്ന് ഞങ്ങളൊന്നിച്ച് ഭക്ഷണം കഴിയ്ക്കാനും തുടങ്ങി. പത്തിരുപത്തഞ്ചു വയസ്സുള്ള സുഭഗനും അരോഗദൃഢഗാത്രനുമായ വാസുദേവേട്ടൻ അന്ന് ഏകനായിരുന്നു.

ക്രമത്തിൽ ഡോക്ടറെ ധിക്കരിച്ചുകൊണ്ട് വാസുദേവേട്ടൻ അദ്ദേഹത്തിന്റെ പത്നിയുടെ ഭാഗം ചേർന്നു പൂളുവെച്ച് ഓരോന്നുപറയാനും എന്നെ

കളിയാക്കാനും തുടങ്ങി. ഡോക്ടർ എന്നോട് പെരുമാറുന്ന രീതിയും ചതുരംഗ ക്കളിയും അവർക്ക് രണ്ടുപേർക്കും തീരെ ഇഷ്ടമായിരുന്നില്ല. നമ്പൂരി യാണെന്നുവെച്ച് ഡ്രൈവറെ ഇങ്ങനെ തലയിൽ കയറ്റുന്നത് നന്നല്ലെന്ന് അദ്ദേഹത്തിന്റെ ഭാര്യ ഒരിക്കൽ ഡോക്ടറോടു പറയുന്നത് ഞാനെന്റെ ചെവി കൊണ്ടുതന്നെ കേൾക്കുകയുണ്ടായി.

എന്നാൽ ഡോക്ടർ എന്നെക്കുറിച്ച് അവരെന്തുപറഞ്ഞാലും ശ്രദ്ധിക്കുന്ന മട്ടുകാരനായിരുന്നില്ല. അതുമൂലം അപൂർവ്വം സന്ദർഭങ്ങളിൽ ഞാനദ്ദേഹ ത്തിന്റെ പത്നിയേയും വാസുദേവേട്ടനേയും ധിക്കരിച്ചിട്ടുണ്ട്. പക്ഷേ, അവ യൊന്നും പ്രത്യക്ഷത്തിലല്ലായിരുന്നു.

ചിറ്റൂർ കുഞ്ഞൻ നമ്പൂതിരിപ്പാടിന്റെ മരുമകനും കാര്യസ്ഥനുമെന്ന നില യിൽ ഡോക്ടറുടെ പത്നിയ്ക്ക് വാസുദേവേട്ടൻ വളരെ വേണ്ടപ്പെട്ടവനായി രുന്നു. ആളൊരു ശൃംഗാരക്കുഴമ്പനാണെന്ന് ഞാൻ പറയും. കാശിനാണെങ്കിൽ വാസുദേവേട്ടന് ഒട്ടും ബുദ്ധിമുട്ടുണ്ടായിരുന്നില്ല.

വാസുദേവേട്ടനും ഞാനുമായുള്ള സൗന്ദര്യപ്പിണക്കം മൂലം ചിറ്റൂർ കുഞ്ഞൻ നമ്പൂതിരിപ്പാട് എന്നെ കലശലായി തെറ്റിദ്ധരിച്ചു. ഉള്ളുകൊണ്ട് നല്ലവനായിരുന്ന അദ്ദേഹം തുടർന്ന് എന്നോട് മോശമായ നിലയിൽ പെരു മാറുകയും സംസാരിക്കയുമുണ്ടായി.

ധിക്കാരിയായ ഞാനാണെങ്കിൽ അദ്ദേഹത്തിനെ ശുണ്ഠിപിടിപ്പിക്കാനായി പൂണൂലില്ലാതെ മുന്നിലൂടെ നടക്കുകയും അതുകണ്ട് അദ്ദേഹം ശുണ്ഠിപിടി ക്കുകയും പതിവായിരുന്നു.

ഒരിക്കൽ 'തന്റെ പൂണൂലെവിടെ' എന്ന് നേരിട്ടു ചോദിച്ചപ്പോൾ ഞാൻ വി.ടി.ഭട്ടതിരിപ്പാടിന്റെ ശിഷ്യനാണെന്ന് നമ്പൂരിയ്ക്കറിയില്ലെ? എന്നാണ് പകരം അങ്ങോട്ട് ചോദിച്ചത്. 'ഓഹോ! ഞാനറിഞ്ഞില്ല' എന്ന് കുഞ്ഞൻ നമ്പൂതിരി പ്പാട് സ്വയം പറയുകയും മിണ്ടാതാവുകയുമുണ്ടായി.

ഡോക്ടർ ഇതൊന്നുമറിഞ്ഞിരുന്നില്ല. എന്നാൽ ചിറ്റൂർ കുഞ്ഞൻ നമ്പൂ തിരിപ്പാടിനെ അവഗണിച്ചുകൊണ്ട് തായങ്കുളങ്ങരയിൽ താമസിച്ച് ഒരു ഡോക്ടർക്ക് പ്രാക്റ്റീസ് ചെയ്യുവാൻ വിഷമമായിരുന്നു. കാരണം കുഞ്ഞൻ നമ്പൂതിരിപ്പാട് ആ നാട്ടിലെ മുടിചൂടാമന്നനായിരുന്നു!

വാസുദേവേട്ടന്റെ കുത്തിത്തിരിപ്പും, ചെറുപ്പം മൂലമുള്ള എന്റെ ധിക്കാരവും കൊണ്ട് ഡോക്ടർക്ക് വിഷമമാവുമോ എന്നായി എന്റെ ഭയം. അങ്ങനെയെന്തെ ങ്കിലും സംഭവിച്ചാൽ അത് എനിക്ക് താങ്ങാൻ വയ്യായിരുന്നു.

ദിവസങ്ങൾ നീങ്ങിക്കൊണ്ടിരിയ്ക്കെ ഒരിയ്ക്കൽ വെളുപ്പിന് രണ്ടുമണിക്ക് കുഞ്ഞൻ നമ്പൂതിരിപ്പാട് ആ വഴി വരാൻ ഇടയായി. ഡിസ്പെൻസറിയിൽ രാത്രി എന്റെ രാജ്യഭാരമായിരുന്നു. അതുകൊണ്ട് തോന്നിയതെല്ലാം ഞാന വിടെയിരുന്ന് ഉറക്കെ വായിക്കാറുണ്ട്. ഡോക്ടർക്കത് സമ്മതവുമായിരുന്നു.

നമ്പൂതിരിപ്പാട് ആ വഴി വന്ന ദിവസം ഞാൻ ചെറുശ്ശേരിയുടെ കൃഷ്ണ പ്പാട്ടാണ് രസിച്ച് രസിച്ച് ഉറക്കെ വായിച്ചിരുന്നത്. അതുകേട്ട കുഞ്ഞൻ നമ്പൂ തിരിപ്പാട് ഒരു മിനുട്ട് അദ്ദേഹത്തിന്റെ കാറ് നിർത്തി ഞാൻ വായിക്കുന്നതു ശ്രദ്ധിച്ചു. പെട്ടെന്ന് കാറിന്റെ വിളക്കണഞ്ഞപ്പോൾ ഞാൻ താഴത്ത് റോട്ടി ലേയ്ക്ക് ടോർച്ചടിച്ചുനോക്കി. അപ്പോൾ എനിക്കത് കുഞ്ഞൻ നമ്പൂതിരിപ്പാ ടിന്റെ കാറാണെന്ന് മനസ്സിലാവുകയും ചെയ്തു. എന്നാൽ വണ്ടിക്കുള്ളിൽ

ആ സമയത്ത് കുഞ്ഞൻ നമ്പൂതിരിപ്പാട് ഉണ്ടാകുമെന്ന് ഒട്ടും തന്നെ വിചാരിച്ചില്ല. കാറുടൻ സ്റ്റാർട്ട് ചെയ്തുപോയപ്പോൾ ഞാനെന്റെ വായന തുടരുകയും ചെയ്തു.

പിറ്റേദിവസം കുഞ്ഞൻ നമ്പൂതിരിപ്പാട് വാസുദേവേട്ടൻ വഴി ഡോക്ടറെ ഒന്നുകാണണമെന്ന് പറഞ്ഞയച്ചു. ഡോക്ടറുടെ വീട്ടിൽ നിന്ന് തായങ്കുളങ്ങര ചിറ്റൂർ മനയ്ക്കലേയ്ക്ക് നടക്കാനുള്ള അകലമേയുള്ളു. സമയം രാത്രിയായതുകൊണ്ട് ഏതാണ്ട് ഒരു ഫർലോംഗ് വളഞ്ഞ് കാറിലാണ് ഞങ്ങൾ കുഞ്ഞൻ നമ്പൂതിരിപ്പാടിനെ കാണാൻ പോയത്. അത് അദ്ദേഹത്തിന് അശേഷം പിടിച്ചില്ലെന്ന് പിന്നീട് അറിയാൻ കഴിഞ്ഞു.

വിവരങ്ങളെന്തെല്ലാമൊ നമ്പൂതിരിപ്പാട് ഡോക്ടറോടു പറഞ്ഞിട്ടുണ്ടാകണം. ഏതാണ്ട് രണ്ടരമണിക്കൂർ നീണ്ട കൂടിക്കാഴ്ച കഴിഞ്ഞ് മടങ്ങുമ്പോൾ നമ്പൂതിരിപ്പാട് പറഞ്ഞതെല്ലാം ഡോക്ടർ എന്നോടു പറഞ്ഞു. എന്നിട്ട് എന്നോടുറക്കെ വായിച്ചോളൂ എന്നും, നമ്പൂതിരിപ്പാടിന് അമിതമായ വാടക മുടങ്ങാതെ എണ്ണിക്കൊടുക്കുന്നുണ്ടെന്നും, ഒന്നുകൊണ്ടും ഭയപ്പെടേണ്ട എന്നും എന്നോടു പറഞ്ഞു.

സംഗതികളെല്ലാം ഞാനൂഹിച്ച വിധമാണുണ്ടായതെന്ന് അറിഞ്ഞ ഞാൻ നല്ലവണ്ണം ചിരിച്ചു. എന്റെ ചിരി നല്ലവണ്ണം ശ്രദ്ധിച്ച ഡോക്ടറും തുടർന്ന് പൊട്ടിപ്പൊട്ടി ചിരിച്ചു.

കാര്യങ്ങൾ ഇത്രവരെയെത്തി ചില ദിവസങ്ങൾ കൂടി കഴിഞ്ഞിട്ടാണ് 'ധിക്കാരിയായ അയാളെ ഡ്രൈവറായി വെക്കുന്നത് ഡോക്ടർക്ക് ഭൂഷണമല്ലെ'ന്നും കൂടി നമ്പൂതിരിപ്പാട് അന്ന് പറഞ്ഞുവെന്ന് അറിഞ്ഞത്. ഞാനതൊട്ടും വിചാരിക്കാത്തതായിരുന്നു.

തുടർന്നു വായനയെല്ലാം ഞാൻ നിർത്തി. എന്നിട്ട് ഒന്നും സംഭവിക്കാത്ത നിലയിൽ പെരുമാറുകയും ചെയ്തു. പക്ഷേ ഉള്ളിലാകപ്പാടെ വിഷമമായി. ഞാൻ ഡോക്ടർക്ക് വിഷമമുണ്ടാക്കണമെന്ന് അശേഷം വിചാരിച്ചിരുന്നില്ല.

വലിയ സങ്കടത്തിലായ ഞാൻ സംഗതികളുടെ ഏകദേശരൂപം ചില ഉത്തമസുഹൃത്തുക്കളോട് പറഞ്ഞു. അതുകേട്ടവരിൽ ഒരാൾ 'താനൊന്നുകൊണ്ടും പരിഭ്രമിയ്ക്കേണ്ടെന്നും മറ്റൊരു ജോലി അന്വേഷിച്ച് കണ്ടുപിടിയ്ക്കുംവരെ ഡോക്ടറുടെ കൂടെത്തന്നെ നിൽക്കൂ' എന്നും പറഞ്ഞ് എന്നെ ശാന്തനാക്കി.

ഒന്നുരണ്ടുമാസത്തിനുള്ളിൽ എനിക്ക് മറ്റൊരു ജോലി മേൽപ്പറഞ്ഞ സുഹൃത്ത് ഏർപ്പാട് ചെയ്തുതന്നു. വലിയ പണക്കാരനായ പഴയ ഒരു നമ്പൂതിരിപ്പാടിന്റെ കൂടെയായിരുന്നു(അദ്ദേഹത്തിന് കുടുമപോലുമുണ്ട്) എനിക്ക് ജോലി ചെയ്യേണ്ടിയിരുന്നത്. എത്ര കാലം തുടരാൻ എന്നെക്കൊണ്ടാകുമെന്നാണ് ഞാനാദ്യം പരിഭ്രമിച്ചത്. ക്രമത്തിലെന്റെ ഭയം അസ്ഥാനത്താണെന്ന് എനിക്കു മനസ്സിലായി. ഞാനും ഒരൊന്നാംതരം നമ്പൂരിയാണല്ലോ.

കാര്യം ഏതാണ്ട് ഉറപ്പായപ്പോൾ ഞാനെന്റെ സങ്കടം മുഴുവൻ ഡോക്ടറോട് പറഞ്ഞു. ഞാൻ പറഞ്ഞതെല്ലാം ശ്രദ്ധിച്ചു കേട്ട ഡോക്ടർ അതൊന്നും സാരമില്ലെന്നും എന്നോട് പോകരുതെന്നുമാണ് ആവർത്തിച്ചാവർത്തിച്ച് പറഞ്ഞത്.

എല്ലാം ഉറച്ചുകഴിഞ്ഞ ഞാൻ ഡോക്ടറോട് എന്നെ പോകാനനുവദിക്കണമെന്ന് കരഞ്ഞുകൊണ്ട് വീണ്ടും വീണ്ടുമപേക്ഷിച്ചു. അതുകേട്ട അദ്ദേഹം

രണ്ടു ദിവസത്തിനുശേഷം ഒറ്റയ്ക്കു വിളിച്ച് 'ഒരുസന്ദർഭത്തിലും കരയരുതെന്നും, പോകണമെന്ന് നിർബന്ധമാണെങ്കിൽ താൻ തടയില്ലെ'ന്നും പറഞ്ഞു.

ഡോക്ടർക്കു പറ്റിയ മറ്റൊരാളെ കണ്ടെത്തിയിട്ടേ ഞാൻ പോകുള്ളു എന്ന് പറഞ്ഞപ്പോൾ അദ്ദേഹം നന്നായി ചിരിച്ചു. താനും അതിന് ഉത്സാഹിക്കാമെന്ന് ഡോക്ടർ പറഞ്ഞപ്പോൾ എനിക്കു സമാധാനവുമായി.

പിറ്റേദിവസം ഞാൻ അദ്ദേഹത്തിന്റെ പത്നിയോട് ഇവിടെ പണി വളരെ കൂടുതലാണെന്നും അതുകൊണ്ട് ഞാൻ മറ്റൊരു പണി അന്വേഷിക്കുകയാണെന്നും ഭംഗിയായി പറഞ്ഞു. അവർക്കിണങ്ങിയ ഒരു ഡ്രൈവറെ കണ്ടെത്തിയിട്ടേ പോകുള്ളുവെന്ന് പറഞ്ഞപ്പോൾ അതിന് അവർ തന്നെ ശ്രമിക്കാമെന്നും ഞാനന്വേഷിക്കേണ്ടെന്നും പറഞ്ഞു. അതും കൂടി കേട്ടപ്പോൾ എനിയ്ക്ക് നല്ല വണ്ണം സമാധാനമാവുകയാണുണ്ടായത്.

ഏതാണ്ട് രണ്ടു മൂന്നാഴ്ചയ്ക്കുള്ളിൽ തൃശ്ശൂർക്കാരനായ ഒരു ക്രിസ്ത്യാനിയെ അവർ പണിക്ക് കണ്ടെത്തി. പത്തറുപതുവയസ്സായ ആ മനുഷ്യൻ നല്ല മര്യാദക്കാരനായിരുന്നു. ഡോക്ടർക്ക് അയാളെ ബോധിച്ചോ എന്ന് ഞാൻ അന്വേഷിച്ചില്ല.

മടങ്ങുമ്പോൾ ഡോക്ടർ എനിക്കൊരു പൊതി തന്നു. അതിലെനിക്ക് കിട്ടാനുള്ളതു കഴിച്ച് നൂറിലധികം സംഖ്യ കൂടുതലുണ്ടായിരുന്നു. പിന്നീട് ഞാൻ ഒരിക്കൽ മാത്രമേ ആ മഹാമനുഷ്യനെ കാണുകയുണ്ടായുള്ളു. അത് എന്റെ ഭാര്യയുടെ മൂത്ത ജ്യേഷ്ഠത്തി അസുഖമായിട്ട് ഡോക്ടറുടെ ചികിത്സയിലിരിക്കുന്ന കാലത്താണ്.

ഞാൻ ജോലിക്കു ചേർന്നത് സാക്ഷാൽ കുറൂർ നീലകണ്ഠൻ നമ്പൂതിരിപ്പാടിന്റെ ഒരു ജ്യേഷ്ഠന്റെ കൂടെയായിരുന്നു. ഒന്നാന്തരം ശുദ്ധാശുദ്ധക്കാരനായ അദ്ദേഹം എന്നോട് വളരെ ഭംഗിയായിട്ടാണ് പെരുമാറിയത്. അദ്ദേഹത്തിനെക്കുറിച്ച് മറ്റുള്ളവർ പറയുന്നതൊന്നും ഞാൻ വിശ്വസിക്കില്ല. പഴമ ഒരു പാപമായിട്ട് എനിക്ക് അദ്ദേഹത്തിന്റെ പെരുമാറ്റത്തിൽ ഒരിക്കലും തോന്നിയിട്ടുമില്ല.

ആദ്യഭാര്യ മരിച്ചശേഷം (നാലഞ്ചുകുട്ടികളുണ്ടതിൽ) അദ്ദേഹം വിവാഹം ചെയ്തത് തൃപ്പൂണിത്തുറ കോവിലകത്തു നിന്നാണ്. അതും സാക്ഷാൽ പരീക്ഷിത്തുതമ്പുരാന്റെ ഒരു മരുമകളെ.

കണക്കറ്റ സ്വത്തിനുടമയായ അദ്ദേഹം എനിക്ക് ജോലിയാക്കിത്തന്ന നമ്പൂതിരിപ്പാടുമായി ഒരു പുതിയ കാറു വാങ്ങുന്നതിനെക്കുറിച്ച് സംസാരിയ്ക്കയുണ്ടായത്രെ! അങ്ങനെയാണ് ആനയെ വാങ്ങും മുമ്പ് തോട്ടി വാങ്ങാൻ അദ്ദേഹം തീരുമാനിച്ചത്. എനിക്കാണെങ്കിൽ അതൊരനുഗ്രഹവുമായി.

കുറൂർ മനയ്ക്കലെ ഇല്ലപ്പറമ്പിന്റെ വടക്കുപടിഞ്ഞാറുഭാഗത്തായി അദ്ദേഹം ഗംഭീരമായ ഒരു ബംഗ്ലാവ് പണിയിച്ചിരുന്നു. ഒപ്പം അദ്ദേഹത്തിന്റെ ഒരനുജനും പത്നിയും ഒരു കുട്ടിയുമുണ്ടായിരുന്നു. ചാഴൂർ കോവിലകത്തെയായിരുന്നു ആ സ്ത്രീ.

ചെന്നധികം കഴിയും മുമ്പേ ഞാൻ അവിടുത്തെ ഒരംഗമായി മാറി. എന്നാലദ്ദേഹത്തിന്റെ കാര്യസ്ഥനായ രാമവാരിയർക്ക് എന്റെ സൗന്ദര്യം പിടിച്ചില്ലെന്ന് തോന്നുന്നു. വയറ്റിൽവേദനക്കാരനായ രാമവാരിയർ പത്തറുപതുവയസ്സുള്ള

ഒരശുവാണ്. ചെറുപ്പക്കാരിയും അതിസുന്ദരിയുമായ ഒരു ഭാര്യ (അവർ പ്രസവിക്കാത്ത സ്ത്രീയായിരുന്നു) രാമവാര്യർക്കുണ്ടായിരുന്നു. നമ്പൂതിരിപ്പാടിനേക്കാൾ ഒട്ടും കുറയാത്ത സ്വത്തിനുടമയായ രാമവാരിയർ പറഞ്ഞ ദിക്കിലേ നമ്മുടെ അന്നദാതാവ് കയ്യൊപ്പുവെയ്ക്കു. തന്റെ ഭാര്യയെ സ്വർണ്ണപ്പണ്ടം മാറി മാറി വാങ്ങി കെട്ടിയ്ക്കുകയായിരുന്നു രാമവാരിയരുടെ മുഖ്യ വിനോദമെന്ന് ഞങ്ങൾ ആ മനുഷ്യന്റെ മുഖത്തുനോക്കിത്തന്നെ പറയാറുണ്ട്. എന്നാലതു കേൾക്കുമ്പോഴും 'അടിയൻ' എന്ന് പറഞ്ഞ് ചിരിയ്ക്കാൻ തക്കവണ്ണം പഠിച്ച സൂത്രക്കാരനായിരുന്നു രാമവാരിയർ. എനിക്കാണെങ്കിൽ ആ കാര്യസ്ഥനെ കണ്ണിന് നേരെ കണ്ടുകൂടാ. എല്ലാ ആണുങ്ങളേയും രാമവാരിയർക്ക് സംശയമായിരുന്നുവെന്ന് ഞങ്ങൾ ഫലിതം പറയാറുണ്ട്.

രാമവാരിയരുടെ ഭവനം മനയ്ക്കലെ പടിയ്ക്കൽ തന്നെയായിരുന്നു. നമ്പൂരിപ്പാടിന്റെ ബംഗ്ളാവിനേക്കാൾ പഴക്കം കൊണ്ട് പത്തുപതിനഞ്ചുകൊല്ലം പുറകിലാണെങ്കിലും ഗാംഭീര്യം കൊണ്ട് ഏതാണ് കൂടുതൽ മെച്ചമെന്നു പറയാൻ ആർക്കും പറ്റില്ല. അവിടെ ആ സ്ത്രീയും ഒരു ജോലിക്കാരിയും മാത്രമേ താമസമുള്ളു.

പുതുശ്ശേരി മനയ്ക്കലെ ഞങ്ങളെല്ലാം 'പരമവാക' എന്ന് പറയുന്ന (പരമേശ്വരൻ എന്ന് പേര്) ഒരു ചെറുപ്പക്കാരനായിരുന്നു ദേഹണ്ണത്തിന്. ശുദ്ധരിൽ ശുദ്ധനായ അദ്ദേഹം എന്റെ ഗുരുനാഥൻ കെ.പി. നാരായണപ്പിഷാരടിയുടെ അച്ഛന്റെ ഇല്ലത്തെ ആയിരുന്നു. സാക്ഷാൽ കേണൽ ഗോദവർമ്മ ഗുരുനാഥന്റെ അച്ഛന്റെ ഒരു സഹോദരന്റെ മകനായിരുന്നു.

ആരുപറഞ്ഞാലും വിശ്വസിക്കുന്ന പരമവാകയെ ആർക്കും പറ്റിക്കാൻ എളുപ്പമാണ്. ഏതു സാഹസത്തിനും അല്പം മേനികേറ്റിയാൽ ചാടിപ്പുറപ്പെടുന്ന അയാളെ എനിക്ക് വലിയ ഇഷ്ടമായിരുന്നു. 'നേരെവാനേരെപോ' എന്നല്ലാതെ ഒന്നും ചിന്തിക്കാത്ത ആ മനുഷ്യന്റെ മൂക്കല്പം നീണ്ടതാണ്. ഞങ്ങളുടെ മുഖ്യവിനോദങ്ങളിൽ ഒന്ന് അയാളുടെ മൂക്കിന്റെ നീളം അളക്കുകയായിരുന്നു.

മഹാശുണ്ഠിക്കാരനായ അയാൾ വെച്ചുണ്ടാക്കുന്നതിന്റെ രുചി പറഞ്ഞറിയിക്കാൻ ഞാനാളല്ല. ആ മനുഷ്യനെ അഞ്ചെട്ടുകൊല്ലം മുമ്പ് കഥയെഴുത്തുകാരി സുമംഗലയുടെ പേരമകളുടെ വിവാഹത്തിന് ഞാൻ തൃശ്ശൂരിൽവെച്ച് കാണുകയുണ്ടായി. ഇളംപുലാശ്ശേരിയിൽ താമസിക്കുന്ന കുറൂർ മനയ്ക്കലെ വാസുദേവൻ നമ്പൂതിരിപ്പാടിന്റെ കൂടെയാണ് അന്ന് അയാൾ പാർത്തിരുന്നത്. എന്നേക്കാൾ നാലഞ്ചു വയസ്സ് മൂപ്പുള്ള പരമവാക വാർദ്ധക്യസഹജമായ അസുഖങ്ങളെക്കൊണ്ട് നന്ന ക്ഷീണിതനായിട്ടാണ് എനിക്കന്നു തോന്നിയത്.

സാക്ഷാൽ കുറൂർ മനയ്ക്കലാണെങ്കിൽ പണ്ഡിതനും വൃദ്ധനുമായ ഒരു നമ്പൂതിരിപ്പാടും അദ്ദേഹത്തിന്റെ മക്കളുമായിരുന്നു താമസിച്ചിരുന്നത്. രണ്ട് ആൺമക്കളും രണ്ടു മൂന്ന് പെൺമക്കളുമാണ് അദ്ദേഹത്തിനുണ്ടായിരുന്നത്.

അവിടെ ദേഹണ്ണത്തിന് 'കുന്നം' എന്ന് വിളിയ്ക്കുന്ന (അതുതന്നെയായിരുന്നു അയാളുടെ ഇല്ലപ്പേരും) ഒരു ചെറുപ്പക്കാരനായിരുന്നു. കാലത്ത് എട്ടുമണിക്കു മുമ്പ് സകലപണികളും കഴിക്കുന്ന ആ ചെറുപ്പക്കാരൻ മഹാരസികനായ തമാശക്കാരനായിരുന്നു. 'പോനാൽ പോകട്ടും പോടാ' എന്നായിരുന്നു അയാളുടെ ശകാരപ്പേര്.

ധാരാളം വായിക്കുന്ന ആ ചെറുപ്പക്കാരൻ അത്യാവശ്യം കവിതകളെഴുതാറുണ്ട്. വായിലെ നാവ് ധാരാളമുള്ള അയാൾക്ക് ആരോടെങ്കിലും എപ്പോഴും എന്തെങ്കിലും പറയാനുണ്ടാകും. ചിലപ്പോൾ അത് ആന പിണങ്ങിയതിനെക്കുറിച്ചാകും. മറ്റു ചിലപ്പോൾ കർണ്ണാട്ടിക്ക് മ്യൂസിക്കിനെക്കുറിച്ചും ബഡായി പറഞ്ഞെന്നു വരും.

എപ്പോഴും ആരെങ്കിലും അവിടെ അതിഥികളുണ്ടാവും. എല്ലാവർക്കും സ്വാഗതമുള്ള കുറൂർ മന വളരെ വലിയതാണ്. സാധാരണ ഊണു കഴിയ്ക്കുന്ന ഊട്ടുപുരയ്ക്കു തന്നെ സാമാന്യത്തിലധികം വലുപ്പമുണ്ട്.

വിദ്വാൻ മാന്തിട്ടയും മറ്റും ഇടയ്ക്ക് കുറൂർ മനയ്ക്കൽ വരും. ഒരിക്കൽ തറവാട്ടിലെ കാരണവരും മാന്തിട്ടയും കൂടി ഈശ്വരനെക്കുറിച്ചു നടത്തിയ ഒരു വാദപ്രതിവാദം ഞാൻ കേൾക്കുകയുണ്ടായി. മാന്തിട്ട പറഞ്ഞത് (തർക്കമാണദ്ദേഹത്തിന്റെ വിഷയം) ഈശ്വരൻ എന്നു പറയുന്നത് മനസ്സാക്ഷണെന്നായിരുന്നു. 'ഈശ്വരഃ സർവ്വഭൂതാനാം ഹൃദ്ദേശേർജ്ജുനതിഷ്ഠതി' എന്നൊരു പ്രമാണവും ചൊല്ലി.

മാന്തിട്ട ചൊല്ലിയ പ്രമാണം ഭഗവദ്ഗീതയിലെയാണെന്ന് ഇന്ന് എനിക്കറിയാം. വിവേകാനന്ദസ്വാമികളെ മാന്തിട്ടയ്ക്ക് വലിയ ബഹുമാനമായിരുന്നുവെന്നു തോന്നുന്നു.

ഞാനവിടെ ചെന്ന് നാലുദിവസം കഴിഞ്ഞപ്പോൾ വണ്ടി വാങ്ങാനുറച്ചു. തുടർന്ന് കാര്യങ്ങളെല്ലാം മുന്നോട്ടു നീങ്ങിയത് വളരെ വേഗത്തിലാണ്. എനിക്കാണെങ്കിൽ പുതിയ വണ്ടി വാങ്ങാനുള്ള പരിചയം പണ്ടു തന്നെ ലഭിച്ചിരുന്നുവല്ലോ!

ഞങ്ങളന്ന് വാങ്ങിയതും അംബാസിഡർ പതിന്നാലുതന്നെയായിരുന്നു. അതും മദിരാശിയിലെ പഴയ കമ്പനിയിൽ നിന്നുതന്നെ. തൃശ്ശൂര് വരെ അവർ വണ്ടി എത്തിച്ചുതരികയും ചെയ്തു.

കാറുമായി അടാട്ടു ചെന്ന എനിക്ക് കറുത്ത കാറ് നമ്പൂതിരിപ്പാടിന് പിടിയ്ക്കാതെ വന്നാലൊ എന്നായിരുന്നു ഭയം. കാക്കക്കറുമ്പനായിരുന്ന നമ്പൂതിരിപ്പാടിന് നിറം നല്ലവണ്ണം പിടിച്ചുവെന്നു മാത്രമല്ല കറുത്ത നിറം തിരഞ്ഞെടുത്തതിന് എന്നെ ശ്ലാഘിക്കുകയും ചെയ്തു.

തുടച്ചു മിനുക്കി വെച്ച കാറ് കുളിക്കാൻ പോകുംമുമ്പ് അദ്ദേഹം ഇടയ്ക്ക് വന്ന് ഒന്നു തൊട്ടുനോക്കും. (കാറുതൊട്ടാൽ ശുദ്ധം മാറുമല്ലൊ). കയ്യിന്റെ പാടുവീഴുമെന്ന് ഞാൻ പറയുമ്പോൾ അത് ശരിയാണെന്നു പറഞ്ഞ് വാലിയക്കാരനോട് ആ ഭാഗം ഒന്നുകൂടി തുടയ്ക്കാൻ പറയും.

മണ്ടനായ ഒരു നായരെ എനിക്ക് കാറ് കഴുകാനും തുടയ്ക്കാനുമൊക്കെയായി അദ്ദേഹം ഏർപ്പാടാക്കുകയുണ്ടായി. വാസ്തവത്തിലയാൾ എനിക്ക് നല്ല തലവേദന തന്നെയാവുകയാണുണ്ടായത്. എത്ര പറഞ്ഞാലും ഒന്നും മനസ്സിലാകാത്ത ആ കിഴങ്ങന്റെ ജോലി പോകാതെ നോക്കേണ്ടതുംകൂടി എന്റെ ഭാരമായി. നമ്പൂരിപ്പാടിന്ന് വണ്ടി കഴുകുന്നത് തൃപ്തിയായില്ലെങ്കിൽ അദ്ദേഹം പാവം നായരെ പിരിച്ചു വിടാൻ രണ്ടാമതൊന്ന് ആലോചിച്ചില്ലെന്ന് വരും.

നമ്പൂതിരിപ്പാടിന് ഒരൊറ്റ കണ്ടീഷനേ എന്നോട് പറയാൻ ഉണ്ടായിരുന്നുള്ളു. അത് കാറ് മുറുക്കെ ഓടിക്കണമെന്നായിരുന്നു.

എന്താണീ മുറുക്കെ ഓടിയ്ക്കുക എന്ന് മനസ്സിലാവാതെ ഞാനാദ്യമൊന്ന് നട്ടം തിരിഞ്ഞു. എന്നാൽ എന്റെ ഭാഗ്യത്തിന് സരസ്വതി എന്നിൽ കനിയുകയാണുണ്ടായത്. വേഗം ഓടിക്കുകയാണ് അദ്ദേഹം പറയുന്നതിന്റെ അർത്ഥമെന്ന് മനസ്സിലാക്കാൻ ഒരു നിമിഷമേ ഞാനെടുത്തുള്ളു. മുറുക്കെ ഓടിക്കുന്നത് പണ്ടു തന്നെ എനിക്ക് ഒരു ലഹരിയായിരുന്നല്ലോ.

നമ്പൂരിപ്പാടിന്റെ സ്വഭാവം

കുറൂർ നമ്പൂതിരിപ്പാടിന്റെ സ്വഭാവം എന്നോട് പലരും പറഞ്ഞപോലെ അത്ര മോശമായിരുന്നില്ല. തികച്ചും പഴമക്കാരനായിരുന്ന അദ്ദേഹത്തിന് പ്രഭാതത്തിൽ കുളികഴിഞ്ഞാൽ സ്ഥിരം തേവാരങ്ങളുണ്ട്. അതുകഴിയാൻ ഏതാണ്ട് ഒമ്പതുമണിയാകും. തുടർന്ന് തറവാട്ടിലെ ഭഗവതിക്ക് ഒരു പുഷ്പാഞ്ജലിയുണ്ട്. അതിന് പോകുമ്പോൾ മെതിയടിയാണ് ധരിയ്ക്കുക. അരമണിക്കൂർ നീണ്ട പുഷ്പാഞ്ജലിയെത്തുടർന്ന് കുളത്തിൽ പോയി ഉപസ്ഥാനം കഴിക്കും. പിന്നീടാണ് പ്രാതൽ.

അപ്പോഴേയ്ക്കും സമയം ഏതാണ്ട് പത്തുമണിയായിട്ടുണ്ടാകും. ഞങ്ങളൊക്കെ കാപ്പിയും മറ്റും കഴിഞ്ഞ് ബഡായി പൊടിപൊടിയ്ക്കയാകും.

എന്നെ അദ്ഭുതപ്പെടുത്തിയ മറ്റൊരു കാര്യം ലക്ഷപ്രഭുവായ ആ മനുഷ്യൻ ഗൃഹത്തിൽ വെറും തോർത്തുമുണ്ട് മാത്രമേ ധരിയ്ക്കാറുള്ളൂ എന്നതാണ്. പരമവാകയും സാധാരണ ഒറ്റത്തോർത്തേ ധരിയ്ക്കൂ.

പുറത്തുപോകുമ്പോൾ ആളൊക്കെ മാറും. ഒന്നാംതരം വെള്ളത്തുണി കൊണ്ട് പ്രത്യേക തരത്തിൽ തുന്നിച്ച ജുബ്ബയും അലക്കിത്തേച്ച മുണ്ടും രണ്ടാമുണ്ടുമാകും വേഷം. തനി നാടൻ മട്ടിൽ തുന്നിച്ച ബനിയനും ജുബ്ബ ഇടുന്നതിനു മുമ്പായി ധരിക്കും.

ക്ഷൗരം ചെയ്യാൻ ഏതാണ്ട് മിക്ക ദിവസവും അവിടെ ഒരാൾ വരാറുണ്ട്. നിറുകയിലുള്ള കുടുമയൊഴിച്ച് ബാക്കി ഭാഗം മുഴുവനും ആഴ്ചയിലൊരിക്കലെങ്കിലും വടിപ്പിയ്ക്കും. ഏതാണ്ടൊരു മുഴം നീളമുള്ള കുടുമയെ അദ്ദേഹം നല്ലവണ്ണം ലാളിയ്ക്കാറുണ്ടെന്നാണ് എനിയ്ക്കു തോന്നിയിട്ടുള്ളത്.

അക്കാലത്തെ കുടുമക്കാരായ നമ്പൂതിരിമാർ ചെയ്യുന്നപോലെ അത് തലയ്ക്കൽ കെട്ടി പുറകോട്ടിടുകയാണ് അദ്ദേഹവും ചെയ്യുക പതിവ്. എന്നാൽ ഞാൻ കാറുമുറുക്കെയോടിച്ചാൽ ചിലപ്പോൾ കാറ്റ് അദ്ദേഹത്തിന്റെ കുടുമയിൽ പിടിക്കും. അപ്പോഴുണ്ടാകുന്ന പരിഭ്രമം കാണുക എനിക്ക് രസമാണ്. ചിലപ്പോൾ ആ ലഹരിക്കുവേണ്ടി ഞാൻ കാറ് ആവശ്യമില്ലെങ്കിലും മുറുക്കെ ഓടിക്കാറുണ്ട്.

ഉച്ചതിരിഞ്ഞ് കാപ്പിയ്ക്ക് ശേഷം ഏതാണ്ടല്ലാ ദിവസവും ഞങ്ങൾ തൃശ്ശൂർക്ക് പോകും. കലക്ടർ ആദി ഉദ്യോഗസ്ഥരെ കാണുക, പൂങ്കുന്നത്തുള്ള കൃഷ്ണയ്യരെന്ന വക്കീലിന്റെ വീട്ടിൽ പോവുക, വേണ്ടതും വേണ്ടാത്തതുമായ നൂറുകൂട്ടം സാധനങ്ങൾ വാങ്ങുക, സ്വർണ്ണപ്പീടികകളിൽ കയറി വില ചോദിക്കുക, രുദ്രാക്ഷം നോക്കുക തുടങ്ങി പലതായിരുന്നു അദ്ദേഹത്തിന്റെ പണികൾ. അപൂർവ്വം ചിലപ്പോൾ ബ്രഹ്മസ്വം മഠത്തിലും പോകാറുണ്ട്.

ഇത്തരം പണികളെല്ലാം കാറ് വാങ്ങും മുമ്പ് എങ്ങനെയാണ് നടത്തിയിരുന്നതെന്ന് ഒരിക്കൽ ഞാൻ ചോദിയ്ക്കുണ്ടായി. അപ്പോൾ 'അന്നൊക്കെ രാമനായിരുന്നു പോയിരുന്നത്. ഇപ്പോൾ കാറുള്ളതുകൊണ്ട് ഞാനാക്കി എന്നു മാത്രം' എന്ന് മറുപടി പറഞ്ഞു. പിന്നെ എന്നെ കുപ്പിയിലാക്കാനായി ഒരു ഭംഗിവാക്കും പറഞ്ഞു' പാലൂർ മുറുക്കെയോടിയ്ക്കുന്ന കാറിലിരിയ്ക്കുക ഒരു സുഖാന്നും വെച്ചോളൂ.'

തീർച്ചയായും അദ്ദേഹത്തിന്റെ മുഖസ്തുതി എനിക്ക് നന്ന ബോധിച്ചു. അതുകൊണ്ട് ഞാൻ നന്നായി ചിരിയ്ക്കുകയും ചെയ്തു.

എവിടെപ്പോയാലും ഇരുട്ടാകുംമുമ്പ് അദ്ദേഹം മടങ്ങിയെത്തും. പിന്നെ വിസ്തരിച്ച് എണ്ണ തേച്ച് കുളിയും തുടർന്ന് സന്ധ്യാവന്ദനാദി തേവാരങ്ങളുമുണ്ട്. എട്ട് എട്ടരയോടെ അത്താഴമായി. അതിനുശേഷം അല്പസമയം താഴത്തുണ്ടാകുമെങ്കിലും പത്തുമണിയോടെ കിടക്കും. അദ്ദേഹം കിടക്കാറുള്ള മുകളിലെ അതേ ഹാളിൽ തന്നെയാണ് എനിക്കും സാധാരണയുണ്ടാകാറുള്ള അതിഥികൾക്കും പരമവാകയ്ക്കും കിടക്ക വിരിയ്ക്കാറ്. ഞങ്ങൾ തോന്നിയ സമയത്തേ പോയി കിടക്കാറുള്ളുവെങ്കിലും ചിട്ടകൾ ഇങ്ങനെയാണ്.

വെളുപ്പിനഞ്ചരയ്ക്ക് എഴുന്നേൽക്കുന്ന അദ്ദേഹം നേരെ കുളത്തിലേയ്ക്കാണ് പോകാറ്. മടിയനായ ഞാൻ പിന്നെയും കുറച്ച് കിടക്കാറുണ്ട്. എന്നാൽ അമ്മാതിരി എന്റെ ദുശ്ശീലങ്ങളിലൊന്നും അദ്ദേഹം ഇടപെടാറില്ല. കുട്ടികളാകുമ്പോൾ അങ്ങനെയും ചിലതൊക്കെ ഉണ്ടാകുമെന്ന് അറിയാനുള്ള വിശാലഹൃദയം അദ്ദേഹത്തിനുണ്ട്. പ്രത്യേകിച്ചും എന്റെ കാര്യത്തിലെല്ലാത്തിനും ഇളവനുവദിച്ചു തന്നിരുന്നു.

യാത്രകളിൽ പ്രധാനം പത്നീഗൃഹമായ തൃപ്പൂണിത്തുറ കോവിലകത്തേയ്ക്കുള്ളതാണ്. അത് മാസത്തിൽ രണ്ടു മൂന്ന് തവണയുണ്ടാകും. സാധാരണ പോയതിന്റെ നാലാം ദിവസം ഉച്ചതിരിഞ്ഞ് മടങ്ങുകയാണ് പതിവ്. പോകുമ്പോഴും മടങ്ങുമ്പോഴും എറണാകുളത്തുള്ള പത്നീസഹോദരൻ താമസിക്കുന്ന പാലസ്സിലും കയറും. ചിറ്റൂർ റോഡിലായിരുന്നു ആ പാലസ്സ്.

ആദ്യമായി തൃപ്പൂണിത്തുറയ്ക്ക് പോയപ്പോൾ കോവിലകത്തു ചെന്നാലനുവർത്തിക്കേണ്ട രീതിയും മറ്റും നമ്പൂതിരിപ്പാട് എനിക്ക് പറഞ്ഞുതന്നു. രാജ്യഭരണം നടത്തുന്ന സാക്ഷാൽ പരിക്ഷിത്തു തമ്പുരാന്റെ ഒരു മരുമകളാണ് നമ്പൂതിരിപ്പാടിന്റെ പത്നി. എല്ലാത്തിനും പുറമെ അവരൊരു ബി.എ. ക്കാരിയായിരുന്നു. (കോവിലകത്തുള്ള തമ്പുരാട്ടിമാർക്കും തമ്പുരാന്മാർക്കും പരീക്ഷകളെഴുതാൻ മദ്രാസ് യൂണിവേഴ്സിറ്റി അക്കാലത്ത് കോവിലകങ്ങളിൽ വെച്ചു തന്നെ ഏർപ്പാട് ചെയ്തിരുന്നു.)

പത്തുനാല്പതു വയസ്സുള്ള ആ തമ്പുരാട്ടിയ്ക്ക് ഒരു പെൺകുട്ടിമാത്രമേ അദ്ദേഹത്തിൽ നിന്ന് ഉണ്ടായിട്ടുള്ളു. ആൺമക്കൾ രണ്ടുപേരും ആദ്യത്തെ വിവാഹത്തിൽ നിന്നുണ്ടായതാണെന്നാണ് ഞാൻ ധരിച്ചിട്ടുള്ളത്. നമ്പൂതിരിപ്പാടിന്റെ മകളായ പെൺകുട്ടിക്ക് അന്ന് പത്തുപന്ത്രണ്ടു വയസ്സേ ആയിട്ടുള്ളു. അദ്ദേഹത്തിന്റെ തൽസ്വരൂപമായ ആ കുട്ടി പല കാര്യത്തിലും മിടുമിടുക്കിയായിരുന്നു. പ്രത്യേകിച്ചും പഠിപ്പിൽ.

എന്നാൽ കുട്ടികളെല്ലാവരും നമ്പൂതിരിപ്പാടിന്റെ മക്കളെപ്പോലെയാണ് പെരുമാറിയിരുന്നത്. 'അച്ഛൻ നമ്പൂരി' എന്നല്ലാതെ അവരാരും അദ്ദേഹത്തെ വിളിച്ചിരുന്നില്ല. നമ്പൂതിരിപ്പാടിനും കുട്ടികളെല്ലാം ഒരുപോലെയായിരുന്നു.

തന്റെ മകളോട് അദ്ദേഹത്തിന് അധികം വാത്സല്യമുണ്ടായിരുന്നൊ എന്ന് എനിക്കറിയില്ല. പക്ഷേ കോവിലകങ്ങളിൽ വിവാഹം ചെയ്യുന്ന നമ്പൂതിരിമാർക്ക് അവിടുത്തെ കുട്ടികളെ ബഹുമാനവും ഭയവുമായിരുന്നു. കുറൂർ നമ്പൂതിരിപ്പാടായാലും ആ കാര്യത്തിൽ അശേഷം വ്യത്യാസമുണ്ടായിരുന്നില്ല. (അടുത്ത കാലത്തായി ഒരു പ്രസംഗത്തിന് ഞാൻ തൃശ്ശൂരിൽ പോയപ്പോൾ ആ മകൾ എന്നെ പ്രത്യേകം വിളിച്ച് വളരെ നേരം സംസാരിക്കുകയുണ്ടായി. അവർക്കിപ്പോൾ പ്രായമായി. സഹോദരന്മാർ രണ്ടുപേരും മരിച്ചുവത്രെ!)

ആദ്യം പോയപ്പോൾ എറണാകുളത്ത് അധികം നേരം താമസിച്ചുവെന്നാണോർമ്മ. അതിനു കാരണം പുതിയ കാറ് എല്ലാവർക്കും വലിയ അദ്ഭുതമായിരുന്നതാണ്. കുട്ടികളും തമ്പുരാനുമായി എറണാകുളം നഗരത്തിൽ നാലഞ്ചു നാഴിക അന്ന് ഓടിക്കുകയുണ്ടായെന്ന് തോന്നുന്നു.

ഇതിനിടയ്ക്ക് തമ്പുരാന്റെ ഭാര്യ (അവർ മേനോന്മാരാണ്) എന്നെ സൂത്രത്തിൽ വിളിച്ച് നമ്പൂതിരിപ്പാട് അറിയാതെ കാപ്പി തന്നു. ഞാനാണെങ്കിൽ ഒട്ടും ശങ്കിക്കാതെ അതു വാങ്ങിക്കഴിക്കുകയും ചെയ്തു. അഞ്ചാറു കുട്ടികൾക്ക് അമ്മയായ ആ സ്ത്രീയ്ക്ക് ഞാൻ കാപ്പികുടിച്ചത് സന്തോഷമായെന്നു തോന്നുന്നു, പിന്നെ അവർ തന്നെ ഞാൻ കാപ്പി വാങ്ങിക്കുടിച്ച വിവരം നമ്പൂരിപ്പാടിനോട് പറയരുതെന്ന് ശട്ടം കെട്ടുകയും ചെയ്തു.

അന്ന് സന്ധ്യയോടടുത്താണ് ഞങ്ങൾ തൃപ്പൂണിത്തുറയിലെത്തിയത്. പൂർണ്ണ ആരോഗ്യവതിയായ തമ്പുരാട്ടി ഒരൊത്ത സ്ത്രീയായിരുന്നു. നമ്പൂരിപ്പാടാണെങ്കിൽ കാഴ്ചയിലൊരു ചെറിയ ആളും.

തൃപ്പൂണിത്തുറ ചെന്നപ്പോൾ നമ്പൂരിപ്പാടിന്റെ തേവാരമെല്ലാം ഉപായത്തിലായി. എന്നു വെച്ച് പതിവുകളൊന്നും അദ്ദേഹം മുടക്കിയിരുന്നുമില്ല.

കുളിയും സന്ധ്യാവന്ദനാദികളും കഴിച്ചെത്തിയ ഞങ്ങൾ ഭക്ഷണത്തിന് ഒന്നിച്ചാണിരുന്നത്. ഒരു കാര്യത്തിലും വലിപ്പച്ചെറുപ്പം കാണിയ്ക്കാത്ത തമ്പുരാട്ടിയും കുട്ടികളും എന്നോട് വലിയ വാത്സല്യത്തോടെയാണ് പെരുമാറിയത്.

എന്നാൽ ആദരവോടെയുള്ള ആ പെരുമാറ്റം എന്നോടു മാത്രമായിരുന്നുവെന്ന് ഞാൻ പിന്നീടറിഞ്ഞു. ദേഹണ്ണക്കാരിയായ അമ്യാർ തമ്പുരാട്ടിയുടെ ക്ഷാത്രതേജസ്സിന്റെ മുമ്പിൽ ഒന്നുമായിരുന്നില്ല. നമ്പൂരിപ്പാടിന്റെ കഥ പറയാനുമില്ല. വലിയ ധനികനും രജോഗുണപ്രധാനിയുമായ നമ്പൂതിരിപ്പാട് ആധുനിക വിദ്യാഭ്യാസം ലഭിച്ച പത്നിയുടെ മുമ്പിൽ ഭക്തിബഹുമാനങ്ങളുള്ള പാവം ഭർത്താവു മാത്രമായിരുന്നു.

തമ്പുരാട്ടി എന്റെ സാന്നിദ്ധ്യത്തിൽ അത്യന്തം സംസ്കൃതചിത്തയായ വിദ്യാഭ്യാസമുള്ള ഒരു ഉത്തമ സ്ത്രീയെപ്പോലെയാണു സംസാരിച്ചിരുന്നത്. അതിനുള്ള മുഖ്യകാരണം എന്റെ വായനാശീലവും കവിതക്കമ്പവുമാണെന്ന് ഞാനറിഞ്ഞു. അവരാണെങ്കിൽ ചില ലേഖനങ്ങൾ എഴുതുകപോലുമുണ്ടായിട്ടുണ്ടത്രെ! അത്യാവശ്യം കവിതയും.

കാലത്തുണർന്ന് ഞാൻ കാറു കഴുകി വൃത്തിയാക്കി കുളിച്ച് പ്രാതലിനു ചെന്നപ്പോൾ കുട്ടികൾ കാപ്പികുടിക്കാതെ എന്നെ കാത്തിരിയ്ക്കുകയായിരുന്നു. തമ്പുരാട്ടിയും നമ്പൂതിരിപ്പാടും കുളിയും പ്രാതലും കഴിഞ്ഞ് ബംഗ്ലാവിലിരുന്ന് എന്തൊ ചെയ്യുകയും. നേരം വൈകിയോ എന്ന് ഞാൻ ചോദിച്ചപ്പോൾ കുട്ടികൾ ഇല്ലെന്നും ഇന്ന് സ്കൂളില്ലാത്തതുകൊണ്ട് പാലൂരിന്റെ കൂടെ മതി

പ്രാതലെന്ന് വെച്ചതാണെന്നും, സാധാരണ സ്കൂളിൽ പോകും മുമ്പ് ഉണ്ണുകയാണ് പതിവെന്നും പറഞ്ഞു. നേരമാണെങ്കിൽ അപ്പോൾ ഒമ്പതുമണിയാകുന്നതേയുള്ളു.

വയർ നിറച്ച് ഇഡ്ഡലി തിന്ന് കയ്യു കഴുകിച്ചെന്നപ്പോൾ നമ്പൂരിപ്പാടും കുടുംബാംഗങ്ങളും അവരുടെ ചില സുഹൃത്തുക്കളെ കാണാൻ പോണമെന്ന് എന്നോടു പറഞ്ഞു. ആ പോക്കിന്റെ പ്രധാന ഉദ്ദേശ്യം പുതിയ കാറ് അവരെ കാണിയ്ക്കലായിരുന്നു. രണ്ടു മൂന്നു കോവിലകങ്ങളിൽ ഞങ്ങളന്ന് ഉച്ച ഭക്ഷണത്തിനു മുമ്പ് പോവുകയുണ്ടായി.

മടങ്ങിവന്ന ഞങ്ങൾ ഉച്ചതിരിഞ്ഞ് കാപ്പിക്കുശേഷം എറണാകുളത്തേയ്ക്ക് പോയി. അപ്പോഴാണ് ഞാൻ തമ്പുരാട്ടിയുടെ രാജകീയവേഷവും അസാധാരണമായ വ്യക്തിപ്രഭാവവും ആദ്യമായി കണ്ടത്. ഗംഭീരയായ ആ തമ്പുരാട്ടി സകല അർത്ഥത്തിലും ഒരു 'തമ്പുരാട്ടി' തന്നെയായിരുന്നു. കസവുമുണ്ട് ആദി സാമാനങ്ങൾ ഷോപ്പുകളുടെ ഉടമസ്ഥന്മാർ കാറിലേയ്ക്കു കൊണ്ടുവന്ന് തമ്പുരാട്ടിമാരെ കാണിയ്ക്കുകയായിരുന്നു പതിവ്. പറഞ്ഞ വിലകൊടുത്തു വാങ്ങുന്ന തമ്പുരാട്ടിയ്ക്ക് സാധനങ്ങൾ കാട്ടിക്കൊടുക്കാനായി അവ കാറിലേയ്ക്ക് കൊണ്ടുവരുവാൻ കച്ചവടക്കാർ ഓരോരുത്തരും മത്സരിക്കുകയായിരുന്നു.

എന്നാൽ ഈ രീതി രണ്ടുമൂന്നു തവണയെ ഉണ്ടായുള്ളു. പതുക്കെപ്പതുക്കെ നമ്പൂതിരിപ്പാടും തമ്പുരാട്ടിയും പീടികയിലേയ്ക്ക് അങ്ങോട്ടു ചെന്ന് സാമാനങ്ങൾ നോക്കി വാങ്ങാൻ തുടങ്ങി. കോവിലകത്ത് തമ്പുരാട്ടിയുടെ കസവുമുണ്ടുകളുടെ സമാഹാരം നൂറിലധികമുണ്ടാകാനാണ് സാദ്ധ്യത! അതൊന്നും സാമാനങ്ങൾ വാങ്ങിക്കൂട്ടുന്നതിലവർക്ക് പ്രതിബന്ധമായിരുന്നില്ല.

നാലാംദിവസം ഉച്ചഭക്ഷണവും അതിന്റെ മീതെ കാപ്പിയും കുടിച്ച് ഞങ്ങൾ അടാട്ടേയ്ക്ക് പുറപ്പെട്ടു. വഴിയ്ക്ക് എറണാകുളത്ത് നമ്പൂരിപ്പാടിന്റെ ഭാര്യാ സഹോദരന്റെ സ്ഥലത്തും പോകുകയുണ്ടായി. എന്നാലവിടെ കുറച്ചു സമയമേ ചിലവഴിച്ചുള്ളു. എത്ര പരിഭ്രമിച്ചെത്തിയിട്ടും ചൊവ്വരകടത്തുങ്കൽ വന്നപ്പോൾ 'ക്യൂ'വിൽ ഏഴെട്ടു വണ്ടികളുണ്ട്. ഈശ്വരൻ വന്ന് നേരിട്ടു പറഞ്ഞാലും ക്യൂ പാലിക്കുന്ന കാര്യത്തിൽ കടത്തുകാർക്ക് ഒട്ടും തന്നെ കുലുക്കമുണ്ടായിരുന്നില്ല. അതസ്സലായറിയുന്ന ഞാൻ അഞ്ചുമണിക്ക് മുമ്പ് കടത്തു കടന്നാൽ ഭാഗ്യമായെന്നു വിചാരിച്ചുകൊണ്ട് ക്യൂവിൽ തന്നെ നിന്നു.

സുമാർ അഞ്ചുമണിയോടെ ഞങ്ങളുടെ ഊഴമായി. ചങ്ങാടത്തിൽ അവർ ഒരിക്കൽ രണ്ടു കാറ് കടത്തിയിരുന്നതുകൊണ്ട് ഒന്നൊന്നരമണിക്കൂറെ ക്യൂവിൽ നിൽക്കേണ്ടി വന്നുള്ളൂ.

കടത്തുകടന്ന ഉടൻ ഞാൻ കാറ് ശരം വിട്ടപോലെ ഓടിക്കാൻ തുടങ്ങിയതുകൊണ്ട് ഞങ്ങൾ ഏതാണ്ട് ഏഴുമണിയോടെ അടാട്ടെത്തി. സന്ധ്യയ്ക്കുമുമ്പ് എത്തുമെന്നാണ് പ്രതീക്ഷിച്ചിരുന്നത്. രാത്രി ഏഴുമണി, നാട്ടിൻപുറത്ത് പാതിര പോലെയാണ്.

കുളികഴിഞ്ഞെത്തിയപ്പോഴേയ്ക്കും പുതുശ്ശേരി മാങ്ങാത്തൊലിയരച്ച് ഒരു അരച്ചു കലക്കിയുണ്ടാക്കി. നമ്പൂരിപ്പാടിന് അരച്ചു കലക്കി ഇഷ്ടമാണത്രെ! കാച്ചിയ പപ്പടവും അരച്ചുകലക്കിയും കൂട്ടിയുള്ള ഊണ് എനിക്കും നല്ലവണ്ണം പിടിച്ചു.

രാത്രി പത്തരയ്ക്കു മുമ്പായി നമ്പൂരിപ്പാടും മറ്റെല്ലാവരും കിടന്ന് ഉറക്കമായി. തളർന്നെത്തിയ ഞാൻ തലയിലെണ്ണ തേച്ചാണ് കുളിച്ചത്. പരമവാകയുടെ അരച്ചുകലക്കിയുടെ രുചി ഒന്നു വേറെത്തന്നെയായിരുന്നു. മൂക്കറ്റം ഘാസിയ ഞാൻ ധാരാളം ചുക്കുവെള്ളവും കിടക്കും മുമ്പായി കുടിച്ചു.

കിടന്നപ്പോൾ തന്നെ പുതുശ്ശേരിയുടെ ഏതൊ ചോദ്യത്തിന് ഞാനുത്തരം പറഞ്ഞത് വേറെയെന്തൊ ആണത്രെ! ഉറക്കം എന്നെ അത്രയ്ക്കു ബാധിച്ചിരുന്നു. എന്നാലീ വിവരം ഞാനറിഞ്ഞത് പരമവാക പിന്നീടൊരിയ്ക്കൽ എന്റെ ഉറക്കഭ്രാന്തിനെക്കുറിച്ച് സംസാരിച്ചപ്പോളാണ്.

കാലത്ത് ഏതാണ്ടേഴുമണിവരെ ഞാൻ ഒരൊറ്റ കിടപ്പിലങ്ങ് ഉറങ്ങിപ്പോയി. നമ്പൂരിപ്പാടും മറ്റുള്ളവരും കുളിക്കാൻ പോയിട്ടും കിടന്നുറങ്ങുന്ന എന്നെ വിളിച്ചുണർത്തിയത് കിടക്ക തെറുത്തുവെയ്ക്കാൻ വന്നവരാണ്. അടിച്ചുവാരി തുടയ്ക്കാനുള്ള സ്ത്രീകളാണെങ്കിൽ ഞാനെഴുന്നേൽക്കാൻ വേണ്ടി കാത്തു നിൽക്കുന്നുമുണ്ടായിരുന്നു.

ഉറക്കം തൃപ്തിയാകാതെ ഉണർത്തപ്പെട്ട ഞാനുണർന്ന് കാറു കഴുകിയ ശേഷമേ കുളിയ്ക്കുന്നുള്ളൂ എന്ന് പ്രഖ്യാപിച്ചു. എന്നിട്ട് കുളത്തിൽ പോയി പല്ലുതേച്ച് കാലും മുഖവും കഴുകി അന്തിമുടിച്ച് അടുക്കളയിലേക്ക് കാപ്പി കുടിക്കാൻ പോയി. നമ്പൂരിപ്പാട് എന്റെ തീരുമാനത്തോട് എങ്ങനെ പ്രതികരിക്കുമെന്ന് നല്ല ഭയമുണ്ടായിരുന്നു. പക്ഷേ കാര്യങ്ങളെല്ലാമറിഞ്ഞ അദ്ദേഹം എന്റെ സ്ഥലകാല ഔചിത്യത്തെ പ്രശംസിക്കുകയാണുണ്ടായത്. അതുകൊണ്ട് അന്ന് വാലിയക്കാരനൊന്നിച്ച് ഞാനും കാറ് കഴുകാൻ കൂടി.

കുളി കഴിഞ്ഞ് സുന്ദരനായി നിൽക്കുന്ന കാറിനെ പത്തുപത്തരയോടെ നമ്പൂരിപ്പാട് ഒന്നെത്തിനോക്കി. സന്തോഷവാനായ അദ്ദേഹം അപ്പോൾ പാലൂരിന്റെ കാറിന്മേലുള്ള ശ്രദ്ധയെ അഭിനന്ദിക്കുകയാണുണ്ടായത്.

ഇതിനിടയ്ക്ക് ആരും കാണാതെ സൂത്രത്തിൽ പരമവാകയോടു പറഞ്ഞ് ഞാനൊരു ഗ്ലാസ്സ് കാപ്പി വാങ്ങി കുടിച്ചു. അയാളത് എനിക്ക് തരുമ്പോൾ, ഇതെങ്ങാനും നമ്പൂരിപ്പാടറിയാനിടയായാൽ ഉണ്ടാകുന്ന ഭവിഷ്യത്തുകളെക്കുറിച്ച് താക്കീതു ചെയ്യാൻ മറന്നില്ല.

പിറ്റേദിവസം തറവാട്ടിലൊരു പിറന്നാളായിരുന്നു. അതുകൊണ്ട് അന്ന് എല്ലാവർക്കും ഭക്ഷണം അവിടെയായിരുന്നു. കുറൂർ തറവാട്ടിൽ പലരും എത്തിയിരുന്നു. അവരിലധികംപേരും അയൽവാസികളും ശ്രമത്തിനു വന്നവരുമായിരുന്നു.

ചിലർ ശീട്ടുകളിക്കുന്നു. പലരും മുറുക്കി ബഡായി പറഞ്ഞ് രസിക്കുന്നു. എല്ലാവരും നല്ല ഉത്സാഹത്തിലാണ്. എന്നാൽ മറ്റൊരു സംഘം അടുത്ത കാലത്ത് വാങ്ങിയ 'മർഫി' എന്ന റേഡിയോവിന്റെ ചുറ്റും നിന്ന് അതിലൂടെ പറയുന്നത് ശ്രദ്ധിക്കുകയായിരുന്നു. ആകാശത്തിലൂടെയാണ് ശബ്ദം സഞ്ചരിയ്ക്കുന്നതെന്ന് അവരിലധികംപേരും വിശ്വസിച്ചില്ല. ചിലർ ഏതോ അമ്യാരുകുട്ടി ആ റേഡിയോവിന്റെ ഉള്ളിലിരുന്ന് പാടുകയും പറയുകയുമാണെന്ന് നല്ലവണ്ണം ഉറച്ച വിശ്വാസമുള്ളവരായിരുന്നു.

വന്നവർക്കെല്ലാം കിടക്കാൻ പായും തലയിണയുമുണ്ടു താനും. എന്നാൽ ഒരു വിഭാഗം ആൾക്കാർ പുതിയ കാറിനെക്കുറിച്ച് ഗ്രഹിതം പറയുകയായിരുന്നു. അപൂർവ്വം ചിലർ കാറോടിയ്ക്കുന്ന എന്നെ അദ്ഭുതത്തോടെ

നോക്കുകയും എന്തെങ്കിലും ചിലത് എന്നോടു സംസാരിക്കാൻ വേണ്ടി ഉത്സാഹിക്കുകയും ചെയ്തിരുന്നു.

അത്യുത്സാഹിയായ കുന്നത്തിന്റെ ഉശിര് ഇരട്ടിച്ചിട്ടുണ്ടെന്ന് എനിക്കു തോന്നി. പലരും അയാളെ സഹായിക്കാനായി എത്തിയവരാണ്. നമ്പൂതിരി മാരാണവരെല്ലാവരുമെന്നല്ലാതെ അധികമൊന്നും എനിക്കറിയാൻ കഴിഞ്ഞില്ല.

എന്നാൽ വാലിയക്കാരുടെ കഷ്ണം നുറുക്കൽ കഴിയുംവരെ ഞാനവിടെ ചുറ്റിപ്പറ്റി നടന്ന് സമയം പോക്കി.

ഏതാണ്ട് രണ്ടുമണിയായപ്പോൾ അഞ്ചാറു നമ്പൂതിരിമാരൊന്നിച്ച് കുന്നം കുളിയ്ക്കാൻ പോയി. കുളികഴിഞ്ഞെത്തിയാൽ അവർ ദേഹണ്ണം തുടങ്ങും. എനിക്കാണെങ്കിൽ എല്ലാ ദിക്കിലും ഓടിനടന്ന് വയ്യാതായി ത്തുടങ്ങി. ശീട്ടു കളിക്കാർ അപ്പോഴും വാശിയോടെ 'കഴുത' കളിയ്ക്കുകയായിരുന്നു.

ഉറക്കം വല്ലാതെ വന്ന ഞാൻ തോർത്തുമുണ്ടു വിരിച്ച് എവിടെയൊ പോയി കിടന്ന് മരിച്ചപോലെ ഉറങ്ങി. ഉണർന്നത് പിറ്റേദിവസം രാവിലെ ഏഴു മണി യോടെയാണ്!

ഓടിച്ചെന്നു കുളിച്ച് സന്ധ്യാവന്ദനാദികളും കഴിച്ചെത്തിയ ഞാൻ ഉടൻ തന്നെ പ്രാതലു കഴിയ്ക്കാനാണ് പോയത്. ഊട്ടുപുരയിൽ അപ്പോൾ പ്രാതലിന് ഇലച്ചീന്തുകൾ വെയ്ക്കുന്നതേ ഉണ്ടായിരുന്നുള്ളു. അതിന്റെ നേതൃത്വം പരമവാകയ്ക്കായിരുന്നു.

പത്തെഴുപത്തഞ്ചു പേരൊന്നിച്ച് ഞാനും സമൃദ്ധമായി പ്രാതൽ കഴിച്ചു. റവ കൊണ്ടുള്ള ഉപ്പുമാവും ചെറുപഴവും കാപ്പിയുമായിരുന്നു വിഭവങ്ങൾ.

മുറുക്കിന്റെ തിരക്കായി പിന്നീടെല്ലാവർക്കും. ഞാനാ തിരക്കു നോക്കി നിൽക്കുകയായിരുന്നു. അപ്പോൾ ഒരു രസികൻ എന്നോട് 'മുറുക്കാം, മുറുക്കാം' എന്നു പറഞ്ഞ് ക്ഷണിച്ചു. അന്നേവരെ മുറുക്കാത്ത എന്നെ അങ്ങനെ ക്ഷണി ച്ചത് എനിക്ക് ഒട്ടും തൃപ്തിയായില്ല. അതുകൊണ്ട് ഞാൻ അദ്ദേഹം പറഞ്ഞത് കേട്ടില്ലെന്നു നടിക്കുകയാണുണ്ടായത്.

പത്തുമണിയോടെ പല പ്രമാണിമാരും എത്തിത്തുടങ്ങി. അവരിൽ ഒ.എം. സിയും പത്നിയും കൂടിയുണ്ടായിരുന്നു. വന്നവർക്കെല്ലാം കുളിയുണ്ട്. കുളി കഴിഞ്ഞാൽ കാപ്പിയും.

സംഭാരവും ചുക്കുവെള്ളവുമൊക്കെയുണ്ടായിരുന്നുവെങ്കിലും അവരിൽ വലിയ പങ്കും കാപ്പിയാണ് കഴിച്ചത്. അധികം വൈകാതെ ഊണു തുടങ്ങു മെന്നുള്ളതുകൊണ്ട് ചിലരൊന്നും കഴിച്ചില്ല. കാപ്പി കൊടുക്കാൻ ഞാനും നല്ല വണ്ണം ഉത്സാഹിച്ചു.

പന്ത്രണ്ടുമണിയോടെ സദ്യയ്ക്ക് ഇലവെച്ചു. അപ്പോഴാണ് അന്ന് അവി ടുത്തെ കാരണവരുടെ തന്നെ പിറന്നാളാണ് എന്ന് ഞാൻ അറിഞ്ഞത്. വൃദ്ധനായ അദ്ദേഹത്തിന്റെ ഭക്ഷണാദികൾ പത്നിയുള്ളതുകൊണ്ട് അവരുടെ സാന്നിദ്ധ്യത്തിലായിരുന്നു. പിറന്നാൾ ദിവസം സഹധർമ്മിണിയുള്ള പക്ഷം അവർ തന്നെ വിളമ്പിക്കൊടുക്കണമെന്ന് അലിഖിതനിയമം ഉണ്ട്.

രണ്ടുമൂന്ന് തവണ ഊട്ടുപുരയിൽ എച്ചിലെടുത്ത് ചാണകം മെഴുകി വീണ്ടും ഇലവെയ്ക്കുകയുണ്ടായി. അതിഥിയല്ലാത്ത ഞാൻ ആ ഏകകാരണം കൊണ്ട് മൂന്നാമത്തെ തവണയെ ഉണ്ടുള്ളു. ഞങ്ങൾ ഏതാണ്ട് പത്തിരുപത് ആളുകളേ ആ പന്തിയിൽ ഉണ്ണാൻ ബാക്കിയുണ്ടായിരുന്നുള്ളൂ.

പിറന്നാളായിരുന്നതുകൊണ്ട് നാലുകൂട്ടം വെച്ചുള്ള സദ്യയായിരുന്നു. ഇടിച്ചുപിഴിഞ്ഞ പായസം ധാരാളം. പുറമെ ഭഗവതിക്ക് നിവേദിച്ച നെയ്പ്പായസവും.

എന്നു വെച്ച് സദ്യ മോശമൊന്നുമായിരുന്നില്ല. കുന്നം, പരമാവാക, ഞാൻ തുടങ്ങി ചിലർ അന്ന് മത്സരിച്ച് ഇടിച്ചുപിഴിഞ്ഞ പായസം കഴിക്കുകയുണ്ടായി. പരമവാകയാണന്ന് മത്സരത്തിൽ ജയിച്ചതെന്ന് ഓർക്കുന്നു.

ദൂരദിക്കിലേയ്ക്കു പോകേണ്ട ചിലരെ എനിക്ക് കാറിൽ മുതുവറ വരെ കൊണ്ടുപോയാക്കാനുണ്ടായിരുന്നു. ഓലക്കുട പിടിച്ച അന്തർജ്ജനങ്ങളെ കാറിൽ കയറ്റുക നല്ല തലവേദന തന്നെയായിരുന്നു. രണ്ടു മൂന്നു തവണയെ എനിക്ക് മുതുവറയ്ക്കു പോകേണ്ടിവന്നുള്ളു.

മടങ്ങിയെത്തിയ ഞാൻ ഓ.എം.സി പുറപ്പെട്ടു നിൽക്കുന്നതാണ് കണ്ടത്. എന്നെ അരികിൽ വിളിച്ച് അദ്ദേഹം കുശലപ്രശ്നങ്ങൾ നടത്തി. എനിക്കദ്ദേഹത്തിന്റെ പത്നിയെകൂടി കണ്ട് സംസാരിക്കണമെന്നുണ്ടായിരുന്നു. പക്ഷേ, സ്ഥലകാല ഔചിത്യം കണക്കിലെടുത്ത് ഞാനതു വേണ്ടന്നു വെയ്ക്കുകയാണുണ്ടായത്.

വൈകുന്നേരം അഞ്ചുമണിയായപ്പോഴേയ്ക്കും പൂരം കഴിഞ്ഞ പറമ്പുപോലെയായി. അകലത്തുനിന്നു വന്ന ചില ചാർച്ചക്കാർ മാത്രം ബാക്കി.

സന്ധ്യയ്ക്കു മുമ്പ് ഞാനൊന്നു നടക്കാനിറങ്ങി. അപ്പോഴാണ് സാക്ഷാൽ കവി ടി.ആർ. നായരെ കാണാനിടയായത്. അദ്ദേഹത്തിന്റെ പത്നീഗൃഹം മനയ്ക്കലെ പടിയ്ക്കൽ തന്നെയായിരുന്നു.

വലിയ പണ്ഡിതനും ഒരുപാട് എഴുതിയവനുമായ നായരെ എനിയ്ക്കു പണ്ടു തന്നെ പരിചയമുണ്ടായിരുന്നു. എന്നാലദ്ദേഹത്തിന്റെ ഭാര്യാഗൃഹം ഇവിടെയാണെന്ന് ഞാനറിഞ്ഞിരുന്നില്ല.

എന്നെ അദ്ദേഹം തന്റെ ഭാര്യവീട്ടിലേയ്ക്ക് ക്ഷണിച്ചുവെങ്കിലും, 'നായരു'ടെ വീട്ടിൽ പോയെന്നറിഞ്ഞാൽ നമ്മുടെ അന്നദാതാവ് എന്തു കരുതുമെന്ന് ഭയപ്പെട്ട് ടി.ആർ.നായരോട് മറ്റെന്തൊ സൂത്രം പറഞ്ഞ് അപ്പോൾ ഒഴിയുകയാണുണ്ടായത്. എന്നാൽ നമ്പൂരിപ്പാട് എന്റെ അത്തരം കാര്യങ്ങളിലൊന്നും ഇടപെടുകയില്ലെന്നറിഞ്ഞപ്പോൾ ഞാൻ നായരുടെ വീട്ടിൽ നിത്യനായി. അത്തരം സന്ദർഭങ്ങൾ സാഹിത്യത്തെക്കുറിച്ചും മറ്റും സംസാരിക്കാനും ചില കവിതകൾ കാണിച്ച് അഭിപ്രായം അറിയാനും ഞാൻ ഉപയോഗപ്പെടുത്തി.

എന്റെ കവിതകളെക്കുറിച്ച് വലിയ അഭിപ്രായമൊന്നും അദ്ദേഹത്തിനുണ്ടായിരുന്നില്ല. അദ്ദേഹത്തിന്റെ കൃതികളെക്കുറിച്ച് ഞാനൊട്ടു സംസാരിച്ചിട്ടുമില്ല. തിരുമേനിയായ എന്നെ അദ്ദേഹം ഒരിക്കലും മുഷിപ്പിച്ചിരുന്നില്ല. അതുകൊണ്ടു തന്നെ ഞാനദ്ദേഹത്തിന്റെ ഭാര്യവീട്ടിൽ പോയി കവിതകൾ വായിച്ചു കേൾപ്പിക്കുമായിരുന്നു. അത് അദ്ദേഹത്തിനും വലിയ സന്തോഷമായിരുന്നുവെന്ന് തീർച്ച.

ഒരുപാട് എഴുതിയ അദ്ദേഹം ഏതാണ്ടെല്ലാം പ്രസിദ്ധീകരിച്ച് നടന്നുവിൽക്കുകയായിരുന്നു പതിവ്. ചിലപ്പോൾ അദ്ദേഹം ഒരു രൂപയുടെ പുസ്തകം നാലണയ്ക്കുപോലും കൊടുക്കുമായിരുന്നു. ദാരിദ്ര്യം ആ മനുഷ്യന്റെ സന്തതസഹചാരിയായിരുന്നു.

തൃശ്ശൂരിലുള്ള ഏതോ ക്രിസ്ത്യാനിയുടെ പ്രസ്സാണ് അദ്ദേഹത്തിന്റെ പുസ്തകങ്ങൾ അച്ചടിച്ചു കൊടുത്തിരുന്നത്. സമർത്ഥനായ ആ പ്രസ്സുടമ

നായരുടെ വലിയ വിശ്വസ്തനായിരുന്നു. അയാളാകട്ടെ കഴിഞ്ഞുകൂടിയിരുന്നത് നായരെ ചൂഷണം ചെയ്തുകൊണ്ടാണ് എന്നതാണു വാസ്തവം. പ്രസിദ്ധീകരണക്കാർ എക്കാലത്തും അതിസമർത്ഥന്മാരാണല്ലോ!

നായരുടെ പല പുസ്തകങ്ങളും ഞാൻ മുഴുവൻ വിലയും കൊടുത്ത് വാങ്ങിയിട്ടുണ്ട്. എന്നാലെന്റെ അശ്രദ്ധയും അലച്ചിലും കാരണം അവയിലൊന്നും തന്നെ ഇന്നത്തെ എന്റെ പുസ്തകശേഖരത്തിൽ കാണാനിടയില്ല. എവിടെ, എങ്ങനെ അവ നഷ്ടപ്പെട്ടുവെന്ന് അശേഷം ഓർമ്മയുമില്ല.

രാമായണ മഹാകാവ്യത്തിലെ ഒരു ശ്ലോകം മാത്രം ഞാനിന്നും ഓർക്കുന്നുണ്ട്. അതിങ്ങനെയാണ്.

വെള്ളിക്കമ്പിജ്ജടകൾ നിറയെ
പുത്രനേ വെന്നമൊച്ച
പ്പുള്ളിക്കാരന്നുടയ ചിരി
പൂണ്ടുള്ള ചുണ്ടത്തുനിന്നും
തള്ളിച്ചാടും മധുരരവമാം
രാമനാമാമൃതത്താൽ
പൊള്ളിപ്പോയീ ചെവിയിരുപതും
രാവണന്നക്ഷണത്തിൽ.

ഒടിയൻ

ഇളംപുലാശ്ശേരിയ്ക്ക് ഒന്നു പോണം. എന്നാണ് വേണ്ടത്?" നമ്പൂരിപ്പാട് ചോദിച്ചു.

'അത് നമ്പൂതിരിയാണ് തീരുമാനിയ്ക്കേണ്ടത്. എനിയ്ക്ക് എന്നും സമ്മതമാണ്.' ഞാൻ മറുപടി പറഞ്ഞു. 'എന്നാൽ നാളെത്തന്നെ പോകാം' അദ്ദേഹം അല്പം ആലോചനയോടെ പറഞ്ഞു.

പിറ്റെദിവസം ഉച്ചയ്ക്ക് ഊണും മീതെ ഓരോ ഗ്ലാസ്സ് കാപ്പിയും കഴിച്ച് ഞങ്ങൾ പുറപ്പെട്ടു. നമ്പൂരിപ്പാടിന്റെ അനുജനും പത്നിയും കുട്ടിയും ഒപ്പമുണ്ടായിരുന്നു. സമയം ഏതാണ്ട് ഒന്നരമണി.

ഷൊർണ്ണൂർ റെയിൽവെ ഗെയ്റ്റ് ഞങ്ങളുടെ ഏതാണ്ടൊരു മണിക്കൂർ തിന്നു. അതിനുമുമ്പ് ഒരിടത്തുമുണ്ടായില്ല തടസ്സം. മൂന്നുമണിയോടെ എത്തിയ ഞങ്ങൾക്ക് നാലുമണിയായിട്ടേ ഷൊർണ്ണൂർ നിന്ന് പുറപ്പെടാൻ പറ്റിയുള്ളൂ. പിന്നെയും പത്തു നാല്പതു നാഴിക ദൂരമുണ്ട്.

ഒറ്റപ്പാലത്തുനിന്ന് അമ്പലപ്പാറ, മംഗലാംകുന്ന് വഴിയാണ് ഞാൻ വണ്ടിയോടിച്ചത്. ആ വഴി എനിക്കറിയാം. മംഗലാംകുന്നത്തുനിന്ന് എട്ടുപത്തു നാഴിക പാലക്കാട് റോഡിലൂടെ പോയാലാണ് പെരിങ്ങോട്. പെരിങ്ങോട്ടു നിന്ന് കുതിരവട്ടത്തുനായരുടെ തറവാട് വരെ (സുമാർ രണ്ടു നാഴിക)അവരുണ്ടാക്കിയ റോഡ് ഉണ്ട്. അതിലൂടെയാണ് ഞങ്ങൾക്ക് പോകേണ്ടത്.

അക്കാലത്ത് കുതിരവട്ടത്തുനായരുടെ വീടുവരെയെ കാറ് പോകുള്ളൂ. അവിടെ പാർക്ക് ചെയ്യണം. പിന്നെയും രണ്ടു നാഴിക വഴിയുണ്ട് കൂറൂർ

മനയ്ക്കലെ കളത്തിലേയ്ക്ക്. കുതിരവട്ടത്ത് ഞങ്ങൾ ഏതാണ്ടഞ്ചരയോടെ എത്തി. എട്ടുപത്തു നമ്പൂതിരിമാർ അപ്പോൾ അവിടെയുണ്ടായിരുന്നു. അവരെല്ലാം അവിടെ വിവാഹം ചെയ്തവരായിരുന്നു. കൂറൂർ നമ്പൂതിരിപ്പാടിനെ സ്വീകരിക്കാൻ കുതിരവട്ടത്ത് സംബന്ധം ചെയ്തവർ എല്ലാവരും മത്സരിയ്ക്കുകയായിരുന്നുവെന്നു തോന്നി.

കാറ് ഇന്ന സ്ഥലത്ത് നിർത്തിക്കോളു എന്ന് എന്നോടൊരു നമ്പൂരി പറഞ്ഞു. ഞാനദ്ദേഹം പറഞ്ഞ സ്ഥലത്ത് കാറ് നിർത്തി പൂട്ടി താക്കോലുമായി വന്നു. ഒട്ടും സമയം കളയാതെ ഞങ്ങൾ നടക്കാൻ തുടങ്ങി. സന്ധ്യയാകാൻ പിന്നെയും സമയമുള്ളതുകൊണ്ട് ഇരുട്ടാകും മുമ്പ് കൂറൂർ മനയ്ക്കലെ കളത്തിലെത്താനായിരുന്നു ശ്രമം.

പോകുംവഴിക്ക് ഒരു ചെറിയ പുഴയുണ്ട്. വേനൽക്കാലത്ത് അതിൽ വെള്ളമുണ്ടാകില്ല. എന്നാൽ വർഷക്കാലത്ത് കടത്തുവേണം.

തിരക്കുപിടിച്ച് നടന്നിട്ടാണെങ്കിലും ഞങ്ങൾ ഇരുട്ടാകും മുമ്പ് കൂറൂർ മനയ്ക്കലെ കളത്തിലെത്തി. ഒന്നാന്തരം ചെറിയ നാലുകെട്ടും, പത്തായപ്പുരയും. ആ പ്രദേശത്ത് കൂറൂർ മനക്കാർക്ക് ആയിരക്കണക്കിന് പാട്ടം കിട്ടാനുള്ള സ്വത്തുണ്ടായിരുന്നു. അക്കാലത്ത് കളത്തിൽ താമസിച്ചിരുന്നത് കൂറൂരെ വാസുദേവൻനമ്പൂതിരി എന്ന ചെറുപ്പക്കാരനായിരുന്നു. അദ്ദേഹം അവിടെ താമസമാക്കിയശേഷം ഭരണമെല്ലാം മുറയ്ക്ക് നടക്കുന്നുണ്ട്. സ്ഥിരശമ്പളക്കാരും ചില കാര്യസ്ഥന്മാരും കീഴിലുണ്ടായിരുന്നു. അവിടെ എല്ലാം വളരെ സമൃദ്ധമായിരുന്നു.

കുതിരവട്ടത്ത് നായർ തറവാട് വലിയ പ്രഭുക്കളുടെയായിരുന്നു. ഗംഭീരമാണ് ആ വലിയ ഭവനസമുച്ചയം. അവിടുത്തെ സ്ത്രീകളെ നമ്പൂതിരിമാർ മാത്രമേ വിവാഹം ചെയ്തിരുന്നുള്ളൂ. അവർക്ക് 'ഇരിപ്പുകാർ' എന്നാണ് പറയാറ്. ഇരുപ്പുകാരുണ്ടാകും മുമ്പ് സ്ത്രീകൾക്ക് കെട്ടുകല്ല്യാണമുണ്ട്. അതൊരു ഗംഭീര ചടങ്ങാണ്. അതിന്റെ ആഘോഷം വലിയ തോതിലാണ്. നമ്പൂതിരിമാർ സംബന്ധം തുടങ്ങുന്നതിന് ആർഭാടമൊന്നുമില്ല.

ഇങ്ങനെ അവിടെ സംബന്ധം ചെയ്ത നമ്പൂതിരിമാരുടെ സകല ച്ചെലവും നായർ വീട്ടിൽ നിന്നാണ്. കാശ് കഷ്ടിയായ ഇല്ലങ്ങളിൽ നിന്ന് വന്നവർക്ക് ധാരാളം ധനവും കുതിരവട്ടത്ത് നായർ കൊടുത്തിരുന്നു. അവർക്ക് ഭക്ഷണാദികൾക്ക് പ്രത്യേകം സ്ഥലമുണ്ട്. എന്നാൽ രാത്രിയായിട്ടല്ലാതെ പത്നിയെ കാണാനാർക്കും കഴിയുമായിരുന്നില്ല.

സമൃദ്ധിയുള്ള ആ കുടുംബത്തിലെ സ്ത്രീകളധികവും ഒരതിർത്തിവരെ വിദ്യാഭ്യാസവും നല്ല തന്റേടവുമുള്ളവരായിരുന്നു. തിരുമേനിമാർ മിക്കവരും ശുദ്ധഗതിക്കാരായ നാടൻ നമ്പൂതിരിമാരും.

അവിടെ എല്ലാം ക്ഷത്രിയ മട്ടാണ്. നമ്പൂതിരിമാർക്ക് അനർഹമായ സ്വീകരണമായിരുന്നു അക്കാലത്ത് അവിടെ ലഭിച്ചിരുന്നത്. സംബന്ധക്കാർക്ക് യാതൊരു ഉത്തരവാദിത്വവുമില്ല. പണി കുട്ടികളെയുണ്ടാക്കുക മാത്രം. ആ കുട്ടികൾക്കും അച്ഛൻനമ്പൂതിരിയെ തൊടാൻ പാടില്ല. ഭാര്യമാർക്ക് തന്നെ രാത്രിയായാലേ ഭർത്താവിനെ സ്പർശിച്ചുകൂടൂ.

എന്നാൽ കുതിരവട്ടത്തെ പുരുഷന്മാർ മറ്റു നായർ കുടുംബങ്ങളിലാണ് വിവാഹം ചെയ്തിരുന്നത്. പലരും അങ്ങോട്ടുപോകുകയാണ് പതിവ്. അപൂർവ്വം

ചിലർ (കാരണവരായാൽ) ഇങ്ങോട്ടും പത്നിയെക്കൊണ്ടു വന്ന് താമസിപ്പി ക്കാറുണ്ട്.

കുതിരവട്ടത്തെ സ്ത്രീകൾക്ക് അതൊരു തലവേദനയാകും മിക്കപ്പോഴും. അമ്മായിപ്പോര് ഉറപ്പ്. എന്നാൽ അവിടുത്തെ സ്ത്രീകൾ പൊതുവെ സുസം സ്കൃതകളായതുകൊണ്ട് കാരണവന്മാരുടെ പത്നിമാരെ സഹിക്കുകയാണ് പതിവ്. ധാരാളം സ്വത്തുണ്ട്. എത്ര തട്ടിയെടുത്താലും തീരാത്തത്ര.

ഞങ്ങൾ സന്ധ്യയ്ക്ക് ഇളമ്പുലാശ്ശേരിയിലുള്ള കുറൂർ മന വക കളത്തി ലെത്തി. പിന്നെ വിസ്തരിച്ച് തേച്ചുകുളി. വാസുദേവൻ നമ്പൂതിരിക്ക് തന്റെ കാരണവരായ എന്റെ അന്നദാതാവിനെ നല്ല ഭയമായിരുന്നുവെന്ന് തോന്നുന്നു. കാരണവരുമതെ, തന്റെ നിലവിട്ട് ഒട്ടും തന്നെ ചെറുതാകാൻ കൂട്ടാക്കിയിരു ന്നില്ല.

രാത്രി ഭക്ഷണത്തിന് മുതിരക്കൂട്ടാനും ചെറുകായ കൊണ്ടുള്ള മെഴുക്കു പുരട്ടിയും ഒക്കെയായിരുന്നു. എനിക്ക് എല്ലാം നല്ലവണ്ണം പിടിച്ചു. അതുകൊണ്ട് എന്റെ ഊണ് ഗംഭീരമായി.

ഊണ് എല്ലാവർക്കും സന്തോഷമായി. ചെറുപ്പക്കാരനായ വാസുദേവൻ നമ്പൂതിരി എന്റെ ഊണിനെ അഭിനന്ദിച്ചു.

സമയം രാത്രി പത്തു മണിയാവുന്നതേയുള്ളൂ. എല്ലാവരും കിടന്നുറങ്ങി യിട്ട് വാസുദേവൻ നമ്പൂതിരിയും ഞാനും ഓരോന്നു പറഞ്ഞുകൊണ്ട് പിന്നേയും കിടന്നു. എപ്പോഴാണ് ഉറങ്ങിയതെന്ന് അറിയില്ല. തീർച്ചയായും അപ്പോൾ പാതിരാ കഴിഞ്ഞിട്ടുണ്ടാകണം.

ഒരുറക്കം കഴിഞ്ഞ് ശങ്ക തീർക്കാൻ എഴുന്നേറ്റപ്പോഴാണ് ആ നാട്ടിലെ ഇരുട്ടിന്റെ ശക്തി എനിക്കു ബോധ്യപ്പെട്ടത്. പേടിപ്പെടുത്തുന്നതായിരുന്നു ആ അന്തരീക്ഷം. കൂരാക്കൂരിരുട്ട്!

'ഒടിയന്റെ' വിളയാട്ടമാണ് ആ ദിക്കിലൊക്കെയെന്ന് ഞാൻ പണ്ടു തന്നെ കേട്ടിട്ടുണ്ട്. എന്നാലെനിക്ക് അതിലൊന്നും വിശ്വാസമില്ല. ഒടിയരായി വരു ന്നത് മിക്കപ്പോഴും ഒന്നുമില്ലാത്തവരാണ്. എന്തേ അങ്ങനെയാകാൻ!

പലരും പലതും പറയാറുണ്ടെങ്കിലും കേൾക്കുന്നതിലൊക്കെ സത്യം നന്നെ കഷ്ടിയാകാനാണിട. അവനവന്റെ സരസ്വതീ പ്രസാദം പോലെ ഓരോ രുത്തരും ഓരോന്നു കാച്ചിവിടും. കേട്ടവരാകട്ടെ അതെല്ലാം ശരിയാണെന്ന് വിശ്വസിക്കയും ചെയ്യും. ഇതാണ് നില!

ഒടിയൻ 'ഒടിച്ചത്' മൂലം ചിലർ മരിച്ചെന്നും മറ്റും ഞാനും കേട്ടിട്ടുണ്ട്. അതിലധികവും വലിയ നുണകളാണുണ്ടാകുക. പിന്നെ, ഭയം കൊണ്ട് ബോധ മില്ലാത്തവർക്ക് എന്താണ് സംഭവിക്കാതിരിക്കുക! ഞാനിവയിലൊന്നും വിശ്വ സിച്ചിരുന്നില്ല.

എന്നിട്ടും പാതിരയ്ക്ക് ഒറ്റയ്ക്കുണർന്നു കിടന്നപ്പോൾ എനിക്കു പലതും തോന്നി. ഭയം എന്റെ കാലിലൂടെ അരിച്ചു കയറാൻ തുടങ്ങി.

കമ്മ്യൂണിസ്റ്റ് അനുഭാവിയായിരുന്ന ഞാൻ എല്ലാ അർത്ഥത്തിലും യുക്തി വാദിയായിരുന്നു. അന്ധമായി ഒന്നിലും വിശ്വസിച്ചിരുന്നില്ല. അന്ധവിശ്വാസ ത്തിന്റെ മറ്റൊരു ഭാഗമാണ് ഒടിയൻ എന്ന് ഞാനുറച്ചു വിശ്വസിക്കുകയും ചെയ്തിരുന്നു. എന്നിട്ടും, കിടന്നദിക്കിൽ നിന്ന് എഴുന്നേറ്റ് പത്തായപ്പുരയുടെ ജനാല തുറന്ന് പുറത്തേയ്ക്കു നോക്കിയപ്പോൾ എനിയ്ക്ക് പേടിയായി!

ഇരുട്ടിന് സാധാരണ ഇരുട്ടിനേക്കാൾ പത്തിരട്ടി കനമുള്ളതായി തോന്നി. എല്ലാവരും നല്ല ഉറക്കം. ഭയമാകുന്നുണ്ടോ? ഞാൻ സ്വയം ചോദിച്ചുനോക്കിയെങ്കിലും വ്യക്തമായ മറുപടി ലഭിച്ചില്ല.

തലകീഴായി തൂങ്ങുന്ന, 'വാവൽ' എന്ന് ഞങ്ങളുടെ നാട്ടിൽ പറയുന്ന ഒരുതരം ജീവി ചിറകടിച്ചുകൊണ്ട് കയ്യെത്തിയാൽ തൊടാമെന്ന അകലത്തൂടെ പറന്നുപോയി. ഞാനപ്പോൾ ഒന്നു ഞെട്ടുക തന്നെ ചെയ്തു.

ദൂരെനിന്ന് കുറുക്കൻ ഓരിയിടുന്നു. തുടർച്ചയായ ആ ഓരി അഞ്ചാറു വട്ടമുണ്ടായി. അതെന്നെ നല്ലവണ്ണം പിടിച്ചുകുലുക്കി.

ഭൂതപ്രേതപിശാചുക്കളുടെ കഥകൾ ഞാൻ ധാരാളം കേട്ടിട്ടുണ്ട്. അവയിലൊന്നും എനിക്ക് താത്പര്യമില്ല. പക്ഷേ വെൺമണി നമ്പൂതിരിപ്പാടിൽ ഒരു യക്ഷി അനുരക്തയായെന്നും ആ ബന്ധം വിവാഹത്തിൽ കലാശിച്ചുവെന്നും ഞാൻ കേട്ടിട്ടുണ്ട്. താൻ വിവാഹിതനാണെന്നും വെറുതെ വിടണമെന്നും നമ്പൂതിരിപ്പാട് കരഞ്ഞുപറഞ്ഞപ്പോൾ ആ യക്ഷി സപത്നീമത്സരം ഉപേക്ഷിച്ച് കഴിഞ്ഞുകൊള്ളാമെന്ന് നമ്പൂതിരിപ്പാടിന് വാക്കു കൊടുത്തുവത്രേ. മരണം വരെ ആ വാക്കു പാലിച്ചുവെന്നും കേട്ടിട്ടുണ്ട്. എങ്കിലും അവരുടെ ശാപം കൊണ്ട് വെൺമണി തറവാട്ടിലെല്ലാവർക്കും പിരി ലേശം അയവാണെന്നൊരു ശകാരമുണ്ട്. എത്ര വലിയ യുക്തിവാദിയായിട്ടും വെണ്മണി മനക്കാരെപ്പറ്റി കേട്ട കഥകളൊന്നും എനിയ്ക്കു വിശ്വസിക്കാതിരിയ്ക്കാൻ വയ്യ.

പെട്ടെന്നെനിക്ക് ഗുരുനാഥൻ പട്ടിയ്ക്കാംതൊടി പറഞ്ഞ ഒരു കഥ ഓർമ്മ വന്നു.

നമ്മുടെ കലാമണ്ഡലം രാമൻകുട്ടിനായർ അഭ്യാസം തുടങ്ങിയിട്ടേയുള്ളൂ. അക്കാലത്ത് പട്ടിയ്ക്കാംതൊടിയ്ക്ക് ഒരുത്തമശിഷ്യനുണ്ടായിരുന്നു. പേര് ഓർമ്മയില്ല. ആ ശിഷ്യൻ ഗുരുനാഥന് വളരെ പ്രിയപ്പെട്ടവനായിരുന്നു എന്ന് അറിയാം.

ചൊല്ലിയാട്ടത്തിലെ അച്ചടക്കം അയാളെപ്പോലെ ശിഷ്യൻമാരിൽ മറ്റാർക്കും ഇല്ലായിരുന്നു. ഒളപ്പമണ്ണ മനയ്ക്കൽ താമസിച്ചുകൊണ്ടാണ് അഭ്യാസം. സ്ത്രീവേഷക്കാരനായിരുന്നു. പ്രായമാണെങ്കിൽ ഏതാണ്ട് പതിനെട്ട് വയസ്സ്.

എല്ലാ അർത്ഥത്തിലും കഥകളിക്കുവേണ്ടി ജനിച്ച ആ ചെറുപ്പക്കാരനെ ശിഷ്യനായി ലഭിച്ചതിൽ ഗുരുനാഥൻ നല്ലവണ്ണം അഭിമാനിച്ചിരുന്നുവത്രേ! പറഞ്ഞാലും പറഞ്ഞാലും തീരാത്ത കഥകളാണ് ആ ശിഷ്യനെക്കുറിച്ച് പട്ടിയ്ക്കാംതൊടി എന്നോടു പറഞ്ഞിട്ടുള്ളത്. അതിലൊരു കാര്യം മാത്രം ഞാനിവിടെ രേഖപ്പെടുത്തട്ടേ.

വർഷക്കാലത്തെ അഭ്യാസം മുറയ്ക്ക് നടക്കുന്ന കാലം. വെളുപ്പിന് മൂന്നുമണിക്ക് തുടങ്ങുന്ന അഭ്യാസത്തിന്റെ ശൃംഖല രാത്രി ഒമ്പതുമണി വരെയുണ്ടാകും. അഭ്യാസകാര്യങ്ങളിൽ ആരോടും വിട്ടുവീഴ്ചയില്ലാത്ത ഗുരുനാഥൻ കഠിനമായ വാത്സല്യം നിമിത്തം ഈ ശിഷ്യനെ പ്രത്യേകം ശ്രദ്ധിച്ചിരുന്നുവത്രേ! ഫലം ക്രൂരമായിരുന്നുവെന്ന് ആർക്കും ഊഹിക്കാവുന്നതാണല്ലോ!

പടുവികൃതിയായ ശിഷ്യനാകട്ടെ, ആരുമറിയാത്ത ഒരനുരാഗമുണ്ടായിരുന്നു. അനുരാഗത്തിനു കണ്ണില്ലല്ലോ!

ചെറുപ്പക്കാരിയായ ആ കുട്ടിയുടെ വീട് വെള്ളിനേഴിയിൽ നിന്ന് അധികം അകലെയല്ലാത്ത 'കുറ്റാനശ്ശേരി' എന്ന സ്ഥലത്തായിരുന്നു. അതിന്റെ അമ്മയ്ക്ക്

എന്തോ ചില സംശയങ്ങൾ ഉള്ളതായി പിന്നീട് അറിയാൻ കഴിഞ്ഞുവെന്നും ഗുരുനാഥൻ എന്നോടു പറകയുണ്ടായി.

രാത്രി എല്ലാവരും ഉറങ്ങിയാൽ ശിഷ്യൻ സൂത്രത്തിൽ കാമുകിയുടെ ഭവനത്തിലേയ്ക്ക് പുറപ്പെടും. രണ്ടുമൂന്നു നാഴിക ദൂരമുള്ള അവിടെയ്ക്ക് ഒറ്റയ്ക്കുപോകുന്ന ശിഷ്യനെ പറഞ്ഞ ദിവസങ്ങളിലെല്ലാം കാമിനി പുറത്തേയ്ക്കുള്ള വാതിലിന്റെ 'സാക്ഷ' തുറന്നു വെച്ച് കാത്തിരിക്കാറുണ്ടത്രേ!

അക്കാലത്തെ മിഥുനം കർക്കിടകമാസങ്ങളിലെ വെള്ളിനേഴിയിലും പരിസരത്തുമുള്ള വർഷത്തിന്റെ സംഹാരതാണ്ഡവം വായനക്കാർ ഊഹിക്കുകയാകും ഭേദം. അതൊന്നും കാമുകനായ ശിഷ്യനു പ്രതിബന്ധമായിരുന്നില്ല.

ഒടിയൻമാർ അക്കാലത്ത് വെള്ളിനേഴിയിലും കുറ്റാനശ്ശേരിയിലും കുറുവട്ടൂരുമൊക്കെ ധാരാളമുണ്ടായിരുന്നു. ഒന്നല്ലെങ്കിൽ മറ്റൊന്നു കേൾക്കാത്ത ദിവസങ്ങൾ നന്നേ കഷ്ടി. എന്നിട്ടും ആ ശിഷ്യന് തന്റെ കാമുകിയെ കാണാൻ പോകാൻ അശേഷം ഭയമുണ്ടായിരുന്നില്ല.

അക്കാലത്ത് ഗുരുനാഥനുപോലും ശിഷ്യന്റെ ഈ അതി സാഹസം തീരെ അറിയാൻ കഴിഞ്ഞിരുന്നില്ല. അത്രയ്ക്ക് രഹസ്യമായി സൂക്ഷിച്ചിരുന്നു ആ അനുരാഗം.

അന്ന് കർക്കടകമാസം കാലമായിരുന്നു. ശിഷ്യൻ ഗുരുനാഥനും മറ്റുള്ളവരും ഉറങ്ങിയെന്നുറപ്പായപ്പോൾ പതിവുപോലെ കാമുകിയുടെ ചാരത്തേയ്ക്ക് പുറപ്പെട്ടു. ഒന്നിനും തടയാനാകാത്ത കാമുകന്റെ ഇച്ഛാശക്തിയുടെ മുൻപിൽ സാക്ഷാൽ പടച്ചവൻ തന്നെ വന്ന് പ്രതിബന്ധം സൃഷ്ടിച്ചാലും അയാൾ കൂട്ടാക്കുമായിരുന്നില്ല. പിന്നെയാണോ ഒടിയൻ? ഇറങ്ങി നടക്കാൻ തുടങ്ങിയ അയാളുടെ മനസ്സിൽ കാമുകി മാത്രമായിരുന്നു. അതുകൊണ്ട് അയാൾ ഒന്നുമറിഞ്ഞിരുന്നില്ല. ഒരൊറ്റ വിചാരം മാത്രം. മൂന്നുമണിക്കുമുൻപ് മടങ്ങിവന്ന് പഴയ സ്ഥലത്ത് ഉറക്കം നടിച്ച് കിടക്കണം.

നല്ല മഴയുണ്ടായിരുന്നു. ഇടിക്കുമുൻപുള്ള മിന്നൽ അയാൾക്കു വഴി കാണിച്ചു കൊടുത്തു. ചിരപരിചിതമായ വഴിയായിട്ടും അയാളുടെ മനസ്സിൽ ഇന്നതെന്നു പറയാനാകാത്ത ഒരു ഭയമുണ്ടായിരുന്നു. അതെന്താണെന്ന് ഈശ്വരനുമാത്രമേ അറിയുമായിരുന്നുള്ളൂ.

പെട്ടെന്ന് ഒരു വലിയ മിന്നലുണ്ടായപ്പോൾ അയാൾ തന്റെ മുന്നിൽ ഒരു 'കൊട്ടോങ്ങലപ്പടി' പ്രത്യക്ഷപ്പെട്ടതായി കണ്ടു. അങ്ങനെയൊന്ന് അവിടെയില്ലല്ലോയെന്നും അപ്പോൾ തന്നെ അയാൾ ഓർത്തു. എവിടുന്നാണ് ഈ പടി മുന്നിൽ പ്രത്യക്ഷമായത്? അയാൾക്ക് അദ്ഭുതവും കുറേശ്ശെ ഭയവും തോന്നി. എങ്കിലും അതൊന്നും സാരമാക്കാതെ മുന്നോട്ടുതന്നെ നടന്നു. കാമിനിയുടെ ഗൃഹത്തിനെത്തന്നെയോർത്തുകൊണ്ട് ലേശം വേഗത്തിൽ തന്നെയായി യാത്ര!

പെട്ടുന്നുണ്ടായ മറ്റൊരു മിന്നൽ അയാൾക്ക് തൊട്ടു മുന്നിലായി ആ കൊട്ടോങ്ങലപ്പടി വീണ്ടും കാട്ടിക്കൊടുത്തു. അതു കവച്ചുകടക്കാൻ അയാൾ കാലെടുത്തു വെച്ചതും അടികിട്ടിയതുപോലെ ഒരു തോന്നൽ. ഒപ്പം അയാൾ വീഴുകയും ചെയ്തു. എഴുന്നേറ്റു നടക്കാൻ ശ്രമിച്ചപ്പോൾ കലശലായ ഭയവും, ദേഹം മുഴുവൻ വിറയലും അനുഭവപ്പെട്ടു.

കാമിനിയുടെ വീട്ടിലേയ്ക്ക് അന്നു പോകേണ്ടെന്ന് ഉടൻ തീർച്ചയാക്കി. അവൾ ഉറക്കമിളച്ച് കാത്തിരിയ്ക്കുമെന്നത് ഒരു കാര്യം. എന്നാൽ അയാൾക്ക് നടക്കാൻ പോലും സാധിക്കാത്ത അവസ്ഥയായിരുന്നു.

ഇരുന്നും, നടന്നും, ഇഴഞ്ഞുമായി ഏതാണ്ട് രണ്ടു മണിയോടെ അയാൾ ഗുരുനാഥന്റെ അടുത്തു തന്നെയെത്തി. അവിടെ സകലരും ഗാഢനിദ്രയിലാണ്. ദൂരത്തൊരു കട്ടിലിൽ ഗുരുനാഥനും കിടന്നുറങ്ങുന്നു!

എങ്ങനേയൊ അയാൾ കിടപ്പിടം കണ്ടെത്തി. എന്നിട്ട് അതിൽ ചെന്ന് വീണു. ഒടിയൻ തന്നെ ഒടിച്ചുകഴിഞ്ഞു എന്നയാൾ ശരിയ്ക്കും ഭയപ്പെട്ടു. നല്ല പനി. ബോധവും നഷ്ടപ്പെട്ടു.

മൂന്നു മണിക്ക് എല്ലാവരിലും മുൻപായി എഴുന്നേറ്റ് എത്താറുള്ള അയാളെ കാണാഞ്ഞ് ഗുരുനാഥൻ മറ്റുള്ളവരോട് അയാളെക്കുറിച്ച് തിരക്കി. അപ്പോഴാണ് അയാൾ പനിച്ച് ബോധംകെട്ടു കിടക്കുന്നത് അവരുടെ കണ്ണിൽപ്പെട്ടത്.

പട്ടിക്കാംതൊടി കാര്യങ്ങളെല്ലാം പതുക്കെ അന്വേഷിച്ചറിഞ്ഞു. നിർഭാഗ്യവതിയായ കാമുകിയുടെ വീട്ടുകാർ തന്നെയാണ് ഇതിനദ്ദേഹത്തെ സഹായിച്ചത്.

പറഞ്ഞിട്ടെന്തു കാര്യം? നാലഞ്ചുദിവസം കൊണ്ട് അയാൾ പിച്ചും പേയും പറഞ്ഞ് പേടിച്ചുവിറച്ച് ഇഹലോകം വെടിഞ്ഞു. മരിച്ചത് ഒടിയനൊടിച്ചിട്ടാണെന്ന് അയാളുടെ സംസാരത്തിൽ നിന്നുതന്നെ കൂടെയുള്ളവർ ഊഹിച്ചെടുത്തു. ആ വിവരം ഗുരുനാഥനോട് അവർ പറകയും ചെയ്തു.

ഒടിയനിലെനിയ്ക്ക് വിശ്വാസമില്ല. പക്ഷേ പണമുള്ളവർ പക പോക്കാനായി പാവങ്ങളെക്കൊണ്ട് അക്കാലത്ത് പലതും ചെയ്യിച്ചിരിക്കാമെന്ന് എനിക്കിപ്പോൾ തോന്നുന്നു.

ഒടിയ്ക്കൽ എന്ന ക്രിയ ചെയ്യുന്നത് പറയരോ, പാണരോ ആണത്രേ. എന്താണങ്ങനെ വരാൻ?

യാതൊരു വക വിദ്യാഭ്യാസവുമില്ലാത്ത അത്തരം ശുദ്ധഹൃദയരെ ചാക്കിട്ടു പിടിക്കാൻ എളുപ്പമാണ്. പ്രലോഭിപ്പിക്കാനാണെങ്കിൽ ചിലവ് നന്നേ തുച്ഛവും.

ഇതെനിക്ക് ബോധ്യം വന്നത് 'മുതലക്കുളം' എന്ന പേരിനെക്കുറിച്ച് ആലോചിക്കേണ്ടി വന്നപ്പോഴാണ്. പേരുകൾ വ്യത്യസ്തമാണെങ്കിലും പല രൂപത്തിൽ ശുദ്ധഹൃദയരെ എക്കാലത്തും, ഉള്ളവർ ഉപയോഗപ്പെടുത്തിയിരുന്നു.

പെരുമനത്തുള്ള കന്യാർ കുളത്തിനെക്കുറിച്ച് സുമാർ അമ്പതുകൊല്ലം മുൻപ് ഞാനൊരു കവിതയെഴുതി വൈലോപ്പിള്ളിയെക്കാണിച്ചിട്ടുണ്ട്. കവിത അദ്ദേഹത്തിന് അശേഷം പിടിച്ചില്ലെങ്കിലും ഞങ്ങളന്ന് ഒരു രാത്രി മുഴുവൻ മുതലക്കുളത്തിനെക്കുറിച്ചും ഒടിയനെക്കുറിച്ചും, കന്യാർക്കുളത്തിനേക്കുറിച്ചും ഒക്കെ സംസാരിക്കുകയുണ്ടായി. പണക്കാരുടെ താളത്തിന് തുള്ളാത്ത പെൺകിടാങ്ങളെ കൈയും കാലും കെട്ടി മുതലക്കുളത്തിൽ കൊണ്ടുപോയി തള്ളുകയായിരുന്നുവത്രേ പതിവ്. ഇതുചെയ്യാൻ ഉപയോഗിച്ചിരുന്നത് ശുദ്ധഹൃദയരായ പാവപ്പെട്ടവരെ തന്നെയാണ്. വൈലോപ്പിള്ളി പറഞ്ഞതു വാസ്തവമാണെന്ന് അന്നും ഇന്നും ഞാൻ കരുതുന്നു. പേരും രീതികളും മാറിയിട്ടുണ്ടെങ്കിലും ഇന്നും ഇന്ത്യയിലെവിടെയും ഇത്തരം സ്ഥലങ്ങളും സംഭവങ്ങളും ധാരാളം കാണാനുണ്ട്.

ജനാലകൾ നല്ലവണ്ണം അടച്ച് ഞാൻ മടങ്ങിവന്ന് കിടന്നപ്പോൾ പട്ടിക്കാംതൊടി പറഞ്ഞ കഥ ഓർത്തുപോയി. ഒപ്പം വൈലോപ്പിള്ളിയേയും.

ഒടിയനോട് തോറ്റവരുടേയും ഒടിയനെ തോല്പിച്ചവരുടേയും കഥകൾ ഞാൻ ധാരാളം കേട്ടിട്ടുണ്ട്. സത്യം പലപ്പോഴും ഹിരൺമയമായ പാത്രം

കൊണ്ട് മൂടപ്പെട്ടാണ് ഇരിക്കാറെന്ന് പിന്നീട് മഹാഭാരതം വായിച്ചപ്പോൾ എനിക്കുറപ്പായി. വ്യാസന്നു നന്ദി.

ബോധം കെട്ടുറങ്ങിയ ഞാൻ പിറ്റേദിവസം കാലത്ത് എട്ടു മണിയോടെയാണ് ഉണർന്നത്. ഏതാണ്ടു വിവസ്ത്രനായിരുന്ന എന്നെ കണ്ട് അടിച്ചുതളിയ്ക്കാൻ വന്ന പെണ്ണുങ്ങൾ ഞെട്ടിയിട്ടുണ്ടാകണം. ഉണർന്നു കുളിക്കാൻ കുളത്തിലേയ്ക്ക് ഓടുമ്പോൾ അവരെന്നെ നോക്കി 'ഈ തിരുമേനി എന്തൊരു മട്ടാണ്' എന്നദ്ഭുതപ്പെടുന്നത് ഞാൻ കണ്ടു.

ഞങ്ങൾ അവിടെ ചില സ്ഥലത്തൊക്കെ നടക്കാൻ പോയി. അതിൽ ചിലത് മന വക കൃഷിസ്ഥലങ്ങളായിരുന്നു. അറുപതും എഴുപതും മേനി വിളയുന്ന ഭൂമി! എനിക്ക് അന്നാട്ടിലെ ഭൂമിയുടെ മേൻമ കേട്ടപ്പോൾ അദ്ഭുതം തോന്നി. വാസുദേവൻനമ്പൂതിരി പൊടിപ്പും തൊങ്ങലും വെച്ച് നല്ല ചമത്ക്കാരത്തോടെ സംസാരിക്കുകയും ചെയ്യും.

വളങ്ങളൊന്നുമില്ലാതെ എങ്ങനെ ഇത്രയധികം വിളവ് കൃഷി സ്ഥലങ്ങളിൽ നിന്നു ലഭിക്കുന്നു എന്നതിനെക്കുറിച്ചും വാസുദേവൻ നമ്പൂതിരി പറഞ്ഞു. വലിയ മലകളുടെ അടിവാരങ്ങളിൽ പെടുന്നതാണ് ഇളംപുലാശ്ശേരി. വർഷക്കാലത്ത് പെയ്യുന്ന മഴയിലൂടെ ഒലിച്ചിറങ്ങുന്ന വളങ്ങളാകാം വിളവുണ്ടാകുന്നതിന്റെ പിന്നിലെന്ന് അദ്ദേഹം ഊഹിക്കുന്നു. ഇളംപുലാശ്ശേരിയെന്ന ഗ്രാമം മണ്ണാർക്കാടൻ മലകളുടെ അടിവാരങ്ങളിലൊന്നാണ്. വരാനും പോകാനുമുള്ള അസൗകര്യങ്ങളൊഴിച്ചാൽ ഇളംപിലാശ്ശേരി ഒന്നാംതരം ഒരു ഗ്രാമമായിരുന്നു. ഗ്രാമത്തിന്റെ സകല സൗഭാഗ്യങ്ങളും ആ പ്രദേശത്തുണ്ടായിരുന്നു. ആരുമാരേയും നിർബന്ധിക്കാതെ ആ നാട്ടുകാർ നേരം പുലർന്നാൽ അവനവന്റെ കാര്യങ്ങളിൽ മുഴുകുന്നു. നൈഷ്കർമ്യം എന്നൊന്ന് ആ ദിക്കിലെങ്ങും ഉണ്ടായിരുന്നില്ല. ഒന്നും ചെയ്യാനില്ലാത്തവൻ പോലും നാൽക്കാലികളെ മേയ്ക്കുകയോ മുറ്റത്തെ പുല്ലു പറിക്കുകയോ ചെയ്യുന്നു. ചുരുക്കത്തിൽ എല്ലാവരും തന്നാലാവുന്നത് ചെയ്യുന്നു.

നല്ല ഭക്ഷണം, നല്ല വിശ്രമം, ധാരളം ബഡായി. എല്ലാം എനിക്കു ബോധിച്ചു. നാലഞ്ചുദിവസം കഴിഞ്ഞു മടങ്ങുമ്പോൾ എനിക്ക് അവിടം വിട്ടുപോരാൻ വിഷമം തോന്നി. അതിന്റെ പുറകിലുള്ള ചേതോവികാരം പൂർവജന്മാർജിത സംസ്കാരമാകാം എന്ന് ഞാൻ കരുതുന്നു. കാരണമില്ലാതെ കാര്യമില്ലെന്ന് ഞാനിന്നു മനസ്സിലാക്കുന്നുണ്ട്.

ഉച്ചയ്ക്ക് ഊണുകഴിഞ്ഞ് പുറപ്പെട്ട ഞങ്ങളുടെ സാമാനങ്ങളെല്ലാം വാല്യക്കാർ മുൻപ് തന്നെ കുതിരവട്ടത്ത് നായരുടെ വീട്ടിലെത്തിച്ചിരുന്നു. അതുകൊണ്ട് വീട്ടിലെ വേഷത്തിൽ തന്നെ ഞങ്ങൾ ശുദ്ധം മാറാതെ നായരുടെ കുടുംബത്തിലെത്തി.

അവിടെയിരിപ്പുള്ള നമ്പൂതിരിമാരുടെ കൂടെയായിരുന്നു ഞങ്ങൾക്ക് അന്ന് ഉച്ചതിരിഞ്ഞുള്ള കാപ്പി. അതും ഗംഭീരമായിത്തന്നെ.

തിന്നാൻ പലതുമുണ്ടായിരുന്നു. അവയിൽ ഞാനധികവും തട്ടിയത് വറുത്ത ഉപ്പേരിയും കാരോലപ്പവുമാണെന്ന് തോന്നുന്നു. രസികൻ കാപ്പിയും ധാരാളം കുടിച്ചു. എല്ലാം കഴിഞ്ഞ ശേഷമേ കാറുപോലും ഞങ്ങൾ തൊട്ടുള്ളൂ.

ഏതാണ്ട് മൂന്നര മണിയോടെ ഞങ്ങളെല്ലാവരും നമ്പൂതിരിമാരോടും മൂപ്പിൽ നായരോടും മറ്റുള്ളവരോടും യാത്രപറഞ്ഞ് കാറിൽ കയറി. കുറൂരു

നമ്പൂതിരിയെപ്പോലുള്ള ഒരാളെ സൽക്കരിക്കാനവസരം ലഭിച്ചാൽ അത് വേണ്ട വിധം കൈകാര്യം ചെയ്യാനുള്ള സമ്പത്തും ധർമ്മനിഷ്ഠയും കുതിരവട്ടത്തു നായർക്കുണ്ട്.

അക്കൂട്ടത്തിൽ എന്നോട് ഏറെ വാത്സല്യവും ദയയും കാണിച്ച ജനാർദ്ദനൻ തമ്പാനെ ഞാനിന്നും ഓർക്കുന്നു. അദ്ദേഹം ഒറ്റപ്പാലത്ത് ഗവൺമെന്റ് ട്രെയിനിങ്ങ് കോളേജിലെ പ്രിൻസിപ്പലായി ജോലിചെയ്തിരുന്നു. ആശയപരമായി രാമകൃഷ്ണപരമഹംസരുടെ പിൻതുടർച്ചക്കാരനാണു ഞാനെന്ന് വർഷങ്ങൾക്കുശേഷം അറിയാനിടവന്നപ്പോൾ എന്റെ കവിതകളെക്കുറിച്ച് സംസാരിക്കുകയും അദ്ദേഹത്തിന്റെ ഒന്നുരണ്ടു പുസ്തകങ്ങൾ എനിയ്ക്ക് തരികയുമുണ്ടായിട്ടുണ്ട് അദ്ദേഹം. കു.ജ.ത.എന്ന ചുരുക്കെഴുത്തിലാണ് അദ്ദേഹം അറിയപ്പെട്ടിരുന്നത്. അദ്ദേഹം മരിച്ചശേഷം നാലഞ്ചു കൊല്ലം കഴിഞ്ഞിട്ടാണ് ഞാനറിഞ്ഞത്.

പുറനാട്ടുകര രാമകൃഷ്ണമിഷനായിട്ട് വലിയ അടുപ്പത്തിലായിരുന്നു ആ ബ്രഹ്മചാരി. ഞാനാണെങ്കിൽ ഏതാണ്ടമ്പതിലധികം കൊല്ലമായി പുറനാട്ടുകര ആശ്രമത്തിൽ പോകാൻ തുടങ്ങിയിട്ട്. ബോംബെയിലുള്ള എന്റെ ഫ്ളാറ്റിൽ മുപ്പതിലധികം കൊല്ലം മുമ്പ് ശക്രാനന്ദ സ്വാമിയും സാക്ഷാൽ കുഞ്ഞിക്കുട്ടൻ തമ്പുരാന്റെ മകളുടെ മകനായ കോട്ടയ്ക്കൽ കോവിലകത്തെ ഒരു സ്വാമിയും കൂടി വന്ന് ഭിക്ഷ സ്വീകരിച്ചിട്ടുമുണ്ട്.

വൈകി പുറപ്പെട്ട ഞങ്ങൾ പോയവഴി തന്നെ മടങ്ങി. പരിചയമില്ലാത്ത ധാരാളം വളവുകളും കേറ്റിറക്കങ്ങളുമുള്ള വഴിയായതുകൊണ്ട് ഞാൻ വളരെ പതുക്കെയാണ് വണ്ടി ഓടിച്ചത്. എന്നിട്ടും അഞ്ചു മണിയോടെ ഷൊർണ്ണൂരെത്തി.

ഭാഗ്യത്തിനവിടെ റെയിൽവേ ഗെയ്റ്റ് തുറന്നിരുന്നു. തുടർന്ന് തൃശ്ശൂർ എത്തും മുമ്പുള്ള റെയിൽവേ ഗെയ്റ്റുകളൊന്നും ചതിച്ചില്ല. എന്നാൽ പൂങ്കുന്നം സ്റ്റേഷന്റെ തൊട്ട് വടക്കു ഭാഗത്തുണ്ടായിരുന്ന ഗെയ്റ്റ് ചതിച്ചു. അവിടെ ഏതാണ്ടര മണിക്കൂറോളം കാത്തു കിടക്കുകയും വേണ്ടി വന്നു.

നല്ലവണ്ണം ഇരുട്ടിയപ്പോഴേയ്ക്ക് ഞങ്ങൾ അടാട്ടെത്തി. കുളിയും ഭക്ഷണവും കഴിഞ്ഞ് കിടന്ന ഞാൻ ഒടിയനെക്കുറിച്ചോരോന്നു ചിന്തിച്ചുകൊണ്ട് ഉറങ്ങിയതെപ്പോഴാണെന്നറിഞ്ഞില്ല. പരമവാക പലതും ചോദിച്ചുവെങ്കിലും അതൊക്കെ പിന്നെ പറയാമെന്നു പറഞ്ഞ് തൽക്കാലം രക്ഷപ്പെടുകയാണുണ്ടായത്.

എന്നാൽ പിറ്റേദിവസം തൊട്ട് എന്റെ പ്രധാന പണി ഇളംപുലാശ്ശേരി പോയതിന്റെ പുരാണങ്ങൾ ഓരോരുത്തരോടും പ്രസംഗിക്കുകയായി. ആഴ്ചകളോളം നീണ്ടു ആ വിശേഷവർത്തമാനങ്ങളുടെ ശൃംഖല. അതിനിടയ്ക്ക് ഒരിയ്ക്കൽ ടി.ആർ നായരെ കാണാൻ ചെന്നപ്പോൾ അദ്ദേഹത്തിന്റെ മുന്നിലും ഞാനതു കെട്ടഴിയ്ക്കുകയുണ്ടായി.

ഒടിയന്മാരും അവരുടെ ഒടിയ്ക്കലും ഇന്നും നടക്കുന്നുണ്ടെന്നാണ് ഞാൻ ധരിച്ചിട്ടുള്ളത്. ആധുനികസൗകര്യങ്ങൾ പലതും വളർന്നിട്ടും ഉൾനാടൻ ഗ്രാമങ്ങളിൽ ഇന്നും അന്ധവിശ്വാസങ്ങളിലാണല്ലോ മനുഷ്യൻ അഭയം തേടുന്നത്. അതുകൊണ്ടാകാം മഹാഭാരത കർത്താവായ വേദവ്യാസൻ തന്റെ ആത്മ

കഥ കൂടിയായ ഭാരതത്തിൽ ഇങ്ങനെ പല ദിക്കിലും ആവർത്തിച്ചു പറഞ്ഞു വെച്ചത്.

'ന വിശ്വസേദവിശ്വസ്തേ
വിശ്വസ്തേനാതി വിശ്വസേൽ
വിശ്വാസാൽ ഭയമുല്പന്നം
മൂലാദപി നികൃന്തതി.'

(വിശ്വസിക്കാൻ കൊള്ളാത്തവരെ വിശ്വസിക്കരുത്. വിശ്വസിക്കാൻ കൊള്ളുന്നവരേയും അധികം വിശ്വസിക്കരുത്. വിശ്വാസത്തിൽ നിന്നാണ് ഭയമുണ്ടാകുന്നത്. അത് വേരോടു കൂടി പറിച്ചുകളയും.)

ഒളപ്പമണ്ണയുടെ വേളി

ഒരു ദിവസം ആരുടേയോ സംസാരത്തിൽ നിന്നാണ് മഹാകവി ഒളപ്പമണ്ണയുടെ വേളിയെക്കുറിച്ച് കേട്ടത്. എന്റെ ഉറ്റ സുഹൃത്താണ് ഒളപ്പമണ്ണ. എന്നിട്ടും അദ്ദേഹമോ മറ്റുള്ളവരോ എന്തുകൊണ്ടാണെന്നോടു പറയാതിരുന്നത്? അതൊരു വലിയ ചോദ്യമായിരുന്നു. മറുപടിയില്ലാത്ത ചോദ്യം.

ചിറ്റൂർ കുഞ്ഞൻ നമ്പൂതിരിപ്പാടിന്റെ രണ്ടാമത്തെ മകളായ ശ്രീദേവിയാണ് വധു. അവരെയാണെങ്കിൽ ഞാൻ വളരെക്കാലമായറിയും. പത്തുപതിനഞ്ചു വയസ്സുമാത്രം പ്രായം ചെന്ന ശ്രീദേവി അക്കാലത്ത് ചിറ്റൂർ മനക്കാരുടെ വക ഹൈസ്ക്കൂളിലാണ് പഠിച്ചിരുന്നത്. അവരുടെ ജ്യേഷ്ഠത്തിയെയാണെങ്കിൽ സാക്ഷാൽ പൂമുള്ളി കുഞ്ഞപ്പനാണ് വിവാഹം കഴിച്ചിട്ടുള്ളത്.

ഡോക്ടർ വി.ആർ. മേനവന്റെ ഡിസ്പൻസറിയുടെ മുന്നിലൂടെയാണ് അവർ സ്ക്കൂളിലേക്ക് പോവുകയും വരികയും പതിവ്. പടുവികൃതിയായ എന്റെ സകല ജാതിത്തങ്ങളും ശ്രീദേവിക്ക് അറിയാം. (അടുത്തകാലത്ത് ഒളപ്പമണ്ണയെക്കുറിച്ച് ഒരനുസ്മരണപ്രസംഗം ചെയ്യാൻ അവർ പറഞ്ഞിട്ട് ഞാൻ പാലക്കാട്ടു പോവുകയുണ്ടായി).

ക്ഷണിക്കപ്പെട്ടവരുടെ കൂട്ടത്തിലൊന്നും ഞാനുണ്ടായിരുന്നില്ല. അപ്പോഴാണ് കുറൂർ മനയ്ക്കലെ ഒരു ഡ്രൈവർ മാത്രമാണ് ഞാനെന്ന് എനിക്ക് ബോദ്ധ്യപ്പെട്ടത്.

കേരളത്തിലെ ഏതാണ്ട് മിക്ക ആഢ്യന്മാർക്കും ക്ഷണമുണ്ടായിരുന്നു. വാലിയക്കാരൻ പോയി കത്തു കൊടുക്കാത്ത ദിക്കിൽ തപാൽ വഴിയായിട്ടാണ് ക്ഷണം എത്തിച്ചത്. അവയിലൊന്നും പാലൂരില്ലായിരുന്നു.

ഒളപ്പമണ്ണ എന്നെ അറിയിക്കാതിരുന്നത് എനിക്ക് നന്നെ സങ്കടമായി. ഞാനാ വിവരം പിന്നീടൊരിക്കൽ അദ്ദേഹത്തോട് തന്നെ പറഞ്ഞു. അപ്പോളദ്ദേഹം പറഞ്ഞത് അതൊന്നും തന്റെ വരുതിയിലായിരുന്നില്ലെന്നും കവിയായ പാലൂരിനെ കവിയായ ഒളപ്പമണ്ണക്കേ അറിയൂ എന്നുമാണ്. അതെന്നെ കുറച്ചാശ്വസിപ്പിച്ചു.

ഒളപ്പമണ്ണയുടെ വേളി! വധു കുഞ്ഞൻ നമ്പൂതിരിപ്പാടിന്റെ മകൾ! നമ്പൂതിരിമാർക്ക് ഇതിലധികം എന്താണ് വേണ്ടത്? ക്ഷണിക്കപ്പെട്ട ആഢ്യൻമാരെക്കാളേറെ ക്ഷണിക്കപ്പെടാത്ത ആസ്യൻമാരാണ് വന്നത്.

ക്ഷണക്കത്ത് ഏതാണ്ട് ഒരു മാസം മുമ്പ് തന്നെ കുറൂർ മനക്കാർക്ക് കിട്ടി. ഒളപ്പമണ്ണ മനക്കാരുടേയും ചിറ്റൂർ മനക്കാരുടേയും ക്ഷണം വെവ്വേറെത്തന്നെയുണ്ടായിരുന്നു. എന്റെ അന്നദാതാവാണെങ്കിൽ ചിറ്റൂർ മനയ്ക്കലെ കുഞ്ഞൻ നമ്പൂതിരിപ്പാടിന്റെ വലിയ ഭക്തനായിരുന്നു. പണം കൊണ്ടും പ്രഭുത്വം കൊണ്ടും തുല്യരായിരുന്ന അവർ പുറത്തേയ്ക്ക് വലിയ സൗഹാർദ്ദത്തിലാണെങ്കിലും ഉള്ളുകൊണ്ട് ഒന്നാംതരം മത്സരത്തിലായിരുന്നു. കാശു കൂടുതൽ വ്യക്തിയെന്ന നിലയിൽ കുറൂർ നമ്പൂതിരിപ്പാടിനാണെങ്കിലും പ്രസിദ്ധിയും പ്രഭുത്വവും അധികം ചിറ്റൂർ നമ്പൂതിരിപ്പാടിനായിരുന്നു. കുറൂർ മനയ്ക്കൽ, സാക്ഷാൽ ഉണ്ണിനമ്പൂതിരിപ്പാട് മാത്രമാണ് ബഹുജനങ്ങളുടെ ശ്രദ്ധയിൽ പെട്ടിട്ടുള്ളത്. അതും ഒരു കോൺഗ്രസ്സുകാരനെന്ന നിലയ്ക്കായിരുന്നുതാനും.

എന്റെ അന്നദാതാവ് ചിറ്റൂർ മനയ്ക്കൽ വിവാഹത്തിന് പോയില്ല. വിവാഹദിവസം ശുദ്ധാശുദ്ധം കുറവായിയിരിക്കും. അന്വേഷിക്കാനും അഭിനന്ദിക്കാനുമാകട്ടെ ഒരാഴ്ച മുമ്പു തന്നെ അദ്ദേഹം അവിടെ ചെല്ലുകയും ചെയ്തു.

മുറ്റം മുഴുവൻ ഗംഭീര പന്തൽ! അതും ഭംഗിയായിട്ടലങ്കരിച്ചിട്ടുണ്ട്. ഒളപ്പമണ്ണ കവിയായതു കൊണ്ട്, അബ്രാഹ്മണരായ പല സുഹൃത്തുക്കളും എത്താനിടയുണ്ടെന്ന് കാലേകൂട്ടി അറിഞ്ഞ കുഞ്ഞൻ നമ്പൂതിരിപ്പാട് ആ വിവരം എന്റെ അന്നദാതാവിനെ അറിയിച്ചിട്ടുണ്ടാകണം. അതിനാൽ തന്റെ കാറും വേണ്ട എല്ലാ സൗകര്യങ്ങളും അദ്ദേഹം കുഞ്ഞൻ നമ്പൂതിരിപ്പാടിന് നൽകുകയുണ്ടായി. വിവാഹത്തിന്റെ തലേന്നാൾ രാവിലെ തന്നെ ഞാൻ കാറിൽ പെട്രോൾ നിറച്ച് ചിറ്റൂർ കുഞ്ഞൻ നമ്പൂതിരിപ്പാടിനെ ചെന്നു കണ്ടു.

എനിക്കപ്പോൾ വളരെ ഊഷ്മളമായ സ്വീകരണമാണ് ലഭിച്ചത്. കാറും കൊണ്ട് ചെന്ന എന്നോട് ഷർട്ട് ഊരണമെന്നോ, കുളിക്കണമെന്നോ പോലും കുഞ്ഞൻ നമ്പൂതിരിപ്പാട് പറയുകയുണ്ടായില്ല. മൂന്നാലു തവണ തൃശ്ശൂർക്ക് ചില ഉത്സാഹികളുമായി പോകേണ്ടി വന്നുവെങ്കിലും വിവാഹദിവസം ഉച്ചയോടെ എന്നെ അദ്ദേഹം തികച്ചും സ്വതന്ത്രനാക്കുകയാണുണ്ടായത്. അതിനു കാരണം കുഞ്ഞൻ നമ്പൂതിരിപ്പാടിന് പാലൂരിന്റെ കവിതയെക്കുറിച്ചുള്ള അസ്ഖിതയും ഒളപ്പമണ്ണയായിട്ടുള്ള സൗഹാർദ്ദവും ഒരതിർത്തിവരെ അറിയുമായിരുന്നുവെന്നതാണ്.

അന്ന് ഉച്ചയായപ്പോഴേയ്ക്കും അഞ്ഞൂറോളം അതിഥികളവിടെയെത്തി. വേളിയുടെ മുഹൂർത്തം അസ്തമിച്ചശേഷമായിരുന്നു.

വേളിക്രിയകൾ എല്ലാമുണ്ടെങ്കിലും അത് സകലർക്കും കാണാവുന്ന നിലയിലാണ് ഏർപ്പാടു ചെയ്തിരുന്നത്. ജിയും, വൈലോപ്പിള്ളിയും വയലാറുമൊക്കെ അന്ന് ക്രിയകൾ കാണുകയുണ്ടായി.

പടിയ്ക്കലുള്ള പത്തായപ്പുര മുഴുവൻ എഴുത്തുകാർക്കു മാത്രമായി ഒഴിച്ചിട്ടിരിക്കയായിരുന്നു. മഹാകവി വള്ളത്തോളടക്കം മലയാളത്തിലെ ഏതാണ്ടെല്ലാ പ്രസിദ്ധ എഴുത്തുകാരും അവിടെ എത്തിയിരുന്നു.

ഉച്ചഭക്ഷണത്തിന് ഒന്നാംതരം സദ്യ. ജിയും വൈലോപ്പിള്ളിയും ഊണു വേണ്ടെന്നാണ് പറഞ്ഞത്. പത്തായപ്പുരയിൽ എഴുത്തുകാരുടെ ശീട്ടുകളിഘോഷം തന്നെയായിരുന്നു. ജിയും മറ്റും ഇത്ര ആവേശത്തോടെ ശീട്ടു കളിക്കുമെന്ന് ഞാനന്നാണ് അറിഞ്ഞത്.

ഞാനാണെങ്കിൽ ബാക്കിയുള്ളതെല്ലാം മറന്ന് എഴുത്തുകാരുടെ കൂടെക്കൂടി. അവർക്കിടയിൽ ഉച്ചനീചത്വങ്ങൾ കുറവായിരുന്നു. എഴുത്തുകാർക്ക്

വേണ്ടതെല്ലാം ചെയ്തു കൊടുക്കുന്നതിൽ ഞാൻ മുഖ്യപങ്കാണന്ന് വഹിച്ചത്. കുഞ്ഞൻ നമ്പൂതിരിപ്പാട് എന്നെ നേരിട്ട് ഏല്പിച്ചതാണത്.

വയലാർ രാമവർമ്മ ഇത്ര സ്നേഹനമ്പന്നനാണെന്ന് ഞാനന്ന് ആദ്യമായിട്ടാണ് മനസ്സിലാക്കിയത്. ഞങ്ങൾക്കിടയിൽ അന്നു തുടങ്ങിയ സൗഹൃദം ചങ്ങാതി മരിയ്ക്കുന്നതുവരേയും തുടർന്നു. കുട്ടികളെപ്പോലെ നിഷ്കളങ്കനായ ആ മനുഷ്യൻ എന്നോട് കാണിച്ച അടുപ്പം ഇന്നും എനിക്കൊരദ്ഭുതമാണ്.

അവസാനം ഞാൻ വയലാറിനെ കണ്ടത് ബോംബെയിൽ ഒരു യോഗത്തിൽ വെച്ചാണ്. "അവ്യക്താദീനി ഭൂതാനി വ്യക്തമദ്ധ്യാനി ഭാരത അവ്യക്തനിധനാന്യേവ തത്ര കാ പരിദേവനാ" എന്ന ഭഗവദ്ഗീതയിലെ ശ്ലോകം വ്യാഖ്യാനിച്ച് അർത്ഥം പറഞ്ഞുകൊണ്ട് പ്രസംഗിക്കുകയായിരുന്നു ഞാൻ.

ബോംബെയിൽ വന്ന അദ്ദേഹം എന്നെക്കാണാൻ മാത്രമായിട്ടാണ് ആ യോഗത്തിനെത്തിയത്. വയലാറിനെ കൂട്ടിക്കൊണ്ടുവന്ന സുഹൃത്ത് അപ്പോൾ അദ്ദേഹത്തെ സാമാന്യത്തിലധികം കുടിപ്പിച്ചിരുന്നു.

എന്റെ പ്രസംഗശേഷം എഴുന്നേറ്റ വി.ടി. ഗോപാലകൃഷ്ണൻ, ഞാൻ പറഞ്ഞതിനെ നഖശിഖാന്തം എതിർത്തുകൊണ്ട് എന്തോ പറയാൻ തുടങ്ങി. അതുകേട്ട് സർവ്വം വിസ്മരിച്ച് വയലാർ സദസ്സിൽ നിന്ന് എഴുന്നേറ്റ് ഏതാണ്ട് പതിനഞ്ചു മിനുട്ടിലധികം പ്രസംഗിച്ചു. ഗീത എന്താണെന്ന് ആർക്കുമറിയില്ലെന്നും, സംസ്കൃതം പഠിക്കാത്തവർക്ക് ഗീതയെക്കുറിച്ച് സംസാരിക്കാൻ അധികാരമില്ലെന്നും തന്റെ സുഹൃത്തായ പാലൂര് പറഞ്ഞത് അക്ഷരാർത്ഥത്തിൽ ശരിയാണെന്നും, പാലൂര് പറഞ്ഞത് മനസ്സിലാക്കാനുള്ള വിവേകമില്ലാതെ നാവിട്ടടിയ്ക്കുന്നവരെ നിലയ്ക്കു നിർത്താൻ താൻ സ്വയം എത്തിയതുതന്നെ ഗീതയുടെ മാഹാത്മ്യമാണ് കാണിക്കുന്നതെന്നും ഒക്കെയായിരുന്നു പ്രസംഗത്തിന്റെ ചുരുക്കം.

സംസാരിക്കുന്നത് വയലാറല്ല അദ്ദേഹത്തിന്റെ വയറ്റിലെ മദ്യമാണെന്ന് മനസ്സിലായപ്പോൾ ഞാൻ തന്നെ ഇറങ്ങിച്ചെന്ന് അദ്ദേഹത്തെ സമാധാനിപ്പിക്കുകയാണുണ്ടായത്. ശാന്തനായ വയലാറൊന്നിച്ച് ചെന്ന ഞാൻ അദ്ദേഹത്തെ ടാക്സിയിൽ കയറ്റി അയച്ചിട്ടേ തിരിച്ചുപോന്നുള്ളൂ.

ഏതാണ്ട് രണ്ടു മൂന്നു മാസത്തിനുള്ളിൽ വയലാർ പോയെന്നാണ് പത്രം വഴി ഞാനറിഞ്ഞത്. അതെന്നെ വല്ലാതെ സങ്കടപ്പെടുത്തിയെങ്കിലും 'തസ്മാദ പരിഹാര്യേർത്ഥേ നത്വം ശോചിതുമർഹസി' എന്ന് ഗീതയിൽ നിന്നു തന്നെ സമാധാനം കണ്ടെത്തുകയും ചെയ്തു.

ഉച്ചതിരിഞ്ഞ് മൂന്ന് മൂന്നരയോടെ കാപ്പിയുടെ തിരക്കായി. ഞാനൊരു നൂറിലധികം എഴുത്തുകാർക്ക് കാപ്പി വിളമ്പിയിട്ടുണ്ടാകണം. തിന്നാനാണെങ്കിൽ പട്ടന്മാരെക്കൊണ്ട് പ്രത്യേകം ഉണ്ടാക്കിച്ച അതിവിശിഷ്ടമായ ലഡ്ഡുവും മിക്സ്ച്ചറും മറ്റും. കൂട്ടത്തിൽ ധാരാളം വറുത്ത ഉപ്പേരിയും ഉണ്ടായിരുന്നു.

നാലുനാലരയോടെ വരന്റെ വരവായി. വരന് വധൂഗൃഹത്തിലേയ്ക്ക് കടക്കാനുള്ള മുഹൂർത്തമാകാത്തതുകൊണ്ട് തൊട്ടടുത്തുള്ള തായങ്കുളങ്ങര ക്ഷേത്രത്തിലെ ഊട്ടുപുരയിലാണ് അദ്ദേഹം തങ്ങിയത്. അമ്പതിലധികം കാറുകൾ. ചിറ്റൂർ മനയ്ക്കലെ മുറ്റം വളരെ വിശാലമായിരുന്നതിനാൽ പാർക്കിങ്ങിന് ഒട്ടും ഞെരുക്കമുണ്ടായില്ല. ഇത്രയധികം വണ്ടികൾ ഒന്നിച്ച് കണ്ടത് എന്നെ അദ്ഭുതപ്പെടുത്തി. തൃശ്ശൂർ പൂരത്തിനും മറ്റും മാത്രമേ ഇത്രയേറെ കാറ് ഞാൻ കണ്ടിട്ടുള്ളൂ.

വരന്റെ പാർട്ടിയിൽ സ്ത്രീകളില്ലെന്നുതന്നെ പറയാം! എന്താണങ്ങനെയെന്നത് ഒരു ചോദ്യമാണ്. നമ്പൂതിരിസമുദായം സ്ത്രീകളോടു ചെയ്യുന്ന അനീതിയായേ ഇതിനെ എനിക്ക് കാണാൻ പറ്റു. അക്കാലത്ത് നമ്പൂതിരിമാരുടെ വിവാഹത്തിന് വരന്റെ സംഘത്തിൽ സ്ത്രീകളെ ഉൾപ്പെടുത്തുന്ന സമ്പ്രദായം ഒട്ടും തന്നെയുണ്ടായിരുന്നില്ല.

ഒ.എം.സി.യുടെ നേതൃത്വത്തിലാണ് ഒളപ്പമണ്ണയും സംഘവും എത്തിയത്. നാലഞ്ചു സുഹൃത്തുക്കൾ ഒളപ്പമണ്ണയൊന്നിച്ച് അഗ്രശാലയിൽ കൂടിയെങ്കിലും ബാക്കിയുള്ളവർ തിരക്കിലലിയുകയാണുണ്ടായത്. അതൊരു പട തന്നെയായിരുന്നു. പത്തു മുന്നൂറു നമ്പൂതിരിമാർ!

ഒന്നു ഞാൻ ശ്രദ്ധിച്ചത് വന്നവരധികവും വലിയ ആഢ്യന്മാരായിരുന്നുവെന്നതാണ്. പേരിന് ശുദ്ധം മാറ്റാൻ മാത്രം ചില ആസ്യന്മാരുമുണ്ടായിരുന്നു. അവരധികവും എന്നെപ്പോലെ ക്ഷണമില്ലാതെ തന്നെ എത്തിയ വിദ്വാന്മാരാകാം.

സന്ധ്യയോടെ ചിറ്റൂർ മനയ്ക്കൽ ഒരിരമ്പം കേട്ടു തുടങ്ങി. ആയിരത്തഞ്ഞൂറോളം പുരുഷന്മാർ. അവരിൽ പത്തിരുന്നൂറ് പേർ സാഹിത്യകാരന്മാർ തന്നെ.

അന്നവിടെ അശേഷം ശുദ്ധാശുദ്ധം കണ്ടില്ല. പലരും ഷർട്ട് ഊരിയതു തന്നെയില്ല. എന്നാൽ എന്നെ അദ്ഭുതപ്പെടുത്തിയത് വി.ടി.യും കൂട്ടരും അവിടെ എത്തിയില്ലെന്നതാണ്. യോഗക്ഷേമ സഭയിലെ വി.ടി.യുടെ പ്രസിദ്ധി പല ആഢ്യന്മാർക്കും അസഹനീയമായിരുന്നു. ഞാനതിനെക്കുറിച്ച് മുമ്പു തന്നെ കുറച്ചൊക്കെ ധരിച്ചിട്ടുണ്ട്.

താമസിയാതെ എഴുത്തുകാരുടെ ഒരു സംഘം ശങ്കരക്കുറുപ്പിനെ മുൻനിർത്തി ഒളപ്പമണ്ണയെക്കാണാൻ പോയി. തറ്റുടുത്ത് തയ്യാറായി നിൽക്കുന്ന ഒളപ്പമണ്ണയെ അങ്ങനെ ഒരു വേഷത്തിൽ അധികമാരും കണ്ടിട്ടുണ്ടാകില്ല.

ഏഴരമണിയോടെ ഓതിയ്ക്കന്മാരെ മുൻനിർത്തി ഒളപ്പമണ്ണയും സംഘവും ചിറ്റൂർ മനയ്ക്കലേയ്ക്ക് ആനയിക്കപ്പെട്ടു. കുഞ്ഞൻ നമ്പൂതിരിപ്പാട് ഒളപ്പമണ്ണയെ സ്വീകരിക്കാനായി തറ്റുടുത്ത് തെയ്യാറായി നിന്നിരുന്നു.

ക്രിയ തുടങ്ങേണ്ട സമയമായപ്പോൾ ഹോമകുണ്ഡത്തിനുമുമ്പിൽ ശ്രീദേവിയെ കൊണ്ടുവന്നിരുത്തി. അടി മുതൽ മുടിവരെ മൂടിയ മട്ടിലുള്ള ആ കുട്ടിയെക്കണ്ടപ്പോൾ എനിക്ക് എന്തുകൊണ്ടോ സങ്കടം തോന്നി.

എന്നെ അദ്ഭുതപ്പെടുത്തിയ ഒരു കാര്യം മലർഹോമം കഴിഞ്ഞപ്പോൾ വലിയ തിരക്കൊഴിഞ്ഞുവെന്നതാണ്. വാസ്തവത്തിൽ വിവാഹക്രിയകൾ തുടങ്ങുന്നതേയുള്ളൂ എന്നതാണ് സത്യം. കാര്യങ്ങളെല്ലാം കടുകട്ടിയായിരുന്ന ജിയും കൂട്ടരും അവിടെത്തന്നെ നിന്നതേയുള്ളൂ. അതിനിടയ്ക്ക് ആ തിരക്കിൽ ജിയ്ക്ക് ഒരാൾ കസാരകൊണ്ടു വന്നു കൊടുത്തു. അദ്ദേഹമാണെങ്കിൽ അശേഷം സംശയം കൂടാതെ അതിലുപവിഷ്ടനാവുകയും ചെയ്തു.

ഒരു മണിക്കൂറിലധികം നീങ്ങവേ വേളിക്രിയ കഴിഞ്ഞപ്പോൾ പുറത്ത് ഒരു മീറ്റിങ്ങിന് വേണ്ടതെല്ലാം ഒരുങ്ങിക്കഴിഞ്ഞിരുന്നു. ജിയുടെ ആമുഖ പ്രസംഗത്തോടെ തുടങ്ങിയ ആ യോഗം ഒളപ്പമണ്ണയെ അഭിനന്ദിക്കാനുള്ളതായിരുന്നു. ജി തന്നെ അധ്യക്ഷനായുള്ള യോഗത്തിൽ പത്തു പതിനഞ്ചു പേർ പ്രസംഗിച്ചുവെന്നാണ് തോന്നുന്നത്. അപൂർവ്വം ചിലർ കവിതകളും വായിച്ച് ഒളപ്പമണ്ണയ്ക്ക് സമർപ്പിച്ചു.

എന്നാൽ ശ്രീദേവിയെ ആ യോഗത്തിലേയ്ക്ക് ആരും ക്ഷണിച്ചില്ലെന്ന് തീർച്ച. നമ്പൂതിരിമാരുടെ സമ്പ്രദായം അതല്ലല്ലോ. നാലാം ദിവസം സേകം കഴിയും വരെ പെൺകിടാവ് പെൺകിടാവു തന്നെയാണെന്നാണ് ശ്രുതി. വരന് വധുവിലുള്ള അധികാരം പൂർണ്ണമായി ലഭിക്കാൻ നാലാം ദിവസം കഴിയണം.

വിവാഹശേഷമുള്ള നാലു ദിവസങ്ങളിൽ കന്യക നാലു ദേവന്മാർക്കുള്ളതാണ്. ആ ഭാഗ്യവാന്മാർ ഇന്ദ്രനും അഗ്നിയും യമനും വരുണനുമാണ്. അതിനു ശേഷമുള്ള സേകം എന്ന ക്രിയയിലൂടെയാണ് കന്യക വിവാഹം ചെയ്തവന്റെയാകുന്നത്. ഗംഭീരമായ സദ്യയും മറ്റും കഴിഞ്ഞ് തിരക്കൊഴിഞ്ഞപ്പോളേയ്ക്കും സമയം വെളുപ്പിന് മൂന്നു മണിയാകാറായി. പാതിരാത്രിയ്ക്കുശേഷം കാറുമായി ഞാനും കുറ്റൂർ മനയ്ക്കലേയ്ക്കു മടങ്ങി.

എന്നാലിത് വിവാഹത്തിന്റെ പകുതി ചടങ്ങേ ആയിട്ടുള്ളൂ. കുടിവെയ്പ്പ് എന്ന മറ്റൊരു വിശേഷം കൂടിയുണ്ട്. അത് കന്യകയായിരുന്ന പെൺകുട്ടിയെ ഭർത്താവ് സ്വന്തം കുടുംബത്തിൽ കൊണ്ടുപോയി അവിടുത്തെ ഒരംഗമായി സ്വീകരിക്കുന്ന ആചാരമാണ്.

കുടിവെപ്പിന് സ്ത്രീകൾ ധാരാളമുണ്ടായിരുന്നു. അവർക്കാണല്ലോ പ്രാധാന്യം. കുടിവെപ്പിന് ഒരാഴ്ച മുമ്പ് ചിറ്റൂർ കുഞ്ഞൻ നമ്പൂതിരിപ്പാട് എന്റെ അന്നദാതാവിനെക്കാണാൻ താത്പര്യം കാണിച്ചുകൊണ്ട് ഒരു കുറിപ്പയച്ചു. പിറ്റേന്ന് ഉച്ചതിരിഞ്ഞ് തായങ്കുളങ്ങരക്കുപോയ ഞങ്ങളെ കുഞ്ഞൻ നമ്പൂതിരിപ്പാട് വലിയ സന്തോഷത്തോടെയാണ് സ്വീകരിച്ചത്. ശുദ്ധം മാറിയിട്ടൊന്നും ഭക്ഷിക്കാത്ത കുറൂർ നമ്പൂതിരി കുളിക്കാനും കഴിക്കാനുമൊന്നും തീരെ താത്പര്യം കാണിച്ചില്ല. എന്നാൽ ചിറ്റൂർ മനക്കാർ എന്നെ ചായയും പലഹാരങ്ങളുമായി ഗംഭീരമായിത്തന്നെ സൽക്കരിക്കുകയുണ്ടായി.

ഒളപ്പമണ്ണ അപ്പോൾ എങ്ങോ പോയിരിക്കുകയായിരുന്നു. ദേശമംഗലത്ത് വാസുദേവൻ നമ്പൂതിരിപ്പാടിനെക്കാണാൻ മംഗളോദയം പ്രസ്സിലേയ്ക്കാണെന്നാണ് കേട്ടത്.

എം.പി.ഭട്ടതിരിപ്പാട് എന്ന പ്രേംജി അക്കാലത്ത് മംഗളോദയത്തിലെ ഒരു ജോലിക്കാരനായിരുന്നു. ഒളപ്പമണ്ണയുടെ 'റബ്ബർ വൈഫിനെ' കളിയാക്കിക്കൊണ്ട് പ്രേംജി എന്തോ ചിലത് എഴുതിയത്രേ. മാത്രമല്ല അത് വിവാഹ ദിവസം അവിടെ സംസാര വിഷയമാകത്തക്കവിധം ഏതാണ്ട് കുസൃതി ഒപ്പിയ്ക്കുകയുമുണ്ടായി. പ്രേംജിയുമായി ഒളപ്പമണ്ണ ഇടം തടിച്ചു നിൽക്കാൻ ഇതു കാരണമായി. മംഗളോദയം മാനേജരായ ദേശമംഗലത്ത് വാസുദേവൻ നമ്പൂതിരിപ്പാടിന്റെ ഉത്സാഹത്തിൽ അവർ തമ്മിലുണ്ടായ കശപിശ ഭംഗിയായി അവസാനിച്ചു കിട്ടി. ഞങ്ങൾ സന്ധ്യയ്ക്കു മടങ്ങും മുമ്പ് ചിറ്റൂർ മനയ്ക്കലേയ്ക്ക് ഒളപ്പമണ്ണയും എത്തി. സ്വയം കാറോടിച്ചു വന്ന ഒളപ്പമണ്ണ എന്നെ കണ്ട സന്തോഷത്തിൽ എല്ലാം മറന്ന് എന്റെ തോളിൽ കൈയിട്ടു. ഇത് കുഞ്ഞൻ നമ്പൂതിരിപ്പാടിനേയും മറ്റു പലരേയും അദ്ഭുതപ്പെടുത്തിയെന്നു തോന്നുന്നു. (വിവാഹം കഴിഞ്ഞാൽ കുടിവെയ്പ്പു വരെ ഭർത്താവ് പത്നീഗൃഹത്തിൽ പാർക്കുകയാണ് പതിവ്.)

കാറിനു വേണ്ടിയാണ് കുഞ്ഞൻ നമ്പൂതിരി കുറൂർ നമ്പൂതിരിയെ കാണണമെന്നു പറഞ്ഞത്. കുടിവെയ്പ്പിന് പോകുന്ന എല്ലാവർക്കും യാത്രാസൗകര്യം ഏർപ്പാടു ചെയ്യുന്ന ഭാരം പത്നീഗൃഹക്കാരുടെയാണ്.

അക്കാലത്ത് ഒളപ്പമണ്ണയിലേയ്ക്ക് പോവുകയെന്നതു തന്നെ ഉത്സവം പോലെയാണ്. ശ്രീദേവിയുടെ കുടിവെയ്പ്പിന് കുഞ്ഞൻ നമ്പൂതിരിപ്പാടിന്റെ ചെലവിൽ പോകുന്നതിന്റെ മഹത്ത്വത്തിനെക്കുറിച്ചു പറയാനുമില്ല.

കുടിവെയ്പ്പിനു പോകാൻ പാകത്തിന് കാറുമായി ഞാൻ കാലത്ത് പത്തു മണിയോടെ ചിറ്റൂർ മനയ്ക്കലെത്തി കുഞ്ഞൻ നമ്പൂതിരിപ്പാടിനെ മുഖം കാണിച്ചു. എനിക്ക് അപ്പോഴും അവിടെ നിന്ന് ഹൃദ്യമായ സ്വീകരണമാണ് ലഭിച്ചത്.

ഉച്ചയ്ക്കുമുമ്പായി പത്തമ്പത് കാറ് ചിറ്റൂർ മനയ്ക്കലെത്തി. അതിലൊരു ചെറിയ ശതമാനം സുഹൃത്തുക്കളുടേതായിരുന്നു. പിന്നെ ടാക്സികൾ! തൃശ്ശൂരിലുള്ളവ മതിയാവാഞ്ഞിട്ട് അകലെ നിന്നുപോലും ടാക്സികൾ വരുത്തിയിരുന്നുവെന്നു തോന്നുന്നു.

ഉച്ചയൂണു കഴിഞ്ഞ് പുറപ്പെട്ട എന്റെ കൂടെ രണ്ടന്തർജ്ജനങ്ങളും മൂന്നാലു കുട്ടികളും, രണ്ടു നമ്പൂതിരിമാരുമാണ് ഉണ്ടായിരുന്നത്. വെള്ളിനേഴിക്കുള്ള വഴി നല്ലവണ്ണം അറിയുന്ന ഞാൻ കൂട്ടം തെറ്റി ഒറ്റയ്ക്കുപോകാൻ അനുവാദം ചോദിച്ചെങ്കിലും അതു വേണ്ടെന്നാണു പറഞ്ഞത്. വലിയൊരു പടപോലെ എല്ലാവരും കൂടിയുള്ള ആ യാത്ര സാമാന്യം ബോറായിരുന്നു. അതു കൊണ്ടു തന്നെ ഏതാണ്ടു മൂന്നു മണിക്കൂറെടുത്തു അവിടെയെത്താൻ.

ഒളപ്പമണ്ണ മനയ്ക്കലെത്തിയ ഞാൻ അവിടെക്കണ്ട പൂരം പറയാനാളല്ല. ഷർട്ട് കാറിലഴിച്ചിട്ട് ഒരു തോർത്തും കയ്യിലെടുത്ത് പുറത്തുചാടിയ ഞാൻ അവിടത്തെ തിരക്കിലലിഞ്ഞു ചേർന്നു.

കുടിവെപ്പിനുള്ള ക്ഷണം കേരളത്തിലേതാണ്ടെല്ലാ പ്രമുഖർക്കുമുണ്ടായിരുന്നു. പലർക്കും വരാൻ കഴിഞ്ഞില്ലെന്നുള്ളത് മറ്റൊരു കാര്യം. അതിനുള്ള പ്രധാന പ്രതിബന്ധം ദൂരം തന്നെയായിരുന്നു. കാസർക്കോട്ടുനിന്നോ, തിരുവനന്തപുരത്തു നിന്നോ ഒരാൾക്കു വെള്ളിനേഴിവരെ പോയിവരിക ഉപായകാര്യമല്ലായിരുന്നു. അന്ന് യാത്രയ്ക്കു തന്നെ രണ്ടു ദിവസത്തിലധികം വേണം. ധനനഷ്ടമാണെങ്കിൽ വളരെ വലുതും.

ഒളപ്പമണ്ണയെന്ന നെടിയ മനുഷ്യനെ അവിടെ സ്വീകരിച്ചത് നെറ്റിപ്പട്ടം കെട്ടിയ അഞ്ചു കൊമ്പനാനകളുടെ സാന്നിധ്യത്തിൽ, പൊരിഞ്ഞ പഞ്ചവാദ്യത്തോടെയാണ്. ഏതാണ്ടരമണിക്കൂറിലധികം നീണ്ട ആ ഘോഷയാത്ര മനയുടെ മുറ്റത്തെത്തിയപ്പോഴേയ്ക്കും സൂര്യൻ അസ്തമിക്കാനുള്ള ഉത്സാഹത്തിലായി. ധാരാളം പെട്രോമാക്സ് വിളക്കുകളുണ്ടായിരുന്നതുകൊണ്ട് രാവു പകലായി തോന്നി. ഉത്സാഹംകൊണ്ട് ഞാനപ്പോൾ ഒന്നും വയ്യാത്ത നിലയിൽ എത്തിയിരുന്നു.

വലിയ നടുമുറ്റം നിറയെ ആളുകൾ. വന്നതിലധികവും അന്തർജ്ജനങ്ങൾ. പലരും മറക്കുട കളഞ്ഞ് ബ്ലൗസ് ഇട്ടവരായിരുന്നു. വധുവടക്കം.

ഒ.എം.വി എന്ന രസികൻ ഇതിനിടയ്ക്ക് കാവിനെക്കുറിച്ച് (ഒളപ്പമണ്ണ) എന്തോ ഫലിതം പൊട്ടിച്ചു. അതവിടെയുയള്ളവരെയെല്ലാം നല്ലവണ്ണം രസിപ്പിക്കുകയും ചെയ്തു. എന്തായിരുന്നു അതെന്ന് എനിക്ക് എത്ര ആലോചിച്ചിട്ടും ഇപ്പോൾ ഓർമ്മ വരുന്നില്ല. (എട്ടുപേരുള്ള ഒളപ്പമണ്ണ സഹോദരന്മാരിൽ രണ്ടാമനാണ് ഒ.എം.വി)

എല്ലാ കാര്യത്തിനും സൂത്രധാരനായിരുന്നത് ഒ.എം.സിയാണ്. എന്നാൽ അദ്ദേഹത്തെ ഒന്നുരണ്ടു തവണ ഒരു മിന്നലാട്ടം പോലെ കണ്ടതേയുള്ളൂ.

കഴുത്തു നിറയെ പണ്ടം കെട്ടി കസവുമുണ്ടും വേഷ്ടിയുമണിഞ്ഞ അന്തർജ്ജനങ്ങളെ അങ്ങനെ മനുഷ്യഛായയിൽ കണ്ടപ്പോൾ ഞാനെന്തുകൊണ്ടോ വി.ടി.ഭട്ടതിരിപ്പാടിനേയും കുറൂർ ഉണ്ണിനമ്പൂതിരിപ്പാടിനേയും ഓർത്തുപോയി. ഉണ്ണിനമ്പൂതിരിപ്പാടാണല്ലോ യോഗ ക്ഷേമസഭ ഉണ്ടാക്കിയതും ആധുനിക വിദ്യാഭ്യാസത്തിനുവേണ്ടി ആദ്യമായി വാദിച്ചതും. അദ്ദേഹത്തിന്റെ മൂന്നാമത്തെ മകളായിരുന്നു ഒ.എം.സിയുടെ പത്നി. അവർക്കു പിറക്കാത്ത മകനായിരുന്നല്ലോ ഞാൻ!

ബീഡി വേണ്ടവർക്ക് ബീഡി. സിഗരറ്റാണെങ്കിൽ അത്. മുറുക്കിന്റെ കഥ പറയാനുമില്ല. സന്ധ്യയായപ്പോഴേയ്ക്കും വലിയൊരിരമ്പമല്ലാതെ ഒന്നും വ്യക്തമായി കേൾക്കാൻ വയ്യാത്ത നിലയിലായി.

ഇതിനിടയ്ക്ക് ഒളപ്പമണ്ണയെ ഒന്നുകാണാൻ ഞാനൊരു വിഫല ശ്രമം നടത്തി. ആ മനുഷ്യന്റെ പൊക്കം കൊണ്ട് അകലത്തു നിന്ന് തന്നെ തിരിച്ചറിയാമെങ്കിലും അരികിലേയ്ക്കെത്താൻ ഉപായമൊന്നും ഞാൻ കണ്ടില്ല. അവസാനം അതൊന്നും സാരമില്ലെന്ന് സ്വയം തീരുമാനിക്കുകയാണുണ്ടായത്.

സദ്യയുടെ കഥ പറയാതിരിക്കുകയാണ് ഭേദം. എന്നാൽ വിശേഷിച്ചുണ്ടായിരുന്ന മാമ്പഴക്കൂട്ടാൻ എനിക്ക് നന്നേ ഇഷ്ടമായി. എങ്കിലും വിളമ്പിയതിൽ എൺപതു ശതമാനം വിഭവങ്ങളും ഞാനൊന്നു തൊട്ടു നാവിൽ വെച്ചതല്ലാതെ കൂട്ടിയില്ല. ഒട്ടും വിശപ്പുണ്ടായിരുന്നില്ല. വിശപ്പെല്ലാം പലഹാരങ്ങളുടെ അമിതമായ തീറ്റമൂലം കെട്ടുകഴിഞ്ഞിരുന്നു. പ്രഥമനാണെങ്കിൽ വെട്ടിയാൽ മുറിയാത്ത വക. ഒരു കോരിക കഴിച്ചപ്പോഴേയ്ക്കും വയറാകെ നിറഞ്ഞ മട്ടായി.

മൂന്നാമത്തേയോ നാലാമത്തേയോ പന്തിയ്ക്കാണ് ഞാനുണ്ടത്. ഊണു ക്കഴിഞ്ഞപ്പോഴേയ്ക്കും സമയം ഏതാണ്ട് പത്തു മണി. പിന്നേയും ഒരുപാടാളുകൾ ഉണ്ണാനുണ്ടായിരുന്നു. എന്നാലതധികവും കുടിവെയ്പ്പിനു ചിറ്റൂരിൽ നിന്നു വന്നവരായിരുന്നില്ല.

ഭക്ഷണം കഴിഞ്ഞ ഉടനെ കൂടെ വന്ന നമ്പൂതിരിമാർ പോകുന്നതിനെക്കുറിച്ച് പരിഭ്രമിക്കാൻ തുടങ്ങി. കുഞ്ഞൻ നമ്പൂതിരിപ്പാടിനെ കണ്ട് അനുവാദം വാങ്ങി ഞങ്ങൾ താമസിയാതെ പുറപ്പെടുകയും ചെയ്തു.

റെയിൽവേ ഗെയ്റ്റുകളിൽ കുടുങ്ങാതെ ഏതാണ്ട് ഒരുമണിക്ക് ഞങ്ങൾ തായംകുളങ്കര എത്തി. കാറിലൊപ്പം വന്നവർ അവിടെ അടുത്തുള്ളവരായിരുന്നു. അവർ വന്നപ്പോൾ തന്നെ അവരുടെ ഗൃഹങ്ങളിലേയ്ക്ക് മടങ്ങി. അന്തർജ്ജനങ്ങളും കുട്ടികളും ഉള്ളതുകൊണ്ട് കാറുപോകുന്ന ദിക്കാണെങ്കിൽ ഞാൻ കൊണ്ടു പോയി വിടാമെന്നു പറഞ്ഞെങ്കിലും അവരതൊന്നും വേണ്ടെന്നു പറഞ്ഞു. ഏതാണ്ട് ഒന്നരമണിയ്ക്ക് ഞാൻ കിടക്കാനും പോയി.

പിറ്റേദിവസം കാലത്ത് എട്ടെട്ടര മണിയായിട്ടാണ് ഉണർന്നത്. അപ്പോൾ അവിടെ രണ്ടു മൂന്നു കാറുകളും വളരെക്കുറച്ചാളുകളും മാത്രമേ ശേഷിച്ചിരുന്നുള്ളൂ. പന്തലൊക്കെ പൊളിച്ചു കൊണ്ടുപോയിക്കഴിഞ്ഞിരുന്നു.

കുളിയും പ്രാതലും കഴിഞ്ഞ് യാത്രപറയാൻ കുഞ്ഞൻ നമ്പൂതിരിയുടെ അടുത്തുചെന്നപ്പോൾ അദ്ദേഹം ഊണു കഴിഞ്ഞിട്ടു പോയാൽ മതിയെന്നു പറഞ്ഞു.

പതിനൊന്നര മണിയ്ക്കു ഊണുകഴിഞ്ഞപ്പോൾ എനിക്കു വല്ലാതെ ഉറക്കം വന്നു. അതുകൊണ്ട് ഞാൻ അല്പം കിടക്കുകയാണുണ്ടായത്.

ഉച്ചതിരിഞ്ഞ് കാപ്പിയും കുടിച്ച് പോകാനൊരുങ്ങി കുഞ്ഞൻ നമ്പൂതിരിയെകണ്ടപ്പോൾ അദ്ദേഹം അലക്കിത്തേച്ച, ബ്രിട്ടീഷ് ചക്രവർത്തിയുടെ ചിത്രമുള്ള ഒരഞ്ചിന്റെ നോട്ട് എനിക്ക് സമ്മാനിച്ചു. എത്ര വേണ്ടെന്നു പറഞ്ഞിട്ടും അദ്ദേഹം സമ്മതിച്ചില്ല. വണ്ടിക്കാർക്കെല്ലാം അയ്യഞ്ചു രൂപ കൊടുത്തിട്ടുണ്ടെന്നും, ഇതു വാങ്ങിയാൽ കുറൂർ നമ്പൂതിരി ഒന്നും പറയില്ലെന്നും കൂടി അദ്ദേഹം എന്നോടു പറഞ്ഞു. ഒടുക്കം എനിക്കത് വാങ്ങേണ്ടി വന്നു.

അഞ്ചു രൂപയെന്നു കേൾക്കുമ്പോൾ ആരും നെറ്റി ചുളിക്കേണ്ട. ഒന്നേമുക്കാൽ രൂപയ്ക്ക് ഒരു ടിൻ പെട്രോൾ കിട്ടിയിരുന്ന കാലമാണത്. ഏതാണ്ടഞ്ചു ലിറ്ററിന്റെ താഴെ. ഇന്നത്തെ അഞ്ഞൂറു രൂപയുടെ വിലയുണ്ടായിരുന്നതിന്.

ഇരുട്ടാകും മുൻപ് അങ്ങോട്ടെത്തിയ ഞാൻ വിവരങ്ങളെല്ലാം കുറൂർ നമ്പൂതിരിയെ ബോധിപ്പിച്ചു. എന്നിട്ട് കുഞ്ഞൻ നമ്പൂതിരി തന്ന അഞ്ചുരൂപയുടെ നോട്ട് അദ്ദേഹത്തിന്റെ മുൻപിൽ തന്നെ വെച്ച് ഞാനിതെന്താണ് ചെയ്യേണ്ടതെന്ന് ചോദിച്ചു. അതിന്നദ്ദേഹം 'തന്റെ ഇഷ്ടംപോലെ ചിലവാക്കാം' എന്നാണ് മറുപടി പറഞ്ഞത്.

പണം ഞാൻ സ്വീകരിച്ചുവെങ്കിലും, അരുതാത്തതെന്തോ ചെയ്യുംപോലൊരു തോന്നലുണ്ടായി. ഉണ്ടായ സംഭവങ്ങളും ഒളപ്പമണ്ണ മനയ്ക്കലെ കുടിവെയ്പ്പിന്റെ വർത്തമാനങ്ങളും കണ്ടവരെല്ലാം ചോദിക്കാൻ തുടങ്ങി. എല്ലാവർക്കും അവരവരുടെ പാകത്തിനാകണം മറുപടി. പലരും ക്ഷണം പിണങ്ങുന്നവരാണെന്ന് എനിക്കറിയാം.

ഏതാണ്ട് ഒരാഴ്ചയുണ്ടായി എന്റെ പ്രസംഗ പരമ്പര. അപ്പോഴെക്കും പലർക്കും മറ്റു വിഷയങ്ങൾ ഉണ്ടായി.

എന്നാൽ അന്നദാതാവ് മാന്യനായിരുന്നു. അദ്ദേഹം എന്നോടൊന്നും തന്നെ കാര്യമായി ചോദിച്ചില്ല. യാത്രയ്ക്ക് ബുദ്ധിമുട്ടൊന്നുമുണ്ടായില്ലല്ലോ എന്നു മാത്രം ചോദിച്ച് നിർത്തുകയാണുണ്ടായത്.

അതെന്നെ നല്ലവണ്ണം അദ്ഭുതപ്പെടുത്തി. ഞാനദ്ദേഹത്തിൽ നിന്നാണ് ചോദ്യങ്ങൾ ഏറെ പ്രതീക്ഷിച്ചത്. കിട്ടിയ അഞ്ചുരൂപയും വെച്ച് പൊതിയ്ക്കാത്ത തേങ്ങ കിട്ടിയവനെപ്പോലെ ഞാൻ മിഴിച്ചിരുന്നു.

എന്റെ സംസ്കൃതപഠനം

ജോലിയുണ്ട്. സകല ചെലവും കഴിച്ച് 30 രൂപ ശമ്പളവുമുണ്ട്. എന്നാൽ ആകെക്കൂടി ഒരു സ്വൈരമില്ല. അതിനെക്കുറിച്ചു ചിന്തിക്കാൻ തുടങ്ങിയപ്പോഴാണ് ഞാനൊന്നും പഠിച്ചിട്ടില്ലെന്ന് എനിക്കു ബോധ്യം വന്നത്.

അമ്മാത്ത് ജി.ശങ്കരക്കുറുപ്പിന്റെ വീടിന്റെ അടുത്തായിരുന്നതുകൊണ്ടും അമ്മയുടെ തുടർച്ചയായ ശങ്കരപ്രസംഗം നിമിത്തവും പത്തുപന്ത്രണ്ടു വയസ്സിനുമുമ്പേ ഞാൻ കുറുപ്പുമാസ്റ്ററുടെ പല കവിതകളും വായിക്കുകയും അത്യാവശ്യം കവിത എഴുതാൻ തുടങ്ങുകയും ചെയ്തിരുന്നു. എന്നാൽ ഒന്നും പഠിച്ചിട്ടില്ല എന്ന സംഗതി എനിക്ക് നന്നെ വിഷമമുണ്ടാക്കി.

എന്റെ അന്നദാതാവിന്റെ സ്ഥലത്ത് എങ്ങിനെയോ വന്നുകൂടിയ ഒരു പഴയ

ഹെർക്കുലീസ് സൈക്കിൾ ഉണ്ടായിരുന്നു. ഞാൻ ആ സൈക്കിൾ തുടച്ചു വൃത്തിയാക്കുകയും അത്യാവശ്യം ഉപയോഗിക്കുകയും ചെയ്തുതുടങ്ങി.

പഠിക്കുന്നതിനെപ്പറ്റി ഞാൻ വലിയ പൂരാടവുമായി സംസാരിക്കുകയുണ്ടായി. അദ്ദേഹമാണ് സംസ്കൃതം പഠിക്കാനും അതിന് കെ.പി. നാരായണപ്പിഷാരടിയെ സമീപിക്കാനും പറഞ്ഞത്. അഞ്ചെട്ടു ദിവസത്തിനുള്ളിൽ ഒരു വൈകുന്നേരം കെ.പി.സി. അനുജൻ ഭട്ടതിരിപ്പാടുമൊന്നിച്ച് ഞാൻ ഷാരടി മാസ്റ്ററെ അദ്ദേഹത്തിന്റെ വീട്ടിൽ പോയി കണ്ടു. ഞങ്ങൾ കയറിച്ചെന്നപ്പോൾ ഉമ്മറത്ത് ഒരു ഡെസ്കിൽ ഏതൊക്കെയോ പുസ്തകങ്ങളും നിരത്തിവെച്ച് മാസ്റ്റർ എന്തൊക്കെയോ എഴുതുകയായിരുന്നു.

ഞങ്ങളെക്കണ്ട ഉടൻ എഴുന്നേറ്റ് അദ്ദേഹം ഇരിക്കാൻ പറഞ്ഞു. (കെ.പി. സി.യെ അദ്ദേഹത്തിന് മുമ്പുതന്നെ പരിചയമുണ്ടായിരുന്നു.) കുശലപ്രശ്നങ്ങൾക്കിടയിൽ ഞാൻ നമ്പൂതിരിയാണെന്നും ഇല്ലം അങ്കമാലി അടുത്താണെന്നും അടാട്ടു കുറൂർമനയ്ക്കൽ ഡ്രൈവറായി പണിയെടുക്കുകയാണെന്നും കെ.പി.സി. മാസ്റ്ററോട് പറഞ്ഞു. അപ്പോൾ അദ്ദേഹം 'എല്ലാം നന്നായി. എന്താ വേണ്ടത്?' എന്നു ചോദിച്ചു. കെ.പി.സി പറഞ്ഞു. 'ഇയാൾക്ക് മാസ്റ്ററുടെ അടുക്കൽ സംസ്കൃതം പഠിച്ചാൽക്കൊള്ളാമെന്നുണ്ട്.' 'അതിനെന്താ വിഷമം?' എന്നായി മാസ്റ്റർ. എന്നിട്ട് അദ്ദേഹം എന്നോടു പറഞ്ഞു. ' സന്ധ്യയോടുകൂടി ഇവിടെ എത്താൻ പറ്റുമെങ്കിൽ കുറച്ചുസമയം തനിക്കു വേണ്ടി ചിലവഴിക്കാൻ വിഷമമില്ല'. അതെനിക്കും സൗകര്യമാണെന്ന് ഞാൻ പറഞ്ഞപ്പോൾ ഗുരുനാഥൻ ചോദിച്ചു. 'നാഗര അക്ഷരം അറിയാമോ?' അത് മലയാള അക്ഷരം പോലെതന്നെ എനിക്ക് സ്വാധീനമാണ് എന്നു പറഞ്ഞപ്പോൾ 'കവിതയെഴുതാനാണല്ലോ തന്റെ മോഹം. അതുകൊണ്ട് ആദികവിയെത്തന്നെ നമുക്കു പിടിക്കാം'. എന്നായി അദ്ദേഹം.

രണ്ടുദിവസത്തിനുള്ളിൽ ഞാൻ കുറൂരുണ്ടായിരുന്ന സൈക്കിൾ 40 രൂപ വിലകൊടുത്തു വാങ്ങിച്ചു. എവിടെപ്പോയാലും കുറൂർ നമ്പൂതിരി സന്ധ്യാവന്ദനത്തിനു പാകത്തിൽ മടങ്ങിയെത്താറുണ്ട്. അദ്ദേഹം എത്തിയാൽ ഉടൻ തന്നെ ഞാൻ സൈക്കിളുമെടുത്ത് ഗുരുനാഥന്റെ അടുക്കലേയ്ക്കു പോകും. മടങ്ങിവരാൻ മിക്കദിവസവും നേരം വൈകും. ഇതുകണ്ടറിഞ്ഞ അന്നദാതാവ് 'പാലൂരിന് ചോറെടുത്തുവെയ്ക്കണ'മെന്ന് ദേഹണ്ണക്കാരനെ ഏല്പിച്ചു.

ഗുരുനാഥൻ അദ്ദേഹത്തിന്റെ കൈവശമുണ്ടായിരുന്ന വാല്മീകിരാമായണം മൂലം കുറെക്കാലത്തേയ്ക്ക് എന്നോട് ഉപയോഗിച്ചുകൊള്ളാൻ പറഞ്ഞു. ആദ്യത്തെ കുറച്ചുദിവസം ശ്ലോകങ്ങൾ വായിക്കുവാൻ എന്നോടാവശ്യപ്പെട്ടു. എനിക്ക് നാഗര അക്ഷരത്തിലുള്ള ശ്ലോകങ്ങൾ ഉച്ചാരണശുദ്ധിയോടെ വായിക്കാൻ കഴിയുമെന്നു ബോധ്യം വന്നപ്പോൾ അദ്ദേഹം സ്വയം ശ്ലോകങ്ങൾ വായിച്ച് വിവരിക്കാൻ തുടങ്ങി. അത് ഏതാണ്ടിങ്ങനെയാണ്: ആദ്യം ശ്ലോകം വായിക്കും. തുടർന്ന് പദം മുറിക്കും. പിന്നെ വിഭക്തി പറഞ്ഞുതരും. അടുത്തതായി അന്വയം. അന്വയിച്ചുകഴിഞ്ഞാൽ ഭാഷയും പരിഭാഷയും. പിന്നീട് ശ്ലോകത്തിന്റെ അർത്ഥവും ഭാവവും വിസ്തരിച്ചുതന്നെ പറഞ്ഞുതരും.

ഇങ്ങനെ ഏതാണ്ടൊരുമാസം കഴിഞ്ഞപ്പോഴേയ്ക്കും ശ്ലോകം വായിച്ചാൽ ഈ ക്രമങ്ങളെല്ലാം തന്നെ എനിക്ക് സ്വയം ചെയ്യാമെന്നായി. അന്വയം, ഭാഷ, പരിഭാഷ മുതലായവ ഗുരുനാഥൻ എന്നെക്കൊണ്ടു ചൊല്ലിക്കാൻ തുടങ്ങി.

ശ്ലോകങ്ങളുടെ ഭാവാർത്ഥതലങ്ങളെക്കുറിച്ച് വിശദമായി പറഞ്ഞുതരിക മാത്രമേ പിന്നീടദ്ദേഹം ചെയ്തിരുന്നുള്ളൂ.

രണ്ടുരണ്ടരക്കൊല്ലംകൊണ്ട് ബാലകാണ്ഡം മുഴുവൻ ഈ വിധത്തിൽ ഗുരുമുഖത്തുനിന്ന് അഭ്യസിച്ചു. ഗുരുനാഥന്റെ കൂടെ ചിലവഴിച്ച കാലത്ത് ഇതു മാത്രമല്ല പഠിച്ചത്. ഒരു മനുഷ്യനാവാൻ വേണ്ടതെന്തോ അതു മിക്കതും അദ്ദേഹത്തിൽനിന്നാണറിഞ്ഞത്. പലപ്പോഴും സംസാരം ചെന്നെത്തുക കാളിദാസനിലാണ്. അങ്ങനെ എനിക്കും ഔപചാരികമായി പഠിക്കാതെ തന്നെ കാളിദാസകൃതികളെക്കുറിച്ചും ഏതാണ്ടൊരവബോധമുണ്ടായി. നമ്പൂതിരിയായ എനിക്ക് നമ്പൂതിരിയുടെ മകനായ ഗുരുനാഥന്റെ കുടുംബവുമായി അക്ഷരാർത്ഥത്തിൽത്തന്നെ ഇണങ്ങിച്ചേരാൻ ഒരു വിഷമവുമുണ്ടായില്ല. ഞാൻ അവിടത്തെ ഒരംഗമായി.

ഇതിനിടയ്ക്ക് വൈലോപ്പിള്ളി ശ്രീധരമേനോൻ ഒല്ലൂർ ഹൈസ്ക്കൂളിൽ ഹെഡ്മാസ്റ്ററായി എത്തിയിട്ടുണ്ടെന്ന് അറിയാനിടയായി. ഒരു ദിവസം വൈകുന്നേരം മൂന്നുമണിയോടെ ഞാൻ സ്ക്കൂളിലേയ്ക്കു കേറിച്ചെന്നു. എന്നെക്കണ്ട അദ്ദേഹം 'ഞാനിവിടെയുണ്ടെന്ന് താനെങ്ങനെ അറിഞ്ഞു?' എന്നാണ് ആദ്യമായി ചോദിച്ചത്. 'ഷാരോടിമാസ്റ്ററിൽ നിന്നാണറിഞ്ഞത്.' ഞാൻ അദ്ദേഹത്തോടു പറഞ്ഞു. ചായ കുടിച്ചുകൊണ്ടിരിക്കുമ്പോൾ ഷാരോടി മാസ്റ്ററെക്കുറിച്ചും എന്റെ പഠനത്തെക്കുറിച്ചും ഞാൻ അദ്ദേഹത്തോടു വിസ്തരിച്ചു പറഞ്ഞു. എല്ലാം കേട്ട വൈലോപ്പിള്ളി 'ഷാരോടി മാസ്റ്ററെ മുറുകെപ്പിടിച്ചോളൂ' എന്നാണ് പറഞ്ഞത്. ഇതേ വാക്കുകൾ തന്നെ ചെറുകാടും എന്നോടൊരിക്കൽ പറയുകയുണ്ടായി.

വൈലോപ്പിള്ളിയെ ആദ്യമായി ഞാൻ പരിചയപ്പെടുന്നത് കലൂരിലുള്ള അദ്ദേഹത്തിന്റെ വീട്ടിൽ വെച്ചിട്ടുതന്നെയാണ്. എം.ആർ.ബിയും അന്ന് ഒപ്പമുണ്ടായിരുന്നു. കവി എന്ന നിലയിൽ അക്കാലത്തുതന്നെ അദ്ദേഹം എന്നെ പരിഗണിച്ചിരുന്നു.

നെന്മാറയിലെ അമ്യാരുടെ നളപാകത്തെക്കുറിച്ചും ചുക്കുവെള്ളത്തെക്കുറിച്ചും മറ്റും പറഞ്ഞ് നേരം പോയത് ഞങ്ങൾ രണ്ടുപേരും അറിഞ്ഞില്ല. (വൈലോപ്പിള്ളി മുമ്പ് നെന്മാറ സ്ക്കൂളിലായിരുന്ന കാലത്ത് ഞാൻ അദ്ദേഹത്തെക്കാണാൻ ഇടയ്ക്കുപോകാറുണ്ട്. പോയാൽ അന്നവിടെ താമസിച്ച് പിറ്റേന്നേ മടങ്ങാറുള്ളൂ.) നേരം സന്ധ്യയായി. വൈലോപ്പിള്ളി താമസസ്ഥലത്തേയ്ക്കും ഞാൻ ഗുരുനാഥന്റെ വീട്ടിലേയ്ക്കും മടങ്ങി.

അക്കാലത്താണ് കെ.സി.പീറ്ററും പി.എ. വാരിയരും മറ്റുമായി ഞാൻ പരിചയപ്പെടാനിടയായത്. പി.എ.വാരിയർ അന്ന് പേരെടുത്ത നിരൂപകനും നാടകകൃത്തുമായിരുന്നു. ഞാൻ അദ്ദേഹത്തിന്റെ വീട്ടിൽ നിത്യനായിത്തീർന്നു. പുസ്തകങ്ങൾ വായിക്കാൻ വേണ്ടിയാണ് ഞാൻ അദ്ദേഹത്തിന്റെ വീട്ടിൽ പോയിരുന്നത്. ഒപ്പം ശ്രീദേവിയേടത്തി വെച്ചുണ്ടാക്കുന്ന രുചിയുള്ള ഭക്ഷണം കഴിയ്ക്കാനും.

പി.എ. വലിയ ധൂർത്തനായിരുന്നു. കിട്ടുന്ന ദിക്കിൽ നിന്നെല്ലാം കടം മേടിയ്ക്കും. വേണ്ടെന്നുവെച്ചിട്ടല്ലെങ്കിലും പലർക്കും വാങ്ങിയ പണം മടക്കിക്കൊടുക്കാറില്ല. മദിരാശി ക്രിസ്ത്യൻകോളേജിൽനിന്നു മടങ്ങിവന്ന ശേഷം സെന്റ് തോമസ് കോളേജിലായിരുന്നു അദ്ദേഹത്തിനു ജോലി. അധ്യാപകസംഘടനാ

പ്രവർത്തനം കാരണം അദ്ദേഹത്തെ കോളേജിൽ നിന്നു പിരിച്ചുവിടുകയാണുണ്ടായത്. പിന്നീടദ്ദേഹം തിരുവനന്തപുരത്തുചെന്ന് സ്വന്തമായി പ്രസ്സു വാങ്ങി 'പൂമ്പാറ്റ' എന്ന കുട്ടികളുടെ ഒരു മാസിക ആരംഭിച്ചു. നല്ല വിധത്തിൽ അതു നടക്കുകയും പി.എ പച്ച പിടിക്കുകയും ചെയ്തുതുടങ്ങിയ കാലത്താണ് രാഷ്ട്രീയക്കാർ തന്ത്രപരമായി പ്രസ്സും മാസികയും തട്ടിയെടുത്തത്. എല്ലാം നഷ്ടപ്പെട്ട പി.എ.യെ മരിക്കുന്നതുവരെ തുടർന്നു രക്ഷിച്ചത് ഡി.സി. കിഴക്കെമുറിയാണ്.

'ചവിട്ടിക്കുഴച്ച മണ്ണ്' പി.എ. എഴുതിയത് സ്വന്തം അനുഭവത്തിൽനിന്നു തന്നെയാണ്. അതുകൊണ്ടുതന്നെ ആ നാടകം ഇന്നും അനുവാചകമനസ്സുകളെ പിടിച്ചുലയ്ക്കുന്നു.

നല്ലൊരു പ്രാസംഗികനും സംഭാഷണപ്രിയനുമായിരുന്ന കെ.സി. പീറ്റർ പല സഞ്ചാരസാഹിത്യകൃതികളും എഴുതിയിട്ടുണ്ട്. എന്നാൽ അദ്ദേഹം എങ്ങും പോയിട്ടില്ല. പക്ഷേ പോയവരിൽ പലരുടെയും കൃതികളേക്കാൾ മികച്ചതാണ് അദ്ദേഹത്തിന്റെ കൃതികൾ.

സംഘടനാപ്രവർത്തനത്തിന്റെ പേരിൽ പീറ്ററേയും പി.എ. വാരിയരേയും ഒരേസമയത്താണ് സെന്റ് തോമസ് കോളേജിൽ നിന്ന് പുറത്താക്കിയത്. പി.എ. രക്ഷപ്പെട്ടില്ല. എന്നാൽ പീറ്റർ രക്ഷപ്പെട്ടു. സുൽത്താൻ ബത്തേരി കോളേജിൽ പ്രിൻസിപ്പൽസ്ഥാനം വരെ അദ്ദേഹം എത്തുകയുണ്ടായി.

എനിക്ക് ഒരിയ്ക്കലും പീറ്ററെ മറക്കാനാവില്ല. ബോംബെയിൽ തെരുവുതെണ്ടിയായി നടക്കുന്ന കാലത്ത് എനിക്ക് 15 രൂപ മണി ഓർഡർ അയയ്ക്കാൻ അദ്ദേഹം മാത്രമേ കാരുണ്യം കാണിച്ചുള്ളൂ.

വാല്മീകിരാമായണം ബാലകാണ്ഡം പഠനം കഴിഞ്ഞതോടെ എനിക്ക് സംസ്കൃതത്തിന്റെ സംസ്കാരം കുറച്ചൊക്കെ ഉണ്ടായിട്ടുണ്ട് എന്ന് ഗുരുനാഥൻ തന്നെ സമ്മതിച്ചു. 'ഇനി ഇങ്ങനെ പോരല്ലൊ' എന്നും അദ്ദേഹം പറഞ്ഞു. അങ്ങിനെയാണ് വിദ്വാൻ പരീക്ഷയ്ക്കുള്ള മദ്രാസ് യൂനിവേഴ്സിറ്റിയുടെ എൻട്രൻസ് പരീക്ഷക്ക് ഞാൻ ഗുരുനാഥന്റെ കീഴിൽ പഠിയ്ക്കാൻ തുടങ്ങിയത്. എൻട്രൻസ് പരീക്ഷ ഗംഭീരമായി പാസ്സായി എങ്കിലും വിദ്വാൻ പരീക്ഷയ്ക്ക് എഴുതുകയുണ്ടായില്ല. അതു മറ്റൊരു കഥ!

കലക്ടർ തമ്പുരാൻ

ഇതിനിടയ്ക്ക് എന്റെ പരിചിതവലയം വലുതായി. അതിനാൽ അടാട്ടു താമസിച്ചാൽ പോരെന്നു തോന്നിത്തുടങ്ങി. അവിടെ ഒന്നിന്റെയും കുറവുകൊണ്ടല്ല. എന്റെ വ്യക്തിത്വവികാസത്തിനും സാഹിത്യപരമായ താത്പര്യങ്ങൾക്കും തൃശ്ശൂർ പോലെയുള്ള ഒരു നഗരം ആവശ്യമായിത്തീർന്നു. തൃശ്ശൂരാണെങ്കിൽ ഭക്ഷണം എങ്ങനെയെങ്കിലും കഴിച്ചുകൂട്ടാൻ പറ്റും. അവിടെ ബ്രഹ്മസ്വം മഠമുണ്ടല്ലോ. മറ്റു ചെലവുകളുടെ കാര്യം - അതപ്പോൾ നോക്കാം.

അക്കാലത്താണ് സാക്ഷാൽ കുറൂർ ഉണ്ണിനമ്പൂതിരിപ്പാടിന്റെ കൊടുമ്പിൽ താമസിച്ചിരുന്ന മൂത്തമകന് അതികഠിനമായ പ്രമേഹരോഗം തുടങ്ങിയത്.

സ്വതവേതന്നെ ആരോഗ്യം കുറഞ്ഞ അദ്ദേഹം ഈ രോഗം കൂടിയായപ്പോൾ സാമാന്യം അവശനായി. തുടർന്ന് പലതരം ചികിത്സകളും നോക്കി. എന്നാൽ അതുകൊണ്ടൊന്നും കാര്യമായ ഫലങ്ങളുണ്ടായില്ല. ഒടുക്കം ചികിത്സാ സൗകര്യാർത്ഥം അദ്ദേഹവും പത്നിയും താമസം എന്റെ അന്നദാതാവിന്റെ സ്ഥലത്തേയ്ക്കു മാറ്റി. നീരുവന്നു വീർത്ത നമ്പൂതിരിപ്പാടിന്റെ ശരീരം ഏതാണ്ടൊരു പത്തുപറനെല്ലു നിറച്ച ചാക്കുപോലെയായിക്കഴിഞ്ഞിരുന്നു.

സ്വന്തം പത്നിപോലും ദുർഗന്ധം കാരണം അടുത്തേയ്ക്കു ചെല്ലാൻ മടി കാണിച്ചുതുടങ്ങിയപ്പോൾ അദ്ദേഹത്തെ ശുശ്രൂഷിക്കുന്ന ഭാരം ആരും ആവശ്യപ്പെടാതെ തന്നെ ഞാനേറ്റെടുത്തു. എന്നാൽ ഏതാണ്ടൊരുമാസത്തിനകം അദ്ദേഹം മരിക്കുകയാണുണ്ടായത്. അവസാനത്തെ രണ്ടാഴ്ച ഒന്നിനും വേണ്ടിയിട്ടല്ലെങ്കിലും പ്രശസ്ത വൈദ്യൻ മൂരിനമ്പീശനെ കൊണ്ടുവന്നു കാണിച്ചു. അദ്ദേഹം കൊടുത്ത കഷായത്തിന്റെ ഫലമായി ഒരാഴ്ചയ്ക്കുള്ളിൽ ശരീരം ഏതാണ്ടു സാധാരണ മനുഷ്യരുടെ മട്ടായി. താമസിയാതെ അദ്ദേഹം വലിയ വിഷമമൊന്നും കൂടാതെ പരലോകം പൂകുകയും ചെയ്തു.

വലിയ പണക്കാരനായ നമ്പൂതിരിപ്പാടിന്റെ അഭാവം എല്ലാവരേയും പിടിച്ചുലച്ചു. എങ്കിലും ശേഷക്രിയകളെല്ലാം വിസ്തരിച്ചുതന്നെ ഉണ്ടായി.

പിണ്ഡം കഴിഞ്ഞദിവസം അനവധി സംഖ്യ പശുദ്ദാനത്തിനായി ചെലവഴിച്ചു. കൂട്ടത്തിൽ ദാനം വാങ്ങാൻ എന്നേയും ക്ഷണിച്ചു. ഞാൻ വി.ടി.യുടെ ശിഷ്യനാണെന്നും ദാനം വാങ്ങുകയും ക്രിയയ്ക്കു കൂടുകയും ചെയ്യില്ലെന്ന് പ്രതിജ്ഞ ചെയ്തിട്ടുണ്ടെന്നും പറഞ്ഞിട്ടും അവരെന്നെ നിർബന്ധിച്ച് നൂറ്റൊന്നുറുപ്പിക പശുദ്ദാനമായി പിടിപ്പിച്ചു.

101 രൂപ അന്നെനിക്ക് സ്മരിക്കാൻ പോലും സാധിക്കാത്തവണ്ണം വലിയ സംഖ്യയായിരുന്നു. പണം എന്തുചെയ്യണമെന്നറിയാതെ ഞാനത് എൻ.വി. കൃഷ്ണവാരിയർക്ക് മണി ഓർഡർ ചെയ്തു. എന്നാൽ പത്തുദിവസത്തിനുള്ളിൽ 'refused to accept' എന്ന കുറിപ്പുമായി എം.ഒ. തിരികെ വന്നു.

ഇനിയെന്തു വേണമെന്നാലോചിച്ചപ്പോൾ പെട്ടെന്നെനിയ്ക്കോർമ്മ വന്നത് ശങ്കരക്കുറുപ്പിനെയാണ്. പത്തുപതിനഞ്ചു വയസ്സു മുതലേ എനിക്കദ്ദേഹത്തെ നല്ലവണ്ണം അറിയാം. ഞാൻ പണം കുറുപ്പുമാസ്റ്റർക്കയച്ചു കൊടുത്തു. അദ്ദേഹമാകട്ടെ, ആ സംഖ്യ കൊണ്ട് എന്നെ സമസ്തകേരള സാഹിത്യ പരിഷത്തിലെ ഒരാജീവനാംഗമായി ചേർത്ത് രശീതി അയച്ചു തരികയാണുണ്ടായത്. ഇന്നും ഞാൻ സാഹിത്യപരിഷത്തിലെ ഒരു സജീവാംഗമാണ്.

അടാട്ടുള്ള താമസം അധികം വൈകാതെ ഞാൻ അവസാനിപ്പിച്ചു. പോകരുതെന്നും ശമ്പളം കൂട്ടിത്തരണമെങ്കിൽ അങ്ങിനെയാവാമെന്നും എന്റെ അന്നദാതാവ് പറഞ്ഞുവെങ്കിലും ഞാനതൊന്നും സമ്മതിച്ചില്ല. കുറൂർ മനയ്ക്കൽ കുഞ്ചുണ്ണി നമ്പൂതിരിപ്പാടിന്റെ തൃശ്ശൂർ ചെമ്പുക്കാവിലുള്ള വസതിയുടെ ആകർഷണമായിരുന്നു അതിനു കാരണം. അവിടെയാണെങ്കിൽ അദ്ദേഹത്തിന്റെ മക്കളും ഒളപ്പമണ്ണ വാസുദേവനും (പിന്നീട് പ്രശസ്ത മനോരോഗ ചികിത്സകനായിത്തീർന്ന ഡോ.ഓ.എൻ. വാസുദേവൻ. അടുത്ത കാലത്ത് അന്തരിച്ചു.) മറ്റു സമപ്രായക്കാരായ ധാരാളം ആൾക്കാരും ഉണ്ടായിരുന്നു. എല്ലാറ്റിനും പുറമെ കുഞ്ചുണ്ണി നമ്പൂതിരിപ്പാടിന്റെ പുതിയ ഓസ്റ്റിൻ കാറും. തൃശ്ശൂരു തന്നെയാണല്ലോ ഗുരുനാഥനും വൈലോപ്പിള്ളിയും പീറ്ററും പി.എയും കെ.കെ. രാജാവും മറ്റും.

അടാട്ടുനിന്ന് ചെമ്പുക്കാവിലേയ്ക്ക് പോവുന്നതിനു മുമ്പ് എന്റെ അന്ന ദാതാവിന് മറ്റൊരു ഡ്രൈവറെ ഞാൻ ഏർപ്പാടു ചെയ്തു കൊടുത്തു. ചെമ്പു ക്കാവിലെത്തിയ എന്നെ കുഞ്ചുണ്ണിനമ്പൂതിരിപ്പാട് വലിയ സന്തോഷത്തോടെ സ്വീകരിച്ചു. അവിടെത്തന്നെ താമസിക്കണമെന്ന് എന്നോടദ്ദേഹം നിർബന്ധിച്ചു പറഞ്ഞു. മാത്രമല്ല, അദ്ദേഹത്തിന്റെ തൊട്ടടുത്ത സ്ഥലത്ത് വാടകയ്ക്കു താമസിച്ചിരുന്ന ഡിസ്ട്രിക്ട് കലക്ടർ കൊച്ചപ്പൻ തമ്പുരാന്റെ ഡ്രൈവറായി എനിക്ക് ജോലി ഏർപ്പാടുചെയ്തു തരികയും ചെയ്തു.

കലക്ടർ തമ്പുരാൻ കിരാങ്ങാട്ടു നമ്പൂതിരിയുടെ മകനാണ്. അദ്ദേഹം വിവാഹം കഴിച്ചിരുന്നത് ദിവാൻ പേഷ്കാറായിരുന്ന എളമന കൃഷ്ണ മേനോന്റെ മകളെയായിരുന്നു. മഹാസാത്വികനും വലിയ ബ്രാഹ്മണഭക്തനു മായിരുന്ന അദ്ദേഹത്തിന് കുട്ടികളുണ്ടായിരുന്നില്ല. അതിനാൽ എന്നോട് സ്വന്തം മകനെപ്പോലെയാണ് പെരുമാറിയിരുന്നത്.

ജോലിക്കു ചേർന്ന് ഒരാഴ്ച കഴിഞ്ഞപ്പോഴേയ്ക്കും എനിക്ക് അവിടത്തെ സമ്പ്രദായങ്ങളെല്ലാം മനസ്സിലായി. എന്നാൽ തമ്പുരാന്റെ അമിതമായ വാത്സല്യം അവസാനം എന്നെ അദ്ദേഹത്തിൽ നിന്നകറ്റുകയാണുണ്ടായത്.

ശനിയാഴ്ച വൈകുന്നേരമായാൽ പലപ്പോഴും അദ്ദേഹം 'നമുക്കൊന്നു തിരുവനന്തപുരം വരെ പോയാലോ നമ്പൂരി' എന്നു ചോദിക്കും. എട്ടെട്ടര മണി യോടുകൂടി ഭക്ഷണവും കഴിച്ച് ഞങ്ങൾ കാറുനിറയെ പെട്രോളുമടിച്ച് പുറ പ്പെടും. ആലപ്പുഴയിലെത്തിയാൽ ഉറക്കം വരാതിരിക്കാൻ എന്നോട് ചായ കുടിച്ചുകൊള്ളാൻ പറയും. ഏതാണ്ടു മൂന്നുമണിയായാൽ വണ്ടി നിറുത്തി അരമണിക്കൂർ വിശ്രമിക്കാൻ അദ്ദേഹം നിർബന്ധിയ്ക്കും. തുടർന്ന് തിരുവന ന്തപുരത്തെത്തുന്നതുവരെ ഒറ്റയാത്രയാണ്. കനകക്കുന്നു കൊട്ടാരത്തി ലേയ്ക്കു പോകുന്ന വഴിയ്ക്ക് ഇടത്തുഭാഗത്തുള്ള അങ്ങത്തയുടെ കൊട്ടാര ത്തിലാണ് ഞങ്ങളുടെ താമസം. കാലത്ത് ഏഴുമണിയോടെ എത്തിക്കഴി ഞ്ഞാൽ കുളിച്ചു വിശ്രമിച്ചുകൊള്ളാൻ തമ്പുരാൻ എന്നെ അനുവദിക്കും.

അങ്ങത്തയ്ക്ക് അദ്ദേഹത്തിന്റെ സ്വന്തമായ ബ്യൂക്ക് കാറുണ്ട്. രാവിലെ ഒമ്പതരമണിയോടെ അതോടിച്ച് അദ്ദേഹം ക്രിക്കറ്റ് ക്ലബ്ബിലേയ്ക്കു പോകും. പിന്നെ മൂന്നുമണിയ്ക്കേ മടങ്ങിയെത്തൂ. കലക്ടർ തമ്പുരാന്റെ ഔദ്യോഗിക ആവശ്യങ്ങൾക്കായി കാറുകളുടെ ഒരു പട തന്നെ എത്തിയിട്ടുണ്ടാകും. എനിക്ക് പരമസുഖം. ഊണ്, ഉറക്കം, ചായ, പിന്നേയും ഉറക്കം.

രാത്രി എട്ടെട്ടരയോടുകൂടി ഭക്ഷണവും കഴിഞ്ഞ് ഞങ്ങൾ മടക്കയാത്ര തുടങ്ങും. അപ്പോൾ അങ്ങത്ത പോർട്ടിക്കോ വരെ വന്ന് ഞങ്ങളെ യാത്ര യാക്കും. എന്നോട് 'വിശേഷമൊന്നുമില്ലല്ലോ സുഖമല്ലേ?' എന്ന് അദ്ദേഹം അപ്പോൾ മാത്രമേ ഉരിയാടാറുള്ളൂ.

പ്രകാശമാകുമ്പോഴേയ്ക്കും ഞങ്ങൾ തമ്പുരാന്റെ സ്ഥലത്തെത്തും. അദ്ദേഹം ആപ്പീസിൽ പോകുമെങ്കിലും എനിക്ക് പൂർണ്ണവിശ്രമമാണ്. വൈകു ന്നേരമായിട്ടേ തമ്പുരാൻ എന്നെ അന്വേഷിക്കുകതന്നെയുള്ളൂ.

ഇങ്ങനെ ഏതാണ്ടൊരു കൊല്ലം ഞാൻ അദ്ദേഹത്തിന്റെ കീഴിൽ ജോലി ചെയ്തു.

മദ്രാസ് യൂനിവേഴ്സിറ്റിയിൽ വിദ്വാൻ പ്രിലിമിനറിയ്ക്ക് പ്രവേശനം ലഭി ക്കാൻ ജനനസർട്ടിഫിക്കറ്റിന്റെ ആവശ്യമുണ്ടായിരുന്നു. എന്റെ കൈവശം

അത്തരത്തിലുള്ള യാതൊന്നും തന്നെ ഉണ്ടായിരുന്നില്ല. ഒടുക്കം ഞാൻ തമ്പുരാനെത്തന്നെ അഭയം പ്രാപിച്ചു. നല്ലവണ്ണം ആലോചിച്ചശേഷം അദ്ദേഹം 'നമ്പൂതിരിയുടെ കയ്യിൽ ജാതകമുണ്ടോ?' എന്നു തിരക്കി. ജാതകം എന്റെ കയ്യിലുണ്ടായിരുന്നു. (അതിപ്പോഴും എന്റെ കൈവശമുണ്ട്.)

ജാതകം പഞ്ചായത്തു പ്രസിഡണ്ടിനെക്കൊണ്ട് സാക്ഷ്യപ്പെടുത്തി വാങ്ങി വരാൻ തമ്പുരാൻ ആവശ്യപ്പെട്ടു. പിറ്റേ ദിവസം തന്നെ ഞാൻ നാട്ടിലേയ്ക്കു പോയി. അക്കാലത്തെ പാറക്കടവ് പഞ്ചായത്തിന്റെ പ്രസിഡണ്ട് കാളത്തി മേയ്ക്കാട്ട് നാരായണൻ നമ്പൂതിരിയായിരുന്നു. ചെറുപ്പം മുതൽക്കേ എന്റെ അടുത്ത പരിചയക്കാരൻ. ജാതകം സാക്ഷ്യപ്പെടുത്തി അന്നുതന്നെ വൈകുന്നേരം എനിയ്ക്ക് തൃശ്ശൂർക്ക് മടങ്ങാൻ കഴിഞ്ഞു. സാക്ഷ്യപ്പെടുത്തിയ ജാതകം തന്റെ ശുപാർശയോടുകൂടി തമ്പുരാൻ മദ്രാസ് യൂനിവേഴ്സിറ്റിയിലേയ്ക്കയച്ചു. രണ്ടാഴ്ചയ്ക്കുള്ളിൽ എന്റെ ജനനത്തിയ്യതി അംഗീകരിച്ചുകൊണ്ടുള്ള യൂനിവേഴ്സിറ്റിയുടെ കത്തു ലഭിച്ചു. അങ്ങിനെ എനിക്ക് പരീക്ഷയ്ക്കിരിക്കാൻ കഴിഞ്ഞു.

വിദ്വാൻ പ്രിലിമിനറിയ്ക്ക് പതിനഞ്ചു പുസ്തകങ്ങൾ പഠിക്കാനുണ്ടായിരുന്നു. മിക്കതും ഞാൻ വായിച്ചവ തന്നെ. പക്ഷേ അവയെപ്പറ്റി ഒന്നും എഴുതാൻ എനിക്ക് കഴിയുമായിരുന്നില്ല. ഇതറിഞ്ഞ ഗുരുനാഥൻ രണ്ടാഴ്ച കൃത്യമായി ദിവസവും എന്നോട് അദ്ദേഹത്തിന്റെ വീട്ടിൽ ചെല്ലാൻ പറഞ്ഞു. ആദ്യത്തെ ദിവസം ചെന്നപ്പോൾ അഞ്ചു പായ കടലാസു തന്ന് അരമണിക്കൂറിനുള്ളിൽ ഒരു ലേഖനമെഴുതാൻ പറഞ്ഞു. വിഷയം കുരങ്ങൻ. അരമണിക്കൂർ കഴിഞ്ഞപ്പോൾ ഗുരുനാഥൻ എഴുതിക്കൊണ്ടിരുന്ന കടലാസുകളെല്ലാം വാങ്ങി മടങ്ങിപ്പോയി. ഇങ്ങനെ പതിനഞ്ചു ദിവസത്തോളം പഴുതാര, എറുമ്പ്, തീവണ്ടി, പുളീഞ്ചി, കാളൻ എന്നീ വിഷയങ്ങൾ തന്ന് അദ്ദേഹം എന്നെക്കൊണ്ട് ഉപന്യാസങ്ങൾ എഴുതിച്ചു. ഇതെല്ലാം കഴിഞ്ഞപ്പോൾ എനിക്ക് ഈ പ്രപഞ്ചത്തിലെ എന്തിനെക്കുറിച്ചും അരമണിക്കൂർകൊണ്ട് അഞ്ചുപേജെഴുതുക എന്ന വിദ്യ സ്വാധീനമായി.

എഴുതിയ ലേഖനങ്ങളെല്ലാം ഗുരുനാഥൻ പിന്നീടെന്നെക്കൊണ്ട് വായിപ്പിച്ചു. അപ്പോഴാണ് ഉപന്യാസരചനയിൽ എന്റെ ക്രമപ്രവൃദ്ധമായ വളർച്ചയെക്കുറിച്ച് എനിക്കുതന്നെ ബോധ്യം വന്നത്.

ആദ്യത്തെ ജോലി

ആയിരത്തിത്തൊള്ളായിരത്തി അൻപത്തിയേഴ് എല്ലാംകൊണ്ടും എനിക്ക് ഒരു ചീത്ത വർഷമായിരുന്നു. പലരും ഏറെ വാഴ്ത്തിപ്പറയുന്ന, തിരഞ്ഞെടുപ്പിലൂടെ അധികാരത്തിൽ വന്ന കമ്മ്യൂണിസ്റ്റ് ഗവൺമെന്റ് ഭരണം കയ്യാളിയത് അക്കൊല്ലമായിരുന്നല്ലോ. തുടർന്ന് ജന്മിമാരെന്ന പേരിൽ അറിയപ്പെട്ടിരുന്ന കേരളത്തിലെ ഒരു വിഭാഗം ജനങ്ങളിൽ പലരും പെരുവഴിയാധാരമായി. ഏറെ ദുരിതമനുഭവിച്ചത് നമ്പൂതിരിസമുദായമായിരുന്നു.

ഞങ്ങളുടെ ഇടയിലെ സ്ത്രീകൾ ഒരു നേരത്തെ ഭക്ഷണത്തിനുവേണ്ടി ഗുരുവായൂർ ക്ഷേത്രത്തിൽ അടിഞ്ഞുകൂടിയിരുന്നത് ഞാൻ കണ്ണുകൊണ്ട്

കണ്ടിട്ടുണ്ട്. നുണപറയാനോ മറ്റുള്ളവരെ പറ്റിക്കാനോ അറിയാത്ത അവർക്ക് അന്ന് അന്നം കൊടുക്കാൻ ഒരു ഭരണാധികാരിയും വരികയുണ്ടായില്ല. എന്നാൽ കരുണാനിധിയായ ഗുരുവായൂരപ്പൻ അവരുടെ വിശപ്പിന്റെ വിളി കേട്ടു. ഗുരുവായൂരമ്പലത്തിൽനിന്ന് അക്കാലത്ത് ഒരു നേരം ഭക്ഷണം അവർക്ക് മുടങ്ങാതെ കിട്ടിയിരുന്നു.

ഇല്ലത്ത് അപ്ഫനാണ് കുടുംബം നോക്കിയിരുന്നത്. അതിന്റെ ഫലമായി ആരുംതന്നെ പട്ടിണി കിടന്നതായി എനിക്ക് അറിവില്ല. എന്നാൽ കുടുംബ കലഹം വല്ലാതെ മൂർച്ഛിച്ചു. ഭാഗം വേണമെന്ന് പലരും വാശി പിടിക്കുവാൻ തുടങ്ങി. പ്രത്യേകിച്ചും വലിയ ഏട്ടൻ.

ഭേദപ്പെട്ട പാട്ടക്കാർ മനയ്ക്കലെ ദയനീയനില മനസ്സിലാക്കി അത്യാവശ്യം പാട്ടം തന്നിരുന്നു. ഞങ്ങളെയപേക്ഷിച്ച് വലിയ ധനികരായ ആ പാട്ടക്കാർ അധികവും ക്രിസ്ത്യാനികളായിരുന്നു. ഇല്ലത്തടുത്തുള്ള ഒരു പള്ളിക്കാർ വലിയേട്ടന്റെ മരണംവരെ അദ്ദേഹത്തിന് ഭക്ഷണത്തിനാവശ്യമായ നെല്ല് എല്ലാ മാസവും ഏല്പിച്ചിരുന്നതായും ഞാൻ കേട്ടിട്ടുണ്ട്.

ഞങ്ങളെല്ലാവരും ഒരു കാര്യത്തിലും യോജിക്കയില്ലെന്ന് ഉറപ്പായപ്പോൾ ഭാഗം നടത്താൻ ഇനി എന്തുവേണ്ടൂ എന്നായി പരിഭ്രമം! ആ നാട്ടിലെ നാലഞ്ചു ബ്രാഹ്മണ ജന്മികുടുംബങ്ങളിലെ പ്രമാണിമാരാണ് അവസാനം സഹായത്തിനെത്തിയത്.

അവരിൽ ധനപുഷ്ടി അധികമുള്ള ഭദ്രകാളി മറ്റപ്പിള്ളി നമ്പൂതിരി ഞങ്ങളെ എല്ലാവരേയും വിളിച്ച് ഒരു കടലാസിൽ ഒപ്പുവെയ്ക്കാൻ പറഞ്ഞു. അത് ഒരു മുക്ത്യാറായിരുന്നു. ചെത്തിയാടും മറ്റപ്പിള്ളിയും മുതലക്കോട്ടവും കൂറ്റാലക്കാടും പട്ടന്തേയവും കൂടി തീരുമാനിക്കുന്നതെന്തും പാലൂർ മനക്കാർക്ക് പരിപൂർണ്ണ സമ്മതമാണ് എന്നായിരുന്നു ആ മുക്ത്യാറ്.

ഞാൻ ഈ കാര്യങ്ങളൊന്നും അറിയാതെ അക്കാലത്ത് കവിതയും കാറോടിയ്ക്കലുമൊക്കെയായി തൃശ്ശൂരും പരിസരത്തും കഴിയുകയായിരുന്നു. എന്റെ ലോകംതന്നെ ഒന്നുവേറെയായിരുന്നു. അത് പിന്നെ പറയാം.

കുറൂർ ശങ്കരൻ നമ്പൂതിരിപ്പാടിന്റെ മേൽവിലാസത്തിൽ മറ്റപ്പിള്ളി കുഞ്ചു നമ്പൂതിരി അയച്ച ഒരു കാർഡ് കിട്ടിയപ്പോളാണ് ഞാൻ ഏതാണ്ടെല്ലാം ഊഹിച്ചത്. ഉടൻതന്നെ അദ്ദേഹത്തിനെയൊന്നു കാണാനായിരുന്നു ആജ്ഞ!

അക്കാലത്ത് ഞാൻ കുറൂർ ഉണ്ണിനമ്പൂതിരിപ്പാടിന്റെ രണ്ടാമത്തെ മകനായ ശങ്കരൻ നമ്പൂതിരിപ്പാടിന്റെ സ്ഥലത്ത് സാധാരണയുണ്ടാകാറുണ്ട്. ചെമ്പൂക്കാവിലുള്ള അദ്ദേഹത്തിന്റെ തൊട്ടടുത്ത് താമസിച്ചിരുന്ന തൃശ്ശൂർ കലക്ടറുടെ കൂടെയായിരുന്നു എനിക്ക് പണി. കുറൂർ മനയ്ക്കൽ എന്റെ പ്രായക്കാർ ഏഴെട്ടുപേരുണ്ടായിരുന്നു. നമ്പൂതിരിപ്പാടിന്റെ കഷ്ടി മൂന്നുവയസ്സായ ഒടുവിലെ മകൾ എന്റെ പ്രിയപ്പെട്ട ഓമനയായിരുന്നു. തൊട്ടതിനെല്ലാം പാലൂരിനോട് പരാതി പറയുന്ന ആ കുട്ടിയെ ഞാൻ അമ്മിണിക്കുട്ടി എന്നാണു വിളിച്ചിരുന്നത്.

അമ്മിണിക്കുട്ടിയോടുള്ള സ്നേഹം നിമിത്തം ഞാൻ ഒഴിവുസമയത്തെല്ലാം അവിടെയുണ്ടാകും. കലക്ടറായിരുന്ന കൊച്ചപ്പൻ തമ്പുരാന് കുട്ടികളില്ലാത്തതുകൊണ്ട് അമ്മിണിക്കുട്ടി അവിടെയും നിത്യയായിരുന്നു.

കത്ത് കിട്ടിയ ഞാൻ തൽക്കാലം ഒന്നന്ധാളിച്ചുവെങ്കിലും, അധികം വൈകാതെ ഒരു ഞായറാഴ്ച കലക്ടർ തമ്പുരാന്റെ അനുവാദം വാങ്ങി

മറ്റപ്പിള്ളി മനയ്ക്കൽ ചെന്ന് കുഞ്ചുനമ്പൂതിരിയെ കണ്ടു. നല്ല കുലീനനായിരുന്ന അദ്ദേഹത്തിന്റെ തറവാട്ടിൽ അന്നെന്തോ വിശേഷമുണ്ടായിരുന്നു. അതുകൊണ്ട് ഗംഭീര സദ്യതന്നെയായിരുന്നു. നാട്ടിലെ ഏതാണ്ടെല്ലാ കുടുംബങ്ങളും അവിടെ സന്നിഹിതരായിരുന്നു.

അന്ന് മടങ്ങിപ്പോകരുതെന്നും, തിരക്കൊഴിഞ്ഞശേഷം ചിലത് സംസാരിയ്ക്കാനുണ്ടെന്നും ചെന്ന ഉടൻ അദ്ദേഹം എന്നോടു പറഞ്ഞു. രാത്രിയെങ്കിലും കലക്ടറുടെ സ്ഥലത്തെത്താതെ പറ്റില്ലെന്ന് ഞാൻ പറഞ്ഞപ്പോൾ അതൊന്നും കേട്ടതായിപ്പോലും അദ്ദേഹം നടിച്ചില്ല.

ഇല്ലത്തുള്ളവർ ഏതാണ്ടെല്ലാവരുമുണ്ട് അവിടെ. അന്നു പോകരുതെന്ന് അപ്ഫനും പറഞ്ഞപ്പോൾ ഞാൻ കഷ്ടത്തിലായി. കലക്ടർ തമ്പുരാന് എന്നോട് അതിരറ്റ വാത്സല്യമായിരുന്നതുകൊണ്ട് ആ ധൈര്യത്തിൽ പിറ്റെ ദിവസം പ്രഭാതത്തിൽ മടങ്ങിയാൽ മതി എന്ന് ഞാൻ തീർച്ചയാക്കി. അങ്ങനെ സമാധാനമായി ഞാൻ അന്നവിടെ കൂടുകയുംചെയ്തു.

എന്നാൽ അന്ന് എന്റെ സമാധാനം മുഴുവൻ കളഞ്ഞ ഒരു സങ്കടകഥയുണ്ടായി. അത് രാത്രി ഭക്ഷണശേഷം ഏതാണ്ട് ഒമ്പതുമണിയ്ക്കാണ് നടന്നത്.

പ്രമാണിമാരുടെ സാന്നിദ്ധ്യത്തിൽ കുഞ്ചു നമ്പൂതിരി എന്റെ കുടുംബത്തിലെ കഥകളെല്ലാം വിസ്തരിച്ച് പറഞ്ഞു. കാര്യങ്ങൾ അപകടമേഖലയിലേയ്ക്കെത്തിയെന്ന് അപ്പോഴാണ് ഞാൻ ശരിയ്ക്കറിഞ്ഞത്.

അച്ഛന്റേയും അമ്മമാരുടേയും മുത്തശ്ശിയുടേയും രാമേട്ടന്റേയും ചുമതല എനിക്കാണെന്നും, എന്നെ മാത്രമെ വിശ്വസിച്ച് ഏല്പിക്കാൻ അവർക്ക് ധൈര്യമുള്ളുവെന്നും അതുകൊണ്ട് ഭാഗത്തിൽ അവരുടെ ചുമതലകൾ ഞാൻ ഏറ്റേ പറ്റൂ എന്നും കുഞ്ചുനമ്പൂതിരി ഉറപ്പിച്ചു പറഞ്ഞു. മാത്രമല്ല, അവരങ്ങനെ തീരുമാനിച്ചുകഴിഞ്ഞുവെന്നും ഞാനതു നിഷേധിക്കാൻ പാടില്ലെന്നുംകൂടി നേരത്തെ പറഞ്ഞ മുക്ത്യാർ എടുത്തുകാണിച്ചുകൊണ്ട് അദ്ദേഹം പറഞ്ഞു.

കാര്യത്തിന്റെ ഗൗരവം മനസ്സിലായപ്പോൾ ഞാൻ ധർമ്മസങ്കടത്തിലായി. എനിക്കാണെങ്കിൽ ഒരു ചുക്കുമറിയില്ല. അന്യരുടെ ദുഃഖം കാണാൻ വയ്യ. കിട്ടാനുള്ളത് പാട്ടക്കാരിൽനിന്ന് പിരിച്ചെടുക്കാൻ പോയിട്ട്, അവരോട് സംസാരിക്കാൻപോലും എനിക്കറിയില്ല.

തലയിൽ നിറച്ച് സ്വപ്നങ്ങൾ കൊണ്ടുനടക്കുന്ന എനിക്ക് അറിയുന്നത് ചില അമ്മായിശ്ലോകങ്ങൾ ചൊല്ലാനും, ഒന്നിനും കൊള്ളാത്ത ചില പദ്യങ്ങൾ എഴുതാനും മാത്രമാണ്.

ഞാനെന്റെ നില വ്യക്തമായി അവരെ ധരിപ്പിക്കാൻ ശ്രമിച്ചു. തന്റെ മകളെ വേളികഴിക്കാൻ തയ്യാറാവുകയാണെങ്കിൽ ഏതുനിലയിലും എന്നെ സഹായിക്കാൻ ഒരുക്കമാണെന്ന് അവരിലൊരാൾ എന്നെ അറിയിച്ചു. അതും പരമരഹസ്യമായി.

ഞാനാകാട്ടെ വേളികഴിക്കുന്നതിനെക്കുറിച്ച് ഓർത്തിട്ടുതന്നെയില്ല. വി.ടി. ഭട്ടതിരിപ്പാടിന്റെ ശിഷ്യനായ എനിക്ക് വിവാഹത്തിനെക്കുറിച്ചും മറ്റും ചില ഉറച്ച ധാരണകൾതന്നെ ഉണ്ട്. ഇവിടെയെല്ലാം കുളത്തിലിറങ്ങുകയാണ്. ഞാൻ സമ്മതിച്ചാലും ഇല്ലെങ്കിലും അവർ എന്റെ പേരിൽ മേൽപറഞ്ഞവരെ കൂടി ചേർത്ത് ഭാഗം രജിസ്റ്റർ ചെയ്യാനുറച്ചിരിക്കുന്നു. അതിനുള്ള ഏകകാരണം ഞാൻ അപകടക്കാരനല്ലെന്നതാണ്.

അവരൊക്കെക്കൂടി എല്ലാം തീരുമാനിക്കുകയും, പിറ്റേദിവസം ആധാരം എഴുതാനായി വേണ്ടരെ ഏർപ്പാടാക്കുകയും ചെയ്തു.

അക്ഷരാർത്ഥത്തിൽതന്നെ ഞാൻ ചുമതലക്കാരനായി കഴിഞ്ഞിരിക്കുന്നു എന്നാണതിന്റെ അർത്ഥം. രക്ഷപ്പെടാൻ ഉപായങ്ങൾ ഒന്നുമില്ലായിരുന്നു.

തീരുമാനമെടുത്ത് എല്ലാവരും അവരവരുടെ കിടക്കയിൽ പോയി കിടന്നു. ഞാൻ എനിക്കു വിരിച്ച കോസടിയിലും.

എന്നാൽ എനിക്ക് ഉറക്കം അശേഷം വന്നില്ല. ഞാൻ തികച്ചും നിസ്സഹായനായിരുന്നു. അച്ഛനമ്മമാരുടെയെല്ലാം ചുമതല ഏറ്റുകൊണ്ട് ഒരു വേളിയും കഴിച്ച് തറവാട്ടിൽ കൂടാം. അങ്ങനെയായാൽ എന്റെ പത്നിയാകാൻ പോകുന്ന പെൺകുട്ടിയുടെ സമ്പന്നനും മാന്യനുമായ അച്ഛൻ എന്നെ എല്ലാ അർത്ഥത്തിലും സഹായിക്കും.

ഇവിടെ, ഞാൻ ഒരു തീരുമാനമെടുത്തു. അതൊരു ഭീരുവിന്റെയാണോ എന്ന് പറയാൻ ഞാനാളല്ല. ഇപ്പോൾ ഓർക്കുമ്പോൾ എല്ലാം കർമ്മഫലമാണെന്നേ തോന്നുന്നുള്ളൂ.

രക്ഷപ്പെടാൻ ഒറ്റ ഉപായമേ കണ്ടുള്ളൂ. ആത്മഹത്യ. അതെങ്ങനെ വേണം എന്നായി പിന്നത്തെ ചിന്ത!

രാത്രി ഏതാണ്ട് ഒരു മണിയായിട്ടുണ്ടാകണം. എല്ലാവരും കൂർക്കം വലിച്ചുറങ്ങുന്നു. ഞാൻ പതുക്കെ ശബ്ദമുണ്ടാക്കാതെ കിടക്ക വിട്ടെഴുന്നേറ്റു. ഒറ്റ ജീവിയും എന്റെ ചലനങ്ങളെ ശ്രദ്ധിയ്ക്കുന്നില്ലെന്ന് ഉറപ്പുവരുത്തിക്കൊണ്ട് പതുക്കെ പുറത്തുകടന്നു. നല്ല നിലാവുണ്ടായിരുന്നു അപ്പോൾ.

ഞങ്ങൾ കിടന്നിരുന്ന പുറത്തെ മാളികയുടെ വടക്കു ഭാഗത്തായിട്ട് ഒരു വലിയ കുളമുണ്ട്. ഒരു ശിവക്ഷേത്രവും. ചുറ്റിയ മുണ്ടുകൊണ്ട് വലിയൊരു കല്ല് വയറ്റത്ത് കെട്ടി കുളത്തിൽ ചാടാനായിരുന്നു ഞാൻ ഉദ്ദേശിച്ചത്.

കുളത്തിന്റെ അടുത്തായി അഞ്ചാറുപേർക്ക് ഇരിക്കാൻ പറ്റുന്ന ഒരു വിട്ഠക്കുഴി ഉണ്ടായിരുന്നു. ശോധന വേണമെന്ന് തോന്നിയ ഞാൻ ആദ്യമായി അങ്ങോട്ടാണ് പോയത്. അവിടെ ചെന്ന് വിസർജ്ജനം ചെയ്തുകൊണ്ട് ഇരിയ്ക്കുമ്പോൾ ആത്മഹത്യ എത്ര നിന്ദ്യമായ പണിയാണെന്ന് ഞാനോർത്തു. ഭീരുക്കൾ മാത്രം ശരണം പ്രാപിക്കുന്ന മാർഗ്ഗങ്ങളിലൊന്നാണ് എക്കാലത്തും ആത്മഹത്യ.

തൊട്ടു വടക്കു ഭാഗത്തുള്ള പാടത്ത് ആരോ കൃഷിയ്ക്ക് ചക്രം ചവിട്ടുന്നു. അവരെന്തോ പാടുന്നുണ്ട്. ഞാനതു ശ്രദ്ധിച്ചുകൊണ്ട് അങ്ങനെ കുറെ നേരമിരുന്നു. വാവലുകൾ പലവട്ടം അങ്ങോട്ടും ഇങ്ങോട്ടും പറക്കുന്നുണ്ടായിരുന്നു. ഒന്നുചാടിയാൽ തൊടാമെന്ന പൊക്കത്തിലായിരുന്നു അവയുടെ പറക്കൽ. എനിക്ക് ആ കുസൃതികളുടെ ചിറകിനെക്കുറിച്ചോർത്തപ്പോൾ അസൂയ തോന്നി.

ഏറെ ദൂരത്തല്ലാത്ത ഒരു ഭാഗത്തുനിന്ന് കുറുക്കന്മാർ ഓരിയിടുന്നു. അവ ഇണയെ സ്വാഗതം ചെയ്യുകയാകാം.

മരിക്കുക ഒരിയ്ക്കലെ ഉള്ളൂ. ഞാൻ ചത്താലും ഇല്ലെങ്കിലും ഈ ലോകത്തിന് ഒരു ചുക്കുമില്ല. ഈ ലോകം ഇങ്ങനെയൊക്കെ ഇനിയും നടക്കും. അങ്ങനെ ചിന്തിച്ചപ്പോൾ എനിക്ക് കലശലായ ദുഃഖം തോന്നി. ദുഃഖിക്കുന്നതിലും ദുഃഖം തോന്നി.

പെട്ടെന്നെനിക്ക് ജീയുടെ ഒരു ഈരടി ഓർമ്മ വന്നു. അത് ഇങ്ങനെയായിരുന്നു:

“കേവലം ഘനീഭൂതമാകിയ കണ്ണീരാണീ-
ഭൂതലം, നെടുവീർപ്പാണീയന്തരീക്ഷംപോലും!
ദാരിദ്ര്യം, രോഗം, ദുഃഖം മർത്ത്യജീവിതത്തിന്റെ
വേരിലും പടർപ്പിലും പൂവിലും കയ്പ്പിൻ ഗന്ധം.”

മണ്ടന്മാരേ ആത്മഹത്യചെയ്യൂ എന്ന് ഞാൻ എന്നോടുതന്നെ പറഞ്ഞു. എന്റെ അമ്മയാണെങ്കിൽ ‘തന്നെ വന്ന ജീവൻ തന്നെ പോകാൻ അനുവദിയ്ക്കണേ’ എന്ന് ജഗദീശ്വരനോട് പ്രാർത്ഥിയ്ക്കുന്നതും ഞാൻ കേട്ടിട്ടുണ്ട്. മരണം തൽക്കാലം വേണ്ടെന്ന് ഞാൻ തീർച്ചയാക്കി.

പിന്നെ ഞാനെന്തുചെയ്യും? കുടുംബം രക്ഷിക്കാൻ ചുമതല ഏറ്റിട്ട് അച്ഛനമ്മമാർ പട്ടിണി കിടക്കുന്നത് കാണേണ്ട ഗതികേട് വരുമോ? അതോ ‘വന്ന പാട് ചന്തം’ എന്നു തീർച്ചയാക്കി സകലതിന്നും വഴങ്ങിക്കൊടുക്കയാണോ വേണ്ടത്?

എനിക്ക് അറിയുന്നത് വല്ലതും വായിക്കാനും എഴുതാനും മാത്രമാണ്. ഇത്തിരി ബഡായി പറയാനും.

വേളി കഴിയ്ക്കാൻ തയ്യാറായാൽ ചിലപ്പോൾ ഞാൻ ഭാര്യാപിതാവിന്റെ സഹായംകൊണ്ട് വാടാതെ പൊടിച്ചുവെന്ന് വരാം. എന്നാൽ വിവാഹത്തിനെക്കുറിച്ച് ഓർക്കാൻപോലും ഞാൻ തയ്യാറെടുത്തിരുന്നില്ലെന്നതാണ് സത്യം.

അപ്പോളാണ് ജിയുടെതന്നെ മറ്റൊരീരടി എന്റെ ഓർമ്മയിൽ വന്നത്:

‘വേല തന്നിലൊളിഞ്ഞിരിയ്ക്കും മഹാ-
ജ്വാല പെട്ടെന്നു ഞെട്ടിയുണരുകിൽ
ആണുകാഗ്നേയഗോളങ്ങൾ നാണിച്ചു
താണുപോം മഹസ്സൊന്നുളവായ് വരും.’

ആത്മഹത്യ വേണ്ടന്നുവെച്ച ഞാൻ കുളത്തിൽപോയി ഭംഗിയായൊന്ന് കുളിച്ചു. എന്നിട്ട് അമ്പലത്തിന്റെ നടയിൽ ചെന്ന് തൊഴുതുകൊണ്ട് എന്തോ ചിലതു പ്രാർത്ഥിച്ചു.

കിടന്നദിക്കിൽ ചെന്ന് എല്ലാവരേയും ഒന്നുകൂടി നോക്കി. അവർ ഗാഢനിദ്രയിൽത്തന്നെ. ഒരൊറ്റ ജീവിയും എന്റെ ഭ്രാന്തൻ പെരുമാറ്റങ്ങൾ കണ്ടിട്ടില്ലെന്ന് ഉറപ്പായി.

ഉടനെ ഷർട്ടെടുത്തിട്ടു. സമയം ഏതാണ്ട് വെളുപ്പിന് മൂന്നുമണി. ഞാൻ ചാലക്കുടിക്ക് റെയിൽ വഴി നടക്കാൻ തുടങ്ങി. ആറേഴുനാഴിക നടന്നാൽ ചാലക്കുടി റെയിൽവേസ്റ്റേഷനിലെത്താം.

ഭാഗ്യത്തിന് ഏതാണ്ട് രണ്ടു നാഴിക നടന്നപ്പോൾ തെക്കുനിന്നൊരു ചരക്കുവണ്ടി വരുന്നതു കണ്ടു. ഞാൻ നടക്കുന്ന ഭാഗത്തായപ്പോൾ ആ വണ്ടി നന്നെ പതുക്കെയാണ് നീങ്ങിയിരുന്നത്. രണ്ടാമതൊന്നാലോചിയ്ക്കാതെ ഞാൻ ആ വണ്ടിയുടെ മുകളിൽ പിടിച്ചുകയറി. പിടികിട്ടിയ ഇടം കരിങ്കൽ ചില്ലുകൾ കൊണ്ടുപോകാനുണ്ടാക്കിയ ചാടുപോലെ ഒന്നായിരുന്നു.

ഞാനതിൽ കയറിയതോടെ വണ്ടിയ്ക്ക് വേഗവും വർദ്ധിച്ചു. ചാരിയിരുന്ന ഞാൻ ഉറങ്ങിപ്പോയതറിഞ്ഞില്ല. ഉണർന്നപ്പോൾ വണ്ടി നിൽക്കുകയായിരുന്നു. നേരം പ്രകാശമാകാനും തുടങ്ങിയിരുന്നു.

പുറത്തുചാടിയ ഞാൻ സ്ഥലമേതാകാം എന്ന് നല്ലവണ്ണം ശ്രദ്ധിച്ചു നോക്കി. അപ്പോഴാണ് 'കൊക്കാല' എന്ന സ്ഥലത്തെത്തിയതായി അറിഞ്ഞത്. തൃശ്ശൂർ റയിൽവേസ്റ്റേഷനിലേക്ക് അവിടുന്ന് കഷ്ടിച്ച് അര നാഴിക ദൂരമെ ഉള്ളൂ.

വേഗം നടന്ന ഞാൻ ചെമ്പൂക്കാവിൽ കാലത്ത് ഏഴുമണിയ്ക്കു മുമ്പായി എത്തി. കുളിച്ച് പ്രാതൽ കഴിച്ച് അല്പം വിശ്രമിച്ചു. എന്നിട്ട് കലക്ടർ തമ്പുരാനെ കാണുകയും ചെയ്തു.

തമ്പുരാൻ വിവരങ്ങൾ ചോദിച്ചപ്പോൾ ഞാൻ അദ്ദേഹത്തിന്റെ മുമ്പിൽ വെച്ച് കുട്ടികളെപ്പോലെ പൊട്ടിപ്പൊട്ടി കരയാൻ തുടങ്ങി. ഒക്കെക്കൂടി നല്ല പന്തിയല്ലെന്ന് തോന്നിയ അദ്ദേഹം തുടർന്നൊന്നും ചോദിച്ചില്ല. പത്തുമണിയോടെ ഞാൻ അദ്ദേഹത്തെ ആപ്പീസിൽ കൊണ്ടുപോയാക്കി. ക്ഷണം അനുവാദംവാങ്ങി മടങ്ങിപ്പോന്നു. കുറൂർ ശങ്കരൻ നമ്പൂതിരിപ്പാടിനെ ചെന്നുകണ്ട് ഉണ്ടായ കഥകളെല്ലാം പറഞ്ഞ് ഞാൻ പെരുമുറെ കരഞ്ഞു. സമയം ഏതാണ്ട് ഒരു മണിയായപ്പോൾ തമ്പുരാനെ ഉണ്ണാൻ കൊണ്ടുവരാനായി വീണ്ടും ആപ്പീസിലേയ്ക്ക് മടങ്ങുകയുംചെയ്തു.

അന്ന് വൈകുന്നേരം വിവരങ്ങളെല്ലാം നമ്പൂതിരിപ്പാട് കലക്ടർ തമ്പുരാനോട് പറഞ്ഞു. അപ്പോൾ തന്നെ തമ്പുരാൻ എന്നെ വിളിച്ച് പലതും ചോദിക്കുകയും, ഞാൻ കൃത്യമായും വ്യക്തമായും മറുപടി പറയുകയും ചെയ്തു.

നേരം പുലർന്നപ്പോൾ ഭദ്രകാളി മറ്റപ്പിള്ളി മനയ്ക്കൽ എന്നെ കാണാഞ്ഞ് അവർ എന്തുചെയ്തുവെന്ന് ഏതാണ്ടൊരു കൊല്ലത്തിനുശേഷമാണ് ഞാൻ അറിഞ്ഞത്. അവർ ചുമതലകളെല്ലാം അനുജനെ ഏല്പിച്ച് ഭാഗം രജിസ്റ്റർ ചെയ്കയാണുണ്ടായത്.

ചാടിപ്പോക്ക്

രണ്ടു നാലുദിവസത്തിനുള്ളിൽ ഞാൻ ബോംബെയ്ക്ക് ചാടിപ്പോകാനുറച്ചു. ശങ്കരൻ നമ്പൂതിരിപ്പാടിന്റെ കാര്യസ്ഥൻ 'അമ്പി'യുടെ മകൻ 'ദൊര' എന്റെ ചങ്ങാതിയായിരുന്നു. അയാൾ ചെമ്പൂക്കാവിൽതന്നെ താമസിച്ച് കേരളവർമ്മ കോളേജിലാണ് പഠിച്ചിരുന്നത്. പഠിപ്പ് കഴിഞ്ഞ ഉടൻ ദൊര ബോംബയ്ക്ക് പോയി. ബോംബെയിൽ ആകെക്കൂടി എനിക്ക് പരിചയമുണ്ടായിരുന്നത് അയാളെ മാത്രമായിരുന്നു.

ചെല്ലുന്ന വിവരം ദൊരയെ അറിയിക്കുകയും, എന്നെ സ്വീകരിക്കാൻ ദാദർ സ്റ്റേഷനിൽ എത്തണമെന്ന് പ്രത്യേകം ശട്ടംകെട്ടുകയും ചെയ്തു.

ദൊര അയാളുടെ ജ്യേഷ്ഠനൊന്നിച്ച് ചെമ്പൂരിൽ സ്റ്റേഷൻ കോളനിയിലാണ് താമസിച്ചിരുന്നത്. അഞ്ചെട്ടു ബാച്ചിലേഴ്സ് ഒന്നിച്ചു താമസിച്ചിരുന്ന ആ കൂട്ടിൽ എന്നെയും തൽക്കാലം സ്വീകരിക്കണമെന്നും, ഒഴികഴിവ് പറഞ്ഞാൽ കൂട്ടാക്കുകയില്ലെന്നും ഞാൻ അയാൾക്കെഴുതിയിരുന്നു.

കുറൂർ നമ്പൂതിരിപ്പാടിൽനിന്ന് അമ്പതുരൂപ കടംവാങ്ങി. കലക്ടർ തമ്പുരാൻ ശമ്പളത്തിനുപുറമെ കുറച്ചധികം കാശു തന്നു. ഒപ്പം അദ്ദേഹത്തിന്റെ

ജ്യേഷ്ഠന്റെ മകളെ വിവാഹം ചെയ്ത ഇൻഡ്യാ സൂപ്പർ ടയേഴ്സിലെ ജനറൽ മാനേജരായിരുന്ന സുകുമാരൻ നെടുങ്ങാടിയ്ക്ക് ഒരു കത്തും.

പിന്നെ ഞാൻ ചെയ്തത് എൻ.വി. കൃഷ്ണവാരിയരെ കണ്ടു യാത്ര പറയാൻ കോഴിക്കോട്ടു പോവുകയാണ്. രാത്രി പതിനൊന്നുമണിയോടെ ക്രിസ്ത്യൻകോളേജിനു സമീപമുള്ള വീട്ടിൽ ചെന്ന് അദ്ദേഹത്തെ വിളിച്ചുണർത്തി. ബാക്കിയുണ്ടായിരുന്ന രണ്ടിഡ്ഡലിയും കഴിച്ച് അന്നവിടെ കിടന്നുറങ്ങി.

എന്റെ വിവരങ്ങൾ എല്ലാം കേട്ടറിഞ്ഞ എൻ.വി. പറഞ്ഞു: 'ഒരിക്കലും ധൈര്യം കൈവിടരുത്.' ഞാൻ ബോംബയ്ക്ക് പോകാനുറച്ചതിന്റെ കാരണങ്ങൾ വിസ്തരിച്ചെങ്കിലും അദ്ദേഹമതിലൊന്നും വലിയ പുതുമ കണ്ടില്ല.

മാതൃഭൂമി ആപ്പീസിലേയ്ക്ക് എൻ.വി.യൊന്നിച്ച് ഞാനും പോയി. അവിടെ വെച്ച് 'കവിതകളെന്തെങ്കിലും ഓർമ്മയുണ്ടോ' എന്ന് അദ്ദേഹം എന്നോട് ചോദിച്ചു. അല്പദിവസം മുമ്പെഴുതിയ 'കള്ളൻ' എന്ന കവിത കഷ്ടിച്ചു തോന്നുമെന്ന് പറഞ്ഞപ്പോൾ കടലാസ് തന്നിട്ട് പകർത്തിക്കൊടുക്കാൻ അദ്ദേഹം ആവശ്യപ്പെട്ടു.

കവിത വാങ്ങിയ അദ്ദേഹം ഒന്നോടിച്ചു നോക്കിയിട്ട് 'ഇപ്പൊ വരാ'മെന്ന് പറഞ്ഞ് അകത്തേക്കു പോയി. പത്തുപതിനഞ്ചു മിനിട്ടിനുള്ളിൽ മടങ്ങിയെത്തിയ അദ്ദേഹം പതിനഞ്ചുരൂപ തന്നു. ഒപ്പം എൻ.വി. രാമവാരിയർക്ക്-ഞങ്ങളുടെ കുഞ്ഞേട്ടൻ എന്ന ഗ്രന്ഥത്തിന്റെ കർത്താവ്-ഒരെഴുത്തും.

കക്കാടു തുടങ്ങി വേറെയും ചില സുഹൃത്തുക്കളെ കണ്ട ശേഷം നാലുമണിയോടെ ഞാൻ ആകാശവാണിയിൽ പോയി ഉറൂബിനെ കണ്ട് വിവരങ്ങളെല്ലാം പറഞ്ഞു. എല്ലാം കേട്ട അദ്ദേഹം ഇന്ന് ഇനി മടങ്ങേണ്ടെന്നും നാളെ പോയാൽ മതിയെന്നും പറഞ്ഞ് അദ്ദേഹത്തിന്റെ വീട്ടിലേക്കു ക്ഷണിച്ചു. പല ദിക്കിലും അലഞ്ഞ ഞങ്ങൾ വീട്ടിലെത്തിയപ്പോൾ രാത്രി ഒമ്പതുമണിയാകാറായി. അദ്ദേഹത്തിനാണെങ്കിൽ അങ്ങനെ ഒരു ഭാവംപോലുമില്ലായിരുന്നു.

പ്രഭാതത്തിൽ നാലുമണിവരെ പ്രപഞ്ചത്തിലുള്ള സകലപ്രശ്നങ്ങളെക്കുറിച്ചും സംസാരിച്ച ഞങ്ങൾ ഉണർന്നത് ഏതാണ്ട് എട്ടരമണിയ്ക്കാണ്. അദ്ദേഹത്തിന്റെ പത്നിയുണ്ടാക്കിയ തനി നമ്പൂതിരിസ്സദ്യയുണ്ട് പത്തുമണിയോടെ ഞങ്ങൾ പിരിഞ്ഞു. മടങ്ങുമ്പോൾ ടി.എം. പുരുഷോത്തമൻ നെടുങ്ങാടിയ്ക്ക് (നാദീർഷാ) ഒരു കത്തും അദ്ദേഹം തന്നു. അക്കാലത്ത് ഇരുപത്തെട്ടു വയസ്സുള്ള പുരുഷോത്തമൻ നെടുങ്ങാടിയെന്ന ചെറുപ്പക്കാരൻ 'മഹേന്ദ്ര ആന്റ് മഹേന്ദ്ര'യിലെ പർച്ചേസ് ആപ്പീസറായിരുന്നു.

ആദ്യം കിട്ടിയത് ബസ്സായതുകൊണ്ട് ഞാൻ തൃശ്ശൂർക്ക് മടങ്ങി. നാലു നാലരയോടെ തൃശ്ശൂരിലെത്തിയ ഞാൻ ഉടൻതന്നെ ദൊരയ്ക്ക് ഇന്ന ദിവസം ഇന്ന വണ്ടിക്ക് പുറപ്പെടുന്നുവെന്നും ദാദറിൽ വണ്ടിയെത്തുമ്പോൾ അവിടെ എത്തണമെന്നും കമ്പിയടിച്ചു. ഇനി ബോംബെയ്ക്കു പുറപ്പെടുക മാത്രമാണ് പണി.

തൃശ്ശൂരിൽ മടങ്ങിയെത്തിയശേഷം എന്റെ വളർത്തുപക്ഷിയെ കൂടോടെ വൈലോപ്പിള്ളിയെ ഏല്പിക്കാൻ ഞാൻ പെരുമ്പിളശ്ശേരിയിലെക്ക് പുറപ്പെട്ടു. അദ്ദേഹം അക്കാലത്ത് പാർത്തിരുന്നത് അവിടെയുള്ള ഗ്രാമോദ്യോഗത്തിലായിരുന്നു. പത്തുമുന്നോറോളം പേർ പണിയെടുക്കുന്ന ആ ഗാന്ധിയാശ്രമത്തിലെ

അദ്ധ്യക്ഷയായിരുന്നു അക്കാലത്ത് വൈലോപ്പിള്ളിയുടെ ഭാര്യ ഭാനുമതിയമ്മ. അവരുടെ വിവാഹം കഴിഞ്ഞിട്ട് അപ്പോഴേയ്ക്കും ഏതാണ്ട് രണ്ടുകൊല്ലമേ ആയിരുന്നുള്ളു.

ഭാനുമതിയമ്മയെ കുത്തി മുറിവേല്പിക്കുന്ന അപഖ്യാതികളാണ് അവരുടെ സാന്നിദ്ധ്യത്തിൽ വൈലോപ്പിള്ളി എന്നോട് സംസാരിച്ചത്. കരഞ്ഞു കരഞ്ഞ് വയ്യാതായ ആ സ്ത്രീ ഏതാണ്ട് മൂന്നു മണിയോടെ പോയികിടന്നു. എന്നിട്ടും കുറുമ്പനായ വൈലോപ്പിള്ളി എന്നെ കിടക്കാനനുവദിച്ചില്ല. വൈലോപ്പിള്ളി പറഞ്ഞതു മുഴുവനും ആ മനുഷ്യന്റെ ദൃഷ്ടിയിലൂടെ മാത്രം കാണുന്നതിന്റെ വൈകൃതങ്ങളായിരുന്നു. പരമ കാരുണികയായ ഭാനുമതിയമ്മ രണ്ടു കൊല്ലത്തിലധികം വാർദ്ധയിലെ ആശ്രമത്തിൽ താമസിച്ച് പരിശീലനം നേടിയവരായിരുന്നു.

നേരം വെളുത്തിട്ടും വൈലോപ്പിള്ളി ഭാര്യയെക്കുറിച്ചുള്ള അപഖ്യാതി പുരാണം നിർത്തുന്നില്ലെന്നു കണ്ടപ്പോൾ ഞാൻ അദ്ദേഹത്തോട് തട്ടിക്കേറി. എനിക്ക് ഇതിലൊന്നും താത്പര്യമില്ലെന്നും ഈ കിളിയെ വലുതായാൽ തുറന്നു വിട്ടോളൂ എന്നും പറഞ്ഞ് ഞാൻ യാത്രയായി.

ഭാനുമതിയമ്മയോട് യാത്ര പറഞ്ഞപ്പോൾ അവരൊന്നും മിണ്ടിയില്ല. 'നിങ്ങളുടെ തലയിലെഴുത്ത് ഇങ്ങനെയായി. ഇനി ആ വിദ്വാനെ സഹിക്കുകയേ നിങ്ങൾക്കു രക്ഷയുള്ളു' എന്നു പറഞ്ഞ്, അവരോടു മാപ്പ് ചോദിച്ച് ഞാൻ സ്ഥലംവിട്ടു.

പിറ്റേ ദിവസമായിരുന്നു എന്റെ ബോംബെ യാത്ര. ഇരുപതിനും മുപ്പതിനുമിടയ്ക്ക് ഒരു സംഖ്യയായിരുന്നു ടിക്കറ്റ് ചാർജ്ജ് എന്ന് ഞാനോർക്കുന്നു. അക്കാലത്ത് റിസർവേഷൻ എന്നൊരു സമ്പ്രദായമില്ല. സീറ്റ് കിട്ടിയാൽ കിട്ടി.

അമ്മിണിക്കുട്ടിയോട് യാത്ര പറഞ്ഞ് പിരിഞ്ഞപ്പോൾ ഞാൻ വല്ലാതെ കരഞ്ഞുപോയി. ആ മൂന്നുവയസ്സുകാരി പാലൂരിന്റെ സമ്പ്രദായങ്ങൾ കണ്ട് നല്ല പന്തിയല്ലെന്ന് മനസ്സിലാക്കി ഒന്നും മിണ്ടാതെ ഗൗരവത്തിലായി. അതുകൊണ്ട് കരയുന്ന അതിനെ കാണാതെ പോകാൻ കഴിഞ്ഞു. ഒളപ്പമണ്ണ കുട്ടനും (ഡോ.ഒ.എൻ. വാസുദേവൻ), കുറൂർ നീലാണ്ടനും (ഡോ. നീലകണ്ഠൻ) ദൊരയോട് അവരുടെ അന്വേഷണങ്ങൾ പറയാൻ എന്നെ ഏല്പിച്ചു. ഞാൻ ബോംബയ്ക്ക് പോകുന്നതിൽ രണ്ടുപേർക്കും വിഷമമുണ്ടായിരുന്നു. അതവരുടെ വാക്കും നോക്കും പ്രത്യക്ഷമാക്കിയിരുന്നു.

വണ്ടി വന്ന ഉടൻ ചാടിക്കേറി സാമാനങ്ങൾ വെയ്ക്കുന്ന ദിക്കിൽ ഇരിക്കാനും കിടക്കാനുമുള്ള ഇടം ഞാൻ കണ്ടെത്തി. വലിയ തിരക്കില്ലാത്ത ആ വണ്ടി മദിരാശിയ്ക്ക് പോകുന്നതാണ്. അതിനോടു ചേർന്ന് ബോംബയ്ക്കുള്ള രണ്ട് കമ്പാർട്ടുമെന്റും ഘടിപ്പിച്ചിരുന്നു.

ഞാൻ കേറിയ ബോംബെ കമ്പാർട്ടുമെന്റ് ആർക്കോണത്ത് അഴിച്ചിടും. നാലഞ്ചു മണിക്കൂറിനുശേഷം മദിരാശിയിൽ നിന്ന് ബോംബെയ്ക്ക് പോകുന്ന വണ്ടി വന്നാൽ അതിനോട് ഈ കമ്പാർട്ടുമെന്റ് കൂട്ടിച്ചേർക്കും. എന്നിട്ടാണ് ഏതാണ്ടഞ്ചു മണിയോടെ ആർക്കോണത്തു നിന്ന് വണ്ടിവിടുക.

കാലത്ത് ഏതാണ്ട് 10.30ന് ആർക്കോണത്ത് എത്തിയ ഞാൻ മദിരാശിയ്ക്കു പോകുന്ന വണ്ടിയെ നോക്കിക്കൊണ്ട് പ്ലാറ്റുഫോമിൽ ഏറെ നേരം നിന്നു. ഞാൻ കേറിയ കമ്പാർട്ടുമെന്റ് ഘടിപ്പിക്കാനുള്ള മദിരാശി-ബോംബെ

മെയിലെത്താൻ പിന്നെയും ഏതാണ്ട് നാലുമണിക്കൂർ പിടിയ്ക്കുമെന്നറിഞ്ഞ പ്പോൾ ഞാനൊന്നു കുളിയ്ക്കാൻ തീർച്ചയാക്കി. ആർക്കോണത്ത് അപ്പോൾ നല്ല ചൂടായിരുന്നു.

കുളിയും ഭക്ഷണവും കഴിഞ്ഞ് ഞാൻ എന്റെ കമ്പാർട്ടുമെന്റിൽ പോയി വിശ്രമിച്ചു. പിന്നീടുണർന്നത് ഒരു കുലുക്കം അനുഭവപ്പെട്ടപ്പോളാണ്. വണ്ടി യോട് എന്റെ കമ്പാർട്ടുമെന്റ് ഘടിപ്പിച്ചപ്പോൾ ഉണ്ടായ ബഹളമായിരുന്നു അത്. വണ്ടിയും വണ്ടിയും കൂടി ഉണ്ടാകുന്ന ചെറിയ കൂട്ടിമുട്ടലിൽപോലും ഇത്ര വലിയ ശബ്ദമുണ്ടാകാമെങ്കിൽ അത് വേഗത്തിൽ വന്നിടിച്ചാലുണ്ടാകുന്ന അപ കടത്തെക്കുറിച്ചായിരുന്നു എന്റെ ചിന്ത.

നേരം വെളുക്കുംവരെ ഞാൻ നന്നായുറങ്ങി. പ്രഭാതത്തിലെഴുന്നേറ്റ് പല്ലു തേപ്പും മറ്റത്യാവശ്യകാര്യങ്ങളും നിറവേറ്റി വന്നപ്പോൾ വണ്ടി ഏതോ ഒരു സ്റ്റേഷനിൽനിന്നു. ഞാൻ അവിടുന്നു ആവിപൊങ്ങുന്ന നാലിഡ്ഡലിയും രണ്ടു ഴുന്നു വടയും ചായയും കഴിച്ചു. അപ്പോൾ സമയം ഏതാണ്ടേഴുമണിയേ ആയി ട്ടുള്ളൂ.

എല്ലാവരും പകുതി ഉറക്കത്തിലാണ്. ഞാൻ മാത്രം ഉണർന്നിരിക്കുന്നു! വല്ലാത്ത വിഷമംതോന്നി. അതുകൊണ്ട് എന്റെ ആലോചനകൾ കാടുകേറാൻ തുടങ്ങി.

പിറ്റേദിവസം കാലത്ത് പത്തുമണിയോടെ മാത്രമെ വണ്ടി ദാദറിലെത്തു. ദൊര എന്തെങ്കിലും കാരണം നിമിത്തം സ്റ്റേഷനിൽ വരാതിരുന്നാലോ! ഞാനെന്തുചെയ്യും? എവിടെപ്പോകും? മലയാളമല്ലാതെ മറ്റൊരു ഭാഷയും എനി ക്കറിയില്ലായിരുന്നു.

ദൊര അങ്ങനെ ചെയ്യില്ലെന്ന് എന്റെ ഹൃദയം എന്നോടു പറഞ്ഞിരുന്നു. കാരണം എനിക്കു വേണ്ടി മരിക്കാൻപോലും ഒരുക്കമാണെന്ന് ഉറപ്പിച്ചുപറ യാറുണ്ടയാൾ.

ഒരിക്കൽ ഞങ്ങൾ രണ്ടു സൈക്കിളിലായി എട്ടുപേർ ചെമ്പൂക്കാവിൽ നിന്ന് വടക്കുനാഥക്ഷേത്രത്തിലെ കൂടിയാട്ടം കാണാൻ പോയി. മടങ്ങുമ്പോൾ സമയം വെളുപ്പിനു രണ്ടുമണി. ടൗൺഹാളിനു സമീപംവെച്ച് ഞങ്ങളെ രാത്രി കാല പട്രോൾ നടത്തുന്ന പോലീസ് പിടിച്ചു. കുറ്റം ഓവർലോഡ് തന്നെ. നാലാളെ കേറ്റി നടക്കുന്നത് നല്ലതിനല്ലെന്ന് മനസ്സാക്ഷി പറയുന്നുണ്ടായിരു ന്നുവെങ്കിലും ചെറുപ്പത്തിന്റെ തള്ളിച്ചകൊണ്ട് ഞാൻ എന്നെത്തന്നെ തോല്പി ക്കുകയായിരുന്നു. പിന്നിലായിരുന്ന ദൊരയോട് വഴിമാറിപ്പോകാൻ ഞാൻ ആംഗ്യം കാണിച്ചെങ്കിലും അയാൾ കൂട്ടാക്കിയില്ല.

ഇതെല്ലാം വലിയ കുറ്റമാണെന്ന് ഞാൻ ധരിച്ചിട്ടുണ്ടെങ്കിലും സൈക്കി ളോടിച്ചിരുന്നത് ഞാനും ദൊരെയുമാണ്. അതുകൊണ്ട് കുറ്റക്കാരിൽ പ്രധാനികൾ ഞങ്ങൾ തന്നെ.

എല്ലാവരേയും വിളിച്ച് പോലീസ് വിവരങ്ങളെല്ലാം ചോദിച്ചറിഞ്ഞു. രണ്ടു പേർ കുറൂർ മനയ്ക്കലെയാണെന്നറിഞ്ഞപ്പോൾ പോലീസുകാർ മിണ്ടാതായി. എന്നാൽ ഞങ്ങളോട് പോലീസ്സ്റ്റേഷനിലേക്കു നടക്കാനാണ് കല്പിച്ചത്.

പോലീസ് സ്റ്റേഷനെന്ന് കേട്ടപ്പോൾത്തന്നെ എനിക്ക് ഭയമായി. കല ക്റ്ററായ തമ്പുരാൻ മജിസ്ട്രേറ്റിന്റെ പണി ചെയ്യുന്നത് ഞാൻ കണ്ടിട്ടുണ്ട്.

അപ്പോഴെല്ലാം ധാരാളം പോലീസുകാരെയും കണ്ടിട്ടുണ്ട്. അവരുടെ ഭാഷയും പെരുമാറ്റങ്ങളും എനിക്കു നന്നായറിയാം. രാവിലെ വിവരങ്ങളെല്ലാം തമ്പുരാനറിഞ്ഞാൽ ഉണ്ടാകുന്ന കുറച്ചിലിനെക്കുറിച്ച് ഓർത്തപ്പോൾ എനിയ്ക്കു ഭയമായി. കലക്ടരുടെ ഡ്രൈവറായ ഞാൻ അദ്ദേഹത്തിനപമാനമായ ഒരു കാര്യം ചെയ്താൽ അദ്ദേഹം എന്തു കരുതും! എനിക്ക് സമയത്തിന് തമ്പുരാന്റെ വണ്ടിയോടിക്കാൻ എത്താനാകാതെ വന്നാലോ?

രണ്ടുംകല്പിച്ച് പോലീസുകാരോട് ഞാൻ കലക്ടർ തമ്പുരാന്റെ ഡ്രൈവറാണെന്ന് തുറന്നുപറഞ്ഞു. എന്റെ സത്യവാങ്മൂലത്തിന് നല്ല ഫലമാണുണ്ടായത്. വിനീതരായിത്തീർന്ന പോലീസുകാർ 'എന്താണാവിവരം ആദ്യം പറയാതിരുന്നത്' എന്ന് പരിഭവം പറഞ്ഞു. എന്നിട്ട് ഞങ്ങളെയെല്ലാം വെറുതെ വിടുകയും ചെയ്തു.

ദൊര അപ്പോളാണ് പാലൂർ പോലീസ് സ്റ്റേഷനിൽ പോയാൽ താനുമൊപ്പം വരുമെന്നും പാലൂരിന് വേണ്ടി മരിക്കാൻപോലും തയ്യാറാണെന്നും പ്രഖ്യാപിച്ചത്. വഴിമാറിപ്പോകാൻ ആംഗ്യം കാണിച്ചപ്പോൾ താൻ കൂട്ടാക്കാതിരുന്നതും അതുകൊണ്ടുതന്നെ.

സമയം ഉച്ചയോടടുത്തപ്പോൾ ഞാൻ യാത്രക്കാരിൽ പലരുമായി പലതും സംസാരിച്ചു തുടങ്ങി. അക്കൂട്ടത്തിൽ ഒരു മാന്യൻ എന്റെ കഥകളെല്ലാം കേട്ടപ്പോൾ കനിവുതോന്നി എന്നോട് ഒട്ടും പേടിയ്ക്കേണ്ടെന്ന് പറഞ്ഞു. ദൊര സ്റ്റേഷനിലെത്താത്തപക്ഷം അയാൾ എന്നെകൊണ്ടുപോയ്ക്കോളാമെന്ന് ഏറ്റു. അത് എനിക്ക് നല്ല ആശ്വാസം തരികയും ചെയ്തു.

ഉറങ്ങിയുറങ്ങി തോറ്റ ഞാൻ അന്നുരാത്രി മിക്കവാറും ഉറങ്ങിയില്ല. പലതരം വിചാരങ്ങളാൽ എന്റെ ഉറക്കം കാശിയ്ക്ക് പോയിക്കഴിഞ്ഞിരുന്നു. ഞാനപ്പോളാണ് ഉറക്കമില്ലാത്തവരെക്കുറിച്ച് ഓർത്തുപോയത്.

രാത്രി ഉറക്കം വരാതെ ബുദ്ധിമുട്ടുന്ന പലരേയും എനിക്കറിയാം. അവരിലെല്ലാംകൊണ്ടും മുഖ്യൻ എന്റെ അന്നദാതാവായ കുറൂർ നമ്പൂതിരിപ്പാടുതന്നെയായിരുന്നു.

ഉറങ്ങുന്ന ഓരോരുത്തരെയും അദ്ദേഹം ടോർച്ചടിച്ച് നോക്കുന്നത് ഒരിക്കൽ ഞാൻ കണ്ടു. പ്രത്യേകിച്ചും എന്നെ നല്ലവണ്ണം ശ്രദ്ധിയ്ക്കുന്ന പോലെയും തോന്നി.

തുടർന്ന് പല രാവുകളിലും ഞാനദ്ദേഹത്തിന്റെ ചാപല്യം കാണുകയുണ്ടായി. അത് എന്നെ ധർമ്മസങ്കടത്തിലാക്കി. ഇദ്ദേഹവും സ്വവർഗ്ഗഭോഗിയാണോ എന്ന് പരിഭ്രമിക്കുകയും ചെയ്തു ഞാൻ.

ഒരു ദിവസം രാത്രി അദ്ദേഹം എന്നെ ടോർച്ചടിച്ചു നോക്കുന്ന സമയത്ത് ഉണർന്നതായി നടിച്ചിട്ട്, ഞാൻ നമ്പൂതിരിപ്പാടിനോട് എന്താ വേണ്ടതെന്ന് ചോദിച്ചു. അദ്ദേഹം അപ്പോൾ എന്നോട് പറഞ്ഞത് വലിയ ദുഃഖകഥയായിരുന്നു.

ഞാനുറങ്ങുന്നതു കണ്ടിട്ടുള്ള സന്തോഷംകൊണ്ട് ടോർച്ചടിച്ചുനോക്കുന്നതാണെന്നും, തനിക്ക് സാധാരണ പത്തുമിനിറ്റിലധികം തുടർച്ചയായി ഉറങ്ങാൻ പറ്റുന്നില്ലെന്നും ദയനീയമായി അദ്ദേഹം പറഞ്ഞു.

പലതും ചിന്തിച്ചു കിടന്ന് എങ്ങനെയാണ് നേരം വെളുപ്പിച്ചതെന്ന് എനിക്കറിയില്ല. കാലത്ത് പ്രാതൽ കഴിച്ച്, വണ്ടി ദാദറിലെത്താത്തതെന്തെന്ന്

ആലോചിക്കാൻ തുടങ്ങി. അങ്ങനെ പതിനൊന്നു മണി കഴിഞ്ഞപ്പോളാണ് ചിന്തയിൽ നിന്നുണർന്ന് ചുറ്റും നോക്കിയത്. അധികം വൈകാതെ ദാദറിലെത്താമെന്ന് യാത്രക്കാർ തമ്മിൽ സംസാരിക്കുന്നതിൽ നിന്ന് ഞാനൂഹിച്ചു. താമസിയാതെതന്നെ ലോക്കൽ ട്രെയിൻ കണ്ടു തുടങ്ങി. കല്ല്യാൺ എന്നൊരു സ്ഥലത്ത് വണ്ടി നിൽക്കുകയും ചെയ്തു.

ഏതാണ്ട് പത്തിരുപത് നാഴികയേ ഇനി ദാദറിലെത്താൻ വേണ്ടൂ എന്ന് ഞാനപ്പോൾ ഒരു യാത്രക്കാരനോട് ചോദിച്ചറിഞ്ഞു. അതുകൊണ്ട് ദാദറിലിറങ്ങാൻ ഞാൻ തയ്യാറായിനിന്നു. വണ്ടി ദാദറിൽനിന്ന് പിന്നെയും കുറച്ച് ദൂരം കൂടിപോയി വി.ടി. എന്ന സ്റ്റേഷനിലാണ് അവസാനിക്കുക.

ആളുകൾ നിറഞ്ഞ ഇലക്ട്റിക്ക് ട്രെയിൻ അങ്ങോട്ടും ഇങ്ങോട്ടും ഇടതടവില്ലാതെ ഓടിക്കൊണ്ടിരിക്കുന്നു. എല്ലാത്തിലും നിറയെ യാത്രക്കാരും.

റെയിൽ പെട്ടെന്ന് നാലെണ്ണമായി. ഞാൻ കേറിയിരുന്ന വണ്ടി ഇടതു ഭാഗത്തുള്ള അവസാന റയിലിലൂടെയാണ് ഓടിക്കൊണ്ടിരുന്നത്. അതാണെങ്കിൽ അടുത്തടുത്തായി കണ്ടിരുന്ന ലോക്കൽ സ്റ്റേഷനിലൊന്നും നിന്നതുമില്ല.

പെട്ടെന്ന് ഒരു സ്ഥലത്ത് വണ്ടി നിന്നു. അത് സിഗ്നൽ കിട്ടാൻ വേണ്ടി കാത്തുനിന്നതാണത്രേ. അടുത്തത് ദാദറായി എന്നും, അവിടുത്തെ ഒന്നാമത്തെ പ്ലാറ്റ്ഫോമിന്ന് ക്ലിയറൻസ് കിട്ടാനാണ് ഞങ്ങൾ സഞ്ചരിച്ചിരുന്ന വണ്ടി നിന്നതെന്നും ഞാൻ ചിലരോട് ചോദിച്ചറിഞ്ഞു.

താമസിയാതെ പുറപ്പെട്ട വണ്ടി വേഗം കൂട്ടാതെ പതുക്കെ ദാദറിൽ ഒന്നാം പ്ലാറ്റുഫോറത്തിൽ നിന്നു. അവിടെ അഞ്ചെട്ടു റെയിലുണ്ടെന്നാണ് എനിക്കു തോന്നുന്നത്. അതെന്തായാലും യാത്രക്കാരിൽ ഏതാണ്ട് എൺപതു ശതമാനവും അവിടെ ഇറങ്ങി. പുറത്തിറങ്ങി നോക്കുമ്പോൾ ദൊര എന്നെ നോക്കിക്കൊണ്ട് ഓടി വരുന്നതു കണ്ടു. അതെന്റെ മനസ്സിൽ ആശ്വാസത്തിന്റെ അമൃതവർഷം തന്നെ ചെയ്തു.

ആകാവുന്നത്ര ഉറക്കെ 'ദൊരേ' എന്ന് വിളിച്ചുകൊണ്ട് ഞാനയാളുടെ അടുത്തേയ്ക്കു നടന്നു. എന്റെ വിളികേട്ട് അയാളും സന്തോഷം കൊണ്ട് മതിമറന്നു.

തിരക്കൊഴിഞ്ഞ വണ്ടി വിടുന്നതുവരെ ഞങ്ങൾ കാത്തുനിന്ന് പലതും സംസാരിച്ചു. റിസർവ്വ് ബാങ്കിൽ ജോലിയുണ്ടായിരുന്ന ദൊര എന്റെ വരവ് പ്രമാണിച്ച് ഒരു ദിവസത്തെ ലീവെടുത്തിരിയ്ക്കയായിരുന്നതുകൊണ്ട് സമയം ധാരാളം.

താമസിയാതെ അയാളെനിയ്ക്ക് ചെമ്പൂർക്കുള്ള ഒരു ടിക്കറ്റ് വാങ്ങി. അയാൾക്ക് എന്നും പോയി വരാനുള്ളതു നിമിത്തം ചെമ്പൂർ മുതൽ വി.ടി വരെ പാസ്സുണ്ടായിരുന്നു. ഞാനിതൊക്കെ അറിഞ്ഞത് വളരെ നേരം കഴിഞ്ഞിട്ടാണ്.

മൂന്നാമത്തെ പ്ലാറ്റുഫോറത്തിൽ മാൺകൂരിലേയ്ക്ക് പോകുന്ന ഒരു വണ്ടി വന്നു. ഇലക്ട്രിക്ക് ട്രെയിനായതുകൊണ്ട് വണ്ടി വന്നാലുടൻ കേറണം. അല്ലെങ്കിൽ അതതിന്റെ പാട്ടിനുപോകും. ദൊര ഒപ്പമുള്ളതുകൊണ്ട് ഞാനെല്ലാം സമർത്ഥമായിത്തന്നെ പ്രവർത്തിച്ചു. ഒരപരിചിതനെപ്പോലെ ഒന്നിലും എനിക്ക് തപ്പേണ്ടതില്ലായിരുന്നു.

നഗരത്തിൽ ഒരു ഡ്രൈവർ

സ്റ്റേഷൻ കോളനി ചെമ്പൂരിൽനിന്ന് അഞ്ചാറുമിനിട്ട് നടക്കാനേയുള്ളു. മഹാരാഷ്ട്ര ഗവർമെന്റ് വകയായ ആ കോളനി പണി കഴിഞ്ഞിട്ട് അധികം കാലമായിരുന്നില്ല. വളരെ വലിയ കോളനി. നൂറുകണക്കിന് വീടുകൾ. ദൊര പാർത്തിരുന്നത് ഒറ്റ മുറിയും അടുക്കളയുമുള്ള ഒരു ഫ്ളാറ്റിലായിരുന്നു. ഓരോ നിലയിലും നാലു കുളിമുറിയും നാലു കക്കൂസുമുള്ള നാലു നിലയുള്ള ഒരു കെട്ടിടത്തിൽ മൂന്നാമത്തെ നിലയിലായിരുന്നു ആ വീട്. ദൊരയുടെ ഏട്ടന് ആ വീട് കിട്ടിയിട്ട് കഷ്ടി രണ്ടു കൊല്ലമേ ആയിട്ടുള്ളു. സ്ഥലദൗർല്ലഭ്യം നിമിത്തം ആ ഫ്ളാറ്റിൽപോലും ആറേഴാളുകൾ പാർത്തിരുന്നു. എല്ലാവരും ബാച്ചിലേഴ്സാകകൊണ്ട് ആർക്കും ഒരു വിഷമവുമില്ലായിരുന്നു.

എട്ടാമനായി എത്തിയ ഞാൻ അതുകൊണ്ട് ആർക്കും ഒരു പ്രശ്നമായില്ല. അത് വലിയ സമാധാനം. അക്കാലത്ത് ബോംബെയിൽ ജോലിയേക്കാൾ കിട്ടാൻ വിഷമം താമസിക്കാനുള്ള സ്ഥലമായിരുന്നു. ഇന്നും ആ സ്ഥിതിക്ക് പറയത്തക്ക മാറ്റമൊന്നും വന്നിട്ടില്ല.

ഞങ്ങൾ ഉച്ചയ്ക്ക് രണ്ടുമണിക്ക് ചെന്നുകയറിയപ്പോൾ അവിടെ ആരുമുണ്ടായിരുന്നില്ല. ദൊര വാതിൽ തുറന്ന് ഷർട്ടും പാന്റും ഊരിവെച്ച് ഒരു മുണ്ടെടുത്തു ചുറ്റി, എന്നോട് സാധനങ്ങളെല്ലാം ഒരു സ്ഥലത്ത് വെയ്ക്കാൻ പറഞ്ഞ് ഇടം കാട്ടിത്തന്നു. എന്റെ കയ്യിൽ ഒരു ചെറിയ പെട്ടിയല്ലാതെ ഒന്നുമില്ലായിരുന്നതുകൊണ്ട് അതൊരു ബുദ്ധിമുട്ടായില്ല.

ഭംഗിയായിട്ടൊന്നു കുളിച്ചു. കുളി കഴിഞ്ഞപ്പോൾ മുണ്ട് തോരയിടാനുള്ള സ്ഥലം ദൊര കാട്ടിത്തന്നു. ഉയരെക്കെട്ടിയ കമ്പിയിൽ ഒരു വടിയുടെ സഹായത്തോടെ മുണ്ട് ഇടാനുള്ള വിദ്യ പഠിപ്പിച്ചുതരികയും ചെയ്തു.

പിന്നീട് ഞങ്ങൾ ഊണുകഴിച്ചു. സാമ്പാറും മെഴുക്കുപുരട്ടിയും, ഉപ്പിലിട്ടതും സംഭാരവുമായുള്ള ഊണിന്റെ രുചി ഒന്നു വേറെത്തന്നെയാണ്. അതിനുശേഷം വിസ്തരിച്ചൊന്ന് ഉറങ്ങാൻ കിടന്നു.

എതാണ്ട് ഏഴുമണിയോടെ ഉണർന്ന് ചായ കുടിച്ചുകൊണ്ടിരിക്കുമ്പോൾ അവിടെ താമസിയ്ക്കുന്നവർ ഓരോരുത്തരായി വരാൻ തുടങ്ങി. എല്ലാവരേയും ദൊര എനിക്ക് പരിചയപ്പെടുത്തി. ഞാൻ ജോലി തേടിയെത്തിയതാണെന്നും, അതുകൊണ്ട് എല്ലാവരും എന്നെ സഹായിക്കണമെന്നും അവരോടു പറയുകയും ചെയ്തു.

അന്യോന്യം സഹായിക്കുന്ന കാര്യത്തിൽ അക്കാലത്തെ മലയാളികൾ പൊതുവെ ഉദാരശീലരായിരുന്നു. മിയ്ക്കവരും ഏകരായിരിയ്ക്കും. വീട് സ്വന്തമായിട്ടുള്ളവരല്ലാതെ ആരും വിവാഹിതരാകാൻ ധൈര്യപ്പെട്ടിരുന്നില്ല. വീട്ടുവാടക വളരെ വലുതായിരുന്നു. കിട്ടുന്ന ശമ്പളം മുഴുവൻ വീട്ടുവാടകയായി കൊടുക്കേണ്ടിവന്നാൽ കഴിഞ്ഞുകൂടാൻ പിന്നെ എന്തുചെയ്യും?

നല്ല തണുപ്പുകാലമായിരുന്നു. അതുകൊണ്ട് വരാന്തയിൽ കിടക്കേണ്ടെന്ന് എന്നോട് ചിലർ പറഞ്ഞു. ഞാനത് കൂട്ടാക്കിയില്ല. എനിക്കുവേണ്ടി പുറത്ത് വരാന്തയിൽ കിടക്കാൻ ദൊരപോലും തയ്യാറായിരുന്നു.

നല്ല തണുപ്പുണ്ടെങ്കിലും കിടന്നധികം കഴിയാതെ ഞാനുറങ്ങി. ബോംബെയിലെ ആദ്യരാത്രി എനിക്ക് മനസ്സിന് സമാധാനം തന്നു.

പ്രഭാതത്തിലുണർന്നപ്പോളെക്കും മഹാകേമൻ കാപ്പി. ചൂടുള്ള ആ കാപ്പി തന്നെ എന്റെ എല്ലാ വിഷമങ്ങളും മറപ്പിയ്ക്കുന്നതായിരുന്നു.

ഇതിനിടയ്ക്ക് ഞാൻ ദൊരയോട് ഉറൂബ് തന്ന എഴുത്തിനെക്കുറിച്ച് പറഞ്ഞു. പുരുഷോത്തമൻ നെടുങ്ങാടി താമസിയ്ക്കുന്നത് കൊളാബയിലുള്ള വൈ.എം.സി.എയിലായിരുന്നു. അയാൾ പണിയെടുത്തിരുന്ന ആപ്പീസ് തൊട്ടരികിൽ തന്നെ. കുന്ദലതാകർത്താവും നെടുങ്ങാടി ബാങ്കിന്റെ സ്ഥാപകനുമായ സാക്ഷാൽ അപ്പുനെടുങ്ങാടിയുടെ അകന്ന മരുമകനായിരുന്നു പുരുഷോത്തമൻ.

ബോംബെയിലെത്തിയതിന്റെ മൂന്നാം ദിവസം വൈകുന്നേരം നാലുമണിയോടെ ദൊരയൊന്നിച്ച് പോയി പുരുഷോത്തമനെ കണ്ടു. നാലഞ്ചു നിലകളുള്ള ഒരു വലിയ കെട്ടിടം. നല്ല ജോലിയും ശമ്പളവുമുള്ള ചെറുപ്പക്കാരായ അവിവാഹിതർ മാത്രമാണ് അവിടെ താമസിച്ചിരുന്നത്. സാധാരണ ഒരു വലിയ മുറിയിൽ രണ്ടുപേർ മാത്രമേ ഉണ്ടാകാറുള്ളു. പുരുഷോത്തമൻ മൂന്നാമത്തെ നിലയിൽ ഒരു മുറിയിലായിരുന്നു താമസം. എന്നേക്കാൾ കൃത്യം മൂന്നു വയസ്സ് കൂടുന്ന അയാൾ അപ്പോൾത്തന്നെ നല്ല ശമ്പളമുള്ള ആപ്പീസറായിരുന്നു.

പുരുഷോത്തമനെ കണ്ടത് എന്റെ ജീവിതത്തിലെ ഒരു വഴിത്തിരിവായി. ദൊരയ്ക്കുപോലും അയാളെ പരിചയപ്പെടാൻ ഇടയായതിൽ സന്തോഷമുണ്ടായിരുന്നു. കോഴിക്കോട്ട് പുതിയറയിൽ പ്രസിദ്ധമായ 'ഇടവലം' എന്ന വലിയ കുടുംബത്തിലെ അംഗം. മാങ്കാവിൽ കോവിലകത്തെ ഒരു തമ്പുരാനായിരുന്നു അച്ഛൻ. അദ്ദേഹമാണെങ്കിൽ നല്ല കവിതാവാസനയുള്ള ഒരു സഹൃദയൻ.

മക്കൾ മൂന്നു പേരുണ്ടായിരുന്നതിൽ മൂത്തവനായിരുന്നു പുരുഷോത്തമൻ. രണ്ടാമൻ രഘൂത്തമൻ. ഇന്നില്ല. എയർഫോഴ്സിലായിരുന്നു പണി. മൂന്നാമൻ സർവ്വോത്തമൻ അന്ന് ഇന്റർ മീഡിയറ്റിന് കോഴിക്കോട് ഗുരുവായൂരപ്പൻ കോളേജിൽ പഠിക്കുകയായിരുന്നു.

ധാരാളം എഴുതുകയും വായിക്കുകയും ചെയ്തിരുന്ന പുരുഷോത്തമൻ മദിരാശിയിലെ ക്രിസ്ത്യൻകോളേജിലാണ് എം.എയ്ക്ക് പഠിച്ചത്. നല്ല ഇംഗ്ലീഷിന് പ്രസിദ്ധനായിരുന്ന അയാൾ ഇംഗ്ലീഷ് എം.എ.യാണെങ്കിലും മലയാളത്തിനോട് അശേഷം പുച്ഛമുണ്ടായിരുന്നില്ല. എല്ലാത്തിനും പുറമെ അയാൾ കേരളത്തിലെ പല എഴുത്തുകാരുമായി പരിചയത്തിലായിരുന്നു. 'മലബാറിലെ ശിക്കാറ്' എന്ന മഹാഗ്രന്ഥത്തിന്റെ കർത്താവായ ശിവദാസമേനോന്റെ ശിഷ്യനുമായിരുന്നു.

പിറ്റേ ദിവസം പണിയൊന്നുമില്ലെങ്കിൽ എന്നോടങ്ങോട്ടു ചെല്ലാൻ പുരുഷോത്തമൻ പറഞ്ഞു. അന്ന് ഞായറാഴ്ചയായിരുന്നതുകൊണ്ട് അയാൾക്ക് ഒഴിവായിരുന്നു. പുരുഷോത്തമനെന്താണു വിചാരിച്ചിരുന്നതെന്ന് ഞാൻ ചോദിച്ചില്ല. അയാളെന്നോട് പറഞ്ഞുമില്ല.

ഞായറാഴ്ച എല്ലാവർക്കും ഉത്സാഹമാണ്. മിക്കവരും നല്ലവണ്ണം ഉറങ്ങും. ചിലർ സിനിമയ്ക്ക് പോകും. വേറെ ചിലർ ദേഹണ്ണം പൊടിപൊടിയ്ക്കും. ഇനി ചിലർ മാർക്കറ്റിൽ പോയി ഒന്നാംതരം പച്ചക്കറിയും മറ്റു സാമാനങ്ങളും വാങ്ങും. എന്നാൽ ദൊരയ്ക്ക് ഇവയിലൊന്നും താത്പര്യമില്ലായിരുന്നു. അയാളൊരു മുഴുക്രിക്കറ്റ്കമ്പക്കാരനായിരുന്നു.

ഇതിനിടയിൽ സിനിമയ്ക്ക് പോകുന്ന ഒരു വിദ്വാൻ എന്നെ ക്ഷണിച്ചു. എന്നാൽ ഞാനാ ക്ഷണം നിരസിയ്ക്കയാണുണ്ടായത്. സിനിമാക്കമ്പം എനിയ്ക്കശേഷമില്ലായിരുന്നു. എഴുപത്തേഴു വയസ്സ് നടന്നുകൊണ്ടിരിയ്ക്കുന്ന ഞാൻ ജീവിതത്തിൽ രണ്ടു ഡസൻ സിനിമകളെ കണ്ടിട്ടുള്ളു. അതും വായിച്ചിട്ടുള്ള വിശ്വപ്രസിദ്ധങ്ങളായ ചില നോവലുകളെ ആസ്പദമാക്കി നിർമ്മിച്ചവ!

കാലത്ത് പതിനൊന്നുമണിയോടെ ഞാൻ വൈ.എം.സി.എയിലേയ്ക്ക് പുറപ്പെട്ടു. വഴിയൊക്കെ ദൊര ഉപദേശിച്ചുതന്നിരുന്നു. ചെമ്പൂരിൽനിന്ന് വണ്ടികയറിയാൽ വി.ടി.യിൽ ചെന്നേ ഇറങ്ങേണ്ടു. അതുകൊണ്ട് പിഴയ്ക്കുന്ന കഥ തീരെ ഇല്ലായിരുന്നു.

എന്നാലും മാൺകൂർ നിന്നുവരുന്ന വണ്ടി ചെമ്പൂർ പ്ലാറ്റ്ഫോമിലെത്തുന്നതു കണ്ടപ്പോൾ ഒരു ഭയം. ആദ്യമായിട്ടാണ് ഒറ്റയ്ക്കു പുറത്തിറങ്ങുന്നത്. ഭാഷയാണെങ്കിൽ മലയാളമൊഴിച്ച് ഒന്നും തന്നെ എനിക്കറിയുകയുമില്ല. എന്നിട്ടും വിഷമമുണ്ടായില്ല. ടിക്കറ്റ് കൗണ്ടറിന്റെ മുമ്പിലെത്തി വി.ടി. എന്ന് മാത്രം പറഞ്ഞപ്പോൾ ക്യൂവിൽനിന്ന് ടിക്കറ്റ് കിട്ടി. തലവേദന വണ്ടിയിലേക്ക് കയറുക എന്നതായിരുന്നു. ആയിരക്കണക്കിനാളുകളാണ് പ്ലാറ്റ്ഫോമിൽ. പതുക്കെകേറാൻ തുടങ്ങിയ എന്നെ പിന്നിൽ നിൽക്കുന്നവർ ശക്തിയായി തള്ളിയതുമൂലം സെക്കന്റുകൊണ്ട് ഞാൻ വണ്ടിയ്ക്കുള്ളിലായി. പറയുന്നത് അറിയാത്ത ഭാഷയിലാകകൊണ്ട് അർത്ഥം അശേഷം മനസ്സിലായില്ല. യാത്രക്കാർ എന്നെക്കുറിച്ചു പറഞ്ഞിരുന്നത് ആഭാസമായ ഭാഷയിലായിരുന്നുവെന്ന് പല മാസങ്ങൾക്കുശേഷമാണ് എനിക്കു മനസ്സിലായത്.

കഷ്ടിച്ച് ഒരു മിനുട്ട് മാത്രം നിൽക്കുന്ന ആ വണ്ടിയിൽ നിറച്ചും യാത്രക്കാരുണ്ടായിരുന്നു. അടുത്ത സ്റ്റേഷൻ കുർളയാണ്. എനിക്ക് ഊഹിക്കാൻ പോലും സാധിയ്ക്കാത്ത വേഗമാണ് വണ്ടി സ്പീഡ് എടുത്തത്. ഇലക്ട്രിക്ക് ട്രെയിൻ അങ്ങനെയാണത്രേ!

കുർളയിൽ ഒരുപാട് പേർ ഇറങ്ങി. അവിടെ സെൻട്രൽ റെയിൽവേയ്ക്ക് തന്നെ ഒരുപാട് റെയിലുകളും പ്ലാറ്റുഫോറങ്ങളുമുണ്ട്. അരികിൽതന്നെ വെസ്റ്റേൺ റെയിൽവേയുടെ പ്ലാറ്റുഫോറങ്ങൾ! അതും എട്ടുപത്തെണ്ണമുണ്ടാകാമെന്നു തോന്നുന്നു.

കുർളയിൽനിന്ന് എനിക്കിരിയ്ക്കാൻ സ്ഥലം കിട്ടി. ഞാൻ പോകുന്ന വണ്ടി ഹാർബർ ബ്രാഞ്ച് വഴി വി.ടി.യിലെത്തുന്നതായിരുന്നു. അക്കാര്യം ദൊര എന്നോടു പറഞ്ഞിരുന്നില്ല. എന്നാലും വണ്ടി വി.ടി.യിലെത്തുമെന്നുള്ളതുകൊണ്ട് ഞാൻ പേടിക്കാൻ കൂട്ടാക്കിയില്ല. ഏതാണ്ടൊരു മണിക്കൂർ കഴിഞ്ഞപ്പോഴേയ്ക്കും പല സ്റ്റേഷനിലും നിന്ന് ഞാൻ സഞ്ചരിച്ചിരുന്ന വണ്ടി വി.ടിയിലെത്തുക തന്നെ ചെയ്തു.

വിക്റ്റോറിയ ടെർമിനസ്സ് എന്ന വി.ടി. എന്നെ വല്ലാതെ അദ്ഭുതപ്പെടുത്തി. പുരുഷോത്തമനെ കാണാൻ ദൊരയൊന്നിച്ച് പോയതും മടങ്ങിയതും ബസ്സിനായതുകൊണ്ട് വി.ടി.സ്റ്റേഷൻ കാണാൻ കഴിഞ്ഞിരുന്നില്ല.

സ്റ്റേഷനിൽനിന്ന് എങ്ങിനെ പുറത്തു കടക്കുമെന്നാലോചിച്ച് നിൽക്കുമ്പോൾ പുരുഷാരം ചില വഴികളിലൂടെ തിരക്കിട്ട് പുറത്തിറങ്ങുന്നതു കണ്ടു. അതു വഴി ഞാനും പുറത്തുകടന്നു. അപ്പോളാണ് പുറത്തെ റോഡിലെ തിരക്ക് എനിക്ക് അറിയാനായത്. വലിയ അക്ഷരത്തിൽ 'ടൈംസ് ഓഫ് ഇൻഡ്യാ' എന്ന് പേരെഴുതിയ ഒരു കൂറ്റൻ കെട്ടിടമായിരുന്നു റോഡിന്റെ മറുവശത്ത്.

ബസ്സുകൾ ഒന്നിനു പുറകെ മറ്റൊന്നായി വന്നും പോയുമിരുന്നു. പുരുഷോത്തമൻ താമസിക്കുന്ന കൊളാബയ്ക്ക് അവിടുന്ന് രണ്ടു നാഴികകൂടിയുണ്ട്. ബസ്സിനാണെങ്കിൽ അതിവേഗം എത്താം. എന്നാൽ ഏതു ബസ്സിൽ കേറണമെന്നറിയാതെ മിഴിച്ചുനിന്ന ഞാൻ ഒടുവിൽ നടക്കാൻ തന്നെ നിശ്ചയിച്ചു. ഭാഷ എനിയ്ക്ക് വല്ലാത്ത കീറാമുട്ടിയായിരുന്നു.

'കൊളാബ കൊളാബ'യെന്നു മാത്രം പറഞ്ഞുകൊണ്ട് ആംഗ്യത്തിലൂടെ വഴി ചോദിച്ച എനിക്ക് ഒരു മാന്യൻ വഴി ചൂണ്ടിക്കാട്ടിത്തന്നു. എന്നാൽ ധാരാളം മലയാളികൾ ആ തിരക്കിലുണ്ടായിരുന്നിട്ടും ഒരൊറ്റ മനുഷ്യനും എന്നെ സഹായിക്കാൻ വന്നില്ല. അവരെല്ലാം ഹിന്ദിയോ ഇംഗ്ലീഷോ മാത്രമേ അറിയൂ എന്നാണു നടിച്ചത്. രണ്ടും കല്പിച്ച് ഇറങ്ങിയ ഞാൻ റോഡ് മുറിച്ചുകടക്കാൻ നന്നെ ബുദ്ധിമുട്ടി. വണ്ടിയോട്ടക്കാരനായ എന്നെപ്പോലും അവിടെ കണ്ട ട്രാഫിക്ക് ഭയപ്പെടുത്തിയെങ്കിൽ നാട്ടിൽ നിന്നെത്തുന്ന ഒരു സാധാരണക്കാരന്റെ കഥ പറയാതിരിക്കയാകും ഭേദം. പല വണ്ടികളും മുട്ടാതിരിയ്ക്കാനായി ബ്രേക്ക് ചെയ്തു. ചിലരെന്നെ തുറിച്ചുനോക്കിക്കൊണ്ട് എന്തെല്ലാമൊ പുലഭ്യം പറഞ്ഞു. എന്നാൽ ഞാനവയൊന്നും കേട്ടതായി നടിച്ചില്ല. കാഴ്ചകൾ കണ്ടും കച്ചവടത്തിന്റെ തിരക്കു ശ്രദ്ധിച്ചും ഞാൻ പതുക്കെ നടന്നു. ഞായറാഴ്ചയായിട്ടും സ്ഥിതി ഇതാണെങ്കിൽ മറ്റു ദിവസങ്ങളിലെ ബഹളം എന്തായിരിക്കും? ഫ്ളോറാഫൗണ്ടനിൽ എത്തിയ ഞാൻ അവിടെ കണ്ടത് നന്നെ ചെറിയ ഒരു ജലധാര മാത്രമാണ്. പല റോഡുകൾ വന്നുചേരുന്ന അവിടെ റോഡിന്റെ നടുവിലായി ധാരാളം സ്ഥലം വണ്ടികൾക്കു പാർക്ക് ചെയ്യാനായി നീക്കിവെച്ചിരുന്നു. അവയ്ക്കെല്ലാം അകത്തുകടക്കാനും പുറത്തുപോകാനും നിശ്ചിതമാർഗ്ഗങ്ങളുണ്ട്. ഫ്ളോറാഫൗണ്ടനിൽ നിന്ന് പുരുഷോത്തമൻ താമസിക്കുന്ന വോഡ്ഹൗസ് റോഡിലേക്ക് അരനാഴിക വഴിയേ ഉള്ളൂ.

കാര്യമായി വഴിപിഴയ്ക്കാതെ ഞാൻ ഏതാണ്ട് രണ്ടു മണിയോടെ വൈ.എം.സി.എയിലെത്തി. എന്നെ അദ്ഭുതപ്പെടുത്തിയത് റോഡിന്റെ നടുവിൽകൂടി അങ്ങോട്ടും ഇങ്ങോട്ടും സഞ്ചരിക്കുന്ന 'ട്രാം' എന്ന ചെറിയ തീവണ്ടികളാണ്. 15 പൈസയുടെ ടിക്കറ്റിന് കൊളാബ മുതൽ സയോൺ വരെ(ഏതാണ്ട് പത്തുപന്ത്രണ്ടു നാഴിക) അതിൽ ഞാൻ പിന്നീട് സഞ്ചരിച്ചിട്ടുണ്ട്. ഇത്തരം ട്രാം ബോംബെയിലെ പ്രധാന റോഡുകളിലെല്ലാം അക്കാലത്തുണ്ടായിരുന്നു.

വൈ.എം.സി.എയിലെത്തിയ ഞാൻ നേരെ പുരുഷോത്തമന്റെ മുറിയിലേക്കു ചെന്നു. ഭാഗ്യത്തിനപ്പോൾ അയാൾ അവിടെ എന്നെത്തന്നെ കാത്തിരിക്കുകയായിരുന്നു. അയാളുടെ സഹമുറിയനല്ലാതെ മുറിയിൽ ആരും ഉണ്ടായിരുന്നില്ല.

തനി നാടനായ ഒരാളെപ്പോലെ എന്നോട് പുരുഷോത്തമൻ പലതും ആരാഞ്ഞു. സഹമുറിയൻ യാതൊന്നിലും താത്പര്യമില്ലാത്ത ഒരു ക്രിസ്ത്യനായിരുന്നു. വർത്തമാനം പറഞ്ഞിരുന്ന് നേരം പോയതറിഞ്ഞില്ല. എന്നാൽ പുരുഷോത്തമന്റെ പരിചയം നിമിത്തം ഏറെ വൈകിയിട്ടും അയാളൊന്നിച്ച് വൈ.എം.സി.എയിൽ നിന്ന് എനിക്ക് ഭക്ഷണം കിട്ടി. നല്ല രുചിയുള്ള വൈ.എം.സി.എയിലെ ഭക്ഷണം രണ്ടു തരമുണ്ട്. ഞങ്ങൾ പച്ചക്കറി വിഭാഗത്തിലാണ് ഊണുകഴിച്ചത്. പുരുഷോത്തമൻ സാധാരണ വെജിറ്റേറിയൻ ഭക്ഷണമാണു കഴിയ്ക്കാറ്.

നാലുനാലരയോടെ ചായ വന്നു. അതും ഗംഭീരനായിരുന്നു. എന്നിട്ട് ഞങ്ങൾ പുറത്തിറങ്ങി. എന്നാലെങ്ങോട്ടാണ് അയാൾ കൊണ്ടുപോകുന്നതെന്ന് എനിക്ക് തീരെ അറിയില്ലായിരുന്നു.

എൺപത്തിരണ്ട് ലിമിറ്റഡ് എന്ന് പേരെഴുതിയ ഒരു ബസ്സിലാണ് ഞങ്ങൾ കേറിയത്. അത് ഫ്ളോറഫൗണ്ടനിൽനിന്ന് സാന്താക്രൂസ് ഡെപ്പോവരെ പോകുന്നതായിരുന്നു. ഏതാണ്ട് പകുതി വഴിയ്ക്കുള്ള 'മാഹിം' എന്ന സ്ഥലത്താണ് ഞങ്ങൾ ബസ്സിറങ്ങിയത്. എന്നിട്ട് കേറിച്ചെന്നത് ജോസഫ് ജോൺ എന്ന ഒരു കോട്ടയത്തുകാരന്റെ ഗൃഹത്തിലും.

സ്റ്റേറ്റ് ട്രാൻസ്പോർട്ടിലെ പബ്ലിക്ക് റിലേഷൻ വകുപ്പിൽ ജോലിയുള്ള അദ്ദേഹം പഴയ ഒരു കോൺഗ്രസ്സുകാരനും കെ.എം.മുൻഷിയുടെ വാത്സല്യ ഭാജനവുമായിരുന്നു.

ഒരു പുരോഹിതന്റെ മകനായ അദ്ദേഹം പള്ളിക്കാരുടെ സഹായം കൊണ്ടാണത്രെ പഠിച്ചത്. അദ്ദേഹത്തിന്റെ ഭാര്യയും ഒരു പുരോഹിതന്റെ മകളായിരുന്നു. ഏഴു പെണ്ണുങ്ങളും ഒരു മകനുമുള്ള പുരോഹിതൻ പള്ളിക്കാരുടെ സഹായം കൊണ്ട് എല്ലാവർക്കും അത്യുന്നതവിദ്യാഭ്യാസം വരെ നൽകിയത്രെ. ആ സഹോദരിമാരിൽ അഞ്ചാമത്തെയായിരുന്നു ജോസഫ് ജോണിന്റെ ഭാര്യ. ശുദ്ധനാടൻ സമ്പ്രദായത്തിലുള്ള അവരും ഇംഗ്ലീഷ് എം.എ വരെ പഠിച്ചു. ഏതോ ഒരു കോളേജിൽ പഠിപ്പിക്കുന്നുണ്ടായിരുന്നു, അവരക്കാലത്ത്.

രണ്ടു കുട്ടികളാണവർക്കുണ്ടായിരുന്നത്. എട്ടൊമ്പതു വയസ്സായ മധു ജോസഫും മല്ലിക എന്നു പേരായ, മല്ലു എന്നു വിളിയ്ക്കുന്ന രണ്ടുവയസ്സായ പെൺകുട്ടിയും.

ഞങ്ങൾ കേറിച്ചെന്നപ്പോൾ സമയം ഏതാണ്ട് ആറുമണി. മല്ലുവിനെ കുളിപ്പിക്കാനായി എണ്ണതേച്ച് നിർത്തിയിരിയ്ക്കുകയായിരുന്നു. പടുവികൃതിയായ മല്ലു എല്ലാദിക്കിലും എണ്ണയാക്കുക എന്ന സൽക്കർമ്മം മുറയ്ക്ക് നടത്തിയിരുന്നു. പുരുഷോത്തമനെ കണ്ട ഉടൻ എണ്ണതേച്ച ആ രൂപത്തിൽതന്നെ 'പുരുഷോത്തമ മാമ' എന്ന് പറഞ്ഞുകൊണ്ട് ഓടിച്ചെന്ന് കെട്ടിപ്പിടിച്ചു.

അപ്പോഴേയ്ക്ക് ലഹളകൂട്ടിക്കൊണ്ട് അതിന്റെ അമ്മ(ഞാൻ മമ്മിയെന്നാണ് വിളിയ്ക്കാറ്) ഓടിയെത്തി. അലക്കിത്തേച്ച വെളുത്ത ഷർട്ടിൽ എണ്ണയായതുകൊണ്ട് പുരുഷോത്തമന് പരിഭവമില്ലായിരുന്നു. ആ കുട്ടിക്കാണെങ്കിൽ എന്തെന്നില്ലാത്ത സന്തോഷവും.

ജോസഫ് ജോണിനോട് പുരുഷോത്തമൻ എന്റെ വർത്തമാനങ്ങളെല്ലാം പറഞ്ഞു. ചായകുടിച്ച് വർത്തമാനം പറഞ്ഞിരുന്ന ഞങ്ങൾ ഏതാണ്ടെട്ടുമണിയായപ്പോളാണ് പിരിഞ്ഞത്. എന്നെ പുരുഷോത്തമൻ ദാദറിൽനിന്ന് ചെമ്പൂർ വഴി മാങ്കൂർക്ക് പോകുന്ന വണ്ടി കയറ്റിവിട്ടു. അയാൾ നേരെ വൈ.എം.സി. എയിലേയ്ക്ക് പോവുകയും ചെയ്തു.

മുറിയിലേതാണ്ട് ഒമ്പതരയ്ക്കെത്തിയ ഞാൻ കുളിച്ച് ഭക്ഷണം കഴിച്ച് ഉണ്ടായ സകലവിവരവും വള്ളിപുള്ളിവിടാതെ പറഞ്ഞു. അപ്പോളാണ് പുരുഷോത്തമൻ ബോംബെയിൽ ധാരാളം പ്രസിദ്ധനാണെന്ന് ഞാൻ ആദ്യമായറിഞ്ഞത്.

എന്റെ വർത്തമാനം കേട്ടവരിൽ പലരും പുരുഷോത്തമന്റെ സാഹിത്യ പ്രസംഗം കേട്ടിട്ടുണ്ട്. ഒന്നുരണ്ടുപേർ അയാളെ അറിയുമെന്നും പറഞ്ഞു.

എന്നാൽ ജോസഫ്ജോൺ എന്ന പബ്ളിക്ക് റിലേഷൻ മാനേജരെ ആർക്കും അറിയില്ലായിരുന്നു. നല്ലൊരു ജേർണലിസ്റ്റ് കൂടിയായ അദ്ദേഹം സ്റ്റേറ്റ് ട്രാൻസ്പ്പോർട്ട് നടത്തിയിരുന്ന ഒരു മാസികയുടെ പത്രാധിപരും വളരെ ശാന്തശീലനുമായിരുന്നു.

തുടർന്ന് ആഴ്ചയിൽ രണ്ടുമൂന്നു ദിവസം ഞാൻ പുരുഷോത്തമനെ കാണാൻ പോകും. അയാൾക്ക് അതിൽ സന്തോഷമേ ഉണ്ടായിരുന്നുള്ളു. ആപ്പീസ് സമയത്താണെങ്കിൽ ഞാൻ 'മഹേന്ദ്രാ ആന്റ് മഹേന്ദ്ര'യിൽ പോകും. അവിടെ പലപ്പോഴും കാത്തിരിയ്ക്കേണ്ടിവരാറുണ്ട്.

ഒരിയ്ക്കൽ ഇടയ്ക്കിടയ്ക്ക് കാണാൻ വരുന്ന ഈ വിദ്വാനാരാണെന്ന് പുരുഷോത്തമന്റെ ബോസ് പാലിയത്ത് ചോദിക്കുക്കയുണ്ടായി. മലയാളമല്ലാതെ മറ്റ് ഭാഷകളൊന്നുമറിയാത്ത മലയാളത്തിലെ മികച്ച ഒരു യുവകവിയാണെന്ന് പുരുഷോത്തമൻ പാലിയത്തിനോട് തട്ടിവിട്ടു. അന്നുമുതൽ അദ്ദേഹം എന്നെ 'കവി'യെന്നാക്കി വിളി.

ഇതെന്റെ ആത്മവിശ്വാസം വല്ലാതെ വർദ്ധിപ്പിച്ചു. അയാളുടെ ആപ്പീസിലുണ്ടായിരുന്ന എല്ലാവരും എന്നെ ശ്രദ്ധിക്കാൻ തുടങ്ങി. കവിക്ക് എപ്പോൾ ചെന്നാലും കമ്പനി വക ചായയും ബിസ്ക്കറ്റും ഉറപ്പായി. പുരുഷോത്തമൻ അക്കാലത്ത് മഹേന്ദ്ര ആൻഡ് മഹേന്ദ്ര യിലെ അസിസ്റ്റന്റ് പർച്ചേസാപ്പീസറായിരുന്നു.

എല്ലാത്തിനും പുറമെ പുരുഷോത്തമന്റെ ഭാഷ വളരെ നല്ലതായിരുന്നു വത്രെ! അതുകൊണ്ട് പാലിയത്തുതുടങ്ങി പല വലിയ ആപ്പീസർമാരും കത്തെഴുതുന്നതിൽ പുരുഷോത്തമന്റെ സഹായം തേടാറുണ്ട്. ഇന്ത്യൻ ഇംഗ്ലീഷിനെക്കുറിച്ച് പുരുഷോത്തമന്റെ അഭിപ്രായം മോശമായിരുന്നുവെങ്കിലും സായിപ്പിന്റെ ഇംഗ്ലീഷിനോട് വലിയ മതിപ്പായിരുന്നു. തനി നാടനായ അയാൾ പലപ്പോഴും തനി സായിപ്പായി മാറുന്നത് ഞാൻ കണ്ടിട്ടുണ്ട്.

പുരുഷോത്തമന്റെ സഹായത്തോടെ ഞാൻ പലരേയും കണ്ടിട്ടുണ്ട്. അവരിലധികം പേരും വലിയ ആപ്പീസർമാരും അതിസമർത്ഥരുമായിരുന്നു. ചിലർ ഉള്ളിലൊന്നും പുറത്തു മറ്റൊന്നുമായി ഭംഗിയായിട്ടഭിനയിക്കാൻ പഠിച്ചവരുമായിരുന്നു.

എന്നാൽ ഇതിനെല്ലാം എതിർദിശയിലായിരുന്നു ജോസഫ് ജോൺ. ഇത്രമാത്രം നല്ലവനും സത്യസന്ധനുമായ ഒരാളെ ഞാൻ അധികം കണ്ടിട്ടില്ല.

ദിവസങ്ങൾ നീങ്ങിക്കൊണ്ടിരിയ്ക്കെ ഒരു ദിവസം ജോസഫ് ജോൺ എനിക്കൊരു പണിയേർപ്പാട് ചെയ്തുതന്നു. ദാദറിലുള്ള ഒരു ബോഡി ബിൽഡിങ്ങ് കമ്പനിയിലായിരുന്നു അത്. ചേസിസ്സായിക്കൊണ്ടുവരുന്ന വലുതും ചെറുതുമായ വണ്ടികൾക്ക് ബോഡിയുണ്ടാക്കികൊടുക്കുകയായിരുന്നു അവിടെ. എന്നാൽ എന്റെ പണി അവരുടെ വക കാറോടിയ്ക്കലായിരുന്നു. ഒപ്പം ആവശ്യമായ മറ്റു സഹായങ്ങളും ചെയ്യണം.

മൂന്നുപേരുടെ വകയായിരുന്നു 'ഇൻഡ്യാ ബോഡി ബിൽഡേഴ്സ്' എന്ന കമ്പനി. ശമ്പളം അറുപതുരൂപ. ഒരു ഗുജറാത്തിയും ഒരു മഹാരാഷ്ട്രീയനും ഒരു സിന്ധിയുമായിരുന്നു ഉടമസ്ഥൻമാർ.

മഹാരാഷ്ട്രക്കാരനെ ഞാൻ അഞ്ചാറു മാസത്തിനകത്ത് ഒന്നുരണ്ടു തവണയെ കണ്ടിട്ടുള്ളു. പണികളെല്ലാം നോക്കിയിരുന്നത് ഗുജറാത്തിയായിരുന്നതു

കൊണ്ട് രാത്രി കാറ് അയാളുടെ സ്ഥലത്താണ് പാർക്ക് ചെയ്യാറ്. ഗുജറാത്തിയോടു ചോദിച്ച് ചിലപ്പോൾ കമ്പനിയാവശ്യത്തിനായി സിന്ധിയും കാറുപയോഗിയ്ക്കാറുണ്ടെങ്കിലും അധികവും ഗുജറാത്തിയാണ് വണ്ടി ഉപയോഗിച്ചിരുന്നതും എനിക്ക് ശമ്പളം തന്നിരുന്നതും.

അറുപതുരൂപയെന്ന് കേൾക്കുമ്പോൾ ചിലർക്ക് ചിരിവരാം. എന്നാൽ അന്ന് ഹോട്ടലിൽനിന്ന് ഒരു മാസത്തെ രണ്ടുനേരത്തെ ഭക്ഷണത്തിനുള്ള കാർഡിന് 21 രൂപയായിരുന്നു വില. അതും ഒന്നാംതരം ഭക്ഷണം. എത്ര വേണമെങ്കിലും കഴിക്കാം. ചോറുമാത്രം ആഴ്ചയിൽ രണ്ടുമൂന്ന് ദിവസമേ കിട്ടൂ. അതും എണ്ണക്കിണ്ണംപോലുള്ള ചെറിയ കപ്പുകൊണ്ട് രണ്ട് കപ്പ്. അക്കാലത്ത് പത്തുപതിനഞ്ചുരൂപവരെ എനിക്ക് സകല ചിലവും കഴിച്ച് സൂക്ഷിക്കാൻ കഴിഞ്ഞിരുന്നു. താമസം അപ്പോഴും ചെമ്പൂരിൽ ദൊരയൊന്നിച്ചുതന്നെയായിരുന്നു.

ഒരിയ്ക്കൽ ദൊരയുടെ ഏട്ടൻവശം വാടകയിനത്തിൽ ഞാനൊരു സംഖ്യ ഏല്പിക്കുകയുണ്ടായി. എന്നാലിഷ്ടൻ അതുവേണ്ടെന്നു പറഞ്ഞ് മടക്കിത്തന്നു. ദൊരയോട് വളരെ പറഞ്ഞുനോക്കിയെങ്കിലും കാശെല്ലാം ഇപ്പോൾ വേണ്ട എന്നയാൾ നിഷേധിച്ചതെയുള്ളു.

താമസിയ്ക്കാനൊരിടം കിട്ടുക ബോംബെയിലെളുപ്പമല്ല. നമ്പൂതിരിയായ എനിക്ക് ഒരതൃത്തിയിലധികം വൃത്തികേടിലേക്ക് ഇറങ്ങിപ്പോകാനും വയ്യ. കുളിക്കണം. അല്പം വിശ്രമിക്കണം. അതിനുള്ള സൗകര്യം വേണമെങ്കിൽ വലിയ സംഖ്യതന്നെ മുടക്കിയാലെ പറ്റു. ഇതെന്നെ വല്ലാതെ വിഷമിപ്പിച്ചു.

രണ്ടുംകല്പിച്ച് ദൊരയുടെ സ്ഥലത്തുതന്നെ ചടഞ്ഞുകൂടാൻ ഞാൻ തീർച്ചയാക്കി. എന്നാൽ അത് ദൊരയ്ക്ക് വിഷമമാകുമോ എന്നായി എന്റെ ഭയം. അതൊന്നും സാരമില്ലെന്നേ അയാൾ പറയൂ. പക്ഷേ അയാളുടെ ഏട്ടന്റെയാണ് സ്ഥലം. ഞാനൊഴിച്ച് അവിടെ താമസിക്കുന്ന എല്ലാവരോടും പ്രതിമാസം ഭക്ഷണത്തിനും വീട്ടുവാടകയ്ക്കുമായി അയാൾ ഒരു സംഖ്യ വാങ്ങുന്നുണ്ട്.

അതുകൊണ്ടാണ് കാലത്ത് ഒരു കാപ്പിയൊഴിച്ച് ബാക്കിയെല്ലാം ഞാൻ പുറത്താക്കിയത്. അതിൽ ദൊര പരിഭവിച്ചുവെങ്കിലും ഞാൻ കൂട്ടാക്കിയില്ല. പുറമെ സൂത്രത്തിലിടയ്ക്ക് കുറേശ്ശെ പച്ചക്കറിയും വാങ്ങി ക്കൊടുക്കാൻ തുടങ്ങി. ഞാൻ ജോലിചെയ്യുന്ന കമ്പനിയുടെ അരികിൽത്തന്നെയായിരുന്നു ദാദറിലെ പച്ചക്കറിമാർക്കറ്റ്.

പച്ചക്കറി അവർ സ്വീകരിക്കണമെങ്കിൽ ഞാൻ ഞായാറാഴ്ചയെങ്കിലും അവരൊന്നിച്ച് ഭക്ഷണം കഴിക്കണമെന്നായി വാശി. അവസാനം ഞാനതു സമ്മതിക്കുകയാണുണ്ടായത്.

ഭാഷയുടെ കാര്യമൊഴിച്ചാൽ ബോംബെയിൽ വണ്ടിയോടിക്കാൻ എനിക്ക് വിഷമം തീരെയുണ്ടായില്ല. കമ്പനി പാർട്നർ സിന്ധി ഒരു ശുണ്ഠിക്കാരനായിരുന്നു. ഇതെന്നെ സാമാന്യം സങ്കടപ്പെടുത്തുകയുണ്ടായി. കാർഫോഡ് മാർക്കറ്റിലേക്ക് കാറുമായി പോകുമ്പോൾ അയാളൊരു സ്ഥലത്തുവെച്ച് എന്നോട് 'സീതാ ജാവോ' എന്നു പറഞ്ഞു. അർത്ഥമറിയാതെ വിഷമിച്ച ഞാൻ രാമായണത്തിലെ സീതയെ മാത്രമെ കേട്ടിട്ടുള്ളു. വണ്ടി നിർത്തി ആംഗ്യം കൊണ്ട് പിന്നെയും വഴി ചോദിച്ചപ്പോൾ അയാൾ വീണ്ടും എന്നോട് 'സീതാ ജാവോ' എന്നു പറഞ്ഞു. പന്തം കണ്ട പെരുച്ചാഴിയെപോലെ ഞാനയാളെ നോക്കിയപ്പോൾ അയാൾ നല്ലവണ്ണം ചൂടായി. എന്നിട്ട് എന്തൊക്കെയൊ

അശ്ലീലം ഹിന്ദിയിൽ വിളിച്ചുപറഞ്ഞു. അയാൾ പറഞ്ഞ വാക്കുകളുടെ അർത്ഥം എനിക്ക് മനസ്സിലായില്ലെങ്കിലും സ്വരവും ഭാവവും എന്നെ വല്ലാതെ വേദനിപ്പിച്ചു. എന്റെ സങ്കടം ഒരു ദിവസം ഞാൻ ഗുജറാത്തിയോട് പറഞ്ഞു. ഭാഷയറിയാത്ത എന്നോട് മര്യാദകെട്ട ഭാഷയിലായിരുന്നു സിന്ധി സംസാരിച്ചതെന്നായിരുന്നു അതിന്റെ രത്നചുരുക്കം.

ഗുജറാത്തി സിന്ധിയോട് എന്താണുണ്ടായതെന്നു ചോദിച്ചിട്ടുണ്ടാകണം. അയാൾ എന്തു മറുപടി പറഞ്ഞെന്ന് എനിക്കറിയുകയുമില്ല. കഷ്ടകാലത്തിന് അത് എന്റെ പണിയെയാണ് ബാധിച്ചത്. ഗുജറാത്തി സിന്ധിയുമായിട്ട് ഇക്കാര്യത്തിൽ എനിയ്ക്ക് വേണ്ടി ലഹളകൂട്ടാൻ തയ്യാറായില്ല. ഫലം ഒരു മാസത്തെ നോട്ടീസ് ശമ്പളം വാങ്ങി എന്നോട് പിരിഞ്ഞുപോകാൻ ആ മനുഷ്യൻ സൗഹൃദപൂർവ്വം പറഞ്ഞു.

വൈ.ഡബ്ള്യു.സി.എ.

വെട്ടെന്ന് ഒരു ദിവസം ജോലിയില്ലാതായപ്പോൾ ഞാൻ മേൽപ്പോട്ട് നോക്കുക തന്നെ ചെയ്തു. സംഗതികളെല്ലാം അറിഞ്ഞ പുരുഷോത്തമൻ അതൊന്നും സാരമാക്കേണ്ടെന്ന് പറഞ്ഞു. എന്നിട്ട് നാലഞ്ചുദിവസത്തിനകത്ത് ഒരു ജോലി ഏർപ്പാടാക്കിത്തന്നു. അത് വൈ.എം.സി.എയുടെ തൊട്ടുപിറകിലുള്ള വൈ. ഡബ്ല്യു.സി.എ.യിലായിരുന്നു.

അതിനുള്ള കാര്യമായ മെച്ചം അവിടെ താമസിക്കാനിടമുണ്ടെന്നുള്ളതാണ്. മുറി ഒരു കാവൽക്കാരൻ ഗൂർഖയുമായി പങ്കിടണമെന്നേയുള്ളു. തൊട്ടടുത്തു തന്നെ ജലസമൃദ്ധിയുള്ള വലിയ ഒരു കുളിമുറിയുണ്ട്. അതിനകത്ത് വെളിച്ചം നന്നെ കഷ്ടിയായിരുന്നു. ഇലക്ട്രിസിറ്റി കണക്ഷൻ എടുക്കാൻ ഉപായവുമില്ല.

ഞാൻ ആ വിവരം മിസ്സ് ആഞ്ചിസ്സ് എന്ന തമിഴ്നാട്ടുകാരി സെക്രട്ടറിയോടു പറഞ്ഞുനോക്കി. വെള്ളം ധാരാളമുണ്ടല്ലോ, വിളക്കില്ലെങ്കിലെന്താ? എന്നായിരുന്നു അവരുടെ മറുപടി.

'കൊച്ചുതൊമ്മൻ' എന്ന കവിത ഞാൻ വായിച്ചിരുന്നില്ല. എന്നാൽ പെണ്ണുങ്ങൾ മാത്രം താമസിയ്ക്കുന്ന വൈ.ഡബ്ല്യു.സി.എ.യിൽ ക്ലാരമാരെ തേടി കൊച്ചുതൊമ്മൻമാർ ധാരാളം എത്തിക്കൊണ്ടിരുന്നു. അധികം പേരും ജോലിയുള്ളവരും അവിവാഹിതരുമായിരുന്നു. ഏതാണ്ട് നൂറിലധികം പെൺകുട്ടികൾ പാർക്കുന്ന വൈ.ഡബ്ല്യു.സി.എ.യിലെ അതിഥികളെ സ്വീകരിക്കുന്ന വിശാലമായ മുറിയിൽ ആണും പെണ്ണും തമ്മിലുള്ള ചുംബനങ്ങളുടെയും കെട്ടിപ്പിടിക്കലിന്റെയും തിരക്കാണ് എന്നും വൈകുന്നേരം. അതും പരസ്യമായിത്തന്നെ.

തൊട്ടരികിലുള്ള സുന്ദരിയോട് കൊഞ്ചുന്ന ചെറുപ്പക്കാരൻ അപ്പുറത്തിരിക്കുന്ന സുന്ദരി മറ്റൊരാളെ കെട്ടിപ്പിടിച്ച് ഉമ്മവെയ്ക്കുന്നതിൽ ഒട്ടും അനൗചിത്യമോ ലജ്ജയോ കണ്ടിരുന്നില്ല. ഏതാണ്ട് പത്തിരുപത് ജോഡി കാമുകീകാമുകന്മാർ രാത്രി പത്തുമണിവരെ അവിടെ എന്നുമുണ്ടാകും.

പലരും ഭക്ഷണം കഴിക്കാനായി പുറത്തേയ്ക്കു പോകും. ചിലരതു നോക്കി കൂടുതലിരുട്ടുള്ള ഭാഗത്തേയ്ക്ക് മാറിയിരിക്കും. ആ മുറിയിൽ പേരിനൊരു വിളക്കുണ്ടായിരുന്നുവെന്നല്ലാതെ ആ വെളിച്ചത്തിൽ വായിക്കാനൊന്നും പറ്റില്ല.

പെൺകുട്ടികളധികവും ആഗ്ലോ ഇൻഡ്യൻസായിരുന്നു. അപൂർവ്വം മലയാളിച്ചികളുമുണ്ടായിരുന്നു. ഒന്നുരണ്ട് സുന്ദരിമാരുമായി ഞാൻ സൗകര്യം കിട്ടിയപ്പോൾ കുശലം ചോദിച്ചു. അവർ മധ്യതിരുവിതാംകൂറിൽ നിന്നെത്തിയ ക്രിസ്ത്യൻ കുട്ടികളായിരുന്നു.

കണ്ണൂർക്കാരിയായ ഒരു യുവതിയോട് (ഏതാണ്ട് മുപ്പത്തഞ്ചു വയസ്സ് കാണും) ഞാൻ കുടുംബകാര്യങ്ങളും മറ്റും അന്വേഷിച്ചു. ഏതോ എണ്ണക്കമ്പനിയിൽ സ്റ്റെനോഗ്രാഫറായിരുന്ന അവർക്ക് വലിയ ശമ്പളമുണ്ടായിരുന്നു. എന്നാൽ കുടുംബചരിത്രം ക്ലാരയുടേതിൽ നിന്നും വളരെയൊന്നും വ്യത്യസ്തമായിരുന്നില്ല. അവരുടെ കനത്ത ശമ്പളത്തിനോടല്ലാതെ ആർക്കും കുടുംബത്തിൽ സ്നേഹമില്ലായിരുന്നു. സ്നേഹത്തിനുവേണ്ടി ദാഹിക്കുന്ന ഒരു മനസ്സായിരുന്നു അവരുടേത്.

എല്ലാത്തിലും പുറമെ എന്നെ വല്ലാതെ പ്രകോപിപ്പിച്ചത് മാസത്തിൽ പല തവണ അവിടെ അരങ്ങേറാറുള്ള നൃത്തപരിപാടികളാണ്. അതിന് വലിയ തോതിൽ കാശുമേടിക്കുമായിരുന്നു വൈ.ഡബ്ല്യു.സി.എക്കാർ. നൃത്തദിവസം എല്ലാവർക്കും ഭക്ഷണം വൈ.ഡബ്ല്യു.സി.എ.ക്കാരുടെ വകയാണ്. ഓരോ നൃത്തം കഴിയുമ്പോഴും ഇരുപത്തയ്യായിരം രൂപ വരെയാണത്രെ വൈ.ഡബ്ല്യു.സി.എക്കാരുടെ ലാഭം.

ഏതാണ്ടറുപതിനടുത്ത മിസ്സ് ആഞ്ചിസ്സ് ആണ് സെക്രട്ടറി. അതിസുന്ദരിയായി വേഷംകെട്ടി ഇരുപതും ഇരുപത്തഞ്ചും വയസ്സായ ആൺകുട്ടികളൊന്നിച്ച് അവർ നൃത്തം ചെയ്യും. ഭരണകാര്യത്തിൽ അതിനിപുണയായ ആ സ്ത്രീ തമിഴുനാട്ടുകാരിയാണെന്നതിനാൽ കറുത്തനിറത്തിനുടമയായിരുന്നു. അത് അവരെ വല്ലാതെ വിഷമിപ്പിച്ചിരുന്നുവെന്ന് എനിക്കു മനസ്സിലായി.

ഒരിയ്ക്കൽ സെക്രട്ടറിയെ കൊണ്ടുപോകുന്ന സന്ദർഭത്തിൽ പരേതനായ രാജാജി പാടാറുള്ള ഒരീരടി ഞാനവരെ ഓർമ്മിപ്പിച്ചു. 'കാളി കറുത്തല്ലേ, കാമൻ കറുത്തല്ലേ, കാളിന്ദിയാറും കറുത്തതല്ലേ, പഞ്ചമം പാടും കുയിലും കറുത്തല്ലേ, പാഞ്ചാലിതാനും കറുത്തതല്ലേ' എന്നായിരുന്നു ആ പാട്ട്. ഭംഗിയായി ഞാനിതു പാടിക്കൊണ്ട് അർത്ഥം വിശദീകരിച്ചപ്പോൾ അവർ പറഞ്ഞത് രാജാജിയ്ക്ക് അങ്ങനെ പറയാം എന്നാണ്. അവർക്കുണ്ടായിരുന്ന മനോവേദന മാറ്റാൻ തരംകിട്ടുമ്പോളെല്ലാം ഞാൻ ശ്രമിച്ചിരുന്നു. ഇത് അവരും ഞാനുമായിട്ടുള്ള ബന്ധം ശക്തമാക്കുകയും ചെയ്തു.

നൃത്തങ്ങളുള്ള ദിവസങ്ങളിൽ വൈ.ഡബ്ല്യു.സി.എ.യിലെ ജോലിക്കാർക്ക് കനത്ത പണിയാണ്. അന്ന് ഭക്ഷണം വിളമ്പുന്നവർക്കും ഉണ്ടാക്കുന്നവർക്കുമെല്ലാം ധരിക്കാൻ ശുഭ്രമായ പ്രത്യേകം വേഷങ്ങളുണ്ട്. എല്ലാവരും അവ ധരിച്ചുകൊള്ളണമെന്ന് അലിഖിതനിയമവുമുണ്ട്.

ഒരിക്കൽ രാത്രി ഒരു മണിയോടെ നൃത്തം നടക്കുന്ന ഹാളിലേയ്ക്ക് ഞാനൊന്ന് എത്തിനോക്കി. അതുകണ്ട ഒരു മാന്യൻ എന്നെ ഹാളിലേയ്ക്ക് വിളിച്ചു. ചെല്ലാൻ അമാന്തം കാണിച്ച എന്നെ അയാൾ വീണ്ടും വീണ്ടും വിളിച്ചുവെങ്കിലും ഞാൻ ചെന്നില്ല. അതയാളെ പ്രകോപിതനാക്കി.

നല്ല മദ്യലഹരിയിലായിരുന്ന അയാൾ ചിപ്സിന്റെ ഒരു പാക്കറ്റ് എടുത്ത് എന്റെ നേർക്ക് എറിഞ്ഞു. വാതിൽക്കൽ നിന്നിരുന്ന ഞാൻ അതേ പാക്കറ്റ് എടുത്ത് അയാൾക്ക് ഒരു വീക്ക് വെച്ചുകൊടുത്തു. ഇത് വലിയ കുഴപ്പത്തിനു കാരണമായി.

പെട്ടെന്ന് പത്തുമുന്നൂറ് കണ്ണുകൾ എന്റെ മേൽ വന്നുതറച്ചു. ആ മാന്യന്റെ അടുത്തേയ്ക്ക് ബലമായിത്തന്നെ അവിടുത്തെ ചില ജോലിക്കാർ എന്നെ നയിച്ചു. ഉറങ്ങാൻപോയ മിസ്സ് ആഞ്ചിസ്സുപോലും രാത്രിയിലെ കിടപ്പുവേഷത്തിൽ ഹാളിലേക്ക് വിളിച്ചു വരുത്തപ്പെട്ടു. അവരെ കണ്ട ഞാൻ ഉണ്ടായതെല്ലാം എനിയ്ക്കറിയാവുന്ന തമിഴും മലയാളവും കലർത്തി പറഞ്ഞ് മനസ്സിലാക്കാൻ ശ്രമിച്ചു. അതിന് നല്ല ഫലമുണ്ടായി. എന്റെ ഭാഗ്യം തന്നെ.

ജോലി പോകേണ്ടാ എങ്കിൽ ആ മാന്യന്റെ അടുത്തുചെന്ന് മാപ്പു ചോദിക്കാൻ മിസ്സ് ആഞ്ചിസ് എന്നോടു പറഞ്ഞു. വളരെ കർക്കശമായിട്ടാണവർ പറഞ്ഞത്. പക്ഷേ ഉള്ളിൽ എന്നെ പിരിച്ചുവിടണമെന്ന് അവർക്കുണ്ടായിരുന്നില്ല എന്നു വ്യക്തം. അതെല്ലാം അവർ പിന്നീടൊരിക്കൽ എന്നോടു പറഞ്ഞു. നല്ല വരുമാനം ഉണ്ടാക്കുന്ന നൃത്തപരിപാടികൾക്ക് മുടങ്ങാതെ എത്തുന്ന ആ ധനികനെ അവർക്ക് ഒഴിവാക്കാൻ പറ്റുമായിരുന്നില്ല.

ഉടൻതന്നെ ഞാൻ അയാളുടെ അടുത്തു ചെന്ന് കാലുപിടിച്ച് കരഞ്ഞുകൊണ്ട് മാപ്പുചോദിച്ചു. അയാൾ ശാന്തനായി. മറ്റൊരു പാക്കറ്റ് ചോക്കലെറ്റിന്റെ കവർ തന്നുകൊണ്ട് എന്നെ സമാധാനിപ്പിക്കുകയും ചെയ്തു. തുടർന്ന് ഹാളിലെ സംഗീതം തുടങ്ങുകയും എല്ലാവരും നൃത്തം തുടരുകയും ചെയ്തു.

മിസ്സ് ആഞ്ചിസ് അഞ്ചുമിനിട്ടിനുശേഷം വീണ്ടും കിടക്കാൻ പോയി. ഞാനും എന്റെ മുറിയിൽ പോയി ചാർപ്പായിയിൽ കിടന്നു. അധികം താമസിയാതെ ഉറങ്ങുകയും ചെയ്തു.

പിറ്റേദിവസം ഞാൻ ഈ വിവരം പുരുഷോത്തമനോട് വിസ്തരിച്ചു പറഞ്ഞു. അയാളെല്ലാം കേട്ടശേഷം മിസ് ആഞ്ചിസ്സിനെ കണ്ട് സംസാരിക്കാമെന്നേറ്റു. പുരുഷോത്തമൻ വഴിയ്ക്കാണ് വൈ.ഡബ്ല്യൂ.സി.എ.യിൽ ജോലി ലഭിച്ചതും തൊണ്ണൂറു രൂപ ശമ്പളം ലഭിയ്ക്കാനിടയായതും.

ഏതായാലും പാലൂരിന്റെ പണി പോയില്ല. ഞാൻ സാധാരണപോലെ എല്ലാം ചെയ്തുകൊണ്ടിരുന്നു. എന്നാൽ പുരുഷോത്തമനൊരു കാര്യം കണ്ടു പിടിച്ചു. എന്റെ ഭാഷയുടെ പരിമിതിയാണ് സകല കുഴപ്പങ്ങൾക്കും കാരണമെന്ന്. അതിന്റെ ഗുണം ഞാനിന്നും അനുഭവിക്കുന്നുണ്ട്.

കാലത്ത് ആറ് മുപ്പത് മുതൽ ഏഴ് മുപ്പതുവരെ അയാളെന്നെ ഇംഗ്ലീഷ് പഠിപ്പിക്കാമെന്നേറ്റു. അത് എനിക്കും അയാൾക്കും സൗകര്യമായിരുന്നു. പ്രാതലിന് ആരീമിൽക്ക് കോളനിയിലെ അരലിറ്ററിന്റെ കുപ്പിപ്പാലും രണ്ടു പച്ചമുട്ടയും മാത്രം കഴിച്ചിരുന്ന അയാൾക്ക് ജോലിക്ക് കൃത്യം എട്ടരയ്ക്ക് എത്തേണ്ടിയിരുന്നു. പണിസ്ഥലത്തേക്ക് വിളിച്ചാൽ കേൾക്കുന്ന ദൂരമെ വൈ.എം.സി.എയിൽ നിന്ന് ഉള്ളൂ എന്നതുകൊണ്ട് അയാളെന്നും അഞ്ചുമിനിട്ടു മുമ്പ് മാത്രമെ ആപ്പീസിലേക്ക് പോകാറുള്ളു. എനിക്കാണെങ്കിൽ സാധാരണ കാലത്ത് പത്തുമണിവരെ കാര്യമായി പണിയൊന്നും ഇല്ലതാനും.

പിറ്റേദിവസംതന്നെ ഞാൻ തൊട്ടടുത്തുള്ള വൈ.എം.സി.എ.യിലേയ്ക്ക് കാലത്ത് ആറരയ്ക്ക് എത്താൻ തുടങ്ങി. അയാളാണെങ്കിൽ അപ്പോൾ ഉണർന്ന് ചായ കുടിക്കുകയാകും. എന്നും ആവിപൊങ്ങുന്ന ഒരു ചായ അയാളുടെ വകയായുണ്ടാകും. ഞാൻ ആ ചായ അത്യന്തം രുചിയോടെ അകത്താക്കുകയും ചെയ്യും.

തനി അദ്ധ്യാപകനായ പുരുഷോത്തമൻ പിന്നെ തമാശകളികളൊന്നുമില്ലാതെ കൃത്യം ഒരു മണിക്കൂർ എനിക്ക് ഇംഗ്ലീഷ് പറഞ്ഞുതരും. ഒരു നോട്ടു പുസ്തകത്തിൽ കുറിയ്ക്കാനുള്ളത് ഞാൻ കുറിച്ചെടുക്കും. ഏഴരവരെ കട്ടിലിൽ ചമ്രംപടിഞ്ഞിരുന്നുകൊണ്ടാണ് അയാൾ ക്ലാസ്സ് എടുക്കാറ്. ഞാൻ തൊട്ടുതാഴത്ത് ഒരു ഈസിചെയറിലും ഇരിക്കും. സഹമുറിയൻ നല്ല ഉറക്കമായതുകൊണ്ട് ശബ്ദമുണ്ടാക്കാതെ വളരെ പതുക്കെയാണ് പുരുഷോത്തമനെനിക്ക് പറഞ്ഞുതരാറ്. ഞാൻ ഒച്ചപൊങ്ങാതെ നോക്കാൻ ശ്രദ്ധിച്ചിരുന്നു താനും.

എന്റെ ഇംഗ്ലീഷ് വിദ്യാഭ്യാസം ഏതാണ്ട് ഒരു കൊല്ലമുണ്ടായെന്ന് തോന്നുന്നു. അപ്പോഴേക്കും എനിക്ക് ഓത്തുചൊല്ലിയ വായകൊണ്ട് ഒന്നാന്തരം ഇംഗ്ലീഷിൽ അത്യാവശ്യത്തിന് സംസാരിയ്ക്കാമെന്നായി. പത്തുവാക്കേ അറിയുവെങ്കിലും എന്റെ കൂസലില്ലായ്മയും ഉച്ചാരണശുദ്ധിയുംകൊണ്ട് എന്നോട് സംസാരിച്ച പലരും ഇയ്യാൾ ഒരു സായ്പ്പിന്റെ അവതാരം തന്നെ എന്നുവരെ പറഞ്ഞു. 'അള്ളാവിനറിയാം പള്ളിയിലെ കാര്യം' എന്ന് പറഞ്ഞ പോലെ എന്റെ ഇംഗ്ലീഷ് ഭാഷാപരിചയത്തിനെക്കുറിച്ച് പുരുഷോത്തമനും എനിക്കുമല്ലാതെ ആർക്കും അറിയില്ലായിരുന്നു.

ഏറ്റവും അധികം സന്തോഷിച്ചത് മിസ് ആഞ്ചിസ്സായിരുന്നു. അവരെന്നെയും എന്റെ ഇംഗ്ലീഷ് അധ്യാപകനായ പുരുഷോത്തമനെയും തരംകിട്ടുമ്പോളെല്ലാം ശ്ലാഘിക്കുമായിരുന്നു. പ്രത്യക്ഷത്തിൽ അത്യന്തം കർക്കശയായ ആ സ്ത്രീ ഉള്ളുകൊണ്ട് വളരെ സൗമ്യയായിരുന്നു.

ഇംഗ്ലീഷ് പഠിക്കുന്ന കാലത്ത് അത്യാവശ്യം 'ടൈംസ്' വായിക്കാൻ തുടങ്ങി. എന്റെ ഇംഗ്ലീഷ് പരിജ്ഞാനത്തിൽ ആ പത്രം വഹിച്ച പങ്ക് വളരെ വലുതാണ്. കക്ഷത്തിൽ വെച്ച് നാലാളെ കാട്ടാൻ വേണ്ടി നടക്കാനാണെങ്കിലും 'എൻകൗണ്ടർ'പോലുള്ള മാസിക ഞാൻ പണം കൊടുത്തുവാങ്ങാൻ തുടങ്ങി. സ്റ്റീഫൻ സ്പെൻറ്ററും, ഡബ്ല്യു.എച്ച്. ഓഡനും, ടി.എസ്. ഏലിയറ്റും, എസ്രാപൗണ്ടുമൊക്കെ എനിക്ക് അന്യരല്ലാതായി തുടങ്ങി.

പുരുഷോത്തമൻ സമയം കിട്ടുമ്പോളെല്ലാം ഇംഗ്ലീഷിലെ പഴയ ഒന്നാന്തരം കവിതകൾ വായിച്ച് എനിക്കു വിശദീകരിച്ചു തരാറുണ്ട്. ഞാനവയെല്ലാം ഇപ്പോൾ ഉപ്പിലിട്ടുവെങ്കിലും എന്നിലവ ഒരു സംസ്ക്കാരം രൂപപ്പെടുത്തി.

പുരുഷോത്തമൻ എന്നെ ഇംഗ്ലീഷ് പഠിപ്പിക്കുന്ന വിവരം വൈ.എം.സി.എ.യിൽ കാട്ടുതീപോലെ പരന്നു. തൽഫലമായി എനിക്ക് അവിടെ ധാരാളം മലയാളി സുഹൃത്തുക്കളുണ്ടായി. അതിലൊന്നു രണ്ടുപേരെ പറ്റി പറയാതിരിക്കാൻ വയ്യ.

ഒരു വിദ്വാൻ മദ്ധ്യതിരുവിതാംകൂറിൽനിന്ന് വന്ന സുമുഖനും എല്ലാ അർത്ഥത്തിലും തറവാടിയുമായ ഒരു ക്രിസ്ത്യൻ യുവാവായിരുന്നു. കവിയെന്ന് മാത്രം എന്നെ സംബോധന ചെയ്യുന്ന ആ സുഹൃത്ത് ഇന്നെവിടെയാണെന്ന് അറിയില്ല. ഒരു കാര്യത്തിലും താത്പര്യം കാട്ടാത്ത അയാൾ വലിയ ധൂർത്തനായിരുന്നു. അതിനുള്ള പണമെല്ലാം പക്ഷേ അയാൾ തന്നെ ഉണ്ടാക്കുമായിരുന്നു.

കവിയായ എന്നോട് അയാൾക്ക് അസാധാരണമായ ഒരടുപ്പം ഉണ്ടായിരുന്നു. പല തവണ ഞങ്ങൾ ഒന്നിച്ച് ഭക്ഷണം കഴിച്ചിട്ടുണ്ട്. അതും മുന്തിയ

ഹോട്ടലുകളിൽ നിന്ന്. പണം കൊടുക്കാൻ ഒരിക്കലും അയാളെന്നെ സമ്മതിച്ചിരുന്നില്ല. ധാരാളം കാശുള്ള അയാൾ, ഞാൻ കാശുകൊടുക്കാൻ പുറപ്പെട്ടാൽ, 'കവി എന്നെ അപമാനിയ്ക്കരുതെ'ന്നു പറഞ്ഞു വിലക്കുമായിരുന്നു.

അയാൾ അക്കാലത്ത് നാലായിരം രൂപ ശമ്പളമുള്ള ഒരു ഹോട്ടൽ മാനേജരായിരുന്നു. ഞാനതറിഞ്ഞത് വലിയ അപകടമായി. കൊള്ളാവുന്ന തറവാട്ടിൽ പിറന്ന അയാൾക്ക് താനൊരു ഹോട്ടലിലാണ് പണിയെടുക്കുന്നതെന്ന് ആരെങ്കിലും അറിയുന്നത് തീരെ ഇഷ്ടമായിരുന്നില്ല. പ്രത്യേകിച്ചും പുരുഷോത്തമന്റെ സുഹൃത്തും കവിയുമായ ഞാനറിഞ്ഞപ്പോൾ സംഗതി കുഴപ്പമായി. ഒരു കാരണവുംകൂടാതെ അയാൾ ആ ജോലി രാജിവെച്ചു. ഹോട്ടലുടമയടക്കം പലരും കഠിനമായി നിർബന്ധിച്ചിട്ടും അയാൾ തീരുമാനം മാറ്റിയില്ല. പതിനായിരം രൂപ ശമ്പളമായാലും, താനീ പണിയ്ക്കിനി നിൽക്കില്ലെന്ന് പ്രതിജ്ഞ ചെയ്തു. ഇത് അയാളേക്കാൾ സങ്കടത്തിലാക്കിയത് എന്നേപ്പോലുള്ള സുഹൃത്തുക്കളെയായിരുന്നു.

ഒരു ദിവസം ടാജ്മഹാൾ ഹോട്ടലിലേക്ക് അയാളെന്നെ കൊണ്ടുപോയി. അന്ന് രാത്രി ഭക്ഷണം കഴിച്ചതവിടെയാണ്. വെജിറ്റേറിയനായ എന്നെ അതുപേക്ഷിക്കാൻ അയാൾ നിർബന്ധിച്ചുവെങ്കിലും ഞാൻ കൂട്ടാക്കിയില്ല. ഏതാണ്ട് മൂന്നു മണിക്കൂറോളം ഹോട്ടലിൽ ചെലവഴിച്ച ഞങ്ങൾ പലതും സംസാരിച്ചു. അതിനിടയിലാണ് ജോലി ഉപേക്ഷിച്ച കഥ അയാൾ എന്നോടു പറഞ്ഞത്.

ഞാൻ അയാളോട് ഒരുപാട് പറഞ്ഞുനോക്കി. അതെല്ലാം നിഷ്ഫലമായി. പിന്നീടയാൾക്ക് ഏതോ വലിയ ഒരു കമ്പനിയിൽ ജോലിയായെന്ന് ഞാനറിഞ്ഞു. ആ കമ്പനിയാകട്ടേ അയാളുടെ തറവാടിത്തത്തിന്റെ മഹത്ത്വം നന്നായറിയുന്നവരാൽ സമ്പന്നമായിരുന്നു. ശമ്പളം ലേശം കുറയുമെങ്കിലും അയാൾക്കത് സമ്മതമായിരുന്നു. ഞാനതിന്നു ശേഷം അയാളെ കണ്ടിട്ടില്ല. അയാൾ ബാന്ദ്രയിൽ വീടെടുത്ത് വാടകയ്ക്കു താമസിക്കുകയും വിവാഹം കഴിക്കുകയും ചെയ്തതായി അറിഞ്ഞു. അക്കാലത്ത് 1000 രൂപ വാടകയുള്ള വീട്ടിൽ പാർക്കുന്നവർ സായിപ്പന്മാർ മാത്രമായിരുന്നു. 250 രൂപ കൊടുത്താൽ പോലും കൊള്ളാവുന്ന രണ്ടു മുറിയും അടുക്കളയുമുള്ള വീട് കിട്ടിയിരുന്നു. ഇന്നത്തെ അഞ്ഞൂറു രൂപയുടെ വിലയെങ്കിലുമുണ്ടായിരുന്നു അന്നത്തെ അഞ്ചു രൂപയ്ക്ക്.

മറ്റൊരാൾ ജോർജ്ജ് ജോൺ എന്ന സുഹൃത്താണ്. ഷേക്സ്പിയറുടെ നാടകങ്ങളിൽ കൊള്ളാവുന്ന വേഷങ്ങൾ ധാരാളം കെട്ടിയിരുന്ന അയാൾക്ക് ജോലി സ്റ്റാൻഡേർഡ് വാക്വം എന്ന കമ്പനിയിലായിരുന്നു. റിട്ടയർ ചെയ്ത ഒരു കൊലകൊമ്പൻ ആപ്പീസറുടെ ഏകമകനായിരുന്നു അയാൾ. വൈ.എം. സി.എ.യിലെ താമസം നിമിത്തം കവിയായ എന്നെ വലിയ കാര്യമായിരുന്നു. എന്നാൽ പതിനയ്യായിരത്തോളം രൂപ ശമ്പളമുള്ള ആ സുഹൃത്തിന് ചില അസാധാരണ സ്വഭാവങ്ങളുണ്ടായിരുന്നു. അവയിലൊന്ന് ഞാനനുഭവിക്കുകയുണ്ടായി. കഥയിങ്ങനെയാണ്:

ഒരു ഞായറാഴ്ച അയാൾ എന്നോട് അയാളൊന്നിച്ചു ചെല്ലാൻ പറഞ്ഞു. കൂടുതലൊന്നും ആലോചിക്കാതെ ഞാനതിന്ന് വഴങ്ങുകയും ചെയ്തു. കാറ് അയാളുടെ സ്വന്തമാണെങ്കിലും അതിലൊഴിക്കാനുള്ള എണ്ണ എത്രയായാലും കമ്പനി കൊടുക്കും. വോഡ് ഹൗസിൽ നിന്നാണ് ഞങ്ങൾ കാറിൽ കയറിയത്. അയാളന്നു വണ്ടിയോടിച്ചതിന് കണക്കില്ല.

ഏതാണ്ട് മൂന്നു മണിയോടെ ഞങ്ങൾ ഒരു കാട്ടു പ്രദേശത്തെത്തി. എന്നെ അവിടെ ഇറക്കി നിർത്തി താനിപ്പോൾ വരാമെന്ന് പറഞ്ഞ് പഹയൻ ഒരു പോക്കുപോയി. എന്നെ അവിടെ നിർത്തിയിട്ട് നേരെ വൈ.എം.സി.എയിലേക്കാണ് ചങ്ങാതി വെച്ചടിച്ചതെന്ന് ഞാൻ രണ്ടു ദിവസം കഴിഞ്ഞാണറിയുന്നത്.

ഇഷ്ടനെ കാത്തുനിന്ന് തോറ്റ ഞാൻ നേരം സന്ധ്യയാകാറായപ്പോൾ സ്ഥലമേതാണെന്ന് തിരക്കി. അപ്പോഴാണ് അത് ബോരിവല്ലിയിലുള്ള നാഷണൽ പാർക്കിന്റെ പരിസരത്തെങ്ങോ ആണെന്നറിഞ്ഞത്. രണ്ടും കല്പിച്ച് ഒരു ടാക്സി പിടിച്ച് ബോരിവല്ലി സ്റ്റേഷനിലേക്കു പോയി. അവിടെയെത്തിയപ്പോൾ മാത്രമാണ് എനിക്കു ശ്വാസം നേരെവീണത്.

ടിക്കറ്റ് വാങ്ങി വണ്ടി കേറിയ ഞാൻ ഒമ്പതു മണിയോടെ വൈ.ഡബ്ല്യു.സി.എയിലെത്തി. ചർച്ച്ഗേറ്റിൽ നിന്ന് എന്തോ ചിലത് വാങ്ങിക്കഴിച്ചതല്ലാതെ അത്താഴമുണ്ടില്ല. അന്ന് ഞായറാഴ്ചയായിരുന്നതുകൊണ്ട് പകൽ സമയത്തൊന്നും ആഞ്ചിസ്സ് എന്നെ തിരക്കിയിരുന്നില്ല. അവർ തിരക്കാതിരുന്നത് ഭാഗ്യമെന്നു കരുതി കിടന്നപ്പോഴുണ്ട് അവരെന്നെ അന്വേഷിക്കുന്നെന്ന് പ്യൂൺ വന്നുപറയുന്നു.

പകലെവിടെപ്പോയി എന്നന്വേഷിച്ച അവരോട് ഞാൻ ഉണ്ടായതെല്ലാം പറഞ്ഞു. അപ്പോൾ അവർ പറഞ്ഞാണ് ജോർജ്ജ് ജോണിന്റെ ഇത്തരം സ്വഭാവത്തെക്കുറിച്ച് ഞാൻ ആദ്യം അറിയുന്നത്.

സാധാരണ വൈ.ഡബ്ല്യു.സി.എ.യിലെ പെൺകിടാങ്ങളെയാണത്രെ അയാൾ ഇങ്ങനെ ചതിക്കാറ്. അവിടെ താമസിക്കുന്നവരിൽ തൊണ്ണൂറ്റൊൻപതു ശതമാനം പേർക്കും ജോർജ്ജ് ജോണിന്റെ ഇത്തരം വികൃതികളെക്കുറിച്ചറിയുമത്രേ! എന്നാൽ ചിലരെല്ലാം അറിഞ്ഞിട്ടും ജോർജ്ജ് ജോണിന്റെ കൂടെ പോകാറുണ്ട്. അവർക്ക് അയാളെ നിലയ്ക്കു നിർത്താനുള്ള തന്റേടവും ഉണ്ടായിരുന്നു.

പിറ്റേന്നു കാലത്ത് പഠിക്കാൻ ചെന്ന ഞാൻ പുരുഷോത്തമനോട് ഉണ്ടായതെല്ലാം പറഞ്ഞു. പുരുഷോത്തമനപ്പോൾ ജോർജ്ജ് ജോണിന് ഇങ്ങനെ ഒരു രോഗമുണ്ടെന്നും, അയാളോട് അശേഷം പരിഭവം തോന്നരുതെന്നും പറഞ്ഞു. പുരുഷോത്തമൻ നാടകപ്രിയനും, ജോർജ്ജ് ജോൺ നല്ല നടനുമായിരുന്നല്ലോ.

പഠിപ്പു കഴിഞ്ഞ ഉടൻ ഞാൻ ജോർജ്ജിന്റെ മുറിയിലേക്കു ചെന്നു. അപ്പോൾ അയാൾ തലേന്നാൾ എന്നോട് കാട്ടിയ അനീതികളെല്ലാം തീരെ മറന്നിരിക്കുന്നു. ആപ്പീസിൽ പോകാൻ ഒരു മൂളിപ്പാട്ടും പാടിക്കൊണ്ട് ഒരുങ്ങിയിരുന്ന അയാൾ ബെല്ലടിച്ച് പ്യൂണിനെ വരുത്തി എനിക്ക് ചായ കൊണ്ടുവരാൻ കല്പിച്ചു. ഞാനെത്ര വേണ്ടെന്നു പറഞ്ഞിട്ടും അയാളെന്നെ ചായ കുടിപ്പിക്കുക തന്നെ ചെയ്തു.

ഏതാണ്ട് രണ്ടു കൊല്ലത്തിനു ശേഷം ജോർജ്ജ് ജോണിനെ കമ്പനി സൗത്ത് ഇന്ത്യയിലെ മുഴുവൻ സെയിൽസ് മാനേജരായി പ്രമോട്ട് ചെയ്തു. കമ്പനിയുടെ തെക്കെ ഇന്ത്യയിലെ ഹെഡ്ഡാപ്പീസ് കൊച്ചിയിലാണ്. അയാളെ അഭിനന്ദിക്കാൻ ചേർന്ന മീറ്റിങ്ങിന് ഞാനും പോയിരുന്നു. മലയാളത്തിലും ഇംഗ്ലീഷിലുമായി അന്ന് അയാൾ നന്നായി മറുപടി പറഞ്ഞു.

ഒന്നുരണ്ടു കൊല്ലം കഴിഞ്ഞിട്ടാണ്. വളഞ്ഞമ്പലത്ത് കാറ് പാർക്ക് ചെയ്ത് അയാൾ അതിന്റെ വലതുഭാഗത്തു ചാരി നിൽക്കുകയായിരുന്നു. അയാളുടെ

വലത്തെ കണ്ണ് ആ വഴി വന്ന ഒരു ലോറിയുടെ കൊളുത്ത് പറിച്ചുകൊണ്ടു പോയി. ഏതാണ്ട് രണ്ട് മൂന്ന് മാസത്തെ ചികിത്സയ്ക്കു ശേഷം കറുത്ത കണ്ണട വെയ്ക്കുന്ന ശീലം അയാൾ പഠിച്ചു.

പിന്നീട് അഞ്ചാറുമാസത്തിന്ന് ശേഷം അയാൾ ഒരിക്കൽ കൂടി ബോംബേയ്ക്കു വന്നു. പഴയ സുഹൃത്തുക്കളെ കണ്ട കൂട്ടത്തിൽ പുരുഷോത്തമനുമായും ഒരുപാട് സമയം ചെലവഴിക്കുകയുണ്ടായി. കവിയെ കാണാൻ ആവശ്യപ്പെട്ടതായി പറയാൻ ഏല്പിച്ചുകൊണ്ടാണ് ജോർജ്ജ് ജോൺ പുരുഷോത്തമനോട് വിട വാങ്ങിയത്.

പിറ്റേദിവസം തന്നെ ചർച്ച് ഗേറ്റിൽ അയാൾ താമസിച്ചിരുന്ന എയർലൈൻസ് ഹോട്ടലിൽ പോയി ഞാനയാളെ കണ്ടു. സുമാർ നാലുമണിക്കൂറോളം പലതും പറഞ്ഞിരുന്നു. അയാൾ ഒടുക്കം എന്നെ യാത്രയാക്കിയപ്പോൾ പറഞ്ഞതിതാണ്: 'കവി, ഞാനിനി രാജാവായാൽ പോലും കുരുടൻ രാജ്യത്തെ രാജാവാകാനേ പറ്റൂ.'

അതിന്റെ പൊരുളെന്തെന്ന് ഞാനൊട്ടും ഓർത്തില്ല. എന്നാൽ രണ്ടാഴ്ചയ്ക്കുശേഷം ഞാൻ കേട്ടത് അയാളുടെ ആത്മഹത്യ യെക്കുറിച്ചായിരുന്നു. അച്ഛൻ മരിച്ച അയാൾക്ക് അമ്മ മാത്രമേ അടുത്ത ബന്ധുവായിട്ടുണ്ടായിരുന്നുള്ളൂ. ഒരു ദിവസം അയാൾ എറണാകുളം സൗത്തിൽ സന്ധ്യയ്ക്കു ശേഷം അമ്മയൊന്നിച്ചു പോയി. അമ്മയെ കാറിലിരുത്തിക്കൊണ്ട് ഒരാളെ നോക്കാനുണ്ടെന്നും പറഞ്ഞ് നേരെ പ്ലാറ്റ്ഫോമിലേക്ക് നടന്നു. പ്ലാറ്റ്ഫോമിലേക്കു വന്നുകൊണ്ടിരുന്ന ഒരു വണ്ടിയുടെ മുൻപിലേക്ക് അയാൾ പെട്ടെന്ന് എടുത്തുചാടി. ജോണിന്റെ മാറിലൂടെ തീവണ്ടിയുടെ ഏഴെട്ടു ചക്രങ്ങൾ കടന്നുപോയി. ശരീരം രണ്ടു കഷണമായി മുറിയുകയും ചെയ്തു.

രാത്രി പന്ത്രണ്ട് മണിയായിട്ടും മകനെ കാണാഞ്ഞപ്പോൾ അമ്മ പരിഭ്രമിച്ചു പുറത്തിറങ്ങി. അവരെ എതിരേറ്റത് പോസ്റ്റ്മോർട്ടത്തിന് കൊണ്ടുപോകാനായി പ്ലാറ്റ്ഫോമിൽ സ്ട്രെച്ചറിൽ കിടത്തിയിരുന്ന മകന്റെ ജഡമായിരുന്നു.

ഞാനെനിക്ക് പാകത്തിനും നിങ്ങൾ നിങ്ങൾക്ക് പാകത്തിനുമാണ് ലോകം കാണുന്നത്. എല്ലാം മനസ്സിന്റെ സൃഷ്ടികളാണ്. എന്താണ് ഈ പറയുന്ന മനസ്സ്? അതിന്നാകാത്തതൊന്നുമില്ല. എന്നാൽ മനസ്സ് പലപ്പോഴും കാടുകേറുകയാണ് പതിവ്. ഭാരതീയരുടെ സൂക്ഷ്മദൃഷ്ടിയിൽ ഈശ്വരൻ പോലും മനസ്സാണ്. 'ഈശ്വരഃ സർവ്വ ഭൂതാനാം ഹൃദ്ദേശേർജ്ജുനതിഷ്ഠതി' എന്നാണല്ലോ ഭഗവദ്ഗീത പറയുന്നത്.

ജോർജ്ജ് ജോൺ പോയത് എന്നെ സാമാന്യത്തിലധികം ചിന്തിപ്പിച്ചു. അയാളുടെ ആത്മഹത്യ എനിക്കിന്നും വിഷമമുണ്ടാക്കുന്ന ഒന്നാണ്.

അതിന്നിടയ്ക്ക് വലിയ തേയിലക്കച്ചവടക്കാരനായ ഒരു ഫിലിപ്പിന്റെ പത്നി വൈ.ഡബ്ല്യു.സി.എ.യിലെ പ്രസിഡണ്ടായി തിരഞ്ഞെടുക്കപ്പെട്ടു. പത്തുനാല്പത്തഞ്ചു വയസ്സായ ആ സ്ത്രീ പൊതുവെ നിരുപദ്രവിയായിരുന്നു. എന്നാലും വൈ.ഡബ്ല്യു.സി.എ.യിലെ കാറ് ഇടയ്ക്കുവരും. സിക്രട്ടറിയായ ആഞ്ചിസ് മാത്രമാണ് മുമ്പ് കാർ ഉപയോഗിച്ചിരുന്നത്.

ഫിലിപ്പ് സാറിന് എന്തുകൊണ്ടോ നമ്പൂരിയായ എന്റെ സൗന്ദര്യം പിടിച്ചില്ലെന്ന് തോന്നുന്നു. അങ്ങേര് പത്തറുപത് വയസ്സായ ഒരു ക്രിസ്ത്യാനിയെ നാട്ടിൽനിന്ന് വരുത്തി വേലയ്ക്കു നിർത്തിയിരുന്നു. വണ്ടിയോടിക്കാൻ

അറിയുന്ന അയാൾ വളരെ സാധുവും എന്തു പറഞ്ഞാലും കേൾക്കുന്നവനുമായിരുന്നു. ഭാര്യ പ്രസിഡണ്ടായി രണ്ടു മൂന്ന് മാസത്തിനകം അയാളെ വൈ.ഡബ്ലിയു.സി.എ.യിലെ ഡ്രൈവറായി നിയമിച്ചു. എനിക്ക് ജോലിയും നഷ്ടപ്പെട്ടു.

മിക്ക ദിവസവും പഠിപ്പിൽ മാത്രം ശ്രദ്ധിച്ചിരുന്ന ഞാൻ വൈ.ഡബ്ല്യു.സി.എ.യിലെ അന്തർനാടകങ്ങളൊന്നും അറിഞ്ഞിരുന്നില്ല. ഒരു ദിവസം പതിവു പോലെ കാലത്ത് ആപ്പീസിൽ ചെന്ന് മിസ് ആഞ്ചിസ്സിനെ കണ്ടപ്പോളാണ് കാറിന്റെ താക്കോൽ അവർക്കു കൊടുത്ത് കിട്ടുവാനുള്ള ശമ്പളവും വാങ്ങിക്കൊണ്ട് പിരിഞ്ഞുപോകാൻ ആവശ്യപ്പെട്ടത്.

കാര്യങ്ങളെല്ലാമറിയുന്ന അവർക്ക് എന്റെ നില വളരെ പരിതാപകരമാകുമെന്ന് നന്നായറിയാം. അതുകൊണ്ട് പ്രസിഡണ്ടിനോട് ചോദിച്ച് ഒരു മാസത്തെ നോട്ടീസ്ശമ്പളവും കൂടി തരാൻ നോക്കാമെന്നു പറഞ്ഞു.

താക്കോൽ കൊടുത്ത് കിട്ടിയ ശമ്പളവും വാങ്ങി താമസിച്ചിരുന്ന സ്ഥലത്തു ചെന്ന് നോക്കിയപ്പോൾ കൊണ്ടുപോകാൻ പറ്റാത്തതായി ഒരു ചാർപ്പായി മാത്രമാണുള്ളത്. ബാക്കി സാമാനങ്ങളെല്ലാം ഒരു പെട്ടിയിലൊതുങ്ങും. ഒന്നു രണ്ട് കിടക്കാനുള്ള വിരിപ്പും തലയിണയും ബാക്കിയുണ്ട്.

സാധനങ്ങൾ കൊണ്ടുപോകാൻ എനിക്കൊരാഴ്ചത്തെ സമയം അനുവദിക്കണമെന്ന് മിസ് ആഞ്ചിസ്സിനോട് അപേക്ഷിച്ചു. അവരപ്പോൾ അതനുവദിക്കയും അത്രയും ദിവസം അവിടെത്തന്നെ രാത്രി കിടന്നു കൊള്ളാൻ പറയുകയും ചെയ്തു.

ഉടൻതന്നെ ഞാൻ മഹേന്ദ്രാ ആന്റ് മഹേന്ദ്രയിൽ ചെന്ന് പുരുഷോത്തമനെക്കണ്ട് വിവരങ്ങളെല്ലാം പറഞ്ഞു. അയാളതു കേട്ട് ചിരിച്ചതല്ലാതെ ഒന്നും പറഞ്ഞില്ല.

ഒന്നുരണ്ടു ദിവസത്തിനകം വർളിയിൽ ഒരു സുഹൃത്തിന്റെ കൂടെ ഞാൻ താമസിക്കാനിടം കണ്ടെത്തി. അതൊരനുഗ്രഹവും ഒപ്പം ശാപവുമായി മാറുകയാണുണ്ടായത്.

പുരുഷോത്തമൻ മിസ് ആഞ്ചിസ്സുമായുള്ള എന്റെ നല്ല ബന്ധത്തിനെ കണക്കിലെടുത്ത് വൈ.ഡബ്ല്യു.സി.എ.യുടെ പ്രസിഡണ്ടിന് ഒരു കത്തെഴുതിയിരുന്നു. അതിൽ പറഞ്ഞ കാര്യം ഞാൻ ഏതാണ്ടൊരു കൊല്ലം വൈ.ഡബ്ല്യു.സി.എ.യിൽ പണിയെടുത്തുവെന്നും, ഗവൺമെന്റ് നിയമമനുസരിച്ച് എന്നെ വെറുതെ പിരിച്ചുവിടാൻ പറ്റില്ലെന്നും, പിരിച്ചുവിടണമെന്ന് നിർബന്ധമുള്ള പക്ഷം എനിക്ക് മൂന്നു മാസത്തെ ശമ്പളം തരേണ്ടി വരുമെന്നും, അല്ലാത്ത പക്ഷം ഞാൻ കോടതിയെ സമീപിക്കുന്നതാണെന്നും ഒക്കെയായിരുന്നു.

ഞാൻ വേണ്ടെന്ന് പറഞ്ഞുനോക്കിയെങ്കിലും പുരുഷോത്തമൻ എന്നോട് ആ കത്ത് ശ്രീമതി ഫിലിപ്പിന്റെ വീട്ടിൽ പോയി നേരിൽ കൊടുക്കാനാണ് പറഞ്ഞത്. ഞാനത് അനുസരിച്ച് ആ കത്ത് അവരുടെ കയ്യിൽ തന്നെ കൊണ്ടുപോയി കൊടുത്ത് മറുപടി പറയുന്നതൊന്നും കേൾക്കാൻ നിൽക്കാതെ മടങ്ങിപ്പോരികയും ചെയ്തു.

പത്തു ദിവസം കഴിഞ്ഞപ്പോൾ ശ്രീമതി ഫിലിപ്പിൽ നിന്ന് എനിക്ക് മറുപടി കിട്ടി. അതും ഇംഗ്ലീഷിൽ തന്നെയായതുകൊണ്ട് കിട്ടിയ ഉടൻ പുരുഷോത്തമനെ ചെന്ന് കാട്ടിക്കൊടുത്തു. അവരതിൽ എഴുതിയിരുന്നത് വീട്ടിൽ ചെന്ന്

കണ്ടാൽ മൂന്നു മാസത്തെ ശമ്പളം തരുന്നതാണെന്നും, കോടതിയിൽ പോകേണ്ട ആവശ്യമില്ലെന്നും ആയിരുന്നു. ആ മറുപടി പുരുഷോത്തമന്ന് സാമാന്യത്തിലധികം സന്തോഷം നൽകി.

എന്നോട് ഉടൻതന്നെ ശ്രീമതി ഫിലിപ്പിനെ പോയി കാണാൻ പുരുഷോത്തമൻ പറഞ്ഞു. വീട്ടിൽ ചെന്നു കണ്ടപ്പോൾ മൂന്നുമാസത്തെ ശമ്പളമായ 270 രൂപ എണ്ണിത്തരികയും ഒരു കടലാസിൽ ഒപ്പിടാൻ പറയുകയും ചെയ്തു. പെട്ടെന്ന് ഇത്രയധികം കാശ് കയ്യിൽ വന്നപ്പോൾ ഞാൻ ഒരു പണക്കാരനായ പോലെ തോന്നി.

തിരികെചെന്ന എന്നോട് പണം ചെലവാക്കുമ്പോൾ ശ്രദ്ധിക്കണമെന്നും, ജോലിയൊന്നുമില്ലെന്ന് മറക്കരുതെന്നും പുരുഷോത്തമൻ താക്കീതു ചെയ്തു. അതോടുകൂടി എന്റെ ഇംഗ്ലീഷ് വിദ്യാഭ്യാസവും നിന്നു.

വസൂരി

വർളിയിൽ ഞാൻ താമസിച്ചിരുന്ന സുഹൃത്തിന് പണി ചെറിയതാണെങ്കിലും പത്തിരുപതു കൊല്ലത്തെ സർവ്വീസുള്ളതു കൊണ്ട് പതിനായിരത്തിലധികം ശമ്പളം ഉണ്ടായിരുന്നു. ഗ്ലാക്സോ എന്ന വലിയ കമ്പനിയുടെ എതിർവശത്തുള്ള കോളനിയായിരുന്നു അയാളുടെ വീട്. ഒറ്റ മുറിയും അടുക്കളയും വരാന്തയുമുള്ള ആ ഭവനം ഗവൺമെന്റ് വകയായിരുന്നു. ചുരുങ്ങിയ വാടക. സകല സൗകര്യങ്ങളുമുണ്ട്. നഗരത്തിന്റെ ഹൃദയഭാഗത്ത് തന്നെയാണ് സ്ഥലം. ആ ഭാഗത്ത് ഒരു വീട് കിട്ടുക എന്നത് ആർക്കും അഭികാമ്യമായ ഒന്നായിരുന്നു.

കഷ്ടി അമ്പതുവയസ്സായ അദ്ദേഹം വിവാഹിതനും മൂന്നു കുട്ടികളുടെ അച്ഛനുമായിരുന്നു. ഭാര്യ നാട്ടിലാണ് താമസം. അതിന്ന് കാരണം അവർക്കൊരു സ്ക്കൂളിൽ പണിയുണ്ടെന്നുള്ളതാണ്. അവർ ബോംബെയ്ക്ക് അധികം വരാറില്ല. വരികയാണെങ്കിൽത്തന്നെ വെക്കേഷനിൽ ഒന്നുരണ്ടാഴ്ചക്കാലം മാത്രം.

മഹാരസികനും സഹൃദയനും സാഹിത്യാദികലകളിൽ തത്പരനുമായ അദ്ദേഹം കമ്യൂണിസ്റ്റ് അനുഭാവിയായിരുന്നു. ധാരാളം സമ്പാദിക്കുന്ന അദ്ദേഹമൊന്നിച്ച് മൂന്ന് നമ്പൂരിക്കുട്ടികൾ (എല്ലാവർക്കും ജോലിയുണ്ട്) താമസിച്ചിരുന്നു. അവർ വഴിയ്ക്കാണ് എനിക്കവിടെ താമസിക്കാൻ ഇടം കിട്ടിയത്.

ജോലിയൊന്നുമില്ലാത്ത ഞാൻ അവരൊന്നിച്ച് ഏതാണ്ടൊരു ദേഹണ്ണക്കാരനെപ്പോലെയാണ് കഴിഞ്ഞിരുന്നത്. നല്ല ഭക്ഷണവും നല്ല ഉറക്കവും നല്ല വായനയും ചിലപ്പോളെല്ലാം കവിതയെഴുത്തുമായി കഴിഞ്ഞിരുന്ന എന്റെ കയ്യിൽ അത്യാവശ്യത്തിന്ന് കാശുണ്ടായിരുന്നതുകൊണ്ട് ഞാനാരുടേയും അടിമയാകാൻ കൂട്ടാക്കിയില്ല. എല്ലാവർക്കും അവരവരുടെയുള്ളിൽ ധാരാളം താൻപ്രമാണിത്തമുണ്ടല്ലോ. ഞാനാണെങ്കിൽ അവിടെ സ്വന്തം വീടുപോലെ സ്വാതന്ത്ര്യത്തോടെയാണ് പെരുമാറിയിരുന്നത്. അതുകൊണ്ട് മൂന്നാലു മാസക്കാലം ഞാൻ ജോലിയൊന്നും നോക്കാൻ പോയില്ല.

ഇതിന്നിടയ്ക്ക് ജോസഫ് ജോൺ ബോംബെ കോർപ്പറേഷനിൽ പണിയാക്കിത്തരാമെന്ന് പറഞ്ഞു. ഞാനത് വേണ്ടെന്നു വെച്ചു. അതിനുള്ള

കാരണം ചിലപ്പോൾ കക്കൂസ് വണ്ടിയും ഓടിക്കേണ്ടി വരാം എന്നറിഞ്ഞതാണ്. പണിയില്ലാതെ മാസങ്ങൾ കഴിഞ്ഞപ്പോൾ പാലൂരിന്റെ കയ്യിലെ കാശും കുറഞ്ഞു തുടങ്ങി. അങ്ങനെയിരിക്കെ ഒരിക്കൽ സ്ഥലത്തിന്റെ ഉടമസ്ഥനായ സുഹൃത്ത് വെക്കേഷൻ കാലത്ത് നാട്ടിലേക്കു പോകാനൊരുങ്ങി. അയാൾ രണ്ടു മാസത്തിലധികം അകന്നു നിൽക്കുന്നത് ജോലിക്കാരായ മറ്റു നമ്പൂതിരിമാരെ വീട് ഏല്പിച്ചിട്ടാണ്.

സ്ഥലമുടമസ്ഥനായ സുഹൃത്ത് നാട്ടിലേക്കു പോയതിന്റെ പിറ്റേ ദിവസം തന്നെ അവിടെ താമസിച്ചിരുന്ന ഒരാൾക്ക് ചിക്കൻപോക്സ് തുടങ്ങി. ഞാനതൊന്നും കാര്യമായെടുത്തില്ല. ബോംബെയിലെ നിയമമനുസരിച്ച് ചിക്കൻപോക്സ് വന്നാലുടൻ ആസ്പത്രിയിൽ പോണം. നിയമം അങ്ങനെയാണെങ്കിലും നിയമം ലംഘിക്കുന്നവരായിരുന്നു അധികം പേരും.

ആരെയും അറിയിക്കാതെ ഞാനാ സുഹൃത്തിനെ ശുശ്രൂഷിച്ചുകൊണ്ടിരുന്നു. അയാളുടെ രോഗം ആശ്വാസമായപ്പോഴേക്ക് മറ്റൊരാൾക്ക് തുടങ്ങി. അതും പത്തു പതിനഞ്ചു ദിവസം കൊണ്ട് സുഖപ്പെട്ടു. എന്നാൽ മൂന്നാമനുണ്ടായ ചിക്കൻപോക്സ് ഗംഭീരമായിട്ടു തന്നെയായിരുന്നു. അത് മാറാൻ ഏതാണ്ട് പത്തിരുപത് ദിവസം എടുത്തു.

നാലാമതായി എനിക്ക് പനി തുടങ്ങി. അപ്പോഴേയ്ക്കും ഏതാണ്ട് ഒന്നര മാസത്തിലധികമായിരുന്നു. എനിക്കസുഖം തുടങ്ങിയ ഉടനെ ഒപ്പമുണ്ടായിരുന്നവർ നാട്ടിൽ പോയ സുഹൃത്തിനെ കമ്പി വഴി വിവരം അറിയിച്ചു. എന്നെ എന്തു ചെയ്യണമെന്ന് കൃത്യമായി പറയാനും ആവശ്യപ്പെട്ടു.

എന്നോട് സ്ഥലത്തു നിന്ന് മാറിപ്പോകണമെന്ന് പറയാനായി നാട്ടിൽ നിന്ന് കമ്പി വന്നപ്പോഴേക്കും ദിവസം നാലു കഴിഞ്ഞിരുന്നു. എനിക്ക് വസൂരി തന്നെയായിരുന്നു. മേലാകെ കുരുക്കൾ പ്രത്യക്ഷപ്പെട്ടുതുടങ്ങിയ എന്നോട് സുഹൃത്തുക്കൾ സ്ഥലമൊഴിഞ്ഞ് പോകണമെന്ന് കർക്കശമായിത്തന്നെ പറഞ്ഞു. മൂന്നുപേരെയും ശുശ്രൂഷിച്ചതിന്റെ ഫലമായിട്ടാണ് എനിക്ക് ഒടുക്കം വസൂരി പിടിപെട്ടതെന്ന കഥ അവർ മറന്നു. ഞാൻ എവിടെ പോകാനാണ്?

എനിക്കപ്പോൾ നൂറ്റിനാല് ഡിഗ്രിയിലധികം പനിയുണ്ടായിരുന്നു. ശരീരത്തിൽ മുഴുവൻ മഞ്ചാടിക്കുരു പോലെ തടിച്ചു പൊന്തിയിട്ടുണ്ട്. കിടക്കാനോ, നടക്കാനോ, ഓടാനോ ഒന്നും തന്നെ എനിക്ക് കഴിവില്ലായിരുന്നു. എന്നിട്ടും എന്റെ സുഹൃത്തുക്കളിലൊരാൾ ഞാൻ പോകാത്ത പക്ഷം ബലമായി പിടിച്ച് പുറത്തു തള്ളുമെന്ന് പറഞ്ഞു.

കയ്യിലുണ്ടായിരുന്ന അല്പം കാശ് മാത്രം എടുത്ത് ബാക്കിയെല്ലാം ഉപേക്ഷിച്ച് ഒരു പുതപ്പുകൊണ്ട് മുഖമൊഴിച്ച് സകല ഭാഗവും മൂടിക്കൊണ്ട് ഞാനൊരു വൈകുന്നേരം അഞ്ചുമണിയോടെ പുറത്തിറങ്ങി. എവിടെപ്പോകാനാണ്? ആരാണെന്നെ ഈ നിലയിൽ സ്വീകരിക്കുക? പല സുഹൃത്തുക്കളെയും ഓർത്തു നോക്കി. എല്ലാവരും ഉപേക്ഷിക്കാനാണിടയെന്ന് എനിക്ക് തോന്നി. മഹാകവി കുഞ്ഞിക്കുട്ടൻ തമ്പുരാന്റെ അനുജൻ നാട്യാചാര്യൻ കുഞ്ഞുണ്ണിത്തമ്പുരാന്റെ മകനായ ഒരു വി.കെ. കൃഷ്ണമേനോൻ ഖാർ റോഡിൽ താമസിച്ചിരുന്നു. അദ്ദേഹത്തിന്റെ മകനെ ഞാൻ ഒഴിവുള്ള സമയത്ത് കുറേശെ കഥകളി പഠിപ്പിച്ചിരുന്നു. അങ്ങോട്ടു പോയാലോ എന്നാണാദ്യം ഓർത്തത്. എന്നാൽ പകരുന്ന രോഗവുമായി അദ്ദേഹത്തെ കാണേണ്ടെന്നാണ് ഒടുക്കം നിശ്ചയിച്ചത്.

ബസ്സിലാരും എന്നെ കയറ്റുന്നില്ല. ഭക്ഷണം കഴിക്കാനും നിവൃത്തിയില്ല. ഹോട്ടലിന്റെ അരികിലെങ്ങാനും ചെന്നാലെന്നെ അവർ ആട്ടിയോടിക്കും. ഞാൻ രാത്രി ഏതാണ്ട് പത്തുമണി വരെ ഇരുന്നും നടന്നും കിടന്നും ഒക്കെയായി സമയം ചിലവഴിച്ചു.

ഏതാണ്ടൊരു നാഴിക നടന്ന് ബംഗാൾ കെമിക്കൽസിന്നടുത്തുള്ള പാർക്കിൽ എത്തിച്ചേർന്നു. അവിടെ ധാരാളം ആളുകൾ ആ നേരത്തും ഉണ്ടായിരുന്നതുകൊണ്ട് വെളിച്ചം കുറഞ്ഞ ഒരു ഭാഗത്താണ് ഇരുന്നത്. ദേഹത്തിൽ തുടുത്തുപൊന്തിയത് ആരെങ്കിലും കണ്ടാൽ എന്നെ അവിടെ ഇരിക്കാൻ പോലും അനുവദിക്കില്ലെന്ന് ഭയപ്പെട്ടു.

ബെഞ്ചിൽ അടുത്തായി വന്നിരുന്ന ഒരാൾ എന്നോട് എന്റെ ദേഹത്തിലെന്താണെന്നു ചോദിച്ചു. ഞാൻ ചൊറിയാണെന്നാണ് മറുപടി പറഞ്ഞത്. അതുകേട്ട ഉടൻ അയാൾ എന്റെ അരികിൽ നിന്നും അകലേയ്ക്ക് മാറിയിരുന്നു. അതു ഭാഗ്യമെന്ന് കരുതി ഞാനവിടെ സ്വൈരമായി ഇരിക്കുകയും ചെയ്തു.

ബോംബെയിൽ എപ്പോൾ വേണമെങ്കിലും പാർക്കിലും മറ്റും പോയിരിക്കാം. എന്നാൽ ഉറങ്ങരുത്. അതു ഞാൻ ധരിച്ചിരുന്നു. ഉറങ്ങുന്നവരെ രാത്രി ഡ്യൂട്ടിയിലുള്ള പോലീസുകാർ വന്ന് പിടിച്ചു കൊണ്ടുപോവുകയൊ, ആട്ടിയോടിക്കുകയോ ചെയ്യും. രോഗിയായ എന്നെ പോലീസുകാർ പിടിച്ചാൽ കഥ കഴിഞ്ഞതുതന്നെ. അതുകൊണ്ട് ഞാൻ ചില ശ്ലോകങ്ങളൊക്കെ ചൊല്ലി. ഉറങ്ങുകയല്ലെന്ന് എല്ലാവരേയും ബോദ്ധ്യപ്പെടുത്താതെ അവിടെയിരിക്കാൻ പറ്റില്ല.

ഉറങ്ങാത്ത ബോംബെ നഗരത്തിൽ ഉറക്കം തൂങ്ങിക്കൊണ്ട് ഞാനേതാണ്ട് രാത്രി ഒരു മണി വരെ പിടിച്ചുനിന്നു. അപ്പോഴേക്കും എനിക്ക് പനി മൂലം ഒന്നും വയ്യാതായിത്തുടങ്ങി. പതുക്കെ ബോധം നഷ്ടപ്പെടുന്നുണ്ടോ എന്നായി സംശയം. ബോധമെങ്ങാനും നഷ്ടപ്പെട്ടാൽ എന്റെ കഥയെന്താകുമെന്ന് തലങ്ങും വിലങ്ങും ഞാനാലോചിച്ചു.

മരിക്കുന്നതിലല്ലാ ഭയം. മരിക്കില്ലെന്നാണ് എനിക്ക് തോന്നിയിരുന്നതും. എന്നാൽ വസൂരി പിടിച്ച എനിക്ക് ബോധം കെട്ടാൽ പോലീസുകാർ വല്ല കുപ്പയിലും കൊണ്ടുപോയി തള്ളിയാലോ? ഓരോ തരം അരുതാത്ത വിചാരങ്ങളെക്കൊണ്ട് നേരം പോയതറിഞ്ഞില്ല. ഒരടിപോലും നടക്കാൻ സാധ്യമല്ലാതായിക്കഴിഞ്ഞിരുന്നു.

ഏതോ ഒരു ഫാക്ടറിയിൽ മണിയടിക്കുന്ന ശബ്ദം കേട്ട ഞാൻ, അതു ശ്രദ്ധിച്ചപ്പോൾ സമയം നാലു മണിയാണെന്നറിഞ്ഞു. ചാഞ്ഞും ചെരിഞ്ഞും നടന്നുകൊണ്ട് ഒരു വിധം റോട്ടിലെത്തി നോക്കുമ്പോൾ ഒരു ടാക്സി വരുന്നതു കണ്ടു. ഞാനാ ടാക്സിക്കാരനോട് എനിക്ക് നല്ല സുഖമില്ലെന്നും ദാദർ സ്റ്റേഷൻ വരെ എന്നെ എത്തിക്കണമെന്നും അപേക്ഷിച്ചു. അയാളൊരു നീരസവും കാട്ടാതെ എന്നെ ദാദർ സ്റ്റേഷനിലിറക്കുകയും ചെയ്തു.

കഷ്ടി പ്രകാശമായപ്പോൾ ആരും കാണാതെ ഞാൻ ചെമ്പൂരിലെത്തി ദൊരയെ ചെന്നുണർത്തി. പുറത്തുവന്ന അയാൾ എന്നെക്കണ്ട് വല്ലാതമ്പരന്നു. ഭാഗ്യത്തിനയാൾക്ക് പരിചയമുള്ള ഒരാൾ നാട്ടിൽ പോയിരുന്നു. ആ മനുഷ്യൻ വീടിന്റെ താക്കോൽ ദൊരയെ ഏല്പിച്ചാണ് പോയത്. ദൊര ആ സ്ഥലത്തിന്റെ താക്കോലെടുത്ത് തുറന്ന് എന്നെ അതിനകത്ത് കൊണ്ടുപോയി മുളച്ചു. എനിക്കപ്പോഴേക്കും ബോധം കെട്ട മട്ടായിത്തുടങ്ങിയിരുന്നു. എല്ലാം ഒരു

സ്വപ്നം പോലെയേ എനിക്ക് ഓർക്കാൻ കഴിയുന്നുള്ളൂ. പാലൂരിവിടെ കിടന്നോളൂ എന്നു പറഞ്ഞ് അയാൾ വീട് പുറത്തു നിന്ന് പൂട്ടി പോവുകയും ചെയ്തു.

ഏതാണ്ട് ഒമ്പതു മണിക്ക് അയാൾ കുറച്ച് കഞ്ഞിയുമായി വീണ്ടും വന്നു. അപ്പോളാണ് അയാൾ എന്നെ ശരിക്കു കണ്ടത്. ആകെ പരിഭ്രമിച്ച അയാൾ എന്നെ പിടിച്ചുകുലുക്കി ബോധം ഉണ്ടാക്കി. എന്നിട്ട് പിന്നെ വരാമെന്ന് പറഞ്ഞു പുറത്തു നിന്നും പൂട്ടി പോവുകയും ചെയ്തു.

നേരിട്ടയാൾ പോയത് പുരുഷോത്തമനെ കാണാനാണ്. പുരുഷോത്തമന്റെ ഒരു പഞ്ചാബി സുഹൃത്തിന്റെ ഗേൾഫ്രണ്ട് ആർതർറോഡ് ആസ്പത്രിയിൽ നേഴ്സായി ജോലി ചെയ്യുന്നുണ്ടായിരുന്നു. ഏതു വിധത്തിലും എന്നെ ആസ്പത്രിയിൽ അഡ്മിറ്റ് ചെയ്യാൻ ഏർപ്പാട് ചെയ്യണമെന്ന് പുരുഷോത്തമൻ സുഹൃത്തിനോട് വിളിച്ചുപറഞ്ഞു. ആ സുഹൃത്ത് സഹായിച്ചതിനാൽ താമസിയാതെ തന്നെ ആസ്പത്രിയിലെ ആംബുലൻസ് എന്നെ കൊണ്ടുപോകാനായി ചെമ്പൂർ കോളനിയിലെത്തി.

ആംബുലൻസ് കോളനിയിൽ വന്ന് നിന്നപ്പോൾ സംഗതിയറിയാനായി ചിലർ അടുത്തുകൂടി. എന്നാലവരെയെല്ലാം ദൊര മറ്റെന്തോ പറഞ്ഞ് വന്ന പോലെതന്നെ പറഞ്ഞയച്ചു. എന്നിട്ടോടി വന്ന് എന്നെ പുതപ്പു കൊണ്ട് നല്ലവണ്ണം പുതപ്പിച്ച് താങ്ങിപ്പിടിച്ച് വണ്ടിയിൽ കയറ്റി. ഒപ്പം ദൊരയും വന്നുവെങ്കിലും ബോധം വന്ന ഞാൻ ദൊരയോട് വസൂരി ആസ്പത്രിയിലേക്ക് വരരുതെന്ന് പറഞ്ഞ് വിലക്കി. ആസ്പത്രിപ്പടിക്കൽ വെച്ച് അയാൾ ആംബുലൻസിൽ നിന്ന് ഇറങ്ങുകയും ചെയ്തു.

പിന്നീടുണ്ടായതൊന്നും എനിക്ക് തീരെ ഓർമ്മയില്ല. വെളുപ്പിന് നാലു മണിക്ക് കാലദൂതനെപ്പോലുള്ള ചിലർ എന്നെ സ്ട്രെച്ചറിൽ തള്ളിക്കൊണ്ടു പോയി വലിയ ചെമ്പുപാത്രത്തിൽ പൊട്ടാസിയം പെർമാംഗനിറ്റ് ഇട്ട് തിളപ്പിച്ച വെള്ളം ഒരു ബക്കറ്റ് കൊണ്ട് രണ്ടു മൂന്നു വട്ടം മേലൊഴിച്ചത് ലേശം ഓർമ്മയുണ്ട്. തിളക്കുന്ന വെള്ളം കഴുത്തുമുതൽ പാദം വരെ ഒഴിച്ചപ്പോൾ അനുഭവപ്പെട്ട ചൂടും സുഖവും ഒന്നു വേറെ തന്നെയാണ്. പിന്നീടൊന്നും എനിക്കോർമ്മയില്ല.

മൂന്നാം ദിവസം ഉച്ച തിരിഞ്ഞ് നാലു മണിയോടെ പുരുഷോത്തമനും അയാളുടെ സുഹൃത്ത് പഞ്ചാബിയും കൂടി എന്നെ കാണാൻ വന്നപ്പോഴേയ്ക്കും എനിക്കേതാണ്ട് ബോധം വന്നിരുന്നു. സ്ഥലദൗർലഭ്യം നിമിത്തം ആസ്പത്രിക്കാർ മുറ്റം മുഴുവൻ ടാർപ്പായപ്പന്തൽ കെട്ടി അതിന് താഴെ കട്ടിലുകൾ അടുപ്പിച്ചിട്ട് രോഗികളെ നിരത്തി കിടത്തിയിരിക്കുകയായിരുന്നു. അത്തരം നൂറുകണക്കിന് വസൂരി രോഗികളുടെ ഇടയിലൊരു കട്ടിലിൽ ഞാനും.

പുരുഷോത്തമൻ എനിക്കായി ഒരു ചെറിയ കൊട്ട നിറയെ പഴങ്ങൾ കൊണ്ടുവന്നിരുന്നു. അയാളത് എന്നെ ഏല്പിച്ചു സംസാരിക്കാൻ തുടങ്ങിയപ്പോൾ ഞാൻ പുരുഷോത്തമനോട് വേഗം സ്ഥലം വിടാൻ പറഞ്ഞു. കാരണം അയാൾക്ക് വസൂരി ഉണ്ടായിട്ടില്ല.

എന്നിട്ടും ഏതാണ്ടര മണിക്കൂർ പുരുഷോത്തമനും സുഹൃത്തും എന്തൊക്കെയോ നേരമ്പോക്കുപറഞ്ഞ് എന്നെ ചിരിപ്പിക്കാൻ ശ്രമിച്ചുകൊണ്ടിരുന്നു. ഒടുക്കം അവർ പോയില്ലെങ്കിൽ ഞാൻ കരയും എന്ന ദിക്കെത്തിയപ്പോൾ അവർ മടങ്ങി.

ആസ്പത്രിയിലെ ലോകം ഒന്നു വേറെത്തന്നെയാണ്. അവിടെ ചെന്നാൽ നാം നമ്മെ മറക്കും. ആയിരക്കണക്കിനു രോഗികൾ വന്നും പോയുമിരിക്കുന്ന സ്ഥലം എനിക്ക് ഒരു പുണ്യഭൂമിയായിട്ടാണു തോന്നിയത്. ഡോക്ടർമാർ പേരിനു മാത്രം ഒന്നു വന്നുനോക്കിയാലായി. എന്നാൽ നേഴ്സുമാർ ദിവസം മൂന്നു നേരം വന്ന് പനി നോക്കും. എന്തെങ്കിലും കുസൃതി പറഞ്ഞ് ചിരിപ്പിക്കാൻ ശ്രമിക്കും. എല്ലാവരോടും വളരെ ദയയോടെയാണ് പെരുമാറുക.

വെളുപ്പിന് നാലു മണിക്ക് ബഹളം തുടങ്ങുകയായി. എല്ലാവരും തിളയ്ക്കുന്ന വെള്ളമൊഴിച്ച് കുളിക്കണമെന്ന് കർക്കശനിയമമാണ്. ശരീരത്തിൽ ധാരാളം വെള്ളമൊഴിക്കണമെന്നല്ലാതെ മറ്റു കാര്യങ്ങളിലൊന്നും ശ്രദ്ധയില്ല. നടക്കാൻ വയ്യാത്തവരെ സ്ട്രെച്ചറിൽ കൊണ്ടുവന്ന് കുളിപ്പിക്കും. അഞ്ചു മണിക്ക് മുമ്പ് സകലരും കുളി കഴിഞ്ഞ് കട്ടിലിൽ എത്തിക്കോളണമെന്ന് അലിഖിതനിയമമുണ്ട്. ആരെങ്കിലും അമാന്തിച്ചാൽ ജോലിക്കാരിൽ നിന്ന് കേൾക്കേണ്ടി വരിക പുളിച്ച തെറിയാണ്. സുപ്രഭാതത്തിൽതന്നെ ജോലിക്കാരുടെ അത്തരം സഹസ്രനാമം കേൾക്കാൻ ആരും സാധാരണ ധൈര്യപ്പെടാറില്ല.

അഞ്ചുമണി പത്തു മിനിട്ടാകുമ്പോഴേക്കും ആവി പറക്കുന്ന ഓരോ കപ്പ് ചായ എത്തും. ഒന്നാംതരത്തിലുള്ള ആ ചായയുടെ രുചി വേറെത്തന്നെയാണ്. എന്നാൽ അത് കഷ്ടി നാല് ഔൺസ് മാത്രമേ ഉണ്ടാകുള്ളൂ. തൊണ്ടയിലൂടെ ഇറങ്ങുമ്പോഴേയ്ക്കും കഴിയുന്ന കപ്പിനെ നോക്കി ഞാൻ ധാരാളം പരിഭവം പറഞ്ഞിട്ടുണ്ട്, കാര്യമില്ലെങ്കിലും.

അത് കഴിഞ്ഞിട്ടൊരുറക്കമുണ്ട്. ഇത്ര സുഖം ജിവിതത്തിലുണ്ടെന്ന് ഞാൻ അന്നുവരെ ഓർത്തിരുന്നില്ല. ഉറക്കമെന്ന് പറഞ്ഞാൽ ഉറക്കം തന്നെയാണത്. ഒരൊറ്റ രോഗിയും ആ സമയത്ത് ഉണർന്നിരിക്കുന്നുണ്ടാകില്ല.

എട്ടുമണിക്ക് ഒരു കപ്പ് പാലും രണ്ടു ബ്രഡ്ഡിന്റെ കഷണവും ജാമും കിട്ടും. അത് പ്രപഞ്ചം മുഴുവൻ തിന്നാൻതക്ക വലിപ്പമുള്ള വയറിന്ന് ഒന്നുമാകില്ലെങ്കിലും കിട്ടിയതു ലാഭമെന്നു കരുതി അകത്താക്കും.

പന്ത്രണ്ടര മണിയോടെ രണ്ടു ചപ്പാത്തിയും ഒരു കപ്പ് ചോറും ലേശം ദാലും ഒരു സബ്ജിയുമായി ഭക്ഷണപ്ലെയിറ്റുകൾ എത്തും. അതു കണ്ടാൽ എനിക്ക് കരച്ചിലാണ് വരിക. അമ്മാതിരി പത്ത് പ്ലെയിറ്റുകളിലെ ഭക്ഷണം കഴിക്കാനുള്ള വിശപ്പുണ്ടെല്ലാവർക്കും. എന്നാൽ എല്ലാവരും ഒന്നും മിണ്ടാതെ കിട്ടിയതു ഭക്ഷിച്ച് ധാരാളം വെള്ളവും കുടിച്ച് ഏമ്പക്കമിടുകയാണ് പതിവ്.

നാലുമണിക്കൊരു കപ്പു ചായയും രണ്ടു ഗ്ലൂക്കോസ് ബിസ്ക്കറ്റും കിട്ടും. അത് കഴിഞ്ഞാൽ പിന്നെ കഥകൾ പറഞ്ഞു തുടങ്ങുകയായി. നിങ്ങൾ കേട്ടാലും കേട്ടില്ലെങ്കിലും കഥകൾക്ക് ഒട്ടും തന്നെ പിശുക്കില്ല. പറയാനുള്ളവർ പറഞ്ഞു കൊണ്ടേയിരിക്കും. കേൾക്കാനുള്ളവർ ആരും തന്നെ ചെവി പൊത്തുന്നതായി ഞാൻ കാണുകയുണ്ടായില്ല.

കഥകൾ പറയുന്നതിന്റെ ഘോഷം അധികമായാൽ ചില ജോലിക്കാർ ഉലയ്ക്കപോലത്തെ വടിയോങ്ങി ഭീഷണിപ്പെടുത്തിക്കൊണ്ടു വരും. എന്നാലവരാരും ആരെയും അടിച്ചതായി ഞാൻ കണ്ടില്ല. ഇതൊക്കെ ആസ്പത്രിയിലെ സാധാരണ രീതികളാണെന്നാണ് ഞാൻ ധരിച്ചുവശായത്.

അക്കാലത്ത് ആർതർ റോഡ് ആസ്പത്രിയിൽ രണ്ടു നമ്പൂതിരിമാർ വസൂരി പിടിച്ചെത്തിയിരുന്നു. അതിലൊന്ന് പാലൂരും, മറ്റൊന്ന് ഏതോ ഒരു

നമ്പൂതിരിയും. ചെറുപ്പക്കാരനായ ആ നമ്പൂതിരി ആസ്പത്രിയിൽ വന്ന് അഞ്ചാറു ദിവസം കഴിഞ്ഞപ്പോൾ മരിച്ചു. ഇത് ബോംബെയിലെ പല മലയാളികൾക്കിടയിലും സംസാരവിഷയമായി. മിക്ക കൂട്ടരും, ചാകാൻ പറ്റിയവൻ ഞാനാണെന്നു കരുതി പാലൂര് ചത്തു എന്ന് പറഞ്ഞുപരത്തി. ഞാനിതെല്ലാം അറിഞ്ഞത് ആശുപത്രി വിട്ട് ഒരു മാസം കഴിഞ്ഞ ശേഷമാണ്.

പതിനാറാമത്തെയോ പതിനേഴാമത്തെയോ ദിവസം എന്നെ ഡിസ്ചാർജ്ജ് ചെയ്തു. പോകാനൊരിടമില്ലെന്ന് ഞാൻ ആസ്പത്രിക്കാരോട് കരഞ്ഞു പറഞ്ഞിട്ടും അവർ അശേഷം ദയ കാട്ടിയില്ല. കാലത്ത് ഏതാണ്ട് പതിനൊന്നു മണിയോടെ അവരെന്നെ പുറത്താക്കിയെന്നതാണ് സത്യം.

പടിക്കൽ നിന്ന് ആസ്പത്രിയെന്ന ആ വലിയ ലോകത്തെ ഞാനൊന്നു തിരിഞ്ഞുനോക്കി. സത്യം പറഞ്ഞാൽ എനിക്ക് ഈ ലോകത്തിനോട് വളരെ നന്ദിയാണപ്പോൾ തോന്നിയത്. എല്ലാവരോടും സ്നേഹം, എല്ലാവരോടും ദയ, എന്തിലും സൗന്ദര്യം, എല്ലാം മധുരമയം.

പത്തുപതിനഞ്ചു ദിവസം നടക്കാതിരുന്നതുകൊണ്ട് നടക്കാൻ മറന്ന പോലെ. അപകടമേഖല തരണം ചെയ്തുവെന്നല്ലാതെ എന്റെ ശരീരത്തിലെ കുരുക്കളൊന്നും ഉണങ്ങിയിരുന്നില്ല. ചേന ചെത്തിയ മട്ടുണ്ട്. ഇനി സാധാരണ തൊലിവരാൻ ഒരു മാസമെങ്കിലും വേണ്ടി വരും.

കഷ്ടി പത്തിരുപതു രൂപ മാത്രം കയ്യിൽ ശേഷിച്ചിരുന്ന ഞാൻ ഒരു ടാക്സിക്കാരനെ വിളിച്ച് എന്റെ ദയനീയാവസ്ഥ അറിയിച്ചു. എന്നോട് വണ്ടിയിൽ കേറിക്കോളാൻ അയാൾ പറഞ്ഞു. ഖാറിലുള്ള കൃഷ്ണമേനോന്റെ വീട്ടിലേക്ക് ഞാൻ രണ്ടും കല്പിച്ച് കേറിച്ചെന്നു. ബെല്ലടി കേട്ട് വാതിൽ തുറന്ന ഭായി (അങ്ങനെയാണ് കൃഷ്ണ മേനോന്റെ ഭാര്യയെ വിളിയ്ക്കാറ്) എന്നെ കണ്ട് അമ്പരന്നു. ഒരക്ഷരം പോലും പറയാതെ എനിക്കവർ വരാന്തയിലൊരു പായ വിരിച്ചുതന്നു. ഒപ്പം വെയിൽ തട്ടാതിരിക്കാൻ ഒരു മറയും കെട്ടി.

സ്ക്കൂൾ വിട്ടു വന്ന എന്റെ ശിഷ്യൻ എന്നെ ഒന്നു നോക്കി. അതു വേണ്ടെന്നു ഞാൻ ആംഗ്യം കാണിച്ചപ്പോൾ അയാൾ അകത്തേക്കു പോയി.

രാത്രി എട്ടുമണിയോടെ വന്ന കൃഷ്ണമേനോൻ എന്നെക്കണ്ട് നല്ലവണ്ണം ശകാരിച്ചു. ഞാൻ എന്റെ അവസ്ഥ അദ്ദേഹത്തിനെ അറിയിക്കാതിരുന്നതിനാണ്. പുരുഷോത്തമനാണ് എനിക്ക് കൃഷ്ണമേനോനെ പരിചയപ്പെടുത്തിത്തന്നത്. സാക്ഷാൽ നാട്യാചാര്യൻ കുഞ്ഞുണ്ണിത്തമ്പുരാന്റെ തൽസ്വരൂപമായിരുന്നു കൃഷ്ണ മേനോൻ.

വലിയ കഥകളിഭ്രാന്തനായ കൃഷ്ണമേനോൻ സി. അച്ചുത മേനോന്റെ ഉറ്റ സുഹൃത്തായിരുന്നു. അച്ചുതമേനോനും കൃഷ്ണ മേനോനും ശരീരം രണ്ടാണെങ്കിലും ആത്മാവ് ഒന്നായിരുന്നു. ചെറിയ കമ്മ്യൂണിസ്റ്റ് അനുഭാവിയുമായിരുന്നു കൃഷ്ണമേനോൻ. കൃഷ്ണമേനോന് കാണാൻ വേണ്ടി ബോംബെയിൽവെച്ച് നരകാസുരവധത്തിലെ ലളിതയുടെ വേഷം കെട്ടി ഞാൻ അഭിനയിച്ചിട്ടുണ്ട്. അന്ന് പൊന്നാനി പാടിയത് അദ്ദേഹം തന്നെയായിരുന്നു. അതിനെത്തുടർന്നാണ് മകൻ രാജനെ കഥകളി പഠിപ്പിക്കണമെന്ന് എന്നോട് അദ്ദേഹം ആവശ്യപ്പെട്ടത്. ഉത്തരാസ്വയംവരത്തിലെ ദൂതന്റെ ഭാഗം അയാളെ ചൊല്ലിയാടാൻ പഠിപ്പിച്ചിട്ടുമുണ്ട്.

ഏതാണ്ടൊരു മാസം ഞാൻ കൃഷ്ണമേനവന്റെ വീട്ടിൽ കൂടി. അദ്ദേഹത്തിന്റെ സുഹൃത്ത് ഒരു ഡോക്ടർ ഗോപാലൻ ബാന്ദ്രയിൽ പ്രാക്ടീസ്

ചെയ്തിരുന്നു. വളരെ ശാന്തശീലനായ അദ്ദേഹം മിക്ക ദിവസവും വന്ന് പരിശോധിച്ചിരുന്നു. രോഗം മാറി. പണിയില്ല. കയ്യിൽ കാശുമില്ല. ഞാനെന്തു ചെയ്യും? ജോലിയന്വേഷിച്ച് പലരേയും പോയി കണ്ടു. ഒന്നും ശരിയായില്ല.

ചില ഫോറിൻ കമ്പനികളിൽ എനിക്ക് ഇന്റർവ്യൂവും ടെസ്റ്റും നടത്തിയത് സായിപ്പന്മാരാണ്. എന്നാൽ അവസാനം എന്റെ ഡ്രൈവിംഗ് ലൈസൻസ് പരിശോധിച്ച സമയത്ത് അതിലുള്ള നമ്പൂതിരി എന്ന ശബ്ദം അവരുടെ ദൃഷ്ടിയിൽപ്പെട്ടു. നമ്പൂതിരിയെന്നു കണ്ടപ്പോൾ ഇ.എം.എസ്സിനെ ഓർത്തിട്ടാവാം, ആരും എനിക്ക് ജോലിതരാൻ തയ്യാറായില്ല.

വിശപ്പിന്റെ വിളി

പകൽ മുഴുവൻ ജോലിയന്വേഷിച്ചു നടക്കുകയും അന്തിയാകുമ്പോൾ ഏതെങ്കിലും സുഹൃത്തിന്റെ വീട്ടിൽ ചെന്ന് ഭക്ഷണം കഴിക്കുകയും എവിടെയെങ്കിലും കിടന്ന് നേരം വെളുപ്പിക്കുകയും ചെയ്തിരുന്ന ഞാൻ അക്കാലത്ത് സാമാന്യത്തിലധികം ബുദ്ധിമുട്ടി. നമ്പൂതിരിയായ ഞാൻ കമ്മ്യൂണിസ്റ്റാണെന്ന് കരുതി ആരും പണിതരാൻ തയ്യാറായില്ല. ഇയ്യാളെ പണിക്കുവെച്ചാൽ കുഴപ്പമുണ്ടാക്കുമെന്നും, പിന്നീടതൊരു തലവേദനയാകുമെന്നും മിക്കവരും വിചാരിച്ചിരിക്കും. പക്ഷേ, ഞാനൊരു കമ്മ്യൂണിസ്റ്റുകാരനൊന്നുമായിരുന്നില്ല. കവിയായ എനിക്ക് ആരോടും ഒന്നിനോടും വെറുപ്പുണ്ടായിരുന്നില്ലെന്നത് ശരിയാണ്.

പുരുഷോത്തമനും അയാളുടെ വൈ.എം.സി.എ.യിലുള്ള സുഹൃത്തുക്കളുമുണ്ടാവുക മൂലം അത്യാവശ്യത്തിനുള്ള കാശ് എനിക്ക് കിട്ടിയിരുന്നു. അഭിമാനിയായ ഞാൻ ആരോടും ഇരന്നിട്ടില്ല. എല്ലാവരും എന്റെ ദയനീയാവസ്ഥയറിഞ്ഞ് എന്നെ സഹായിക്കയാണുണ്ടായിട്ടുള്ളത്.

ഇങ്ങനെ എത്രകാലമാണ് തുടരുക? പണിയില്ല. കാശില്ല. കിടക്കാനൊരിടമില്ല. കുറെ സുഹൃത്തുക്കളും അല്പം കിറുക്കും ധാരാളം കവിതയുമുണ്ട്. ഇതെല്ലാം ആർക്കു വേണം?

കൊല്ലം ഏതാണ്ടൊന്നു കഴിഞ്ഞു. ഇതിന്നിടയിൽ ഞാൻ ധാരാളം പട്ടിണി കിടന്നു. സുഹൃത്തുക്കളുടെ വീടുകളിൽ കേറിച്ചെല്ലാൻ മടിച്ച് കുളിക്കാതെയും പല്ലു തേക്കാതെയുമിരുന്നു. എന്നിട്ടും സാഹിത്യപ്രവർത്തനങ്ങൾ ഉപേക്ഷിച്ചില്ല.

ആയിരത്തിത്തൊള്ളായിരത്തി അമ്പത്തൊൻപത് മദ്ധ്യത്തിൽ എന്റെ കയ്യിലുണ്ടായിരുന്ന അവസാനത്തെ ഒരുറുപ്പികക്ക് 20 പോസ്റ്റ് കാർഡ് വാങ്ങി. 20 പേർക്ക് എന്റെ സാമ്പത്തികനില വിശദീകരിച്ചു കൊണ്ട് ഞാനെഴുതി. നമ്പൂതിരിയാകകൊണ്ട് എനിക്ക് ആരും ജോലി തരുന്നില്ലെന്നും, ഞാനൊരു കമ്മ്യൂണിസ്റ്റാണെന്നാണ് എല്ലാവരും കരുതുന്നതെന്നുമാണ് എഴുതിയത്.

അക്കൂട്ടത്തിൽ ജവഹർലാൽ നെഹ്റുവിനും ഒരു കാർഡെഴുതി. അതിൽ അവസരം ലഭിക്കയാണെങ്കിൽ അങ്ങയെപ്പോലുള്ള ഒരു പദവിയിലെത്തുമായിരുന്ന ഞാൻ പള്ളിക്കൂടത്തിൽ പോയിട്ടില്ലെന്നും, എനിക്കെവിടെ ച്ചെന്നാലും കമ്മ്യൂണിസ്റ്റാണെന്ന് പറഞ്ഞ് ആരും പണി തരുന്നില്ലെന്നും, ഞാൻ

ഒരു നമ്പൂതിരിയായി ജനിച്ചതിന്റെ പാപം ഇത്ര വലുതാണെന്ന് ധരിച്ചിരുന്നില്ലെന്നും, പണിയെടുക്കാൻ തയ്യാറുള്ള ഒരു ചെറുപ്പക്കാരൻ നാളെ ബോംബെയിലെ തെരുവിൽ വീണു മരിച്ചാൽ അത് ഞാനായെന്നു വരാമെന്നും, ഇത് അങ്ങയ്ക്ക് ഒരിക്കലും ഭൂഷണമാകില്ലെന്നും ഒക്കെ എഴുതി.

എന്റെ കാർഡ് കിട്ടിയിട്ട് മറുപടിപോലും ചിലരെഴുതിയില്ല. എൻ.വി. കൃഷ്ണവാരിയർ മഹാഭാരതത്തിലെ ഒരു ശ്ലോകം കുറിച്ചയച്ചു:

ജയേൽകദർയ്യം ദാനേന സത്ത്യേനാനൃതവാദിനം

ക്ഷമയാ ക്രൂരകർമ്മാണ മസാധും സാധുനാജയേൽ

(പിശുക്കനെ ദാനം കൊണ്ടു ജയിക്കുക, നുണയനെ സത്യം കൊണ്ട്, ക്രൂരനെ ക്ഷമ കൊണ്ട്, മര്യാദകെട്ടവനെ മര്യാദ കൊണ്ടും).

നമ്മുടെ കെ.സി. പീറ്റർ മാത്രം എനിക്ക് പതിനഞ്ചുരൂപ അയച്ചുതന്നു.

തനി പ്രാകൃതനെപ്പോലെ ഊണും ഉറക്കവുമില്ലാതെ തെരുവുകളിലൂടെ അലഞ്ഞു നടന്ന ഞാൻ രാത്രി കാലങ്ങളിൽ പോലീസ് പിടിക്കാതിരിക്കാനായി ഉറങ്ങാൻ കൂട്ടാക്കിയില്ല. എന്നാൽ പകൽ കിട്ടുന്ന ദിക്കിലൊക്കെ കിടന്നുറങ്ങി.

കുളിയില്ല, ഭക്ഷണമില്ല, കാശില്ല, കയ്യിലൊന്നുരണ്ടു പുസ്തകങ്ങൾ മാത്രമുണ്ട്. അതും എന്റേയായിരുന്നില്ല. എപ്പോൾ മടക്കി കൊടുത്താലും വിരോധമില്ലാത്ത ഒരു സുഹൃത്തിന്റേയായിരുന്നു.

രണ്ടുദിവസം ഞാനങ്ങനെ തള്ളി നീക്കി. മൂന്നാം ദിവസം പുലർന്നപ്പോളേക്കും എനിയ്ക്കൊന്നും വയ്യാതായി. പൈപ്പിലെ പച്ചവെള്ളം മാത്രമായിരുന്നു കഴിച്ചിരുന്നത്. ബോംബെയിലാണെങ്കിൽ പല ദിക്കിലും പബ്ലിക് പൈപ്പ് അക്കാലത്തുണ്ടായിരുന്നുമില്ല.

തീരെ വയ്യാതായ ഞാൻ നടന്നുനടന്ന് ഉച്ചയ്ക്ക് രണ്ടു മണിയോടെ മാഹിം എന്ന സ്ഥലത്തെത്തുകയും ഒരിടവഴിയിലേക്ക് നീങ്ങി പീടികത്തിണ്ണയിൽ കിടക്കാൻ ശ്രമിക്കുകയും ചെയ്തു. അതിന്റെ എതിർവശത്തായി ഒരു മുസ്ലീം താമസിക്കുന്നുണ്ടായിരുന്നു. റോഡ്വക്കത്തുള്ള അയാളുടെ വീടിന്റെ മുന്നിൽ ഒന്നുരണ്ടു കാലഹരണപ്പെട്ട ബെഞ്ചും ഡെസ്കും കിടന്നിരുന്നു.

അയാൾ അവിടെ ചിലർക്ക് ചോറും കറിയും കൊടുക്കുന്നതായി ഞാൻ കണ്ടു. ഒരു പ്ലേറ്റിൽ അൽപം ചോറും മറ്റൊന്നിൽ ലേശം കൂട്ടാനും. ചുരുങ്ങിയ എന്തൊ വില അതിന്നയാൾ ഈടാക്കുകയും ചെയ്തിരുന്നു.

കുറച്ചധികം നേരം ഞാനത് സൂക്ഷിച്ചു നോക്കിക്കൊണ്ടി രുന്നപ്പോൾ നല്ല മാപ്പിളമലയാളത്തിൽ എന്താ തുറിച്ചു നോക്കുന്നതെന്ന് അയാൾ എന്നോട് ചോദിച്ചു. ആദ്യം ഞാൻ മറുപടിയൊന്നും പറഞ്ഞില്ലെങ്കിലും രണ്ടാമതയാൾ ചോദിച്ചപ്പോൾ വിശന്നിട്ടാണെന്ന് ഹിന്ദിയിൽ മറുപടി പറഞ്ഞു.

അതു കേൾക്കേണ്ട താമസം, ജോലിക്കാരനോട് അയാളെന്തോ പറഞ്ഞു. എന്നിട്ട് എന്നെ അങ്ങോട്ടുവിളിച്ചു. അയാൾ എന്റെ ജീവനെ രക്ഷിച്ചു എന്നതാണ് സത്യം.

ഒരു ചട്ടുകം ചോറും ഒരു മീൻകഷ്ണവും അൽപം മീൻചാറും ജോലിക്കാരൻ എന്റെ മുന്നിൽ കൊണ്ടുവെച്ച് മടങ്ങിപ്പോയപ്പോൾ ഞാനതും നോക്കി എന്തിനെന്നില്ലാതെ കരഞ്ഞുപോയി. അതുകണ്ട മദ്ധ്യവയസ്ക്കനായ കടയുടമസ്ഥൻ 'കരയാതെ ചോറു തിന്നൊ' എന്ന് എന്നോട് പറഞ്ഞു.

രണ്ടുമൂന്നു തവണ അയാളതാവർത്തിച്ചപ്പോൾ മത്സ്യം ഞാനന്നുവരെ ഭക്ഷിച്ചിട്ടില്ലെന്നും, നമ്പൂരിയായ ഞാനത് കഴിക്കില്ലെന്നും എങ്ങനെയോ പറഞ്ഞൊപ്പിച്ചു. അപ്പോഴേയ്ക്കും അയാളുടെ ഭാര്യയെന്നു തോന്നിക്കുന്ന തടിച്ച ഒരു സ്ത്രീയും പുറത്തേക്കുവന്നു.

'നമ്പൂരിയച്ചനാണല്ലേ? ഞാനതറിഞ്ഞില്ല' എന്നു പറഞ്ഞുകൊണ്ട് അയാൾ ജോലിക്കാരനോട് ചോറും പരിപ്പും എനിക്ക് വിളമ്പാൻ കല്പിച്ചു. ഇത്തിരി ചോറും അതിന്റെ മീതെ ഒഴിച്ച ലേശം ഡാലും ഒരു ഗ്ലാസ് വെള്ളവും കിട്ടിയ ഞാൻ അത് ആർത്തിയോടെ വാരിത്തിന്നു. അതുകണ്ടപ്പോൾ എന്നോട് ചോറിനിയും വേണോ എന്ന് ചോദിച്ചു.

ഞാനപ്പോൾ എന്റെ കയ്യിൽ കാശില്ലെന്ന് അങ്ങേരോട് പറഞ്ഞു കരഞ്ഞു. അതുകണ്ട അയാൾ എനിക്ക് ഒരു പ്ലേറ്റ് ചോറും ഡാലും കൂടി കൊടുക്കാൻ ജോലിക്കാരനോട് പറഞ്ഞു.

ഭക്ഷണം കഴിഞ്ഞ് കൈകഴുകിയ ഞാൻ പ്ലേറ്റും കഴുകി വെച്ചു. എന്നാൽ അയാളെന്നെ വിടാതെ എന്റെ വർത്തമാനങ്ങളെല്ലാം ചോദിച്ചറിഞ്ഞു.

പണിയന്വേഷിച്ച് ബോംബെയിലെത്തിയതാണെന്നല്ലാതെ ചാവക്കാട്ടുകാരനായ അയാളോട് ഞാനെന്റെ പുരാണങ്ങളൊന്നും കെട്ടഴിച്ചില്ല. എന്നാൽ അയാൾക്കതു തന്നെ ധാരാളം മതിയായിരുന്നു. ഞാനൊരു നമ്പൂരിയല്ലാതിരുന്നുവെങ്കിൽ അയാൾ എന്നോട് അവിടെത്തന്നെ നിൽക്കാൻ പറയുമായിരുന്നുവെന്ന് എനിക്കു തോന്നി. കഷ്ടിച്ചര മണിക്കൂർ നേരം അയാളൊന്നിച്ച് ചെലവഴിച്ച ഞാൻ വലിയ ഉപകാരം എന്നു മാത്രം പറഞ്ഞുകൊണ്ട് പിരിയുകയാണുണ്ടായത്.

പിന്നീട് ഏറെ വർഷങ്ങൾക്കു ശേഷം ഒരിക്കൽ ഞാനീ വിവരം വൈക്കം മുഹമ്മദ് ബഷീറിനോട് കുഞ്ഞുണ്ണിമാസ്റ്ററുടെ സാന്നിദ്ധ്യത്തിൽ പറയുകയുണ്ടായി. എല്ലാം ശ്രദ്ധിച്ചു കേട്ട ബഷീർ എന്നോട് മുസൽമാന്മാർക്കിടയിലുള്ള ബ്രദർഹുഡ്ഡിനെക്കുറിച്ച് നല്ലവണ്ണം വാചാലനായി. അപ്പോഴേയ്ക്കും ബഷീറിന്റെ പത്നി വേവിച്ച പൂളക്കിഴങ്ങും ചട്ടിണിയും സുലൈമാനി എന്ന ഓമന പ്പേരിലദ്ദേഹം വിളിക്കുന്ന കട്ടൻ ചായയും കൊണ്ട് അങ്ങോട്ടു കടന്നുവന്നു. അതോടെ സംസാരത്തിലുള്ള ശ്രദ്ധ ബഷീറിന് ഞങ്ങളെ തീറ്റുന്നതിലായി. ആ ചട്ടിണിയുടെ രുചി ഇന്നും എന്റെ നാവിൽ ഇടയ്ക്ക് ഊറി വരാറുണ്ടെന്നും വെച്ചോളൂ. വർഷങ്ങൾക്ക് ശേഷം ഞാനാ മുസൽമാനെ കാണാനായി മാഹിമിൽ പോയി അന്വേഷിച്ചു. എന്നാലവിടെ അപ്പോൾ ആ വീടുപോലും ഉണ്ടായിരുന്നില്ല. പുതിയ ഒരു കെട്ടിടം വന്നിരിക്കുന്നു. അങ്ങനെ ഒരു കടയുണ്ടായിരുന്നതിനെക്കുറിച്ച് അറിവുള്ളവരായി ആരും തന്നെ ആ പ്രദേശത്ത് ഇല്ലായിരുന്നു.

ഒരു ഗൃഹപ്രവേശം

അക്കാലത്ത് ഒരു ദിവസം ഞാനെന്തോ പുസ്തകം വായിച്ചുകൊണ്ട് ചർച്ച് ഗേറ്റിലുള്ള ഓവൽ മൈതാനത്തിന്റെ വടക്കെ അറ്റത്തിരിക്കയായിരുന്നു. സമയം ഏതാണ്ട് മൂന്നുമണി. ധാരാളം പാർസികൾ തൊട്ടപ്പുറത്തുള്ള അവരുടെ ആരാധനാകേന്ദ്രമായ ഒരു കിണറിന്റെ അടുത്തുവന്ന് പ്രദക്ഷിണം വെച്ച് വണങ്ങുന്നുണ്ടായിരുന്നു.

പെട്ടെന്നൊരു ചെറുപ്പക്കാരൻ എന്റെ മുമ്പിൽ വന്നുനിന്ന് 'താനിനിയും ചത്തില്ലെ? ചത്തെന്നാണല്ലൊ കേട്ടത്!' എന്ന് പറഞ്ഞ് ഉറക്കെ ചിരിച്ചു. വായനയിൽ മുഴുകിയിരുന്ന ഞാൻ അയാളെ നോക്കിയപ്പോൾ നമ്മുടെ തിരുവല്ലാക്കാട്ടിലെ ശ്രീകുമാരനാണെന്ന് മനസ്സിലായി. സാക്ഷാൽ കുറൂർ ഉണ്ണി നമ്പൂതിരിപ്പാടിന്റെ മൂത്തമകളുടെ മൂത്തമകൻ.

ബ്ലൂ സ്റ്റാർ എഞ്ചിനീയറിംഗ് വർക്ക്സിലെ ഫിനാൻഷ്യൽ കൺട്രോളറായിരുന്നു ശ്രീകുമാരൻ. സിന്ധികളുടെ ആ വലിയ കമ്പനിക്ക് ഇന്ത്യയിൽ നൂറുകണക്കിന് ശാഖോപശാഖകളുണ്ടായിരുന്നു. ചർച്ച് ഗേറ്റിലെ കസ്തൂരി ബിൽഡിംഗിലുള്ള അവരുടെ ഹെഡ് ക്വാർട്ടേഴ്സിലായിരുന്നു ചെറുപ്പക്കാരനായ അയാൾക്കു പണി.

കണക്കിന്റെ കാര്യത്തിൽ മിടുക്കനായ അയാൾ ഗവൺമെന്റുണ്ടാക്കുന്ന ഏതു നിയമത്തേയും കണക്കുകൊണ്ടു തന്നെ മറികടന്ന് കമ്പനിയുടെ ഒരൊറ്റ ക്കാശും ഇൻകം ടാക്സായി ഗവൺമെന്റിന് കൊടുക്കാതെ നോക്കാൻ അതി വിദഗ്ധനായിരുന്നു. അയാൾ ആ കാരണം കൊണ്ടുതന്നെ കമ്പനിയുടെ കണ്ണി ലുണ്ണിയായിരുന്നു. കമ്പനിയിൽ ചേർന്ന് കൊല്ലങ്ങൾ കഴിഞ്ഞപ്പോഴേക്കും ധാരാളം പ്രമോഷൻ ലഭിച്ച അയാൾ കാശിന്റെ ആശാനാവുകയും ചെയ്തു.

അങ്ങനെയുള്ള വിദ്വാനാണ് എന്റെ മുന്നിൽ നിന്ന് താൻ ചത്തില്ലേ എന്നു ചോദിച്ചത്. അയാൾ അപ്പോൾ ബോംബെയിലാണെന്ന് അറിയുമെങ്കിലും എവിടെയാണെന്ന് ധരിച്ചിരുന്നില്ല. ചങ്ങാതിയെ കേരളവർമ്മ കോളേജിൽ പഠിക്കുന്ന കാലം തൊട്ടേ ഞാനറിയും.

തുടർന്ന് ഞങ്ങൾ ഒരു റസ്റ്റോറന്റിൽ കേറി വിസ്തരിച്ച് ഭക്ഷണം കഴിച്ചു. കാശിന്റെ കാര്യത്തിൽ നല്ല പിടിപ്പുണ്ടായിരുന്ന അയാൾക്ക് കമ്പനി കൊടു ത്തിരുന്നത് അക്കാലത്തു തന്നെ പതിനായിരക്കണക്കിനാണ്. മാസത്തിൽ പത്തും പതിനഞ്ചും ദിവസം വിമാനത്തിലയാൾക്ക് ദില്ലിക്കും കൽക്കത്തയ്ക്കും മദിരാശിയ്ക്കുമൊക്കെ സഞ്ചരിക്കേണ്ടി വരും. ആ സുഹൃത്തിനെ കണ്ടു മുട്ടിയത് എന്റെ ജീവിതത്തിലെ ഒരു നാഴികക്കല്ലായിരുന്നു.

ശ്രീകുമാരൻ അക്കാലത്ത് വി.ടി. സ്റ്റേഷനിൽ നിന്ന് അധികം ദൂരത്തല്ലാത്ത ഒരു ഗസ്റ്റ് ഹൗസിലാണ് താമസിച്ചിരുന്നത്. അയാളെപ്പോലെ ധാരാളം കാശു കിട്ടുന്നവർക്കല്ലാതെ ആ ഭാഗത്തേയ്ക്ക് ഒന്നു നോക്കാൻ പോലും കഴിയു മായിരുന്നില്ല.

ഭക്ഷണം കഴിഞ്ഞ് ഞങ്ങൾ അയാളുടെ താമസസ്ഥലത്തേക്ക് പതുക്കെ നടന്നുപോയി. അന്നൊരു ശനിയാഴ്ചയായതുകൊണ്ട് അയാൾക്കശേഷം തിരക്കുണ്ടായിരുന്നില്ല. രാത്രി എട്ടുമണിവരെ സംസാരിച്ചിരുന്നശേഷം പിരിയാൻ തുടങ്ങിയപ്പോൾ താനെങ്ങോട്ടാണു പോകുന്നതെന്ന് അയാൾ തിരക്കി. വാസ്തവത്തിൽ എനിക്കെവിടെപ്പോകണമെന്ന് ഒട്ടും തന്നെ നിശ്ചയമില്ലാ യിരുന്നു.

സംഗതി മനസ്സിലാക്കിയ അയാൾ എന്നോട് അന്ന് അയാളൊന്നിച്ചു താമസിക്കാൻ ക്ഷണിച്ചു. ഞാനത് സ്വീകരിക്കുകയും ചെയ്തു. കുളിച്ച് സുഖമായി ഭക്ഷണം കഴിച്ചു കിടന്നുറങ്ങിയ ഞാൻ പിറ്റേദിവസം കാലത്തെട്ടു മണി കഴിഞ്ഞിട്ടാണുണർന്നത്. അതും, ശ്രീകുമാരനെന്നെ തട്ടിയുണർത്തിയ പ്പോൾ മാത്രം.

ശ്രീകുമാരനൊന്നിച്ച് ഞാനന്ന് ഒന്നുരണ്ടു സ്ഥലത്തു പോയി. എന്നാലവിടെയൊന്നും താമസിക്കാനിടം തീരെയില്ലായിരുന്നു. ഒടുക്കം ദാദർ ടി.ടി.യിൽ ഒരു ഹോട്ടലിൽ ഒരാഴ്ചയ്ക്ക് താമസിക്കാൻ അയാളെന്നോട് പറഞ്ഞു. കാശിന്റെ കാര്യം ഞാനറിയേണ്ടെന്നും പറഞ്ഞു.

അന്ധേരിയിൽ നിന്ന് വെർസോവയ്ക്കു പോകുന്ന വഴിയ്ക്ക് സെവൻ ബംഗ്ലാവ് എന്ന സ്ഥലത്തുള്ള ഒരു ഗവർമെണ്ട് കോളനിയിൽ ശ്രീകുമാരന്ന് വീട് കിട്ടിയിട്ടുണ്ടായിരുന്നു. താക്കോൽ കയ്യിൽ കിട്ടിയിട്ടും അങ്ങോട്ടു മാറാൻ അമാന്തിച്ച് കഴിയുകയായിരുന്നു അയാൾ. എന്റെ അനാഥത്വം ശ്രീകുമാരന്ന് വീട്ടിൽ താമസം തുടങ്ങാനൊരു കാരണമായി. പിറ്റെ ശനിയാഴ്ച പണി കഴിഞ്ഞ് ഞാൻ താമസിക്കുന്ന ഹോട്ടലിൽ വന്ന അയാൾ നമുക്കന്ധേരിയ്ക്കു പോവുക എന്നു പറഞ്ഞ് കാശെല്ലാം കൊടുത്തപ്പോൾ അന്ധേരിയിലെങ്ങോട്ടാണു പോകുന്നതെന്ന് ഞാൻ അന്വേഷിച്ചു.

അപ്പോഴാണ് അയാൾക്ക് വീടു കിട്ടിയിട്ട് ഒന്നു രണ്ടു മാസമായെന്നും ഒറ്റയാകകൊണ്ട് ഷിഫ്റ്റ് ചെയ്യാൻ മടിച്ച് കൂടുകയാണെന്നും ഞാനറിഞ്ഞത്.

അന്ധേരിയിൽ അയാളുടെ സ്ഥലത്തു ചെന്ന് പൂട്ടു തുറന്ന് കണ്ടപ്പോൾ എനിക്ക് സങ്കടത്തേക്കാളധികം അയാളോട് ദേഷ്യമാണു തോന്നിയത്. സുമാർ അഞ്ഞൂറ് സ്ക്വയർ ഫീറ്റ് വരുന്ന ഒന്നാം തരം ഫ്ളാറ്റ്. വലിയ രണ്ടു മുറികളും അടുക്കളയും ഒരു വരാന്തയുമുള്ള അത്തരം ഫ്ളാറ്റ് ആയിരം രൂപ വാടകയും, പത്തിരുപതിനായിരം രൂപ പകിടി എന്ന ഓമനപ്പേരിലറിയുന്ന ദക്ഷിണയും കൊടുത്താലെ കിട്ടുകയുള്ളു. പകിടി സ്ഥലമൊഴിയുമ്പോൾ മടക്കി കൊടുക്കാമെന്നാണ് പറയുകയെങ്കിലും മിക്കവർക്കും അതു തിരിച്ചു കിട്ടുക പതിവില്ല.

സ്ഥലത്തുചെന്ന് എല്ലാം നോക്കിക്കണ്ടശേഷം ഞങ്ങൾ വീടിനാവശ്യമായ പാത്രങ്ങളും മറ്റുപകരണങ്ങളും വാങ്ങി. ഒപ്പം കുറച്ചു പച്ചക്കറിയും അരിയും, പിറ്റേ ദിവസം കാലത്ത് പ്രാതലിന് ഉപ്പുമാവുണ്ടാക്കാൻ ഒരു കിലോ റവയും. എന്നാലിവയെല്ലാം എങ്ങനെ വീട്ടിലേക്കു കൊണ്ടുപോകുമെന്ന് ആലോചിച്ചു നിൽക്കാൻ എനിക്ക് നേരം തരാതെ ശ്രീകുമാരനൊരു ടാക്സി പിടിച്ച് സാമാനങ്ങളെല്ലാം കയറ്റിത്തുടങ്ങി. ഒപ്പം സഹായത്തിനെത്തിയ എന്നെ അയാൾ തടഞ്ഞില്ലെന്നു മാത്രമല്ല, ഇത്തരം കാര്യങ്ങളിൽ തനിക്കുള്ള പരിചയക്കുറവ് പറഞ്ഞു ചിരിക്കുകയും ചെയ്തു.

പക്ഷേ, പാലു വേണമല്ലോ ചായയ്ക്ക്! എന്തു ചെയ്യും? വീട്ടിൽ ചെന്ന ഉടനെത്തന്നെ അയാൾ അസോസിയേഷന്റെ ആപ്പീസിൽ പോയി പാലിന്റെ കാര്യം അന്വേഷിച്ചു. അതൊരു ബുദ്ധിമുട്ടുള്ള കാര്യമല്ലെന്ന് അപ്പോളാണറിഞ്ഞത്. പിറ്റേ ദിവസം തൊട്ട് രാവിലെയും വൈകുന്നേരവും അര ലിറ്റർ പാലു വീതം വീട്ടിലെത്തിയ്ക്കാനേർപ്പാടു ചെയ്തു. അക്കാലത്ത് ആരീ മിൽക്ക് കോളനിയിലെ പാൽ കിട്ടാൻ അശേഷം വിഷമമുണ്ടായിരുന്നില്ല.

നേരം ഇരുട്ടായിത്തുടങ്ങി. അപ്പോഴാണ് ഇരിക്കാനും കിടക്കാനും ഒന്നുമില്ലെന്ന കാര്യം ഞങ്ങളോർത്തത്. ഊരി വെച്ച ഷർട്ട് വീണ്ടും എടുത്തിട്ട് അന്ധേരിയ്ക്ക് പോയി.

വിളക്കുകളുടെ ഒരു സമുദ്രമായിരുന്നു അവിടെ. കച്ചവടക്കാർ വൈദ്യുത ദീപങ്ങൾകൊണ്ട് അവരുടെ പീടികകൾ അലങ്കരിച്ചതു കണ്ടാൽ ആരുടേയും കണ്ണ് മഞ്ഞളിച്ചു പോകും. ഞങ്ങൾ ഒന്നു രണ്ടു പീടികയിൽ കയറി ചില

കട്ടിലും കസേരകളും നോക്കിയെങ്കിലും ശ്രീകുമാരന്ന് അവയൊന്നും തൃപ്തിയായില്ല. എല്ലാത്തിന്നും തീ പിടിച്ച വിലയും.

ഞങ്ങൾ പച്ചക്കറി മാർക്കറ്റിന്റെ ഉള്ളിൽ കേറി അതിന്റെ വടക്കുഭാഗത്തായി ഒട്ടും തിരക്കില്ലാത്ത ഒരു ഇരുമ്പു പീടികയിൽ പോയി നോക്കി. ആരുടേയും കണ്ണിൽപ്പെടാത്ത ആ ഷോപ്പിൽ കത്തിയിരുന്നത് ഒരു പെട്രോമാക്സാണ്. സാധനങ്ങളെല്ലാം ഇരുമ്പിന്റേയും അലൂമിനിയത്തിന്റേയുമാണ്. വില ചോദിച്ചപ്പോൾ ഞങ്ങളെ അമ്പരപ്പിയ്ക്കുമാറ് അത്രയും കുറച്ചായിരുന്നു.

രണ്ടു കട്ടിലും രണ്ടു കസേരയും മറ്റു ചില സാധനങ്ങളും ഞങ്ങൾ അവിടെനിന്ന് വാങ്ങി. എന്നാലിവ എങ്ങനെ വീടെത്തിക്കുമെന്ന് ആലോചിക്കുന്നതു കണ്ടപ്പോൾ കടയുടെ ഉടമസ്ഥൻ തന്നെ ഒരുന്തുവണ്ടി ഏർപ്പാടു ചെയ്തുതന്നു. എന്നിട്ട് സാധനങ്ങൾ വീട്ടിലൊരു മണിക്കൂറിനകമെത്തുമെന്ന് പറഞ്ഞ് ഞങ്ങളെ യാത്രയാക്കുകയും ചെയ്തു.

എനിക്കത് ഒട്ടും സമ്മതമല്ലായിരുന്നു. കാരണം അയാൾ സാമാനങ്ങൾ കൊണ്ടുവന്നില്ലെങ്കിലൊ? നേരമാണെങ്കിൽ രാത്രി. കച്ചവടക്കാരൻ പറഞ്ഞ വിലയാണെങ്കിൽ പുറത്ത് ഞങ്ങൾ കേട്ടതിന്റെ പകുതിപോലുമില്ല. ഒക്കെക്കൂടി നല്ല പന്തിയല്ലെന്നാണ് എനിക്കു തോന്നിയത്. അത് ഞാൻ ശ്രീകുമാരനോട് തുറന്നു പറയുകയും ചെയ്തു.

ശ്രീകുമാരനതൊന്നും സമ്മതിച്ചില്ല. അയാളവിടെ സാമാനങ്ങൾ എത്തിക്കുമെന്ന് തന്നെയാണ് ശ്രീകുമാരൻ പറഞ്ഞത്. ഒന്നുരണ്ടു ചെറിയ അലൂമിനിയം പാത്രവും ഒരിസ്റ്റലിപ്പാത്രവും ദോശക്കല്ലും കൂടി വാങ്ങി ഞങ്ങൾ ബസ്സിൽ മടങ്ങി. എന്നെ അദ്ഭുതപ്പെടുത്തിക്കൊണ്ട് സാധനങ്ങൾ എല്ലാം ഉന്തുവണ്ടിക്കാരനവിടെ എത്തിച്ച് കാത്തുനിൽക്കയായിരുന്നു.

കൊണ്ടുവന്ന സാമാനങ്ങളെല്ലാം രണ്ടാമത്തെ നിലയിലുള്ള ഞങ്ങളുടെ സ്ഥലത്തേക്ക് എത്തിയ്ക്കാൻ ആ ഉന്തുവണ്ടിക്കാരനോട് തന്നെ പറഞ്ഞു ശ്രീകുമാരൻ. സന്തോഷത്തോടെത്തന്നെ അയാൾ അഞ്ചുപത്ത് മിനിട്ടിനുള്ളിൽ എല്ലാം മുകളിലെത്തിച്ചു. സാധനങ്ങളെല്ലാം ഉണ്ടെന്ന് പരിശോധിച്ചുറപ്പുവരുത്താൻ അയാൾ ഞങ്ങളോട് പറഞ്ഞു. അതുകേട്ട് ചിരിച്ച ശ്രീകുമാരൻ എല്ലാം പരിശോധിച്ചശേഷം അയാൾക്ക് രണ്ടുരൂപ ദക്ഷിണയും കൊടുത്ത് യാത്രയാക്കി.

എന്നാലയാൾ ഒരു രൂപ മതിയെന്നു പറഞ്ഞ് ഒരു രൂപ ശ്രീകുമാരന് തിരികെക്കൊടുത്തു. ആ കൂലിക്കാരന്റെ മര്യാദയും സത്യസന്ധതയും കണ്ടപ്പോൾ എന്റെ കണ്ണിൽ വെള്ളം പൊടിഞ്ഞു. അതുകൊണ്ട് താനതു മുഴുവൻ വാങ്ങിച്ചോളൂ എന്നു ഞാനും പറഞ്ഞു. വളരെ നിർബന്ധിച്ചിട്ടാണ് ആ നല്ല കൂലിക്കാരൻ ശ്രീകുമാരന്റെ കയ്യിൽനിന്ന് ഒരു രൂപ കൂടി വാങ്ങിയത്.

ഞാനുടൻ തന്നെ അടുക്കളയിൽ ചെന്ന് നോക്കിയപ്പോളാണ് അടുപ്പിന്റെ കാര്യം ഓർമ്മ വന്നത്. സംഗതി കുഴപ്പമായല്ലോ എന്ന് ശ്രീകുമാരനോട് ഞാൻ ഫലിതം പറഞ്ഞു. ഉടൻതന്നെ ബസ്സ് സ്റ്റോപ്പിന്നടുത്തുള്ള കടയിൽ നിന്ന് അയാൾ സ്റ്റൗവ്വും ഒരു ടിന്ന് നിറയെ മണ്ണെണ്ണയും വാങ്ങിവന്നു. അടുക്കളയിൽ തീപൂട്ടാമെന്നായപ്പോളേക്കും സമയവും ഏതാണ്ട് ഒമ്പതു മണിയായി.

അയാളെന്നോട് ഒന്നും വെയ്ക്കാൻ നോക്കണ്ടാ, സമയം ധാരാളമായി എന്ന് പറഞ്ഞുവെങ്കിലും ഞാനതു ശ്രദ്ധിച്ചില്ല. ചോറും മുളകോഷ്യവും

ഏതാണ്ടൊരു മണിക്കൂറിനുള്ളിൽ ഞാനുണ്ടാക്കി. അപ്പോഴാണ് മോരില്ലെന്ന് ഓർത്തത്.

അയൽക്കാരനോട് ഉറയൊഴിക്കാനാണെന്നു പറഞ്ഞ് ശ്രീകുമാരൻ ഒരു ഗ്ലാസ് മോരു വാങ്ങി. അപ്പോൾ അയാൾ പത്നിയും കിടാങ്ങളുമായി ഞങ്ങളുടെ വീട്ടിലേക്കു വന്ന് എല്ലാം പരിശോധിച്ചു. ഇലക്ട്രിസിറ്റി ഉണ്ടായിരുന്നതു കൊണ്ട് വിളക്ക് ഒരു പ്രശ്നമായിരുന്നില്ല. എന്നാൽ വാങ്ങാനുള്ള പല വസ്തുവും ആ മനുഷ്യന്റെ പത്നി പറഞ്ഞപ്പോളാണ് ഞങ്ങൾ മൂക്കത്ത് വിരൽ വെച്ചുപോയത്. വെപ്പുള്ള വീടിന് ഒഴിച്ചു നിർത്താൻ പറ്റാത്ത പലതും ഞങ്ങൾ വിസ്മരിച്ചിരുന്നു.

അവരോട് ഒരു കസേരയിലിരിക്കാൻ പറഞ്ഞ് ശ്രീകുമാരൻ ആ സ്ത്രീയോട് അത്യാവശ്യം വാങ്ങേണ്ട സാധനങ്ങളുടെ ഒരു ലിസ്റ്റ് ഉണ്ടാക്കി. സമയം പതിനൊന്നു മണിയായിരുന്നതിനാൽ അവരുടൻ കിടക്കാൻ പോവുകയും ചെയ്തു. മഹാരാഷ്ട്രീയരായിരുന്ന ആ ദമ്പതികൾ ബ്രാഹ്മണരായിരുന്നു. എന്നിട്ടും അവർ പറഞ്ഞുതന്ന ലിസ്റ്റിൽ വെളുത്തുള്ളിയും പെട്ടിരുന്നു.

കുളിച്ച് ഭക്ഷണം കഴിച്ച് കിടന്നുറങ്ങിയ ഞാൻ വെളുപ്പിനെഴുന്നേറ്റ് ദഹണ്ണം തുടങ്ങി. ഏതാണ്ടെട്ടു മണിയായപ്പോഴേക്കും പണികളെല്ലാം കഴിച്ച് സ്വതന്ത്രനായ ഞാൻ എന്റെ ഭാഗ്യത്തിനെക്കുറിച്ചോർക്കുന്നതിനിടെ ശ്രീകുമാരൻ ആപ്പീസിൽ പോകാൻ തയ്യാറായി. പത്തു മണിക്കയാൾക്ക് ആപ്പീസിലെത്താൻ എട്ട് നാൽപത്തിയഞ്ചിനെങ്കിലും പുറപ്പെടണം. ഒരു ബസ്സ് അന്ധേരി റെയിൽവേ സ്റ്റേഷനിലേക്ക്. അവിടുന്ന് ചർച്ച് ഗേറ്റിലേക്ക് വണ്ടിയും.

അയാൾ ആപ്പീസിൽ പോകുമ്പോൾ എന്റെ കയ്യിൽ കുറെ പണം തന്ന് ആ ലിസ്റ്റിലുള്ളതെല്ലാം വാങ്ങി വെക്കാൻ പറഞ്ഞു. ഒറ്റയ്ക്കു പോയി സാമാനങ്ങൾ വാങ്ങുന്നതിലുള്ള എന്റെ പരിചയക്കേട് അയാളോട് പറഞ്ഞപ്പോൾ എന്നാലിന്നു മുതൽക്ക് താനതു പഠിക്കുക എന്നായിരുന്നു മറുപടി. അങ്ങനെ സാമാനങ്ങളെല്ലാം ഞാൻ വാങ്ങാമെന്നേറ്റു.

ശ്രീകുമാരൻ ആപ്പീസിൽ പോയപ്പോൾ ഞാനൊന്നു കുളിച്ചു. എന്നിട്ട് ഭംഗിയായി ഷേവ് ചെയ്തു. തുടർന്ന് വയർ നിറയെ ഉപ്പുമാവും ചായയും കഴിച്ച് സാമാനങ്ങൾ വാങ്ങാൻ അന്ധേരിയ്ക്ക് പോയി.

കൈനിറയെ കാശുമായി പുറത്തിറങ്ങിയ ഞാൻ അന്ധേരിയിലിറങ്ങി എല്ലാം ഒന്നു നടന്നുനോക്കി. എന്നിട്ട് ഒരു പലചരക്ക് പീടികയിൽ ചെന്ന് കയ്യിലുണ്ടായിരുന്ന ലിസ്റ്റ് കാണിച്ചു കൊടുത്തു. ഒരു മാർവാഡിയുടെ വക പീടികയായിരുന്നു അത്. അവിടെയുള്ള മാനേജർക്ക് ഇംഗ്ലീഷറിയില്ലായിരുന്നു. ശ്രീകുമാരനാണെങ്കിൽ ലിസ്റ്റ് തയ്യാറാക്കിയത് ഇംഗ്ലീഷിലുമായിരുന്നു.

കണ്ണിന്റെ മുമ്പിലിരിക്കുന്ന ചില സാമാനങ്ങൾ തൊട്ടുകാണിച്ചു കൊടുക്കാമെന്നല്ലാതെ ലിസ്റ്റിലുള്ള സാമാനങ്ങളുടെ പേർ ഹിന്ദിയിലും മറാഠിയിലും പറയാൻ എനിക്കറിയില്ലായിരുന്നു. ഇതെന്നെയും ആ കച്ചവടക്കാരനേയും നന്നെ വിഷമിപ്പിച്ചു.

എന്തു വേണമെന്നാലോചിച്ച് നിൽക്കുമ്പോൾ കച്ചവടക്കാരനായ അയാൾക്കൊരു ബുദ്ധി തോന്നി. തൊട്ടപ്പുറത്തുള്ള ഒരു കടയിലെ ചെറുപ്പക്കാരനായ മാനേജരെ വിളിച്ച് ആ ലിസ്റ്റ് കാണിച്ചു കൊടുത്തിട്ട് സഹായമഭ്യർത്ഥിച്ചു. ആ വിദ്വാനാണെങ്കിൽ കടയിലേക്കു വന്ന് സകല സാമാനങ്ങൾക്കും

ഹിന്ദിയിലൊരു ലിസ്റ്റുണ്ടാക്കിക്കൊടുത്തു. പച്ചക്കറി പോലും അയാൾ എനിക്കുവേണ്ടി വാങ്ങിത്തന്നു.

പിന്നെ ഞാനൊരു ടാക്സി വിളിച്ച് സാമാനങ്ങളെല്ലാം കയറ്റി മടങ്ങി. വീട്ടിൽ വന്ന് എല്ലാം പരിശോധിച്ചതിൽ ഞങ്ങൾക്കാവശ്യമില്ലാത്ത ഒന്നു മാത്രമേയുണ്ടായിരുന്നുള്ളു. അത് വെളുത്തുള്ളിയായിരുന്നു.

ഭക്ഷണം കഴിച്ച് കിടന്നുറങ്ങിയ ഞാൻ സന്ധ്യയ്ക്ക് ശ്രീകുമാരൻ വന്ന് ബെല്ലടിച്ചപ്പോളാണ് ഉണർന്നത്. ഉടൻതന്നെ രസികൻ ചായയുണ്ടാക്കി കുടിച്ചു. ഒപ്പം കഴിയ്ക്കാൻ ശ്രീകുമാരൻ ബിസ്ക്കറ്റും വാങ്ങിയിട്ടുണ്ടായിരുന്നു. തുടർന്ന് ഞാൻ ദേഹണ്ണം തുടങ്ങി. അധികം വൈകാതെ സാമ്പാറും മെഴുക്കുപുരട്ടിയുമുണ്ടാക്കി. പപ്പടവും കാച്ചി. എന്നാൽ ഞങ്ങൾ ഉപ്പിലിട്ടതൊന്നും അതുവരെ വാങ്ങിയിരുന്നില്ല.

പുറത്തിറങ്ങിയ ഞങ്ങൾക്ക് 'ബഡേക്ക'റുടെ ഉപ്പിലിട്ടതേ വാങ്ങാൻ കിട്ടിയുള്ളു. അത്യാവശ്യത്തിന് ഉപയോഗിക്കാമെന്നല്ലാതെ നമ്മുടെ രുചികൾക്കിണങ്ങുന്നതല്ലായിരുന്നു അത്. വിലയാണെങ്കിൽ ധാരാളമുണ്ടുതാനും.

പല തമാശകളും പറഞ്ഞുകൊണ്ട് ഞങ്ങൾ ഭക്ഷണം കഴിച്ച് കിടന്നുറങ്ങി. ആട്ടുകല്ലും അമ്മിയും വാങ്ങാതിരുന്നതിനാൽ ഇഡ്ഡലിയുണ്ടാക്കാൻ കഴിഞ്ഞിരുന്നില്ല. അതുകൊണ്ട് പിറ്റേന്നും റവ കൊണ്ടുള്ള ഉപ്പുമാവു തന്നെ. പുറത്തിറങ്ങിയ ഞാൻ ആട്ടുകല്ലും അമ്മിയും അന്വേഷിച്ചിട്ട് എങ്ങും കണ്ടില്ല. അത് മാട്ടുംഗയിൽ മാത്രമേ കിട്ടുകയുള്ളു എന്ന് ഒന്നു രണ്ട് കച്ചവടക്കാർ എന്നോടു പറഞ്ഞു. ഉടൻതന്നെ ഞാൻ മാട്ടുംഗയിലേയ്ക്ക് പോയി.

അന്ധേരിയിൽ നിന്ന് ഹാർബർ ബ്രാഞ്ച് വഴി പോകുന്ന വണ്ടിയ്ക്ക് മാട്ടുംഗ സ്റ്റേഷനിലിറങ്ങി അന്വേഷിച്ചെങ്കിലും സാധനം എവിടെയും കണ്ടില്ല. അത് മാട്ടുംഗ മെയിൻ സ്റ്റേഷന്റെ അടുത്തുള്ള ചില ഷാപ്പുകളിൽ കണ്ടിട്ടുണ്ടെന്ന് ചിലർ പറഞ്ഞു. അന്വേഷിച്ചവിടെച്ചെന്നപ്പോൾ പലതരത്തിലുള്ള അമ്മികൾ അവിടെ വിൽക്കാൻ വെച്ചിരുന്നതായി കണ്ടു. എല്ലാത്തിനും തീപിടിച്ച വില. ശ്രീകുമാരനോട് ആപ്പീസിലേക്ക് വിളിച്ചു ചോദിച്ചപ്പോൾ ഉടനടി കിട്ടിയ മറുപടി ആവശ്യമുള്ളവ വാങ്ങി ടാക്സി പിടിച്ച് അന്ധേരിയ്ക്കു കൊണ്ടുപോകുക എന്നാണ്.

കല്ലുകൾ വാങ്ങി ടാക്സിയിൽ കയറ്റിയപ്പോൾ ടാക്സിക്കാരനായ സർദാർജി അതിനെന്തു വില കൊടുത്തുവെന്നു ചോദിച്ചു. ഞാൻ കൊടുത്തതിന്റെ ഇരട്ടിവിലയാണ് സർദാർജിയോട് പറഞ്ഞത്. അതുകേട്ട അയാൾ ആഭാസം കലർന്ന ഭാഷയിൽ ആ ഷോപ്പുകാരെ ചീത്തപറയുകയും അവർ പറ്റിച്ചു എന്ന് സൗമ്യമായി എന്നെ ധരിപ്പിക്കുകയും ചെയ്തു.

പുതിയ കരിങ്കല്ല് മയക്കാൻ ആദ്യം അതിലുമിയിട്ട് അരയ്ക്കണം. ഉമി എങ്ങും കിട്ടാനില്ല. പലരോടും ചോദിക്കുകയും അന്ധേരി വരെ പോയി അന്വേഷിക്കുകയുംചെയ്തു. കാര്യമുണ്ടായില്ല.

വൈകുന്നേരം മൂന്നുമണിയാകാറായി. എന്തുവേണമെന്ന് തലപുകഞ്ഞു ചിന്തിക്കാൻ തുടങ്ങിയ എനിക്ക് അപ്പോൾ ഒരു പരീക്ഷണം നടത്തിയാലെന്താണെന്ന് തോന്നി. ഒരു റാത്തൽ മണ്ണുവാരിക്കൊണ്ടുവന്ന് അതിലുണ്ടായിരുന്ന കല്ല് പെറുക്കിക്കളഞ്ഞ് ആട്ടുകല്ലിലിട്ട് അരച്ചുനോക്കി. എതാണ്ടരമണിക്കൂർ അരച്ചപ്പോഴ്യ്ക്കും മണ്ണ് വെണ്ണപോലായി.

ഉടൻതന്നെ ഞാനത് വാങ്ങിക്കളഞ്ഞ് അമ്മി പലവട്ടം കഴുകി വൃത്തിയാക്കി. എന്നിട്ട് വെള്ളത്തിലിട്ടുവെച്ചിരുന്ന അരിയും ഉഴുന്നും അരച്ചുനോക്കി. അദ്ഭുതമെന്ന് പറയട്ടെ എന്റെ പരീക്ഷണം കുറിയ്ക്കുകൊണ്ടു. അരിയരച്ച് വാങ്ങിയ ഞാൻ ഒരു വിജയിയെപ്പോലെ പിറ്റേദിവസം ഉണ്ടാക്കുന്ന ഇഡ്ഡലിയേയും ചട്ടിണിയേയും കുറിച്ചോർത്തു. എന്നിട്ടൊരു രസികൻ ചായയുണ്ടാക്കിക്കഴിച്ച് അല്പം വിശ്രമിച്ചു.

ശ്രീകുമാരൻ വന്നപ്പോൾ ഞാൻ അടുക്കളയിൽ രാത്രിയിലേക്കുള്ള ഭക്ഷണം ഉണ്ടാക്കുകയായിരുന്നു. അയാൾക്കൊരു ചായയുണ്ടാക്കിക്കൊടുത്ത് ഉണ്ടായ കഥകളെല്ലാം പറഞ്ഞു. ഉമി സാധാരണ നിലയിൽ എങ്ങും കിട്ടാനുണ്ടായിരുന്നില്ലെന്നാണയാൾ പറഞ്ഞത്. അപ്പോൾ അമ്മികൾ മയക്കാൻ ആദ്യം എന്തിട്ടരയ്ക്കുമെന്ന ചോദ്യത്തിന് അയാൾക്കും ശരിയായ മറുപടി തരാനുണ്ടായിരുന്നില്ല.

വിമാനത്താവളത്തിൽ ഒരു കവി

ഇതിനിടയ്ക്ക് ഒരു ദിവസം അലക്സാണ്ടർ ഡോക്കിൽ ജോലിയുണ്ടെന്ന് അറിയാനിടയായി. അക്കാലത്ത് നമ്മുടെ രാജ്യത്തിന്റെ ഭക്ഷ്യമന്ത്രി എസ്.കെ. പാട്ടീലായിരുന്നു. ഇഷ്ടൻ ഇന്ത്യയിൽ ഭക്ഷണസാധനങ്ങൾ ഉല്പാദിപ്പിക്കുന്നതിനുപകരം ഇറക്കുമതിചെയ്താൽ മതിയെന്നാണ് തീർച്ചയാക്കിയത്. പണിയെളുപ്പം. സാമാനങ്ങൾക്ക് കോടിക്കണക്കിനു രൂപയ്ക്ക് ചെക്കുകൊടുത്താൽ മതി. നിർമ്മാണപ്രക്രിയയുടെ തലവേദനകൾ ഒന്നുംതന്നെ കൂടാതെ കഴിയ്ക്കാം.

അങ്ങിനെ നമ്മുടെ രാജ്യത്തിനാവശ്യമായ അരിയും ഗോതമ്പും അമേരിക്കയിൽനിന്ന് ഇറക്കുമതിചെയ്യാൻ തുടങ്ങി. വലിയ കപ്പലുകൾ നിറച്ച് ഗോതമ്പും അരിയും എപ്പോഴും വന്നുകൊണ്ടിരിക്കും. കപ്പലുകൾക്ക് അൺലോഡ് ചെയ്യാനുള്ള സമയത്തിന് പോർട്ട് ട്രസ്റ്റുകാർ വലിയ ചാർജ്ജാണ് ഈടാക്കിയിരുന്നത്. മണിക്കൂറിന് പത്തും പന്ത്രണ്ടും ആയിരം രൂപ വാടക.

ഗോതമ്പാദികൾ കപ്പലിൽനിന്ന് പമ്പുചെയ്താണ് ഇറക്കാറ്. മൂന്നാലുദിക്കിലായി ഓരോ കപ്പലിൽനിന്നും പമ്പിങ്ങ് ചെയ്യാനുള്ള സംവിധാനമുണ്ടാകും. പമ്പുചെയ്യുന്ന ധാന്യം രണ്ടാളുകൾക്ക് വട്ടത്തിൽ പിടിയ്ക്കാൻ തക്ക വണ്ണത്തിൽ പ്ലാറ്റുഫോമിലേക്ക് വീഴും. വീഴുന്ന ധാന്യം നിമിഷങ്ങളെക്കൊണ്ട് ചാക്കിൽ നിറയ്ക്കും. തുടർന്ന് ആ ചാക്കുകൾ തുന്നും. ഒപ്പം തന്നെ വലിയ ലോറികൾക്കുള്ളിൽ കയറ്റി ഗോഡൗണുകളിലേയ്ക്ക് കൊണ്ടുപോവുകയും ചെയ്യും.

ഇതിന് നൂറുക്കണക്കിന് വണ്ടികൾ ഡോക്കിലുണ്ടാകും. കോൺട്രാക്റ്റർമാരുടെ വക അത്തരം വണ്ടികൾക്ക് എപ്പോഴും ഡ്രൈവർമാരെ ആവശ്യമുണ്ടാകും. ചുരുങ്ങിയതിത്ര ട്രിപ്പെങ്കിലും എടുക്കണമെന്ന് നിയമമുണ്ട്. കൂടുതൽ ട്രിപ്പ് എടുത്താൽ അതിന് പ്രത്യേക കമ്മീഷനും കിട്ടും.

റേറോഡിൽ ഒരു സ്ഥലത്തു ചെന്ന് അന്വേഷിച്ചപ്പോൾതന്നെ എനിക്കു ജോലി ലഭിച്ചു. ഒരു ദിവസത്തെ കൂലി എട്ടു രൂപയാണ്. രണ്ടാമത്തെ

ഷിഫ്റ്റിലും പണിയെടുക്കുന്നപക്ഷം ആറുരൂപ കൂടി ലഭിക്കും. വലിയ സംഖ്യയാണ് അക്കാലത്ത് പതിനാലുരൂപ.

ട്രെയ്‌ലർവണ്ടികളാണ് അധികവും. എല്ലാത്തിനും പത്ത് വീതം വീലുകളുണ്ട്. ട്രെയ്‌ലറല്ലാത്ത അപൂർവ്വം വണ്ടികളും ഉണ്ടായിരുന്നു. എന്നാലവ ഓടിക്കാൻ നല്ല കരുത്തന്മാർക്കേ പറ്റൂ. സ്റ്റിയറിങ്ങ് തിരിയ്ക്കാൻ പരിചയമുള്ള കൂട്ടർപോലും ക്ലീനറുടെ സഹായം തേടാറുണ്ട്. ഏറെ ഹോഴ്സ്പവറുള്ള അത്തരം വണ്ടി ഓടിക്കുക നല്ല മല്ലൻ പണിയാണ്.

ട്രെയ്‌ലർ റിവേഴ്സ് ചെയ്യാൻ പ്രത്യേകം ശീലിയ്ക്കേണ്ടതുണ്ട്. പരിചയമില്ലാത്തവർക്ക് ട്രെയ്‌ലറിന്റെ പ്ലാറ്റ്ഫോം മിയ്ക്കപ്പോഴും വിലങ്ങടിച്ച് നിൽക്കുകയാണു പതിവ്. എന്നാലെനിക്ക് ട്രെയ്‌ലറിന്റെ വിദ്യ എളുപ്പം വഴങ്ങി.

ഒരാഴ്ചക്കാലം ഞാൻ പകൽ ഷിഫ്റ്റിൽ മാത്രമേ പണിയെടുത്തുള്ളു. കാലത്ത് എട്ടരയ്ക്ക് റേറോഡിലുള്ള ആപ്പീസിൽ എത്തണം. അപ്പോളെനിക്ക് വണ്ടി കിട്ടും. ഒപ്പം അഞ്ചാറു കൂലിക്കാരെയും. ഒരു ക്ലീനർ ഓയലും വെള്ളവും നോക്കി വണ്ടി റെഡിയാക്കിവെച്ചിട്ടുണ്ടാകും. തുടർന്ന് അലക്സാണ്ടർ ഡോക്കിൽ അവർ പറയുന്ന കപ്പലിന്റെ അരികിലേയ്ക്കു പോകാം. അവിടെ കപ്പലിൽനിന്ന് ധാന്യം പമ്പുചെയ്യുകയും, ക്യൂവിൽ നിൽക്കുന്ന വണ്ടികളിൽ ചാക്കിലാക്കി കയറ്റുകയും വേഗം കഴിയും. അരമണിക്കൂറിനകത്ത് ലോറി ലോഡ് ചെയ്തു പുറത്തിറങ്ങുന്നു. വണ്ടി ഗേറ്റിൽവെച്ച് നോട്ട് ചെയ്യും. ഒരു രജിസ്റ്ററിൽ അതിന്റെ നമ്പറും കയറ്റിക്കൊണ്ടുപോകുന്ന ധാന്യത്തിന്റെ അളവും രേഖപ്പെടുത്തും.

സംഗതികളെല്ലാം വേഗം നടക്കുമെങ്കിലും ഗോഡൗണുകളിൽ അവയിറക്കി കിട്ടുക എന്നത് നല്ല മല്ലാണ്. റേറോഡിലും വഡാലയിലും ഗോഡൗണുകളുണ്ട്. വണ്ടിയെടുക്കുമ്പോൾതന്നെ നിർദ്ദേശം ലഭിക്കും.

വഡാലയ്ക്കാണെങ്കിൽ മൂന്നു ട്രിപ്പും, റേറോഡിലാണെങ്കിൽ നാലു ട്രിപ്പും എടുക്കാൻ സാധിക്കും. എന്നാലതിന് അൺലോഡ് ചെയ്യുന്ന സ്ഥലത്തെ ജോലിക്കാർ നല്ലവണ്ണം സഹകരിച്ചാലെ പറ്റൂ.

ആദ്യത്തെ ഒരാഴ്ച ഞാൻ പകൽ ഷിഫ്റ്റ് മാത്രമെ ജോലി ചെയ്തുള്ളു. എന്നാൽ രണ്ടാമത്തെ ആഴ്ചതൊട്ട് രണ്ടാമത്തെ ഷിഫ്റ്റിലും പണിയെടുക്കാൻ തുടങ്ങി. അതോടുകൂടി ശ്രീകുമാരന്റെ വീട്ടിലെ വെപ്പും കുടിയും പരുങ്ങലിലായി. എന്റെ ആരോഗ്യവും മോശമാകാൻ തുടങ്ങി.

ഇത് കണ്ടറിഞ്ഞ ശ്രീകുമാരൻ എനിക്ക് ബി.ഇ.എസ്.ടി(ബോംബെ ഇലക്ട്രിക്ക് സപ്ലൈ & ട്രാൻസ്പോർട്ട്)യിലേയ്ക്കും ഇന്ത്യൻ എയർലൈൻസിലേയ്ക്കും പത്രത്തിൽ കണ്ട വിവരമനുസരിച്ച് അപേക്ഷകൾ എഴുതിത്തന്ന് അയയ്ക്കാൻ പറഞ്ഞു. ഇതിൽ ബി.ഇ.എസ്.ടിക്കാരുടെ മറുപടി രണ്ടാഴ്ചയ്ക്കകം കിട്ടി. ഇന്ത്യൻ എയർലൈൻസിന്റെ വിവരമൊന്നുംതന്നെ ഇല്ലായിരുന്നു.

ഏതാണ്ട് രണ്ടരമാസത്തിനുള്ളിൽ ഞാൻ അലക്സാണ്ടർ ഡോക്കിലെ പണി വേണ്ടെന്ന് വെച്ച് ബി.ഇ.എസ്.ടിയിൽ ചേർന്നു. എന്നാൽ ബി.ഇ.എസ്.ടിക്കാർക്ക് ആറുമാസക്കാലം ട്രെയിനിങ്ങുണ്ടായിരുന്നു. ട്രെയിനിങ്ങ് ബോംബെ സെന്ററിലെ അവരുടെ ഡെപ്പോവിൽവെച്ചായിരുന്നു. തിയറിയേക്കാളും പ്രാക്റ്റിക്കലിനായിരുന്നു പ്രാധാന്യം. അതുകൊണ്ട് എനിക്ക് ഭാഷ ഒരു വിഷയമായില്ല. മറ്റു കാര്യങ്ങളിലാണെങ്കിൽ ഞാൻ സമർത്ഥനുമായിരുന്നു.

ആറുമാസകാലത്തെ ട്രെയിനിങ്ങിന് അവർ അലവൻസ് തന്നിരുന്നു. സ്ഥിരം ജോലിക്കാരെ അപേക്ഷിച്ച് ഏതാണ്ടമ്പതു ശതമാനം കുറവായിരുന്നു വെങ്കിലും ആ സംഖ്യ നന്നെ ചെറുതായിരുന്നില്ല. പോരെങ്കിൽ ട്രെയിനിങ്ങ് കാലത്ത് പത്തു മണിക്ക് ചെന്നാൽ മതി. വൈകുന്നേരം നാലുമണിയോടെ മടങ്ങുകയും ചെയ്യാം.

ശ്രീകുമാരന്റെ വീട്ടിലെ പണികളെല്ലാം നോക്കിക്കൊണ്ട് ട്രെയിനിങ്ങിനു പോകാൻ എനിക്ക് വിഷമമൊന്നും ഉണ്ടായില്ല. ആറുമാസംകൊണ്ട് ട്രെയിനിങ്ങ് തീർന്നു. ജോലിക്ക് ഇനി കല്പന വേറെ കിട്ടണം. അതേവരെ ഒരു ചെറിയ അലവൻസുണ്ട്.

അങ്ങനെയിരിക്കുമ്പോൾ ഒരു ദിവസം ഇന്ത്യൻ എയർലൈസിൽനിന്ന് ഇന്റർവ്യൂവിന് ചെല്ലാൻ പറഞ്ഞ് കത്ത് കിട്ടി. വിമാനം എന്നു കേട്ടപ്പോൾ തന്നെ എനിക്ക് കമ്പം കയറി. അതുകൊണ്ട് ഞാനൊരുങ്ങിത്തന്നെയാണു ചെന്നത്.

അവിടെയും വണ്ടിയോടിക്കുന്ന ഒരു ടെസ്റ്റും ഇന്റർവ്യൂവുമുണ്ടായി. രണ്ടും കൂടി രണ്ടുമൂന്നുമണിക്കൂറുകൊണ്ട് തീരുകയും ചെയ്തു. തിരഞ്ഞെടുത്തു വെങ്കിൽ കത്തുകിട്ടുമെന്നും അപ്പോൾ ജോലിയ്ക്കൊരുങ്ങി എത്തിയാൽ മതി യെന്നും അവർ പറഞ്ഞു.

ഏതാണ്ട് രണ്ടുമാസം കഴിഞ്ഞപ്പോൾ ഇന്ത്യൻ എയർലൈ ൻസിലും ബി. ഇ.എസ്.ടിയിലും ഒരേദിവസം തന്നെ പണിക്കു ചേരാൻ കത്ത് ലഭിച്ചു. ഇന്ത്യൻ എയർലൈൻസിൽനിന്ന് എനിക്കു കിട്ടുമായിരുന്ന ശമ്പളത്തിന്റെ ഏതാണ്ടിരിട്ടിയുണ്ടായിരുന്നു ബി.ഇ.എസ്.ടിയിൽ. ശ്രീകുമാരനോട് എന്തു വേണമെന്ന് ചോദിച്ചപ്പോൾ അതെല്ലാം ഞാൻതന്നെയാണ് തീരുമാനിക്കേണ്ട തെന്നാണ് അയാൾ പറഞ്ഞത്. ഒരാഴ്ചക്കാലം സമയമുണ്ടായിരുന്നതുകൊണ്ട് ഞാൻ ആലോചിക്കാൻ തുടങ്ങി. ആലോചന എങ്ങും എത്തുകയില്ലെന്ന് ഉറപ്പായപ്പോൾ ഒന്നുരണ്ടുതവണ എയർപ്പോർട്ടിൽപോയി വിമാനങ്ങളെ ശ്രദ്ധിച്ചു. ഒപ്പംതന്നെ റോഡിലൂടെ ഓടുന്ന ബി.ഇ.എസ്.ടി ബസ്സുകളേയും നല്ലവണ്ണം നോക്കിപഠിക്കാൻ തുടങ്ങി.

ഒരു തീരുമാനമെടുക്കുക എനിക്ക് എളുപ്പമല്ലായിരുന്നു. പലരോടും അഭിപ്രായം ചോദിച്ചെങ്കിലും എല്ലാവരും പണിയെടുക്കേണ്ടത് ഞാനാണെന്നും അതുകൊണ്ട് ഇത്തരം കാര്യങ്ങൾ ഞാൻ തന്നെയാണ് തീരുമാനിക്കേണ്ട തെന്നുമാണ് പറഞ്ഞത്.

ഒടുക്കം വിമാനത്തിനോടുള്ള കമ്പംമൂലം ഞാൻ എയർലൈൻസിൽ ത്തന്നെ ചേരാൻ തീരുമാനിച്ചു. അതുകൊണ്ട് ഇന്ന് ഞാനീ മട്ടിലുമായി.

ഇന്ത്യൻ എയർലൈൻസിൽ പണിയ്ക്കു ചേർന്ന എനിക്ക് ആദ്യമാസങ്ങളിൽ എല്ലാം അദ്ഭുതമായിരുന്നു. എട്ടുമണിക്കൂറിന്നിടയിൽ പരമാവധി നൂറ് കിലോമീറ്ററിലധികം വണ്ടിയോടിയ്ക്കേണ്ടി വരാറില്ല. കിട്ടിയത് നോർമൽ ഷിഫ്റ്റാണ്. അതുകൊണ്ട് പണി പകൽ നേരത്തുമാത്രമായി ചുരുങ്ങി.

നൂറോളം ഡ്രൈവർമാരുണ്ടായിരുന്നു അക്കാലത്ത് ഞങ്ങളുടെ ട്രാൻസ് പോർട്ട് ഡിപ്പാർട്ടുമെന്റിൽ. ഇരുപത്തിനാലുമണിക്കൂറും പണിയുണ്ടായിരുന്ന അവിടെ പല ഷിഫ്റ്റുകളുണ്ടായിരുന്നു. അവയിലൊന്നു മാത്രമാണ് നോർമൽ.

കാലത്ത് ആറ് മുപ്പതുമുതൽ രണ്ട് മുപ്പതുവരെയും ഒന്ന് നാല്പതുമുതൽ രാത്രി ഒമ്പതരവരെയും, രാത്രി ഒമ്പതു മുതൽ കാലത്ത് ഏഴരവരെയുമായിരുന്നു

ഷിഫ്റ്റുകൾ. എന്നാൽ ഇതിനു പുറമെ വെളുപ്പിനഞ്ചുമുതൽ ഒന്നുവരെയും ഒന്ന് നാല്പത്തഞ്ചുമുതലുള്ളതും കാലത്ത് ആറരയ്ക്കു തുടങ്ങുന്നതുമായ ചില ഷിഫ്റ്റുകളും ഉണ്ടായിരുന്നു. ഇവയിൽ നോൽമൽ ഷിഫ്റ്റിനൊഴിച്ച് എല്ലാത്തിനും ഷിഫ്റ്റ് അവലൻസ് ഉണ്ടായിരുന്നു. രാത്രിഷിഫ്റ്റിന് മൂന്നു മണിക്കൂർ നേരത്തെ ശമ്പളമായിരുന്നു അലവൻസ്.

സാധാരണ ചുറ്റിവരുന്ന ഷിഫ്റ്റിൽ പന്ത്രണ്ടുപേരാണുണ്ടാവുക. അതിലൊരു ഷിഫ്റ്റുകാർ കഴിഞ്ഞാൽ ആ സ്ഥാനത്ത് തൊട്ടുപുറകിലെ ഷിഫ്റ്റിലുള്ളവരാകും പണിക്ക്. എല്ലാം ഈരണ്ടു ദിവസമാണ്. രണ്ടു രാത്രി പണി കഴിഞ്ഞാൽ തുടർന്ന് ഒരോന്നു വീതം രാത്രി ഒഴിവും ആഴ്ച ഒഴിവും ലഭിക്കും.

രണ്ട് മോർണിങ്ങ്, രണ്ട് ആഫ്റ്റർനൂൺ, രണ്ട് നൈറ്റ്, രണ്ട് ഓഫ് എന്ന മട്ടിലായിരുന്നു അവ ചുറ്റിയിരുന്നത്. ഷിഫ്റ്റിൽ പണി രാത്രി മാത്രമാണ് അധികവുമുണ്ടാവുക. എന്നാൽ സ്ഥിരം മോർണിങ്ങുകാർക്കും സ്ഥിരം ആഫ്റ്റർനൂൺകാർക്കും എല്ലാദിവസവും നല്ല പണിയായിരിക്കും. അതുകൊണ്ട് ഭക്ഷണവും ഉറക്കവുമെല്ലാം അപകടത്തിലാവുമെങ്കിലും ചുറ്റുന്ന ഷിഫ്റ്റിലാണ് മുതിർന്ന പല താപ്പാനകളും പണിയെടുത്തിരുന്നത്.

നാലുഷിഫ്റ്റിലും 'റാം കൺട്രോൾ' എന്ന പേരിൽ ഓരോ സൂപ്പർവൈസർമാരുണ്ടാകും. അവർക്കെല്ലാം വലിയ ശമ്പളമാണ്. ഡ്രൈവറായിച്ചേർന്ന എനിക്കുപോലും 123 രൂപയാണ് ആദ്യമാസശമ്പളം കിട്ടിയത്.

1959 ഒക്ടോബറിലോ നവംബറിലോ ആണ് ഞാൻ എയർലൈൻസിൽ ചേർന്നത്. ആദ്യശമ്പളം കിട്ടിയപ്പോൾ ഞാൻ അമ്മയ്ക്ക് മണിയോർഡർ അയച്ചുതുടങ്ങി. എന്നാൽ അത് അമ്മയ്ക്കു കിട്ടിയിരുന്നില്ല. പണം തന്നെ ഏല്പിക്കാത്തപക്ഷം താൻ എല്ലാവരേയും ഉപേക്ഷിച്ചുപോകുമെന്ന് ഭീഷണി മുഴക്കി അനുജൻ അതു തരപ്പെടുത്തുകയായിരുന്നു. ഇത് അമ്മയുടെ കാലശേഷമാണ് ഞാനറിഞ്ഞത്. എത്ര ധൂർത്തുകാട്ടിയാലും അമ്പതു രൂപ ചിലവഴിച്ചുതീർക്കാൻ അന്നെനിക്കു കഴിയുമായിരുന്നില്ല. അത്ര വലുതായിരുന്നു അക്കാലത്ത് കാശിന്റെ വില. വിമാനക്കൂലി അന്ന് വളരെ കുറവായിരുന്നു. ബോംബെയിൽനിന്ന് കൊച്ചിയ്ക്ക് അക്കാലത്ത് 120 രൂപയായിരുന്നു ചാർജ്ജ്.

മൂന്നാംമാസം അവസാനം എനിക്ക് ഒരു കത്ത് കിട്ടി. അതിൽ പറഞ്ഞിരുന്ന കാര്യങ്ങൾ വായിച്ചറിഞ്ഞപ്പോൾ എനിക്ക് സാമാന്യം ശുണ്ഠി വന്നു. 89 ദിവസം കഴിയുമ്പോൾ ഒരു ദിവസം ബ്രേക്ക്. സർവ്വീസ് സ്ഥിരപ്പെടുത്താതിരിയ്ക്കാനുള്ള വിദ്യയായിരുന്നു അത്. ആറുമാസക്കാലം തുടർച്ചയായി പണിയെടുത്താൽ ജോലി സ്ഥിരപ്പെടുത്തണമെന്ന് ഗവർമെണ്ട് നിയമമുണ്ടായിരുന്നു. 'വാസു' എന്ന പേരിലറിയപ്പെട്ടിരുന്ന ഒരു തമിഴ്ബ്രാഹ്മണന്റെ വിദ്യയായിരുന്ന ഈ ബ്രെയ്ക്ക്. അയാൾ കുറേശ്ശെ കൈമടക്കുവാങ്ങും. എയർലൈൻസുകാർ ഇതിലൊന്നും ഇടപെടുകയും ചെയ്തിരുന്നില്ല.

ഇങ്ങനെ മാസങ്ങൾ പലതും കഴിഞ്ഞു. എന്നോടൊപ്പം ചേർന്നവരിൽ ചിലർക്ക് മെഡിക്കൽ ചെക്കപ്പിന് പോകാനുള്ള കത്തുകിട്ടി. മെഡിക്കൽ ചെക്കപ്പ് കഴിഞ്ഞ് വന്നവരെയെല്ലാം ക്രമത്തിൽ സ്ഥിരപ്പെടുത്തുകയും ചെയ്തു. ഞാൻ കാര്യങ്ങളുടെ വിവരങ്ങളെല്ലാം ശേഖരിച്ചിരുന്നു. അതുകൊണ്ട് വൈകീട്ടാണെങ്കിലും ഫലമുണ്ടായി.

മിലിട്ടറിയിൽനിന്ന് റിട്ടയർ ചെയ്ത ഒരാജാനബാഹു അതിന്നിടയിൽ ബോംബെ ഏരിയയുടെ മാനേജരായി വന്നു. നല്ല അച്ചടക്കമുള്ള ആ

മനുഷ്യന്റെ അരികിൽചെന്ന് ഒരു ദിവസം ഞാനെന്റെ സങ്കടം പറഞ്ഞു. അക്കൂട്ടത്തിൽ എന്നെപ്പോലെ സ്ഥിരപ്പെടുത്താത്ത എട്ടുപേരുണ്ടെന്നും, ഞങ്ങൾക്ക് ശേഷം ചേർന്ന ഏതാണ്ടമ്പതോളംപേരെ സ്ഥിരപ്പെടുത്തിക്കഴിഞ്ഞുവെന്നും പറഞ്ഞു. ഞാൻ ജോലിയിൽ ചേർന്ന് ഏതാണ്ട് മൂന്നു കൊല്ലമായിരുന്നു.

'ബേട്ടാ', എന്നേ ആ കൂറ്റൻ മനുഷ്യൻ എന്നെ വിളിയ്ക്കാറുള്ളു. എന്റെ മുഖത്ത് തുറിച്ചു നോക്കിക്കൊണ്ട് നീ പറഞ്ഞതെല്ലാം സത്യമാണൊ എന്ന് അദ്ദേഹം ചോദിച്ചു. പറഞ്ഞതിലെന്തെങ്കിലും അസത്യമായിട്ടുണ്ടെങ്കിൽ ഞാനപ്പോൾതന്നെ റിസൈൻ ചെയ്തു പൊക്കോളാമെന്നും, 'പുരി' സാഹബ് ഞങ്ങളെ രക്ഷിയ്ക്കണമെന്നും ഞാൻ പറഞ്ഞു.

സകല വിവരങ്ങളും കൃത്യമായിട്ട് എഴുതിത്തരാൻ അദ്ദേഹം പറഞ്ഞു. വാസുവിന് കൈക്കൂലി കൊടുക്കാഞ്ഞിട്ടാണ് ഞങ്ങളെ സ്ഥിരപ്പെടുത്താത്തതെന്നും സ്ഥിരപ്പെട്ടവരിൽ ഏതാണ്ടെല്ലാവരും പണമോ സാധനങ്ങളോ അയാൾക്ക് കൊടുത്തവരാണെന്നും ഞാൻ എഴുതിക്കൊടുത്തു. കത്തുവായിച്ച അദ്ദേഹം കാര്യങ്ങളുടെ കൃത്യമായ വിവരങ്ങളേ പാടുള്ളുവെന്നും, ആരുടേയും പേര് പറയരുതെന്നും നിഷ്ക്കർഷിച്ചു. വ്യക്തികളുടെ പേർ മാത്രം എടുത്തുകളഞ്ഞ് രണ്ടാമതൊന്നുകൂടി എഴുതിക്കൊടുക്കാനും പറഞ്ഞു. പിറ്റേദിവസം തന്നെ ഞാൻ അദ്ദേഹം നിർദ്ദേശിച്ചവിധം എഴുതി സ്ഥിരപ്പെടുത്താത്ത മറ്റുള്ളവരുടെ ഒപ്പുംകൂടി വാങ്ങി ആപ്പീസിൽ കൊണ്ടുപോയി കൊടുത്തു.

'നീ പോക്കൊളു. ഇനി ഞാനെല്ലാം നോക്കിക്കോളാം. ഒന്നുകൊണ്ടും പേടിയ്ക്കേണ്ട. ഞാനിതൊന്നും അറിഞ്ഞിരുന്നില്ല.' അദ്ദേഹം പറഞ്ഞു.

ആ ശനിയാഴ്ച അദ്ദേഹം ദില്ലിക്ക് പോയി. തിങ്കളാഴ്ച രാത്രിയേ മടങ്ങിവന്നുള്ളു. സംഗതി എവിടെവരെയെത്തിയെന്ന് ഞങ്ങൾ ജിജ്ഞാസുക്കളായെങ്കിലും ഒരു വിവരവും അറിയാൻ കഴിഞ്ഞില്ല. രണ്ടാഴ്ച കഴിഞ്ഞപ്പോൾ ഒരു ദിവസം ഞങ്ങൾക്കെല്ലാം മെഡിക്കൽ ചെക്കപ്പിന് പോകാനുള്ള കത്ത് കിട്ടി. രണ്ടു പേരൊഴിച്ച് എല്ലാവരും മെഡിക്കൽചെക്കപ്പിൽ പാസ്സായി. പാസ്സാകാത്ത രണ്ടുപേരോടും പോയി കണ്ണടവെച്ച് ചെല്ലാനാണ് അവരെ പരിശോധിച്ച ഡോക്ടർ നിർദ്ദേശിച്ചത്.

ഇതിനിടയ്ക്ക് ഞാൻ ധാരാളം കവിതകളെഴുതിയിരുന്നു. അവയിലൊന്ന് ഒപ്പേരാഹൗസിൽ പാർക്കുന്ന ഒരു തലശ്ശേരിക്കാരൻ നമ്പ്യാർ വന്ന് ചോദിച്ചപ്പോൾ കൊടുത്തു. അവരുടെ സമാജം പുറത്തിറക്കുന്ന ഒരു ഓണപ്പതിപ്പിനായിട്ടാണത് ചോദിച്ചത്. രണ്ടു ദിവസം നിൽക്കുന്ന ഓണാഘോഷപരിപാടികൾക്ക് മുടങ്ങാതെ ചെല്ലണമെന്ന് പ്രത്യേകം ക്ഷണിക്കുകയും ചെയ്തു.

ഐക്യകേരളത്തിനെക്കുറിച്ച് എഴുതിയ ഒരു കവിതയായിരുന്നു അത്. ഇപ്പോൾ നോക്കിയിട്ട് അതെവിടെയും കാണാനില്ല. എന്നാലാ കവിതയോടെ ഞാൻ ബോംബെയിലെ പ്രസിദ്ധരായ കൃഷ്ണൻ പറപ്പിള്ളിയേയും, പാപ്പനംകോട്ട് പ്രഭാകരനേയും ഏറെ പുറകോട്ടു തള്ളിയെന്ന് പലരും പ്രസംഗിച്ചു. അവർകൂടി ഉണ്ടായിരുന്ന സദസ്സിൽവെച്ചു മുഖസ്തുതി കേട്ടത് എനിക്ക് നന്നായി പിടിച്ചു. ഞാനാ സുഹൃത്തുക്കളെ കഷ്ടിച്ചറിയുമെന്നല്ലാതെ അക്കാലത്ത് അടുത്തു പരിചയമുണ്ടായിരുന്നില്ല.

ജോലി സ്ഥിരപ്പെടുത്തിക്കൊണ്ടുള്ള കത്ത് ഞങ്ങൾക്ക് യഥാസമയം കിട്ടി. ബ്രേക്ക് എന്ന തലവേദനയുമില്ലാതായി. എന്നാലെനിക്ക് കിട്ടിയ ക്രഡിറ്റ് ഒന്നു

വേറെത്തന്നെയായിരുന്നു. ഇതോടെ എൺപത്തിയൊമ്പത് ദിവസം കഴിഞ്ഞാൽ ബ്രേക്ക് എന്ന സമ്പ്രദായംതന്നെ ഇന്ത്യൻ എയർലൈൻസിൽ ഇല്ലാതായി.

കമ്പനി ഞങ്ങളെയെല്ലാം സ്ഥിരപ്പെടുത്തിയെങ്കിലും പ്രമോഷൻ തന്നില്ല. ലീവും ഫ്രീപാസ്സും മറ്റാനുകൂല്യങ്ങളും അനുവദിച്ചുതന്നുവെങ്കിലും ഇൻക്രിമെന്റ് രണ്ടെണ്ണം പോയി.

കടിഞ്ഞൂൽ പുസ്തകത്തിന്റെ പിറവി

ആയിരത്തിത്തൊള്ളായിരത്തി അറുപത്തിരണ്ടോടെ ജോലി സ്ഥിരപ്പെട്ടപ്പോൾ ഞാനൊരു മാസത്തെ അവധിയിൽ നാട്ടിലൊന്ന് പോകാൻ തീരുമാനിച്ചു. പുറപ്പെടും മുമ്പ് എന്റെ ആദ്യത്തെ കവിതാസമാഹാരം പുറത്തിറക്കണമെന്നും ഉറച്ചു. പിന്നെ അതിനുള്ള ഉത്സാഹമായി.

കുറെ കവിതകൾ തിരഞ്ഞെടുത്തു. എന്നിട്ടതിന് 'പേടിത്തൊണ്ടൻ' എന്ന് പേരുമിട്ടു. പുരുഷോത്തമൻ നല്ല ഒരവതാരികയും എഴുതിത്തന്നു. ഇനി പ്രസിദ്ധീകരിക്കാൻ ആളെ കിട്ടണം.

ആദ്യത്തെ പുസ്തകം ഗുരുനാഥൻ കെ.പി. നാരായണപിഷാരോടിയ്ക്കാകട്ടെ എന്നായിരുന്നു എന്റെ തീരുമാനം. അതിന്റെ അവകാശവും അച്ചടിചെലവായിട്ട് അഞ്ഞൂറുരൂപയും ഞാൻ അദ്ദേഹത്തിന് അയച്ചുകൊടുത്തു.

എന്റെ പണം ഗുരുനാഥന് കിട്ടിയത് ഒരു നിർണായകമുഹൂർത്തത്തിലായിരുന്നു. അഞ്ഞൂറു രൂപ ഒരാൾക്ക് കൊടുക്കാനുണ്ട്. വലിയ പ്രാരബ്ധക്കാരനായിരുന്ന അദ്ദേഹത്തിന്റെ ഏകവരുമാനം കേരളവർമ്മകോളേജിലെ ശമ്പളമാണ്. കടം വാങ്ങിയ സംഖ്യ തിരികെ കൊടുക്കാനാകാതെ അദ്ദേഹം നട്ടംതിരിയുന്ന സമയം. അവധിദിവസമായി. അന്നെങ്കിലും സംഖ്യ തിരികെ കൊടുക്കാൻ കഴിഞ്ഞില്ലെങ്കിൽ സംഗതി ആകെ വഷളാകുമല്ലോ എന്നോർത്ത് ഇതികർത്തവ്യതാമൂഢനായിരിക്കുന്ന സമയത്താണ് അദ്ദേഹത്തിന്റെ മുമ്പിൽ എന്റെ ദക്ഷിണയായ അഞ്ഞൂറു രൂപ മണിയോർഡറുമായി പോസ്റ്റുമാൻ പ്രത്യക്ഷപ്പെടുന്നത്. മറ്റൊരു ജന്മം കിട്ടിയപോലായത്രെ ഇതദ്ദേഹത്തിന്. ഇതെല്ലാം ഞാനറിയുന്നത് അദ്ദേഹംതന്നെ പിന്നീടെന്നെക്കണ്ടപ്പോൾ പറഞ്ഞിട്ടാണ്.

ഉടൻതന്നെ പണം എത്തിച്ചുകൊടുത്തു മടങ്ങിവന്ന അദ്ദേഹം ഗുരുവായൂരപ്പന്റെ മറിമായങ്ങളെക്കുറിച്ച് ഓർത്തിരിയ്ക്കുമ്പോഴുണ്ട് മറ്റൊരാൾ കയറിവരുന്നു. മംഗളോദയത്തിലുണ്ടായിരുന്ന നാരായണഅയ്യർ. അയ്യർ അപ്പോഴേയ്ക്കും സ്വന്തമായി ഇന്നത്തെ സാഹിത്യ അക്കാദമി നിൽക്കുന്ന സ്ഥലത്തിന്നടുത്ത് 'ഗീതാ'പ്രസ്സ് എന്നൊരു സ്ഥാപനം തുടങ്ങിയിരുന്നു. ഗുരുനാഥനെപോലുള്ള പലരും പണിയുണ്ടാക്കിക്കൊടുത്തുകൊള്ളാമെന്ന് ഉറപ്പുപറഞ്ഞിട്ടാണത്രെ അദ്ദേഹം ഇതിനു മുതിർന്നത്.

ഒട്ടും സംശയിക്കാതെ ഗുരുനാഥൻ ഞാനയച്ച മാറ്റർ തന്റെ ഒരു ചെറിയ കുറിപ്പോടെ നാരായണയ്യർക്കു കൊടുത്തു. നാരായണയ്യർ രണ്ടു മൂന്നാഴ്ചയ്ക്കകംതന്നെ അത് ഒന്നേകാലുറുപ്പിക വിലയുള്ള ഒരു പുസ്തകമായി പ്രസിദ്ധീകരിക്കാൻ തയ്യാറാക്കുകയും ചെയ്തു. പുറംചട്ടയ്ക്കുള്ള ചിത്രം കിട്ടണം.

'അതുടൻ അയച്ചുതരിക' എന്ന് ഗുരുനാഥൻ എനിക്കെഴുതി. ഇത്ര പെട്ടന്ന് കാര്യങ്ങൾ നീങ്ങുന്നതു കണ്ട് ഞാനദ്ഭുതപ്പെട്ടു.

ഒരു എം.യു. വെള്ളോടിയുണ്ട്. വെട്ടത്തുനിന്ന് വിവാഹം ചെയ്ത, നൂറ്റി നാലാമത്തെ വയസ്സിൽ മരിച്ച ഗുപ്തൻനമ്പൂതിരിപ്പാടിന്റെ ജാമാതാവ്. ഇന്ത്യൻ എയർലൈൻസിൽ എഞ്ചിനീയറായ അദ്ദേഹം ഒന്നാംതരം ചിത്രമെഴുത്തുകാരനും സംഗീതജ്ഞനുമാണ്. പുരുഷോത്തമനൊന്നിച്ച് ഒരു ദിവസം അദ്ദേഹത്തെ പോയിക്കണ്ട് എന്റെ പുസ്തകത്തിന് ഒരു കവർചിത്രം വേണമെന്നു പറഞ്ഞു. പുസ്തകത്തിലുള്ള കവിതകളുടെ സ്വഭാവം ഞാൻ വിശദീകരിച്ചപ്പോൾ 'ഭൂഗോളത്തിനെ പിടിയ്ക്കാനൊരുങ്ങുന്ന പാപം പുരണ്ട ഒരു കയ്യായാലെന്താ' എന്ന് അദ്ദേഹം ചോദിച്ചു. എനിക്ക് ആ ആശയം നല്ലവണ്ണം ഇഷ്ടപ്പെടുകയും ചെയ്തു.

ബ്ലാക്ക് ആന്റ് വൈറ്റ് നിറത്തിലാകുന്നതാണ് തനിക്ക് ഇഷ്ടമെന്ന് അദ്ദേഹം പറഞ്ഞപ്പോൾ ഞാനത് തലകുലുക്കി സമ്മതിച്ചു. പറഞ്ഞപോലെ മൂന്നാം ദിവസം വെള്ളോടി എനിക്ക് ചിത്രം വരച്ചുതന്നു. ഒരു കൈപ്പടം വന്ന് ഭൂഗോളത്തിനെ ഗ്രസിയ്ക്കുന്ന വിധത്തിലുള്ള ആ ചിത്രം ഞാൻ ഗുരുനാഥന് രജിസ്ട്രേഡ് പോസ്റ്റിൽ അയക്കുകയും ചെയ്തു.

എന്റെ പുസ്തകത്തിന്റെ പ്രൂഫ് നോക്കിയത് സാക്ഷാൽ സുബ്ബരാമപട്ടരാണത്രെ. ഗുരുനാഥൻ പറഞ്ഞാണ് ഞാനിതറിഞ്ഞത്. നാരായണയ്യർ അദ്ദേഹത്തിന് പ്രതിഫലമായി കൊടുത്തത് ഇരുപതുരൂപയുമാണ്.

ഏതാണ്ട് രണ്ടാഴ്ച കഴിഞ്ഞപ്പോൾ പുസ്തകം തയ്യാറായെന്നും വേണമെങ്കിൽ ബോംബെയ്ക്ക് അയച്ചുതരാമെന്നും ഗുരുനാഥനെഴുതി. അതു വേണ്ടെന്നും അധികം താമസിയാതെ ഞാൻ നാട്ടിലേക്കു വരുന്നുണ്ടെന്നും അപ്പോൾ എനിക്കാവശ്യമായ കോപ്പികൾ വാങ്ങിക്കോളാമെന്നും ഞാൻ മറുപടി അയച്ചു.

അടുത്തമാസം മുപ്പതുദിവസത്തെ ലീവിൽ നാട്ടിലേക്കു പുറപ്പെട്ടു. വിമാനത്തിൽ സഞ്ചരിക്കാനുള്ള പാസ്സ് ഇന്ത്യൻ എയർലൈൻസിലെ എല്ലാ ജോലിക്കാർക്കുമുണ്ട്. അങ്ങനെ ആയിരത്തിതൊള്ളായിരത്തി അമ്പത്തിയേഴിൽ തെണ്ടിയായി ബോംബെയ്ക്കു പോന്ന ഞാൻ ആയിരത്തിതൊള്ളായിരത്തി അറുപത്തിരണ്ടിൽ വിമാനത്തിലേറിയിട്ടാണ് മടങ്ങിച്ചെന്നത്. ഇതെനിക്ക് അസാധാരണമായ ആത്മവിശ്വാസം തന്നു. എന്റെ ഉത്തമ സുഹൃത്തുക്കളെ ആഹ്ലാദിപ്പിക്കുകയും ചെയ്തു.

അക്കാലത്ത് പറന്നിരുന്ന ഡെക്കോട്ട വിമാനം എണ്ണ നിറയ്ക്കാനും യാത്രക്കാരുണ്ടെങ്കിൽ കയറ്റാനുമായി 'ബെൽഗാമിൽ' ഇറങ്ങുമായിരുന്നു. കാലത്ത് ആറ് നാല്പതിന് പുറപ്പെട്ട വിമാനം ബെൽഗാമിലിറങ്ങി എണ്ണനിറച്ച് പന്ത്രണ്ടു മണിക്ക് കൊച്ചിയിലെത്തി. ഞാൻ മഹാകവി ജിയുടെ വീട്ടിലേക്കാണ് നേരെ പോയത്. ജിയ്ക്ക് ഇതിലധികം ഒരാഹ്ലാദം ഉണ്ടാകാനില്ല. അതദ്ദേഹം തുറന്നു പറയുകയും ചെയ്തു.

ഭക്ഷണസമയമായിരുന്നു. ഉണ്ടല്ലാതെ പോകരുതെന്ന് അദ്ദേഹം പറഞ്ഞു. ഞാനും ജിയും സുഭാദ്രാമ്മ വിളമ്പിത്തന്ന രുചിയുള്ള ഭക്ഷണം കഴിച്ചു. താമസിയാതെ ഞാൻ തൃശ്ശൂർക്ക് തിരിച്ചു. പോയതു ബസ്സിലായതുകൊണ്ട് സന്ധ്യ മയങ്ങി അവിടെയെത്തുമ്പോൾ. പത്തന്റെ ഹോട്ടലിൽ കയറി വയറു

നിറച്ചെന്തെല്ലാമോ തിന്നശേഷം നേരെ ഗുരുനാഥന്റെ വീട്ടിലേക്കു പോയി. ഞാൻ ചെല്ലുന്നതുംകാത്ത് ഇരിയ്ക്കയായിരുന്നു അദ്ദേഹം. തുടർന്ന് നന്നായി കുളിച്ച് ഗുരുനാഥനൊന്നിച്ച് ഗുരുപത്നി വിളമ്പിത്തന്ന ഭക്ഷണം കഴിച്ചു. ഗുരുനാഥന്റെ മകൾ സരസ്വതി അപ്പോഴേക്കും കിന്നരിയ്ക്കാൻ കൂട്ടാക്കാത്ത വലിയ കുട്ടിയായിക്കഴിഞ്ഞിരുന്നു. എന്നാൽ പടുവികൃതിയായ 'ഭാഗ്യം' നമ്പൂതിരിയെ പിടികിട്ടിയ സന്തോഷത്തിൽ നല്ലവണ്ണം ആഹ്ലാദിയ്ക്കതന്നെ ചെയ്തു.

ഗുരുനാഥനെന്നോട് ഇരിക്കാൻ പറഞ്ഞു. എന്നിട്ട് അമ്പത്തിയേഴിൽ ഞാൻ ബോംബയ്ക്കുപോയ ശേഷമുണ്ടായ വിവരങ്ങളെല്ലാം വിസ്തരിച്ചു ചോദിച്ചറിഞ്ഞു. ഞാൻ നാലഞ്ചു കൊല്ലത്തിനിടയിൽ നാലഞ്ചു കാർഡുകൾ മാത്രമെ അദ്ദേഹത്തിന് എഴുതിയിരുന്നുള്ളു. രാത്രി പന്ത്രണ്ടു മണിയാകാറായി ഞങ്ങളന്ന് കിടന്നപ്പോൾ.

കാലത്തുണർന്ന ഞാൻ കണ്ടത് കുളികഴിഞ്ഞ് പള്ളിക്കൂടത്തിൽ പോകാനൊരുങ്ങുന്ന രണ്ടു പെൺകിടാങ്ങളെയാണ്. ബോംബെക്കാരനല്ലേ, ഉറങ്ങിക്കോട്ടെ എന്ന് ഗുരുനാഥനും ഗുരുപത്നിയും കരുതിയിരിക്കും.

ഗുരുനാഥൻ ഉമ്മറത്ത് ഏതോ രണ്ടുപേരെ പഠിപ്പിക്കുകയായിരുന്നു. അധികം താമസിയാതെ അദ്ദേഹം കേരളവർമ്മകോളേജിലേക്ക് പോകാനും ഒരുങ്ങി. എന്നോട് എപ്പോൾ പോകുമെന്നു ചോദിച്ചു. അന്ന് ഉച്ചയ്ക്കു മുമ്പ് ക്ലാസ്സു കഴിയുമെന്നും അദ്ദേഹം വന്നിട്ട് പോയാൽ മതിയെന്നും പറയുകയും ചെയ്തു.

കുളിയും പ്രാതലും ഗുരുപത്നിയുടെ അടുത്ത് ബഡായിയുമായി ഗുരുനാഥൻ കോളേജിൽനിന്നും വരുംവരെ ഞാൻ കാത്തിരുന്നു. അദ്ദേഹമൊന്നിച്ച് ഊണുകഴിച്ചശേഷം ചെമ്പൂക്കാവിലെ കുറൂരിലേക്ക് പുറപ്പെട്ടു. പോകുമ്പോൾ പത്തു പുസ്തകം എനിക്ക് അദ്ദേഹം വെറുതെ തന്നു. അമ്പതു പുസ്തകം വിലകൊടുത്തും അദ്ദേഹത്തിൽനിന്നു വാങ്ങി. വില വേണ്ടെന്ന് അദ്ദേഹം പറഞ്ഞെങ്കിലും സമ്മതിക്കാതെ ഞാൻ കൊടുക്കുകയായിരുന്നു.

ചെമ്പൂക്കാവിൽ ചെന്ന ഞാൻ പത്തുവയസ്സുകാരിയായി വളർന്ന അമ്മിണിക്കുട്ടിയെ കണ്ട് അദ്ഭുതപ്പെട്ടു. പാലൂരോട് പണ്ടത്തെപ്പോലെ കുറുമ്പു കാട്ടാനൊന്നും അതു വന്നില്ല. എന്നാലെന്റെ പുസ്തകത്തിന്റെ ഒരു കോപ്പി കൊടുത്തത് അതിന് സന്തോഷമായി. ചെമ്പൂക്കാവിൽ കഴിഞ്ഞ നാലഞ്ചുകൊല്ലം കൊണ്ട് വലിയ മാറ്റങ്ങൾ ഉണ്ടായതായി എനിക്ക് തോന്നി.

രാത്രി ഉണ്ണാൻ പാകത്തിനു മടങ്ങിവരുമെന്നു പറഞ്ഞ് അവിടെനിന്ന് ഞാൻ കെ.സി. പീറ്ററുടെ വീട്ടിലേക്കു പോയി. അവിടെ ചെന്നപ്പോഴാണറിഞ്ഞത് പീറ്റർ സ്ഥലംവിട്ട് എങ്ങോ പോയിരിക്കുന്നു എന്ന്. ആ ചങ്ങാതിയെ പിന്നീടൊരിക്കലേ എനിക്കു കാണാൻ കഴിഞ്ഞിട്ടുള്ളു. അത് കൊല്ലങ്ങൾക്കു ശേഷം കൊല്ലങ്കോട്ടുവെച്ചുണ്ടായ സാഹിത്യസമിതിയുടെ ക്യാമ്പിൽ പ്രസംഗിക്കാൻ വന്നപ്പോളാണ്. അന്ന് ഞാനും ക്യാമ്പിലെ ഒരംഗമായി അവിടെയുണ്ടായിരുന്നു.

തൃശ്ശൂരിലുള്ള പലരേയും ഞാനന്നുതന്നെ പോയി കണ്ടു. ചിലർക്ക് പുസ്തകവും കൊടുത്തു. എന്നിട്ട് ഇരുട്ടായപ്പോഴേയ്ക്കും ചെമ്പൂക്കാവിലെത്തി. കുളിയും ഭക്ഷണവും കഴിഞ്ഞ്, നാടുവിട്ട ശേഷമുണ്ടായ പല വർത്തമാനങ്ങളും പറഞ്ഞിരുന്നു.

പിറ്റേദിവസം രാവിലെ പ്രാതൽ കഴിച്ച് ഷൊർണ്ണൂരിൽ ഏ. ബാലകൃഷ്ണവാരിയരെ കാണാൻ പോയി. അദ്ദേഹവുമായി വർത്തമാനം പറഞ്ഞിരുന്ന്

സമയം ഉച്ചയായി. ഊണ് കഴിച്ചേ പോകാവൂ എന്ന് അദ്ദേഹം നിർബന്ധിച്ചു. അടുത്തുള്ള ഒരു സ്ക്കൂളിലെ ടീച്ചറായിരുന്നു അദ്ദേഹത്തിന്റെ ഭാര്യ. അന്ന് ഞായറാഴ്ചയാകകൊണ്ട് അവരും അവിടെയുണ്ടായിരുന്നു.

ഉച്ചതിരിഞ്ഞ് കോഴിക്കോട്ടേയ്ക്ക് വണ്ടി കയറി. എട്ടുമണിയ്ക്കു മുമ്പായി അവിടെ എത്തിയ ഞാൻ കക്കാടിനെ കാണാനാണ് വിചാരിച്ചത്. എന്നാലതു പറ്റിയില്ല. ഒടുക്കം 'ഇമ്പീരിയൽ' എന്ന ഹോട്ടലിൽ ഒരു മുറിയെടുത്ത് താമസി ക്കേണ്ടി വന്നു.

ഞാൻ ഇമ്പീരീയൽ ഹോട്ടലിലുണ്ടെന്ന് എങ്ങനേയോ അറിഞ്ഞ് കാലത്ത് ഒമ്പതു മണിയോടെ കക്കാട് അവിടെയെത്തി. ഇതെന്നെ അദ്ഭുതപ്പെടുത്തി. ഞങ്ങൾ നേരെ പോയത് പുരുഷോത്തമന്റെ ഇടവലത്ത് എന്ന വീട്ടിലേക്കാണ്. പുസ്തകക്കെട്ടും മറ്റും അവിടെ വെച്ചു. കോഴിക്കോട് ഒന്നുരണ്ടു ദിവസം താമസ മുണ്ടാകുമെന്നുള്ളതുകൊണ്ട് ഇടവലത്ത് ഒരു മുഴുവൻ ദിവസം പാർക്കാനായി ഞാൻ ചെല്ലുമെന്ന് ഉറപ്പുകൊടുത്തു. പോരുമ്പോൾ പുസ്തകങ്ങളുടെ കുറച്ച് കോപ്പിയും കയ്യിലെടുത്തു. ഹോട്ടലിൽചെന്ന് വയർനിറച്ച് എന്തെല്ലാമോ തിന്ന് വീണ്ടും ചുറ്റി നടക്കാനിറങ്ങി. ഇനി ഹോട്ടലിൽ താമസിയ്ക്കേണ്ടെന്ന് കക്കാട് നിർബന്ധിച്ചപ്പോൾ ഞാൻ അവിടുത്തെ കണക്കവസാനിപ്പിച്ച് പുറത്തുകടന്നു. നേരെ പോയത് മാതൃഭൂമിയിലേയ്ക്കായിരുന്നു, എൻ.വി.യെ കാണാൻ.

മാതൃഭൂമിയിലെത്തിയ ഞാൻ കക്കാടൊന്നിച്ച് നേരെ എൻ.വി ഇരിയ്ക്കുന്ന മുറിയിൽ ചെന്ന് അദ്ദേഹത്തെ കണ്ടു. ഇരിയ്ക്കാൻ പറഞ്ഞ അദ്ദേഹം ഞങ്ങളി രുന്നപ്പോൾ പണികൾ ചെയ്തുകൊണ്ടുതന്നെ വന്നതെന്നാണെന്നും, എത്ര ദിവസത്തെ ലീവുണ്ടെന്നും തൊട്ട് ഒരുപാട് കാര്യങ്ങൾ ചോദിച്ചു, മറുപടി പറഞ്ഞുകൊണ്ടിരിയ്ക്കേ ഞാൻ സൂത്രത്തിൽ പുസ്തകത്തിന്റെ ഒരു കോപ്പി യെടുത്ത് 'അഭിവന്ദ്യനായ എൻ.വി. കൃഷ്ണവാരിയർക്ക്' എന്ന് എഴുതിയ ശേഷം അദ്ദേഹത്തിന് കൊടുത്തു. പുസ്തകം കയ്യിൽ കിട്ടിയ അദ്ദേഹം വിസ്തരിച്ചതൊന്നു മറിച്ചു നോക്കി. നന്നായിട്ടുണ്ട്, കെട്ടും മട്ടും എന്നു പറഞ്ഞു കൊണ്ട് മേശപ്പുറത്തൊരു ഭാഗത്ത് വെയ്ക്കുകയും ചെയ്തു. അതു കണ്ട് പൊട്ടിപ്പൊട്ടി ചിരിയ്ക്കാൻ തുടങ്ങിയ കക്കാടിനോട് സംഗതിയെന്താണെന്ന് ചോദിച്ചെങ്കിലും അയാളൊന്നും മിണ്ടിയില്ല. ഒരു മണിക്കൂറിലധികം ചെലവ ഴിച്ചശേഷം ഞങ്ങൾ ആകാശവാണിയിലേക്കു തിരിച്ചു. വഴിയ്ക്കുവെച്ച് താൻ ചിരിച്ചതെന്തിനാണെന്ന് വീണ്ടും ഞാൻ കക്കാടിനോടു ചോദിച്ചു. കക്കാടു പറഞ്ഞത് ഇങ്ങനെയാണ്. "എൻ.വി. പറയുന്നത് തന്റെ പുസ്തകം എല്ലാം കൊണ്ടും ഗംഭീരമായിട്ടുണ്ടെന്നും അതിലുള്ള കവിതകൾ ഒന്നിനും കൊള്ളി ല്ലെന്നുമാണ്." ഇതുകേട്ട് ഞാൻ ഞെട്ടുകതന്നെ ചെയ്തു.

ആകാശവാണിയിലെത്തിയ കക്കാട് "അര ദിവസത്തെ ലീവേ നീ തിന്നുള്ളു" എന്നു പറഞ്ഞുകൊണ്ട് എനിക്ക് പി.സിയെ കാണിച്ചു തന്നു. അദ്ദേഹത്തിനെ ക്കണ്ട് ഞാൻ ഒരുപാട് കാര്യങ്ങൾ പറഞ്ഞു. പുസ്തകത്തിന്റെ ഒരു കോപ്പി കൊടുത്തപ്പോൾ നല്ലവണ്ണം ചിരിച്ചുകൊണ്ട് താനത് പിന്നീട് വായിച്ചുകൊള്ളാ മെന്നും ഇപ്പോൾ ഒരുപാട് പണിയുണ്ടെന്നും പറഞ്ഞ് എന്നെ യാത്രയാക്കി.

പിന്നീട് ഞാൻ കണ്ടത് തിക്കോടിയനെയാണ്. വലിയ പരിചയമില്ലാതി രുന്ന ഞാൻ അദ്ദേഹത്തിനോട് 'പാലൂരാ'ണെന്ന് പറഞ്ഞപ്പോൾ, 'അല്ല. പാലൂര് ബോംബെയിലല്ലെ?' എന്നാണ് ചോദിച്ചത്. ഫലിതക്കാരനായിരുന്ന തിക്കോ ടിയൻ എന്നെ അറിയാഞ്ഞിട്ടല്ല അങ്ങനെ പറഞ്ഞതെന്ന് എനിക്കു മനസ്സിലായി.

പുസ്തകത്തിന്റെ കോപ്പി കൊടുത്തപ്പോൾ വാങ്ങിയത് 'ഇതൊക്കെ തനിക്ക് അവകാശപ്പെട്ടതാണ്' എന്ന മട്ടിലാണ്.

പിന്നീട് കക്കാട് എന്നെ കൊണ്ടുപോയത് ഞാനന്നേവരെ പരിചയപ്പെട്ടിട്ടില്ലാത്ത ഒരു കവിയുടെ അടുത്തേക്കായിരുന്നു. കെ.പി.ആർ. മേനോൻ ആയിരുന്നു ആ കവി. പന്നിയങ്കരയുള്ള അദ്ദേഹത്തിന്റെ വസതിയിൽ എത്തിയപ്പോഴേയ്ക്കും സന്ധ്യമയങ്ങി. കെ.പി.ആർ മേനോൻ ജയിൽ ഡിപ്പാർട്ടുമെന്റിലായിരുന്നു. അദ്ദേഹം അപ്പോൾ റിട്ടയർ ചെയ്തോ എന്ന് എനിക്കറിയില്ല. വലിയ ജോലിയിലായിരുന്ന ആ മനുഷ്യൻ അത്യന്തം സൗമ്യനായിട്ടാണ് എനിക്കു തോന്നിയത്.

വർത്തമാനം പറഞ്ഞിരുന്ന് സമയം പോയതറിഞ്ഞില്ല. കക്കാട് അക്കാര്യം ഓർമ്മപ്പെടുത്തിയപ്പോൾ ഞങ്ങൾ യാത്രപറഞ്ഞ് പിരിഞ്ഞു. പിന്നെ പോയത് അക്കാലത്ത് കക്കാട് പാർത്തിരുന്ന പറയഞ്ചേരിയിലുള്ള കൊട്ടാരത്തിലേയ്ക്കാണ്. 'കൊട്ടാരം' എന്നത് കക്കാടിന്റെ ഭാഷയാണ്. സ്ഥലം തീരെ മോശമായിരുന്നു. അങ്ങോട്ട് എത്താനൊരു തോടുകടക്കണം. അതിന് തെങ്ങിൻ തടികൊണ്ടുള്ള ഒറ്റപ്പാലവുമാണ്. ഒരു നിമിഷം സംശയിച്ചുനിന്ന എന്നെ കക്കാട് ശകാരിച്ചു. സകല ചീത്തവാക്കുകളും പറഞ്ഞുകൊണ്ട് എന്നോട് അയാളുടെ ഒപ്പം പാലം കടക്കാൻ പറഞ്ഞു. ഇരുട്ടത്ത് വെള്ളം ഒലിച്ചു പോകുന്നതിന്റെ ശബ്ദം മാത്രം കേൾക്കാം. അതിൽ വീണാൽ പിന്നെ തടികിട്ടണമെങ്കിൽ കനോലികനാലിൽ ചെന്നു തപ്പേണ്ടി വരും എന്ന് പിറ്റേന്ന് പകൽ വെളിച്ചത്തിൽ കണ്ടപ്പോൾ എനിക്ക് ബോദ്ധ്യപ്പെട്ടു.

ഏറെ പഴകിയ, അകത്തുകടന്നാൽ എങ്ങും തലമുട്ടുന്ന ഒരു ചെറിയ വീട്ടിലായിരുന്നു കക്കാട് കഴിഞ്ഞിരുന്നത്. കക്കാടിന്റെ അകത്തുള്ളാൾ ഒന്നാംതരം കാളനും മറ്റും ഉണ്ടാക്കിയിരുന്നു. രാത്രി ഏറെ വൈകുംവരെ സംസാരിച്ചിരുന്ന ഞങ്ങൾ ഉറങ്ങാൻ കിടന്നത് വെളുപ്പാൻ കാലത്താണ്. ഞാനുണർന്നപ്പോഴേയ്ക്കും വീട്ടിലെ പണിയെല്ലാം ഒതുക്കി ഗൃഹനായിക ഓഫീസിൽ പോകാനൊരുങ്ങിക്കഴിഞ്ഞിരുന്നു.

കക്കാട് ആകാശവാണിയിൽ എപ്പോൾ ചെന്നാലും ആരും ചോദിക്കില്ല. എന്നാലും അയാൾ ജോലിയുടെ കാര്യത്തിൽ കൃത്യനിഷ്ഠയുള്ളവനായിരുന്നു. അതുകൊണ്ട് പത്തുമണിയ്ക്കു മുമ്പായി അയാൾ നടന്നു. വീട്ടിൽ ഞാൻ മാത്രമായി. വായിച്ചും കക്കാടിന്റെ അകത്തുള്ളാളുണ്ടാക്കിവെച്ചിരുന്ന സദ്യനല്ലവണ്ണം ഘാസിയും ഉറങ്ങിയും ഞാനൊരുവിധം വൈകുന്നേരമാക്കി.

അന്നു വൈകുന്നേരം ഞാൻ ഇടവലത്തേക്കു പോകാനാണ് ഉറച്ചിരുന്നത്. എന്നാലതു കക്കാട് സമ്മതിച്ചില്ല. പിറ്റേന്ന് പ്രാതലും കഴിഞ്ഞേ ഞങ്ങൾ പിരിഞ്ഞുള്ളു. ഒരു കുതിരവണ്ടിയിലാണ് ഇടവലത്തേക്കു പോയത്. ഒരുറുപ്പികയാണ് ഞാനന്ന് ആ കുതിരവണ്ടിക്കാരനു കൊടുത്തത്. ഒരു നിധി കിട്ടിയ ആഹ്ലാദത്തോടെയാണ് അയാളത് സ്വീകരിച്ചതെന്നും ഞാനോർക്കുന്നു.

ഇടവലത്ത് പുരുഷോത്തമന്റെ രണ്ടാമത്തെ അനുജനും അമ്മയും ജ്യേഷ്ഠത്തി കുട്ടിയമ്മയും മാത്രമേ ഉണ്ടായിരുന്നുള്ളു. കുട്ടിയമ്മ അച്യുതൻ ഗേൾസ് ഹൈസ്ക്കൂളിലെ ടീച്ചറാണ്. അവിവാഹിതയായ അവർ എല്ലാ അർത്ഥത്തിലും ടീച്ചറായിരുന്നു. കുട്ടികളുടെ വലിയ കൂട്ടുകാരിയാണ്. എന്നാൽ അവരുടെ ചെറിയ തെറ്റുകൾപോലും പൊറുക്കില്ലായിരുന്നുവത്രേ!

എനിയ്ക്കവരെ നന്നേ ബോധിച്ചു. എന്നെ അവർക്കും. പുരുഷോത്തമന്റെ അമ്മ അങ്ങനെ ആരോടും ഇണങ്ങുന്ന മട്ടുകാരിയല്ലായിരുന്നു. കുടുംബകാര്യങ്ങളെല്ലാം നോക്കുന്നത് അവരായതുകൊണ്ട് വാക്കിലും നോക്കിലും നല്ല നിയന്ത്രണമുണ്ടായിരുന്നു.

പുരുഷോത്തമന്റെ രണ്ടാമത്തെ അനുജന്റെ പേര് സർവ്വോത്തമൻ എന്നാണ്. ഗുരുവായൂരപ്പൻ കോളേജിൽ പഠിക്കുകയായിരുന്നു അയാളന്ന്.

പല കഥകളും പറഞ്ഞ് സമയം കളഞ്ഞ എന്നോട് അന്ന് വേറെ എങ്ങും പോകേണ്ടെന്നും സർവ്വോത്തമനുമൊന്നിച്ച് കോഴിക്കോട് നഗരം കണ്ട് മടങ്ങിവരൂ എന്നും പറഞ്ഞു പുരുഷോത്തമന്റെ അമ്മ. കാപ്പികുടിച്ചു പുറത്തിറങ്ങിയ ഞാനും സർവ്വോത്തമനും കടൽവക്കത്തും മറ്റു പല ദിക്കിലും ചുറ്റിനടന്നു. എന്നാൽ ബോംബെയിൽ കഴിഞ്ഞിരുന്ന എനിക്ക് കോഴിക്കോടിനെപ്പറ്റി വലിയ മതിപ്പൊന്നും തോന്നിയില്ല. ഇന്നത്തേതിന്റെ പത്തിലൊന്നേ അന്നത്തെ കോഴിക്കോടുണ്ടായിരുന്നുള്ളൂ.

സന്ധ്യയ്ക്കു മടങ്ങിയെത്തിയ എനിക്ക് സർവ്വോത്തമനൊന്നിച്ച് എണ്ണതേച്ചൊരു കുളിയാണ് ആദ്യം ഉണ്ടായത്. ഇടവലത്തെ തൊടിയിൽ തന്നെ ഒന്നാംതരം കുളപ്പുരയോടുകൂടിയ കുളമുണ്ടായിരുന്നു. കുളത്തിലെ വെള്ളം സ്ഫടികസമം. അതിനു നല്ല കുളിർമയും.

ഈറൻ മാറ്റാൻ കയ്യിൽ കരുതിയിരുന്നുവെങ്കിലും അവ തൊടാൻ പോലും എന്നെ കുട്ടിയമ്മ സമ്മതിച്ചില്ല. അപ്പുനെടുങ്ങാടി മുതൽക്കുള്ളവരുടെ കഥകളോരോന്നും അവർ പറഞ്ഞു മനസ്സിലാക്കി.

അടാട്ടു കുറൂർ മനയ്ക്കൽ പണിയായിരുന്ന കാലത്ത് തൃശ്ശൂരിലുള്ള നെടുങ്ങാടി ബാങ്കിൽ എനിക്കൊരു ചെറിയ സേവിങ്സ് എക്കൗണ്ടുണ്ടായിരുന്നു. പണത്തിനത്യാവശ്യം വന്നപ്പോൾ ഞാൻ കാശെല്ലാം വാങ്ങി ആ എക്കൗണ്ട് വേണ്ടെന്നു വെയ്ക്കുകയാണുണ്ടായത്. അങ്ങനെ നെടുങ്ങാടി ബാങ്കിനെക്കുറിച്ച് ധാരാളം കേട്ടിരുന്നു ഞാൻ. അതു സ്ഥാപിച്ചത് അപ്പു നെടുങ്ങാടിയാണെന്നറിഞ്ഞപ്പോൾ തോന്നിയ ആഹ്ലാദം മറച്ചുവെച്ചില്ല.

ഐ.സി.എസ്കാരനായ എം.കെ. വെള്ളോടിയെക്കുറിച്ചും അദ്ദേഹം ചെയ്തിട്ടുള്ള വലിയ കാര്യങ്ങളെക്കുറിച്ചും സംസാരിച്ചുകൊണ്ട് ഞങ്ങൾ ഭക്ഷണം കഴിച്ചു.

പുരുഷോത്തമന്റെ അമ്മയുടെ ഒരു ജ്യേഷ്ഠത്തിയായിരുന്നു എം.കെ വെള്ളോടിയുടെ ഭാര്യ. വെള്ളോടിയുടെ മകൻ പുരുഷോത്തമന്റെ സമപ്രായക്കാരനായിരുന്നു. അതിബുദ്ധിമാനും. അയാളുടെ ദുഃഖകഥ പുരുഷോത്തമൻ എന്നോട് നാട്ടിലേയ്ക്കു പോരും മുമ്പ് പറഞ്ഞിട്ടുണ്ട്. മദിരാശിയിലെ ഒരു മനോരോഗാശുപത്രിയിലാണ് അയാൾ ഇന്നും കഴിയുന്നത്. നല്ലവനായ എം. കെ. വെള്ളോടിയ്ക്ക് എന്തേ അത്തരമൊരു ദുഃഖം ഈശ്വരൻ കൊടുത്തത്? 'കർമ്മഫലം' എന്നല്ലാതെ അതിനെക്കുറിച്ച് എനിയ്ക്കൊന്നും പറയാൻ വയ്യ.

പുരുഷോത്തമന്റെ സുഹൃത്തായ എന്നോട് അയാളുടെ വീട്ടുകാർ ആ കുടുംബത്തിലെ ഒരംഗം എന്ന നിലയിലാണ് പെരുമാറിയത്. അതെന്നെ നല്ല വണ്ണം സന്തോഷിപ്പിച്ചു. പല കഥകളും പറഞ്ഞ് കിടന്ന ഞാനും സർവ്വോത്തമനും ഏറെ വൈകിയാണ് ഉറങ്ങിയത്. ഒറ്റ ഉറക്കംകൊണ്ട് തന്നെ നേരം വെളുത്തുപോയി.

കാലത്ത് കുളിയും പ്രാതലും കഴിഞ്ഞ് പുറപ്പെട്ടപ്പോൾ എന്നോട് ഉണ്ടിട്ടു പോയാൽ മതിയെന്ന് കുട്ടിയമ്മ പറഞ്ഞു. അവരുടെ സ്നേഹശാസനത്തിന്റെ മുന്നിൽ തലകുനിയ്ക്കാനേ എനിക്കു കഴിഞ്ഞുള്ളു. അങ്ങനെ പത്തുപത്തര യോടെ ഊണു കഴിച്ച് ഞാൻ തൃശ്ശൂർക്ക് മടങ്ങി.

പോകാൻ ഒരുപാട് സ്ഥലങ്ങൾ ഉണ്ടായിരുന്നുവെങ്കിലും മിയ്ക്കതും സാധി ച്ചില്ല. എന്നാൽ കുറൂർ മനയ്ക്കൽ പോയി. ഒരു ദിവസം അവിടെ ചെലവഴി ക്കുകയും ഒന്നുരണ്ടു പുസ്തകം അവിടെ ചിലർക്ക് കൊടുക്കുകയും ചെയ്തു.

ടി.ആർ. നായരുടെ വീട്ടിൽ പോയപ്പോൾ അദ്ദേഹം അവിടെയില്ലാതിരു ന്നതുകൊണ്ട് പുസ്തകം അവിടെ ഏല്പിച്ച് മടങ്ങാനേ കഴിഞ്ഞുള്ളു. എനി യ്ക്കദ്ദേഹത്തെ പിന്നീടൊരിയ്ക്കലും കാണാനവസരമുണ്ടായതുമില്ല! സന്ധ്യയ്ക്ക് ചെമ്പൂക്കാവിലെത്തിയ ഞാൻ പല കഥകളും പറഞ്ഞ് അവിടെ കൂടി. അവിടെയുണ്ടായിരുന്ന പഴയ ചങ്ങാതിമാരെല്ലാം അക്കാലമായപ്പോ ഴേയ്ക്ക് പഠിയ്ക്കാനും മറ്റും സ്ഥലം വിട്ടിരുന്നു. പി.എ. വാരിയരെന്ന സുഹൃ ത്തിനെ കാണാൻ പിറ്റേദിവസം പോയെങ്കിലും അദ്ദേഹവും സ്ഥലത്തുണ്ടാ യിരുന്നില്ല. ശ്രീദേവിയേടത്തി പി.ഏ വന്നിട്ടു മടങ്ങിയാൽ മതിയെന്നു നിർബ ന്ധിച്ചെങ്കിലും നില്ക്കാനെനിയ്ക്ക് സമയമില്ലായിരുന്നു.

അന്ന് ഉച്ചതിരിഞ്ഞായിരുന്നു ഇല്ലത്തേയ്ക്കുള്ള യാത്ര. ആയിരത്തിത്തൊ ള്ളായിരത്തി അമ്പത്തിയേഴിൽ ആരോടും പറയാതെ ബോംബെയ്ക്ക് കടന്ന ഞാൻ മടങ്ങിച്ചെന്നത് അമ്മമാർക്ക് വലിയ ആശ്വാസമായി. എന്റെ സ്വഭാവം നല്ലവണ്ണം അറിയുന്ന അവർക്ക് എന്നെങ്കിലും ഞാൻ തിരിച്ചു ചെല്ലുമെന്നുറ പ്പായിരുന്നെങ്കിലും അത് ഇത്രവേഗം ഉണ്ടാകുമെന്ന് അവർ കരുതിയിരുന്നില്ല.

ഇല്ലത്തിന്റെ വടക്കു ഭാഗത്തായി അനുജനുണ്ടാക്കിയ ഭവനത്തിലാണ് അമ്മയും ചെറിയമ്മയും മുത്തശ്ശിയും അച്ഛനും ചെറിയ ജ്യേഷ്ഠനും പാർത്തി രുന്നത്. അനുജൻ എല്ലാ കാര്യത്തിലും പ്രായോഗികമതിയായിരുന്നുകൊണ്ട് നിത്യനിദാനം വിഷമമില്ലാതെ നടന്നിരുന്നു. പാട്ടം കിട്ടാൻ കാര്യമായിട്ടൊന്നു മില്ലാതായെങ്കിലും പാട്ടക്കാരിൽനിന്ന് കുറച്ചുസ്ഥലം എങ്ങനേയോ കൈവശ പ്പെടുത്തി അയാൾ കൃഷി ചെയ്തിരുന്നു.

വലിയ ഏട്ടൻ താമസിച്ചിരുന്നത് തറവാട്ടിലാണ്. അവിടെ എല്ലാം അവതാള ത്തിലായിരുന്നു. ഏട്ടനാണെങ്കിൽ കാര്യപ്രാപ്തിയില്ലാത്ത ഒരു ശുദ്ധഗതിക്കാരൻ. അദ്ദേഹത്തിന് വായനയിലും എഴുത്തിലുമൊക്കെയായിരുന്നു താത്പര്യം.

തന്ത്രശാലിയായ അനുജൻ ഞാൻ മടങ്ങുംമുമ്പ് എന്നോട് ഒരുപാട് സംസാ രിച്ചു. അതധികവും ബോംബെയ്ക്ക് രക്ഷപ്പെട്ടതിൽ എന്നെ കുറ്റപ്പെടുത്തി ക്കൊണ്ടുള്ളതായിരുന്നു. എന്നാലെല്ലാറ്റിനേയും ചായം പുരട്ടുന്നതായിരുന്നു എനിക്ക് സ്ഥിരമായ ജോലിയും ശമ്പളവുമുണ്ടെന്നുള്ളത്. വിമാനത്തിലാണ് ഞാൻ മടങ്ങിവന്നതെന്നത് എല്ലാവർക്കും അദ്ഭുതമായിരുന്നു.

നാലഞ്ചുകൊല്ലം മുമ്പ് ഞങ്ങൾ ഭാഗം നടത്താൻ അധികാരപ്പെടുത്തി ക്കൊണ്ട് മുക്ത്യാർ എഴുതിക്കൊടുത്ത പ്രമാണിമാരെ പോയി കാണണമെന്ന് അനുജൻ നിർബന്ധിച്ചു. പക്ഷേ ഞാൻ ഭദ്രകാളി മറ്റപ്പിള്ളിയിൽ മാത്രമേ പോയുള്ളു. അവിടത്തെ കാരണവരായിക്കഴിഞ്ഞ കുഞ്ചുനമ്പൂതിരി എന്നോട് വാത്സല്യത്തോടെ നല്ല അന്തസ്സിൽത്തന്നെയാണ് പെരുമാറിയത്. അതെന്നെ അത്യന്തം ആഹ്ലാദിപ്പിച്ചു. വർത്തമാനങ്ങൾ ചോദിച്ചറിഞ്ഞ കൂട്ടത്തിൽ വിമാന

ക്കമ്പനിയിലാണ് പണിയെന്നും വന്നതും മടങ്ങുന്നതും വിമാനം വഴിയാണെന്നും അറിഞ്ഞപ്പോൾ എന്നോടുള്ള ബഹുമാനം ഇരട്ടിച്ചു. അക്കാലത്ത് വിമാനം ഒരദ്ഭുതവസ്തുവായിരുന്നു. സാധാരണക്കാർ ഭയം നിമിത്തം അപൂർവ്വമായേ വിമാനത്തിൽ കേറാറുള്ളു.

നാലഞ്ചുമണിക്കൂർ അവിടെ ചിലവഴിച്ച ഞാൻ സന്ധ്യയ്ക്ക് ഇല്ലത്തേക്കു തന്നെ മടങ്ങി. എനിക്കാണെങ്കിൽ ആ യാത്ര നിമിത്തം നാട്ടിലൊരു മേൽവിലാസവുമുണ്ടായി.

പിറ്റേദിവസം ഞാനില്ലത്തുനിന്നു പുറപ്പെടും മുമ്പ് അനുജൻ അരഡസൻ വെള്ളക്കടലാസിൽ എന്റെ ഒപ്പു വാങ്ങിവെച്ചു. അതെന്തിനായിരുന്നുവെന്നോ അതുകൊണ്ടെന്തു ചെയ്തുവെന്നോ എനിക്കിപ്പോഴും അറിഞ്ഞുകൂടാ.

ഉച്ചതിരിഞ്ഞ് മൂന്നുമണിയോടെ ഞാൻ താമരശ്ശേരി മേയ്ക്കാട്ടേയ്ക്കാണ് പോയത്. എന്നെ കണ്ട എല്ലാവരും അവിടെ അത്യന്തം ആഹ്ളാദിച്ചു. അച്ഛൻ നമ്പൂരി എന്റെ കഥകളെല്ലാം ചോദിച്ചറിഞ്ഞു. ഒരാനയെ നോക്കാൻ വടക്കോട്ട് പോകാനിരിക്കയാണെന്നും, ഡ്രൈവറില്ലാത്തതു കൊണ്ട് പോകാതിരിക്കയാണെന്നും അദ്ദേഹം എന്നോടു പറഞ്ഞു. എനിക്ക് മടങ്ങാൻ പിന്നെയും രണ്ടാഴ്ച സമയമുണ്ടായിരുന്നതു കൊണ്ട് ഞാൻ ചെല്ലാമെന്നു പറഞ്ഞപ്പോൾ അദ്ദേഹത്തിന്നു സന്തോഷമായി.

പിറ്റേദിവസം ഉച്ചയ്ക്കൂണു കഴിഞ്ഞ് പുറപ്പെട്ട ഞങ്ങൾക്കൊപ്പം ആനയുടെ വിവരമെത്തിച്ച ഒരേജന്റും അച്ഛൻ നമ്പൂരിയുടെ മൂന്നാമത്തെ മകനായ കുഞ്ഞിക്കുട്ടൻ നമ്പൂതിരിയും മാത്രമേ ഉണ്ടായിരുന്നുള്ളൂ. മഞ്ചേരിയ്ക്കടുത്തുള്ള കരിക്കാട്ട് എന്ന ദിക്കിലേക്കാണ് ഞങ്ങൾ പോയത്.

നേരം അന്തിയായതുകൊണ്ട് എവിടെ പോകണമെന്ന് ആലോചിക്കാൻ തുടങ്ങി. അപ്പോളാണ് കെ.ബി. ശ്രീദേവി എന്ന പേരിൽ എഴുതുന്ന കുട്ടിയുടെ കുടുംബത്തെക്കുറിച്ച് അച്ഛൻ നമ്പൂരിക്ക് ഓർമ്മവന്നത്. ശ്രീദേവിയുടെ അച്ഛന് കുറൂർ മനക്കാരുമായി വളരെ അടുത്ത ബന്ധം തന്നെയുണ്ടായിരുന്നു.

രാത്രി എട്ടുമണിയോടെ അവിടെയെത്തിയ ഞങ്ങളെ എല്ലാവരും കൂടി സ്വീകരിച്ചു. കുളിയും ഭക്ഷണാദികളും കഴിഞ്ഞ് വർത്തമാനം പറഞ്ഞ സമയത്താണ് ഞങ്ങളുടെ കൂടെ കൂടിയ ഏജന്റ് മര്യാദക്കാരനല്ലെന്ന് അച്ഛൻ നമ്പൂരി അറിഞ്ഞത്. അതുകൊണ്ട് ആനയെക്കാണാൻ പോലും പിന്നെ നിന്നില്ല. പിറ്റെ ദിവസം കാലത്തു തന്നെ ഏജന്റായ നമ്പൂരിയോട് ഒന്നും പറയാതെ ഞങ്ങൾ മടങ്ങി. വണ്ടിയിൽ ഞങ്ങളൊന്നിച്ചു പോരാൻ ശ്രമിച്ച അയാളോട് അച്ഛൻ നമ്പൂരി വണ്ടിതൊടരുതെന്ന് പരുഷമായി പറഞ്ഞു. തിരിമുറിഞ്ഞ കള്ളനായിരുന്നുവത്രേ ആ ആന ഏജന്റു തിരുമേനി.

ഉച്ചയോടെ ഞങ്ങൾ താമരശ്ശേരി മേയ്ക്കാട്ട് തന്നെ മടങ്ങിയെത്തി. ഞങ്ങളുടെ കരിക്കാട് യാത്ര അങ്ങനെ വെള്ളത്തിലായി.

കുളിയും ഭക്ഷണവും കഴിഞ്ഞ് വിശ്രമിച്ച ഞാൻ പിറ്റെ ദിവസമേ മടങ്ങിയുള്ളൂ. നേരെ ചെമ്പൂക്കാവിലേക്കാണു പോയത്. പിറ്റേ ദിവസം വൈലോപ്പിള്ളിയെ കാണാൻ പോയി. എന്നാലദ്ദേഹം വീട്ടിലുണ്ടായിരുന്നില്ല.

വൈലോപ്പിള്ളി എവിടേയ്ക്കോ പോയിരിക്കുകയാണെന്നാണ് ഭാനുമതിയമ്മ പറഞ്ഞത്. എനിക്കാണെങ്കിൽ ബോംബെയ്ക്ക് മടങ്ങേണ്ട സമയവുമായി. അദ്ദേഹത്തിനോട് വിവരം പറയാനേല്പിച്ച് ഞാൻ ഗുരുനാഥൻ കെ.പി.

നാരായണപ്പിഷാരടിയുടെ വീട്ടിലേക്കു പോയി. വർത്തമാനം പറഞ്ഞിരുന്ന് നേരും ഒരുപാട് വൈകി. ഞാൻ വേഗം ചെമ്പൂക്കാവിൽ പോയി പെട്ടിയെടുത്ത് ഗുരുനാഥന്റെ വീട്ടിലേക്കു തന്നെ മടങ്ങി വന്നു.

രാത്രി അദ്ദേഹമൊന്നിച്ച് കഴിഞ്ഞ ഞാൻ പിറ്റേദിവസം ഉച്ചയ്ക്ക് ഭക്ഷണം കഴിഞ്ഞിട്ടേ മടങ്ങിയുള്ളൂ. രാത്രി എറണാകുളത്ത് മഹാകവി ജിയുടെ വീട്ടിലാണ് താമസിച്ചത്.

കവിതയും വർത്തമാനങ്ങളുമായി രാത്രി പതിനൊന്നു മണി വരെ ഇരുന്ന ഞങ്ങൾ അവസാനം പിരിഞ്ഞപ്പോൾ ജി എന്നോട് എന്റെ സംസ്കൃത ഭാഷാ പരിചയക്കുറവിനെക്കുറിച്ച് പറയുകയും, ബോംബെയിൽനിന്ന് ആപ്തെയുടെ ഒരു ശബ്ദകോശം വാങ്ങണമെന്ന് നിർബന്ധിക്കുകയും ചെയ്തു. ജിയുടെ നിർദ്ദേശത്തിന് നന്ദിപറഞ്ഞുകൊണ്ട് ഞാനതു സമ്മതിക്കുകയും ചെയ്തു.

ടി.5.ബാരക്ക്

പിറ്റേന്നു കാലത്ത് കുളിയും പ്രാതലും കഴിച്ച് പത്തു മണിയോടെ ഞാൻ കൊച്ചി എയർപോർട്ടിലേക്കു പോയി. നേവിയുടെ കൈവശം ഉള്ള ആ ചെറിയ എയർപ്പോർട്ടിലേക്കായിരുന്നു ഞങ്ങൾ സർവ്വീസ് നടത്തിയിരുന്നത്. അവിടെ വലിയ തിരക്കൊന്നുമുണ്ടായിരുന്നില്ല.

എന്നെക്കണ്ട ക്യാപ്റ്റൻ മോഗേ ടിക്കറ്റ് വാങ്ങിക്കൊണ്ടു പോയി ട്രാഫിക്കിൽ കൊടുത്ത് വിമാനത്തിലേക്കു പൊക്കോളാൻ പറഞ്ഞു. പത്തൊൻപതു സീറ്റുണ്ടായിരുന്ന ആ ഡക്കോട്ടയിൽ പതിനഞ്ചു യാത്രക്കാരേ അന്നുണ്ടായിരുന്നുള്ളൂ.

വിമാനത്തിലെ എല്ലാ ജോലിക്കാരും എന്റെ പരിചയക്കാരായിരുന്നു. ബെൽഗാമിലിറങ്ങി എണ്ണ നിറച്ച ഞങ്ങൾ ഏതാണ്ട് അഞ്ചരയോടെ ബോംബെയിൽ ഇറങ്ങി. മോഗെയെക്കൊണ്ടുപോകാനുള്ള ട്രാൻസ്പോർട്ടിൽതന്നെ ഞാൻ മടങ്ങുകയും ചെയ്തു.

ഇരുട്ടാകും മുമ്പ് ശ്രീകുമാരന്റെ സ്ഥലത്ത് എത്തി. എന്നാലപ്പോൾ അവിടെ അയാളുടെ പത്നിയും മകളും മാത്രമേ ഉണ്ടായിരുന്നുള്ളൂ. ശ്രീകുമാരൻ എത്താൻ പിന്നെയും ഒരു മണിക്കൂർ എടുത്തു. ഉണ്ടായ കഥകൾ ആര്യയോട് സംസാരിച്ചുകൊണ്ട് ഞാൻ സമയംപോക്കി.

ശ്രീകുമാരന്റെ വേളി കഴിഞ്ഞുവെങ്കിലും എന്റെ താമസം അയാളൊന്നിച്ചു തന്നെയായിരുന്നു. പ്രധാന കാരണം സ്ഥലം കിട്ടാൻ നന്നേ വിഷമമായിരുന്നതു തന്നെ. ശ്രീകുമാരന്റെ വീട്ടിലാണെങ്കിൽ സ്ഥലം ധാരാളമുണ്ടായിരുന്നുതാനും. എയർപോർട്ടിലേക്ക് അവിടെനിന്ന് അധികം ദൂരവുമില്ല എന്നത് മറ്റൊരാശ്വാസം.

ഞാൻ കാശു കൊടുക്കാൻ പലതവണ ശ്രമിച്ചു. പലതും പറഞ്ഞു നോക്കി. അയാളതൊന്നും കൂട്ടാക്കിയില്ല. അതും ഒരു കാരണമായിരുന്നെന്നു വെച്ചോളൂ. അയാൾക്ക് വീട് കിട്ടിയ മുതൽ ഞാനവിടെയായിരുന്നു. അയാളെ വേളി കഴിക്കാൻ നിർബന്ധിച്ചതും ഞാനാണ്. ചങ്ങാതിക്ക് ഒരു കുട്ടിയായിട്ടും

ഞാനവിടെത്തന്നെ അടിഞ്ഞു കൂടുന്നതിൽ എനിക്ക് വിഷമമുണ്ടായിരുന്നു. എന്നാൽ അയാളെ പിരിഞ്ഞിരിക്കാനാകട്ടേ അതിലേറെ വിഷമമായിരുന്നു.

അയാളുടെ കുടുംബഭാരം മുഴുവനും എന്നെയാണേല്പിച്ചിരുന്നത്. ഇഷ്ടന്റെ മകളാണെങ്കിൽ എനിക്കേറെ പ്രിയപ്പെട്ടവളും. ആ ഇത്തിരിപ്പൂവിനെ കാണാതിരിക്കാൻ എനിക്കു വയ്യായിരുന്നു. ചുരുക്കത്തിൽ എനിക്ക് അവിടം വിട്ടുപോകാൻ നിവൃത്തിയില്ലാത്ത ഒരവസ്ഥയാണുണ്ടായിരുന്നത്.

പണ്ട് പട്ടാളക്കാരുടെ ആവശ്യത്തിനുപയോഗിച്ചിരുന്ന ഒരു ബാരക്ക് ഇന്ത്യൻ എയർലൈൻസിന്റെ കൈവശമുണ്ടായിരുന്നു. ജൂഹു എയർപ്പോർട്ടിന്റെ ഉള്ളിലാണത്. ഫ്ളയിങ്ങ് ക്ലബ്ബു മാത്രമേ അന്നവിടെയുണ്ടായിരുന്നുള്ളൂ. അതായിരുന്നു ഒരു കാലത്ത് ബോംബെയിലെ എയർപ്പോർട്ട്. ആയിരത്തിത്തൊള്ളായിരത്തി അമ്പത്തി മൂന്നിൽ എയർലൈൻസ് നാഷണലേസ് ചെയ്യും വരെ ഇന്ത്യൻ എയർലൈൻസ് സർവ്വീസ് നടത്തിയിരുന്നത് ജൂഹുവിൽ നിന്നാണ്.

എയർലൈൻസ് വലുതാവുകയും അവരുടെ സർവ്വീസുകളുടെ എണ്ണം വർദ്ധിക്കുകയും ചെയ്തപ്പോൾ സൗകര്യാർത്ഥം സർവ്വീസുകളെല്ലാം സാന്താക്രൂസിൽ നിന്നാക്കി. അപ്പോൾ മാത്രമാണ് എയർ ഇന്ത്യയും ഇന്ത്യൻ എയർ ലൈൻസും രണ്ടായി പിരിഞ്ഞത്.

ഫോറിൻ സർവ്വീസുകളെല്ലാം ടാറ്റയുടെ കീഴിൽ എയറിന്ത്യയും ഇന്ത്യക്കകത്തുള്ള സർവ്വീസുകൾ ഇന്ത്യൻ എയർലൈൻസും നടത്തി. കാര്യമങ്ങനെയാണെങ്കിലും ടാറ്റയായിരുന്നു എയർലൈൻസിന്റെയും ജീവനാഡി. ഇന്ത്യാ ഗവർമെന്റിന്റെ സിവിൽ ഏവിയേഷൻ മിനിസ്ട്രിയുടെ കീഴിലായിരുന്നു രണ്ട് എയർലൈൻസുമെങ്കിലും ടാറ്റ പറയുന്ന പോലെയാണ് കാര്യങ്ങൾ നടന്നിരുന്നത് എന്നർത്ഥം.

അക്കാലത്ത് ഇന്ത്യൻ എയർലൈൻസുകാർക്കുണ്ടായിരുന്ന സ്ഥലമാണ് ടി.5. ബാരക്ക്. സർവ്വീസുകൾ സാന്താക്രൂസിലേക്ക് പോയെങ്കിലും സ്ഥലം കമ്പനിയുടെ കൈവശംതന്നെയായിരുന്നു. അക്കാലത്ത് അതിൽ ഇന്ത്യൻ എയർലൈൻസിന്റെ സ്റ്റാഫിൽ പത്തിരുപതുപേർ താമസിച്ചിരുന്നു.

അന്വേഷണത്തിൽ ഇങ്ങനെ ഒരു സ്ഥലമുണ്ടെന്നും, ഒരു കട്ടിൽ ഇടാൻ മാത്രം കിട്ടുന്ന സ്ഥലത്തിന്ന് മൂന്നുരൂപയാണ് മാസവാടകയെന്നും എനിക്കു മനസ്സിലായി. എന്നാലതനുവദിച്ചു കിട്ടുക എളുപ്പമല്ല.

വിവരങ്ങളെല്ലാം ശ്രീകുമാരനോട് പറഞ്ഞപ്പോൾ, അതൊന്നും വേണ്ടെന്ന് ആദ്യം അയാൾ വാശിപിടിച്ചെങ്കിലും, ഒടുക്കം അയാൾ തന്നെ എനിക്ക് ഇന്ത്യൻ എയർലൈൻസിന്റെ റീജനൽ ഡയറക്ടർക്ക് ഒരു അപേക്ഷ എഴുതിത്തന്നു. ഒട്ടും താമസിയാതെ ഞാനത് ഞങ്ങളുടെ ആപ്പീസിൽ കൊടുത്ത് ട്രാൻസ്പോർട്ട് ഡിപ്പാർട്ട്മെന്റുകാരെക്കൊണ്ട് വേണ്ടതെല്ലാം എഴുതിപ്പിച്ച് മുകളിലേക്ക് അയപ്പിക്കുകയും ചെയ്തു.

രണ്ടാഴ്ച കഴിഞ്ഞപ്പോൾ മൂന്ന് രൂപ വാടകയ്ക്ക് എനിക്ക് സ്ഥലം അനുവദിച്ചിട്ടുണ്ടെന്നു പറഞ്ഞുകൊണ്ടുള്ള കത്ത് ട്രാൻസ്പോർട്ട് ഡിപ്പാർട്ട്മെന്റിൽ നിന്നു കിട്ടി. അതെന്നെ അദ്ഭുതപ്പെടുത്തുകയും ചെയ്തു.

രണ്ടാം തരം ഫർണിച്ചർ വിൽക്കുന്ന സ്ഥലത്തുനിന്ന് ഞാനൊരു കട്ടിൽ വാങ്ങി. അമ്പതുരൂപയാണ് അന്ന് അതിന്നു കൊടുത്തത്. കടഞ്ഞ കാലോടുകൂടിയ ആ കട്ടിൽ ഇന്നും എന്റെ വീട്ടിലുണ്ട്.

കട്ടിലുമായിട്ടെത്തിയ എനിക്ക് എല്ലാവരുടേയും സഹകരണം കിട്ടി. അതുകൊണ്ട് അവിടേക്ക് ഷിഫ്റ്റ് ചെയ്യുക എളുപ്പമായി.

കുളിമുറിയും കക്കൂസും ഉണ്ട്. എന്നാൽ കക്കൂസ് തോട്ടികൾ വന്ന് കൊണ്ടു പോകുന്ന വിധത്തിലുള്ളതായിരുന്നു. വെള്ളത്തിന്ന് ക്ഷാമമില്ല തന്നെ!

എന്നിട്ടും ഒരാഴ്ച കഴിഞ്ഞപ്പോൾ എനിക്ക് അവിടെ കഴിഞ്ഞു കൂടുക വിഷമമായിത്തുടങ്ങി. അതിനു കാരണം അവിടെ താമസിക്കുന്നവരുടെ സാംസ്ക്കാരിക നിലവാരമാണ്. അവർ ജിവിതത്തിന്റെ ഏറ്റവും താഴ്ന്ന നിലയിൽ നിന്ന് വന്നവരായതു കൊണ്ട് മേൽപ്പോട്ട് നോക്കിയിരുന്നില്ല. പിന്നെയും താഴോട്ട് പോകാനായിരുന്നു ശ്രമം.

മിക്കവരും കുടിയന്മാരായിരുന്നു. പലരും സ്വയം പാകം ചെയ്തിരുന്നു. അതൊരു വലിയ തലവേദനയായിരുന്നു എനിക്ക്. സസ്യേതര ഭക്ഷണ ക്കാരുടെ പാകം ചെയ്യൽ പാലൂരിന് സഹിയ്ക്കാൻ വിഷമമായിരുന്നു.

ഏതാണ്ട് പത്തടി നീളവും അത്രതന്നെ വീതിയുമുള്ള ഒരിടമാണ് എനിക്ക വകാശപ്പെട്ട സ്ഥലം. എന്നാലത് പലരും കയ്യേറും. ഒരു കട്ടിലും രണ്ടു പെട്ടിയു മാണ് എന്റെ സാധനങ്ങൾ. ഒന്നിൽ നിറച്ച് പുസ്തകങ്ങളും അടുത്തതിൽ വസ്ത്രങ്ങളും.

വിളക്കിന്റെ ആവശ്യത്തിനായി ഞാനൊരു ട്യൂബും വയറും ഹോൾഡറും വാങ്ങി. എന്നിട്ടത് കിടക്കുന്നതിന്റെ തലയ്ക്കൽ വെളിച്ചം കിട്ടാൻ പാകത്തിന് ഫിറ്റ് ചെയ്തു. ഒരു ദിവസം വന്ന് നോക്കുമ്പോൾ വിളക്ക് കാശിയ്ക്ക് പോയി രുന്നു. ആരും എടുത്തിട്ടില്ലെന്നാണ് അന്വേഷിച്ചപ്പോൾ പറഞ്ഞത്. കഷ്ടിച്ച് ഒരാഴ്ച കഴിഞ്ഞപ്പോൾ വിളക്കിന് ഉപയോഗിച്ചിരുന്ന വയറും ഹോൾഡറും തൊട്ടുപിന്നിലുള്ള ഗട്ടറിൽ നിന്നു കിട്ടി. പ്ലഗ്ഗ് കിട്ടിയില്ല.

ഞാനത് വീണ്ടും എടുത്തുകൊണ്ടുവന്ന് തുടച്ചു വൃത്തിയാക്കി ഫിറ്റു ചെയ്തു. ഭാഗ്യത്തിന് അതിനുശേഷം ആരും വിളക്കിൽ കൈവെച്ചില്ല.

എന്നാൽ കമ്പനി വക ഫാൻ നല്ല തലവേദനയായി. ഞാനിട്ടാൽ ആരെ ങ്കിലും വന്ന് ഓഫാക്കും. സ്പീഡിന്റെ കാര്യത്തിലും തഥൈവ.

ഒരു ദിവസം ഞാൻ എന്റെ വിഷമങ്ങളെക്കുറിച്ച് കമ്പനിയെ അറിയിക്കു മെന്ന് പരസ്യമായി പ്രഖ്യാപിച്ചു. അതിന്നുണ്ടായ ഫലം അദ്ഭുതാവഹമായി രുന്നു. എന്നെ ആരും പിന്നെ ശല്യപ്പെടുത്തിയില്ല.

ബാരക്കിന്റെ ഒരറ്റത്ത് മൂന്ന് മുറികൾ ഉണ്ടായിരുന്നു. അടച്ചുറപ്പുള്ള അവ ആപ്പീസിലെ ചില താപ്പാനകളുടെ കൈവശമാണ്. അവരുടെ നാട്യം അവർ പറയുന്നത് ബാരക്കിലുള്ള എല്ലാവരും കേൾക്കണമെന്നായിരുന്നു.

ഞാനിതിന്നൊരപവാദമായിരുന്നു. അവർക്കെന്നെ പേടിയായിരുന്നു. കവി യായ ഞാൻ എന്തെങ്കിലും എഴുതി ആപ്പീസിലെത്തിച്ചാലോ എന്നായിരുന്നു അവരുടെ ഭയം.

എന്നാലവരുടെ ധിക്കാരം വളരെ കൂടുതലായിരുന്നു. ഒഴിവുദിവസങ്ങളിൽ പകൽസമയത്ത് അവരുടെ മുറികളിൽ ചില സ്ത്രീകൾ വന്നിരുന്നു. പകൽ സമയത്താണെങ്കിലും വാതിലടച്ച് മണിക്കൂറുകളോളം അവരുമായി സല്ലപി ച്ചിരിക്കുന്നത് ഞങ്ങളിൽ പലർക്കും അരോചകമായി. ഒരു ദിവസം പകൽ സമയത്ത് മുറികളിലേക്ക് സ്ത്രീകൾ വരുന്നതിനെക്കുറിച്ച് എന്നോട് എഴുതി ക്കൊടുക്കാൻ ചിലർ പറഞ്ഞു. ഞാനതു കൂട്ടാക്കിയില്ലെങ്കിലും എന്റെ

പേരില്ലാതെ തന്ത്രപരമായി ഒരു കുറ്റപത്രം എഴുതിയുണ്ടാക്കി അവരിൽ ഒരെട്ടു പത്താളോട് ഒപ്പിട്ട് ആപ്പീസിൽ കൊടുക്കാൻ പറഞ്ഞു.

രണ്ടാഴ്ചയ്ക്കുള്ളിലുണ്ടായ ഫലം അദ്ഭുതാവഹമായിരുന്നു. സ്ത്രീകൾ വരാതായി. എന്നാൽ മുറിയിൽ താമസിയ്ക്കുന്നവർ, എഴുതിക്കൊടുത്തത് ഞാൻ വഴിയ്ക്കാണെന്ന് എങ്ങനേയോ ഊഹിച്ചറിഞ്ഞു. എന്നിട്ടും അവർക്ക് കള്ളനെ പിടിക്കാൻ തെളിവുകൾ കിട്ടിയില്ല. അപേക്ഷയിൽ ഒപ്പിട്ടവർ എന്തിനും പോന്ന കരുത്തുള്ള ചിലരായിരുന്നു.

ഹൈദരാബാദിൽ നിന്ന് മാറ്റമായി വന്ന ആ സുഹൃത്തുക്കൾ പലരും ഒരു കൊല്ലത്തിനകം മടങ്ങിപ്പോയി. എന്തോ ചില ട്രെയിനിങ്ങിനായി എത്തിയതായിരുന്നു അവരിലധികവും. അതോടെ എല്ലാവർക്കും സമാധാനമായി, ഞാനൊരു പാഠം പഠിച്ചു. ഒരു കാര്യത്തിലും ഇടപെടില്ലെന്നുറച്ചു. ഉറങ്ങാനും കുളിക്കാനും ഒഴിച്ച് ഒന്നിനും അവിടെ പോകാതായി. എന്നാൽ സാധനങ്ങൾ ആരും തന്നെ തൊട്ടിരുന്നില്ല.

ഏതാണ്ട് ഒമ്പതുകൊല്ലം ഞാൻ ആ ബാരക്കിൽ താമസിച്ചു. അപ്പോഴേക്കും കമ്പനി സ്റ്റാഫ് കോളനി പണിതതിനാൽ എനിയ്ക്ക് വീട് അനുവദിച്ചു കിട്ടി. അതൊരു വലിയ മാറ്റമായിരുന്നു. ആയിരത്തിത്തൊള്ളായിരത്തി എഴുപത് ആദ്യത്തിൽ കമ്പനി എനിക്കു തന്ന ഫ്ളാറ്റ് എന്റെ മുഴുവൻ ശമ്പളം കൊടുത്താലും കിട്ടാത്തവിധം അത്ര ഗംഭീരമായിരുന്നു. മോഹൻ കുമാരമംഗലത്തിന് ഞാൻ നന്ദി പറയുന്നു. അദ്ദേഹമാണ് ഞങ്ങൾക്കുള്ള വീടുകളിൽ എല്ലാ സൗകര്യങ്ങളും വേണമെന്നും, എ.ക്ലാസ്സുകാർക്ക് വീടുണ്ടാക്കാൻ ഉപയോഗിച്ച അതേ മെറ്റീരിയൽസ് തന്നെ കോളനിയിലെ സകല വീടുകൾക്കും ഉപയോഗിക്കണമെന്നും നിർബന്ധിച്ചത്. രണ്ട് പങ്കപോലും തന്ന എന്റെ ഫ്ളാറ്റ് കാറ്റഗറി അനുസരിച്ച് ഡി. എന്ന ഗ്രൂപ്പിൽപെട്ടതായിരുന്നു. ഏ ഗ്രൂപ്പിൽ പൈലറ്റ്മാർ മാത്രമേ താമസിച്ചിരുന്നുള്ളൂ.

ആയിരത്തിനാനൂറ് അടി ചുറ്റളവാണ് ഏറ്റവും വലിയ പതിനാറു ഫ്ളാറ്റുകൾക്കുണ്ടായിരുന്നത്. എന്നാൽ എനിക്കു കിട്ടിയ വീടിനും അറുനൂറോളം അടി ചുറ്റളവുണ്ടായിരുന്നു.

പതിനെട്ട് ഏക്കർ സ്ഥലത്ത് കെട്ടിയ ആ കോളനിയിൽ അറുപത്തിരണ്ടു വീടുകളേ ആദ്യം ഉണ്ടായിരുന്നുള്ളു. ഇരുപത്തിനാലു മണിക്കൂറും വെള്ളം. വാടകയാണെങ്കിൽ ശമ്പളത്തിന്റെ കഷ്ടി പത്തുശതമാനം മാത്രം.

സാഹിത്യസമിതിയുടെ ഷൊർണ്ണൂർ ക്യാമ്പ്

അക്കാലത്താണ് എൻ.വി. കൃഷ്ണവാരിയരുടെ ഉത്സാഹത്തിലുള്ള കേരള സാഹിത്യസമിതി ഷൊർണ്ണൂർ വെച്ച് ഒരു ക്യാമ്പ് നടത്താൻ നിശ്ചയിച്ചത്. അഞ്ചുദിവസം നീണ്ട ആ ക്യാമ്പിന് ചെല്ലണമെന്ന് കക്കാട് എനിക്ക് എഴുതി. ഞാനൊരു കുസൃതി ഒപ്പിച്ചു. സാഹിത്യസമിതിയുടെ ലെറ്റർപാഡിൽ ആ വിവരം ഞങ്ങളുടെ ആപ്പീസിലേക്ക് എഴുതി അറിയിക്കാൻ പറഞ്ഞ് മറുപടി എഴുതി.

ഗവർമേണ്ട് ആപ്പീസിൽ പണിയെടുത്തിരുന്ന കക്കാടിന് കാര്യം പിടികിട്ടി. അയാൾ എന്താണെഴുതിയതെന്ന് എനിക്ക് അറിയാൻ കഴിഞ്ഞില്ല. എന്നാൽ ഏതാണ്ട് രണ്ടാഴ്ച കഴിഞ്ഞപ്പോൾ സാഹിത്യ സമിതിയുടെ ക്യാമ്പിൽ ക്ലാസ്സെടുക്കാൻ പോകാൻ എനിക്ക് ഒരാഴ്ചത്തെ ലീവ് അനുവദിച്ചു. കമ്പനി വക ഫ്രീ പാസ്സും ഒപ്പം ഉണ്ടായിരുന്നു.

ഇതെന്റെ സാഹിത്യജീവിതത്തിൽ വലിയ മാറ്റം വരുത്തി. പ്രത്യേകിച്ചും കവി എന്ന നിലയിൽ ഞാൻ ഞങ്ങളുടെ കമ്പനിയിലെ ഒരു വി.ഐ.പിയായി.

ഒരു മോട്ടോർഡ്രൈവർക്ക് കിട്ടിയ അംഗീകാരം പലർക്കും പിടിച്ചില്ല. പ്രത്യേകിച്ചും ആപ്പീസ്സിൽ പണിയെടുത്തിരുന്ന ചിലർക്ക്.

ഞാനൊരു പത്തുദിവസത്തെ അവധി കൂടി എഴുതിക്കൊടുത്ത് അനുവദിപ്പിച്ചു. അങ്ങനെ കമ്പനി അനുവദിച്ച ഒരാഴ്ചയും, എന്റെ പ്രിവിലേജ് ലീവിൽനിന്ന് പത്തുദിവസവും കൂട്ടി ധാരാളം സമയമുണ്ടാക്കി നാട്ടിലേക്കു പോകാനൊരുങ്ങി. അതിന്റെ മുഖ്യോദ്ദേശം ഷൊർണൂർ വെച്ചു നടക്കുന്ന സാഹിത്യസമിതിയുടെ ക്യാമ്പിൽ പങ്കെടുക്കുക എന്നതുതന്നെയായിരുന്നു. സകലവിവരങ്ങൾക്കും കക്കാടിന് ഞാൻ യഥാസമയം എഴുതുകയും ചെയ്തു.

നാട്ടിലേക്കു പോകാൻ ഞാൻ ഏതാണ്ട് അഞ്ഞൂറോളം രൂപ കരുതിയിരുന്നു. വിമാനത്തിലുള്ള എന്റെ വരവ് സാഹിത്യകാരന്മാർക്കിടയിൽ ഒരു സംഭവമാകുമെന്ന് ഞാൻ കക്കാട് വഴി കാലേ അറിഞ്ഞിരുന്നു. എൻ.വി.യ്ക്ക് സന്തോഷവുമായി.

കാലത്ത് ആറ് നാല്പതിന് പുറപ്പെടുന്ന കൊച്ചിൻ വിമാനത്തിൽ ഞാൻ കേറി. വിമാനത്തിലുണ്ടായിരുന്ന എല്ലാ ജോലിക്കാരും എന്റെ സുഹൃത്തുക്കളായിരുന്നുവെങ്കിലും ഹോസ്റ്റസ്സുകൾ അപരിചിതനോടെന്ന വണ്ണമാണ് പാലൂരിനോട് പെരുമാറിയത്. അത് ആദ്യം എന്നെ അമ്പരപ്പിച്ചു. അവർ സ്വാഗതം ചെയ്തത് കവി പാലൂരിനെയാണെന്നും, ഡ്രൈവറായ പാലൂരിനെയല്ലെന്നും താമസിയാതെ എനിക്കു മനസ്സിലായി. എന്നാൽ ഞാനതു കൂട്ടാക്കാതെ കമ്പനിയിലെ ഒരു ഡ്രൈവർ മാത്രമാണന്ന് അവരോടു പല പ്രാവശ്യം ആവർത്തിച്ചപ്പോൾ അവർ നല്ലവണ്ണം ചിരിച്ചു. വിമാനം പൊങ്ങിയ ഉടൻതന്നെ അവർ പൈലറ്റുമാർ എന്നെ വിളിയ്ക്കുന്നുണ്ടെന്ന് പറഞ്ഞ് കോക്പിറ്റിലേക്ക് പറഞ്ഞയച്ചു. പൈലറ്റ്മാർ കാണിച്ച വിനയം എന്നെ വല്ലാതെ ആശ്ചര്യപ്പെടുത്തി. സാധാരണ പാലൂരിനോടല്ല, കമ്പനി പറഞ്ഞയ്ക്കുന്ന കവി എം.എൻ. പാലൂരിനോടണവർ സംസാരിച്ചത്.

ഞാനെന്നാൽ അധികം താമസിയാതെ ആ നാട്യം നുള്ളിപ്പൊട്ടിക്കുക തന്നെ ചെയ്തു. എന്നാലും അവരെന്നോട് ഹിന്ദിയിലും ഇംഗ്ലീഷിലും സാഹിത്യത്തെക്കുറിച്ച് പലതും സംസാരിച്ചു. അപ്പോഴേയ്ക്കും ഞങ്ങൾ ബെൽഗാമിലെത്താറായിക്കഴിഞ്ഞിരുന്നു.

എണ്ണനിറച്ച് അവിടുന്ന് പുറപ്പെട്ട് അധികം കഴിയും മുമ്പ് എന്നോട് സീറ്റിൽ ചെന്ന് ബെൽട്ടിട്ടുകൊണ്ടിരിയ്ക്കാൻ പറഞ്ഞു. അതൊന്നും സാരമില്ലെന്ന് പറഞ്ഞ എന്നോട് കമാൻഡർ പറഞ്ഞതനുസരിക്കാൻ കല്പിച്ചു. ഞാൻ സീറ്റിൽ ചെന്ന് ഇരുന്നപ്പോഴേയ്ക്കും വിമാനം കുലുങ്ങാനും ചാടാനും തുടങ്ങി. ഭയപ്പെടുത്തുന്നതായിരുന്നു ആ അനുഭവം.

കഷ്ടിച്ച് ഒമ്പതിനായിരം അടിവരെ പൊങ്ങുന്ന ആ വിമാനം പേരിന് റാഡാർ എന്നൊരു 'കുന്ത'മുള്ളതാണെങ്കിലും ഫലത്തിൽ വെറുതെ വിമാനം

പറപ്പിക്കുക തന്നെയാണ്. അക്കാലത്തെ പറപ്പിക്കലിന് നല്ല വൈദഗ്ദ്ധ്യം വേണം. അസാമാന്യധൈര്യവും.

ഇക്കാലത്ത് എല്ലാം വളരെ എളുപ്പമായി. ടെക്നോളജി വളർന്നതും വിമാനത്തിന്റെ വലിപ്പവും തന്നെ കാരണം. ഇപ്പോൾ ഏതു മണ്ടൂസനും വിമാനം പറപ്പിക്കാം. സാധാരണ സൈക്കിളുകാരനു വേണ്ട മനോധൈര്യം പോലും ഇന്നത്തെ പൈലറ്റുമാർക്ക് വേണ്ട.

ഏതാണ്ട് ഉച്ചയോടെ ജിയുടെ ഭവനത്തിലെത്തി. അദ്ദേഹവും പത്നിയും ഷൊർണൂർക്ക് പോയിക്കഴിഞ്ഞിരുന്നു. അന്ന് ക്യാമ്പിന്റെ ഒന്നാംദിവസമായിരുന്നു. ജി. എവിടെയാകും പാർക്കുന്നതെന്ന് ആലോചിച്ചുകൊണ്ട് വേഗം ഷൊർണൂർക്ക് പുറപ്പെട്ടു. സന്ധ്യയോടെ ഞാൻ ക്യാമ്പ് നടക്കുന്ന സ്ഥലത്ത് എത്തുകയും എൻ.വി.യേയും കക്കാടിനേയും കാണുകയും ചെയ്തു.

എൻ.വി. ചിരിച്ചുകൊണ്ട് പാലൂരിന്റെ കയ്യിൽ അധികം കാശുണ്ടെങ്കിൽ ആരെയെങ്കിലും ഏല്പിക്കുകയാകും നല്ലതെന്ന് പറഞ്ഞു. അതിനർത്ഥം കള്ളന്മാർ ഉണ്ടെന്നു മാത്രമാണ്. കക്കാടിനോടു ചോദിച്ചപ്പോൾ അത് എൻ.വി.യുടെ കുസൃതിയാണെന്നാണ് പറഞ്ഞത്. കാശു താൻ തന്നെ സൂക്ഷിച്ചാൽ മതിയെന്ന് അയാൾ എന്നെ ധൈര്യപ്പെടുത്തി.

ചേലനാട് എന്ന ചെറുപ്പക്കാരൻ എന്നോട് സാധനങ്ങളെല്ലാം ഒരു പ്രത്യേക സ്ഥലത്തു വെയ്ക്കാൻ പറഞ്ഞു. എന്നിട്ട് ക്യാമ്പിനുള്ള ഫീസ് വാങ്ങി രസീതി തന്നു. അയാൾ ക്യാമ്പിന്റെ ആശാന്മാരിൽ ഒരാളാണെന്ന് പെരുമാറ്റംകൊണ്ടു തന്നെ അറിയാം.

ഞാനൊന്നു കുളിച്ചുവെന്ന് വരുത്തി ഭക്ഷണത്തിന് ചെന്നപ്പോളാണ് ദേഹണ്ണക്കാരനും വിളമ്പുകാരനും കവിയും ഒക്കെയായ കുഞ്ഞുണ്ണിമാസ്റ്റർ എന്ന ആളെ കണ്ടത്. കക്കാടെനിക്ക് അദ്ദേഹത്തെ പരിചയപ്പെടുത്തിത്തന്നു. വിവരങ്ങൾ ചോദിച്ചുകൊണ്ട് നിൽക്കുമ്പോൾ ഉണ്ണാനെത്തിയ ഏതാണ്ടറുപതോളം പേരോടായി എൻ.വി. എന്നെക്കുറിച്ചു പലതും പറഞ്ഞു. അതിലെ മുഖ്യകാര്യം ഒന്നുമില്ലാതെ ബോംബെയ്ക്കുപോയ പാലൂർ ക്യാമ്പിനു വന്നത് വിമാനത്തിലാണെന്നാണ്. ഇന്ത്യൻ എയർലൈൻസിൽ ഫ്രീപാസ് സ്വീപ്പർ തൊട്ട് ചെയർമാൻ വരെ എല്ലാവർക്കുമുണ്ടെന്ന് ഞാൻ പതുക്കെ എൻ.വിയോട് പറഞ്ഞു. തേഞ്ഞ പല്ലു കാട്ടി ചിരിച്ചതല്ലാതെ അദ്ദേഹം അതൊന്നും കേട്ടതായി നടിച്ചില്ല.

ചോറുവിളമ്പാൻ വന്നത് ചെറുകാടായിരുന്നു. മൂപ്പരെന്നെ ഒന്നു നല്ലവണ്ണം സൂക്ഷിച്ചു നോക്കി. ഗുരുത്വമുള്ളതിന്റെ ലക്ഷണം മുഖത്തുകാണാനുണ്ടെന്ന് കമന്റും പാസ്സാക്കി.

അതോടെ പാലൂരിന്റെ ഗുരുവാരാണെന്നായി ചോദ്യം. എന്നാൽ ഞാൻ അതിനൊന്നും മറുപടി പറഞ്ഞില്ല. എൻ.വി. മാത്രം തെളിഞ്ഞ ശബ്ദത്തിൽ എന്റെ ഗുരുനാഥൻ കെ.പി. നാരായണപിഷാരോടിയാണെന്ന് പറഞ്ഞു.

ഞാനതോടുകൂടി അവിടെ എല്ലാവർക്കും സ്വീകാര്യനും ചിലർക്ക് ആരാധ്യനുമായി. പലരും ബോംബെയിലെ കഥകൾ തിരക്കി. ആ ശുദ്ധഗതിക്കാർക്ക് ബോംബെ ഒരു പുണ്യഭൂമിയാണെന്നാണ് ധാരണ. അള്ളാക്കറിയാം പള്ളീലെ കാര്യം എന്നില്ലേ? ബോംബെ നഗരം ഒരേ സമയം സൗമ്യവും ക്രൂരവുമാണെന്ന് ചോദിച്ചവരോടൊക്കെ ഞാൻ പറഞ്ഞു. ഊണുകഴിഞ്ഞ് എഴുന്നേറ്റ

ഞങ്ങൾ കവിതകളെക്കുറിച്ച് നിരൂപണങ്ങളിൽ മുഴുകുകയായി. ഏഴെട്ടു ഗ്രൂപ്പായി തിരിച്ചിട്ടുണ്ടായിരുന്നു. ഓരോ ഗ്രൂപ്പിനും ഓരോ ലീഡറും.

കക്കാട് പാലൂരിനോട് ഒരു ഗ്രൂപ്പിന്റെ ലീഡറാകാൻ പറഞ്ഞെങ്കിലും എനിയ്ക്കത് സമ്മതമായിരുന്നില്ല. ഫലമില്ലെന്നു കണ്ടപ്പോൾ ഞാൻ പേരിനുമാത്രം ലീഡറായി. എന്നാൽ എന്റെ ഗ്രൂപ്പിന്റേയും കാര്യങ്ങൾ നോക്കിയത് കക്കാടാണ്.

രചനയുടെ കാര്യങ്ങളാണ് അന്നവിടെ എല്ലാവരും പറഞ്ഞുകേട്ടത്. ഞാൻ പ്രതിഭാപക്ഷത്തായിരുന്നു. 'നൈസർഗ്ഗികീച പ്രതിഭാ' എന്ന ആലങ്കാരികമതത്തിനെ ഞാൻ മുറുകെ പിടിച്ചു. 'പ്രജ്ഞാ നവനവോന്മേഷശാലിനീ പ്രതിഭാ മതാ' എന്ന് ഞാൻ വിശദീകരിച്ചത് ചിലർക്കെങ്കിലും ദഹിച്ചില്ലെന്ന് തോന്നി.

പലരും പ്രജ്ഞയുടെ അർത്ഥമാണ് ചോദിച്ചത്. എന്തുപറയണമെന്നറിയാതെ മേല്പോട്ടുനോക്കിയ ഞാൻ 'ഇന്നതെന്ന് കൃത്യമായർത്ഥം പറഞ്ഞാൽ പ്രജ്ഞ പ്രജ്ഞയല്ലാതാകു'മെന്നു പറഞ്ഞ് രക്ഷപ്പെടുകയാണുണ്ടായത്.

എന്നാൽ ഇടയിൽ കടന്ന് സംസാരിച്ച കക്കാട് പ്രജ്ഞയുടെ അർത്ഥം വിശദീകരിച്ചു. ഉള്ളിൽ നിന്ന് ഊറിവരുന്ന തോന്നലുകളാകാം പ്രജ്ഞയെന്നാണ് അയാൾ പറഞ്ഞതിൽനിന്ന് ഞാൻ മനസ്സിലാക്കിയത്.

ഏതാണ്ട് ഒരുമണി വരെ നീണ്ടുനിന്ന സംഭാഷണപാരായണങ്ങൾക്കു ശേഷം ഞങ്ങൾ കിടക്കാൻപോയി. ഒരു പുല്ലുപായയിൽ നിലത്താണ് കിടന്നത്.

നേരം വെളുത്തുനോക്കുമ്പോൾ കക്കാടിനെ കാണാനില്ല. മറ്റു പലരും കട്ടൻകാപ്പി കുടിക്കുന്ന തിരക്കിലാണ്. എല്ലാംനോക്കിക്കൊണ്ട് കിടന്ന പായിൽ തന്നെ ഇരുന്ന എന്നോട് എൻ.വി. കാപ്പി കുടിച്ചോ എന്നു ചോദിച്ചു. ഇല്ലെന്നു പറഞ്ഞപ്പോൾ 'എന്നാലത് വാങ്ങിക്കുടിക്ക' എന്ന് പറഞ്ഞു. ഞാൻ ഗ്ലാസ്സുമെടുത്ത് ചെന്ന് കാപ്പിവാങ്ങി കുടിച്ചു. അപ്പോൾ മാത്രമാണ് ഇവൻ കട്ടനാണെന്നു ധരിച്ചത്.

എങ്ങുനിന്നോ പ്രത്യക്ഷപ്പെട്ട കക്കാട് കാപ്പി കുടിക്കുന്ന എന്നെ കണ്ട് 'എങ്ങനെ' എന്ന് ചോദിച്ചു. സാധനം മോശമല്ലെങ്കിലും കട്ടനാണെന്ന് ഞാനയാളോടു പറഞ്ഞു. അപ്പോൾ അയാൾ സാഹിത്യസമിതിയിലെ പ്രധാന ഭക്ഷണം കട്ടനാണെന്നു പറഞ്ഞു. പാലിനു നല്ല ക്ഷാമമായിരുന്നു ആ കാലത്ത്. എന്നാൽ ക്യാമ്പിൽ കട്ടൻ സുലഭം. ചോദിച്ചാൽ ഉണ്ടാക്കിത്തരിക കൂടി ചെയ്യും. അതുപോലെ സമൃദ്ധമായിരുന്നു ചുക്കുവെള്ളവും.

തലേന്നാൾ ഉച്ചയോടെ എത്തിയ ജിയും പത്നിയും അദ്ദേഹത്തിന്റെ തന്നെ ശിഷ്യനായ എ.ബാലകൃഷ്ണവാരിയരുടെ കൂടെയായിരുന്നു താമസം. ബാലകൃഷ്ണവാരിയരുടെ പത്നിയ്ക്ക് ജോലി ക്യാമ്പു നടന്നിരുന്ന സ്കൂളിലായിരുന്നുവെന്ന് തോന്നുന്നു.

ഒമ്പതരയോടെ ഒളപ്പമണ്ണ സ്വന്തം കാറുംകൊണ്ടുപോയി ബാലകൃഷ്ണവാരിയരേയും ജിയേയും ക്യാമ്പിലേക്കു കൊണ്ടുവന്നു. തുടർന്നുണ്ടായ യോഗത്തിൽ ജി ഗംഭീരമായിത്തന്നെ കവിതയെക്കുറിച്ച് സംസാരിച്ചു. ഏതാണ്ട് രണ്ടുമണിക്കൂർ നീണ്ട അദ്ദേഹത്തിന്റെ പ്രസംഗം കഴിഞ്ഞപ്പോൾ പലർക്കും ധാരാളം സംശയങ്ങൾ ഉണ്ടായി. ജിയുടെ മറുപടിയും പ്രസംഗംപോലെ മനോഹരമായിരുന്നു.

കുതിച്ചുചാടുന്ന ആ സരസ്വതീപ്രവാഹത്തിനു മുന്നിൽ സ്തംഭിച്ചിരിക്കാനല്ലാതെ കാര്യങ്ങൾ ചോദിക്കാനൊന്നും ഞാൻ മെനക്കെട്ടില്ല. അതിനുള്ള പ്രധാന കാരണം അദ്ദേഹത്തോടുള്ള എന്റെ ആദരവും അടുപ്പവും തന്നെയായിരുന്നു. എല്ലാത്തിലും പുറമെ ആ വാക്പ്രവാഹം കേട്ടിരിക്കുകതന്നെ ഒരു സുഖമായിരുന്നു.

ജി ഉണ്ണാൻ ബാലകൃഷ്ണവാരിയരുടെ വീട്ടിലേക്കു പോവുകയാണുണ്ടായത്. ഉച്ചതിരിഞ്ഞും അദ്ദേഹത്തിനെ കൊണ്ടുവന്നുവെങ്കിലും അധികമൊന്നും അപ്പോൾ പറഞ്ഞില്ല.

മലയാളത്തിലെ മിക്ക എഴുത്തുകാരും അവിടെ ഉണ്ടായിരുന്നു. എല്ലാ ദിവസവും ഓരോരോ വിഷയങ്ങൾ ഉണ്ടാകും. എന്നാൽ എന്തിലും കൂടുതൽ പ്രാധാന്യം കവിതയ്ക്കായിരുന്നു. പ്രസംഗങ്ങളുടെ ഇടയ്ക്കും ചിലർ കവിതകൾ വായിച്ചിരുന്നു. കവിതയെക്കുറിച്ചുള്ള ചർച്ച അന്നസ്തമിച്ചും ഉണ്ടായെന്നാണ് എന്റെ ഓർമ്മ.

പിറ്റേദിവസം ജിയ്ക്ക് മടങ്ങണം. എറണാകുളത്തേയ്ക്കു പോകാൻ കാറ് ഒളപ്പമണ്ണ തരാമെന്ന് പറഞ്ഞു. എന്നാലതാര് ഓടിക്കും?

എൻ.വിയ്ക്ക് സംശയമില്ലായിരുന്നു. പാലൂരിനെ വിളിച്ച് ജിയെ എറണാകുളത്തുകൊണ്ടുപോയാക്കി വരണമെന്നു പറഞ്ഞു. ഒളപ്പമണ്ണയ്ക്ക് പാലൂരിനെ കിട്ടിയത് സന്തോഷവുമായി.

കാലത്ത് എട്ടരമണിയോടെ പ്രാതൽ കഴിച്ച് ജിയും പത്നി സുഭദ്രാമ്മയും ഞാനും കൂടി എറണാകുളത്തേയ്ക്കു പുറപ്പെട്ടു. വഴിക്ക് മുഴുവനും വായതോരാതെ സംസാരിച്ചിരുന്ന എന്നോട് ജി ചാലക്കുടിയിൽ ഒരു ബ്രാഹ്മണാൾ ഹോട്ടലിന്റെ മുന്നിലെത്തിയപ്പോൾ കാറ് നിർത്താൻ പറഞ്ഞു. സംഗതി ചായ കുടിക്കാനാണെന്ന് ഞാൻ ഓർത്തില്ല. ചായകഴിച്ച് പുറത്തിറങ്ങാൻ സമയത്ത് പണം കൊടുക്കാൻ ഞാൻ ശ്രമിച്ചെങ്കിലും ജി സമ്മതിച്ചില്ല. അദ്ദേഹം എന്റെ കയ്യുപിടിച്ച് തടഞ്ഞുകൊണ്ട് പേഴ്സ് തുറന്ന് കാശ് കൊടുത്തു. ഞങ്ങൾ ഉടൻതന്നെ പുറപ്പെടുകയും ചെയ്തു.

ഷൊർണൂരിൽനിന്ന് പുറപ്പെടും മുമ്പ് എൻ.വി. എന്നെ ഒരു കാര്യം പ്രത്യേകം ഏല്പിച്ചിരുന്നു. വലിയ അല്പരസക്കാരനായ വൈലോപ്പിള്ളിയെ തൃശ്ശൂരിൽ നിന്നു കൊണ്ടുവരണമെന്നായിരുന്നു അത്. വൈലോപ്പിള്ളി പല അടവുകളും എടുക്കുമെന്നും അതൊന്നും പാലൂര് സമ്മതിക്കരുതെന്നും എങ്ങനെയെങ്കിലും ക്യാമ്പിന് കൊണ്ടുവരണമെന്നുമായിരുന്നു എൻ.വി. പറഞ്ഞതിന്റെ രത്നച്ചുരുക്കം.

ജിയുടെ വീട്ടിൽ നിന്ന് ഊണുകഴിച്ച് ഉടൻ തന്നെ ഞാൻ മടങ്ങി. ബോംബെയ്ക്ക് മടങ്ങുമ്പോൾ കണ്ടുകൊള്ളാമെന്നു പറഞ്ഞു പിരിഞ്ഞ ഞാൻ സുമാർ നാലുമണിയ്ക്ക് വൈലോപ്പിള്ളി പാർക്കുന്ന ദേവസ്വം ക്വാർട്ടേഴ്സിൽ ചെന്ന് വിവരം പറഞ്ഞു. അപ്പോളാണ് സാഹിത്യസമിതിയും വൈലോപ്പിള്ളിയുമായിട്ട് എന്തോ ചില സൗന്ദര്യപ്പിണക്കങ്ങളുണ്ട് എന്നു ഞാനറിഞ്ഞത്. എന്തുപറഞ്ഞിട്ടും വരാൻ കൂട്ടാക്കാതിരുന്ന വൈലോപ്പിള്ളിയോട് നിങ്ങളുടെ സൗന്ദര്യപ്പിണക്കത്തിനെക്കുറിച്ച് ബോംബെക്കാരനായ എനിക്ക് ഒരു ചുക്കുമറിയില്ലെന്നും എൻ.വിയും ഒളപ്പമണ്ണയും വൈലോപ്പിള്ളിയെ കൊണ്ടുവരാത്ത

പക്ഷം പാലൂര് ക്യാമ്പിലേക്ക് വരേണ്ട എന്നുവരെ പറഞ്ഞുവെന്നും (ശുദ്ധ നുണ) താണുതൊഴുത് പറഞ്ഞപ്പോൾ അദ്ദേഹം കഷ്ടിച്ച് സമ്മതിച്ചു. എന്നിട്ട് പതുക്കെ പുറപ്പെടാൻ തുടങ്ങി.

രണ്ടുദിവസം പാർക്കാൻ പാകത്തിനൊരുങ്ങിയ അദ്ദേഹത്തിനെ ഞാൻ ഏതാണ്ടഞ്ചു മണിയോടെ കാറിൽ കയറ്റി പുറപ്പെട്ടു. പോകുംവഴിയ്ക്ക് ഷൊർണൂരുള്ള എൻ.വി.കെ. വാരിയരുടെ ആര്യവൈദ്യഫാർമസിയിലും ഞങ്ങളൊന്ന് കേറി. അദ്ദേഹത്തിന്റെ പത്നി പി.ഏയുടെ സഹോദരിയാണ്. അവരെ എനിക്ക് ബോംബെയ്ക്കു പോകുംമുമ്പ് തന്നെ കഷ്ടിച്ചറിയും.

ഇരുട്ടായപ്പോൾ കേറിച്ചെന്ന വൈലോപ്പിള്ളിയെ ക്യാമ്പിലെ സകലരും ചേർന്ന് സ്വീകരിച്ചു. എൻ.വി. ഒന്നും മിണ്ടിയില്ല. അല്പം കഴിഞ്ഞ് വൈലോപ്പിള്ളിയെ പാലൂരിന് കൊണ്ടുവരാൻ പറ്റുമെന്നു കരുതിയിരുന്നില്ല എന്ന് മാത്രം പറഞ്ഞു.

കുളിക്കാനൊന്നും നിന്നില്ല. ഏതാണ്ട് എട്ടരയ്ക്ക് സദ്യയായി. സദ്യ എന്നാണ് ഞങ്ങൾ പറയുകയെങ്കിലും ഒരു മുളോഷ്യവും മെഴുക്കുപുരട്ടിയും ഉപ്പിലിട്ടതും രസവുമായിരുന്നു വിഭവങ്ങൾ. മോരുവേണ്ടവർക്ക് അതുമുണ്ട്.

വിളമ്പുകാർ പലരും ഉത്സാഹികളായിരുന്നു. അതിൽ വള്ളത്തോൾ പ്രസ്സിലെ ഏതാണ്ടെല്ലാവരും ഉണ്ടായിരുന്നു. അവരിൽവെച്ച് മര്യാദക്കാരനും നല്ലവനുമായ ബാലകൃഷ്ണക്കുറുപ്പ് എന്റെ സുഹൃത്തായിരുന്നു. മറ്റുള്ളവരെ പലരേയും അറിയുമെന്നല്ലാതെ എനിക്ക് പരിചയം കുറവായിരുന്നു.

വി.ടി. ഇന്ദുചൂഡൻ എന്ന ധിക്കാരി വിളമ്പുന്നതിനിടയിൽ പറഞ്ഞ ഒരു കാര്യം എനിക്ക് ഒട്ടും പിടിച്ചില്ല. ഞങ്ങളെ നോക്കിക്കൊണ്ടാണ് പറഞ്ഞത്. പിറ്റേന്നു കാലത്ത് ഒമ്പതുമണിക്ക് മുമ്പായി പഴശ്ശിരാജാവിനെക്കുറിച്ച് ഇരുപത്തഞ്ചു ശ്ലോകം എഴുതുന്നവന് ഇരുപത്തഞ്ചുരൂപ സമ്മാനം നൽകുന്നതായിരിക്കുമെന്നായിരുന്നു അത്.

അരികിൽത്തന്നെ ഉണ്ണാനിരുന്നിരുന്ന കക്കാടിനോട് ഞാൻ ചോദിച്ചു: 'ഞാൻ നൂറ്റൊന്ന് ശ്ലോകമെഴുതിയാൽ ഈ വിദ്വാൻ നൂറ്റൊന്നുരൂപ തരുമോ?' കക്കാട് 'അടങ്ങ് ശങ്കുണ്ണീ' എന്നുപറഞ്ഞ് എന്നെ സമാധാനിപ്പിക്കാൻ നോക്കിയെങ്കിലും ഞാൻ കൂട്ടാക്കിയില്ല. ഇയാളുടെ ഈ ധിക്കാരത്തിന് കവികളായ നമ്മൾ മറുപടി പറയണമെന്നുവരെ പറഞ്ഞുനോക്കി. നമുക്ക് എൻ.വിയോട് പറയാമെന്നു പറഞ്ഞ് കക്കാടെന്നെ തൽക്കാലം സമാധാനിപ്പിച്ചു.

എൻ.വിയും ഇന്ദുചൂഡന്റെ നേരംപോക്ക് ശ്രദ്ധിച്ചിരുന്നു. അതുകൊണ്ട് കക്കാടിനെ മുൻനിർത്തി ഞാൻ എൻ.വി.യുടെ മുമ്പിൽ കാര്യങ്ങൾ വിശദീകരിച്ചപ്പോൾ 'അങ്ങനെ പലരും പലതും പറയാനുണ്ടാകും. അതൊന്നും ശ്രദ്ധിയ്ക്കാതിരിയ്ക്കയാവും ഭേദം' എന്നു പറഞ്ഞ് എന്നെ നല്ലവണ്ണം സമാധാനിപ്പിച്ചു. ഒപ്പം നിങ്ങളിൽ ചിലർക്ക് സംസ്കൃതവൃത്തത്തിൽ സുലഭമായിട്ടെഴുതാൻ കഴിയുമെന്ന് എനിക്കറിയാമെന്നും പറഞ്ഞു. ഞാനതോടെ മിണ്ടാതായി.

എന്നിട്ടും ഊണു കഴിഞ്ഞ് വൈലോപ്പിള്ളിയുടെ ഉത്സാഹത്തിൽ കൂടിയ അക്ഷരശ്ലോകസദസ്സിൽവെച്ച് ഞാനൊരു തെമ്മാടിത്തം ചെയ്തു. ഇപ്പോൾ അത് അരുതാത്തതായിരുന്നുവെന്ന് എനിക്കുതന്നെ അഭിപ്രായമുണ്ട്.

നമ്മുടെ വി.കെ.ജി ഉൾപ്പെടെ ഏതാണ്ട് പത്തിരുപതുപേർ ശ്ലോകം ചൊല്ലിയിരുന്ന ആ സദസ്സിൽ ഞാനൊരു ശ്ലോകം അപ്പോൾതന്നെ ഉണ്ടാക്കിചൊല്ലി.

എൻ.വി, വൈലോപ്പിള്ളി തുടങ്ങി ഒരുപാട് മുതിർന്നവർ പങ്കെടുത്തിരുന്ന ആ സദസ്സിൽ കേൾക്കാൻതന്നെ ഏതാണ്ട് നൂറോളം പേർ ഉണ്ടായിരുന്നു. തൊട്ട ടുത്തിരുന്ന കക്കാട് എനിക്ക് തന്ന അക്ഷരം 'വ' എന്നായിരുന്നു. ഉടൻ തന്നെ ഞാൻ അപ്പോൾ തോന്നിയ ശബ്ദങ്ങളെ വൃത്തത്തിലാക്കി ഇങ്ങനെ ചൊല്ലി:

'വള്ളത്തോൾ പ്രസ്സിലുണ്ടാം വളരെ വലിയവന്മാരവർക്കെന്നുമുണ്ടാം
വെള്ളംകൂട്ടാത്ത ഭള്ളങ്ങനെ വളുവളെയായ് ചൊല്ലുവാനുള്ളതെന്നും.
കള്ളന്മാർ കശ്മലന്മാർ കഠിനഹൃദയരക്കാട്ടുജന്തുക്കളായി-
ക്കൊള്ളില്ലാ ബന്ധമാർക്കും കഴിവതവരിൽ നിന്നോടണം ദൂരെ നമ്മൾ'

ശ്ലോകം ചൊല്ലിയിരുന്നവരും എന്റെ ശ്ലോകം കേട്ട് ഉറക്കെ ചിരിച്ചു. എന്നാൽ അവിടെത്തന്നെയുണ്ടായിരുന്ന വള്ളത്തോൾപ്രസ്സിലെ ഏതാണ്ടെ ല്ലാവരും ഒന്നുംമിണ്ടാതെ എൻ.വി.യോടെന്തോ പറഞ്ഞ് ഇറങ്ങിപ്പോവുകയാ ണുണ്ടായത്. ബാലകൃഷ്ണക്കുറുപ്പ് മാത്രം ശ്ലോകം നന്നായിട്ടുണ്ടെന്ന് പോകു മ്പോൾ എന്നെ അഭിനന്ദിക്കാൻ ഉത്സാഹംകാട്ടി.

രാത്രി ഒരു മണിവരെ നീണ്ട ശ്ലോകസദസ്സിൽനിന്ന് എൻ.വി. പതിനൊന്നു മണിയോടെ ഉറങ്ങാൻ പോയി. മറ്റുള്ളവരെല്ലാം ശ്ലോകംചൊല്ലിക്കൊണ്ടിരുന്നു. കക്കാടാണെങ്കിൽ എന്റെ പുറത്തുതട്ടി സ്വയം ആഹ്ലാദം കൊള്ളുകതന്നെ ചെയ്തു.

പഴശ്ശിരാജാവിനെക്കുറിച്ച് ആരും ശ്ലോകമെഴുതിയില്ല. ഇന്ദുചൂഢൻ പിറ്റേ ദിവസവും ഉത്സാഹിക്കാനുണ്ടായിരുന്നുവെങ്കിലും ഇരുപത്തഞ്ചു രൂപ കൊണ്ടു വന്നിരുന്നോ എന്ന് അറിയില്ല. എൻ.വി. എന്നെ ലേശം ശകാരിക്കുകതന്നെ ചെയ്തു. അതിന്റെ ചുരുക്കം ഇങ്ങനെ പൊട്ടിത്തെറിയ്ക്കുന്നത് നല്ലതല്ലെ ന്നാണ്.

ചില രസികൻമാർ ഞാനൊരിയ്ക്കൽ മാത്രം ഉണ്ടാക്കിച്ചൊല്ലിയ ശ്ലോകം അപ്പാടെ ധരിച്ചുവെച്ചു. അത്തരം മിടുക്കന്മാരിൽ ഒരാളിൽ നിന്നാണ് പിറ്റേദി വസം ഞാൻപോലും മേൽക്കൊടുത്ത ശ്ലോകം പഠിച്ചത്.

അഞ്ചാം ദിവസം ഉച്ചയ്ക്ക് ഭക്ഷണം കഴിഞ്ഞപ്പോൾ ക്യാമ്പിലുണ്ടായി രുന്ന സകലരേയും ചേർത്ത് ഫോട്ടോ എടുക്കുന്ന തിരക്കായി. ആ ബഹളം ഏതാണ്ടൊരു മണിക്കൂറോളം നീണ്ടുപോയി. മൂന്നു മണിയോടെ കുഞ്ഞുണ്ണി മാസ്റ്ററും കക്കാടും വേറെ ഒരുപാടുപേരും ഞാനുംകൂടി കോഴിക്കോട്ടേയ്ക്കു പോയി.

വഴിനീളെ ക്യാമ്പിലെ കഥകൾതന്നെയായിരുന്നു എല്ലാവരും സംസാരി ച്ചത്. അതുകൊണ്ട് സമയംപോയതറിഞ്ഞില്ല. മൂന്നാലു മണിക്കൂർ നീണ്ടു നിന്ന ആ ബഹളത്തിന്റെ രസം ഒന്നുവേറെത്തന്നെയായിരുന്നു. കോഴിക്കോ ട്ടെത്തിയപ്പോഴേയ്ക്കും എല്ലാവരും ക്ഷീണിച്ചിരുന്നു. ഞാൻ കക്കാടൊന്നിച്ച് അയാളുടെ കൊട്ടാരത്തിലേയ്ക്കാണ് പോയത്.

എനിക്ക് മടങ്ങാൻ പിന്നെയും ധാരാളം ദിവസം ഉണ്ടായിരുന്നതുകൊണ്ട് കക്കാടൊന്നിച്ച് ഞാൻ രണ്ടുദിവസം മടിപിടിച്ചുകൂടി. അതിനിടയിൽ പി.സി.യെ ഒന്നു കാണാൻ പോയി. ഇടവലത്തും.

പി.സി. എല്ലാ വർത്തമാനങ്ങളും വിസ്തരിച്ച് ചോദിച്ചറിഞ്ഞുവെങ്കിലും ക്യാമ്പിന് വരാത്തതിനെക്കുറിച്ചു ചോദിച്ചപ്പോൾ ചിരിച്ചതേയുള്ളു. സാഹിത്യ

സമിതിയായിട്ട് പി.സിയ്ക്ക് വല്ല സൗന്ദര്യപ്പിണക്കവുമുണ്ടായിരുന്നോ എന്ന് എനിയ്ക്കറിയില്ല. പി.സി.യുടെ മുമ്പിൽ ഞാൻ ചെറിയ മനുഷ്യനായിരുന്നതു കൊണ്ട് കൂടുതലൊന്നും ചോദിച്ച് അദ്ദേഹത്തെ ബോറടിച്ചതുമില്ല.

മടങ്ങുംമുമ്പ് മാതൃഭൂമിയിൽ പോയി എൻ.വി.യെ കണ്ടു. യാത്രപറഞ്ഞു പുറത്തിറങ്ങിയശേഷം സ്റ്റേഷനിലെത്തിയ എനിക്ക് പാകത്തിനൊരു വണ്ടി കിട്ടി. അങ്ങനെ വേഗം തൃശ്ശൂരിലെത്തി.

ചെമ്പൂക്കാവിൽ ചെന്ന് അടിഞ്ഞുകൂടിയ എന്നോട് എല്ലാവരും അമിതമായ സ്നേഹമാണു കാണിച്ചത്. അമ്മിണിക്കുട്ടി വലുതാവുകയാണ്. അതുകൊണ്ട് പാലൂരുമായി പണ്ടത്തെ ലോഗ്യമൊക്കെ കഷ്ടിയായി. എന്നാലും എനിക്കതിനെ കാണുക വലിയ സന്തോഷമായിരുന്നു.

തൃശ്ശൂരിൽ കൂടിയ രണ്ടുമൂന്നു ദിവസത്തിനകത്ത് ഞാൻ പലരേയും കണ്ടിരുന്നു. പി.ഏ.യാണ് എന്നെ ഏറെ ആകർഷിച്ചത്. വൈലോപ്പിള്ളിയോട് ഒറ്റയ്ക്കു വാടകയ്ക്ക് താമസിയ്ക്കുന്നതു നല്ലതല്ലെന്ന് ഞാൻ തട്ടിക്കേറി. അശേഷം നിയന്ത്രണമില്ലാത്ത ആ മനുഷ്യൻ ഒരുപാട് സംസാരിച്ചു. രണ്ടു ദിവസങ്ങളിലായി ഏതാണ്ട് പതിനഞ്ച് മണിക്കൂർ ഞങ്ങൾ നുണ പറഞ്ഞിട്ടുണ്ടാകണം. എന്തിനാണീ മനുഷ്യൻ ഇങ്ങനെ ജീവിതം തുലയ്ക്കുന്നതെന്ന് എനിക്ക് എത്ര ആലോചിച്ചിട്ടും പിടികിട്ടിയില്ല.

കവിതയുടെ കാര്യത്തിൽ നൂറുശതമാനം സ്വീകാര്യനായ വൈലോപ്പിള്ളിയെ ആ നിലയിൽ വലിയ ബഹുമാനമായിരുന്നു എനിക്ക്. എന്നാൽ മനുഷ്യൻ എന്ന നിലയിൽ പരമപുച്ഛവും. 'കിടക്കുമ്പോൾ കിടന്നീടും ഓടുമ്പോളൊപ്പമോടിടും. ഇരിക്കുമ്പോളിരുന്നീടും ചെയ്ത കർമ്മഫലങ്ങളും.' എന്ന് മഹാഭാരതം ആവർത്തിച്ചു പറയുന്നുണ്ട്. വൈലോപ്പിള്ളിയെക്കുറിച്ചോർക്കുമ്പോളെല്ലാം ഞാൻ വ്യാസന്റെ മേൽക്കൊടുത്ത ശ്ലോകം ഓർത്തു സമാധാനിക്കുകയാണ് പതിവ്.

തൃശ്ശൂരിൽനിന്ന് നാലാം ദിവസം പുറപ്പെട്ട ഞാൻ ഇല്ലത്തുപോയി അമ്മമാരെ കണ്ടു. പിറ്റേദിവസം വെള്ളാരപ്പിള്ളിയ്ക്കു പോയി. അകവൂർ ഉണ്ണിനമ്പൂതിരിപ്പാടിനെ ഞാൻ ബോംബെയ്ക്ക് പോയ ശേഷം കണ്ടിരുന്നില്ല. അവിടെ ചെന്ന എനിക്ക് ഉണ്ണിനമ്പൂതിരിപ്പാടും പത്നിയും ഹാർദ്ദമായ സ്വീകരണമാണ് നൽകിയത്.

പെരിയാറിലെ എണ്ണതേച്ചുകുളിയും വയർനിറയെ ഭക്ഷണവും നല്ല ഉറക്കവുമായി ഞാനവിടെ മൂന്നാലു ദിവസം കൂടി. പകൽസമയങ്ങളിൽ അവിടെത്തന്നെയുള്ള പലരേയും കാണാനും നൂറുനൂറുകഥകൾ പറയാനുമുണ്ടായിരുന്നു.

ലീവു കഴിയുന്നതിന് രണ്ടുദിവസം മുമ്പ് ഞാൻ എറണാകുളത്ത് ജിയുടെ വീട്ടിൽ പോയി. അപ്പോൾ അവിടെ അച്ചുതനുമുണ്ടായിരുന്നുവെന്നു തോന്നുന്നു. രവി ജോലിസംബന്ധമായിട്ട് വേറെയെങ്ങോ ആയിരുന്നു.

ജിയ്ക്ക് വൈകുന്നേരം കഞ്ഞിയാണ് പതിവ്. എന്നോട് ഉണ്ണാൻ എത്ര പറഞ്ഞിട്ടും ഞാൻ കൂട്ടാക്കിയില്ല. കുളിയും കഞ്ഞികുടിയും കഴിഞ്ഞ് ക്യാമ്പിനെക്കുറിച്ചും സാഹിത്യത്തിനെക്കുറിച്ചുമൊക്കെ ഞങ്ങൾ രാത്രി പതിനൊന്നുമണിവരെ സംസാരിച്ചു. ഉറങ്ങാൻ വൈകിയെന്ന് സുഭദ്രാമ്മ

പറഞ്ഞിട്ടാണ് ജി. കിടക്കാൻ പോയത്. ഞാനുമ്മറത്തുള്ള മുറിയിൽ കസേലകൾ മാറ്റിയിട്ട് കിടക്കവിരിച്ചുകിടന്ന് ഭദ്രമായുറങ്ങി.

പിറ്റേദിവസം പ്രാതൽ കഴിഞ്ഞ് എയർപോട്ടിലേക്ക് പോയ എനിക്ക് തീരെ വിഷമമില്ലാതെ വിമാനത്തിൽ സീറ്റുകിട്ടി. വൈകുന്നേരം അഞ്ചരയോടെ ബോംബെയിലെത്തുകയും ചെയ്തു.

ആദരങ്ങൾ, അഭിവാദനങ്ങൾ

പിറ്റേദിവസം മുതൽ എനിക്ക് സ്ഥിരം ആഫ്റ്റർ നൂൺ ആയിരുന്നു പണി. 1.45ന് പണിക്കു ചേരുന്ന എന്റെ ഡ്യൂട്ടി സമയം രാത്രി ഒമ്പതരവരെയായിരുന്നു. ആഴ്ചയിലൊരിക്കൽ വീക്കിലി ഓഫും.

തീരെ വൈവിദ്ധ്യമില്ലാത്ത പണിയായിരുന്നു. വിമാനത്തിന്റെ ജോലിക്കാരെ പിക്കപ്പ്ചെയ്ത് ഓപ്പറേഷൻ ആപ്പീസിൽ കൊണ്ടുവരലും, പറക്കൽ കഴിഞ്ഞെത്തുന്നവരെ അവരവരുടെ വീട്ടിൽ കൊണ്ടുപോയാക്കലുമായിരുന്നു പണി. ഇടയ്ക്ക് ഓവർ ടൈം ലഭിക്കും. അതിന് ജോലിക്കാർ സകല ചെറ്റത്തരങ്ങളും കാണിക്കും. എനിക്ക് അതിലൊന്നും അശേഷം താത്പര്യമില്ലായിരുന്നു. എന്നിട്ടും പലപ്പോഴും പതിനൊന്നുമണിവരെ ഓവർടൈം ചെയ്യേണ്ടിവരാറുണ്ട്.

രാത്രി ഒരു മണിക്കൂർ ഒ.ടി. ചെയ്താൽ ശമ്പളത്തിന്റെ മൂന്നിരട്ടിയും, മറ്റുള്ള സമയങ്ങളിൽ രണ്ടിരട്ടിയുമായിരുന്നു നിരക്ക്. അരമണിക്കൂറായാലും കമ്പനി ഒ.ടി. എഴുതും. എന്നാൽ പതിനൊന്നുമണിയ്ക്കേ ട്രാൻസ്പോർട്ട് കിട്ടൂ. അതുകൊണ്ട് അരമണിക്കൂർ ഒ.ടി. എങ്ങനെയെങ്കിലും ഒരു മണിക്കൂറാക്കി മാറ്റും. പതിനൊന്നുമണിക്ക് കുർള സ്റ്റേഷനിലേക്കും സാന്താക്രൂസ് സ്റ്റേഷനിലേക്കും ഷെഡ്യൂൾ ട്രാൻസ്പോർട്ടുതന്നെയുണ്ട്. പതിനൊന്നുമണിക്ക് ശേഷമാണെങ്കിൽ താമസസ്ഥലം വരെ കമ്പനി പ്രത്യേകം ട്രാൻസ്പോർട്ട് ഏർപ്പാടു ചെയ്യും.

മിക്കമാസവും ഇരുപതിരുപത്തഞ്ചു മണിക്കൂർ ഒ.ടി.യുണ്ടാകും. അതിന്റെ പേമന്റ് അടുത്തമാസം പത്താം തീയതിയാണ്. ശമ്പളം മാസാവസാനത്തിന്റെ രണ്ടു ദിവസംമുമ്പ് തന്നെ ലഭിക്കും.

സമയംകളയാൻ വേണ്ടി ഞാൻ ധാരാളം തെണ്ടി നടക്കാറുണ്ട്. അതിൽ മുഖ്യം രാവിലെ നാലര മണിയോടെ ഏഴുന്നേറ്റ് കുളിച്ച് പുരുഷോത്തമനെ കാണാൻ പോകലാണ്. എട്ടരയ്ക്ക് അയാൾ ആപ്പീസിൽ പോകുമ്പോൾ ഞാൻ മടങ്ങും. വഴിയ്ക്ക് ദാദറിലിങ്ങി ജോസഫ് ജോണിന്റെ വീട്ടിൽ പോകും.

ജോസഫ് ജോൺ അക്കാലത്ത് സ്റ്റേറ്റ് ഗവർമെണ്ടിന്റെ ആപ്പീസിലാണ് പണിയെടുത്തിരുന്നത്. പബ്ലിക്ക് റിലേഷൻ മാനേജരായി ജോലിചെയ്തിരുന്ന അദ്ദേഹം മഹാരാഷ്ട്രാ ഗവർമെണ്ടിനുവേണ്ടി പ്രതിമാസം ഒരു ട്രാൻസ്പോർട്ട് ജേർണൽ പ്രസിദ്ധം ചെയ്തിരുന്നു.

ജോസഫ് ജോണിനെ ബാബുവെന്നാണ് കുട്ടികളും ഞാനും വിളിച്ചിരുന്നത്. അദ്ദേഹത്തിന്റെ പത്നിയെ മമ്മിയെന്നും. ഏതോ കോളേജിൽ ഇംഗ്ലീഷ്

അദ്ധ്യാപികയായിരുന്ന മമ്മി ക്ലാസ്സുള്ള സമയത്തേ കോളേജിൽ പോകുള്ളു. ബാബുവാണെങ്കിൽ മിക്ക ദിവസവും പതിനൊന്നരയ്ക്കേ ആപ്പീസിൽ പോകൂ.

മധുവും മല്ലുവും പഠിക്കാൻ പോയാൽ വീട്ടിൽ കുട്ടിയായിട്ട് ഞാൻ മാത്രമേ ഉണ്ടാകുള്ളു. ഞാനാണെങ്കിൽ മമ്മിയെ സഹായിക്കാൻ അടുക്കളപ്പണിയ്ക്കു കൂടും.

വളരെ ലളിതമായിരുന്നു അവരുടെ ജീവിതം. മത്സ്യമാംസാദികൾ കഴിക്കും. ഞാൻ മിക്കപ്പോഴും ഭക്ഷണം കഴിച്ചാണ് പതിനൊന്നു മണിയ്ക്ക് മടങ്ങുക. തനി വെജിറ്റേറിയനാകകൊണ്ട് ചോറും പരിപ്പും കാച്ചിയ പപ്പടവും മാത്രമായിരുന്നു ഞാൻ കഴിയ്ക്കാറ്.

അങ്ങനെയിരിക്കേ ഒരു ദിവസം ബാബു എന്നോട് അദ്ദേഹം നടത്തുന്ന ജേർണലിൽ എന്നെക്കുറിച്ച് ഒരു ലേഖനമെഴുതട്ടേ എന്നു ചോദിച്ചു. എനിക്ക് പൂർണ്ണസമ്മതമാണെന്ന് ഞാനും പറഞ്ഞു. എന്നാലതാരെഴുതും? ബാബു തന്നെ എഴുതിക്കോളൂ എന്ന് ഞാൻ പറഞ്ഞു. അദ്ദേഹം തയ്യാറായില്ല. അതു കൊണ്ട് കാര്യം പിന്നെയും ഒന്നുരണ്ടു മാസം നീണ്ടു. എന്നാൽ ബാബു അതൊരിക്കലും മറന്നില്ല.

ഒരു ഞായറാഴ്ച ബാബു പുരുഷോത്തമനോട് കാര്യം പറഞ്ഞു. ഉത്സാഹിയായ പുരുഷോത്തമന് നല്ല സന്തോഷമായി. അയാൾ ലേഖനം എഴുതി ടൈപ്പുചെയ്ത് ബാബുവിനു കൊടുക്കാനായി എന്നെത്തന്നെ ഏല്പിച്ചു. ആ ലേഖനം വായിച്ചുനോക്കിയിട്ട് ബാബു പുരുഷോത്തമന്റെ അസാധാരണമായ കഴിവിനെ അഭിനന്ദിച്ചു. എന്നോട് ഒരു ദിവസം അദ്ദേഹത്തിന്റെ ആപ്പീസ് വരെ ഒന്നു ചെല്ലണമെന്നും പറഞ്ഞു. മാസികയിൽ ലേഖനത്തിനോടൊപ്പം കൊടുക്കാൻ ഒരു ഗംഭീരൻ ഫോട്ടോ വേണം. അദ്ദേഹത്തിന്റെ ആപ്പീസിൽ ഫോട്ടോ എടുക്കാൻ ആളുണ്ട്. അതിനാണ് വർളിയിലുള്ള ആപ്പീസിലേക്ക് ചെല്ലാൻ പറഞ്ഞത്.

കമ്പനിയിൽ നിന്ന് ഒരു ദിവസത്തെ ലീവെടുത്ത് ഞാൻ വർളിയിലുള്ള അദ്ദേഹത്തിന്റെ ആപ്പീസിലെത്തി. ചായകുടിച്ച് വർത്തമാനം പറഞ്ഞുകൊണ്ടിരിയ്ക്കേ അദ്ദേഹം എന്നോട് താമസിയാതെ ഫോട്ടോഗ്രാഫർ വരുമെന്നു പറഞ്ഞു. ഉടൻതന്നെ വന്ന ഒരു ചെറുപ്പക്കാരൻ ബാബുവിന്റെ മുമ്പിലിരിക്കുന്ന എന്നെ നോക്കി നല്ലവണ്ണം ചിരിച്ചു. തനി കോട്ടയം ക്രിസ്ത്യാനികളുടെ മട്ടിൽ എന്നോട് മലയാളത്തിൽ പലതും ചോദിയ്ക്കാനും തുടങ്ങി.

ബാബു തന്നെ ജോലിയാക്കിക്കൊടുത്ത ഒരു ചെറുപ്പക്കാരനായിരുന്നു അയാൾ. പത്തുപതിനഞ്ചു മിനുട്ടിനകത്ത് ഫോട്ടോ എടുത്ത് അയാൾ പോയി. ബാബു പിന്നെയും കുറച്ചു കഴിഞ്ഞേ മടങ്ങൂ എന്നതുകൊണ്ട് ഞാൻ ഉടനെ മടങ്ങി.

അടുത്തമാസം പത്താം തീയതിയോടെ പുറത്തിറങ്ങിയ ജേർണലിൽ പാലൂരിനെക്കുറിച്ചുള്ള ലേഖനം ഗംഭീരമായിത്തന്നെ അച്ചടിച്ചു വന്നു. ബാബുവിനോട് പറഞ്ഞ് ഞാൻ അതിന്റെ എട്ടുപത്ത് കോപ്പിവാങ്ങി. ഒന്ന് എൻ. വി.യ്ക്കും മറ്റൊന്ന് ഞങ്ങളുടെ ആപ്പീസിലെ റീജിനൽ ഡയറക്ടർക്കും അയച്ചു. കക്കാടിനും അയച്ചുവെന്നാണ് ഓർമ്മ.

ആപ്പീസിൽ കൊടുത്തതിനു വലിയ ഫലമുണ്ടായി. കിട്ടിയ വിവരത്തിന് മറുപടി ലഭിച്ചു. മാത്രമല്ല ദില്ലിയിലിരിക്കുന്ന പബ്ലിക്ക് റിലേഷൻസ് മാനേജരോട്

ഞങ്ങളുടെ റീജനൽ ഡയറക്ടർ എന്നെക്കുറിച്ച് ടെലഫോണിൽ സംസാരിക്കുകയും ചെയ്തു. ഞാനിതൊന്നും അപ്പോൾ അറിഞ്ഞില്ല.

ഇതോടുകൂടി കവി എന്ന നിലയിൽ ഞാൻ ആപ്പീസിലെല്ലാവർക്കും സുപരിചിതനായി. എല്ലാവരും എന്നോട് വളരെ ആദരവോടെയാണു പെരുമാറിയത്. നേരിട്ടു കാണാനവസരമുണ്ടായപ്പോൾ റീജിയനൽ ഡയറക്ടറായ ക്യാപ്റ്റൻ സാമന്ത് എന്നെ അഭിനന്ദിക്കാനും മറന്നില്ല.

ഒരു മാസത്തിനകം ഇന്ത്യൻ എയർലൈൻസിന്റെ പബ്ലിക്ക് റിലേഷൻ മാനേജർ ബെംബെയിൽ വന്നപ്പോൾ അദ്ദേഹത്തെ വീട്ടിൽ ചെന്നു കാണാൻ ഞങ്ങളുടെ ഡിപ്പാർട്ടുമെന്റിൽ നിന്നും എനിയ്ക്ക് അറിയിപ്പു കിട്ടി. ഞാൻ സംഗതിയെന്തെന്നറിയാതെ കമ്പനി പറഞ്ഞപോലെ വീട്ടിൽചെന്ന് അദ്ദേഹത്തിനെ കണ്ടു.

ആഗ്ലോ ഇന്ത്യനായ അയാൾ എന്നെ ഭംഗിയായി സ്വീകരിച്ച് ഇരുത്തി മൂന്നാലു മണിക്കൂർ നേരം പലതും ചോദിച്ചു. എല്ലാത്തിനും ഞാൻ എനിക്കറിയുന്ന ഹിന്ദിയിലും ഇംഗ്ലീഷിലുമായി മറുപടി പറഞ്ഞു. പത്തുമണിയോടെ അദ്ദേഹത്തെ ചെന്നുകണ്ട എന്നെ രണ്ടുമണിയ്ക്ക് ശേഷമാണ് പോകാനനുവദിച്ചത്. അന്നത്തെ ഒരു ദിവസത്തെ ലീവും കമ്പനി അനുവദിച്ചു.

രണ്ടു മാസം കഴിഞ്ഞപ്പോൾ ഞങ്ങളുടെ 'ഇന്ത്യൻ എയർലൈൻസ്' എന്ന മാസികയിൽ യൂണിഫോമിലുള്ള എന്റെ ചിത്രങ്ങളും ഏതാണ്ട് നാലുപേജു വരുന്ന ലേഖനവും വന്നു. അതിൽ എന്റെ സകല ചരിത്രവും ഉണ്ടായിരുന്നു. പ്രത്യേകിച്ചും മലയാളസാഹിത്യത്തിലെ കവിതയെക്കുറിച്ചും, അതിലെന്റെ സ്ഥാനത്തെപ്പറ്റിയും വിശദമായി പറഞ്ഞിരുന്നു. ജി.യുടെയും എൻ.വി.യുടെയും മറ്റും പേരുമുണ്ടായിരുന്നു.

ഡിഫെന്ന എന്ന ഞങ്ങളുടെ പബ്ലിക്ക് റിലേഷൻസ് മാനേജർ തന്നെയാണ് ലേഖനം എഴുതിയിരുന്നത്. ഞങ്ങളുടെ സ്റ്റാഫിനും വിമാനത്തിലെ യാത്രക്കാർക്കും സൗജന്യമായി കൊടുത്തിരുന്ന ആ മാസിക പതിനായിരക്കണക്കിന് കോപ്പി അച്ചടിക്കും. അത് അടുത്ത ലക്കം വരുംവരെ യാത്രക്കാർക്കു കൊടുക്കാറുണ്ട്. നൂറുപേജു വരുന്ന ആ മാസികയുടെ പത്തമ്പത് കോപ്പി ഞാൻ സമ്പാദിച്ചു. നാട്ടിലെ പല സുഹൃത്തുക്കൾക്കും കോപ്പി തപാൽ വഴി അയച്ചുകൊടുത്തു. എന്നാലതിന് എൻ.വി.യും കക്കാടുമൊഴിച്ചാരും മറുപടിയെഴുതുകയുണ്ടായില്ല. അപ്പോളാണ് എനിയ്ക്ക് മലയാളസാഹിത്യത്തിലെ മത്സരത്തിനെക്കുറിച്ച് ബോദ്ധ്യമായത്. ജി. പോലും എഴുതാതിരുന്നതിൽ എനിക്ക് നന്നേ ദുഃഖമായി.

എന്നാലിത് ഇന്ത്യൻ എയർലൈൻസിൽ വലിയ സംസാരവിഷയമായി. പലരും പാലൂരിനെ വിളിച്ച് അഭിനന്ദിയ്ക്കുകയുണ്ടായി. എല്ലാത്തിനും ഞാൻ നിന്നുകൊടുക്കുകയും ചെയ്തു. ഞങ്ങളുടെ യൂനിയന്റെ വകയും എനിക്ക് അനൗദ്യോഗികമായ സ്വീകരണമുണ്ടായി.

ബാബുവിനും മമ്മിക്കും പുരുഷോത്തമനും സന്തോഷംകൊണ്ട് ശ്വാസം മുട്ടി. അവരെന്നെ അകമഴിഞ്ഞഭിനന്ദിച്ചു. ഞങ്ങളുടെ റീജിനൽ ഡയറക്ടറുടെ നിർദ്ദേശം ഇല്ലായിരുന്നുവെങ്കിൽ ഡിഫെന്ന ഇത്ര ഗംഭീരമായിട്ടെഴുതുകില്ലായിരുന്നു. അതെന്തായാലും ഞാൻ ഇന്ത്യയിലെ വിമാനയാത്രക്കാരുടെയിടയിലും ഇന്ത്യൻ എയർലൈൻസിലെല്ലായിടത്തും അറിയപ്പെടുന്നവനായി.

അതുകൊണ്ടൊന്നും നിന്നില്ല പ്രസിദ്ധി. മാസികയുടെ മുഖചിത്രമായിട്ട് കൊടുത്തിരുന്നത് എന്റെ യൂണിഫോമിലുള്ള ഒരു മുഴുവൻ ഫോട്ടോയായിരുന്നു. ഇത് വളരെ ശ്രദ്ധിയ്ക്കപ്പെട്ടു. മാസികയുടെ കവർപേജിൽത്തന്നെ വന്ന കാരണം പലരും ഉള്ളിൽ കൊടുത്ത ലേഖനം നോക്കാനിടയായി. എന്റെ കഥകളെല്ലാമറിഞ്ഞ ചില യാത്രക്കാർകൂടി എനിക്കെഴുതിയിരുന്നു. ഇന്ത്യൻ എയർലൈൻസിലെ എല്ലാ സ്റ്റേഷനുകളിൽനിന്നും അഭിനന്ദനക്കത്തുകൾ എത്തി. അവയിൽ ചിലതു മാത്രമേ അടുത്ത ലക്കങ്ങളിൽ പ്രസിദ്ധീകരിച്ചുള്ളു എന്ന് എന്നോട് ഡിഫെന്ന തന്നെ പറയുകയുണ്ടായി.

അക്കാലത്തെ ഇന്ത്യാ ഗവൺമെന്റിന്റെ ഭക്ഷ്യമന്ത്രി ജഗജീവൻറാം ആയിരുന്നു. ഭക്ഷ്യ മന്ത്രാലയത്തിന്റെ സെക്രട്ടറി കെ.പി.എ. മേനോനായിരുന്നു. അക്കിത്തത്തിന്റെ നാട്ടുകാരനായ അദ്ദേഹം സംസ്കൃതപക്ഷപാതിയായിരുന്നു. സാക്ഷാൽ മോഹൻ കുമാരമംഗലവും കെ.പി.എ. മേനോനും വലിയ സുഹൃത്തുക്കളും ദില്ലിയിലെ കേരളാക്ലബ്ബിൽ ശീട്ട് കളിച്ചങ്ങാതിമാരുമായിരുന്നു.

ഇന്ത്യൻ എയർലൈൻസിന്റെ ചെയർമാനായിരുന്ന കുമാരമംഗലത്തോട് കെ.പി.എ. മേനോൻ ഒരിയ്ക്കൽ എന്നെക്കുറിച്ച് സംസാരിയ്ക്കാനിടയായി. അതിനുള്ള മുഖ്യകാരണം ഞാൻ കെ.പി. നാരായണപ്പിഷാരോടിയുടെ ശിഷ്യൻകൂടിയായിരുന്നുവെന്നതാണ്. വലിയ സഹൃദയനായ മേനോൻ അക്ഷരശ്ലോകം ചൊല്ലാറുണ്ടത്രേ. ഇന്ത്യൻ എയർലൈൻസിലെ ഡ്രൈവറായ എന്നെക്കുറിച്ചു പറഞ്ഞപ്പോൾ കുമാരമംഗലം ശ്രദ്ധിച്ചു. ബോംബെയിലുള്ള എന്നെക്കുറിച്ച് അദ്ദേഹം അന്വേഷിക്കുകയും, തുടർന്ന് ദില്ലിയിൽ കേരളാക്ലബ്ബുകാരുടെ ഉത്സാഹത്തിൽ ഇന്ത്യൻ എയർലൈസിന്റെ ചെലവിൽ എനിക്ക് ഒരു സ്വീകരണം ഒരുക്കാൻ കല്പിക്കുകയും ചെയ്തു. കെ.പി.എ. മേനോനായിരുന്നു കാര്യങ്ങളെല്ലാം നടത്തിയിരുന്നുത്.

സ്വീകരണത്തിന് കമ്പനിവക ലീവും ഫ്രീപാസ്സും കിട്ടി. ഇന്ത്യൻ എയർലൈൻസിൽ ജോലിയായിട്ടും ഞാനന്നേവരെ ദില്ലിക്ക് പോയിരുന്നില്ല. ഇത് പറ്റിയ അവസരമെന്ന് ഞാനും കരുതി.

വൈകുന്നേരം പുറപ്പെട്ട ഞാൻ സന്ധ്യയോടെ ദില്ലിയിൽ വിമാനമിറങ്ങി. എന്നെകൊണ്ടുപോകാൻ കെ.പി.എ മേനോൻ കാറയച്ചിരുന്നു. സന്ധ്യയോടുകൂടി അദ്ദേഹത്തിന്റെ ആപ്പീസിൽ ചെന്നുകേറിയ ഞാൻ ആ ആപ്പീസ് കണ്ടപ്പോൾതന്നെ സാമാന്യം പരിഭ്രമിച്ചു. വലിയ ഒരു മേശയ്ക്കു മുന്നിലായി പത്തിരുപതു കസേരകളാണ് ഇട്ടിരുന്നത്.

കെ.പി.എ. മേനോൻ എന്നെ കണ്ടപ്പോൾ എഴുന്നേറ്റ് സ്വാഗതം ചെയ്ത് സ്വീകരിച്ചിരുത്തി. ചായ വന്നു. നല്ല ചൂടു കാലമായിരുന്നതുകൊണ്ട് ധാരാളം വെള്ളമാണ് ഞാനാദ്യം കുടിച്ചത്. പിന്നെ പതുക്കെ ചായയും.

താമസിയാതെ അദ്ദേഹം എനിക്ക് താമസിക്കാനേർപ്പാടു ചെയ്ത ഹോട്ടലിനെക്കുറിച്ചു പറഞ്ഞു. ഞാൻ ഒ.എം. അനുജന് നേരത്തെത്തന്നെ എഴുതിയിരുന്നു. അനുജനൊന്നിച്ചാണ് താമസിക്കുന്നതെന്നും അവിടെ എത്തിച്ചാൽ മതിയെന്നും ഞാൻ മേനോനോടു പറഞ്ഞു.

കെ.പി.എ.മേനോനൊന്നിച്ച് പുറപ്പെട്ട ഞാൻ നേരെ പോയത് അദ്ദേഹത്തിന്റെ വീട്ടിലേക്കാണ്. അദ്ദേഹം പത്നിയെ എനിക്ക് പരിചയപ്പെടുത്തി.

പാലൂര് ഒ.എം. അനുജനൊന്നിച്ചാണ് താമസിക്കുന്നതെന്ന് കേട്ടപ്പോൾ 'നേരം ഒമ്പതാകാറായി. നാളെ പോയാൽ പോരേ' എന്ന് അവർ ചോദിച്ചു.

അതുപോരെന്ന് ഞാൻ പറഞ്ഞപ്പോൾ മേനോൻ ടെലിഫോണിൽ, പാലൂര് വന്നിട്ടുണ്ടെന്നും, അധികം താമസിയാതെ അങ്ങോട്ട് എത്തുമെന്നും അനുജനെ അറിയിച്ചു.

രാത്രി ഒമ്പതരയോടെ മേനോന്റെ കാറിൽ ഒ.എം. അനുജന്റെ സ്ഥലത്തെത്തിയ എന്നെ അനുജനും പത്നിയും സ്വാഗതം ചെയ്തു. എന്നിട്ട് കഥകളെല്ലാം പറഞ്ഞ് കുളിച്ചു ഭക്ഷണംകഴിച്ചു കിടന്നപ്പോൾ സമയം പന്ത്രണ്ടു മണിയാകാറായി. വലിയ ചൂടുകാലമായിരുന്നതുകൊണ്ട് ഉറങ്ങാൻ പിന്നെയും നേരമെടുത്തു. ദില്ലിയിലെ തണുപ്പുപോലെത്തന്നെ കഠിനമാണ് ചൂടും.

മഹാകവി ജി അക്കാലത്ത് ദില്ലിയിലുണ്ടായിരുന്നു. പിറ്റെദിവസം പത്തുമണിയോടെ ഞാൻ അദ്ദേഹത്തെപോയി കണ്ടു. സുഭദ്രാമ്മയും ഒപ്പമുണ്ടായിരുന്നതുകൊണ്ട് എന്നോട് ഭക്ഷണം കഴിയ്ക്കണമെന്ന് നിർബന്ധിച്ചു. ഉച്ചതിരിഞ്ഞ് മൂന്നുമണിയോടെയാണ് അനുജന്റെ സ്ഥലത്ത് തിരികെ ചെന്നത്.

അപ്പോൾ ഞങ്ങളുടെ ആപ്പീസിൽനിന്ന് ഡിഫെന്ന എന്നൊരാൾ വിളിച്ചിരുന്നുവെന്ന് അനുജൻ പറഞ്ഞു. ഞാൻ ജിയുടെ സ്ഥലത്തേയ്ക്ക് പോയിരിക്കുകയാണെന്നറിഞ്ഞപ്പോൾ, പിറ്റേന്നു കാലത്ത് ഇന്ത്യൻ എയർലൈൻസിൽനിന്ന് ഒരാൾ ജി.യുടെ വീട്ടിലെത്തുമെന്നും അയാളൊത്ത് ചില പത്ര ആപ്പീസുകളിലേക്ക് ഞാൻ പോകേണ്ടതുണ്ടെന്നും പറഞ്ഞുവത്രേ!

ഡിഫെന്ന ഞങ്ങളുടെ പബ്ലിക്ക് റിലേഷൻ മാനേജരാണെന്ന് അറിഞ്ഞപ്പോൾ ഒ.എം. അനുജൻ കാര്യം മനസ്സിലാക്കി ജി.യ്ക്ക് വീണ്ടും വിളിച്ചു. വിവരങ്ങൾ അറിഞ്ഞപ്പോൾ ജി. പറഞ്ഞത് ഇങ്ങനെയായിരുന്നു. 'ആരു പറഞ്ഞാലും മലയാളത്തിലെ ഒരു കവി പത്ര ആപ്പീസുകളിലേക്ക് പോകാൻ പാടില്ല. പത്രക്കാർക്ക് ആവശ്യമുള്ളപക്ഷം അവർ പാലൂരിനെ വന്ന് കാണട്ടെ. പാലൂര് ജി.യുടെ സ്ഥലത്തുണ്ടാകുമെന്ന് പറയൂ.'

ഇത് എന്നെ വല്ലാതെ വിഷമത്തിലാക്കി. കാരണം ഞാൻ എയർലൈൻസിൽ ഒന്നുമല്ല. ഡിഫെന്ന പബ്ലിക്ക് റിലേഷൻ മാനേജരാണ്. അദ്ദേഹം വിചാരിച്ചാൽ എന്നെ ഭസ്മമാക്കാനും കഴിയും.

കാര്യങ്ങളെല്ലാം ഞാൻ ജി.യ്ക്ക് വിശദീകരിച്ചിട്ടും ജി. തന്റെ നിലയിൽ ഉറച്ചുതന്നെനിൽക്കുകയാണുണ്ടായത്. "പാലൂരൊന്നുകൊണ്ടും പേടിയ്ക്കേണ്ട. നാളെ കാലത്തു പത്തുമണിയ്ക്കു മുമ്പായി ഇവിടെ എത്തുക." ഇത്രയും പറഞ്ഞ് അദ്ദേഹം ഫോൺ വെച്ചു.

പിറ്റേദിവസം കാലത്ത് ഏഴരയോടെ പ്രാതൽ കഴിച്ച് പുറപ്പെട്ട ഞാൻ ഒമ്പതേകാലായപ്പോളേയ്ക്കും ജിയുടെ വീട്ടിൽ എത്തി. പത്തുമണിയ്ക്ക് എന്നെ കാണാനെത്തിയത് സുഹൃത്ത് രാജൻ കാക്കനാടനായിരുന്നു. അയാളന്ന് ഇന്ത്യൻ എയർലൈൻസിന്റെ പബ്ലിക്ക് റിലേഷൻസ് ഡിപ്പാർട്ടുമെന്റിൽ ഉദ്യോഗസ്ഥനാണ്. ജി. തന്റെ നിലപാടിൽ ഉറച്ചുതന്നെ നിന്നു.

കാര്യത്തിന്റെ ഗൗരവം മനസ്സിലായ രാജൻ അവിടുന്നുതന്നെ ജി പറഞ്ഞ വിവരം ഡിഫെന്നയെ അറിയിച്ചു. പക്വമതിയായ അങ്ങോർ ജി. പറഞ്ഞത് അനുസരിക്കുകയാണുണ്ടായത്. രാജൻ അതുകേട്ട് ആപ്പീസിലേക്കു തന്നെ

മടങ്ങി. ഒട്ടും പേടിയ്ക്കേണ്ടെന്നും തനിക്ക് കുമാരമംഗലത്തിനേയും കെ.പി.എ. മേനോനെയും നേരിട്ടറിയാമെന്നും ജി. പറഞ്ഞപ്പോൾ എനിക്ക് അല്പം സമാധാനമായി.

എന്നെ അദ്ഭുതപ്പെടുത്തിക്കൊണ്ട് ദില്ലിയിലുള്ള സകല പത്ര ആപ്പീസുകളിൽ നിന്നും അന്നുച്ച തിരിഞ്ഞതോടെ ഓരോരുത്തർ വരാൻ തുടങ്ങി. എല്ലാവർക്കും എന്നോട് പലതും ചോദിയ്ക്കണം. എന്നാലെന്നോട് ഒന്നും പറയേണ്ടെന്നും മറുപടി താൻ പറഞ്ഞുകൊള്ളാമെന്നും ജി പറഞ്ഞു. എല്ലാവരേയും ചായയും ബിസ്ക്കറ്റും കൊടുത്ത് സൽക്കരിച്ച ജി തന്നെയാണ് സകലചോദ്യങ്ങൾക്കും മറുപടി പറഞ്ഞത്. ഇടയ്ക്ക് എന്തെങ്കിലും ചില കുസൃതികൾ ഞാൻ പറഞ്ഞില്ലെന്നില്ല. എന്നാലും സാഹിത്യസംബന്ധമായ സകല ചോദ്യങ്ങൾക്കും മറുപടി പറഞ്ഞത് ജി.യാണ്.

പിറ്റെദിവസം കാലത്തെ പത്രങ്ങൾ കണ്ട് ഞാൻ അദ്ഭുതപ്പെട്ടു. എല്ലാ പത്രത്തിലും ജിയുടെയും എന്റെയും ചിത്രമുണ്ട്. ഒപ്പം റിപ്പോർട്ടും.

അന്ന് വൈകുന്നേരമാണ് സ്വീകരണം ഏർപ്പാടു ചെയ്തിരുന്നത്. വലിയ പരസ്യം കൊടുത്തിട്ടും യോഗത്തിന് ഏതാണ്ടമ്പതുപേരെ എത്തിയിരുന്നുള്ളൂ.

ജി.യായിരുന്നു അദ്ധ്യക്ഷൻ. ഡിഫെന്ന ഫുൾസൂട്ടിൽ ഉത്സാഹമായിട്ട് സകലതും ശ്രദ്ധിച്ചിരുന്നു.

അദ്ധ്യക്ഷപ്രസംഗം ഏതാണ്ട് അരമണിക്കൂർ ഉണ്ടായി. ഇന്ത്യൻ എയർലൈൻസിനുവേണ്ടി ജി എന്നെ വിലപ്പിടിച്ചൊരു ഖദർഷാൾ പുതപ്പിച്ചു. കെ.പി.എ. മേനോൻ ഒരു പൂച്ചെണ്ടു തന്നശേഷം ഒന്നാംതരം ഒരനുമോദന പ്രസംഗംചെയ്തു.

അകവൂർ നാരായണനും വേറെ ഒന്നുരണ്ടുപേരും സംസാരിച്ചു. അപ്പോഴേയ്ക്കും സിവിൽ ഏവിയേഷന്റെ ഡെപ്യൂട്ടി മിനിസ്റ്ററായ നന്ദിനി സത്പതിയും എത്തി.

എന്റെ മറുപടി പ്രസംഗത്തിൽ അധികവും ഞാൻ ജിയുടെ കവിതകളെക്കുറിച്ചും അദ്ദേഹമായിട്ട് എനിക്കുള്ള ബന്ധത്തിനെക്കുറിച്ചുമാണ് പറഞ്ഞത്. എന്റെ അമ്മയും ജിയും പരിചയക്കാരായിരുന്നുവെന്നും ജിയുടെ സാഹിത്യകൗതുകത്തിലെ പല കവിതകളും അമ്മ ചൊല്ലുന്നതു കേട്ടാണ് ഞാൻ പഠിച്ചതെന്നും പ്രസംഗത്തിനിടെ ഞാൻ അനുസ്മരിച്ചു.

പ്രസംഗം എനിക്ക് തൃപ്തിയായില്ലെങ്കിലും മർളിൻ മൺറോ എന്ന സ്വന്തം കവിത വായിച്ചത് എല്ലാവർക്കും ഇഷ്ടമായി. എല്ലാവരോടും നന്ദി പറഞ്ഞുകൊണ്ട് ഞാൻ നിർത്തിയപ്പോൾ സമയം ഒമ്പതാകാറായിരുന്നു.

പിറ്റേദിവസം വൈകുന്നേരത്തെ ബോംബെയ്ക്കുള്ള വിമാനത്തിന് കമ്പനി തന്നെ വീണ്ടും സീറ്റ് ഉറപ്പുവരുത്തി. ഒ.എം. അനുജന്റെ വീട്ടിലേക്കു മടങ്ങിയ എന്നെ കെ.പി.എ.മേനോന്റെ കാറ് വൈകുന്നേരം അഞ്ചുമണിയോടെ എയർപോർട്ടിലെത്തിക്കുകയും ചെയ്തു.

പോകുന്നതിനുമുമ്പ് എനിക്ക് ഒരു സംഖ്യ കിട്ടി. നാലഞ്ചുദിവസം ദില്ലിയിൽ താമസിച്ച എനിക്ക് സ്വന്തം പോക്കറ്റിൽ നിന്നും ചെലവൊന്നും വരരുതെന്ന് കരുതി കെ.പി.എ. മേനോൻ പരിപാടിയുടെ ഉത്സാഹികളെ ഏല്പിച്ചതായിരുന്നു അത്. ഞാനതു വേണ്ടെന്നു പറഞ്ഞെങ്കിലും അവരെന്നെ

നിർബന്ധിച്ചു പിടിപ്പിച്ചു. ബോംബെയിലെത്തി ദിവസങ്ങൾക്കുള്ളിൽ ഞാൻ നന്ദി പറഞ്ഞുകൊണ്ട് കെ.പി.എ. മേനോന് ഒരു കത്തെഴുതി. അതിലദ്ദേഹം ഏല്പിച്ച ഇത്ര സംഖ്യ കിട്ടിയെന്നും ഞാൻ വേണ്ടെന്ന് പറഞ്ഞിട്ടും തന്നവർ സമ്മതിയ്ക്കാത്തതുമൂലമാണ് വാങ്ങിയതെന്നും വിസ്തരിച്ചെഴുതി. മേനോനിൽനിന്ന് പ്രതികരണമൊന്നും ഞാൻ പ്രതീക്ഷിച്ചിരുന്നില്ല.

ആറാംദിവസം ഉച്ച തിരിഞ്ഞ് പണിയ്ക്കു ചെന്ന എനിക്കു കിട്ടിയ സന്ദേശം കെ.പി.എ. മേനോൻ എന്നെ കാത്ത് എയർപോർട്ടിലെ ട്രാഫിക്ക് മാനേജരുടെ മുറിയിൽ ഇരിപ്പുണ്ടെന്നാണ്. ഓൾഡ് എയർപോർട്ടിലെ ഞങ്ങളുടെ ആപ്പീസിൽനിന്ന് എയർപോർട്ടിലേക്ക് പോകാൻ ഒരു വണ്ടി ഏർപ്പാടാക്കി നിർത്തിയിരുന്നു. ഞാനതിലതിവേഗം എയർപോർട്ടിലെത്തി മേനോനെ കണ്ടപ്പോൾ, അദ്ദേഹം എന്നെ മറ്റാരുമില്ലാത്ത ഒരു റൂമിലേക്ക് കൂട്ടിക്കൊണ്ടുപോയി. യൂനിഫോമിലായിരുന്ന ഞാൻ ഇരിക്കാൻ മടിച്ചപ്പോൾ അദ്ദേഹത്തിന്റെ അടുത്തായിത്തന്നെ എന്നോട് ഇരിക്കാൻ പറഞ്ഞു. സംഗതിയെന്തെന്നറിയാതെ സംഭ്രമിച്ച എനിക്ക് അദ്ദേഹം ഞാനയച്ച കത്തെടുത്ത് കാട്ടിത്തന്നു. എന്നിട്ട് കുശലപ്രശ്നാനന്തരം കാര്യത്തിലേക്കു കടന്നു. അത് ഒരു ചതിയുടെ കഥയായിരുന്നു.

ഞാനെഴുതിയ കത്തിൽ എനിക്കു കിട്ടിയ സംഖ്യ ഇത്രയെന്ന് വ്യക്തമായി എഴുതിയിരുന്നു. വാസ്തവത്തിൽ അവർ തന്നതിന്റെ ഇരട്ടിയാണ് കെ.പി.എ. മേനോൻ എനിക്കു തരാനായി ഏല്പിച്ചിരുന്നത്. പകുതി അവർ ഘ്ലാസി! ഞാൻ ഇങ്ങനെ ഒരു കത്തയക്കുമെന്നോ, അതിൽ അവർ തന്ന സംഖ്യ കൃത്യമായി എഴുതുമെന്നോ അവർ കരുതിക്കാണില്ല. മേനോനെ സാമാന്യത്തിലധികം ശുണ്ഠിപിടിപ്പിച്ചു ആ സംഭവം.

കാര്യം മനസ്സിലായ ഞാൻ അദ്ദേഹത്തിനോട് അവരുടെ നേരെ പ്രതികാര നടപടിയൊന്നും എടുക്കരുതെന്ന് താണപേക്ഷിച്ചു. ക്രമേണ ശാന്തനായ അദ്ദേഹം "അതു മറന്നേക്കൂ" എന്നു പറഞ്ഞ് നടേ കയ്യിൽ കിട്ടിയ അത്രയും സംഖ്യകൂടി എടുത്തുതന്നു. പക്ഷേ ഞാനത് വാങ്ങാൻ കൂട്ടാക്കിയില്ല.

അടുത്ത ദില്ലി വിമാനത്തിന് മടങ്ങിയ മേനോനെ വിമാനത്തിന്റെ ഉള്ളിൽവരെ ഒപ്പം ചെന്ന് ഞാൻ യാത്രയാക്കി. സന്തുഷ്ടനായിരുന്ന അദ്ദേഹം 'ലോകം അങ്ങനെയൊക്കെയാണെന്ന് ധരിച്ചുകൊള്ളൂ' എന്നാണ് പിരിയുമ്പോൾ പറഞ്ഞത്. 'പരമവിശ്വസ്ത'രായ ആ സുഹൃത്തുക്കൾ ഇന്നും ജീവിച്ചിരിപ്പുണ്ട്. അടുത്തകാലത്തുകൂടി ഞാനതിലൊരാളെ കണ്ടു.

അദ്ദേഹം പ്രത്യക്ഷത്തിൽ അവർക്ക് എതിരായി ഒന്നും ചെയ്തില്ലെന്നാണ് ഞാൻ ധരിച്ചത്. എന്നാൽ കാര്യം അവരുടെ മുഖത്തുനോക്കിത്തന്നെ പറഞ്ഞുവെന്ന് പിന്നീടവരെ കണ്ടപ്പോൾ എനിക്ക് മനസ്സിലായി. കാശിനു വിഷമമുണ്ടെങ്കിൽ തന്നോട് ചോദിക്കാമായിരുന്നുവെന്നും ഇത് ചെയ്യരുതായിരുന്നുവെന്നും അദ്ദേഹം അവരോടു പറഞ്ഞുവത്രേ.

എന്റെ മുമ്പിൽ കിടന്നുരുളാൻ നോക്കിയ അവർ മേനോന്റെ കയ്യബദ്ധമാണ് എല്ലാത്തിനും കാരണമെന്നു പറഞ്ഞ് രക്ഷപ്പെടാൻ നോക്കായ്കയില്ല. ശുദ്ധഗതിക്കാരനായ ഞാൻ പിന്നീടൊരിക്കൽ മേനോനെ കണ്ടപ്പോൾ ഇക്കാര്യം അദ്ദേഹത്തെ അറിയിക്കുകയും ചെയ്തു. അതുകേട്ട അദ്ദേഹം ചിരിച്ചതല്ലാതെ ഒന്നും പറഞ്ഞില്ല.

ഇതിനിടയ്ക്ക് വലിയ ഫലിതങ്ങൾ പലതുമുണ്ടായി. അതിലൊന്ന് ഞാനീ വിവരം ജി.യോട് പറഞ്ഞതാണ്. അദ്ദേഹത്തിന് നല്ലവണ്ണം അറിയുന്നവരായിരുന്നു ആ മാന്യന്മാർ.

വിവാഹം

1963ൽ പി.ഏ.യുടെ സഹോദരി 'പാലൂരിന്റെ വിവാഹം നമ്പൂതിരി സമുദായത്തിൽ നിന്നല്ലാത്തപക്ഷം എന്നോടു പറയണ'മെന്നു പറഞ്ഞു. ഞാനാണെങ്കിൽ വിവാഹത്തിനെക്കുറിച്ച് അന്നുവരെ കാര്യമായി ചിന്തിച്ചിട്ടുതന്നെയില്ലായിരുന്നു.

തുടർന്ന് ഞാൻ ചില സുഹൃത്തുക്കൾക്ക് എഴുതി. അവരിൽ രണ്ടുപേർ അന്വേഷിക്കുകയും ചെയ്തു.

പ്രധാനമായിട്ടൊരു കാര്യം ഞാൻ പറഞ്ഞിരുന്നത് വിവാഹം ചെയ്താലും കമ്പനിയുടെ വീടുകിട്ടുന്നതുവരെ ഭാര്യയെ ഒപ്പം ബോംബെയ്ക്ക് കൊണ്ടുപോകാനാകില്ലെന്നതായിരുന്നു. കാരണം കൊള്ളാവുന്ന ഒരു വീടുകിട്ടാൻ അക്കാലത്തെ എന്റെ മുഴുവൻ ശമ്പളവും കൊടുക്കേണ്ടിവരും എന്നതുതന്നെ.

ഒരു സുഹൃത്ത് അന്വേഷിച്ചിട്ട് എനിക്കു നിർദ്ദേശിച്ചത് ഒരു നല്ല ബന്ധമായിരുന്നു. ടീച്ചറായ ആ അന്തർജ്ജനത്തിന് എന്നേക്കാൾ അഞ്ചുവയസ്സ് കൂടുമെന്നൊരു തടസ്സം മാത്രമേയുള്ളൂ!

ഞാൻ സ്ത്രീധനം വാങ്ങില്ലെന്നും, കവിയും വലിയ ആദർശശാലിയുമാണെന്നും അവർക്ക് അറിയാമായിരുന്നു. എന്നാൽ എന്തുകൊണ്ടോ ഞാനതു വേണ്ടെന്ന് വെയ്ക്കുകയാണുണ്ടായത്.

എന്റെ ഒരൊറ്റ നിർബന്ധം പെൺകുട്ടിക്ക് എഴുത്തും വായനയും അറിഞ്ഞിരിയ്ക്കണം എന്നതായിരുന്നു. പത്താംക്ലാസ്സുകാർക്ക് ബി.എ.ക്കാരും, ബി.എ.ക്കാർക്ക് എം.എ.ക്കാരും മാത്രമെ ഭർത്താക്കന്മാരായി വേണ്ടൂ എന്ന നിലവരെ അപ്പോഴേയ്ക്കും ഞങ്ങളുടെ സമുദായം വളർന്നു കഴിഞ്ഞിരുന്നു.

ഞാനിതിനെക്കുറിച്ച് വി.ടി.യായി സംസാരിച്ചിട്ടുണ്ട്. അപ്പോളദ്ദേഹം താൻ വിചാരിച്ചതിന്റെ വിപരീതമായിട്ടാണ് സംഭവങ്ങൾ നീങ്ങുന്നതെന്ന് സമ്മതിക്കുകയുണ്ടായി. ഏതായാലും നമ്പൂതിരി സമുദായത്തിൽനിന്ന് വിവാഹം വേണ്ടെന്ന് ഞാൻ തീർച്ചയാക്കി.

അരോഗദൃഢഗാത്രനായ എനിക്കു സ്ഥിരമായ ജോലിയുണ്ട്. കഴിഞ്ഞുകൂടാൻ പറ്റുന്ന ശമ്പളവുമുണ്ട്. പള്ളിക്കൂടത്തിൽ പോയിട്ടില്ലെന്നത് അത്ര വലിയ കുറവായിട്ട് ഞാൻ കണക്കാക്കിയില്ല. ഇതെന്റെ പൗരുഷത്തിനെത്തന്നെ ചോദ്യംചെയ്യുന്ന പോലെ എനിക്കു തോന്നി.

പി.എ.യുടെ സഹോദരിയ്ക്ക് എല്ലാവിവരങ്ങളും കാണിച്ച് ഞാനെഴുതി. ജാതി എനിക്ക് ഒരു വിഷയമല്ലെന്നും സ്വഭാവമാണു കാര്യമെന്നും, എന്റെ കർമ്മംകൊണ്ട് ഒരു വ്യക്തിയ്ക്കെങ്കിലും ജീവിതത്തിലൊരാശ്വാസമുണ്ടായതായി അനുഭവപ്പെടണമെന്നും തുടങ്ങി ഒരുപാട് കാര്യങ്ങൾ വിസ്തരിച്ചു. ഒടുക്കം ഞാൻ വിവാഹം ചെയ്യാനൊരുക്കമാണെന്നും, ഭാവിവധുവിന്റെ

സമ്മതമാണ് മുഖ്യമെന്നും, ഒരുതരം നിർബന്ധത്തിനും അവരെ വിധേയയാക്കരുതെന്നും എഴുതി.

രണ്ടാഴ്ച കഴിഞ്ഞപ്പോൾ 'നാട്ടിലൊന്ന് വന്ന് കുട്ടിയെ കണ്ടുപോകൂ. എന്നിട്ട് തീർച്ചയാക്കാം ബാക്കിയെല്ലാം' എന്നാണവർ എനിക്കു മറുപടി തന്നത്.

ഇതെനിക്ക് നവോന്മേഷം തന്നു. ഞാൻ ഒരാഴ്ച ലീവെടുത്ത് രണ്ടുമൂന്നു മാസത്തിനുള്ളിൽ നാട്ടിലെത്തി. ഒരു ദിവസം ഞാനും, എന്റെ ഒരു സുഹൃത്തും കൂടി കുട്ടിയെ കാണാൻ പോയി.

തൊട്ടടുത്തുള്ള ഒരു പ്രഭുകുടുംബത്തിൽ പാർത്ത് അവിടെ പൂജ ചെയ്തും വേദാഭ്യാസത്തിന് പാർക്കുന്ന നമ്പൂതിരിക്കുട്ടികളെ വേദം പഠിപ്പിച്ചും കഴിഞ്ഞിരുന്ന ഒരു സാധുബ്രാഹ്മണന്റെ എട്ടുകുട്ടികളിൽ മൂന്നാമത്തെ പെൺകുട്ടിയെയാണ് ഞാൻ തിരഞ്ഞെടുത്തത്. ആ കുട്ടി അന്ന് പത്താംക്ലാസ്സ് പാസ്സായിട്ടേയുള്ളു.

അവരുടെ വാരിയത്ത് അച്ഛനായ സാധുബ്രാഹ്മണൻ കൊടുത്ത അല്പം വസ്തുവകകളും, ചെറിയ ഒരു കഴകവും മാത്രമേ വരവായിട്ട് ഉണ്ടായിരുന്നുള്ളു. മൂത്ത മകൻ അപ്പോഴേക്കും തൃപ്പൂണിത്തുറ പാർത്ത് ആയുർവേദം പഠിച്ച് വൈദ്യനായി കോയമ്പത്തൂർ ആര്യവൈദ്യ ഫാർമസിയിൽ ജോലി ചെയ്തിരുന്നു. ജോലിയുണ്ടെന്നു പറയാമെന്നല്ലാതെ ശമ്പളം നന്നേ മോശമായിരുന്നു. എന്നാലും ഫാർമസിയുടമ രാമവാരിയർ ആ ചെറുപ്പക്കാരനെ നല്ലവണ്ണം ശ്രദ്ധിച്ചിരുന്നുവെന്നു തോന്നുന്നു.

മടങ്ങിച്ചെന്ന് പി.എ.യുടെ സഹോദരിയെക്കണ്ട് സംസാരിച്ചപ്പോൾ കാര്യങ്ങൾ ഏതാണ്ടുറപ്പായി. കുട്ടിയെ കണ്ട് ഒന്ന് സംസാരിച്ചേ മടങ്ങാവൂ എന്നായി അവർ. ഞാനതു സമ്മതിച്ചു.

രണ്ടാംദിവസം കാലത്ത് പത്തുമണിയോടെ ഭാവിവധുവും ഒരു സുഹൃത്തുംകൂടി പി.എ.യുടെ സഹോദരിയെ കാണാൻ വന്നു. അവർക്ക് എല്ലാമറിയുന്നതാകകൊണ്ട് കാര്യം എളുപ്പമായി. ആദ്യമായിട്ടായിരുന്നു ഞാനൊരു പെൺകുട്ടിയെ അടുത്തുകണ്ട് സംസാരിക്കുന്നത്.

മുകളിൽ ഒരു മുറിയിലിരുന്ന അവരുടെ അടുത്തേക്ക് ഞാൻ കേറിച്ചെന്നു. ആദ്യം അല്പനേരം പരിഭ്രമിച്ചന്യോന്യം നോക്കിക്കൊണ്ടു നിന്നുവെങ്കിലും ലേശം കഴിഞ്ഞപ്പോൾ ഞാനവരോട് ഇരിക്കാൻ പറഞ്ഞു.

അവരുടെ അരികിൽ തന്നെയായി ഞാനും ഒരു കസേര ഇട്ടിരുന്നു. എന്നിട്ട് പതുക്കെ വിറയ്ക്കുന്ന കയ്യോടെ അവരുടെ കയ്യ് എടുത്ത് ഞാൻ മാറിൽ ചേർത്തു പിടിച്ചുകൊണ്ട് നിങ്ങൾക്കെന്നെ സഹിക്കാനാകുമോ എന്നാണ് ആദ്യം ചോദിച്ചത്. അതിനവർ മറുപടിയൊന്നും പറയാതെ തേങ്ങിത്തേങ്ങിക്കരയുകയാണുണ്ടായത്. ഇതെന്നെ കൂടുതൽ വിഷമത്തിലാക്കി.

ഞാൻ അവരുടെ കണ്ണീരു തുടച്ചുകൊണ്ട് എന്തോ ചിലതു പറഞ്ഞു. എന്നിട്ട് കരയരുതെന്നും എന്റെ അവസ്ഥ അവർ മനസ്സിലാക്കണമെന്നും അഭ്യർത്ഥിച്ചു. അത് നല്ല ഫലം ചെയ്തു. അവർ കരച്ചിൽ നിർത്തി സാധാരണ നിലയെ പ്രാപിച്ചതായി എനിക്കു തോന്നി.

തുടർന്ന് ഞങ്ങൾ ഏതാണ്ട് രണ്ടുമണിക്കൂർ സംസാരിച്ചു. ഒടുവിൽ അവർ തന്നെ തന്റെ കൂട്ടുകാരി താഴത്തു നിൽക്കുന്നുണ്ടെന്നും, അവരെന്തു

വിചാരിക്കുമെന്നും ചോദിച്ചപ്പോൾ ഞാൻ സംസാരം നിർത്തി, അവരെ പോകാനനുവദിച്ചു. കോണിയിറങ്ങിപ്പോകുമ്പോൾ അവരെന്നെ ഒന്നു തിരിഞ്ഞുനോക്കി.

രണ്ടുദിവസം കഴിഞ്ഞ് ഞാൻ ബോംബെയ്ക്കു മടങ്ങുമ്പോൾ അവരെ ഒന്നുകൂടി കണ്ടു. വിവാഹത്തിന് അധികം താമസിയാതെ വരാമെന്നും, ബോംബെയിലെനിക്ക് വീടില്ലാത്തതിനാൽ ഒപ്പംകൊണ്ടുപോകാൻ പറ്റില്ലെന്നും അവരെ പറഞ്ഞ് ബോദ്ധ്യപ്പെടുത്തുകയും ചെയ്തു.

ജിയുടെ വീട്ടിൽ സന്ധ്യയോടെയെത്തിയ ഞാൻ സകലവിവരവും അദ്ദേഹത്തിനെ അറിയിച്ചു. സുഭദ്രാമ്മ എന്നെ അഭിനന്ദിച്ചു. എന്നാൽ ജി. ഒന്നും തന്നെ പറഞ്ഞില്ല.

ബോംബെയിൽ മടങ്ങിയെത്തിയ ഞാൻ ഒരായിരം കാര്യങ്ങളുടെ ഇടയ്ക്ക് പലതും ഉപ്പിലിട്ടു. എന്നിട്ടും ശാന്തയ്ക്ക് (അതായിരുന്നു എന്റെ ഭാവി വധുവിന്റെ പേര്) എഴുതാനും മണിയോർഡർ അയയ്ക്കാനും മറന്നില്ല.

പുരുഷോത്തമനും ബാബുവിനും നല്ല സന്തോഷമായി. മമ്മിയാണെങ്കിൽ ആഹ്ലാദംകൊണ്ട് നൃത്തംചെയ്തില്ലെന്നു മാത്രം.

കുംഭമാസത്തിൽ ശിവരാത്രിയോടടുത്ത് ഒരു ദിവസം എന്റെ വിവാഹം നിശ്ചയിച്ചു. വിവാഹത്തിന് നാട്ടിലെത്തിയ ഞാൻ വധുവിന് പണ്ടങ്ങളൊന്നും വേണ്ടെന്ന് നിഷ്ക്കർഷിച്ചു. അവർ നിർബന്ധിച്ചപ്പോൾ ഒരു 'മാത്ര'യുണ്ടാക്കാൻ സമ്മതിച്ചു. ശാന്ത വാങ്ങിയ സാരി എന്നെ കാട്ടിത്തരുകയും ചെയ്തു.

വിവാഹത്തിന്റെ അന്ന് ആരെയും ഒപ്പംകൂട്ടണ്ടാ എന്നാണ് വിചാരിച്ചിരുന്നത്. എന്നാൽ അത് അവരെ അപമാനിക്കലാകുമെന്ന് അമ്മാമനായ കാരണവർ ലഹളയുണ്ടാക്കി. മറ്റ് ആഘോഷങ്ങളൊന്നും പാടില്ലെന്നു പറഞ്ഞിട്ടും ഭാര്യവീട്ടുകാർ അവരുടെ ബന്ധുക്കളെ അറിയിക്കുകയും ഒരു പത്തിരുപതാൾക്ക് ഊണിന് ഒരുക്കുകയും ചെയ്തു.

ഇരുട്ടായപ്പോഴേക്കും ഏ. ബാലകൃഷ്ണ വാരിയരും എൻ.വി.കെ. വാരിയരും ഞാനും കൂടി ഒരു വാടകവണ്ടിയിൽ ഷൊർണൂരിൽ നിന്ന് പൈങ്കുളത്തേക്കു പോയി. ശാന്തയുടെ വീട് അവിടെയായിരുന്നല്ലോ.

തെക്കിനിയിൽ ഒരു നിറപറയും വിളക്കും ഒക്കെ വെച്ചിരുന്നു. അതിന്റെ മുമ്പിൽവെച്ച് ഞാൻ ശാന്തയെ 'മാത്ര'കെട്ടിച്ചു. ഞങ്ങൾ അന്യോന്യം ഓരോ ചെറിയ മാലയുമിട്ടു.

ഏതാണ്ട് പത്തുമിനുട്ട് നീണ്ട ആ വിവാഹച്ചടങ്ങു കഴിഞ്ഞപ്പോൾ ഊണിന് ഇല വെച്ചു. ബാലകൃഷ്ണവാരിയരും എൻ.വി.കെയും മറ്റു ചിലരുമൊരുമിച്ച് ഞാൻ ഭക്ഷണം കഴിച്ചു. എട്ട് എട്ടരമണിയായപ്പോഴേക്കും കാത്തുനിൽക്കാനേർപ്പോടാക്കിയിരുന്ന വണ്ടിയിൽത്തന്നെ ആ സുഹൃത്തുക്കളെ യാത്രയാക്കുകയും ചെയ്തു.

ശാന്തയുടെ വീട്ടിൽ പെണ്ണുങ്ങളുടെ ഊണിന്റെ ബഹളമായിരുന്നു. അയൽപക്കങ്ങളിലുള്ള ബന്ധുക്കളായ അവർ രാത്രി പത്തു മണിയായപ്പോഴേക്കും മടങ്ങുകയും ചെയ്തു.

നാലുകെട്ടിന്റെ തെക്കുഭാഗത്തും പടഞ്ഞാറുഭാഗത്തുമായി മുകളിൽ വളരെ ചെറിയ നാലുമുറികളുണ്ടായിരുന്നു. പത്തരയോടെ വടക്കുപടിഞ്ഞാറെ അറ്റത്തുള്ള മുറിയിലേക്ക് ശാന്തയുടെ മുത്തശ്ശി എന്നെ വിളക്കുമായി ഭവ്യതയോടെ

ആനയിച്ചു. അവിടെ ഒരു ചെറിയ ആട്ടുകട്ടിലിൽ കിടക്ക വിരിച്ചിട്ടിരിക്കുന്നു. കെടാൻ വട്ടം കൂട്ടിയിരുന്ന ഒരു നിലവിളക്കുമുണ്ടായിരുന്നു.

എഴുപതിലധികം പ്രായമുള്ള മുത്തശ്ശി എന്തെല്ലാമോ പറഞ്ഞുകൊണ്ട് വിസ്തരിച്ചൊന്നു മൂന്നും കൂട്ടി. എന്നിട്ട് ശാന്തയെ ആ മുറിയിലാക്കി എന്നെ നോക്കി ചിരിച്ചുകൊണ്ട് ഇറങ്ങിപ്പോകുകയും ചെയ്തു. അപ്പോൾ എനിക്ക് നല്ലവണ്ണം ഉറക്കം വരുന്നുണ്ടായിരുന്നു.

ശാന്തയുമായി എന്തെല്ലാമോ സംസാരിച്ചുകൊണ്ട് പിന്നെയും ഒന്നുരണ്ടു മണിക്കൂർ പോയി. ഉറക്കം വന്നപ്പോൾ ഞാൻ അവരുടെ അടുത്തായി ആ ആട്ടുകട്ടിലിൽ കിടന്നു. വലിയ ചൂട്. വിയർത്തിട്ടു വയ്യ. ഫാനില്ല. ഒരു വിശറി മാത്രം ശാന്ത എവിടുന്നോ സമ്പാദിച്ചു. ഞാനതുവാങ്ങി. എന്നെയും അവരെയും വീശികൊണ്ട് ഉറങ്ങാൻ വട്ടംകൂട്ടി. സമാധാനമായിട്ടുറങ്ങിക്കഴിഞ്ഞിരുന്ന ശാന്തയെ മങ്ങിയ നാട്ടുവെളിച്ചത്തിൽ ഞാനൊന്നു നോക്കി. എന്നിട്ട് കുറച്ച് വെള്ളം കുടിച്ച് ഞാനും ഉറങ്ങി.

പിറ്റെ ദിവസം ശിവരാത്രിയായിരുന്നു. അവർക്ക് കഴകമുള്ള തിരുവഞ്ചിക്കുഴി ക്ഷേത്രത്തിൽ അന്ന് തിരക്കാണ്. കാലത്ത് ഏഴുമണിയോടെ ഭാരതപ്പുഴയിൽ കുളിക്കാൻ ചെന്ന ഞാൻ ഒരുപാട് പേർ കുളിക്കുന്നതും അമ്പലത്തിൽപോയി തൊഴുന്നതും കണ്ടു. എന്നെ ആരും കാര്യമായി ശ്രദ്ധിച്ചിരുന്നില്ല. ഞാനും വേഗം കുളിച്ച് മടങ്ങി.

പന്ത്രണ്ടു മണിയോടെ ഉച്ചഭക്ഷണം കഴിഞ്ഞ ഞങ്ങൾ പി.ഏ.യുടെ പെങ്ങളുടെ സ്ഥലത്തേക്കു പോയി. നാലഞ്ചു നാഴിക ദൂരമേ അങ്ങോട്ട് ഉണ്ടായിരുന്നുള്ളു. ഞങ്ങൾ നടന്നാണ് പോയത്.

വേഗം നടക്കുന്ന എന്റെ ഒപ്പമെത്താൻ ശാന്ത വിഷമിക്കുന്നതു കണ്ടപ്പോൾ ആദ്യമായി ഞാനവരുടെ അമാന്തത്തിനെപ്പറ്റി അല്പം ധരിച്ചു. എന്തും പതുക്കെ ചെയ്യുക എന്നത് അവരുടെ ശീലമാണ്.

ഷൊർണൂരെത്തിയ ഞങ്ങളെ എൻ.വി.കെയും പത്നിയും സ്വീകരിച്ച് ഒരുപാട് സംസാരിച്ചു. ചായകുടിച്ച് ഏതാണ്ട് അഞ്ചുമണിക്ക് മടങ്ങിയ ഞങ്ങൾ ഷൊർണൂരിൽ നിന്ന് ബസ്സിലാണ് പോന്നത്.

കേറിയത് 'അച്ചുമ്മാൻ' എന്നുവിളിക്കുന്ന ഒരാൾ ഓടിക്കുന്ന ബസ്സിലാണ്. അയാളെ ശാന്ത ഒരുപാട് കാലമായറിയുമത്രേ! അതുകൊണ്ട് അച്ചുമ്മാനോട് അവർ വിവാഹം കഴിഞ്ഞ വിവരം പറഞ്ഞ് ഭർത്താവായ എന്നെ പരിചയപ്പെടുത്തി. അന്തിയ്ക്ക് മുമ്പ് ഞങ്ങൾ പൈങ്കുളത്ത് ശാന്തയുടെ വീട്ടിലെത്തുകയും ചെയ്തു.

പിറ്റേദിവസം ശാന്തയേയും കൂട്ടി തേനെഴിയ്ക്കു പോകാനൊരുങ്ങി. ഉച്ചയ്ക്കൂണ് കഴിഞ്ഞ് പുറപ്പെട്ടപ്പോൾ ശാന്തയുടെ ജ്യേഷ്ഠൻ രാമചന്ദ്രൻ താൻ ജോലിചെയ്യുന്ന കോയമ്പത്തൂർ ആര്യവൈദ്യ ഫാർമസിയിലേക്ക് പുറപ്പെട്ടു. പുഴയ്ക്കക്കരെയാണ് മാന്നന്നൂർ റെയിൽവേ സ്റ്റേഷൻ. ഞങ്ങൾ തീവണ്ടിയിൽ ഒറ്റപ്പാലത്തു ചെന്നിറങ്ങി. രാമചന്ദ്രൻ കോയമ്പത്തൂർക്ക് അതേ വണ്ടിയിൽ യാത്രതുടരുകയും ചെയ്തു.

പോകും വഴിയ്ക്ക് ഞാൻ പട്ടിയ്ക്കാംതൊടിയുടെ വീട്ടിൽ കേറി. അദ്ദേഹത്തിന്റെ പത്നിക്ക് ഭാര്യയെ പരിചയപ്പെടുത്തിക്കൊടുത്തു. വലിയ സ്നേഹ

ശീലയായ അവർ ശാന്തയെ സ്വന്തം മകളെപ്പോലെ സ്വീകരിക്കുകയും ചായയും പലഹാരവുമായി സൽക്കരിക്കുകയും ചെയ്തു.

ഇരുട്ടാകും മുമ്പ് ഞങ്ങൾ തേനെഴിയിലെത്തി. കഥകളിക്കു പഠിക്കുമ്പോൾ ഞാൻ ഭക്ഷണം കഴിച്ചിരുന്നത് അവിടെ നിന്നായിരുന്നു. അവിടെയുള്ളവർക്ക് വിശ്വസിക്കാൻ വിഷമമാകുംവിധം അത്ര അപ്രതീക്ഷിതമായിരുന്നു ഞങ്ങളുടെ സന്ദർശനം. ഞാൻ വിവാഹിതനായ കഥ അവർ അറിഞ്ഞിരുന്നില്ല. ശ്രീകുമാരന്റെ സഹോദരിയെയാണ് തേനെഴി വാസുദേവൻ നമ്പൂതിരി വിവാഹം ചെയ്തിട്ടുള്ളത്. ഏതാണ്ട് എന്റെ പ്രായമുള്ള ആ കുട്ടിയുടെ വിവാഹം കഴിഞ്ഞിട്ട് കൊല്ലങ്ങളായി. മക്കളില്ലാതെ വിഷമിച്ചിരിക്കുകയായിരുന്നു അവർ.

ശാന്തയെ അവർക്ക് നന്നായി പിടിച്ചു. പട്ടിയ്ക്കാംതൊടിയുടെ അടുത്ത് കഥകളിവേഷം അഭ്യസിച്ചിരുന്ന കാലത്ത് തേനെഴി വാസുദേവൻ നമ്പൂതിരിയുടെ വിവാഹത്തിന് ഞാനും പോയിട്ടുണ്ട്. ഞാൻ ആ കുട്ടിയെ അന്നു തൊട്ടറിയും. രണ്ടുനാലു ദിവസം അവിടെ പാർത്തിട്ടേ മടങ്ങാൻ അവർ സമ്മതിച്ചുള്ളു. അതിനിടയ്ക്ക് വാസുദേവൻ നമ്പൂതിരി എനിക്കായി ഒരു നാല് ഏക്കർ ഭൂമി കണ്ടുവെച്ചിട്ടുള്ളതായി പറഞ്ഞു. ഒന്നാന്തരം ഭൂമിയായ അതിന് വെറും രണ്ടായിരും രൂപയാണ് അദ്ദേഹം വിലപറഞ്ഞത്. ഇന്ന് സെന്റിന് ഒന്നരലക്ഷം രൂപയെങ്കിലും വിലയുള്ള ആ സ്ഥലം വാങ്ങാൻ എന്റെ കയ്യിൽ കാശുണ്ടായിരുന്നില്ല. ഉണ്ടാക്കാൻ ഉപായവുമില്ലായിരുന്നു.

നാലഞ്ചു ദിവസം കഴിഞ്ഞ് ഞങ്ങൾ മടങ്ങിയത് വെള്ളിനേഴിയിലൂടെയാണ്. ഉച്ചയ്ക്കുമുമ്പ് എത്തിയ ഞങ്ങളെ സഹർഷം സ്വാഗതം ചെയ്ത ഒ.എം. സി.യും പത്നിയും ഊണുകഴിച്ചേ മടങ്ങാവൂ എന്നു നിർബന്ധിച്ചതുകൊണ്ട് ഭക്ഷണം കഴിച്ച് സുമാർ രണ്ടുമണിയ്ക്ക് ഞങ്ങൾ പൈങ്കുളത്തേക്ക് മടങ്ങി.

മാങ്ങോട്ടുവരെ നടന്ന ഞങ്ങൾ ബസ്സു വഴി ചെർപ്പുളശ്ശേരി എത്തി. അവിടുന്ന് ഒറ്റപ്പാലത്തേക്ക് ഒരു മണിക്കൂർ കഴിഞ്ഞേ ബസ്സു കിട്ടുകയുള്ളു.

ഒറ്റപ്പാലത്തുനിന്ന് വീണ്ടും വണ്ടിയ്ക്കാണ് ഞങ്ങൾ മടങ്ങിയത്. താമസിയാതെ മഴയും തുടങ്ങി. കുടയില്ല. നനഞ്ഞുകുളിച്ച് ഇരുട്ടാകും മുമ്പ് ഞങ്ങൾ ശാന്തയുടെ വീട്ടിലെത്തി. എനിക്ക് ഒന്നും പറ്റിയില്ലെങ്കിലും ശാന്തയ്ക്ക് ജലദോഷം പിടിച്ചു. അവർ ഇതേവരെ മഴ നനഞ്ഞിട്ടില്ലത്രേ!

ആ മുത്തശ്ശി എന്നെ ലേശം ശകാരിക്കുകയോ ശാസിക്കുകയോ ഒക്കെ ചെയ്തു. ശാന്തയെ മഴകൊള്ളിച്ചത് നന്നായില്ലെന്നു പറഞ്ഞു. രണ്ടുമൂന്നു ദിവസത്തെ തുളസിക്കഷായം കൊണ്ട് ശാന്തയുടെ അസുഖം മാറിയെങ്കിലും അവർക്കൊരു 'പെൺകുട' വാങ്ങണമെന്ന് ഞാൻ തീർച്ചയാക്കി. അവരേയും കൂട്ടി ഷൊർണൂരിൽ പോയി ഞാനതു വാങ്ങുകയും ചെയ്തു.

ഒന്നാംതരത്തിൽപ്പെടുന്ന ആ കുട ശാന്തയേയും അവരുടെ വീട്ടുകാരേയും അദ്ഭുതപ്പെടുത്തിയെന്ന് തോന്നുന്നു. അതിന്നവകാശികൾ അനവധിയായി. അതുകൊണ്ട് ആ കുട ശാന്തക്ക് ഉപയോഗിക്കാൻ കിട്ടിയില്ലെന്നാണ് തോന്നുന്നത്.

രണ്ടുദിവസം കൂടി കഴിഞ്ഞാൽ എനിക്ക് മടങ്ങണം. ഞാനപ്പോഴാണ് എന്റെ പോക്കറ്റ് ഏതാണ്ട് കാലിയായ കഥ ഓർത്തത്. ഭാര്യയുടെ എന്തോ ഒന്ന് പണയം വെച്ച് ഞാനൊരു ബാങ്കിൽ നിന്ന് മുപ്പതുരൂപ കടംവാങ്ങി.

അതിലെ അല്പം സംഖ്യ അവർക്കുതന്നെ കൊടുത്ത് ഞാൻ ബോംബെയ്ക്ക് മടങ്ങാനും ഒരുങ്ങി.

'വിരഹത്തിലല്ലാതെ
ലാവണ്യം സമഗ്രമായ്
നിരവദ്യമായിട്ടു
കാണുവാൻ കഴിവീല.
പ്രേമത്തിൻ തിളക്കം ക-
ണ്ടതു ചെന്നെടുക്കായ്ക
ഭീമമാം ഖഡ്ഗത്തേക്കാൾ

മൂർച്ചയേറിയതത്രേ!' എന്ന മഹാകവി ജിയുടെ കവിതയുടെ ശക്തി എനിക്ക് പോകാൻ നേരത്തു ബോദ്ധ്യമായി. ശാന്തയെ പിരിഞ്ഞു പോരാൻ നന്നേ വിഷമം തോന്നി. അത് കാമം കൊണ്ടല്ല തന്നെ. തീർച്ചയായും പ്രേമം കൊണ്ടാണ്. ഇത്തരമൊരു നോവ് ഞാനിതുവരെ അനുഭവിച്ചിട്ടില്ല. ഒരു പെൺകുട്ടിക്ക് പുരുഷനെ ഇത്രമാത്രം സ്വാധീനിക്കാനാകുമെന്ന് ആദ്യമായിട്ടാണ് അറിയുന്നത്.

സന്താനഗോപാലം

എന്നെ യാത്രയാക്കാൻ ശാന്തയും സ്റ്റേഷൻവരെ വന്നു. എറണാകുളത്ത് ജിയുടെ വീട്ടിൽ പാർത്ത് പിറ്റേദിവസം ബോംബെ വിമാനത്തിന് പോവുകയാണുണ്ടായത്. പലിശസഹിതം പണം കൊടുത്ത് പണയം വെച്ചത് ശാന്ത അടുത്തമാസം തന്നെ മടക്കിവാങ്ങി. എന്നാൽ അതുകൊണ്ട് കുഴപ്പം തീർന്നില്ല.

ഞാൻ ഒരു തീരുമാനമെടുത്തു. ഭാര്യയോട് കോളേജിൽ ചേരാൻ കല്പിച്ചു. ശാന്ത എന്തോ പണിയെടുത്തിരുന്നു. അവരുടെ കുടുംബത്തിലെ അരിയൊഴിച്ച് സകലചെലവും ശാന്തയുടെ വരുമാനമായ മുപ്പതുറുപ്പിക കൊണ്ടാണ് കഴിഞ്ഞിരുന്നത്. അവരുടെ വീട്ടിലാണെങ്കിൽ പത്തുപന്ത്രണ്ടുപേരുമുണ്ട്.

കോളേജ് തുറന്നപ്പോൾ ശാന്ത ഗുരുവായൂരിലെ ലിറ്റിൽ ഫ്ളവർ കോളേജിൽ ചേർന്നു. താമസം ഹോസ്റ്റലിൽ.

വീട്ടാവശ്യത്തിനായി കൊടുക്കാൻ ഒരു സംഖ്യ ഒന്നുരണ്ടു മാസം ഞാൻ ശാന്തയ്ക്ക് അയച്ചുകൊടുത്തു. അവരത് കൊടുക്കുന്ന വിവരം അറിഞ്ഞ രാമചന്ദ്രൻ വീട്ടാവശ്യത്തിനുള്ള സംഖ്യ താൻ കൊടുത്തുകൊള്ളാമെന്ന് എനിക്കെഴുതി. അതോടെ ശാന്തയുടെ ആവശ്യത്തിന് മാത്രമേ പിന്നീടെനിയ്ക്ക് പണം അയയ്ക്കേണ്ടിവന്നുള്ളു.

ആറു പെൺകുട്ടികളുള്ള കഠിനദാരിദ്ര്യം നിറഞ്ഞ ഒരു കുടുംബത്തിലെ മൂന്നാമത്തെ പെൺകുട്ടിയെയാണ് ഞാൻ വിവാഹം ചെയ്തത്. അതിന് അതിന്റേതായ കയ്പും മധുരവുമുണ്ടായിരുന്നു. വലിയ വിഷമമില്ലാതെ പണമയക്കാൻ എനിക്ക് കഴിഞ്ഞുവെങ്കിലും എഴുത്തും വായനയും നിന്ന മട്ടായി. ഭാര്യയ്ക്ക് കത്തെഴുതൽ മാത്രമേ നടന്നുള്ളു.

ഇന്ത്യൻ എയർലൈൻസിലെ പണിസ്ഥലത്ത് പലതരം കുത്തിത്തിരുപ്പുകളും നടന്നിരുന്നു. ഡ്രൈവർമാർക്കിടയിൽ കുറഞ്ഞ പണിയും വലിയ ഓവർടൈമുമുള്ള ജോലികൾ അടിച്ചെടുക്കാനുള്ള മത്സരവും കലശലായിരുന്നു.

എനിക്കെന്റെ സഹപ്രവർത്തകരെപ്പോലെ പെരുമാറാനറിയാത്തതുകൊണ്ടും മര്യാദയുടെ മാനദണ്ഡങ്ങളെ അതിക്രമിക്കാൻ ഭയമായിരുന്നതുകൊണ്ടും സാമാന്യത്തിലധികം സഹിക്കേണ്ടിവന്നു. എന്നോടൊപ്പം ശമ്പളമുള്ള സുഹൃത്തുക്കൾ 1500 രൂപ വരെ ഓവർടൈം വാങ്ങുമ്പോൾ എനിക്ക് അഞ്ചെട്ടുമണിക്കൂർ ഓവർടൈമും ഷിഫ്റ്റ് അലവൻസും കൊണ്ട് തൃപ്തിപ്പെടേണ്ടിവന്നു.

ആയിടെ ഭാര്യയുടെ രണ്ടാമത്തെ അനുജത്തി പത്താംക്ലാസ്സ് പാസ്സായി. ആ കുട്ടിയേയും കോളേജിൽ ചേർപ്പിച്ചു. സെന്റ്മേരീസ് ഹോസ്റ്റലിൽ താമസവും അവിടെത്തന്നെ പഠിപ്പും.

കൃത്യമായ ശമ്പളം എനിക്കുണ്ടായിരുന്നതുകൊണ്ട് അല്പസ്വല്പം അനാവശ്യച്ചെലവുകൾ ചുരുക്കേണ്ടിവന്നുവെങ്കിലും കാര്യങ്ങൾ ബുദ്ധിമുട്ടുകൂടാതെ നടന്നു. രണ്ടുകുട്ടികൾ ഹോസ്റ്റലിൽ താമസിച്ച് പഠിക്കുക എന്നത് എനിക്കു സന്തോഷമുള്ള കാര്യമായിരുന്നു.

ഭാര്യയുടെ ബി.എ കഴിഞ്ഞപ്പോൾ ഇനിയെന്തുവേണമെന്ന് ആലോചനയായി. ഇന്ത്യൻ എയർലൈൻസ് കോളനിയുണ്ടാക്കുന്നതിന്റെ കാര്യങ്ങളെക്കുറിച്ച് ധാരാളം പറയുന്നുണ്ടെങ്കിലും കാര്യങ്ങൾ നടന്നില്ല. അങ്ങനെയിരിക്കെയാണ് കുമാരമംഗലം ഞങ്ങളുടെ കമ്പനിയിലെ ചെയർമാനായി വന്നത്. മനുഷ്യസ്നേഹിയായ അദ്ദേഹത്തിന്റെ കാലത്ത് ഞങ്ങളുടെ കോളനി ഉണ്ടായി. അതും മറ്റു ഗവൺമെന്റ് കോളനികളെ അപേക്ഷിച്ച് ഉച്ചനീചത്വങ്ങൾ അശേഷം തീണ്ടാതെ.

ഏറ്റവും താഴ്ന്ന കാറ്റഗറിയിൽപ്പെട്ടവർക്കുള്ള വീട്ടിൽ രണ്ടു ഫാനുണ്ടായിരുന്നു. കോളനിയിലെ എല്ലാ വീടുകൾക്കും ഉപയോഗിച്ചിരുന്ന സാധനങ്ങൾ ഒരേ നിലവാരത്തിലുള്ളവയായിരുന്നു. ഇന്ത്യയിലെങ്ങും കാണാത്ത തുടക്കമായിരുന്നു ഇത്. മോഹൻ കുമാരമംഗലം കമ്മ്യൂണിസ്റ്റാണെന്ന് ശത്രുക്കൾ ആക്ഷേപിക്കട്ടെ. അതിനെല്ലാമപ്പുറം അദ്ദേഹം മനുഷ്യസ്നേഹിയായിരുന്നു എന്നാണ് എന്റെ അനുഭവം.

ഇതിനിടക്ക് എന്റെ ഭാര്യാസഹോദരനെ ബോംബെയിലെ കേരളസമാജത്തിന്റെ ഒരു ബ്രാഞ്ചിലെ വൈദ്യനായി രാമവാരിയർ മൂന്നുമാസത്തേക്ക് പറഞ്ഞയച്ചു. അയാളുടെ വിവാഹം കഴിഞ്ഞിരുന്നില്ല. അയാൾക്ക് ഒരാലോചന വന്നു. അറ്റോമിക്ക് എനർജിയിൽ പണിയുണ്ടായിരുന്ന ഒരു സുഹൃത്തിന്റെ സഹോദരിക്കുവേണ്ടി. കുട്ടിക്ക് കോഴിക്കോട്ട് മെഡിക്കൽ കോളേജിലാണ് ജോലി. നാലഞ്ചുകൊല്ലത്തെ സർവീസുമായിരുന്നു.

പകരം അയാൾ എന്റെ അളിയന്റെ സഹോദരിയെ വിവാഹം ചെയ്യും. ശാന്തയുടെ തൊട്ടുമീതെയുള്ള ജ്യേഷ്ഠത്തിയെ.

രണ്ടുമൂന്നു കൊല്ലത്തിനിടയിൽ അറ്റോമിക് എനർജിക്കാരന്റെ ഭാര്യ രണ്ടു പ്രസവിച്ചു. ആദ്യത്തേത് ആൺകുട്ടിയായിരുന്നു. അതുകഴിഞ്ഞ്

കഷ്ടിച്ചൊന്നരക്കൊല്ലം കഴിഞ്ഞപ്പോൾ വീണ്ടും പ്രസവിച്ചു. അത് ഇരട്ടയായിരുന്നു. ഒരാൺകുട്ടിയും ഒരു പെൺകുട്ടിയും.

ഏതാണ്ടീ കാലത്ത് ഭാര്യയുടെ ഒടുക്കത്തെ സഹോദരി സാവിത്രി പത്തിൽ പാസ്സായി. ആ കുട്ടിയെ പഠിപ്പുമുടക്കി കുട്ടികളെ നോക്കാനായി ബോംബെയ്ക്കു കൊണ്ടുവരികയാണുണ്ടായത്. കുട്ടിയുടെ പഠിപ്പുമുടക്കിയത് എനിക്ക് തീരെ പിടിച്ചില്ല.

എം.എ.യ്ക്ക് ഹോസ്റ്റലിൽ താമസിച്ച് കേരളവർമ്മകോളേജിൽ പഠിച്ചിരുന്ന ഭാര്യ രണ്ടാഴ്ചത്തെ ഒഴിവിൽ അക്കാലത്ത് ബോംബെയ്ക്ക് വന്നു. മടങ്ങിപ്പോകുമ്പോൾ സാവിത്രിയേയും നാട്ടിലേക്കു കൊണ്ടുപോകാൻ ഞാൻ ഭാര്യയോടു പറഞ്ഞു. അതിനെ കോളേജിൽ ചേർക്കാൻ നിർബന്ധിക്കുകയും ചെയ്തു. വലിയ ചുമതലയാണ് ഏറ്റെടുക്കുന്നതെന്ന് എന്നെ ശാന്ത താക്കീതു ചെയ്തെങ്കിലും ഞാൻ സമ്മതിച്ചില്ല. സമയം കഴിഞ്ഞിരുന്നുവെങ്കിലും ശാന്തയുടെ പരിചയം കൊണ്ട് സാവിത്രിയേയും ലിറ്റിൽ ഫ്ളവർ കോളേജിൽ ചേർത്തു. താമസം ഹോസ്റ്റലിൽ തന്നെ.

ഇന്ത്യാ പാക്കിസ്ഥാൻ യുദ്ധം കഴിഞ്ഞിട്ട് അധികമായിട്ടില്ല. എല്ലാത്തിനും ക്ഷാമം. എന്നിട്ടും ഞാൻ കുലുങ്ങിയില്ല. ഒരു കൊല്ലക്കാലം വല്ലാതെ ബുദ്ധിമുട്ടി. മൂന്നു കുട്ടികൾക്ക് ഞാൻ മണിയോർഡർ അയയ്ക്കേണ്ടിയിരുന്നു.

ഞങ്ങളുടെ സ്റ്റാഫ് കാന്റീനാണ് അക്കാലത്ത് എന്നെ രക്ഷിച്ചത്. എയർ ഇന്ത്യയ്ക്കും ഇന്ത്യൻ എയർലൈൻസിനും ഒരേ കാന്റീനായിരുന്നു. 25 പൈസയായിരുന്നു അക്കാലത്ത് കാന്റീനിലെ ഒരൂണിന്റെ ചാർജ്ജ്. വെജിറ്റേറിയനല്ലാത്തതിന് 50 പൈസയും. കാന്റീനിലെ വൃത്തിയുടെ കാര്യമാണെങ്കിൽ അതികേമം. ജെ.ആർ.ഡി. ടാറ്റാ നേരിട്ടു വന്ന് ഭക്ഷണം കഴിക്കുന്ന സ്റ്റീൽ മേശ സ്വന്തം കർച്ചീഫു കൊണ്ട് തുടച്ചുനോക്കുന്നത് ഞാനെന്റെ കണ്ണുകൊണ്ട് കണ്ടിട്ടുണ്ട്.

അങ്ങനെ ദിവസങ്ങൾ പോകെ പുരുഷോത്തമനും വിവാഹം ചെയ്തു. വധു അങ്കരാത്തെ സരസ്വതിയായിരുന്നു. തൃപ്പൂണിത്തുറ കോവിലകത്തെ തമ്പുരാന്റെ മകളായ അവർക്ക് മീതേയും താഴേയും ഓരോരോ സഹോദരിമാരും രണ്ട് ഏട്ടന്മാരുമാണുണ്ടായിരുന്നത്. ഡി.എസ്.പിയായിരുന്ന ഒരമ്മാമനുണ്ടായിരുന്നു. തൃശ്ശൂർ ശങ്കരയ്യാറോഡിലുള്ള അവരുടെ കുടുംബത്തെ എനിക്ക് വർക്കഷോപ്പിൽ നിൽക്കുന്ന കാലം തൊട്ടേ പരിചയമുണ്ടായിരുന്നു.

പുരുഷോത്തമൻ വിവാഹം ചെയ്തത് പാലൂരിരട്ടയായപ്പോഴാണ്. ധാരാളം കാശുള്ള കുടുംബമായിരുന്ന സരസ്വതിയുടെ തറവാട് നല്ലേപ്പിള്ളി എന്ന സ്ഥലത്തായിരുന്നു. ഇന്നും അവിടെ അവരുടെ തറവാട് ഉണ്ട്. എന്നാൽ തനി കൊട്ടാരം മട്ടുള്ള ആ ഭവനം ആരും വാങ്ങാനാളില്ലാതെ പൂട്ടി കിടക്കയാണെന്നാണ് ഞാൻ ധരിച്ചിട്ടുള്ളത്.

പുരുഷോത്തമൻ വിവാഹത്തിന് നാട്ടിലേക്കു പോയത് വിമാനത്തിലാണ്. യാത്രയാക്കാൻ ഞാൻ എയർപ്പോർട്ടിൽ ചെന്നിരുന്നു. അയാൾക്ക് സാമാന്യം പരിഭ്രമമുണ്ടായിരുന്നു. അതിന് നിദാനം ഭാവി വധുവിനെപ്പറ്റിയുള്ള ചിന്ത തന്നെ.

പെണ്ണുങ്ങളെല്ലാം ഒരുപോലെയാണെന്നും സാരിയും പണ്ടവും കണ്ടാൽ പ്രപഞ്ചംപോലും വിസ്മരിക്കുന്നവരാണെന്നും മറ്റുമുള്ള എന്റെ ദർശനം

കൊണ്ട് ഞാനയാളെ സമാധാനിപ്പിക്കാൻ നോക്കി. പക്ഷേ അയാളാകെ അസ്വസ്ഥനായിരുന്നു.

വിവാഹത്തിന് ഞാൻ പോയില്ല. സരസ്വതിയുടെ ജ്യേഷ്ഠത്തിയെ വിവാഹം ചെയ്തത് കോഴിക്കോട്ട് തിരുവണ്ണൂർ കോവിലകത്തെ ഒരു തമ്പുരാനും കേരള വർമ്മ കോളേജിലെ പ്രഫസറുമായിരുന്ന പി.കെ.ടി. രാജയായിരുന്നു. രാജയെ പുരുഷോത്തമൻ ചെറുപ്പം മുതൽക്ക് അറിയും. പത്തുപതിനഞ്ച് കൊല്ലമായി അദ്ദേഹത്തെ മറന്ന മട്ടായിരുന്നുവെങ്കിലും പുതിയ ബന്ധത്തിൽ ഇങ്ങനെ ഒരു പരിചയക്കാരനുണ്ടെന്നത് അയാളെ ആശ്വസിപ്പിച്ചു. പി.കെ.ടി. ഒരു കഥ കളിക്കമ്പക്കാരനും നല്ല ചിത്രകാരനുമായിരുന്നു.

വിവാഹത്തിന് ധാരാളം കാശ് ചെലവാക്കിയെന്നാണു തോന്നുന്നത്. പുരുഷോത്തമന്റെ വീട്ടുകാരും കോഴിക്കോട്ടെ പ്രമാണിമാരുടെ കൂട്ടത്തിലുള്ളവരാണല്ലോ.

സാക്ഷാൽ എം.കെ. വെള്ളോടി പുരുഷോത്തമന്റെ അമ്മയുടെ ഒരു ജ്യേഷ്ഠത്തിയെയാണ് വിവാഹം ചെയ്തിട്ടുള്ളതെന്ന് സൂചിപ്പിക്കയുണ്ടായല്ലോ. ഭൗതികമായ സുരക്ഷിതത്വം നല്ലവണ്ണമുള്ളവരായിരുന്നു 'ഇടവലത്തു'കാർ. നെടുങ്ങാടി ബാങ്ക് അക്കാലത്തും ഗംഭീരമായി നടക്കുന്നുണ്ടായിരുന്നു.

മടക്കത്തിൽ വധു സരസ്വതിയും ഒപ്പമുണ്ടാകുമെന്നതിനാൽ വി.വി. ദാദറിൽ ഒന്നാന്തരം ഒരു ഫ്ളാറ്റ് അയാൾ കാലേക്കൂട്ടിത്തന്നെ വാടകയ്ക്കെടുത്ത് എല്ലാ ഏർപ്പാടുകളും ചെയ്തിരുന്നു. വീടിന്റെ താക്കോൽ എന്നെ ഏല്പിക്കുകയാണുണ്ടായത്. ഞാനും അയാളുടെ കുടുംബകാര്യങ്ങളിൽ അത്യന്തം താത്പര്യം കാണിച്ചിരുന്നു. ഞാൻ വിവാഹിതനായതും അയാൾക്ക് വിവാഹത്തിന് ഒരു നിമിത്തമായി.

അക്കാലത്തെന്റെ താമസം പേരിന് ടി.5. ബാരക്കിലാണെങ്കിലും ഫലത്തിൽ പുരുഷോത്തമനൊന്നിച്ചായിരുന്നു. മിക്ക ശനിയും ഞായറും ഞങ്ങൾ സരസ്വതിയുമായി എങ്ങോട്ടെങ്കിലും തെണ്ടാനിറങ്ങും. കമ്പനി വക ജീപ്പും പെട്രോളും പുരുഷോത്തമന് ഫ്രീയായിരുന്നു. ഓടിക്കുന്ന കാര്യത്തിൽ സഹായിക്കാൻ ഞാനുമുണ്ടല്ലോ.

സരസ്വതി വിചാരിച്ചതിലും വേഗം തനി ബോംബെക്കാരത്തിയായി. എന്നുവെച്ച് ബ്രാഹ്മണഭക്തിയും സംസ്ക്കാരവും തീരെ കളഞ്ഞതുമില്ല. പുരുഷോത്തമനായിട്ട് ഇത്രവേഗം ഇണങ്ങാൻ അവർക്കു കഴിയുമെന്ന് ഞാൻ കരുതിയിരുന്നില്ല.

വലിയ വായനക്കാരനും ബുദ്ധിജീവിയും എഴുത്തുകാരനുമൊക്കെയായിരുന്നല്ലോ പുരുഷോത്തമൻ. സരസ്വതിക്ക് അമ്മാതിരി ശല്യങ്ങളൊന്നുമുണ്ടായിരുന്നില്ല. പക്ഷേ പുരുഷോത്തമന്റെ കാര്യങ്ങൾ ശ്രദ്ധിക്കാൻ അവർ പഠിച്ചു.

പകൽ മുഴുവൻ പണിയുള്ള പുരുഷോത്തമൻ പലപ്പോഴും എട്ടുമണിയായിട്ടേ ആപ്പീസിൽ നിന്ന് എത്താറുള്ളു. അയാൾക്ക് അപ്പോഴേക്കും വലിയ പോസ്റ്റിലായി ജോലി.

ഭക്ഷണത്തിനെന്തെങ്കിലും ഉണ്ടാക്കുവാൻ സരസ്വതിക്കറിയില്ല. ഞാനാണെങ്കിൽ അക്കാര്യത്തിൽ സമർത്ഥനും. അഞ്ചാറുമാസംകൊണ്ട് അവർ അത്യാവശ്യം ചിലതെല്ലാം പഠിച്ചു. ക്രമത്തിൽ തടിയൂരാൻ നോക്കുകയായിരുന്നു ഞാൻ.

അക്കാലത്ത് മിലിട്ടറി ക്യാമ്പിനടുത്ത് ഒരു കോളനിയിൽ പുരുഷോത്തമൻ ഏതാണ്ട് 5000 രൂപ അഡ്വാൻസ് കൊടുത്ത് മെമ്പറായി ചേർന്നു. ഒന്നുരണ്ടു കൊല്ലത്തിനകം അവരുണ്ടാക്കിയ വീടുകളിലൊന്ന് പുരുഷോത്തമനു കിട്ടുകയും ചെയ്തു. ഒന്നാംതരം ഫ്ളാറ്റായിരുന്നു അത്. ഇന്നാണെങ്കിൽ കോടിക്കണക്കിന് രൂപ വില വരും.

അവിടേക്കു താമസം മാറിയത് എനിക്കു വളരെ സൗകര്യമായി. സാന്താക്രൂസ് എയർപോർട്ടിന്റെ അരികിലാണ് ഈ സ്ഥലം. ഇത്രയധികം ട്രാൻസ്പ്പോർട്ടിന് സൗകര്യമുള്ള സ്ഥലം ബോംബെയിൽ കുറവാണ്. വണ്ടിയും ബസ്സും മാത്രമല്ല. വിമാനത്താവളവും വിളിച്ചാൽ വിളികേൾക്കുന്ന അത്ര അടുത്തായിരുന്നു.

അവിടെ താമസം തുടങ്ങിയ അയാൾക്ക് ഒരു മഹാരാഷ്ട്രക്കാരിയെ വീട്ടുകാര്യങ്ങൾ നോക്കാനും വെച്ചുണ്ടാക്കാനുമായി കിട്ടി. വളരെ വിശ്വസ്തയും മര്യാദക്കാരിയുമായ അവർ കാലത്ത് സ്വന്തം കുട്ടികളെ സ്ക്കൂളിൽ പറഞ്ഞയച്ച് പുരുഷോത്തമന്റെ വീട്ടിൽ വരും. പിന്നെ സന്ധ്യയ്ക്കേ മടങ്ങൂ.

കുടുംബിനിയായ അവർ നല്ല തറവാടിത്തമുള്ളവരായിരുന്നു. അവരുടെ സമ്പർക്കംകൊണ്ട് സരസ്വതിക്കും വലിയ മാറ്റങ്ങൾ വന്നു. ഭക്ഷണം നല്ല രുചിയോടെ ചമയ്ക്കുന്ന അവർക്ക് അതിന്റെ ഒരു പങ്ക് സരസ്വതി നിർബന്ധമായി കൊടുക്കും, അവരുടെ കുട്ടികൾക്ക് കൊണ്ടുപോയി കൊടുക്കാൻ. അവരത് വേണ്ടെന്നു പറഞ്ഞാലൊന്നും സരസ്വതി സമ്മതിക്കില്ല. ഒടുക്കം പുരുഷോത്തമൻ അവർക്ക് നാലഞ്ചു തട്ടുകളുള്ള ഒന്നാംതരം ഒരു തൂക്കുപാത്രം വാങ്ങിക്കൊടുത്തു, വെച്ചുണ്ടാക്കിയത് കൊണ്ടു പോകാൻ. അന്നുമുതൽക്ക് അവരുടെ കുടുംബത്തിലെ ഭക്ഷണം പുരുഷോത്തമന്റെ വീട്ടിൽ ഉണ്ടാക്കുന്ന വയാവുകയും ചെയ്തു.

കാലമേറെയായിട്ടും ഇന്നും ആ കുടുംബമായിട്ടുള്ള ചാർച്ച സരസ്വതി ഉപേക്ഷിച്ചിട്ടില്ല.

ഇതിനിടയ്ക്ക് ഒന്നുപറയാൻ വിട്ടുപോയി. ഞാൻ ശാന്തയെ എം.എ.യ്ക്ക് പഠിക്കാൻ കേരളവർമ്മയിൽ ചേർക്കുന്ന സമയത്ത് ഗുരുനാഥൻ കെ.പി. നാരായണപ്പിഷാരോടി കോളേജിൽ നിന്ന് വിരമിച്ചു കഴിഞ്ഞിരുന്നില്ല. ബി.എ. പാസ്സായ ഭാര്യയേയും കൂട്ടി ഒരു ദിവസം ഗുരുനാഥന്റെ അടുത്തുചെന്ന് അവരെ എം.എയ്ക്ക് ചേർക്കണമെന്നു പറഞ്ഞു. അതിന് വിഷമമില്ലെന്നും ആവശ്യമായ സർട്ടിഫിക്കറ്റും മാർക്ക്ലിസ്റ്റുമായി തന്നെ വന്നുകണ്ടാൽ മതിയെന്നും ഗുരുനാഥൻ മറുപടി പറയുകയും ചെയ്തു. അടുത്തൊരു ദിവസം ഉച്ചയോടെ അദ്ദേഹത്തിന്റെ വീട്ടിലെത്തിയ ഞങ്ങളെ ഊട്ടുന്നതിന്നിടയിൽ എന്നോട് കോളേജിൽ പോയി ഒരപേക്ഷാഫോറം വാങ്ങിവരാൻ ഗുരുനാഥൻ പറഞ്ഞു. ഊണു കഴിഞ്ഞ ഉടൻതന്നെ കോളേജിൽ പോയി നിശ്ചിത ഫോറം വാങ്ങിവന്ന ഞാൻ അത് ഭാര്യക്കു കൊടുത്തു. ഗുരുനാഥൻ അത് വേണ്ടവിധം പൂരിപ്പിക്കാൻ ശാന്തയെ ഏല്പിച്ചു. പൂരിപ്പിക്കുന്ന സമയത്ത് ലോക്കൽ ഗാർഡിയനായി ആരുടെ പേരാണ് എഴുതേണ്ടതെന്ന് അവർ എന്നോടു ചോദിച്ചു. എനിക്ക് സംശയമുണ്ടായില്ല. ഗുരുനാഥന്റെ പേര് എഴുതാൻ ഞാൻ പറഞ്ഞു. എന്നാലതിലൊരു ചോദ്യം മേൽപ്പറഞ്ഞ ഗാർഡിയനായിട്ട് എത്രകൊല്ലത്തെ പരിചയമുണ്ടെന്നതായിരുന്നു.

ഒട്ടും ആലോചിക്കാതെ "എട്ടുപത്തു കൊല്ലമെന്ന് എഴുതിക്കോളൂ" എന്ന് ഞാൻ ശാന്തയോട് പറഞ്ഞു. അതും ഉറക്കെ.

ഉടനെ വാത്സല്യനിധിയായ അദ്ദേഹം വലിയ ഗൗരവത്തിൽ എന്റെ മുഖത്തു നോക്കി. എന്നിട്ട്, "തന്റെ കല്യാണത്തിന് ശേഷമേ ഞാൻ ഈ കുട്ടിയെ അറിയൂ. അതുകൊണ്ട് അഞ്ചുകൊല്ലമെന്നെഴുതൂ" എന്നു കല്പിച്ചു.

ഇത് ഇവിടെ പറയാനുണ്ടായ കാരണം കൂടി ഞാൻ രേഖപ്പെടുത്തട്ടെ.

അടുത്തകാലത്ത് പരേതനായ കെ.പി. നാരായണപ്പിഷാരോടിയുടെ പേരിൽ നാരായണീയദിനത്തോടനുബന്ധിച്ച് ഗുരുവായൂരിൽ വെച്ച് പതിനായിരം രൂപ യുടെ രണ്ട് അവാർഡ് കൊടുക്കുകയുണ്ടായി. അതിലൊന്ന് ഒരു കെ.ആർ. നമ്പൂതിരിക്കും മറ്റേത് ഞാനറിയുന്ന കോഴിക്കോട്ടുള്ള ഒരു പത്രപ്രവർത്തക നുമായിരുന്നു.

അവാർഡു വാങ്ങാൻ പോയി വന്ന സുഹൃത്ത് എന്നോടു പറഞ്ഞത് ഒരു സർട്ടിഫിക്കറ്റ് മാത്രമേ കിട്ടിയുള്ളു, കാശൊന്നും തന്നില്ല എന്നാണ്. ഈ വിവരം പരസ്യമാക്കിക്കോട്ടെയെന്ന് അയാളോടു ചോദിച്ചപ്പോൾ അതിന് വിരോധമി ല്ലെന്നും എന്നാൽ തന്റെ പേർ പറയേണ്ട എന്നുമായിരുന്നു മറുപടി.

തനിയ്ക്കൊരു ആൺകുട്ടിയില്ലാത്തതിന്റെ ദുഃഖം പാലൂരുള്ളതുകൊണ്ട് അറിഞ്ഞിട്ടില്ലെന്ന് പറയുകയും പ്രസംഗിക്കുകയും എഴുതുകയും ചാനലിലെ മുഖാമുഖത്തിൽ ഉദ്ഘോഷിക്കുകയും ചെയ്തിരുന്ന ഗുരുനാഥന്റെ പേരിലുള്ള അവാർഡിന്റെ കഥയാണിത്. നാട്ടുകാരിൽ നിന്നു പണം പിരിച്ചാണ് ഇതു നടത്തുന്നത്. പതിനായിരം രൂപയ്ക്കു പകരം കാലി കവർ മാത്രം കൊടുത്ത് തട്ടിപ്പു നടത്തുന്ന സ്ഥലത്തെ യോഗ്യന്മാരുടെ പ്രമാണിത്തം! ആ പുണ്യചരിതനെ ഓർത്ത് ഞാനിവിടെ നിർത്തുന്നു. അദ്ദേഹത്തിന്റെ ശിഷ്യൻ എല്ലാ നിയന്ത്രണവും വിട്ടാൽ നന്നല്ലല്ലോ.

1972ൽ ശാന്ത എം.എ. പാസ്സായി. ഞാനൊന്നിച്ച് താമസിക്കാനായി ബോംബെക്കു വരികയും ചെയ്തു. അന്നത്തേക്ക് എന്റെ വിവാഹം കഴിഞ്ഞിട്ട് എഴുകൊല്ലമായിരുന്നു. കുട്ടികൾ വേണ്ടേ?

ഒരു പണിയായിട്ടു മതി കുട്ടികൾ എന്ന് ആദ്യം തീരുമാനിച്ചു. എന്നിട്ട് പണിക്ക് ഉത്സാഹിക്കാൻ തുടങ്ങി. പഠിപ്പിക്കലായിരുന്നു അവർക്ക് ഇഷ്ടം. അതുകൊണ്ട് കോളേജുകളിലേക്ക് മാത്രമേ അപേക്ഷ അയച്ചുള്ളു.

പല ദിക്കിൽ നിന്നും ഇന്റർവ്യൂവിന് വിളിച്ചു. എന്നാൽ പോയ ദിക്കി ലൊന്നും തന്നെ ജോലി ലഭിച്ചില്ല. അതിനുള്ള കാരണം കാഴ്ചയിലവർ ഒരു കുട്ടി മാത്രമായിരുന്നു എന്നതാണ്.

ഇന്റർവ്യൂവിന് പോകുംമുമ്പ് ഞാൻ സ്ഥലം പോയി കണ്ടു വരാറുണ്ട്. ഭാര്യയെ കൊണ്ടുപോകാനുള്ള എളുപ്പത്തെ മുൻനിർത്തിയാണ് ഞാനങ്ങനെ ചെയ്യാറ്. ഒരിക്കൽ കാർഡ് കിട്ടിയ സ്ഥലത്തു ചെന്ന് അന്വേഷിച്ചപ്പോൾ അങ്ങനെ ഒരു കോളേജ് തന്നെയില്ലെന്നാണ് അറിഞ്ഞത്. ഇന്റർവ്യൂവിന് വിളി ച്ചതാണെങ്കിൽ ഓപ്പരാ ഹൗസിനടുത്ത് കൊള്ളരുതാത്ത ഒരു സ്ഥലത്തും.

പെൺവാണിഭത്തിനെക്കുറിച്ചും അത്തരം വൃത്തികളിൽ ഏർപ്പെട്ടവരെ ക്കുറിച്ചും ഞാൻ അപ്പോഴേക്കും ഏതാണ്ട് ബോധവാനായിരുന്നു. ഇന്റർവ്യൂ വിന് അകത്തുപോയ ഭാര്യയെ കാത്തിരുന്നു. തോറ്റ് ഭാര്യയെ നഷ്ടപ്പെട്ട ചില രുടെ കഥകളും ഞാനതിന് മുമ്പ് കേട്ടിട്ടുണ്ട്.

എല്ലാത്തിനും പുറമേ എന്റെ ഒരു അനുഭവവും എനിക്കോർമ്മ വന്നു. അതു കഴിഞ്ഞിട്ട് അപ്പോഴേക്കും കൊല്ലങ്ങൾ വളരെ കഴിഞ്ഞിരുന്നു.

ഞാൻ ഇന്ത്യൻ എയർലൈൻസിൽ ചേരുംമുമ്പ് തെണ്ടിയായി നടക്കുന്ന കാലം. വസൂരി കഷ്ടിച്ച് ഭേദമായി ശ്രീകുമാരനെ കണ്ടുമുട്ടുന്നതിനുമുമ്പ് ഒരു ദിവസം.

വണ്ടിയോടിക്കാനറിയാമെന്നതിനാൽ എന്നോടൊരു വിദ്വാൻ ഒരു ജോലി ഏർപ്പാടാക്കിത്തരാമെന്നു പറഞ്ഞു. പണിയുടെ കഥ അവിശ്വസനീയമായിരുന്നു! താമസിക്കാൻ സ്ഥലം. ഭക്ഷണം. പണിയാണെങ്കിൽ സന്ധ്യക്ക് തുടങ്ങും, വെളുപ്പാൻ കാലത്ത് അവസാനിക്കും. എല്ലാത്തിനും പുറമെ ആയിരം രൂപ ശമ്പളവും.

കേട്ടപ്പോൾ തന്നെ നല്ല പന്തിയല്ലല്ലോ എന്ന് എന്റെ മനസ്സ് പറഞ്ഞു. ഏതായാലും ഒന്നന്വേഷിക്കുകതന്നെ എന്ന് തീരുമാനിച്ചു. അപ്പോളാണ് കാര്യത്തിന്റെ ഗൗരവം മനസ്സിലായത്. കവിയായ എന്നെ അത് സാമാന്യത്തിലധികം വേദനിപ്പിച്ചു.

പെൺകുട്ടികളെ തട്ടിക്കൊണ്ടുവന്ന്, അടിച്ചും ഭീഷണിപ്പെടുത്തിയും അനാശാസ്യപ്രവൃത്തികൾക്ക് നിർബന്ധിച്ച് വലിയ വലിയ ഹോട്ടലുകളിലേക്ക് കാറിൽ കൊണ്ടുപോകുക എന്നതായിരുന്നു ആ പണി. വെളുപ്പിനവരെ തിരികെ കൊണ്ടുവന്നാക്കുകയും വേണം. ചിലപ്പോൾ പെൺകുട്ടികൾക്ക് പുറമെ ഒപ്പം ഒരു പിമ്പുമുണ്ടാകും.

കാര്യത്തിന്റെ ഗുട്ടൻസ് മനസ്സിലാക്കിയ ഞാൻ ആ ജോലി ഓഫർ ചെയ്ത സുഹൃത്തിനെ കണ്ടപ്പോൾ അയാളെ കൊല്ലുമെന്ന് ഭീഷണിപ്പെടുത്തി. എല്ലാം കേട്ട് അയാൾ നന്നായി ചിരിച്ചു. ഒന്നും പറഞ്ഞില്ല!

വിവരങ്ങളെല്ലാം ശാന്തയോടു പറഞ്ഞപ്പോൾ അവരിനി ഒരു പണിക്കും പോകുന്നില്ലെന്ന് പറഞ്ഞു. അതോടുകൂടി ഞാൻ ഭാര്യക്കു പണിയന്വേഷിക്കുന്ന പണിയും നിർത്തി.

ഇത് ഞങ്ങൾക്ക് ആശ്വാസമായിരുന്നു. മറ്റെന്തെങ്കിലും ജോലി അന്വേഷിക്കും മുമ്പ് ഒരു കുട്ടിയാകട്ടെ എന്ന് ഞങ്ങൾ തീരുമാനിച്ചു. അവരുടെ രണ്ട് അനുജത്തിമാരിൽ ഒടുക്കത്തെ കുട്ടിയുടെ വിദ്യാഭ്യാസം മാത്രമേ ബാക്കിയുണ്ടായിരുന്നുള്ളു. അതുകൊണ്ട് അവർക്കു മാത്രമേ ഇനി പ്രതിമാസം പണമയക്കേണ്ടിയിരുന്നുള്ളു.

ഒന്നുരണ്ടു മാസത്തിനകം ഭാര്യക്ക് ഗർഭമായി. അതോടുകൂടി ഞങ്ങളുടെ ആഹ്ലാദവും മൂർദ്ധന്യത്തിലെത്തി. ഏതെങ്കിലും വിധത്തിൽ ശ്രദ്ധക്കുറവു വരരുതെന്നു കരുതി ഞാൻ അവരുടെ പ്രസവം ബോംബെയിൽ തന്നെ മതിയെന്ന് തീരുമാനിച്ചു. മൂന്നുമാസമായപ്പോൾ താമസിക്കുന്ന സ്ഥലത്തുനിന്ന് കഷ്ടിച്ച് ഒരു കിലോമീറ്റർ മാത്രം അകലെയുള്ള ഒരു നഴ്സിങ്ങ് ഹോമിൽ കൊണ്ടുപോയി പരിശോധിപ്പിച്ചു. അവിടെത്തന്നെ മതി പ്രസവമെന്ന് ഉറയ്ക്കുകയും ചെയ്തു.

ആ നഴ്സിങ് ഹോമിൽ ജോലിചെയ്തിരുന്ന ഡോക്ടർ ദമ്പതികളായിരുന്നു നോക്കിയിരുന്നത് എന്നതു കൊണ്ട് എല്ലാം ഭംഗിയായി നടന്നു. ഒരു കാര്യത്തിലും എനിക്ക് വിഷമമുണ്ടായില്ല. സഹായത്തിനായി ഭാര്യയുടെ

ഒരനുജത്തിയേയും കൊണ്ടുവന്നു. അവരന്ന് ബി.എ. കഴിഞ്ഞ് ടീച്ചേഴ്സ് ട്രെയിനിങ്ങിന് കാത്തിരിക്കുകയായിരുന്നു. പ്രസവം അടുത്തതോടെ ഞാനും ഒരു മാസത്തെ ലീവെടുത്തു.

ഒരു ദിവസം അവരെന്നോട് ശാന്തയെ നഴ്സിങ് ഹോമിൽ പ്രവേശിപ്പിക്കാൻ പറഞ്ഞു. പരിശോധനകളെല്ലാം കഴിഞ്ഞപ്പോൾ പരിഭ്രമിച്ചുകൊണ്ടിരുന്ന എന്നെ എല്ലാം നോർമലാണെന്നും രാത്രിയോടെ പ്രസവമുണ്ടാകുമെന്നും അവർ അറിയിച്ചു. ഞങ്ങൾക്ക് വളരെ സമാധാനമായി.

ഉച്ചതിരിഞ്ഞപ്പോൾ അവർ ശാന്തയെ പ്രസവമുറിയിലേക്കു മാറ്റി. അവരത്യന്തം ഉത്സാഹവതിയും സന്തോഷഭരിതയുമായിരുന്നു. എന്നോട് ഒന്നും പരിഭ്രമിക്കണ്ടെന്നും നോവ് നല്ലവണ്ണം വരുന്നുണ്ടെന്നും പറഞ്ഞു.

മഴക്കാലമായിരുന്നു. കലീനയിലുള്ള ആ നഴ്സിങ് ഹോമിലെ ലേബർ വാർഡിൽ അപ്പോൾ പ്രസവത്തിന് ശാന്ത മാത്രമേ ഉണ്ടായിരുന്നുള്ളൂ. ഈരണ്ടു മണിക്കൂർ കൂടുമ്പോൾ എല്ലാം നോർമലാണെന്ന് ആശുപത്രിക്കാർ എന്നെ അറിയിച്ചുകൊണ്ടിരുന്നു.

രാത്രി ഒമ്പതുമണിയോടെ ഡോക്ടർ എന്നോടു പറഞ്ഞത് കുട്ടി മരിച്ചുവെന്നും അതുകൊണ്ട് അതിനെ കുറച്ചു മണിക്കൂറുകൾക്കകം പുറത്തെടുത്തില്ലെങ്കിൽ അപകടമാകും എന്നുമാണ്. ഇടിത്തീവീണപോലെ സ്തംഭിച്ചുപോയ എന്നോട് തുടർന്ന് വളരെ മോശമായ നിലയിലാണ് അദ്ദേഹം പെരുമാറിയത്. അതിന്റെ കാരണം എനിക്കു മനസ്സിലായി. നല്ല ലഹരിയിലായിരുന്നു ആ ഭിഷഗ്വരൻ.

മഴയാണ് പുറത്ത്. ആവശ്യമുള്ളപക്ഷം സഹായത്തിന് ഇനിയും ഒരു ഡോക്ടറെ വിളിയ്ക്കണമെന്ന് ഞാൻ പറഞ്ഞു. അതദ്ദേഹത്തിന് തീരെ ഇഷ്ടപ്പെട്ടില്ല.

ഓരോ അരമണിക്കൂറിലും മദ്യം സേവിച്ചിരുന്ന അദ്ദേഹം ഏതാണ്ട് പാതിരാവായപ്പോൾ കുട്ടിയെ മുറിച്ച് പുറത്തെടുക്കുകയാണെന്നു പറഞ്ഞു. അദ്ദേഹത്തിന്റെ പത്നിയാകട്ടെ മൗനം പാലിച്ചതേയുള്ളൂ.

കുട്ടിയെ കഷ്ണം കഷ്ണമായി മുറിച്ചെടുക്കുകയാണെന്നു കേട്ടപ്പോൾ അത് കാണാൻ എന്നെയും അനുവദിക്കണമെന്ന് ഞാൻ അപേക്ഷിച്ചു. ധൈര്യമുണ്ടെങ്കിൽ ഒപ്പം നിന്നോളൂ എന്നയാൾ പറഞ്ഞു.

ഞാനാനിലയിൽ പത്നിയെ കണ്ടപ്പോൾ അസാധാരണമായ ധൈര്യമാണു കാണിച്ചത്. വിവരങ്ങളെല്ലാം മനസ്സിലാക്കിയ അവർ സാമാന്യത്തിലധികം തളർന്ന നിലയിലായിരുന്നു.

മറ്റൊരു പെഗ്ഗുകൂടി കഴിച്ചുവന്ന അദ്ദേഹം പത്നിയുടെ സഹായത്തോടെ ശസ്ത്രക്രിയ തുടങ്ങി. ഏതോ ചില ഉപകരണങ്ങൾ കൊണ്ട് കുട്ടിയുടെ രണ്ടു കയ്യും മുറിച്ചെടുത്തു. അതു കാണാൻ നന്നെ വിഷമിച്ച ഞാൻ വി.ആർ. മേനോന്റെ കൂടെ ഉണ്ടായിരുന്നപ്പോൾ കാണിച്ച ധൈര്യത്തിനെക്കുറിച്ച് ഓർത്തു. എന്നിട്ട് അവരുടെ അനുവാദത്തോടെ തന്നെ ശാന്തയുടെ കയ്യും പിടിച്ചുകൊണ്ട് നിന്നു.

പിന്നീട് കണ്ടത് രണ്ടുകയ്യുമില്ലാത്ത ഒന്നാന്തരം ഒരാൺകുട്ടിയുടെ മൃതശരീരം അദ്ദേഹം പുറത്തെടുക്കുന്നതാണ്. അവരതിനെ ഭാര്യ കാണാതെ

ശ്രദ്ധിക്കുന്നുണ്ടായിരുന്നു. എന്നാൽ ഞാനതിനെ നല്ലവണ്ണം കണ്ടു. ഒരു മൂലക്കലേക്ക് ആ മൃതദേഹം ഇടുന്നതുകണ്ടപ്പോൾ എനിയ്ക്ക് കരയാതെ വയ്യെന്നായി. പക്ഷേ ഞാൻ കരഞ്ഞില്ല.

ഏതാണ്ടൊരു മണിക്കൂറിനുള്ളിൽ സ്റ്റിച്ചിട്ട് പ്രസവമുറിയിൽ നിന്ന് വാർഡിലേക്കു മാറ്റി. അപ്പോഴേക്കും നേരം രണ്ടുമണി കഴിഞ്ഞിട്ടുണ്ടാകണം.

കിടക്കാൻ പോകുന്നതിനു മുമ്പ് മറ്റൊരു പെഗ്ഗ് കൂടി എന്റെ മുമ്പിൽ വെച്ചുകഴിച്ച അദ്ദേഹം ഇനി പേടിക്കാനില്ലെന്നും ഭാര്യക്ക് ഒന്നും സംഭവിക്കാതിരുന്നത് ഭാഗ്യമാണെന്നും കുട്ടി പോയതിനെക്കുറിച്ച് വിഷമിക്കാനൊന്നുമില്ലെന്നും പറഞ്ഞു സമാധാനിപ്പിച്ചു. എന്നിട്ട് ഒരു കടലാസ് ഒപ്പിട്ടുതന്നിട്ട് ഇത് കാട്ടിക്കൊടുത്താൽ സയോണിലുള്ള ഒരു ശ്മശാനത്തിൽ അവർ കുഴിച്ചിടാനനുവദിക്കുമെന്നും പറഞ്ഞു.

പിറ്റേദിവസം കാലത്ത് പുരുഷോത്തമനോട് ഉണ്ടായതെല്ലാം പറഞ്ഞു. ഏതാണ്ടൊമ്പതുമണിയോടെ അയാളൊരു വണ്ടിയുമായി നേഴ്സിങ് ഹോമിൽ വന്നു. നഴ്സുമാർ ശിശുവിന്റെ മൃതശരീരം ഒരു തുണിയിൽ പൊതിഞ്ഞ് എന്നെ ഏല്പിക്കുകയും ചെയ്തു.

പുരുഷോത്തമനും ഞാനും കൂടി സയോണിലുള്ള ശ്മശാനത്തിലേക്ക് പുറപ്പെട്ടു. വഴിക്ക് സകല നിയന്ത്രണവും കൈവിട്ട് കരഞ്ഞ എന്നെ പുരുഷോത്തമൻ കരയാനനുവദിക്കുകയാണുണ്ടായത്.

കടലാസ് കാണിച്ചുകൊടുത്തപ്പോൾ ശ്മശാനത്തിലെ ഒരു വിദ്വാൻ ഈ സ്ഥലത്ത് ഒരു കുഴിമാന്തി ശിശുവിന്റെ ദേഹം അവിടെ കുഴിച്ചിട്ടോളൂ എന്നു പറഞ്ഞു. പക്ഷേ എന്നെക്കൊണ്ടതു പറ്റില്ലായിരുന്നു.

പുരുഷോത്തമൻ പത്തുരൂപയുടെ നോട്ട് എടുത്ത് അയാളുടെ കയ്യിൽ കൊടുത്തപ്പോൾ വളരെ ഭവ്യതയോടെ അയാൾ ഒരു കൈക്കോട്ടു കൊണ്ടുവന്ന് കുഴിവെട്ടി അതിൽ ശവം കുഴിച്ചിടുകയും ചെയ്തു.

ബഷീർ എന്ന സൂഫി

മടങ്ങുംമുമ്പ് ഞാനാ ശ്മശാനം ഒന്നു നോക്കി. 'ഇവിടമാണദ്ധ്യാത്മവിദ്യാലയം' എന്ന് അവസാനിക്കുന്ന കുമാരനാശന്റെ ശ്ലോകമാണെനിക്ക് പെട്ടെന്നോർമ്മ വന്നത്.

ഒരാഴ്ചകൊണ്ട് പരിപൂർണ്ണസുഖം പ്രാപിച്ച ശാന്തയുമായി ഞാൻ വീട്ടിലേക്ക് മടങ്ങി.

പണിക്ക് ഞാൻ പോകാൻ തുടങ്ങിയപ്പോൾ വീട്ടിലൊറ്റയ്ക്കായ ഭാര്യ വായിക്കാൻ തുടങ്ങി. അതിലധികവും വിവേകാനന്ദസാഹിത്യവും, രാമകൃഷ്ണപരമഹംസരുടെ 'വചനാമൃത'വുമായിരുന്നു.

സംസ്കൃതത്തിലെ ഒരു ശ്ലോകം മഹാകവി കുഞ്ഞിക്കുട്ടൻ തമ്പുരാൻ തർജ്ജുമ ചെയ്തത് അക്കാലത്ത് എന്റെ ശ്രദ്ധയിൽപെട്ടു. മഹാഭാരതം പതിനെട്ടുവട്ടം വായിച്ചവന് പിന്നെ ജന്മമില്ലെന്നായിരുന്നു അതിന്റെ സാരം.

എഴുത്തും വായനയും അദ്ധ്യാത്മചിന്തയുമായി കഴിഞ്ഞിരുന്ന ഭാര്യയോട് ഞാനാശ്ലോകത്തിനെക്കുറിച്ച് സംസാരിച്ചു. അവർക്ക് എന്റെ ആശയം നല്ല വണ്ണം ബോധിച്ചു.

ജി. പറഞ്ഞതനുസരിച്ച് ആപ്തെയുടെ ശബ്ദകോശം ഞാൻ അതിനു മുമ്പ് വാങ്ങിയിരുന്നു. നാട്ടിൽ പോയ സമയത്ത് മാതൃഭൂമിയുടെ പുസ്തക ശാലയിൽനിന്ന് കക്കാടിന്റെ സഹായത്തോടെ ഗീതാപ്രസ്സുകാരുടെ മഹാ ഭാരതവും വാങ്ങി. അന്നുമുതൽ മഹാഭാരതം വായന ഞാനൊരു വ്രത മാക്കി.

ഞങ്ങൾ അക്കാലത്ത് അമരകോശവും ശബ്ദകോശവുമൊക്കെ നോക്കി യിരുന്നു. അതുകൊണ്ട് വായന നന്നേ പതുക്കെ മാത്രമേ നടന്നുള്ളു.

ഞാൻ ധരിച്ചതൊന്നുമല്ല മഹാഭാരതം എന്നെനിക്ക് പതുക്കെ വെളിവായി. 'യദിഹാസ്തിതദന്യത്ര യന്നേഹാസ്തി ന കുത്രചിൽ' (ഇതിലുള്ളത് മറ്റി ടത്തും ഉണ്ടാവാം. എന്നാൽ ഇതിലില്ലാത്തത് എങ്ങുമുണ്ടാവുകയില്ല.) എന്ന് വ്യാസഭഗവാൻ തന്റെ കാവ്യത്തിനെക്കുറിച്ചു പറഞ്ഞത് അക്ഷരാർത്ഥത്തിൽ ശരിയാണെന്ന് എനിക്കുറപ്പുമായി.

മഹാഭാരതത്തിന്റെ ആദ്യവായന എന്നെ പിടിച്ചുകുലുക്കി. തൊലിപ്പുറ ത്തുള്ള അർത്ഥമല്ലാതെ ഒന്നുംതന്നെ മനസ്സിലായില്ലെങ്കിലും അതെന്നെ ആകെ മാറ്റി. എന്റെ ദുഃഖമൊന്നും ദുഃഖമേയല്ലെന്നുവരെ തോന്നാൻ തുടങ്ങി.

ഭാര്യയും ആദ്യവായനക്ക് സഹായത്തിനുണ്ടായിരുന്നു. എന്നാലവരെ അതെത്ര സ്വാധീനിച്ചു എന്ന് എനിക്കറിയില്ല.

ആദ്യവായന കഴിഞ്ഞ പിറ്റേദിവസം തന്നെ രണ്ടാംവട്ടം വായന തുടങ്ങി. അങ്ങനെ മൂലം പത്തുതവണയും തമ്പുരാന്റെ മലയാളം എട്ടു തവണയും വായിച്ചു. പത്തൊമ്പതാമത്തെ വായന തുടങ്ങിയെങ്കിലും ഇനിയും മുഴുവനാ ക്കാൻ കഴിഞ്ഞിട്ടില്ല.

ഞാനക്കാലത്തെഴുതിയ ചില കവിതകൾ ധാരാളം പ്രശസ്തി നേടി ത്തന്നു. അതിലൊന്ന് 'വിമാനത്താവളത്തിലൊരു കവി' എന്ന കവിതയായി രുന്നു. ബോംബെയിൽ ഞാൻ സമാരാദ്ധ്യനായ ഒരു കവിയായി മാറി. എന്നാ ലത് പല മാന്യന്മാർക്കും സമ്മതിക്കാൻ വിഷമമായിരുന്നു. അവിടെ തല മുതിർന്ന ഒന്നു രണ്ടു കവികൾ വേറെയും ഉണ്ടായിരുന്നു.

രണ്ടാമത്തെ വട്ടം ഭാരതം വായന തുടങ്ങിയ കാലത്ത് ഒരു ദിവസം ഞാനൊരു സ്വപ്നം കണ്ടു. അത് അബോധാവസ്ഥയിൽ നൃത്തം ചെയ്യുന്ന രാമകൃഷ്ണപരമഹംസരെയായിരുന്നു. അദ്ദേഹം എന്നോട് പ്രത്യക്ഷമായി ത്തന്നെ ഇങ്ങനെ പറഞ്ഞതായി തോന്നി: "താനത്ര വലിയ ആളാകാൻ വരട്ടെ. ഒരു കുട്ടിയുണ്ടാവുകയാണ് നല്ലത്. അല്ലാത്തപക്ഷം തന്നേപ്പോലെ തന്റെ പത്നിക്ക് താങ്ങാനായെന്നു വരില്ല. എന്നുവെച്ച് സംസാരത്തിൽ മുങ്ങാനും പോണ്ട."

ഞാനീ വിവരം ശാന്തയോടു പറഞ്ഞു. അതു കേൾക്കേണ്ട താമസമേ ഉണ്ടാ യുള്ളു. എല്ലാം നേരെയാകുമെന്ന് അവർ ഉറപ്പുപറഞ്ഞു.

അങ്ങനെ പിന്നീടവർ ഋതുസ്നാനം കഴിഞ്ഞിരിക്കുമ്പോൾ സമയവും നക്ഷ ത്രവുമൊക്കെ നോക്കി ഞാൻ അവരെ പ്രാപിച്ചു. ഭാര്യ ഗർഭിണിയാണെന്ന്

ഒന്നു രണ്ടുമാസത്തിനകം ഉറപ്പായി. ഞാനാ വിവരം അളിയനെ അറിയിച്ചു. അതയാളെയും ആഹ്ലാദിപ്പിച്ചുവെന്ന് തോന്നുന്നു.

പുറത്തേക്ക് ഗർഭദീക്ഷയുടെ ലക്ഷണമൊന്നും ഞാൻ പ്രദർശിപ്പിച്ചില്ലെങ്കിലും ഉള്ളുകൊണ്ട് കൃത്യമായിത്തന്നെ അതാചരിച്ചു. ആറാംമാസത്തിനവസാനം ഞാൻ ലീവെടുത്ത് ഭാര്യയേയും കൂട്ടി കോഴിക്കോട്ടുള്ള അളിയന്റെ ക്വാർട്ടേഴ്സിലെത്തി. നാലഞ്ചുകൊല്ലമായിട്ട് അയാൾ ആര്യവൈദ്യഫാർമസിയുടെ കോഴിക്കോട്ടെ പ്രധാനവൈദ്യനായിരുന്നു.

ഒന്നുരണ്ടു ദിവസത്തിനുള്ളിൽ ഞങ്ങൾ ചാലപ്പുറത്തുള്ള ഡോക്ടർ സുമതിയെ പോയി കണ്ടു സംസാരിച്ചു. ഭാര്യ ശാരീരികമായി നന്നെ ചെറുതാക കൊണ്ട് ഓപ്പറേഷനാകും നല്ലതെന്നും എല്ലാ കാര്യങ്ങളും അവരേറ്റെന്നും എന്നോടു പറഞ്ഞു.

നിഷ്ക്കർഷിച്ച് പിരശോധിച്ച അവർ എല്ലാം നോർമലാണെന്നും ഒന്നുകൊണ്ടും ഭയം വേണ്ടെന്നും എന്നെയും പത്നിയേയും സമാധാനിപ്പിച്ചു. ആശ്വസ്തരായ ഞങ്ങളോടൊപ്പമുണ്ടായിരുന്ന അളിയൻ ഒരു ദിവസമെന്നെ നോർമൻ അച്ചുതൻനായരുടെ അടുത്ത് കൊണ്ടുപോയി. അദ്ദേഹം എന്റെ ജാതകം നന്നായി പരിശോധിച്ചു.

ഡോക്ടർ സുമതിയെ അസ്സലായിട്ടറിയുമെന്നും ഓപ്പറേഷന്റെ ദിവസം നേരിട്ടറിയിച്ചുകൊള്ളാമെന്നും അദ്ദേഹം പറഞ്ഞു. എന്റെ ജാതകത്തിനെക്കുറിച്ച് അച്ചുതൻനായർക്ക് വലിയ താത്പര്യമുള്ളതായി തോന്നി. പിരിയാൻകാലത്ത് യാത്ര ചോദിച്ചപ്പോൾ 'നമ്പൂരിയെ ആർക്കും പിടിച്ചാൽ കിട്ടില്ലെന്നും, എല്ലാ ലക്ഷണങ്ങളും തെളിഞ്ഞുകാണാനുണ്ടെന്നും' ചിരിച്ചുകൊണ്ട് പറഞ്ഞു.

ഭാര്യയെ കോഴിക്കോട്ട് അളിയന്റെ കൂടെ താമസിപ്പിച്ച് ബോംബെക്കു മടങ്ങിയ ഞാൻ സകല വിവരങ്ങളും പുരുഷോത്തമനോട് പറഞ്ഞു. വിവരങ്ങളെല്ലാം കേട്ട അയാൾ എന്നോട് ശാന്തനായിരിക്കാൻ പറഞ്ഞു നല്ലവണ്ണം സമാധാനിപ്പിച്ചു. അയാൾക്കപ്പോളേക്കും രണ്ടുമൂന്നുവയസ്സായ ഒരു പെൺകുട്ടിയുണ്ടായിക്കഴിഞ്ഞിരുന്നു. എനിയ്ക്കേറെ പ്രിയപ്പെട്ട ആ കുട്ടിയുടെ പേര് താമര എന്നാണ്.

പ്രസവത്തിന് ഏതാണ്ടൊരുമാസം മുമ്പ് അറുപതുദിവസത്തെ ലീവിൽ ഞാൻ നാട്ടിലേക്കു പോയി. ഗർഭിണിയായ ഭാര്യയെ ഞാൻ തിരക്കിട്ട് മഹാഭാരതം മുഴുവൻ ഒരിക്കൽ വായിച്ചു കേൾപ്പിച്ചിരുന്നു. അതിൽ ഹരിവംശം മാത്രമേ ബാക്കിയുണ്ടായിരുന്നുള്ളു. ചെന്നതിന്റെ പിറ്റേദിവസം തന്നെ ഞാൻ ഹരിവംശം വായിക്കാൻ തുടങ്ങി. ദിവസത്തിൽ പന്ത്രണ്ടുമണിക്കൂറോളം വായിച്ചിരുന്ന ഞാൻ കഷ്ടി മൂന്നാഴ്ചകൊണ്ട് വായന പൂർത്തിയാക്കി.

ചില മരണലക്ഷണങ്ങൾ പറയുന്ന കൂട്ടത്തിൽ വ്യാസൻ ചന്ദ്രനെ രണ്ടായി കാണുന്നവന്റെ മരണം അടുത്തിരിക്കുന്നുവെന്ന് പറഞ്ഞിട്ടുണ്ട്. ഒരു ദിവസം വായനയ്ക്കിടയ്ക്ക് മുറ്റത്തിറങ്ങിയപ്പോൾ ചന്ദ്രനെ ഒന്നു നോക്കി. എനിക്കപ്പോൾ രണ്ടു ചന്ദ്രനെ ശരിക്കും കാണാൻ കഴിഞ്ഞു. മരണം മുന്നിൽ കണ്ട ഞാൻ ആകെ തളർന്നുപോയി. എന്നാലെട്ടരയോടെ വൈദ്യശാലയിൽനിന്നെത്തിയ അളിയനോട് വിവരം പറഞ്ഞപ്പോൾ അയാളെന്നെ കളിയാക്കിക്കൊണ്ട്

അത് കണ്ണ് വല്ലാതെ ക്ഷീണിച്ച മൂലം തോന്നിയതാണെന്നും ഇങ്ങനെ തുടർച്ച യായിട്ടിരുന്നു വായിക്കുന്നത് നല്ലതല്ലെന്നും പറഞ്ഞു. ഹരിവംശം ഞാനന്ന് സുമാർ പത്തുണിക്കൂറിലധികം വായിച്ചിരുന്നു.

നാലഞ്ചു മണിക്കൂർ കഴിഞ്ഞ് വീണ്ടും ഞാൻ ചന്ദ്രനെ നോക്കിയപ്പോൾ അളിയൻ പറഞ്ഞതു ശരിയാണെന്ന് എനിക്കു ബോദ്ധ്യപ്പെട്ടു.

ഹരിവംശം വായിച്ച് രണ്ടുദിവസം കഴിഞ്ഞപ്പോൾ ഒരു ദിവസം ശാന്ത നല്ല സുഖമില്ലെന്ന് പറഞ്ഞു. ഡോക്ടർ സുമതിയുടെ നഴ്സിങ് ഹോമിൽ ചെന്ന ഞങ്ങളെ അവർ സ്വാഗതം ചെയ്തു. പിന്നീട് ശാന്തയെ മടങ്ങിപ്പോ കാൻ സമ്മതിച്ചില്ല. നഴ്സിങ് ഹോമിൽ പ്രവേശിപ്പിച്ചു.

അന്നു രാത്രി പ്രസവവേദന തുടങ്ങി. എന്നാൽ സുമതി ആ പേറ്റു നോവിനെ കാര്യമായെടുത്തില്ലെന്നു തോന്നുന്നു. അവർ എന്തൊക്കെയോ ഉറ പ്പിച്ചിരുന്നു.

പിറ്റേദിവസം കാലത്ത് എന്നെ വിളിച്ച് പതിനൊന്നു മണിയോടെ ശാന്തക്ക് സിസേറിയൻ ഓപ്പറേഷൻ നടത്തുകയാണെന്ന് പറഞ്ഞു. എന്നിട്ട് ചില പേപ്പ റുകളിലൊപ്പിടാൻ ആവശ്യപ്പെട്ടു. അളിയനോട് 'താനതിലൊപ്പിട്ട് കൊടു ത്തേക്കു' എന്നു പറഞ്ഞ് ഞാനപ്പോൾ ഒഴിയുകയാണുണ്ടായത്.

കഷ്ടിച്ച് ഒരു മണിക്കൂർ കഴിഞ്ഞപ്പോൾ കുളിപ്പിച്ച് വൃത്തിയാക്കിയ ഒരു പെൺകുഞ്ഞിനെ ഒരു നേഴ്സ് കൊണ്ടുവന്ന് എന്നെ കാണിച്ചു. അപ്പോളവിടെ ഞാനും കുഞ്ഞുണ്ണിമാസ്റ്ററും കോഴിക്കോടനും മാത്രമേ ഉണ്ടായിരുന്നുള്ളു.

കുട്ടിയെക്കണ്ട ഞാൻ കുട്ടിയെപ്പോലെ തന്നെ വാവിട്ടു കരഞ്ഞു. എന്നാ ലത് സന്തോഷംകൊണ്ടായിരുന്നുവെന്ന് മാത്രം.

അവളെന്റെ മുഖത്തു നോക്കി നല്ലവണ്ണം കരയുന്നുണ്ടായിരുന്നു. നഴ്സ് കുട്ടിയെ കൊണ്ടുപോകുകയും ചെയ്തു.

ഏതാണ്ടൊരാഴ്ച ശാന്ത അവിടെ കിടന്നിരിക്കണം. കുട്ടിക്ക് അപ്പോഴേക്കും നല്ലവണ്ണം മുലകുടിക്കാൻ വശമായി. കുട്ടിക്ക് മുലകൊടുക്കാൻ ശാന്തക്കും.

അളിയന്റെ വീട്ടിലേക്കു മടങ്ങുമ്പോൾ ഡോക്ടർ സുമതി 'നമ്പൂരിക്ക് സന്തോഷമായില്ലേ' എന്ന് ചോദിച്ചു. സന്തോഷം കൊണ്ട് എനിക്ക് മിണ്ടാൻ വയ്യായിരുന്നു. രണ്ടുദിവസം കഴിഞ്ഞു ചെന്ന് ആയിരത്തൊന്നു രൂപ അവർക്ക് കൊടുത്തു. അവരെ സഹായിച്ചിരുന്ന ഡോക്ടർ ശാന്തക്ക് ഇരുനൂറ്റൻപതു രൂപയും. വേണ്ടപ്പെട്ടവർക്ക് ദക്ഷിണയെല്ലാം കൊടുത്ത് മടങ്ങുമ്പോൾ സുമതി 'നമ്പൂരിക്ക് കാശു ധാരാളമുണ്ടല്ലോ,' എന്ന് ഫലിതം പറഞ്ഞു.

അടുത്തൊരുനാൾ ഞാൻ കുഞ്ഞുണ്ണിമാസ്റ്ററൊന്നിച്ച് വടകരയ്ക്കു പോയി. കടത്തനാട്ടു മാധവിയമ്മ വീണ് കാലൊടിഞ്ഞു കിടക്കുന്ന കാലം. കഷ്ടിച്ച് കട്ടിലിൽ ഇരിക്കാമെന്ന നിലയായിരുന്നു അപ്പോഴേക്ക്.

പോകുംവഴിക്ക് താനൊരു വിദ്യ കാട്ടിത്തരാമെന്നു പറഞ്ഞുകൊണ്ട് കുഞ്ഞുണ്ണിമാസ്റ്റർ എന്നെ പുനത്തിൽ കുഞ്ഞബ്ദുള്ളയുടെ നഴ്സിങ് ഹോമിൽ കൊണ്ടുപോയി. എന്നാലയാൾ അപ്പോൾ അവിടെയില്ലായിരുന്നതുകൊണ്ട് എനിക്ക് വിദ്യ കാണേണ്ടിവന്നില്ല. ഞങ്ങൾ മാധവിയമ്മയുടെ വീട്ടിലേക്ക് പോവുകയും ചെയ്തു. കവിതയെക്കുറിച്ച് പറഞ്ഞിരുന്നു നേരം വൈകിയത്

അറിഞ്ഞില്ല. അതുകൊണ്ട് അഞ്ചുമണിയായി ഞങ്ങൾ അവിടുന്ന് പുറപ്പെടാൻ.

കോഴിക്കോട് പാളയത്തിലെത്തിയപ്പോൾ സമയം ഏതാണ്ട് ഒമ്പതുമണി. ഞങ്ങൾ ഒരു ഹോട്ടലിൽ നിന്നു ഭക്ഷണം കഴിച്ച് മീഞ്ചന്തയ്ക്ക് പുറപ്പെട്ടു. രാമകൃഷ്ണാശ്രമത്തിൽ കുഞ്ഞുണ്ണി മാസ്റ്ററെ കൊണ്ടു ചെന്നാക്കിയ ഞാൻ തൊട്ടടുത്തുള്ള അളിയന്റെ വീട്ടിൽ പത്തുമണിയോടെ എത്തി. ഉറങ്ങും മുമ്പ് ശാന്തയോട് വിവരങ്ങളെല്ലാം പറഞ്ഞും മകളെ ലാളിച്ചും കുറച്ചു സമയം ചെലവഴിച്ചു.

ലീവ് കഴിയാൻ പിന്നെയും ധാരാളം ദിവസങ്ങളുണ്ടായിരുന്നതുകൊണ്ട് ഒരു ദിവസം ഞങ്ങൾ ബഷീറിനെ കാണാൻ ബേപ്പൂർക്ക് പോയി. പകലാറരയോടെയെത്തിയ ഞങ്ങളെ ബഷീർ സ്വാഗതം ചെയ്തെങ്കിലും എനിക്കദ്ദേഹത്തിന്റെ പെരുമാറ്റം ഒട്ടും പിടിച്ചില്ല. ഞാനത് കുഞ്ഞുണ്ണിമാസ്റ്ററോട് സ്വകാര്യമായി പറയുകയും ചെയ്തു.

ഉടൻതന്നെ 'നമ്പൂരിയായ പാലൂർക്ക് മാപ്പിളയായ ബഷീറിനെ ബോധിച്ചില്ലെ'ന്ന് കുഞ്ഞുണ്ണിമാസ്റ്റർ തട്ടിവിട്ടു. അതിന് മറുപടിയായി ബഷീർ പറഞ്ഞത്, 'നമ്പൂരിയച്ചൻ എന്നെ കെട്ടാനല്ലല്ലോ വന്നത്' എന്നാണ്.

തുടർന്ന് ഓരോന്നു പറയാൻ തുടങ്ങിയപ്പോളാണ് ബഷീറെന്ന വലിയ മനുഷ്യനെ എനിക്ക് മനസ്സിലായിത്തുടങ്ങിയത്.

അതിനിടക്ക് പഴംനുറക്കുപോലുള്ള ഉപ്പിട്ട് വേവിച്ച കപ്പക്കിഴങ്ങും ചട്ടിണിയും ബഷീറിന്റെ സ്പെഷൽ കട്ടൻ ചായയും അദ്ദേഹത്തിന്റെ പത്നി കൊണ്ടുവന്നു. എന്നോട് ബഷീർ തിന്നാൻ കല്പിച്ചപ്പോൾ ഞാനത് കുട്ടികളെപ്പോലെ അനുസരിക്കുകയാണുണ്ടായത്. അവരുണ്ടാക്കിയ ചട്ടിണിയുടെ രുചി വർഷങ്ങൾക്കു ശേഷം ഒരിക്കൽ ബഷീറിന്റെ അനുസ്മരണയോഗത്തിനു പോയപ്പോൾ അവരോട് പറയുകയും ചെയ്തു. അവർക്ക് ആ രംഗം ഓർമ്മയുണ്ട്.

അന്നുണ്ടായ മറ്റൊരു കാര്യം ഞാനിന്നും നന്നായോർക്കുന്നു. പോകാൻ പുറപ്പെട്ട സമയത്ത് കുഞ്ഞുണ്ണിമാസ്റ്റർ 'പാലൂരിന് ബഷീറിനെ ഒന്നു നമസ്ക്കരിക്കണമെന്നുണ്ട്' എന്നു പറഞ്ഞു. അതുകേട്ട ബഷീർ, അല്പം ആലോചിച്ചിട്ട് പറഞ്ഞതിങ്ങനെയാണ്: "എന്നെ നമസ്ക്കരിക്കേണ്ട. അള്ളാഹുവിനെ നമസ്ക്കരിച്ചാൽ മതി."

ബഷീറെന്ന സൂഫിയെ ശരിക്കും ഞാൻ അപ്പോൾ മുതൽ അറിയാൻ തുടങ്ങി. ആ അദ്ഭുതം ഇന്നും അവസാനിച്ചിട്ടില്ല. ബഷീർ ഒരിക്കലും ചെറുതാകാൻ കൂട്ടാക്കിയിരുന്നില്ല. മഹാന്മാരെന്ന് കൊട്ടിഘോഷിക്കുന്ന പലരേയും എനിക്കു നേരിട്ടറിയാം. അവരെല്ലാം കുറച്ചു ദിവസം കഴിയുമ്പോൾ അല്പന്മാരായ സാധാരണക്കാരായിട്ടാണ് എനിക്കു തോന്നിയിട്ടുള്ളത്.

പിന്നീട് പലതവണ കുഞ്ഞുണ്ണിമാസ്റ്ററൊന്നിച്ചും ഒറ്റയ്ക്കും ബഷീറിനെ കണ്ട് സൊള്ളാൻ പോയിട്ടുണ്ട്. അവസാനം ഞാനദ്ദേഹത്തെ കണ്ടത് മരിക്കുന്നതിന്റെ കൃത്യം ഒരാഴ്ചമുമ്പാണ്. അവശനായി കിടന്നിരുന്ന ആ വലിയ മനുഷ്യന്റെ ശ്വാസംമുട്ട് കണ്ടുനില്ക്കുന്ന എനിക്കുപോലും ദുസ്സഹമായി ത്തോന്നി. ഏതാണ്ട് നാലഞ്ചുമിനുട്ട് മാത്രം അദ്ദേഹമൊന്നിച്ച് ചെലവഴിച്ച്

ഞാൻ വേഗം മടങ്ങി. അദ്ദേഹത്തിന്റെ പത്നിയെ കണ്ട് യാത്രപറയാൻ പോലും നിന്നില്ല.

മരിച്ചദിവസം കാലത്ത് എൻ.പി. മുഹമ്മദൊന്നിച്ചാണ് ഞാൻ അവിടെപ്പോയത്. വലിയ തിരക്കായിരുന്നു. ബഷീറിന്റെ മൃതദേഹം ഒരു നോക്കുകണ്ട് ഞാൻ മടങ്ങി. അപ്പോൾ ഓർത്തത് അവിടെ തടിച്ചു കൂടിയിരുന്ന മാന്യന്മാരെല്ലാം ബഷീർ അവശനായി കിടക്കുമ്പോൾ എവിടെയായിരുന്നുവെന്നാണ്! ഞാനവസാനം പോയപ്പോൾ ആരെയും കണ്ടില്ല.

ബഷീറിന്റെ അവസാനത്തെ മോഹമായിരുന്നു മുറ്റത്തുള്ള മാങ്ഗോസ്റ്റിന്റെ ചുവട്ടിൽ തന്റെ ജഡം സംസ്ക്കരിക്കണമെന്നത്. അതു നടത്തിക്കിട്ടാൻ എൻ. പി. മുഹമ്മദ് വളരെ ശ്രമിച്ചുനോക്കി. കേരളത്തിലെ വിദ്യാഭ്യാസമന്ത്രിയായ മാന്യനോടും അദ്ദേഹം സഹായം അഭ്യർത്ഥിച്ചു. അപ്പോൾ വോട്ടുകണ്ണിൽ മാത്രം തത്പരനായിരുന്ന ആ മനുഷ്യൻ പറഞ്ഞത് "പള്ളിക്കാരുടെ ഹിതം പോലെ കാര്യങ്ങൾ നടക്കട്ടേ" എന്നാണ്. അതിനു പ്രതിബന്ധമായി നിന്നാൽ വരുംകാലബുദ്ധിമുട്ടുകളുടെ ഉത്തരവാദിത്വം എൻ.പി. മുഹമ്മദിനായിരിക്കുമെന്നും പറഞ്ഞുവത്രെ!

സർവ്വഭാഷാകവിസമ്മേളനവും ആർ.ഇ.സി. ക്യാമ്പും

ഇതിനിടയ്ക്ക് മറ്റൊരു കാര്യം നടന്നു. അത് കക്കാടിന്റെ ശ്രമം കൊണ്ടാകാനാണിട; അയാളോടു ചോദിച്ചപ്പോൾ നിഷേധിച്ചെങ്കിലും. റിപ്പബ്ലിക്ക് ദിനത്തോടനുബന്ധിച്ച് ദില്ലിയിൽ വെച്ച് ഒരു സർവ്വഭാഷാകവി സമ്മേളനം നടക്കാറുണ്ട്. അതിന് ഭാരതത്തിലെ എല്ലാ അംഗീകൃത ഭാഷകളിൽ നിന്നും ഓരോ ആളെ തിരഞ്ഞെടുക്കും. 1971ൽ മലയാളത്തിനെ പ്രതിനിധാനം ചെയ്ത് ദില്ലിക്കു പോകാൻ നിയുക്തനായത് ഞാനായിരുന്നു.

നാട്ടിൽ വന്ന സമയത്ത് ഉറൂബ് എന്റെ ഒരു കവിത റിക്കാർഡ് ചെയ്യുകയുണ്ടായി. അത് ഈ ആവശ്യത്തിനാണെന്ന് ഞാൻ അറിഞ്ഞില്ല. കക്കാടാണെങ്കിൽ നേരിയ സൂചനപോലും തന്നതുമില്ല.

ബോംബെയിലെത്തി ഏതാണ്ടൊരുമാസം കഴിഞ്ഞപ്പോൾ എനിക്ക് ബോംബെ ആകാശവാണിയിൽ നിന്നൊരു കത്തുകിട്ടി. അക്കൊല്ലം മലയാളത്തെ പ്രതിനിധാനം ചെയ്യുന്നത് ഞാനാണെന്നും ചെലവുകളെല്ലാം ഇന്ത്യാ ഗവൺമെന്റ് വഹിക്കുന്നതാണെന്നും കവിത റിക്കാർഡ് ചെയ്യാൻ ബോംബെയിലെ ആകാശവാണി സ്റ്റുഡിയോവിലേക്ക് ഇന്ന കവിതയുമായി ഇന്ന ദിവസം ഇന്ന സമയത്ത് ചെല്ലണമെന്നും ആ കത്തിൽ പറഞ്ഞിരുന്നു. മാസങ്ങൾക്കു മുമ്പ് കോഴിക്കോട്ടു നിന്ന് ഉറൂബ് റെക്കോർഡ് ചെയ്ത കവിതതന്നെയായിരുന്നു അത്. അത് നവംബർ മാസാവസാനമായിരുന്നു എന്നാണോർമ്മ. ആകാശവാണിയിൽ എത്തിയ എന്നെ വളരെ മാന്യമായ രീതിയിൽ സ്വീകരിച്ച് കാര്യങ്ങളെല്ലാം പറഞ്ഞു. കിട്ടുന്ന കാശ് കൃത്യം ഇത്രയാണെന്നു ബോദ്ധ്യപ്പെടുത്തുന്നതിലാണ് അവർക്കേറെ ശുഷ്കാന്തി കണ്ടത്; കവിതയിലല്ല.

ഞാൻ ഇന്ത്യൻ എയർലൈൻസിലെ ജോലിക്കാരനായിരുന്നതുകൊണ്ട് ആകാശവാണിക്കാർ ഞങ്ങളുടെ റീജനൽ ഡയറക്ടർക്ക് എഴുതി ലീവും പാസ്സും ഏർപ്പാടാക്കിത്തന്നു. അതുകൊണ്ട് ദില്ലിക്ക് പോവുക എളുപ്പമായി.

ആകാശവാണി എന്നെ മലയാളഭാഷയുടെ പ്രതിനിധിയായി ദില്ലിക്ക് സർവ്വ ഭാഷാകവിസമ്മേളനത്തിൽ പങ്കെടുക്കാനയയ്ക്കുന്നുവെന്നത് ഞങ്ങളുടെ ആപ്പീസിൽ വലിയ ഒച്ചപ്പാടായി. എന്റെ ഡിപ്പാർട്ടുമെന്റിലെ വെള്ളക്കോളറു കാർക്കൊഴിച്ച് ഇന്ത്യൻ എയർലൈൻസിലെ മറ്റെല്ലാവർക്കും ഞാനൊരു ഹീറോയായി. അടുത്ത മാസത്തെ എയർലൈൻസ് മാസികയിലെ അറിയിപ്പ് അവരെയെല്ലാം സാമാന്യത്തിലധികം അദ്ഭുതപ്പെടുത്തി.

ഇതെല്ലാം ഞാനറിഞ്ഞത് എനിക്ക് ഞങ്ങളുടെ പല ആപ്പീസുകളിൽ നിന്നും എഴുത്തുകൾ കിട്ടിത്തുടങ്ങിയപ്പോഴാണ്. ആ ബഹളം ഏതാണ്ട് പിറ്റെ കൊല്ലം ഏപ്രിൽവരെ നീണ്ടുനിന്നു.

എനിക്ക് ദില്ലിയിലെ തണുപ്പിനെക്കുറിച്ച് വേണ്ടത്ര വിവരമുള്ളവനായിരുന്നില്ല. ജനുവരി ഇരുപത്തിരണ്ടാം തീയതി പുറപ്പെടുന്ന എന്റെ വിമാനം സാങ്കേതികമായ ചില കാരണങ്ങളാൽ നാലഞ്ചു മണിക്കൂർ വൈകി രാത്രി പതിനൊന്നരയോടെയാണ് ബോംബെയിൽ നിന്ന് പറന്നുപൊങ്ങിയത്. ഞങ്ങളുടെ ഡെപ്യൂട്ടി ഓപ്പറേഷൻ മാനേജർമാരിലൊരാളായ ക്യാപ്റ്റൻ ഇസിക്കലായിരുന്നു കമാൻഡർ. ചിരപരിചിതനായ അദ്ദേഹം എന്നെ ഗംഭീരമായി സ്വീകരിച്ച് വിമാനത്തിൽ അദ്ദേഹത്തിന്റെ അരികിൽത്തന്നെ ഇരുന്നുകൊള്ളാൻ പറഞ്ഞു.

കാരവെൽ എന്ന ഫ്രഞ്ച് വിമാനമായിരുന്നു അത്. ദില്ലിയിലെത്തുന്നതിന്റെ ഏതാണ്ടര മണിക്കൂർ മുമ്പ് എന്നോട് സ്വന്തം സീറ്റിൽ ചെന്ന് ബെൽറ്റിട്ട് ഇരിക്കാൻ അദ്ദേഹം നിർദ്ദേശിച്ചു. ദില്ലിയിലെ വിസിബിലിറ്റി തീരെ കുറവാണെന്നാണ് അതിന് അദ്ദേഹം പറഞ്ഞ കാരണം.

സമയം രാത്രി രണ്ടുമണിയോടടുത്തു കാണും. വിമാനത്താവളത്തിലെ റൺവേയിലിറങ്ങാൻ നടത്തിയ ആദ്യത്തെ ശ്രമം നേരെയായില്ല. അതുകൊണ്ട് നിലം തൊട്ടെന്ന നിലയിലെത്തിയപ്പോൾ വിമാനം വീണ്ടും പറന്നുപൊങ്ങുകയാണുണ്ടായത്. ഇതെന്നെ നല്ലവണ്ണം ഭയപ്പെടുത്തി.

ഉയരത്തിലെത്തിയ വിമാനം സാധാരണപോലെ പറക്കാൻ തുടങ്ങിയപ്പോൾ ഞാനൊരു എയർഹോസ്റ്റസ്സിനെ വിളിച്ച് കാര്യം തിരക്കി. അവരപ്പോൾ എന്നെ കളിയാക്കുകയാണുണ്ടായത്. അതിപരിചയമുള്ള ആ സ്ത്രീ,“ താനൊരു എയർലൈൻസ് ജോലിക്കാരനായിട്ടും ഇത്ര ഭയമോ?” എന്നു ചോദിക്കുകയും ചെയ്തു.

അരമണിക്കൂർ കൂടി വിമാനം പറന്നിട്ടുണ്ടാകണം. ഒന്നും കാണാനില്ല. ചില ഇടിമിന്നൽ മാത്രം കഷ്ടിച്ചു മനസ്സിലായി.

പുറത്തേക്കു സൂക്ഷിച്ചുനോക്കിക്കൊണ്ടിരുന്ന ഞാൻ, പെട്ടെന്ന് വിമാനം വല്ലാതെ കുലുങ്ങികൊണ്ട് നിലംതൊടാറായപ്പോഴേ അറിഞ്ഞുള്ളൂ. ശക്തിയായി ബ്രേക്ക് ഉപയോഗിച്ചുവെന്നും തോന്നി. ബെൽട്ടിട്ടില്ലായിരുന്നുവെങ്കിൽ ഞാൻ ആ ആഘാതത്തിൽ സീറ്റിൽ നിന്നു തെറിച്ചുപോകുമായിരുന്നു.

ദില്ലിയിലിറങ്ങിയെന്നും, അവിടുത്തെ വിസിബിലിറ്റി വളരെ കുറവാണെന്നും അനൗൺസ്മെന്റ് വന്നു.

വെറും ബുഷ് ഷർട്ട് മാത്രം ഇട്ടിരുന്ന എനിക്ക് വിമാനത്തിൽ നിന്നു പുറത്തിറങ്ങിയപ്പോൾ ദില്ലിയിലെ കൊടുംതണുപ്പ് തികച്ചും അനുഭവപ്പെട്ടു. ചെറുപ്പത്തിന്റെ ഊക്കുകൊണ്ട് മരവിച്ചില്ലെന്നേ ഉള്ളൂ.

ഒരു ടാക്സി പിടിച്ച് ഞാൻ അന്നു ദില്ലിയിലായിരുന്ന ശ്രീകുമാരന്റെ സ്ഥലത്തേക്കു പോയി. വഴിയെനിക്ക് നല്ല പരിചയമുണ്ടായിരുന്നു. ടാക്സിയിൽ കേറി ഗ്ലാസ്സുകളെല്ലാം അടച്ചപ്പോഴേ ജീവൻ വന്നുള്ളൂ.

രണ്ടരയ്ക്ക് കേറിച്ചെന്ന് ബെല്ലടിച്ചപ്പോൾ ചങ്ങാതി വാതിൽ തുറന്നത് ഓവർകോട്ടുകൂടി ഇട്ടിട്ടായിരുന്നു. എന്നെ വെറും ബുഷ് ഷർട്ടുമായി കണ്ട അയാൾ 'താൻ തണുപ്പിനൊന്നും കരുതിയില്ലേ' എന്നു ചോദിച്ചു. സംഗതി മനസ്സിലാക്കിയ അയാൾ എനിക്ക് ആവശ്യമായ വസ്ത്രങ്ങളും കിടക്കുമ്പോൾ പുതയ്ക്കാനുള്ള രജായിയും തന്നു. ശ്രീകുമാരൻ തന്ന സ്വെറ്ററും ഫുൾ ഷർട്ടും കോട്ടുമിട്ട് രജായി പുതച്ചാണ് കിടന്നത്. എന്നിട്ടും തണുപ്പ് ശരീരത്തിൽ തുളഞ്ഞുകയറുന്നതുപോലെ എനിക്കനുഭവപ്പെട്ടു.

പിറ്റേന്നു കാലത്ത് പത്തുമണിക്കാണ് ആകാശവാണിയിൽ ചെല്ലേണ്ടത്. ശ്രീകുമാരൻതന്നെ എന്നെ അയാളുടെ കാറിൽ അവിടെ കൊണ്ടുപോയാക്കി. പത്ത് പത്തരയായപ്പോഴേക്കും പലരും എത്തിത്തുടങ്ങി. അംഗീകൃത ഭാഷകളിൽ നിന്ന് ഓരോരുത്തർ. ഹിന്ദിയിൽ നിന്നു മാത്രം രണ്ടുപേർ. ഒപ്പം സ്റ്റേഷൻ ഡയറക്ടറും ഉദ്യോഗസ്ഥന്മാരും.

ഒരു ഹാളിൽ വലിയൊരു പാത്രം നിറച്ച് ചായയും കടലയും ബിസ്ക്കറ്റും ഉണ്ടായിരുന്നു. എടുത്തുതരാൻ ആരുമില്ല. ഞങ്ങൾ സ്വയം എടുത്ത് ഓരോരുത്തരുടേയും സീറ്റിൽ പോയിരുന്നു. ചായയ്ക്കൊപ്പം വറുത്ത കടല കഴിക്കാമെന്ന് ഞാൻ അതുവരെ ധരിച്ചിരുന്നില്ല.

സ്റ്റേഷൻ ഡയറക്ടർ നല്ല ഹിന്ദിയിൽ ഞങ്ങളെ വിളിച്ചുവരുത്തിയതിന്റെ ഉദ്ദേശ്യം വ്യക്തമാക്കി. ദേശീയോദ്ഗ്രഥനത്തെക്കുറിച്ചാണ് ഞങ്ങളെല്ലാവരും സംസാരിക്കേണ്ടത്. തുടങ്ങിവെച്ചത് ഒരു ഹിന്ദി ഭാഷാ പ്രതിനിധിയായിരുന്നു. പതിനഞ്ചുമിനിട്ട് അയാളെന്തൊക്കെയോ സംസാരിച്ചു. ഞാനതൊന്നും കാര്യമായി ശ്രദ്ധിച്ചില്ല.

സംസ്കൃതക്കാരന്റെ പ്രസ്താവന ഗംഭീരമായിരുന്നു. സംസ്കൃതഭാഷ അവഗണിക്കപ്പെടുന്നതാണ് സകല കുഴപ്പങ്ങൾക്കും അടിസ്ഥാനമെന്ന് യുക്തിയുക്തം സ്ഥാപിക്കുകയായിരുന്നു അദ്ദേഹം. രാമായണഭാരതാദികളുടെ പ്രാധാന്യത്തെക്കുറിച്ച് അദ്ദേഹം സംസാരിച്ചത് എല്ലാവരും ശ്രദ്ധിച്ചതായി തോന്നി. അവയിന്നും ഏറെ വായിക്കപ്പെടുന്നത് മൂലത്തിലൂടെയാണെന്ന് അദ്ദേഹം ചില കണക്കുകൾ ഉദ്ധരിച്ചു സ്ഥാപിക്കാൻ ശ്രമിക്കുകയുണ്ടായി. ചില സംസ്കൃഭാഷാനഭിജ്ഞർക്ക് അതിനോടു പ്രതിഷേധമുണ്ടായിരുന്നു.

എന്റെ ഊഴം വന്നപ്പോൾ ഞാനാദ്യം ചെയ്തത് എന്റെ ഭാഷാനഭിജ്ഞത എല്ലാവരേയും അറിയിക്കുകയാണ്. എനിക്കറിയുന്ന ഹിന്ദിയും ഇംഗ്ലീഷും കലർന്ന ഒരു തരം സങ്കരഭാഷയിലാകും സംസാരിക്കുക എന്ന് പറഞ്ഞപ്പോൾ അത് ധാരാളം മതി എന്ന് സ്റ്റേഷൻ ഡയറക്ടർ ഇടപെട്ട് എന്നെ ഉത്സാഹിപ്പിച്ചു.

എല്ലാ ഉത്തമ ഭാരതീയ ഭാഷാകൃതികളും നാഗരാക്ഷരത്തിൽ അച്ചടിച്ച് വായനക്കാർക്കെത്തിക്കാനാണ് ഗവൺമെന്റ് ശ്രമിക്കേണ്ടതെന്ന് ഞാൻ

പറഞ്ഞു. സംസ്കൃതമെന്ന മഹാനദിയുടെ ഉപനദികളാണ് ഏതാണ്ടെല്ലാ ഇന്ത്യൻ ഭാഷകളും. മേൽസൂചിപ്പിച്ച കാര്യം ഗവൺമെന്റ് ചെയ്താൽ പത്തു പതിനഞ്ചു കൊല്ലത്തിനുള്ളിൽ 'ഭാരതം' എന്ന സങ്കല്പം യാഥാർത്ഥ്യമാകുമെന്നും കൂടി പറഞ്ഞ് ഞാൻ പ്രസംഗം അവസാനിപ്പിച്ചു. എനിക്കാണ് ആദ്യമായി നല്ല കയ്യടികിട്ടിയതെന്നും കൂടി ഞാനോർക്കുന്നു.

അദ്ഭുതമതല്ല. ഞാൻ പറഞ്ഞതിന്റെ ചുരുക്കം ഹിമാചൽപ്രദേശത്തുകാരനായിരുന്ന സ്റ്റേഷൻ ഡയറക്ടർ എല്ലാ പത്രങ്ങൾക്കും ഭംഗിയായി എഴുതിക്കൊടുത്തു. പിറ്റേദിവസം കാലത്ത് ദില്ലിയിലെ മിക്ക പത്രങ്ങളിലും പാലൂരിന്റെ ബഡായി വിസ്തരിച്ചു തന്നെ കൊടുത്തിരുന്നു. തീർച്ചയായിട്ടും അത് എന്റെ തൊപ്പിയിലൊരു തൂവൽ കൂടി ചേർത്തു.

രാത്രി ഏഴരയോടെ മടങ്ങിയെത്തിയ ശ്രീകുമാരനോട് ഞാൻ വിവരങ്ങളെല്ലാം പറഞ്ഞു. തണുപ്പ് അസഹനീയമായിരുന്നു. പിറ്റേദിവസം പോകാൻ പറ്റാതെവന്നാലോ എന്ന് ഭയപ്പെട്ടു. എന്റെ ആശങ്കയെ ശ്രീകുമാരൻ ചിരിച്ചു തള്ളി. ദില്ലിയിൽ ഈ തണുപ്പൊക്കെ സാധാരണമാണെന്ന് അയാൾ സമാധാനിപ്പിക്കുകയും ചെയ്തു.

പിറ്റേദിവസം കൃത്യസമയത്തു തന്നെ ഞാൻ സ്റ്റേഷൻ ഡയറക്ടർ നിർദ്ദേശിച്ച സ്ഥലത്തെത്തി. അവിടെ ചില ഉദ്യോഗസ്ഥന്മാർ ഓരോരുത്തർക്കും ചെക്കു കൊടുക്കുന്ന തിരക്കിലായിരുന്നു. എനിക്കും കിട്ടി ചെക്ക്.

ചില മന്ത്രിമാർ ഉൾപ്പെടെ ഹാൾ നിറയെ ശ്രോതാക്കളുണ്ടായിരുന്നു. സ്വാഗതപ്രസംഗാനന്തരം സംസ്കൃത ഭാഷാ കവിതയാണ് ആദ്യം അവതരിപ്പിച്ചത്. ആദ്യം അനൗൺസർ ഹിന്ദിയിൽ കവിയെക്കുറിച്ചും കവിതയെക്കുക്കുറിച്ചും രണ്ടു വാക്കു പറയും. തുടർന്ന് കവി തന്റെ കവിത വായിക്കുകയും ചെയ്യും.

അനുഷ്ടുപ്പുവൃത്തത്തിലുള്ള എന്റെ കവിത ആകാവുന്നത്ര ഭംഗിയിൽ ഞാൻ വായിച്ചു. അതു മിക്കവർക്കും പിടിച്ചെന്നാണ് തോന്നിയത്. ഉച്ചാരണശുദ്ധിയിലും വൃത്തഭംഗിയിലും ഞാൻ നല്ലവണ്ണം ശ്രദ്ധിച്ചിരുന്നു. അർത്ഥം മനസ്സിലായാലും ഇല്ലെങ്കിലും എന്റെ പ്രകടനം എല്ലാവർക്കും രസിച്ചുവെന്ന് കവിത കഴിഞ്ഞപ്പോഴുണ്ടായ കയ്യടി എന്നെ ബോദ്ധ്യപ്പെടുത്തി.

പിരിയും മുമ്പ് ഞങ്ങൾക്കെല്ലാം പിറ്റേദിവസം റിപ്പബ്ലിക്ക്ദിന പരേഡ് കാണുവാനുള്ള പാസ്സ് തന്നു. ഇതില്ലാതെ വന്നാൽ കയറ്റില്ലെന്നും അതു തരുന്ന ആൾ പ്രത്യേകം പറയുന്നുണ്ടായിരുന്നു.

പിറ്റേന്നു കാലത്ത് എണ്ണ തേച്ചു കുളിക്കാൻ ചെന്ന ഞാൻ വെള്ളം കട്ടിയായി കിടക്കുന്നതു കണ്ട് അദ്ഭുതപ്പെട്ടു. ശ്രീകുമാരനോട് വെള്ളത്തിന്റെ കാര്യം പറഞ്ഞപ്പോൾ പൈപ്പിലെ വെള്ളം ഉരുകിവരാൻ കാലത്തു പത്തുമണിയാകുമെന്നും കാര്യം ശരിയാക്കാമെന്നും പറഞ്ഞ് ഐസ് ചൂടാക്കി വെള്ളമുണ്ടാക്കി എനിക്ക് കുളിക്കാൻ വേണ്ടത് ചെയ്തു. അയാളുടെ അകത്തുള്ളാൾ ആര്യയാണ് ആ പണിയെല്ലം ചെയ്തത്. തണുപ്പുകാലത്താരും എണ്ണ തേക്കാറില്ലെന്നും കുളിതന്നെ പതിവില്ലെന്നുമാണ് അവർ പറഞ്ഞത്!

റിപ്പബ്ലിക്ക്ദിനമായിരുന്നതുകൊണ്ട് ശ്രീകുമാരന്റെ കാറ് എനിക്കു കിട്ടി. ഏഴെട്ടു നാഴിക ദൂരെ പാർക്കുന്ന ഒ.വി. വിജയന്റെ വീട്ടിൽ ഉണ്ടായിരുന്ന

ഒ.വി. ഉഷക്ക് ഞാൻ ബോംബെയിൽ നിന്നു തന്നെ എഴുതിയിരുന്നു. കാണാതെ പോകരുതെന്ന് ഉഷ മറുപടിയും എഴുതിയിരുന്നു.

പത്ത് പത്തരയ്ക്ക് ശ്രീകുമാരന്റെ കാറോടിച്ച് ചെന്ന എന്നെ കണ്ട് ഉഷ അദ്ഭുതപ്പെട്ടു. എല്ലാവരും മോഹിക്കുന്ന പരേഡ് കാണാൻ പോകാതെ പാലൂര് ഉഷയെ കാണാൻ ചെന്നത് അവർക്കു വിശ്വസിക്കാനായില്ല. ഞാൻ മടങ്ങിയിട്ടുണ്ടാകുമെന്നാണ് അവർ കരുതിയിരുന്നത്.

അവിടെ അപ്പോൾ ഉഷയും വിജയന്റെ ഭാര്യയും മകനും ഒരു ജോലിക്കാരിയും മാത്രമേ ഉണ്ടായിരുന്നുള്ളു. "ഞാനൊന്നു കുളിച്ചോട്ടേ" എന്നു പറഞ്ഞുകൊണ്ട് ഉഷ കുളിക്കാനോടി. അപ്പോഴേക്കും വിജയന്റെ ഭാര്യ ചായയും ബിസ്ക്കറ്റും തന്ന് എന്നെ സൽക്കരിച്ചു. ഞാൻ ചെല്ലുമെന്ന് ഉഷ പറഞ്ഞിരുന്നെന്നും കണ്ടതിൽ സന്തോഷമുണ്ടെന്നും അവർ പറഞ്ഞു.

അവർ അക്കാലത്ത് ഏതൊ ഒരു കോളേജിൽ പഠിപ്പിച്ചിരുന്നു. വിജയന്റെ ജോലിയെക്കുറിച്ചൊന്നും എനിക്കറിയില്ല.

ഉഷയുടെ കവിത വായിച്ചും മിനുക്കിയും നേരം പോയത് അറിഞ്ഞില്ല. ഊണിന്റെ കാര്യം ഓർമ്മ വന്നപ്പോഴേക്കും മണി രണ്ടായിരുന്നു. ഉഷ എനിക്കു ഭക്ഷണം ഉണ്ടാക്കിയിരുന്നു. ഞാനാകട്ടെ ശ്രീകുമാരന്റെ വീട്ടിലേക്കു ചെല്ലുമെന്നും പറഞ്ഞിരുന്നു.

ഉണ്ണാൻ വരില്ലെന്ന് ഞാൻ ശ്രീകുമാരനെ അറിയിച്ചു. ഞങ്ങൾ ഊണ് തുടങ്ങിയപ്പോഴേക്കും വിജയനെത്തി. നല്ലവണ്ണം മദ്യപിച്ചിരുന്ന വിജയൻ എന്റെ സ്വഭാവമറിയുന്നതുകൊണ്ട് സംസാരിക്കാതെ മറുഭാഗത്തേക്ക് മടങ്ങി.

ഭക്ഷണത്തിനു ശേഷം നാലു മണിവരെ ഞങ്ങൾ സംസാരിച്ചിരുന്നു. പുരുഷോത്തമന്റെ ജ്യേഷ്ഠൻ ഭാസ്ക്കരൻ നെടുങ്ങാടിയെ കാണാൻ പോകാനുള്ളതുകൊണ്ട് യാത്ര പറഞ്ഞിറങ്ങി. വിജയനെ കണ്ട് യാത്ര പറയേണ്ടെന്നും വെച്ചു.

ഭാസ്ക്കരൻ നെടുങ്ങാടിയുടെ വീട്ടിൽ ചെന്ന് സന്ധ്യയാകുംവരെ പല വർത്തമാനങ്ങളും പറഞ്ഞിരുന്നു. ഇംപോർട്ട് കൺട്രോളറായി ജോലിചെയ്തിരുന്ന അദ്ദേഹത്തെ എനിക്ക് കൊല്ലങ്ങളായി പരിചയമുണ്ടായിരുന്നു. വലിയ കഥകളി ഭ്രാന്തനായിരുന്ന അദ്ദേഹം റിട്ടയർ ചെയ്ത് കോഴിക്കോട്ട് താമസമാക്കിയശേഷവും ധാരാളം കാണാറുണ്ട്. അദ്ദേഹത്തിന്റെ സഹധർമ്മിണി വെട്ടത്തെ രാധേട്ടത്തിയാണ്.

അവസാനകാലത്ത് അദ്ദേഹത്തിന്റെ കഷ്ടകാലത്തിന് കണ്ണ് ഓപ്പറേഷൻ നടത്തിയത് വെറുതെയായി. അതോടെ നിഴൽപോലെ എന്തോ കണ്ടിരുന്നത് പോലും ഇല്ലാതായി. വായിക്കാനോ സുഹൃത്തുക്കളെ കാണാനോ കഴിയാതെ പിന്നെയും അദ്ദേഹം കുറച്ചുകൊല്ലം ജീവിച്ചു. മരിക്കുന്നതിന്റെ ഒരു മാസം മുമ്പുപോലും ഞാനദ്ദേഹത്തെ പോയി കണ്ടിരുന്നു. വളരെ ദുഃഖിതനായിരുന്നു ഉള്ളുകൊണ്ടെങ്കിലും മറ്റുള്ളവരുടെ മുമ്പിൽ ഉത്സാഹവാനായിട്ടാണ് പ്രത്യക്ഷപ്പെട്ടിരുന്നത്. എന്നാലെന്നോടുള്ള വാത്സല്യം നിമിത്തം അത്തരം നാട്യങ്ങളൊന്നും എന്റെ മുമ്പിൽ കാട്ടിയിരുന്നില്ല.

പുരുഷോത്തമന്റെ ഏട്ടനെന്ന നിലയിലാണ് ഞാനദ്ദേഹമായി പരിചയപ്പെട്ടതെങ്കിലും ഞങ്ങൾ തമ്മിൽ പൂർവ്വജന്മങ്ങളിൽ ബന്ധമുണ്ടായിരിക്കണം.

'ഭാവസ്ഥിരാണി ജനനാന്തര സൗഹൃദാനി' എന്നാണല്ലോ കാളിദാസൻ പറയുന്നത്.

പിറ്റേദിവസം ഉച്ചതിരിഞ്ഞ് ഞാൻ മടങ്ങി. വഴിക്ക് വലിയൊരു തമാശയുണ്ടായി. അല്പം ഉറക്കഭ്രാന്തിലായിരുന്ന എന്നോട് എയർഹോസ്റ്റസ് വന്ന് ചോദിച്ചപ്പോൾ ഞാനെന്താണു പറഞ്ഞതെന്ന് നല്ല ഓർമ്മയില്ല. മിസ്സ് പരേര എന്ന ആ സുന്ദരി എനിക്ക് പച്ചക്കറി ഭക്ഷണമല്ല നൽകിയത്. ചൂടുള്ള ഭക്ഷണത്തിന്റെ കവർ തുറന്ന് ഞാനൊരു വലിയ സാധനം എടുത്ത് വായിലിട്ടു. ഉടൻതന്നെ ഛർദ്ദിക്കുകയും ചെയ്തു.

കാര്യം കുഴപ്പമായി. താമസിയാതെ മിസ്സ് പരേര എന്നെ ശുശ്രൂഷിക്കാനെത്തി. എന്നാൽ ഞാനവരോട് ദില്ലിയിലെ സുഹൃത്തിന്റെ വീട്ടിൽ നിന്ന് ഭക്ഷിച്ചത് ഉണ്ടാക്കിയ അപകടമാണെന്നേ പറഞ്ഞുള്ളു. വെജിറ്റേറിയൻ ഭക്ഷണമായിരുന്നു ഞാൻ ആവശ്യപ്പെട്ടത്. അത് അവർ ശ്രദ്ധിക്കാഞ്ഞിട്ടാണെന്നു പറഞ്ഞാൽ കാര്യം അപകടമാകും. കമാൻഡർ വിളിച്ചു ചോദിക്കലും റിപ്പോർട്ട് ചെയ്യലും വിശദീകരണം ചോദിക്കലും മറ്റുമായി ആകെ ബഹളമാകുമെന്ന് എനിക്കറിയാമായിരുന്നു.

കേരളസാഹിത്യ സമിതിയുടെ ആറേഴു ക്യാമ്പുകൾക്ക് ഞാനിതിനിടയിൽ പോകുകയുണ്ടായി. എന്നാലതിലെല്ലാം വെച്ച് എന്നെ പ്രസിദ്ധനാക്കിയത് കോഴിക്കോട്ടെ ആർ.ഇ.സി.യിൽ വെച്ചുണ്ടായ ക്യാമ്പാണ്. എല്ലാ ക്യാമ്പിലും പങ്കെടുക്കാൻ കക്കാടിന്റെ കാരുണ്യംകൊണ്ട് എനിക്ക് ലീവും ഫ്രീപാസ്സും കിട്ടിയിരുന്നു.

ആർ.ഇ.സി.യിൽ വെച്ചുണ്ടായ ക്യാമ്പിന് ഞാൻ പോയതുതന്നെ കക്കാടൊന്നിച്ചാണ്. അവിടെ എഞ്ചിനീയറിങ് കോളേജിൽ എന്റെ ഭാര്യയുടെ തൊട്ടയൽപക്കത്തുള്ള കിഴക്കേപ്പാട്ടുവാരിയത്തെ രണ്ടു ചെറുപ്പക്കാർ പഠിച്ചിരുന്നു. താമസം ഹോസ്റ്റലിൽ.

കിഴക്കേപ്പാട്ടുകാർ പാലൂര് ക്യാമ്പിനു ചെല്ലുന്നതിനെക്കുറിച്ച് കാലേകൂട്ടിത്തന്നെ സുഹൃത്തുക്കളെ അറിയിച്ചിരുന്നു. അവർ ധാരാളം കാശുള്ള കൂട്ടരും എനിക്കുവേണ്ടി എന്തു ത്യാഗവും ചെയ്യാൻ ഒരുക്കമുള്ളവരുമായിരുന്നു. വിദ്യാർത്ഥികളായ അവരുടെ സഹായം എനിക്ക് ആവശ്യമില്ലായിരുന്നിട്ടും ഒരു ദിവസം ഭക്ഷണത്തിന് അവരൊന്നിച്ച് പോകേണ്ടി വന്നു.

രണ്ടാമത്തെ ദിവസം പാതിരയോടെ ഞാൻ 'തീർത്ഥയാത്ര' എന്ന എന്റെ കവിത വായിച്ചു. അന്തരീക്ഷത്തിലാകെ കവിത നിറഞ്ഞിരുന്നതുകൊണ്ട് പിന്നീടുണ്ടായിരുന്ന പരിപാടികളെല്ലാം എം.ആർ.സി. വേണ്ടെന്നു പറഞ്ഞ് നിർത്തിച്ചു. അതിനു കാരണം പറഞ്ഞത് പാലൂരിന്റെ 'തീർത്ഥയാത്ര' വായിച്ച അന്തരീക്ഷത്തിൽ ഇനി എന്തു നടത്തിയാലും നന്നാകില്ലെന്നാണ്.

രാത്രി കക്കാടിന്റെ ചാരത്താണ് ഞാൻ കിടന്നത്. അയാളെന്നെ 'താനിത്തിരി കേമനായല്ലോ' എന്ന് അഭിനന്ദിച്ചു. എന്നാൽ ഞാൻ നിലമറന്നു പെരുമാറിയില്ല. കൂടുതൽ വിനയവും വിവേകവും കാണിക്കുകയാണ് ചെയ്തത്.

അവസാനദിവസം ഉച്ചഭക്ഷണശേഷം മിക്ക കവികളും കവിത വായിച്ചു. ഞാൻ 'മർലിൻ മൺറോ' എന്ന കവിതയാണ് വായിച്ചത്. അതിനുശേഷം നാലഞ്ചു സുഹൃത്തുക്കൾ ക്യാമ്പനുഭവങ്ങളെക്കുറിച്ച് സംസാരിച്ചു. എല്ലാവരിലും സംതൃപ്തിയാണ് കണ്ടത്.

നേരം വൈകിയതുകൊണ്ട് ചിലരവിടെത്തന്നെ അന്നു കൂടിയതേയുള്ളു. പലരും നാലുമണിക്കുമുമ്പ് പിരിഞ്ഞു. പോയവരുടെ കൂട്ടത്തിൽ എൻ.വി.യും പെടും. എൻ.വി.യൊന്നിച്ച് മടങ്ങിയ പി.ഏ. വിജ്ഞാനകൈരളിയിൽ പ്രസിദ്ധീകരിക്കാനാണെന്നു പറഞ്ഞ് എന്റെ കവിത വാങ്ങി.

പിറ്റേന്നു കാലത്ത് കുളിയും പ്രാതലും കഴിഞ്ഞ് മാധവൻ അയ്യപ്പത്തും കക്കാടും ഞാനും കൂടി എം.ടി വാസുദേവൻനായരെ കാണാൻ പോയി. പതിനൊന്നു മണിയോടെ അയാളുടെ വീട്ടിലെത്തിയ ഞങ്ങളോട് ഇവിടെ കുടിക്കാൻ തരാനൊന്നുമില്ലെന്നും വിസ്ക്കി വേണ്ടവർക്ക് അത് തരാമെന്നും എം.ടി. പറഞ്ഞു. എന്നേക്കാൾ കൃത്യം ഒരു വയസ്സ് കുറയുന്ന എം.ടി. ഒരു ഫലിതം പറഞ്ഞതാകാം എന്നേ ഞാൻ കരുതിയുള്ളു. പുറത്തിറങ്ങിയശേഷം കക്കാടാണ് എം.ടി. വലിയ കുടിയനായി മാറിയ കഥ പറഞ്ഞത്.

കക്കാടിന്റെ വീട്ടിൽ പോയി ഞങ്ങൾ ഭക്ഷണം കഴിച്ചു. മാധവൻ അയ്യപ്പത്ത് പോകാൻ തിടുക്കം കൂട്ടി. എനിക്ക് കോഴിക്കോട്ട് പലരേയും കാണാനുണ്ടായിരുന്നതുകൊണ്ട് കക്കാടിന്റെ വീട്ടിൽ കൂടിയതേ ഉള്ളൂ. ഒന്നു രണ്ടു ദിവസം കഴിഞ്ഞിട്ടേ ഞാൻ മടങ്ങിയുള്ളു.

അടുത്തൊരു ദിവസം തിരുവനന്തപുരത്തുപോയ ഞാൻ എൻ.വി.യെ കാണാൻ ചെന്നപ്പോൾ അദ്ദേഹം ഇൻസ്റ്റിറ്റ്യൂട്ടിൽവെച്ച് എനിക്കൊരു സ്വീകരണം തന്നു. പിന്നീട് കുമാരനാശാന്റെ പ്രതിമ നിൽക്കുന്ന സ്ഥലത്തുവെച്ച് ഒരു കവിസമ്മേളനമുണ്ടായി. കടമ്മനിട്ടയും അയ്യപ്പപ്പണിക്കരും വിഷ്ണുവുമൊക്കെയുണ്ടായിരുന്നു. എൻ.വിയും ഒരു കവിത വായിച്ചു.

മടങ്ങി എറണാകുളത്തെത്തിയ ഞാൻ ജിയുടെ വീട്ടിലേക്കാണ് പോയത്. പിറ്റേന്നു ബോംബെയ്ക്ക് മടങ്ങുമെന്നുള്ളതുകൊണ്ട് അതൊരു ഒഴിച്ചുനിർത്താൻ വയ്യാത്ത പരിപാടിയായിരുന്നു.

സകലവിവരവും ജിയുടെ മുമ്പിൽ കെട്ടഴിച്ച ഞാൻ പല കവിതകളും അദ്ദേഹത്തിനെ വായിച്ചു കേൾപ്പിച്ച് അഭിപ്രായം തേടുകയുണ്ടായി. വലിയ ഒരു കാരണവരെപ്പോലെ നല്ലവണ്ണം വിമർശിച്ചിരുന്നുവെങ്കിലും എന്നെ അദ്ദേഹത്തിന് അസാധാരണമായ സ്നേഹമായിരുന്നു. ഇത് വൈലോപ്പിള്ളിയ്ക്ക് തീരെ രസിച്ചിട്ടില്ല. വൈലോപ്പിള്ളി എന്നോടും ഞാനദ്ദേഹത്തോടും തുല്യനിലയിലായിരുന്നു പെരുമാറിയിരുന്നത്. ജിയുടെ സാന്നിദ്ധ്യത്തിൽ ഞാൻ വിനീതനും നാട്ടുകാരനായ നാടൻ നമ്പൂതിരിയുമായിരുന്നു. അതിനുള്ള കാരണം എന്റെ അമ്മയുടെ ജന്മഗൃഹം നായത്തോട്ടായിരുന്നുവെന്നതു മാത്രമല്ല. മഹാകവി ജി ഒരു കാര്യത്തിലും അല്പത്തം കാട്ടിയിട്ടില്ല. വൈലോപ്പിള്ളി വെറും സാധാരണക്കാരേക്കാൾ മോശമായിട്ടും ചിലപ്പോൾ പെരുമാറാറുണ്ട്.

ബോംബെയിൽ മടങ്ങിയെത്തി സാധാരണ നിലയിൽ ദിവസങ്ങൾ നീങ്ങിക്കൊണ്ടിരിക്കെ കെ.പി. ശങ്കരൻ എഴുതിയ ഒരു ലേഖനം എന്റെ ശ്രദ്ധയിൽ പെട്ടു. മാതൃഭൂമി ആഴ്ചപ്പതിപ്പിൽ പ്രസിദ്ധം ചെയ്ത ആ വലിയ ലേഖനം ആർ.ഇ.സിയിലെ ക്യാമ്പിനെക്കുറിച്ചായിരുന്നു. എന്നെക്കുറിച്ച് ആ ലേഖനത്തിൽ ശങ്കരൻ വളരെ പറഞ്ഞിട്ടുണ്ട്. ക്യാമ്പിനെക്കുറിച്ചായിരുന്നു ലേഖനമെങ്കിലും ഞാനായിരുന്നു അതിൽ നിറഞ്ഞുനിന്നിരുന്നത്. ഇതെന്നെ വളരെ പ്രസിദ്ധനാക്കിയെന്ന് തോന്നുന്നു. ഞങ്ങളുടെ മാസികയാണെങ്കിൽ പതിവുപോലെ അക്കൊല്ലവും ഞാൻ ക്യാമ്പിന് പോയ കഥകളും ചിത്രവും കൊടുത്തിരുന്നു.

ഉദ്യോഗ വിശേഷങ്ങൾ

ആനയെ വാങ്ങിയപ്പോൾ തോട്ടിവാങ്ങാൻ മറന്ന ഒരു കഥ അക്കാലത്ത് ഞങ്ങളുടെ കമ്പനിയിലുണ്ടായി. എയർബസ് എന്ന വലിയ വിമാനം ഇന്ത്യൻ എയർലൈൻസ് വാങ്ങി. എന്നാലതിനാവശ്യമായ സാധാരണ കാര്യങ്ങൾ കൂടി കമ്പനി മറന്നുപോയി.

മുന്നൂറോളം യാത്രക്കാരെ കേറ്റാവുന്നതായിരുന്നു വിമാനം. അതിനുപുറമേ എട്ടുകാറും 14 ടൺ കാർഗോയും യാത്രക്കാരുടെ കൂടുതലുള്ള ബാഗുകളും എല്ലാം ആ വിമാനത്തിൽ കേറ്റാമായിരുന്നു. സകല പണികളും മെക്കനൈസ് ചെയ്ത വിമാനത്തിന് മനുഷ്യശക്തികൊണ്ട് ചെയ്യാവുന്ന പണികളില്ലെന്നു തന്നെ പറയാം. എന്നാലാ വിവരം കമ്പനി ശരിക്കും ഉപ്പിലിട്ടു.

ഒരു ദിവസം ഫ്രാൻസിൽ നിന്ന് എയർബസ്സ് എത്തി. അപ്പോഴാണ് വിമാനത്തിന് കോണിവെയ്ക്കാൻ പോലും ആർക്കുമറിയില്ലെന്ന് ബോധ്യമായത്. അത്യാവശ്യം വേണ്ട ചില സാധനങ്ങൾ വിമാനത്തിൽ തന്നെ കൊണ്ടുവന്നിരുന്നു. എന്നാലത് ഓപ്പറേറ്റ് ചെയ്യാനറിയുന്നവർ ആരുമില്ല!

ഒടുക്കം ട്രാൻസ്പോർട്ട് ഡിപ്പാർട്ടുമെന്റിലെ ഡ്രൈവർമാരായ ഞങ്ങളെ വിളിച്ച് എന്തെങ്കിലും ചെയ്യാൻ പറ്റുമോ എന്നു നോക്കാൻ കമ്പനി ഏല്പിച്ചു.

ട്രാൻസ്പ്പോർട്ടിൽ നിന്ന് ഞങ്ങൾ പത്തുമുപ്പതുപേരെ എഞ്ചിനീയറിങ് ഡിപ്പാർട്ടുമെന്റിലേക്ക് പറിച്ചുനട്ടു.

ഉപകരണങ്ങളെല്ലാം ഫ്രഞ്ചുകാരുണ്ടാക്കുന്നതാകകൊണ്ട് നിർദ്ദേശങ്ങളും ഫ്രഞ്ചുഭാഷയിലായിരുന്നു. അത് ഇംഗ്ലീഷിലേക്ക് തർജ്ജമ ചെയ്തു കിട്ടണമെന്ന് ഞങ്ങളിൽ ചിലർ ആവശ്യപ്പെട്ടു. ഇംഗ്ലീഷിലുള്ള നിർദ്ദേശങ്ങൾ വെച്ച് ഒരു വിധത്തിൽ സംഗതി ശരിയാക്കാൻ ഞങ്ങൾക്കു കഴിഞ്ഞു.

ആ വലിയ വിമാനം തള്ളിക്കൊണ്ടുപോവുക ഒരു തലവേദനയായിരുന്നു. ഞാൻ ഒന്നുരണ്ടാഴ്ചകൊണ്ട് ആ വിദ്യ പഠിയ്ക്കുകയും അതിലൊരു വിദഗ്ദ്ധനാവുകയും ചെയ്തു. ഇലക്ട്രിസിറ്റിയും കമ്പ്യൂട്ടറും ഇലക്ട്രോണിക്സും കൂടിക്കലർന്ന ഒരു സാധനമായിരുന്നു വിമാനം തള്ളിക്കൊണ്ടുപോകാനുള്ള സ്ക്കോഫ്. ഏതാണ്ടൊരു കോടിയുറുപ്പിക വില വരുന്നതായിരുന്നു ആ മെഷിൻ. മൂന്നാമത്തെ എയർബസ്സ് എത്തിയപ്പോഴേക്കും ഞങ്ങൾ ഇക്കാര്യത്തിൽ സാമാന്യം വേണ്ട പണികളെല്ലാം പഠിച്ചു പരിചയമുള്ളവരായി കഴിഞ്ഞിരുന്നു.

പിറ്റെമാസം ശമ്പളം കിട്ടിയപ്പോൾ ഞങ്ങൾ അദ്ഭുതപ്പെട്ടു. ഞങ്ങളിൽ സുമാർ നാല്പതുപേരെ എഞ്ചിനീയറിങ് ഡിപ്പാർട്ടുമെന്റിലാക്കിയിരുന്നു. എല്ലാവരും ടെക്നിക്കൽ സ്റ്റാഫായി. ശമ്പളമാണെങ്കിൽ ഏതാണ്ടിരട്ടിയും. എല്ലാത്തിനും പുറമെ ഡ്രൈവർ എന്ന പേര് പോയി. പകരം 'ഓപ്പറേറ്റർ'മാരായി. ഐ.ടി.ഐയിൽ നിന്ന് മെക്കാനിക്കൽ എഞ്ചിനീയറിങ്ങിന്റെ ഡിപ്ലോമ എടുത്ത കുട്ടികൾ ചെയ്യേണ്ട പണിയായിരുന്നു ഞങ്ങൾ എടുത്തിരുന്നത്.

ഞങ്ങൾക്കുവേണ്ടി ഒരു ഡിപ്പാർട്ടുമെന്റ് തന്നെ തുറന്നു. ട്രാൻസ്പോർട്ടിലെ ചില പ്രമാണിമാർ അതിന്റെ തലപ്പത്തും കയറി. എന്നാൽ പല

കേമന്മാരേക്കാളും ഭേദം പാലൂരും പരിവാരങ്ങളുമായിരുന്നു. നേരത്തെ വർക്ക്ഷോപ്പിൽ നിന്ന് കാറിന്റെ പണി പഠിച്ചത് എനിക്ക് സാമാന്യത്തിലധികം ഉപയോഗപ്പെട്ടു.

ഞങ്ങൾക്ക് ഷിഫ്റ്റ് സമ്പ്രദായമായി പണി. മോണിങ്ങും ആഫ്റ്റർ നൂണും നൈറ്റും ഈരണ്ട്. പിന്നെ രണ്ട് ഓഫും. എന്നാൽ ഓവർ ടൈമിനു നിൽക്കാതെ പറ്റില്ലെന്നതായി നില. പ്രത്യേകിച്ചും വിമാനം തള്ളിക്കൊണ്ടുപോവുകയും കെട്ടിവലിക്കുകയും ചെയ്യുന്ന ഓപ്പറേറ്റർമാർക്ക്.

ചിലപ്പോൾ ചിലർ മൂന്ന് ഷിഫ്റ്റുവരെ ഒ.ടി. ചെയ്യും. ഞാൻ രണ്ട് ഷിഫ്റ്റിലധികം ഒ.ടി. ചെയ്യാൻ കൂട്ടാക്കാറില്ല. എന്നിട്ടും അപൂർവ്വം സന്ദർഭങ്ങളിൽ മൂന്നാമത്തെ ഷിഫ്റ്റും ചെയ്യേണ്ടി വന്നിട്ടുണ്ട്. ആളു വേണ്ടിടത്ത് ആളില്ലാതെ പറ്റില്ലല്ലോ.

എല്ലാ മാസവും പത്താം തീയതി കിട്ടുന്ന ഓവർടൈം അലവൻസ് ചിലർക്കെങ്കിലും ശമ്പളത്തിനേക്കാൾ വലിയ സംഖ്യയാകാറുണ്ട്. ഇത്തരം കാര്യങ്ങളിലെല്ലാം കമ്പനിയുടെ നിലപാട് വളരെ ഉദാരമായിരുന്നു.

എന്റെ പണി മിക്കവാറും മെയിന്റനൻസിൽ തന്നെയായിരുന്നു. ദുർലഭം ചിലപ്പോൾ ഗ്രൗണ്ടിലും ഉണ്ടായിട്ടുണ്ട്. ആളില്ലാതെ വരുമ്പോൾ ഓവർടൈം ആയിട്ടാണ് അതധികവും പതിവ്.

രാത്രിയാണ് ഞങ്ങൾക്ക് പണി കൂടുതൽ. മിക്ക വിമാനങ്ങളും രാത്രി പന്ത്രണ്ടരയോടെ ബോംബെയിലെത്തും. പിറ്റേദിവസം കാലത്ത് അഞ്ചുമണിക്കു മുമ്പ് കേടുപാടുകൾ തീർത്ത് സർവ്വീസിന് തയ്യാറാക്കി കൊണ്ടുപോയി പാർക്കു ചെയ്യണം. പല വിമാനങ്ങളും ഹാംങ്ങറിലേക്ക് കൊണ്ടുപോകേണ്ടിവരും. കൊണ്ടുപോയവയെല്ലാം തിരിച്ച് ഗ്രൗണ്ടിൽ കൊണ്ടുവന്ന് പാർക്കുചെയ്യുകയും വേണം.

പലതിനും റണ്ണപ്പ് വേണ്ടിവരും. ചിലതിന് മണിക്കൂറുകൾ നീണ്ടു നിൽക്കുന്ന പണികൾ തന്നെ ഉണ്ടാകും. രാത്രി ഷിഫ്റ്റ് ഞങ്ങൾക്കൊരു മൽപിടുത്തമാണ്. എഞ്ചിനീയർമാർ തുടങ്ങി സ്വീപ്പർമാർ വരെ രാത്രി ഷിഫ്റ്റിൽ ഒറ്റക്കെട്ടായി ജോലിചെയ്യും.

രാത്രി 11.30 മുതൽ 12 മണിവരെയും മൂന്നു മുതൽ മൂന്നരവരെയും ബ്രേക്ക് ടൈമാണ്. ആ സമയത്ത് വലിയവനെന്നോ ചെറിയവനെന്നോ ഭേദം കൂടാതെ എല്ലാവരും ഒന്നിച്ചിരുന്നാവും സ്റ്റാഫ് കാന്റീനിൽ തീറ്റയും കുടിയും.

വെളുപ്പാൻ കാലത്ത് ആവിപറക്കുന്ന പൂരിയും ബാജിയും കിട്ടും. ചില ആഴ്ചകളിൽ ബാജിയ്ക്കു പകരം കടലയാകും. മറ്റു ചില ദിവസങ്ങളിൽ പച്ചക്കറിയാകും. ഇനിയും ചില ദിവസങ്ങളിൽ ചെറുപയറാകും. രാത്രികാലത്ത് തൊണ്ണൂറു ശതമാനം പേരും വെജിറ്റേറിയനാണ് കഴിയ്ക്കാറ്.

ഒന്നാംതരം ചായ! അതൊന്ന് പ്രത്യേകം പറയേണ്ടതാണ്. പുറത്ത് ഒരു രൂപ കൊടുത്താൽപോലും കിട്ടാത്ത ചായയാണ് കമ്പനി വെറും 5 പൈസയ്ക്കു തരുന്നത്. ഭക്ഷണകാര്യത്തിലുള്ള ജെ.ആർ.ഡി. ടാറ്റയുടെ നിഷ്കർഷ പ്രശംസനീയമാണ്.

ഒരിക്കൽ വെളുപ്പിന് ഒരാൾക്ക് വേവിച്ച മുട്ട ചോദിച്ചിട്ടു കിട്ടിയില്ല. ഉണ്ടാക്കിയത് കഴിഞ്ഞിരുന്നു. വെറും മെക്കാനിക്കായിരുന്ന ആ വിദ്വാൻ സംഗതി

റിപ്പോർട്ട് ചെയ്തു. സ്വാഭാവികമായും അയാളുടെ പരാതി ഡിപ്പാർട്ടുമെന്റുകൾ വഴി ജെ.ആർ.ഡിയുടെ കയ്യിൽ എത്തി. ഫലം മുട്ട വേവിച്ചത് കഴിഞ്ഞുവെന്നു പറഞ്ഞവന് ഒരു ദിവസത്തെ സസ്പെൻഷനായിരുന്നു. ഇല്ലെന്നോ കഴിഞ്ഞെന്നോ പറയാനുള്ള അധികാരം ജെ.ആർ.ഡിയ്ക്കാണെന്നും മെനുവനുസരിച്ചുള്ള സാധനങ്ങൾ സ്റ്റാഫിന് കൊടുത്തേ പറ്റൂ എന്നും കാണിച്ച് ഒരു സർക്കുലറും ഒപ്പം വന്നു.

എനിക്ക് പല തവണ ജെ.ആർ.ഡിയെ കാണാൻ അവസരമുണ്ടായിട്ടുണ്ട്. അതധികവും ട്രാൻസ്പ്പോർട്ടിലായിരുന്ന കാലത്താണ്. അവിടെനിന്ന് മെയിന്റനൻസിലേക്ക് മാറ്റമായത് പതിനാറുകൊല്ലം കഴിഞ്ഞപ്പോളാണ്. വിനയശീലനും സ്നേഹമുള്ളവനുമായിരുന്നു ജെ.ആർ.ഡി. 'മക്കളേ'യെന്നാണ് ഏതാണ്ടെല്ലാവരേയും സംബോധനചെയ്യുക. കൊലകൊമ്പന്മാർക്കൊക്കെ അദ്ദേഹത്തെ ഭയമായിരുന്നു. സാധാരണക്കാരിൽ സാധാരണക്കാരനായ ആ ഭരണാധിപൻ എപ്പോൾ എവിടെയാണ് വന്നുപൊങ്ങുകയെന്ന് എല്ലാവർക്കും നല്ല പേടിയുണ്ടായിരുന്നു.

ആയിരത്തിത്തൊള്ളായിരത്തി അമ്പത്തിമൂന്നിലാണ് എയർലൈൻസ് നാഷണലൈസ് ചെയ്തത്. അതുവരേയും ടാറ്റയുടെ വകയായിരുന്നു എയർ ഇന്ത്യ. അക്കാലത്ത് കറാച്ചിയിൽ നിന്ന് ബോംബെക്ക് വിമാനം പറപ്പിച്ച മഹാനായിരുന്നു ജെ.ആർ.ഡി. ഇന്നും ആ വിമാനം ഹാങ്ങറിൽ സൂക്ഷിച്ചിട്ടുണ്ടെന്നാണ് എന്റെ അറിവ്.

707 എന്ന വിമാനം ആദ്യമായെത്തിയ സമയം. എഞ്ചിനീയർമാർ എന്തോ ചില അലവൻസിന്റെ പേരിൽ നിസ്സഹകരണം നടത്തി. വിമാനം വന്ന് ഗ്രൗണ്ടിൽ പാർക്കുചെയ്തപ്പോൾ അതിന്റെ വാതിൽ തുറക്കാനോ ഗ്രൗണ്ട് പവർ കൊടുക്കാനോ ആരും ചെന്നില്ല. എഞ്ചിൻ ഓഫ് ചെയ്യാതെ പൈലറ്റ് ആളുകൾ എത്താൻവേണ്ടി കാത്തുനിൽക്കുകയായിരുന്നു. പല വി.ഐ.പികളും സന്നിഹിതരായിരുന്നു. ജെ.ആർ.ഡിയും ഉണ്ടായിരുന്നു അവിടെ.

കുഴപ്പം മണത്തറിഞ്ഞ് ജെ.ആർ.ഡി. സംഗതിയെന്തെന്ന് തന്റെ സെക്രട്ടറിയോട് ചോദിച്ചു. വിവരം മനസ്സിലായ ഉടൻ തന്നെ അദ്ദേഹം 'മക്കളെ, പണി നോക്കുക. നിങ്ങളുടെ കാര്യം നോക്കാൻ ഞാനില്ലേ' എന്നു പറഞ്ഞുകൊണ്ട് വിമാനത്തിന്റെ ചാരത്തേക്ക് നടന്നുചെന്നു. ഒരൊറ്റ നിമിഷംകൊണ്ട് സകലരും അവരവരുടെ ജോലിക്ക് ഓടിയെത്തി. അവരാവശ്യപ്പെട്ടതിന്റെ ഇരട്ടിയിലധികം അലവൻസ് ഓരാഴ്ചയ്ക്കകം ജെ.ആർ.ഡി. അനുവദിച്ചുവെന്നാണ് പിന്നീട് ഞാൻ അറിഞ്ഞത്.

ഗ്രൗണ്ട് സപ്പോർട്ട് ഡിവിഷൻ എന്നുപേരായി ചീഫ് എഞ്ചിനീയറുടെ കീഴിൽ ഒരു ഡിപ്പാർട്ടുമെന്റും വർക്ക്ഷോപ്പും ഒരുപാട് സ്റ്റാഫും തുടർന്നുണ്ടായി. മുപ്പത്തിരണ്ടു തരം ഉപകരണങ്ങളാണ് ഞങ്ങൾക്ക് ഓപ്പറേറ്റ് ചെയ്യേണ്ടിയിരുന്നത്. ഞങ്ങൾ കേടുപാടു തീർക്കാൻ കൊണ്ടുചെല്ലുന്ന ഉപകരണങ്ങൾ രണ്ടു മണിക്കൂറിനുശേഷം ഒ.കെ എന്നെഴുതി മടങ്ങി എത്തും. ഇക്കണ്ട ആളുകളെല്ലാം ഉണ്ടായിട്ടും ഒരു പണിയും നേരെ നടന്നിരുന്നില്ല. ഇത് പല കുഴപ്പങ്ങൾക്കും ഇടവരുത്തി. അത്തരത്തിലുണ്ടായ ഒരു കാര്യം മാത്രം ഞാൻ രേഖപ്പെടുത്താം.

ഒരു ദിവസം ഞാൻ പണിയെടുത്തിരുന്ന ഉപകരണത്തിന്റെ കേടു നിമിത്തം വിമാനം അരമണിക്കൂറിലധികം വൈകി. വിമാനം വൈകുക എയർലൈൻസിലെ വലിയ സംഭവമാണ്. നിവൃത്തിയുള്ള പക്ഷം അതാരും രേഖപ്പെടുത്തുകയില്ല.

ഇലക്ട്രിസിറ്റിയുടെ ഷോട്ട് സർക്യീറ്റ് കൊണ്ടുണ്ടായതാണ് കുഴപ്പമെന്നും, തുടർച്ചയായി വർക്കുചെയ്തിരുന്ന എഞ്ചിൻ ചൂടായതാണ് അതിനു കാരണ മെന്നും ഞാനെഴുതിക്കൊടുത്തു.

പിറ്റേദിവസം ഒരു മെക്കാനിക്ക് ആ മിഷ്യൻ ഓപ്പറേറ്റ് ചെയ്തുനോക്കിയ പ്പോൾ എല്ലാം നോർമലായിട്ടാണ് കണ്ടത്. അയാളൊന്നും ഓർക്കാതെ മിഷ്യൻ ശരിയാണെന്ന് എഴുതി ഒപ്പിട്ട് കേടുപാടുകൾ തീർത്ത് പാർക്കു ചെയ്യുന്ന സ്ഥലത്ത് കൊണ്ടുപോയിട്ടു.

എന്നുമുള്ള ഡിലേമീറ്റിങ്ങിൽ ഡിപ്പാർട്ടുമെന്റുകളുടെ എല്ലാ തലവന്മാരും പങ്കെടുക്കും. ഈ വിഷയം ആലോചനയ്ക്കു വന്നു.

ഏതാണ്ടൊരാഴ്ച കഴിഞ്ഞപ്പോൾ എന്നോട് വിശദീകരണം ആവശ്യപ്പെട്ടു കൊണ്ട് ഒരു കത്ത്. പണി അറിയാത്തപക്ഷം എന്തുകൊണ്ടാണ് ആ കാര്യം മേലധികാരികളെ അറിയിക്കാതിരുന്നത് എന്നും, ഞാൻ കാരണം അരമണി ക്കൂർ വിമാനം വൈകിയെന്നും കമ്പനി എന്നെ സസ്പെൻഡ് ചെയ്യാതിരി ക്കാൻ എന്തെങ്കിലും കാരണമുണ്ടെങ്കിൽ അത് എഴുതിക്കൊടുക്കണ മെന്നുമായിരുന്നു ഉള്ളടക്കം.

ഇതെന്നെ സങ്കടത്തിലാക്കി. കാരണം ഞാനെന്തെങ്കിലുമെഴുതിക്കൊടു ത്താൽ അതിന്റെ കോപ്പി എന്റെ പേഴ്സണൽ റിക്കാർഡിലേക്കു പോകും. വരുംകാലങ്ങളിൽ പ്രമോഷനെ അതു ബാധിച്ചേക്കാം. പുറമെ എന്റെ പേരി ലൊരു കറുത്ത റിക്കാർഡായി അതവിടെ കിടക്കുകയും ചെയ്യും.

യൂണിയൻകാരും കൈമലർത്തി. മറുപടി ഞാനെഴുതിക്കൊടുത്തുമില്ല.

മാസങ്ങൾ അഞ്ചാറു കഴിഞ്ഞിട്ടുണ്ടാകണം. ഗ്രൗണ്ട് സപ്പോർട്ട് ഡിവിഷ നിലെ ചീഫ് മോഹൻറാവു ഒരു ദിവസം എന്നെ കാണണമെന്നു പറഞ്ഞു വിളിപ്പിച്ചു. എന്നിട്ടദ്ദേഹത്തിന്റെ ക്യാബിനിലിരുന്നുകൊണ്ട് എനിയ്ക്ക് ചായ വരുത്തിത്തന്നു. ഞങ്ങൾ ചായ കുടിച്ചുകൊണ്ടിരിക്കുമ്പോൾ അദ്ദേഹം എന്നോട് വിവരങ്ങളെല്ലാം തുറന്നു സംസാരിച്ചു. എന്നെക്കാൾ വളരെയൊന്നും പ്രായമാകാത്ത അദ്ദേഹം ഫയൽ ഡിസ്പ്പോസ് ചെയ്യാൻ ഞാനദ്ദേഹത്തെ സഹായിക്കണമെന്നും എനിക്ക് ഒരു ദോഷവും വരാതെ താൻ നോക്കിക്കോളാ മെന്നും ഉറപ്പുതന്നു.

എല്ലാ പണികളും നന്നായറിയുന്ന ആളായിരുന്നു അദ്ദേഹം. മിഷ്യനെ ക്കുറിച്ചുള്ള കാര്യം അറിയുന്നവരായി അന്നത്തെ ഓപ്പറേറ്റർമാരിൽ ആരുമി ല്ലെന്നും അദ്ദേഹത്തിനറിയാം. പഠിച്ചവനും വകതിരിവുള്ളവനും നല്ലവനുമാ യിരുന്നു ആ എഞ്ചിനീയർ.

റാവു ചെയ്യുന്നതെന്തും എനിക്ക് പൂർണ്ണസമ്മതമാണെന്ന് ഞാൻ പറഞ്ഞു. കാൽപായ കടലാസിൽ അപ്പോളദ്ദേഹമെഴുതിയതിൽ ഞാനൊപ്പിട്ടു കൊടു ക്കുകയും ചെയ്തു.

ഒരാഴ്ച കഴിഞ്ഞപ്പോൾ മാനേജ്മെന്റ് ഒരു വാണിങ്ങ്ലെറ്റർ എനിക്കു തന്നു. റിക്കാർഡിലേക്ക് രേഖകളൊന്നും പോയില്ല. ഞാനും എന്റെ ഡിപ്പാർട്ടുമെന്റുമായുണ്ടായ ഒരു ചെറിയ കാര്യമായി അതങ്ങനെ അവസാനിക്കുകയും ചെയ്തു.

വിദ്യാരംഭം, വിവർത്തനം

മകൾക്ക് മൂന്നു വയസ്സു തികഞ്ഞപ്പോൾ അവളുടെ വിദ്യാരംഭത്തിനായി രണ്ടാഴ്ചത്തെ ലീവിൽ ഞങ്ങൾ നാട്ടിലേക്കു പോയി. പോകുംവഴി ഭദ്രാലയത്തിൽ കയറിയെന്നുവരുത്തി ഗുരുനാഥൻ കെ.പി. നാരായണപ്പിഷാരോടിയുടെ 'നാരായണീയ'ത്തിലേക്ക് തിരിക്കയാണുണ്ടായത്.

വൈകുന്നേരമായിരുന്നു. ഗുരുപത്നിയും കുട്ടികളുംകൂടി ഞങ്ങളെ നല്ലവണ്ണം സൽക്കരിച്ചു. സന്ധ്യയായപ്പോഴേക്കും ഗുരുനാഥനും വന്നു. പിന്നെ ഞങ്ങൾക്ക് ഉത്സവം തന്നെ. അമിതവാത്സല്യം കാണിച്ചിട്ടും ഗുരുനാഥനോട് മകൾ ഇണങ്ങാൻ കൂട്ടാക്കിയില്ല. എന്നാൽ പെറ്റ തള്ളയേക്കാളിഷ്ടം ഗുരുനാഥന്റെ പത്നിയോടുണ്ടായിരുന്നുവെന്ന് എനിക്കു തോന്നുകയും ചെയ്തു.

മകളുടെ സകല വികൃതികളും അനുവദിച്ചിരുന്ന അവരെ അകന്നിരിയ്ക്കാൻ വയ്യാത്തവിധം കുട്ടി ഇഴുകിപ്പിടിച്ചു. ഇത് എന്നെയും ഒപ്പം ഭാര്യയേയും അത്ഭുതപ്പെടുത്തി. ഗുരുനാഥന്റെ കുട്ടികൾക്ക് ഒരു ജീവനുള്ള കളിപ്പാട്ടം കിട്ടിയ ഉത്സാഹമായിരുന്നു.

ഭാര്യയും ഗുരുപത്നിയും മകളും കിടന്നിട്ടും ഞങ്ങൾ പലതും പറഞ്ഞുകൊണ്ട് പിന്നെയും പാതിരവരെ ഇരുന്നു. പിറ്റേദിവസം വിദ്യാരംഭമാണെന്നും ഗുരുനാഥൻ കുട്ടിയെ എഴുത്തിന് വെയ്ക്കണമെന്നും ഓർമ്മിപ്പിച്ചപ്പോൾ മാത്രമേ അദ്ദേഹം കിടന്നുള്ളു. അദ്ദേഹം കിടക്കുന്ന കട്ടിലിന്റെ താഴത്തായി ഞാനും കിടന്നു.

വെളുപ്പിന് നാലുമണിയ്ക്ക് അദ്ദേഹം പ്രഭാതകൃത്യങ്ങൾ ആരംഭിച്ചപ്പോൾ ഗുരുപത്നിയും ഉണർന്നു. എന്നാൽ പോത്തുപോലെ ഉറങ്ങിയ എന്നെ ആരും വിളിച്ചില്ല. ഞാനാണെങ്കിൽ നേരം നല്ലവണ്ണം വെളുക്കുംവരെ ഉറങ്ങിപ്പോയി.

ശങ്കരങ്കുളങ്ങര പോയി തൊഴുതുവന്ന ഗുരുനാഥൻ മകളുടെ പേരിൽ ഒരു പായസവും കഴിക്കാൻ ഏർപ്പാടാക്കിയിരുന്നു. ഒമ്പതുമണിയോടെ കുട്ടികളാരോ പോയി വാങ്ങിക്കൊണ്ടുവന്നപ്പോളാണ് ഞാനതറിഞ്ഞത്.

ഇതിനിടയ്ക്ക് മറ്റുള്ളവരും ശങ്കരങ്കുളങ്ങര പോയി തൊഴുതു വന്നിട്ടുണ്ടായിരുന്നു. എട്ടുമണിയോടെ കുളികഴിഞ്ഞ് ഞാനും ചെന്നു.

പൂജയ്ക്കു വെച്ച സരസ്വതിയുടെ മുമ്പിൽ മകളെയിരുത്തി. ഇടഞ്ഞുനിന്നിരുന്ന അവളെയെടുക്കാൻ ഗുരുനാഥൻ പല ഉപായങ്ങളും പ്രയോഗിച്ചു. ഒടുക്കം ഗുരുവായൂരപ്പന്റെ ചിത്രം കാണിച്ച് എന്തൊ ചിലതു പറഞ്ഞപ്പോൾ

കഷ്ടിച്ച് എടുക്കാൻ അവൾ സമ്മതിച്ചു. എന്നാൽ അരിയിൽ കുഞ്ഞിവിരലു പിടിച്ചെഴുതിക്കാൻ തുടങ്ങിയപ്പോൾ അവൾ വീണ്ടും ഇടന്തടിയ്ക്കയാണ് ചെയ്തത്.

പഠിച്ച പണി പതിനെട്ടും നോക്കിയിട്ടും ഗുരുനാഥന് അവളെക്കൊണ്ട് അക്ഷരങ്ങളൊന്നും പറയിക്കാൻ പറ്റിയില്ല. എന്നാൽ അൻപത്തൊന്നക്ഷരവും ഉണക്കലരിയിൽ എഴുതിച്ചു. "അതൊക്കെ മതി. ഇനി അവർക്കെന്തെങ്കിലും കഴിക്കാൻ കൊടുക്കു" എന്നു പറഞ്ഞ് അദ്ദേഹം ചടങ്ങ് അവസാനിപ്പിക്കുകയും ചെയ്തു.

ഞാനും അദ്ദേഹത്തിന്റെ സാന്നിദ്ധ്യത്തിൽ മണലിലെഴുതി. ഭക്തിയുണ്ടായിരുന്നോ എന്ന് ഓർമ്മയില്ല. ഗുരുനാഥനോട് ഭക്തിയുണ്ടായിരുന്നു.

പ്രാതലു കഴിഞ്ഞെത്തിയ മകളെക്കൊണ്ട് ഞങ്ങൾ മൂവായിരത്തൊന്നു രൂപ ഗുരുനാഥന് ദക്ഷിണ കൊടുപ്പിച്ചു. മകൾക്ക് അത് ഇഷ്ടമായെന്നു തോന്നുന്നു. അതോടെ അവൾ ഗുരുപത്നിയുടെ അടുത്തേക്ക് ഓടുകയും ചെയ്തു.

ഉച്ചയ്ക്കൂണു കഴിഞ്ഞ് ഞങ്ങൾ നേരെ ഭാര്യയുടെ വീട്ടിലേക്കാണ് പോയത്. പിറ്റേദിവസം അവരുടെ വീടിനടുത്തുള്ള ഒരു ക്ഷേത്രത്തിലേക്ക് ഞങ്ങൾ കുട്ടിയെക്കൊണ്ടു പോയി. നാലഞ്ചുനാഴിക നടക്കാനുണ്ടായിരുന്നു ആ ക്ഷേത്രത്തിലേക്ക് റോഡ് വഴി. എന്നാൽ മടങ്ങിയത് എളുപ്പവഴിക്കാണ്. ഏതാണ്ടൊന്നരനാഴിക വഴിയെ അതുണ്ടായിരുന്നുള്ളു.

കുട്ടിക്ക് രാവിലെ ഒന്നും കൊടുക്കാതെ കൊണ്ടുപോണമെന്ന് ഭാര്യക്കു നിർബന്ധം. അതിനേയും ചുമന്ന് ഞാൻ നടക്കുകയായിരുന്നു. അവൾക്ക് ഒന്നും കൊടുക്കാതെ പട്ടിണിയിട്ടും കൊണ്ടുള്ള ഭക്തി വേണ്ടിയിരുന്നില്ല എന്ന് എനിക്കു തോന്നി. ഞാനത് പറഞ്ഞപ്പോൾ താനതു നേർന്നതാണെന്നാണ് ശാന്ത പറഞ്ഞത്.

ബോംബെയ്ക്കു മടങ്ങുമ്പോൾ പതിവുപോലെ എറണാകുളത്ത് നേരത്തെ എത്തി ജിയെ മുഖം കാണിച്ച് എയർപ്പോർട്ടിലേക്കു പോയി. സന്ധ്യയോടെ ബോംബെയിൽ എത്തുകയും ചെയ്തു.

ഇതിനിടയ്ക്ക് സാഹിത്യപരമായ പ്രവർത്തനങ്ങൾ മുറയ്ക്കു നടക്കുന്നുണ്ടായിരുന്നു. സി. രാധാകൃഷ്ണനും ഞാനും കൂടി ഒരു സാഹിത്യ സമിതി തുടങ്ങി. മാട്ടുംഗയിലുള്ള കേരളസമാജത്തിലെ 'കേരളഭവൻ' എന്ന സ്ഥലത്ത് എല്ലാ മാസവും ആദ്യത്തെ ഞായറാഴ്ച നടത്തുന്ന ഒരു യോഗമായിരുന്നു അതിന്റെ പ്രവർത്തനത്തിൽ മുഖ്യം. വി.ടി. ഗോപാലകൃഷ്ണൻ, പാപ്പനം കോട്ടു പ്രഭാകരൻ, കൃഷ്ണൻ പറപ്പിള്ളി, എടയാളി ഗോപാലകൃഷ്ണൻ തുടങ്ങിയ ബോംബെയിലെ മുഴുവൻ സാഹിത്യകാരന്മാരും പങ്കെടുക്കുമായിരുന്നു. സി. രാധാകൃഷ്ണൻ അന്ന് ടൈംസ് ഓഫ് ഇന്ത്യയിലെ 'സയിൻസ് റ്റുഡെ' എന്ന മാസികയുടെ പത്രാധിപരായിരുന്നു.

കവിത, കഥ, നോവൽ, നിരൂപണം തുടങ്ങിയ എല്ലാ സാഹിത്യശാഖയിലുംപെട്ട വിഷയങ്ങൾ അവിടെ അവതരിപ്പിച്ചിരുന്നു. ഞാനും വി.ടി. ഗോപാലകൃഷ്ണനുമായിരുന്നു അതിലെ സ്ഥിരം പ്രാസംഗികർ. ചേപ്പാട്ട് സോമ

നാഥന്റേയും കൂട്ടരുടെയും ഉത്സാഹത്തിൽ ആ സമിതി ഇപ്പോഴും നടക്കുന്നുണ്ട്.

ബോംബെയിൽ ഡസൻ കണക്കിന് സമാജങ്ങളുണ്ട്. അവയിൽ പലതിനും സാഹിത്യപ്രവർത്തനങ്ങളുമുണ്ടായിരുന്നു. ഏതാണ്ടെല്ലാ ഞായറാഴ്ചയും എവിടെയെങ്കിലും യോഗമുണ്ടാകും. കവിയായ എനിക്ക് മിക്കതിനും ക്ഷണവും കിട്ടും. ജോലി കാരണം പലതിനും പോകാൻ കഴിഞ്ഞിരുന്നില്ല. ആവുന്നിടത്തൊക്കെ ഞാൻ ഓടിയെത്താറുണ്ടായിരുന്നു. ഞാനൊരു പഴയ സംസ്കൃത പക്ഷപാതിയാണെന്ന് പലരും പറയുമെങ്കിലും എല്ലാവർക്കും ഞാൻ വേണ്ടിയിരുന്നു.

അക്കാലത്ത് ധാരാളം സ്വീകരണയോഗങ്ങൾ എനിക്ക് പല സമാജങ്ങളും ഏർപ്പാടുചെയ്തിരുന്നു. അവർ തന്നിരുന്ന ഷാളുകളിലൊന്നാണ് ഭാര്യ ഇന്നും പുതയ്ക്കുന്നത്. ആ ഷാള് നല്ല തണുപ്പുകാലത്തേ ഉപയോഗിക്കാൻ പറ്റു. അല്ലാത്തപ്പോൾ പുതച്ചാൽ ചൂടുകൊണ്ട് ശ്വാസംമുട്ടിപ്പോകും.

ഏതാണ്ടിക്കാലത്ത് ഞാൻ മകളെ ശ്ലോകം പഠിപ്പിച്ചുതുടങ്ങി. ചെറുപ്പത്തിൽ കൃഷ്ണനുണ്ണി മാസ്റ്ററുടെ കൂടെ പല ഉത്സവസ്ഥലത്തും പൂരപ്പറമ്പുകളിലും വെച്ച് ഞാൻ ശ്ലോകം ചൊല്ലിയിട്ടുണ്ട്. കെ.പി. നാരായണപ്പിഷാരോടിയുടെ ശിഷ്യനായ എന്നെ ഉണ്ണിമാസ്റ്റർക്ക് നന്നേ പഥ്യമായിരുന്നു.

ബോംബെയിൽ നിവൃത്തിയുള്ള സ്ഥലങ്ങളിലൊക്കെ ഞാൻ മകളെ അക്ഷരശ്ലോകം ചൊല്ലാൻ കൊണ്ടുപോകും. കഷ്ടിച്ച് അഞ്ചുവയസ്സായ കുട്ടി വലിയവരൊന്നിച്ചിരുന്ന് ഭംഗിയായി ശ്ലോകം ചൊല്ലുന്നത് ആദ്യകാലത്തൊക്കെ ആളുകൾക്ക് അദ്ഭുതമായിരുന്നു. പിന്നീടത് കടുത്ത മത്സരത്തിനും കാരണമായി. അക്കാലത്ത് ഒരു സംഭവമുണ്ടായി. ബോരിവല്ലിയിൽ വെച്ചുനടന്ന അക്ഷരശ്ലോകസദസ്സിൽ മകൾ പങ്കെടുത്തിരുന്നു. മത്സരം കാലത്ത് പത്തുമണിക്കു തുടങ്ങി. ഉച്ചതിരിഞ്ഞ് അഞ്ചുമണിയായിട്ടും അഞ്ചാറുപേർ ബാക്കിയാണ്. ഇനി ചെറിയ വൃത്തങ്ങളിൽ ചൊല്ലണമെന്ന് പറഞ്ഞ് ചിലർ വസന്തതിലകം നിർദ്ദേശിച്ചു. ഏതാണ്ടൊരു മണിക്കൂർ കഴിഞ്ഞിട്ടും ഒരാളേ പുറത്തായുള്ളു. ഒരു പ്രത്യേക വൃത്തത്തിലുള്ള ശ്ലോകം ചൊല്ലണമെന്നായിരുന്നു അടുത്ത നിർദ്ദേശം. അതു തുടങ്ങി അഞ്ചാറുവട്ടം കഴിഞ്ഞപ്പോൾ മകളും അമ്പതു വയസ്സുള്ള മറ്റൊരാളും ഒഴിച്ച് സർവ്വരും കൊഴിഞ്ഞു വീണു. എന്നിട്ടും തുടർന്ന ആ മത്സരത്തിൽ ഒടുക്കം എതിരാളി തോറ്റു. ഒന്നാംസമ്മാനം മകൾക്കു കിട്ടി.

30-10-1988ന് മകൾക്ക് കിട്ടിയ ആ സമ്മാനം ഇന്നും ഞാൻ ഷോകേയ്സിൽ സൂക്ഷിച്ചിട്ടുണ്ട്.

അക്കാലത്ത് ബോരിവല്ലിയിൽ സാഹിത്യപ്രവർത്തനങ്ങളിൽ മുഴുകിയിരുന്ന വടക്കേ മലബാറുകാരൻ ഒരു നാരായണൻനായരുണ്ടായിരുന്നു. തൊണ്ണൂറടുത്ത അദ്ദേഹം തനി വള്ളത്തോൾ പക്ഷപാതിയായിരുന്നു. ഏഴെട്ട് ആൺമക്കളും രണ്ടുമൂന്നു പെൺകുട്ടികളുമുള്ള ആജാനുബാഹുവായ അദ്ദേഹത്തിന് എന്നോട് വലിയ താത്പര്യമായിരുന്നു. ചിരകാലമായിട്ടറിയുന്ന അദ്ദേഹം ഒരസാധാരണ മനുഷ്യനായിരുന്നു.

പത്തിൽ പാസ്സായി ബോംബെയ്ക്ക് പോയ അദ്ദേഹം അധികം താമസിയാതെ സുഭാഷ് ചന്ദ്രബോസിന്റെ കൂടെ കൽക്കത്തയ്ക്കും അവിടുന്ന് റങ്കൂണിലേക്കും തുടർന്ന് സിങ്കപ്പൂരിലേക്കും പോയി. അദ്ദേഹത്തിന്റെ നേതൃത്വത്തിലുള്ള സ്വാതന്ത്ര്യസമരത്തിൽ പങ്കെടുത്തു. ബോസ് രൂപീകരിച്ച ഐ.എൻ.എയിൽ നാരായണൻ നായർ വലിയ ഒരാപ്പീസറായിരുന്നു. ഒളിവിലും പുറത്തുമായി ബോസിന്റെ കൂടെ കൊല്ലങ്ങളോളം അദ്ദേഹം പ്രവർത്തിച്ചു. ഐ.എൻ.എ അവസാനിക്കുകയും ബോസിനെ കാണാതാകുകയും ചെയ്തപ്പോൾ എങ്ങനെയോ രക്ഷപ്പെട്ട് ബോംബെയിലെത്തി. പിന്നീടേറെക്കാലം അദ്ദേഹം ബോംബെയിലെ കച്ചവടക്കാരായ മാർവാടികളുടെ കണക്കപ്പിള്ളയായിരുന്നു.

അതിനിടയ്ക്ക് അദ്ദേഹത്തിന്റെ വിവാഹം നടന്നു. വീടായി. ഏതാണ്ടൊരു ഡസൻ കുട്ടികളുമായി. എല്ലാവരേയും പഠിപ്പിച്ച് ഉന്നതനിലയിലെത്തിച്ചു. ഒടുക്കത്തെ മകളും ഭാര്യയുമൊന്നിച്ച് അക്കാലത്ത് അദ്ദേഹം ബോരിവല്ലിയിൽ താമസിക്കുന്നുണ്ടായിരുന്നു. വലിയ സാഹിത്യപ്രേമിയായ അദ്ദേഹം നാടുവിട്ടശേഷം അന്നോളം നാട്ടിൽ പോയിട്ടില്ല. അതുകൊണ്ട് മലയാളം മറന്ന മട്ടാണ്. എന്നാലും മഹാകവി കുഞ്ഞിക്കുട്ടൻ തമ്പുരാന്റെ സ്കൂളിനോടും വള്ളത്തോളിനോടുമൊക്കെ വലിയ ആദരവായിരുന്നു.

നന്നായി മലയാളത്തിൽ പ്രസംഗിക്കുന്ന അദ്ദേഹം വലിയൊരു ഗീതാഭക്തനായിരുന്നു. ബാലഗംഗാധരതിലകന്റേയും അരവിന്ദഘോഷിന്റേയും ഗീതാവ്യാഖ്യാനം വെച്ച് നാരായണൻ നായർ മലയാളത്തിൽ ഗീതയ്ക്കൊരു തർജ്ജുമ ഉണ്ടാക്കി. അത് വായിച്ചു നോക്കാൻ ഒരു മുഴുവൻ ദിവസവും ചെലവഴിക്കാൻ പാകത്തിന് അദ്ദേഹത്തിന്റെ വീട്ടിൽ ചെന്നാൽ വേണ്ടില്ല എന്നു കാണിച്ച് എനിക്കൊരു കാർഡ് അയച്ചു.

ഒരു ദിവസം ഞാനദ്ദേഹത്തിനെ പോയി കണ്ടു. കാലത്ത് പത്തുമണിയോടെ ചെന്ന ഞാൻ അന്നു രാത്രി എട്ടുമണിവരെ അദ്ദേഹമൊന്നിച്ചിരുന്ന് ആ ഗീത വായിച്ചുനോക്കി. അദ്ദേഹത്തിനത് പ്രസിദ്ധീകരിക്കാൻ പറ്റുമോ എന്നറിയണം.

പുസ്തകം ആ നിലയിൽ പ്രസിദ്ധീകരിക്കാൻ വയ്യ. എന്നാലെന്തുവേണമെന്ന് എനിക്കറിയില്ലെന്നും ഞാൻ തുറന്നു പറഞ്ഞു. ഇതുംകേട്ട് അദ്ദേഹം വലിയ ദുഃഖത്തിലായി. അപ്പോൾ എനിക്കും വിഷമം തോന്നി. സാരമില്ലെന്നു പറഞ്ഞ് സമാധാനിപ്പിച്ച് അദ്ദേഹം എന്നെ യാത്രയാക്കാൻ നോക്കി. ഞാൻ മടങ്ങാതെ നിൽക്കുന്നതു കണ്ടപ്പോൾ സംഗതി എന്താണെന്ന് അദ്ദേഹം ചോദിച്ചു.

ഞാനദ്ദേഹമെഴുതിയതു കൊണ്ടുപോയി ആറുമാസത്തിനകം വൃത്താനുവൃത്തമായി ഭഗവദ്ഗീതയ്ക്ക് ഒരു തർജ്ജുമയുണ്ടാക്കി അദ്ദേഹത്തിന് നൽകാമെന്നും അത് അദ്ദേഹത്തിന്റെ പേരിൽ പ്രസിദ്ധീകരിക്കാമെന്നും പറഞ്ഞു. ആദ്യം സമ്മതിച്ചില്ലെങ്കിലും നിർബന്ധിച്ചപ്പോൾ അദ്ദേഹമത് സമ്മതിച്ചു. വീട്ടിലെത്തിയ ഞാൻ പിറ്റേദിവസം മുതൽ ഗീത തർജ്ജുമ ചെയ്യാൻ തുടങ്ങി. മുഖ്യമായും ഞാനതിന് കുഞ്ഞിക്കുട്ടൻ തമ്പുരാനെയാണ് ആശ്രയിച്ചത്. ഏതാണ്ട് മൂന്നുമാസംകൊണ്ട് തർജ്ജുമ അവസാനിച്ചു.

തുടർന്ന് രണ്ടാഴ്ച ലീവെടുത്ത് ഭാര്യയും മകളുമൊന്നിച്ച് ഞാൻ കോഴിക്കോട്ട് യൂണിവേഴ്സിറ്റിയിൽ സംസ്കൃത ഡിപ്പാർട്ട്മെന്റിലുണ്ടായിരുന്ന എൻ.വി.പി. ഉണിത്തിരിയുടെ വീട്ടിലെത്തി. അയാളെ നന്നേ ചെറുപ്പക്കാലം തൊട്ട് തന്നെ ഞാനറിയും. സംസ്കൃതഭാഷയിൽ ഉറച്ച പണ്ഡിതനായിരുന്ന ഉണിത്തിരി പാണിനിയുടെ സൂത്രം ഉറക്കത്തിൽ ചോദിച്ചാലും തെറ്റില്ലാതെ പറയുമായിരുന്നു.

ഭാര്യയും ഞാനും മകളും യൂണിവേഴ്സിറ്റിയിലെ അയാളുടെ ക്വാർട്ടേഴ്സിൽ കൃത്യം ഒരാഴ്ച കൂടി. യൂണിവേഴ്സിറ്റിയ്ക്ക് പോകുന്ന സമയമൊഴിച്ചെല്ലാ ദിവസവും കാലത്ത് ആറുമണിക്ക് തുടങ്ങി രാത്രി പത്തുമണിവരെ ഞങ്ങൾ പണിയെടുത്തു. ഞാൻ ചെയ്ത ഗീതാതർജ്ജുമ ഉണിത്തിരി കൊള്ളാവുന്ന ഒന്നാക്കി മാറ്റി. പുസ്തകമാക്കുമ്പോൾ ചേർക്കാനായി ഉണിത്തിരിയെക്കൊണ്ട് ഒരു കുഞ്ഞവതാരികയും എഴുതി വാങ്ങി.

മടങ്ങുംമുമ്പ് ആ തർജ്ജുമ എൻ.വിയെക്കൂടി ഒന്നു കാണിച്ചു. ശ്രദ്ധിച്ച് ഓടിച്ചുനോക്കിയ അദ്ദേഹം മലയാളത്തിൽ അമ്പത്തിമൂന്ന് ഭഗവത്ഗീതാ തർജ്ജുമകളുണ്ടെന്നും അമ്പത്തിനാലാമതായി പാലൂരിന്റെ ഒന്നില്ലാതിരുന്നതുകൊണ്ട് ഭാഷയ്ക്ക് യാതൊരു കുറവും വരില്ലെന്നുമാണ് പറഞ്ഞത്. എൻ.വിയെ നന്നായറിയുന്ന ഞാൻ ചിരിച്ചു. അതുകണ്ട എൻ.വി.യും തന്റെ തേഞ്ഞ പല്ലുകാണിച്ച് കുടുകുടെ ചിരിച്ചു.

മടങ്ങി ബോംബെയിലെത്തിയ ഞാൻ അവതാരികയും തർജ്ജുമയും നാരായണൻനായർക്ക് കൊണ്ടുപോയി കൊടുത്തു. അദ്ദേഹത്തിന്റെ മുഖം വികസിച്ചു. തുടർന്ന് നമസ്ക്കരിച്ച എന്നെ കെട്ടിപ്പിടിച്ച് കരയുകയും ചെയ്തു.

നാലഞ്ചുമാസത്തിനുശേഷം ആദ്യമായിട്ടദ്ദേഹം തന്റെ തറവാട്ടിലേക്കു ചെന്നു, ഒരു വിവാഹത്തിന്. വിവാഹം കഴിഞ്ഞ് എന്തിനോ ഒറ്റയ്ക്ക് കോയമ്പത്തൂർക്ക് പോയി മടങ്ങും വഴി തീവണ്ടിയിൽ വെച്ചാണ് തൊണ്ണൂറ്റിനാലിന്റെ വക്കിലെത്തിയിരുന്ന അദ്ദേഹം ദിവംഗതനായത്. പല മാസങ്ങൾ കഴിഞ്ഞിട്ടേ ഞാനീ വിവരം അറിഞ്ഞുള്ളു.

രണ്ടുമൂന്നു കൊല്ലത്തിനുശേഷം അദ്ദേഹത്തിന്റെ ഒരു മകൻ ആ പുസ്തകം പ്രസിദ്ധീകരിച്ചു. അന്നയാൾ ബോറിവല്ലി മലയാളി സമാജത്തിന്റെ സെക്രട്ടറിയായിരുന്നു. എനിക്ക് രണ്ടു കോപ്പിയും അയാളയച്ചുതന്നു. എന്നാലതിൽ ആരോ കൈവെച്ചിരുന്നു. എന്റെ തർജ്ജുമയിൽനിന്ന് പല മാറ്റങ്ങളും കണ്ടു. ഇന്നും അതെന്റെ കൈവശമുണ്ട്.

അക്കാദമി അവാർഡും ചില പരദൂഷണങ്ങളും

1983ൽ ഒരു ദിവസം മോണിങ്ങ് ഡ്യൂട്ടി കഴിഞ്ഞ് രണ്ടരയോടെ വീടെത്തുമ്പോൾ മകൾ അച്ഛന് ഒരു സമ്മാനമുണ്ടെന്ന് മുകളിൽനിന്നുതന്നെ എന്നോട് വിളിച്ചുപറഞ്ഞു. അവളതു പറയാനായി കാത്തുനിൽക്കുകയായിരുന്നു.

ചെന്നുനോക്കിയ ഞാനും അദ്ഭുതപ്പെട്ടു. എന്റെ 'കലികാലം' എന്ന പുസ്തകത്തിനാണ് അക്കൊല്ലത്തെ അക്കാദമി അവാർഡ് എന്നറിയിച്ചു കൊണ്ടുള്ള കേരളസാഹിത്യ അക്കാദമിയുടെ കത്തായിരുന്നു അത്.

ഒന്നുരണ്ടു ദിവസത്തിനകം ബോംബെയിലെല്ലാ മലയാളികളും ഇതറിഞ്ഞു. തുടർന്ന് എനിക്ക് പതിനഞ്ചോളം സമാജങ്ങൾ സ്വീകരണം നൽകി. അതിലാദ്യമുണ്ടായത് കമ്മ്യൂണിസ്റ്റ് അനുഭാവികളുടെ വക തന്നെയായിരുന്നു. ബാന്ദ്ര ഇൻസ്റ്റിറ്റ്യൂട്ടിൽ വെച്ചുണ്ടായ സ്വീകരണം എനിക്ക് ഒരു പുതിയ അനുഭവമായിരുന്നു. പാലൂരിന്റെ സാഹിത്യ അക്കാദമി അവാർഡിനെക്കുറിച്ച് ഏതാണ്ടരഡസൻ പേർ സംസാരിച്ചു. അവർ ഒരു നല്ല സമ്മാനവും തന്നു. അക്കാലത്തുതന്നെ പത്തുനാനൂറു രൂപ വിലവരുന്ന ഒന്നായിരുന്നു അത്.

മിക്കദിക്കിലും ഞാൻ വളരെ ഒതുക്കി ഭംഗിയായി സംസാരിച്ചുവെന്നാണ് തോന്നുന്നത്. എല്ലാംതന്നെ കവിതയെക്കുറിച്ചായിരുന്നു. എന്നാലതിനോട് മിക്കവർക്കും യോജിക്കാൻ വിഷമമുണ്ടായിരുന്നു. ഭൗതികതയുടെ നിസ്സാരത്വവും ആത്മീയതയുടെ ഗാംഭീര്യവും പ്രത്യക്ഷത്തിൽ തന്നെ കാണുന്ന സംഭവങ്ങളെ മുൻനിർത്തിയാണ് ഞാൻ സംസാരിച്ചത്.

ജിയുടെ കാല്പാടുകളെ പിൻതുടരാൻ നോക്കിയ എന്നെ തനി പിന്തിരിപ്പനായി പലരും കണ്ടു. സംസ്കൃതപക്ഷപാതിയെന്ന് മുദ്രകുത്തി. ചിലരാണെങ്കിൽ ലേശം കൂടി കടന്ന് ചില സാഹസങ്ങൾ ചെയ്തു. അതിലൊരു കാര്യം മാത്രം ഞാൻ ഇവിടെ രേഖപ്പെടുത്തിവെയ്ക്കാനാഗ്രഹിക്കുന്നു.

എന്നേക്കാൾ എട്ടുപത്തുകൊല്ലം മുതിർന്ന ഒരു സുഹൃദ്കവി സ്വന്തം ചെലവിൽ ഒരു ദൂതനെ നാട്ടിലേക്കയച്ചു. അക്കാദമിയ്ക്കുള്ള ഒരു കത്തും കൊണ്ടാണ് ദൂതൻ തൃശ്ശൂരിലെത്തിയത്.

മറുനാട്ടിലൊരുത്തന് അക്കാദമി അവാർഡ് നൽകുന്നപക്ഷം അത് മേൽപ്പറഞ്ഞ കവിസുഹൃത്തിനാണു വേണ്ടതെന്നായിരുന്നു കത്തിന്റെ ചുരുക്കം. പാലൂരിന് നൽകാൻ തീരുമാനിച്ചത് തെറ്റായിപ്പോയെന്നും അക്കാദമി ഒന്നുകൂടി ആലോചിച്ച് സ്വയം തെറ്റുതിരുത്താൻ തയ്യാറാകണമെന്നും അതിലെഴുതിയിരുന്നു.

അവാർഡ് വാങ്ങാൻ നാട്ടിലെത്തി സെക്രട്ടറിയെ കണ്ടപ്പോഴാണ് അദ്ദേഹം എന്നെ കത്ത് കാണിത്തു തന്നത്.

കത്തിലെ കാര്യത്തിനൊന്നും ഞാൻ മറുപടി പറഞ്ഞില്ല. പകരം സംഖ്യ പണമായിത്തന്നെ തരണമെന്നും അത് എന്റെ ഗുരുനാഥൻ കെ.പി. നാരായണപ്പിഷാരോടിയ്ക്ക് ആ യോഗത്തിൽ വെച്ചുതന്നെ ഗുരുദക്ഷിണ ചെയ്യാനുള്ളതാണെന്നും പറഞ്ഞ് ശട്ടംകെട്ടുയാണുണ്ടായത്.

തൃശ്ശൂർക്കു പോകും വഴിയ്ക്കു തന്നെ ഞാൻ ലീലാവതിയേയും കാണുകയുണ്ടായി. എന്റെ ആവശ്യപ്രകാരം ലീലാവതിയുടെ ഭർത്താവ് സി.പി. മേനോൻ എന്നെ ജിയുടെ സമാധിസ്ഥലത്തേക്ക് കാറിൽ കൊണ്ടുപോയി. ലീലാവതിയുടെ വീടിനടുത്തായിരുന്നു ആ സ്ഥലം. അത് അടച്ചുപൂട്ടിയിരിക്കുകയായിരുന്നു.

പുറത്തുനിന്ന് ജി.യെ ഞാൻ മനസ്സുകൊണ്ട് വണങ്ങി. എന്നിട്ട് കാറിൽ കേറി. സി.പി. മേനോൻ എന്നെ ആലുവായിൽനിന്ന് വടക്കോട്ടുപോകുന്ന ഒരു

വണ്ടി കയറ്റി അയച്ചു. ഗുരുനാഥന്റെ സ്ഥലത്തെത്തിയ ഞാൻ എല്ലാ വിവരങ്ങളും അദ്ദേഹത്തോടു പറഞ്ഞു. അദ്ദേഹത്തിനും വളരെ സന്തോഷമായി.

നാലഞ്ചുദിവസത്തിനുശേഷം അവാർഡ്ദാനച്ചടങ്ങു നടന്നു. അതിന് പല മാന്യരും എത്തിയിരുന്നു. സുഗതകുമാരിയുടെ ഭർത്താവ് വേലായുധൻ നായർക്ക് 'അരവിന്ദ ദർശനം' എന്ന പുസ്തകത്തിന് അവാർഡുണ്ടായിരുന്നു. ഒപ്പം സുഗതകുമാരിയും എത്തിയിരുന്നു.

നാലരമണിയോടെ ഞാൻ ഗുരുനാഥനൊന്നിച്ച് അക്കാദമിയിലെത്തി. സാക്ഷാൽ തകഴിയായിരുന്നു അക്കാലത്ത് അക്കാദമി പ്രസിഡണ്ട്. എന്നോട് ഒട്ടും പരിചയം കാട്ടാതിരുന്ന അദ്ദേഹത്തിനെ ഞാൻ സ്വയം പരിചയപ്പെടുത്തി. ഒപ്പം ഗുരുനാഥനേയും.

ഗുരുനാഥനെ നല്ലവണ്ണം അറിയുമായിരുന്ന തകഴി ഞാൻ അദ്ദേഹത്തിന്റെ ശിഷ്യനാണെന്നറിഞ്ഞപ്പോൾ ആളാകെ മാറി. എന്നോട് ഇരിക്കാൻ പറഞ്ഞു. എന്നാൽ ഗുരുനാഥന്റെ ഒപ്പം ഇരിക്കാൻ ഞാൻ കൂട്ടാക്കിയില്ല.

ഗുരുനാഥനും തകഴിയുമായി സംസാരിച്ചുകൊണ്ടിരിക്കുമ്പോൾ ഞാൻ സുഗതകുമാരിയോട് വർത്തമാനം പറയാനായി പോയി. അന്നാണ് വേലായുധൻ നായർ എന്ന പക്വമതിയെ ഞാൻ മനസ്സിലാക്കാൻ തുടങ്ങിയത്. അതിനു മുമ്പ് ഒരിക്കലെ ഞാനദ്ദേഹത്തെ കണ്ടിട്ടുള്ളു.

യോഗം തുടങ്ങിയപ്പോഴാണ് അക്കാദമി മുഖ്യാതിഥിയായിട്ട് നിത്യചൈതന്യയതിയെ വരുത്തിയിട്ടുണ്ട് എന്നു ഞാനറിഞ്ഞത്. ഗംഭീരനായ അദ്ദേഹം ഏതാണ്ടൊരു മണിക്കൂർ പ്രസംഗിച്ചു. അവാർഡ് വാങ്ങാൻ വന്നവർക്ക് അധികമൊന്നും ചെയ്യാനില്ലായിരുന്നു. ഒരു കഥയെഴുത്തുകാരനാണ് അന്ന് ഞങ്ങൾക്കു വേണ്ടി സംസാരിച്ചത്. എനിക്കതൊട്ടും ഇഷ്ടമായില്ല എന്നും വെച്ചോളൂ.

അവാർഡ് വാങ്ങിയ ഉടൻ ഞാൻ സ്റ്റേജിൽനിന്ന് ഇറങ്ങി കിട്ടിയ സംഖ്യ താഴത്ത് സദസ്സിലിരിക്കുന്ന ഗുരുനാഥന്റെ അടുത്തു ചെന്ന് അഭിവാദ്യം ചെയ്ത് കൊടുത്തു. എന്നെ അനുഗ്രഹിച്ചശേഷം അത് സ്വീകരിച്ച അദ്ദേഹം അപ്പോൾ ഒരു ശ്ലോകം ഉണ്ടാക്കി ചൊല്ലി. അത് ഇങ്ങനെയായിരുന്നു:

പാലിൻ മാധുര്യമൂറും കവിതകൾ മെനയും
ഭാവനാശീലനെമ്മെൻ
പാലൂർ ശിഷ്യാഗ്രഗണ്യൻ വിനയധനനെനി-
യ്ക്കേകുമിക്കീർത്തിവിത്തം
മേലാലത്രയ്ക്കു ചേർത്തിട്ടൊരു ഗുരുനിധിയാ-
ക്കീട്ടതിൻ ലാഭമാകേ
കാലത്താൽ സംസ്കൃതാലോകനനിരതമതി-
യ്ക്കേകുവാൻ നിശ്ചയിച്ചേൻ!

ശ്ലോകം എഴുതിയെടുത്ത ഞാൻ അത് ഒന്നു വായിക്കാൻ പവനനോടു പറഞ്ഞു. സംസ്കൃതത്തിലുള്ള ആ ശ്ലോകം ഗദ്യത്തിലാണ് പവനൻ വായിച്ചത്!

ബോംബെയിൽ മടങ്ങിയെത്തിയ ഞാൻ ഔദ്യോഗികമായിത്തന്നെ അക്കാദമി അവാർഡിന്റെ വിവരങ്ങൾ റിപ്പോർട്ട് ചെയ്തു. വലിയ ഫലമാണ്

അതിന്നുണ്ടായത്. എന്റെ ചിത്രവും വിസ്തരിച്ചുള്ള റിപ്പോർട്ടും ഞങ്ങളുടെ മാസികയിൽ വന്നു. അതോടുകൂടി ഞാൻ കുറേകൂടി കേമനായി കമ്പനിയിൽ!

അക്കാലത്ത് ഒരിക്കൽ ദില്ലിയിൽനിന്ന് ചില മാന്യന്മാർ വന്നു. അവരെല്ലാം ഇന്ത്യൻ എയർലൈൻസ് ട്രെയിനിങ്ങ് കോളേജിലെ വലിയ പ്രഫസർമാർ ആയിരുന്നു. ആറേഴു കൊല്ലമായി ഞങ്ങൾ ഉപയോഗിക്കുന്ന ഉപകരണങ്ങളെക്കുറിച്ച് പഠിക്കാനാണവർ വന്നത്. ഞങ്ങൾക്ക് ട്രെയിനിങ്ങ് കോളേജിൽ ക്ലാസ്സെടുക്കേണ്ട യോഗ്യരായിരുന്നു അവർ.

ഒരു വിദ്വാൻ എങ്ങനെയാണ് 'സ്ക്കോഫ്' സ്റ്റാർട്ട് ചെയ്യുക തുടങ്ങി പലതും ഒരു ബോൾപെൻ എനിക്കു സമ്മാനിച്ചുകൊണ്ട് ചോദിച്ചു. ചീഫ് എഞ്ചിനീയറുടെ നിർദ്ദേശമുണ്ടായിരുന്നതുകൊണ്ട് ഞാൻ അയാൾക്ക് ചിലതു കാണിച്ചുകൊടുത്തു. എന്നാൽ ആ വലിയ ആപ്പീസർക്ക് വിമാനം (എയർബസ് 300) തള്ളാൻ തുടങ്ങിയപ്പോൾ രണ്ട് ഇഞ്ചുകൂടി നീക്കാനായില്ല. സ്റ്റിയറിങ്ങ് അനക്കാതെ നേരെപിടിക്കാൻ ഞാൻ പറഞ്ഞിട്ടും അയാൾ ശ്രദ്ധിച്ചതുമല്ല.

ഫലം ആ വിമാനത്തിൽ പണിയെടുത്തിരുന്ന എഞ്ചിനീയർ പണി പഠിക്കാനിപ്പോൾ പറ്റില്ലെന്നു പറഞ്ഞ് അയാളെ ഓടിച്ചു. അതോടുകൂടി എന്റെ തലവേദനയും മാറി.

ഇന്ത്യൻ എയർലൈൻസിന്റെ ദില്ലിയിലെ ട്രെയിനിങ്ങ് എസ്റ്റാബ്ലിഷ്മെന്റ് വലിയ ഏർപ്പാടാണ്. പതിനായിരക്കണക്കിൽ ശമ്പളം വാങ്ങുന്ന ഒരു സൈന്യം തന്നെ അവിടെയുണ്ട്. എന്നാൽ ഒരെണ്ണത്തിനും ഞങ്ങൾ ഉപയോഗിക്കുന്ന മെഷിനെക്കുറിച്ചും പണികളെക്കുറിച്ചും ഒരു ചുക്കുമറിയില്ല. എന്നിട്ടും സകല ടെക്നിക്കൽ സ്റ്റാഫിനും ട്രെയിനിങ്ങ് കൊടുക്കലുണ്ട്. ഒടുക്കം ഒരു സർട്ടിഫിക്കറ്റും.

ഇതിനിടയ്ക്ക് അംബർനാഥിൽ ഒരു മീറ്റിങ്ങിന് ഞാൻ ക്ഷണിക്കപ്പെട്ടു. ധാരാളം സുഹൃത്തുക്കളുണ്ട് എനിക്കവിടെ. ഞാൻ വൈകിയിട്ട് നാലുമണിക്ക് തന്നെയെത്തി. അഞ്ചുമണിക്ക് തുടങ്ങിയ യോഗത്തിൽ അരഡസനിലധികം കവികൾ സ്വന്തം കവിത വായിച്ചു. ഞാനുൾപ്പെടെ ഒന്നുരണ്ടുപേർ വിസ്തരിച്ച് പ്രസംഗിക്കുകയും ചെയ്തു.

ഏതാണ്ട് എട്ടരയ്ക്ക് മീറ്റിങ്ങ് കഴിഞ്ഞ് മടങ്ങാൻ തുടങ്ങുന്ന എന്നെക്കാണാൻ ഒരു വൃദ്ധൻ വന്നു. റോഡിലേയ്ക്കിറങ്ങിയ ഞാൻ വഴിവിളക്കിന്റെ സഹായത്തിൽ കഷ്ടിച്ച് ആ മനുഷ്യനെ ശ്രദ്ധിച്ചു. അദ്ദേഹം സ്വയം പരിചയപ്പെടുത്തിക്കൊണ്ട് പാലൂരിനെ കേൾക്കാനായിട്ട് മാത്രം വന്നതാണെന്നും ധരിച്ച പോലെത്തന്നെയാണ് പാലൂരെന്നും പറഞ്ഞു. എന്നിട്ട് ചെറിയ ഒരു പൊതി തന്നുകൊണ്ട് അതു സ്വീകരിയ്ക്കണമെന്ന് അഭ്യർത്ഥിച്ചു. വൃദ്ധനായ താൻ ഏതാണ്ട് പതിനഞ്ചുകൊല്ലം ഹിമാലയത്തിലായിരുന്നുവെന്നും അവിടെവെച്ച് തനിക്ക് ഒരു സന്ന്യാസി സമ്മാനിച്ചതാണെന്നും പറഞ്ഞുകൊണ്ടാണ് അതു തന്നത്.

കീറിയ ന്യൂസ്പേപ്പറിന്റെ കഷണത്തിൽ പൊതിഞ്ഞിരുന്ന ആ സാധനം മേടിച്ചുവെച്ച് ധിറുതിപിടിച്ച് പിരിഞ്ഞതല്ലാതെ ആ വൃദ്ധനെക്കുറിച്ച് എനിക്ക്

ഇന്നും ഒന്നുമറിയില്ല. അതൊരു രുദ്രാക്ഷമായിരുന്നുവെന്ന് വീട്ടിൽചെന്ന് പൊതിയഴിച്ചപ്പോൾ അറിഞ്ഞു.

നേരം പതിനൊന്നുമണി കഴിഞ്ഞിരുന്നതുകൊണ്ടും പിറ്റെദിവസം കാലത്ത് ആറുമണിക്ക് പണിക്ക് എത്തേണ്ടതുകൊണ്ടും ഞാൻ വേഗം കിടന്നു. എന്നാൽ ആ രുദ്രാക്ഷത്തിനെക്കുറിച്ച് അനേകം മാസങ്ങൾക്കു ശേഷമാണ് ഞാൻ ചിലതറിഞ്ഞത്.

ഒരിയ്ക്കൽ ആ രുദ്രാക്ഷത്തിനെക്കുറിച്ച് ഒരു സുഹൃത്തിനോട് സംസാരിച്ചപ്പോൾ അയാൾ അതൊന്നു കാണാൻ താത്പര്യം കാട്ടി. പിന്നീടൊരിക്കൽ ഞാനത് കാണിച്ചുകൊടുത്തപ്പോൾ അയാൾ അത് പരിശോധിച്ചുനോക്കിയിട്ട് തനിയ്ക്ക് തരാമോ എന്നായി. എടുത്തോളൂ എന്ന് പറഞ്ഞ് ഞാൻ അതു കൊടുത്തപ്പോൾ 5000രൂപയുടെ ഒരു ചെക്കാണ് എനിക്കു തന്നത്. അത് കണ്ട മ്പരന്ന ഞാൻ വിസ്തരിച്ചു ചോദിച്ചപ്പോൾ അയാൾ ചിലതു പറഞ്ഞു.

ഞാൻ കൊടുത്ത രുദ്രാക്ഷം 'ഏകമുഖി' എന്ന ഇനത്തിൽപ്പെട്ടതാണെന്നും, അത്യപൂർവ്വമായിട്ടേ അത്തരം രുദ്രാക്ഷം ഇന്ത്യയിൽത്തന്നെ കാണാറുള്ളു എന്നും, സാധാരണ കിട്ടുന്ന രുദ്രാക്ഷമധികവും 'പഞ്ചമുഖികളാണെന്നും, ഏകമുഖി എന്തുവിലകൊടുത്തും കിട്ടിയാലാരും വാങ്ങുമെന്നും അയാൾ പറഞ്ഞു.

ഇത്ര വിലയുള്ള വസ്തുവാണ് ആ രുദ്രാക്ഷമെന്ന് അപ്പോളാണ് എനിക്കു മനസ്സിലായത്. ആ രുദ്രാക്ഷം ഇപ്പോഴും എന്റെ പക്കലുണ്ട്.

ഈ വിവരം ഭാര്യയോട് പറഞ്ഞപ്പോൾ അവരും അമ്പരന്നു. പിന്നീട് ചില കച്ചവടക്കാരായിട്ടു തിരക്കിയപ്പോളാണ് 'കാശുള്ളവർ മോഹവിലയ്ക്ക് ഒരു ലക്ഷം രൂപയും ചിലപ്പോൾ അതിന് തന്നേക്കാ'മെന്ന് ഞാനറിഞ്ഞത്.

എന്റെ കയ്യിലുള്ള രുദ്രാക്ഷത്തിൽ ചില ചിത്രങ്ങളുണ്ട്. ശിവനോട് ബന്ധപ്പെട്ടതാണവ. സ്വാഭാവികമായിത്തന്നെ ഉണ്ടായതാണ് അവയെന്നു പലരും പറയുന്നു.

രുദ്രാക്ഷം പൊന്നുപോലെ സൂക്ഷിച്ചു. എന്നിട്ട് അത് എന്തദ്ഭുതമാണുണ്ടാക്കുക എന്ന് ആലോചിച്ച് ദിവസങ്ങൾ പോയപ്പോൾ ഞാനൊരു കവിത എഴുതി. അത് എൻ.വിയ്ക്ക് അയച്ചുകൊടുക്കുകയും ചെയ്തു. കവിത വായിച്ച എൻ.വി. എന്നോട് അതൊന്നുകാണാൻ താത്പര്യം കാണിച്ച് എഴുതി. എന്നാലെനിക്കത് അദ്ദേഹത്തെ കാട്ടാൻ കഴിഞ്ഞില്ല.

എൻ.വി. ആ കവിത മാതൃഭൂമിയിൽ പ്രസിദ്ധം ചെയ്തു. അദ്ദേഹം അപ്പോഴേക്കും മാതൃഭൂമിയുടെ പത്രാധിപസ്ഥാനം ഉപേക്ഷിച്ചുവെന്നാണ് എന്റെ ഓർമ്മ. അതെന്തായാലും സാഹിത്യത്തിലെ ഒരു പ്രത്യേകവിഭാഗം വായനക്കാർ ആ കവിത നല്ലവണ്ണം ശ്രദ്ധിച്ചുവെന്നാണ് ഞാൻ അറിഞ്ഞത്. അത് എനിക്ക് ആ ഗ്രൂപ്പിന്റെ ഇടയിൽ വലിയ സ്ഥാനവും അക്കാലത്ത് നേടിത്തന്നു.

ഇതിനിടയ്ക്ക് ഞാൻ അറിയാതെ തന്നെ ഒരു പ്രത്യേകതരം രചനാശൈലിയും ഭാഷയും എനിക്ക് സ്വായത്തമായിക്കഴിഞ്ഞിരുന്നു. എന്നാൽ

അതെനിക്കൊരു ഭാരമായി. ഞാനതിൽനിന്ന് മോചനം നേടാൻ കിണഞ്ഞു ശ്രമിക്കാറുണ്ടെങ്കിലും അമ്പെ പരാജയപ്പെടുന്നുവെന്നതാണ് സത്യം.

മഹാഭാരതം വായന മുടങ്ങാതെ നടക്കുന്ന കാലം. എനിക്കൊരിക്കൽ ഗുരുനാഥന്റെ സാന്നിദ്ധ്യത്തിൽ ശാന്തിപർവ്വത്തിലെ മോക്ഷധർമ്മപർവ്വം ഒന്ന് വായിക്കണമെന്നു തോന്നി. ഞാനതിനെക്കുറിച്ച് അദ്ദേഹത്തിനെഴുതി. സകല പണികളും മാറ്റി നിർത്തി രണ്ടാഴ്ച എനിക്കുവേണ്ടി ചെലവഴിക്കാൻ അദ്ദേഹം തയ്യാറായി.

രണ്ടുമൂന്നാഴ്ച അവധിയെടുത്ത് ഭാര്യയേയും മകളേയും ഷൊർണൂരിൽ പി.ഏ.യുടെ സഹോദരിയുടെ വീട്ടിലാക്കി. മകൾക്കവരുടെ ലേശം ചികിത്സയും വേണമെന്ന് നിശ്ചയിച്ചു. എന്നിട്ട് ഞാൻ ഗുരുനാഥന്റെ അടുത്തേക്ക് പോയി.

പഠിക്കാനെത്തുന്നവരോട് പാലൂരിന് വേണ്ടി രണ്ടാഴ്ചയ്ക്ക് ഒഴിവുതരണമെന്ന് പറഞ്ഞ് അദ്ദേഹം തയ്യാറായിരിക്കയായിരുന്നു. ചെന്നതിന്റെ പിറ്റേ ദിവസം തന്നെ ഞാൻ വായനയും തുടങ്ങി. കാലത്ത് ആറുമണിയോടെ തുടങ്ങുന്ന വായന രാത്രി എട്ടുമണിവരെ തുടരും. ഇടയ്ക്ക് വിശ്രമമില്ല. ഭക്ഷണാദികൾക്കുപോലും സമയം നന്നെ പിശുക്കിയാണ് ഞങ്ങൾ ചെലവാക്കിയിരുന്നത്. പതിനഞ്ചു ദിവസത്തിനിടയിൽ മോക്ഷധർമ്മപർവ്വം മുഴുവൻ ഗുരുനാഥന്റെ സാന്നിദ്ധ്യത്തിൽ ഞാൻ വായിച്ചുതീർത്തു. ആ രണ്ടാഴ്ചക്കാലം കൊണ്ട് ഞാനാകെ മാറിയെന്നാണു തോന്നുന്നത്.

പിന്നീട് വി.ടി.യെ കാണാൻ അദ്ദേഹത്തിന്റെ സ്ഥലത്തുചെന്നു. 101 രൂപയും വെറ്റിലയും അടയ്ക്കയും കൂട്ടി ദക്ഷിണ ചെയ്ത് അദ്ദേഹത്തെ നമസ്ക്കരിച്ചു. അദ്ദേഹം എന്നെ നല്ലവണ്ണം അനുഗ്രഹിച്ചു. വി.ടി.യ്ക്ക് എൻ.ബി.എസിൽ നിന്ന് ലക്ഷക്കണക്കിനു സംഖ്യ കിട്ടാനുണ്ടത്രെ! മകന്റെ ജോലിയല്ലാതെ മറ്റു വരുമാനങ്ങളൊന്നും ഇല്ലതാനും. ഈ വിവരം കേട്ടപ്പോൾ ഞാൻ എൻ.വി.യോട് സംസാരിക്കട്ടെ എന്നു ചോദിച്ചു. ചിരിച്ചുകൊണ്ടു അതു വേണ്ടെന്നും, എൻ. വിയ്ക്കും എൻ.ബി.എസ്സുകാർ ഒരുപാട് കാശു കൊടുക്കാനുണ്ടെന്നും അദ്ദേഹം പറഞ്ഞു. എനിക്ക് ഒന്നും ചെയ്യാനില്ലാത്തതുകൊണ്ട് ഞാൻ മറുപടിയൊന്നും പിന്നീട് പറഞ്ഞില്ല.

എന്നാൽ പോരുംമുമ്പ് അദ്ദേഹത്തിന്റെ ശബ്ദം റിക്കാർഡ് ചെയ്ത് എടുത്തു. ഒരു ടേപ്പിലെനിയ്ക്കു വേണ്ടി അദ്ദേഹം പത്തിരുപതു മിനുട്ട് സംസാരിച്ചു. അതിലദ്ദേഹം 'താനൊരിക്കൽ നമ്പൂതിരിയെ മനുഷ്യനാക്കണമെന്ന് പ്രസംഗിച്ചു നടന്നവനാണെന്നും ഇപ്പോൾ കുറെ മനുഷ്യരെ നമ്പൂതിരിയാക്കുകയാണ് അത്യാവശ്യ'മെന്നും മറ്റും പറയുകയുണ്ടായി.

റിട്ടയർചെയ്ത് കോഴിക്കോട്ട് താമസമാക്കിയശേഷം സിവിക് ചന്ദ്രൻ ഒരിക്കൽ എന്നെ കാണാൻ വന്നപ്പോൾ ആ ടേപ്പ് എന്നോട് വാങ്ങിക്കൊണ്ടുപോയി. ഒരാഴ്ചയ്ക്കകം എത്തിച്ചുകൊള്ളാമെന്ന് ഉറപ്പുപറഞ്ഞത് കൊണ്ടാണ് ഞാൻ കൊടുത്തത്. എന്റെ വീട്ടിലേക്കു വന്ന് ബുദ്ധിമുട്ടേണ്ടാ എന്നുവെച്ച് അത് മൊയ്തീൻ പള്ളിറോഡിലെ ആര്യവൈദ്യഫാർമസിയിലെ വൈദ്യനെ ഏല്പിച്ചാൽ മതി എന്നും ഞാൻ പറഞ്ഞു.

സിവിക് ചന്ദ്രനെ പിന്നീട് പല മീറ്റിങ്ങുകളിലും വെച്ച് ഞാൻ കാണുകയുണ്ടായി. ഞങ്ങൾ ഒരേ സ്റ്റേജിൽ പ്രസംഗിക്കാറുണ്ട്. രണ്ടുമൂന്നു തവണ ചോദിച്ചപ്പോളെല്ലാം അയാൾ ഉരുണ്ടുകളിക്കുകയാണുണ്ടായത്. ഇപ്പോൾ ആ ടേപ്പ് നഷ്ടപ്പെട്ട കൂട്ടത്തിലാണ്. ആ ടേപ്പിലെ വി.ടി. പറഞ്ഞ കാര്യങ്ങളെ മുൻനിർത്തി സിവിക് ചന്ദ്രൻ രണ്ടുമൂന്നു ലേഖനങ്ങളുമെഴുതിയെന്നു കേട്ടു. ഏതായാലും ഇന്നോളം അയാളത് എനിക്ക് മടക്കിത്തന്നിട്ടില്ല. എഴുത്തുകാരുടെയിടയിൽ ഇത്തരത്തിലുള്ള സാമർത്ഥ്യക്കാർ അടുത്തകാലത്തായി ഒരുപാട് ഉണ്ടായിവരുന്നു.

ഇപ്പോൾ പറയുന്നത് നല്ലതല്ലെങ്കിലും സാഹിത്യ അക്കാദമിയുടെ അവാർഡ് വാങ്ങിയ ഒരു കവി അടുത്ത കാലത്ത് എന്നെ പറ്റിക്കാനൊരു ശ്രമംനടത്തി. എന്നാൽ ഒപ്പം തിക്കോടിയനുണ്ടായിരുന്നതുകൊണ്ട് ഞാൻ രക്ഷപ്പെട്ടുവെന്ന് വെച്ചോളൂ.

തിക്കോടിയൻ മരിക്കുന്നതിന്റെ നാലഞ്ചുകൊല്ലം മുമ്പ് കോഴിക്കോട്ടെ ടൗൺഹാളിൽവെച്ച് ഒരു മീറ്റിങ്ങ്. അതിൽ കവിത വായിക്കാൻ ഞാനും മേൽപറഞ്ഞ കവിയും ഉൾപ്പെടെ ഏതാണ്ട് ഒരു ഡസൻ കവികളുണ്ടായിരുന്നു. തിക്കോടിയൻ ഒരു പ്രസംഗത്തിനും.

മീറ്റിങ്ങ് കഴിഞ്ഞ് ടൗൺഹാളിന്റെ പടിയ്ക്കലായി ഞാൻ ഭാര്യാസഹോദരൻ രാമചന്ദ്രന്റെ കാറ് പ്രതീക്ഷിച്ച് നിൽക്കുകയായിരുന്നു. വഴിയ്ക്ക് ഇറക്കാമെന്നു പറഞ്ഞ് തിക്കോടിയനേയും ഞാൻ ഒപ്പം നിർത്തിയിരുന്നു.

രാത്രി ഏതാണ്ട് എട്ടുമണി സമയം. മേൽപ്പറഞ്ഞ കവിയും ഒന്നുരണ്ടു സുഹൃത്തുക്കളും കൂടി എന്നെ വന്ന് പരിചയപ്പെട്ട് സംസാരിയ്ക്കാൻ തുടങ്ങി. വലിയ മദ്യപനായ കവി ധാരാളം കുടിച്ചിരുന്നു.

പാലൂര് സാറിനെ താൻ ചിരകാലമായി കവിതയിലൂടെ അറിയുമെന്നും പല ലേഖനങ്ങളിലും കവിതയെക്കുറിച്ച് ധാരാളം എഴുതിയിട്ടുണ്ടെന്നും ഒക്കെപ്പറഞ്ഞു. എല്ലാം കേട്ടുനിന്ന തിക്കോടിയൻ എന്റെ ഇടത്തെ ആസനത്തിലായി ഒരു നുള്ളുതന്നു. ഒരത്യാവശ്യകാര്യത്തിനായി ഇരുനൂറുരൂപ വേണ്ടിവന്നുവെന്നും തന്നെ സഹായിക്കണമെന്നും എന്നോട് അയാൾ അപേക്ഷിച്ചു.

എന്റെ വികടസരസ്വതി അപ്പോൾ പേഴ്സെടുക്കാൻ മറന്നുവെന്നാണ് മറുപടി പറഞ്ഞത്. അതുകൊണ്ട് അയാൾ മടങ്ങുമെന്നാണ് ഞാൻ കരുതിയത്. എന്നാൽ അയാൾ പിന്നെയും എന്നെ വിടുന്ന മട്ടല്ല. ഇരുനൂറില്ലെങ്കിൽ നൂറുരൂപയെങ്കിലും ആരോടെങ്കിലും വാങ്ങിത്തന്നു സഹായിക്കണമെന്നായി.

ഭാര്യാസഹോദരന്റെ കാറിലാണ് ഞാൻ വന്നതെന്നും മടങ്ങാനായി അയാളെ കാത്തുനിൽക്കയാണെന്നും ഞാനറിയിച്ചു. അമ്പതുരൂപയെങ്കിലും കിട്ടണമെന്നായി അയാൾ. ഉടനെ തിക്കോടിയൻ ഇടപെട്ടു. അയാളെ കണക്കിനു ശകാരിക്കയും അയാളുടെ സ്വഭാവത്തെക്കുറിച്ച് എന്നോട് തുറന്നുപറയുകയും ചെയ്തു.

ഒന്നും രണ്ടും വർത്തമാനം പറഞ്ഞുകൊണ്ട് നിൽക്കുമ്പോൾ ഭാഗ്യത്തിന് അളിയന്റെ വരവായി. അയാൾ വന്ന് കാറുനിർത്തിയപ്പോൾ തിക്കോടിയനും ഞാനും അതിൽകേറി. 'ക്ഷമിയ്ക്കണെ'മെന്ന് പറഞ്ഞ് ഞങ്ങൾ ഓടിച്ചുപോന്നു.

അപ്പോഴാണ് തിക്കോടിയൻ ആ കവിയുടെ സ്വഭാവം എന്നോട് വിവരിച്ചത്. കണ്ടവരിൽനിന്ന് കടംവാങ്ങി കൂട്ടുകാരൊത്ത് കുടിക്കയാണത്രേ അയാളുടെ പണി. ആർക്കും പണം തിരികെ കൊടുക്കുകയില്ല. പോരാത്തതിന് അവരെ താൻ പറ്റിച്ചുവെന്ന് പിന്നീട് വീമ്പടിക്കാറുമുണ്ടത്രേ.

റിട്ടയർ ചെയ്യുന്നതിന്റെ അഞ്ചാറുകൊല്ലം മുമ്പ് ബോംബെയിലെ ചില കമ്മ്യൂണിസ്റ്റ് സുഹൃത്തുക്കൾ എന്നെ ചെമ്പൂരിലുള്ള ഒരു സ്ക്കൂളിന്റെ വാർഷികത്തിന് ക്ഷണിച്ചു. അവരുടെ സ്ക്കൂളിൽ ധാരാളം കുട്ടികളുണ്ടായിരുന്നു. സാമാന്യം കൊള്ളാവുന്ന സാമ്പത്തികശേഷിയുള്ള അവരുടെ ക്ഷണം ഞാൻ സ്വീകരിച്ചു. അവർ പറഞ്ഞ സമയത്തു വന്ന് എന്നെ കൂട്ടിക്കൊണ്ടുപോയി. ഉച്ചയ്ക്ക് എത്തിയ എന്നെ സ്വീകരിച്ച് കെട്ടിയെഴുന്നള്ളിച്ച് അവരുടെ ഒപ്പം ഭക്ഷണം കഴിപ്പിച്ചു. പരിപാടിയിൽ ഞാൻ മുഖ്യാതിഥിയായി പങ്കെടുത്തു. രാത്രി എട്ടുമണിയ്ക്കുശേഷമാണ് എന്നെ രണ്ടുനാലു മിനുട്ട് സംസാരിക്കാൻ അനുവദിച്ചത്. ഉടൻതന്നെ മടങ്ങാൻ നോക്കുമ്പോൾ ചുമതലക്കാരായി ഒരുത്തനെയും കണ്ടില്ല. കാശൊന്നും തന്നില്ലെന്നതല്ല എന്റെ ദുഃഖം. സംസ്കൃതചിത്തരെന്ന് ഞാൻ കരുതിയിരുന്ന ആ രാഷ്ട്രീയപ്പാർട്ടിക്കാർ എന്നെ യാത്രയാക്കാൻ പോലും വന്നില്ല. ആവശ്യം കഴിഞ്ഞാൽ കറിവേപ്പിലപോലെ ആരെയും ഉപേക്ഷിക്കുന്നവരാണവരെന്ന് പിന്നീടു ഞാനറിഞ്ഞു.

വീണ്ടും ചില ഉദ്യോഗവിശേഷങ്ങൾ

ഇന്ത്യൻ എയർലൈൻസ് എന്നോട് വളരെ മര്യാദയോടെയാണു പെരുമാറിയിരുന്നത്. എന്നാൽ ഞങ്ങളുടെ ഡിപ്പാർട്ടുമെന്റ് ഒട്ടും ദയ കാട്ടിയിരുന്നില്ല. ഓവർടൈമിലും വർക്ക്അലോട്ട്മെന്റിലും കർക്കശമായ നിലപാടാണ് അവർ സ്വീകരിച്ചിരുന്നത്. ഞാൻ ആരുടെ മുന്നിലും കെഞ്ചാൻ തയ്യാറാകാതിരുന്നതാകാം കാരണം. പണിയിൽ വിദഗ്ദ്ധനായിരുന്ന എന്നെ അങ്ങനെ തള്ളിക്കളയാനും അവർക്കു സാദ്ധ്യമല്ലായിരുന്നു.

ഇന്റർനാഷണൽ സർവീസുകളുടെ ഏതാണ്ടെല്ലാ ഗ്രൗണ്ട് സപ്പോർട്ട് പണികളും എയർ ഇന്ത്യയാണ് നടത്തിയിരുന്നത്. മിക്ക ദിവസവും സർവ്വീസുകളുടെ ആധിക്യം നിമിത്തം രാത്രികാലങ്ങളിൽ എക്യുപ്പ്മെന്റ്സും ഓപ്പറേറ്റർമാരും പോരാതെവരും. അത്തരം സന്ദർഭങ്ങളിൽ എയർ ഇന്ത്യ ഇന്ത്യൻ എയർലൈൻസിൽ നിന്ന് വാടകയ്ക്കെടുക്കുകയാണു പതിവ്.

പലപ്പോഴും വിമാനം പുഷ്ബാക്കുചെയ്യാൻ എനിക്കു ഓവർടൈം ചെയ്യേണ്ടിവന്നിട്ടുണ്ട്. എയർഫ്രാൻസ്, പാനമേരിയ്ക്കൻ, അലിറ്റാലിയ തുടങ്ങി പല കമ്പനികൾക്കും രാത്രി മുഴുവൻ പണിയെടുക്കാനായി സ്ക്കോഫുമായി പോകാറുണ്ട്. പണിയേക്കാൾ അധികം കാത്തുനിൽക്കുക എന്ന ബോറാണ് അസഹ്യമായിട്ടുള്ളത്.

യാത്രക്കാരും എണ്ണയും കാർഗോവുമായി ആയിരക്കണക്കിന് ടൺ ഭാരമുള്ള വിമാനമാണ് തള്ളിക്കൊടുക്കേണ്ടിയിരുന്നത്. അപകടമൊന്നും എന്റെ ഭാഗത്തു നിന്ന് ഉണ്ടായില്ലെങ്കിലും ടോബാറിന്റെ ബോൾട്ട് പൊട്ടുക എന്ന

തലവേദന എന്നെ വല്ലാതെ ശല്ല്യപ്പെടുത്തിയിരുന്നു. അതിന്റെ തകരാറ് എന്തെന്ന് അറിയാൻ കഴിഞ്ഞിരുന്നില്ല. അടിയന്തരാവസ്ഥക്കാലത്താണ് സംഗതി പിടികിട്ടിയത്. എന്നെ ചതിക്കാൻ വേണ്ടി ചിലർ മെക്കാനിക്കിന്റെ ലോഗ്യം സമ്പാദിച്ച് നടത്തിയിരുന്ന വിദ്യയുടെ ഫലമായിരുന്നു അത്.

നാലഞ്ചുതവണ ബോൾട്ട് പൊട്ടിയിട്ടുണ്ട്. അപകടം കൂടാതെ ശ്രദ്ധിക്കാൻ കഴിഞ്ഞതുകൊണ്ട് അപ്പോഴൊന്നും എഞ്ചിനീയർമാർ റിപ്പോർട്ട് ചെയ്തില്ല. ഉടൻ തന്നെ ബോൾട്ട് മാറ്റി ഫിറ്റുചെയ്തതുകൊണ്ട് വിമാനങ്ങൾ താമസിച്ചുമില്ല.

അടിയന്തിരാവസ്ഥ വന്നപ്പോൾ കമ്പനിയിലെ പണികൾ ചിട്ടയായി നടക്കാൻ തുടങ്ങി. തെറ്റായ കാര്യങ്ങൾ നടന്നാൽ ആർക്കും ഏതുസമയത്തും ആരെക്കുറിച്ചും മേലധികാരിക്ക് എഴുതിക്കൊടുക്കാം. ഒരാഴ്ചയ്ക്കുള്ളിൽ തൃപ്തികരമായ മറുപടി കിട്ടാത്തപക്ഷം ഹെഡ്ക്വാർട്ടേഴ്സിലേക്ക് പരാതി അയയ്ക്കാം. രണ്ടാഴ്ചയ്ക്കുള്ളിൽ അതിനും മറുപടി കിട്ടിയില്ലെങ്കിൽ ചെയർമാന് നേരിട്ടും അയയ്ക്കാം.

എന്നാലതൊന്നും വേണ്ടി വരാറില്ല. അന്ന് ഞങ്ങളുടെ മേലധികാരികൾക്കെല്ലാം നല്ല ഭയമായിരുന്നു. ആരെങ്കിലും പരാതിപ്പെട്ടാൽ ഒരാഴ്ചയ്ക്കുള്ളിൽ തന്നെ മറുപടി കിട്ടിയിരുന്നു. ചിലരെഴുതിയ പരാതി പിൻവലിക്കാനായി മേലധികാരികൾ ജോലിക്കാരോട് അപേക്ഷിക്കുകപോലും ഉണ്ടായിട്ടുണ്ട്.

ഇന്നത്തെ സർവീസ് നാളെയും മറ്റന്നാളും പോയിരുന്ന സ്ഥാനത്ത് എല്ലാ വിമാനങ്ങളും കൃത്യസമയത്തു പറക്കാൻ തുടങ്ങി. സ്റ്റാഫും ഉപകരണങ്ങളും വിമാനങ്ങളും പഴയതുതന്നെ. എന്നിട്ടും എല്ലാം കൃത്യമായി നടന്നു. ചോദിക്കാൻ മുകളിൽ ചിലരുണ്ടെന്ന് വന്നപ്പോളുണ്ടായ മാറ്റം!

അടിയന്തിരാവസ്ഥ ചിലരെങ്കിലും ദുരുപയോഗപ്പെടുത്തി എന്നതും സത്യമാണ്. അതുകൊണ്ട് എതിരായി ജയപ്രകാശ് നാരായണന്റെ നേതൃത്വത്തിൽ വലിയൊരു പട തന്നെ പോരിനിറങ്ങി. എന്നേപ്പോലുള്ളവർക്ക് ഇന്ദിരാഗാന്ധിയുടെ അടിയന്തിരാവസ്ഥ പ്രത്യക്ഷത്തിൽ തന്നെ സത്ഫലമാണു ചെയ്തത്. മറ്റുള്ളവരെന്തുപറഞ്ഞാലും മര്യാദക്കാർക്ക് നീതിയും നിയമവും കിട്ടിയിരുന്നു. കള്ളന്മാർക്കും കുത്തിത്തിരുപ്പുകാർക്കും അതിസാമർത്ഥ്യക്കാർക്കും നല്ല വിഷമവും ഉണ്ടായി. എന്നാൽ അത്തരക്കാരാണല്ലോ നമ്മുടെ രാജ്യത്തിൽ അധികം.

ഇന്ദിരാഗാന്ധി വധിക്കപ്പെട്ട ദിവസം എനിക്ക് മോർണിങ്ങ് ഡ്യൂട്ടിയായിരുന്നു. കമ്പനിയിലെ മിക്ക ഡിപ്പാർട്ടുമെന്റിലും ഉള്ള ഉന്നതർ അവർ കൊല്ലപ്പെട്ടപ്പോൾ ആഹ്ലാദിക്കുകയാണുണ്ടായത്.

അക്കാലത്തൊരിക്കൽ ഞങ്ങളിൽ ചിലരെ ട്രെയിനിങ്ങിന് ദില്ലിക്കയയ്ക്കാൻ കമ്പനി തീരുമാനിച്ചു. കുറച്ചു കാശും ഒഴിവും ദില്ലിയിൽ രണ്ടാഴ്ചത്തെ താമസവും എന്നല്ലാതെ അതുകൊണ്ട് ഞങ്ങൾക്ക് ഗുണമൊന്നും ഉണ്ടായില്ല. ഓപ്പറേറ്ററായി പണിയെടുക്കാൻ തുടങ്ങിയിട്ടും ഗ്രൗണ്ട് സപ്പോർട്ട് ഡിവിഷനുണ്ടായിട്ടും അന്നേക്ക് കൊല്ലങ്ങൾ തന്നെ കഴിഞ്ഞിരുന്നു.

ഞങ്ങളെ ഓപ്പറേറ്ററായി നിയമിക്കും മുമ്പ് ഒരു നാടകം ഉണ്ടായി. അത് ഞങ്ങളിൽ ഏതാണ്ട് എഴുപത്തഞ്ചു പേർക്ക് പ്രാക്റ്റിക്കൽ ടെസ്റ്റും തിയറി ടെസ്റ്റും ഇന്റർവ്യൂ എന്ന പ്രഹസനവും നടത്തുകയായിരുന്നു.

പ്രാക്റ്റിക്കൽ ടെസ്റ്റിന് ചെന്ന ഞാൻ എല്ലാ കാര്യത്തിലും നൂറുശതമാനം മാർക്ക് വാങ്ങി. തിയറിയിൽ വേണ്ടതിലധികമുണ്ടായിരുന്നുവെങ്കിലും നൂറു ശതമാനം കിട്ടിയില്ല. ഇതിനെക്കുറിച്ചെല്ലാം അവസാനമുണ്ടായ ഇന്റർവ്യൂ എന്ന നാടകത്തിൽ മോഹൻ റാവു എന്നോടു വിസ്തരിച്ചു ചോദിച്ചു. ഞാൻ വിശദ മായിത്തന്നെ കാര്യങ്ങൾ പറയുകയും ചെയ്തു.

പാസ്സാകാൻ ഇത്രയൊന്നും ആവശ്യമില്ലായിരുന്നു. ഒന്നും എഴുതാത്ത വരെപ്പോലും പാസ്സായി എന്ന് റിക്കാർഡ് ഉണ്ടാക്കി കമ്പനി പ്രമോട്ട് ചെയ്തു. അതെല്ലാം പിന്നീടാണു ഞാനറിഞ്ഞത്. ഡ്രൈവർമാരിൽ പലരും അക്ഷരാ ഭ്യാസംപോലുമില്ലാത്തവരായിരുന്നു.

പൈലറ്റുകളുടെ കഥയും വ്യത്യസ്തമല്ല. ഒരു കാലത്ത് റോയൽ എയർ ഫോഴ്സിലേക്ക് റിക്രൂട്ട് ചെയ്യുന്ന പൈലറ്റുകൾക്ക് വിദ്യാഭ്യാസം ഒരു പ്രശ്ന മായിരുന്നില്ല. ശാരീരികമായ ഫിറ്റ്നെസ്സുമാത്രമാണ് കാര്യം. ഞങ്ങളുടെ ഒരോ പ്പറേഷൻ മാനേജർ പ്രമോഷൻ കിട്ടി ഒരാഴ്ച കഴിഞ്ഞപ്പോൾ ആപ്പീസിൽ പോക്കു നിർത്തി. ഒന്നാംതരം പൈലറ്റായിരുന്ന അദ്ദേഹത്തിന് എഴുതാനറി യില്ലെന്നതാണ് ആപ്പീസ് വെടിയാൻ കാരണം. ഇന്ത്യൻ എയർലൈൻസിലെ പല വലിയ പോസ്റ്റിലുള്ളവരും ഡിപ്പാർട്ട്മെന്റ് ടെസ്റ്റ് പാസ്സായി പ്രമോഷൻ കിട്ടിയവരായിരുന്നു. ഡിപ്പാർട്ടുമെന്റ് പരീക്ഷയുടെ രസികത്തം മുമ്പേ പറഞ്ഞിട്ടു ള്ളതാണല്ലോ.

ഞങ്ങളിൽ എട്ടുപത്തുപേരെ വീതം ദില്ലിക്കയയ്ക്കുകയാണ് ഉണ്ടായത്. അങ്ങനെ ട്രെയിനിങ്ങ് നടക്കുമ്പോൾ ഉണ്ടായിരുന്ന നൂറോളം ഓപ്പറേറ്റർമാരുടെ ട്രെയിനിങ്ങ് കഴിയാൻ ഒരു കൊല്ലത്തിലധികം സമയമെടുത്തു. എനിക്ക് വലിയ പുച്ഛമായിരുന്നു കമ്പനി നടത്തുന്ന ഈ നാടകത്തിനോട്. പക്ഷേ മിണ്ടിയാൽ അപകടമാകും.

ട്രെയിനിങ്ങിന്റെ അവസാനദിവസം ഞങ്ങൾക്ക് സദ്യ തന്നെയായിരുന്നു. ഓരോ സർട്ടിഫിക്കറ്റ് എല്ലാവർക്കും കിട്ടി. ഒപ്പം കിട്ടാനുള്ള കാശും ഒ.കെ.യാ ക്കിയ വിമാനടിക്കറ്റും.

ദില്ലിയിലെ ട്രെയിനിങ്ങ് എനിക്ക് ഒട്ടുംതന്നെ പിടിച്ചില്ലെന്ന് ഞാൻ പരസ്യ മായി പറഞ്ഞു. ഇന്ത്യൻ എയർലൈൻസ് കളിച്ച നാടകം കൊള്ളാമെന്നും പണികൾ വാസ്തവത്തിൽ കോളേജിലുള്ളവരെ അങ്ങോട്ടു പഠിപ്പിക്കുകയാണു ണ്ടായതെന്നും ഞാൻ പറഞ്ഞു.

ഇതെങ്ങനെയോ ദില്ലിയിലെ ട്രെയിനിങ്ങ് സെന്ററിലും എത്തിയെന്നു തോന്നുന്നു. ഇതിനു ഫലമുണ്ടായില്ലെന്നു പറഞ്ഞുകൂടാ. ഞാനധികം താമസി യാതെ ഡിപ്പാർട്ടുമെന്റിലെ ഓപ്പറേറ്റർമാരുടെ ചീഫ് ആയി. ആ പോസ്റ്റ് റിട്ടയർ ചെയ്യുന്നതുവരെ എന്നെ ശല്ല്യപ്പെടുത്തുകയും ചെയ്തു.

കള്ളപ്പണി അറിയാത്ത എനിക്ക് എല്ലാവരേയും തൃപ്തിപ്പെടുത്തേണ്ടി യിരുന്നു. എന്തെങ്കിലും വിദ്യ പറഞ്ഞ് പണി കഴിയുന്നതിനു രണ്ടുമൂന്നു

മണിക്കൂർ മുമ്പ് ചിലർ മുങ്ങും. പലരും പാലൂർ സാഹബ്ബിനെ വിളിച്ച് നൂറ് പ്രാരബ്ധം പറഞ്ഞാണ് പോകാറ്. ചിലർ ഒന്നും മിണ്ടാതെയും പോകും.

വിമാനം വൈകിയാൽ വിശദീകരണം ആവശ്യപ്പെട്ടുകൊണ്ട് അക്കാലത്ത് എനിക്കാണ് കത്തുവരിക. കമ്പനിക്ക് മറുപടി എഴുതി ഞാൻ തോറ്റു. എനിക്കെഴുതിത്തന്ന് പുരുഷോത്തമനും തോറ്റു. പലപ്പോഴും എനിക്ക് പലരുടേയും പണി കൂടി നോക്കേണ്ടി വന്നു.

ഓടിനടന്ന് എല്ലാ പണികളും അറ്റന്റ് ചെയ്യാൻ ചിലപ്പോൾ ഒരാൾക്ക് കഴിയാതെ വരും. അത്തരം സന്ദർഭങ്ങളിലാണ് കുഴപ്പം. എന്നാൽ എന്റെ സ്വഭാവം നന്നായറിയുന്ന ഏതാണ്ടെല്ലാ എഞ്ചിനീയർമാരും എന്നോട് സഹകരിക്കുകയാണ് പതിവ്.

ഞാനക്കാലത്ത് വലിയ മുറുക്കുകാരനായിരുന്നു. ഡിപ്പാർട്ടുമെന്റിലെ ഹെഡ്ഡ് ആയതോടെ അതുനിന്നു. അതിനുള്ള മുഖ്യകാരണം കാശുതന്നെ. പതിനഞ്ചു പൈസക്ക് തുടങ്ങിയ എന്റെ മുറുക്കിന് അക്കാലമായപ്പോഴേക്കും ഏതാണ്ട് മൂന്നുരൂപയായി. മുറുക്കാൻ പോകുമ്പോൾ പലരും ലോഗ്യംപറഞ്ഞ് ഒപ്പംകൂടും. എനിക്കാണെങ്കിൽ ഒറ്റയ്ക്കു മുറുക്കാൻ വിഷമവുമാണ്. ഒരു ദിവസം പണിയ്ക്കു പോയാൽ മുറുക്കാൻ മാത്രം ഏതാണ്ടമ്പതുരൂപവരും എന്നിടത്തേക്ക് കാര്യങ്ങളെത്തി.

ഭാര്യയുമായി ആലോചിച്ച് ഒരു ദിവസം ഞാൻ മുറുക്കുനിർത്തി. അത് നല്ല സംസാരവിഷയമായെങ്കിലും ഞാനിന്നുവരെ പിന്നെ മുറുക്കുകയുണ്ടായിട്ടില്ല. അന്നു തുടങ്ങിയ മുറുക്കുനിർത്തലിന്റെ ഗുണം ഈ എഴുപത്തേഴാം കാലത്ത് ഞാനനുഭവിക്കുന്നുണ്ട്.

ഇതിനിടയ്ക്ക് കമ്പനി ഇരുപത്തഞ്ചുകൊല്ലത്തെ സർവ്വീസ് മുഴുമിച്ചവർക്ക് കൊടുക്കുന്ന വാച്ച് എനിക്കുമുണ്ടെന്ന് അറിഞ്ഞു. എന്നാലതിനുള്ള കത്തു കിട്ടുന്നതുവരെ ഞാൻ വിശ്വസിച്ചില്ല. കാരണം ഇൻക്രിമെന്റുപോയ രണ്ടു കൊല്ലത്തെക്കുറിച്ച് കമ്പനിയെന്താണ് തീരുമാനിക്കുന്നതെന്നതിൽ എനിക്ക് സംശയമുണ്ടായിരുന്നു. ലീവും മറ്റ് ആനുകൂല്യങ്ങളും ലഭിച്ചെങ്കിലും ആ ഇൻക്രിമെന്റ് ഇതുവരെ എനിക്ക് കിട്ടിയിട്ടില്ലല്ലോ!

എന്നാലൊരു ദിവസം കത്ത് കിട്ടിയപ്പോൾ രണ്ട് ഇൻക്രിമെന്റിന്റെ കാലവും സർവീസായി കണക്കാക്കിയിരുന്നു. ഏതാണ്ട് പത്തിരുപതു പേരുണ്ടായിരുന്നു വാച്ചിനർഹരായി ഞങ്ങളുടെ ഡിപ്പാർട്ടുമെന്റിൽ.

എച്ച്.എം.ടി.യുടെ വാച്ചുകളായിരുന്നു സമ്മാനം. ഓരോരുത്തർക്കും കൊടുക്കുന്ന വാച്ചിൽ അയാളുടെ പേരും ഇന്ത്യൻ എയർലൈൻസിന്റെ പേരുമുണ്ടാകും. ഇന്ത്യയിലുള്ള എയർലൈൻസിന്റെ എല്ലാ സ്ഥലത്തേക്കും വേണ്ടത് ഒരുമിച്ച് ഏതാണ്ടൊരു കൊല്ലംമുമ്പ് ഓർഡർ ചെയ്യും. എണ്ണം ധാരാളമുള്ളതുകൊണ്ട് പേരുകളെല്ലാം വാച്ചിന്റെ പിൻപുറത്ത് എച്ച്.എം.ടി.ക്കാർ ഭംഗിയായിട്ടെഴുതിക്കൊടുക്കും. അതും ഫ്രീ ചാർജ്ജിൽ.

കമ്പനിയിൽ നിന്ന നീണ്ട സർവീസിനെ കണക്കിലെടുത്തു തന്നിരുന്ന വാച്ചിന് അന്നുതന്നെ ഏതാണ്ട് എഴുനൂറ്റൻപതു രൂപ വിലയുണ്ടായിരുന്നു. അതും ഓട്ടോമാറ്റിക്ക്. അത് സ്റ്റാഫിന് ഒരലങ്കാരവും അഭിമാനവുമായിരുന്നു.

ഞങ്ങളുടെ വാച്ചുകൾ സമ്മാനിച്ചത് ചീഫ് എഞ്ചിനീയറുടെ ആപ്പീസിൽ ചേർന്ന ഒരു മീറ്റിങ്ങിൽ വെച്ചാണ്. അതിന് 'റാം കൺട്രോളർ' തുടങ്ങി പലരും എത്തിയിരുന്നു. നന്ദി പറയുംമുമ്പ് സ്റ്റാഫിന്റെ പ്രതിനിധിയായി ഒരാൾ എന്തെങ്കിലും ചിലത് പറയുക എന്നൊരു ചടങ്ങുണ്ട്. സീനിയോറിറ്റി അടിസ്ഥാനത്തിലാണതിന് ആളെ നിശ്ചയിക്കുക പതിവ്. അന്ന് മറുപടി പറയേണ്ട ചുമതല എനിക്ക് വന്നുപെട്ടു. പാട്ടീലെന്നൊരു ഓപ്പറേറ്ററുടെ പേരാണ് പ്രോഗ്രാമിൽ അച്ചടിച്ചിരുന്നത്. അയാൾക്ക് സദസ്സിൽവെച്ച് മിണ്ടാൻപോലും കഴിഞ്ഞില്ല.

ഹിന്ദിയിലാണ് ഞാൻ സംസാരിച്ചത്. 'ആളുകൾ വരികയും പോവുകയും ചെയ്യും. മിക്കവാറും ജനനമരണംപോലെ. എന്നാൽ ജീവിതം എക്കാലത്തും നിലനിൽക്കുന്നപോലെ കമ്പനിയും നിലനിൽക്കണം. ഓരോരുത്തരും ആ കാര്യം ഓർത്താൽ നന്ന്' എന്നൊക്കെയാണ് ഞാൻ പറഞ്ഞതെന്നു തോന്നുന്നു.

എന്റെ ഹിന്ദി തെരുവിലെ ഭാഷയായിരുന്നു. എന്നിട്ടും എല്ലാവർക്കും പറഞ്ഞതത്രയും ബോധിച്ചു. ചീഫ് എഞ്ചിനീയർ എന്നെ പ്രത്യേകം അഭിനന്ദിക്കുകയുമുണ്ടായി.

യോഗം കഴിഞ്ഞ് എച്ച്.എം.ടി.യുടെ ഓട്ടോമാറ്റിക്ക് വാച്ചും കെട്ടി പുറത്തിറങ്ങിയവരെ നോക്കി ഞാനൊരു ഫലിതം പറഞ്ഞു. അത് എന്റെ സുഹൃത്തുക്കളിൽ പലർക്കും ലേശം പൊക്കം വർദ്ധിച്ചിട്ടുണ്ടെന്നായിരുന്നു. പറഞ്ഞു കഴിഞ്ഞപ്പോൾ വേണ്ടായിരുന്നുവെന്ന് എനിക്കു തോന്നി. കാരണം ഞാൻ പറഞ്ഞ ഫലിതം കളിയാക്കലായിട്ടാണ് പലരും എടുത്തത്.

ഒരു സ്വീകരണത്തിന്റെ കഥ

റിട്ടയർ ചെയ്താൽ എവിടെ താമസിക്കണമെന്നതിനെപ്പറ്റി നാലഞ്ചുകൊല്ലം മുമ്പ് തന്നെ ഞാൻ ആലോചിക്കാൻ തുടങ്ങി. എഴുത്ത് ഗൗരവമായി എടുത്തിട്ടുള്ള എനിക്ക് കേരളത്തിലേക്കു മടങ്ങണമെന്നുതന്നെയായിരുന്നു മോഹം. എന്നാലത് കേട്ടവരെല്ലാം തന്നെ ബോംബെയിൽ ഇത്ര വളരെക്കാലം കഴിച്ച ഒരാൾക്ക് നാട്ടിൽ പോയാൽ വിഷമമാകും എന്നാണു പറഞ്ഞത്. അതിനവർ നൂറ്നൂറ് ദൃഷ്ടാന്തങ്ങളും ഹാജരാക്കി.

പലരും ആത്മഹത്യ ചെയ്തിട്ടുണ്ട്. ചിലർ കുടിയന്മാരായി മാറിയിട്ടുണ്ട്. എന്നാലെനിക്ക് മേൽപ്പറഞ്ഞ രണ്ടുകാര്യത്തിലും ഒട്ടുംതന്നെ സംശയമില്ലായിരുന്നു. കാരണം രണ്ടും എന്നാലസാധ്യം.

കാര്യം ഭാര്യയുമായി ആലോചിച്ചു. അവരൊരു വ്യക്തമായ നിർദ്ദേശം തന്നില്ല. എന്നാലെന്റെ മനസ്സിൽ ചില ഉറപ്പുകൾ ഉണ്ടായിരുന്നു.

കക്കാടെന്ന ചങ്ങാതിയോട് ഞാനെന്തു വേണമെന്ന് ചോദിച്ച് വിസ്തരിച്ച് പല കത്തുകളും എഴുതി. എന്നാലയാൾക്ക് കുറേശ്ശെ അസുഖം

ബാധിച്ചിരുന്നതുകൊണ്ടോ മറ്റോ ആകാം മറുപടി ഒരു കത്തിനുമാത്രമേ കിട്ടിയുള്ളു. അതിലയാൾ നിർദ്ദേശിച്ച മൂന്നു സ്ഥലം തിരുവനന്തപുരവും തൃശ്ശൂരും കോഴിക്കോടുമായിരുന്നു. ഏതെങ്കിലും ഒരു സ്ഥലത്ത് പത്തുപതിനഞ്ചു സെന്റ് സ്ഥലം വാങ്ങി റിട്ടയർചെയ്യാറാകുമ്പോഴേക്കു വീടുണ്ടാക്കണമെന്നായിരുന്നു ചുരുക്കം.

എവിടെയാണു സ്ഥലം വാങ്ങേണ്ടത് എന്നായി പ്രശ്നം. തിരുവനന്തപുരം എനിയ്ക്കിണങ്ങാത്ത സ്ഥലമാണ്. പിന്നെ രണ്ടുള്ളതിൽ ഏതു തിരഞ്ഞെടുക്കും? കാര്യം ദുർഘടമായി.

കക്കാട് നറുക്കിട്ടെടുക്കാമെന്നും, സുഗതകുമാരിയോ, വിഷ്ണുവോ, കക്കാടോ ഒരാൾ നറുക്കെടുക്കാമെന്നുമൊക്കെ പറഞ്ഞു. എന്നാലതൊന്നും ഉണ്ടായില്ല. കാരണം ഭാര്യ തന്നെ.

അളിയൻ കോഴിക്കോട്ടുള്ളതുകൊണ്ട് ആവശ്യമായ പണം എത്തിച്ചു കൊടുത്താൽ ബാക്കിവേണ്ടതെല്ലാം അയാൾ ചെയ്തേക്കാം എന്ന് ശാന്ത പറഞ്ഞു. അവരുടെ അഭിപ്രായം എനിക്കും പിടിച്ചു. കാരണം എനിക്ക് പിന്നെയും നാലഞ്ചുകൊല്ലത്തെ സർവീസ് സാധാരണനിലയിലുണ്ട്. പരമാവധി ശമ്പളം കിട്ടുന്നകാലമായിരുന്നു അപ്പോൾ. ഒരു രാത്രി ഓവർടൈം ചെയ്താൽ മുന്നൂറിലധികം രൂപ കിട്ടും. അതിനാൽ ലീവെടുത്ത് നാട്ടിൽ പോയി വീടുപണിയിക്കാൻ പറ്റില്ല.

കാര്യം വിശദമായിത്തന്നെ കക്കാടിന് എഴുതി. അതിന് ഉടൻ വേണ്ടത് കോഴിക്കോട്ടൊരു സ്ഥലം വാങ്ങുകയാണെന്നും, കാര്യം നടത്തിക്കൊണ്ടു പോകാൻ അളിയനെപ്പോലെ വിശ്വസ്തനായിട്ട് ആരെയും കിട്ടില്ലെന്നും ഒക്കെ മറുപടി വന്നു.

അളിയനെഴുതി ചോദിച്ചപ്പോൾ അയാൾ വിസമ്മതമൊന്നും പറഞ്ഞില്ല. അതുകൊണ്ട് ഉടൻ തന്നെ കുറെ സംഖ്യ അയാൾക്കയച്ചു കൊടുത്തിട്ട് സ്ഥലം വാങ്ങാൻ പറഞ്ഞു. നാലഞ്ചുമാസത്തിനുള്ളിൽ അയാൾ താമസിക്കുന്ന സ്ഥലത്തിന്റെ അടുത്തായിത്തന്നെ ഒരു പതിനാറു സെന്റ് സ്ഥലം വാങ്ങി.

കോഴിക്കോട് നഗരത്തിൽ ഇത്ര ശാന്തമായ സ്ഥലം ഇല്ലെന്നുതന്നെ പറയാം. മെയിൻ റോട്ടിൽനിന്ന് കഷ്ടി പത്തുമിനുട്ടേ നടക്കുവാനുമുള്ളു.

പ്രൊവിഡന്റ് ഫണ്ടിൽ നിന്ന് തിരികെ അടയ്ക്കേണ്ടാത്തവിധം ഏതാണ്ട് രണ്ടുലക്ഷത്തോളം സംഖ്യയെടുത്തു. പിന്നെ, എന്റെ കയ്യിലും കുറച്ചു സംഖ്യയുണ്ടായിരുന്നു. എല്ലാം കൂടി സ്വരൂപിച്ച് വീടുപണി തുടങ്ങാൻ തന്നെ ഉറച്ചു. അളിയനാണെങ്കിൽ കാര്യങ്ങളെല്ലാം അത്യുത്സാഹത്തോടെ നടത്തുകയും ചെയ്തിരുന്നു.

പക്ഷേ വീടിനുള്ള പ്ലാൻ കോഴിക്കോട്ട് കോർപ്പറേഷനിൽ നിന്ന് അനുവദിച്ചു കിട്ടുക എളുപ്പമായിരുന്നില്ല. അതുകൊണ്ട് ഏതാണ്ടൊരു കൊല്ലം വെറുതെ പോയി. പ്ലാൻ അനുവദിച്ച് കിട്ടിയശേഷം താമസമുണ്ടായില്ല. ആറു മാസം കൊണ്ട് വീടിന്റെ പണി മിക്കവാറും കഴിഞ്ഞു.

ഇലക്ട്രിസിറ്റി കിട്ടുക എന്നതായിരുന്നു അടുത്ത കടമ്പ. അഞ്ചുകാലിടാൻ 12000 രൂപയോളം ഇലക്ട്രിസിറ്റികാർക്ക് ദാനം ചെയ്യേണ്ടിവന്നു. എന്നിട്ടും

കുഴികുത്തുക മുതൽ സകല പണികളും ചെയ്തുകൊടുക്കേണ്ടിയും വന്നു.

1987 അവസാനത്തോടെ വീട്ടിൽ പാലുകാച്ചാൻ തയ്യാറായി വരാൻ പറഞ്ഞ് എനിക്ക് അളിയന്റെ കത്തുകിട്ടി. നാട്ടിലേക്ക് പുറപ്പെട്ട ഞാൻ എന്റെ സുഹൃത്തായ പി.ബി.ഹൃഷികേശനോടും വരാൻ പറഞ്ഞു. ഒട്ടും പ്രതീക്ഷിച്ചില്ലെങ്കിലും ആ സുഹൃത്ത് പാലുകാച്ചലിന്റെ തലേദിവസം വൈകുന്നേരം തന്നെ സ്ഥലത്തെത്തി എന്നെ അദ്ഭുതപ്പെടുത്തുകയും ചെയ്തു.

ചെറുതാണെങ്കിലും വലിയ മോശമല്ലാത്ത ആ സ്ഥലത്ത് പിറ്റേദിവസം കാലത്ത് ഞങ്ങൾ പാലുകാച്ചി. മകളും ഭാര്യയും അളിയനും ഹൃഷികേശനുമല്ലാതെ ആരെയും ഞാൻ വിളിച്ചിരുന്നില്ല. അതുകൊണ്ട് എല്ലാം ഒതുക്കത്തിൽ വേഗം നടത്താൻ കഴിഞ്ഞു. അന്നു കാലത്ത് പതിനൊന്നുമണിയോടെ ഊണു കഴിച്ച് ചാലക്കുടിക്കു പോകുകയും ചെയ്തു.

തീരെ വിചാരിക്കാത്തവിധം കാര്യങ്ങളെല്ലാം നടന്നുകണ്ടപ്പോൾ എന്നേക്കാളധികം സന്തോഷം ഭാര്യയ്ക്കും മകൾക്കുമായിരുന്നു. അക്ഷരശ്ലോകക്കമ്പക്കാരനായ ഹൃഷീകേശനൊന്നിച്ച് അയാളുടെ ഇല്ലത്തു വെച്ച് അന്നു രാത്രി ഏതാണ്ട് മുഴുവനും ഞങ്ങൾ ശ്ലോകംചൊല്ലി. നാലുമണിയായപ്പോളാണ് കിടന്നത്.

ഇന്ത്യൻ എയർലൈൻസിൽ മടങ്ങിയെത്തിയ എനിക്ക് മഹാഭാരതം വായന കൊണ്ടുപിടിയ്ക്കാനാണ് പിന്നെ തോന്നിയത്. നിവൃത്തിയില്ലെങ്കിലേ ഓവർ ടൈം ചെയ്യൂ എന്ന് ഞാനുറച്ചു. അതുകൊണ്ട് എനിക്ക് സാമ്പത്തികമായി നഷ്ടമുണ്ടായി എങ്കിലും മറ്റൊരർത്ഥത്തിൽ ലാഭമാണുണ്ടായത്. ഭാരതവായനയിലൂടെ ഞാൻ മറ്റൊരു മനുഷ്യനായി മാറി.

ഞാനപ്പോഴേക്കും പതിനഞ്ചുവട്ടം മഹാഭാരതം കമ്പോടു കമ്പ് വായിച്ചുതീർത്തിട്ടുണ്ടായിരുന്നു. ഓരോ തവണ വായിക്കുമ്പോഴും പുതിയ അർത്ഥങ്ങൾ തോന്നാനും തുടങ്ങി.

പണ്ടൊരിക്കൽ കുട്ടികൃഷ്ണമാരാർ പെരുവഴിയാധാരമായിട്ടുള്ള എന്നോട് 'മഹാഭാരതം പാലൂരിനെ പെരുവഴിയിൽ നിന്ന് കേറ്റും' എന്ന് തമാശയായി പറയുകയുണ്ടായി. അക്ഷരാർത്ഥത്തിൽ തന്നെ സംഭവിച്ചതും അതാണ്. ആരെന്തുപറഞ്ഞാലും ഭാരതം ഭാരതമാണ്. ഭാരതത്തിനെക്കുറിച്ച് കേട്ടിട്ടുള്ള ഒരു ശ്ലോകം ഇതാണ്:

"ഭാ ഭാതി സർവ്വശാസ്ത്രേഷു
രതി: സർവ്വേഷു ജന്തുഷു.
താരണം സർവ്വലോകേഷു
തേന ഭാരതമുച്ച്യതേ"

സകലശാസ്ത്രങ്ങളുടെ തിളക്കവും സർവ്വചരാചരങ്ങളോടും പ്രേമവും സകല ദുരിതങ്ങളിൽ നിന്നും മോചനവും തരുന്നതു കാരണമാണ് ഭാരതത്തിനെ അങ്ങനെ വിളിക്കുന്നത് എന്നാണ് മേൽപ്പറഞ്ഞ ശ്ലോകത്തിന്റെ താത്പര്യം.

പാലുകാച്ചൽ കഴിഞ്ഞ് ബോംബെയിൽ തിരികെയെത്തിയ എനിക്ക് റിട്ടയർ ചെയ്യാൻ പിന്നെയും കഷ്ടി മൂന്നുകൊല്ലമുണ്ടായിരുന്നു. ആ കാലമത്രയും

മൂലക്കുരുവിന്റെ ഉപദ്രവം കാരണം ഒ.ടി. ചെയ്യാൻ ആളില്ലാതെ വന്നാൽ മാത്രമേ ഞാൻ കൂട്ടാക്കിയിരുന്നുള്ളു. പല ആയുർവ്വേദ മരുന്നുകളും കഴിച്ചു നോക്കിയെങ്കിലും ഫലം കഷ്ടിയായിരുന്നു.

അൻപത്തഞ്ചു വയസ്സ് കഴിഞ്ഞാൽ പിന്നീടുള്ള ഓരോ കൊല്ലവും മെഡിക്കൽ ടെസ്റ്റ് നടത്തണം. എന്നെ സംബന്ധിച്ചിടത്തോളം അതൊരു ചെറിയ കാര്യമായിരുന്നു. മൂലക്കുരുവിന്റെ കാര്യം ഞാൻ പറഞ്ഞുമില്ല. ഞങ്ങളുടെ മെഡിക്കൽ ഡിപ്പാർട്ടുമെന്റ് അതറിഞ്ഞുമില്ല.

എന്നാലും 55 വയസ്സ് കഴിഞ്ഞാൽ കമ്പനിക്ക് ഏതു സമയത്തും പിരിച്ചയയ്ക്കാനധികാരമുണ്ട്. ഞാനതു മനസ്സിൽവെക്കുകയും വളരെ ശ്രദ്ധിക്കുകയും ചെയ്തിരുന്നു. പിന്നീടാണ് അതൊക്കെ വെറുതെയാണെന്നു ഞാനറിഞ്ഞത്. വലിയ കുഴപ്പക്കാരനല്ലാത്ത ആർക്കും കമ്പനി മൂന്നുകൊല്ലത്തെ സർവീസ് നിയമമനുസരിച്ച് നീട്ടിക്കൊടുത്തിരുന്നു.

ഇക്കാലത്ത് ഞാനൊരു കാര്യം ശ്രദ്ധിച്ചു. പഠിച്ചവരേക്കാൾ ഞങ്ങളുടെ എല്ലാ ഡിപ്പാർട്ട്മെന്റുകളിലും പരീക്ഷകളിലൂടെ മുകളിലെത്തിയത് പഠിപ്പില്ലാത്തവരായിരുന്നു. അവരിൽ അപൂർവ്വം ചിലർ പണിയറിയുന്നവരുണ്ടായിരുന്നുവെങ്കിലും ഭൂരിപക്ഷവും ഒന്നുമറിയാത്തവരായിരുന്നു. പ്രത്യേകിച്ചും എഞ്ചിനീയറിങ്ങ് ഡിപ്പാർട്ടുമെന്റിൽ. ടെക്നിക്കൽ സ്റ്റാഫ് എന്ന നിലയിൽ പൈലറ്റ് കഴിഞ്ഞാൽ ഏറ്റവും കൂടുതൽ ശമ്പളം വാങ്ങിയിരുന്നത് എഞ്ചിനീയറിങ്ങ് ഡിപ്പാർട്ടുമെന്റിലുള്ളവരായിരുന്നുതാനും. സർവീസ് കാൻസൽ ചെയ്യാൻപോലും അധികാരമുണ്ടായിരുന്ന ഡെപ്യൂട്ടികോമേഴ്സ്യൽ മാനേജരേക്കാൾ അധികം ബേസിക്ക് സാലറി ഒരു ഓപ്പറേറ്റർക്കുണ്ടായിരുന്നു.

പുതുതായി പഠിച്ചുവന്ന മിടുമിടുക്കന്മാരായ എഞ്ചിനീയർമാരെ ഡിപ്പാർട്ടുമെന്റിലെ കൊലകൊമ്പന്മാർ ഒന്നും ചെയ്യാനനുവദിച്ചിരുന്നില്ല. ഫലം വിമാനങ്ങൾ കേടുവന്ന് സർവീസ് മുടങ്ങലായിരുന്നു. ഫ്രാൻസിൽ നിന്ന് തലമൂത്ത ആശാന്മാരെ വരുത്തുവാൻ പോലും ഡിപ്പാർട്ടുമെന്റിലെ ഉന്നതന്മാർ മടിച്ചിരുന്നില്ല. അങ്ങനെ ഒരു കാശും കൂടാതെ ഇവിടെ നടക്കുമായിരുന്ന ചെറിയ ചെറിയ പണികൾക്കു പോലും ഫ്രാൻസിൽ നിന്ന് സായിപ്പിനെ വരുത്തി. കമ്പനിക്കാണെങ്കിൽ കോടിക്കണക്കിന് രൂപ നഷ്ടം!

ഇതെത്ര കാലം നടക്കുമെന്ന് ഞാൻ ഉൽകണ്ഠപ്പെട്ടു. എന്നാൽ ഇന്ത്യൻ എയർലൈൻസ് ഗവൺമെന്റ് വകയായിരുന്നതുകൊണ്ട് പണനഷ്ടത്തെക്കുറിച്ച് ആരും ശ്രദ്ധിച്ചിരുന്നില്ല. ലക്ഷക്കണക്കിനു രൂപ വിലയുള്ള ഉപകരണങ്ങൾ ഒരാവശ്യവുമില്ലാതെ മാറ്റിവെക്കുന്നത് ഞാൻ കണ്ടിട്ടുണ്ട്. അതിനെക്കുറിച്ച് ആരും ഒന്നും മിണ്ടിയിരുന്നില്ല. ഇന്ന് എന്തു നടക്കുന്നു ഗവൺമെന്റ് സ്ഥാപനങ്ങളിലെന്ന് എനിക്കറിയില്ല. വലിയ മാറ്റങ്ങളൊന്നും ഉണ്ടാകാൻ വഴിയില്ല. എന്റെ പണി നന്നായി നടക്കുമെന്നിരിയ്ക്കെ ഞാനും പതുക്കെപ്പതുക്കെ മിണ്ടാതായി.

പറയാൻ വിട്ടുപോയ മറ്റൊരു കാര്യം ആയിരത്തിത്തൊള്ളായിരത്തി എൺപത്തിനാലിലുണ്ടായതാണ്. അക്കൊല്ലത്തിലാണല്ലോ കവിതയ്ക്കുള്ള കേരള സാഹിത്യ അക്കാദമിയുടെ അവാർഡ് എനിക്കു ലഭിച്ചത്.

അവാർഡ് വാങ്ങി മടങ്ങി ബോംബെയിലെത്തിയ എനിക്ക് ഏതാണ്ട് രണ്ടു മാസം കഴിഞ്ഞപ്പോൾ മലയാള മനോരമക്കാരുടെ ഒരു കത്തുകിട്ടി. സാഹിത്യ അക്കാദമിയിൽ സമ്മാനിതരായ സകലരേയും വിളിച്ചുവരുത്തി അവർ ആദരിക്കുന്നുണ്ടെന്നും ഞാനതിന് എത്തിയേ തീരൂ എന്നുമായിരുന്നു കത്തിന്റെ താത്പര്യം. എഴുതിയിരുന്നത് അന്നത്തെ മനോരമ ആഴ്ചപ്പതിപ്പിന്റെ പത്രാധിപരായിരുന്ന കെ.എം തരകൻ. സകല ചെലവും മനോരമ വഹിക്കുമെന്നും, കോട്ടയത്തെത്തിയാൽ വേണ്ട സൗകര്യങ്ങളെന്തെല്ലാമെന്ന് അറിയിയ്ക്കണമെന്നും ആ കത്തിലുണ്ടായിരുന്നു.

എന്റെ യാത്ര വിമാനത്തിലായിരിക്കുമെന്നും വിമാനക്കൂലി ഏതാണ്ട് 1800ക വരുമെന്നും ഞാനെഴുതി. ഇതു വഹിക്കാൻ മനോരമയ്ക്ക് വല്ല വൈഷമ്യവുമുണ്ടെങ്കിൽ അതറിയിക്കണമെന്നും എഴുതാൻ മറന്നില്ല. ഏതാണ്ട് മൂന്നാഴ്ച കാത്തിരുന്നിട്ടും മനോരമക്കാരുടെ മറുപടിയൊന്നും കിട്ടാതിരുന്നപ്പോൾ അവർക്ക് എല്ലാം സമ്മതമാകുമെന്ന് ഊഹിച്ച് ഞാൻ സ്വന്തം കയ്യിൽനിന്നു കാശെടുത്ത് ടിക്കറ്റ് വാങ്ങി.

കൊച്ചിയിൽ വിമാനമിറങ്ങിയ ഞാൻ ഒരു ചങ്ങാതിയെ കൂട്ടി ഏതാണ്ട് രണ്ട് മണിയോടെ കോട്ടയത്ത് ജോസഫ് ജോണിന്റെ വീട്ടിലെത്തി. അസാധാരണമായ സന്തോഷമാണ് വൃദ്ധരായ ആ ദമ്പതികളെ കണ്ടപ്പോൾ ഉണ്ടായത്. മമ്മി നിർബന്ധിച്ച് ഊട്ടിയതുകൊണ്ട് ഞങ്ങൾ ഭക്ഷണം കഴിച്ചു. ഞങ്ങൾ വേണ്ടെന്നു പറഞ്ഞാൽ അവർക്ക് സങ്കടമാകുമെന്നതുകൊണ്ടാണ് ഉണ്ണാൻ തീർച്ചയാക്കിയത്. വൈകുന്നേരം നാലരയോടൊന്നിച്ച് ഞങ്ങൾ ബാബുവിന്റെ കാറിൽ തന്നെ മനോരമയിലേക്കു പോവുകയും ചെയ്തു.

ഞങ്ങൾ അന്നുതന്നെ മടങ്ങുമെന്ന് പറഞ്ഞിരുന്നതുകൊണ്ട് മീറ്റിങ്ങ് കഴിഞ്ഞ ഉടൻ ബാബു മടങ്ങിക്കാണണം.

എന്റെ പ്രസംഗം മുഖ്യമായും കണ്ടത്തിൽ വർഗ്ഗീസ് മാപ്പിളയെക്കുറിച്ചും മാമ്മൻ മാപ്പിളയെക്കുറിച്ചുമായിരുന്നു. കൂട്ടത്തിൽ കൊടുങ്ങല്ലൂർ കുഞ്ഞിക്കുട്ടൻ തമ്പുരാനും മറ്റും മനോരമയുടെ അതിഥികളായി കോട്ടയത്തുവെച്ചുണ്ടായ ചില കഥകളും അനുസ്മരിച്ചു. പ്രസംഗം നന്നായെന്ന് ഗുപ്തൻ നായരും ഓട്ടൂർ ഉണ്ണിനമ്പൂതിരിപ്പാടും അപ്പോൾ തന്നെ എന്നെ വിളിച്ച് അഭിനന്ദിക്കുകയുണ്ടായി.

യോഗം കഴിഞ്ഞ ഉടനെ സകലരേയും മനോരമക്കാരുടെ ഗസ്റ്റ്ഹൗസിലേക്ക് വണ്ടിയിൽ കൊണ്ടുപോയി. ഓട്ടൂർ മാത്രം ഒളശ്ശ മൂസിന്റെ ഇല്ലത്തേക്കാണ് പോയത്.

ഞങ്ങളോട് കുടിക്കാനെന്താ വേണ്ടതെന്ന് കെ.എം. തരകൻ ചോദിച്ചു. കാപ്പിയോ ചായയോ ആകാമെന്നാണ് ഞാനദ്ദേഹത്തോട് മറുപടി പറഞ്ഞത്. അതുകേട്ട് ചിരിച്ച തരകൻ ചോദിച്ചതതല്ലെന്നും ഏതുതരം ലിക്കറാണ് ഞാൻ സാധാരണ കഴിക്കാറ് എന്നാണെന്നും വിശദീകരിച്ചു.

ക്ഷുഭിതനായ ഞാൻ ലിക്കർ അന്നോളം കഴിച്ചിട്ടില്ലെന്നും കോഴിമുട്ട പോലും കഴിയ്ക്കാത്ത പച്ചക്കറിക്കാരനാണെന്നും എനിക്കുടൻ മടങ്ങണമെന്നും പറഞ്ഞു. ഏതാണ്ടര മണിക്കൂർ കഴിഞ്ഞപ്പോൾ എനിക്കും സുഹൃത്തിനും ഓരോ ഗ്ലാസ്സ് നാരങ്ങവെള്ളം ആരോ കൊണ്ടുവന്നുതന്നു.

അരികിൽ വന്ന തരകൻ ഇതേയുള്ളൂ എന്നു പറഞ്ഞുകൊണ്ട് എനിക്ക് ഒരു കവർ തന്നു. തുറന്നുനോക്കിയപ്പോൾ 200 രൂപയാണ് കണ്ടത്. ഞാൻ വിനയം വിടാതെ പറഞ്ഞു: "മനോരമയുടെ ആൾക്കാരറിയാതെ താങ്കൾ എന്നെ പറ്റിക്കരുത്. ഞാൻ ചെലവാക്കിയ കാശ് 1800ക.യാണ്. അതു തരാമെങ്കിൽ സ്വീകരിക്കാം. അല്ലാത്തപക്ഷം ഞാൻ മടങ്ങിപ്പൊയ്ക്കൊള്ളാം. മനോരമക്കാരെ ഞാനീ വിവരം എന്നെങ്കിലും അറിയിക്കും."

എന്റെ ഭീഷണി കേട്ട് പൊട്ടിത്തെറിച്ച തരകൻ എന്നോട് മോശമായ നിലയിലാണ് തുടർന്നു സംസാരിച്ചത്. മഹാഭാരതം അന്നേയ്ക്കുതന്നെ പലവട്ടം വായിച്ചിരുന്ന എനിക്ക് ക്ഷോഭം തീരെവന്നില്ല. അദ്ദേഹത്തിന്റെ പ്രാകൃതമായ സ്വഭാവം കണ്ടപ്പോൾ ഒരു ശ്ലോകമാണ് ഓർമ്മ വന്നത്: 'ക്ഷമാ ബലമശക്താനാം ശക്താനാം ഭൂഷണം ക്ഷമാ'

തരകൻ രൗദ്രഭീമന്റെ ഭാഗം അഭിനയിക്കുമോ എന്ന് സംശയം തോന്നിയ മലയാള മനോരമയിലെ ഒന്നുരണ്ട് ഉദ്യോഗസ്ഥർ ശാന്തനായി നിൽക്കുന്ന എന്നോട് കാര്യമെന്താണെന്ന് ചോദിച്ചു. വിവരങ്ങളെല്ലാം വിശദീകരിച്ചപ്പോൾ അവർ പറഞ്ഞു:"പാലൂര് സാറ് മനോരമയോട് ക്ഷമിക്കണം. തരകൻ സാറല്ല ഇപ്പോൾ സംസാരിച്ചത്. അങ്ങേരുടെ അകത്തുള്ള മദ്യമാണ്." തുടർന്ന് പണം കൃത്യമായി എണ്ണിത്തന്നു. ഒപ്പം തരകനോട് പാലൂര് സാറ് മനോരമയുടെ അതിഥിയാണെന്നു മറന്ന് പെരുമാറിയത് നന്നായില്ലെന്നും പണം ചെറിയ കാര്യമാണെന്നും പറഞ്ഞു.

എന്നാൽ സർവ്വനിയന്ത്രണവും വിട്ട തരകൻ പിന്നെയും ചൊല്ലിയാട്ടം തുടർന്നപ്പോൾ അവരദ്ദേഹത്തിന്റെ കൈപിടിച്ച് എങ്ങോട്ടോ കൊണ്ടുപോയി. ഞാൻ താമസിയാതെ മടങ്ങുകയും ചെയ്തു.

നേരം ഏതാണ്ട് ഒമ്പതുമണിയായിരുന്നതുകൊണ്ട് എന്നോടപ്പോൾ എങ്ങും പോകേണ്ടന്ന് പറഞ്ഞ് അവരെനിക്കുവേണ്ടി റിസർവ്വ് ചെയ്തിരുന്ന ഹോട്ടലിലെ റൂമിൽ കൊണ്ടുപോയാക്കി.

ഹോട്ടലിലെത്തി അരമണിക്കൂർ കഴിഞ്ഞപ്പോഴേക്കും മനോരമയിൽ നിന്ന് ഒരാൾ എന്റെ അടുത്തു വന്ന് സമസ്താപരാധം പറഞ്ഞു. പ്രത്യേകിച്ചും മനോരമയുടെ സ്വാഭാവം സാറിനറിയാമെന്ന് പ്രസംഗത്തിൽ നിന്നു മനസ്സിലായിയെന്നും തരകൻ സാറിനോടും ഒന്നും തോന്നരുതെന്നും അപേക്ഷിച്ചു. ഞാനാ സുഹൃത്തിനെ യാത്രയാക്കുകയും ചെയ്തു.

പിറ്റേദിവസം കാലത്ത് പ്രഭാതകർമ്മങ്ങൾ കഴിച്ച് പന്നിമേട്ടിൽ താമസിക്കുന്ന ബാലാമണിയമ്മയെ കാണാൻ ഞങ്ങൾ പുറപ്പെട്ടു. പന്നിമേട് എന്ന സ്ഥലം അന്വേഷിച്ചപ്പോൾ ആ പേരുപോലും ആർക്കും അറിയില്ല. അതുകൊണ്ട് മൂന്നാറിലെവിടെയെങ്കിലുമാകുമെന്ന് കരുതി ഏതാണ്ടെട്ടുമണിയോടെ മൂന്നാറിലേക്ക് ബസ്സുകയറി. നന്നെ പതുക്കെ നീങ്ങിയിരുന്ന ആ സ്റ്റേറ്റ് ട്രാൻസ്പോർട്ട് ബസ്സ് ഏതാണ്ട് മൂന്നുമണിയോടെയാണ് മൂന്നാറിലെത്തിയത്.

നല്ല മഴ പെയ്തുകൊണ്ടിരുന്ന അപ്പോൾ പുറത്തിറങ്ങി അന്വേഷിക്കാൻ വിഷമം തന്നെയായിരുന്നു. ഉഡുമലപ്പേട്ട വഴിയാണ് പന്നിമേട്ടിലേക്ക്

പോകേണ്ടതെന്നറിഞ്ഞ ഞങ്ങൾ പുറപ്പെട്ടുനിന്നിരുന്ന ഒരു ബസ്സിൽ കേറി. രാത്രി എട്ടുമണിയായി ഉഡുമലപ്പേട്ടയിലത് ചെന്നപ്പോൾ.

പന്നിമേട് അന്വേഷിച്ച ഞങ്ങൾ പന്നിമേട്ടിലേക്ക് പോകുന്ന അവസാന ബസ്സ് പുറപ്പെട്ടു നിൽക്കുന്നുണ്ടെന്നും, രാത്രി ഒരു മണിയോടെ ബസ്സ് അവിടെ എത്തുമെന്നും അറിഞ്ഞു. ബസ്സിലാണെങ്കിൽ നിറയെ തമിഴ് സംസാരിക്കുന്ന തൊഴിലാളികളായിരുന്നു. കഷ്ടിച്ചെങ്ങനെയോ ഇരിക്കാനിടം കിട്ടി.

പന്നിമേട്ടിലെത്തിയപ്പോളാണ് പിന്നീട് ബസ്സില്ലെന്നും എസ്റ്റേറ്റിലെ മാനേജരുടെ ബംഗ്ലാവിലേക്ക് എട്ടുനാഴിക ദൂരം പിന്നെയുമുണ്ടെന്നും അറിഞ്ഞത്. മകളോടൊപ്പം എസ്റ്റേറ്റിലായിരുന്നു ബാലാമണിയമ്മയുടെ താമസം. അക്കാലത്ത് ടാറ്റായുടെ 'ടീ' എസ്റ്റേറ്റിലെ മാനേജരായിരുന്നു ബാലമണിയമ്മയുടെ രണ്ടാമത്തെ മകൾ സുലോചനയുടെ ഭർത്താവ്.

വന്ന ബസ്സ് ഒരു ഷെഡ്ഡിൽ കൊണ്ടുപോയി നിർത്തിയപ്പോൾ ഡ്രൈവറുടെ അനുവാദത്തോടെ പുലരുംവരെ ഇരുന്നു കഴിയ്ക്കാമെന്ന് ഉറച്ച് ഞങ്ങൾ ഉള്ളിൽകേറിയിരുന്നു. പക്ഷേ തണുപ്പ് സഹിക്കാൻ പറ്റുന്ന വിധമല്ലായിരുന്നു.

എന്തുവേണമെന്നു ചിന്തിച്ച് പുറത്തിറങ്ങിയ ഞങ്ങൾ ഒരു വെളിച്ചം കണ്ട ദിക്കു നോക്കി നടന്ന് അവിടെക്കണ്ട മനുഷ്യനോട് ഞങ്ങളുടെ ദുരവസ്ഥ വിശദീകരിച്ചു. എല്ലാംകേട്ട ആ മനുഷ്യൻ അമ്പതുരൂപ കൊടുക്കാമെങ്കിൽ എസ്റ്റേറ്റ് മാനേജരുടെ ബംഗ്ലാവിൽ കൊണ്ടുചെന്നാക്കാമെന്ന് പറഞ്ഞു. പണം കയ്യിലുള്ളതുകൊണ്ട് ഉടൻ തന്നെ ഞാനതു സമ്മതിച്ച് തയ്യാറായി. അയാളാണെങ്കിൽ പത്തുമിനുട്ടിനകം ഒരു കാറ് വരുത്തി ഞങ്ങളുടെ കൂടെ പോന്നു.

കാര്യം എല്ലാം നടന്നുവെങ്കിലും ഞങ്ങൾക്ക് ഭയമുണ്ടായിരുന്നു. എങ്ങോട്ടാണ് കാറ് പോകുന്നതെന്നറിയില്ല. കുന്നുകളാണെല്ലാം. സൂക്ഷിച്ചുനോക്കിയപ്പോൾ അവയിലെല്ലാം തേയിലച്ചെടികൾ. ഏതാണ്ടരമണിക്കൂർ കുന്നുകൾ കേറിയിറങ്ങി ചുറ്റി സഞ്ചരിച്ച ശേഷം ഒരു കുന്നിന്റെ താഴ്‌വാരത്തിലുള്ള ഇരുമ്പ് ഗേറ്റിനു മുമ്പിൽ വണ്ടിനിന്നു.

യൂണിഫോറത്തിലുള്ള നാലഞ്ചു ഗൂർക്കകൾ വലിയ കത്തികൾ അരയിൽ തിരുകിക്കൊണ്ട് എന്തുവേണമെന്നു ചോദിച്ച് കാറിനെ വളഞ്ഞു. വിവരങ്ങളെല്ലാം ഹിന്ദിയിൽ ഞാൻ അവരെ അറിയിച്ചു. മാനേജരെ കാണണമെന്ന് പറഞ്ഞു. അതിനെന്നെ അനുവദിക്കണമെന്ന് അപേക്ഷിക്കുകയും ചെയ്തു. ബംഗ്ലാവിൽ ജോലിക്കാരൊഴിച്ച് ആരുമില്ലായിരുന്നു. സംസാരിച്ചപ്പോൾ ബാലാമണിയമ്മ എറണാകുളത്താണെന്നും രണ്ടുദിവസം കഴിഞ്ഞേ വരുകയുള്ളു എന്നും അറിഞ്ഞു. ഞങ്ങളന്നവിടെ താമസിച്ചു.

പിറ്റേന്ന് പ്രാതൽ കഴിച്ച് പുറത്തിറങ്ങിയപ്പോൾ കണ്ട കാഴ്ച ഞാനിന്നും ഓർക്കുകയാണ്. പത്തിരുപത് ആനകളുണ്ട് ഏതാണ്ട് രണ്ട് നാഴിക ദൂരത്ത് ഒരു കുന്നിന്റെ താഴ്‌വാരത്തിൽ നടക്കുന്നു. അതിൽ കുട്ടികളും ഉണ്ടായിരുന്നു. എന്നാൽ കൊമ്പനാനകളൊന്നും ഉണ്ടായിരുന്നില്ലെന്ന് ഞാൻ ശ്രദ്ധിച്ചു.

ഉച്ചയ്ക്കുണ്ടായ ഊണ് തനി സായിപ്പിൻ മട്ടിലായിരുന്നു. വിഭവങ്ങളെല്ലാം നാലപ്പാട്ടെ മട്ടിലാണെനിയ്ക്കിഷ്ടമെന്നും നമ്പൂതിരിയായ ഞാൻ

വെജിറ്റേറിയനാണെന്നും പറഞ്ഞത് ദേഹണ്ണക്കാരന് ബോധിച്ചു. എന്നിട്ടും രീതി തനി സായിപ്പിൻ മട്ടിലായിരുന്നു.

ചുവരുകളെല്ലാം ഏതാണ്ട് ഒന്നര ഇഞ്ച് കനമുള്ള ചില്ലുകളാണ്. ഉള്ളിലാണെങ്കിൽ എല്ലാം മരം. നിലം മുതൽ സകലതും മരം കൊണ്ടായിരുന്നു. വലിയ ആറേഴ് മുറികളുള്ള ആ ബംഗ്ലാവിന് ജോലിക്കാർക്ക് താമസിക്കാൻ പ്രത്യേകം ക്വാർട്ടേഴ്സ് ഉണ്ടായിരുന്നു. അതിഥികൾക്ക് ഉപയോഗിക്കാൻ പല മുറികളും അവയിലെല്ലാം ധാരാളം സ്ഥലവുമുണ്ടായിരുന്നു.

ആനകളെക്കണ്ട് മതിമറന്നുനിന്ന ഞാൻ പെട്ടെന്ന് മഴ തുടങ്ങിയപ്പോഴാണ് ഓടി അകത്തുകയറിയത്. മഴ പെയ്യുന്നതു കയ്യെത്തുന്ന ഉയരത്തിൽ നിന്നാണ്. എന്നാൽ എത്ര വലിയ മഴ പെയ്താലും പതിനഞ്ചു മിനുട്ടുകൊണ്ട് വെള്ളമെല്ലാം ഒലിച്ചുപോകും.

ബാലാമണിയമ്മയും സുലോചനയും ഭർത്താവ് ഉണ്ണികൃഷ്ണൻ നായരും കുട്ടികളും കിടക്കുന്ന വലിയ മുറിയും കട്ടിലും കിടക്കയുമൊക്കെ ഞാനൊന്നു നോക്കിക്കണ്ടു. വി.എം. നായർ ഉപയോഗിച്ച് പഴകിയ വസ്ത്രങ്ങളല്ലാതെ വിവാഹത്തിനു ശേഷം ഒരു തുണ്ട് തുണിപോലും വാങ്ങാത്ത ആ അമ്മ കിടക്കാറുള്ള കിടക്കയും കട്ടിലും നോക്കിക്കൊണ്ട് ഞാൻ ഒരുപാട് നേരം നിന്നു. വള്ളത്തോളിന്റെ 'ത്യാഗമെന്നതേ നേട്ടം താഴ്മതാനഭ്യുന്നതി യോഗവിത്തേവം ജയിക്കുന്നിതെൻ ഗുരുനാഥൻ' എന്ന കവിതയിലെ ഗുരുനാഥനെപ്പറ്റി ഓർത്തുപോയി.

അന്നു രാത്രി സുഖഭക്ഷണം കഴിച്ച് കിടന്നുറങ്ങിയ ഞാൻ പിറ്റേന്ന് ബാലാമണിയമ്മയെ കാണാതെ മടങ്ങാൻ ഉറച്ചത് ലീവില്ലാതിരുന്നതുകൊണ്ടാണ്.

പത്തുമണിയോടെ ബസ്സ് കേറിയ ഞങ്ങൾ ചാലക്കുടി വഴിയാണ് മടങ്ങിയത്. കോട്ടയത്തുനിന്ന് ഞങ്ങൾ പോയ വഴി, ദൂരവും കാശുനഷ്ടം ഉണ്ടാക്കുന്നതുമായിരുന്നു. നാലഞ്ചുമണിക്കൂർകൊണ്ട് ഞങ്ങൾ എറണാകുളത്തെത്തി.

ബോംബെയിൽ ചെന്ന് ഒരാഴ്ച കഴിഞ്ഞപ്പോൾ ബാലാമണിയമ്മയുടെ ഒരു കത്തുകിട്ടി. ഞങ്ങൾ മടങ്ങിയ അന്ന് വൈകുന്നേരംതന്നെ അവരെല്ലാവരും എറണാകുളത്തുനിന്നു തിരികെയെത്തിയത്രെ. കാണാൻ കഴിയാത്തതിൽ ദുഃഖമുണ്ടെന്നും ഇനിയൊരിക്കൽ ധാരാളം ദിവസം ചെലവഴിക്കാൻ തയ്യാറായി പന്നിമേട്ടിലേക്ക് വരണമെന്നും കൂടി ബാലാമണിയമ്മ എഴുതിയിരുന്നു.

മടക്കം

കമ്പനിയിലെ പണി മുറയ്ക്ക് നടന്നിരുന്നു. എനിക്ക് മാനസികമായി ഒരുതരം വൈരാഗ്യം വരാൻ തുടങ്ങിയിരുന്നതുകൊണ്ട് റിട്ടയർ ചെയ്യുന്നതിൽ വലിയ വിഷമമൊന്നും തോന്നിയില്ല. എന്നാൽ കമ്പനിയിൽനിന്ന് ഏതാണ്ട് രണ്ടരലക്ഷം രൂപ ലോൺ വാങ്ങിയിരുന്നു. അത് കഴിച്ചുള്ള സംഖ്യയേ പിന്നെ കിട്ടാനുണ്ടായിരുന്നുള്ളു. എന്റെ കണക്ക്കൂട്ടൽ ശരിയാണെങ്കിൽ ബാക്കി

കിട്ടാനുള്ള സംഖ്യയുടെ പലിശകൊണ്ട് നിത്യവൃത്തി കഴിക്കാൻ ഞെരുങ്ങും. ആ ഒരു വിചാരം എന്നെ പിടിച്ചുലയ്ക്കാൻ തുടങ്ങി.

ഏതാണ്ട് അഞ്ചു ചാക്ക് തപാലുരുപ്പടികൾ വീട്ടിലുണ്ടായിരുന്നു. എല്ലാം നാട്ടിലേക്ക് കൊണ്ടുവരിക അസാദ്ധ്യമെന്ന് സാമാനങ്ങൾ പാക്ക് ചെയ്യാൻ തുടങ്ങിയപ്പോൾ തന്നെ മനസ്സിലായി. അതുകൊണ്ട് തപാൽ ഉരുപ്പടികൾ എല്ലാം ഞാനൊരു ദിവസം തീയിട്ടു. അതിൽ കേരളത്തിലെ മിക്ക എഴുത്തുകാരുടേയും കത്തുകളുണ്ട്. അവയിൽ പലതും വളരെ വിലപ്പെട്ടവയായിരുന്നു. എന്നാലത് എല്ലാം വായിച്ച് വേർതിരിച്ച് സൂക്ഷിച്ച് കോഴിക്കോട്ടേക്ക് എത്തിക്കുക അസാദ്ധ്യം.

അമ്പത്തെട്ടാമത്തെ വയസ്സ് എത്തുംമുമ്പുള്ള മെഡിക്കൽ ടെസ്റ്റ് കഴിഞ്ഞപ്പോൾ സർട്ടിഫൈ ചെയ്യേണ്ട ഞങ്ങളുടെ കമ്പനി ഡോക്ടർ പറഞ്ഞു. 'തനിക്കിനിയും പത്തുവർഷം കൂടി പണിയെടുക്കാൻ ഒരു വിഷമവുമില്ല.'

ബോംബെ കേരളസമാജത്തിലേക്ക് കോട്ടക്കൽ ആര്യവൈദ്യശാലക്കാരിൽ നിന്ന് ആഴ്ചയിലൊരിക്കൽ മരുന്നുകളുമായി ഒരു ലോറി വരാറുണ്ട്. മടങ്ങിപ്പോകുമ്പോൾ ആ ലോറിയിൽ എന്റെ സാമാനങ്ങളെല്ലാം കൊണ്ടുപോകാൻ കെ.ടി.സി.ക്കാരെ ഏല്പിക്കാമെന്ന് കേരളസമാജക്കാർ പറഞ്ഞു.

ഞാൻ റിട്ടയർ ചെയ്യുന്നത് 30-6-1990ന് ആയിരുന്നു. എന്റെ ജന്മർക്ഷം കഴിഞ്ഞ് ഏതാണ്ടൊരാഴ്ചയ്ക്കുശേഷം.

അക്കൊല്ലത്തെ വിദ്യാഭ്യാസവർഷം പിന്നിട്ട് മകളെ കോഴിക്കോട് പ്രസന്റേഷൻ സ്കൂളിൽ ചേർക്കാൻ തീരുമാനിച്ചു.

സ്ക്കൂൾ തുറക്കുന്നതിനു മുമ്പായി പുറത്തുനിന്ന് എത്തിയ കുട്ടികൾക്കുള്ള ടെസ്റ്റ് പ്രസന്റേഷൻകാർ നടത്തി. അതിന്റെ റിസൽറ്റ് നാലഞ്ചുദിവസത്തിനുള്ളിൽ വന്നപ്പോൾ മകൾ മൂന്നാമതായി പാസ്സായിട്ടുണ്ട്.

റിട്ടയർ ചെയ്യുന്നതിന്റെ കൃത്യം ആറുമാസം മുമ്പ് കമ്പനിയുണ്ടാക്കിയ ഡ്യൂട്ടി റോസ്റ്ററനുസരിച്ച് എന്റെ പണി സ്ഥിരം ആഫ്റ്റർ നൂണാക്കി. എന്നാൽ പിന്നീടു വന്ന റോസ്റ്ററിൽ എന്റെ പണി നോർമലാക്കി. അത് സാധാരണ ആപ്പീസിലുള്ളവർക്കുള്ളതാണ്. പണിയാണെങ്കിൽ പേരിനു മാത്രം. സകല ചുമതലകളിൽ നിന്നും എന്നെ ഒഴിവാക്കി എന്നർത്ഥം.

വലിയ കൊമ്പനാനയായി കെട്ടിയെഴുന്നള്ളിച്ച് നടന്നിരുന്ന എനിക്ക് കമ്പനിയുടെ സമീപനം വല്ലാതെ മനസ്സിൽത്തട്ടി. പല വിലപ്പെട്ട ഉപകരണങ്ങളും ഞാൻ പിന്നീട് തൊട്ടിട്ടില്ല. ചിലർ തമാശയായി റിട്ടയർ ചെയ്യുന്ന എനിക്ക് മംഗളം നേരാനും തുടങ്ങി.

മുപ്പത്തിയൊന്നു കൊല്ലം ഞാൻ ഇന്ത്യൻ എയർലൈൻസിൽ പണിയെടുത്തു. ഏതൊരു സ്റ്റാഫിനും കമ്പനി നിയമമനുസരിച്ച് കിട്ടുന്ന സകല ആനുകൂല്യങ്ങൾക്കും ഞാനർഹനുമായി. എന്നാലും നാളെ എയർപ്പോർട്ടിലേക്കും ഹാങ്ങറിലേയ്ക്കും എനിക്കു പോകാൻ വയ്യെന്നതിനോട് മനസ്സുകൊണ്ടിണങ്ങാൻ എനിക്കു നല്ല ബുദ്ധിമുട്ടുണ്ടായിരുന്നു. പ്രത്യേകിച്ചും ലക്ഷക്കണക്കിന് രൂപ വിലയുള്ള സ്ക്കോഫ് എനിക്കിനി തൊടാൻ പോലും പറ്റില്ല. അതെന്റെ ജീവിതത്തിന്റെ ഒരു ഭാഗം തന്നെയായിരുന്നല്ലൊ!

മറ്റൊരു വിധത്തിൽ എനിക്കതിൽ സന്തോഷവും തോന്നായ്കയില്ല. സാഹിത്യരംഗത്ത് എനിക്കിനി കൂടുതൽ പ്രവർത്തിക്കാമല്ലൊ. ഇഷ്ടം പോലെ വായിക്കാം. ആരുടേയും അനുവാദമില്ലാതെ പ്രസംഗിക്കാനും കവിത വായിക്കാനും പോകാം.

കാര്യമെല്ലാം ശരി. വേദവ്യാസനില്ലായിരുന്നുവെങ്കിൽ എന്റെ കഥ കഷ്ടമാകുമായിരുന്നു. വ്യാസഭാരതത്തിന്റെ ആന്തരാർത്ഥങ്ങളിലേക്ക് ഊളിയിട്ടിറങ്ങാൻ അക്കാലത്ത് ഞാനുത്സാഹിക്കുകയുണ്ടായി. അപ്പോൾ മാത്രമാണ് ഗുരുനാഥൻ കെ.പി. നാരായണപ്പിഷാരോടി പറഞ്ഞതും എഴുതിയതും എനിക്ക് കുറേശ്ശെ മനസ്സിലാകുന്നുണ്ടോ എന്ന് തോന്നിത്തുടങ്ങിയത്.

രാമായണം എങ്ങനെയാകണം ജീവിതം എന്നാണ് പറയുന്നത്. ഭാരതമാകട്ടെ എന്താണ് ജീവിതമെന്നും. വെളുത്ത വാവുനാളിലെ കടലുപോലെയാണ് ഭാരതം. അത് ഏതുകാലത്തും കരയെ തിന്നാൻ നോക്കുന്നു. വായനക്കാരാണെങ്കിൽ കടൽതന്നെയാണ് തിരയെന്നത് വിസ്മരിക്കുകയും ചെയ്യുന്നു.

വ്യാസഭഗവാൻ ആറേഴുതലമുറയുടെ കഥയാണ് പറയുന്നത്. ഒപ്പം സ്വന്തം കഥയും. എന്നാൽ ചോദിച്ചാലല്ലാതെ താൻ ഒരക്ഷരം മിണ്ടില്ലെന്ന് അദ്ദേഹം സ്വയം ജനമേജയനോട് പറയുന്നുണ്ട്. മഹാഭാരത്തിലെന്തും അങ്ങോട്ട് കടന്നു ചോദിക്കണം. എങ്കിൽ മാത്രമേ ഉത്തരം കിട്ടൂ. ഒന്നിനേയും നിഷേധിയ്ക്കാനല്ല, എല്ലാറ്റിനോടും ഇണങ്ങിപ്പോകാനാണ് വ്യാസൻ പറയുന്നത്. നൂറുകൊല്ലം ചന്ദ്രനെപ്പോലെയും സൂര്യനെപ്പോലെയും ജീവിക്കുക, യശസ്സ് നിലനിർത്തുക.

തനി വൈരാഗ്യം പറയാനെളുപ്പമാണ്. ജീവിക്കാനാണ് ഞെരുക്കം. ഭഗവദ്ഗീത പറയുന്നു:

'ഇദം തേ ജ്ഞാനമാഖ്യാതം
ഗുഹ്യാൽ ഗുഹ്യതരം മയാ
വിമൃശ്യേതദശേഷേണ
യഥേച്ഛസി തഥാകുരു'

അർത്ഥം: അത്യന്തം രഹസ്യമായ ഈ ജ്ഞാനം നിനക്കു ഞാൻ ഉപദേശിച്ചു. ഇതിനെക്കുറിച്ച് നന്നായി നിരൂപിച്ച് ഇഷ്ടംപോലെ ചെയ്യുക.

ഇത്ര ഉദാരമായൊരു ദർശനം ഞാൻ മറ്റെങ്ങും കണ്ടിട്ടില്ല.

എല്ലാവരും അവരവരുടെ ഇഷ്ടമനുസരിച്ച് അവനവന്റെ പാകത്തിനു വളരട്ടെ എന്നേ വ്യാസൻ പറഞ്ഞിട്ടുള്ളൂ.

മഹാഭാരതത്തിൽ സാമാന്യംപോലെ പിറന്നവരാരുമില്ലെന്നാണ് എനിക്കു തോന്നുന്നത്. സൂക്ഷ്മമായി പരിശോധിച്ചാൽ ഒരു ഗാന്ധാരിയെ മാത്രമേ ചാരിത്ര്യവതിയായി ഭാരതത്തിൽ കാണാനുള്ളൂ. കുന്തിയുടെ കഥ ആർക്കാണറിയാത്തത്? ദ്രൗപതിയുടെയോ?

ധൃഷ്ടദ്യുമ്നന്റെ ഒപ്പം ഹോമകുണ്ഡത്തിൽനിന്ന് ഉണ്ടായവളാണത്രെ ദ്രൗപദി. ദ്രുപദൻ എന്ന രാജാവിന്റെ പകയൊന്ന് ഓർത്തുനോക്കുക!

ഓടത്തിൽനിന്നാണത്രെ ദ്രോണന്റെ ജനനം. കൃപനേയും കൃപിയേയും ഏതോ രാജാവ് കൃപയോടെ വളർത്തിക്കൊണ്ടുവന്നതുകൊണ്ടാണ് ആ കുട്ടികൾക്ക് ആ പേർ തന്നെ ഉണ്ടായത്.

ഇങ്ങനെ ഓരോന്ന് ആലോചിക്കാൻ തുടങ്ങിയാൽ ആർക്കാണ് തന്റെ ദുഃഖം ദുഃഖമായിത്തോന്നുക? റിട്ടയർ ചെയ്താലുണ്ടാകാവുന്ന എന്റെ സകല ദുഃഖങ്ങളേയും ഭാരതം തുടച്ചുമാറ്റി. ആ അമ്പത്തെട്ടിൽ മാർക്കണ്ഡേയനെപ്പോലെ എനിക്ക് നിത്യയൗവനം കിട്ടി.

റിട്ടയർ ചെയ്യുന്നതിന്റെ മുമ്പായി ഞാൻ എക്കൗണ്ടാപ്പീസിൽ ചെന്ന് എന്റെ റിട്ടയർമെന്റിനെക്കുറിച്ച് പറഞ്ഞു. എന്നിട്ട് കിട്ടാനുള്ള സംഖ്യ കിട്ടാൻ ഞാനെന്തെങ്കിലും എഴുതിക്കൊടുക്കേണ്ടതുണ്ടൊ എന്ന് ചോദിച്ചു.

അവിടെയുള്ളവരെല്ലാവരും കൂടി എന്നെ തലയിലെടുക്കുകയാണുണ്ടായത്. ഒന്നും വേണ്ടതില്ലെന്നും കിട്ടാനുള്ള സംഖ്യയുടെ എഴുപത്തഞ്ചു ശതമാനം റിട്ടയർ ചെയ്ത് പിറ്റേ ദിവസം ചെന്നാൽ ചെക്കായിട്ടു തരാമെന്നും അവർ പറഞ്ഞു. ബാക്കി കണക്കുകളെല്ലാം പരിശോധിച്ച് മൂന്നുമാസത്തിനകമെന്നും.

ഹൃഷികേശൻ അക്കാലത്ത് അറ്റോമിക് എനർജിയുടെ ക്വാർട്ടേഴ്സിലാണ് താമസിച്ചിരുന്നത്. റിട്ടയർ ചെയ്യുന്നതിന്റെ ഒരുമാസം മുമ്പ് ഞാനങ്ങോട്ട് താമസംമാറ്റി. എന്നിട്ട് ഇന്ത്യൻ എയർലൈൻസ് ക്വാർട്ടേഴ്സ് ഒഴിഞ്ഞുകൊടുക്കാനുള്ള ഏർപ്പാടുകൾ ചെയ്തു.

റിട്ടയർ ചെയ്യുന്നതിന്റെ ഒരു മാസം മുമ്പ് നോക്കിയപ്പോൾ എന്റെ ലീവ് പലതും ബാക്കി. അതുകൊണ്ട് അവസാനത്തെ ഒരു മാസക്കാലം മിക്കവാറും ഞാൻ ലീവിലായിരുന്നു.

ഒന്നുരണ്ടു ദിവസം മുമ്പ് പാക്ക് ചെയ്തുവെച്ചിരുന്ന സകലവസ്തുക്കളും ഒരു മിനിലോറിയിൽ കൊണ്ടുപോയി കെ.ടി.സി.ക്കാരെ ഏല്പിച്ചു.

റിട്ടയർ ചെയ്യുന്നതിന്റെ തലേദിവസം ഞാൻ പണിക്കു പോയി. എന്നാലന്ന് എനിക്ക് ഒരു പണിയും കമ്പനി തന്നില്ല. ഞാൻ നിർബന്ധിച്ചപ്പോൾ വളരെ ചെറിയ ഒരു പണി തന്നു. അന്ന് വൈകുന്നേരം അഞ്ചുമണിയോടെ കാർഡ് ഔട്ട്പഞ്ച് ചെയ്ത് ഞാൻ ഹൃഷികേശന്റെ സ്ഥലത്തേക്കു മടങ്ങുകയും ചെയ്തു.

പിറ്റേദിവസം കാലത്ത് പതിനൊന്നുമണിയോടെ ഞാൻ എക്കൗണ്ടാപ്പീസിൽ പോയി. അവരെനിക്കുള്ള ചെക്ക് റെഡിയാക്കിവെച്ചിട്ടുണ്ടായിരുന്നു. ഞാനത് ഒപ്പിട്ടു വാങ്ങി സകല സുഹൃത്തുക്കളോടും യാത്ര പറഞ്ഞു.

പലർക്കും എന്റെ ഒരു പുസ്തകമെങ്കിലും വേണം. എന്നാലന്ന് ഒന്നും കൊടുക്കാൻ കഴിഞ്ഞില്ല. പിന്നീടൊരിക്കൽ ബോംബെയ്ക്ക് പോയപ്പോൾ അവരാരും ചോദിച്ചതുമില്ല.

പുരുഷോത്തമന്റെ വീട്ടിൽ അന്നുച്ചയ്ക്ക് ഉണ്ണാൻപോയി. എന്നാലയാളെ അപ്പോൾ കണ്ടില്ല. മടങ്ങിപ്പോരും വഴിക്ക് ചെമ്പൂരിലുള്ള കിഴക്കെപ്പാട്ടെ നാരായണനെ കണ്ട് ചെക്ക് ഏല്പിച്ച് യു.ടി.ഐ.യുടെ 64 എന്ന എക്കൗണ്ടിൽ

ആ സംഖ്യ നിക്ഷേപിക്കാൻ ഏർപ്പാടു ചെയ്തു. പിറ്റേദിവസം തന്നെ അയാളതു ചെയ്തു രശീതി എന്റെ കോഴിക്കോട്ടെ അഡ്രസ്സിലേക്കയ്ക്കുകയും ചെയ്തു.

റിട്ടയർ ചെയ്തതിന്റെ നാലാം ദിവസം കോഴിക്കോട്ടേക്കുള്ള വിമാനത്തിൽ ഞാൻ മടങ്ങി. ഉച്ചക്ക് ഒരു മണിയോടെ അളിയന്റെ വീട്ടിൽ എത്തിയ ഞാൻ മകൾ സ്കൂൾ വിട്ടു വരും വരെ കാത്തിരുന്നു. എന്നിട്ട് അന്നുതന്നെ എന്റെ സ്ഥലത്തേക്ക് താമസം മാറ്റി. ഭാര്യ ഗൃഹപ്രവേശത്തിന് നല്ല സമയം നോക്കിയിരുന്നുവത്രെ! എനിയ്ക്കതിലൊന്നും ഇന്നും വിശ്വാസമില്ല.

സ്വന്തമായിട്ടൊരു വീട് കോഴിക്കോട്ടുണ്ടായതിന്റെ സൗഭാഗ്യം ഞാനിന്നും അനുഭവിക്കുന്നു.

എന്നെ ഇന്നു കാണുന്ന ഞാനാക്കി മാറ്റിയത് മഹാഭാരതമാണ്.

എല്ലാം വ്യാസകൃപ! ■

www.ingramcontent.com/pod-product-compliance
Lightning Source LLC
LaVergne TN
LVHW100635051026
849519LV00001B/220
* 9 7 8 9 3 8 0 8 8 4 2 0 2 *